ജനങ്ങളുടെ മാർക്സ്

janangalude marx
original title
the people's marx
•
julian borchardt
•
translation
p j baby
•
first edition
august 2014
•
typesetting
star communications, thiruvananthapuram
•
published
chintha publishers, thiruvananthapuram
•
cover
vinod

വിതരണം

ദേശാഭിമാനി ബുക്ക് ഹൗസ്
H O തിരുവനന്തപുരം–695 035
phone: 0471-2303026, 6063026
www.chinthapublishers.com
chinthapublishers@gmail.com

ബ്രാഞ്ചുകൾ

ഹെഡ്ഓഫീസ് ബ്രാഞ്ച് കുന്നുകുഴി • സ്റ്റാച്യു തിരുവനന്തപുരം • കെ എസ് ആർ ടി സി ബസ് സ്റ്റേഷൻ ആലപ്പുഴ • കെ എസ് ആർ ടി സി ബസ് സ്റ്റേഷൻ എറണാകുളം • മച്ചിങ്ങൽ ലെയ്ൻ തൃശൂർ • ഐ ജി റോഡ് കോഴിക്കോട് • മാവൂർ റോഡ് കോഴിക്കോട് • എൻ ജി ഒ യൂണിയൻ ബിൽഡിങ് കണ്ണൂർ • സെൻട്രൽ ബസ് ടെർമിനൽ കോംപ്ലക്സ് താവക്കര കണ്ണൂർ

CO - 2095 / 3511

ജനങ്ങളുടെ മാർക്സ്

ജൂലിയൻ ബോർച്ചാർഡ്റ്റ്

പരിഭാഷ

പി ജെ ബേബി

ചിന്ത പബ്ലിഷേഴ്സ്
തിരുവനന്തപുരം-695 035

ജൂലിയൻ ബോർച്ചാഡ്റ്റ് (1868–1932)

പ്രഷ്യയിലെ ബ്രോംബെർഗിൽ 1868 ൽ ജനിച്ചു. എഴുത്തുകാരനും പത്രപ്രവർത്തകനും സോഷ്യലിസ്റ്റുമായിരുന്നു. 1901 മുതൽ 1906 വരെ *സോഷ്യൽ ഡെമോക്രാറ്റ്* എന്ന പത്രത്തിന്റെ എഡിറ്ററായിരുന്നു. 1907 ൽ എസ് പി ഡി സെൻട്രൽ എജ്യുക്കേഷൻ കമ്മിറ്റിയിൽ ലക്ചററായി നിയമിക്കപ്പെടുകയും 1911 ൽ പ്രഷ്യൻ ഡയറ്റിൽ പ്രവേശിക്കുകയും ചെയ്തു. 1913 മുതൽ *ലിഷ്ട്സ്ട്രാലെൻ* (Lichtstrahlen)ന്റെ എഡിറ്ററായി. ഒന്നാം ലോകമഹായുദ്ധം അവസാനിക്കുന്നതുവരെയും അതിൽ തുടർന്നു. ജർമ്മനിയിലെയും അന്താരാഷ്ട്ര തലത്തിലുള്ള മറ്റ് ഇടതുയുദ്ധവിരുദ്ധ പ്രസ്ഥാനങ്ങളുടെയും ജിഹ്വയായിരുന്നു ഈ പ്രസിദ്ധീകരണം. എന്നാൽ അദ്ദേഹം ഒരിക്കലും കമ്യൂണിസ്റ്റ് പാർട്ടിയിൽ അംഗമായിരുന്നില്ല. കാൾ മാർക്സിന്റെ *മൂലധന*ത്തിന്റെ നിരവധി പഠനങ്ങൾ അദ്ദേഹം എഴുതിയിട്ടുണ്ട്. ചരിത്രത്തിലും സാമ്പത്തിക ശാസ്ത്രത്തിലും അനേകം രചനകൾ നടത്തി. 'അസോസിയേറ്റ്സ് ഓഫ് പ്രോലിറ്റേറിയൻ– റവലൂഷനറി ഓഥേഴ്സ്' എന്ന സംഘടനയിൽ അംഗമായിരുന്നു. ജർമനിയുടെ ചരിത്രം എഴുതിയെങ്കിലും അത് പൂർത്തീകരിക്കാൻ കഴിഞ്ഞില്ല. 1932 ൽ ബർലിനിൽ അന്തരിച്ചു.

പി ജെ ബേബി

1959 മാർച്ച് 13 ന് ജനിച്ചു. പയ്യന്നൂർ കോളേജിലെ വിദ്യാഭ്യാസത്തിനുശേഷം 1979 ൽ പി & ടിയിൽ ജോലിക്ക് ചേർന്നു. 1980 ൽ ജോലി ഉപേക്ഷിച്ച് സി പി ഐ (എം എൽ) പ്രസ്ഥാനത്തിൽ മുഴുവൻസമയ പ്രവർത്തകനായി. 1988 മുതൽ 1998 വരെ യുവജനവേദി സംസ്ഥാനപ്രസിഡന്റ്. 2008 ൽ എം എൽ പ്രസ്ഥാനം ഉപേക്ഷിച്ച് സി പി ഐ (എം) പ്രവർത്തകനായി. നിരവധി ഗ്രന്ഥങ്ങൾ മലയാളത്തിലേക്ക് മൊഴിമാറ്റം ചെയ്തിട്ടുണ്ട്.

വിലാസം : പുത്തൻപുരയ്ക്കൽ
10/185, ചിറ്റേങ്കര റോഡ്
ആറാടുപുഴ പി ഒ
ഊരകം വഴി
തൃശ്ശൂർ– 680 562

ഉള്ളടക്കം

ഗ്രന്ഥകാരന്റെ മുഖവുര

ആയിരത്തിത്തൊള്ളായിരത്തി പതിനെട്ട് നവംബറിലെ ജർമൻ വിപ്ലവം സോഷ്യലിസത്തിന്റെ ഒരു പുതുയുഗത്തിന് നാന്ദി കുറിച്ചു. സോഷ്യലിസവും സാമൂഹ്യവൽക്കരണവും ഇപ്പോഴത്തെ മുദ്രാവാക്യങ്ങളാണ്. പക്ഷേ, സോഷ്യലിസമെന്നത് സൂചിപ്പിക്കുന്നതെന്തിനെയാണ്? ബുദ്ധിജീവികൾ മാത്രമല്ല, മറിച്ചെല്ലാവരുംതന്നെ സോഷ്യലിസത്തിന്റെ അടിസ്ഥാനപരമായ പാഠങ്ങളെക്കുറിച്ച് പരിചിതരാകണമെന്നത് അടിയന്തരാവശ്യമാണ്.

ശാസ്ത്രീയ സോഷ്യലിസത്തിന്റെ സ്ഥാപകൻ കാൾ മാർക്സാണ്. അദ്ദേഹം 1818 ട്രെവെസിൽ ജനിക്കുകയും 1883 ൽ ലണ്ടനിൽവച്ച് മരിക്കുകയും ചെയ്തു. സോഷ്യലിസത്തിന്റെ അടിസ്ഥാനപരമായ പാഠങ്ങൾ മാർക്സിന്റെ മുഖ്യരചനയായ *മൂലധന*ത്തിലുൾപ്പെടുന്നു. അതുകൊണ്ട് നമ്മുടെ ഇക്കാലത്തിന്റെ സാമൂഹ്യവികാസത്തിന്റെ പ്രവണതയെന്തെന്ന് മനസിലാക്കാനാഗ്രഹിക്കുന്നവരെ സംബന്ധിച്ചും അത്തരമൊരു സാമൂഹ്യവികാസത്തിന് സംഭാവനകൾ നൽകാനാഗ്രഹിക്കുന്നവരെ സംബന്ധിച്ചും ആ കൃതി പഠിക്കണമെന്ന് അവശ്യം ആവശ്യമായിരിക്കുന്നു.

പക്ഷേ, ഈ കടമ നടപ്പിലാക്കുക അത്ര എളുപ്പമുള്ള കാര്യമല്ല. മാർക്സിന്റെ *മൂലധനം* പഠിക്കാനാഗ്രഹിക്കുന്നവർ ഒട്ടേറെ വിഷമതകൾ നേരിടുന്നു. കുറച്ചുകൂടി വ്യക്തമായിപ്പറഞ്ഞാൽ ഒരു സാധാരണക്കാരനെ സംബന്ധിച്ച് ആ കൃതി മനസിലാക്കുകയെന്നത് അസാധ്യമാണ്. അതേസമയംതന്നെ മനുഷ്യരാശിയിലെ മഹാഭൂരിപക്ഷം സാധാരണക്കാരാണുതാനും.

ഒന്നാമതായി, അതിലെ ബുദ്ധിമുട്ട് ആ കൃതിയുടെ വലുപ്പമാണ്. 2200 അച്ചടിപേജുകളിലായി, മൂന്നു വോള്യങ്ങളിലായി, പരന്നു കിടക്കുന്ന

ബൃഹത്തായ ഒരു കൃതിയാണത്. ഒരാൾ രാഷ്ട്രീയ സമ്പദ്ശാസ്ത്രത്തിൽ ഒരു വിദഗ്ധനല്ലെന്നുണ്ടെങ്കിൽ കൂടെ അയാൾക്ക് ഒരു തൊഴിൽ ചെയ്യാനുമുണ്ടെങ്കിൽ, ആരാണിത്തരമൊരു കൃതി പഠിക്കാൻ തയാറാകുമെന്നു പ്രതീക്ഷിക്കാനാകുക? രണ്ടാമതായി, മാർക്സിന്റെ സ്വയം പ്രകാശനത്തിന്റേതായ സവിശേഷരീതിയുണ്ട്; അത് ഗ്രഹിക്കാൻ അസാധാരണമാം വിധം ബുദ്ധിമുട്ടാണ്. ആരാധകരായിട്ടുള്ളവർ, ആ മഹാമനീഷി ചെയ്ത എല്ലാക്കാര്യങ്ങളെയും വാഴ്ത്തിപ്പറയാൻ അവസരംപാർത്തു കഴിയുന്നവർ, മാർക്സിന്റെ രചനാരീതി വ്യക്തമാണ്, കൃത്യമാണ്, ഗ്രഹിക്കാൻ വളരെ എളുപ്പമാണ് എന്നെല്ലാം പറഞ്ഞേക്കാം. ഇത്തരമൊരു പറച്ചിൽ അദ്ദേഹം പത്രങ്ങൾക്കായി എഴുതിയ ഹ്രസ്വലേഖനങ്ങളുടെ കാര്യത്തിൽ പോലും ശരിയല്ല. അദ്ദേഹം രാഷ്ട്രീയ സമ്പദ്ശാസ്ത്രവുമായി ബന്ധപ്പെട്ടു നടത്തിയ രചനകളുടെ കാര്യത്തിൽ അത്തരത്തിൽ നടത്തപ്പെടുന്ന അഭിപ്രായപ്രകടനങ്ങൾ കേവലമായിത്തന്നെ തെറ്റാണ്. മാർക്സിനെ മനസിലാക്കാൻ കഴിയണമെങ്കിൽ, വിവിധ വ്യവസ്ഥകൾ നിറവേറ്റപ്പെടണം. വായനക്കാരൻ അതിനകത്തേക്ക് ആഴത്തിൽ കടന്നു കയറുകയും തന്റെ ഹൃദയവും മനസും അതു മനസിലാക്കുന്നതിനായി അർപ്പിക്കുകയും വേണം; ആ മഹാനായ ചിന്തകനെ മനസിലാക്കാൻ കഠിനമായ ബുദ്ധിപരമായ വ്യായാമത്തിനയാൾ തയാറാകുകയും വേണം. ഒപ്പംതന്നെ, അയാൾ ഒന്നാന്തരം സാമ്പത്തിക ശാസ്ത്ര പരിശീലനം സിദ്ധിച്ചവനാകുകയും വേണം.

മാർക്സിനെ മനസിലാക്കാനുള്ള വിഷമതകൾ എന്തുകൊണ്ടാണെന്ന് കണ്ടെത്താനെളുപ്പമാണ്. മാർക്സ് ഭീമാകാരമാർന്ന ഒരു ബൗദ്ധികവ്യായാമം നടത്തിയവനായിരുന്നു. തനിക്കു മുമ്പു പഠിപ്പിക്കപ്പെട്ടവയായ രാഷ്ട്രീയ സമ്പദ് ശാസ്ത്രത്തിലെ എല്ലാറ്റിനെക്കുറിച്ചും അദ്ദേഹത്തിനൊരു സമഗ്രമായ ഗ്രാഹ്യമുണ്ടായിരുന്നു. അതിനകംതന്നെ കുന്നുകൂടിയ സാമഗ്രികളെ അദ്ദേഹം തന്റെ നിസ്തന്ദ്രമായ ഗവേഷണങ്ങളിലൂടെ വളരെയേറെ വികസിപ്പിച്ചു. അദ്ദേഹം സൂക്ഷ്മമായി എല്ലാ സാമ്പത്തിക പ്രശ്നങ്ങളും പഠിക്കുകയും അവയിലെ ഏറ്റവും പ്രധാനമായവയ്ക്ക് കൃത്യമായ പുതിയ പരിഹാരങ്ങൾ കണ്ടെത്തുകയും ചെയ്തു. സാമ്പത്തിക ശാസ്ത്രത്തിനായി അദ്ദേഹത്തിന് തന്റെ മുഴുവൻ ശ്രദ്ധയും ഊർജവും ചെലവഴിക്കേണ്ടി വന്നതിനാൽ തന്റെ ആശയങ്ങൾ പ്രകാശിപ്പിക്കുന്നതിന്റെ രൂപത്തിന് കാര്യമായ യാതൊരു ശ്രദ്ധയും അദ്ദേഹം നൽകിയില്ല. അദ്ദേഹത്തിന്റെയുള്ളിലേക്ക് തിക്കിക്കയറി വന്നിരുന്ന ആശയങ്ങൾ അത്രയധികമായിരുന്നതിനാൽ, അത്തരം ആശയങ്ങൾ എങ്ങനെയാണ്, ഏതു രീതിയിലാണ്, പ്രകാശിതമാകുന്നതെന്നതിന്റെ സ്വഭാവത്തിനദ്ദേഹം യാതൊരൂന്നലും നൽകിയില്ല. അദ്ദേഹത്തിനു വളരെയേറെ പരിചിതമായിരുന്നവയും അദ്ദേഹത്തിനു സ്വയം വ്യക്തതയുണ്ടായിരുന്നതുമായ ഒട്ടനവധി കാര്യങ്ങൾ അദ്ദേഹത്തിന്റെയത്ര അതിവിപുലമായ അറിവില്ലാത്തവരെ സംബന്ധിച്ച്, ഗ്രഹിക്കാൻ വളരെയേറെ ബുദ്ധിമുട്ടാണെന്ന

കാര്യം അദ്ദേഹത്തിന് മനസിലായതുമില്ല. അതിലുമപ്പുറം യാതൊരു കാര്യവിവരവുമില്ലാത്ത അമേചർ ആയ ആളുകൾക്കുവേണ്ടി എഴുതാൻ അദ്ദേഹത്തിനൊരു ആഗ്രഹവുമുണ്ടായിരുന്നില്ല. നേരെമറിച്ച് തികച്ചും ശാസ്ത്രീയമായ ഒരു രചന നടത്തുന്നതിനാണദ്ദേഹം ഊന്നൽ നൽകിയത്.

അതെന്തായാലും, മാർക്സിനെ മനസിലാക്കണമെങ്കിൽ വലിയൊരളവ് സമയവും അധ്വാനവുമാവശ്യമാണെന്ന കാര്യം തർക്കരഹിതമാണ്; ഒരു സാധാരണക്കാരൻ ഇക്കാര്യത്തിനായി ചെലവഴിക്കുമെന്ന് പ്രതീക്ഷിക്കുന്നതിലുമെത്രയോ ആയിരിക്കുമത്.

ഇനി നാം മൂന്നാമത്തേതും ഏറ്റവും വലുതുമായ ബുദ്ധിമുട്ടിലേക്കു വരുന്നു. തുടക്കം മുതൽ ഒടുക്കം വരെ മാർക്സിന്റെ രചന ഒരൊറ്റ മൂശയിൽ നിന്നുള്ളതാണ്, അദ്ദേഹത്തിന്റെ പഠിപ്പിക്കലിന്റെ വിവിധ ഭാഗങ്ങൾ അത്രമാത്രം ആഴത്തിൽ കെട്ടുപിണഞ്ഞതാകയാൽ മറ്റുഭാഗങ്ങളെക്കുറിച്ച് നല്ല ഗ്രാഹ്യം സമ്പാദിക്കാതെ ഒരു ഭാഗവും ശരിയായ രീതിയിൽ മനസിലാക്കാനാവില്ല. ആദ്യ അധ്യായങ്ങൾ വായിക്കുന്ന ഒരാൾക്ക് സ്വാഭാവികമായും തുടർന്നു വരുന്ന അധ്യായങ്ങളുടെ ഉള്ളടക്കങ്ങളെക്കുറിച്ചറിവുണ്ടാകില്ല, അതുകൊണ്ടുതന്നെ മൂലധനത്തിന്റെ മൂന്നധ്യായങ്ങളുടെയും ഒരു പഠനം നടത്താത്തയാൾക്ക് അദ്ദേഹത്തിന്റെ പാഠങ്ങളെക്കുറിച്ചൊരു തെറ്റായധാരണയാണ് ലഭിക്കുക.

ഈ വിഷമതയെ ഒന്നുകൂടി വർധിപ്പിക്കുന്ന കാര്യമാണ് മാർക്സിന് സ്വയം തന്നെ തന്റെ കൃതി പൂർത്തിയാക്കാനായില്ലെന്നത്. 1867 ൽ പ്രസിദ്ധീകരിച്ച ആദ്യവോള്യം മാത്രമാണദ്ദേഹം പൂർണമായി അച്ചടിക്കുവേണ്ടിപൂർത്തിയാക്കിയത്. മറ്റു രണ്ടു വോള്യങ്ങൾ അദ്ദേഹത്തിന്റെ മരണശേഷം സുഹൃത്തായ ഫ്രഡറിക് എംഗൽസാണ് തയാറാക്കിയത്. രണ്ടാം വോള്യം 1885 ലും മൂന്നാം വോള്യം രണ്ടു ഭാഗങ്ങളായി 1894 ലും. പക്ഷേ, ഇവ രണ്ടും മാർക്സ് മരിക്കുന്ന കാലത്ത് അച്ചടിക്കു കൊടുക്കാൻ തയാറാക്കിയിട്ടുണ്ടായിരുന്നില്ല. അതുകൊണ്ടുതന്നെ എംഗൽസിനു പലപ്പോഴും മാർക്സ് തന്റെ ആശയങ്ങളെക്കുറിച്ചാദ്യം നടത്തിയ എഴുത്തുകുത്തുകളുടെ സ്കെച്ചുകൾ ആ പുസ്തകത്തിലുൾപ്പെടുത്തണ്ടി വന്നു. അതിന്റെ ഫലം എണ്ണമറ്റ ആവർത്തനങ്ങളായിരുന്നു. ഇതേക്കുറിച്ചൊരു ഗ്രാഹ്യമില്ലാത്ത ഏതൊരു സാധാരണക്കാരനും— ഒരു സാധാരണക്കാരൻ അത്തരക്കാനായിരിക്കും— ഒരേ ആശയംതന്നെ വ്യത്യസ്തവേഷഭൂഷാദികളിൽ പത്തോ പന്ത്രണ്ടോ തവണ കടന്നു വരുന്നതു കണ്ടമ്പരന്നു പോകും. അതിന്റെ കാരണമയാൾക്കു വ്യക്തമാകില്ല. അതിന്റെ മറ്റൊരു ഫലം സാമ്പത്തിക ശാസ്ത്രത്തിൽ നിഷ്ണാതരായവർപോലും ആദ്യവോള്യത്തിൽ മാത്രമായി ഒതുങ്ങി നിൽക്കുമെന്നതുകൂടിയാണ്; അങ്ങനെ രചയിതാവിനെ തെറ്റിദ്ധരിക്കുകയും ചെയ്യും. അതുതന്നെയാകും ഒരു സാധാരണക്കാരന്റെയും രീതി. ഉദാഹരണത്തിന് തൊഴിലെടുക്കുന്നവരിലുൾപ്പെട്ട ഒരു സോഷ്യലിസ്റ്റ് ചിന്താഗതിക്കാരൻ തന്റെ മുഴുവൻ വിശ്രമ

സമയവും ആദ്യവോള്യം അവസാനം വരെ വായിക്കാനായി മാറ്റിവച്ചാൽത്തന്നെ, രണ്ടും മൂന്നും വോള്യങ്ങൾ വായിക്കുന്നതിൽനിന്ന് ശ്രദ്ധയോടെ തന്നെ ഒഴിഞ്ഞുമാറും.

ഈകാരണങ്ങൾകൊണ്ടെല്ലാം വളരെക്കാലമായി എനിക്കു വ്യക്തമായി ബോധ്യമായിരുന്ന കാര്യമാണ് മാർക്സിന്റെ മൂലധനത്തെ അതിന്റെ ഉള്ളടക്കമെന്തെന്നറിയാൻ തൽപ്പരരായിരുന്നുവരും എന്നാൽ അതിന്റെയൊരു പഠനം തങ്ങളുടെ ജീവിതത്തിന്റെ ഭാഗമാക്കാൻ കഴിയാത്തവരുമായ വിപുലമായ ജനവിഭാഗങ്ങൾക്ക് എത്തിച്ചുകൊടുക്കണമെന്നത്. മാർക്സിന്റെ പഠിപ്പിക്കലുകളെ മറ്റൊരുരചയിതാവ് അയാളുടെ വാക്കുകളിൽ അവതരിപ്പിച്ചുകൊണ്ട് ഗ്രഹിക്കാവുന്നതാക്കിത്തീർക്കുക എന്ന അർഥത്തിൽ ജനകീയമാക്കിത്തീർക്കുക എന്നതിന്റെ ഒരു പ്രശ്നമല്ല ഇവിടെയുള്ളത്. അത്തരത്തിലുള്ളതരം അനാവരണങ്ങൾ നിരവധിയുണ്ടായിട്ടുണ്ട് (അവയും ഏറെക്കുറെ അപൂർണങ്ങളാണ്, മിക്കപ്പോഴും അത്തരം രചയിതാക്കൾ ആദ്യ വോള്യവുമായി മാത്രമാണ് പരിചയപ്പെട്ടിട്ടുണ്ടാവുക; അവർ മിക്കപ്പോഴും രണ്ടും മൂന്നും ഭാഗങ്ങൾ പരിശോധിച്ചുനോക്കുന്നത് അധികപ്പറ്റാണെന്നു കുരുതും): എന്റെ കാര്യത്തിൽ മാർക്സ് തന്നെയാണ് സംസാരിക്കുന്നത്, ഇതദ്ദേഹത്തിന്റെതന്നെ കൃതിയാണ്, അദ്ദേഹത്തിന്റെതന്നെ വാക്കുകളാണ്. അൽപ്പസ്വൽപ്പം സമയവും ബുദ്ധിമുട്ടും മൂലധനം മനസിലാക്കാനായി ചെലവിടാൻ തയാറുകുന്ന വായനക്കാരന്റെ മുന്നിലത് ഞാൻ ഗ്രഹിക്കാവുന്ന ഒരു രീതിയിൽ വെക്കുന്നുവെന്നു മാത്രമേയുള്ളൂ.

ഞാൻ ഈ കടമ നിരവധി വർഷങ്ങൾക്കുമുമ്പ് സ്വയമേറ്റെടുത്തതാണ്. യുദ്ധം —അതിൽ നിന്നുളവാക്കുന്ന ഒരു വിശ്രമം അതെന്റെ മേൽ അടിച്ചേൽപ്പിച്ചു—എനിക്കാവശ്യമായ സമയം ലഭ്യമാക്കി. ഞാൻ കഴിഞ്ഞ 30 വർഷക്കാലമായി മാർക്സിന്റെ മൂലധനം ശ്രദ്ധയോടെയും വളരെയടുത്തും പഠിച്ചുകൊണ്ടിരിക്കുകയായിരുന്നുവെന്ന വസ്തുത എന്നെയിത്തരമൊരു കടമ നിർവഹിക്കാൻ കഴിവുള്ളവനാക്കുന്നുവെന്ന് ഞാൻ കരുതുന്നു. ഏറെക്കുറെ 20 വർഷം മുമ്പ് ഞാനത് ബ്രസ്സൽസിലെ *ഇൻസ്റ്റിറ്റ്യൂട്ട് ഡെസ് സയൻസ് സൊസൈറ്റീസ്* അഭ്യർഥിച്ചതിനനുസരിച്ച് പരിഭാഷപ്പെടുത്തിയിരുന്നു, തുടർന്ന് ബെൽജിയൻ സഖാവായ വാൻഡെർറിറ്റിന്റെ സഹകരണത്തോടെ *മൂലധന*ത്തിന്റെ രണ്ടും മൂന്നും വാല്യങ്ങൾ ഫ്രഞ്ചിലേക്കും തർജമചെയ്തു.

ഞാനെന്റെ കടമ പൂർത്തിയാക്കിയതിന്റെ രീതിയുമായി ബന്ധപ്പെട്ട് ഏതാനും വാക്കുകൾകൂടി ഞാൻ കൂട്ടിച്ചേർക്കട്ടെ. അനിവാര്യമായും ഞാൻ, മറ്റെല്ലാറ്റിനുപരിയായി മുമ്പുപറഞ്ഞതുപോലെ മാർക്സിന്റെ തന്നെ വാക്കുകൾ കഴിയാവുന്നത്ര നിലനിർത്താൻ ശ്രമിച്ചു. വിട്ടുപോയിടത്തും സ്ഥാനംമാറ്റിയിടത്തും മാത്രമായി എന്റെ സംഭാവന ഒതുക്കി നിർത്താൻ ശ്രമിച്ചു. മാർക്സിനെ മനസിലാക്കുന്നതിലെ ബുദ്ധിമുട്ട് ഒരു വലിയ പരിധിവരെ അദ്ദേഹത്തിന്റെ രചനയിലെ ഒരു ഭാഗം മനസിലാ

ക്കണമെങ്കിൽ മറ്റെല്ലാഭാഗങ്ങളും മനസിലാക്കേണ്ടതുണ്ടെന്നതാണെന്ന് ഞാൻ മുമ്പുതന്നെ പറഞ്ഞു. അവയെ വായിക്കാൻ ധൈര്യം കാണിക്കുന്ന ഒരുപുതുക്കക്കാരനെ സംബന്ധിച്ച് ആദ്യഭാഗങ്ങളെങ്കിലും ചൈനീസ് ഭാഷയാണതെന്ന മട്ടിൽ അനുഭവപ്പെടുമെന്നു പറഞ്ഞാൽ അതൊട്ടും തന്നെ അതിശയോക്തിയായിരിക്കില്ല. കാരണം അവനെ സംബന്ധിച്ച് പുസ്തകം വിഭാവനം ചെയ്യുന്നതേത് തരം കാര്യങ്ങളാണെന്നതിനെ സംബന്ധിച്ചോ രചയിതാവിന്റെ ചിന്തയുടെയോ യുക്തിയുടെയോ രീതി എന്താണെന്നോ യാതൊരു ധാരണയുമുണ്ടാകില്ല. അത്തരമൊരു ധാരണയുണ്ടാകണമെങ്കിൽ മൂന്നാം വോള്യത്തിലെ സുപ്രധാന ചർച്ചയുമായി അയാൾക്കു പരിചയമുണ്ടായിരിക്കണം. അക്കാരണത്താൽ തുടക്കം മുതലേ എനിക്ക് വ്യക്തതയുണ്ടായിരുന്ന ഒരു കാര്യം മാർക്സിന്റെ ആശയങ്ങളെ മാറ്റി സ്ഥാപിക്കണമെന്നും, അതിന്റെ അനന്തരഫലമെന്നോണം, ആ ആശയങ്ങളുൾക്കൊള്ളുന്ന പ്രബന്ധങ്ങളുടെ ക്രമം മാറ്റിമറിക്കേണ്ടതുണ്ടെന്നുമാണ്. മൂന്നാം വോള്യത്തിലെ ഒരു സുപ്രധാനഭാഗം തുടക്കത്തിൽത്തന്നെ കൊണ്ടുവരേണ്ടതുണ്ടായിരുന്നു. മൂലഗ്രന്ഥത്തിൽ ചിലപ്പോഴൊക്കെ നിരവധി പ്രബന്ധങ്ങളിലായും വേറിട്ട നിലയിലും കിടന്നിരുന്ന കാര്യങ്ങളെ ഒന്നിച്ചു കൊണ്ടുവരേണ്ടിവന്നു; അതുപോലെ, നേരെമറിച്ച് ചിലവയെ വേറിട്ടു മാറ്റിവക്കേണ്ടതായും വന്നു. അതുകൊണ്ടെനിക്ക് പലപ്പോഴും അവയെ പരസ്പരം ബന്ധിപ്പിക്കുന്ന വാചകങ്ങൾ എഴുതേണ്ടതായും വന്നു. പക്ഷേ, ഒട്ടുമൊത്തത്തിൽ ഒറിജിനലിനെ, കൃത്യമായ വാക് പ്രയോഗങ്ങളെ, ഈ കൃതിയിൽ കർക്കശമായി പിന്തുടർന്നിട്ടുണ്ട്.

അതിലൂടെ എണ്ണമറ്റ ഗുണങ്ങളും ലഭ്യമായി. ഇപ്പോഴത്തെ പതിപ്പിനെ മൂലധനത്തിന്റെ മൂലഗ്രന്ഥവുമായി ഒത്തു നോക്കുന്ന ആരും കണ്ടെത്തുക, മറ്റുതരത്തിൽ ഗ്രഹിക്കാൻ തികച്ചും വിഷമകരമായ ഒട്ടനവധി ആശയങ്ങൾ അവയുടെ സ്ഥാനം മാറ്റുന്നതിലൂടെ മാത്രം വളരെ വ്യക്തമായിത്തീരുന്നതായാണ്. ഒഴിവാക്കിയ ഭാഗങ്ങൾ ഒട്ടുംതന്നെ വില കുറഞ്ഞ ഭാഗങ്ങളല്ല. രണ്ടും മൂന്നും വോള്യങ്ങളിലെ എണ്ണമറ്റ ആവർത്തനങ്ങളിൽ ഒരു ഭാഗം വീതം മാത്രം തെരഞ്ഞെടുത്താൽ മതിയെന്നത് വ്യക്തമായിരുന്നു. പക്ഷേ, അതിനപ്പുറം മൊത്തം കൃതിയും അതിന്റെ എല്ലാ വിശദാംശങ്ങളോടെയും പുനഃസൃഷ്ടിക്കുക എന്റെ ലക്ഷ്യമല്ല, നേരെമറിച്ച്, മാർക്സിന്റെ അടിസ്ഥാനാശയങ്ങളെ അദ്ദേഹത്തിന്റെ തന്നെ വാക്കുകളിൽ വായനക്കാരനും പഠിക്കാൻ കഴിയുന്ന ഒരു തെരഞ്ഞെടുപ്പ് നടത്തേണ്ടതുണ്ട്. ഭയചകിതരാകാതെയും പുസ്തകത്തിന്റെ അതിവിപുലമായ മാനങ്ങളെക്കുറിച്ചോർത്ത് ക്ഷീണിതരാകാതെയും വായനക്കാരന് അത് പഠിക്കാനാകണം. ഏതുസമയത്തും, ഏതൊരുവനും താരതമ്യം നടത്തിക്കൊണ്ട് സുപ്രധാനമായവയെന്തെങ്കിലും ഒഴിവാക്കപ്പെട്ടോ എന്ന് നോക്കാവുന്നതാണ്.

ഒട്ടേറെ ഭാഗങ്ങളിൽ മൂലഗ്രന്ഥത്തിലെ പദപ്രയോഗങ്ങളിൽ നിന്ന്

വ്യത്യാസപ്പെട്ടിരിക്കുന്ന പദപ്രയോഗങ്ങളുള്ള നിരവധി ഭാഗങ്ങൾ തീർച്ച യായും കാണാനാകുമെന്നത് സത്യമാണ്. അതൊഴിവാക്കാനാവാത്തതാണ്. കാരണം അങ്ങനെ ചെയ്തില്ലെങ്കിൽ അവ ഗ്രഹിക്കാൻ പറ്റാത്തതായി തുടർന്നേനെ.

ഉപസംഹാരമായി, ഞാൻ ഈ പതിപ്പ് മാർക്സിനെ കൂടുതൽ നന്നായി മനസിലാക്കാൻ ഉപയോഗപ്രദമായ ഒന്നായിത്തീരുമെന്ന് പ്രതീക്ഷ പ്രകടിപ്പിക്കുന്നതിനൊപ്പം സാമ്പത്തികശാസ്ത്രത്തെ മനസി ലാക്കുന്നതിനും കൂടുതൽ ഉപയോഗപ്രദമാകുമെന്ന പ്രതീക്ഷ പ്രകടി പ്പിക്കുകയാണ്; അങ്ങനെ സോഷ്യലിസമെന്ന ലക്ഷ്യത്തിന് ഇത് കൂടു തൽ ലാഭകരമായിത്തീരുമെന്നും.

ഈ സംഗ്രഹിച്ച കൃതി ഇതിന്റെ മൂലഗ്രന്ഥം പഠിക്കാനും മനസി ലാക്കാനുമുള്ള ഒരു താൽപ്പര്യമുണർത്തുമെന്നുണ്ടെങ്കിൽ ഞാൻ പ്രത്യേ കിച്ചും സന്തുഷ്ടനായിത്തീരും.

ബെർലിൻ ഏപ്രിൽ 1919 ജൂലിയൻ ബോർച്ചാർഡ്റ്റ്

1

ചരക്കുകൾ, വിലകൾ, ലാഭങ്ങൾ

മനുഷ്യസമുദായത്തിന് ജീവിക്കാനാവശ്യമായ ചരക്കുകളുടെ സാമ്പത്തികമായ പ്രദാനത്തെ (സപ്ലൈ) കൈകാര്യം ചെയ്യുന്നതാണ് രാഷ്ട്രീയസമ്പദ് ശാസ്ത്രം. ആധുനിക മുതലാളിത്ത രാജ്യങ്ങളിൽ ഈ പ്രക്രിയ പൂർണമായും സാധിക്കുന്നത് ചരക്കുകളുടെ വാങ്ങലിലൂടെയും വിൽപ്പനയിലൂടെയുമാണ്. തങ്ങളുടെ വരുമാനത്തിലുൾപ്പെടുന്ന പണം കൊടുത്ത് അത്തരം ചരക്കുകൾ വാങ്ങുന്നതിലൂടെ മനുഷ്യർ അവയുടെ ഉടമസ്ഥരായിത്തീരുന്നു. വിവിധ ഗണങ്ങളിൽപ്പെട്ട വരുമാനങ്ങളുണ്ട്, അവയെ മുഖ്യമായും മൂന്നു ഗ്രൂപ്പുകളായി തരംതിരിക്കാം: ഓരോ വർഷവും മൂലധനം മുതലാളിക്കായി ലാഭം കൊണ്ടുവരുന്നു. ഭൂമി ഭൂവുടമക്കായി തറപ്പാട്ടം (ഭൂമിയുടെ പാട്ടം) കൊണ്ടുവരുന്നു. സാധാരണ സാഹചര്യങ്ങളിലും അധ്വാനശക്തിയെ ഉപയോഗപ്പെടുത്താനാവുന്നിടത്തോളവും അത് തൊഴിലെടുക്കുന്നവന് കൂലി സമ്പാദിക്കുന്നു. അങ്ങനെ, മൂലധനം മുതലാളിയുടേതും, ഭൂമി ഭൂവുടമയുടേതും, അധ്വാനശക്തി (അഥവാ അധ്വാനം തന്നെ) തൊഴിലെടുക്കുന്നവന്റേതുമാണെന്ന് തോന്നിക്കുന്നു. കാരണമിതു മൂന്നും അതാതുതരത്തിലുള്ള വ്യത്യസ്ത വരുമാനങ്ങളുടെ ഉറവിടങ്ങളാണ്— അതായത്, ലാഭങ്ങൾ, തറപ്പാട്ടങ്ങൾ, കൂലികൾ എന്നിവയുടെ. അപ്പോൾ ഈ മൂന്നുതരം വരുമാനങ്ങളും ഒരിക്കലും ഉണങ്ങിപ്പോകാത്ത ഒരു മരത്തിന്റെ ഫലത്തിന് സദൃശമാണെന്നു തോന്നിക്കുന്നു; അതിന്റെ ഫലങ്ങൾ എല്ലാവർഷവും ഉപഭോഗിക്കപ്പെടുന്നതാണ്. കൃത്യമായിപ്പറഞ്ഞാൽ മൂന്നുവ്യത്യസ്ത മരങ്ങളുടെ ഫലങ്ങൾ; അവ മൂന്നു വ്യത്യസ്ത വർഗങ്ങൾക്ക് അവയുടെ വാർഷികവരുമാനം ലഭ്യമാക്കുന്നു— മുതലാളിവർഗത്തിനും ഭൂവുടമാവർഗത്തിനും അധ്വാനിക്കുന്ന വർഗത്തിനും. വരുമാന ഗണങ്ങളെല്ലാംകൂടി രൂപപ്പെടുത്തുന്ന

സമ്പത്ത് മൂന്ന് വ്യതിരിക്തവും സ്വതന്ത്രങ്ങളുമായ ഉറവിടങ്ങളിൽ നിന്നാണുത്ഭൂതമാകുന്നതെന്ന രീതിയിൽ പ്രത്യക്ഷപ്പെടുന്നു: അതായത് മൂലധനം, തറപ്പാട്ടങ്ങൾ അധ്വാനം എന്നിവയിൽ നിന്ന്.

ഓരോ വർഗത്തിന്റെയും ഉടമസ്ഥതയിലുള്ള വരുമാനം സാമ്പത്തിക ചരക്കുകളുടെ പ്രദാനത്തിലെ ഒരു നിർണായകഘടകം മാത്രമല്ല. അതേ മട്ടിൽത്തന്നെ അത്തരം ചരക്കുകളുടെ വില ആ പ്രക്രിയയിലെ ഒരു നിർണായകഘടകം കൂടിയാണ്, വിലയെ നിർണയിക്കുന്ന കാരണങ്ങളേതെല്ലാമാണെന്ന ചോദ്യം അതിന്റെ അനന്തരഫലമെന്നോണം എല്ലായ്പ്പോഴും സാമ്പത്തിക വിദഗ്ധരുടെ ഭാഗത്തുനിന്നു കണ്ടെത്താൻ വേണ്ടിയുള്ള അന്വേഷണത്തിന്റെ വിഷയത്തെ രൂപപ്പെടുത്തുന്നു.

ആദ്യ വീക്ഷണത്തിൽ ഈ ചോദ്യം കാണാതെ ബുദ്ധിമുട്ടുകളുമുണ്ടാക്കുന്നില്ലെന്നു തോന്നും. നാമേതെങ്കിലുമൊരു വ്യവസ്ഥയിലെ ഉൽപ്പന്നത്തിന്റെ കാര്യമെടുത്താൽ അതിന്റെ വില നിർണയിക്കപ്പെടുന്നത് അതിന്റെ നിർമാതാവിനാലാണെന്നും അയാൾ തന്റെ ഉൽപ്പാദനച്ചെലവിനൊപ്പം തന്റെ പ്രത്യേക വ്യവസായശാഖയിൽ പതിവുള്ളതായ ലാഭവും കൂടിച്ചേർത്തതാണതെന്നും കണക്കാക്കാം. അതിന്റെ അനന്തരഫലം, വില നിർണയിക്കപ്പെടുന്നത് ഉൽപ്പാദനച്ചെലവിന്റെ തുകയെയും ലാഭത്തിന്റെ തുകയെയും ചേർത്താണെന്നതുമാണ്.

ഒരു നിശ്ചിത ചരക്കുൽപ്പാദിപ്പിക്കുകയെന്ന തന്റെ ഉദ്ദേശ്യത്തിനായി ചെലവഴിക്കപ്പെട്ട എല്ലാറ്റിനെയും നിർമാതാവ് ഉൽപ്പാദനച്ചെലവിനായി കണക്കാക്കുന്നു. അത്തരം ചെലവഴിക്കലിൽ ഒന്നാമതായിത്തന്നെ അസംസ്കൃത വസ്തുക്കൾക്കും മറ്റനുബന്ധസാമഗ്രികൾക്കും (ഉദാഹരണം: പഞ്ഞി, കൽക്കരി മുതലായവ) ചെലവാക്കിയ തുകകളുൾപ്പെടുന്നു; തുടർന്ന് യന്ത്രങ്ങൾ, ഉപകരണങ്ങൾ, കെട്ടിടങ്ങൾ എന്നിവയൊക്ക ചെലവാക്കിയ തുകയും. രണ്ടാമതായി ചെലവഴിക്കലിലുൾപ്പെടുന്നത് തറപ്പാട്ടമാണ് (ഭൂമിയുടെ പാട്ടം). മൂന്നാമതായി അധ്വാനത്തിനായി നൽകിയ കൂലികൾ. അതുകൊണ്ട് നമുക്ക് നിർമാതാവിന്റെ ഉൽപ്പാദനച്ചെലവിനെ താഴെ പറയുന്ന മൂന്നു ഗണങ്ങളിലായി തരംതിരിക്കാം.

1. ഉൽപ്പാദനോപാധികൾ (അസംസ്കൃതവസ്തുക്കൾ, അനുബന്ധ സാമഗ്രികൾ, യന്ത്രങ്ങൾ, ഉപകരണങ്ങൾ, കെട്ടിടങ്ങൾ).
2. തറപ്പാട്ടം (ഫാക്ടറി അതിന്റെ സ്വന്തം ഭൂമിയിൽത്തന്നെയാണ് നിൽക്കുന്നതെന്നാലും അത് കണക്കാക്കും).
3. കൂലികൾ.

നാമീ മൂന്നു ഗണങ്ങളെയും കുറേക്കൂടി അടുത്തു പരിശോധിച്ചാൽ, നാമിതേവരെ മുൻകൂട്ടികാണാതിരുന്ന ചില വിഷമതകളെ നാമഭിമുഖീകരിക്കുന്നതായി മനസിലാകും. ആദ്യംതന്നെ നമുക്ക് കൂലിയുടെ കാര്യമെടുക്കാം. കൂലി ഉയർന്ന നിരക്കിലുള്ളതോ താഴ്ന്ന നിരക്കിലുള്ളതോ എന്നതിനെ ആസ്പദമാക്കി മൊത്തം ഉൽപ്പാദനച്ചെലവും അതിന്റെ ഫലമായി നിർമിത ഉൽപ്പന്നത്തിന്റെ വിലയും ഉയർന്നതോ താഴ്ന്നതോ ആയി

രിക്കും. പക്ഷേ, കൂലിനിരക്കുകളെ എന്താണ് നിർണയിക്കുന്നത്? അധ്വാനശക്തി ആവശ്യപ്പെട്ടതിനും അതിനു വാഗ്ദാനം നൽകപ്പെട്ടതിനും ശേഷമാണത് നിർണയിക്കപ്പെട്ടതെന്ന് നമുക്ക് കണക്കാക്കാം. അധ്വാനശക്തിക്കുള്ള ഡിമാന്റ് വന്നത് മുതലാളിയിൽനിന്നാണ്. തന്റെ സംരംഭത്തിനായി അയാൾക്ക് തൊഴിലാളികളെ ആവശ്യമുണ്ട്. മൂലധനം എന്തെല്ലാമുൾപ്പെടുന്നതാണ്? അതിൽ പണവും ചരക്കുകളുമുൾപ്പെടുന്നു. അല്ലെങ്കിൽ, അതിലേറെ, നാം തുടർന്നു ചൂണ്ടിക്കാണിക്കാൻ പോകുന്നതുപോലെ പണം തന്നെയും ഒരു ചരക്കാണെന്നു കാണുമ്പോൾ, മൂലധനം വെറും ചരക്കുകൾ മാത്രം ഉൾക്കൊള്ളുന്നതാണെന്ന് നാം പറഞ്ഞേക്കാം. അത്തരം ചരക്കുകൾ കൂടുതൽ വിലയേറിയതാകുന്തോറും, മൂലധനം അത്രയേറെ വിപുലമാകുകയും അധ്വാനശക്തിക്കുവേണ്ടിയുള്ള ഡിമാൻഡ് വർധമാനമാകുകയും അതോടെ അതിന്റെ കൂലിനിരക്കുകളിന്മേലുള്ള സ്വാധീനം വർധമാനമാകുകയും നിർമിതവസ്തുവിന്മേൽ അതിനു തുടർന്നൊരു സ്വാധീനമുണ്ടാകുകയും ചെയ്യുന്നു. മൂലധനത്തെ രൂപപ്പെടുത്തുന്ന ചരക്കുകളുടെ മൂല്യത്തെ (അഥവാ വിലയെ) നിർണയിക്കുന്നതെന്താണെന്ന് നമുക്കു നോക്കാം. ആ മൂല്യം നിർണയിക്കപ്പെടുന്നത് അവയുടെതന്നെ സ്വന്തം ഉൽപ്പാദനത്തിനാവശ്യമായ ചെലവുകളാലാണ്. അത്തരം ഉൽപ്പാദനച്ചെലവുകളിൽ നാം കൂലിയെയും കണ്ടെത്തുന്നു!' അപ്പോൾ ദീർഘകാലാടിസ്ഥാനത്തിൽ കൂലിനിരക്കുകൾ നിർണയിക്കപ്പെടുന്നത് (ഈ സിദ്ധാന്തപ്രകാരം)—കൂലിനിരക്കുകളും ചരക്കുകളുടെ വിലയും നിർണയിക്കപ്പെടുന്നത്—ചരക്കുകളുടെ വിലയാലാണ്!

അതല്ലെങ്കിൽ തൊഴിലാളിക്കാവശ്യമുള്ള ഭക്ഷണത്തിന്റെ വിലയാലാണ് കൂലികൾ നിർണയിക്കപ്പെടുന്നതെന്ന് പ്രസ്താവിക്കപ്പെടുന്നു. പക്ഷേ, അത്തരം ഭക്ഷ്യപദാർഥങ്ങൾ സ്വയംതന്നെ ചരക്കുകളാണ്, അവയുടെ വിലകൾ ഭാഗികമായി നിർണയിക്കപ്പെടുന്നത് കൂലിയാലുമാണ്; അങ്ങനെ വരുമ്പോഴതിലെ തെറ്റ് വ്യക്തമാണ്.

നിർമാതാവിന്റെ ഉൽപ്പാദനച്ചെലവിന്റെ ഒരു രണ്ടാമത്തെ ഘടകം ഉൽപ്പാദനോപാധികളുടേതായി കണക്കാക്കപ്പെടുന്നു. പഞ്ഞി, യന്ത്രസാമഗ്രികൾ, കൽക്കരി തുടങ്ങിയവയും ചരക്കുകളാണെന്നു മനസിലാക്കാൻ വിശദാംശങ്ങളിലേക്ക് പോകേണ്ട ആവശ്യമില്ല. തൊഴിലാളികളുടെ ഭക്ഷണമോ തൊഴിലാളിയെ നിയോഗിക്കുന്ന തൊഴിൽ ദാതാവിന്റെ മൂലധനമോ ആയിട്ടുള്ള ആ ചരക്കുകളുടെ കാര്യത്തിൽ ബാധകമായ കൃത്യമായ അതേകാര്യങ്ങൾ അവയുടെ കാര്യത്തിലും ബാധകമാണ്.

ഉൽപ്പാദനച്ചെലവിന്റെ കാര്യത്തെ പരാമർശിച്ചുകൊണ്ട് വിലകളെ വിശദീകരിക്കാനുള്ള ശ്രമം, അങ്ങനെ, ഒരു ദയനീയ പരാജയമായി തീർന്നു. അത് ലളിതമായി എത്തിച്ചേർന്നത് വിലകൾ സ്വയംതന്നെ നിർണയിക്കപ്പെടുന്നുവെന്നതിലേക്കാണ്.

ഉൽപ്പാദനച്ചെലവിനോട് നിർമാതാവ് പതിവനുസരിച്ചുള്ള ലാഭം

ഉൾച്ചേർക്കുന്നു. ഇക്കാര്യത്തിൽ എല്ലാ വിഷമതകളെയും മറികടന്നുവെന്നത് പോലെയാണത് തോന്നിക്കുന്നത്. തന്റെ പ്രത്യേകവ്യവസായ ശാഖയിൽ പതിവായിട്ടുള്ള തുകയാണ് തന്റെ ലാഭമെന്ന് കണക്കാക്കി നിർമാതാവ് കൂട്ടിയെടുക്കുന്നതാണ് ലാഭശതമാനം, അഥവാ ലാഭനിരക്ക്. തീർച്ചയായുമിത്, ചില അസാധാരണ സാഹചര്യങ്ങളിൽ ഒരു വ്യക്തിയായ നിർമാതാവിനെ പതിവനുസരിച്ചുള്ളതിലും ഉയർന്നതോ അഥവാ താഴ്ന്നതോ ആയ ഒരു ലാഭനിരക്ക് കൂട്ടിയെടുക്കുന്നതിൽനിന്നു തടയുന്നില്ല. മറിച്ച് ഒരു പ്രത്യേക വ്യവസായ ശാഖയിൽ എല്ലാ വ്യവസായ സംരംഭങ്ങളിലും ഒരു ശരാശരിയിൽ ലാഭനിരക്ക് ഒന്നുതന്നെയാണ്. അങ്ങനെ ഓരോ വ്യവസായ ശാഖയിലും ഒരു ശരാശരി ലാഭനിരക്കുണ്ട്.

പക്ഷേ, അതുമാത്രമല്ല മത്സരംകാരണം വ്യത്യസ്തശാഖകളിലെ ലാഭനിരക്കുകൾ ഒന്നു മറ്റൊന്നിനോട് ഒരു താളപ്പൊരുത്തമുള്ള നിലയിലേക്ക് കൊണ്ടുവരപ്പെടുന്നു. അതു മറ്റൊരു തരത്തിലാകാനിടയില്ല, കാരണം ഏതെങ്കിലുമൊരു പ്രത്യേകശാഖയിൽ അസാധാരണമാംവിധം ഉയർന്ന ലാഭങ്ങൾ കൊയ്യപ്പെട്ടുവെങ്കിൽ അത്രതന്നെ ലാഭകരമല്ലാത്ത ശാഖകളിൽനിന്ന് മൂലധനം അങ്ങോട്ട് കുടിയേറുകയും കൂടുതൽ ലാഭകരമായവകളിൽ നിക്ഷേപിക്കപ്പെടുകയും ചെയ്യുന്നു. അതോടെ വൻ ലാഭം നേടിയിരുന്ന ശാഖയിലെ ഉൽപ്പാദനം വൻതോതിൽ വർധിക്കുന്നു; അതോടെ വൻതോതിൽ വർധിതമായിത്തീർന്ന ചരക്കുകൾ വിൽക്കാൻ വിലകളും ഒപ്പംതന്നെ ലാഭങ്ങളും ചുരുങ്ങേണ്ടതുണ്ട്. ഏതെങ്കിലുമൊരു ശാഖയിൽ ലാഭം അങ്ങേയറ്റം കുറവാണെങ്കിൽ ഇതിനുനേരെ എതിരായ ഒരു പ്രക്രിയയാണ് നടക്കുക. പറ്റാവുന്നത്ര വേഗത്തിൽ ആ ശാഖയിൽ നിന്ന് മൂലധനം മറ്റിടങ്ങളിലേക്ക് കുടിയേറും, അത് നേരെ തിരിച്ച് അതിന്റെ മുറയ്ക്ക് വിലകളും ലാഭങ്ങളും ഉയരുന്നതിൽ കലാശിക്കും.

അങ്ങനെ മത്സരം എല്ലാ ശാഖകളിലെയും ലാഭനിരക്കുകളിൽ ഒരു സമതുലനാവസ്ഥ സ്ഥാപിക്കുന്നതിലേക്കുള്ള ഒരുപ്രവണത കാണിക്കുന്നു; അങ്ങനെ നാമൊരു സാമാന്യമായ ശരാശരി ലാഭനിരക്കിനെ കുറിച്ചു സംസാരിക്കുന്നതിൽ ന്യായീകരിക്കപ്പെടുന്നു. ലാഭനിരക്ക് ഒന്നു തന്നെയല്ലെങ്കിൽപ്പോലും ഏറെക്കുറെ എല്ലാ ഉൽപ്പാദനശാഖകളിലും സാദൃശ്യമുള്ളവതന്നെയായിത്തീരുന്നു. ഒരേ ശാഖയിൽ ലാഭങ്ങൾ സമീകരിക്കപ്പെട്ടിരിക്കുന്നുവെന്നമട്ടിൽ വ്യക്തമായ ഒന്നല്ല ഈ പ്രതിഭാസമെന്നതു സത്യം തന്നെയാണ്. സാമാന്യമായ ചെലവുകൾ യന്ത്രത്തിന്റെ തേയ്മാനം, അതുപയോഗിക്കപ്പെടുന്നതെന്തിനുവേണ്ടി എന്നുതുടങ്ങിയ നിരവധി കാര്യങ്ങളെ ആശ്രയിച്ച് ഉൽപ്പാദനത്തിന്റെ വിവിധ ശാഖകൾക്കിടയിൽ അവ വ്യത്യാസപ്പെട്ടിരിക്കാൻ ബാധ്യസ്ഥമാണ്. അത്തരം വ്യതിയാനങ്ങൾക്കിടയിൽ ഒരു സന്തുലനം കൊണ്ടുവരാനായി നിർമാതാവ് ഉൽപ്പാദനച്ചെലവിന് മുകളിലായി യഥാർഥത്തിൽ കണക്കാക്കുന്ന ശതമാന നിരക്കിലുള്ള ലാഭം മറ്റു ശാഖകളെ അപേക്ഷിച്ച് ഒരു ശാഖയിൽ സാമാന്യം ഉയർന്നതോ സാമാന്യം താഴ്ന്നതോ ആകാം. ഈ പ്രതിഭാസം യഥാർഥ

വസ്തുതകളെ മറച്ചുവയ്ക്കുന്ന പ്രവണത കാണിക്കുന്നു. പക്ഷേ, വ്യത്യസ്ത ഉൽപ്പാദന ചെലവുകളുടെ കുറയ്ക്കലുകൾക്കുശേഷം, എന്തു തന്നെയായാലും, വിവിധ വ്യവസായ ശാഖകളിൽ നിലനിൽക്കുന്നത് ഒരു അറ്റലാഭനിരക്കാണ്, അത് എല്ലാകേസുകളിലും ഏകദേശം സാദൃശ്യമുള്ളതാണ്.

അങ്ങനെ ഒരു സാമാന്യമായ ലാഭനിരക്ക് നിലനിൽക്കുന്നു. ഏതെങ്കിലുമൊരു നിശ്ചിത സംരംഭത്തിൽ യഥാർഥത്തിൽ ലഭ്യമാകുന്ന ലാഭത്തിന്റെ തുക ആ സംരംഭത്തിൽ നിക്ഷേപിക്കപ്പെട്ടിരിക്കുന്ന മൂലധനത്തിന്റെ തുകയെ ആശ്രയിച്ചിരിക്കും. മുമ്പ് സൂചിപ്പിച്ചപോലെതന്നെ, അത് ഒരു ഫാക്ടറി തോക്കുകളാണോ ഉണ്ടാക്കുന്നത്, അതോ പരുത്തിത്തുണികൊണ്ടുള്ള സ്റ്റോക്കിങ്സുകളാണോ എന്നതിനോട് പൂർണമായിത്തന്നെ ഉദാസീനത പുലർത്തുന്ന ഒരു വിധത്തിലാകണമെന്നില്ല. നിക്ഷേപത്തിന്റെ സുരക്ഷിതത്വവുമായി ബന്ധപ്പെട്ട് ലാഭങ്ങൾ അൽപ്പസ്വൽപ്പമൊക്കെ വ്യത്യാസപ്പെട്ടിരിക്കും. അതുപോലെ ഉൽപ്പാദിപ്പിക്കപ്പെട്ട ചരക്ക് വിറ്റഴിക്കാനുള്ള വിഷമതകളുമായി ബന്ധപ്പെട്ടും. പക്ഷേ, അത്തരം വ്യത്യാസങ്ങൾ അപ്രധാനമാണ്. സാമാന്യമായ ശരാശരി ലാഭനിരക്ക് 10 ശതമാനമാണെന്ന് നമുക്കനുമാനിക്കാം. അപ്പോൾ ഒരു ദശലക്ഷം രൂപ വരുന്ന ഒരു മൂലധനം (10,000,00) ഒരുലക്ഷം (1,00,000) രൂപവരുന്ന ഒരു മൂലധനത്തേക്കാൾ പത്തിരട്ടി ലാഭം കൊയ്യണമെന്നത് വ്യക്തമാണ് (തീർച്ചയായും നാമിവിടെ അനുമാനിക്കുന്നത് സാധാരണഗതിയിലുള്ള ബിസിനസ് രീതികളാണ്; നാം ഒരു ഒറ്റപ്പെട്ട സംരംഭത്തിന്റെ ചരിത്രത്തിൽ ഉണ്ടാകാവുന്ന ഭാഗ്യ നിർഭാഗ്യങ്ങളുടേതായ എല്ലാ പ്രത്യേക സംഭവങ്ങളുടെയും ഒരു അമൂർത്തീകരണം കൊണ്ടുവരികയാണ് ചെയ്യുന്നത്).

വ്യാവസായിക സംരംഭങ്ങൾ മാത്രമല്ല ലാഭമുണ്ടാക്കുന്നതെന്ന കാര്യവും നാം മനസിൽ വയ്ക്കേണ്ടതുണ്ട് (അവയാണ് ചരക്കുകളുണ്ടാക്കുന്നത്). മറിച്ച് വാണിജ്യസംരംഭങ്ങളും ലാഭമുണ്ടാക്കുന്നുണ്ട്. അവർ ഉപഭോക്താക്കൾക്ക് അത്തരം ചരക്കുകൾ വിൽക്കുന്നതിനായി ഉൽപ്പാദകർക്കും ഉപഭോക്താക്കൾക്കുമിടയിൽ ഇടനില (മാധ്യമം)ക്കാരാവുകയാണ്. അതുപോലെ ബാങ്കുകൾ, ഫോർവേഡിങ് ഏജന്റുകൾ, റെയിൽവേകൾ തുടങ്ങിയവയും ലാഭമുണ്ടാക്കുന്നുണ്ട്. ഇത്തരം സംരംഭങ്ങളുടെ കാര്യത്തിൽ (അവർക്ക് കാര്യക്ഷമമായ ബിസിനസ് മാനേജ്മെന്റുകളാണുള്ളതെന്ന് സങ്കൽപ്പിച്ചാൽ) അവയിൽ നിക്ഷേപിക്കപ്പെട്ട മൂലധനത്തിനാനുപാതികമായാണ് ലാഭം കിട്ടുന്നത്. അത്തരം സംരംഭങ്ങളുടെ പ്രായോഗിക നടത്തിപ്പിൽ ബന്ധപ്പെട്ടവരായ ആ വ്യക്തികൾ മൂലധനത്തിൽനിന്ന് സ്വാഭാവികമായി ഉണ്ടായിവരുന്നതാണ് ലാഭമെന്ന്– ഒരു മരം നന്നായി പരിചരണം ലഭിച്ചാൽ ഫലങ്ങളുണ്ടാക്കുന്ന അതേമട്ടിൽ മൂലധനമവയെ ഉൽപ്പാദിപ്പിക്കുന്നുവെന്ന് – ചിന്തിക്കുന്നതിലൊരതിശയവുമില്ല. മൂലധനത്തിന് നൈസർഗികമായുള്ള ഒരു സ്വാഭാവിക സ്വഭാവവിശേഷതയായി ലാഭത്തെ പരിഗണിക്കാത്തിടത്തോളം മുതലാളി നടപ്പാക്കി എടുക്കുന്ന

ജോലിയുടെ ഫലമെന്ന രീതിയിലത് നോക്കിക്കാണപ്പെടുന്നു. ഒരു വസ്തുതയെന്നനിലയിൽ നമ്മുടെ ചർച്ചയിൽ മാറ്റമൊന്നുമില്ലാത്തവിധം നമുക്കാരംഭിക്കേണ്ടിവരുന്നത് ബിസിനസിന്റെ മാനേജ്മെന്റ് കാര്യക്ഷമതയുള്ള ഒന്നാണെന്ന നിലയിലാണ്. മാനേജരുടെ വ്യക്തിപരമായ കാര്യക്ഷമതയിന്മേൽ വളരെക്കാര്യങ്ങളാശ്രയിച്ചിരിക്കുന്നു. മാനേജർ കാര്യക്ഷമതയില്ലാത്തവനാണെങ്കിൽ ഒറ്റയായ സംരംഭത്തിന്റെ ലാഭത്തിന് സാമാന്യലാഭനിരക്കിനു താഴേക്ക് എളുപ്പത്തിൽത്തന്നെ താണുപോകാൻ കഴിയും. അതേ സമയംതന്നെ ഒരു കഴിവുറ്റ മാനേജർ അതിനെ ശരാശരിക്ക് മുകളിലേക്ക് കൊണ്ടുവരുന്നതിൽ വിജയിക്കുകയും ചെയ്യാം.

2

സർക്കുലേഷനിലുള്ള ലാഭവും മൂല്യവും

പക്ഷേ, എങ്ങനെയാണ് മൂലധനത്തിൽ നിന്ന് "സ്വാഭാവികമായി" ലാഭമുത്ഭൂതമാകുക? ഏതെങ്കിലുമൊരു നിശ്ചിത ചരക്കിന്റെ ഉൽപ്പാദനത്തിന് മുതലാളിക്കൊരു നിശ്ചിത തുകയാവശ്യമാണ്; അത് അഞ്ചുരൂപയെന്നുവയ്ക്കുക. ഇതിനകത്ത് മൊത്തം ഉൽപ്പാദനച്ചെലവും ഉൾപ്പെടുത്തപ്പെട്ടിരിക്കുന്നു; അതായത്, അസംസ്കൃതവസ്തുക്കളും അനുബന്ധസാമഗ്രികളും, കൂലി, യന്ത്രസാമഗ്രികളുടെയും ഉപകരണങ്ങളുടെയും കെട്ടിടത്തിന്റെയും മറ്റും തേയ്മാനം എന്നിവ. തുടർന്നയാൾ ആ ചരക്ക് അഞ്ചുരൂപ 10 പൈസക്കു വിൽക്കുന്നുവെന്നു വയ്ക്കുക. നിർമിത ചരക്കിന് അഞ്ചുരൂപ 10 പൈസയുടെ മൂല്യമുണ്ടെന്നു നാമനുമാനിച്ചാൽ, ആ വർധിച്ചതായ തുക – അത് ഉൽപ്പാദനപ്രക്രിയക്കിടയിലാണുണ്ടായത്– ഒന്നുമില്ലായ്മയിൽ നിന്നാണുണ്ടായതെന്ന് നാമനുമാനിക്കേണ്ടിവരും. കാരണം പ്രശ്നവിഷയമായിട്ടുള്ള ചരക്ക് നിലവിൽ വരുന്നതിനു മുമ്പുള്ള എല്ലാ മൂല്യങ്ങൾക്കുമായി മുതലാളി 5 രൂപ ചെലവിട്ടു കഴിഞ്ഞു. എന്തെങ്കിലുമൊന്ന് ഒന്നുമില്ലായ്മയിൽനിന്ന് സൃഷ്ടിക്കപ്പെടുമെന്ന ആശയം മനുഷ്യയുക്തിക്ക് സ്വീകാര്യമല്ല. അതുകൊണ്ട് എല്ലാ മുൻകാല സാമ്പത്തികശാസ്ത്രജ്ഞന്മാരും കണക്കാക്കിപ്പോന്നതും, ഇന്നും കണക്കാക്കിപ്പോരുന്നതും, ഉൽപ്പാദനപ്രക്രിയക്കിടയിൽ ചരക്കിന്റെ മൂല്യം വർധിക്കുന്നില്ലെന്നാണ്. മറിച്ച്, ഈ പ്രക്രിയ പൂർത്തീകരിക്കപ്പെട്ടപ്പോൾ മുതലാളിയുടെ കൈയിലുള്ള വസ്തുവിനുള്ളത് നാം എല്ലാ ചെലവുകൾക്കുമായി ചെലവഴിച്ച തുകയെന്ന് മുമ്പ് കണക്കാക്കിയതായ അതേ മൂല്യം അതായത് അഞ്ചുരൂപ മാത്രമാണ്.

അപ്പോൾ അധികം വന്ന 10 പൈസയെന്ന മിച്ചം, അതാണയാൾക്ക് ചരക്ക് വിൽക്കുമ്പോൾ ലഭ്യമാകുന്നത്, എവിടെനിന്നുവരുന്നു? ഒരു വിൽപ്പ

നക്കാരന്റെ കൈയിൽനിന്ന് ചരക്ക് വാങ്ങൽകാരന്റെ കൈയിലെത്തി എന്നതുകൊണ്ടു മാത്രം അതിന് അതിന്റെ മൂല്യം വർധിപ്പിക്കാനാവില്ല; കാരണം അത് ഒന്നുമില്ലായ്മയിൽ നിന്ന് എന്തോ ചിലത് സൃഷ്ടിക്കപ്പെട്ട തിനു സമാനമാകും.

ആ വിഷമതയിൽനിന്നു പുറത്തുകടക്കാനായി രണ്ടു മാർഗങ്ങളാണ് സാധാരണയായി അവലംബിക്കപ്പെടാറുള്ളത്. ചിലർ പറയുന്നത് വാങ്ങു ന്നവന്റെ കൈയിൽ വിൽക്കുന്നവന്റെ കൈയിലുള്ളതിനേക്കാൾ ചരക്കി നുവിലയുണ്ടെന്നാണ്; കാരണം വിൽപ്പനക്കാരന്റെ കാര്യത്തിൽ നിലവി ലില്ലാത്ത ചില ആവശ്യങ്ങളെ വാങ്ങലുകാരന്റെ കൈയിൽ ചരക്ക് തൃപ്തി പ്പെടുത്തുന്നു. മറ്റുള്ളവർ പറയുന്നത്, ഒരു വസ്തുതയെന്ന നിലയിൽ, കൊടുക്കുന്ന വിലയെ പ്രതിനിധീകരിക്കുന്ന ഒരു മൂല്യം ചരക്കിനില്ലെന്നും വാങ്ങലുകാരന് ഒരു തുല്യമൂല്യം ലഭിക്കാത്തവിധം മിച്ചം നൽകണ്ടിവ രുന്നുവെന്നുമാണ്.

1776 ൽ 'വാണിജ്യവും സർക്കാരും' എന്ന പ്രബന്ധത്തിൽ കോൺഡി ല്ലാക് എന്ന ഫ്രഞ്ച് സാമ്പത്തികശാസ്ത്രജ്ഞനെഴുതിയ രണ്ടു വീക്ഷ ണങ്ങളെ നമുക്ക് അപഗ്രഥിക്കാം:

> ചരക്കുകളുടെ കൈമാറ്റത്തിൽ തുല്യമൂല്യം നഷ്ടപ്പെടുകയും ലഭ്യ മാക്കപ്പെടുകയും ചെയ്യുന്നുവെന്നത് തെറ്റാണ്. കരാറിലേർപ്പെടുന്ന രണ്ടു കക്ഷികളും വ്യത്യാസമൊന്നുമില്ലാതെ കൂടുതലുയർന്ന ഒരു മൂല്യത്തിനായി ഒരു ചെറിയ മൂല്യമാണ് നൽകുന്നത്.. ഒരു വസ്തു തയെന്ന നിലയിൽ തുല്യമൂല്യമാണ് എല്ലായ്പ്പോഴും കൈമാറു ന്നതെങ്കിൽ കരാറിലേർപ്പെടുന്ന രണ്ടു പാർട്ടികളിലൊന്നിനും ഒരു ലാഭം ലഭിക്കില്ല. പക്ഷേ, രണ്ടുപേർക്കും ലാഭം ലഭിക്കുന്നുണ്ട്. അല്ലെങ്കിൽ ഏതുരീതിയിലായാലും രണ്ടുപേർക്കുമതു ലഭിക്കണം. എന്തുകൊണ്ട്? വസ്തുക്കളുടെ മൂല്യം പൂർണമായും നിവസിക്കു ന്നത് നമ്മുടെ ആവശ്യങ്ങളുമായി അവർക്കുള്ള ബന്ധത്തിലാണ്. ഒരാൾക്ക് കൂടുതൽ മൂല്യമുള്ള ഒന്ന് മറ്റൊരാൾക്ക് മൂല്യം കുറഞ്ഞ ഒന്നാണ്.... നേരെതിരിച്ചും. നമുക്കുപയോഗമില്ലാത്ത ഒന്ന് നമുക്ക ത്യാവശ്യമായ ഒന്ന് ലഭിക്കാനായി നൽകാൻ നാമാഗ്രഹിക്കുന്നു; മറ്റുവാക്കുകളിൽപ്പറഞ്ഞാൽ കുറഞ്ഞത് കൊടുത്തുകൊണ്ട് കൂടു തൽ ലഭിക്കാൻ നാമെപ്പോഴുമാഗ്രഹിക്കുന്നു.....

അങ്കഗണിതപരമായ (Arithmetical) യുക്തിവിചാരത്തിന്റെ ശരിക്കു മൊരു ഉദാഹരണം! ഏതെങ്കിലുമൊരു രണ്ടുപേർ കൈമാറുമ്പോൾ ഓരോ രുത്തരും മറ്റവന് തനിക്കുലഭിക്കുന്നതിനേക്കാൾ കൂടുതൽ നൽകു ന്നുണ്ടോ? അതിനർഥം ഞാനൊരു തയ്യൽക്കാരന്റെ കൈയിൽ നിന്ന് നൂറു രൂപക്കൊരു കോട്ട് വാങ്ങിയാൽ, ആ കോട്ടിന് തയ്യൽക്കാരന്റെ കൈയി ലായിരിക്കുന്നിടത്തോളം കാലം നൂറുരൂപയിൽത്താഴെയാണ് വിലയുള്ള തെന്നും എന്റെ കൈവശത്തിലാകുന്നതോടെ നൂറിലേറെ രൂപ വിലയുള്ള

തരത്തിൽ അതിന് മൂല്യമുയരുന്നുവെന്നുമാണ്. ചരക്കുകളുടെ മൂല്യം നിവസിക്കുന്നത് പൂർണമായും നമ്മുടെ ആവശ്യങ്ങളുമായി ബന്ധപ്പെട്ടാണെന്ന് പറയുന്നതിലൂടെയും നാമൊട്ടുംതന്നെ മുന്നോട്ടുപോകുന്നില്ല. കാരണം (*ഉപയോഗത്തിലുള്ള മൂല്യവും കൈമാറ്റത്തിലുള്ള മൂല്യവും* തമ്മിലുള്ള ആശയക്കുഴപ്പം മാറ്റിവച്ചാൽ, അക്കാര്യത്തിലേക്ക് നാം പിന്നീട് വരും) വാങ്ങൽകാരന് കോട്ട് പണത്തെക്കാൾ കൂടുതൽ വിലയേറിയതാണെങ്കിൽ കച്ചവടക്കാരന് കോട്ടിനെക്കാൾ പണം വിലയേറിയതാണ്.

മറുവശത്ത് ചരക്കുകൾ അവയ്ക്കുള്ള മൂല്യത്തെക്കാളുമുയർന്ന ഒരു വിലയ്ക്കാണ് പൊതുവിൽ വിറ്റുപോകുന്നതെങ്കിൽ, അതിൽ നിന്നുവരുന്ന അനന്തരഫലങ്ങൾ കൂടുതൽ വിചിത്രമാണ്. വാദത്തിനുവേണ്ടി നമുക്ക് എന്തോ വിശദീകരിക്കാനാവാത്ത സവിശേഷാവകാശങ്ങൾ കാരണം ഒരു കച്ചവടക്കാരന് ചരക്കിനെ അതിന്റെ മൂല്യത്തേക്കാളുയർന്നവിലയ്ക്ക് വിൽക്കാൻ പറ്റിയെന്ന്, അതായത് 5 രൂപ 50 പൈസക്ക് വിൽക്കാൻ പറ്റിയെന്നുവയ്ക്കുക. അതിന് അഞ്ചുരൂപ വിലയാണുള്ളതെന്നതിനാൽ 10 ശതമാനം ലാഭത്തിന്. അങ്ങനെ കച്ചവടക്കാരന് മൂല്യത്തിൽനിന്ന് 10 ശതമാനം വർധനവ് ലഭിക്കുന്നു. പക്ഷേ, ഒരു കച്ചവടക്കാരനായശേഷം അയാളൊരു വാങ്ങൽകാരനാകുന്നു. അയാളിപ്പോൾ മൂന്നാമനായ ഒരു ചരക്കുടമയെക്കാണുന്നു. ആ മൂന്നാമൻ കച്ചവടക്കാരെന്നനിലയിൽ തന്റെ ചരക്ക് 10 ശതമാനം ഉയർന്നവിലയ്ക്ക് നമ്മുടെ കക്ഷിക്കുവിൽക്കുന്നു. അപ്പോൾ നമ്മുടെകക്ഷിക്ക് വിൽപ്പനക്കാരനെന്നനിലയിൽ 50 പൈസയധികം കിട്ടി. വാങ്ങൽകാരനെന്നനിലയിൽ 50 പൈസ നഷ്ടപ്പെടുകയും ചെയ്തു. ഒരു വസ്തുതയെന്നനിലയിൽ, അപ്പോൾ മൊത്തം പ്രക്രിയയും രൂപീകരിക്കപ്പെടുന്നത് താഴെപ്പറയുന്ന വിധത്തിലാണ്. ഓരോ ചരക്കുടമസ്ഥനും ഓരോ മറ്റൊരു ചരക്കുടമസ്ഥന് തന്റെ വസ്തുക്കൾ അവയുടെ മൂല്യത്തേക്കാൾ 10 ശതമാനമുയർന്നനിരക്കിൽ വിൽക്കുന്നു; ഇത് അവർ അവരുടെ ചരക്കുകൾ കൃത്യമായ മൂല്യത്തിനു വിറ്റതിനു സമാനമാണ്; ചരക്കുകളുടെ വിലകൾ വർധിക്കുന്നു; പക്ഷേ, അവയുടെ മൂല്യങ്ങളുടെ യഥാർഥ പരസ്പരബന്ധം മാറ്റമില്ലാതെ തുടരുന്നു.

മറുവശത്ത് ചരക്കുകൾ അവയുടെ മൂല്യത്തിനും കുറഞ്ഞ വിലയ്ക്ക് വാങ്ങുകയെന്നത് വാങ്ങൽകാരന്റെ അവകാശമാണെന്ന് സങ്കൽപ്പിക്കുക. ഇക്കാര്യത്തിലും വാങ്ങൽകാരൻ പിന്നീട് ഒരു വിൽപ്പനക്കാരനാകുമെന്ന കാര്യം പറയേണ്ടതില്ല. അദ്ദേഹം ഒരു വാങ്ങൽകാരനായിരുന്ന അതേമട്ടിൽത്തന്നെ. അവിടെയും കച്ചവടക്കാരനെന്നനിലയിൽ 10 ശതമാനം നഷ്ടപ്പെടുകയും വാങ്ങൽകാരനെന്ന നിലയിൽ 10 ശതമാനം ലാഭിക്കുകയും ചെയ്യുന്നു. ബാക്കിയെല്ലാം അതേമട്ടിൽ തുടരുന്നു.

മുമ്പത്തെനഷ്ടം തുടർന്നുള്ള ലാഭംകൊണ്ട് നികത്തപ്പെടുന്നത് പിന്നീട് വിൽപ്പനക്കാരനായിത്തീരുന്ന വാങ്ങൽകാരുടെ കാര്യത്തിൽ മാത്രമാണെന്നും യാതൊന്നുംതന്നെ വിൽക്കാനില്ലാത്തവരായ ആളുകളുമുണ്ടെന്നും ഇതിനെതിരെ വാദഗതിയുയർന്നേക്കാം. വിലകളുടെ നാമമാത്ര

മായ വർധനവിൽ നിന്നാണ് മൂല്യത്തിന്റെ വർധനവ് ഉണ്ടാകുന്നത്. അഥവാ കച്ചവടക്കാരന് വിലയുയർത്തി വിൽക്കാനുള്ള വിശേഷാവകാശത്തിൽ നിന്നാണതുണ്ടാകുന്നത് എന്ന വ്യാമോഹം വച്ചുപുലർത്തുന്നവരുടെ സ്ഥിരത പുലർത്തുന്ന പ്രതിനിധികളെ സംബന്ധിച്ചിടത്തോളം ഈ പ്രതിനിധികൾ വാങ്ങുകമാത്രം ചെയ്യുന്നവരും വിൽക്കാത്തവരുമായ ഒരുവർഗത്തെ എന്നുമുള്ള ഒന്നായി കണക്കിലെടുക്കുന്നു; അതായത് ഉൽപ്പാദിപ്പിക്കാത്തവരും ഉപഭോഗം മാത്രം നടത്തുന്നവരുമായവരെ. അത്തരമൊരു വർഗത്തിന് തുടർച്ചയായി വാങ്ങൽ നടത്തിക്കൊണ്ടേയിരിക്കാൻ വേണ്ടപണം ലഭ്യമാക്കുന്നത് ഒന്നും വിനിമയം ചെയ്യാതെ തന്നെ, സൗജന്യമായി, ചരക്കുകളുടെ ഉടമസ്ഥരിൽ നിന്നു തന്നെയാണ്; ഏതെങ്കിലുമൊരു നിയമപരമോ അല്ലാത്തതോ ആയ അവകാശത്തിന്റെ ബലത്തിൽ. അത്തരമൊരു വർഗത്തിന് ചരക്കുകൾ അവയുടെ മൂല്യത്തിൽ നിന്നുയർത്തി വിൽക്കുന്നു എന്നതിന്റെ ലളിതമായ അർഥം അവർക്കു വെറുതെ കൊടുക്കുന്ന പണം ഭാഗികമായി തട്ടിപ്പിന്റെ രീതികളിലൂടെ തിരിച്ചെടുക്കുന്നുവെന്നാണ്. ഉദാഹരണത്തിന്, പ്രാചീനകാലത്ത് ഏഷ്യാമൈനറിലെ നഗരങ്ങൾ വർഷംതോറും റോമിന് കപ്പമായി പണം നൽകിയിരുന്നു. ആ പണംകൊണ്ട് റോം അവരിൽ നിന്ന് ചരക്കുകൾ ഉയർന്ന വിലയ്ക്ക് വാങ്ങിയിരുന്നു. ഏഷ്യയിലെ നിവാസികൾ കച്ചവടത്തിനിടയിൽ തങ്ങൾ റോമിനു നൽകിയ കപ്പമായ പണത്തിൽനിന്ന് ഒരു ഭാഗം തട്ടിപ്പിന്റെ രീതികളിലൂടെ തിരിച്ചുപിടിച്ചുകൊണ്ടിരുന്നു. പക്ഷേ, അതെന്തായാലും, ദീർഘകാലാടിസ്ഥാനത്തിൽ തട്ടിപ്പിനിരയായത് ആ നിവാസികൾ തന്നെയാണ്. അവരുടെ ചരക്കുകൾക്ക് മുമ്പേയായാലും പിന്നീടായാലും, വില നൽകിക്കൊണ്ടിരുന്നത് അവരുടെ തന്നെ പണം കൊണ്ടാണ്. ഒരാളുടെ സമ്പത്ത് വർധിപ്പിക്കാനോ മിച്ചമൂല്യം സൃഷ്ടിക്കാനോ പറ്റിയ ഒരുവഴിയല്ല ഇത്.

തീർച്ചയായും ചരക്കുകളുടെ വ്യക്തിയായ ഉടമ ഉയർന്നവിലയ്ക്ക് വിറ്റുകൊണ്ട് സ്വയം സമ്പന്നനായേക്കാം എന്ന കാര്യത്തിൽ നാം തർക്കമുന്നയിക്കില്ല. ഉടമസ്ഥനായ A സഹ ഉടമസ്ഥന്മാരായ Bയെയോ Cയെയോ കബളിപ്പിക്കാൻ മാത്രം ചാതുര്യമുള്ളവനാകാം. മറ്റവരതിന് ഒരുപകരം വീട്ടൽ നടത്താൻ എല്ലാത്തരം ശ്രമങ്ങളും നടത്തിയിട്ടും അതിനു കഴിയാത്തവരുമാകാം. A വീഞ്ഞ് രണ്ടു പൗണ്ടിന് Bക്ക് വിൽക്കുന്നു. അതിനുപകരമായി അയാൾക്ക് രണ്ട് പൗണ്ടും 10 ഷില്ലിങ്ങും വിലയുള്ള പഞ്ഞി ലഭിക്കുന്നു. A തന്റെ കൈയിലെ രണ്ടു പൗണ്ട് രണ്ട് പൗണ്ടും 10 ഷില്ലിങ്ങുമായി പരിവർത്തിപ്പിച്ചു. മറ്റുവാക്കുകളിൽ പറഞ്ഞാൽ കുറഞ്ഞ പണം മുടക്കി കൂടുതൽ പണം നേടി. പക്ഷേ, നമുക്ക് ഇക്കാര്യം കുറച്ചുകൂടി അടുത്തുനിന്ന് പരിശോധിച്ചുനോക്കാം. കൈമാറ്റത്തിനു മുമ്പ് Aയുടെ കൈയിൽ 2 പൗണ്ട് വിലയുള്ള വീഞ്ഞും Bയുടെ കൈയിൽ 2 പൗണ്ട് പത്ത് ഷില്ലിങ് വിലയുള്ള പഞ്ഞിയുമുണ്ടായിരുന്നു. രണ്ടിന്റെയും മൊത്തം മൂല്യം 4 പൗണ്ട് പത്തുഷില്ലിങ്. കൈമാറ്റത്തിനുശേഷവും മൂല്യം 4 പൗണ്ട്

10 ഷില്ലിങ്ങായിത്തുടരുന്നു. മൊത്തം സർക്കുലേഷനിലുള്ള (ചംക്രമണത്തിലുള്ള) മൂല്യം ഒരു ചില്ലിക്കാശ് കൊണ്ടുപോലും വർധിച്ചിട്ടില്ല. ആകെ മാറ്റം വന്നത്; A ക്കും B ക്കുമിടയിൽ അവയെങ്ങനെയാണ് വീതം വയ്ക്കപ്പെട്ടതെന്നതിന്റെ അനുപാതത്തിൽ മാത്രമാണ്. അത് നേരേ തിരിച്ചായി. A ഇത്തരമൊരു കൈമാറ്റത്തിന്റെ രീതി സ്വീകരിക്കാതെ B യുടെ കൈയിൽ നിന്നും പത്തുഷില്ലിങ് ലളിതമായും ശുദ്ധമായും മോഷണം നടത്തിയാലും ഇതേകാര്യം തന്നെ സംഭവിക്കുമായിരുന്നു. 18–ാം നൂറ്റാണ്ടിലെ ഒരു ചെമ്പുനാണയം ഒരു ജൂതൻ ഒരു സ്വർണനാണയത്തിനു പകരമായി വിറ്റതുകൊണ്ട് ആ രാജ്യത്തിലെ മൊത്തം, വിലപിടിപ്പുള്ള ലോഹങ്ങളുടെ അളവിൽ മാറ്റമൊന്നുമുണ്ടാകുന്നില്ല എന്നതുപോലെയാണത്. ഒരു നിശ്ചിത രാജ്യത്തെ മുതലാളിമാരുടെ ആകെത്തുകക്ക് അതിന്മേൽത്തന്നെ സ്വയം അടിച്ചേൽപ്പിക്കാനാവില്ല.

നമുക്കു കഴിയാവുന്നിടത്തോളം നാം കാര്യത്തെ വളയ്ക്കുകയും തിരിക്കുകയുമൊക്കെ ചെയ്താലും ഫലം അതുതന്നെയായിതുടരും. തുല്യമൂല്യമുള്ള ചരക്കുകൾ കൈമാറ്റം ചെയ്യപ്പെട്ടാൽ ഒരു മിച്ചമൂല്യവും ഉയർന്നുവരുന്നില്ല. അതേപോലെ തുല്യമൂല്യമുള്ളതല്ലാത്ത ചരക്കുകൾ കൈമാറ്റം ചെയ്താലും അത്തരമൊരു മിച്ചമൂല്യം ഉയർന്നുവരുന്നില്ല. ചരക്കുകൾ കൈമാറ്റം ചെയ്താലും അത്തരമൊരു മിച്ചമൂല്യം ഉയർന്നുവരുന്നില്ല. ചരക്കുകളുടെ കൈമാറ്റം അഥവാ സർക്കുലേഷൻ (ചംക്രമണം) അതിൽത്തന്നെ ഒരു മൂല്യത്തെയും സൃഷ്ടിക്കുന്നില്ല.

മൂല്യത്തിലെ വർധനവ് ചരക്കിന്റെ വിൽപ്പനയ്ക്കുശേഷം ദൃശ്യമാകുന്നതാണത്, ഏതുതരത്തിലായാലും വിൽപ്പനയിൽനിന്ന് ഉത്ഭൂതമാകുന്നതാകാൻ കഴിയില്ല. അതിനെ ഒരു ചരക്കിന്റെ മൂല്യവും അതിന്റെ വിലയും തമ്മിലുള്ള പൊരുത്തക്കേടിന്റെ ഫലം എന്ന രീതിയിൽ വിശദീകരിക്കാൻ കഴിയില്ല. വില യഥാർഥത്തിൽ മൂല്യത്തിൽനിന്നു വ്യത്യാസപ്പെട്ടിരിക്കുന്നുവെങ്കിൽ നാം ആദ്യം പറഞ്ഞതിനെ രണ്ടാമത്തേതിലേക്കു ചുരുക്കണം– മറ്റുവാക്കുകളിൽപ്പറഞ്ഞാൽ തികച്ചും യാദൃച്ഛികമായ ഒന്നായ ഈ പ്രതിഭാസത്തെ നാം ഇല്ലായ്മ ചെയ്യണം, അതിലൂടെ കുഴപ്പമുണ്ടാക്കുന്ന പാർശ്വപ്രശ്നങ്ങളാൽ നാം സ്വയം ആശയക്കുഴപ്പത്തിലാക്കാതിരിക്കാനായി. അത്തരമൊരു ചുരുക്കലിന്റെ പ്രക്രിയ ശാസ്ത്രത്തിന്റെ മണ്ഡലത്തിൽ മാത്രമായി ഏറെക്കുറെ പരിമിതപ്പെടുത്തുന്നുമില്ല. വിപണിയിലെ വിലകളിലെ നിരന്തരമായ ഏറ്റിറക്കങ്ങൾ, അവയുടെ ഉയർച്ച താഴ്ചകൾ, പരസ്പരം നിർവീര്യമാക്കപ്പെടുകയും അവയുടെ ആന്തരികമായ നിർണയിക്കുന്ന തത്വമായി ഒരു ശരാശരി വിലയിലേക്ക് സ്വയം ചുരുങ്ങുകയും ചെയ്യുന്നു. ദീർഘകാലയളവുള്ള എല്ലാ സംരംഭങ്ങളിലെയും വ്യവസായ നടത്തിപ്പുകാരനെയോ, അല്ലെങ്കിൽ കച്ചവടക്കാരനെയോ ഒരു വഴികാട്ടിയായി നയിക്കുന്നത് ഈ തത്വമാണ്. ഒരു നീണ്ടകാലയളവിനെ അതിന്റെ സമഗ്രതയിൽ നാം കണക്കിലെടുത്താൽ യഥാർഥത്തിൽ ചരക്കുകൾ അവയുടെ ശരാശരി വിലയ്ക്കാണ് വിറ്റഴി

ക്കപ്പെടുന്നതെന്നും ആ വിലയിൽ കൂടുതലിനോ കുറവിനോ അല്ലെന്നും, അങ്ങനെ കച്ചവടക്കാരനറിയാം. ലാഭത്തിന്റെ ഉത്ഭവം, മിച്ചമൂല്യത്തിന്റെ സൃഷ്ടി, അതുകൊണ്ടുതന്നെ വിശദീകരിക്കപ്പെടേണ്ടത് ചരക്കുകൾ അവയുടെ യഥാർഥമൂല്യത്തിനാണ് വിറ്റത് എന്ന മുൻധാരണയിൽ നിന്നാണ്. പക്ഷേ, ഈ കാര്യത്തിൽ മിച്ചമൂല്യത്തിന് പ്രകടമായ അതിന്റെ ഉറവിടം ഉൽപ്പാദനപ്രക്രിയയിലാണുണ്ടാവുക. ചരക്ക് പൂർത്തിയാക്കപ്പെടുന്ന ആനിമിഷത്തിൽത്തന്നെ, അതിന്റെ ആദ്യകച്ചവടക്കാരന്റെ കൈയിൽ നിന്നത് പുറപ്പെടുന്നതിനു മുമ്പേ അതിന് അന്തിമവാങ്ങൽകാരന്റെ വില, അതായത് ഒടുവിലയാൾ നൽകുന്ന വില ഉണ്ടായിരിക്കണം, മറുവാക്കുകളിൽ മൂല്യം നിർമാതാവിന്റെ ഉൽപ്പാദനച്ചെലവിനേക്കാൾ കൂടുതലായിരിക്കണം; ചരക്കിന്റെ ഉൽപ്പാദനപ്രക്രിയക്കിടയിൽ ഒരു പുതിയ മൂല്യം സൃഷ്ടിക്കപ്പെട്ടിരിക്കണം.

എങ്ങനെയാണ് ചരക്കുകളുടെ മൂല്യങ്ങൾ ഉണ്ടായിവരുന്നത് എന്ന ചോദ്യത്തിലേക്ക് ഇത് നമ്മെ നയിക്കുന്നു.

3

ഉപയോഗമൂല്യവും വിനിമയമൂല്യവും, സാമൂഹ്യമായി ആവശ്യമായ അധ്വാനം

ഒരു ചരക്ക് പ്രാഥമികമായും ഒരു ബാഹ്യവസ്തുവാണ്, അത് അതിന്റെ ഗുണങ്ങൾകൊണ്ട് ഏതെങ്കിലും തരം മാനുഷികാവശ്യങ്ങളെ തൃപ്തിപ്പെടുത്തുന്നു. ഇരുമ്പ്, കടലാസ്, തുടങ്ങിയ ഏത് ഉപയോഗപ്രദമായ വസ്തുക്കളും ഗുണമെന്നതിന്റെ അടിസ്ഥാനത്തിലും അളവെന്നതിന്റെ അടിസ്ഥാനത്തിലും ഇരട്ട വീക്ഷണകോണിൽ പരിഗണിക്കപ്പെടണം. അത്തരമേതു വസ്തുവിനും എണ്ണമറ്റ ഗുണങ്ങളുണ്ട്. അവ നിരവധി രീതികളിൽ ഉപയോഗപ്രദവുമായിരിക്കും. ഒരു വസ്തുവിന്റെ ഉപയോഗ്യത എന്നതുകൊണ്ടർഥമാക്കുന്നത്, അത് ഉപയോഗത്തിലുള്ള ഒരു മൂല്യമാണെന്നാണ്. പക്ഷേ, ഈ ഉപയോഗ്യത സ്വതന്ത്രമായി ആകാശത്തിൽ തൂങ്ങിക്കിടക്കുന്ന ഒന്നല്ല; അങ്ങനെ പറയാമെങ്കിൽ. ചരക്കിന്റെ ഭൗതിക ഗുണങ്ങളാൽ ചിട്ടപ്പെടുത്തപ്പെട്ട അതിന് അവയിൽ നിന്നു വ്യത്യസ്തമായി നിലനിൽക്കാനാവില്ല. ഒരു ചരക്കിന്റെ അന്തസ്സാരം– ഇരുമ്പ്, ഗോതമ്പ്, വജ്രം തുടങ്ങിയവയുടെ– ഉപയോഗത്തിലുള്ള ഒരു മൂല്യത്തെ കൈവശം വച്ചിരിക്കുന്നു.

ഒരു തരത്തിലുള്ള ഉപയോഗ മൂല്യങ്ങളെ മറ്റൊരുതരത്തിലുള്ള ഉപയോഗ മൂല്യത്തിനു പകരമായി കൈമാറുന്ന അളവുപരമായ ബന്ധമായാണ് പ്രാഥമികമായും വിനിമയമൂല്യം പ്രത്യക്ഷപ്പെടുന്നത്. ഒരു ചരക്കിന്റെ നിശ്ചിത അളവ് മറ്റൊരു ചരക്കിന്റെ നിശ്ചിത അളവിനു പകരമായി നിരന്തരമായി കൈമാറ്റം ചെയ്യപ്പെടുന്നു. അതാണ് വിനിമയമൂല്യത്തെ രൂപപ്പെടുത്തുന്നത്. ആ ബന്ധം കാലത്തിനും സ്ഥലത്തിനുമനുസരിച്ച് നിരന്തരം മാറുകയും ചെയ്യുന്നു. അങ്ങനെ വിനിമയമൂല്യം തികച്ചും യാദൃച്ഛികമായ എന്തോ ആണെന്നും തികച്ചും ആപേക്ഷികമാണെന്നും തോന്നിക്കുന്നു, അതായത് (കോൺഡില്ലാക് പറഞ്ഞതുപോ

ലെ) നമ്മുടെ ആവശ്യങ്ങൾക്കുള്ള ചരക്കുകളുമായുള്ള ബന്ധത്തിൽ മാത്രമാണത് ഉൾക്കൊള്ളുന്നതെന്നു തോന്നിക്കുന്നു. അങ്ങനെ ചരക്കുകളിൽ അന്തർലീനമായ ഒരു കൈമാറ്റത്തിലെ മൂല്യം ഒരു അസാധ്യതയായി പ്രത്യക്ഷപ്പെടുന്നു. നമുടെ പ്രശ്നത്തെ കുറച്ചുകൂടി സൂക്ഷ്മമായി പരിശോധിക്കാം.

ഒരു നിശ്ചിത ചരക്ക്, അതൊരു ടൺ ഗോതമ്പാണെന്നുവയ്ക്കുക, ഒരു നിശ്ചിതയളവ് മറ്റൊരു ചരക്കിന് (സിൽക്ക്, സ്വർണം, കടലാസ് തുടങ്ങി) പകരമായി കൈമാറ്റം ചെയ്യപ്പെടുന്നു; ഒറ്റവാക്കിൽ വ്യത്യസ്ത ആനുപാതങ്ങളിൽ മറ്റുചരക്കുകളുമായി അങ്ങനെ ഗോതമ്പിന് വ്യത്യസ്ത കൈമാറ്റമൂല്യങ്ങളുണ്ട്. പക്ഷേ, ആ നിശ്ചിതയളവ് കടലാസ്, സിൽക്ക്, സ്വർണം തുടങ്ങിവയ്ക്ക് ഒരു ടൺ ഗോതമ്പ് എന്ന കൈമാറ്റമൂല്യത്തെ പ്രതിനിധീകരിക്കുമ്പോൾ, അവയ്ക്കെല്ലാം ഒരു തുല്യകൈമാറ്റ മൂല്യം കൈവശമുണ്ടായിരിക്കണം. അതുകൊണ്ട് അതിൽനിന്ന് സിദ്ധമാകുന്ന കാര്യം ഒരേ ചരക്കിന്റെ സാധുവായ കൈമാറ്റ മൂല്യങ്ങൾ സമാനമായ എന്തിനെയോ ആണ് പ്രകാശിപ്പിക്കുന്നതെന്നും; രണ്ടാമതായി കൈമാറ്റ മൂല്യത്തിനു പിന്നിൽ എന്തോ ഉണ്ടായിരിക്കണമെന്നും (ആദ്യം പറഞ്ഞത്, അപ്പോഴും എന്തിന്റെയോ പ്രകാശനരീതിയായിരിക്കുന്നുവെന്നും) ആണ്.

നമുക്ക് തുടർന്ന് രണ്ടു ചരക്കുകളെടുക്കാം, ഉദാഹരണത്തിന് ഗോതമ്പും ഇരുമ്പും. ഈ ചരക്കുകൾ കൈമാറ്റം ചെയ്യാവുന്നത് ഏത് ആനുപാതങ്ങളിലായാലും അവയെ എല്ലായ്പ്പോഴും ഒരുസമവാക്യം വഴി പ്രകാശിപ്പിക്കാൻ സാധ്യമാണ്. അതിൽ ഒരു നിശ്ചിതയളവ് ഗോതമ്പ് ഒരു നിശ്ചിതയളവ് ഇരുമ്പിന് തുല്യമാണ്. ഉദാഹരണത്തിന് ഒരു ടൺ ഗോതമ്പ് രണ്ടു ടൺ ഇരുമ്പുമായി തുല്യമൂല്യമുള്ളതാണ് എന്നു സങ്കൽപ്പിക്കുക. ആ സമവാക്യം അർഥമാക്കുന്നതെന്താണ്? ഒരു ടൺ ഗോതമ്പ് രണ്ടു ടൺ ഇരുമ്പ് എന്ന രണ്ടു വ്യത്യസ്തസംഗതികളിൽ ഒരേ മാനമുള്ള ഒരു പൊതുവായ ഗുണമുണ്ടെന്നാണതിനർഥം. അങ്ങനെ രണ്ടു കാര്യങ്ങളും മൂന്നാമതൊന്നിന് തുല്യമാണ്; അത് സ്വയം തന്നെ ഒന്നോ മറ്റേതോ അല്ല. കൈമാറ്റ മൂല്യത്തെ രൂപപ്പെടുത്തുന്നിടത്തോളം രണ്ടുമപ്പോൾ പ്രശ്നവിഷയമായിട്ടുള്ള മൂന്നാമത്തേതായി, അതുകൊണ്ടുതന്നെ ചുരുക്കാവുന്നതാണ്.

ഈ പൊതുവായ ഗുണം ചരക്കുകളിൽ അന്തർലീനമായിരിക്കുന്ന ഒരു സ്വാഭാവിക ഗുണമായിരിക്കാൻ കഴിയില്ല. ഈ ചരക്കുകൾക്ക് അത്തരം ഗുണങ്ങൾ ഉപയോഗ്യത നൽകുന്നിടത്തോളം മാത്രമാണ് അവയുടെ സ്വാഭാവിക ഭൗതിക ഗുണങ്ങൾ പരിഗണനയ്ക്കുവരുന്നത്, അതായത് അവ രണ്ടാമതു പറഞ്ഞതിന് (ചരക്കുകൾക്ക്) ഉപയോഗത്തിലുള്ള ഒരു മൂല്യം നൽകുന്നിടത്തോളം മാത്രം. ചരക്കുകളുടെ കൈമാറ്റത്തിൽ അത്തരം ചരക്കുകളുടെ ഉപയോഗ മൂല്യങ്ങളിലാണ് എല്ലാ ലക്ഷ്യങ്ങൾക്കും ഉദ്ദേശ്യങ്ങൾക്കുമുള്ള അമൂർത്തീകരണം നടത്തപ്പെടുന്നത്.

ഈ കാര്യത്തിൽ ഉപയോഗത്തിലുള്ള ഒരു മൂല്യം മറ്റേതിന്റെ അത്രതന്നെ വിലയേറിയതാണ്; നിശ്ചിത അനുപാതത്തിൽ അത് ലഭ്യമാണെങ്കിൽ മാത്രം. അല്ലെങ്കിൽ 1696 ൽ പഴയ സാമ്പത്തിക ശാസ്ത്രജ്ഞനായ ബാർബോൺ എഴുതിയതുപോലെ: ഒരുതരംചരക്ക് മറ്റേതുമെന്ന പോലെ നല്ലതാണ്, അവയുടെ തദനുസൃതമായ കൈമാറ്റ മൂല്യങ്ങൾ തുല്യമാണെങ്കിൽ. തുല്യകൈമാറ്റമൂല്യമുള്ള സാധനങ്ങൾക്കിടയിൽ ഒരു വ്യത്യാസവുമില്ല. വ്യതിരിക്തമാക്കലിന്റെ ഒരു സാധ്യതയുമില്ല... 50 രൂപവിലയുള്ള കറുത്തീയത്തിനോ ഇരുമ്പിനോ 50 രൂപ വിലയുള്ള വെള്ളിയുടെയോ സ്വർണത്തിന്റെയോ അത്രതന്നെ കൈമാറ്റമൂല്യമുണ്ട്. ചരക്കുക്കളുടെ പ്രധാന സവിശേഷത ഗുണത്തിലെ വൈവിധ്യമാണ്. നാമാദ്യം പറഞ്ഞതിനെ അവയുടെ ഉപയോഗ മൂല്യത്തിന്റെ വീക്ഷണകോണിൽ നിന്നു പരിഗണനയ്ക്കെടുത്താൽ; നാമവയുടെ മൂല്യത്തെ കൈമാറ്റ മൂല്യമായെടുത്താൽ അവിടെ അളവിന്റെ വൈവിധ്യത്തിനുമാത്രമേ സാധ്യത ഉണ്ടായിരിക്കാൻ കഴിയൂ.

ചരക്കുകളുടെ ഉപയോഗത്തിലുള്ള മൂല്യങ്ങളുടെ ഒരമൂർത്തീകരണം നാം നടത്തിയാൽ ഇനിയങ്ങോട്ട് അവ ഒരൊറ്റ വശമായിമാത്രം പ്രത്യക്ഷപ്പെടുന്നു അതായത് അധ്വാനത്തിന്റെ ഫലങ്ങളെന്ന നിലയിൽ. പക്ഷേ, അധ്വാനത്തിന്റെ ഫലവും അത് പൂർത്തിയായിക്കഴിയുന്നതോടെ ഒരു മാറ്റത്തിനു വിധേയമാകുന്നു. അതിന്റെ ഉപയോഗ മൂല്യത്തെയും നാം പരിഗണനയിൽനിന്നുവിട്ടാൽ, നാമതേപോലെ അതിന് ഉപയോഗ മൂല്യം നൽകുന്ന ഭൗതികഘടകങ്ങളുടെയും ആകൃതികളുടെയും ഒരുമൂർത്തീകരണം നടത്തുന്നു. അത് തുടർന്നങ്ങോട്ട് ഒരു വീടോ ഒരു കയറോ, അല്ലെങ്കിൽ തീർച്ചയായുമേതെങ്കിലും തരം ഉപയോഗമുള്ള വസ്തുവോ അല്ല. ഈ എല്ലാ മൂർത്തഗുണങ്ങളെയും കാഴ്ചയിൽ നിന്ന്പുറത്താക്കുന്നു. അതുപോലെതന്നെ അതിനിയങ്ങോട്ട് ഒരു ആശാരിയുടെയോ അല്ലെങ്കിലൊരു കരിങ്കൽപ്പണിക്കാരന്റെയോ അല്ലെങ്കിലൊരു നെയ്ത്തുകാരന്റെയോ അധ്വാനത്തിന്റെ ഉൽപ്പന്നമല്ല; അതല്ലെങ്കിൽ ഏതെങ്കിലുമൊരു ഉൽപ്പാദനപരതയുള്ള നിശ്ചിത തൊഴിലാളികളുടെ ഉൽപ്പന്നമല്ല. നേരെ മറിച്ച് അത് ആ അർഥത്തിലുള്ള അമൂർത്ത മനുഷ്യാധ്വാനശക്തിയുടെ വെറുമൊരുൽപ്പന്നമാണ്, അതായത് അത് മനുഷ്യാധ്വാനശക്തിയുടെ ചെലവഴിക്കലിന്റെ ഒരുൽപ്പന്നമായാണ്– ആ മനുഷ്യാധ്വാനശക്തിയുടെ ചെലവഴിക്കൽ ഏത് ആകൃതിയാണ് കൈവരിക്കുന്നതെന്നതിൽ നിന്ന് സ്വതന്ത്രമായി– പരിഗണിക്കപ്പെടുന്നത്. ഞാനുദ്ദേശിച്ചത് ഇവിടെ ചർച്ചാവിഷയമായ അധ്വാനശക്തി ചെലവഴിച്ചത് ഒരാശാരിയാണോ ഒരു കൽപ്പണിക്കാരനാണോ ഒരു നെയ്ത്തുകാരനാണോ എന്നതുമായി അത് തികച്ചും ഉദാസീനത പുലർത്തുന്നുവെന്നാണ്. ഈ വീക്ഷണകോണിൽ നിന്നു നോക്കുമ്പോൾ എല്ലാ അധ്വാനശക്തിയും വെറുതെ പ്രദർശിപ്പിക്കുന്നത് അവയുടെ ഉൽപ്പാദനത്തിൽ മനുഷ്യാധ്വാനശക്തി ചെലവഴിക്കപ്പെട്ടിട്ടുണ്ടെന്നു മാത്രമാണ്, അവയിൽ അധ്വാനം സഞ്ചയിക്കപ്പെട്ടിട്ടുണ്ടെന്നു

മാത്രമാണ്.

അതുകൊണ്ട് ഒരു ചരക്കിന്റെ വിനിമയമൂല്യം നിലനിൽക്കുന്നത് ആ ചരക്കിനകത്തെ അമൂർത്തമനുഷ്യാധ്വാനം ശാരീരികമായി ഉള്ളടങ്ങിയിട്ടുണ്ട് എന്നിടത്തോളം മാത്രമാണ്. അത്തരം മൂല്യത്തിന്റെ തുകയെ നാമെങ്ങനെയാണ് അളക്കുക? അതിനകത്ത് മൂല്യം സൃഷ്ടിക്കുന്ന അന്തസ്സത്ത എത്രയളവിലുണ്ടെന്നതിനനുസരിച്ച്, അതായത് അധ്വാനത്തിന്റെ എത്രയളവ് അതിനകത്തുള്ളടങ്ങിയിരിക്കുന്നുവെന്നതനുസരിച്ച്. അധ്വാനത്തിന്റെ അളവിനെ മാപനം ചെയ്യുന്നത് അതിന്റെ സമയദൈർഘ്യത്താലാണ്. തൊഴിലെടുക്കുന്ന സമയത്തെ, നേരെതിരിച്ച് മാപനം ചെയ്യുന്നത്, നിശ്ചിതമായ സമയനിലവാരം നോക്കിയുമാണ്, അതായത് മണിക്കൂറുകൾ ദിവസങ്ങൾ എന്നിവ നോക്കി.

ഒരു ചരക്കിന്റെ മൂല്യം നിർണയിക്കപ്പെടുന്നത് അതിന്റെ ഉൽപ്പാദനത്തിന്റെ ചെലവഴിക്കപ്പെട്ടിരിക്കുന്ന അധ്വാനത്തിന്റെ അളവ് നോക്കിയാണെങ്കിൽ, വൈദഗ്ധ്യം കുറഞ്ഞവനും കൂടുതൽ അലസനുമായ തൊഴിലാളിയുൽപ്പാദിപ്പിക്കുന്ന ചരക്കാണ് കൂടുതൽ വിലയേറിയതെന്ന് തോന്നിച്ചേക്കാം. കാരണം അതിന്റെ നിർമാണത്തിനാണ് കൂടുതൽ സമയം വേണ്ടിവരുന്നത്. പക്ഷേ, മൂല്യങ്ങളുടെ അന്തസ്സത്തയെ രൂപപ്പെടുത്തുന്ന അധ്വാനം ഏകതാനമായ മനുഷ്യാധ്വാനമാണ്. ഒരേ സ്വഭാവത്തിലുള്ള, യൂണിഫോം ആയ, മനുഷ്യാധ്വാനശക്തി ഏതെങ്കിലുമൊരു നിശ്ചിത നിമിഷത്തിൽ നിലനിൽക്കുന്ന എല്ലാ ചരക്കുകളുടെയും മൂല്യങ്ങളുടെ ആകെത്തുകയിൽ ഉള്ളടങ്ങിയിരിക്കുന്ന സമൂഹത്തിന്റെ മൊത്തം അധ്വാനശക്തിയെ കണക്കിലെടുക്കേണ്ടത് മനുഷ്യാധ്വാനശക്തിയുടെ ഏകതാനമായ ഒരൊറ്റ മാസ് (പിണ്ഡം) ആയാണ്, അതിൽ എണ്ണമറ്റവ്യക്തികളുടെ അധ്വാനശക്തി ഉള്ളടങ്ങിയിട്ടുണ്ടെങ്കിൽ തന്നെയും. ഈ ഓരോ വ്യക്തികളുടെയും അധ്വാനശക്തി, സമൂഹത്തിന്റെ ശരാശരി അധ്വാനശക്തിയെ രൂപപ്പെടുത്തുന്നിടത്തോളവും അത്തരത്തിൽ പ്രവർത്തിക്കുന്നിടത്തോളവും സമാനമാണ്; അതായത് അതൊരു ചരക്കിന്റെ ഉൽപ്പാദനത്തിനാവശ്യമായ ശരാശരി ജോലി സമയത്തെ ആവശ്യമാക്കുന്നിടത്തോളം, അഥവാ സാമൂഹ്യമായി ആവശ്യമായ ജോലിസമയത്തെ രൂപപ്പെടുത്തുന്നിടത്തോളം. ഉൽപ്പാദനത്തിന്റെ സാധാരണ സാഹചര്യങ്ങൾ നിലനിൽക്കുന്നിടത്തോളം, അക്കാലത്ത് സാധാരണഗതിയിൽ നിലവിലുള്ള ശരാശരി വൈദഗ്ധ്യവും ജോലിതീവ്രതയും കണക്കിലെടുത്തുകൊണ്ട് ഒരു ഉപയോഗത്തിലുള്ള മൂല്യത്തെ ഉൽപ്പാദിപ്പിക്കാനാവശ്യമായ ജോലിസമയമാണ്, സാമൂഹ്യമായി ആവശ്യമായ ജോലിസമയം. ഉദാഹരണത്തിന് ആവിശക്തികൊണ്ട് പ്രവർത്തിക്കുന്ന നെയ്ത്തുതറികൾ നാട്ടിൽപ്രയോഗത്തിൽ വന്നശേഷം ഒരുപക്ഷേ, മുൻകാലത്ത് വേണ്ടിവന്നിരുന്നതിന്റെ പകുതി അധ്വാനമാണ് ഇനിയങ്ങോട്ട് ഒരു നിശ്ചിത അളവ് നൂൽ തുണിയാക്കി മാറ്റുന്നതിനു വേണ്ടിവരികയെന്നുവയ്ക്കുക. ഇംഗ്ലണ്ടിലെ കൈത്തറിക്കാരന് അപ്പോഴും അത്തരമൊരു രൂപപരിണാമം

കൊണ്ടുവരാൻ പഴയ അത്ര തന്നെ അധ്വാനസമയം വേണ്ടിവരും, പക്ഷേ വ്യക്തിയായ ആ തൊഴിലാളിയുടെ ജോലിയുടെ ഉൽപ്പന്നം ഇനിയങ്ങോട്ട് ഒരു മണിക്കൂറിന്റെ പകുതിയധ്വാനത്തെ മാത്രമേ പ്രതിനിധീകരിക്കുകയുള്ളൂ. അതിന്റെ അനന്തരഫലമെന്നോണം അതിന് അതിന്റെ മുമ്പത്തെ മൂല്യത്തിന്റെ പകുതി നഷ്ടപ്പെടുന്നു.

അങ്ങനെ ഒരു ചരക്കിന്റെ വിനിമയമൂല്യത്തെ നിർണയിക്കുന്നത് അതിന്റെ ഉൽപ്പാദനത്തിന് സാമൂഹ്യമായി ആവശ്യമായ ജോലിസമയം, അഥവാ അധ്വാനത്തിന്റെ അളവ് മാത്രമാണ്. ഇക്കാര്യത്തിൽ ഒറ്റയായ ചരക്ക് അത്തരത്തിലുള്ളവയുടെ ഒരു ശരാശരി ഉദാഹരണം മാത്രമാണ്. അതുകൊണ്ട് ഒരു തുല്യഅളവ് അധ്വാനത്തെ പ്രതിനിധീകരിക്കുന്ന ചരക്കുകൾ അഥവാ ഒരേ ജോലിസമയം കൊണ്ടുൽപ്പാദിപ്പിക്കാവുന്നവ, ഒരേ മൂല്യമുള്ളവയാണ്. ഒരു ചരക്കിന്റെ ഉൽപ്പാദനത്തിനാവശ്യമായ ജോലിസമയത്തിന് മറ്റുചരക്കുകളുടെ ഉൽപ്പാദനത്തിനാവശ്യമായ ജോലി സമയത്തോടുള്ള ബന്ധമാണ്. മൂല്യത്തിന്റെ പദാവലികളിൽ പരിഗണിക്കുമ്പോൾ, എല്ലാചരക്കുകളും ഒരു നിശ്ചിതയളവ് തൊഴിൽസമയം ഉള്ളടങ്ങിയിട്ടുള്ളവയല്ലാതെ മറ്റൊന്നുമല്ല.

അങ്ങനെ ചരക്കിന്റെ മൊത്തം മൂല്യം, അതിന്റെ ഉൽപ്പാദനത്തിനാവശ്യമായ തൊഴിൽസമയം അതേമട്ടിൽത്തന്നെ തുടരുകയാണെങ്കിൽ മാറ്റമില്ലാതെ തന്നെ തുടരും. പക്ഷേ, അധ്വാനത്തിന്റെ ഉൽപ്പാദനപരതയിൽ വരുന്ന ഓരോ മാറ്റത്തോടെയും ആദ്യം പറഞ്ഞത് മാറുന്നു. അധ്വാനത്തിന്റെ ഉൽപ്പാദനപരത നിരവധി സാഹചര്യങ്ങളാലാണ് നിർണയിക്കപ്പെടുന്നത്. അവയിൽ അധ്വാനിക്കുന്നവരുടെ വൈദഗ്ധ്യത്തിന്റെ ശരാശരിതുക, ഏതുവിധത്തിലാണ് ഉൽപ്പാദനപ്രക്രിയ സംഘടിപ്പിക്കപ്പെട്ടിരിക്കുന്നത്, ഏതു ഡിഗ്രിവരെ ശാസ്ത്രം വികസിക്കുകയും സാങ്കേതിക ലക്ഷ്യങ്ങൾക്കായി പ്രയോഗിക്കപ്പെടുകയും ചെയ്യപ്പെട്ടിരിക്കുന്നു, ഉൽപ്പാദനോപാധികളുടെ കാര്യക്ഷമതയും പരിധിയുമെത്രവരെ, പ്രകൃതിസാഹചര്യങ്ങൾ, എന്നിവയും മറ്റുള്ളവകകൾക്കൊപ്പം ഉൾപ്പെടും. ഉദാഹരണത്തിന് വർഷത്തിലെ അനുകൂലമായിരുന്ന സീസണിൽ ഉൽപ്പാദിപ്പിക്കപ്പെട്ട ഇരട്ടിയളവ് ഗോതമ്പിലാണ് അനുകൂലമല്ലാതിരുന്ന സീസണിൽ ഉൽപ്പാദിപ്പിക്കപ്പെട്ട ഗോതമ്പിന്റെ ഒരളവിൽ ഉള്ളടങ്ങിയിരിക്കുന്ന അത്രയും മൂല്യം സന്നിഹിതമായിരിക്കുക. ഒരേ അളവ് അധ്വാനംകൊണ്ട് മോശപ്പെട്ട ഖനികളിൽനിന്ന് ഉൽപ്പാദിപ്പിക്കപ്പെട്ടതിനേക്കാൾ വളരെയേറെ ഉയർന്ന അളവ് ലോഹങ്ങൾ മികച്ച ഖനികളിൽനിന്ന് കുഴിച്ചെടുക്കാനാകും. അങ്ങനെയങ്ങനെ.... വജ്രങ്ങൾ വളരെ വിരളമായി മാത്രമാണ് ഭൂമിയുടെ ഉപരിതലത്തിൽ നിന്ന് ലഭ്യമാകുക. അതുകൊണ്ട് ഒരു പൊതുനിയമമെന്നനിലയിൽ അവ വളരെയേറെ ജോലിസമയത്തെ പ്രതിനിധീകരിക്കുന്നു. അതിന്റെ അനന്തരഫലം ഒരു ചെറിയ വടക്കുനോക്കിയന്ത്രത്തിൽ അവ വലിയൊരളവ് ജോലി സമയത്തെ പ്രതിനിധീകരിക്കുന്നുവെന്നതാണ്. മികച്ച ഖനികളെ സംബന്ധിച്ച് ഒരേ അളവ് അധ്വാനം

വൻതോതിലുള്ള വജ്രങ്ങളുടെ അളവിനെ ഉൾക്കൊള്ളുന്നു, അതോടെ വജ്രത്തിന്റെ വിലയിടിയുന്നു. വളരെ ചെറിയൊരു അധ്വാനം ചെലവാക്കിക്കൊണ്ട് കാർബണിനെ വജ്രത്തിലേക്ക് പരിവർത്തിപ്പിക്കാൻ കഴിഞ്ഞിരുന്നുവെങ്കിൽ അത്തരം വജ്രങ്ങളുടെ വില ഇഷ്ടികകൾക്കുള്ളതിനേക്കാളും കുറഞ്ഞേക്കുമായിരുന്നു. പൊതുവിൽ നമുക്ക് പറയാനാവുക അധ്വാനത്തിന്റെ ഉൽപ്പാദനപരത വർധമാനമാകുന്തോറും ഒരു സാധനത്തിന്റെ ഉൽപ്പാദനത്തിന് സാമൂഹ്യമായി ആവശ്യമായ ജോലിസമയം കുറഞ്ഞുവരുമെന്നാണ്. അതിനകത്തുള്ളടങ്ങിയിരിക്കുന്ന അധ്വാനവും ചെറുതാകുമെന്നാണ്. അതിന്റെ മൂല്യവും അതിനനസുരിച്ച് ചെറുതാകും. നേരെമറിച്ച് അധ്വാനത്തിന്റെ ഉൽപ്പാദനപരത ചെറുതാകുന്തോറും ഒരു സാധനത്തിന്റെ ഉൽപ്പാദനത്തിന് സാമൂഹ്യമായി ആവശ്യമായ ജോലിസമയം നീളുകയും, സാധാനത്തിന്റെ മൂല്യം വലുതായിത്തീരുകയും ചെയ്യും.

ഒരു വസ്തുവിന് ഉപയോഗത്തിൽ മൂല്യമുണ്ടാകുകയും എന്നാൽ മൂല്യമില്ലാതിരിക്കുകയും ചെയ്യാം. അതിനെ മനുഷ്യരാശിക്കുപയോഗപ്രദമാക്കാൻ ഒരധ്വാനവും ആവശ്യമില്ലാതിരിക്കുമ്പോഴാണത്. അത്തരം കാര്യങ്ങളാണ് വായു, കന്നിമണ്ണ്, സ്വാഭാവിക മേച്ചിൽപുറങ്ങൾ, വന്യമായി വളരുന്ന കാട് തുടങ്ങിയവ. ഒരു വസ്തുവിന് ഒരു ചരക്കിനെ രൂപപ്പെടുത്താതെതന്നെ ഉപയോഗപ്രദമായതും മനുഷ്യാധ്വാനത്തിന്റെ ഉൽപ്പന്നവുമാകാനാകും. തന്റെ തന്നെ അധ്വാനം കൊണ്ടുണ്ടാകുന്ന സാമഗ്രികൾകൊണ്ട് തന്റെ തന്നെ ആവശ്യങ്ങളെ ഒരാൾ നിവൃത്തിക്കുമ്പോൾ മൂല്യങ്ങൾ ഉപയോഗത്തിലുണ്ടെന്നതു ശരിയാണ്, പക്ഷേ ചരക്കൊന്നുമവിടെയില്ല. ചരക്കുകളെ ഉൽപ്പാദിപ്പിക്കാൻ അയാൾ മൂല്യങ്ങളെന്നു പറയുന്നതിനെ ഉൽപ്പാദിപ്പിച്ചാൽ മാത്രം പോരാ, മറ്റുള്ളവരുടെ ഉപയോഗത്തിനുവേണ്ട മൂല്യങ്ങളെക്കൂടി ഉൽപ്പാദിപ്പിക്കണം, അതായത് ഉപയോഗത്തിലുള്ള സാമൂഹ്യമൂല്യങ്ങളെ. ഒടുവിലായി, ഉപയോഗത്തിനുള്ള ഒരു വസ്തുവാകാതിരിക്കുന്നിടത്തോളം ഒന്നിനുമൊരു മൂല്യമുണ്ടായിരിക്കാനാവില്ല. അത് ഉപയോഗമില്ലാത്തതാണെങ്കിൽ അതിലടങ്ങിയിരിക്കുന്ന അധ്വാനവും ഉപയോഗമില്ലാത്തതാണ്, അതുകൊണ്ട് അതിനെ അധ്വാനമായി കണക്കാക്കാനാവില്ല. അതുകൊണ്ടുതന്നെയതിന് മൂല്യം സൃഷ്ടിക്കാനുമാകില്ല.

4

അധ്വാനശക്തിയുടെ വാങ്ങലും വിൽപ്പനയും

ചരക്കുകളുടെ മൂല്യത്തെ പൂർണമായും രൂപപ്പെടുത്തുന്നത് അതിനകത്തുൾപ്പെട്ടിരിക്കുന്ന മാനുഷികാധ്വാനമാണെന്നു നാമിപ്പോൾ കണ്ടു. നമുക്കിനി ഒരു നിർമാതാവിനെ (manufacturer) സംബന്ധിച്ച് താനവയിൽ നിക്ഷേപിച്ചതിനേക്കാൾ വലിയ ഒരു മൂല്യം തന്റെ ചരക്കുകളിൽനിന്ന് ലഭ്യമാക്കുകയെന്നത് എങ്ങനെയാണ് സാധ്യമാകുന്നതെന്ന പ്രശ്നത്തിലേക്ക് മടങ്ങാം.

വീണ്ടും പ്രശ്നം നമുക്ക് വായനക്കാരനു മുന്നിൽ വയ്ക്കാം. ഒരു മുതലാളിക്ക് ഒരു നിശ്ചിത ചരക്കിന്റെ ഉൽപ്പാദനത്തിന് ഒരു നിശ്ചിത തുകയാവശ്യമാണ്. അത് അഞ്ചുരൂപയെന്നുവയ്ക്കുക. തുടർന്നയാൾ നിർമിത ഉൽപ്പന്നം അഞ്ചുരൂപ അമ്പതു പൈസക്ക് വിൽക്കുന്നു. നമ്മുടെ പരിശോധന തെളിയിച്ചത് 50 പൈസയുടെ മിച്ചമൂല്യം വെറും സർക്കുലേഷനിൽ നിന്നുമാത്രം (അതായത് ചരക്കുകളുടെ ടേണോവറിൽ നിന്ന് വിറ്റ പണം തിരിച്ചുവരലിൽ നിന്ന്) ഉയർന്നുവരാൻ കഴിയില്ലെന്നും അത് ഉൽപ്പാദനപ്രക്രിയയിൽ നിന്നുതന്നെയാണുത്ഭവിച്ചതെന്നുമാണ്. ഇതെങ്ങനെയാണ് സംഭവിക്കുന്നതെന്നു കണ്ടെത്തലാണിനി നമ്മുടെ ചുമതലയാകുന്നത്.

മൂല്യം സൃഷ്ടിക്കപ്പെടുന്നത് സാമൂഹ്യമായി ആവശ്യമായ അധ്വാനത്തിൽ നിന്നാണെന്ന് നാമറിഞ്ഞതോടെ പ്രശ്നം, ഭാഗികമായി പരിഹരിക്കപ്പെട്ടുവെന്നത് സത്യമാണ്. ഇന്ന് ലഭ്യമായ ഉൽപ്പാദനോപാധികൾകൊണ്ട് നൂലുൽപ്പാദിപ്പിക്കാൻ പഞ്ഞിയും നൂൽനൂൽക്കലുമാവശ്യമാണ്. അതിന്റെ അധ്വാനം സ്പിന്നിങ് മില്ലിൽ നിർവഹിക്കപ്പെടുന്നു. അത്തരം അധ്വാനം സാമൂഹ്യമായി ആവശ്യമായതുകൊണ്ട്, അത് മൂല്യത്തെ സൃഷ്ടിക്കുന്നു. അതുകൊണ്ട് അത് അതിനകംതന്നെ നിലവിലുള്ള ഉൽപ്പാ

ദനോപാധിയിലേക്ക്—ഈ കാര്യത്തിൽ അസംസ്കൃത പഞ്ഞിയിലേക്ക്- പുതിയ മൂല്യം കൂട്ടിച്ചേർക്കുന്നു, അതേസമയംതന്നെ തേയ്മാനം വന്ന യന്ത്രസാമഗ്രികളുടെയും മറ്റും മൂല്യവും നൂലിലേക്ക് പ്രസരിപ്പിക്കുന്നു. പക്ഷേ, വിഷമത ബാക്കി നിൽക്കുന്നു. അതായത്, മുതലാളി പുതിയതായി നിർവഹിക്കപ്പെട്ട അധ്വാനത്തിന്റെ ചെലവുകൾ തന്റെ ഉൽപ്പാദന ച്ചെലവിൽ ഉൾപ്പെടുത്തിയതായിക്കാണുന്നു; യന്ത്രങ്ങൾ, കെട്ടിടങ്ങൾ, അസംസ്കൃതവസ്തുക്കൾ, മറ്റുസന്നാഹങ്ങൾ എന്നിവയുടെ മൂല്യങ്ങൾക്കൊപ്പം ഉൽപ്പാദനച്ചെലവിൽ കൂലികളുടെയും ചെലവുകൾ ഉൾപ്പെടുത്തിയതായി. ആ വേതനം നൽകപ്പെട്ടത് സ്പിന്നിങ്ങിനായി ചെലവഴിച്ച അധ്വാനത്തിനായാണ്. അതുകൊണ്ട് ഉൽപ്പാദനപ്രക്രിയയ്ക്ക് ലഭ്യമായ എല്ലാ മൂല്യങ്ങളും മുമ്പും ലഭ്യമായിരിക്കുന്നു എന്ന നിലയിലാണ് കാര്യങ്ങൾ പ്രത്യക്ഷപ്പെടുന്നത്.

പക്ഷേ, നൂൽനൂൽപ്പ് (സ്പിന്നിങ്) എന്ന പ്രവർത്തനത്തിലൂടെ പുതുതായി കൂട്ടിച്ചേർത്ത മൂല്യം കൂലിയുടെ രൂപത്തിൽ മുതലാളി കൊടുത്തുതീർത്ത മൂല്യത്തിന് അനിവാര്യമായും സമാനമായിരിക്കണമെന്നില്ല. അത് കൂടുതലാകാം, കുറവുമാകാം. അത് കൂടുതലാണെങ്കിൽ നാമപ്പോൾ മിച്ചമൂല്യത്തിന്റെ ഉറവിടം കണ്ടുപിടിച്ചിരിക്കും.

പക്ഷേ, നാം തുടങ്ങിയത് എല്ലാ വാങ്ങലുകളിലും വിൽക്കലുകളിലും കൃത്യമായ മൂല്യം നൽകപ്പെടുന്നു (അടച്ചുതീർക്കപ്പെടുന്നു) എന്ന അനുമാനത്തിൽ നിന്നല്ലേ? വില പലപ്പോഴും മൂല്യത്തിൽനിന്നും വ്യതിചലിക്കുന്നുവെന്നും, എന്നാൽ അത്തരം വ്യതിയാനങ്ങൾ ഒന്നിനെയും വിശദീകരിക്കുന്നില്ലെന്നുമുള്ളതുകൊണ്ട് നാം തൃപ്തിപ്പെട്ടതല്ലേ? ഇക്കാരണത്താൽ 'മുതലാളി അധ്വാനിക്കുന്നവന് അവനുള്ള മൂല്യത്തേക്കാൾ കുറവു മാത്രം നൽകുന്നു'വെന്ന കാര്യം എത്രമാത്രം ഇടയ്ക്കിടെ സംഭവിക്കുന്നുണ്ടെന്നിരിക്കിൽത്തന്നെയും ഒരു അപവാദം മാത്രമായി മാത്രമേ അതിനെ പരിഗണിക്കാൻ കഴിയൂ. അധ്വാനത്തിന്റെ ഉദ്ദേശ്യത്തിനായി താൻ വാങ്ങുന്നതിന് മുതലാളി മുഴുവൻ മൂല്യവും നൽകുന്നുവെന്ന സാധാരണഗതിയിലുള്ള കാര്യത്തിലും മിച്ചമൂല്യത്തിന്റെ ഉറവിടം വിശദീകരിക്കപ്പെടേണ്ടതുമുണ്ട്. വിൽപ്പനയുടെയും വാങ്ങലിന്റെയും ഈ പ്രത്യേക കൈമാറ്റം-അധ്വാനിക്കുന്നവനും മുതലാളിയും തമ്മിൽ നടക്കുന്നത്- അതുകൊണ്ടുതന്നെ സൂക്ഷ്മപരിശോധനയ്ക്കുവിധേയമാക്കേണ്ടതുണ്ട്.

കൂലി നൽകിക്കൊണ്ട് ലഭ്യമാക്കുന്നതെന്തോ അത്, അതിന്റെ അനന്തരഫലമെന്നോണം അധ്വാനിക്കുന്നവനിൽനിന്ന് കിട്ടുന്നതെന്തോ അത്, അധ്വാനിക്കുന്നവന്റെ ജോലിയെടുക്കാനുള്ള ശേഷി, അഥവാ കഴിവ്, ആണ്. പക്ഷേ, മുതലാളിക്ക് അധ്വാനശക്തിയെ വിലയ്ക്കെടുക്കാനാകണമെങ്കിൽ വിവിധ സാഹചര്യങ്ങൾ പൂർത്തീകരിക്കപ്പെടണം. അതിന്റെ ഉടമ അധ്വാനശക്തിയെ വിൽപ്പനയ്ക്ക് വയ്ക്കുന്നിടത്തോളവും, അത് വിൽപ്പനയ്ക്ക് വാഗ്ദാനം ചെയ്യപ്പെടുന്നുവെന്ന കാരണത്താലും വിപണി

യിൽ ഒരു ചരക്കായിമാത്രമാണതിന് പ്രത്യക്ഷപ്പെടാൻ കഴിയുക; അതിനെ ഒരു ചരക്കായി വിൽക്കാൻ അതിന്റെ ഉടമയ്ക്കതിനെ വില വാങ്ങി ഒഴിവാക്കാനും കഴിയണം. എന്നുവച്ചാൽ അവനൊരു സ്വതന്ത്ര വ്യക്തിയായിരിക്കണം, തന്റെ ജോലിയെടുക്കാനുള്ള ശേഷിയുടെ സ്വതന്ത്രമായ ഉടമസ്ഥൻ. അവനും മുതലാളിയും വിപണിയിൽ കണ്ടുമുട്ടുകയും തുല്യാവകാശങ്ങളുള്ള ചരക്കുകളുടെ ഉടമസ്ഥരെന്നനിലയിൽ ബന്ധത്തിലേർപ്പെടുകയും ചെയ്യുന്നു- പരസ്പരം അവർ വ്യത്യാസപ്പെട്ടിരിക്കുന്നത് ഒരാളൊരു വാങ്ങൽകാരനും മറ്റേയാൾ ഒരു വിൽപ്പനക്കാരനുമാണെന്നതിൽ മാത്രമാണ്- അതിന്റെ അനന്തരഫലമെന്ന നിലയിൽ നിയമപരമായി തുല്യവ്യക്തികളായി. ഈ ബന്ധങ്ങളുടെ തുടർച്ചയുറപ്പിക്കാൻ അധ്വാനശക്തിയുടെ ഉടമ മുതലാളിക്ക് ഒരു കൃത്യമായ ജോലിസമയമാണ് വിൽക്കണ്ടതെന്നത് അനിവാര്യമാണ്. കാരണമവനത് മൊത്തമായി വിൽക്കണം. ഒരിക്കൽ എപ്പോഴേക്കുമായി അവനവനെത്തന്നെയാണു വിൽക്കുന്നത്. ഒരു സ്വതന്ത്രമനുഷ്യനെന്നതിൽനിന്ന് ഒരടിമയായി തന്നെത്തന്നെ പരിവർത്തിപ്പിച്ചുകൊണ്ട്; അവർ ചരക്കുകളുടെ ഒരുടമസ്ഥനെന്നല്ലാതാകുകയും സ്വയംതന്നെ ഒരു ചരക്കായിത്തീരുകയുംചെയ്യും.

രണ്ടാമത്തെ കാതലായ വ്യവസ്ഥ, വിപണിയിലെ ഒരു ചരക്കായി മുതലാളിക്ക് അധ്വാനശക്തിയെ കണ്ടെത്തണമെങ്കിൽ അതിന്റെ ഉടമ, തന്റെ അധ്വാനം ഉൾപ്പെടുത്തപ്പെട്ടിരിക്കുന്ന ചരക്കുകൾ വിൽക്കാൻ കഴിവുള്ളവനെന്നതിനുപകരം തന്റെ അധ്വാനശക്തിയെത്തന്നെ വാഗ്ദാനം ചെയ്യാൻ ബാധ്യസ്ഥനായിത്തീരണമെന്നതാണ്. അത് നിലനിൽക്കുന്നതവന്റെ ജീവനുള്ള ശരീരത്തിലാണ്. അവൻ യാതൊരു ഉൽപ്പാദനോപാധിയുടെയും ഉടമസ്ഥനല്ലാതിരിക്കുമ്പോൾ ഇതാണ് സ്ഥിതി; അതായത് അസംസ്കൃതവസ്തുക്കളോ ഉപകരണങ്ങളോപോലെ ചരക്കുകളുടെ നിർമാണത്തിനാവശ്യമായ ഒന്നുംതന്നെ കൈവശമില്ലാതിരിക്കുമ്പോഴും നിർമാണപ്രവർത്തനം പൂർത്തിയാകുകയും ചരക്കുകൾ വിൽക്കുകയും ചെയ്യുന്നതുവരെ തന്നെത്തന്നെ ജീവനുള്ളവനായിനില നിർത്താൻവേണ്ട ഭക്ഷ്യപദാർഥമൊന്നും കൈവശമില്ലാത്തവനായിരിക്കുന്നിടത്തോളവും.

അതുകൊണ്ട് മുതലാളിക്ക് ഒരു സ്വതന്ത്രത്തൊഴിലാളിയെ വിപണിയിൽ കണ്ടെത്തണം, വാക്കിന്റെ ഇരട്ട അർഥത്തിൽ സ്വതന്ത്രനായിട്ടുള്ളവനെ: അതായത് തന്റെ തന്നെ ചരക്കെന്ന നിലയിൽ തന്റെ അധ്വാനശക്തിയെ വിൽക്കാൻ കഴിവുള്ളവനായ ഒരു സ്വതന്ത്രമനുഷ്യൻ മറുവശത്ത്, ഒരുതരം കെട്ടുപാടുകളുമില്ലാത്തവൻ, ഒരുതരം മറ്റുചരക്കുകളും വിൽക്കാനില്ലാത്തവൻ, തന്റെ അധ്വാനശക്തിയെ ഉപയോഗിക്കുന്നതിനാവശ്യമായിവേണ്ടവിധം എല്ലാത്തിൽനിന്നും സ്വതന്ത്രമായവൻ.

എന്തുകൊണ്ടാണീ സ്വതന്ത്രതൊഴിലാളി (അധ്വാനിക്കുന്നവൻ) ചരക്കുകളുടെ വിപണിയിൽത്തന്നെ കണ്ടുമുട്ടുന്നതെന്ന കാര്യം മുതലാളിക്ക്

താൽപ്പര്യമുള്ള കാര്യമല്ല. തൽക്കാലം അക്കാര്യം നമുക്കും താൽപ്പര്യമുള്ളവിഷയമല്ല. പക്ഷേ, ഒരു കാര്യം വ്യക്തമാണ്. ഒരുവശത്ത് മുതലാളിമാരെയും ചരക്കുകളുടെ ഉടമസ്ഥരെയും മറുവശത്ത് തങ്ങളുടെ വ്യക്തിപരമായ അധ്വാനശക്തിമാത്രം ഉടമസ്ഥതയിലുള്ളവരുമായവരെ പ്രകൃതി ഉൽപ്പാദിപ്പിക്കുന്നില്ല. കാര്യങ്ങളുടെ ഈ സ്ഥിതി സ്വാഭാവികമായ ഒന്നല്ല, അല്ലെങ്കിൽ ചരിത്രത്തിലെ എല്ലാ കാലഘട്ടങ്ങളിലും പൊതുവായ ഒന്നെന്ന അർഥത്തിൽ തീർച്ചയായും സാമൂഹ്യമായ ഒന്നുമല്ല. പ്രകടമായും ഇതൊരു പിന്നീടുവന്ന ചരിത്രപരമായ വികാസമാണ്, എണ്ണമറ്റ സാമ്പത്തിക വിപ്ലവങ്ങളുടെ ഒരുൽപ്പന്നമാണ്, സാമൂഹ്യോൽപ്പാദനത്തിന്റെ പഴയ ഒട്ടേറെ രൂപങ്ങളുടെ അപ്രത്യക്ഷമാകലിന്റെ ഒരു ഉൽപ്പന്നമാണ്.

ഈ സവിശേഷമായ ചരക്ക്, അധ്വാനശക്തി, കൂടുതൽ സൂക്ഷ്മമായി ഇപ്പോൾ പരിഗണിക്കപ്പെടേണ്ടതുണ്ട്. മറ്റേതൊരു ചരക്കുംപോലെ അതിനും മൂല്യമുണ്ട്. എങ്ങനെയാണതിന്റെ മൂല്യം നിർണയിക്കപ്പെടുന്നത്? മറ്റേതൊരു ചരക്കുംപോലെ, അധ്വാനശക്തിയുടെ മൂല്യം നിർണയിക്കപ്പെടുന്നത് അതിന്റെ ഉൽപ്പാദനത്തിനാവശ്യമായ ജോലിസമയത്താലാണ്, അതിന്റെ അന്തരഫലമെന്നോണം അതിന്റെ പ്രത്യുൽപ്പാദനത്തിനുകൂടിവേണ്ട ജോലിസമയത്താൽ. ഒരു ജീവനുള്ള വ്യക്തിയുടെ ഒരു ഗുണമായി മാത്രമാണ് അധ്വാനശക്തി നിലനിൽക്കുന്നത്. അങ്ങനെ അത് ജീവനുള്ള വ്യക്തിയുടെ നിലനിൽപ്പിനെ മുൻകൂട്ടി സങ്കൽപ്പിക്കുന്നുണ്ട്. ഒരു ജീവനുള്ള വ്യക്തിക്ക് തന്നെത്തന്നെ നിലനിർത്താൻ ഒരു നിശ്ചിതയളവ് അവശ്യവസ്തുക്കളാവശ്യമുണ്ട്. അങ്ങനെ അധ്വാനശക്തിയുടെ ഉൽപ്പാദനത്തിനാവശ്യമായ ജോലിസമയം പരിഹൃതമാകുന്നത് അത്തരം ജീവിതാവശ്യങ്ങൾ ഉൽപ്പാദിപ്പിക്കുന്നതിനാവശ്യമായ ജോലിസമയമായാണ്. മറ്റുവാക്കുകളിൽ അധ്വാനശക്തിയുടെ മൂല്യം അതിന്റെ ഉടമസ്ഥനെ നിലനിർത്തുന്നതിനാവശ്യമായ ആവശ്യങ്ങളുടെ മൂല്യമാണ്.

ആവശ്യങ്ങളുടെ തുക തൊഴിലെടുക്കുന്ന വ്യക്തിയെ അവന്റെ ജീവിതത്തിന്റെ സാധാരണ സാഹചര്യങ്ങളിൽ നിലനിർത്താൻ പര്യാപ്തമായതായിരിക്കണം. ഓരോ രാജ്യത്തും നിലനിൽക്കുന്ന പ്രകൃതി സാഹചര്യങ്ങളിലെ വ്യത്യാസങ്ങൾക്കനുസരിച്ച് പ്രാകൃതികാവശ്യങ്ങളുടെ- അതായത് ഭക്ഷണം, വസ്ത്രം, ചൂടുപകരൽ, പാർപ്പിടം, തുടങ്ങിയവയുടെ- കാര്യത്തിലും മാറ്റങ്ങൾ വരും. മറുവശത്ത്, പ്രാകൃതികാവശ്യങ്ങൾ എന്നു വിളിക്കപ്പെടുന്നതിന്റെ പരിധിയും അവ നിവൃത്തിക്കപ്പെടുന്നതിന്റെ രീതികളും, ഏതെങ്കിലും നിശ്ചിതരാജ്യം കൈവരിച്ചിരിക്കുന്ന നാഗരികതയുടെ നിലവാരത്തിന്മേലും ഒരു പരിധിവരെ ആശ്രയിച്ചിരിക്കുന്നു- പ്രത്യേകിച്ചും (മറ്റുഘടകങ്ങൾക്കൊപ്പം) സ്വതന്ത്രതൊഴിലാളികൾ രൂപപ്പെട്ടിരിക്കുന്നതിന്റെ സാഹചര്യങ്ങളിന്മേൽ (അതിന്റെ അനന്തരഫലമെന്നോണം ഈ വർഗം കൈവരിച്ചിരിക്കുന്ന ജീവിത നിലവാരത്തിന്മേലും ആചാരമര്യാദകളുടെമേലും) അധ്വാനശക്തിയുടെ കാര്യ

ത്തിൽ ഒരു ചരിത്രപരവും ധാർമികവുമായ ഘടകം അങ്ങനെ അതിന്റെ മൂല്യത്തിന്റെ നിർണയത്തിലേക്ക് കടന്നുവരുന്നു; മറ്റു ചരക്കുകളുടെ കാര്യത്തിൽനിന്നു വ്യത്യസ്തമായി. പക്ഷേ, ഏതെങ്കിലുമൊരു നിശ്ചിതകാലത്തെ നിശ്ചിത രാജ്യത്തെ സംബന്ധിച്ച്, ഒഴിവാക്കാനാവാത്ത ആവശ്യങ്ങളുടെ ശരാശരി അളവ് പ്രായോഗികമായി അറിയാൻ കഴിയും.

അധ്വാനശക്തിയുടെ ഉടമ നശ്വരനാണ്. അത്തരം ഉടമകൾ നിരന്തരമായി വിപണിയിലെത്തണമെങ്കിൽ– മൂലധനത്തിന്റെ നിലയ്ക്കാത്ത ഡിമാന്റുകൾ ഇതാവശ്യമാക്കുന്നു– തേയ്മാനംകൊണ്ടും അപകടങ്ങൾകൊണ്ടും മരണംകൊണ്ടും വിപണിയിൽ നിന്ന് നഷ്ടമാകുന്നത്രതന്നെ അധ്വാനശക്തി തുടർച്ചയായി പകരംവയ്ക്കപ്പെടണം; ഏറ്റവും ചുരുങ്ങിയത് തുല്യഅളവിലെങ്കിലും. അങ്ങനെ ഉൽപ്പാദനശക്തിയുടെ മൊത്തം തുകയുടെ ആവശ്യകതകളിലപ്പോൾ ഭാവി അധ്വാനശക്തി (പകരം വയ്ക്കപ്പെടേണ്ട)യുടെ ആവശ്യകതകളും പെടും. അതേപോലെ മൊത്തം തുകയിൽ ഉൾപ്പെടുത്തപ്പെടുന്നതാണ് ഒരു നിശ്ചിത അധ്വാനശാഖയ്ക്കാവശ്യമായ കഴിവും വൈദഗ്ധ്യവും പഠിച്ചെടുക്കുന്നതിനാവശ്യമാകുന്ന ചെലവുകളും. പക്ഷേ, സാധാരണരീതിയിലുള്ള അധ്വാനശക്തിയെ സംബന്ധിച്ചിടത്തോളമത് അപ്രധാനമാണ്.

അധ്വാനശക്തിയുടെ മൂല്യത്തിൽ ജീവിതത്തിന്റെ ആവശ്യകതകളുടെ ഒരു നിശ്ചിത തുകയുടെ മൂല്യമാണുൾക്കൊള്ളുന്നത്. അത്തരം ആവശ്യകതകൾക്ക് മാറ്റം വരുന്നതിനനുസരിച്ച് അതും മാറുന്നു– അതായത്, അവയുടെ ഉൽപ്പാദനത്തിനുവേണ്ട ജോലി സമയത്തിന്റെ നീളത്തിനനുസൃതമായി. ഈ ആവശ്യകതകളുടെ ഭാഗങ്ങൾ– ഉദാഹരണത്തിന് ഭക്ഷ്യവസ്തുക്കൾ, ഇന്ധനം തുടങ്ങിയവ ദിനംപ്രതി ഉപഭോഗിക്കപ്പെടുന്നതിനാൽ ദിനംപ്രതി പകരംവയ്ക്കപ്പെടണം. മറ്റാവശ്യകതകൾ – വസ്ത്രങ്ങൾ, ഫർണിച്ചറുകൾ തുടങ്ങിയവ– ഉപഭോഗിച്ചു തീരാൻ സമയമെടുക്കുന്നതിനാൽ ദീർഘകാലയളവുകളിൽ മാത്രം പകരം വയ്ക്കപ്പെട്ടാൽ മതി. ചിലതരം ചരക്കുകൾ ദിവസവും വാങ്ങുകയും അവക്ക് വിലനൽകുകയും വേണം മറ്റു ചിലവ ആഴ്ചതോറും, മൂന്നുമാസത്തിലൊരിക്കൽ എന്നു തുടങ്ങിയ രീതികളിലും വാങ്ങുകയും വിൽക്കുകയും വേണം. പക്ഷേ, ഈ ചെലവുകളുടെ മൊത്തംതുക ഒരു നീണ്ട കാലയളവിൽ ഉദാഹരണത്തിനൊരു വർഷമെന്ന കണക്കിൽ– വിതരണം ചെയ്യപ്പെടുകയും അവ ശരാശരി വേതനത്താൽ നികത്തപ്പെടുകയും വേണം. അപ്പോൾ അധ്വാനശക്തിയുടെ പ്രതിദിന മൂല്യം കണക്കിലെടുക്കപ്പെടേണ്ടത് ഒരു മൊത്തം വർഷത്തെ തൊഴിലാളിയുടെ ജീവിതാവശ്യങ്ങളുടെ കണക്കെടുക്കുകയും തുടർന്നതിനെ 365 കൊണ്ട് ഹരിക്കുകയും ചെയ്തതാണ്. ഒരു ദിവസത്തെ ശരാശരി ആവശ്യകതകളുടെ നിർവഹണത്തിന് ആറുമണിക്കൂർ സാമൂഹ്യാധ്വാനം ആവശ്യമാണെന്നുണ്ടെങ്കിൽ അപ്പോൾ അധ്വാനശക്തി പ്രതിനിധീകരിക്കുന്നത് ദൈനംദിനമുള്ള അരദിവസത്തെ ശരാശരി സാമൂഹ്യ ജോലിയെയാണ്– അഥവാ മറ്റുവാക്കുകളിൽപ്പറ

ഞ്ഞാൽ അധ്വാനശക്തിയുടെ ദൈനംദിന ഉൽപ്പാദനത്തിന് അരതൊഴിൽ ദിവസമാവശ്യമുണ്ട്. അധ്വാനശക്തിയുടെ ദൈനംദിന ഉൽപ്പാദനത്തിനാവശ്യമായ ഈയളവ് അധ്വാനം അത്തരം ശക്തിയുടെ ദൈനംദിനമൂല്യത്തെ രൂപപ്പെടുത്തുന്നു– അഥവാ ദൈനംദിനം പ്രത്യുൽപ്പാദിപ്പിക്കപ്പെടുന്ന ശക്തിയുടെ മൂല്യമെന്നും (ഒരാൾക്കതാണിഷ്ടമെങ്കിൽ) അതിനെ വിളിക്കാം. അരദിവസത്തെ ശരാശരി സാമൂഹ്യാധ്വാനമാണ് 30 രൂപാവിലയുള്ള സ്വർണത്തിന്റെ അളവിലും അടങ്ങിയിരിക്കുന്നതെങ്കിൽ ഈ തുകയാണ് അധ്വാനശക്തിയുടെ ദൈനംദിന മൂല്യത്തിന് അനുസൃതമായ വില. അധ്വാനശക്തിയുടെ ഉടമ അതിനെ ദിവസം 30 രൂപ എന്ന തോതിൽ നൽകിയാൽ അപ്പോൾ വിൽപ്പനവില അത്തരം ശക്തിയുടെ മൂല്യത്തിന് തുല്യമാണ്; ഈ മൂല്യം മുതലാളി നൽകുന്നുണ്ടെന്ന് നാമനുമാനിച്ചു.

നാം അധ്വാനശക്തിയെന്നു വിളിക്കുന്ന ചരക്കിന്റെ പ്രത്യേക സ്വഭാവമുണ്ടാക്കുന്നത് വാങ്ങൽകാരനും വിൽപ്പനക്കാരനും തമ്മിലുള്ള കരാർ തീരുമാനിക്കപ്പെടുമ്പോൾ പരിഗണനാ വിഷയമായിട്ടുള്ള ചരക്കിന്റെ ഉപയോഗത്തിലുള്ള മൂല്യം യാഥാർഥ്യത്തിൽ വാങ്ങൽകാരനിലേക്ക് കൈമാറപ്പെടുന്നില്ല എന്നതിൽ നിന്നാണ്. അധ്വാനശക്തിയുടെ ഉപയോഗ മൂല്യം ഉൾപ്പെടുന്നത് അതിനെത്തുടർന്ന് നടക്കുന്ന ബലത്തിന്റെ പ്രയോഗിക്കപ്പെടലിലാണ്. അതുകൊണ്ടുതന്നെ അധ്വാനശക്തിയുടെ വിൽപ്പനയും അധ്വാനശക്തിയുടെ പ്രയോഗിക്കപ്പെടലും തമ്മിൽ പരസ്പരം സമയത്താൽ വേർതിരിക്കപ്പെട്ടിരിക്കുന്നു. പക്ഷേ, ചരക്കുകളുടെ കാര്യത്തിൽ അവയുടെ ഉപയോഗത്തിലുള്ള മൂല്യത്തിന്റെ വിൽപ്പന അവയുടെ വാങ്ങൽകാരനിലേക്കുള്ള ഫലത്തിലുള്ള കൈമാറ്റവുമായി സമയത്തിൽ വേർപെട്ടു നിൽക്കുന്നു. ഒരു പൊതുനിയമമെന്നനിലയിൽ പണം നൽകൽ ഉടനടിതന്നെ നടക്കുന്നു. മുതലാളിത്ത ഉൽപ്പാദനമുള്ള എല്ലാ രാജ്യങ്ങളിലും അധ്വാനശക്തിക്ക് വില നൽകപ്പെടുന്നത് അവ പ്രയോഗികപ്പെട്ടതിനുശേഷമാണ് അതായത്, ആഴ്ചയുടെ അവസാനത്തിൽ. അങ്ങനെ എല്ലായിടത്തുമുള്ള അധ്വാനിക്കുന്നവൻ മുതലാളിക്ക് അധ്വാനശക്തിയുടെ ഉപയോഗമൂല്യം മുൻകൂട്ടിത്തന്നെ നൽകുന്നു; അവൻ വാങ്ങലുകാരന് തനിക്കതിന്റെ പണം ലഭിക്കുന്നതിനുമുമ്പേ തന്റെ അധ്വാനശക്തി ഉപഭോഗിക്കാനായി നൽകുന്നു. അതുകൊണ്ട് എല്ലായിടത്തുമുള്ള അധ്വാനിക്കുന്നവൻ മുതലാളിക്ക് കടം നൽകുകയാണ്.

5

എങ്ങനെയാണ് മിച്ചമൂല്യം ഉയർന്നുവരുന്നത്

ഉപയോഗത്തിലുള്ള അധ്വാനശക്തി അധ്വാനം തന്നെയാണ്. അതിന്റെ വാങ്ങലുകാരൻ അതിന്റെ വിൽപ്പനക്കാരനെ ജോലിചെയ്യാനനുവദിച്ചുകൊണ്ടാണ് അതിനെ ഉപയോഗിക്കുന്നത്. ഒരു കലാമർമ്മജ്ഞന്റെ കണ്ണോടെ മുതലാളി ഉൽപ്പാദനോപാധിയെയും, തന്റെ പ്രത്യേക രീതിയിലുള്ള സ്പിന്നിങ്മിൽ ബിസിനസിനോ ഷൂ നിർമാണ ബിസിനസിനോ ഏറ്റവും പറ്റിയതരത്തിലുള്ള അധ്വാനശക്തിയെയും തെരഞ്ഞെടുക്കുന്നു. തുടർന്നയാൾ തന്റെ അധ്വാനത്താൽ ഉൽപ്പാദനോപാധികളെ ഉപയോഗിക്കാൻ തൊഴിലാളിയെ അനുവദിക്കുന്നു. താൻ കണ്ടെത്തുന്ന അതേമട്ടിൽ അധ്വാനശക്തിയെ എടുത്തുകൊണ്ടുവേണം അവനാരംഭിക്കേണ്ടത്, അതിന്റെ അനന്തരഫലമെന്നോണം മുതലാളിമാർ നിലവില്ലാതിരുന്ന ഒരു കാലത്ത് കണ്ടെത്തുമായിരുന്ന ഒരുതരം അധ്വാനംകൊണ്ടുകൂടി. അധ്വാനത്തിന്റെ മൂലധനത്തിനു മുമ്പിലുള്ള കീഴ്പ്പെടലിലൂടെ ഉൽപ്പാദനരൂപങ്ങൾക്കുണ്ടാകുന്ന പരിവർത്തനങ്ങൾക്ക് പിന്നീട് മാത്രമാണ് സംഭവിക്കാൻ കഴിയുക; അതുകൊണ്ടത് പരിഗണിക്കപ്പെടേണ്ടതും പിന്നീടാണ്. മുതലാളിക്ക് വിൽക്കപ്പെടുന്ന ഉൽപ്പാദശക്തിയുടെ ഉപഭോഗമായി പരിഗണിക്കപ്പെടുന്ന അധ്വാന പ്രക്രിയ രണ്ടുസവിശേഷതകൾ നമുക്കു കാണിച്ചുതരുന്നു.

തൊഴിലാളി മുതലാളിയുടെ നിയന്ത്രണത്തിനു കീഴിലാണ് പണിയെടുക്കുന്നത്. മുതലാളി ജോലി ശരിയാംവണ്ണം നടത്തുന്നുണ്ടെന്ന കാര്യവും, ഉൽപ്പാദനോപാധികൾ ശരിയായവിധത്തിൽ ഉപഭോഗിക്കപ്പെടുന്നുണ്ടെന്നുമുള്ള കാര്യവും ശ്രദ്ധിക്കുന്നു. മറ്റുവാക്കുകളിൽ: അധ്വാനപ്രക്രിയക്കിടയിലെ അധ്വാനിക്കുന്നവന്റെ സ്വാതന്ത്ര്യവും സ്വാശ്രിതത്വവും നിലനിൽക്കുന്നില്ല.

രണ്ടാമതായി ഉൽപ്പന്നം മുതലാളിയുടെ സമ്പത്താണ്, അധ്വാനിക്കുന്നവന്റേതല്ല, നമ്മുടെ അനുമാനപ്രകാരം മുതലാളി അധ്വാനശക്തിയുടെ ദൈനംദിന മൂല്യം കൊടുത്തുതീർക്കുന്നുണ്ട്. ഈ ശക്തിയെ നിയോഗിക്കുമ്പോൾ അതവന്റേതാകുന്നു. ഉൽപ്പന്നത്തിന്റെ നിർമാണത്തിൽ ആവശ്യമായ മറ്റുഘടകങ്ങളും (അതായത് ഉൽപ്പാദനോപാധികൾ) സമാനമായ വിധത്തിൽ അവന്റേതാണ്. അതിന്റെ അനന്തരഫലമായി അധ്വാനപ്രക്രിയ നിർവഹിക്കപ്പെടുന്നത് മുതലാളി വാങ്ങിയ എല്ലാത്തരം സംഗതികൾക്കുമിടയിലാണ്; അങ്ങനെ ഉൽപ്പന്നവും അവന്റെ സമ്പത്താണ്.

ഈ ഉൽപ്പന്നം നൂൽ, ബൂട്ടുകൾ തുടങ്ങിയ ഉപയോഗത്തിലുള്ള ഒരു മൂല്യത്തെ രൂപപ്പെടുത്തുന്നു. ബൂട്സ് ഉദാഹരണമായെടുത്താൽ അത് ഒരു നിശ്ചിത പരിധിവരെ സാമൂഹ്യപുരോഗതിയുടെ അടിസ്ഥാനമാണെങ്കിലും നമ്മുടെ മുതലാളി– അദ്ദേഹമൊരു പുരോഗമനവാദിയായിരിക്കുമെന്നുകണക്കാം– അവയെ ഉണ്ടാക്കുന്നത് വെറുതെ ഉണ്ടാക്കുകയെന്ന ലക്ഷ്യം വച്ചല്ല. ഉപയോഗത്തിലുള്ള മൂല്യങ്ങളെയുണ്ടാക്കുന്നതിന്റെ ഏക കാരണം അവ വിനിമയമൂല്യങ്ങളാണെന്നിടത്തുവരെ മാത്രമാണ്. നമ്മുടെ മുതലാളിക്ക് രണ്ടുദ്ദേശ്യങ്ങൾ മുന്നിലുണ്ട്: ഒന്നാമതായി അദ്ദേഹം ഒരു ഉപയോഗ മൂല്യത്തെയുണ്ടാക്കുന്നതിനാഗ്രഹിക്കുന്നത് അതിന് ഒരു വിനിമയമൂല്യമുള്ളതുകൊണ്ടാണ്, അത് വിൽക്കാനുള്ള ഒരു സാധനമാണ്; ഒരു ചരക്കാണ്. രണ്ടാമതായി, അദ്ദേഹവും അധ്വനശക്തിയുടെയും ഉൽപ്പാനോപാധികളുടെയും മൂല്യത്തേക്കാളുയർന്ന മൂല്യമുള്ള ഒരു ചരക്കുണ്ടാക്കാനാഗ്രഹിക്കുന്നു; അതിനായി അദ്ദേഹം വിപണിയിൽ പണം മുൻകൂട്ടി മുടക്കിയിരിക്കുന്നു. അദ്ദേഹം വെറുതെ ഉപയോഗത്തിലുള്ള ഒരു മൂല്യമുണ്ടാക്കാനല്ല ആഗ്രഹിക്കുന്നത്, മറിച്ച് ഒരു വിനിമയ മൂല്യമുണ്ടാക്കാനാണ്. മൂല്യം മാത്രമല്ല, മറിച്ച് മിച്ചമൂല്യംകൂടി ഉൽപ്പാദിപ്പിക്കാനാണ്.

എല്ലാ ചരക്കുകളുടെയും മൂല്യം നിർണയിക്കപ്പെടുന്നത് അതിനകത്തടങ്ങിയ അധ്വാനത്തിന്റെ അളവിനാലാണെന്നു നമുക്കറിയാം. അധ്വാനപ്രക്രിയയിൽനിന്ന് നമ്മുടെ മുതലാളിക്ക് ലഭ്യമാകുന്ന ഉൽപ്പന്നത്തിന്റെ കാര്യത്തിലും ഇത് ബാധകമാണ്. അതുകൊണ്ടു നാം ആദ്യം തന്നെയും ഏറ്റവും പ്രാധാന്യം കൊടുത്തും പ്രവൃത്തിയിൽ യാഥാർഥീകരിക്കപ്പെട്ട അധ്വാനത്തെ കണക്കുകൂട്ടിയെടുക്കണം. നമുക്ക് ഉദാഹരണമായി നൂലിനെ എടുക്കാം. നൂലുണ്ടാക്കാൻ ഒന്നാമതായി അസംസ്കൃതവസ്തു, ഉദാഹരണത്തിന് പത്തുകിലോ പഞ്ഞി ഏറ്റവുമാദ്യമായി ആവശ്യമാണ്. ഇപ്പോൾ പഞ്ഞിയുടെ മൂല്യമെന്തെന്നന്വേഷിക്കുന്നത് അധികപ്പറ്റാണ്, കാരണം മുതലാളിയതിനെ നൂറുരൂപയെന്ന നിരക്കിലാണ് വാങ്ങിയതെന്ന് അനുമാനിക്കുമ്പോൾ അതിനെ അതിന്റെ മൂല്യമായി നാമെടുക്കുന്നു. പഞ്ഞിയുടെ വിലയിൽ അതിന്റെ ഉൽപ്പാദനത്തിന് ആവശ്യംവന്ന അധ്വാനത്തെ ഇതിനകംതന്നെ ശരാശരി സാമൂഹ്യാധ്വാനമായി പ്രകാ

ശിപ്പിച്ചുകഴിഞ്ഞു. നാം തുടർന്നനുമാനിക്കുന്നത് കോട്ടൻ സ്പിൻഡിലുകളും മറ്റുമുണ്ടാക്കുന്നതിനിടയിൽ ഉപകരണങ്ങൾക്കായി ഉപയോഗിക്കപ്പെടുന്നതിന് 20 രൂപയുടെ മൂല്യമുണ്ടെന്നാണ്. 120 രൂപക്ക് തുല്യമായ സ്വർണമാണ് 24 തൊഴിൽ മണിക്കൂറുകളുടെ, അല്ലെങ്കിൽ രണ്ട് തൊഴിൽദിവസങ്ങളുടെ ഉൽപ്പന്നമെന്നുവച്ചാൽ അതിൽനിന്ന് ഒന്നാമതായി സിദ്ധമാകുന്നത് രണ്ടുതൊഴിൽ ദിവസങ്ങൾ നൂലിൽ ഉൾപ്പെട്ടിട്ടുണ്ടെന്നാണ്. പഞ്ഞിയുടെ ഉൽപ്പാദനത്തിനാവശ്യമായ തൊഴിൽസമയം നൂലിന്റെ ഉൽപ്പാദനത്തിനാവശ്യമായ തൊഴിൽസമയത്തിന്റെ ഭാഗമാണ് (കാരണം നൂലിന്റെ അസംസ്കൃത വസ്തുവിനെ രൂപപ്പെടുത്തുന്നതതാണ്) അതുകൊണ്ട് അതിനെ നൂലിന്റെ തൊഴിൽ സമയത്തിൽ ഉൾപ്പെടുത്തിയിരിക്കുന്നു. അക്കാര്യംതന്നെ സ്പിൻഡിലുകളുടെ ഉൽപ്പാദനത്തിനാവശ്യമായ തൊഴിൽസമയത്തിന്റെ കാര്യത്തിലും പ്രസക്തമാണ്. അവയ്ക്ക് കേടുപാടും തേയ്മാനവും വരാതെ പഞ്ഞി ചുറ്റി നൂലാക്കാൻ കഴിയില്ല. പക്ഷേ, നാമാരംഭിക്കുന്നത് ഉൽപ്പാദനത്തിന്റെ സാമൂഹ്യസാഹചര്യങ്ങൾക്കുകീഴിൽ ഒഴിവാക്കാനാവാത്ത വിധത്തിൽ മാത്രമാണാ തൊഴിൽസമയം ചെലവഴിക്കപ്പെട്ടിട്ടുള്ളതെന്ന അനുമാനത്തിൽ നിന്നാണ്. അങ്ങനെ ഒരുകിലോ നൂലുണ്ടാക്കാൻ ഒരുകിലോ പഞ്ഞി മാത്രമാണാവശ്യമുള്ളതെങ്കിൽ, ഒരുകിലോ നൂലിൽ ഒരു കിലോ പഞ്ഞിമാത്രമേ ഉപയോഗിക്കപ്പെട്ടതായി കണക്കാക്കൂ. അക്കാര്യംതന്നെ സ്പിൻഡിലുകൾക്കും ബാധകമാണ്. മുതലാളിക്ക് ഇരുമ്പ് സ്പിൻഡിലുകൾക്കുപകരം സ്വർണ സ്പിൻഡിലുകളുപയോഗിക്കണമെന്ന വ്യാമോഹമുണ്ടായാലും നൂലിന്റെ മൂല്യമായി കണക്കിലെടുക്കുക സാമൂഹ്യമായി ആവശ്യമായ അധ്വാനം മാത്രമാണ്. അതായത്, ഇരുമ്പ് സ്പിൻഡിലുകൾ ഉൽപ്പാദിപ്പിക്കാനാവശ്യമായ തൊഴിൽസമയം മാത്രം.

നാം തുടർന്ന് നൂൽ നൂൽപ്പുകാരൻ അധ്വാനത്തിന്റെ എത്രയളവ് മൂല്യമാണ് പഞ്ഞിയിലേക്ക് കൂട്ടിചേർക്കുന്നതെന്ന പ്രശ്നത്തിലേക്ക് വരുന്നു. നൂൽനൂൽപ്പിന്റെ അധ്വാനം ലളിതവും അവിദഗ്ധവുമായ അധ്വാനമാണെന്ന് ഒരു നിശ്ചിതസമൂഹത്തിന്റെ ശരാശരി അധ്വാനമാണെതെന്ന് നാം അനുമാനിക്കുന്നു. തുടർന്ന് നാം കാണുക, നാം നേരെമറിച്ചാണ് അനുമാനിച്ചതെന്നിരിക്കിൽത്തന്നെയും പ്രശ്നം മാറ്റമൊന്നുമില്ലാത്തതായിരിക്കുമെന്നാണ്. ഇപ്പോൾ അങ്ങേയറ്റം പ്രധാനപ്പെട്ട കാര്യമാണ് നൂൽനൂൽക്കുന്ന ജോലിക്ക് നിശ്ചിത സാമൂഹ്യ സാഹചര്യങ്ങൾക്കുകീഴിൽ ആവശ്യമായതിലേറെ ഒട്ടുംതന്നെ അധികസമയം ഉപഭോഗിച്ചുകൂടാ എന്നത്. ഉൽപ്പാദനത്തിന്റെ സാധാരണ സാഹചര്യങ്ങളിൽ $1\frac{2}{3}$ കിലോ പഞ്ഞി ഒരു മണിക്കൂർ ജോലിസമയം കൊണ്ട് $1\frac{2}{3}$ കിലോ നൂലായി പരിവർത്തിപ്പിക്കപ്പെടുമെങ്കിൽ ഒരു തൊഴിൽ ദിവസം 12 മണിക്കൂർ ജോലിയായി കണക്കാക്കപ്പെട്ടാൽ ആ തൊഴിൽ ദിവസത്തിൽ 12 X $1\frac{2}{3}$ കിലോ പഞ്ഞി 12 X $1\frac{2}{3}$ കിലോ നൂലായി രൂപാന്തപ്പെടും. കാരണം സാമൂഹ്യമായി ആവശ്യമായ അധ്വാനത്തെ മാത്രമാണ് മൂല്യത്തെ സൃഷ്ടി

ക്കുന്നതായി കണക്കിലെടുക്കുന്നത്.

അധ്വാനം ഉൾപ്പെടുന്നത് നൂൽനൂൽപ്പിലാണെന്നതോ, അതിന്റെ അസംസ്കൃതവസ്തു പഞ്ഞിയും ഉൽപ്പന്നം നൂലുമാണെന്നതോ ഒക്കെ മൂല്യത്തിന്റെ സൃഷ്ടിയെ സംബന്ധിച്ച് യാതൊരു താൽപ്പര്യവുമുള്ള കാര്യങ്ങളല്ല. തൊഴിലാളിയെ സ്പിന്നിങ് മില്ലിൽ നിയോഗിക്കുന്നതിനു പകരം ഒരു കൽക്കരിഖനിയിൽ നിയോഗിച്ചാൽ അധ്വാനത്തിന്റെ വസ്തുവായ കൽക്കരിയെ നൽകുന്നത് പ്രകൃതിയായിരിക്കും. അതേസമയം ഖനിയിൽ നിന്നയാൾ പുറത്തെടുക്കുന്ന കൽക്കരി, ഉദാഹരണത്തിന് ഒരു കിലോവാട്ട് ടൺ, അതിൽ ആഗിരണം ചെയ്യപ്പെട്ട ഒരു നിശ്ചിയളവ് അധ്വാനത്തെ പ്രതിനിധീകരിക്കുന്നു.

അധ്വാനശക്തി വിൽക്കപ്പെടുമ്പോൾ, അതിന്റെ ദൈനംദിന മൂല്യത്തിന്റെ മൊത്തം തുക 30 രൂപയാണെന്നും ആ 30 രൂപയിൽ ആറ് തൊഴിൽ മണിക്കൂറുകൾ ഉൾപ്പെട്ടിട്ടുണ്ടെന്നും അനുമാനിക്കപ്പെട്ടു. അതിന്റെ അനന്തരഫലമെന്നോണം തൊഴിലാളിക്ക് ഓരോ ദിവസവുമാവശ്യമുള്ള ജീവിതാവശ്യങ്ങളുടെ ഉൽപ്പദനത്തിനുവേണ്ട ശരാശരി തുകയാണതെന്നും അനുമാനിക്കപ്പെട്ടു. ഇപ്പോൾ നമ്മുടെ നൂൽനൂൽപ്പുകാരൻ ഒരു തൊഴിൽ മണിക്കൂറിൽ (ഒരു മണിക്കൂർ ജോലിസമയംകൊണ്ട്) $1\frac{2}{3}$ കിലോ പഞ്ഞിയെ $1\frac{2}{3}$ കിലോ നൂലായി രൂപാന്തരപ്പെടുത്തുമെങ്കിലയാൾ ആറുതൊഴിൽ മണിക്കൂറുകൾ കൊണ്ട് 10 കിലോ പഞ്ഞിയെ 10 കിലോ നൂലാക്കി മാറ്റുന്നു. നൂൽനൂൽപ്പിന്റെ പ്രക്രിയക്കിടയിൽ അങ്ങനെ പഞ്ഞി ആറ് തൊഴിൽമണിക്കൂറുകളെ ആഗിരണം ചെയ്യുന്നു. ഈ തൊഴിൽ സമയത്തെ 30 രൂപ വിലയുള്ള സ്വർണത്തിന്റെ അളവുകൊണ്ട് പ്രതിനിധീകരിക്കാം. അതുകൊണ്ട് നൂൽ നൂൽപ്പ് കാരണം പഞ്ഞിയുടെ മൂല്യം 30 രൂപയെന്ന പരിധികണ്ട് ഉയർത്തപ്പെട്ടു.

നമുക്കിനി ഉൽപ്പന്നത്തിന്റെ മൊത്തം മൂല്യത്തിലേക്ക് കടക്കാം, അതായത് 10 കിലോ നൂലിന്റെ മൂല്യത്തിലേക്ക് അതിനകത്ത് രണ്ടര തൊഴിൽ ദിവസമുൾപ്പെട്ടിട്ടുണ്ട്. അവയിൽ രണ്ടു തൊഴിൽ ദിവസങ്ങൾ പഞ്ഞിയിലും തൊഴിലുപകരണങ്ങളിലുമുൾക്കൊണ്ടിരിക്കുന്നു, അര തൊഴിൽ ദിവസം നൂൽ നൂൽക്കൽ പ്രക്രിയയിലും. അതേ തൊഴിൽ സമയം 150 രൂപ വില വരുന്ന സ്വർണത്തിന്റെ അളവിനാൽ പ്രതിനിധീകരിക്കപ്പെട്ടിരിക്കുന്നു. 10 കിലോ നൂലിന്റെ മൂല്യത്തിനനുസൃതമായ വില അങ്ങനെ 150 രൂപക്കു സമമാണ്. ഒരുകിലോ നൂലിന്റെ വില 15 രൂപയും.

നമ്മുടെ മുതലാളി നിരാശനായി. ഉൽപ്പന്നത്തിന്റെ വില മുടക്കിയ മൂലധനത്തിനുതുല്യമാണ്. ആദ്യംതന്നെ മുടക്കിയ മൂല്യം പ്രതിഫലമൊന്നും നൽകാത്തതാണ്, അതൊരു മിച്ചമൂല്യമുൽപ്പാദിപ്പിച്ചില്ല. 10 കിലോ നൂലിന്റെ വില 150 രൂപയാണ്. 150 രൂപ പഞ്ഞിക്ക് നൂറുരൂപ, 20 രൂപ, ഉപഭോഗിക്കപ്പെട്ട തൊഴിലുപകരണങ്ങൾക്ക്, 30 രൂപ അധ്വാനശക്തിക്ക് എന്നിങ്ങനെ വീതിക്കപ്പെട്ടിരിക്കുന്നു.

ഒരുപക്ഷേ, മുതലാളി താൻ തന്റെ പണം മുടക്കിയത് അതുകൊണ്ട്

കൂടുതൽ പണമുണ്ടാക്കണമെന്ന ഉദ്ദേശ്യത്തോടെയാണെന്നു വാദിച്ചേക്കാം. പക്ഷേ, നരകത്തിലേക്കുള്ള പാത നല്ല ഉദ്ദേശ്യങ്ങൾകൊണ്ട് ഉണ്ടാക്കപ്പെട്ടിരിക്കുന്നതാണ്, അയാൾക്കൊരുപക്ഷേ ഒന്നുമുൽപ്പാദിപ്പിക്കാതെ തന്നെ പണമുണ്ടാക്കണമെന്ന ആഗ്രഹവുമുണ്ടായേക്കാം. അയാൾ അങ്ങനെയൊരു ഭീഷണി മുഴക്കുന്നു. ഞാനിനി ഇത്തരത്തിൽ കുടുക്കിൽപ്പെടില്ല. ഞാൻ ഭാവിയിൽ വിപണിയിൽനിന്ന് നിർമിത ഉൽപ്പന്നം വാങ്ങുകയേയുള്ളൂ; സ്വയംതന്നെ അതുൽപ്പാദിപ്പിക്കുന്നതിനുപകരമായി. പക്ഷേ അയാളുടെ എല്ലാ സഹമുതലാളിമാരുമങ്ങനെതന്നെ ചെയ്താൽ അയാൾക്കെങ്ങനെയാണ് വിപണിയിൽ എന്തെങ്കിലും ചരക്കുകൾ കണ്ടെത്താനാകുക? അയാൾക്ക് പണം ഭക്ഷിക്കാനാവില്ല. അയാൾ മുഖസ്തുതിയാഗ്രഹിക്കുന്നവനായി മാറുന്നു. അയാളുടെ ത്യാഗം അംഗീകരിക്കപ്പെടണം. അയാൾക്ക് തന്റെ 150 രൂപ വെറുതെ ചെലവാക്കാമായിരുന്നു. അതിനുപകരം അയാൾ ആ പണം ഉൽപ്പാദനപരമായി വിനിയോഗിക്കുകയും അതുകൊണ്ട് നൂലുണ്ടാക്കുകയും ചെയ്തു. കൃത്യമായും അതേ കാരണത്താലയാൾക്ക് സ്വന്തമായി കുറ്റബോധം നിറഞ്ഞ ഒരു മനഃസാക്ഷിക്കു പകരം നല്ല നൂൽ കൈയിലുണ്ട്. അതിലുമപ്പുറം, ഒന്നുമാർക്കും സ്വന്തമായില്ലാത്തിടത്ത്, രാജാവുതന്നെ തന്റെ അവകാശങ്ങളടിയറവയ്ക്കും. അയാളുടെ ത്യാഗം എത്രതന്നെ പ്രശംസനീയമായിരുന്നാലും അതിനായി ഒരു പ്രത്യേക പ്രതിഫലം നൽകാനായി ഒന്നുംതന്നെ ലഭ്യമല്ല; ഉൽപ്പാദനപ്രക്രിയയിൽ നിന്നത്ഭുതമായ ചരക്കിന്റെ മൂല്യം ആ പ്രക്രിയക്കിടയിൽ നിക്ഷേപിക്കപ്പെട്ട മൂല്യങ്ങളുടെ ഒട്ടുമൊത്തത്തിലുള്ളതുകയ്ക്ക് തുല്യമാണെന്നു കാണുമ്പോൾ. അതുകൊണ്ടയാൾ പുണ്യപ്രവൃത്തിയുടെ പ്രതിഫലം അതുതന്നെയാണെന്ന ചിന്തകൊണ്ട് തന്നെത്തന്നെ ആശ്വസിപ്പിക്കണം. പക്ഷേ, അതിനുപകരമയാൾ രോക്ഷാകുലനാകുന്നു. നൂലയാൾക്ക് ഉപയോഗമില്ലാത്തതാണ്. അതയാൾ ഉൽപ്പാദിപ്പിച്ചത് വിൽക്കാനായാണ്. അതുകൊണ്ടതയാൾ വിറ്റേക്കും. അല്ലെങ്കിലതിനേക്കാൾ നല്ലത് താനിനി തന്റെ തന്നെ ഉപയോഗത്തിനുള്ളതുമാത്രമേ ഭാവിയിൽ ഉൽപ്പാദിപ്പിക്കൂ എന്നുവയ്ക്കുകയാണ്. അയാൾ ധിക്കാരത്തോടെ പല്ലിളിക്കുന്നു. ഒന്നുമില്ലായ്മയിൽ നിന്ന് വെറുതെ തന്റെ കൈകാലുകൾ കൊണ്ടു മാത്രം, തൊഴിലാളിക്ക് ചരക്കുകളുൽപ്പാദിപ്പിക്കാനാകുമോ എന്നവൻ ചോദിക്കുന്നു. തൊഴിലാളിക്ക് ആ ജോലിയെടുക്കാൻ കഴിയുന്നതായ ആ പ്രത്യേക ഉപകരണങ്ങൾ മുതലാളിയല്ലേ നൽകിയത്. അതിൽ മാത്രമല്ലേ തൊഴിലാളിയുടെ ജോലിയെ ഉൾപ്പെടുത്താൻ കഴിയുക? സമൂഹത്തിലെ ഭൂരിപക്ഷവും ഒന്നും സ്വന്തമായിട്ടില്ലാത്തവരാണെന്ന് വരുമ്പോൾ അയാൾ തന്റെ ഉൽപ്പാദനഉപാധികളിലൂടെ അതായത് തന്റെ പഞ്ഞിയും സ്പിൻഡിലുകളുംകൊണ്ട് ഒരു വിലമതിക്കനാവാത്ത സേവനമല്ലേ സമൂഹത്തിനു നൽകിയത്? അയാൾ തൊഴിലാളിക്കുതന്നെ അത്തരമൊരു സേവനം നൽകിയില്ലേ? അപ്പോൾ ഈ സേവനം ചില പ്രതിഫലത്തിനാകണമെന്നയാൾക്ക് കണക്കുകൂട്ടിക്കൂടേ? പക്ഷേ, മറുവശത്ത്, തന്റെ

മുറയ്ക്ക് തൊഴിലാളി അയാൾക്കുവേണ്ടി പഞ്ഞിയും സ്പിൻഡിലും നൂലാക്കി മാറ്റുകയെന്ന സേവനമനുഷ്ഠിച്ചില്ലേ? അതിലുമപ്പുറം ഇവിടെ സേവനത്തിന്റെ പ്രശ്നമൊന്നും ഉത്ഭവിച്ചിട്ടില്ല. ഒരു സേവനമെന്നു പറയുന്നത് ഉപയോഗത്തിലുള്ള ഒരു മൂല്യം ഉൽപ്പാദിപ്പിക്കുന്ന ഒരു ഉപയോഗപ്രദമായ ഫലമല്ലാതെ മറ്റൊന്നുമല്ല; അതൊരു ചരക്കായാൽത്തന്നെ. പക്ഷേ ഇവിടെ വിനിമയമൂല്യത്തിന്റെ പ്രശ്നം മാത്രമാണുള്ളത്. മുതലാളി തൊഴിലാളിക്ക് 30 രൂപയുടെ മൂല്യം നൽകി. തൊഴിലാളി കൃത്യമായി അതേ മൂല്യം ഒരു മൂല്യത്തിന്റെ രൂപത്തിൽ തിരിച്ചുനൽകുകയും ചെയ്തു; പഞ്ഞിയിൽ 30 രൂപയുടെ മൂല്യം ചേർത്തുകൊണ്ട് അങ്ങനെ മൂല്യത്തിനുപകരം മൂല്യം നൽകി. നമ്മുടെ സുഹൃത്തായ മുതലാളിയിപ്പോൾ തന്റെ പേഴ്സിന്റെ കനത്തിന്റെ പേരിൽ അഭിമാനിച്ചിരുന്നിടത്തുനിന്ന് പൊടുന്നനെ തന്റെതന്നെ തൊഴിലാളിയുടെ വിനയഭാവം സ്വീകരിക്കുന്നു. മുതലാളിതന്നെ സ്വയം അധ്വാനിച്ചിട്ടില്ലേ? താൻ നൂൽനൂൽപ്പുകാരുടെ മേൽനോട്ടം വഹിക്കുകയും അവരെ നിയന്ത്രിക്കുകയുമെന്ന ജോലി ചെയ്തില്ലേ? അത്തരം ജോലിയും മൂല്യമുൽപ്പാദിപ്പിക്കേണ്ടതല്ലേ? അയാളുടെതന്നെ ഫോർമാനും അയാളുടെ ബിസിനസ് മാനേജരുമിതു കേൾക്കുമ്പോൾ ചുമൽ ചുളുക്കുന്നു. പക്ഷേ, അതിനിടയിലയാൾ ചിരിക്കുന്ന പഴയ മുഖത്തിലേക്കു മാറിക്കഴിഞ്ഞു. അയാൾ തന്റെ മൊത്തം അസംബന്ധ ജൽപ്പനങ്ങൾകൊണ്ട് നമ്മെ കബളിപ്പിക്കുകയായിരുന്നു. പക്ഷേ, അയാളൊന്നുംതന്നെ ശ്രദ്ധിക്കുന്നില്ല. അയാളിത്തരത്തിലുള്ളതും അതിനുസമാനവുമായ ഒഴികഴിവുകളും നിലപാടുമാറ്റങ്ങളും രാഷ്ട്രീയ സമ്പദ് ശാസ്ത്രപ്രൊഫസർക്ക് വിട്ടുകൊടുക്കുന്നു. അത്തരം കാര്യങ്ങളാവർത്തിക്കാൻ വേണ്ടിയാണയാൾക്ക് പ്രത്യേകിച്ചും പണം നൽകുന്നത്. മുതലാളി സ്വയം ഒരു പ്രായോഗിക മനുഷ്യനാണ്. അയാൾ പലപ്പോഴും താൻ തന്റെ ഓഫീസിനു പുറത്തു പറയാറുള്ള കാര്യങ്ങളെക്കുറിച്ചാലോചിക്കാറില്ല. മറിച്ച് താൻ ഓഫീസിനകത്ത് എന്താണു ചെയ്യുന്നതെന്ന കാര്യത്തിൽ എപ്പോഴുമയാൾക്ക് കാര്യങ്ങളെക്കുറിച്ച് നല്ല ധാരണയുണ്ട്.

നമുക്ക് പ്രശ്നത്തെ കൂടുതൽ സൂക്ഷ്മമായി പരിശോധിക്കാം. അധ്വാനശക്തിയുടെ പ്രതിദിന മൂല്യം 30 രൂപയാണെന്നും അതിൽ അരദിവസത്തെ കൂലി ഉൾപ്പെട്ടിട്ടുണ്ടെന്നും നാം കണ്ടു. കാരണം അധ്വാനശക്തിയുടെ ഉൽപ്പാദനത്തിനുവേണ്ട ജീവിതാവശ്യങ്ങൾക്ക് അരതൊഴിൽ ദിവസംവേണ്ടി വരും. പക്ഷേ, അധ്വാനശക്തിയിലുള്ളടങ്ങിയ മുൻകാല അധ്വാനം ഒരുവശത്തും, അതിനു പ്രവൃത്തി പഥത്തിൽ കൊണ്ടുവരാൻ കഴിയുന്ന സജീവപ്രവൃത്തി മറുവശത്തും. അവ രണ്ടും രണ്ടു പരിമാണങ്ങളാണ്. 24 മണിക്കൂർ അവനെ ജീവിപ്പിക്കാൻ ആവശ്യമായി വരുന്നത് അര ദിവസത്തെ ജോലിയാണെന്നത് തൊഴിലാളിയെ ഒരു മൊത്തം ദിവസവും അധ്വാനിക്കുന്നതിൽനിന്ന് ഒരുതരത്തിലും തടയുന്നില്ല. അധ്വാന

ശക്തിയുടെ മൂല്യവും ആ ശക്തിയുടെ ഉൽപ്പാദനപ്രക്രിയയിലെ ഉപയോഗപ്പെടുത്തലും രണ്ടു വ്യത്യസ്തകാര്യങ്ങളാണ്. ഈ അധ്വാനശക്തിയെ വാങ്ങുമ്പോൾ മുതലാളിക്ക് മൂല്യത്തിലെ ഈ വ്യത്യാസം ദൃഷ്ടിയിലുണ്ടായിരുന്നിരിക്കണം. അധ്വാനശക്തിയുടെ ഉപയോഗമുള്ള ഗുണം, അതായത്, നൂലോ ബൂട്ടുകളോ ഉണ്ടാക്കാനുള്ള ശേഷി, ഒരു ഒഴിവാക്കാനാവാത്ത ദ്വിതീയമായ സാഹചര്യം മാത്രമായിരുന്നു, കാരണം മൂല്യത്തെ സൃഷ്ടിക്കാൻ ഒരു ഉപയോഗപ്രദമായ രൂപത്തിലുള്ള അധ്വാനം നിർവഹിക്കപ്പെടണം. നിർണായകമായിരുന്ന കാര്യം ഈ ചരക്കിന്റെ ഉപയോഗത്തിലുള്ള പ്രത്യേകമായ ഉപയോഗ മൂല്യമാണ്, *അതാണ് മൂല്യത്തിന്റെ ഉറവിടം, അത് അതിൽത്തന്നെ ഉൾക്കൊള്ളുന്നതായതിനേക്കാൾ വലുതായ മൂല്യത്തിന്റെ ഉറവിടം.* ഈയൊരു സേവനമാണ് മുതലാളി അതിൽനിന്നുപ്രതീക്ഷിച്ചത്. അയാൾ പെരുമാറിയത് ചരക്കുകളുടെ കൈമാറ്റത്തെ ഭരിക്കുന്ന നിത്യമായ നിയമങ്ങൾക്കനുസരണമായുമാണ്. കാരണം അധ്വാനശക്തിയുടെ വിൽപ്പനക്കാരൻ, മറ്റേതുതരം ചരക്കുകളുടെയും വിൽപ്പനക്കാരനെന്നപോലെ അതിന്റെ വിനിമയമൂല്യം നേടുകയും അതിന്റെ ഉപയോഗ മൂല്യം വിൽക്കുകയും ചെയ്യുന്നു. തന്റെ അധ്വാനശക്തിയുടെ ഉപയോഗ മൂല്യം– അധ്വാനം സ്വയംതന്നെ– അതിന്റെ വിൽപ്പനക്കാരന്റേതായിരിക്കുന്നത് വിൽക്കപ്പെട്ടതായ എണ്ണയുടെ ഉപയോഗത്തിലുള്ള മൂല്യം എത്രകണ്ട് എണ്ണക്കച്ചവടക്കാരന്റേതായിരിക്കുന്നുവോ അത്രകണ്ട് മാത്രമാണ്. മുതലാളി അധ്വാനശക്തിയുടെ പ്രതിദിനമൂല്യം നൽകിക്കഴിഞ്ഞു; അതിന്റെ അനന്തരഫലമെന്നോണം, മുഴുവൻ ദിവസത്തിന്റെയും അധ്വാനം അയാൾക്കു സ്വന്തമാണ്. അധ്വാനശക്തിയുടെ പ്രതിദിന നിലനിർത്തലിന് അരദിവസം മാത്രമേ ആവശ്യമുള്ളൂ എന്ന സാഹചര്യം– ആ അധ്വാനശക്തിയെ ദിവസം മുഴുവൻ പ്രവർത്തിപ്പിക്കാനും അതുവഴി അതിന്റെ ഒരു ദിവസത്തെ വിനിയോഗമുണ്ടാക്കുന്ന മൂല്യം അതിന്റെ പ്രതിദിന മൂല്യത്തിന്റെ ഇരട്ടിയാണെങ്കിലും നിസ്സംശയമായും പ്രത്യേകിച്ചും വാങ്ങലുകാരന് ഭാഗ്യം കൊണ്ടുവരുന്നു. മറിച്ച്, ഒരു തരത്തിലും വിൽപ്പനക്കാരനുനേരെ ഒരനീതിയാകുന്നുമില്ല.

കാര്യങ്ങളുടെ ഈ സ്ഥിതിയെ നമ്മുടെ മുതലാളി മുൻകൂട്ടിക്കണ്ടു, അതാണയാളുടെ ആഹ്ലാദത്തിനും പൊട്ടിച്ചിരിക്കും കാരണം. അതുകൊണ്ട് അധ്വാനിക്കുന്ന തൊഴിലാളി വർക്ക്ഷോപ്പിൽ കണ്ടെത്തുന്നത് ആറുമണിക്കൂർ ജോലിയെടുക്കുന്നതിനുവേണ്ട ഉൽപ്പാദനോപാധികളെ മാത്രമല്ല, മറിച്ച്, 12 മണിക്കൂർ ജോലിക്ക് ആവശ്യമായതുകൂടിയാണ്. 10 കിലോ പഞ്ഞി ആറുമണിക്കൂർ അധ്വാനത്തെ ആഗിരണം ചെയ്യുകയും അതിനെ 10 കിലോ നൂലാക്കി മാറ്റുകയും ചെയ്തുവെങ്കിൽ 20 കിലോ പഞ്ഞി 12 മണിക്കൂർ തൊഴിൽസമയത്തെ ആഗിരണം ചെയ്യുകയും അതിനെ 20 കിലോ നൂലാക്കി മറ്റുകയും ചെയ്യും. ഈ നീണ്ടുനിൽക്കുന്ന

അധ്വാനപ്രക്രിയയുടെ ഉൽപ്പന്നങ്ങളെ നമുക്കു പരിശോധിക്കാം. ഇപ്പോൾ അഞ്ച് തൊഴിൽ ദിനങ്ങൾ ഈ 20 കിലോ നൂലിൽ യഥാർഥീകരിക്കപ്പെട്ടിട്ടുണ്ട്; അതായത് നാലു തൊഴിൽദിനങ്ങൾ പഞ്ഞിയിലും സ്പിൻഡിലിന്റെ തേയ്മാനത്തിലുമായും ഒരു തൊഴിൽ ദിനം പഞ്ഞിനൂലാകുന്നതിനിടയിൽ പഞ്ഞിയാൽ ആഗിരണം ചെയ്യപ്പെട്ടും. സ്വർണത്തിൽ പ്രകാശിപ്പിക്കപ്പെട്ടാൽ അഞ്ചു തൊഴിൽ ദിനങ്ങളുടെ മൂല്യം 300 രൂപയാണ്. അതുകൊണ്ടത് 20 കിലോ നൂലിന്റെ വിലയാണ്. നൂലിനപ്പോഴും വില വരുന്നത് ഒരുകിലോക്ക് 15 രൂപയാണ്. പക്ഷേ, പ്രക്രിയയിൽ പ്രവേശിക്കുന്ന ചരക്കുകളുടെ മൊത്തം മൂല്യം 270 രൂപയാണ്. അതേസമയം നൂലിന്റെ മൂല്യം 300 രൂപയും ഉൽപ്പന്നത്തിന്റെ മൂല്യം ഉൽപ്പാദനത്തിനായി മുന്നേക്കൂട്ടി മുടക്കിയതിനെയപേക്ഷിച്ച് ഒമ്പതിലൊന്നെന്ന പരിധികണ്ട് വർധിച്ചിരിക്കുന്നു. 270 രൂപ 300 രൂപയായി രൂപാന്തരപ്പെട്ടു. 30 രൂപയുടെ മിച്ചമൂല്യം ലഭ്യമായി. ഒടുവിൽ സൂത്രം വിജയിച്ചു.

പ്രശ്നത്തിന്റെ എല്ലാ സാഹചര്യങ്ങളും പാലിക്കപ്പെട്ടു. ചരക്കുകളുടെ കൈമാറ്റത്തിന്റെ നിയമം ഒരു രീതിയിലും ലംഘിക്കപ്പെട്ടിട്ടുമില്ല. തുല്യ മൂല്യം തുല്യ മൂല്യത്തിനായി കൈമാറ്റം ചെയ്യപ്പെട്ടു. വാങ്ങലുകാരനെന്ന നിലയിൽ മുതലാളി എല്ലാ ചരക്കുകൾക്കും പഞ്ഞി, സ്പിൻഡിലുകൾ, അധ്വാനശക്തി എന്നിവക്കെല്ലാം വില നൽകി. ചരക്കുകളുടെ മറ്റേതൊരു വാങ്ങലുകാരനും ചെയ്യുന്നത് അയാളും ചെയ്തു. അയാൾ അവയുടെ ഉപയോഗ മൂല്യത്തെ ഉപഭോഗിച്ചു. അധ്വാനശക്തിയുടെ ഉപഭോഗം 20 കിലോ നൂൽ ഉണ്ടാക്കി, 300 രൂപക്ക് മാത്രം വിലയുള്ളത്. മുതലാളി ഇപ്പോൾ വിപണിയിലേക്ക് തിരിച്ചുപോകുകയും ചരക്കുകൾ വാങ്ങിയശേഷം അവ വിൽക്കുകയും ചെയ്യുന്നു. അദ്ദേഹം നൂൽ ഒരു കിലോക്ക് 15 രൂപ എന്ന നിരക്കിൽ വിൽക്കുന്നു. അതിന്റെ മൂല്യത്തിൽ നിന്ന് ഒരു ചില്ലിക്കാശുപോലും കൂടുതലോ കുറവോ ഇല്ലാതെ. എങ്കിലുമദ്ദേഹത്തിന് സർക്കുലേഷനിൽനിന്ന് താനാദ്യം അതിനായി മുടക്കിയതിനേക്കാൾ 30 രൂപ കൂടുതൽ കിട്ടുന്നു.

മൂല്യമുൽപ്പാദിപ്പിക്കുന്ന ഈ പ്രക്രിയയെ നാം മിച്ചമൂല്യമുൽപ്പാദിപ്പിക്കുന്ന പ്രക്രിയയുമായി താരതമ്യപ്പെടുത്തിയാൽ ഒരു നിശ്ചിത പോയിന്റിനുശേഷം രണ്ടാമത് പറഞ്ഞത് ആദ്യം പറഞ്ഞതിന്റെ ഒരു തുടർച്ചമാത്രമാണെന്ന് നാം കണ്ടെത്തുന്നു. ആ പ്രക്രിയ അധ്വാനശക്തിക്ക് മൂലധനം നൽകിയ മൂല്യം ഒരു കൃത്യമായ തുല്യമൂല്യംകൊണ്ട് പകരം വയ്ക്കപ്പെടുന്നിടത്തുവരെ മാത്രമാണെങ്കിൽ, അത് ലളിതമായ വിധം മൂല്യമുൽപ്പാദിപ്പിക്കുന്ന ഒരുപ്രക്രിയ മാത്രമാണ്. പക്ഷേ, ആ പോയിന്റിനു ശേഷവും പ്രക്രിയ തുടർന്നുകൊണ്ടു പോകുകയാണെങ്കിൽ അതൊരു മിച്ച മൂല്യമുൽപ്പാദിപ്പിക്കുന്ന പ്രക്രിയയായിത്തീരുന്നു.

പക്ഷേ, അധ്വാനം മൂല്യം സൃഷ്ടിക്കുന്നതായിരിക്കുന്നത് ഒരു ഉപ

യോഗ ഒരു മൂല്യത്തിന്റെ ഉൽപ്പാദനത്തിന് സാമൂഹ്യമായി ആവശ്യമായ സമയത്തിന്റെ അളവിനനസുരിച്ച് മാത്രമാണ്. അധ്വാനശക്തി സാധാരണ സാഹചര്യങ്ങളിൽ ചെലവഴിക്കപ്പെടണം. സ്വയം ചലിക്കുന്ന ഒരു തറിയാണ് സാമാന്യമായി നൂൽനൂൽപ്പിനുപയോഗിക്കുന്നതെങ്കിൽ അതിന്റെ താണപടിയിൽ നിൽക്കുന്ന സംവിധാനങ്ങൾ തൊഴിലാളിക്ക് നൽകരുത്. സാധാരണ നിലവാരമുള്ള പഞ്ഞിക്കുപകരം ഏതു നിമിഷവും പിഞ്ഞിപ്പോകാവുന്നതരത്തിലുള്ള തരംതാണ പഞ്ഞി അവനു നൽകരുത്. ഇപ്പറഞ്ഞ രണ്ട് കാര്യത്തിലുമവൻ ഒരു കിലോ നൂലിന്റെ ഉൽപ്പാദനത്തിന് സാമൂഹ്യമായി ആവശ്യമായ സമയത്തേക്കാൾ കൂടുതൽ തൊഴിൽ സമയം ഉപഭോഗിക്കും. ഇത് അധികസമയം മൂല്യമോ പണമോ ഉൽപ്പാദിപ്പിക്കില്ല. അതിലപ്പുറം അധ്വാനശക്തി സ്വയംതന്നെ സാധാരണമട്ടിലുള്ളതായിരിക്കണം. അത് ഉപയോഗിക്കുന്നതേത് ഉൽപ്പാദനശാഖയിലാണോ ആ ശാഖയിൽ അതിന് ശരാശരി നിലവാരത്തിലുള്ള വൈദഗ്ധ്യം, കലാപരത തുടങ്ങിയവയുണ്ടായിരിക്കണം. ഏതെങ്കിലുമൊരു നിശ്ചിതസമയത്ത് സമൂഹത്തിൽ സാധാരണയായുള്ള ശരാശരി അളവിലുള്ള പരിശ്രമത്തോടെയും തീവ്രതയോടെയും അത് ചെലവഴിക്കപ്പെടണം. ഇക്കാര്യം നടന്നുവെന്നുറപ്പാക്കാൻ മുതലാളി ശ്രദ്ധാലുവായിരിക്കും, തന്റെ തൊഴിലാളികൾ ഒരു നിമിഷംപോലും അലസരായിരിക്കുന്നില്ലെന്നുറപ്പുവരുത്താൻ. അയാൾ ഒരു കൃത്യമായ ദൈർഘ്യമുള്ള അധ്വാനശക്തിയെയാണ് വാങ്ങിയത്; ആ സമയത്ത് അയാൾ തനിക്കുള്ള അവകാശങ്ങളിൽ നിർബന്ധം പിടിക്കും. തന്നെ കൊള്ളയടിക്കാൻ അയാളാരെയും അനുവദിക്കില്ല. അതുപോലെതന്നെ അസംസ്കൃതവസ്തുക്കളും ഉപകരണങ്ങളും തെറ്റായ രീതിയിൽ വിനിയോഗിക്കാനുമയാൾ അനുവദിക്കില്ല. കാരണം പാഴാക്കപ്പെടുന്ന അസംസ്കൃതവസ്തുക്കൾ അഥവാ ഉപകരണങ്ങൾ പ്രതിനിധീകരിക്കപ്പെടുന്നത് ഒരുപയോഗമില്ലാത്ത അധ്വാനത്തെയാണ്. അതിന്റെ അനന്തര ഫലമെന്നോണം അത് ഉൽപ്പന്നമായി പരിഗണിക്കപ്പെടുകയോ മൂല്യത്തിലേക്ക് കടക്കുകയോ ഇല്ല.

മിച്ചമൂല്യത്തിന്റെ ഉൽപ്പാദനത്തിൽ മുതലാളി വാങ്ങുന്ന അധ്വാനം വെറുതെ അവിദഗ്ധമായ ശരാശരി ഗുണമുള്ള അധ്വാനമാണോ അതോ കൂടുതൽ സങ്കീർണമായ അധ്വാനമാണോയെന്നത് താൽപ്പര്യരഹിതമായ കാര്യമാണെന്ന് നാമിതിനകംതന്നെ നിരീക്ഷിച്ചു കഴിഞ്ഞു. ഒരുയർന്ന തരത്തിലുള്ളതും കൂടുതൽ സങ്കീർണമായതുമായ അധ്വാനം, വികസിപ്പിച്ചെടുക്കാൻ കൂടുതൽ ചെലവു വന്ന ഒരധ്വാനശക്തിയുടെ പ്രകടിതരൂപമാണ്, അതുകൊണ്ടുതന്നെ അതിന് അവിദഗ്ധ അധ്വാനശക്തിയെക്കാൾ കൂടുതലുയർന്ന മൂല്യമുണ്ട്. ഈ ശക്തിക്ക് കൂടുതൽ മൂല്യമുള്ളതായതുകൊണ്ട് ഒരുയർന്ന നിലവാരത്തിലുള്ള അധ്വാനത്തിലാണതിനെ

ചെലവഴിക്കുക; അതുകൊണ്ട് അത് അവിദഗ്ധ അധ്വാനത്തെയപേക്ഷിച്ച് ആനുപാതികമായി ഉയർന്ന മൂല്യങ്ങളിൽ സമാനമായ സമയദൈർഘ്യത്തിൽ സാക്ഷാൽക്കരിക്കപ്പെടും. ഒരു ആഭരണനിർമാണക്കാരന്റെയും നൂൽനൂൽപ്പുകാരന്റെയും അധ്വാനങ്ങൾക്കു തമ്മിൽ എന്തെല്ലാം വ്യത്യാസങ്ങൾ നിലവിലുണ്ടെന്നിരുന്നാൽത്തന്നെയും ആഭരണനിർമാണക്കാരൻ തന്റെതന്നെ അധ്വാനശക്തിക്കുള്ള മൂല്യം പകരം വയ്ക്കുന്നതിന്റേതായ അധ്വാനത്തിന്റെ ഭാഗം ഒരുതരത്തിലും ഗുണത്തിൽ താൻ മിച്ചമൂല്യം സൃഷ്ടിക്കുന്നതായ ആ കൂടുതൽ ഭാഗത്തിൽനിന്നും വ്യത്യാസപ്പെട്ടിരിക്കുകയില്ല.[1]

1. വിദഗ്ധ–അവിദഗ്ധ തൊഴിലാളികൾ തമ്മിലുള്ള വ്യത്യാസങ്ങൾ ഭാഗികമായി അടിസ്ഥാനപ്പെടുത്തിയിരിക്കുന്നത് മായക്കാഴ്ചയിന്മേലാണ്. അഥവാ, കൂടുതൽ ലഘുവായിപ്പറഞ്ഞാൽ അവ യഥാർഥത്തിൽ നിലനിൽക്കാതായിട്ട് എത്രയോ കാലങ്ങളായി. ഒരു പരമ്പരാഗത ധാരണയുടെ പേരിലും, ഭാഗികമായി തൊഴിലാളിവർഗത്തിലെ ചില ഗണങ്ങളിൽപ്പെട്ടവരുടെ നിസ്സഹായാവസ്ഥയുടെ ഭാഗമായുമാണത് നിലനിൽക്കുന്നത്. ആ നിസ്സഹായ സാഹചര്യം തങ്ങളുടെ അധ്വാനശക്തിക്ക് തങ്ങളുടെ സഖാക്കളുടെയൊപ്പം തുല്യമായി വിലയീടാക്കുന്നതിൽ നിന്നവരെത്തടയുന്നു. ഇവിടെ യാദൃച്ഛിക സാഹചര്യങ്ങളും വലിയൊരു പങ്കുവഹിക്കുന്നു. ചിലപ്പോൾ രണ്ടധ്വാനരൂപങ്ങൾക്കും സ്ഥാനം മാറാനുമാകും. ഉദാഹരണത്തിന് ശാരീരികശേഷിയുടെ കാര്യം. വളരെ ഉയർന്നതോതിൽ മുതലാളിത്ത ഉൽപ്പാദനം വികസിച്ച രാജ്യങ്ങളുടെ ഒരു സവിശേഷ സ്വഭാവമാണ് ചില താണതരം അധ്വാനങ്ങളെ (അവർക്ക് വളരെയുയർന്ന മസിൽ ചവർ ആവശ്യമായതിനാൽ) കൂടുതൽ സൂക്ഷ്മമായ ജോലികളെയപേക്ഷിച്ച് വിദഗ്ധതൊഴിലായി കണക്കാക്കുകയെന്നത്. ഉദാഹരണത്തിന് ഇംഗ്ലണ്ടിലെ കരിങ്കൽപ്പണിക്കാരനെയെടുക്കാം. അയാളുടെ തൊഴിലിനെ ഡമാസ്ക് നെയ്ത്തുകാരന്റെ ജോലിയെക്കാൾ വിദഗ്ധതൊഴിലാളിയായിട്ടാണ് കണക്കാക്കുന്നത്. അതുപോലെ കൂടിയ ശാരീരിക ശ്രമം ആവശ്യമുള്ളതും തികച്ചും അനാരോഗ്യകരവുമായ ചില തൊഴിലുകളെ പലപ്പോഴും അവിദഗ്ധജോലിയായി പരിഗണിക്കുകയും ചെയ്യുന്നു. അതുപോലെ നാം മറക്കാൻ പാടില്ലാത്ത ഒരു കാര്യമാണ് ഒരു രാജ്യത്തെ മൊത്തം അധ്വാനിക്കുന്നതിന്റെ ഒരു കണക്കെടുത്താൽ അതിൽ ചെറിയൊരു ഭാഗം മാത്രമാണ് വിദഗ്ധ തൊഴിലാളികളെന്നത്.

6

സ്ഥിരമൂലധനവും അസ്ഥിരമൂലധനവും ഫിക്സഡ് മൂലധനവും സർക്കുലേറ്റിങ് മൂലധനവും

നമുക്കിപ്പോൾ ചരക്കുകളുടെ ഉൽപ്പാദനത്തിൽ മിച്ചമൂല്യം ഉത്ഭൂതമാകുന്നുണ്ടെന്നും അതിനുമപ്പുറം അതെങ്ങനെയാണുത്ഭൂതമാകുന്നതെന്നുമറിയാം. ഓരോ ഒറ്റയൊറ്റ സംരംഭങ്ങളിലും ലഭ്യമാകുന്ന മിച്ചമൂല്യം തുകയുടെ കാര്യത്തിൽ മൂലധനത്തുകയിൽനിന്നു സ്വതന്ത്രമായി മാറുകയും ചെയ്യുന്നുവെന്നത് വ്യക്തമാണ്. കാരണം, മിച്ചമൂല്യം സമ്പൂർണമായും ഉത്ഭൂതമാകുന്നത് ജീവിക്കുന്ന– ഇപ്പോൾ പുതുതായി നിർവഹിക്കപ്പെടുന്ന– അധ്വാനത്തിൽ നിന്നാണ്, അല്ലാതെ മുമ്പേതന്നെ നിലനിൽക്കുന്ന ഉൽപ്പാദനോപാധികളിൽ നിന്നല്ല. നാം നമ്മുടെ പഞ്ഞിനൂറ്റ് നൂലാക്കുന്നയാളിലേക്ക് മടങ്ങിയാൽ മുതലാളി ഉൽപ്പാദനോപാധികൾക്കായി 240 രൂപ ചെലവാക്കി (പഞ്ഞിക്കും ഉൽപ്പാദനോപകരണങ്ങൾക്കുമായി). 30 രൂപ അധ്വാനത്തിനുള്ള കൂലിയായും. നൂൽനൂൽക്കുന്നതിന്റെ അധ്വാനം 240 രൂപയുടെ മൂല്യത്തിൽ അതായത്, ഉൽപ്പാദനോപാദികളുടെ മൂല്യത്തിൽ ഒരു മാറ്റവുമുണ്ടാക്കിയില്ല; അത്തരം അധ്വാനം അതേ മൂല്യം കൃത്യമായി നൂലിലേക്ക് പ്രസരിപ്പിച്ചു. കൂലിയായി ചെലവഴിച്ച 30 രൂപ, മറുവശത്ത്, ഉപഭോഗിക്കപ്പെടുകയും അതതിന്റെ മുറയ്ക്ക് 60 രൂപയുടെ ഒരു പുതിയ മൂല്യമായി മാറിയതായും നാം കണ്ടെത്തുന്നു.

ഉൽപ്പാദനോപാധികളെ– അതായത്, അസംസ്കൃതവസ്തുക്കൾ അനുബന്ധസാമഗ്രികൾ, ഉൽപ്പാദനോപകരണങ്ങൾ– സംഭരിക്കാനായി ചെലവഴിക്കപ്പെട്ട മൂലധനഭാഗത്തിന്റെ മൂല്യം അതുകൊണ്ടുതന്നെ ഉൽപ്പാദനപ്രക്രിയയുടെ ഗതിക്രമത്തിനിടയിൽ മാറ്റത്തിനു വിധേയമായില്ല. അതുകൊണ്ട് നാമതിനെ സ്ഥിരമൂലധന (constant capital)മെന്നു വിളിക്കുന്നു.

മറുവശത്ത് അധ്വാനശക്തിയെ വാങ്ങാനായി ചെലവഴിച്ച മൂലധനത്തിന്റെ ഭാഗത്തിന്റെ മൂല്യം ഉൽപ്പാദന പ്രക്രിയക്കിടയിൽ മാറ്റത്തിനുവി

ധേയമായി. അതതിന്റെതന്നെ മൂല്യത്തെ പുനരുൽപ്പാദിപ്പിക്കുന്നതിനോടൊപ്പം അതിനുമുകളിലായി ഒരു മിച്ചമൂല്യത്തെക്കൂടി അത് ലഭ്യമാക്കുന്നു; ഈ മിച്ചമൂല്യത്തിന് ഓരോ കേസിലും വലുതോ ചെറുതോ ആയിരിക്കാൻ കഴിയും. മൂലധനത്തിന്റെ ഈ ഭാഗം തുടർച്ചയായി സ്ഥിരമായ (മാറ്റാൻ പറ്റാത്ത) പരിമാണത്തിൽനിന്ന് ഒരു അസ്ഥിരമായ (changeable - മാറ്റത്തിനുവിധേയമായ) പരിമാണത്തിലേക്ക് പരിവർത്തിക്കപ്പെട്ടുകൊണ്ടിരിക്കുന്നു. അതുകൊണ്ടുനാമതിനെ അസ്ഥിരമൂലധന (Variable capital)മെന്നു വിളിക്കുന്നു.

വ്യത്യസ്ത ഉൽപ്പാദനശാഖകളിൽ കൂലിയുടെ ഒരേ തുകയോട് (Variable capital- അസ്ഥിരമൂലധനം) ഉൽപ്പാദനോപാധികൾക്കുള്ള (Constant capital - സ്ഥിരമൂലധനം) അനുപാതങ്ങൾക്ക് വ്യത്യസ്തമാകാനാവുമെന്ന് ഇപ്പോൾ വ്യക്തമാണ്. ഒരു എൻജിൻ വർക്ക്സ് ഫാക്ടറിയിൽ അധ്വാനശക്തിയാൽ ഉപയോഗപ്പെടുത്തപ്പെടുകയും പരിവർത്തിപ്പിക്കപ്പെടുകയും ചെയ്യേണ്ട ഉൽപ്പാദനോപകരണങ്ങളുടെ അളവ് ഒരു കോട്ടൻ സ്പിന്നിങ് മില്ലിലോ കൽക്കരിഖനിയിലോ ഉള്ളതിൽ നിന്നും മറ്റും വ്യത്യാസപ്പെട്ടിരിക്കും. അതുകൊണ്ടുതന്നെ മൂലധനത്തിന്റെ ജൈവഘടന (നാം മൂലധനത്തിന്റെ സ്ഥിരവും അസ്ഥിരവുമായ ഭാഗങ്ങൾ തമ്മിലുള്ള ഈ ബന്ധത്തെ അങ്ങനെയാണ് വിളിക്കുക) ഒരു ശാഖയിൽനിന്ന് മറ്റൊരു ശാഖയിലെത്തുമ്പോൾ മാറുന്നു. ഏറ്റവും മാറ്റംവരുന്നതായ തരം ബന്ധങ്ങളെ ഇവിടെ നമുക്കു വിഭാവനം ചെയ്യാമെന്നു മാത്രമല്ല, അവ യഥാർഥത്തിൽ നിലനിൽക്കുന്നുമുണ്ട്.

വ്യത്യസ്തതരത്തിലുള്ള മൂന്ന് മൂലധനങ്ങൾക്ക് (മൂന്നും വ്യത്യസ്ത ശാഖകളിലെ) താഴെപ്പറയുന്ന തരം ജൈവഘടനകളാണുള്ളതെന്ന് നമുക്കനുമാനിക്കാം.

I 80 C (സ്ഥിര) + 20 V (അസ്ഥിര- variable)
II 50 C + 50 V
III 20 C + 80 V

അധ്വാനശക്തിയുടെ ചൂഷണം ഈ മൂന്നുശാഖകളിലും സമാനമാണെന്ന് നാം അനുമാനിച്ചാൽ അതായത്, ഓരോ കാര്യത്തിലും അധ്വാനശക്തി അതിന് കൂലിയായിക്കിട്ടുന്നതിന്റെ ഇരട്ടിയളവ് കൃത്യമായ മൂല്യം തിരികെ നൽകുന്നുവെന്നു കണക്കാക്കിയാൽ നമുക്കു ലഭിക്കുന്ന ഫലം താഴെക്കൊടുക്കുന്നു:

I ലെ മൂലധനം 20 രൂപ മിച്ചമൂല്യം നേടുന്നു.
II ലെ മൂലധനം 50 രൂപ മിച്ചമൂല്യം നേടുന്നു.
III ലെ മൂലധനം 80 രൂപ മിച്ചമൂല്യം നേടുന്നു.

ലാഭം കണക്കാക്കപ്പെടുന്നത് ബാക്കി വരുന്ന മിച്ചമെന്ന നിലയിൽ മൊത്തം ചെലവാക്കപ്പെട്ട മൂലധനത്തിന്മേലുമാണെന്നതിനാൽ ഇതിനർഥം 20 ശതമാനം, 50 ശതമാനം, 80 ശതമാനം ലാഭം അവയോരോന്നും നൽകുന്നുവെന്നാണ്. എല്ലായിടത്തും തൊഴിലാളികളുടെ മേലുള്ള

ചൂഷണം ഒന്നുതന്നെയല്ല എന്ന കാര്യവും നാം മനസിലാക്കേണ്ടതുണ്ട്. ചില സംരംഭങ്ങളിലതു വലുതാണ്; മറ്റു ചിലതിൽ കുറവുമാണ്. വിവിധ ശാഖകളിലും അവയിലെ ഒറ്റയൊറ്റ സംരംഭങ്ങളിൽപ്പോലും മിച്ച മൂല്യത്തിന്റെ തുകയെ നിർണയിക്കുന്ന മറ്റുസാഹചര്യങ്ങളുമുണ്ട്– അതായത്, മൂലധനത്തിന്റെ തിരിച്ചുവരവിന്റെ (Turnover - ടേണോവർ) വേഗത. അതിലേക്ക് നാം പിന്നീട് വരും. അതിൽനിന്നു സിദ്ധമാകുന്നത് രണ്ടു വ്യത്യസ്ത സംരംഭങ്ങളിൽ യഥാർഥത്തിൽ ഉൽപ്പാദിപ്പിക്കപ്പെടുന്ന മിച്ച മൂല്യത്തിന്റെ തുകയ്ക്ക് ഒന്നാകാനാകില്ലെന്നതാണ്, അതിലുമേറെ രണ്ടു വ്യത്യസ്ത വ്യവസായ ശാഖകളിൽ ഒന്നാകാനാകില്ലെന്നാണ്. പക്ഷേ, ഇതെല്ലാമുണ്ടായിട്ടും ലാഭനിരക്കിലെ ഈ തുല്യത, ഒരു വസ്തുതയെന്ന നിലയ്ക്ക് നിലനിൽക്കുന്നുവെന്നതിനെ കൊണ്ടുവരുന്നതെങ്ങനെയാണ്?

നമുക്ക് ഉൽപ്പാദനത്തിന്റെ അഞ്ചു വ്യത്യസ്ത ശാഖകളെയെടുക്കാം. അവയ്ക്കോരോന്നിനും അവയിൽ നിക്ഷേപിക്കപ്പെട്ട മൂലധനത്തിന്റെ വ്യത്യസ്ത ജൈവഘടകങ്ങളാണുള്ളത് (അതുപോലെ ഓരോ കാര്യത്തിലും അധ്വാനശക്തി അതിന്റെ മൂല്യത്തിന്റെ 100 ശതമാനം മിച്ചമൂല്യമായി നൽകുന്നുവെന്നും അനുമാനിക്കാം).

ക്രമ നം	മൂലധനം	മിച്ചമൂല്യം	ഉൽപ്പന്നത്തിന്റെ മൂല്യം	ലാഭനിരക്ക്
I	80 C + 20 V	20	120	20%
II	70 C + 30 V	30	120	30%
III	60 C + 40 V	40	140	40%
IV	85 C + 15 V	15	115	15%
V	95 C + 5 V	5	105	5 %

നമുക്ക് വ്യത്യസ്ത ശാഖകളിൽ വ്യത്യസ്ത ലാഭനിരക്കുകളാണുള്ളത്. അധ്വാനത്തിന്റെ ചൂഷണം എല്ലാ കേസിലും ഒന്നുതന്നെയാണെങ്കിലും.

അഞ്ചു ശാഖകളിലും ചേർന്ന് നിക്ഷേപിക്കപ്പെട്ട മൂലധനത്തിന്റെ തുക 500 നു തുല്യമാണ്. അതിൽ നിന്നുൽപ്പാദിപ്പിക്കപ്പെട്ട മൊത്തം മിച്ചമൂല്യം = 110; നിർമിക്കപ്പെട്ട ചരക്കുകളുടെ മൊത്തം മൂല്യം = 610. 500 എന്ന സംഖ്യ ഒരൊറ്റ മൂലധനത്തെയാണ് പ്രതിനിധീകരിക്കുന്നതെന്ന് നാമനുമാനിച്ചാൽ, അത് വെറുതെ ഒന്നുമുതൽ അഞ്ചുവരെ ഗണങ്ങളിലായി വെറുതെ വിഭജിക്കപ്പെട്ടിരിക്കുകയാണെങ്കിൽ (ഉദാഹരണത്തിന്, ഒരു പരുത്തി ഫാക്ടറിയിലെ വിവിധ ഡിപ്പാർട്ടുമെന്റുകളിലാണെന്നു കരുതുക. അവിടെ വിവിധ ഡിപ്പാർട്ടുമെന്റുകളിൽ– കാർഡിങ് റൂം, റോവിങ് റൂം, സിപ്ന്നിങ് റൂമം, വീവിങ് റൂം– തുടങ്ങി വിവിധ അനുപാതത്തിലുള്ള സ്ഥിരമൂലധനത്തെയും അസ്ഥിരമൂലധനത്തെയും കാണാം) മൊത്തം ഫാക്ടറിക്കുമുള്ള ശരാശരി അനുപാതം ആദ്യമായി കണ

ക്കാക്കപ്പെടേണ്ടതുണ്ട്. നാമങ്ങനെയനുമാനിച്ചാൽ നാം കണ്ടെത്താൻ പോകുന്നത് 500 എന്ന മൂലധനത്തിന്റെ ശരാശരി ഘടന = 390 C + 110 V. അഥവാ 100 എന്ന അടിസ്ഥാനത്തിൽ കണക്കാക്കിയാൽ 78 C + 22 V. ഓരോ മൂലധനവും മൊത്തം മൂലധനത്തിന്റെ അഞ്ചിലൊന്നിനെ അഥവാ നൂറിനെയാണ് പ്രതിനിധീകരിക്കുന്നതെങ്കിൽ അതിന്റെ ശരാശരി ഘടന 78 C + 22 V. യാണ്. അതേമട്ടിൽ ശരാശരി മിച്ചമൂല്യം 22 എന്നതായിരിക്കും നൂറിന്റെ ഓരോ ഘടകങ്ങൾക്കും ലഭിക്കുക. അതിന്റെ ഫലമായി ശരാശരി ലാഭനിരക്കും 22 ശതമാനത്തിനു തുല്യമായിരിക്കും. അതുകൊണ്ട് മൊത്തം നിക്ഷേപിക്കപ്പെട്ട മൂലധനത്തിന്റെ ഓരോ അഞ്ചാമത്തെ ഭാഗത്തിന്റെ ഉൽപ്പന്നവും 122 എന്നതിനു വിൽക്കപ്പെടേണ്ടതുണ്ട്.

തെറ്റായ നിഗമനങ്ങളിലെത്തിച്ചേരാതിരിക്കാനായി, മറ്റൊരു സാഹചര്യവുംകൂടി കണക്കിലെടുക്കേണ്ടതുണ്ട്. സ്ഥിരമൂലധനം, അതായത് ഉൽപ്പാദനോപാധികൾ, രണ്ട് കാതലായ വ്യത്യസ്ത ഭാഗങ്ങളാൽ ഉണ്ടാക്കപ്പെട്ടതാണ്. സ്ഥിരമൂലധനത്തെ രൂപപ്പെടുത്തുന്ന ഉൽപ്പാനോപാധികൾ വ്യത്യസ്തതരങ്ങളിൽപ്പെട്ടവയാണ്. പ്രധാന ഉൽപ്പാദനോപാധികളിലുൾപ്പെടുന്നത്, കെട്ടിടങ്ങൾ, യന്ത്രസാമഗ്രികൾ, ഉപകരണങ്ങൾ, അസംസ്കൃതവസ്തുക്കളും അനുബന്ധസാമഗ്രികളും എന്നിവയാണ്. അതായത് അധ്വാനം നിർവഹിക്കപ്പെടുന്നതിന്റെ ഉപാധികളായ ഉപകരണങ്ങളും അധ്വാനം പ്രയോഗിക്കപ്പെടുന്നതായ വസ്തുക്കളും. ഉൽപ്പാദനപ്രക്രിയയിൽ ആദ്യംപറഞ്ഞത് രണ്ടാമതു പറഞ്ഞതിനെ അപേക്ഷിച്ച് കാതലായി വ്യത്യസ്തമായ ഒരു ഭാഗമാണ് എടുക്കുന്നത്. യന്ത്രം ചൂടാക്കാൻ ഉപയോഗപ്പെടുത്തുന്ന കൽക്കരി പൂർണമായും അപ്രത്യക്ഷമാകുന്നു. ചക്രത്തിന്റെ ആക്സിലിൽ ഗ്രീസിടാനുപയോഗിക്കുന്ന ഓയിലും അതേപോലെ അപ്രത്യക്ഷമാകുന്നു. പക്ഷേ, അവ ഉൽപ്പന്നത്തിൽ പ്രകാശിതമാകുകയും ചെയ്യുന്നു. ഉൽപ്പന്നത്തിന്റെ സാരാംശത്തെ രൂപപ്പെടുത്തുന്നത് അസംസ്കൃതവസ്തുവാണ്. പക്ഷേ, അതിന്റെ രൂപം മാറുന്നു. ചുരുക്കത്തിൽ അസംസ്കൃത വസ്തുക്കളും അനുബന്ധസാമഗ്രികളും ഉൽപ്പാദനപ്രക്രിയയുടെ ഗതിക്രമത്തിനിടയിൽ പൂർണമായി ഉപഭോഗിക്കപ്പെടുന്നു. ഈ പ്രക്രിയയുടെ തുടക്കത്തിലവയ്ക്കുണ്ടായിരുന്ന രൂപത്തിൽ ഒന്നുംതന്നെ ബാക്കിയാകുന്നില്ല. ഉൽപ്പാദനോപാധിയുടെ കാര്യത്തിൽ അതു വ്യത്യസ്തമാണ്. ഒരുപകരണം, ഒരു യന്ത്രം, ഒരു ഫാക്ടറി എന്നിവയൊക്കെ അവ അവയുടെ ആരംഭത്തിലെ രൂപങ്ങൾതന്നെ നിലനിർത്തിയാലാണ് ഉപയോഗപ്രദമായിരിക്കുക; അങ്ങനെയാണെങ്കിൽ മാത്രമാണ് അവയെ ഇന്നത്തെ അവയുടെ രൂപത്തിൽത്തന്നെ നാളെ ഉൽപ്പാദനപ്രക്രിയയിൽ ഉപയോഗപ്പെടുത്താൻ കഴിയുക. മൊത്തം അധ്വാനപ്രക്രിയക്കിടയിലും ഉൽപ്പന്നവുമായി ബന്ധപ്പെട്ട് അവ അവയുടെ ആദ്യത്തിലെ രൂപങ്ങൾ നിലനിർത്തുന്നതുപോലെ അവ തേഞ്ഞുതീർന്നാലും ആ രൂപങ്ങളവ നിലനിർത്തും. യന്ത്രങ്ങൾ, ഉപകരണങ്ങൾ, ഫാക്ടറികൾ തുടങ്ങിയവയുടെ രൂപങ്ങൾ അവ നിർമിക്കാൻ സഹായിച്ച ഉൽപ്പ

ന്നങ്ങളിൽനിന്നും സ്വതന്ത്രമായി എപ്പോഴും നിലനിൽക്കുന്നു. അത്തര മൊരു അധ്വാനോപകരണം സേവനമനുഷ്ഠിക്കുന്ന മൊത്തം കാല ദൈർഘ്യം നാം പരിഗണിച്ചാൽ– അത് വർക്ക് ഷോപ്പിൽ പ്രവേശിച്ചതു മുതൽ അതിനെ പഴയവസ്തുക്കൾ കൂട്ടിയിടുന്ന റൂമിയിലേക്ക് മാറ്റുന്നതു വരെയുള്ള കാലം– നാം കണ്ടെത്തുന്നത് ഇക്കാലയളവിനിടയിൽ അതിന്റെ ഉപയോഗത്തിലുള്ള മൂല്യത്തെ അധ്വാനം പൂർണമായും ഉപ ഭോഗിച്ചതായും അതിന്റെ അനന്തരഫലമായി അതിന്റെ വിനിമയമൂല്യം പൂർണമായും ഉൽപ്പന്നത്തിലേക്ക് കൈമാറിയതായിട്ടുമാണ്. ഉദാഹരണ ത്തിനൊരു സ്പിന്നിങ് മെഷീൻ 10 വർഷംകൊണ്ട് തേഞ്ഞുപോയാൽ, അതിന്റെ മൊത്തം മൂല്യം പത്തുവർഷ അധ്വാനപ്രക്രിയയുടെ കാലയള വിൽ ആ കാലയളവിനകത്ത് നിർമിക്കപ്പെട്ട ഉൽപ്പന്നങ്ങളിലേക്ക് കൈമാ റപ്പെട്ടിരിക്കുന്നു. ഒരു അധ്വാനോപകരണത്തിന്റെ ജീവിതകാലഘട്ടം അങ്ങനെ ഉൾപ്പെടുന്നത് തുടർച്ചയായി ആവർത്തിക്കപ്പെടുന്ന കൂടുതലോ കുറഞ്ഞതോ ആയ അധ്വാന പ്രക്രിയകളിലാണ്. ഇക്കാര്യത്തിൽ അധ്വാ നോപകരണവും മനുഷ്യനും തമ്മിൽ സമാനതയുണ്ട്. കടന്നുപോകുന്ന ഒരു ദിവസവും ഒരു മനുഷ്യനെ മരണത്തോട് 24 മണിക്കൂർ അടുപ്പിക്കു കയാണ്. എങ്കിലും വെറുതെ ഒരു മനുഷ്യനെ നോക്കിക്കൊണ്ട് ആ അന്തി മലക്ഷ്യത്തിനോട് അവനെത്രമാത്രം അടുത്തെത്തിയിരിക്കുന്നുവെന്ന കാര്യം ഉറപ്പിക്കുക എളുപ്പമല്ല. പക്ഷേ, ഈ വസ്തുത മനുഷ്യജീവിത ത്തിന്റെ ശരാശരി ദൈർഘ്യത്തെക്കുറിച്ചുള്ള പഠനത്തിൽനിന്ന് വളരെ കൃത്യമായ അതിലുമപ്പുറം വളരെ ലാഭകരമായ, നിഗമനങ്ങൾ സ്വരൂപി ക്കുന്നതിൽനിന്ന് ഇൻഷുറൻസ് കമ്പനികളെ തടയുന്നില്ല. അതു പോലെ തന്നെയാണ് ഉപകരണങ്ങളുടെ കാര്യവും– അനുഭവപരിചയം അധ്വാ നോപകരണം എത്രമാത്രം ഒരു ശരാശരിയെന്നനിലയിൽ നിലനിൽക്കു മെന്ന് (ഉദാഹരണത്തിനൊരു പ്രത്യേകതരംയന്ത്രം) നമ്മെ പഠിപ്പിക്കു ന്നു. അതിന്റെ അധ്വാനപ്രക്രിയയിലെ ഉപയോഗമൂല്യം ആറുദിവസം മാത്രമേ നിലനിൽക്കൂ എന്നു നാമനുമാനിക്കുകയാണെങ്കിൽ അതിനർഥം അതിന് ഓരോ ദിവസവുമതിന്റെ ഉപയോഗമൂല്യത്തിന്റെ ആറിലൊന്ന് ഒരു ശരാശരിയെന്ന നിലയിൽ നഷ്ടപ്പെടുമെന്നും അതതിന്റെ ആറിലൊന്ന് മൂല്യം ഒരുദിവസ ഉൽപ്പന്നത്തിലേക്ക് കൈമാറുമെന്നുമാണ്. എല്ലാത്തരം ഉപകരണങ്ങളുടെയും കേടും തേയ്മാനവുമെല്ലാം ഇത്തരത്തിലാണ് കണക്കാക്കപ്പെടുന്നത്.

അങ്ങനെ അതിൽനിന്നു വ്യക്തമാവുന്നത് ഒരുൽപ്പാദന ഉപകര ണവും ഉപയോഗത്തിൽ അതിന്റെതന്നെ മൂല്യം നശിപ്പിക്കുന്നതിനേക്കാ ൾ കൂടുതലായ ഒരു മൂല്യവും ഉൽപ്പന്നത്തിനൊരിക്കലും കൈമാറുന്നി ല്ലെന്നാണ്. അതിന് നഷ്ടപ്പെടാനൊരു മൂല്യവുമില്ലെങ്കിൽ അതു സ്വയം തന്നെ ഒരു മനുഷ്യാധ്വാനത്തിന്റെ ഉൽപ്പന്നമല്ലെങ്കിൽ അത് ഉൽപ്പന്ന ത്തിലേക്കൊരു മൂല്യവും കൈമാറില്ല. അത് ഉപയോഗത്തിലുള്ള ഒരു മൂല്യത്തിന്റെ സ്രഷ്ടാവായി സേവനം ചെയ്യും. പക്ഷേ, അത് കൈമാറ്റ

ത്തിൽ ഒരു മൂല്യവും സൃഷ്ടിക്കില്ല. മനുഷ്യധ്വാനത്തിൽ നിന്ന് സ്വതന്ത്ര മായി നിൽക്കുന്നതായ എല്ലാ ഉൽപ്പാദനോപാധികളുടെയും- മണ്ണ്, വായു, വെള്ളം, ഖനിയിലെ കൽക്കരി, കന്യാവനത്തിലെ മരത്തടികൾ തുടങ്ങി യവപോലുള്ള- കാര്യത്തിൽ ഇത് ബാധകമാണ്.

ഉൽപ്പാദനപ്രക്രിയയിൽ അധ്വാനോപകരണം അതിന്റെ പൂർണമായ ശാരീരിക ശക്തിയോടെ എപ്പോഴും സഹകരിക്കേണ്ടതുണ്ട്, അതിന്റെ വിനിമയമൂല്യം വളരെ ചെറുതായിരുന്നാൽപ്പോലും. ഉദാഹരണത്തിന് ഒരു യന്ത്രത്തിന്റെ വില 10,000 രൂപയാണെന്നും അത് ആയിരം ദിവസം കൊണ്ട് സ്വയംതേഞ്ഞുപോകുന്നുവെന്നും നമുക്കനുമാനിക്കാം. ഈ കാര്യത്തിൽ യന്ത്രത്തിന്റെ മൂല്യത്തിന്റെ ആയിരത്തിലൊന്നു ഭാഗം അതിൽ നിന്നും ഒരു ദിവസത്തിലെ ഉൽപ്പന്നത്തിലേക്ക് കൈമാറപ്പെടും. എങ്കിലും അതിന്റെ കുറഞ്ഞ പ്രാധാന്യത്തോടെയാണെങ്കിലും മുഴുവൻ യന്ത്രവും ഉൽപ്പാദനപ്രക്രിയയിൽ സഹകരിക്കുന്നുണ്ട്.

സ്ഥിരമൂലധനത്തിന്റെ ഈ ഭാഗത്തിന് പ്രത്യേകതയായിട്ടുള്ളത്, അതായത് അധ്വാനത്തിന്റെ ഉപകരണത്തിന് പ്രത്യേകമായിട്ടുള്ളത്, അതിന്റെ ഒരേ സമയത്തുതന്നെയുള്ള പ്രവർത്തനത്തിൽ പ്രവേശിക്ക ലിനും കേടിലും തേയ്മാനത്തിലും പ്രവേശിക്കലിനുമൊപ്പം അതിന്റെ മൂല്യത്തിലൊരു ഭാഗം ഉൽപ്പന്നത്തിലേക്ക് കൈമാറപ്പെടുന്നു, അതേസ മയം മറ്റൊരു ഭാഗം അധ്വാനോപകരണത്തിൽ ഉറപ്പിക്കപ്പെട്ടതായിത്തന്നെ ബാക്കിയാകുന്നു, അതിന്റെ ഫലമായി ഉൽപ്പാദനപ്രക്രിയയിൽത്തന്നെ ബാക്കിയാകുന്നു, എന്നതാണ്. അങ്ങനെ ഉറപ്പിക്കപ്പെട്ട മൂല്യം നിരന്തരം ചെറുതാകുന്നു. ഒടുവിലത് പൂർണമായും തേഞ്ഞുതീർന്ന് അതിന്റെ മൂല്യം മുഴുവൻ ഒരളവ് ഉൽപ്പന്നങ്ങളിൽ വിതരണം ചെയ്യപ്പെടുന്നതു വരെ; അവ നിരന്തരമായി ആവർത്തിക്കപ്പെട്ട ഒട്ടേറെ അധ്വാനപ്രക്രിയ കളുടെ ഫലങ്ങളാണ്. പക്ഷേ, അതൊരു അധ്വാനോപകരണമായി സേവ നമനുഷ്ഠിക്കുന്നിടത്തോളംകാലം, അതായത്, അതേതരത്തിലുള്ള മറ്റൊരുപകരണത്താൽ അത് പകരം വയ്ക്കപ്പെടേണ്ടതില്ലാത്തിടത്തോളം കാലം അതിനകത്ത് സ്ഥിരമൂലധനം ഉറപ്പിക്കപ്പെട്ടു തന്നെയിരിക്കുന്നു, അതേസമയംതന്നെ ആരംഭത്തിൽ അതിനകത്തുറപ്പിക്കപ്പെട്ടിരുന്ന മൂല്യ ത്തിലൊരു ഭാഗം ഉൽപ്പന്നത്തിലേക്ക് കൈമാറ്റം ചെയ്യപ്പെടുകയും അതിന്റെ ഫലമെന്നോണം ചരക്കിന്റെ മൂല്യത്തിന്റെ ഒരു ഘടകഭാഗമായി ചംക്രമണം ചെയ്യപ്പെടുകയും ചെയ്യുന്നു.

അധ്വാനോപകരണങ്ങളിൽ സ്ഥിരമാക്കപ്പെട്ടിരിക്കുന്നതായ മൂലധ നത്തിന്റെ ഈ ഭാഗം മറ്റെന്തുംപോലെ ചംക്രമണം ചെയ്യപ്പെടുന്നു. മൊത്തം മൂലധനമൂല്യവും നിരന്തര ചംക്രമണത്തിലാണ്. ഈയർഥത്തിൽ എല്ലാ മൂലധനവും ചംക്രമണ മൂലധനമാണ്. നാമിപ്പോൾ പരിഗണിച്ചുകൊ ണ്ടിരുന്ന മൂലധനത്തിന്റെ ആ ഭാഗത്തിന്റെ ചംക്രമണം ഒരുപ്രത്യേകത യുള്ള ഒന്നാണ്. അതതിന്റെ ഉപയോഗരൂപത്തിലല്ല ചംക്രമണം ചെയ്യ പ്പെടുന്നത്, മറിച്ചതിന്റെ മൂല്യമാണ് ക്രമേണയും കുറേശ്ശെകുറേശ്ശെയും ചരക്കെന്ന രൂപത്തിൽ ചംക്രമണത്തിലുള്ള ഉൽപ്പന്നത്തിലേക്കത് കൈമാ റുന്നതിന്റെ തോതിനനുസരിച്ചും ചംക്രമണം ചെയ്യപ്പെടുന്നത്. അതിന്റെ

പ്രവർത്തനത്തിന്റെ മൊത്തം കാലയളവിൽ അതിന്റെ മൂല്യത്തിന്റെ ഭാഗം മാറ്റമൊന്നുമില്ലാതെ അതിൽത്തന്നെ ഉറപ്പിക്കപ്പെട്ടതായി ബാക്കിയാകുന്നു, അത് അതുണ്ടാക്കാൻ സഹായിച്ച ഉൽപ്പന്നങ്ങളിൽനിന്നു സ്വതന്ത്രവുമാണ്. ഈ പ്രത്യേകതകാരണം സ്ഥിരമൂലധനത്തിന്റെ ഈ ഭാഗം ഉറപ്പിക്കപ്പെട്ട (fixed) മൂലധനത്തിന്റെ രൂപം കൈവരിക്കുന്നു. മുൻകൂട്ടി നിക്ഷേപിക്കപ്പെട്ട മൂലധനത്തിന്റെ മറ്റെല്ലാ ഘടകങ്ങളും ഇവിടെയുള്ള നേരെ എതിരായ വ്യതിരിക്തതയോടെ ചംക്രമണ മൂലധനത്തെ രൂപപ്പെടുത്തുന്നു.

മൂലധനത്തിന്റെ വിവിധ ഘടകഭാഗങ്ങൾ അവയുടെ അതാതുമൂല്യങ്ങൾ ഉൽപ്പന്നങ്ങളിലേക്ക് കൈമാറുന്ന രീതികളുടെ വ്യത്യാസങ്ങളും ഓരോ ഒറ്റയൊറ്റ മൂലധനങ്ങൾ ഉൽപ്പാദിപ്പിക്കുന്ന മിച്ചമൂല്യത്തിന്റെ തുകയെ സ്വാധീനിക്കണമെന്നുള്ളത് വ്യക്തമാണ്. മുകളിൽപ്പറഞ്ഞ പ്രത്യേകത അതേപോലെ മിച്ചമൂല്യത്തിന്റെ ഉൽപ്പത്തിയെ അദൃശ്യമാക്കുന്ന പ്രവണതയും കാട്ടുന്നു.

മുതലാളി പൂർത്തിയാക്കപ്പെട്ട ചരക്കിനെക്കുറിച്ച് ചിന്തിക്കുമ്പോൾ സ്ഥിരമൂലധനവും (ഉൽപ്പാദനോപാധികൾ) അസ്ഥിരമൂലധനവും (കൂലികൾ) തമ്മിലുള്ള വ്യത്യാസം അയാളുടെ കണ്ണിൽപ്പെട്ടില്ല. തന്റെ ഉൽപ്പാദനച്ചെലവുകളുടെ ഒരുഭാഗം (ചരക്കിന്റെ മുടക്കുവിലയുടെ) ഉൽപ്പാദനോപകരണങ്ങളിൽ ചെലവാക്കിയെന്നും മറ്റൊരുഭാഗം കൂലിക്കായി ചെലവാക്കിയെന്നും, അയാൾക്കറിയാമെന്നത് സത്യമാണ്; ഉൽപ്പാദനം തുടരണമെങ്കിൽ ചരക്കുവിറ്റഴിച്ചതിൽ നിന്നുത്ഭവിച്ചപണം അയാൾ വീണ്ടും ഉൽപ്പാദനോപകരണങ്ങൾ വാങ്ങാനും അധ്വാനശക്തി വാങ്ങാനുമായി വീണ്ടും പ്രയോഗിക്കേണ്ടതുണ്ടെന്നും അയാൾക്കറിയാം. പക്ഷേയിത് മൂല്യത്തിന്റെയും മിച്ചമൂല്യത്തിന്റെയും ഉൽപ്പത്തിയെക്കുറിച്ചയാളോടൊന്നും പറയുന്നില്ല. നേരെമറിച്ച്, ചരക്കിന്റെ മുടക്കുവിലയിൽ ഉൽപ്പാദനോപാധികളുടെ മൂല്യം ഉൽപ്പാദനപ്രക്രിയയുടെ തുടക്കത്തിനു മുമ്പെങ്ങനെയായിരുന്നോ അതേപോലെതന്നെ, വീണ്ടും കടന്നുവരുന്നുണ്ടെന്നു മാത്രമയാൾ കാണുന്നു. അതേകാര്യംതന്നെ കൂലിയുടെ കാര്യത്തിലുമയാൾ കാണുന്നു. സ്ഥിരമൂലധനവും അസ്ഥിരമൂലധവുമായുള്ള സവിശേഷമായ വ്യത്യാസം അങ്ങനെ പ്രത്യക്ഷരൂപങ്ങളാൽ മറയ്ക്കപ്പെടുന്നു; ഉൽപ്പാദനപ്രക്രിയയുടെ ഒടുവിൽ ലഭ്യമാകുന്ന മിച്ചമൂല്യം മൂലധനത്തിന്റെ എല്ലാ ഘടകഭാഗങ്ങളിൽനിന്നും തുല്യനിലയിൽ ഉത്ഭൂതമാകുന്നതാണെന്നു തോന്നിക്കുകയും ചെയ്യുന്നു.

നേരെമറിച്ച്, ഉറപ്പിക്കപ്പെട്ട മൂലധനവും (fixed capital) ചംക്രമണ മൂലധനവും തമ്മിലുള്ള വ്യത്യാസം വളരെ വ്യക്തമാണ്. തുടക്കത്തിൽ അധ്വാനോപകരണങ്ങളുടെ മൂല്യം 12000 രൂപയായിരുന്നുവെന്നും, അസംസ്കൃതവസ്തുക്കളുടേത് 3800 രൂപയുടേതും കൂലികൾ 1000 രൂപ മൂല്യമുള്ളതുമാണെന്ന് നമുക്ക് അനുമാനിക്കാം. തുടർന്ന് 200 രൂപ വിലയ്ക്കുള്ള അധ്വാനോപകരണങ്ങൾ തേഞ്ഞുതീർന്നുവെന്നും നമുക്കനുമാനിക്കാം, ഈ കാര്യത്തിൽ ഉൽപ്പന്നത്തിന്റെ മുടക്കുവില 200 രൂപയുടെ തേയ്മാനം + 3800 രൂപയുടെ അസംസ്കൃതസാമഗ്രികളും അനുബന്ധ

സാമഗ്രികളും + 1000 രൂപ കൂലി, എല്ലാംകൂടി 5000 രൂപ എന്നതാണ്. 5000 രൂപയുടെ ഈ മൂല്യം നിർമിത ഉൽപ്പന്നത്തിന്റെ ആകൃതിയിൽ മുതലാളി കൈവശം വയ്ക്കുന്നു; മിച്ചമൂല്യത്തിൽനിന്നു സ്വതന്ത്രമായി. പക്ഷേ, യന്ത്രങ്ങൾ, ഫാക്ടറികൾ തുടങ്ങിയവയും കണക്കിലെടുക്കലി ലേക്ക് വരുന്നു. അവയുടെ മൊത്തം മൂല്യം 11800 രൂപയാണ്. അവയുടെ മൂല്യത്തെ തീർച്ചയായും അവഗണിക്കാനാവില്ല. അതിന്റെ ഫലമായി കാര്യം മുതലാളിയുടെ മനസിൽ പ്രത്യക്ഷപ്പെടുന്നത് താഴെപ്പറയുന്നവി ധത്തിലാണ്. അധ്വാനോപകരണങ്ങളുടെ (ഫിക്സഡ് മൂലധനം) തേയ്മാ നമായി ചരക്കിൽ 200 രൂപയുടെ മൂല്യം ഉണ്ടായിരിക്കുന്നു. 4800 രൂപ അസംസ്കൃതവസ്തുക്കളുടെ കേടും തേയ്മാനവും കൂലി നൽകലുമായും (ചംക്രമണ മൂലധനം) മറ്റുവാക്കുകളിൽപ്പറഞ്ഞാൽ ഞാൻ (മുതലാളി) ഉൽപ്പാദനത്തിൽ അസംസ്കൃവസ്തുക്കളുടെയും കൂലിയുടെയും രൂപ ത്തിൽ നിക്ഷേപിച്ചതെല്ലാം ഉൽപ്പാദനത്തിന്റെ ഒരൊറ്റപ്രക്രിയയിലൂടെ എന്നിലേക്കുതന്നെ തിരിച്ചെത്തുന്നു, അധ്വാനോപകരണങ്ങളിൽ നിക്ഷേ പിച്ചതുക പ്രക്രിയയിൽ നീണ്ടകാലം നിലനിൽക്കുകയും അൽപ്പമാത്ര മായി മാത്രം തിരിച്ചെത്തുകയും ചെയ്യുന്നു. അതുകൊണ്ടതിനെ അൽപ്പാൽപ്പമായി വീണ്ടും സഞ്ചയിക്കേണ്ടതുണ്ട്. അതിലൂടെ ഒരിക്കൽ യന്ത്രങ്ങളും മറ്റും പൂർണമായിതേഞ്ഞുതീർന്നാൽ അവയെ പകരംവെ ക്കാനുള്ള തുല്യമൂല്യം ലഭ്യമാകും. ഫിക്സഡ് ക്യാപിറ്റലും (ഉറപ്പിക്ക പ്പെട്ട മൂലധനം)ചംക്രമണ മൂലധനവും തമ്മിലുള്ള വ്യത്യാസം- അങ്ങനെ പറയാമെങ്കിൽ— മുതലാളിയുടെ തലയ്ക്കകത്തേക്ക് അടിച്ചുകയറ്റപ്പെ ടുന്നു. പക്ഷേ, ഈയർഥത്തിൽ കൂടുതലൊരു ചിന്തയുമില്ലാതെ, കൂലി യെയും പരിഗണിക്കുന്നത് ചംക്രമണം ചെയ്യപ്പെടുന്ന മൂലധനമായാണ്. അസംസ്കൃതവസ്തുക്കൾക്കുള്ള ചെലവുകളെപ്പോലെതന്നെ കൂലികളും ഒരൊറ്റ ഉൽപ്പാദനപ്രക്രിയയിൽ നിന്നുതന്നെ തിരിച്ചെടുക്കേണ്ടതുണ്ട്. പുതുതായ അധ്വാനശക്തിയെ വാങ്ങുന്നതിന് അത് ലഭ്യമായിരിക്കേണ്ട തുണ്ട്. ഈരീതിയിൽ കൂലികൾ (അതായത് അസ്ഥിരമൂലധനം) പ്രത്യക്ഷ രൂപങ്ങൾകാരണത്താൽ അസംസ്കൃതവസ്തുക്കളുമായി (അതായത് സ്ഥിരമൂലധനത്തിന്റെ ഒരു ഭാഗം) കൂട്ടിക്കുഴയ്ക്കപ്പെടുന്നു. രണ്ടും അധ്വാ നോപകരണങ്ങളുമായി (അതായത് സ്ഥിരമൂലധനത്തിന്റെ മറ്റേഭാഗം) സാമാന്യമായ എതിർവ്യതിരിക്തതയിൽ പ്രതിഷ്ഠിക്കപ്പെടുന്നു. ഉപരിപ്ല വനിരീക്ഷകനെ സംബന്ധിച്ച് കെട്ടിടങ്ങൾ, യന്ത്രങ്ങൾ തുടങ്ങിയവ ഒരു വശത്ത് ഉറപ്പിക്കപ്പെട്ട (ഫിക്സഡ്) മൂലധനമായി നിൽക്കുന്നു; അതേ സമയം മറുവശത്ത് ചംക്രമണം ചെയ്യപ്പെടുന്ന മൂലധനമായി അസംസ്കൃ തവസ്തുക്കളും കൂലികളുമുണ്ട്. ഈ രീതിയിൽ കൂലികൾ ഒരുവശത്ത് ചംക്രമണം ചെയ്യപ്പെടുന്ന മൂലധനത്തിന്റെ മറ്റുഭാഗങ്ങൾ മറുവശത്തു മായുള്ള കാതലായ വ്യത്യാസങ്ങൾ പൂർണമായും അദൃശ്യമാക്കപ്പെടുന്നു.

7

എങ്ങനെയാണ് ഏകതാനമായ ലാഭം ലഭ്യമാകുന്നത്

നമുക്കിനി ലാഭനിരക്കിൽ ഫിക്സ്ഡ് മൂലധനവും ചംക്രമണം ചെയ്യപ്പെടുന്ന മൂലധനവും ചെലുത്തുന്ന സ്വാധീനത്തിലേക്ക് മടങ്ങാം. നമ്മുടെ ഷെഡ്യൂളിൽ (അധ്യായം മൂന്നിൽ) നാം ഉൽപ്പന്നത്തിന്റെ വില യിൽ ഉടനടി തന്നെ മൊത്തം സ്ഥിരമൂലധനവും (അതു പൂർണമായും ചംക്രമണ മൂലധനമാണ്) വീണ്ടും പ്രത്യക്ഷപ്പെടുന്നതായി അനുമാനി ച്ചു. ഇടയ്ക്കിടെ അങ്ങനെയായിരിക്കും കാര്യങ്ങൾ. പക്ഷേ, അതൊരു നിയമമല്ല. അതുകൊണ്ടു നാം പൊതുവിൽ “സ്ഥിരമൂലധനത്തിന്റെ” ഒരു ഭാഗമാണുപയോഗിക്കുന്നത്, അതേസമയം ബാക്കിഭാഗം ബാക്കിയാകുന്നു എന്ന വസ്തുതയെ പരിഗണനക്കെടുക്കേണ്ടതുണ്ട്. ഈ ബാക്കിയാകുന്ന ഭാഗം ചെറുതാണോ വലുതാണോ എന്നതിനനുസരിച്ച് തുല്യവലുപ്പത്തി ലുള്ള നിരവധി മൂലധനങ്ങൾ യഥാർഥത്തിൽ ഉൽപ്പാദിപ്പിച്ച മിച്ചമൂല്യ ങ്ങൾ– മറ്റുസാഹചര്യങ്ങൾ സമാനമായിരുന്നാൽ– സ്വാഭാവികമായും വ്യത്യാസപ്പെടും. മിച്ചമൂല്യം നൂറുശതമാനമാണ്, അതായത് അധ്വാന ശക്തി അതിന്റെ മൂല്യത്തിനുമുകളിലായി അത്രതന്നെ മിച്ചമൂല്യം എല്ലാ യ്പ്പോഴുമുൽപ്പാദിപ്പിക്കുന്നു എന്ന അനുമാനത്തിന്മേൽ താഴെപ്പറയുന്ന കണക്കുകൾ നമുക്കെടുക്കാം.

ക്രമ നം	മൂലധനം	മിച്ചമൂല്യം	ലാഭനിരക്ക്	ഉപഭോഗി ക്കപ്പെട്ട സ്ഥിര മൂലധനം	ചരക്കുക ളുടെ മൂല്യം	മുടക്കു വില
I	80 C + 20 V	20	20%	50	90	70
II	70 C + 30 V	30	30%	51	111	81
III	60 C + 40 V	40	40%	51	131	91

IV	85 C + 15 V	15	15%	40	70	55
V	95 C + 5 V	5	5%	10	20	15
	390 C + 110 V	110	110%		ആകെ	
	78 C + 22 V	22	22%		ശരാശരി	

നാം ഒന്നു മുതൽ അഞ്ചുവരെ മൂലധനങ്ങളെ ഒരിക്കൽക്കൂടി ഒറ്റ മൊത്തം മൂലധനമായി കണക്കിലെടുത്താൽ കണ്ടെത്തുക ഈ കാര്യത്തിലും അഞ്ചു മൂലധനങ്ങളുടെയും ഘടന 500 = 390 C + 110 V യാണെന്നും ശരാശരി ഘടന 78 C + 22 V എന്നത് അങ്ങനെ തന്നെയായിത്തുടരുന്നുവെന്നും അതിന്റെ ഫലമായി ശരാശരി മിച്ചമൂല്യം 22 ശതമാനം എന്നത് അങ്ങനെതന്നെ മാറ്റമില്ലാതെ തുടരുന്നുവെന്നുമാണ്. ഈ മിച്ചമൂല്യത്തെ മൂലധനം ഒന്നു മുതൽ അഞ്ചുവരെയുള്ളവകളിൽ ഏകതാനമായി വിതരണം ചെയ്താൽ താഴെപ്പറയുന്നവയായിരിക്കും ചരക്കുകളുടെ വിലകൾ

ക്രമ നം	മൂലധനം	മിച്ചമൂല്യം	മൂല്യം	ചരക്കുകളുടെ മുടക്കുവില	ചരക്കകളുടെ വില	ലാഭ നിരക്ക്	മൂല്യവും തമ്മിലുള്ള അന്തരം
I	80 C + 20 V	20	90	70	92	22%	+2
II	70 C + 30 V	30	111	81	103	22%	-8
III	60 C + 40 V	40	131	91	113	22%	-18
IV	85 C + 15 V	15	70	55	77	22%	+7
V	95 C + 5 V	5	20	15	37	22%	+17

എല്ലാറ്റിനെയും കണക്കിലെടുത്താൽ ചരക്കുകൾ വിൽക്കപ്പെടുന്നത്

+2 ഒപ്പം −8

+7 −18

+17

26 മുകളിൽ 26 മൂല്യത്തിനു താഴെ

അങ്ങനെ വിലയിലെ വ്യത്യാസം മിച്ചമൂല്യത്തിന്റെ ഏകതാനമായ (യൂണിഫോം) വിതരണത്തിന്റെ ഉപാധിയിലൂടെ പരസ്പരം നികത്തപ്പെടുന്നു, അല്ലെങ്കിൽ ഒന്നുമുതൽ അഞ്ചുവരെയുള്ളവയുടെ വിവിധ മുടക്കുവിലകളിന്മേൽ പ്രയോഗിക്കപ്പെട്ട മൂലധനത്തിന് 22 ശതമാനം എന്ന ശരാശരി ലാഭനിരക്ക് കൂട്ടുന്നതിലൂടെ. ചരക്കുകളുടെ ഒരുഭാഗം അതിന്റെ മൂല്യത്തിനു മുകളിലായി വിൽക്കുന്നതിന്റെയും അതേ അനുപാതത്തിൽ അവയുടെ അത്തരം വിലകളിലുള്ള വിൽപ്പനമാത്രമാണ് ഒന്നുമുതൽ അഞ്ചുവരെയുള്ള എല്ലാഗണങ്ങളുടെയും ലാഭനിരക്ക് ഒന്നുമുതൽ അഞ്ചുവരെയുള്ള മൂലധനങ്ങളുടെ വൈവിധ്യമാർന്ന ജൈവഘടനകളെ പരിഗ

ണിക്കാതെതന്നെ. ഏകതാനമായ ഒന്നാക്കുന്നത് (22%); ഈ രീതിയിൽ ലഭ്യമാക്കുന്ന വിലകളാണ് *ഉൽപ്പാദനത്തിന്റെ വിലകൾ*[1].

തങ്ങളുടെ ഉൽപ്പന്നങ്ങൾ വിൽക്കുമ്പോൾ വ്യത്യസ്തശാഖകളിലെ മുതലാളിമാർ ഉൽപ്പാദനപ്രക്രിയയിൽ ഉപഭോഗിക്കപ്പെട്ടതായ ആ കൃത്യമായ മൂലധനമൂല്യങ്ങളെ അങ്ങനെ തിരികെപ്പിടിക്കുന്നു. മിച്ചമൂല്യത്തിന്റെയോ ലാഭത്തിന്റെയോ കാര്യത്തിൽ അങ്ങനെയല്ല. അതിൽ തന്റെ ചരക്കുകളുടെ ഉൽപ്പാദനത്തിന്റെ ഗതിക്രമത്തിനിടയിൽ യഥാർഥീകരിക്കപ്പെടുന്ന തുക വ്യക്തിയായ മുതലാളിക്ക് ലഭ്യമാകുന്നില്ല, മറിച്ച് മൊത്തം മുതലാളിവർഗത്തിന്റെ ആകെയുള്ള മിച്ചമൂല്യത്തിന്റെ നിലവിലുള്ള ശരാശരി ലാഭനിരക്കിനനുസരിച്ച് വീതിച്ചാൽ തന്റെ മൂലധനത്തിനു കിട്ടുന്ന വീതത്തിന്റെയത്രയാണ് അയാൾക്കു കിട്ടുന്നത്. പ്രയോഗിക്കപ്പെടുന്ന മൊത്തം മൂലധനത്തിനും, അവയുടെ ഘടനയെന്തായാലും, ഓരോ വർഷത്തിലും മൂലധനത്തിന്റെ ആവർഷത്തെ ആകെത്തുക ശതമാനമെന്ന നിലയിൽ കൊയ്യുന്ന ലാഭ ശതമാനമാണതിന് ലഭിക്കുക. ലാഭത്തെ സംബന്ധിച്ചിടത്തോളം വിവിധ മുതലാളിമാർ ഒരു ജോയിന്റ് സ്റ്റോക്ക് കമ്പനിയുടെ വെറും ഷെയറുടമകൾക്ക് സദൃശ്യരാണ്. അതിനകത്ത് ലാഭവീതം ഏകതാനമായി ശതമാനക്കണക്കിൽ വിതരണം ചെയ്യപ്പെടുന്നു; അത്തരം ലാഭം പങ്കുവയ്ക്കൽ വ്യക്തികളായ മുതലാളിമാരുടെ കാര്യത്തിൽ വ്യത്യസ്തമാകുന്നത് മൊത്തം സംരംഭത്തിനകത്ത് ഓരോരുത്തരും മൂലധനനിക്ഷേപം എത്രകണ്ടു നടത്തിയെന്നതിനെയനുസരിച്ചാണ്– അതായത്, അയാൾക്കെത്ര ഓഹരികളുണ്ട് എന്നതിനനനുസരിച്ച്. ഈ രീതിയിൽ എല്ലാ ശാഖകളെയും അവയുടെ ആകെത്തുകയിൽ പരിഗണിച്ചാൽ എല്ലാ ചരക്കുകളുടെയും ആകെ ഉൽപ്പാദനത്തിന്റെ വില, സമൂഹത്തിൽത്തന്നെ അവയുടെ മൊത്തം മൂല്യത്തിന് തുല്യമാണ്.

ഒരു മുതലാളിക്ക് ഉൽപ്പാദനോപാധിയായി (അതായത് യന്ത്രങ്ങൾ, അസംസ്കൃതവസ്തുക്കൾ തുടങ്ങിയ) സേവനമനുഷ്ഠിക്കുന്ന ചരക്കുകൾ, ഒരു നിയമമെന്നനിലയിൽ, മറ്റൊരു മുതലാളിയിൽനിന്നും വാങ്ങപ്പെടുന്നതാണെന്നും അവയുടെ വിലയിൽ രണ്ടാമത്തെ മുതലാളിയുടെ ലാഭംകൂടി ഉൾപ്പെട്ടിട്ടുണ്ടെന്നതും ഈ ഉറപ്പിച്ചു പറയലിനെ നിഷേധിക്കുന്നതായി പ്രത്യക്ഷത്തിൽ തോന്നും; അഥവാ മറ്റുവാക്കുകളിൽ ഒരു വ്യവസായ ശാഖയുടെ ലാഭം മറ്റൊരു ശാഖയുടെ മുടക്കുവിലയിൽ ഉൾപ്പെടുത്തപ്പെടുന്നുണ്ടെന്നത്. പക്ഷേ, ഒരുവശത്ത് രാജ്യത്തെ മൊത്തം മുടക്കുവിലകളും കൂട്ടുകയും മറുവശത്ത് എല്ലാ ലാഭങ്ങളും കൂട്ടുകയുമാണെങ്കിൽ കണക്കുകൂട്ടൽ വളരെ കൃത്യമാണെന്നു നാം കണ്ടെത്തും. ഉദാഹരണത്തന് ലിനൻ കോട്ടുകളുടെ നിർമിതിക്ക് ലിനൻ ആവശ്യമാണ്. ലിനന്റെ നിർമാണത്തിന് ചണനാരും ആവശ്യമുണ്ട്. അതുകൊണ്ട്

1. മുതലാളി ചെലവാക്കുന്ന മുടക്കുവിലയുടെ കൂടെ ശരാശരി ലാഭത്തെ കൂട്ടിച്ചേർക്കുന്നതിനെയാണ് നാമീ പേരിൽ വിളിക്കുന്നത്.

ഒട്ടേറെ മുതലാളിമാർ ചണനാരിന്റെ ഉൽപ്പാദനത്തിലേർപ്പെട്ടിരിക്കുന്നു. അതിനകത്തവർ ഒരു നൂറിന്റെ (ഉദാഹരണത്തിന് നൂറുരൂപ) മൂലധനം നിക്ഷേപിച്ചിരിക്കുന്നു. ലാഭനിരക്ക് പത്തുശതമാനമാണെങ്കിൽ ലിനൻ നിർമാതാക്കൾ ഈ ചണനാരിനെ 110 രൂപ എന്ന നിരക്കിൽ വാങ്ങി തയ്യൽക്കാർക്ക് 121 രൂപക്ക് വിൽക്കണം. ഈ മൂന്നു ശാഖകളിലും ഉപയോഗപ്പെടുത്തപ്പെടുന്ന മൂലധനമപ്പോൾ താഴെപ്പറയുന്ന തുകയ്ക്കു തുല്യമാണ്.

ചണനാരിന്റെ ഉൽപ്പാദനത്തിൽ	100
ലിനന്റെ ഉൽപ്പാദനത്തിൽ	110
കോട്ടുകളുടെ ഉൽപ്പാദനത്തിൽ	121
ആകെ	331

ഈ തുക 33.1 എന്നൊരു ലാഭമുണ്ടാക്കണം. അതു യാഥാർഥീകരിക്കാൻ കോട്ടുകൾ ഒടുവിൽ 133.1[1]ന് വിൽക്കുന്നതിലൂടെ കഴിയും. പക്ഷേ ഈ ലാഭത്തിൽ കോട്ട് നിർമാതാക്കൾക്ക് കിട്ടുന്ന ലാഭം 12.1 മാത്രമാണ്. ലിനൻ വാങ്ങുന്ന സമയത്തവർ അവയുടെ ഉൽപ്പാദകർക്ക് 21 അധികത്തുക നൽകണം; അവ, അതിന്റെ മുറയ്ക്ക്, ലിനനുൽപ്പാദകരുടെ കൈയിൽ 11 മാത്രമാണ് ബാക്കിയാകുന്നത്. ബാക്കി 10 അവർ ചണനാരുൽപ്പാദകരുടെ കൈയിലേക്ക് നൽകുകയാണ്. അങ്ങനെ ഓരോ മൂലധനത്തിനും അവയുടെ ലാഭവീതം കിട്ടുന്നു. അവയോരോന്നിന്റെയും വലുപ്പത്തിനാനുപാതികമായി.

ഒരു പൊതുലാഭനിരക്ക് സ്ഥാപിതമാകുന്നയുടനെതന്നെ, എല്ലാശാഖകളിലുമുള്ള ശരാശരിലാഭം സ്വയം നിക്ഷേപിക്കപ്പെട്ട മൂലധനവുമായി ഒത്തുപോകുകയെന്ന ഫലത്തോടെ, ഏതെങ്കിലുമൊരു നിശ്ചിത ശാഖയിൽ യഥാർഥത്തിലുൽപ്പാദിപ്പിക്കപ്പെട്ട മിച്ചമൂല്യം ചരക്കിന്റെ വിൽപ്പനവിലയിലുൾക്കൊള്ളുന്ന ലാഭത്തിനനുസൃതമായിരിക്കുകയെന്നത് യാദൃച്ഛികമായി മാത്രമാണ് സംഭവിക്കുക. ഒരു പൊതുനിയമമെന്ന നിലയിൽ, ലാഭവും മിച്ചമൂല്യവും രണ്ട് വ്യത്യസ്ത പരിമാണങ്ങളാണ് (Magnitude). ഒരു നിശ്ചിത ശാഖയിൽ എത്രമാത്രം മിച്ചമൂല്യമുൽപ്പാദിപ്പിക്കപ്പെട്ടുവെന്ന പ്രശ്നം നേരിട്ടുതന്നെ താൽപ്പര്യമുള്ള ഒന്നാകുന്നത് എല്ലാ മൂലധനങ്ങളുടെയും മൊത്തം ശരാശരിലാഭനിരക്കെന്തെന്നതുമായി ബന്ധപ്പെടുന്നിടം വരെ മാത്രമാണ്. പക്ഷേ, പരോക്ഷമായി ഈ പ്രശ്നം ഉൽപ്പാദനത്തിന്റെ ഒറ്റപ്പെട്ട ശാഖകളെയും വ്യക്തികളായ മുതലാളിമാരെയും ബാധിക്കുന്നുണ്ട്; ഒരു പ്രത്യേകശാഖയിലെ വർധിതമായ മിച്ചമൂല്യം മൊത്തത്തിൽ ലഭ്യമായ മിച്ചമൂല്യത്തിലെ ഒരു വർധനവിനു കാരണമാകുന്നു, ഒപ്പം അതിന്റെ ഫലമായി ഒരു വർധിതമായ ശരാശരി ലാഭത്തിനും. പക്ഷേ,

1. യാഥാർഥ്യത്തിലേക്കുവരുമ്പോൾ കോട്ടിന്റെ വില തീർച്ചയായുമതിലും ഉയർന്നതായിരിക്കണം. നാമാകെ പരിഗണിക്കുന്നത് ലിനൻ വാങ്ങിക്കാനായി വിനിയോഗിക്കുന്ന മൂലധനത്തിന്റെ ആ ഭാഗത്തെ മാത്രമാണ്.

ഈ പ്രക്രിയ തുടരുന്നു അങ്ങനെ പറയാമെങ്കിൽ, വ്യക്തിയായ മുതലാളിയുടെ മുതുകിലേറിക്കൊണ്ട്. അയാളതു കാണുകയോ മനസിലാക്കുകയോ ചെയ്യുന്നില്ല. അതയാളിൽ താൽപ്പര്യമുണ്ടാക്കുന്നില്ല. വിവിധ ഉൽപ്പാദനശാഖകളിലെ ലാഭവും മിച്ചമൂല്യവും തമ്മിലുള്ള വ്യത്യാസം ലാഭത്തിന്റെ ഉൽപ്പത്തിയെയും യഥാർഥസ്വഭാവത്തെയും മുതലാളിയിൽ നിന്നു മാത്രമല്ല മറച്ചുവക്കുന്നത് (അയാൾക്ക് തന്നെത്തന്നെ വഞ്ചിക്കുന്നതിൽ ഒരു താൽപ്പര്യമുണ്ട്), മറിച്ച് തൊഴിലാളിയിൽ നിന്നു കൂടിയാണ്. പ്രായോഗികാനുഭവത്തെ സംബന്ധിച്ചിടത്തോളം ലാഭവും മുടക്കുവിലയും പരസ്പരം ഒന്നു മറ്റൊന്നിനെതിരാണെന്നുള്ള വെറും വസ്തുത തന്നെ. മൂല്യത്തിന്റെ യഥാർഥ അർഥമെന്തെന്നതിനെ സംബന്ധിച്ച് മുതലാളിക്കാശയക്കുഴപ്പമുണ്ടാക്കുന്നു, കാരണം ചരക്കിന്റെ ഉൽപ്പാദനത്തിനാവശ്യമായ അധ്വാനത്തിന്റെ മൊത്തംതുക അയാളുടെ ദൃഷ്ടിയിലില്ല, മറിച്ച് ജീവനുള്ളതോ മൃതമോ ആയ ഉൽപ്പാദനോപാധിയുടെ ആകൃതിയിൽ താൻ വില നൽകിയ അതിന്റെ ഭാഗം മാത്രമാണയാളുടെ ദൃഷ്ടിയിലുള്ളത്; അങ്ങനെ ലാഭമയാൾക്കു മുന്നിൽ പ്രത്യക്ഷപ്പെടുന്നത് ചരക്കിന്റെ ആന്തരിക മൂല്യത്തിൽനിന്നു വ്യതിരിക്തമായ എന്തോ ആണ്. ഉൽപ്പാദനത്തിന്റെ ഒറ്റയൊറ്റ ശാഖകളുടെ കാര്യത്തിൽ മുടക്കുവിലക്കൊപ്പം കൂട്ടിച്ചേർക്കപ്പെടുന്ന ലാഭം (അതുമാത്രമാണ് സ്വാഭാവികമായും മുതലാളിയുടെ ദൃഷ്ടിയിലുള്ളത്) നിർണയിക്കപ്പെടുന്നത് അതിനകത്തു തന്നെ നടക്കുന്ന മൂല്യത്തിന്റെ രൂപീകരണത്താലല്ല, മറിച്ച് അതിനെതിരെ തികച്ചും ബാഹ്യമായ രീതിയിലാണ് എന്നത് ഒരു വസ്തുതയെന്ന നിലയിൽ കാണുന്നതിൽനിന്നും മുതലാളി ഈ തെറ്റായ ആശയത്തെ ശരിവക്കുകയും ആ ആശയത്തിൽ ദൃഢമായി ഉറയ്ക്കുകയും ചെയ്യുന്നു. പ്രായോഗികാനുഭവത്തെ സംബന്ധിച്ചിടത്തോളം മൂലധനത്തിന്റെ ഓരോ ഭാഗവും ഒരു യൂണിഫോം (ഏകതാനമായ) ലാഭം നൽകുന്നു. മൂലധനത്തിന്റെ ഘടനയെന്തുതന്നെയായാലും (അത് $\frac{1}{4}$ ഭാഗം മൃതവും $\frac{3}{4}$ ഭാഗം ജീവനുള്ളതും, അല്ലെങ്കിൽ $\frac{3}{4}$ ഭാഗവും മൃതവും $\frac{1}{4}$ ഭാഗം ജീവനുള്ളതുമാകാം) അതിനാൽ ജീവനുള്ള അധ്വാനത്തെ ചലനത്തിലാക്കുമ്പോൾ ഒരു കാര്യത്തിൽ മറ്റേതിനെയപേക്ഷിച്ച് മൂന്നിരട്ടി മിച്ചാധ്വാനത്തെ ആഗിരണം ചെയ്യുകയും മൂന്നിരട്ടി മിച്ചമൂല്യമുൽപ്പാദിപ്പിക്കുകയും ചെയ്താൽത്തന്നെയും രണ്ടുകാര്യത്തിലും ഒരേ ലാഭം ലഭ്യമാക്കുന്നു. മൊത്തം ശാഖയുടെയും ഒരു ശരാശരി ഘടനമാത്രമാണ് ഓരോതവണയും നമ്മുടെ മുന്നിലുള്ളതെന്നു കാണുമ്പോൾ അധ്വാനത്തിന്റെ തുല്യ ചൂഷണം അനുമാനിക്കപ്പെടുകയും ഒപ്പംതന്നെ അമൂർത്തീകരണം നടത്തപ്പെട്ട് എന്തുതന്നെയായാലും ഒറ്റയൊറ്റവ്യത്യാസം അപ്രത്യക്ഷമാകുകുകയും ചെയ്യുന്നു. വ്യക്തിയായ മുതലാളി (അയാളുടെ ചക്രവാളങ്ങൾ പരിമിതമാണ്) ശരിയായിത്തന്നെ വിശ്വസിക്കുന്നത് തന്റെ ലാഭം താൻ വ്യക്തിപരമായി നിയോഗിച്ച അധ്വാനത്തിൽ നിന്നു മാത്രമായോ അല്ലെങ്കിൽ തന്റെ വ്യവസാശാഖയിൽ നിന്നു മാത്രമായോ അല്ല ഉണ്ടാകുന്ന

തെന്നാണ്. അയാളുടെ ശരാശരി ലാഭത്തെ സംബന്ധിച്ചിടത്തോളം ഇക്കാര്യം തികച്ചും ശരിയുമാണ്. മൊത്തം അധ്വാനത്തിന്റെ മൊത്തം മൂലധനത്താലുള്ള ചൂഷണത്താൽ ഈ ലാഭം എത്രകണ്ട് ക്രമീകരിക്കപ്പെടുന്നുവെന്ന കാര്യത്തിൽ അയാൾ മുഴുവനായും അജ്ഞനാണ്; അതായത് അയാളുടെ മുതലാളി സഖാക്കളെല്ലാം ചേർന്നുകൊണ്ടുള്ള ചൂഷണത്തെപ്പറ്റി. അയാളക്കാര്യത്തിൽ ഒന്നുകൂടി അജ്ഞനാകാൻ കാരണം എല്ലാ ബൂർഷ്വാ സൈദ്ധാന്തികരും– രാഷ്ട്രീയ സമ്പദ് ശാസ്ത്രപ്രൊഫസർമാർ– ഇതേകാര്യം ഇതേവരെ വെളിവാക്കിയിട്ടേയില്ല എന്നതാണ്. അധ്വാനത്തിന്റെ ചുരുക്കലും– ഒരു നിശ്ചിത ചരക്കുൽപ്പാദിപ്പിക്കാനാവശ്യമായ അധ്വാനത്തിന്റേതുമാത്രമല്ല, മറിച്ച് നിയോഗിക്കപ്പെടുന്ന തൊഴിലാളികളുടെ സംഖ്യയിലും– മൃതമായ അധ്വാനത്തിന്റെ (അതായത് സ്ഥിര മൂലധനം) വർധിച്ച ഉപയോഗപ്പെടുത്തലും സാമ്പത്തികമായി ന്യായീകരണമുള്ള പ്രവർത്തനങ്ങളായി പ്രത്യക്ഷപ്പെടുന്നു. അതുകൊണ്ട് വ്യക്തിയായ മുതലാളിക്ക് ഏതുതരത്തിലായാലും ലാഭം വർധിക്കുന്നതിന്റെ പ്രാഥമിക ഉറവിടം നിശ്ചിത സാഹചര്യങ്ങൾക്കുകീഴിൽ ഉൽപ്പാദനത്തിനാവശ്യമായ അധ്വാനത്തിന്റെ അളവിന്റെ ചുരുക്കലാണെന്നു കാണുമ്പോൾ എങ്ങനെയാണ് ജീവനുള്ള അധ്വാനത്തിന് ലാഭത്തിന്റെ ഒരേയൊരുറവിടമായിരിക്കാൻ കഴിയുക?

8

മിച്ചമൂല്യത്തെ വർധിപ്പിക്കുന്ന രീതികൾ

അധ്വാനശക്തിയുടെ നിയോഗിക്കൽ കൊണ്ടാണ് മിച്ചമൂല്യം ഉൽപ്പാദിപ്പിക്കപ്പെടുന്നത്. മൂലധനം അധ്വാനശക്തിയെ വിലയ്ക്കുവാങ്ങുകയും അതിന്റെ കൂലി നൽകുകയും ചെയ്യുന്നു. തന്റെ ജോലിയുടെ ഉപാധിയിലൂടെ തൊഴിലാളി പുതിയ മൂല്യത്തെ സൃഷ്ടിക്കുന്നു. അതവന്റെ സ്വന്തമല്ല, മറിച്ച് മുതലാളിയുടേതാണ്. തന്റെ കൂലിയുടെ തുല്യമൂല്യമുൽപ്പാദിപ്പിക്കാനായി മാത്രം അവൻ ഒരു നിശ്ചിതസമയം ജോലി ചെയ്യണം. പക്ഷേ, ഈ തുല്യമൂല്യം ഉൽപ്പാദിപ്പിക്കപ്പെട്ടുകഴിയുമ്പോൾ അവൻ പണി നിർത്തുന്നില്ല. മറിച്ച്, കുറച്ചു മണിക്കൂറുകൾ കൂടി ജോലി തുടരുന്നു. ഈ അധികസമയത്ത് അവനുൽപ്പാദിപ്പിക്കുന്ന പുതിയ മൂല്യം അതിന്റെ ഫലമെന്നോണം അത് അവന്റെ കൂലിയെ മറികടക്കുന്നു– മിച്ചമൂല്യത്തെ രൂപപ്പെടുത്തുന്നു.

ആവശ്യമായ തൊഴിൽ സമയത്തേക്കാൾ (ആവശ്യമെന്നു വരുന്നത് അധ്വാനശക്തിക്ക് നൽകപ്പെടുന്ന കൂലിയുടെ പുനരുൽപ്പാദനത്തെ സംബന്ധിച്ചിടത്തോളമാണ്) തൊഴിൽ ദിവസത്തിന്റെ നീളം ലളിതമായി വർധിപ്പിച്ചുകൊണ്ടാണ് മൂലധനം ഒന്നാമതായി, മിച്ചമൂല്യം ഊറ്റിയെടുക്കുന്നത്. ചരിത്രപരമായി അതെവിടെയെന്ന് കണ്ടെത്തുന്നുവോ ആ സാങ്കേതിക സാഹചര്യങ്ങളുടെ അടിസ്ഥാനത്തിൽ മൂലധനം ആദ്യംതന്നെ അധ്വാനത്തെ കീഴിലാക്കുന്നു. അതിന്റെ ഫലമെന്നോണം അതുടനടി തന്നെ ഉൽപ്പാദനരീതിയെ മാറ്റുന്നില്ല. തൊഴിൽ സമയത്തിന്റെ ലളിതമായ ദൈർഘ്യം വർധിപ്പിക്കൽ എന്ന ഉപാധിയിലൂടെയുള്ള മിച്ച മൂല്യത്തിന്റെ സൃഷ്ടി ഒരാധുനിക കോട്ടൻ സ്പിന്നിങ് മില്ലിനെയപേക്ഷിച്ച് ഒരു പഴയതരം ബേക്കറിയിൽ കുറവല്ല.

പക്ഷേ, തൊഴിൽ ദിവസത്തിനൊരു പരമാവധി പരിധിയുണ്ട്. ഒരു

നിശ്ചിത ബിന്ദുവിനപ്പുറത്തേക്ക് അതിന്റെ ദൈർഘ്യം വർധിപ്പിക്കാനാവില്ല. ആ പരമാവധി പരിധിയെ രണ്ടുകാര്യങ്ങളാണ് ചിട്ടപ്പെടുത്തുന്നത്. ഒന്നാമതായി അധ്വാനശക്തിയുടെ ശാരീരികാതിർവരമ്പുകളാൽ. 24 മണിക്കൂറിനുള്ളിൽ ഒരു മനുഷ്യജീവിക്ക് തന്റെ ജീവശക്തിയുടെ ഒരു നിശ്ചിതയളവുമാത്രമേ ചെലവഴിക്കാൻ പറ്റൂ. അതേ രീതിയിൽ ഒരു കുതിരക്ക് ഒരു ശരാശരിയെന്ന നിലയിൽ ദിവസം 8 മണിക്കൂർ മാത്രമേ ജോലി ചെയ്യാൻ പറ്റൂ. ദിവസത്തിന്റെ ഭാഗമുപയോഗിച്ച് ജീവശക്തിക്ക് വിശ്രമിക്കുകയും ഉറങ്ങുകയും വേണം; മറ്റൊരു ഭാഗമുപയോഗിച്ച് മനുഷ്യന് ഭക്ഷണം കഴിക്കൽ, അലക്കൽ, സ്വയം വസ്ത്രം ധരിപ്പിക്കൽ തുടങ്ങിയവയും ചെയ്യേണ്ടതുണ്ട്. ഈ തികച്ചും ശാരീരികമായ പരിമിതികളുടെ കൂടെ തൊഴിൽ ദിവസത്തിന്റെ ദൈർഘ്യംകൂട്ടൽ ധാർമികമായ പരിമിതികളെയും നേരിടുന്നു. തൊഴിലാളിക്ക് തന്റെ ബുദ്ധിപരവും സാമൂഹ്യവുമായ ആവശ്യങ്ങൾ തൃപ്തിപ്പെടുത്താനും സമയം ആവശ്യമുണ്ട്. അതിന്റെ പരിധിയും എണ്ണവും സാമൂഹ്യവികാസത്തിന്റെ പൊതുവായ സ്ഥിതിയാലാണ് ചിട്ടപ്പെടുത്തപ്പെട്ടിരിക്കുന്നത്. പക്ഷേ, സാമൂഹ്യവും ശാരീരികവുമായ പരിമിതപ്പെടുത്തുന്ന രണ്ട് സാഹചര്യങ്ങളും വളരെ ഇലാസ്തിക സ്വഭാവമുള്ളവയാണ്, അവ പരമാവധി വിപുലമാക്കൽ അനുവദിക്കുന്നു. അതുകൊണ്ട് നാം 8, 10, 12, 14, 16, 18 മണിക്കൂറുകൾ വീതമുള്ള തൊഴിൽ ദിനങ്ങളെ കണ്ടെത്തുന്നു, അതായത്, പരമാവധി വ്യത്യസ്തമായ സമയദൈർഘ്യങ്ങളെ.

തൊഴിൽ ദിവസത്തിന്റെ ദൈർഘ്യം വർധിപ്പിക്കാനുള്ള മൂലധനത്തിന്റെ ശ്രമങ്ങൾ തൊഴിലെടുക്കുന്ന വർഗത്തിൽനിന്ന് ശക്തമായ എതിർപ്പിനിടയാക്കി. അതിൽ മുന്നിൽ നിന്നത് ഇംഗ്ലണ്ടാണ് — ആ രാജ്യത്താണാദ്യമായി മുതലാളിത്ത ഉൽപ്പാദനം സ്ഥാപിക്കപ്പെട്ടത്. അവിടെയത് നൂറ്റാണ്ടുകൾ നീണ്ടുനിന്ന കടുത്ത സാമൂഹ്യ-രാഷ്ട്രീയ സമരങ്ങൾക്കിടയാക്കി.

പക്ഷേ, മിച്ചമൂല്യം വർധിപ്പിക്കാൻ മറ്റുമാർഗങ്ങളുമുണ്ട്. ഒന്നാമതായി അധ്വാനശക്തിയുടെ കൂടുതൽ തീവ്രമായ ഉപയോഗം. ഒരു നിശ്ചിതസമയത്തിനുള്ളിൽ അധ്വാനശക്തിയിൽനിന്ന് കൂടുതൽ ലാഭമാക്കുകയെന്ന ലക്ഷ്യമാണതിനുള്ളത്. രണ്ടാമതായി, തന്റെ അധ്വാനശക്തിയുടെ മൂല്യത്തിനു താഴേക്ക് തൊഴിലെടുക്കുന്നയാളിന്റെ കൂലി താഴ്ത്തിക്കൊണ്ടുവരൽ. യഥാർഥ പ്രയോഗത്തിൽ ഈ രീതി വലിയൊരു പങ്കുവഹിക്കുന്നുണ്ടെങ്കിലും നാമൊന്നാമതായി ഇത് ഇവിടെ പരിഗണിക്കുന്നതിനെ ഒഴിവാക്കിയിരിക്കുന്നു. കാരണം, അധ്വാനശക്തിയടക്കം എല്ലാ ചരക്കുകളും അവയുടെ മുഴുവനായ മൂല്യത്തിനാണ് വിൽക്കപ്പെടുകയും വാങ്ങപ്പെടുകയും ചെയ്യുന്നതെന്നാണ് നമ്മുടെ അനുമാനം.

ഒടുവിലായി ആപേക്ഷികമായ മിച്ചമൂല്യമെന്നു വിളിക്കപ്പെടുന്നതിന്റെ വർധനവ് ബാക്കിയാകുന്നു. ഈ കേസിൽ കാര്യങ്ങളുടെ സ്ഥിതി താഴെപ്പറയുന്നതാണ്:

തൊഴിൽദിനം 10 മണിക്കൂറാണെന്നു നമുക്കു കണക്കാക്കാം. അതിൽ ആറു മണിക്കൂർ അധ്വാനശക്തിയുടെ മൂല്യം പകരം വയ്ക്കാനായി ഉപയോഗിക്കുന്നു, ബാക്കിവരുന്ന 4 മണിക്കൂർ സമയത്ത് ഒരു നിശ്ചിതയളവ് മിച്ചമൂല്യം ഉൽപ്പാദിപ്പിക്കപ്പെടുന്നു. തൊഴിൽ ദിവസത്തിന്റെ ദൈർഘ്യം 11 മണിക്കൂറായി വർധിപ്പിക്കാൻ കഴിഞ്ഞാൽ അല്ലെങ്കിൽ 10 മണിക്കൂർ ജോലി സമയത്തെ ഉൽപ്പന്നത്തിന്റെ അളവ് വർധിപ്പിക്കാൻ കഴിഞ്ഞാൽ മിച്ചമൂല്യത്തിന്റെ തുകയും ആനുപാതികമായി വർധിക്കും. അതിലൂടെ മിച്ചമൂല്യത്തിൽ കേവലമായ ഒരു വർധനവ് ലഭ്യമാകുന്നു.

മറുവശത്ത്, 10 മണിക്കൂറിനുമപ്പുറത്തേക്ക് തൊഴിൽ ദിവസം ദീർഘിപ്പിക്കാനസാധ്യമാണെങ്കിൽ, അതേപോലെ ഉൽപ്പാദനത്തിന്റെ തീവ്രതയും വർധിപ്പിക്കാൻ പറ്റുന്നില്ലെങ്കിൽ, അതെന്തായാലുമൊരുപക്ഷേ, ആവശ്യമായ തൊഴിൽ സമയത്തെ ചുരുക്കുകയെന്നത് സാധ്യമായേക്കാം. ആവശ്യമായ തൊഴിൽസമയമെന്നത് (കൂലിയുടെ മൂല്യം തിരിച്ചു പിടിക്കാൻ) ആറുമണിക്കൂറാണെന്നു നാമനുമാനിച്ചു, കാരണം അധ്വാനശക്തിയെ നിലനിർത്തുന്നതിനാവശ്യമായ ജീവിതാവശ്യങ്ങൾ ഉൽപ്പാദിപ്പിക്കാൻ ഇത്ര സമയമാവശ്യമാണ്. ആ ആവശ്യങ്ങൾ കുറഞ്ഞ ഒരു സമയം കൊണ്ടും അധ്വാനം കുറച്ചുമാത്രം ചെലവഴിച്ചുകൊണ്ടും ഉൽപ്പാദിപ്പിക്കപ്പെട്ടാൽ ഒരുപക്ഷേ, ആറുമണിക്കൂറിനു പകരമതിന് അഞ്ചുമണിക്കൂർ മതിയായേക്കാം, പത്തുമണിക്കൂർ തൊഴിൽ ദിവസത്തിൽ അഞ്ചുമണിക്കൂർ മിച്ച മൂല്യത്തിന്റെ ഉൽപ്പാദനത്തിനായി ലഭ്യമാകും, അതായത് നാലു മണിക്കൂറെന്നതിന്റെ സ്ഥാനത്ത് ഈ കാര്യത്തിൽ മിച്ച മൂല്യം ആപേക്ഷികമായി വർധിച്ചിട്ടുണ്ടാകും (തൊഴിൽ ദിവസവുമായി താരതമ്യപ്പെടുത്തുമ്പോൾ)

അത്തരമൊരു ആപേക്ഷികമായ ജഡ–മിച്ചമൂല്യം ലഭ്യമാക്കാൻ, തൊഴിലാളികളുടെ ഉപഭോഗത്തിനായി ഉദ്ദേശിച്ചിട്ടുള്ള ആ ചരക്കുകൾ കുറഞ്ഞ ഒരു സമയത്തിനുള്ളിൽ ഉൽപ്പാദിപ്പിക്കണം. മറ്റുവാക്കുകളിൽ അധ്വാനത്തിന്റെ ഉൽപ്പാദന ശക്തി വർധിപ്പിക്കണം. അതുകൊണ്ട് ഒരു കുറഞ്ഞ തോതിലുള്ള അധ്വാനം അതേ അളവിലുള്ള ചരക്കുകളെ ഉൽപ്പാദിപ്പിച്ചേക്കും. ഈ ഉദ്ദേശ്യത്തിന്, മൂലധനത്തിന്, ചരിത്രപരമായി അതിനു കൈമാറിക്കിട്ടിയ രൂപത്തിലുള്ള അധ്വാനപ്രക്രിയയെ ഏറ്റെടുക്കുന്നതുകൊണ്ടും തുടർന്ന്, വെറുതെ ആ പ്രക്രിയയുടെ ദൈർഘ്യം വർധിപ്പിക്കുന്നതുകൊണ്ടും മാത്രം കഴിയില്ല. പ്രക്രിയയുടെ സാമൂഹ്യവും സാങ്കേതികവുമായ സാഹചര്യങ്ങളും ഒപ്പംതന്നെ അതിന്റെ ഫലമായി ഉൽപ്പാദനരീതിതന്നെയും വിപ്ലവകരമാക്കേണ്ടതുണ്ട്; അധ്വാനത്തിന്റെ ഉൽപ്പാദനപരത വർധിപ്പിക്കാനാകുന്നതിനുമുമ്പേതന്നെ. ആ രീതിയിലൂടെ മാത്രമേ അധ്വാനശക്തിയുടെ മൂല്യത്തെ താഴ്ത്തിക്കൊണ്ടുവരാൻകഴിയൂ. ആ മൂല്യത്തിന്റെ പുനരുൽപ്പാദനത്തിന്റെ ആവശ്യമായ തൊഴിൽസമയത്തെ ചുരുക്കാനുമാകൂ.

അധ്വാനശക്തിയുടെ മൂല്യത്തിൽ ഒരു കുറവുണ്ടാക്കാനായി അധ്വാ

നശക്തിയുടെ മൂല്യത്തെ നിർണയിക്കുന്നതായ ആ ഉൽപ്പന്നങ്ങളുണ്ടാക്കുന്ന വ്യവസായശാഖകളിൽ അധ്വാനത്തിന്റെ ഉൽപ്പാദനപരതയിൽ വർധനവുണ്ടാകണം, അതിന്റെ ഫലമെന്നോണം ഒന്നുകിൽ ആ ഉൽപ്പന്നങ്ങൾ നിലനിൽപ്പിനുള്ള ഉപാധികളുടെ സാധാരണഗതിയിലുള്ള വർഗത്തിൽപ്പെട്ടതായിരിക്കണം, അല്ലെങ്കിൽ ആ ഉപാധികളുടെ സ്ഥാനങ്ങളിലേക്ക് പ്രദാനം ചെയ്യാൻ കഴിവുള്ളവയായിരിക്കണം. അത്തരം വ്യവസായങ്ങളിലുൾപ്പെടുന്നത് നിലനിൽപ്പിനുള്ള ഉപാധികളെ സ്വയം തന്നെ ഉൽപ്പാദിപ്പിക്കുന്നവ മാത്രമല്ല, മറിച്ച്, അത്തരം വ്യവസായങ്ങൾക്ക് ഉൽപ്പാദനോപാധികളെ സപ്ലൈ ചെയ്യുന്നവ കൂടിയാണ്. ഉദാഹരണത്തിന്, ഒരു ജോഡി ബൂട്ടുകളുടെ മൂല്യം ആശ്രയിക്കുന്നത്, ചെരിപ്പുകുത്തിയുടെ അധ്വാനത്തിന്മേൽ മാത്രമല്ല, മറിച്ച് തോൽ, മെഴുക്, നൂൽ തുടങ്ങിയവയുടെ മൂല്യത്തിന്മേൽ കൂടിയാണ്. ജീവിതത്തിനുവേണ്ട ആവശ്യതകൾ പ്രദാനം ചെയ്യുന്നതോ അത്തരം അവശ്യവസ്തുക്കളുടെ ഉൽപ്പാദനത്തിനുവേണ്ട ഉൽപ്പാദനോപാധികൾ പ്രദാനം ചെയ്യുന്നതോ അല്ലാത്ത ആ വ്യവസായശാഖകളിൽ അധ്വാനത്തിന്റെ ഉൽപ്പാദനപരതയിലുണ്ടാകുന്ന ഒരു വർധനവ് അധ്വാനശക്തിയുടെ മൂല്യത്തെ സ്പർശിക്കുന്നില്ല.

ഒരു വ്യക്തിയായ മുതലാളി അധ്വാനത്തിന്റെ ഉൽപ്പാദനപരത വർധിപ്പിച്ചുകൊണ്ട്, ഉദാഹരണത്തിന്, ഷർട്ടുകൾ കുറഞ്ഞവിലയുടേതാക്കിയാൽ അയാളൊരു തരത്തിലും അധ്വാനശക്തിയുടെ മൂല്യത്തെ ചുരുക്കാനല്ല അനിവാര്യമായും ഉന്നം വയ്ക്കുന്നത്. പക്ഷേ, ഈ ഫലത്തിനുവേണ്ടി അന്തിമമായി അയാൾ സംഭാവന ചെയ്യുന്നുവെന്നിടത്തുവരെ മാത്രമാണ് അയാൾ മിച്ചമൂല്യത്തിന്റെ പൊതുനിരക്കുയർത്താൻ സംഭാവന ചെയ്യുന്നത്. അങ്ങനെ മൂലധനത്തിനുള്ളിൽത്തന്നെ അധ്വാനത്തിന്റെ ഉൽപ്പാദനപരതയെ ഉയർത്താനുള്ള ഒരു നിരന്തര പ്രവണതയും ചായ്‌വും അന്തർലീനമായിട്ടുണ്ട്; അതിലൂടെ ചരക്കുകൾ വിലകുറഞ്ഞതാക്കാൻ അത്തരം വില കുറയ്ക്കലിലൂടെ തൊഴിലാളിയുടെതന്നെ വില കുറയ്ക്കാനുമുള്ള പ്രവണത.

ഒരേ പ്രക്രിയതന്നെ ചരക്കുകളുടെ വില കുറയ്ക്കുകയും അവയിലടങ്ങിയ മിച്ചമൂല്യത്തെ വർധിപ്പിക്കുകയുംചെയ്യുമ്പോൾ നമുക്കിവിടെ ആ വിഷമപ്രശ്നത്തിനുള്ള ഉത്തരമുണ്ട്: എന്തുകൊണ്ടാണ് മുതലാളി (അയാളുടെ ഏക താൽപ്പര്യം വിനിമയമൂല്യത്തിന്റെ ഉൽപ്പാദനം മാത്രമാണ്) തുടർച്ചയായി ചരക്കുകളുടെ വിനിമമൂല്യം കുറച്ചുകൊണ്ടുവരാൻ ശ്രമിക്കുന്നത്? അധ്വാനത്തിന്റെ ഉൽപ്പാദനപരതയുടെ എല്ലാ വികസിപ്പിക്കലിന്റെയും ലക്ഷ്യം (മുതലാളിത്ത ഉൽപ്പാദനത്തിനകത്ത്) തന്റെ തന്നെ ആവശ്യത്തിനായി തൊഴിലാളി ജോലി ചെയ്യേണ്ടതായ തൊഴിൽ ദിവസത്തിന്റെ ഭാഗത്തിന്റെ ദൈർഘ്യം കുറയ്ക്കുകയും ആ ദൈർഘ്യം കുറയ്ക്കലിലൂടെ തൊഴിൽ ദിവസത്തിന്റെ മറ്റേഭാഗത്തിന്റെ ദൈർഘ്യം കൂട്ടുകയുമാണ്, ആ സമയത്തയാൾ മുതലാളിയുടെ ഗുണത്തിനുവേണ്ടിയാണ് ജോലി ചെയ്യുന്നത്.

9

മൂലധനം എങ്ങനെയാണ് ഉൽപ്പാദന രീതിയെ വിപ്ലവവൽക്കരിക്കുന്നത്

(എ) സഹകരണം

മുതലാളിത്ത ഉൽപ്പാദനമാരംഭിക്കുന്നത് ഓരോ ഒറ്റയൊറ്റ മൂലധനങ്ങളും ഒരേ സമയത്തുതന്നെ താരതമ്യേന ഒരു വലിയ സംഖ്യ തൊഴിലാളികളെ നിയോഗിക്കുന്നതോടെയാണ്. ഒരു സ്ഥലത്ത് (അഥവാ ഒരേ അധ്വാനത്തിന്റെ തുറയിലെന്നും നിങ്ങൾക്കുപറയാം) ഒരേസമയത്ത് ഒരേ തരം ചരക്കുൽപ്പാദിപ്പിക്കാനായി ഒരു വമ്പിച്ച സംഖ്യ തൊഴിലാളികൾ ഒന്നിച്ചു പണിയെടുക്കുന്നതാണ് യുക്തിപരമായും ചരിത്രപരമായും മുതലാളിത്ത ഉൽപ്പാദനത്തിന്റെ ആരംഭബിന്ദുവിനെ രൂപപ്പെടുത്തുന്നത്. ഉൽപ്പാദനരീതിയെ കണക്കിലെടുക്കുമ്പോൾ നിർമാണത്തെ (മാനുഫാക്ചർ) തുടക്കത്തിൽ കൈവേലാ തൊഴിൽത്തുറയിൽനിന്ന് അല്ലെങ്കിൽ ഗിൽഡുകളിൽനിന്ന് ഒട്ടുംതന്നെ വേർതിരിക്കാൻ കഴിയില്ല. അതല്ലെങ്കിൽ ഒരേയൊരു മൂലധനംതന്നെ ഒരേസമയം വളരെയേറെ സംഖ്യവരുന്ന തൊഴിലാളികളെ നിയമിക്കുന്നതുകൊണ്ടുമാത്രമാണതിനെ വേർതിരിച്ചറിയാൻ പറ്റുന്നത്. വിദഗ്ധനായ കൈവേലക്കാരന്റെ (കൈവേലയിലെ മാസ്റ്ററുടെ) വർക്ക്ഷോപ്പ് ലളിതമായി ഇവിടെ വിപുലീകരിക്കപ്പെട്ടിരിക്കുന്നു.

അതുകൊണ്ട്, തുടക്കത്തിൽ വ്യത്യാസം തികച്ചും അളവുപരമാണ്. അതെന്തായാലും, ചില പരിധികൾക്കുള്ളിൽ, ഒരു ഭൗതികമായ നവീകരണം നടക്കുന്നു. ഓരോ വ്യവസായത്തിലും ഓരോ വ്യക്തിയായ തൊഴിലാളിയും (അവനൊരു പീറ്ററോ പോളോ ആകട്ടെ) തൊഴിലാളി എന്നതിൽ നിന്ന് ഏറിയും കുറഞ്ഞും വ്യത്യാസപ്പെട്ടിരിക്കുന്നു. ഈ വ്യക്തിപരമായ വ്യത്യാസങ്ങൾ പരസ്പരം ഒന്നു മറ്റൊന്നിനു പകരമാകുകയും അപ്രത്യക്ഷമാകുകയും ചെയ്യുന്നതാണ് ഒരു നിശ്ചിതയെണ്ണം തൊഴി

ലാളികളെ എവിടെയെങ്കിലും ഒന്നിച്ചു ജോലിക്കു വച്ചാൽ അവിടെ നാം കാണുന്നത്. എഡ്മണ്ട് ബർക്ക് (18–ാം നൂറ്റാണ്ടിൽ) ഒരു കൃഷിക്കാരനെന്ന നിലയിലുള്ള തന്റെ അനുഭവങ്ങളുടെയടിസ്ഥാനത്തിൽ ഉറപ്പിച്ചു പറഞ്ഞത് അഞ്ചു കൃഷിപ്പണിക്കാർ മാത്രമേ ഒന്നിച്ചു പണിയെടുക്കുന്നുള്ളൂവെന്നു വന്നാൽപ്പോലും വ്യക്തിപരമായ വ്യത്യാസങ്ങൾ അപ്രത്യക്ഷമാകുമെന്നാണ്. അതിന്റെ ഫലമെന്നോണം, ഒരു നിശ്ചിത പ്രായപൂർത്തിയെത്തിയ അഞ്ച് കൃഷിപ്പണിക്കാരും ഒന്നിച്ചെടുത്താൽ മറ്റേതൊരു അഞ്ചു പണിക്കാരും ചെയ്യുന്നത്ര പണിചെയ്യുമെന്നുമദ്ദേഹം പറഞ്ഞു. പക്ഷേ, അതെന്തായാലും ഒരു വലിയസംഖ്യ പണിക്കാർ ഒരേസമയം ജോലിയിൽ നിയോഗിക്കപ്പെട്ടാൽ അവരുടെ കൂട്ടായ തൊഴിൽ ദിവസം ശരാശരി സാമൂഹ്യാധ്വാനത്തിന്റെ ഒരു ദിവസത്തെ നൽകുമെന്നതു വ്യക്തമാണ്. ഉദാഹരണത്തിന്, ഒരു മുതലാളി 12 തൊഴിലാളികളെ 12 മണിക്കൂർ നേരം പണിക്കുവയ്ക്കുന്നുവെങ്കിൽ മുതലാളിക്ക് അതിനർഥം 144 മണിക്കൂറിന്റെ ഒരു തൊഴിൽ ദിനമെന്നാണ്. ആ പന്ത്രണ്ടു പേരിൽ ഏതു തൊഴിലാളികളുടെയും അധ്വാനം ശരാശരി സാമൂഹ്യാധ്വാനത്തിൽനിന്ന് അങ്ങോട്ടോ ഇങ്ങോട്ടോ വ്യതിചലിക്കുമെന്നിരിക്കിൽത്തന്നെയും ഒരേപണിതീർക്കാൻ അവരിലോരോരുത്തർക്കും വ്യത്യസ്ത സമയങ്ങളാണ് വേണ്ടിവരുന്നതെന്നിരിക്കിലും, മുതലാളി ഓരോ വ്യക്തിയുടെയും തൊഴിൽ ദിവസത്തെ $1\frac{1}{2}$ ഭാഗമായി കണക്കാക്കുന്നു. നിരവധി വ്യത്യസ്ത യജമാനന്മാരാൽ ഈ പന്ത്രണ്ട് തൊഴിലാളികൾ 2 പേർവീതമുള്ള ദ്വന്ദ്വങ്ങളായി ജോലിക്കു നിയോഗിക്കപ്പെട്ടാൽ ഈ ഓരോ യജമാനന്മാരും ഒരേ മൂല്യമുൽപ്പാദിപ്പിക്കുമോയെന്നത് യാദൃച്ഛികതയുടെ ഒരുപ്രശ്നം മാത്രമായിരിക്കും. അതിന്റെ അനന്തരഫലമെന്നോണം മിച്ചമൂല്യത്തിന്റെ സാമാന്യനിരക്ക് യാഥാർഥീകരിക്കപ്പെടുന്നു. ഒറ്റയൊറ്റ കേസുകളിൽ വ്യതിയാനങ്ങൾ സംഭവിക്കും. സാമൂഹ്യമായി ആവശ്യമായതിനെക്കാൾ കൂടുതൽ സമയം ഒരുൽപ്പന്നത്തിന്റെ ഉൽപ്പാദനത്തിന് ഒരു തൊഴിലാളിക്ക് വേണ്ടിവരികയാണെങ്കിൽ അവന്റെയധ്വാനത്തെ ശരാശരിയധ്വാനമായി എണ്ണാൻ കഴിയില്ല. അതുകൊണ്ട് ആറു ചെറുകിട യജമാനന്മാരിൽ ഒരാൾ ശരാശരി മിച്ചമൂല്യനിരക്കിനേക്കാൾ കൂടുതൽ ഊറ്റിയെടുത്തിരിക്കും; മറ്റൊരാൾ കുറച്ചും. ഈ അസമത്വങ്ങൾ സമൂഹത്തെ ഒട്ടുമൊത്തത്തിലെടുത്താൽ തട്ടിക്കിഴിക്കപ്പെടും. പക്ഷേ, ഒറ്റയൊറ്റയജമാനന്മാരുടെ കാര്യത്തിലതങ്ങനെയല്ല.

ജോലിയുടെ സമ്പ്രദായം ഒന്നുതന്നെയായിത്തുടർന്നാലും, വളരെയേറെ സംഖ്യ തൊഴിലാളികളെ ഒരേസമയം നിയമിക്കുന്നത് അധ്വാനപ്രക്രിയയുടെ ഭൗതികസാഹചര്യങ്ങളിൽ ഒരു മൊത്തത്തിലുള്ള മാറ്റം കൊണ്ടുവരുന്നു. നിരവധിപേർ ജോലി ചെയ്യുന്ന കെട്ടിടങ്ങൾ, അസംസ്കൃത വസ്തുക്കളുടെ സംഭരണശാലകൾ, വലിയ സ്വീകരണികൾ, സംവിധാനങ്ങൾ, ഉപകരണങ്ങൾ തുടങ്ങിയ ഒന്നിച്ചോ മറ്റുവിധത്തിലോ നിരവധി തൊഴിലാളികളുടെ ഉദ്ദേശ്യങ്ങൾക്കായി ഇപ്പോൾ പൊതുവായി

ഉപഭോഗിക്കപ്പെടുന്നു. ഈ ഉൽപ്പാദന ഉപാധികളുടെ ഉപയോഗ മൂല്യത്തിന്റെ വർധിച്ചതോതിലുള്ള ഉപയോഗപ്പെടുത്തൽ അവയുടെ വിനിമയമൂല്യത്തെ വർധിപ്പിക്കുന്നില്ല, അവയ്ക്ക് കൂടുതൽ ചെലവുവരുന്നില്ല. മൂലധനത്തിന്റെ തുകയ്ക്കാനുപാതികമായി ഈ നേട്ടം വർധിക്കുന്നു. ഒരു നെയ്ത്തുകാരൻ രണ്ടു പരിശീലനാർഥി (apprentice) കൾക്കൊപ്പം പണിയെടുക്കുന്ന മുറിയെക്കാൾ വളരെ വലുതായിരിക്കണം 20 നെയ്ത്തുകാർ 20 തറികളിൽ പണിയെടുക്കുന്ന മുറി. പക്ഷേ, 20 വ്യക്തികൾക്കായി ഒരൊറ്റ വർക്ക്ഷോപ്പുണ്ടാക്കുന്നത്, രണ്ടുപേർ വീതമുള്ള സംഘങ്ങൾക്കായി 10 വ്യത്യസ്ത മുറികളുണ്ടാക്കുന്നതിനേക്കാൾ എന്തുകൊണ്ടും ലാഭമായിരിക്കും; അങ്ങനെ വൻതോതിലുള്ള പൊതുവായ ഉപയോഗത്തിനായി കേന്ദ്രീകരിക്കപ്പെടുന്ന ഉൽപ്പാദനോപാധികളുടെ മൂല്യം ആ ഉപാധികളുടെ വർധിച്ച ഉപയോഗപ്രദമായ ഫലങ്ങളുമായി നേരനുപാതത്തിൽ വർധിക്കുന്നില്ല. പൊതുവായി ഉപയോഗിക്കപ്പെടുമ്പോൾ, അവയുടെ മൂല്യത്തിന്റെ ഒരു ചെറിയ ഭാഗമത് ഓരോ ഉൽപ്പന്നങ്ങൾക്കും നൽകുന്നു. ഈരീതിയിൽ ചരക്കിന്റെ മൊത്തം മൂല്യം താഴുന്നു. തൊഴിലാളികൾ വെറുതെ അടുത്തടുത്തു നിന്നാണ് ജോലി ചെയ്യുന്നത്, അവർ പരസ്പരം സഹായിക്കുന്നില്ല എന്നുവന്നാൽപ്പോലും ഒരു വലിയ സംഖ്യ തൊഴിലാളികൾ പൊതുവായാണ് അവയെ ഉപഭോഗിക്കുന്നത് എന്നതിൽനിന്നു മാത്രമാണ് ഉൽപ്പാദനോപാധികളുടെ പ്രയോഗത്തിലെ ഈ മെച്ചം അഥവാ ചെലവുചുരുങ്ങൽ വരുന്നത്.

ഒരേ ഉൽപ്പാദനപ്രക്രിയയിൽ എണ്ണമറ്റ തൊഴിലാളികൾ ക്രമീകൃതമായി അടുത്തടുത്തു നിന്ന് ഒരുമിച്ച് ജോലി ചെയ്യുമ്പോൾ അഥവാ വ്യത്യസ്തവും പരസ്പരം ബന്ധപ്പെട്ടതുമായ പ്രക്രിയകളിൽ ജോലി ചെയ്യുമ്പോൾ അവർ 'സഹകരണത്തോടെ' ജോലിചെയ്യുന്നുവെന്നു പറയപ്പെടുന്നു.

ഒരു കുതിരപ്പട സ്ക്വാഡ്രന്റെ കടന്നാക്രമണശക്തിയോ ഒരു കാലാൾപ്പട വിഭാഗത്തിന്റെ പ്രതിരോധശക്തിയോ ഓരോ വ്യക്തിയായ കുതിരപ്പട, കാലാൾപ്പട സൈനികന്റെ കടന്നാക്രമണ ശക്തിയുടെയോ പ്രതിരോധശക്തിയുടെയോ മൊത്തം കൂട്ടിക്കിട്ടിയ തുകയല്ല എന്നതുപോലെതന്നെ ഒറ്റപ്പെട്ട തൊഴിലാളികൾ പ്രയോഗിക്കുന്ന യാന്ത്രിക പ്രക്രിയയുടെ മൊത്തം തുക ഒരേ പ്രവർത്തനത്തിൽ നിരവധി കരങ്ങൾ ഒന്നിച്ചു പണിയെടുക്കുന്നതുണ്ടാക്കുന്ന സാമൂഹ്യശക്തിയിൽനിന്ന് വ്യത്യാസപ്പെട്ടിരിക്കുന്നു (ഒരു വലിയ ഭാരം പൊക്കുക, ഒരു തടസം മാറ്റുക, ഒരു കയറും കപ്പിയും സംവിധാനം പ്രവർത്തിക്കുക തുടങ്ങിയവപോലുള്ള പ്രവർത്തികളിൽ). ഇത്തരം കേസുകളിൽ ഒന്നിച്ചുചേരുന്ന അധ്വാനത്തിന്റെ ഫലത്തെ ഒരു തരത്തിലും ഒറ്റപ്പെട്ട വ്യക്തിപരമായ അധ്വാനത്തിനുണ്ടാക്കാൻ ഒന്നുകിൽ കഴിയില്ല, അതല്ലെങ്കിൽ വമ്പിച്ച ഒരുസമയം ചെലവാക്കി മാത്രമേ അതു സാധ്യമാകൂ. അതല്ലെങ്കിൽ വളരെ ചെറിയ ഒരു നിലവാരത്തിലേ അതു സാധ്യമാകൂ. സഹകരണത്തിന്റെ ഉപാധി

യിലൂടെ നമുക്കിവിടെ വ്യക്തിയുടെ ഉൽപ്പാദനക്തിയിൽ വർധനവുണ്ടാകുന്നുവെന്നു മാത്രമല്ല മറിച്ച് ഒരു പുതിയ ശക്തിയുടെ സൃഷ്ടിയുമുണ്ട്– അതായത് ബഹുജനങ്ങളുടെ കൂട്ടായ ശക്തിയുടെ (ഒരു ടൺ വരുന്ന ഒരു ഭാരമുയർത്താൻ ഒരാൾക്കാവില്ല, പത്തുപേരതിന് വലിയ തോതിൽ ബുദ്ധിമുട്ടി അധ്വാനിക്കേണ്ടിവരും, നൂറുപേർക്കതവരുടെ ഓരോ വിരലിന്റെ ശക്തികൊണ്ടു സാധിക്കും– ജോൺ ബെല്ലേഴ്സ്, ലണ്ടൻ 1696).

ഒട്ടേറെ ബലങ്ങൾ ഒരൊറ്റ കൂട്ടായ ബലത്തിലേക്ക് ഇഴുകിച്ചേരുന്നതിന്റെ ഫലമായി ഉയർന്നു വരുന്ന പുതിയ ശക്തിയിൽനിന്ന് വേറിട്ട്, ഒരു വെറും സാമൂഹ്യബന്ധം, ഒട്ടുമിക്ക തൊഴിലാളികളുടെയും കാര്യത്തിൽ, ഓരോ വ്യക്തിയായ തൊഴിലാളിയുടെയും കാര്യക്ഷമതയെ ഉയർത്തുന്ന ഒരു മൃഗസഹജമായ ഉത്തേജനവും മത്സരബുദ്ധിയും കൊണ്ടുവരുന്നുണ്ട്. അതുകൊണ്ട് ഒന്നിച്ചു തൊഴിലെടുക്കുന്ന 12 പേർ 144 മണിക്കൂറിന്റെ ഒരു തൊഴിൽ ദിവസത്തിൽ 12 മണിക്കൂർ വീതം പന്ത്രണ്ടു തൊഴിലാളികൾ ഒറ്റപ്പെട്ട് പണിയെടുക്കുന്നതിനേക്കാൾ വളരെക്കൂടുതൽ ഉൽപ്പാദിപ്പിക്കും; അഥവാ ഒരാൾ 12 ദിവസം തുടർച്ചയായി പണിയെടുക്കുന്നതിനേക്കാൾ കൂടുതലുൽപ്പാദിപ്പിക്കും. അതിന്റെ കാരണം, മനുഷ്യൻ അരിസ്റ്റോട്ടിൽ പറയുന്നപോലെ ഒരു രാഷ്ട്രീയ ജീവിയായേക്കില്ലെങ്കിലും ഏതു രീതിയിൽ നോക്കിയാലും ഒരു സാമൂഹ്യ ജീവിയാണെന്നതാണ്.

ഒരേ അധ്വാനത്തിലോ അല്ലെങ്കിൽ ഒരേതരത്തിലുള്ള അധ്വാനത്തിലോ ഒരുമിച്ച് ഒട്ടേറെയാളുകൾ ഉൾപ്പെടുമെങ്കിൽത്തന്നെയും, ഓരോരുത്തരുടെയും അധ്വാനം കൂട്ടായ അധ്വാനത്തിന്റെ ഒരു ഭാഗമെന്ന നിലയിൽ അധ്വാനപ്രക്രിയയിലെ ഒരു വ്യതിരിക്ത ഘട്ടമായിരിക്കുമെന്നു വന്നാൽത്തന്നെയും സഹകരണത്തിന്റെ അനന്തരഫലമെന്നോണം, കൂടുതൽ വേഗത്തിൽ ആ എല്ലാഘട്ടങ്ങളിലൂടെയും അധ്വാനപ്രക്രിയക്കുവിധേയമാക്കുന്ന വസ്തു കടന്നുപോകുന്നു. ഉദാഹരണത്തിന്, ഒരുകോണിയുടെ അടിയിൽ നിന്ന് അതിന്റെ ഉച്ചിയിലേക്കു കരിങ്കല്ല് കൈമാറാൻ 12 കരിങ്കൽപ്പണിക്കാർ നിരയായി അണിനിരക്കുന്നുവെന്നു കരുതിയാൽ, അവരോരോരുത്തരും ഒരേ കാര്യം തന്നെയാണ് ചെയ്യുന്നത്. അതെന്തായാലും അവരുടെ വേറിട്ട പ്രവൃത്തികൾ പരസ്പരബന്ധിതമായ ഒരു മൊത്തം പ്രവർത്തനത്തെ രൂപ്പപെടുത്തുകയും അതിലൂടെ നിരയിലുള്ള 24 കൈകളാൾ കൂടുതൽ വേഗത്തിൽ കരിങ്കല്ല് വഹിക്കപ്പെടുകയും ചെയ്യുന്നു. ഓരോരുത്തരും ഒറ്റക്കൊറ്റക്ക് ഓരോ കരിങ്കല്ലുമായി കയറുകയും ഇറങ്ങുകയും ചെയ്യുന്നതിനേക്കാൾ വേഗത്തിലാണതു നടക്കുക. വസ്തുവിനെ കുറഞ്ഞ സമയത്തിനകം അതേദൂരം കൊണ്ടുപോകുന്നു. വീണ്ടും ഉദാഹരണത്തിന് ഒരു കെട്ടിടത്തെ ഒരേസമയം എല്ലാ വശത്തുനിന്നും പണിതുയർത്തുമ്പോൾ അധ്വാനത്തിന്റെ ഓരോന്നു ചേരൽ നടക്കുന്നു, ഇവിടെയും സഹകരിക്കുന്ന കൽപ്പണിക്കാർ ഒരേ ജോലി, ഒരേതരം ജോലി, തന്നെയാണു ചെയ്യുന്നതെങ്കിലും 12 കൽപ്പണിക്കാർക്ക് അവരുടെ 144 മണിക്കൂർ തൊഴിൽ ദിനത്തിൽ ഒരു കൽപ്പ

ണിക്കാരൻ 12 ദിവസം തുടർച്ചയായി പണിയെടുക്കുന്നിനേക്കാൾ– അഥവാ 144 മണിക്കൂർ പണിയെടുക്കുന്നതിനെക്കാൾ പുരോഗതിയുണ്ടാക്കാൻ കഴിയും. അതിനു കാരണം ഒരേതാളത്തിൽ പ്രവർത്തിക്കുന്ന ആ ആളുകൾക്ക് മുന്നിലും പിന്നിലും കണ്ണുകളും കൈകളുമുണ്ടെന്നതും, ഒരു പരിധിവരെ അവരെല്ലായിടത്തും സന്നിഹിതരാണെന്നതുമാണ്. പ്രവൃത്തിയുടെ വിവിധ ഭാഗങ്ങൾ ഒരേസമയം ഒപ്പമായി പുരോഗമിക്കുന്നു.

പ്രവൃത്തി സങ്കീർണമായതാണെങ്കിൽ, അപ്പോൾ പരസ്പരം സഹകരിക്കുന്ന ജോലിക്കാരുടെ വെറും എണ്ണംതന്നെ വ്യത്യസ്ത കൈകളിലേക്കായി വിവിധ പ്രവർത്തനങ്ങൾ വീതിച്ചു നൽകാൻ അനുവദിക്കുകയും അതിന്റെ അനന്തരഫലമായി അവയെല്ലാം ഒരേസമയത്തുതന്നെ നിർവഹിക്കപ്പെടുകയും ചെയ്യും. മൊത്തം പണിയുടെയും പൂർത്തീകരണത്തിനാവശ്യമായ സമയം അതിലൂടെ ചെറുതാകുന്നു (എല്ലാവരും ഒന്നിച്ചുചേരുമ്പോഴുള്ള ഫലം ഒരൊറ്റ വ്യക്തിക്കു തന്നെ നേടാനാവില്ല. ഒരാൾ വഞ്ചി തുഴയുകയും മറ്റെയാൾ അമരത്തിലിരിക്കുകയും ചെയ്യുമ്പോൾ മൂന്നാമൻ വലയെറിയുകയോ ചൂണ്ടയെറിയുകയോ ചെയ്യുന്നു. ഈ രീതിയിൽ മീൻ പിടുത്തക്കാർ വിജയം നേടുന്നു. സഹകരണമില്ലെങ്കിൽ അത് സാധ്യമാകുമായിരുന്നില്ല– ഡെസ്റ്റ്യൂട്ട് ഡി ട്രേസി, ട്രെയ്റ്റെ ഡിലാവൊളോന്റെ എറ്റ് ഡി സെസ് എഫെക്ട്സ് പാരീസ്, 1826)

ഉൽപ്പാദനത്തിന്റെ നിരവധി ശാഖകളിൽ ഉൽപ്പാദനപ്രക്രിയയുടെ സ്വഭാവ പ്രകൃതിയാൽ നിർണയിക്കപ്പെടുന്ന ക്രിട്ടിക്കൽ പീരിയഡുകൾ (നിർണായക സമയഘട്ടം) ഉണ്ട്. ആ സമയത്തിനകത്തുതന്നെ നിശ്ചിത ഫലങ്ങൾ കൈവരിക്കപ്പെടണം. ഉദാഹരണത്തിന് ഒരു ചെമ്മരിയാട്ടിൻ കൂട്ടത്തിന്റെ രോമം കത്രിക്കപ്പെടണം, ഒരു ഗോതമ്പുവയൽ കൊയ്തു മെതിക്കപ്പെടണം. ഒരു നിശ്ചിതസമയത്തിനകം പ്രവൃത്തി ആരംഭിച്ചവസാനിക്കുന്നുവെന്നതിനെയാശ്രയിച്ചാണ് ഉൽപ്പന്നത്തിന്റെ ഗുണവും അളവും നിലനിൽക്കുന്നത്. ഈകേസുകളിൽ ഉൽപ്പാദനപ്രക്രിയക്കെടുക്കുന്ന സമയം നിർദേശിക്കപ്പെട്ടിട്ടുണ്ട്, ഹെറിങ് (ഒരുതരം മീൻ) പിടുത്തത്തിന്റെ കാര്യത്തിലെന്നപോലെ നിശ്ചിത സമയത്തിനകത്തെ പ്രവൃത്തിയുടെ പൂർത്തീകരണം ആശ്രയിച്ചു നിൽക്കുന്നത് ഒന്നിച്ച് എണ്ണമറ്റ കൂട്ടായ തൊഴിൽ ദിവസങ്ങളുടെ പ്രയോഗത്തിൽ വരുത്തലിലാണ്, ഫലപ്രദമായ ഫലത്തിന്റെ തുക ആശ്രയിച്ചു നിൽക്കുന്നത് തൊഴിലാളികളുടെ എണ്ണത്തിന്മേലാണ്. ഈ എണ്ണം, പക്ഷേ, അതേകാലത്ത് അതേയളവ് പ്രവൃത്തി ചെയ്യാൻ വേണ്ടിവരുന്ന ഒറ്റപ്പെട്ട തൊഴിലാളികളുടെ എണ്ണത്തേക്കാൾ കുറവായിരിക്കും. അത്തരം സഹകരണത്തിന്റെ അഭാവം കാരണമാണ്. യു എസ് എയുടെ പടിഞ്ഞാറൻ ഭാഗങ്ങളിൽ വളരെയേറെ ചോളവും ബ്രിട്ടീഷുകാരുടെ ഭരണം പ്രാചീന സമുദായങ്ങളെ നശിപ്പിച്ചുകളഞ്ഞ ഈസ്റ്റ് ഇന്ത്യയുടെ ഭാഗങ്ങളിൽ വളരെയേറെ പരുത്തിയും ഓരോ വർഷവും പാഴാക്കപ്പെടുന്നത്.

ഒരുവശത്ത് സഹകരണം ഒരു വിപുലീകരിക്കപ്പെട്ട പ്രദേശത്ത്

ജോലി നടത്തപ്പെടുന്നു എന്നതിനെ അനുവദിക്കുന്നു. അത് അതിന്റെ അനന്തരഫലമെന്നോണം ചില നിശ്ചിത ഉത്തരവാദിത്വങ്ങളും ഏറ്റെടുക്കേണ്ടതാവശ്യമാക്കുന്നു. ജലം വാർത്തുകളയൽ, ചാലുകൾ നിർമിക്കൽ, ജലസേചന പ്രവൃത്തികൾ, കനാൽ നിർമാണം, റോഡുകൾ, റെയിൽവെകൾ തുടങ്ങിയ മറുവശത്ത് ഉൽപ്പാദനത്തിന്റെ തോത് വർധിപ്പിക്കുമ്പോൾത്തന്നെ അത് അരങ്ങിന്റെ ആപേക്ഷികമായ ഒരു ചുരുക്കൽ സാധ്യമാക്കുന്നു. അധ്വാനത്തിന്റെ അരങ്ങിന്റെ ചുരുങ്ങൽ, ഒപ്പം തന്നെയുള്ള തോതിന്റെ വർധനവുമായി ചേരുന്നതിലൂടെ ഒരു നിര ചെലവുകൾ ലാഭിക്കാനാകും; തൊഴിലാളികൾ കൂട്ടമായി ഒന്നുചേരുന്നതുകാരണവും ഉൽപ്പാദോപാധികളുടെ കേന്ദ്രീകരണം കാരണവും.

അതേ അളവിലുള്ള ഒറ്റപ്പെട്ട തൊഴിൽദിനങ്ങളുമായി താരതമ്യപ്പെടുത്തുമ്പോൾ ഒന്നുചേർന്നു തൊഴിൽ ദിനം ഉപയോഗത്തിലുള്ള വലിയ അളവ് മൂല്യങ്ങളെ ഉൽപ്പാദിപ്പിക്കുകയും അതിലൂടെ ഒരു നിശ്ചിത ഉപയോഗപ്രദമായ ഫലത്തിന്റെ ഉൽപ്പാദനത്തിനാവശ്യമായ തൊഴിൽ സമയത്തെ ചുരുക്കുകയുംചെയ്യുന്നു. നമ്മുടെ വിശകലനം കാട്ടിത്തന്നതുപോലെ ഉൽപ്പാദനശേഷിയിലുള്ള വർധനവ് എല്ലാ കാര്യത്തിലും സഹകരണം കൊണ്ടുതന്നെ വരുന്നതാണ്. പക്ഷേ, ഒരേ മൂലധനത്തിലും ഒരേ മുതലാളിയാലും ഒന്നിച്ചു പ്രവൃത്തിയിൽ നിയോഗിക്കപ്പെട്ടില്ലെങ്കിൽ കൂലിപ്പണിക്കാർക്ക് സഹകരിക്കാൻ സാധ്യമല്ല. ഈ അധ്വാനശക്തികളുടെ മൊത്തം മൂല്യങ്ങൾ അല്ലെങ്കിൽ ഒരു ദിവസത്തെ ഈ കൂലിപ്പണിക്കാരുടെ കൂലികളുടെ തുക (അല്ലെങ്കിലവ ഒരാഴ്ചക്കാലത്തേതുമാകാം, അതാതിന്റെ തരമനുസരിച്ച്) ഉൽപ്പാദനപ്രക്രിയക്കായി വിവിധ അധ്വാനശക്തികൾ ഒന്നിച്ചുചേരുന്നതിനു മുമ്പുതന്നെ മുതലാളിയുടെ പോക്കറ്റിൽ ലഭ്യമായിരിക്കണം. 300 തൊഴിലാളികളെ ഉടനടി നിയമിക്കുന്നത് (അത് ഒറ്റദിവസത്തേക്കായാലും) ഒരു ചെറിയ എണ്ണം തൊഴിലാളികളെ ആഴ്ചക്കണക്കിൽ ഒരു വർഷം മുഴുവൻ നിയോഗിക്കുന്നതിനേക്കാൾ വലിയ മൂലധനനീക്കിവെപ്പാവശ്യപ്പെടുന്നുണ്ട്. അതുകൊണ്ട് സഹകരിക്കുന്ന തൊഴിലാളികളുടെ സംഖ്യ (അഥവാ സഹകരണത്തിന്റെ തോത് എന്നു വിളിക്കപ്പെടുന്നത്) ഒന്നാമതായിത്തന്നെ ആശ്രയിച്ചു നിൽക്കുന്നത് അധ്വാനശക്തിയുടെ വാങ്ങലിനായി വ്യക്തിയായ മുതലാളിക്ക് എത്രകണ്ട് മൂലധനം ചെലവിടാൻ കഴിയും എന്നതിന്മേലാണ്.

അസ്ഥിരമൂലധനത്തിന്റെ കാര്യത്തിലെന്നപോലെതന്നെയാണ് സ്ഥിരമൂലധനത്തിന്റെ കാര്യവും. ഉദാഹരണത്തിന് 300 തൊഴിലാളികളെ നിയോഗിക്കുന്ന മുതലാളി 10 പേരെ വീതം നിയോഗിക്കുന്ന 30 മുതലാളിമാരോരോരുത്തരും നീക്കിവെക്കുന്നതിനേക്കാൾ 30 ഇരട്ടി വലിയ തുക അസംസ്കൃതവസ്തുവിനായി നീക്കിവയ്ക്കണം. തൊഴിലാളികളുടെ ഉപകരണങ്ങളുടെ മൂല്യവും അളവും; സഹകരണത്തിന്റെ തോതും (അഥവാ ഉൽപ്പാദനത്തിന്റെ തോത്) ആശ്രയിക്കുന്നത് ഈ കേന്ദ്രീകരണത്തിന്റെ പരിധിയിന്മേലാണ്.

അധ്വാനത്തിന്റെ മൂലധനത്തിനു മുന്നിലുള്ള കീഴ്പ്പെടൽ, ആദ്യം, തൊഴിലാളി തനിക്കുവേണ്ടിത്തന്നെ അധ്വാനിക്കുന്നതിനുപകരമായി മുതലാളിക്കുവേണ്ടി, അതുകൊണ്ടുതന്നെ അയാൾക്കു കീഴിൽ ജോലി ചെയ്യുന്നതിന്റെ ഔപചാരികമായ അനന്തരഫലം മാത്രമാണ് എന്നു നാം കണ്ടു. എണ്ണമറ്റ കൂലിത്തൊഴിലാളികളുടെ സഹകരണത്തോടെ മൂലധനത്തിന്റെ സ്വാധീനം അധ്വാന പ്രക്രിയയെത്തന്നെ നിർവഹിക്കുന്നതിനുള്ള ഒരാവശ്യകതയായിത്തീരുന്നു, ഉൽപ്പാദനത്തിനുവേണ്ട ഒരു യഥാർഥ അവശ്യഘടകമായി. ഉൽപ്പാദനത്തിന്റെ തുറയിൽ മുതലാളി ആജ്ഞകൾ നൽകണമെന്നത്, യുദ്ധഭൂമിയിൽ ജനറൽ ആജ്ഞകൾ നൽകണമെന്നതുപോലെതന്നെ, ഇപ്പോൾ ഒഴിവാക്കാനാകാത്തതായിത്തീരുന്നു.

എല്ലാ വൻതോതിലുള്ള ഒന്നിച്ചു ചേർന്നുള്ള അധ്വാനത്തിനും ഏറിയും കുറഞ്ഞും ഒരു മാർഗനിർദേശം നൽകുന്ന അധികാരസ്ഥാനം ആവശ്യമാണ്. ഒറ്റയൊറ്റ പ്രവർത്തനങ്ങളുടെ ഒരു താളപ്പൊരുത്തമുള്ള നിർവഹണത്തെ അതുറപ്പാക്കും, പ്രത്യേക പ്രത്യേക അവയവങ്ങളിൽനിന്ന് വ്യതിരിക്തമായി ഒരു ഒന്നിച്ചു ചേരുന്ന സംവിധാനത്തിൽ അവയുടെ ഉത്ഭവമുള്ളതായ പൊതു ധർമങ്ങളെയുമത് നിർവഹിക്കും. ഒരു വ്യക്തിയായ വയലിനിസ്റ്റാണ് അവന്റെ തന്നെ കൺഡക്ടർ. നേരെമറിച്ച്, ഒരു ഗായകസംഘത്തിനൊരു വേറിട്ട കൺഡക്ടറാവശ്യമാണ്. ഈ മേൽനോട്ടം വഹിക്കൽ, മാർഗനിർദേശം നൽകൽ, ക്രമീകരിക്കൽ എന്നിവയുടെ പ്രവർത്തനം മൂലധനത്തിന്റെ കീഴിലുള്ള അധ്വാനം സഹകരണ സ്വഭാവത്തിലുള്ള ഒന്നായിത്തീരുന്ന ആ നിമിഷം മുതൽ അതിന്റെ (മൂലധനത്തിന്റെ) ധർമമായിത്തീരുന്നു. ഒരിക്കലത് മൂലധനത്തിന്റെ ധർമമായിത്തീർന്നാൽ അത് പ്രത്യേക സവിശേഷതകളാർജിക്കുന്നു.

മുതലാളിത്ത ഉൽപ്പാദനത്തിന്റെ നയിക്കുന്ന ഉദ്ദേശ്യം, അതിന്റെ ലക്ഷ്യം ഒന്നാമതായിത്തന്നെ പരമാവധി മിച്ചമൂല്യത്തുക ഊറ്റിയെടുക്കുകയെന്നതാണ്. അതിന്റെ അനന്തരഫലമെന്നോണം മുതലാളിയുടെ താൽപ്പര്യത്തിനുവേണ്ടി അധ്വാനശക്തിയെ സാധ്യമായതിന്റെ പരമാവധി പരിധിവരെ ചൂഷണം ചെയ്യുകയെന്നതുമാണ്. ഒന്നിച്ചുതന്നെ ജോലിക്കു നിയോഗിക്കപ്പെടുന്ന (സഹകരിക്കുന്ന) തൊഴിലാളികളുടെ എണ്ണം വർധിക്കുന്നതോടെ അവരുടെ ചെറുത്തുനിൽപ്പും വർധിക്കുന്നു, അതോടൊപ്പം എതിർസമ്മർദത്തിലൂടെ അതിനെ മറികടക്കുകയെന്ന മൂലധനത്തിന്റെ ആവശ്യകതയും വരുന്നു. വീണ്ടും ഉൽപ്പാദനോപാധികളുടെ വർധിച്ചുവരുന്ന അളവിനൊപ്പം (ഇനിയങ്ങോട്ടവ കൂലിപ്പണിക്കാരന്റെ സ്വത്തല്ല) ആ ഉപാധികളുടെ ശരിയായ പ്രയോഗത്തിനുമേൽ നിയന്ത്രണം വേണമെന്ന ആവശ്യവും വർധിക്കുന്നു. തുടർന്ന് കൂലിപ്പണിക്കാരന്റെ സഹകരണം അവരെ ഒന്നിച്ചുചേർത്ത് നിയമിക്കുന്നു മൂലധനത്താൽ പൂർണമായും നടപ്പിൽ വരുത്തപ്പെടുന്നു. അവരുടെ സ്വന്തമായ പ്രവർത്തനധർമങ്ങളും ഒരൊറ്റ ഉൽപ്പാദനപരമായ ശരീരമായുള്ള അവരുടെ ഐക്യവും തമ്മിലുള്ള ബന്ധം അവർക്കു ബാഹ്യമായ കാര്യങ്ങളാണ് മറിച്ചവ

അവരെ ഒന്നിച്ചുകൊണ്ടുവരികയും ആ രീതിയിൽ നിലനിർത്തുകയും ചെയ്യുന്ന മൂലധനത്തിന്റെ പ്രവൃത്തിയാണ്. അതുകൊണ്ട് അവരുടെ വിവിധ ജോലികൾ തമ്മിലുള്ള നിലവിലുള്ള ബന്ധം അവരുടെ മുന്നിൽ പ്രത്യക്ഷപ്പെടുന്നത്, മാതൃകാപരമായി, മുതലാളിയുടെ ഒരു പദ്ധതിയുടെ രൂപമായാണ്. ഒപ്പംതന്നെ, പ്രായോഗികമായി, മറ്റൊരാളുടെ ഇച്ഛയുടെ അതേമുതലാളിയുടെ അധികാരത്തിന്റെ രൂപത്തിലാണ്, മറ്റൊരു ഇച്ഛയുടെ രൂപത്തിൽ അയാൾ തന്റെ ലക്ഷ്യങ്ങൾക്കനുസരിച്ച് അവരുടെ പ്രവർത്തനങ്ങളെ കീഴൊതുക്കുന്നു. അങ്ങനെ മുതലാളിയുടെ അധികാരം സ്വേച്ഛാപരമാണ്. സഹകരണം അതിന്റെ തോത് വർധിപ്പിക്കുന്തോറും, ഈ സ്വേച്ഛാഭരണം അതിനുമാത്രം സ്വന്തമായ സവിശേഷതകളുള്ള ഒരു രൂപം കൈവരിക്കുന്നു. ഓരോരോ തൊഴിലാളിയുടെയുംമേലും ഒരുപറ്റം തൊഴിലാളികളുടെമേലും നേരിട്ടും സ്ഥിരവുമായ മേൽനോട്ടത്തിന്റെ ജോലി മുതലാളി ഒരു പ്രത്യേതരത്തിലുള്ള കൂലിപ്പണിക്കാരന് കൈമാറുന്നു. ഒരൊറ്റ മുതലാളിയുടെ കമാൻഡിനുകീഴിലുള്ള തൊഴിലാളികളുടെ വ്യവസായ സേനക്ക് ഒരു പട്ടാളസംഘടനയെന്നപോലെ ഓഫീസർമാരും (ഡയറക്ടർമാർ, മാനേജർമാർ) നോൺ കമ്മീഷൻഡ് ഓഫീസർമാരും (ഫോർമെൻ, മേൽനോട്ടക്കാർ) ആവശ്യമാണ്. അവരെല്ലാം ജോലി നടന്നുകൊണ്ടിരിക്കുമ്പോൾ മുതലാളിയുടെ പേരിൽ ആജ്ഞകൾ പുറപ്പെടുവിക്കുകയും നടപ്പാക്കുകയും ചെയ്യുന്നു.

അതുകൊണ്ട് നാം കാണുന്നത് മൂലധനത്തിന്റെ അധ്വാനത്തിന്റെ കീഴടക്കലിനും അതിന്റെ മേലുള്ള മേൽനോട്ടത്തിനും രണ്ടു വ്യതിരിക്തമായ ഉറവിടങ്ങളുണ്ടെന്നാണ്; ഒന്നാമതായി പൊതുവായി നിർവഹിക്കപ്പെടുന്ന എല്ലാ അധ്വാനങ്ങൾക്കും ഒരു മാർഗനിർദേശം നൽകുന്ന അധികാരകേന്ദ്രം വേണമെന്ന വസ്തുതയിൽ നിന്നാണുത്ഭൂതമാകുന്നത്; മുതലാളിത്ത കാലഘട്ടത്തിലെ അത്തരം അധ്വാനം ലക്ഷ്യംവയ്ക്കപ്പെട്ടിരിക്കുന്നത് മൂലധനത്തിനുവേണ്ടി മിച്ചമൂല്യം ഉൽപ്പാദിപ്പിക്കാനായാണ് എന്നതിൽ നിന്നാണത് രണ്ടാമതായി ഉത്ഭൂതമാകുന്നത്. ഈ രണ്ടുറവിടങ്ങളും തമ്മിൽ വ്യക്തമായി വേർതിരിക്കേണ്ടതാവശ്യമാണ്. നാം പ്രക്രിയയുടെ സ്വഭാവം ശരിയായി മനസിലാക്കാനാഗ്രഹിക്കുന്നുവെങ്കിൽ ഒരു കാരണവശാലും അവ തമ്മിൽ കൂട്ടിക്കുഴച്ചുകൂടാ.

പൊതുവായി നിരവധി ജോലിക്കാർ പണിയെടുക്കുന്നുവെന്ന വെറും വസ്തുതയിൽനിന്നുതന്നെ പുതിയ ഉൽപ്പാദനശക്തികൾ വികസിക്കുന്നുവെന്നും ഈ സഹകരണം തുടർന്ന് അതിനകം നിലനിൽക്കുന്ന ശക്തികളെ വർധിപ്പിക്കുന്നുവെന്നും നാം കണ്ടു. ഈ നേട്ടങ്ങൾക്ക് അതിന്റെ ഉത്ഭവമുള്ളത് സഹകരണത്തിലാണ്. ഈ സഹകരണം ആരംഭിക്കുന്നത് അധ്വാനപ്രക്രിയയോടെയാണ്, തൊഴിലാളികൾ സഹകരിക്കാനാരംഭിക്കുന്നതോടെതന്നെ അതവരുടേതായിരിക്കുന്നത് അവസാനിക്കുകയും മൂലധനത്തിൽ ഉൾച്ചേർക്കപ്പെടുകയും ചെയ്യുന്നു. അതുകൊണ്ട് സഹകരിച്ചു ജോലിയെടുക്കുമ്പോൾ തൊഴിലാളിയാൽ വികസിപ്പിച്ചെടുക്കപ്പെടുന്ന

ഉൽപ്പാദനപരത മൂലധനത്തിന്റെ ഉൽപ്പാദനശക്തിയാണ്. ഈ ശക്തി വികസിപ്പിക്കപ്പെടുന്ന കാരണമൊന്നുമില്ലാതെയാണ്, അത്തരം നിശ്ചിത സാഹചര്യങ്ങൾക്കുകീഴിൽ വിന്യസിക്കപ്പെടുമ്പോഴൊക്കെ, മൂലധനമാണവരെ അത്തരം സാഹചര്യങ്ങളിൽ പ്രതിഷ്ഠിക്കുന്നത്. അധ്വാനത്തിന്റെ സാമൂഹ്യ ഉൽപ്പാദനശക്തിക്ക് (അതായത് മറ്റു തൊഴിലാളികളുമായുള്ള സഹകരണത്താൽ വികസിപ്പിക്കപ്പെടുന്ന ഉൽപ്പാദനപരമായ ശക്തി) മൂലധനത്തിന് യാതൊരു ചെലവും വരാത്തതിനാലും തന്റെ അധ്വാനം മൂലധനത്തിന്റേതാകുന്നതിനുമുമ്പ് ആ ഉൽപ്പാദനപരമായ ശക്തിയെ തൊഴിലാളി വികസിപ്പിക്കുന്നതിനാലും പ്രകൃതി മൂലധനത്തിനു നൽകിയിരിക്കുന്ന ഒരു ശക്തിയായി അത് പ്രത്യക്ഷീകൃതമാകുന്നു. മൂലധനത്തിൽത്തന്നെ അന്തർലീനമായ ഒരു ഉൽപ്പാദനപരമായ ശക്തിയായി.

ഭീമാകാരമാർന്ന നിർമിതികളിലാണ് ലളിതമായ സഹകരണങ്ങളുടെ വമ്പിച്ച ഫലങ്ങൾ നാം കാണുന്നത്. പ്രാചീന ഏഷ്യക്കാർ, ഈജിപ്തുകാർ, എട്രൂസ്കന്മാർ തുടങ്ങിയവരുടെ നിർമിതികളിൽ. പോയകാലത്തത് ഈ കിഴക്കൻ രാജ്യങ്ങളിൽ സംഭവിച്ചത് ആരാജ്യങ്ങൾ തങ്ങളുടെ ഉടമസ്ഥതയിൽ വമ്പിച്ച ഒരു മിച്ചമുണ്ടെന്നു കണ്ടെത്തിയതോടെയാണ്. അതാണവയുടെ സിവിൽ–സൈനിക സംവിധാനങ്ങളുടെ ചെലവു വഹിച്ചത്. ആ മിച്ചത്തെയവർക്ക് ഉപയോഗപ്രദമായ നിർമിതികളിലും ഗംഭീരങ്ങളായ നിർമിതികളിലും പ്രയോഗിക്കാനായി. ഈ നിർമിതികൾ പടുത്തുയർത്തുന്നതിൽ കാർഷികേതരമായ മൊത്തം ജനസംഖ്യയിലെയും കരങ്ങൾക്കുമേലും ആ മിച്ചത്തിനുമേലും ഏകശാസനം നടത്തിയിരുന്ന ഭരണാധികാരിക്കും, അതുപോലെ പൗരോഹിത്യത്തിനും ഏറെക്കുറെ പൂർണമായ സ്വാധീനവും നിയന്ത്രണവുമുണ്ടായിരുന്നുവെന്നത് പങ്കുവഹിച്ചു. ഭൂമിയിലാകെ നിറഞ്ഞ ഗംഭീര ചരിത്ര നിർമിതികൾക്കുവേണ്ട ഉപാധികൾ നൽകിയതതാണ്.... വിശാലമായ സാധനസാമഗ്രികളും ഭീമാകാരമാർന്ന പ്രതിമകളും മാറ്റുന്നതിന് കഴിവു നൽകിയതും. അതിൽ ഗതാഗതം അത്ഭുതങ്ങൾ സൃഷ്ടിക്കുന്നു. മനുഷ്യാധ്വാനം, ഏറെക്കുറെ ഒറ്റയ്ക്കുതന്നെയത്.... ഈ അത്ഭുതങ്ങളുടെ സൃഷ്ടിക്കായി വിനിയോഗിക്കപ്പെടുകയും അവയെ സാധ്യമാക്കുകയും ചെയ്തു.

...അതിന് തൊഴിലാളികളുടെ എണ്ണമറ്റ സംഖ്യയും അവയുടെ അധ്വാനങ്ങളുടെ കേന്ദ്രീകരണവും മാത്രം മതിയായിരുന്നു.... ആ കടമ നിർവഹിക്കാൻ ഏഷ്യാറ്റിക് രാജ്യാധികാരങ്ങൾക്ക് കാർഷികേതര തൊഴിലാളികളുടെ വ്യക്തിപരമായ ശാരീരികാധ്വാനങ്ങൾ മാത്രമാണുണ്ടായിരുന്നത്. പക്ഷേ, ആ സംഖ്യയായിരുന്നു അവരുടെ ശക്തി. ഈ വൻബഹുജന സഞ്ചയത്തെ ദിശാനിർണയം ചെയ്ത് പണിയെടുപ്പിക്കുന്നത് ആ മഹാനിർമിതികൾക്കുഭയം നൽകി. അവരെ തീറ്റിപ്പോറ്റുന്നതിലായി ഈ വരുമാനങ്ങളെ ഒതുക്കിനിർത്തിയതാണ് അത്തരം സംരംഭങ്ങളെ സാധ്യമാക്കിയത് (ആർ ജോൺസ്, ടെക്സ്റ്റ്ബുക്ക് ഓഫ് ലക്ചേർസ്, 1852) ഏഷ്യൻ ഈജിപ്ഷ്യൻ രാജാക്കന്മാരുടെയും എട്രൂസ്കൻ ദൈവാ

ധികാരികളുടെയും മറ്റും ഈ ശക്തി ആധുനിക സമൂഹത്തിൽ മുതലാളിക്ക് കൈമാറപ്പെട്ടു.

സഹകരണം (മനുഷ്യവികാസത്തിന്റെ പ്രഭാതത്തിൽ നാം വേട്ടയാടി ജീവിക്കുന്ന ഗോത്രങ്ങളിലും ഇന്ത്യൻ സമുദായങ്ങളുടെ കൃഷിയിലും കണ്ടതുപോലുള്ളത്)അടിസ്ഥാനപ്പെടുത്തിയിരിക്കുന്നത് ഒരുവശത്ത് ഉൽപ്പാദനോപാധികളുടെ പൊതു ഉടമസ്ഥതകളുടെമേലും മറുവശത്ത് ഒരു തേനീച്ച അതിന്റെ കൂട്ടിൽനിന്നെത്ര കണ്ട് സ്വയം സ്വാതന്ത്ര്യം നേടിയോ അതിനേക്കാളേറെയൊന്നും സ്വന്തം ഗോത്രത്തിന്റെയോ സമുദായത്തിന്റെയോ പൊക്കിൾക്കൊടിയിൽ നിന്നൊരുവ്യക്തിയും വേറിട്ടു മാറിയിരുന്നില്ല എന്ന വസ്തുതയിന്മേലുമാണ്. അത്തരം സഹകരണം മുതലാളിത്തസഹകരണത്തിൽനിന്ന് വേറിട്ടു മാറുന്നത് മുകളിൽപ്പറഞ്ഞ സവിശേഷതകളാലാണ്. പ്രാചീനകാലത്തും, മധ്യകാലത്തും ആധുനികകോളനികളിലും ഇടയ്ക്കിടെയുള്ള സഹകരണത്തിന്റെ പ്രയോഗം. ആധിപത്യത്തിന്റെയും കീഴാളത്തത്തിന്റെയും ബന്ധങ്ങളിന്മേലാണ് ആശ്രയിക്കുന്നത്, മുഖ്യമായും അടിമത്തത്തിന്മേൽ. നേരെ മറിച്ച്, മുതലാളിത്തരൂപം ആദ്യം മുതൽ അവസാനം വരെ മുൻകൂട്ടി സങ്കൽപ്പിക്കുന്നതൊരു സ്വതന്ത്ര കൂലിത്തൊഴിലാളിയെയാണ്, തന്റെ അധ്വാനശക്തിയെയവൻ മൂലധനത്തിനു വിൽക്കുന്നു. പക്ഷേ, ചരിത്രപരമായി കർഷകരുടെ കൃഷിക്കും സ്വതന്ത്രകൈവേലാപ്രവർത്തനങ്ങൾ നിർവഹിക്കുന്നതിനുമെതിരായാണ് അത് വികസിപ്പിക്കപ്പെട്ടിരിക്കുന്നത്, ഇവയുടെ നിലപാടിൽനിന്നു നോക്കുമ്പോൾ ഒരു പ്രത്യേകമായ ചരിത്രപരമായ സഹകരണമായി മുതലാളിത്തപരമായ സഹകരണം സ്വയം തന്നെ പ്രകാശിതമാകുന്നില്ല, മറിച്ച് സഹകരണം സ്വയംതന്നെ പ്രത്യക്ഷപ്പെടുന്നത് മുതലാളിത്ത ഉൽപ്പാദനപ്രക്രിയയെ പ്രത്യേകമായി വേർതിരിക്കുന്നതും ചരിത്രപരമായി അതിനു സവിശേഷവുമായ ഒന്നായാണ്.

ഒരേ പ്രക്രിയയിൽ വിപുലമായ സംഖ്യ തൊഴിലാളികൾ ഒരേസമയം നിയോഗിക്കപ്പെടുന്നത് മുതലാളിത്ത ഉൽപ്പാദനത്തിന്റെ ആരംഭബിന്ദുവിനെ രൂപപ്പെടുത്തുന്നു. മൂലധനത്തിനു കീഴിലാക്കപ്പെടുന്നതോടെ അധ്വാനത്തിന്റെ യഥാർഥ പ്രക്രിയക്കുമേൽ കൊണ്ടുവരപ്പെടുന്ന ആദ്യമാറ്റമാണത്.

(ബി) തൊഴിൽ വിഭജനവും നിർമാണവും (മാനുഫാക്ചർ)

തൊഴിൽ വിഭജനത്തെ അടിസ്ഥാനമാക്കിയുള്ള സഹകരണമാണ് നിർമാണത്തിന്റെ മാതൃകാപരമായ രൂപം; 16–ാം നൂറ്റാണ്ടിന്റെ മധ്യം മുതൽ 18–ാം നൂറ്റാണ്ടിന്റെ മുക്കാൽ ഭാഗം വരെ നിലവിലുണ്ടായിരുന്ന മുതലാളിത്ത ഉൽപ്പാദനപ്രക്രിയയുടെ സവിശേഷ രൂപവും അതായിരുന്നു. നിർമാണം രണ്ടുരീതികളിലാണ് ഉദയം ചെയ്തത്.

(1) ഒരൊറ്റ മുതലാളിയുടെ നിയന്ത്രണത്തിനുകീഴിൽ ഒരൊറ്റ വർക്ക്ഷോപ്പിൽ കൂടിച്ചേരുന്ന വിവിധ സ്വതന്ത്ര കൈവേലാ തുറക

ളിൽപ്പെട്ട തൊഴിലാളികളിലൂടെ; അവരുടെ കൈകളിലൂടെ പൂർത്തീകരണത്തിനു മുമ്പ് ഒരു നിശ്ചിത സാധനം കടന്നുപോകേണ്ടതുണ്ട്. ഉദാഹരണത്തിന് ഒരു വണ്ടി മുൻകാലത്തൊട്ടാകെ സ്വതന്ത്രകൈവേലക്കാരുടെ ഉൽപ്പന്നമായിരുന്നു. കടിഞ്ഞാണുണ്ടാക്കുന്നവർ, പെയിന്റർമാർ, പോളിഷുകാർ, ഗിൽഡർമാർ, ടർണർമാർ, അപ്ഹോൾസ്റ്റർമാർ, കൊല്ലൻമാർ തുടങ്ങി.. കോച്ചുകളുടെ നിർമാണം (മാനുഫാക്ചർ) വന്നതോടെ ഈ എല്ലാ വ്യത്യസ്ത കൈവേലക്കാരും ഒരൊറ്റ കെട്ടിടത്തിനു കീഴിൽ ഒന്നുചേരുന്നു, അവിടെയവർ ഒന്നു ചേർന്ന് ഒരാൾ മറ്റൊരാളുടെ കൈയിലേക്ക് പണി ചെയ്തു നൽകുന്നു. തീർച്ചയായും ഒരു വണ്ടി പൂർത്തിയാക്കാതെ ഗിൽറ്റ് പിടിപ്പിക്കാനാകില്ല. ഒരേ സമയത്തുതന്നെ ഒട്ടേറെ വണ്ടികൾ നിർമിച്ചു കൊണ്ടിരിക്കുകയാണെങ്കിൽ ചിലത് ഗിൽറ്റ് പിടിപ്പിക്കുന്നവരുടെ കൈയിലാകും, അതേസമയം മറ്റുള്ളവ അതിന്റെ മുൻപ്രക്രിയകളിലും. ഇതേവരെ നാം ലളിതമായ സഹകരണത്തിന്റെ മണ്ഡലത്തിൽത്തന്നെയാണ്, അതതിന്റെ സാമഗ്രികളെ മനുഷ്യരുടെയും വസ്തുക്കളുടെയും ആകൃതിയിൽ കൈമാറാൻ തയാറായതായി കണ്ടെത്തുന്നു. പക്ഷേ വളരെ വേഗം സുപ്രധാനമാറ്റം സംഭവിക്കുന്നു. ടെയ്‌ലർ, കൊല്ലൻ, അപ്ഹോൾസ്റ്റർ, തുടങ്ങിയവർ ഇപ്പോൾ പൂർണമായും മുഴുകിയിരിക്കുന്നത് വണ്ടികളുടെ നിർമാണത്തിലാണ്, ക്രമേണ പരിശീലനത്തിന്റെ അഭാവംകാരണം ക്രമേണ തന്റെ പഴയ കൈവേല അതിന്റെ പൂർണമായ പരിധിയിൽ തുടർന്നുകൊണ്ടുപോകാൻ അവർക്കുള്ള ശേഷി നഷ്ടമാകുന്നു. മറുവശത്ത് തന്റെ പ്രവർത്തനം– ഇപ്പോഴത് ഒരൊറ്റ പ്രവർത്തനത്തിലൊതുങ്ങി നിൽക്കുന്നു– ആ ഇടുങ്ങിയ പ്രവർത്തനമണ്ഡലത്തിന് ഏറ്റവും ചേരുന്ന വിധത്തിലുള്ള ഒരു രൂപം കൈവരിക്കുന്നു. തുടക്കത്തിൽ വണ്ടി നിർമാണം നടന്നിരുന്നത് സ്വതന്ത്രകൈവേലയുടെ ഒരു ഒന്നുചേരലായിട്ടാണ്. അതു ക്രമേണ വണ്ടി നിർമാണത്തെ വിവിധ വിശദാംശങ്ങളിലുള്ള പ്രക്രിയകളാക്കി പിളർത്തുകയും അവയിലോരോന്നും ഒരു പ്രത്യേക തൊഴിലാളികളുടെ മാത്രംപണിയായി സാന്ദ്രീകരിക്കപ്പെടുകയും ചെയ്യുന്നു– ഒട്ടുമൊത്തത്തിൽ നിർമാണം കണ്ണികളായി നിൽക്കുന്ന ആളുകളാലാണ് നിർവഹിക്കപ്പെടുന്നത്. ചില രീതികളിൽ വസ്ത്രനിർമാണങ്ങളും മറ്റു നിർമാണങ്ങളും ഉയർന്നുവന്നത്, ഒരേ മുതലാളിയുടെ കീഴിലുള്ള വ്യത്യസ്ത കൈവേലക്കാരുടെ ഒരു ഒന്നുചേരലിൽ നിന്നാണ്.

(2) ഇതിന്റെ നേരെ തിരിച്ചുള്ള ഒരു പ്രക്രിയയിൽ നിന്നും നിർമാണം ഉയർന്നുവരുന്നുണ്ട്, ഒരു മുതലാളിയാൽ ഒരുവർക്ക്ഷോപ്പിൽ ഒട്ടേറെ കൈവേലക്കാർ ഒരേ സമയത്ത് നിയോഗിക്കപ്പെടുന്നതിലൂടെ, അവരെല്ലാം ഒരേതരം ജോലിയാണ് ചെയ്യുന്നത്, ഉദാഹരണത്തിന് കടലാസുകൾ, ടൈപ്പുകൾ, സൂചികൾ, എന്നിവയുണ്ടാക്കൽ. ഇത് ഏറ്റവും പ്രാഥമിക രൂപത്തിലുള്ള സഹകരണമാണ്. ഈയോരോ കൈവേലക്കാരും (ഒരു പക്ഷേയത് ഒന്നോ രണ്ടോ പരിശീലനാർഥികളുടെ സഹായത്തോടെയാകും)

മൊത്തം ചരക്കുമുണ്ടാക്കുന്നു, അങ്ങനെയയാൾ ഒന്നിനു പുറകെയൊന്നായി അതിന്റെ ഉൽപ്പാദനത്തിനുവേണ്ട എല്ലാ പ്രവർത്തനങ്ങളും നിർവഹിക്കുന്നു. അയാളപ്പോഴും പഴയ കൈവേലാ രീതിയിൽത്തന്നെയാണ് പ്രവർത്തിക്കുന്നത്. പക്ഷേ വളരെവേഗം ബാഹ്യസാഹചര്യങ്ങൾ തൊഴിലാളികൾ ഓരോ സ്ഥലത്ത് ഒത്തുചേരുന്നതിനെ മറ്റൊരു രൂപത്തിലുമുപയോഗിക്കുന്നതിന് കാരണമാകുന്നു. അങ്ങനെ അവരൊന്നിച്ചുചേർന്നു പ്രവർത്തിക്കുന്ന രീതി വരുന്നു. ഉദാഹരണത്തിന്, ഒരുനിശ്ചിത സമയത്തിനകത്ത് വർധിച്ച ഒരളവിലുള്ളപൂർത്തിയാക്കപ്പെട്ട ഉൽപ്പന്നങ്ങൾ നൽകേണ്ടതുണ്ട്. അതുകൊണ്ട് ജോലി പുനർവിതരണം ചെയ്യപ്പെടുന്നു. എല്ലാ വ്യത്യസ്ത പ്രവർത്തനങ്ങളും ഒന്നിനു പിന്നാലെ ഒന്നായി നിർവഹിക്കുന്നതിനുപകരം, ഈയോരോ പ്രവർത്തനങ്ങളും അപ്പോൾമുതൽ ഒരു പ്രത്യേക കൈവേലക്കാരനു നൽകപ്പെടുന്നു. അങ്ങനെ എല്ലാ പ്രവർത്തനങ്ങളും ഒരേ സമയത്ത് നിർവഹിക്കപ്പെടുന്നു. യാദൃച്ഛികമായി സംഭവിച്ച പുതിയ വിഭജനം ആവർത്തിക്കപ്പെടുന്നു, അതിന്റെ സ്വന്തമായ മെച്ചങ്ങൾ വികസിപ്പിക്കുന്നു. അങ്ങനെ ക്രമേണ ഒരു സ്ഥിരമായ ക്രമീകൃതമായ തൊഴിൽവിഭജനമായി ശിലീഭൂതമാകുന്നു. കൈവേലക്കാരുടെ സംഘം ചേരലിന്റെ ഒരു സാമൂഹ്യോൽപ്പന്നമായി പരിവർത്തിക്കപ്പെടുന്നു, ഓരോരുത്തരും തുടർച്ചയായി നിർവഹിക്കുന്നത് ഘടകഭാഗമായ ഓരോ ഭാഗികപ്രവർത്തനങ്ങളാണ്.

നാം കൂടുതൽ വിശദാംശങ്ങളിലേക്കുപോയാൽ ഒരേയൊരു ലളിതമായ പ്രവർത്തനം ജീവിതകാലം മുഴുവൻ നടത്തുന്ന ഒരു തൊഴിലാളി തന്റെ മൊത്തംശരീരത്തെയും ആ പ്രവർത്തനത്തിനുള്ള പ്രത്യേക വിദഗ്ധ സംവിധാനമായി പരിവർത്തിപ്പിക്കുന്നുവെന്നുള്ളത് ഒന്നാമതായി തന്നെ വ്യക്തമാണ്. അതിന്റെ അനന്തരഫലമെന്നോണം എല്ലാപ്രവർത്തനവും നിർവഹിക്കുന്ന ഒരു കൈവേലക്കാരനെ അപേക്ഷിച്ച് ആ പ്രവർത്തനം നടത്താൻ കുറഞ്ഞ സമയം മാത്രമേ എടുക്കൂ എന്നത് വ്യക്തമാണ്. പക്ഷേ, കൂട്ടായ തൊഴിലാളി-നിർമാണത്തിന്റെ ജീവിക്കുന്ന സംവിധാനത്തെ അവനാണ് രൂപപ്പെടുത്തുന്നത്- ഉണ്ടാക്കപ്പെടുന്നത് അത്തരം വിശദാംശപ്രവർത്തനങ്ങളിൽ സവിശേഷ വൈദഗ്ധ്യം നേടിയ തൊഴിലാളികളാലാണ്. അങ്ങനെ സ്വതന്ത്ര കൈവേലയുമായി താരതമ്യപ്പെടുത്തുമ്പോൾ കുറഞ്ഞസമയംകൊണ്ട് കൂടുതൽ ഉൽപ്പാദനം നടത്തുന്നു. മറ്റുവാക്കുകളിൽപ്പറഞ്ഞാൽ അധ്വാനത്തിന്റെ ഉൽപ്പാദനപരമായ ശക്തി വർധിക്കുന്നു. അതിനുമപ്പുറം ഈ ഭാഗിക ജോലി ഒരുവ്യക്തിയുടെ മാത്രം പ്രത്യേക ധർമമായി ഒരിക്കൽ സ്ഥാപിക്കപ്പെടുന്നതോടെ, അത് പ്രയോഗിക്കുന്ന രീതികളും പൂർണത നേടുന്നു. ഒരു ലളിതമായ ജോലിയുടെ തുടർച്ചയായ ആവർത്തനവും അതിന്മേലുള്ള തൊഴിലാളിയുടെ ശ്രദ്ധ കേന്ദ്രീകരിക്കലും അനുഭവത്തിലൂടെ പരമാവധി കുറഞ്ഞ ശ്രമംകൊണ്ട് അഭിലഷിക്കപ്പെടുന്ന ഫലമുണ്ടാക്കാൻ കഴിയുമെന്ന് അയാളെ പഠിപ്പിക്കുന്നു. പക്ഷേ, എല്ലായ്പ്പോഴും ഒരേ സമയത്ത് ഒന്നി

ച്ചുതന്നെ നിരവധി തലമുറകളിലെ തൊഴിലാളികൾ ജീവിക്കുകയും ഒരു നിശ്ചിത സാധനത്തിന്റെ നിർമാണത്തിൽ ഒരുമിച്ചുപ്രവർത്തിക്കുകയും ചെയ്യുന്നതിനാൽ അങ്ങനെയാർജിക്കപ്പെടുന്ന സാങ്കേതിക വൈദഗ്ധ്യം സ്ഥാപിതമാകുകയും, സഞ്ചയിക്കുകയും കൈമാറുകയും ചെയ്യപ്പെടുന്നു. ഒരു വസ്തുതയെന്ന നിലയിൽ, നിർമാണം ഒരു വിശദാംശത്തിൽ പണിയെടുക്കുന്ന തൊഴിലാളിയുടെ വൈദഗ്ധ്യത്തെ വികസിപ്പിക്കുന്നുണ്ട്. സ്വാഭാവികമായി തൊഴിൽത്തുറകളിൽ വികസിച്ചുവന്ന വ്യത്യസ്തതകളെ പുനരുൽപ്പാദിപ്പിച്ചുകൊണ്ടും വർക്ക്ഷോപ്പിനകത്ത് അവയെ അവയുടെ പരമാവധികളിലേക്ക് ക്രമീകൃതമായി തള്ളിവിട്ടുകൊണ്ടുമാണത് സാധിക്കുന്നത്. അസ്വാഭാവികമായ തൊഴിൽത്തുറകളിൽ വികസിച്ചുവന്ന വ്യത്യസ്തതകളെ പുനരുൽപ്പാദിപ്പിച്ചുകൊണ്ടും വർക്ക് ഷോപ്പിനകത്ത് അവയെ അവയുടെപരമാവധികളിലേക്ക് ക്രമീകൃതമായി തള്ളിവിട്ടുകൊണ്ടുമാണത് സാധിക്കുന്നത്. സ്വാഭാവികമായ തൊഴിൽത്തുറകളിലെ ആ വ്യത്യാസവും അവയിലെ വൈദഗ്ധ്യവും പൊതുവിൽ സമൂഹത്തിൽ തയാറാക്കപ്പെട്ടനിലയിൽ അത് (നിർമാണം) കണ്ടെത്തുകയായിരുന്നു. നേർമയുടെ കാര്യത്തിൽ ഡാക്കയിലെ മസ്ലിനുകളെ ഒന്നാന്തരവും സ്ഥിരമായി നിലനിൽക്കുന്നതുമായ നിറങ്ങളുടെ കാര്യത്തിൽ കോറമണ്ഡലിലെ കാലിക്കോ തുണിയെ മറ്റു പീസ് ചരക്കുകളെ ഒരിക്കലും മറ്റൊരു പ്രദേശം മറികടന്നിട്ടില്ല. എങ്കിലുമവ ഉൽപ്പാദിപ്പിക്കപ്പെട്ടത് മൂലധനം, യന്ത്രസമാഗ്രികൾ, തൊഴിൽവിഭജനം, അഥവാ യൂറോപ്യൻ നിർമാണസംരംഭങ്ങൾക്ക് അത്തരം സൗകര്യങ്ങൾ നൽകുന്ന മറ്റുപാധികൾ എന്നിവയൊന്നുമില്ലാതെയാണ്. നെയ്ത്തുകാരനൊരു നിർമമനായ വ്യക്തിയായിരുന്നു. അയാൾ ഒരു ഉപഭോക്താവ് കൽപ്പിക്കുമ്പോൾ ഒരു വല നെയ്തുണ്ടാക്കുകയായിരുന്നു. അയാളത് ചെയ്തത് ഏറ്റവും പ്രാകൃതമായ തരം തറിയുപയോഗിച്ചാണ്. പലപ്പോഴുമതിൽ മരക്കോലുകളുടെ ഏതാനും ശാഖകൾ പരുക്കൻരീതിയിൽ ഒന്നിച്ചുചേർത്തതാണുൾപ്പെട്ടിരുന്നത്. അതിൽ പലപ്പോഴും പാവു നൂൽ റോൾ ചെയ്യാനുള്ള സംവിധാനം പോലുമുണ്ടായിരുന്നില്ലാത്തതിനാൽ തറിയെ അതിന്റെ മുഴുവൻ നീളത്തിലേക്കു നീട്ടിയുണ്ടാക്കേണ്ടിവന്നിരുന്നു. അപ്പോൾ അത് തികച്ചും അസൗകര്യപ്രദമായ വിധം വലുതാകുന്നതിനാൽ അതിനെ നിർമാതാവിവന്റെ വീട്ടിനകത്തിടാൻ പറ്റിയിരുന്നില്ല. അതുകൊണ്ടയാൾ തന്റെ തൊഴിൽ തുറസായ സ്ഥലത്തുവച്ചുചെയ്യാൻ നിർബന്ധിതനായിരുന്നു. അവിടെയാ ജോലി പ്രകൃതിയുടെ സകല വികൃതികളാലും തടസപ്പെട്ടുകൊണ്ടിരുന്നു.[1] അത് തലമുറകളിൽ നിന്നു തലമുറകളിലേക്ക് കൈമാറിവന്ന ഒരു സവിശേഷ വൈദഗ്ധ്യമായിരുന്നു. അച്ഛനിൽ നിന്ന് മകനിലേക്ക് പകർന്നു കിട്ടിയത് അത് ഒരു ചിലന്തിക്കെന്നപോലെ ഇന്ത്യക്കാരന് അത്രമാത്രം സൂക്ഷ്മവൈദഗ്ധ്യം നൽകുന്നു. എങ്കിലും ഒരു നിർമാ

1. ഹിസ്റ്റോറിക്കൽ ആന്റ് ഡിസ്ക്രിപ്റ്റീവ് അക്കൗണ്ട് ഓഫ് ബ്രിട്ടീഷ് ഇന്ത്യ, ഹ്യൂഗ്മറേ ആന്റ് ജെയിംസ് വിൽഡൻ, എഡിൻബർഗ്, 1832

ണത്തൊഴിലാളിയുമായി താരതമ്യപ്പെടുത്തുമ്പോൾ അത്തരമൊരു ഇന്ത്യക്കാരൻ നെയ്ത്തുകാരന്റെ ജോലി വളരെയേറെ സങ്കീർണമാണ്.

ഒരു കൈവേലക്കാരൻ ഒരു നിർമിത ഉൽപ്പന്നത്തിന്റെ ഉൽപ്പാദനത്തിനായി വിവിധ ഭാഗികമായ ജോലികൾ ഒന്നിനു പുറകെ ഒന്നായി നിർവഹിക്കുമ്പോൾ ഒരു സമയത്തയാൾ സ്ഥാനം മാറ്റേണ്ടിവരും. മറ്റൊരുസമയത്തയാൾക്ക് ഉപകരണം മാറ്റേണ്ടിയും വരും. ഒരു പ്രവർത്തനത്തിൽ നിന്ന് മറ്റൊന്നിലേക്കുള്ള മാറ്റം അയാളുടെ തൊഴിലിന്റെ ഒഴുക്കിനെ തടസപ്പെടുത്തുന്നു. ഒപ്പംതന്നെ തന്റെ തൊഴിൽ ദിനത്തിൽ വിടവുകൾ സൃഷ്ടിക്കുകയും ചെയ്യുന്നു (അങ്ങനെ പറയാമെങ്കിൽ) ഒരൊറ്റ പ്രവർത്തനത്തിനായി അയാളെ ദിവസം മുഴുവൻ കെട്ടിയിടുന്നതോടെ ആ വിടവുകൾ അടയ്ക്കപ്പെടുകയും അവന്റെ തൊഴിലിലെ മാറ്റങ്ങൾ കുറഞ്ഞുവരുന്നതിന്റെ അനുപാതത്തിൽ അവ അപ്രത്യക്ഷമാകുന്നു. അതിന്റെ ഫലമായി വർധിതമായ ഉൽപ്പാദനപരമായ ശക്തി ഒന്നുകിൽ കടപ്പെട്ടിരിക്കുന്നത് അധ്വാനത്തിന്റെ വർധിച്ച തീവ്രതയോടാണ്; കാരണം ഒരു നിശ്ചിതസമയത്ത് കൂടുതൽ അധ്വാനശക്തി ചെലവഴിക്കപ്പെടുന്നു. അല്ലെങ്കിലത് കടപ്പെട്ടിരിക്കുന്നത് അധ്വാനശക്തിയുടെ ഉൽപ്പാദനപരമല്ലാതെയുള്ള ഉപഭോഗത്തിന്റെ ചുരുങ്ങലിനോടാണ്. വിശ്രമത്തിൽനിന്ന് ചലനത്തിലേക്കുള്ള ഏതു മാറ്റവും ഒരു നിശ്ചിതയളവ് ശക്തി ചെലവഴിക്കലാവശ്യപ്പെടുന്നു. ഈചെലവ് ഒരിക്കൽ ആർജിതമായ ഗതിവേഗം ഒരു നിശ്ചിതസമയം നിലനിൽക്കുന്നതോടെ ഇല്ലാതാകുന്നു. മറുവശത്ത് ഒരേ തരത്തിലുള്ള സ്ഥിരമായ അധ്വാനം മനുഷ്യന്റെ മൃഗീയമായ വാസനയുടെ ഒഴുക്കിനെയും തീവ്രതയെയും നശിപ്പിക്കുന്നു. ആ വാസന വെറുതെ പ്രവർത്തനത്തിൽ ഒരു മാറ്റം വരുന്നതിൽത്തന്നെ വിനോദവും സന്തോഷവും കണ്ടെത്തുന്നു.

അധ്വാനത്തിന്റെ ഉൽപ്പാദനപരത തൊഴിലാളിയുടെ വൈദഗ്ധ്യത്തിന്മേൽ മാത്രമല്ല ആശ്രയിച്ചുനിൽക്കുന്നത്, മറിച്ച് ഉപകരണങ്ങളുടെ പൂർണതയിന്മേലുമാണ്. ഒരേതരം ഉപകരണങ്ങൾ ഉദാഹരണത്തിന് കത്തികൾ, ഡ്രില്ലുകൾ, ചുറ്റികകൾ, തുടങ്ങിയവ – വ്യത്യസ്ത പ്രക്രിയകളിൽ ഉപയോഗിക്കപ്പെട്ടേക്കാം. ഒരേ ഉപകരണം ഒരൊറ്റപ്രക്രിയയിൽ വിവിധ ഉദ്ദേശ്യങ്ങൾക്കു ഉപയോഗപ്പെടുകയും ചെയ്തേക്കാം. പക്ഷേ, ഒരു അധ്വാനപ്രക്രിയയുടെ വ്യത്യസ്ത പ്രവർത്തനങ്ങൾ മറ്റൊന്നിൽനിന്ന് വേർപെടുത്തപ്പെടുകയും ഓരോ ഭാഗിക പ്രവർത്തനങ്ങളും ഓരോ വിശദാംശ പ്രവർത്തനം നടത്തുന്ന തൊഴിലാളിയുടെ കൈകകളിൽ പറ്റിയതും അതിന്റെ ഫലമായി സവിശേഷവുമായ ഒരു രൂപം കൈവരിക്കുകയും ചെയ്യുന്നതോടെ മുമ്പ് ഒന്നിലേറെ തരം ഉദ്ദേശ്യങ്ങൾക്കായി ഉപയോഗിക്കപ്പെട്ടിരുന്ന സംവിധാനങ്ങൾക്ക് മാറ്റങ്ങൾവേണമെന്നതാവശ്യമാകുന്നു. ഈ മാറ്റം വഴിയുണ്ടായ ദിശാവ്യതിയാനം നിർണയിക്കപ്പെടുന്നത് ഉപകരണത്തിന്റെ മാറ്റമില്ലാത്ത രൂപത്തിന്റെ ഫലമായി അനുഭവപ്പെടുന്ന വിഷമതകളാലാണ്. അധ്വാനോപകരണങ്ങളുടെ വേർതിരിവുകളാലാണ്

നിർമാണം സ്വഭാവനിർണയം ചെയ്യപ്പെടുന്നത്. ബർമിങ്ഹാമിൽ മാത്രം 500 തരത്തിലുള്ള ചുറ്റികകൾ ഉൽപ്പാദിപ്പിക്കപ്പെടുന്നു. അവയോരോന്നും ഓരോ പ്രത്യേക പ്രക്രിയകളുമായി സവിശേഷമായി യോജിച്ചവയാണെന്നു മാത്രമല്ല മറിച്ച് നിരവധി തരങ്ങൾ ഒരേ പ്രക്രിയയിലെ വ്യത്യസ്ത പ്രവർത്തനങ്ങളെ മാത്രമായി സേവിക്കുന്നവയുമാണ്. നിർമാണം അധ്വാനത്തിനുള്ള ഉപകരണങ്ങളെയും സംവിധാനങ്ങളെയും ലളിതവൽക്കരിക്കുന്നു, മെച്ചപ്പെടുത്തുന്നു, അധ്വാന സംവിധാനങ്ങളെ ഓരോ വിശദാംശങ്ങളിൽ പണിയെടുക്കുന്ന തൊഴിലാളികളുടെയും തികച്ചും പ്രത്യേകമായ ജോലിക്കു പറ്റിയവയായി മാറ്റിക്കൊണ്ട് അവയുടെ എണ്ണം വർധിപ്പിക്കുന്നു.[1] അത് അങ്ങനെ യന്ത്രസാമഗ്രികളുടെ നിലനിൽപ്പിനുവേണ്ട ഒരു ഭൗതിക സാഹചര്യത്തെയും സൃഷ്ടിക്കുന്നു, അതിലുൾപ്പെടുന്നത് ലളിതമായ ഉപകരണങ്ങളുടെ ഒരു ചേരുവയാണ്.

വിശദാംശങ്ങളുടെ പണിക്കാരനും അയാളുടെ ഉപകരണങ്ങളും നിർമാണത്തിന്റെ ഏറ്റവും ലളിതമായ ഉപകരണങ്ങളായിരിക്കും. നമുക്കിനി ഒട്ടുമൊത്തത്തിലുള്ള അതിന്റെ വശത്തിലേക്കു കടക്കാം.

നിർമാണത്തിന്റെ (മാനുഫാക്ചർ) സംഘടനക്ക് കാതലായ വ്യത്യാസമുള്ള രണ്ട് മൗലികമായ രൂപങ്ങളുണ്ട്. അത് പ്രത്യേകിച്ചും യന്ത്രങ്ങൾ നിർവഹിക്കുന്ന ആധുനികവ്യവസായമായി നിർമാണത്തിന്റെ തുടർന്നുള്ള പരിവർത്തനത്തിൽ വളരെ വ്യതിരിക്തമായ ഭാവങ്ങൾ വഹിക്കുന്നു. ഉൽപ്പാദിപ്പിക്കപ്പെടുന്ന സാധനത്തിന്റെ സ്വഭാവത്തിൽ നിന്നാണ് ഈ ദ്വന്ദ്വസ്വഭാവം ഉയർന്നുവരുന്നത്. അത്തരമൊരു സാധനം, ഒന്നുകിൽ ഉണ്ടായിവരുന്നത് സ്വതന്ത്രമായി ഉണ്ടാക്കപ്പെടുന്ന ഭാഗിക ഉൽപ്പന്നങ്ങളുടെ ഒരു യാന്ത്രികമായ ഒരുമിച്ചു ചേർക്കലിൽ നിന്നാണ്. അല്ലെങ്കിലതിന്റെ പൂർത്തിയാക്കപ്പെട്ട ആകൃതിക്കത് കടപ്പെട്ടിരിക്കുന്നത് ഒരു നിര പരസ്പരബന്ധിതമായ പ്രക്രിയകളോടും മാറ്റംവരുത്തലുകളോടുമാണ്.

ഉദാഹരണത്തിന് ഒരുതീവണ്ടി 5000 സ്വതന്ത്രഭാഗങ്ങളുൾക്കൊള്ളുന്നതാണ്. അതെന്തായാലുമതിന് ശരിയായ നിർമാണത്തിന്റെ ആദ്യത്തെ തരത്തിന്റെ ഉദാഹരണമായി സേവനമനുഷ്ഠിക്കാനാവില്ല, കാരണം അത്

---

1. ഡാർവിൻ തന്റെ യുഗസൃഷ്ടി നടത്തിയ കൃതിയായ *ജീവജാതികളുടെ ഉത്ഭവത്തിൽ* സസ്യങ്ങളുടെയും മൃഗങ്ങളുടെയും സ്വാഭാവികാവയവങ്ങളുമായി ബന്ധപ്പെട്ട് അഭിപ്രായപ്പെടുന്നു. ഒരേ അവയവത്തന് വ്യത്യസ്തതരം ജോലികൾ ചെയ്യാനുള്ളിടത്തുവരെ, ഇതിനകത്ത് ഒരു മാറ്റംവരുത്തലിനുവേണ്ട അടിത്തറ കണ്ടെത്താമെന്ന സാധ്യതയുമ്ട്. അവയവം കൊണ്ടുദ്ദേശിക്കപ്പെട്ടിരിക്കുന്നത് ഒരു പ്രത്യേക ഉന്നം മാത്രമാണെന്നതിനെയപേക്ഷിച്ച് പ്രകൃതി നിർദ്ധാരണം രൂപത്തിലെ ഓരോ വ്യതിയാനത്തെയും കുറഞ്ഞശ്രദ്ധ നൽകിക്കൊണ്ടാണ് നിലനിർത്തുകയോ അടിച്ചമർത്തുകയോ ചെയ്യുക. അങ്ങനെ എല്ലാത്തരം സാധനങ്ങളെയും മുറിക്കാൻ പരുവപ്പെടുത്തിയ കത്തികൾ, ഒട്ടുമൊത്തത്തിൽ ഒരാകൃതിയിലായിരിക്കും; പക്ഷേ, ഒരു പ്രത്യേകരീതിയിൽ മാത്രം ഉപയോഗിക്കാൻ മാത്രമുള്ള ഒരു സംവിധാനത്തിന് ഓരോ വ്യത്യസ്ത ഉപയോഗങ്ങൾക്കും ഓരോ വ്യത്യസ്ത ആകൃതിയുണ്ടായിരിക്കണം.

ആധുനിക വ്യവസായത്തിന്റെ ഉൽപ്പന്നമാണ്. പക്ഷേ, വാച്ചിനത് കഴിയും. മുൻകാലത്ത് ന്യൂറംബർഗിലെ കൈവേലക്കാരന്റെ സ്വന്തമായ പ്രവർത്ത നമായിരുന്നിടത്തുനിന്ന് വാച്ച് ഒട്ടനവധി വിശദാംശതൊഴിലാളികളുടെ സാമൂഹ്യ ഉൽപ്പന്നമായി രൂപാന്തരപ്പെട്ടിരിക്കുന്നു. അവരിൽ മെയിൻസ്പ്രിങ് ഉണ്ടാക്കലുകാർ, ഡയൽ ഉണ്ടാക്കലുകാർ, ജുവൽസ് ഹോൾ ഉണ്ടാക്കലുകാർ, റൂബിലിവർ ഉണ്ടാക്കലുകാർ, ഹാൻസ് മേക്കർമാർ, കേസ് ഉണ്ടാക്കലുകാർ, സ്ക്രൂ ഉണ്ടാക്കലുകാർ, ഒട്ടേറെ ഉപവിഭാഗങ്ങളുടെ ഗിൽഡർമാർ, ചക്രം ഉണ്ടാക്കലുകാർ (ഉരുക്കിനും പിച്ചളക്കും വെവ്വേറെ) പിൻ ഉണ്ടാക്കലുകാർ, ചലനം ഉണ്ടാക്കലുകാർ, ചക്രങ്ങൾ ആക്സിലുകളിൽ ഉറപ്പിക്കുന്നവർ, മുഖങ്ങൾ പോളിഷ് ചെയ്യു ന്നവർ, ചക്രങ്ങളും സ്പ്രിങ്ങുകളും ഫിറ്റ് ചെയ്യുന്നവർ, ചക്രങ്ങളിൽ പല്ലു വെട്ടുന്നവരും ശരിയായ വലുപ്പത്തിലുള്ള തുളകളുണ്ടാക്കുന്നവരും, സിലി ണ്ടർ ഉണ്ടാക്കുന്നവർ, എസ്കേപ്പ്മെന്റ് ചക്രം ഉണ്ടാക്കലുകാർ, തുലാസ് ചക്രങ്ങളുണ്ടാക്കുന്നവർ, റാക്കറ്റുണ്ടാക്കുന്നവർ, റിപ്പാസ്സിയർ (സ്പ്രി ങ്ങിനുവേണ്ട പെട്ടികൾ ഫിനിഷ് ചെയ്യുന്നവർ) സ്റ്റീൽ പോളിഷുകാർ, വീൽ പോളിഷുകാർ, സ്ക്രൂ പോളിഷുകാർ ചക്രം പെയിന്റ് ചെയ്യുന്ന വർ, ഡയൽ ഇനാമെൽട്ടർമാർ, ഗ്രാവെർ, ഡീസെലർ, പോളിഷർ ഡിബോ യിട്ടെ എന്നിങ്ങനെ ഒട്ടേറെ വിഭാഗങ്ങളുണ്ട്. ഏറ്റവുമൊടുവിലാണ് റിപ്പാ സിയർമാർ വരുന്നത്. അയാൾ മൊത്തം വാച്ചും ഒന്നിച്ച് ഫിറ്റ് ചെയ്തു പുറത്തുവിടാവുന്ന അവസ്ഥയിലവയെ കൈമാറുന്നു. വാച്ചിന്റെ ഏതാനും ഭാഗങ്ങൾ മാത്രമെ നിരവധി കൈകളിലൂടെ കടന്നു പോകുന്നുള്ളൂ. ഇനി യെല്ലാ ചിതറിയ ഭാഗങ്ങളും ഒടുവിൽ ഒരൊറ്റ യാന്ത്രികമായ മുഴുവനായി അതിനെ ഒന്നിച്ചുചേർക്കുന്ന കൈകളിലെത്തുന്നു. പൂർത്തിയായ ഉൽപ്പ ന്നവും അതിനെ ഉണ്ടാക്കുന്ന വിവിധങ്ങളും വൈവിധ്യമാർന്നതുമായ ഘടകങ്ങളും തമ്മിലുള്ള ബാഹ്യമായ ബന്ധം, എല്ലാ സമാനമായ പൂർത്തിയായ ഉൽപ്പന്നങ്ങളിലുമെന്നപോലെ ഈ കാര്യത്തിലും യാദൃ ച്ഛികതയുടെ ഒരുപ്രശ്നമാണ്. വിശദാംശങ്ങളിൽ പ്രവർത്തിക്കുന്ന തൊഴി ലാളികളെ ഒരൊറ്റ വർക്ക് ഷോപ്പിൽ ഒന്നിച്ചു കൊണ്ടുവരുന്നുണ്ടോ അതോ ഇല്ലയോ എന്ന പ്രശ്നം. വിശദാംശപ്രവർത്തനങ്ങൾ എണ്ണമറ്റ സ്വതന്ത്ര കൈവേലകളിലെന്നപോലെ നിർവഹിക്കപ്പെടുന്നുണ്ടാകാം. മോഡ്, നൗഫ്ചാറ്റൽ, എന്നീ കാന്റണുകളിൽ (പ്രവിശ്യകളിൽ) അവ നടക്കുന്നതുപോലെ. അതേ സമയം ജനീവയിൽ വലിയ വാച്ച് നിർമാണ ഫാക്ടറികളാണുള്ളത്. അവിടെ വിശദാംശതൊഴിലാളികൾ ഒരൊറ്റ മുത ലാളിയുടെ നിയന്ത്രണത്തിനു കീഴിൽ ഒന്നിച്ചു പണിയെടുക്കുന്നു. രണ്ടാ മതു പറഞ്ഞ കേസിൽപ്പോലും ഡയൽ സ്പ്രിങ്ങുകൾ, കേസ് എന്നിവ ഫാക്ടറിയിൽത്തന്നെ നിർമിക്കുന്നത് വിരളമായാണ്. തൊഴിലാളികളുടെ കേന്ദ്രീകരണമുള്ള ഒരു നിർമാണമായി വാച്ച് ബിസിസനസ് നടത്തുന്നത് ലാഭകരമാകുന്നത് അപവാദങ്ങളായ ചില കേസുകളിൽ മാത്രമാണ്. വീടു കളിലിരുന്ന് പണിയെടുക്കാനാഗ്രഹിക്കുന്ന തൊഴിലാളികൾ തമ്മിലുള്ള

മത്സരം അത്രയേറെ കടുത്തതായതിനാലും ഒട്ടേറെ വൈവിധ്യമാർന്ന പ്രക്രിയകളായി തൊഴിലിനെ വിഭജിക്കുന്നത് അധ്വാനോപകരണങ്ങളുടെ അൽപ്പസ്വൽപ്പം മാത്രമായ പൊതുവായ ഉപയോഗമാണ് ആവശ്യമാക്കുന്നതെന്നതുകൊണ്ടും, മുതലാളിക്ക് വർക്ക്ഷോപ്പുകൾ മുതലായവയ്ക്കു വേണ്ട നീക്കിവപ്പ് തൊഴിൽ വിഭജിക്കുന്നതിലൂടെ ലാഭിക്കുമെന്നതുകൊണ്ടും മറ്റുമാണത്.[1] അതെന്തായാലും ഈ വിശദാംശം തൊഴിലാളിയുടെ, അയാൾ വീട്ടിൽവച്ചാണ് പണിയെടുക്കുന്നതെങ്കിൽപ്പോലും, നില അയാൾ മുതലാളിക്കുവേണ്ടിയാണാ പണി ചെയ്യുന്നതെന്നതിനാൽ തന്റെതന്നെ ഉപഭോക്താക്കൾക്കുവേണ്ടി തൊഴിൽചെയ്തിരുന്ന സ്വതന്ത്രകൈവേലക്കാരന്റെ നിലയിൽനിന്ന് വളരെ വിഭിന്നമാണ്.[2]

രണ്ടാമത്തെ തരം നിർമാണത്തിന്റെ പൂർണതയാർജിച്ച രൂപത്തിൽ സാധനങ്ങൾ വികസനത്തിന്റെ പരസ്പരബന്ധിതമായ ഘട്ടങ്ങളിലൂടെ ഒരു സീരിസ് പ്രക്രിയകളിലൂടെ, പടിപടിയായി കടന്നുപോകുന്നു. ഒരു വയർ സൂചിയുടെ നിർമാണത്തിലെന്നപോലെ. അതിൽ വയർ 72 കൈകകളിലൂടെ കടന്നുപോകുന്നു. ചിലപ്പോൾ 92 വിശദാംശ തൊഴിലാളികളുടെ കൈകളിൽക്കൂടിപ്പോലും. ചില പ്രത്യേകതരം അസംസ്കൃതവസ്തുക്കളിൽ നാം നമ്മുടെ പരിഗണനയൊതുക്കിനിർത്തിയാൽ– ഉദാഹരണത്തിന് കടലാസു നിർമാണത്തിലെ ചപ്പുചവറുകളിലോ സൂചി നിർമാണത്തിലെ വയറിലോ (Wire) ആകാമത്. നാം കാണുന്നത് പൂർത്തീകരണം വരെ ഒരു നിരഘട്ടങ്ങളിലൂടെയും നിരവധി വിശദാംശ തൊഴിലാളികളുടെ കൈകളിലൂടെയും കടന്നുപോകുന്നുവെന്നാണ്. മറുവശത്ത്

---

1. 1854 ൽ ജനീവ 800000 വാച്ചുകൾ ഉൽപ്പാദിപ്പിച്ചു. അത് നൗഫ്ചാറ്റൽ കാന്റണിൽ ഉൽപ്പാദിപ്പിച്ചതിന്റെ അഞ്ചിലൊന്നുമാത്രമായിരുന്നു. ഒരു വലിയ വാച്ച് നിർമാണ കേന്ദ്രമായി നാം നോക്കിക്കണ്ടേക്കാവുന്ന ലാചാറ്റിക്സ്-ഡി-ഫോണ്ട്സിൽ മാത്രമായി ജനീവയിലേതിന്റെ ഇരട്ടിയാണ് വാർഷിക ഉൽപ്പാദനം. 1850 മുതൽ 1861 വരെ ജനീവ 7500000 വാച്ചുകളുണ്ടാക്കി. പാർട്ടുകൾ ഒന്നിച്ച് ഫിറ്റുചെയ്തതു മാത്രമായവയുൾക്കൊള്ളുന്ന സാധനങ്ങളുടെ ഉൽപ്പാദനപ്രക്രിയകൾ പലതായി വിഭജിക്കപ്പെട്ടിരിക്കുമ്പോൾ അവയ്ക്കിടയിലെ ബന്ധത്തിന്റെ ആവശ്യം മാത്രം അത്തരം നിർമാണത്തെ യന്ത്രംകൊണ്ടു നിർവഹിക്കപ്പെടുന്ന ഒരു ആധുനിക വ്യവസായത്തിന്റെ ഒരു ശാഖയാക്കി മാറ്റുന്നത് വളരെയേറെ വിഷമകരമാക്കുന്നു. പക്ഷേ, വാച്ചിന്റെ കാര്യത്തിൽ മറ്റു രണ്ട് പരിമിതികൾകൂടിയുണ്ട്. അതിന്റെ പാർട്ടുകളുടെ വലിപ്പക്കുറവും അവയുടെ സൂക്ഷ്മതയും, ഒപ്പംതന്നെ അതിന്റെ ഒരാർഭാട സാധനമെന്ന സ്വഭാവവും. അതുകൊണ്ടാണവയുടെ വൈവിധ്യം. അതത്രയേറെയുള്ളതിനാൽ ഏറ്റവും നല്ല ലണ്ടൻ വീടുകളിൽ ഒരു ഡസൻ വാച്ചുകൾപോലും ആ വർഷം ഒരേ രീതിയിലുണ്ടാക്കപ്പെടുന്നില്ല. യന്ത്രങ്ങൾ വിജയകരമായി ഉപയോഗിക്കുന്ന റാച്ച് നിർമാണ കമ്പനിയായ മെസ്സേഴ്സ് വാച്ചെറോൺ ആന്റ് കോൺസ്റ്റാന്റിൻപരമാവധി മൂന്നോ നാലോ രൂപത്തിലും വലിപ്പത്തിലുമുള്ള വാച്ചുകളാണുണ്ടാക്കുന്നത്.
2. വൈവിധ്യമാർന്ന നിർമാണത്തിന്റെ ക്ലാസിക്കൽ ഉദാഹരണമായ വാച്ച് നിർമാണത്തിൽ നമുക്ക് കൈവേലയുടെ ഉപവിഭാഗങ്ങളാൽ അധ്വാനോപകരണങ്ങളിൽ കൊണ്ടുവരപ്പെടുന്ന സവിശേഷീകരണവും മുകളിൽപ്പറഞ്ഞ വ്യതിരേകീകരണവും കൂടുതൽ കൃത്യതയോടെ പഠിക്കാനായേക്കാം.

നാം ഒട്ടുമൊത്തമെന്ന നിലയിൽ ഒരു വർക്ക്ഷോപ്പിലേക്ക് നോക്കിയാൽ ഒരേസമയംതന്നെ ഉൽപ്പാദനത്തിന്റെ എല്ലാഘട്ടങ്ങളിലുമുള്ള അസംസ്കൃതവസ്തുക്കൾ കാണാം. കൂട്ടായ തൊഴിലാളി തന്റെ നിരവധി കൈകൾ ഒരേതരം ആയുധമണിഞ്ഞുകൊണ്ട് വയർ വലിച്ചെടുക്കുന്നു, മറ്റൊരു കൂട്ടത്തെക്കൊണ്ട് (അവർ വ്യത്യസ്ത ആയുധങ്ങളാണ് കൈയ്യിലേന്തിയിരിക്കുന്നത്) അതിനെ നിവർത്തുന്നു, അതേസമയം തന്നെ മറ്റൊരു സെറ്റിനെക്കൊണ്ടത് മുറിക്കുന്നു, മറ്റൊരു സെറ്റിനെ കൊണ്ട് മുനകൂർപ്പിക്കുന്നു, അങ്ങനെയങ്ങനെ, അതിലൂടെ നിശ്ചിത സമയത്ത് കൂടുതലളവ് സാമൂഹ്യസംഘാടനം സാധിച്ചെടുക്കുന്നത് ഓരോ തൊഴിലാളിയെയും ഭാഗികമായ വിശദാംശങ്ങളിലേക്ക് വിളക്കിച്ചേർത്തുകൊണ്ടാണ്.

ഓരോ വിശദാംശതൊഴിലാളിയുടെയും ഭാഗിക ഉൽപ്പന്നം ഒരേ പൂർത്തിയാക്കപ്പെട്ട ഉൽപ്പന്നത്തിന്റെ പ്രത്യേക ഘട്ടമായതുകൊണ്ട് ഓരോ തൊഴിലാളിയും അഥവാ തൊഴിലാളികളുടെ ഓരോ ഗ്രൂപ്പും മറ്റൊരു തൊഴിലാളിക്കോ തൊഴിലാളി ഗ്രൂപ്പിനോ വേണ്ട അസംസ്കൃതവസ്തു തയാറാക്കുകയാണ്. ഒരു തൊഴിലാളിയുണ്ടാക്കിയ ഫലം മറ്റൊരു വിഭാഗത്തിലെ തൊഴിലാളികളുടെ ആരംഭബിന്ദുവാണ്. ഓരോ ഭാഗിക പ്രക്രിയയിലും ആവശ്യമായ അധ്വാനസമയം, അഭിലഷണീയമായ ഫലം കൈവരിക്കാൻവേണ്ട സമയം, അനുഭവത്തിലൂടെയാണ് പഠിക്കുന്നത്; നിർമാണത്തിന്റെ മെക്കാനിസം, ഒട്ടുമൊത്തത്തിൽ ഒരു നിശ്ചിത ഫലം ഒരു നിശ്ചിത സമയത്ത് ലഭ്യമാക്കുമെന്ന അനുമാനത്തെ അടിസ്ഥാനമാക്കിയതാണ്. ഈയൊരനുമാനത്തിന്മേൽ മാത്രമാണ് വിവിധ അനുപൂരക അധ്വാനപ്രക്രിയകൾക്ക് തടസമൊന്നുമില്ലാതെയും ഒരേസയമത്തും, ഒന്നിനരികിൽ മറ്റൊന്നായും മുന്നോട്ടു പോകാനാകുക. പ്രവർത്തനങ്ങളുടെ ഈ പരസ്പരാശ്രിതത്വവും അതുകൊണ്ടുതന്നെ തൊഴിലാളികളുടെ പരസ്പരാശ്രിതത്വവും അവരിലോരോരുത്തരെയും ആവശ്യമായ സമയത്തിലൊട്ടും കൂടുതൽ ചെലവഴിക്കാതിരിക്കാൻ നിർബന്ധിതരാക്കുന്നു. അങ്ങനെ ലളിതമായ സഹകരണത്തിലോ സ്വതന്ത്ര കൈവേലയിലോ കണ്ടെത്താൻ പറ്റാത്ത ഒരു തുടർച്ച, ഏകതാനത, ക്രമീകരണം, ക്രമാനുഗതികത്വം എന്നിവയും പ്രത്യേകിച്ചും അധ്വാനത്തിന്റെ വ്യത്യസ്തതരത്തിലുള്ള തീവ്രതയും ലഭ്യമാകുന്നു. പക്ഷേ, വ്യത്യസ്ത പ്രവർത്തനങ്ങൾക്ക് തുല്യമല്ലാത്ത സമയങ്ങളാണ് എടുക്കുന്നത്, അതുകൊണ്ട് തുല്യസമയത്ത് ഭാഗികമായ ഉൽപ്പന്നങ്ങളുടെ തുല്യമല്ലാത്ത അളവുകളാണ് ലഭ്യമാകുന്നത്. അതുകൊണ്ട് ഒരേ തൊഴിലാളി ഒരു ദിവസത്തിനു പിന്നിലെ അടുത്ത ദിവസമെന്ന കണക്കിൽ അതേ പ്രവർത്തനം നടത്തേണ്ടതുണ്ട് എന്നുവരുന്നു. വിവിധ ഭാഗിക ജോലികളിൽ വ്യത്യസ്ത സംഖ്യ തൊഴിലാളികളാണു വേണ്ടത്. ഓരോ പ്രവർത്തനത്തിന്റെയും പരസ്പരബന്ധം കണക്കിലെടുത്തുകൊണ്ടാണ് അതിനു പറ്റിയവിധത്തിൽ എണ്ണം ക്രമീകരിക്കുന്നത്. ഉദാഹരണത്തിന് ടൈപ്പ് നിർമാണത്തിൽ നാല് ഫൗണ്ടർമാരും രണ്ടു ബ്രെയ്ക്കർമാരും ഒരു

റബ്ബർമാരും (ഉരക്കൽകാരൻ) വേണം. ഫൗണ്ടർ മണിക്കൂറിൽ 2000 ടൈപ്പുകൾ വാർക്കുന്നു. ബ്രെയ്ക്കർ 4000 എണ്ണം ബ്രേയ്ക്ക് ചെയ്യുന്നു, ഉരക്കൽകാരൻ 8000 എണ്ണമുരക്കുന്നു.

ഒരു നിശ്ചിത നിലവാരത്തിൽ ഉൽപ്പാദനം നടത്തുമ്പോൾ വിവിധ ഗ്രൂപ്പുകളിൽപ്പെട്ട വിശദാംശപ്രവർത്തനത്തൊഴിലാളികളുടെ സംഖ്യകൾ പരീക്ഷണാടിസ്ഥാനത്തിൽ ഏറ്റവും പറ്റിയ അനുപാതത്തിൽ സ്ഥാപിക്കപ്പെട്ടുകഴിഞ്ഞാൽ, ആ നിലവാരത്തെ വിപുലീകരിക്കാൻ കഴിയുക ഓരോ പ്രത്യേക ഗ്രൂപ്പുകളുടെയും ഗുണിതങ്ങളെ നിയോഗിച്ചുകൊണ്ടാണ്. ഉദാഹരണത്തിന് ടൈപ്പ് നിർമാണത്തിൽ ഒരേസമയം നാല് ഫൗണ്ടർമാരെയും രണ്ട് ബ്രെയ്ക്കർമാരെയുംകൂടി നിയമിക്കാതെ ഒരു അധിക ഉരക്കൽകാരനെ നിയമിക്കുക അസാധ്യമായിരിക്കും. ചിലതരം പ്രവർത്തനങ്ങൾ ഒരേയാൾക്ക് ഒരു വിശാലമായ തോതിലോ, അഥവാ ചെറിയതോതിലോ ചെയ്യാൻ കഴിയുമെന്ന കാര്യംകൂടി ഇവിടെ കൂട്ടിച്ചേർക്കണ്ടതുണ്ട്. ഉദാഹരണത്തിന് മേൽനോട്ടജോലി, ഒരു ഭാഗിക ഉൽപ്പന്നം ഒരിടത്തുനിന്ന് മറ്റൊരിടത്തേക്ക് വഹിച്ചുകൊണ്ടുപോകൽ തുടങ്ങിയവ അത്തരം തൊഴിലുകളുടെ ഒറ്റപ്പെടുത്തിവേർപെടുത്തലും അവയെ ഒരു പ്രത്യേകതൊഴിലാളിയെ ഏൽപ്പിക്കലും നിയമിക്കപ്പെടുന്ന തൊഴിലാളികളുടെ എണ്ണത്തിൽ ഒരു വർധനവുണ്ടാകുന്നതുവരെ നേട്ടത്തിനുതകുകയില്ല; പക്ഷേ ഈ വർധനവ് ഉടനടിതന്നെ എല്ലാഗ്രൂപ്പുകളിലും ആനുപാതികമായി ഫലമുണ്ടാക്കണം.

നിരവധി നിർമാണങ്ങളിൽ ഗ്രൂപ്പ് സ്വയം തന്നെയും സംഘടിതമായി ഒരധ്വാന ശരീരമാണ്. ഉദാഹരണത്തിന് ഗ്ലാസ് കുപ്പികളുടെ നിർമാണമെടുക്കുക. അതിനെ മൂന്ന് കാതലായ വ്യത്യസ്ത ഘട്ടങ്ങളായി തിരിക്കാനാകും. ഒന്നാമതായി പ്രാഥമികഘട്ടം. ഗ്ലാസിന്റെ ഘടകങ്ങളുടെ തയാറാക്കൽ. അതിൽ ചുണ്ണാമ്പും മണലും മറ്റും കലർത്തൽ അവയെ ഉരുക്കി ഗ്ലാസിന്റെ ദ്രവീകൃതാവസ്ഥയുണ്ടാക്കൽ എന്നിവയുൾപ്പെടുന്നു. ഈ ആദ്യഘട്ടത്തിൽ വിവിധ വിശദാംശപ്രവർത്തനതൊഴിലാളികൾ നിയോഗിക്കപ്പെടുന്നു. അതുപോലെ അവസാനഘട്ടമായ ഉണക്കുന്ന ഫർണസിൽനിന്നും കുപ്പികൾ മാറ്റുക, തരംതിരിക്കുക പാക്ക് ചെയ്യുക തുടങ്ങിയ ജോലികളിലും നിരവധി വിശദാംശതൊഴിലാളികളുണ്ടാകും. മധ്യത്തിൽ ഈ രണ്ടുഘട്ടങ്ങൾക്കുമിടയിൽ വരുന്നത് ശരിയായ ഗ്ലാസുരുക്കൽ, പിണ്ഡത്തെ വ്യത്യസ്ത രൂപങ്ങളിൽ രൂപപ്പെടുത്തൽ എന്നിവയാണ്. ഫർണസിന്റെ ഓരോ വായുടെ സ്ഥലത്തും ഓരോ ഗ്രൂപ്പ് തൊഴിലാളികൾ പ്രവർത്തിക്കുന്നു. അവയെ ഹോൾ (തുള) എന്നു വിളിക്കും. ആ ഗ്രൂപ്പിൽ ബോട്ടിൽ മേക്കർ അഥവാ ഫിനിഷർ, ഒരു ബ്ലോവർ, ഒരു ഗാതറർ, ഒരു പുട്ടർഅപ് അഥവാ വെറ്റർ ഓഫ്, ഒരു ടേക്കർ– ഇൻ എന്നിവരുണ്ടാകും. ഈ അഞ്ച് വിശദാംശ തൊഴിലാളികൾ ഒരുതൊഴിൽ ചെയ്യുന്ന സംവിധാനത്തിന്റെ അത്രതന്നെ അവയവങ്ങളാണ്, അത് പ്രവർത്തിക്കുന്നതും ഒരു മുഴുവൻ എന്ന നിലയിലാണ്. അതുകൊണ്ടവർക്ക്

മൊത്തം അഞ്ചുപേരുടെയും നേരിട്ടുള്ള സഹകരണത്തിലൂടെ മാത്രമേ പ്രവർത്തിക്കാൻ കഴിയൂ. അവരിലൊരു അംഗമില്ലാതെയായാൽ മൊത്തം സംഘവും തളർന്ന സ്ഥിതിയിലാകും. പക്ഷേ, ഗ്ലാസ് ഫർണസിന് നിരവധി ഹോളുകൾ അഥവാ വായകളുണ്ട് (ഇംഗ്ലണ്ടിൽ 4 മുതൽ 6 വരെ) ഓരോന്നിനും ഉരുകിയ ഗ്ലാസ് നിറഞ്ഞ ഓരോ മണ്ണുകൊണ്ടുണ്ടാക്കിയ പാത്രമുണ്ട്. അവയോരോന്നിലും സമാനമായ രീതിയിൽ അഞ്ചുപേരുടെ സംഘത്തെ ജോലിക്കുവയ്ക്കുന്നു. ഓരോ സംഘത്തിന്റെയും സംഘടന നേരിട്ടുതന്നെ തൊഴിൽ വിഭജനത്തെ അടിസ്ഥാനമാക്കിയതാണ്. പക്ഷേ, വ്യത്യസ്ത ഗ്രൂപ്പുകൾ തമ്മിലുള്ള ബന്ധം ലളിതമായ സഹകരണത്തിന്റേതാണ്. അവ ഒരു ഉൽപ്പാദനോപാധിയായ ഫർണസിനെ പൊതുവായി ഉപയോഗിച്ചുകൊണ്ട് അതിനെ കൂടുതൽ മെച്ചമായ സാമ്പത്തിക രീതിയിൽ ഉപഭോഗിക്കുന്നതിനിടയാക്കുന്നു. 46 ഗ്രൂപ്പുകൾ ഉൾക്കൊള്ളുന്ന അത്തരമൊരു ഫർണസാണ് ഒരു ഗ്ലാസ് ഹൗസിനെ രൂപപ്പെടുത്തുന്നത്. അത്തരം നിരവധി ഗ്ലാസ് ഹൗസുകൾ ചേർന്നതാണ് ഒരു ഗ്ലാസ് മാനുഫാക്ചറി. ഗ്ലാസ് ഹൗസുകൾക്കൊപ്പം അവയിൽ ആരംഭഘട്ടത്തിനും അന്തിമഘട്ടങ്ങൾക്കും വേണ്ട സംവിധാനവും തൊഴിലാളികളും കൂടെയുണ്ട്.

ഒടുവിലായി നിർമാണത്തിന് വിവിധ നിർമാണങ്ങളുടെ ഒത്തുചേരലായി വികസിക്കാനാവും. ഉദാഹരണത്തിന് വൻകിട ഇംഗ്ലീഷ് ഗ്ലാസ് നിർമാതാക്കൾ അവരുടെതന്നെ മണ്ണുകൊണ്ടുള്ള തിളപ്പിക്കാനുള്ള പാത്രങ്ങളുണ്ടാക്കുന്നു. കാരണം അവയുടെ ഗുണനിലവാരത്തിലാണ് ഒരു വലിയ പരിധിവരെ, പ്രക്രിയയുടെ വിജയ പരാജയങ്ങൾ ആശ്രയിച്ചു നിൽക്കുന്നത്. അങ്ങനെ നാം കാണുന്നത് പ്രിന്റ് ഗ്ലാസിന്റെ നിർമാണം ഗ്ലാസ് കട്ടിങ്ങിനോടും പിച്ചള ഫൗണ്ടിങ്ങിനോടും ഒന്നു ചേർന്നതാണ്. പിച്ചള ഫൗണ്ടിങ് ഗ്ലാസ് കൊണ്ടുള്ള വിവിധ വസ്തുക്കളുടെ ലോഹ സെറ്റിങ്ങുകൾക്കു വേണ്ടിയാണ്. അങ്ങനെ ഒന്നിച്ചുചേരുന്ന വിവിധ മാനുഫാക്ചർമാർ (നിർമാതാക്കൾ) ഏറെക്കുറെ വൻകിടനിർമാണത്തിന്റെ വേറിട്ട ഡിപ്പാർട്ടുമെന്റുകളെ രൂപപ്പെടുത്തുന്നു; പക്ഷേ, അതേസമയം തന്നെ അവ സ്വതന്ത്രപ്രക്രിയകളുമാണ്. ഓരോന്നിനും അവയുടേതായ പ്രവൃത്തി വിഭജനവുമുണ്ട്. നിർമാണങ്ങളുടെ ഈ ഒത്തുചേരലിന് നിരവധി മെച്ചങ്ങൾ വാഗ്ദാനം ചെയ്യാനാവുമെങ്കിലും അതൊരിക്കലും അതിന്റെതന്നെ സ്വന്തം അടിത്തറയിൽ നിൽക്കുന്ന ഒരുപൂർണമായ സാങ്കേതികവ്യവസ്ഥയിലേക്ക് വികസിക്കുന്നില്ല. അതു സംഭവിക്കുന്നത് അതിന്റെ യന്ത്രസാമഗ്രികളാൽ നിർവഹിക്കപ്പെടുന്ന ഒരു വ്യവസായത്തിലേക്കുള്ള രൂപാന്തരംവഴി മാത്രമാണ്.

നിർമാണഘട്ടത്തിന്റെ ആദ്യകാലത്ത് ചരക്കുകളുടെ ഉൽപ്പാദനത്തിനാവശ്യമായ അധ്വാനസമയം ചുരുക്കുന്നതിന്റെ തത്വം അംഗീകരിക്കപ്പെടുകയും ആവിഷ്കരിക്കപ്പെടുകയും ചെയ്തു: മെഷീനുകളുടെ ഉപയോഗം ഒരു വലിയതോതിൽ നടത്തപ്പെടേണ്ടതായ ചില നിശ്ചിത ആദ്യ

പ്രക്രിയകളിലും, വലിയ ശക്തി പ്രയോഗിക്കേണ്ട ചില പ്രക്രിയകളിലും അവിടെയും ഇവിടെയും മുറിക്കുന്ന പണി ചെയ്യപ്പെട്ടത് കടലാസുമില്ലുകളെ ഉപയോഗിച്ചാണ്. ലോഹപ്രവർത്തനങ്ങളിൽ അയിരുകളുടെ പൊടിക്കൽ നടപ്പിലാക്കിയത് പൊടിക്കുന്ന മില്ലുകളാലാണ്. എല്ലാ യന്ത്രങ്ങളുടെയും പ്രാഥമികരൂപം ജലചക്രങ്ങളിലൂടെ റോമാസാമ്രാജ്യം കൈമാറിയിരുന്നു.[1] കൈവേലാ കാലഘട്ടം നമുക്ക് വടക്കുനോക്കിയന്ത്രം, വെടിമരുന്ന് ടൈപ്പുകളുപയോഗിച്ചുള്ള അച്ചടി, ഓട്ടോമാറ്റിക് ക്ലോക്ക് തുടങ്ങിയ മഹത്തായ കണ്ടുപിടുത്തങ്ങൾ നൽകി. പക്ഷേ, ഒട്ടുമൊത്തത്തിൽ തൊഴിൽ വിഭജനവുമായി താരതമ്യപ്പെടുത്തിയാൽ യന്ത്രസാമഗ്രികൾ ഒരു താഴേക്കിട പങ്കാണ് വഹിച്ചത്. യന്ത്രസാമഗ്രികളുടെ ഇടയ്ക്കിടെയുള്ള ഉപയോഗം അക്കാലത്തെ മഹാന്മാരായ ഗണിതശാസ്ത്രജ്ഞർക്ക് മെക്കാനിക്സിന്റെ, ശാസ്ത്രത്തിന്റെ സൃഷ്ടിക്കുവേണ്ട പ്രചോദനവും പ്രായോഗികാടിസ്ഥാനവും പ്രദാനം ചെയ്തു.

ഒട്ടനവധി വിശദാംശ തൊഴിലാളികളുടെ ഒത്തുചേരലിൽ നിന്നു രൂപപ്പെടുന്ന കൂട്ടായ തൊഴിലാളിയാണ് നിർമാണകാലഘട്ടത്തിന്റെ പ്രത്യേക സവിശേഷതയായിത്തീർന്ന യന്ത്രസാമഗ്രി. ഒരു ചരക്കിന്റെ ഉൽപ്പാദകനാൽ അതാതിന്റെ മുറയ്ക്ക് നിർവഹിക്കപ്പെട്ട വൈവിധ്യമാർന്ന പ്രവർത്തനങ്ങൾ വിവിധ രീതികളിൽ അവനുമേൽ അവകാശമുന്നയിച്ചു. അവൻ ഒരുപ്രവർത്തനത്തിൽ കൂടുതൽ ശക്തി പ്രയോഗിക്കണം, മറ്റൊന്നിൽ കൂടുതൽ വൈദഗ്ധ്യം, മറ്റൊന്നിൽ കൂടുതൽ ശ്രദ്ധ, അങ്ങനെയങ്ങനെ... ഒരേ വ്യക്തിക്ക് തുല്യഡിഗ്രിയിൽ ഈയെല്ലാ ഗുണങ്ങളുമില്ല. ഒരിക്കൽ നിർമാണം വേറിട്ടതോടെ സ്വതന്ത്രമാക്കപ്പെട്ടതോടെ, വിവിധ പ്രവർത്തനങ്ങളെ ഒറ്റപ്പെട്ടതാക്കിയതോടെ, തൊഴിലാളികൾ വിഭജിക്കപ്പെടുകയും വർഗീകരിക്കപ്പെടുകയും അവരുടെ പ്രധാന ഗുണങ്ങൾക്കനുസരിച്ച് സംഘങ്ങളാക്കപ്പെടുകയും ചെയ്തു. ഒരുവശത്ത്, അവരുടെ സ്വാഭാവിക ശേഷികളാണ് തൊഴിൽ വിഭജനം പടുത്തുയർത്തപ്പെട്ടിരിക്കുന്നതിന്റെ അടിസ്ഥാനമെങ്കിൽ മറുവശത്ത് ഒരിക്കൽ പരിചയപ്പെടുത്തപ്പെട്ടതോടെ, പ്രകൃതിയാൽ പരിമിതവും പ്രത്യേകവുമായ ധർമങ്ങൾക്കായി അന്തർലീനമാക്കപ്പെട്ട ശക്തികളെ നിർമാണം അവരിൽ വികസിപ്പിക്കുന്നു. കൂട്ടായ തൊഴിലാളിയിപ്പോൾ ഉടമസ്ഥതയിലാക്കിയിരിക്കുന്നത്, തുല്യ അളവിലുള്ള മികവോടെ, ഉൽപ്പാദനത്തിനാവശ്യമായ സകല ഗുണങ്ങളുമാണ്, അവയെ ഏറ്റവും പറ്റിയ രീതിയിൽ ചെലവഴിക്കുകയും ചെയ്യുന്നു.

1. യന്ത്രസാമഗ്രികളുടെ വികാസത്തിന്റെ മൊത്തം ചരിത്രം ചോളമില്ലിന്റെ ചരിത്രം അടയാളപ്പെടുത്തുന്നതിലൂടെ ലഭ്യമാകും. ഇംഗ്ലണ്ടിൽ ഫാക്ടറിയെന്നത് ഇപ്പോഴും ഒരു മില്ലാണ്. ജർമൻ സാങ്കേതിക പ്രവർത്തനങ്ങളിൽ 19–ാം നൂറ്റാണ്ടിന്റെ ആദ്യദശകങ്ങളിലും അതങ്ങിനെയാണ്. മുഹ്ൽ എന്ന പദം ഇന്നും പ്രചാരത്തിലുണ്ട്. പ്രകൃതിശക്തികൊണ്ട് ചാലിക്കുന്ന എല്ലാ യന്ത്രസാമഗ്രികൾക്കും മാത്രമല്ല മറിച്ച് യന്ത്രസാമഗ്രികളുടെ സ്വഭാവത്തിലുമുള്ള സംവിധാനങ്ങൾ പ്രയോഗിക്കപ്പെടുന്ന എല്ലാ നിർമാണ പ്രവർത്തനങ്ങൾക്കും ആ പേരുപയോഗിക്കുന്നു.

അവന്റെ എല്ലാ അവയവങ്ങളെയുമവൻ സവിശേഷമായി ഉപയോഗിച്ചു കൊണ്ടാണത് ചെയ്യുന്നത്. പ്രത്യേകതരം തൊഴിലാളികളോ തൊഴിലാളികളുടെ സംഘങ്ങളോ അവരുടെ പ്രത്യേകധർമങ്ങൾ നിർവഹിക്കുന്നതിൽ അതുൾക്കൊള്ളുന്നു. ഒരു വിശദാംശതൊഴിലാളിയുടെ ഏകപക്ഷീയതയോ അപര്യാപ്തതകളോ അവനൊരു കൂട്ടായ തൊഴിലാളിയുടെ ഭാഗമാകുമ്പോൾ പരിപൂർണതകളായിത്തീരുന്നു.[1] ഒരൊറ്റ കാര്യം മാത്രം ചെയ്യുന്ന ശീലം അവനെയൊരിക്കലും പരാജയപ്പെടുത്താത്തത് ഒരുപകരണമാക്കി പരിവർത്തിപ്പിക്കുന്നു, അതേസമയം മൊത്തം സംവിധാനവുമായി അവനുള്ള ബന്ധം ഒരു യന്ത്രഭാഗത്തിന്റെ കൃത്യതയോടെയും ക്രമത്തോടെയും ജോലി ചെയ്യാൻ നിർബന്ധിതനാക്കുകയും ചെയ്യുന്നു.

കൂട്ടായ തൊഴിലാളിക്ക് ലളിതവും സങ്കീർണവുമായ ഉയർന്നതും താഴ്ന്നതുമായ ധർമങ്ങളുള്ളതുകൊണ്ട് അവന്റെ അംഗങ്ങൾക്ക് വ്യക്തികളായ അധ്വാനശക്തികൾക്ക് വ്യത്യസ്ത ഡിഗ്രികളിലുള്ള പരിശീലനമാവശ്യമുണ്ട്. അതുകൊണ്ട് വ്യത്യസ്ത മൂല്യങ്ങളുമുണ്ടാകണം. അതുകൊണ്ട് നിർമാണം അധ്വാനശക്തികളുടെ ഒരു ശ്രേണീ ക്രമത്തെ വികസിപ്പിക്കുന്നു, അതിനോട് അനുസൃതമായവിധം കൂലിയുടെ നിലവാരങ്ങളും വികസിപ്പിക്കുന്നു. പക്ഷേ, ഉൽപ്പാദനത്തിന്റെ എല്ലാ പ്രക്രിയകൾക്കും ചില ലളിതമായ വളച്ചൊടിക്കലുകളാവശ്യമാണ്, അതു ചെയ്യാനെല്ലാ ആളുകളും കഴിവുറ്റവരുമാണ്. അവരുമിപ്പോൾ പ്രവർത്തനം കൂടുതലുള്ള നിമിഷങ്ങളുമായുള്ള ബന്ധത്തിൽനിന്ന് വിടർത്തിമാറ്റപ്പെടുന്നു, അവ പ്രത്യേകമായി നിയമിക്കുന്ന തൊഴിലാളികൾക്കു മാത്രമുള്ളവയായി ശിലീഭൂതമാകുന്നു. അതുകൊണ്ട് അത് പിടിച്ചെടുക്കുന്ന ഏത് കൈവേലയിലും നിർമാണത്തിന് അവിദഗ്ധ തൊഴിലാളികളെന്നു വിളിക്കപ്പെടുന്ന ഒരു വർഗത്തെ ലഭ്യമാക്കുന്നു. കൈവേലാവ്യവസായം കർക്കശമായി ഒഴിവാക്കിയിരുന്ന ഒരു വർഗമാണത്. ശ്രേണീബദ്ധമായ തരംതിരിക്കലിനൊപ്പംതന്നെ തൊഴിലാളികളുടെ വിദഗ്ധ തൊഴിലാളികൾ, അവിദഗ്ധ തൊഴിലാളികൾ, എന്ന നിലയിലുള്ള ഒരു ലളിതമായ വേർപെടുത്തലും ഉയർന്നുവരുന്നു. രണ്ടാമതു പറഞ്ഞ ഭാഗത്തിന് തൊഴിൽ പരിശീലനത്തിന്റെ ചെലവ് ഒഴിവാകുന്നു; ആദ്യം പറഞ്ഞ വിഭാഗത്തിന് കൈവേലക്കാരുമായി താരതമ്യപ്പെടുത്തുമ്പോൾ അത് ചുരുങ്ങുന്നു, പ്രവർത്തനധർമങ്ങൾ ലളിതമാക്കപ്പെടുന്നതിന്റെ അനന്തരഫലമായി. രണ്ടു കേസിലും അധ്വാനശക്തിയുടെ മൂല്യം നിലം പൊത്തുന്നു. ഈ നിയമത്തിനൊരപവാദമുണ്ടുകുന്നത് അധ്വാനപ്രക്രിയയുടെ വിഘടനം പുതിയതും സമഗ്രവുമായ പ്രവർത്തനധർമങ്ങളെ (അവയ്ക്കൊരു ചെറിയസ്ഥാനമോ അല്ലെങ്കിൽ യാതൊരു സ്ഥാനവുമില്ലായ്മയോ ആണ് കൈവേലകളിലുണ്ടാവുക) കൊണ്ടുവരുമ്പോൾ മാത്രമാണ്.

നിർമാണത്തിലെ തൊഴിൽ വിഭജനം (അതേക്കുറിച്ച് നാമിപ്പോൾ

---

1. ഉദാഹരണത്തിന് ചില മസിലുകളുടെ അസാധാരണവികാസം, എല്ലുകളുടെ വളവ് തുടങ്ങിയവ.

വിവരിച്ചു) ചരിത്രത്തിന്റെ ഏറ്റവുമാദ്യനാളുകൾ മുതൽ തുടർന്നുപോന്ന തൊഴിൽ വിഭജനത്തിന്റെ തുടർച്ചയാണ്. അത് നിർമാണത്തിനുമുമ്പുള്ള കാലഘട്ടത്തിൽ അതിന്റെ സമ്പൂർണ പ്രകാശനം കണ്ടെത്തിയത് കൈവേലയിലാണ്. മൂലധനം കാരണമുള്ള വിഭജനത്തിന്റെ പുതിയ പ്രക്രിയ മുൻകാല പ്രക്രിയയുമായി നിരവധി സാദൃശ്യങ്ങൾ പ്രകടിപ്പിച്ചു. ആ രണ്ടു പ്രക്രിയകളും ഒന്നു മറ്റൊന്നിന്മേൽ പരസ്പരം പ്രതിപ്രവർത്തിക്കുകയും ചെയ്തു. അതെന്തായാലും രണ്ടുപ്രക്രിയകളും (അതായത്, വിവിധ കൈവേലകളിൽ തൊഴിലാളികളെ സംഘടിപ്പിച്ചവതരിപ്പിച്ചതും എണ്ണമറ്റ നൂറ്റാണ്ടുകളായി അറിയപ്പെട്ടിരുന്നതുമായ തൊഴിൽ വിഭജനവും, മൂലധനം ഒരൊറ്റ വർക്ക്ഷോപ്പിൽത്തന്നെ ഉണ്ടാക്കിയ തൊഴിൽ വിഭജനവും) ഒന്നു മറ്റൊന്നിൽനിന്ന് സാരാംശത്തിൽത്തന്നെ വിഭിന്നമാണ്. വിവിധ ബിസിനസ് ശാഖകളെ ഒന്നിപ്പിക്കുന്ന ഒരദൃശ്യമായ ബന്ധമുള്ളിടത്ത് സാദൃശ്യം ഏറ്റവും അവിതർക്കിതമായി പ്രത്യക്ഷപ്പെടുന്നു. ഉദാഹരണത്തിന് കാലിവളർത്തൽകാരൻ മൃഗത്തോലുൽപ്പാദിപ്പിക്കുന്നു, തോലൂറയ്ക്കിടുന്ന തുകൽപ്പണിക്കാരനത് ലെതറാക്കി മാറ്റുന്നു, ചെരിപ്പുകുത്തിയതിനെ ബൂട്ടുകളാക്കി മാറ്റുന്നു. ഇവിടെ ഓരോരുത്തരും ഉണ്ടാക്കുന്ന വസ്തുക്കൾ അന്തിമ രൂപത്തിലേക്കുള്ള ഒരു ചവിട്ടുപടിയാണ്; ആ അന്തിമ ഉൽപ്പന്നം അവരുടെയെല്ലാവരുടെയും ഒന്നുചേർന്ന അധ്വാനത്തിന്റെ ഫലവും. കൂടാതെ, കാലിവളർത്തലുകാരന് സാധനസാമഗ്രികൾ പ്രദാനം ചെയ്യുന്ന ബിസിനസുകാരനും, തോലൂറക്കിടുന്നവനും ചെരുപ്പുകുത്തികളും ഉൽപ്പാദനോപാധികൾ സംഭാവന ചെയ്യുന്നവരുമുണ്ട്. എങ്കിലും കാലിവളർത്തൽകാരൻ തോലൂറക്കിടുന്നവൻ, ചെരുപ്പുകുത്തി എന്നീ സ്വതന്ത്രതൊഴിലാളികൾക്കിടയിലെ ബന്ധത്തെ രൂപീകരിക്കുന്നതെന്താണ്? അവരുടെ ഉൽപ്പന്നങ്ങൾ ചരക്കുകളാണെന്ന വസ്തുതയാണ്. മറുവശത്ത് നിർമാണങ്ങളിൽ തൊഴിൽവിഭജനത്തെ സ്വഭാവ നിർണയം ചെയ്യുന്നതെന്താണ്? വിശദാംശതൊഴിലാളികൾ ഒരു ചരക്കുൽപ്പാദിപ്പിക്കുന്നില്ലെന്നതാണത്. എല്ലാ വിശദാംശതൊഴിലാളികളുടെയും പൊതുവായ ഉൽപ്പന്നമാണൊരു ചരക്കാവുന്നത്. ഒരു സമൂഹത്തിൽ തൊഴിൽവിഭജനം കൊണ്ടുവരപ്പെടുന്നത് വിവിധ വ്യവസായശാഖകളുടെ ഉൽപ്പന്നങ്ങളുടെ വിൽപ്പനയും വാങ്ങലും മൂലമാണ്, അതേസമയം ഒരു വർക്ക്ഷോപ്പിലെ വിശദാംശപ്രവർത്തനങ്ങൾ തമ്മിലുള്ള ബന്ധം ഒരൊറ്റ മുതലാളിക്ക് ഒട്ടേറെ തൊഴിലാളികൾ തങ്ങളുടെ അധ്വാനശക്തി വിൽക്കുന്നതിൽ നിന്നാണുണ്ടാകുന്നത്; ആ മുതലാളി ആ അധ്വാനശക്തികളെ ഒന്നിച്ചുചേർന്ന അധ്വാനശക്തിയായി ഉപയോഗിക്കുന്നു. ഒരു വർക്ക്ഷോപ്പിലെ തൊഴിൽവിഭജനം അർഥമാക്കുന്നത് ഉൽപ്പാദനോപാധികൾ ഒരൊറ്റ മുതലാളിയുടെ കൈയിൽ കേന്ദ്രീകരിക്കുന്നുവെന്നാണ്; സമൂഹത്തിലെ തൊഴിൽ വിഭജനം അർഥമാക്കുന്നത് ചരക്കുകളുടെ നിരവധി സ്വതന്ത്ര ഉൽപ്പാദകരുടെയിടയിൽ അവ ചിതറിപ്പരക്കുന്നുവെന്നും. ഒരു വർക്ക്ഷോപ്പിനകത്ത് ആനുപാതികപരതയുടെ

ഉരുക്കു നിയമം കൃത്യമായ ചുമതലകൾക്ക് കൃത്യമായ എണ്ണം തൊഴിലാളികളെ വിധേയമാക്കുമ്പോൾ, വർക്ക് ഷോപ്പിനു പുറത്തുള്ള സമൂഹത്തിൽ യാദൃച്ഛികതയും ഭ്രമങ്ങളും വിവിധ വ്യവസായശാഖകൾക്കിടയിൽ ഉൽപ്പാദകരെയും അവരുടെ ഉൽപ്പാദനോപാധികളെയും വിതരണം ചെയ്യുന്നതിൽ പൂർണമായ പങ്കു വഹിക്കുന്നു. ഒരു വർക്ക്ഷോപ്പിനകത്തെ തൊഴിൽ വിഭജനം അർഥമാക്കുന്നത് മുതലാളിക്ക് ആളുകൾക്കുമേലുള്ള തർക്കരഹിതമായ അധികാരത്തെയാണ്, അവരെല്ലാം മുതലാളിക്ക് സ്വന്തമായ ഒരു മെക്കാനിസത്തിന്റെ ഭാഗങ്ങളല്ലാതെ മറ്റൊന്നുമല്ല. സമൂഹത്തിനകത്തെ തൊഴിൽവിഭജനം സ്വതന്ത്രചരക്കുൽപ്പാദകരെ പരസ്പരബന്ധത്തിലേക്ക് കൊണ്ടുവരുന്നു. അവർ മത്സരത്തിന്റേതല്ലാത്ത, തങ്ങളുടെ പരസ്പരതാൽപ്പര്യങ്ങളുടെ സമ്മർദം ചെലുത്തുന്ന നിർബന്ധത്തിന്റേതല്ലാത്ത, ഒരധികാരത്തെയും അംഗീകരിക്കുന്നില്ല. വർക്ക്ഷോപ്പിലെ തൊഴിൽ വിഭജനത്തെയും, ഒരു ഭാഗികപ്രവർത്തനത്തിൽ ജീവിതകാലം മുഴുവനും ഒരു തൊഴിലാളിയെ കെട്ടിയിടുന്നതിനെയും മൂലധനത്തിനു മുന്നിലെ അവന്റെ സമ്പൂർണമായ കീഴടങ്ങലിനെയും ഉൽപ്പാദനപരതയിൽ വർധനവു കൊണ്ടുവരുന്ന ഒരു തൊഴിൽ സംഘാടനമെന്ന നിലയിൽ പ്രശംസിക്കുന്ന അതേ ബൂർഷ്വാമനസുതന്നെ അതിനു തുല്യമായ വികാരതീക്ഷ്ണതയോടെ ഉൽപ്പാദനപ്രക്രിയയെ സാമൂഹ്യമായി നിയന്ത്രിക്കാനും ക്രമീകരിക്കാനുമുള്ള എല്ലാ ബോധപൂർവ ശ്രമങ്ങളെയും സ്വത്തവകാശം, സ്വാതന്ത്ര്യം, വ്യക്തിയായ മുതലാളിയുടെ അഭിരുചിയുടെ നിയന്ത്രണരഹിതമായ പ്രകാശനം എന്നൊക്കെയുള്ള വിശുദ്ധമായ കാര്യങ്ങളുടെ പേരുപറഞ്ഞ് എതിർക്കുകയാണ്. ഫാക്ടറി സമ്പ്രദായത്തെ ആവേശപൂർവം ന്യായീകരിക്കുന്നവർക്ക് സമൂഹത്തിന്റെ ഒരു പൊതുവായ സംഘാടനത്തിനെതിരെ, അത് മൊത്തം സമൂഹത്തെയും ഒരുവമ്പൻ ഫാക്ടറിയാക്കും എന്നതിനെക്കാൾ കൂടുതൽ അപലപനീയമായ ആരോപണമൊന്നും മുന്നോട്ടുവെക്കാനാവില്ലെന്നത് വിചിത്രമാണ്.

ഗിൽഡുകളുടെ നിയമങ്ങൾ, ഒരൊറ്റ മാസ്റ്റർക്ക് നിയമിക്കാവുന്ന പരിശീലനാർഥികളുടെയും സാധാരണ പണിക്കാരുടെയും എണ്ണത്തെ കർക്കശമായി പരിമിതപ്പെടുത്തിക്കൊണ്ട്, അയാളൊരു മുതലാളിയായിത്തീരുന്നതിനെ തടഞ്ഞു. അതിനുമപ്പുറം അയാൾക്ക് താനൊരു മാസ്റ്ററായിരിക്കുന്ന ആ കൈവേലയിലല്ലാതെ മറ്റൊന്നിലും പണിക്കാരനെ നിയമിക്കാൻ പറ്റുകയുമില്ലായിരുന്നു. കച്ചവടക്കാരുടെ മൂലധനത്തിന്റെ ഏതു കടന്നുകയറ്റത്തെയും ഗിൽഡുകൾ അസൂയയോടെ തിരിച്ചോടിച്ചു; അവരുമായി ബന്ധത്തിൽ വന്ന സ്വതന്ത്ര മൂലധനത്തിന്റെ ഏകരൂപം അതായിരുന്നു. ഒരുകച്ചവടക്കാരന് ഏതുതരം ചരക്കും വാങ്ങാമായിരുന്നു, പക്ഷേ, ഒരു ചരക്കെന്ന നിലയിൽ അധ്വാനത്തെ അവനു വാങ്ങാൻ പറ്റില്ലായിരുന്നു. സാഹചര്യങ്ങൾ തുടർന്നൊരു തൊഴിൽവിഭജനത്തെ ആവശ്യമാക്കിയാൽ നിലവിലുള്ള ഗിൽഡുകൾ വൈവിധ്യമുള്ളവയായി സ്വയം

തന്നെ പിളർന്നു, അല്ലെങ്കിൽ പഴയ ഗിൽഡിന്റെ വശങ്ങളിലായി പുതിയ ഗിൽഡുകളെ സ്ഥാപിച്ചു. പക്ഷേ, ഇതെല്ലാം നടന്നത് ഒരൊറ്റ വർക്ക്ഷോപ്പിനു കീഴിൽ വ്യത്യസ്ത കൈവേലകളെ കേന്ദ്രീകരിക്കാതെയാണ്. അങ്ങനെ ഗിൽഡുകൾ കൈവേലകളെ വേർപെടുത്തുകയും ഒറ്റപ്പെടുത്തുകയും പൂർണതയിലെത്തിക്കുകയും ചെയ്തുകൊണ്ട് നിർമാണത്തിന്റെ നിലനിൽപ്പിനാവശ്യമായ ഭൗതികസാഹചര്യങ്ങളെ എത്രതന്നെ സംഭാവന ചെയ്തെന്നു വന്നാൽത്തന്നെയും അവ വർക്ക്ഷോപ്പിലെ തൊഴിൽവിഭജനത്തെ ഒഴിവാക്കി. ഒട്ടുമൊത്തത്തിൽ തൊഴിലാളിയും അവന്റെ ഉൽപ്പാദനോപാധിയും വളരെ അടത്തു ചെന്ന് ഐക്യപ്പെട്ടുനിന്നു; ഒരു ഒച്ച് അതിന്റെ പുറന്തോടുമായെന്ന പോലെ. അങ്ങനെ നിർമാണത്തിനുവേണ്ട പ്രധാന അടിസ്ഥാനത്തിന്റെ അഭാവം നിലനിന്നു. അതായത്, ഉൽപ്പാദനോപാധിയിൽനിന്നുള്ള തൊഴിലാളിയുടെ വേർപെടുത്തലും ഈ ഉപാധികളുടെ മൂലധനമായുള്ള പരിവർത്തിപ്പിക്കലും.

സമൂഹത്തിൽ പൊതുവെയുള്ള തൊഴിൽവിഭജനങ്ങൾ– അത്തരം വിഭജനങ്ങളെ കൊണ്ടുവന്നത് ചരക്കുകളുടെ കൈമാറ്റമായാലുമല്ലെങ്കിലും– സമൂഹത്തിന്റെ ഏറ്റവും വൈവിധ്യമാർന്ന രൂപങ്ങൾക്കെല്ലാം തന്നെ പൊതുവായുള്ളതാണ്. പക്ഷേ, നിർമാണം പ്രയോഗത്തിൽ വരുത്തിയ വർക്ക്ഷോപ്പിനകത്തെ തൊഴിൽ വിഭജനം മുതലാളിത്ത ഉൽപ്പാദനരീതിയുടെ മാത്രം ഒരു പ്രത്യേക സൃഷ്ടിയാണ്.

ഒരിക്കൽ നിർമാണം പരിചയപ്പെടുത്തപ്പെട്ടതോടെ, തൊഴിൽ വിഭജനത്തിന്റെ തുടർന്നങ്ങോട്ടുള്ള ഓരോ പുരോഗതിക്കും വ്യക്തിയായ മുതലാളിയുടെ കൈയിൽ ലഭ്യമായ മൂലധനത്തിന്റെ ഒരു വർധനവാവശ്യമായി. നാം കണ്ടതുപോലെ, ഏതൊരു നിശ്ചിതമുതലാളിയും നിയമിക്കാൻ ബാധ്യസ്ഥമായ മിനിമം തൊഴിലാളികളുടെ എണ്ണം ഇവിടെ ശുപാർശ ചെയ്യപ്പെടുന്നത് മുമ്പ് സ്ഥാപിതമായ തൊഴിൽ വിഭജനത്താലാണ് (നമുക്കിവിടെ ടൈപ്പ് നിർമാണത്തിന്റെ ഉദാഹരണമൊന്ന് ഓർക്കുകയേ വേണ്ടൂ, ഒരു ഉരക്കലുകാരനെ നിയമിച്ചാൽ രണ്ടു ബ്രോക്കർമാരും നാല് ഫൗണ്ടർമാരും വേണം, മുതലാളി ഏറ്റവും ചുരുങ്ങിയത് ഈയേഴുപേരെയെങ്കിലും നിയമിച്ചാൽ മാത്രമേ തന്റെ ഫൗണ്ടറി നടന്നുപോകുമെന്നയാൾക്കാഗ്രഹിക്കാൻ കഴിയൂ. ബിസിനസിന്റെ ഏതു വിപുലനത്തിനും ഏറ്റവും ചുരുങ്ങിയത് ഏഴുപേരെക്കൂടിയെങ്കിലും നിയമിക്കണം) ഇത് അധ്വാനത്തിന്റെ ഉപകരണ സംവിധാനങ്ങളിലും സാമഗ്രികളിലും അതിനനുസൃതമായ ഒരു വർധനവിനെ ആവശ്യമാക്കുന്നുണ്ട്. അതുപോലെ വർക്ക്ഷോപ്പുകൾ, ഫർണസുകൾ, തുടങ്ങിയവയുടെ കാര്യത്തിലും പ്രത്യേകിച്ചും അസംസ്കൃതസാമഗ്രികളിൽ വർധനവു വേണം. അത് തൊഴിലാളികളുടെ എണ്ണത്തെയപേക്ഷിച്ച് കൂടുതൽ വേഗത്തിലുള്ള വർധനവാവശ്യമാക്കുന്നുണ്ട്. കാരണം ബിസിനസിന്റെ വിപുലനം അധ്വാനത്തിന്റെ ഉൽപ്പാദനപരതയെ വർധിപ്പിക്കുന്നു; കൂടുതൽ വലിയ

അളവിലുള്ള അസംസ്കൃതവസ്തു അതേ എണ്ണം തൊഴിലാളികളാൽ അതേ സമയ ദൈർഘ്യത്തിനകത്ത് പ്രവർത്തിച്ച് തീർക്കപ്പെടുന്നു. ഈ അസംസ്കൃതവസ്തുക്കൾ മുതലാളിയുടെ കൈയിൽ ലഭ്യമായിരിക്കണം. അതുകൊണ്ട് നിർമാണം വിപുലീകൃതമാകുന്ന അതേ അനുപാതത്തിൽ സമൂഹത്തിൽ നിലനിൽക്കുന്ന ജീവിതത്തിനുവേണ്ട ആവശ്യകതകളും ഉൽപ്പാദനോപാധികളും മുതലാളിയുടെ കൈകളിൽ മൂലധനമായി പരിവർത്തിപ്പിക്കപ്പെടണം.

കൈവേലയുടെ ഉപവിഭജനത്തിന് വേണ്ട മൂലധനം (രചയിതാവ് എഴുതിയിരിക്കുന്നത് നിലനിൽപ്പിന്റെയും ഉൽപ്പാദനത്തിന്റെയും ആവശ്യമായ ഉപാധികൾ എന്നായിരുന്നു) സമൂഹത്തിൽ തയാറായ നിലയിൽ ഉണ്ടായിരുന്നാൽ മാത്രം പോരാ: അത് തൊഴിൽദാതാക്കളുടെ കൈകളിൽ വേണ്ടവിധം വിപുലമായ തോതിൽ പ്രവർത്തനങ്ങൾ നടത്താൻ അവർക്കു കഴിവുണ്ടാകുന്ന രീതിയിൽ സഞ്ചയിക്കപ്പെടുകയും വേണം... വിഭജനങ്ങൾ വർധിക്കുന്നതിനനുസരിച്ച് ഒരു സ്ഥിരം എണ്ണം തൊഴിലാളികളുടെ നിയോഗിക്കലിന് ഉപകരണങ്ങൾ, അസംസ്കൃതവസ്തുക്കൾ എന്നിവയ്ക്കൊക്കെയായി ഒരു കൂടുതൽ വലിയ നീക്കിവയ്പ്പും ആവശ്യമായി വരും (സ്റ്റോർച്ച്: കോഴ്സ് ഡി എക്കണോമിക്സ്, പൊളിറ്റിക്സ്, പാരീസ് പേജ് 250, 251).

ലളിതമായ സഹകരണമെന്നപോലെ നിർമാണവും മൂലധനം കാരണത്താലാണ് വരുന്നത്. അധ്വാനത്തിന്റെ ഒന്നുചേരലിൽനിന്നുത്ഭൂതമാകുന്ന ഉൽപ്പാദനപരമായ ശക്തി മൂലധനത്തിന്റെ ഉൽപ്പാദനപരമായ ശക്തിയായി പ്രത്യക്ഷപ്പെടുന്നു. പക്ഷേ, ലളിതമായ സഹകരണവും നിർമാണവും തമ്മിൽ കാതലായ ഒരു വ്യത്യാസമുണ്ട്. ലളിതമായ സഹകരണം വ്യക്തിയുടെ പ്രവർത്തനരീതിയെ ഏറെയും മാറ്റമൊന്നുമില്ലാത്തതായി വിടുമ്പോൾ നിർമാണമതിനെ അടിമുടി വിപ്ലവവൽക്കരിക്കുന്നു, അത് അധ്വാനശക്തിയെ അതിന്റെ വേരുകളിൽ നിന്നു തന്നെ പിടിച്ചെടുക്കുന്നു. അത് തൊഴിലാളിയെ ഒരു മുടന്തുപിടിച്ച രാക്ഷസീയതയായി മാറ്റുന്നു, ഉൽപ്പാദപരമായ കഴിവുകളുടെ വാസനകളുടെയും ഒരു ലോകത്തിന്റെ ചെലവിൽ അവന്റെ വിശദാംശവൈദഗ്ധ്യം ബലമായി നിലനിർത്തിക്കൊണ്ട്; ലാ പ്ലാറ്റ സംസ്ഥാനത്തെയാളുകൾ വെറും തോലിനുവേണ്ടിയോ, അല്ലെങ്കിൽ കൊഴുപ്പിനുവേണ്ടിയോ ഒരുമൃഗത്തെ അങ്ങനെ തന്നെ കശാപ്പുചെയ്യുന്നതിനു തുല്യമാണത്. വിശദാംശപ്രവർത്തനങ്ങൾ വ്യത്യസ്ത വ്യക്തികൾക്ക് വിതരണം ചെയ്യുക മാത്രമല്ല ചെയ്യുന്നത്, മറിച്ച് വ്യക്തിയെത്തന്നെ ഭാഗിക പ്രവർത്തനത്തിന്റെ ഓട്ടോമാറ്റിക് മോട്ടോറായി മാറ്റുകയാണ് ചെയ്യുന്നത്. മെനേനിയസ് അഗ്രിപ്പയുടെ അസംബന്ധ ഉപമാകഥ (അതിൽ മനുഷ്യൻ അവന്റെതന്നെ ശരീരത്തിന്റെ ഒരു കഷണം മാത്രമായി മാറുന്നു) യാഥാർഥീകരിക്കപ്പെടുന്നു. ആരംഭത്തിൽ തൊഴിലാളി അവന്റെ അധ്വാനശക്തി മുതലാളിക്കു വിൽക്കുകയാണെങ്കിൽ (കാരണം ഒരു ചരക്കിനെ ഉൽപ്പാദിപ്പിക്കുന്ന ഭൗതികോപാധികൾ

അവനില്ല) ഇപ്പോളവന്റെ അധ്വാനശക്തിതന്നെ അതിനെ മൂലധനത്തിനു വിറ്റില്ലെന്നുണ്ടെങ്കിൽ, അതിന്റെ സേവനം നൽകാൻ വിസമ്മതിക്കുകയാണ്. വിൽപ്പനയ്ക്കുശേഷം മുതലാളിയുടെ വർക്ക്ഷോപ്പിൽ നിലനിൽക്കുന്ന ഒരു സാഹചര്യത്തിൽ മാത്രമേ അതിനതിന്റെ ധർമങ്ങൾ പ്രയോഗത്തിൽ വരുത്താൻ പറ്റൂ. ഏതെങ്കിലും കാര്യങ്ങൾ സ്വതന്ത്രമായി ഉണ്ടാക്കാൻ പറ്റാത്ത സ്വഭാവ പ്രകൃതി കാരണം നിർമാണത്തൊഴിലാളി മുതലാളിയുടെ വർക്ക്ഷോപ്പിന്റെ ഒരു വെറും അനുബന്ധമെന്നനിലയിൽ ഉൽപ്പാദനപ്രവർത്തനത്തെ വികസിപ്പിക്കുന്നു. ഒരു മൊത്തം കൈവേലയും നിർവഹിക്കാൻ കഴിവുള്ളവനായ തൊഴിലാളിക്ക് തന്റെ ഉത്സാഹശീലം എവിടെയും പ്രയോഗിക്കാനും തന്റെ നിലനിൽപ്പിനുവേണ്ട ഉപാധികൾ കണ്ടെത്താനുമാകും; എന്നാൽ മറ്റേയാൾ (നിർമാണത്തൊഴിലാളി) വെറുമൊരു അനുബന്ധം മാത്രമാണ്, അയാൾ തന്റെ സഖാക്കളിൽനിന്നു വേർപെട്ടാൽ സ്വതന്ത്രനോ കഴിവുള്ളവനോ അല്ല, എന്നു മാത്രമല്ല തൊഴിൽ ദാതാവ് അവന്റെ മേൽ അടിച്ചേൽപ്പിക്കാൻ സൗകര്യപ്രദമെന്നു കരുതുന്ന ഏതു നിയമവും സ്വീകരിക്കാൻ നിർബന്ധിതനുമാണ്.[1]

ഒരു സ്വതന്ത്രകർഷകനോ ഒരുകൈവേലക്കാരനോ പ്രയോഗിക്കുന്ന അറിവ്, തീരുമാനം, ഇച്ഛാശക്തി (അവയൊക്കെ എത്രതന്നെ ചെറിയതോതിലായിരുന്നാൽത്തന്നെയും) എന്നിവയൊക്കെ ഇപ്പോൾ ഒരു വർക്ക്ഷോപ്പിന് ഒട്ടുമൊത്തത്തിൽ എന്ന നിലയ്ക്കേ ആവശ്യമുള്ളൂ. ഉൽപ്പാദനത്തിന്റെ ബൗദ്ധികമായ ശേഷികൾ വിശദാംശ തൊഴിലാളിക്ക് നഷ്ടമാക്കുന്നു, അവ അതിനെ നിയോഗിക്കുന്ന മൂലധനത്തിൽ സ്വയം തന്നെ കേന്ദ്രീകൃതമാകുന്നു. നിർമണത്തിലെ തൊഴിൽവിഭജനത്തിന്റെ ഒരു ഫലമാണ് വ്യക്തിയായ തൊഴിലാളിക്ക് ഉൽപ്പാദനത്തിന്റെ ബുദ്ധിപരമായ ശേഷികൾ നഷ്ടമാക്കുന്നുവെന്നത്. അതവനെ മുഖാമുഖം അഭിമുഖീകരിക്കുന്നതു മറ്റൊരാളുടെ സമ്പത്തെന്ന നിലയിലും ഒരു ഭരിക്കുന്ന ശക്തിയെന്ന നിലയിലുമാണ്. ഈ വേർപിരിയൽ ലളിതമായ സഹകരണത്തിൽത്തന്നെ ആരംഭിക്കുന്നു, അവിടെ മുതലാളി ഒറ്റയായ തൊഴിലെടുക്കുന്നവനുമുന്നിൽ പ്രതിനിധീകരിക്കുന്നത് കൂട്ടായ അധ്വാനത്തിന്റെ ഏകത്വത്തെയും ഇച്ഛയെയുമാണ്. അത് നിർമാണത്തിൽ വികസിപ്പിക്കപ്പെടുകയും ഒരു വിശദാംശതൊഴിലാളിയായി തൊഴിലാളിയെ ചുരുക്കുകയും ചെയ്യുന്നു.

നിർമാണത്തിൽ, ഒരുകൂട്ടായ തൊഴിലാളിയെ ഉണ്ടാക്കാനും അയാളിലൂടെ സാമൂഹ്യ ഉൽപ്പാദനപരമായ ശക്തിയിൽ സമ്പന്നമായ മൂലധനത്തെ ഉണ്ടാക്കാനും, ഓരോ തൊഴിലാളിയും വ്യക്തിപരമായ ഉൽപ്പാദനപരമായ ശക്തിയിൽ ദരിദ്രരാകേണ്ടതുണ്ട്. അജ്ഞതയെന്നത് അന്ധവിശ്വാസത്തിന്റെയെന്നപോലെ വ്യവസായത്തിന്റെയും മാതാവാണ്. ചിന്തയും ഭാവനയും തെറ്റുവരുത്തുമെന്നുറപ്പാണ്; പക്ഷേ, ഒരു കാലോ

1. സ്റ്റോർച്ച്, പീറ്റേഴ്സ് ബർഗ്, 1815 പേജ് 204

കയ്യോ ചലിപ്പിക്കുന്ന ശീലം ഈ രണ്ടു കാര്യങ്ങളിൽനിന്നും സ്വതന്ത്രമായ ഒന്നാണ്. അതിനനുസരിച്ച് നിർമാണങ്ങൾ ഏറ്റവുമഭിവൃദ്ധിപ്പെടുന്നത് മനസ്സ് ഏറ്റവും കുറച്ചുമാത്രം അഭിപ്രായം പറയേണ്ടിവരുന്നിടത്താണ്. അതിൽ വർക്ക്ഷോപ്പ് ഒരെഞ്ചിനായി... പരിഗണിക്കാനാവും, അതിന്റെ ഭാഗങ്ങൾ മനുഷ്യരാണ് (ജെ ഡി ടക്കറ്റ് : *എ ഹിസ്റ്ററി ഓഫ് ദ പാസ്റ്റ് ആന്റ് പ്രസന്റ് സ്റ്റേറ്റ് ഓഫ് ദ ലേബറിങ് പോപ്പുലേഷൻ* ലണ്ടൻ 1846 പേജ് 146). ഒരു വസ്തുതയെന്ന നിലയിൽ 18–ാം നൂറ്റാണ്ടിൽ മധ്യത്തിലെ ചില നിർമാണങ്ങൾ കൂടതലിഷ്ടപ്പെട്ടിരുന്നത് ട്രേഡ് സീക്രട്ടുകളായി കരുതപ്പെട്ടിരുന്ന ചില പ്രവർത്തനങ്ങൾക്കായി പകുതി വിഡ്ഢികളായ ആളുകളെ നിയമിക്കാനാണ്.

നിർമാണങ്ങളുടെ ഫലമായി ഉണ്ടാകുന്ന ബുദ്ധിപരമായ മുരടിപ്പിനെ ആഡംസ്മിത്ത് (*വെൽത്ത് ഓഫ് നേഷൻസിൽ* – 1776) ഗ്രാഫിക്കലായി വിവരിച്ചിരിക്കുന്നു:

വലിയ വിഭാഗം ആളുകളുടെയും ധാരണകൾ അനിവാര്യമായും രൂപപ്പെടുത്തുന്നത് അവരുടെ സാധാരണ തൊഴിലുകളിൽ നിന്നാണ്. ഏതാനും ലളിതമായ പ്രവർത്തനങ്ങൾ മാത്രം നടത്താനായി തന്റെ ജീവിതം മുഴുവൻ ചെലവഴിക്കുന്നയാളിന്..... തന്റെ ധാരണ പ്രയോഗിക്കാനൊരവസരവും ലഭിക്കുന്നില്ല..... ഒരു മനുഷ്യജീവിക്കാകാൻ കഴിയുന്നതുപോലെ പൊതുവിൽ അവനൊരു വിഡ്ഢിയും അറിവില്ലാത്തവനുമായി മാറുന്നു.

അതോടൊപ്പം വിശദാംശ തൊഴിലാളിയുടെ ശരീരവും മുരടിപ്പ് ബാധിച്ചതാകുന്നു, അങ്ങനെയാണ് നിർമാണമാണാദ്യമായി വ്യവസായ രോഗലക്ഷണശാസ്ത്രത്തിനുവേണ്ട സാമഗ്രി സംഭരിച്ചതും അതിനൊരു തുടക്കം കുറിച്ചതും.

ഒരു മനുഷ്യനെ പലതായി ഭാഗിക്കുന്നത് അവനെ കൊലപ്പെടുത്തലാണ്. തൊഴിലിന്റെ പലതായുള്ള ഉപവിഭജനം ആളുകളെ കശാപ്പുചെയ്യലാണ് (ഡി ഉർക്കുഹാൽ: *ഫമിലിയർ വേർഡ്സ്*, ലണ്ടൻ 1855, പേജ് 119).

തൊഴിൽവിഭജനത്തെ അടിസ്ഥാനമായുള്ള സഹകരണം, മറ്റുവാക്കുകളിൽ നിർമാണം, ഒരു സ്വാഭാവികമായ രൂപീകരണമായാണാരംഭിക്കുന്നത്. അതൽപ്പം സ്ഥിരതയും വിപുലനവും നേടിയെടുക്കുന്നതോടെ, മുതലാളിത്ത ഉൽപ്പാദനത്തിന്റെ ക്രമീകൃതവും കൃത്യവുമായ രൂപമായി അതംഗീകരിക്കപ്പെടുന്നു. കൃത്യമായ രീതിയിൽ മാനുഫാക്ചർ (നിർമാണം) എന്നുവിളിക്കപ്പെടുന്നതിന് സവിശേഷമായിട്ടുള്ള തൊഴിൽവിഭജനം ആദ്യം അനുഭവത്തിലൂടെ ഏറ്റവും പറ്റിയ രൂപം എങ്ങനെയാണ് കൈവരിക്കുന്നതെന്നും, അത് അതിലെ അഭിനേതാക്കളുടെ പിന്നിലൂടെയായതുകൊണ്ട്, അപ്പോൾ, ഗിൽഡ് കൈവേലകളെപ്പോലെ ഒരിക്കൽ കണ്ടെത്തിയ രൂപത്തിന്മേൽ എങ്ങനെയാണ് മുറുകെ പിടിക്കുന്നതെന്നും ചരിത്രം കാണിച്ചുതരുന്നുണ്ട്. തുടർന്നത് അതിനെ നൂറ്റാണ്ടുകളോളം

കാത്തു സൂക്ഷിക്കുന്നതിൽ അവിടെയുമിവിടെയും വിജയിക്കുന്നു. ആ രൂപത്തിലെന്തെങ്കിലുമൊരു മാറ്റംവരുത്തൽ (നിസ്സാരകാര്യങ്ങളൊഴിച്ചാൽ) വരുത്തപ്പെടുന്നത് ഉൽപ്പാദനോപകരണങ്ങളിലെ വിപ്ലവത്തിന്റെ ഭാഗമായി മാത്രമാണ്. ഞാനിവിടെ തൊലിയുരിച്ച് ഭക്ഷിക്കാൻ റെഡിയായ ഉരുളക്കിഴങ്ങുകളോട് ആധുനിക നിർമാണത്തെ ഉപമിച്ചുകൊണ്ട് വൻകിട നഗരങ്ങളിൽ യന്ത്രങ്ങളെ അടിസ്ഥാനമാക്കിയ ആധുനിക വ്യവസായങ്ങൾക്ക് അവയുടെ തൊഴിൽ വിഭജനങ്ങൾ പ്രയോജനപ്പെടുത്താൻ റെഡിയായ വിധത്തിൽ ലഭിക്കുകയായിരുന്നു എന്നല്ല പറയുന്നത്; വസ്ത്രനിർമാണത്തിലും മറ്റുമെന്നതുപോലെ. അതുപോലെ തൊഴിൽവിഭജനം ബുക്ക് കീപ്പിങ്ങ്പോലുള്ള കൈവേലകളിലും പ്രത്യേക ആളുകളെ പ്രത്യേകചുമതലകളേൽപ്പിച്ചുകൊണ്ട് വളരെ എളുപ്പത്തിൽ നടപ്പാക്കാനാവുമെന്നതിനോട് ആധുനിക വ്യവസായത്തെ ഉപമിക്കുകയല്ല. വസ്ത്രനിർമാണത്തിന്റെ കാര്യത്തിലും ബുക്ക് കീപ്പിങ്ങിന്റെ കാര്യത്തിലും വിവിധ പ്രവർത്തനങ്ങളുടെ കൃത്യമായ അനുപാതമെത്രയെന്നത് കണ്ടുപിടിക്കാൻ ഒരാഴ്ചത്തെയനുഭവം മതി.[1]

തൊഴിൽ വിഭജനത്തിന്റെ അനന്തരഫലമെന്നോണം നിർമാണം സമൂഹത്തിന്റെ കൃത്യമായ ഒരു തൊഴിൽ സംഘാടനം സൃഷ്ടിക്കുന്നു. അതിലൂടെയത് സമൂഹത്തിൽ പുതിയ ഉൽപ്പാദനപരമായ ശക്തികളെ വികസിപ്പിക്കുകയും ചെയ്യുന്നു. അതിന്റെ കൃത്യമായ മുതലാളിത്ത രൂപത്തിലും ലഭ്യമായ സാഹചര്യങ്ങളിലും അതിന് മുതലാളിത്തപരമല്ലാത്ത മറ്റൊരുരൂപം സ്വീകരിക്കാനാകില്ലായിരുന്നു. നിർമാണമെന്നത് ആപേക്ഷികമായ മിച്ചമൂല്യം ലഭിക്കാനുള്ള ഒരുപ്രത്യേക രീതിയല്ലാതെ മറ്റൊന്നുമല്ല; അതല്ലെങ്കിൽ തൊഴിലാളിയുടെ ചെലവിൽ മൂലധനത്തിന്റെ സ്വയം വികസനത്തെ ബലപ്പെടുത്തലിന്റെ രീതിയല്ലാതെ. അത് അധ്വാനത്തിന്റെ സാമൂഹ്യ ഉൽപ്പാദനശക്തി തൊഴിലാളിയുടെ നേട്ടത്തിനു പകരം മുതലാളിയുടെ മെച്ചത്തിനായി വർധിപ്പിക്കുന്നുവെന്നു മാത്രമല്ല മറിച്ചത് വ്യക്തികളായ തൊഴിലാളികളുടെ മുരടിപ്പുണ്ടാക്കിക്കൊണ്ടുമാണത് ചെയ്യുന്നത്. അധ്വാനത്തിന്റെമേൽ മൂലധനത്തിനുള്ള യജമാനത്തത്തിന്റെ പുതിയ സാഹചര്യങ്ങളത് സൃഷ്ടിക്കുന്നു. അതുകൊണ്ടത് ഒരുവശത്ത് ഒരു പുരോഗതിയായി സ്വയംതന്നെ ചരിത്രപരമായി അവതരിപ്പിക്കുമ്പോൾത്തന്നെ, മറുവശത്ത് ചൂഷണത്തിന്റെ പരിഷ്കൃതവും നാഗരികവുമായ ഒരു രീതിയുമാണത്.

ഒരു സ്വതന്ത്ര ശാസ്ത്രമെന്ന നിലയിൽ രാഷ്ട്രീയ സമ്പദ്ശാസ്ത്രം

---

1. തൊഴിലാളി വിഭജനത്തിന്റെ വിവിധങ്ങളായ മാറ്റം വരുത്തലുകളിൽ പ്രയോഗിക്കപ്പെട്ടത് വ്യക്തിയായ മുതലാളിയുടെ മുൻധാരണയോടെയുള്ള കണ്ടുപിടുത്ത പ്രതിഭയാണെന്ന ലളിതമായ വിശ്വാസം ഇക്കാലത്ത് ജർമൻ പ്രൊഫസർമാരിൽ മാത്രമേ നിലനിൽക്കുകയുള്ളൂ; മി. റോഷറെപ്പോലുള്ളവർക്കിടയിൽ. തൊഴിൽവിഭജനത്തിന്റെ ഏറിയും കുറഞ്ഞുമുള്ള വിപുലമായ പ്രയോഗം ആശ്രയിച്ചിരിക്കുന്നത് പേഴ്സിന്റെ കനത്തിന്മേലാണ്. അല്ലാതെ പ്രതിഭയുടെ മഹത്വത്തിന്മേലല്ല.

ആദ്യം ഉയർന്നുവന്നത് നിർമാണത്തിന്റെ കാലഘട്ടത്തിലാണ്. അത് സമൂഹ്യതൊഴിൽ വിഭജനത്തിൽ കാണുന്നത് ഒരു നിശ്ചിതയളവ് അധ്വാനം കൊണ്ട് കൂടുതൽ ചരക്കുകളുൽപ്പാദിപ്പിക്കാനുള്ള ഉപാധികളെ മാത്രമാണ്. അതിന്റെ അനന്തരഫലമെന്നോണം, ചരക്കുകൾക്കു വില കുറയുന്നതിന്റെ ഉപാധികളെയും അത് മുതലാളിത്ത സഞ്ചയത്തിന്റെ കാര്യത്തിലേക്ക് ധൃതി പിടിച്ച് കടക്കുന്നു. അളവ്, വിനിമയമൂല്യം എന്നിവയുടെ ഈ തെളിച്ചുകാട്ടലുമായി തികഞ്ഞ വൈരുധ്യത്തോടെ ക്ലാസിക്കൽ പ്രാചീനകാലത്തെക്കുറിച്ചെഴുതിയിരുന്നവരുടെ മനോഭാവം. ഗുണത്തിലും ഉപയോഗമൂല്യത്തിലും മാത്രമായി മുറുകെപ്പിടിക്കുകയെന്നതായിരുന്നു. ഉൽപ്പാദനത്തിന്റെ സാമൂഹ്യശാഖകളുടെ വേർപെടുത്തലിന്റെ ഫലമായി, ചരക്കുകൾ വളരെ നന്നായി നിർമിക്കപ്പെടുന്നു. ആളുകളുടെ വിവിധ കഴിവുകളും ശേഷികളും അതിനുപറ്റിയ ഒരു മേഖല തെരഞ്ഞെടുക്കുന്നു. അൽപ്പസ്വൽപ്പം നിയന്ത്രണം കൂടാതെ ഒരിടത്തും ഒരു സുപ്രധാന ഫലവും ലഭ്യമാക്കാനായിട്ടുമില്ല.

ശരിയായ നിർമാണത്തിന്റെ കാലഘട്ടത്തിൽ അതായത് മുതലാളിത്ത ഉൽപ്പാദനം സ്വീകരിച്ച പ്രമുഖ രൂപം നിർമാണത്തിന്റേതായി ത്തീർന്ന കാലഘട്ടത്തിൽ നിർമാണത്തിന്റെ സവിശേഷ പ്രവണതകളുടെ പൂർണവികാസത്തിനെതിരായ നിരവധി തടസങ്ങളുണ്ടായിരുന്നു. നാമിതിനകംതന്നെ കണ്ടതുപോലെ നിർമാണം തൊഴിലാളികളെ വിദഗ്ധർ, അവിദഗ്ധർ എന്നിങ്ങനെ ലളിതമായി തരം തിരിക്കുന്നതിനോടൊപ്പം തന്നെ വിഭാഗങ്ങളായി അവരുടെ ശ്രേണീബദ്ധമായ ക്രമീകരണവും നടത്തുന്നുണ്ട്. എങ്കിലും അവിദഗ്ധതൊഴിലാളികളുടെ എണ്ണം വളരെ പരിമിതമായിത്തുടരുന്നു. വിശദാംശപ്രവർത്തനത്തെ പ്രായപൂർത്തിയാകൽ, കരുത്ത്, അധ്വാനത്തിന്റെ ജീവിക്കുന്ന ഉപകരണങ്ങളുടെ വികാസം എന്നിവയൊക്കെയായി നിർമാണം നന്നായി ഒത്തുപോകുന്നുവെങ്കിലും, അങ്ങനെ സ്ത്രീകളുടെയും കുട്ടികളുടെയും ചൂഷണം എളുപ്പമാക്കുമ്പോഴും ഒട്ടുമൊത്തത്തിൽ ഈ പ്രവണത പുരുഷതൊഴിലാളികളുടെ ചെറുത്തുനിൽപ്പുകളാലും സ്വഭാവങ്ങളാലും തകർക്കപ്പെടുന്നു.

കൈവേലകളുടെ പലതായുള്ള പിളരൽ ഒരു തൊഴിലാളി പുരുഷനെ രൂപപ്പെടുത്താനുള്ള ചെലവു കുറയ്ക്കുകയും, അങ്ങനെയവന്റെ മൂല്യം കുറയ്ക്കുകയും ചെയ്യുന്നുവെങ്കിലും അപ്പോഴും കൂടുതൽ വിഷമകരമായ വിശദാംശ പ്രവർത്തനത്തിന് ഒരു നീണ്ടകാല പരിശീലനകാലം ആവശ്യമാണ്. അത്തരമൊരു നീണ്ടപരിശീലനം അധികപ്പറ്റായിരിക്കുന്നിടത്തുകൂടി പുരുഷ തൊഴിലാളികൾ അസൂയയോടെ അതിൽ നിർബന്ധംപിടിക്കുന്നു. ഉദാഹരണത്തിന്, അപ്രന്റീസ്ഷിപ്പ് നിയമങ്ങൾ 7 വർഷം പ്രൊബേഷൻ കാലഘട്ടം വേണമെന്നതടക്കമുള്ള നിബന്ധനകളോടെ നിർമാണകാലഘട്ടത്തിന്റെ അവസാനംവരെ പൂർണശക്തിയോടെ നിലനിന്നിരുന്നതായി നാം കണ്ടെത്തുന്നു. ആധുനിക വ്യവസായത്തിന്റെ കടന്നുവരവുവരെ അതിനെ ഒരു ഭാഗത്തേക്കെറിഞ്ഞുകളഞ്ഞിരുന്നില്ല. നിർമാ

ണത്തിന്റെ അടിസ്ഥാനം കൈവേലാവൈദഗ്ധ്യമാണെന്നിരിക്കെ, പുരുഷതൊഴിലാളികളുടെ കീഴൊതുക്കലുമായി മല്ലിടാൻ മൂലധനം നിരന്തരമായി നിർബന്ധിക്കപ്പെട്ടിരുന്നു. അതുകൊണ്ട് മാനുഫാക്ചറിങ് കാലഘട്ടത്തിലുടനീളം പുരുഷതൊഴിലാളികൾക്കിടയിലെ അച്ചടക്ക രാഹിത്യത്തെക്കുറിച്ചുള്ള പരാതികളും നിലനിന്നിരുന്നു. 10–ാം നൂറ്റാണ്ടുമുതൽ ആധുനിക വ്യവസായത്തിന്റെ യുഗം വരെയുള്ള കാലഘട്ടത്തിലുടനീളം നിർമാണത്തൊഴിലാളികളുടെ ഉപയോഗിക്കാവുന്ന മൊത്തം തൊഴിൽ സമയത്തിന്റെയും യജമാനനായിത്തീരുന്നതിൽ മൂലധനം പരാജയപ്പെട്ടിരുന്നു. തൊഴിലാളികൾ നാടുവിടുകയോ കുടിയേറുകയോ ചെയ്യുന്നതിനനുസരിച്ച് മാനുഫാക്ചറിങ്ങിന് (നിർമാണത്തിന്) അവയുടെ സ്ഥാനം ഒരു രാജ്യത്തുനിന്ന് മറ്റൊരു രാജ്യത്തേക്ക് മാറ്റേണ്ടിവന്നിരുന്നു.

അതേസമയംതന്നെ അതിന്റെ പൂർണപരിധിവരെയുള്ള ഉൽപ്പാദനത്തെ നേടിയെടുക്കാനോ, അല്ലെങ്കിൽ ഉൽപ്പാദനത്തെ അതിന്റെ അകകാമ്പിൽവരെ വിപ്ലവവൽക്കരിക്കാനോ മാനുഫാക്ചറിങ്ങിന് കഴിഞ്ഞിരുന്നില്ല. അതിന്റെ ഏറ്റവും പൂർത്തിയാക്കപ്പെട്ട സൃഷ്ടികളിലൊന്ന് അധ്വാനോപകരണങ്ങളെത്തന്നെ ഉൽപ്പാദിപ്പിക്കാനുള്ള വർക്ക്ഷോപ്പുകളായിരുന്നു. അതിനകംതന്നെ അക്കാലത്ത് നടപ്പിൽ വരുത്തപ്പെട്ടിരുന്ന സങ്കീർണമായ യാന്ത്രിക സംവിധാനം പ്രത്യേകിച്ചും അതിലുൾപ്പെടുന്നു. നിർമാണത്തിലെ തൊഴിൽവിഭജനത്തിന്റെ ഭാഗമായ ഈ വർക്ക്ഷോപ്പ് അതിന്റെ മുറക്ക് യന്ത്രങ്ങളെ ഉൽപ്പാദിപ്പിച്ചു. മൂലധനത്തിന്റെ ആധിപത്യത്തിന്മേൽ, പുരുഷതൊഴിലാളികളുടെ വ്യക്തിപരമായ ശേഷിയിന്മേൽ, പ്രവർത്തിക്കാനുള്ള ആശ്രിതത്വം അപ്പോഴും ഇട്ടിരുന്ന വിലങ്ങുകൾ അതോടെ അഴിഞ്ഞുവീഴുന്നു.

(സി) യന്ത്രങ്ങളും ആധുനിക വ്യവസായങ്ങളും

മൂലധനത്താൽ ഉപയോഗിക്കപ്പെടുന്ന യന്ത്രങ്ങൾ കൊണ്ടുദ്ദേശിക്കപ്പെടുന്നത് ചരക്കുകൾ വിലകുറഞ്ഞതാക്കുകയാണ്. തൊഴിലാളി അവനുവേണ്ടിത്തന്നെ ജോലിചെയ്യുന്ന ആ ജോലിസമയം കുറച്ചുകൊണ്ട് പകരമൊരു തുല്യമൂല്യം ലഭിക്കാതെ മുതലാളിക്ക് അവൻ നൽകുന്ന ആ ജോലിസമയത്തിന്റെ ദൈർഘ്യം വർധിപ്പിച്ചുകൊണ്ടുമാണത് സാധ്യമാക്കുന്നത്. ചുരുക്കത്തിൽ അത് മിച്ചമൂല്യം വർധിപ്പിക്കുന്നതിന്റെ ഒരു പാധിയുമാണ്.

നിർമാണത്തിൽ, ഉൽപ്പാദനരീതിയിലെ വിപ്ലവം അധ്വാനശക്തിയിൽ നിന്നാരംഭിക്കുന്നു, ആധുനിക വ്യവസായത്തിൽ അതാരംഭിക്കുന്നത് അധ്വാനോപകരണങ്ങളോടെയാണ്. അപ്പോൾ, നമ്മുടെ ആദ്യ അന്വേഷണം അധ്വാനോപകരണങ്ങളെങ്ങനെയാണ് ഉപകരണങ്ങളിൽ നിന്ന് (tools) യന്ത്രങ്ങളിലേക്ക് പരിവർത്തിപ്പിക്കപ്പെടുന്നതെന്നാണ്.

ഗണിതശാസ്ത്രജ്ഞന്മാരും മെക്കാനിക്കുകളും ഉപകരണത്തെ (tool) ഒരു ലളിതമായ യന്ത്രമെന്നു വിളിക്കുന്നു; ഒരു യന്ത്രത്തെ ഒരു

സങ്കീർണമായ ഉപകരണമെന്നും. അവയ്ക്കിടയിൽ കാതലായ ഒരു വ്യത്യാസവും അവർ കാണുന്നില്ല. ഒരു വസ്തുതയെന്ന നിലയിൽ എല്ലാ യന്ത്രങ്ങളും ആ ലളിതമായ ഉപകരണങ്ങളുടെ ഒരു ഒന്നുചേരലാണ്, അവയെ എത്രതന്നെ മറച്ചുവച്ചാലും സാമ്പത്തിക വീക്ഷണകോണിൽ നിന്നു നോക്കുമ്പോൾ ഈ വിശദീകരണം ഒരു വിലയുമില്ലാത്തതാണ്. ഉപകരണവും യന്ത്രവും തമ്മിലുള്ള വ്യത്യാസത്തെക്കുറിച്ചുള്ള മറ്റൊരു വിശദീകരണം ഉപകരണത്തിന്റെ കാര്യത്തിൽ മനുഷ്യനാണ് പ്രചോദനശക്തിയെന്നും, യന്ത്രത്തിന്റെ ചലനശക്തി മനുഷ്യനിൽനിന്നു വ്യത്യസ്തമായ എന്തോ ആണെന്നുമാണ്. ഉദാഹരണത്തിന് ഒരു മൃഗം, ജലം, കാറ്റ് അങ്ങനെ പലതും. ഇതനുസരിച്ച് കാളകൾ വലിക്കുന്ന ഒരു കലപ്പ – ഏറ്റവും വ്യത്യസ്തമായിരുന്ന കാലഘട്ടങ്ങളിലും പൊതുവായുണ്ടായിരുന്ന ഒരു സംവിധാനമാണത്– ഒരു യന്ത്രമായിത്തീരും; ക്ലോസന്റെ സർക്കുലാർതറി – അത് പ്രവർത്തിപ്പിക്കുന്നതൊരൊറ്റ തൊഴിലാളിയാണ് അത് മിനിട്ടിൽ 96000 ഇഴകൾ നെയ്യുന്നു– വെറുമൊരു ഉപകരണവുമാണ്. എന്നു മാത്രമല്ല, ഈ തറി കൈകൊണ്ട് പ്രവർത്തിക്കുമ്പോൾ ഉപകരണവും ആവിശക്തികൊണ്ട് പ്രവർത്തിപ്പിക്കുമ്പോൾ ഒരു യന്ത്രവുമായിത്തീരുകയും ചെയ്യും. മൃഗശക്തിയുടെ ഉപയോഗം മനുഷ്യന്റെ ഏറ്റവുമാദ്യത്തെ കണ്ടുപിടുത്തങ്ങളിലൊന്നാകുമ്പോൾ യന്ത്രങ്ങൾകൊണ്ടുള്ള ഉൽപ്പാദനമപ്പോൾ കൈവേലയിലൂടെയുള്ള (Handicraft) ഉൽപ്പാദനത്തിനും മുമ്പേയുള്ളതാകുകയും ചെയ്യും.

പൂർണമായി വികസിപ്പിക്കപ്പെട്ട യന്ത്രസാമഗ്രികൾക്ക് കാതലായി വ്യത്യസ്തമായ മൂന്നുഘടകങ്ങളുണ്ട്, ഒരു മോട്ടോർ മെക്കാനിസവും ഒരു പ്രസരണ സംവിധാനവും ഒടുവിലായി ഒരുപകരണം അഥവാ ഒരു പ്രവർത്തിക്കുന്ന യന്ത്രവും. മൊത്തം സംവിധാനത്തിനെയും ചലനത്തിലേക്കു കൊണ്ടുവരുന്നത് മോട്ടോർ മെക്കാനിസമാണ്. അതൊന്നുകിൽ അതിന്റെ സ്വന്തം ചലനശക്തിയെ ഉൽപ്പാദിപ്പിക്കുന്നു, ആവിയന്ത്രമോ കലോറിക് എഞ്ചിനോ ഇലക്ട്രോമാഗ്നറ്റിക് എഞ്ചിനോ പോലെ അതല്ലെങ്കിലത് അതിനകംതന്നെ നിലനിൽക്കുന്ന പ്രകൃതിശക്തിയിൽ നിന്ന് അതിന്റെ ചലനം സ്വീകരിക്കുന്നു. ഒരു ജലചക്രം ഉയരത്തിൽ നിൽക്കുന്ന ജലത്തിൽനിന്നും കാറ്റിൽനിന്ന് വിൻഡ്മില്ലും ചലനം സ്വീകരിക്കുന്നതുപോലെ പ്രസരണമെക്കാനിസം– അവയിൽ ഫ്ളൈവീലുകൾ ഷാഫ്റ്റിങ്, പല്ലുകളുള്ള ചക്രങ്ങൾ, കപ്പികൾ, സ്ട്രാപ്പുകൾ, കയറുകൾ, ബാൻഡുകൾ അങ്ങേയറ്റം വ്യത്യസ്തതകളുള്ള ഗിയറിങ്ങുകൾ എന്നിവയൊക്കെയുണ്ട് ചലനത്തെ ക്രമീകരിക്കുകയും ആവശ്യം വരുന്നിടത്ത് അതിന്റെ രൂപത്തെ മാറ്റുകയും ചെയ്യുന്നു. (ഉദാഹരണത്തിന് നേരെയുള്ള ചലനത്തെ വർത്തുള്ള ചലനത്തിലേക്ക്) ഒപ്പം തന്നെ പ്രവൃത്തിചെയ്യുന്ന യന്ത്രങ്ങൾക്കിടയിൽ അതിനെ വിഭജിക്കുകയും വിതരണം ചെയ്യുകയും ചെയ്യുന്നു. മൊത്തം മെക്കാനിസത്തിന്റെയും ഈ രണ്ടുഭാഗങ്ങൾ കൊണ്ടുള്ള ഏകലക്ഷ്യം പ്രവൃത്തിചെയ്യുന്ന യന്ത്രങ്ങളെ ചലനത്തിലേക്ക് കൊണ്ടുവര

ലാണ്. ഈ ചലനത്തിന്റെ ഉപാധിയിലൂടെയാണ് അധ്വാനത്തിന്റെ വസ്തുവിനെ തരാതരംപോലെ പിടിക്കുന്നതും മാറ്റംവരുത്തുന്നതും. ഉപകരണം അഥവാ പണിചെയ്യുന്ന യന്ത്രം യന്ത്രത്തിന്റെ ആ ഭാഗമാണ്.

ശരിയായി പണിയെടുക്കുന്ന യന്ത്രത്തിന്റെ ഒരു സൂക്ഷ്മപരിശോധനയിൽ നാം കണ്ടെത്തുന്നത് ഒരു പൊതുനിയമമെന്ന നിലയിൽ (നിസ്സംശയമായും ഒരു മാറ്റം വരുത്തിയ രൂപത്തിൽ) ഒരു കൈവേലക്കാരനോ ഒരു നിർമാണപ്രവൃത്തിയെടുക്കുന്ന തൊഴിലാളിയോ ഉപയോഗിക്കുന്ന ഉപകരണ (tool)മാണ്. ഒന്നുകിൽ മൊത്തം യന്ത്രവും പഴയ കൈവേലാ ഉപകരണത്തിന്റെ (ഉദാഹരണത്തിന് ഒരു യന്ത്രത്തറി) മാറ്റം വരുത്തപ്പെട്ട യാന്ത്രികപ്പതിപ്പാണ്; അല്ലെങ്കിൽ മെഷീനിന്റെ ചട്ടക്കൂട്ടിൽ ഘടിപ്പിച്ചിരിക്കുന്ന പ്രവർത്തിക്കുന്ന ഭാഗങ്ങൾ പഴയ സംഗതികൾ തന്നെയാണ് (സ്പിൻഡിലുകളും സൂചികളും അറക്കവാളുകളും കത്തികളും പോലുള്ളവ). അതുകൊണ്ട് ശരിയായ യന്ത്രം ചലനത്തിലേക്കു കൊണ്ടുവരപ്പെട്ടപ്പോൾ അതതിന്റെ ഉപകരണങ്ങൾകൊണ്ട്, തൊഴിലാളി സമാനമായ ഉപകരണങ്ങൾകൊണ്ട് നിർവഹിച്ചിരുന്ന മുൻകാലത്തെ അതേ ജോലിചെയ്യുന്നു. ചലനശക്തി മനുഷ്യനിൽ നിന്നാണോ വന്നത്, അതോ ഏതെങ്കിലും മറ്റുയന്ത്രത്തിൽ നിന്നാണോ എന്നതൊന്നും ഇക്കാര്യത്തിൽ ഒരുമാറ്റവുമുണ്ടാക്കുന്നില്ല. ശരിയായ ഉപകരണത്തെ മനുഷ്യനിൽ നിന്നെടുത്ത് മെക്കാനിസത്തിൽ ഫിറ്റുചെയ്യുന്നതോടെ യന്ത്രം വെറുമൊരു ഉപകരണ സംവിധാനത്തിന്റെ സ്ഥാനമെടുക്കുന്നു.

വ്യത്യാസം ഉടനടിതന്നെ ശ്രദ്ധപിടിച്ചെടുക്കുന്നു. മനുഷ്യൻ സ്വയം തന്നെ പ്രധാന ചലനക്കാരനായിരിക്കുന്ന കാര്യങ്ങളിൽപ്പോലും അവന് ഒരേസമയംതന്നെ ഉപയോഗിക്കാൻ കഴിയുന്ന ഉപകരണസംവിധാനങ്ങളുടെ എണ്ണം അതിന്റെതന്നെ, ഉൽപ്പാദോപകരണങ്ങളുടെ എണ്ണത്താൽ, അവന്റെ ശരീരത്തിലെ അവയവങ്ങളുടെ എണ്ണത്താൽ, പരിമിതപ്പെടുത്തപ്പെട്ടിരിക്കുന്നു. ജർമനിയിൽ ആദ്യമവർ ഒരു സ്പിന്നർ രണ്ടു സ്പിന്നിങ് വീലുകളിൽ പണിയെടുക്കുകയെന്നത് പരീക്ഷിച്ചു നോക്കി. അതായത് ഒരേസമയം രണ്ടുകൈകളും രണ്ടുകാലുകളും കൊണ്ട് പ്രവർത്തിക്കുകയെന്നത്. അത് വളരെയേറെ ബുദ്ധിമുട്ടായിത്തീർന്നു. പിന്നീട് രണ്ടു സ്പിൻഡിലുകളുള്ള ഒരു ട്രെഡിൽ സ്പിന്നിങ് വീൽ കണ്ടുപിടിക്കപ്പെട്ടു. ഒറ്റയടിക്ക് രണ്ടു നൂലുകൾ ചുറ്റുന്ന വിധത്തിൽ സ്പിന്നിങ്ങിൽ നിഷ്ണാതരായവർ രണ്ടുതലയുള്ള മനുഷ്യരെന്നതുപോലെ തന്നെ വിരളമായിത്തീർന്നു. മറുവശത്ത് അതിന്റെ ജനനസമയത്തുതന്നെ ജെന്നിക്ക് (Jenny) 1218 സ്പിൻഡിലുകൾ പ്രവർത്തിപ്പിക്കാൻ കഴിഞ്ഞിരുന്നു. സ്റ്റോക്കിങ് ലൂം ഒറ്റയടിക്കുതന്നെ ആയിരക്കണക്കായ സൂചികൾ കൊണ്ടു തുന്നുന്നു. ഒരു യന്ത്രത്തിന് ഒരേസമയംതന്നെ പ്രവർത്തനത്തിൽ കൊണ്ടുവരാൻ കഴിയുന്ന ഉപകരണങ്ങളുടെ എണ്ണം അതിന്റെ തുടക്കത്തിൽത്തന്നെ ഒരു കൈവേലക്കാരന്റെ ഉപകരണങ്ങളിലൂടെ വേലിക്കെട്ടുകളായിത്തീർന്നിരുന്ന പരിധികളിൽനിന്നു മോചനം നൽകി.

ആവിയന്ത്രം — 17-ാം നൂറ്റാണ്ടിന്റെ അവസാനത്തിൽ നിർമാണകാലഘട്ടത്തിലാണത് കണ്ടുപിടിക്കപ്പെട്ടത്, 1780 വരെ അതതേമട്ടിൽത്തന്നെ തുടരുകയും ചെയ്തു- ഏതെങ്കിലുമൊരു വ്യവസായ വിപ്ലവത്തിന് ഉദയം നൽകിയില്ല. നേരെമറിച്ച് യന്ത്രങ്ങളുടെ കണ്ടുപിടുത്തമാണ് ആവിയന്ത്രങ്ങളുടെ രൂപത്തിലുള്ള ഒരു വിപ്ലവത്തെ അനിവാര്യമാക്കിയത്.

വ്യവസായ വിപ്ലവത്തിന്റെ ആരംഭബിന്ദുവായിത്തീർന്ന യന്ത്രം തൊഴിലാളിയെ മറികടക്കുന്നു. തൊഴിലാളി ഒരുപകരണം പ്രവർത്തിപ്പിക്കുമ്പോൾ, ഒരു മെക്കാനിസം ഒട്ടനവധി സമാനമായ ഉപകരണങ്ങളെ പ്രവർത്തിപ്പിക്കുന്നു. അവയെ ഒരൊറ്റ ചലനശക്തിയാണ് ചലനത്തിലേക്കു കൊണ്ടുവരുന്നത്, ആ ശക്തിയുടെ രൂപം എന്തായിരുന്നാൽത്തന്നെയും (ഈയെല്ലാ ലളിതമായ ഉപകരണങ്ങളുടെയും ഐക്യപ്പെടൽ -അവയെല്ലാം ഒരൊറ്റ മോട്ടോറിനാൽ ചലനത്തിലേക്ക് കൊണ്ടുവരപ്പെടുന്നു — ഒരു യന്ത്രത്തെ രൂപപ്പെടുത്തുന്നു. ബാബേജ്, ലണ്ടൻ, 1832).

യന്ത്രത്തിന്റെ വലുപ്പത്തിലെ വർധനവും, പ്രവൃത്തിയെടുക്കുന്ന ഉപകരണങ്ങളുടെ എണ്ണത്തിലെ വർധനവും അവയെ ചലിപ്പിക്കാൻ കൂടുതൽ വലിയ ഒരു സംവിധാനത്തെയാവശ്യപ്പെടുന്നു. ഈ മെക്കാനിസത്തിന് അതിന്റെ റെസിസ്റ്റൻസിനെ (പ്രതിരോധത്തിനെ) മറികടക്കാൻ മനുഷ്യരെക്കാൾ കൂടുതൽ ശക്തിയുള്ള ഒരു ചലനശക്തിയാവശ്യമായി വരുന്നു, ഏകതാനമായ, തുടർച്ചയായ ചലനമുൽപ്പാദിപ്പിക്കാൻ ഏറ്റവും അപൂർണതയുള്ളവനാണ് മനുഷ്യൻ എന്ന വസ്തുതയ്ക്കപ്പുറത്തായിത്തന്നെ. ഇപ്പോൾ പ്രകൃതിശക്തികൾക്ക് ചലന ശക്തിയായി അവരെ പകരം വയ്ക്കാൻ കഴിയും. അങ്ങനെ ഒരൊറ്റ ചലനശക്തിക്ക് ഒരേസമയം നിരവധി യന്ത്രങ്ങൾ നിയന്ത്രിക്കാനാവും.

തൊഴിലാളികളുണ്ടാകുന്നതിനുമുമ്പ് മ്യൂളുകളും ആവിയന്ത്രങ്ങളുമുണ്ടായിരുന്നു, അവരുടെ ഏകമാത്രമായ ജോലി മ്യൂളുകളെയും ആവിയന്ത്രങ്ങളെയുമുണ്ടാക്കലായിരുന്നു; തയ്യൽക്കാരെന്ന തരത്തിലുള്ള ആളുകളുണ്ടാകുന്നതിനുമുമ്പേ ആളുകൾ വസ്ത്രം ധരിച്ചിരുന്നുവെന്നതുപോലെ തന്നെയാണിത്. വൗക്കാൻസൻ, ഓക്ക്റൈറ്റ്, വാട്ട് തുടങ്ങിയവർ പക്ഷേ, പ്രായോഗികമായിത്തീർന്നത് ആ കണ്ടുപിടുത്തക്കാർക്ക് തങ്ങൾക്ക് കൈയെത്തുന്ന ദൂരത്ത് ഒരു ഗണ്യമായ എണ്ണം വിദഗ്ധ മെക്കാനിക്കൽ തൊഴിലാളികളെ കണ്ടെത്താനായതുകൊണ്ടാണ്. അവരെ ഈ കണ്ടുപിടുത്തക്കാരുടെ ഉപയോഗത്തിനായി തരപ്പെടുത്തിയത് നിർമാണകാലഘട്ടമാണ്.

കണ്ടുപിടുത്തങ്ങൾ എണ്ണത്തിൽ വർധിച്ചപ്പോൾ, പുതുതായി കണ്ടുപിടിച്ച യന്ത്രങ്ങൾക്കുള്ള ഡിമാൻഡ് വർധിച്ചതോടെ, യന്ത്രമുണ്ടാക്കുന്ന വ്യവസായം കൂടുതൽ കൂടുതൽ എണ്ണമറ്റ സ്വതന്ത്രശാഖകളായി പിളർന്നു. ഈ നിർമാണങ്ങളിലെ തൊഴിൽ വിഭജനം കൂടുതൽ കൂടുതൽ വികസിതമായി. ഇവിടെ, അപ്പോൾ നാം നിർമാണത്തിൽകാണുന്നത് ആധുനിക വ്യവസായത്തിന്റെ അടിയന്തിര സാങ്കേതികാടിസ്ഥാന

മാണ്. നിർമാണം യന്ത്രങ്ങളെയുൽപ്പാദിപ്പിച്ചു, അവയുടെ ഉപാധികളിലൂടെ ആധുനിക വ്യവസായം അതാദ്യം കൈവച്ച ആ ഉൽപ്പാദനമണ്ഡലങ്ങളിലെ കൈവേലകളെയും നിർമാണവ്യവസ്ഥകളെയും നിർമാർജനം ചെയ്തു. അങ്ങനെ, സ്വാഭാവികഗതിക്രമത്തിനിടയിൽ ഫാക്ടറി വ്യവസ്ഥ പടുത്തുയർത്തപ്പെട്ടത് ഒരപര്യാപ്തമായ അടിസ്ഥാനത്തിന്മേലാണ്. ഉൽപ്പാദനത്തിന്റെ സവിശേഷതയാർന്ന ഉപകരണമായ യന്ത്രം അതിന്റെ നിലനിൽപ്പിന് വ്യക്തിപരമായ വൈദഗ്ധ്യത്തോടും വ്യക്തിപരമായ കരുത്തിനോടും കടപ്പെട്ടിരിക്കുന്നിടത്തോളം ഒപ്പംതന്നെ മസിലുകളുടെ വികാസത്തിന്മേലും കാഴ്ചയുടെ സൂക്ഷ്മതയിന്മേലും കൈകളുടെ ചാതുര്യത്തിന്മേലും (ഇവയൊക്കെ കൊണ്ടാണ് നിർമാണത്തിലെ വിശദാംശതൊഴിലാളിയും കൈവേലകളിലെ കായികാധ്വാനക്കാരും അവരുടെ കുഞ്ഞൻ ഉപകരണങ്ങൾ പ്രയോഗിച്ചിരുന്നത്) ആയിരിക്കുന്നിടത്തോളം അതതിന്റെ പൂർണവികാസത്തിൽ പരിമിതികൾ നേരിടുകയാണ്. അങ്ങനെ ഈ രീതിയിൽ ഉണ്ടാക്കപ്പെടുന്ന യന്ത്രങ്ങളുടെ പ്രിയങ്കരത്വമുണ്ടെങ്കിലും യന്ത്രത്തിന്റെ ഉപാധികളിലൂടെയുള്ള വ്യവസായങ്ങളുടെ വിപുലനം പുതിയ ഉൽപ്പാദനശാഖകളിലേക്കുള്ള യന്ത്രത്തിന്റെ കടന്നുകയറ്റം എന്നിവ തൊഴിലാളികളുടെ ഒരു വർഗത്തിന്റെ വളർച്ചയിന്മേൽ ആശ്രിതമാണ്. അത്തരക്കാർക്ക് അവരുടെ തൊഴിലിന്റെ ഏറെക്കുറെ കലാപരമായ സ്വഭാവം കാരണം, അവരുടെ എണ്ണം ക്രമേണ മാത്രമേ വർധിപ്പിക്കാൻ കഴിയൂ. വലിയതോതിൽ കുതിച്ചുചാട്ടങ്ങളുടെ മട്ടിലുള്ള വർധിപ്പിക്കൽ സാധ്യമല്ല. അതുണ്ടെങ്കിലും അതിന്റെ വികാസത്തിന്റെ ഒരു നിശ്ചിത ഘട്ടത്തിൽ ആധുനികവ്യവസായം കൈവേലയും (കരകൗശലം) നിർമാണവും ലഭ്യമാക്കിയ അതിന്റെ അടിസ്ഥാനവുമായി സാങ്കേതികമായി പൊരുത്തപ്പെടാനാവാത്തതായി മാറി. നിർമാണത്തിന് നിറവേറ്റാനാവാത്ത കടമകളാൽ യന്ത്രങ്ങളുടെ നിർമാണം അഭിമുഖീകരിക്കപ്പെട്ടു. ആധുനിക ഹൈഡ്രോളിക് പ്രസ്, ആധുനിക പവർലൂം, ആധുനിക കാർഡിങ് യന്ത്രം എന്നിവയൊന്നും നിർമാണത്തിന് നൽകാൻ കഴിയില്ലായിരുന്നു.

വ്യവസായത്തിന്റെ ഒരു മണ്ഡലത്തിലെ ഉൽപ്പാദനരീതികളുടെ വിപ്ലവകരമായ ഒരു മാറ്റം മറ്റു മണ്ഡലങ്ങളിലെയും സമാന മാറ്റങ്ങളുൾപ്പെടുന്നവയാണ്. അങ്ങനെ മെഷീനറികൊണ്ടുള്ള, സ്പിന്നിങ് മെഷീനറി കൊണ്ടുള്ള, വീവിങ്ങിനെ (നെയ്ത്തിനെ) ഒരനിവാര്യതയാക്കി. രണ്ടും ചേർന്ന് ബ്ലീച്ചിങ്, പ്രന്റിങ്, ഡൈയിങ് എന്നിവയിലെ ഭൗതികവും രാസപരവുമായ വിപ്ലവങ്ങളെ ആവശ്യമാക്കി. അതുകൊണ്ട്, മറുവശത്ത്, പരുത്തിനൂൽ നൂൽപ്പിനെ ഒരു വിപ്ലവം ജിൻ (Gin) കണ്ടുപിടിക്കണ്ടതിനെ ഒരാവശ്യകതയാക്കി– പഞ്ഞിയിൽനിന്ന് കുരു വേർതിരിക്കലാണതിന്റെ ജോലി. ഈയൊരു കണ്ടുപിടുത്തത്തിന്റെ മാർഗത്തിലൂടെയാണ് ഇന്നാവശ്യമുള്ള രീതിയിൽ പഞ്ഞിയുടെ ഉൽപ്പാദനം സാധ്യമായത്. പക്ഷേ, അതിനേക്കാൾ സവിശേഷമായി വ്യവസായത്തിലെയും കൃഷിയിലെയും ഉൽപ്പാദനരീതികളിലെ വിപ്ലവം വാർത്താവിനിമയത്തിന്റെയും ഗതാഗത

ത്തിന്റെയും ഉപാധികളിൽ ഒരു വിപ്ലവം ആവശ്യമാക്കി. നിർമാണകാല ഘട്ടത്തിൽനിന്ന് കൈമാറിക്കിട്ടിയ വാർത്താവിനിമയഗതാഗതോപാധികൾ വളരെവേഗംതന്നെ ആധുനികവ്യവസായത്തിന് കാൽച്ചങ്ങളകളായി മാറി; ഉൽപ്പാദനത്തിന്റെ കടുത്ത ഗതിവേഗവും ധൃതിയും അതിന്റെ വമ്പിച്ചപരിധിയും മൂലധനത്തെയും അധ്വാനത്തെയും ഒരു മണ്ഡലത്തിൽ നിന്ന് മറ്റൊന്നിലേക്ക് നിരന്തരം പറിച്ചുനടലും, മൊത്തം ലോകത്തിലെയും എല്ലാ വിപണികളുമായും പുതുതായി ഉണ്ടാക്കിയ ബന്ധങ്ങളുമെല്ലാമായുമുള്ള മുന്നോട്ടുകുതിക്കലിന്. അങ്ങനെ കച്ചവടക്കപ്പലിൽ കൊണ്ടുവന്ന സമൂലമായ മാറ്റങ്ങൾ കൂടാതെ, വാർത്താവിനിമയ– ഗതാഗതോപാധികൾ ക്രമേണ ഉൽപ്പാദനരീതിയും മെക്കാനിക്കൽ വ്യവസായവുമായി ചേർന്നു പോകുന്നതായിത്തീർന്നു. അത് സാധ്യമാക്കാനായി നദിയിൽ സഞ്ചരിക്കുന്ന സ്റ്റീമറുകൾ, റെയിൽവേകൾ, സമുദ്രസ്റ്റീമറുകൾ ടെലഗ്രാഫുകൾ എന്നിവ സൃഷ്ടിക്കപ്പെട്ടു. പക്ഷേ ഇപ്പോൾ വമ്പിച്ച ഇളവ് ഇരുമ്പ് ഫോർജ് ചെയ്യപ്പെടണം, വെൽഡ് ചെയ്യപ്പെടണം, മുറിക്കപ്പെടണം, തുളയ്ക്കപ്പെടണം ആകൃതി വരുത്തപ്പെടണം. അവയെല്ലാം ഭീമാകാരമാർന്ന യന്ത്രങ്ങളെ ആവശ്യപ്പെട്ടു. അവയൊക്കെയുണ്ടാക്കാൻ നിർമാണകാലഘട്ടത്തിലെ രീതികൾ ഒരുതരത്തിലും പര്യാപ്തമല്ലാതായിത്തീർന്നു. അതുകൊണ്ട് ആധുനികവ്യവസായത്തിന് അതിന്റെ സവിശേഷമായ ഉൽപ്പാദനോപകരണത്തെ സ്വയംതന്നെ കൈയ്യിലെടുക്കുകയും യന്ത്രങ്ങളെ യന്ത്രങ്ങൾ കൊണ്ടുണ്ടാക്കേണ്ടിവരികയും ചെയ്തു.

നാമിപ്പോൾ യന്ത്രങ്ങളുടെ നിർമാണത്തിനുപയോഗിക്കേണ്ടിവരുന്ന ആ യന്ത്രഭാഗങ്ങളിൽ ശ്രദ്ധ കേന്ദ്രീകരിച്ചാൽ അതാണ് പ്രവർത്തിക്കുന്ന ഉപകരണത്തെ രൂപപ്പെടുത്തുന്നത്, കായികമായി ഉപയോഗിച്ചിരുന്ന പഴയ ഉപകരണസംവിധാനങ്ങൾ വീണ്ടും പ്രത്യക്ഷപ്പെടുന്നതുകാണാം, പക്ഷേ ഒരു ഭീമാകാരമാർന്ന തോതിൽ. തുളയ്ക്കുന്ന യന്ത്രംപ്രവർത്തിക്കുന്നത് ഒരു ഭീമാകാരമാർന്ന തുളയ്ക്കലുപകരണത്താലാണ്, അതിനെ വിക്ഷേപിക്കുന്നത് ആവിയന്ത്രമാണ്. മറുവശത്ത്, ആവിയില്ലാതെ വലിയ ആവിയന്ത്രങ്ങളുടെ സിലിണ്ടറുകളോ ഹൈഡ്രോളിക് പ്രസ്സുകളോ ഉണ്ടാക്കാനാവില്ല. യാന്ത്രിക കടച്ചിൽ സംവിധാനം കാൽകൊണ്ടുപ്രവർത്തിപ്പിച്ചിരുന്ന സാധാരണ സംവിധാനത്തിന്റെ ഭീമാകാരമാർന്ന ഒരു പുനരുൽപ്പാദനമാണ്. പ്ലെയിനിങ് യന്ത്രം ഒരു ഇരുമ്പ് ആശാരിയാണ്. അത് മനുഷ്യ ആശാരി മരത്തിൽ പ്രയോഗിക്കുന്ന അതേ ഉപകരണങ്ങൾ ഇരുമ്പിൽ പ്രയോഗിക്കുന്നു. ലണ്ടൻ വാർഫുകളിൽ വെനീറുകൾ കട്ടുചെയ്യുന്നത് ഒരു ഭീമാകാരമാർന്ന റേസറാണ്. അത് ഇരുമ്പിനെ ഒരു തയ്യൽക്കാരന്റെ കത്രിക തുണി മുറിക്കുന്ന അതേ ലാഘവത്തോടെ മുറിക്കുന്നു. അവയെ നമുക്ക് ഭീമാകാരമാർന്ന കത്രികകളായി കാണാം. സ്റ്റീം ചുറ്റിക പ്രവർത്തിക്കുന്നത് ഒരു സാധാരണ ചുറ്റിക മുഖത്തോടെയാണ്, പക്ഷേ അത് വലിയ ഒരു ഭാരം കൊണ്ടാണ് പ്രവർത്തിക്കുന്നത്. ഒരെണ്ണം ആറുടണ്ണിലേറെ ഭാരമുള്ളത്. അത് നേരത്തെ മുകളിൽനിന്ന് ഏഴടി താഴേക്കു വീഴുകയും

ചെയ്യുന്നു. അങ്ങനെ 36 ടൺ ഭാരം പ്രയോഗിക്കുന്നു. ഒരു കരിങ്കൽ കഷണത്തെ പൊടിച്ച് പൗഡറാക്കൽ അതിനെ സംബന്ധിച്ച് ഒരു കുട്ടിക്കളിയാണ്. അതേസമയം തന്നെയത് ഏതാനും ചെറിയ തട്ടലുകൾ കൊണ്ട് ഒരാണി മൃദുവായ തടിയിൽ തറച്ചുകയറ്റുന്നതിനും കഴിവുള്ള ഒന്നാണ്.

ലളിതമായ സഹകരണത്തിൽ, തൊഴിൽ വിഭജനത്തിന്മേൽ, അടിസ്ഥാനപ്പെടുത്തിയ സഹകരണത്തിൽപ്പോലും ഒറ്റതിരിഞ്ഞതിന്റെ മേലുള്ള കൂട്ടായ തൊഴിലാളിയുടെ അടിച്ചമർത്തൽ അപ്പോഴും ഏറിയും കുറഞ്ഞും യാദൃച്ഛികമാണെന്നു തോന്നിക്കുന്നു. യന്ത്രം (പിന്നീട് പരാമർശിക്കുന്ന ഏതാനും അപവാദങ്ങളോടെ) പ്രവർത്തിക്കുന്നത് അതിനോടു ചേർന്നു നിൽക്കുന്ന അധ്വാനത്തിന്റെ ഉപാധിയിലൂടെ മാത്രമാണ് അഥവാ പൊതുവായ അധ്വാനത്തിലൂടെയാണ്. അതുകൊണ്ട് രണ്ടാമതു പറഞ്ഞ കേസിൽ അധ്വാനശക്തിയുടെ സഹകരണ സ്വഭാവം *അധ്വാനോപകരണം* സ്വയംതന്നെ നിർണയിക്കുന്നതായ ഒരു സാങ്കേതിക അനിവാര്യതയാണ്.

സഹകരണം, തൊഴിൽ വിഭജനം എന്നിവയിൽ നിന്നുൽഭൂതമാകുന്ന ഉൽപ്പാദന ശക്തികൾ മൂലധനത്തിന് ഒരു ചെലവുമുണ്ടാക്കുന്നില്ല. അവ സാമൂഹ്യാധ്വാനത്തിന്റെ സ്വാഭാവിക ശക്തികളാണ്. അതുപോലെ തന്നെയാണ് ആവി, വെള്ളം, തുടങ്ങിയ ഭൗതികശക്തികളും. ഉൽപ്പാദനപ്രക്രിയകളിൽ പ്രയോഗിക്കപ്പെടുമ്പോൾ അവയ്ക്കും ചെലവൊന്നുമില്ല. പക്ഷേ, മനുഷ്യന് ശ്വസിക്കാൻ ശ്വാസകോശങ്ങൾ ആവശ്യമാണെന്നപോലെ, അവന് മനുഷ്യകരം കൊണ്ടുള്ള പ്രവൃത്തിയായ ചില ഭൗതിക ശക്തികളെ ഉൽപ്പാദനപരമായി ഉപഭോഗിക്കാനായി ആവശ്യമാണ്. ജലത്തിന്റെ ശക്തിയുപയോഗപ്പെടുത്താൻ ഒരു ജലചക്രമാവശ്യമാണ്. ആവിയുടെ ഇലാസ്തികതയെ ഉപയോഗിക്കാനൊരു ആവിയന്ത്രമാവശ്യമാണ്. ശാസ്ത്രത്തിന്റെ കാര്യം പ്രകൃതിശക്തികളുടെ കാര്യത്തിനു സമാനമാണ്. ഒരിക്കൽ കണ്ടുപിടിക്കപ്പെട്ടാൽ, വൈദ്യുതകറന്റിന്റെ ഫീൽഡിൽ കാന്തികസൂചിക്കുണ്ടാകുന്ന വ്യതിയാനത്തെക്കുറിച്ചുള്ള നിയമം, അല്ലെങ്കിൽ ഇരുമ്പിന്റെ കാന്തികവൽക്കരണത്തിന്റെ നിയമം (ഇരുമ്പിനു ചുറ്റുമായാണ് വൈദ്യുത കറന്റ് സർക്കുലേറ്റ് ചെയ്യുന്നത്) ഒരു ചില്ലിക്കാശു പോലും ചെലവുവരുന്നതല്ല. ടെലഗ്രാഫിപോലുള്ള ഉദ്ദേശ്യങ്ങൾക്കായി ഈ നിയമങ്ങളെ ചൂഷണം ചെയ്യുന്നത് വളരെ ചെലവുള്ളതും വിലയേറിയതുമായ സംവിധാനത്തെ ആവശ്യമാക്കുന്നു. അതുകൊണ്ട് ഗംഭീരമായ ഭൗതികശക്തികളെയും പ്രകൃതിശാസ്ത്രങ്ങളെയും ഉൽപ്പാദനപ്രക്രിയയിൽ ഉൾപ്പെടുത്തുന്നതിലൂടെ ആധുനിക വ്യവസായം അധ്വാനത്തിന്റെ ഉൽപ്പാദനപരതയെ ഒരസാധാരണമായതോതിലേക്ക് ഉയർത്തുകയാണെന്ന് ഒറ്റനോട്ടത്തിൽത്തന്നെ വ്യക്തമാണെങ്കിലും, മറുവശത്ത് അത്രതന്നെ ഒരു തരത്തിലും വ്യക്തമല്ലാത്ത കാര്യമാണ് ഈ വർധമാനമായ ഉൽപ്പാദനശക്തി വർധിച്ച ഒരു അധ്വാനശക്തി ചെലവഴിച്ചുകൊണ്ടാണ് വാങ്ങിയതെന്നത്. സ്ഥിരമൂലധനത്തിന്റെ മറ്റേതു ഘടകങ്ങളുമെന്നപോലെ യന്ത്ര

ങ്ങളും പുതിയ മൂല്യമൊന്നും സൃഷ്ടിക്കുന്നില്ല, മറിച്ച് അതു മൂല്യമുണ്ടാക്കാൻ സേവനമനുഷ്ഠിക്കുന്ന ഉൽപ്പന്നങ്ങളിലേക്ക് അതിന്റെതന്നെ മൂല്യത്തെ നൽകുക മാത്രമാണ് ചെയ്യുന്നത്. ആധുനിക വ്യവസായത്തിന്റെ സവിശേഷതയാർന്ന ഉപകരണങ്ങളായ യന്ത്രങ്ങളും യന്ത്രസമാഗ്രികളുടെ വ്യവസ്ഥകളും കൈവേലകളിലും നിർമാണ (മാനുഫാക്ചർ) ത്തിലുമുണ്ടായിരുന്ന സാമഗ്രികളെക്കാൾ താരതമ്യപ്പെടുത്താനാകാത്തവണ്ണം കൂടുതൽ മൂല്യം സന്നിവേശിപ്പിക്കപ്പെട്ടതാണെന്ന കാര്യം പകൽപോലെ വ്യക്തമാണ്. ഉൽപ്പന്നത്തെ കൂടുതൽ വിലകുറഞ്ഞതാക്കുന്നതിനുപകരം അവയതിനെ അവയുടെതന്നെ സ്വന്തം മൂല്യത്തിന്റെ അനുപാതത്തിൽ വിലയേറിയതാക്കുകയാണ്.

കേടുകളും തേയ്മാനവുമായി അതിനു നഷ്ടപ്പെടുന്ന മൂല്യത്തിന്റെ ഒരു ശരാശരിയെന്നതിനേക്കാൾ കൂടുതലൊരു മൂല്യവും യന്ത്രമൊരിക്കലും കൂട്ടിച്ചേർക്കുന്നില്ലെന്ന കാര്യം നിരീക്ഷിക്കണ്ടതുണ്ട്. അങ്ങനെ ഒരു യന്ത്രത്തിന്റെ മൂല്യവും അതോരോ തവണയും അതിന്റെ ഉൽപ്പന്നത്തിന് കൈമാറുന്ന മൂല്യത്തിന്റെ ഭാഗവും തമ്മിൽ വലിയ വ്യത്യാസമുണ്ട്. യന്ത്രം കൂടുതൽ നിലനിൽക്കുന്തോറും ആ ഭാഗം ചെറുതാകുന്നു. ഇക്കാര്യം ഉൽപ്പാദനത്തിന്റെ ഏല്ലാ ഉപകരണങ്ങൾക്കും അധ്വാനത്തിന്റെ എല്ലാ സംവിധാനങ്ങൾക്കും ബാധകമാണ്. ഒരുവശത്ത് ഉപയോഗപ്പെടുത്തലും, മറുവശത്ത് കേടും തേയ്മാനവും തമ്മിലുള്ള വ്യത്യാസം ഒരു പകരണത്തിലെന്നതിനേക്കാൾ ഒരു യന്ത്രത്തിന്റെ കാര്യത്തിൽ വമ്പിച്ചതാണ്. കാരണം, യന്ത്രം കൂടുതൽ നിലനിൽക്കുന്ന സാമഗ്രികൾ കൊണ്ടുണ്ടാക്കുന്നതിനാൽ കൂടുതൽ നിലനിൽക്കുന്നതാണ്, അതിന്റെ പ്രയോഗം കർക്കശമായ ശാസ്ത്രീയ നിയമങ്ങളാൽ ഭരിക്കപ്പെടുന്നതിനാൽ കൂടുതൽ വലിയ സാമ്പത്തികതിരിച്ചെടുക്കൽ യാഥാർഥീകരിക്കാനനുവദിക്കുന്നു. ഒടുവിലായി അതിന്റെ ഉൽപ്പാദനത്തിന്റെ മണ്ഡലം ഒരുപകരണത്തിന്റേതിനെക്കാൾ വളരെ വലുതാണ്.

1858 ൽ പ്രസിദ്ധീകരിച്ച ഒരു പ്രഭാഷണത്തിൽ ബ്ലാക്ക് ബേണിലെ മി. ബെയ്ൻസ് ഒരോ യഥാർഥ യാന്ത്രികമായ കുതിരശക്തിയും കൊണ്ട് 450 സ്വയംപ്രവർത്തിക്കുന്ന മ്യൂൾ സ്പിൻഡിലുകളെയും, അതിനുള്ള തയാറെടുപ്പുകൾ നടത്തിയാൽ 200 ത്രോസിൽ (Throstle) സ്പിൻഡിലുകളെയും 40 ഇഞ്ച് വസ്ത്രത്തിന് പാവിടാൻ വേണ്ട സംവിധാനങ്ങളടക്കമുള്ള 15 തറികളെയും ചലിപ്പിക്കാനാവുമെന്നാണ് കണക്കാക്കിയത്. ഒന്നാമത്തെ കാര്യത്തിൽ 450 മ്യൂൾ സ്പിൻഡിലുകളുടെ ഒരു ദിവസത്തെ ഉൽപ്പന്നങ്ങളിലേക്കും രണ്ടാമത്തേതിൽ 200 ത്രോസിൽസ്പിൻഡിലുകളുടെ ഉൽപ്പന്നങ്ങളിലേക്കും മൂന്നാമത്തേതിൽ 15 പവർ ലൂമിന്റെ ഉൽപ്പന്നങ്ങളിലേക്കും ദിവസം ഒരു കുതിരശക്തിയെന്നതിന്റെയും ആ ശക്തി കൊണ്ട് ചലനക്ഷമമാക്കുന്ന യന്ത്രസാമഗ്രികളുടെ കേടും തേയ്മാനവുമെന്നതിന്റെയും ചെലവുകൾ ഉൽപ്പാദനം നടത്തുമ്പോൾ ആ ഉൽപ്പന്നങ്ങളിലേക്ക് മുഴുവനായി പ്രസരിപ്പിക്കുകയാണ്. അതുകൊണ്ട് വളരെ

നേരിയ ഒരു മൂല്യം മാത്രമാണ് അത്തരം കേടും തേയ്മാനവും മൂലം ഒരു റാത്തൽ പഞ്ഞിയിലേക്കോ ഒരു വാരതുണിയിലേക്കോ കൈമാറ്റപ്പെടുന്നത്. മുകളിൽപ്പറഞ്ഞ ആവികൊണ്ടു പ്രവർത്തിക്കുന്ന ചുറ്റികയുടെ ഉദാഹരണത്തിലും അതുതന്നെയാണ് സ്ഥിതി. അതിന്റെ ദൈനംദിന കേടും തേയ്മാനവും, അതിന്റെ കൽക്കരിയുപയോഗം മുതലായവ ഒരു ദിവസം അതിനാൽ പൊടിക്കപ്പെടുന്ന വമ്പിച്ച അളവ് ഇരുമ്പിലേക്ക് പ്രസരിക്കുമ്പോൾ ഇരുമ്പിന്റെ ഒരു ക്വിന്റൽ ഭാരത്തിലേക്ക് വളരെ ചെറിയ മൂല്യം മാത്രമേ കൂട്ടിച്ചേർക്കപ്പെടുന്നുള്ളൂ. പക്ഷേ, ആണി തറയ്ക്കുന്നതിനാണാ കൂറ്റൻ ഉപകരണം ഉപയോഗിക്കുന്നതെങ്കിൽ മൂല്യം വളരെ വലുതായിത്തീരും.

സഹകരണത്തെയും മാനുഫാക്ചറിനെയും പരിഗണിക്കുന്നതിനിടയിൽ ഉൽപ്പാദനത്തിന്റെ ചില അവശ്യഘടകങ്ങൾ (കെട്ടിടങ്ങൾ പോലുള്ളവ) അവയുടെ പൊതുവായ ഉപയോഗത്തിന്റെ ഫലമായി കുറഞ്ഞ കേടും തേയ്മാനവും മാത്രവുമുണ്ടാകുന്നതാണെന്നും അതിന്റെ അനന്തരഫലമായി ഉൽപ്പന്നത്തിന്റെ വില അഗണ്യമായ തോതിൽ മാത്രമാണ് വർധിപ്പിക്കുന്നതെന്നും നാം കണ്ടു. പക്ഷേ, യന്ത്രസാമഗ്രികളുടെ കാര്യത്തിൽ ഈ വില വർധിക്കലിന്റെ, ചുരുക്കലിന്റെ തോത് കൂടുതലാകുന്നു. കാരണം, അതിന്റെ നിരവധി പ്രവർത്തിക്കുന്ന ഉപകരണങ്ങളാൽ ഒരു പ്രവർത്തിക്കുന്ന യന്ത്രം പൊതുവായി ഉപഭോഗിക്കപ്പെടുന്നുവെന്നതുകൊണ്ടുമാത്രമല്ല അത്, മറിച്ച് അതേ മോട്ടോർ യന്ത്രം പ്രസരണസംവിധാനത്തിന്റെ ഒരു ഭാഗവുമായി ഒന്നിച്ചുചേർന്ന് നിരവധി പ്രവർത്തിക്കുന്ന യന്ത്രങ്ങളാൽ ഉപഭോഗിക്കപ്പെടുന്നതുകൊണ്ടു കൂടിയാണത്.

യന്ത്രസാമഗ്രികൾ അതിന്റെ മൂല്യങ്ങൾ ഉൽപ്പന്നങ്ങളിലേക്ക് കൈമാറുന്ന നിരക്ക് ലഭ്യമായിരിക്കുമ്പോൾ, അങ്ങനെ കൈമാറപ്പെടുന്ന മൂല്യത്തിന്റെ തുകയാശ്രയിച്ചിരിക്കുന്നത് യന്ത്രസമാഗ്രികളുടെ മൊത്തം വിലയിന്മേലാണ്. അതിൽകുറഞ്ഞ അധ്വാനം മാത്രമാണുൾക്കൊള്ളുന്നതെങ്കിൽ അതുൽപ്പന്നത്തിൽ സന്നിവേശിപ്പിക്കുന്നത് കുറഞ്ഞ മൂല്യമാണ്. കുറഞ്ഞ മൂല്യം മാത്രമതു പുറത്തുവിടുമ്പോൾ അതിനനുസരിച്ച് കൂടുതൽ ഉൽപ്പാദനപരമാണത്, അതിനനുസരിച്ച് അത് പ്രകൃതിശക്തികളുടെ സേവനത്തോടടുത്തു വരുന്നു.

ഒരു യന്ത്രത്തിന്റെ ഉപയോഗംവഴി ലാഭിക്കാൻ കഴിയുന്നത്രയും അധ്വാനം അതിന്റെ ഉൽപ്പാദനത്തിന് ചെലവുവരുമ്പോൾ, അധ്വാനത്തിന്റെ സ്ഥാനം മാറ്റലൊഴികെ മറ്റൊന്നും സംഭവിക്കുന്നില്ലെന്നത് വ്യക്തമാണ്, അതിന്റെ അനന്തരഫലമായി ഒരു ചരക്കിന്റെ ഉൽപ്പാദനത്തിനുവേണ്ട മൊത്തം അധ്വാനം കുറയുന്നില്ല, അതല്ലെങ്കിൽ അധ്വാനത്തിന്റെ ഉൽപ്പാദനപരത വർധിക്കുന്നില്ല. പക്ഷേ, ഒരു യന്ത്രത്തിനു ചെലവുവരുന്നതും അതു ലാഭിക്കുന്നതുമായ അധ്വാനത്തിലെ വ്യത്യാസം അതിന്റെ തന്നെ മൂല്യവും അതുപകരം വയ്ക്കുന്ന ഉപകരണ സംവിധാനങ്ങളുടെ മൂല്യവും തമ്മിലുള്ള വ്യത്യാസത്തിന്മേലാശ്രയിക്കുന്നില്ല എന്നതു വ്യക്ത

മാണ്. യന്ത്രത്തിന്മേൽ ചെലവഴിക്കപ്പെടുന്ന അധ്വാനവും അതിന്റെ അനന്തരഫലമെന്നോണം അത് ഉൽപ്പന്നത്തിന്മേൽ കൂട്ടിച്ചേർക്കുന്ന അതിന്റെ മൂല്യത്തിന്റെ ഭാഗവും തൊഴിലാളി അവന്റെ ഉപകരണംകൊണ്ട് ഉൽപ്പന്നത്തിന്മേൽ കൂട്ടിച്ചേർക്കപ്പെടുന്ന മൂല്യത്തെക്കാൾ കുറവായിരിക്കുന്നിടത്തോളം ആ വ്യത്യാസം നിലനിൽക്കും. അതുകൊണ്ട് യന്ത്രത്തിന്റെ ഉൽപ്പാദനപരത അളക്കപ്പെടുന്നത് അത് പകരം വയ്ക്കുന്ന മാനുഷികാധ്വാനശക്തിയാലാണ്. പക്ഷേ, യന്ത്രം ലാഭിക്കുന്ന അധ്വാനത്തെ കൂലിയുമായി ഒന്നിച്ചുചേർത്തുകണ്ടുകൂടാ. അപ്പോൾ, ഒരു യന്ത്രം ഒരുവർഷമത് പകരംവയ്ക്കുന്ന 150 പേരുടെ കൂലിയുടെയത്ര ചെലവ് വരുന്നതാണെന്നു സങ്കൽപ്പിക്കുക; അതായത് 3000 പവൻ. മെഷീൻ കൊണ്ടുവരുന്നതിനു മുമ്പ് ഈ 150 പേർ ഉൽപ്പാദിപ്പിച്ചിരുന്ന വസ്തുവിൽ ചെലുത്തിയിരുന്ന അധ്വാനത്തിന്റെ പണത്തിലുള്ള പ്രകാശനമല്ല ഒരിക്കലുമിത്, മറിച്ച് അവരുടെ അധ്വാനത്തിൽ നിന്ന് അവരുടെ ആവശ്യങ്ങൾക്കായി ചെലവഴിച്ച ഭാഗം മാത്രമാണത്, അത് കൂലിയാൽ പ്രതിനിധീകരിക്കപ്പെടുന്നു. അവർക്ക് പ്രതിവർഷം 3000 പവൻ കൂലി ലഭിച്ചിരുന്നു. പക്ഷേ, അതിനു പകരമായി അവർ വലിയ ഉയർന്ന ഒരു മൂല്യം നൽകിയിരുന്നു. ഇപ്പോൾ യന്ത്രം 3000 പവൻ ചെലവു വന്നതാണെങ്കിൽ, അതിന്റെ ഉൽപ്പാദനത്തിൽ പ്രയോഗിക്കപ്പെട്ട മുഴുവനധ്വാനവും ഉൾപ്പെടുത്തപ്പെട്ടിട്ടുണ്ടെങ്കിൽ– ഒരനുപാതത്തിലാണ് അത്തരം അധ്വാനം തൊഴിലാളികളുടെ കൂലിയും മുതലാളിയുടെ മിച്ചമൂല്യവുമായി വിഭജിക്കപ്പെട്ടതെന്നത് ഇവിടെ ഒരു വിഷയമല്ല– യന്ത്രത്തിന്റെ മൂല്യം മുമ്പ് 150 തൊഴിലാളികൾ ഉൽപ്പാദിപ്പിച്ചിരുന്ന മൂല്യത്തേക്കാൾ ചെറുതാണ്. അതുകൊണ്ട് യന്ത്രം അതിന്റെ ചെലവുകളാൽ പകരം വച്ചത്ര അധ്വാനശക്തിയുടെ ചെലവുള്ളതാണെങ്കിലും, അതിനകത്ത് യാഥാർഥീകരിക്കപ്പെട്ടിരിക്കുന്ന അധ്വാനം അപ്പോൾപ്പോലും അത് പകരം വയ്ക്കുന്ന ജീവനുള്ള അധ്വാനത്തേക്കാൾ വളരെ ചെറുതാണ്.

അത് ഉൽപ്പന്നങ്ങളുടെ വില കുറക്കുന്നതിന്റെ ഒരു പ്രശ്നം മാത്രമായിരുന്നെങ്കിൽ ഒരു യന്ത്രം ലാഭകരമായിരിക്കുക അതിന്റെ പ്രയോഗിക്കൽവഴി അധികപ്പറ്റായിത്തീരുന്ന അധ്വാനത്തേക്കാൾ കുറവു മാത്രം അധ്വാനം മാത്രമാണതിന്റെ ഉൽപ്പാദനത്തിനുവേണ്ടി വരുന്നതെന്നിടത്തോളം മാത്രമാണ്. നമുക്കിത് കണക്കുകളിലൂടെ വരച്ചുകാട്ടാം. മുകളിലുദ്ധരിച്ച കേസിൽ 150 തൊഴിലാളികൾക്ക് പ്രതിവർഷം 3000 പവൻ കൂലി കിട്ടി. അതിനുപകരമായി അവർ 6000 പവന്റെ അധ്വാനം നൽകിയെന്ന്– അതായത്, അവരുടെ അധ്വാനത്തിന്റെ 100 ശതമാനം മിച്ചമൂല്യം നൽകിയെന്ന്– കരുതുക. യന്ത്രത്തിന്റെ ഉൽപ്പാദന–150 പേർ ഏറ്റെടുക്കുന്ന അധ്വാനം– 6000 പവനെക്കാൾ ചെലവുകുറവുവരുന്നതാണെങ്കിൽ യന്ത്രത്തിന്റെ പ്രയോഗം സമൂഹത്തിന് ലാഭകരമായിരിക്കും, കാരണം അത് അധ്വാനത്തെ ലാഭിക്കുന്നു. പക്ഷേ, ഒരു മുതലാളിക്ക് ഈ രീതിയിൽ കണക്കുകൂട്ടാനാവില്ല. 150 പേർ നിർവഹിക്കുന്ന അധ്വാനത്തിന്

അയാൾ കൊടുക്കുന്നത് 3000 പവനാണ്. അതുകൊണ്ട് യന്ത്രത്തിന് 3000 പവനിലേറെ ചെലവു വന്നാലയാൾക്കതുപയോഗിക്കാനാവില്ല (ഒരു കമ്യൂണിസ്റ്റ് സമൂഹത്തിൽ അക്കാരണത്താൽ മറ്റൊരു വ്യത്യസ്തതോതിലാണ് യന്ത്രമുപയോഗിക്കുക, ബൂർഷ്വാ സമൂഹത്തെയപേക്ഷിച്ച്). ഫലത്തിൽ അയാൾ കൊടുത്ത കൂലി മാത്രമാണ് മുതലാളിയുടെ ഭാഗത്തു നിന്നയാളുടെ ഉൽപ്പാദനച്ചെലവ്. അതേയളവ് അധ്വാനത്തിന് ഈ കൂലി വ്യത്യസ്ത രാജ്യങ്ങളിൽ വ്യത്യാസപ്പെട്ടിരിക്കും. അവ അധ്വാനശക്തിയുടെ മൂല്യത്തെക്കാൾ താഴുന്നതിലൂടെയും കൂടി വ്യത്യാസപ്പെടാം. അല്ലെങ്കിൽ അതിനു മുകളിലേക്കുയർന്നുകൊണ്ടും. അതുകൊണ്ട് ഇക്കാലത്തെ ഇംഗ്ലണ്ടിലെ യന്ത്രങ്ങളുടെ കണ്ടുപിടുത്തം വടക്കേ അമേരിക്കയിൽ മാത്രമാണ് പ്രയോഗിക്കപ്പെടുന്നത്. പതിനാറും പതിനേഴും നൂറ്റാണ്ടുകളിൽ ജർമനിയിൽ കണ്ടുപിടിക്കപ്പെട്ട യന്ത്രങ്ങൾ ഹോളണ്ടിൽ മാത്രമാണ് ഉപയോഗിക്കപ്പെട്ടത്, 18–ാം നൂറ്റാണ്ടിലെ നിരവധി കണ്ടുപിടുത്തങ്ങൾ ഇംഗ്ലണ്ടിൽ മാത്രമാണ് ചൂഷണം ചെയ്യപ്പെട്ടതെന്നതുപോലെ. പഴയ രാജ്യങ്ങളിൽ, യന്ത്രം ചില വ്യവസായ ശാഖകളിലുപയോഗിച്ചപ്പോൾ, മറ്റു വ്യവസായശാഖകളിലത്രമാത്രം അധ്വാനത്തിന്റെ സമൃദ്ധിയുണ്ടായതിനാൽ, ആ ശാഖകളിൽ അധ്വാനശക്തിയുടെ മൂല്യത്തിനു താഴേക്ക് കൂലിയടിഞ്ഞതിനാൽ അതു യന്ത്രത്തിന്റെ ഉപയോഗത്തെ നിരുത്സാഹപ്പെടുത്തി. രോമം കൊണ്ടുള്ള മാനുഫാക്ചറിന്റെ ഇംഗ്ലണ്ടിലെ ചില ശാഖകളിൽ അടുത്തിടെയുള്ള വർഷങ്ങളിൽ കുട്ടികളുടെ നിയമനം കാര്യമായി കുറഞ്ഞിരിക്കുകയാണ്, ചിലകേസുകളിൽ അതു പൂർണമായും നിർമാർജനം ചെയ്യപ്പെട്ടിരിക്കുന്നു. എന്തുകൊണ്ട്? കാരണം ഫാക്റ്ററി നിയമങ്ങൾ രണ്ടു സെറ്റ് കുട്ടികൾ വേണമെന്നത് ആവശ്യമാക്കിത്തീർത്തു. ഒരു സെറ്റ് ആറുമണിക്കൂറും മറ്റേത് നാലുമണിക്കൂറും പണിയെടുക്കുന്നു. അല്ലെങ്കിൽ ഓരോന്നും അഞ്ചു മണിക്കൂർ വീതം പണിയെടുക്കുന്നു. പക്ഷേ, മാതാപിതാക്കൾ പകുതിസമയ ജോലിക്ക് മുഴുവൻസമയക്കാരെക്കാൾ കുറഞ്ഞ കൂലിക്ക് കുട്ടികളെ വിടാൻ വിസമ്മതിച്ചു. അതുകൊണ്ട് പകുതി സമയക്കാർക്കായി യന്ത്രത്തിന്റെ പകരംവക്കൽ നടന്നു. സ്ത്രീകളെയും പത്തുവയസ്സിനു താഴെയുള്ള കുട്ടികളെയും ഖനികളിൽ ജോലിക്കു വയ്ക്കുന്നത് നിരോധിക്കുന്നതിനു മുമ്പ് മുതലാളിമാർ മിക്കപ്പോഴും പുരുഷന്മാരുടെകൂടെ നഗ്നരായ സ്ത്രീകളെയും പെൺകുട്ടികളെയും ജോലിക്കു വയ്ക്കുന്ന കാര്യം പരിഗണിച്ചിരുന്നു. അവരുടെ ധാർമിക നിയമങ്ങളാൽ അതിനനുമതി നൽകപ്പെട്ടിരുന്നു. പ്രത്യേകിച്ചവരുടെ കണക്കുപുസ്തകങ്ങളാലും. ആ നിയമം പാസാക്കപ്പെട്ടതിനുശേഷം മാത്രമാണ് അവർ യന്ത്രങ്ങളിലഭയം തേടിയത്. പക്ഷേ, ഇംഗ്ലീഷുകാരതുപയോഗിക്കുന്നില്ല. കാരണം, ഈ ജോലി ചെയ്യുന്ന തെണ്ടിക്ക് തന്റെ അധ്വാനത്തിന്റെ വളരെ ചെറിയൊരു ഭാഗം മാത്രം കൂലിയായി നൽകിയാൽ മതി. മുതലാളിക്ക് യന്ത്രങ്ങളുപയോഗിച്ചാൽ ഉൽപ്പാദനച്ചെലവ് വർധിക്കുന്ന സ്ഥിതിയാണുണ്ടാവുക (കർഷകത്തൊ

ഴിലാളിക്ക്, ഇംഗ്ലീഷ് രാഷ്ട്രീയസമ്പദ് ശാസ്ത്രത്തിൽ അംഗീകൃതമായ പേരാണ് തെണ്ടി). ഇംഗ്ലണ്ടിൽ ഇപ്പോഴും (1860) ഇടയ്ക്കിടെ കനാൽ ബോട്ടുകൾ വലിക്കാൻ കുതിരയ്ക്കുപകരമായി സ്ത്രീകളെ ഉപയോഗിക്കുന്നുണ്ട്. കാരണം, കുതിരകളെയും യന്ത്രങ്ങളുമുൽപ്പാദിപ്പിക്കാൻ വേണ്ടിവരുന്ന അധ്വാനം കൃത്യമായി അറിയുന്ന ഒരളവാണ്. അതേസമയം മിച്ച ജനസംഖ്യയിലെ സ്ത്രീകളെ നിലനിർത്താൻവേണ്ട അധ്വാനം എല്ലാകണക്കൂട്ടലുകളെക്കാളും താഴെയാണ്. അങ്ങനെ യന്ത്രങ്ങളുടെ നാടായ ഇംഗ്ലണ്ടിലൊഴികെ മറ്റെവിടെയും ഏറ്റവും അപലപനീയമായ ഉദ്ദേശ്യങ്ങൾക്കായി മാനുഷ്യാധ്വാനശക്തിയെ ഇത്രമാത്രം നാണംകെട്ട നിലവിൽ പാഴാക്കിക്കളയുന്നത് നാം കാണുന്നില്ല.

10

വ്യവസായപുരോഗതിയുടെ സ്വാധീനം തൊഴിലാളിവർഗങ്ങളിൽ

എ. സ്ത്രീകളുടെയും കുട്ടികളുടെയും അധ്വാനം

മസിലുകളുടെ ശക്തിയെ യന്ത്രസാമഗ്രികൾ പകരംവയ്ക്കുമ്പോൾ, നേരിയ മസിൽ ശക്തിയുള്ളവരും ശാരീരിക വളർച്ച പൂർത്തിയാകാത്തവരും, എന്നാൽ അവയവങ്ങൾ കൂടുതൽ അയവേറിയതായവരുമായ ആളുകളെ ജോലിക്കുവയ്ക്കാനുള്ള ഉപാധിയായി അതു മാറുന്നു. അതുകൊണ്ട് യന്ത്രസാമഗ്രികളുപയോഗിക്കുന്ന മുതലാളിമാർ അന്വേഷിച്ച ആദ്യസംഗതി സ്ത്രീകളുടെയും കുട്ടികളുടെയും അധ്വാനമായിരുന്നു. അധ്വാനത്തിനും അധ്വാനിക്കുന്നവർക്കും പകരമായി വന്ന ആ കരുത്തുറ്റ പകരക്കാരൻ ഉടനടിതന്നെ കൂലിത്തൊഴിലാളികളുടെ എണ്ണം വർധിപ്പിക്കാനുള്ള ഒരുപാധിയായി മാറ്റപ്പെട്ടു. പ്രായം, ലിംഗം എന്നിവ നോക്കാതെ തൊഴിലാളികളുടെ കുടംബത്തിലെ എല്ലാ അംഗങ്ങളെയും മൂലധനത്തിന്റെ പിടിയിലേക്ക് നേരിട്ട് ഉൾപ്പെടുത്തിക്കൊണ്ടായിരുന്നു അതു നടന്നത്. മുതലാളിക്കുവേണ്ടിയുള്ള നിർബന്ധിത അധ്വാനം കളികളുടെ അധ്വാനം മാത്രമല്ല കൈയടക്കിയത്, മറിച്ച് കുടുംബത്തിന്റെ താങ്ങിനായി മിതമായ പരിധികൾക്കുള്ളിൽ വീട്ടിലെ സ്വതന്ത്രാധ്വാനത്തിന്റെ സ്ഥാനത്തെയും കൈയടക്കി.[1]

അധ്വാനശക്തിയുടെ മൂല്യം നിർണയിക്കപ്പെടുന്നത് വ്യക്തിയായ മുതിർന്ന തൊഴിലാളിയുടെ നിലനിർത്തലിനാവശ്യമായ അധ്വാനസമയം

---

1. ഈ വസ്തുതകളുമായി ബന്ധപ്പെട്ട വമ്പിച്ച വസ്തുതകൾ ലഭ്യമാണ് (അവയെ ഒദ്യോഗികരാഷ്ട്രീയ സമ്പദ് ശാസ്ത്രജ്ഞന്മാർ മൂടിവക്കുകയാണ്) അത്തരം റിപ്പോർട്ടുകൾ ചിൽഡ്രൻസ് എംപ്ലോയ്മെന്റ് കമ്മീഷനിലെ ഫാക്ടറി ഇൻസ്പെക്ടർമാരുടെ റിപ്പോർട്ടുകളിൽ നിന്നു ലഭ്യമാകും, പ്രത്യേകിച്ചുവ പൊതുജനാരോഗ്യ സംബന്ധിയായ റിപ്പോർട്ടുകളിൽ നിന്നു ലഭിക്കും.

കൊണ്ടല്ല, മറിച്ച് അവന്റെ കുടുംബത്തെ നിലനിർത്താനാവശ്യമായ അധ്വാനസമയം കൊണ്ടാണ്. യന്ത്രങ്ങൾ ആ കുടുംബത്തിലെ എല്ലാ അംഗങ്ങളെയും തൊഴിൽ വിപണിയിലേക്കെടുത്തെറിഞ്ഞുകൊണ്ട്, പുരുഷന്റെ അധ്വാനശക്തിയുടെ മൂല്യം കുറയ്ക്കുന്നു. നാലു തൊഴിലാളികളുള്ള ഒരു കുടുംബത്തിന്റെ തലവന്റെ അധ്വാനശക്തി വാങ്ങിയതിനെക്കാൾ ചെലവുവന്നേക്കാം; പക്ഷേ, പകരമായി ഒരാളുടെ സ്ഥാനത്ത് നാലുപേരുടെ അധ്വാനം നടക്കുന്നു [കുടുംബത്തിനു ജീവിക്കാനായി നാലുപേരിപ്പോൾ അധ്വാനിക്കണമെന്നുമാത്രമല്ല, അവർ മുതലാളിക്കുവേണ്ടി മിച്ചധ്വാനവും ചെലവഴിക്കണം]. അധ്വാനിക്കുന്നവരുടെ എണ്ണത്തിലുള്ള വർധനവ് വമ്പിച്ചതാണ്. സ്ത്രീകളെക്കൊണ്ട് വൻതോതിൽ പുരുഷന്മാരെ പകരം വയ്ക്കുന്നതിലൂടെയും എല്ലാറ്റിനുമുപരി പ്രായപൂർത്തിയായവരുടെ അധ്വാനത്തെ ബാലവേലകൊണ്ട് പകരം വയ്ക്കുന്നതിലൂടെയും 13 വയസുള്ള മൂന്നുപെൺകുട്ടികൾ ആഴ്ചയിൽ ആറുമുതൽ എട്ടുവരെ ഷില്ലിങ് വേതനത്തിന് പ്രായപൂർത്തിയായ ഒരു പുരുഷന്റെ അധ്വാനത്തിന് പകരംവയ്ക്കുന്നു. അയാളുടെ വേതനം 18 ഷില്ലിങ്ങിനും 45 ഷില്ലിങ്ങിനുമിടയിലാണ്. (ടി എച്ച് ഡി ക്വിൻസി ദ ലോജിക് ഓഫ് പൊളിറ്റിക്കൽ എക്കണോമി ലണ്ടൻ 1845). ചില കുടുംബ ഉത്തരവാദിത്വങ്ങൾ (കുട്ടികളുടെ മുലയൂട്ടലും പരിചരിക്കലും) പൂർണമായും അടിച്ചമർത്താൻ കഴിയാത്തതിനാൽ മൂലധനം പിടിയിലാക്കുന്ന സ്ത്രീകൾക്ക് ഏതെങ്കിലും തരത്തിലുള്ള പകരക്കാരെ കണ്ടെത്തേണ്ടി വരുന്നു. തയ്യലും അറ്റകുറ്റങ്ങൾ തീർക്കുന്ന തുന്നൽപ്പണിയും പോലുള്ള വീട്ടുജോലികളെ റെഡിമെയ്ഡ് വസ്തുക്കൾ വാങ്ങി പകരം വെക്കേണ്ടി വരുന്നു. അങ്ങനെ, വീട്ടിൽ ചെലവഴിക്കപ്പെടുന്ന അധ്വാനം കുറയുന്നതിനു പകരമായി പണത്തിന്റെ ചെലവ് വർധിപ്പിക്കേണ്ടിവരുന്നു. കുടുംബം നിലനിർത്താനുള്ള ചെലവ് വർധിപ്പിക്കുകയും കൂടിയ വരുമാനത്തെ ബാലൻസ് ചെയ്യുകയും ചെയ്യുന്നു. ഇതിനൊപ്പം ജീവിതോപാധികളുടെ തയാറാക്കലിലും ഉപഭോഗത്തിലും ചെലവ് ചുരുക്കലും ബദൽ തീരുമാനങ്ങളും അസാധ്യമായിത്തീരുകയും ചെയ്യുന്നു.

മുതലാളിയും തൊഴിലാളിയും തമ്മിലുള്ള കരാറിനെയും യന്ത്രസാമഗ്രികൾ വിപ്ലവവൽക്കരിക്കുന്നു. കാരണം, മൂലധനം കുട്ടികളെയും പ്രായപൂർത്തിയാകാത്തവരെയും വാങ്ങുന്നു. മുമ്പ് തൊഴിലെടുക്കുന്നവൻ അവന്റെതന്നെ അധ്വാനശക്തിയെയാണ് വിറ്റിരുന്നത് അതവൻ വിറ്റിരിക്കുന്നത് പേരിനെങ്കിലും ഒരു സ്വതന്ത്രഏജന്റായാണ്. ഇപ്പോഴവൻ ഭാര്യയെയും കുട്ടിയെയുംകൂടി വിൽക്കുന്നു. അയാളൊരു അടിമക്കച്ചവടക്കാരനാകുന്നു. കുട്ടികളുടെ അധ്വാനത്തിനുവേണ്ടിയുള്ള അന്വേഷണം മിക്കപ്പോഴും സദൃശമായിരിക്കുന്നത്. നീഗ്രോ അടിമകൾക്കുവേണ്ടിയുള്ള അന്വേഷണത്തോടാണ്; അമേരിക്കൻ പ്രസിദ്ധീകരണങ്ങളിൽ വരുന്ന പരസ്യങ്ങളിൽ നാം വായിക്കുന്നതു പോലുള്ളവ. ചിൽഡ്രൻസ് എംപ്ലോയ്മെന്റ് കമീഷന്റെ (1864–66) റിപ്പോർട്ടുകളിൽ നാം കണ്ടെത്തുന്നത്

ശരിക്കും ഞെട്ടിക്കുന്ന വിശദാംശ വിവരങ്ങളാണ്. അടിമക്കച്ചവടത്തിന് ശരിക്കും സമാനമായ രീതിയിൽ ഇടപാടുകാർ കുട്ടികളുടെ കടത്തലും വാങ്ങലും വിൽപ്പനയും നടത്തുന്നതിന്റെ വിവരങ്ങളാണവ.

അതിന്റെ തുടർച്ചയായി വരുന്ന കുടുംബജീവിതത്തിന്റെ തകർച്ചയുടെ ഒരനന്തരഫലം വമ്പിച്ച മരണനിരക്കുകളാണ്. ഇത്തരം ഇടപാടുകാർ കൊണ്ടുപോകുന്ന കുട്ടികളുടെ ആദ്യവർഷങ്ങളിലാണ് മരണങ്ങൾ ഏറെയും. ഇംഗ്ലണ്ട് വിഭജിക്കപ്പെട്ടിരിക്കുന്ന രജിസ്ട്രേഷൻ ജില്ലകളിൽ 16 എണ്ണത്തിൽ ജീവിച്ചിരിക്കുന്ന ഓരോ ലക്ഷം കുട്ടികൾക്കും ശരാശരി ഒരു വയസിനുള്ളിലെ മരണം 9000 ആണ് (ഒരു ജില്ലയിലത് 7000 മാത്രമാണ്); 24 എണ്ണത്തിൽ അത് പതിനായിരത്തിനു മുകളിലാണ്; പക്ഷേ, 11000 ത്തിൽത്താഴെ 39 എണ്ണത്തിലത് 11000 ത്തിനു മുകളിലും 12000 ത്തിൽത്താഴെയുമാണ്; 48 എണ്ണത്തിൽ 12,000 ത്തിനു മുകളിലും 13,000 ത്തിൽത്താഴെയുമാണ്. 22 ജില്ലകളിലത് 20,000 ത്തിനു മുകളിലാണ്; 25 ജില്ലകളിൽ 21000ത്തിന് മുകളിലാണ്, 17 ജില്ലകളിൽ 22000 ത്തിനു മുകളിലും പതിനൊന്നെണ്ണത്തിൽ 23000 ത്തിനു മുകളിലുമാണ്. ഹൂ, വൂൾഹറാംപ്ടൺ, ആഷ്ടൺ–അണ്ടർ ലൈൻ, പ്രെസ്റ്റൺ എന്നിവിടങ്ങളിൽ 24000ത്തിനും മുകളിലാണത്. നോട്ടിങ് ഹാം, സ്റ്റോക്ക് പോർട്ട് ബ്രാഡ് ഫോർട്ട് എന്നിവിടങ്ങളിൽ 25000 ത്തിനു മേലും ഖിസ് ബീച്ചിൽ 26000 ത്തിനുമേലും മാഞ്ചസ്റ്ററിൽ 26125 മാണത്.[1]

1861 ലെ ഒരൗദ്യോഗിക ആരോഗ്യ അന്വേഷണം കാട്ടിത്തന്നതുപോലെ ഉയർന്ന മരണനിരക്കുകളുടെ കാരണം, പ്രാദേശികമായ കാരണങ്ങൾക്കൊപ്പംതന്നെ, അമ്മമാരെ അവരുടെ കുടുംബങ്ങളിൽ നിന്ന് പുറത്ത് ജോലിക്കു നിയമിക്കുന്നതായിരുന്നു. അവളുടെ അഭാവത്തിന്റെ ഫലമായുണ്ടാകുന്ന അവഗണനയും തെറ്റായ കൈകാര്യം ചെയ്യലും അത്തരം കാര്യങ്ങളിൽ വേണ്ടവിധം പോഷണം ലഭിക്കായ്ക, പറ്റിയതല്ലാത്ത ഭക്ഷണം, കറുപ്പുതിന്നുള്ള മയങ്ങൽ, എന്നിവയ്ക്കൊപ്പം കുട്ടിയും അമ്മയും തമ്മിലുള്ള അസ്വാഭാവികമായ അന്യവൽക്കരണവും കാരണമായിരുന്നു. ആ അന്യവൽക്കരണത്തിന്റെ ഭാഗമായി ബോധപൂർവമായ പട്ടിണിക്കിടക്കലും കുട്ടികൾക്കു വിഷം നൽകലും നടന്നിരുന്നു. സ്ത്രീകൾക്ക് ഏറ്റവും കുറച്ചുമാത്രം തൊഴിൽ ലഭിച്ചിരുന്ന കാർഷിക ജില്ലകളിൽ മറുവശത്ത് മരണനിരക്ക് വളരെക്കുറവായിരുന്നു.[2]

സ്ത്രീകളുടെയും കുട്ടികളുടെയും മേലുള്ള മുതലാളിത്തപരമായ ചൂഷണമുണ്ടാക്കുന്ന ധാർമിക നിലവാരത്തകർച്ചയെ ഏറ്റവും നന്നായി എഫ് എംഗൽസ് തന്റെ ഇംഗ്ലണ്ടിലെ തൊഴിലാളിവർഗത്തിന്റെ സ്ഥിതിയിൽ വരച്ചുകാട്ടിയിട്ടുണ്ട്. മറ്റു പലരുടെ കൃതികളിൽ നിന്നും നമുക്കത് ലഭ്യമാകും. ഞാനിവിടെ വിഷയമൊന്ന് സ്പർശിച്ചുപോകുന്നുവെന്നേയുള്ളൂ. ബുദ്ധിപരമായ ആതുരത, പക്വതയെത്താത്ത മനുഷ്യജീവികളെ പുരു

1. സ്കിത്ത് റിപ്പോർട്ടർ ഓൺ പബ്ലിക് ഹെൽത്ത് ലണ്ടൻ 1864 പേജ് 34.
2. അതേ റിപ്പോർട്ട് പേജ് 456.

ഷന്മാരായി പരിവർത്തിപ്പിക്കുന്നതിലൂടെ കൃത്രിമമമായി ഉൽപ്പാദിപ്പിക്കപ്പെടുന്നതും അവരെ മിച്ചമൂല്യമൂറ്റിയെടുക്കാനുള്ള യന്ത്രങ്ങളാക്കി മാറ്റുന്നതിൽ നിന്നുണ്ടാകുന്നതുമാണത്. ആ മാനസികാവസ്ഥയെ മനസിന്റെ വികസിക്കാനുള്ള ശേഷിയെ, സ്വാഭാവിക വളക്കൂറിനെ നശിപ്പിക്കാതെ അതിനെ ഒഴിഞ്ഞതാക്കി നിലനിർത്തുന്ന സ്വാഭാവികമായ അജ്ഞതയിൽനിന്നും വളരെ വ്യക്തമായി വേർതിരിച്ചറിയാനാകും. അതിന്റെ ഈ ഒറ്റപ്പെടലും ആതുരതയും ഒടുവിൽ ഇംഗ്ലീഷ് പാർലെന്റിനെപ്പോലും പ്രാഥമിക വിദ്യാഭ്യാസം 14 വയസിനു താഴെയുള്ള കുട്ടികളുടെ ഉൽപ്പാദനപരമായ നിയമനങ്ങൾക്കു വേണ്ട ഒരു നിർബന്ധിതവ്യവസ്ഥയായി ഫാക്ടറി ആക്ട് നിലവിലുള്ള വ്യവസായങ്ങളിൽ നടപ്പാക്കാൻ പ്രേരിപ്പിച്ചു. ഫാക്ടറി ആക്ടുകളിലെ വിദ്യാഭ്യാസത്തിന്റെ ഉപവകുപ്പുകളിലെ കുഴഞ്ഞുമറിഞ്ഞ തരത്തിലുള്ള ഭാഷാപ്രയോഗത്തിൽ മുതലാളിത്ത ഉൽപ്പാദനത്തിന്റെ യഥാർഥ സ്പിരിറ്റ് വളരെ വ്യക്തമാണ്. അവ നടപ്പാക്കാനുള്ള ഒരു ഭരണസംവിധാനത്തിന്റെ അഭാവത്തിലും ഈ വിദ്യാഭ്യാസ വകുപ്പുകൾക്കെതിരെപോലും നിർമാതാക്കളിൽ (മാനുഫാക്ചറർമാർ) നിന്നുയർന്നുവന്ന എതിർപ്പിലും അവയെ മറികടക്കാനവർ കണ്ടെത്തിയ പലവിധ ഒഴിവുകഴിവുകളിലും ആ സ്പിരിറ്റുതന്നെയാണ് നാം ദർശിക്കുന്നത്. ആ നിയമം ആകെ അനുശാസിക്കുന്നത് ഒരാഴ്ചയിലെ ചില നിശ്ചിതദിവസങ്ങളിൽ പ്രതിദിനം മൂന്നുമണിക്കൂറെന്ന തോതിൽ കുട്ടികളെ സ്കൂളെന്നു വിളിക്കുന്ന നാലു ചുവരുകളുള്ള സംവിധാനങ്ങളിൽ അടച്ചിടണമെന്നും കുട്ടികളെ തൊഴിലിനുനിയോഗിച്ചയാൾ ഇത് നടപ്പാക്കിയെന്നതിന് ഒരു സ്കൂൾ മാസ്റ്ററോ/ സ്കൂൾമിസ്ട്രസോ ആയി അയാൾ ചുമതലപ്പെടുത്തിയയാളിൽ നിന്നും ആഴ്ചയടിസ്ഥാനത്തിൽ ഒരു സർട്ടിഫിക്കറ്റ് സമ്പാദിച്ചിരിക്കണമെന്നും മാത്രമാണ്. 1844 ലെ ഭേദഗതി ചെയ്ത ഫാക്ടറി ആക്ട് പാസാക്കുന്നതിനുമുമ്പ് സ്കൂളിൽ കുട്ടികൾ എത്തിയിരുന്നുവെന്നതിന്റെ സർട്ടിഫിക്കറ്റുകൾ സ്കൂൾ മാസ്റ്ററോ സ്കൂൾ മിസ്ട്രസോ ഒരു കുരിശു ചിഹ്നം അടയാളപ്പെടുത്തിക്കൊണ്ടൊപ്പിട്ടിരുന്നത് അസാധാരണമല്ലാത്ത കാര്യമായിരുന്നു.[1] കാരണം ഒപ്പിടുന്ന ആ അധ്യാപകർക്കുതന്നെ എഴുതാനറിയില്ലായിരുന്നു. എന്തെങ്കിലും തരത്തിലുള്ള ഒരു വിലയുമില്ലാത്ത അത്തരം സ്കൂൾ പഠനത്തിന്റെ സർട്ടിഫിക്കറ്റുകൾ ലഭിച്ചിരുന്ന മുകളിൽ വിവരിച്ചതരം സ്കൂളുകളിൽ മാത്രമായിരുന്നില്ല ഈ ദുഃസ്ഥിതി. കഴിവുള്ള അധ്യാപകർ പഠിപ്പിച്ചിരുന്ന നിരവധി സ്കൂളുകളിൽത്തന്നെയും വിവിധ പ്രായനിലവാരത്തിലുള്ള കുട്ടികളുടെ ഒരു കൂട്ടത്തിന്റെ തള്ളിക്കയറ്റത്തനിടയിൽ അയാളുടെ ശ്രമങ്ങൾക്കൊരു ഗുണവുമുണ്ടാകില്ല. 3 വയസുമുതൽ മുകളിലേക്കാകും കുട്ടികളുടെ പ്രായം. തന്റെ സ്ഥലത്തേക്ക് തിക്കിക്കയറിയെത്തുന്ന ഓരോ കുട്ടിക്കും തനിക്കു കിട്ടുന്ന പെൻസ് (ചില്ലിക്കാശ്) ഉന്നം വച്ചാണ് ആ

1. ലിയോണോർഡ് ഹോർണർ റിപ്പോർട്ട്സ് ഓപ് ഇൻസ്പെക്ഷൻ ഓഫ് ഫാക്റ്റ്സ് 30 ജൂൺ 1857, പേജ് 7

പാവപ്പെട്ട അധ്യാപകൻ/അധ്യാപിക സ്കൂൾ നടത്തുക. പറ്റാവുന്നത്ര കുട്ടികളെ കുത്തിനിറച്ചിരുന്ന ആ സ്ഥലങ്ങളിൽ പേരിനുപോലും ഫർണിച്ചറുകളുണ്ടാകില്ല. പുസ്തകങ്ങളുടെയും പഠനോപകരണങ്ങളുടെയും കാര്യവും തഥൈവതന്നെ. അടച്ചിട്ടതും ശബ്ദമുഖരിതവുമായ ആ മുറികളിൽ പാവപ്പെട്ട കുട്ടികൾക്ക് ലഭിച്ചിരുന്നത് മനസുമടുപ്പിക്കുന്ന ഒരു ദുരനുഭവമാണ്. അത്തരം നിരവധി സ്കൂളുകളിൽ ഞാൻ നേരിട്ട് പോയിട്ടുണ്ട്. അവിടെ മിക്കപ്പോഴും ഞാൻ കണ്ടിട്ടുള്ളത് ഒന്നുംതന്നെ ചെയ്യാനില്ലാതെ കുട്ടികൾ നിരനിരയായി ഇരിക്കുന്നതാണ്. ഈ ഇരിപ്പിനെയാണ് സ്കൂൾ ഹാജർ എന്ന നിലയിൽ സർട്ടിഫിക്കറ്റിൽ കണക്കാക്കുന്നത്. സ്ഥിതിവിവരക്കണക്കുകളിൽ ആ സർട്ടിഫിക്കറ്റുകളിലുള്ള കുട്ടികൾ വിദ്യാഭ്യാസം സിദ്ധിച്ചവരായി മാറുന്നു.[2] ഏതൊക്കെ തരം തട്ടിപ്പുകളിലൂടെയാണ് മുതലാളിമാർ നിയമത്തെ മറികടക്കാൻ നോക്കുന്നതെന്നതിന് ഉദാഹരണമായി ചില കാര്യങ്ങൾ നാം താഴെകൊടുക്കുന്നു. അച്ചടിവേലകളും സമാനവ്യവസായങ്ങളുമായി ബന്ധപ്പെട്ട നിയമപ്രകാരം ഓരോകുട്ടിയും ഒരു അച്ചടിവേലയിൽ നിയമിക്കപ്പെടുന്നതിനുമുമ്പ് 150 മണിക്കൂറുകളിൽ കുറയാത്ത വിധത്തിൽ 30 ദിവസത്തിൽ സ്കൂളിൽ ഹാജരായിരിക്കണം. കുട്ടിയെ നിയമിക്കുന്ന ദിവസത്തിനു മുമ്പുള്ള ആറു മാസക്കാലയളവിലായിരിക്കണമത്. ആ കുട്ടിയുടെ അച്ചടിവേലയിലെ ആറുമാസ ജോലി പൂർത്തിയായശേഷം വീണ്ടും ഇത്രയും വിദ്യാഭ്യാസംകൂടി നൽകിയിരിക്കണം. തുടർന്ന് ഇതേ മട്ടിൽ ഓരോ ആറുമാസങ്ങളിലും വിദ്യാഭ്യാസം നൽകണം... സ്കൂളിലെ ഹാജർ രാവിലെ എട്ടു മണിക്കും വൈകിട്ട് 6 മണിക്കുമിടയിലായിരിക്കണം. ഒരു ദിവസത്തിൽ $2\frac{1}{2}$ മണിക്കൂറിൽ കുറഞ്ഞതോ അഞ്ചുമണിക്കൂറിലും കൂടിയതോ ആയ ഹാജർ 150 മണിക്കൂറിന്റെ ഭാഗമായി കണക്കാക്കില്ല. എങ്ങനെയാണ് മൂലധനം ഈ നിയമപരമായ ചുമതലകൾ നടപ്പാക്കിയത്? സാധാരണ സാഹചര്യങ്ങളിൽ കുട്ടികൾ രാവിലെയും ഉച്ചതിരിഞ്ഞുമായി 30 ദിവസങ്ങൾ ഏറ്റവും ചുരുങ്ങിയ അഞ്ചുമണിക്കൂർവച്ച് സ്കൂളിൽ പോകുന്നു. ആ 30 ദിവസക്കാലാവധി തീരുന്നതോടെ 150 മണിക്കൂറെന്നെ നിയമാനുസൃത കാലാവധി നേടിയെടുക്കപ്പെടുന്നതോടെ അവരുടെ ഭാഷയിൽ പുസ്തകം റെഡിയാക്കപ്പെടുന്നു. തുടർന്ന് കുട്ടികൾ അച്ചടി വേലയിലേക്കു മടങ്ങുന്നു. അതോടെ മറ്റൊരു സ്കൂൾ പഠനകാലഘട്ടത്തിനുസമയമാകുന്നു. വീണ്ടുമൊരു സ്കൂളന്വേഷിച്ചു കണ്ടുപിടിച്ച് പുസ്തകം റെഡിയാക്കപ്പെടുന്നു.... ആവശ്യമായ മണിക്കൂറുകൾ സ്കൂളിൽ ചെലവഴിച്ചുകഴിഞ്ഞ് ആറുമാസം ജോലിചെയ്തവരായ നിരവധി കുട്ടികൾ സ്കൂളുകളിൽ തിരിച്ചെത്തുമ്പോൾ അവരുടെ നിലവാരം ആദ്യമവർ സ്കൂളിൽച്ചേർന്നപ്പോഴത്തേതു തന്നെയായിരിക്കും. മുൻകാല സ്കൂൾ

2. ലിയോണാർഡ് ഹോർണർ ഇൻ റിപ്പോർട്ട്സ്, 1856 ഒക്ടോബർ 31ന്റെ റിപ്പോർട്ടുകൾ, സർ ജെ കിൻകെയിഡ് ഇൻ റിപ്പോർട്ട്സ് 1856 ഒക്ടോബർ 31ന്റെ റിപ്പോർട്ടുകൾ.

പഠനത്തിൽ പഠിച്ചതു മുഴുവനും അവർ മറന്നു കഴിഞ്ഞിരിക്കും... മറ്റു ചില അച്ചടിവേലകളിൽ സ്കൂളിലെ കുട്ടികളുടെ പഠന സമയത്തെ ക്രമീകരിക്കുന്നത് സ്ഥാപനത്തിലെ ജോലിയുടെ ആവശ്യകതകളുമായി ബന്ധപ്പെട്ടാണ്. ആവശ്യമായ ആദ്യമാസക്കാലത്തെ പഠന മണിക്കൂറുകൾ 3 മുതൽ 5 വരെ മണിക്കൂറുകൾ ഒറ്റയടിക്കുള്ള പഠന സമയങ്ങളുടെ വിവിധ ഇൻസ്റ്റാൾമെന്റുകളായി തിരിക്കുന്നു. ഉദാഹരണത്തിന് ഒരു ദിവസം സ്കൂൾ പഠനം രാവിലെ 8 മുതൽ 11 വരെയാണെങ്കിൽ മറ്റൊരു ദിവസം 1 മുതൽ 6 വരെയും തുടർന്ന് കുറെദിവസങ്ങൾകൂടി സ്കൂളിൽ വരാതിരിക്കലുമാണുണ്ടാവുക. 3 മുതൽ 6 വരെ മൂന്നോ നാലോ ദിവസം സ്കൂളിൽ വന്നശേഷം കുട്ടി തുടർന്ന് മൂന്നാഴ്ചയോ ഒരുമാസമോ സ്കൂളിൽ വരാതിരിക്കുകയും ചെയ്തേക്കാം. തൊഴിൽദാതാവിന് കുട്ടിയെ സ്കൂളിൽ വിടാൻവേണ്ടി സമയം മാറ്റിവയ്ക്കാൻ പറ്റുന്നതെപ്പോഴെന്നതിനനുസരിച്ച് അവൻ ചിലപ്പോൾ ഏതെങ്കിലും ചില മണിക്കൂറുകളിലാണ് സ്കൂളുകളിലെത്തുക. അങ്ങനെയവൻ സ്കൂളിൽനിന്നു ജോലിയിലേക്കും, ജോലിയിൽനിന്നു സ്കൂളിലേക്കും പറഞ്ഞയക്കപ്പെടുന്നു. എങ്ങനെയെങ്കിലും 150 മണിക്കൂറിന്റെ കഥ പറയപ്പെട്ടുതീരുന്നുതു വരെ.[1]

തൊഴിലാളികളുടെ അണികളിലേക്ക് വൻതോതിൽ സ്ത്രീകളെയും കുട്ടികളെയും കൂട്ടിച്ചേർത്തുകൊണ്ട് നിർമാണകാലഘട്ടത്തിലെ പുരുഷന്മാരായ പണിയെടുക്കുന്നവർ ഉയിർത്തിക്കൊണ്ടുവന്നതും മൂലധനത്തിന്റെ സ്വേച്ഛാവാഴ്ചയ്ക്കെതിരെ അവർ തുടർന്നുകൊണ്ടിരുന്നതുമായ ചെറുത്തുനിൽപ്പ് ഒടുവിൽ യന്ത്രസാമഗ്രികളാൽ തകർക്കപ്പെട്ടു.

ബി. തൊഴിൽദിനത്തിന്റെ ദൈർഘ്യം വർധിപ്പിക്കൽ.

അധ്വാനത്തിന്റെ ഉൽപ്പാദനപരത വർധിപ്പിക്കാനുള്ള ഏറ്റവും ശക്തമായ ഉപാധിയാണ് യന്ത്രസാമഗ്രികളെങ്കിൽ, അതായത് ചരക്കിന്റെ ഉൽപ്പാദനത്തിനാവശ്യമായ തൊഴിൽ സമയം ചുരുക്കാനുള്ള ഉപാധിയാണതെങ്കിൽ അത് മൂലധനത്തിന്റെ കൈകകളിൽ മനുഷ്യപ്രകൃതി മുന്നോട്ടുവച്ച എല്ലാ അതിരുകളും ഭേദിച്ച് തൊഴിൽദിനത്തിന്റെ നീളം കൂട്ടാനുള്ള ഏറ്റവും ശക്തമായ ഉപാധിയായിത്തീരുന്നു. ഒരുവശത്ത്, മൂലധനത്തിന് ഇതിനെ നിരന്തരപ്രവണതയാക്കാനുള്ള സ്വതന്ത്രമായ സാധ്യത നൽകുന്ന പുതിയ സാഹചര്യങ്ങൾ സൃഷ്ടിക്കുന്നു, ഒപ്പംതന്നെ മറുവശത്ത് മറ്റുള്ളവരുടെ അധ്വാനത്തിനുവേണ്ടിയുള്ള മൂലധനത്തിന്റെ ഒടുങ്ങാത്ത ആർത്തിക്കുവേണ്ട പുതിയ ഉദ്ദേശ്യങ്ങളും നൽകുന്നു.

യന്ത്രസാമഗ്രികളുടെ രൂപത്തിൽ അധ്വാനത്തിന്റെ ഉപകരണസംവിധാനങ്ങൾ ഓട്ടോമാറ്റിക് ആയിത്തീരുന്നു, തൊഴിലാളികളില്ലാതെ ചലിക്കുകയും പ്രവർത്തിക്കുകയും ചെയ്യുന്നവ. അവ ഇനിയങ്ങോട്ട് ചലിക്കുന്ന ഒരു വ്യാവസായിക അനുസ്യൂതിയാണ്, അതെപ്പോഴും ഉൽപ്പാദിപ്പിച്ചു

1. എ റെഡ്ഗ്രേവ് വസ്തുതാ പരിശോധനാ റിപ്പോർട്ട് 1857 ഒക്ടോബർ പേജ് 41.42.

കൊണ്ടേയിരിക്കും; അതിന്റെ മനുഷ്യപരിചാരകരുടെ ദുർബലമായ ശരീരങ്ങളും ശക്തമായ ഇച്ഛാശക്തികളും ഉണ്ടാകുന്ന ചില സ്വാഭാവികമായ തടസങ്ങളൊന്നും അതിനെ നേരിടുന്നില്ല. അതിനു മുന്നിലെ ചെറുത്തുനിൽപ്പിനെ പരമാവധി ചെറുതാക്കി ചുരുക്കാനുള്ള ഒരു തൃഷ്ണയാൽ മൂലധനമപ്പോൾ മൃഗസമാനമായി ഉത്തേജിതമാകുന്നു. ഈ ചെറുത്തുനിൽപ്പിനെ ഏറിയും കുറഞ്ഞും യന്ത്രജോലിയുടെ പ്രത്യക്ഷത്തിലുള്ള ഭാരക്കുറവ് കുറച്ചുകൊണ്ടുവരുന്നു; ഒപ്പംതന്നെ അവയിൽ ജോലിക്കു നിയോഗിക്കപ്പെടുന്ന സ്ത്രീകളുടെയും കുട്ടികളുടെയും മെരുങ്ങിയതും അനുസരിക്കുന്നതുമായ സ്വഭാവവും അതിനെ കുറച്ചുകൊണ്ടുവരുന്നു.

മെഷീൻ എത്രദീർഘനേരം പ്രവർത്തിക്കുന്നുവോ, അത്ര കണ്ട് വിപുലമായ ഉൽപ്പന്ന സഞ്ചയത്തിലേക്ക് അത് പ്രസരിപ്പിക്കുന്ന അതിന്റെ മൂല്യം പരക്കുന്നു. അപ്പോൾ ഓരോ ചരക്കിലും ആ മൂല്യത്തിന്റെ വളരെച്ചെറിയൊരു ഭാഗം മാത്രമേ കൂട്ടിച്ചേർക്കപ്പെടുകയുള്ളൂ. മുതലാളിക്ക് യന്ത്രത്തിന്റെ ദൈനംദിന പ്രവർത്തനത്തെ പരമാവധി നീട്ടിക്കൊണ്ടു പോകാൻ ഇതൊരു മതിയായ കാരണമായിത്തീരുന്നു.

ഒരു യന്ത്രത്തിന്റെ കേടും തേയ്മാനവും അതിന്റെ പ്രവർത്തനസമയവുമായി കൃത്യമായ അനുപാതത്തിലല്ല. ഇനി അഥവാ അത് അങ്ങനെയായാൽത്തന്നെയും ഒരു ദിവസം 16 മണിക്കൂർ വീതം 15 വർഷക്കാലം പ്രവർത്തിക്കുന്നതിനെ അപേക്ഷിച്ച് മൊത്തം ഉൽപ്പന്നത്തിന്റെ മൂല്യത്തിലേക്ക് കൂടുതൽ മൂല്യമൊന്നും കൂട്ടിച്ചേർക്കുകയില്ല. പക്ഷേ, ആദ്യത്തെ കേസിൽ രണ്ടാമത്തേതിനെയപേക്ഷിച്ച് ഇരട്ടിവേഗത്തിൽ യന്ത്രത്തിന്റെ മൂല്യം പുനരുൽപ്പാദിപ്പിച്ചിരിക്കും. മുതലാളി യന്ത്രത്തിന്റെ ഇത്തരം ഉപയോഗത്തിലൂടെ $7\frac{1}{2}$ കൊല്ലക്കാലംകൊണ്ട് രണ്ടാമത്തെ കേസിൽ താൻ 15 വർഷംകൊണ്ട് ഊറ്റിയെടുക്കുമായിരുന്നത്ര മിച്ചമൂല്യം ഊറ്റിയെടുക്കും.

യന്ത്രത്തിന്റെ പദാർഥപരമായ കേടുകളും തേയ്മാനവും രണ്ടു തരത്തിലുള്ളതാണ്. ഒന്ന്, ഉപയോഗത്തിൽ നിന്നുണ്ടാകുന്നതാണ്, രണ്ടാമത്തേത് ഉപയോഗമില്ലാത്തതുകൊണ്ടുണ്ടാകുന്നതും. വെറുതെ എന്നും ഉറയിലിട്ടുകൊണ്ടിരുന്നാൽ ഒരു വാൾ തുരുമ്പെടുക്കുന്നതുപോലെ. രണ്ടാമത്തെ തരത്തിലുള്ളവ മൂലകങ്ങൾ കാരണമുണ്ടാകുന്നതാണ്, ഇത്തരം കേടും തേയ്മാനവും ഒരു നിശ്ചിത പരിധിവരെ, യന്ത്രത്തിന്റെ ഉപയോഗവുമായി വിപരീതാനുപാതത്തിലാണുണ്ടാകുന്നത്. അത് എത്ര കൂടുതൽ നിശ്ചലമായി നിൽക്കുന്നുവോ അത്രകണ്ട് അതിനെ മൂലകങ്ങൾ തിന്നുതീർക്കുന്നു. പദാർഥപരമായ കേടും തേയ്മാനവുമെന്നതിനൊപ്പം ഒരു യന്ത്രത്തിന് നമുക്ക് ഒരു മനോവീര്യത്തകർച്ചയെന്നൊക്കെ വിളിക്കാവുന്നതരത്തിലുള്ള ഒരു മാറ്റവും വരുന്നുണ്ട്. അതിന് വിനിമയ മൂല്യം നഷ്ടമാകുന്നു. ഒന്നുകിലത് സംഭവിക്കുന്നത് അതേ തരത്തിലുള്ള യന്ത്രങ്ങൾ അതിനേക്കാൾ വിലകുറച്ച് ഉൽപ്പാദിപ്പിക്കപ്പെടുന്നതുകൊണ്ടാണ്; അല്ലെങ്കിൽ കൂടുതൽ മികച്ച യന്ത്രങ്ങൾ അതുമായി മത്സരത്തിനെത്തുന്നതു കൊണ്ടാണത് സംഭവിക്കുക. രണ്ടുകേസുകളിലും യന്ത്രം

അപ്പോഴും ചെറുപ്പവും ജീവിതം നിറഞ്ഞുനിൽക്കുന്നതുമാണെന്നിരിക്കിലും അതിന്റെ മൂല്യമിനിയങ്ങോട്ട് നിർണയിക്കപ്പെടുന്നത് അതിൽ യഥാർഥത്തിൽ യാഥാർഥീകരിക്കപ്പെട്ടിരിക്കുന്ന അധ്വാനത്താലല്ല, മറിച്ച് അതിനെയോ അതിനേക്കാൾ മെച്ചപ്പെട്ടതോ ആയ ഒരു യന്ത്രത്തെ പുനരുൽപ്പാദിപ്പിക്കാൻ ആവശ്യമായ അധ്വാനസമയത്താലാണ്. അതുകൊണ്ട് ഏറിയും കുറഞ്ഞും അതിന് മൂല്യം നഷ്ടപ്പെടുന്നു. ഒരു വ്യവസായത്തിലേക്കാദ്യമായി ഒരു യന്ത്രം പരിചയപ്പെടുത്തുമ്പോൾ അതിനെ കുറഞ്ഞ ചെലവിൽ പുനരുൽപ്പാദിപ്പിക്കാനുള്ള പുതിയ പുതിയ രീതികൾ ഒന്നിനുപുറകെ ഒന്നെന്ന രീതിയിൽ വരുന്നു. അതുപോലെതന്നെ അതിന്റെ മെച്ചപ്പെടുത്തലുകളും വരുന്നു, അവ യന്ത്രത്തിന്റെ ഒറ്റയൊറ്റ ഭാഗങ്ങളെയും വിശദാംശങ്ങളെയും മാത്രമല്ല അതിന്റെ മൊത്തം നിർമാണത്തെയും ബാധിക്കുന്നു. അതുകൊണ്ട് യന്ത്രത്തിന്റെ ജീവിതത്തിന്റെ ആദ്യവർഷങ്ങളിലാണ് തൊഴിൽദിവസത്തിന്റെ ദൈർഘ്യം കൂട്ടാനുള്ള പ്രത്യേക പ്രചോദനം ഏറ്റവും ശക്തമായ രീതിയിൽ അനുഭവപ്പെടുന്നത്.[1]

മറ്റെല്ലാ സാഹചര്യങ്ങളും തൊഴിൽദിവസത്തിന്റെ ദൈർഘ്യവും ഒരേമട്ടിൽ നിൽക്കുമ്പോൾ, ഇരട്ടിയെണ്ണം തൊഴിലാളികളുടെ ചൂഷണമാവശ്യപ്പെടുന്നത് മെഷീനറികളിലും കെട്ടിടങ്ങളിലുമെല്ലാമായി നിക്ഷേപിക്കപ്പെട്ടിരുന്ന സ്ഥിരമൂലധനത്തിന്റെ ഇരട്ടിപ്പിക്കൽ മാത്രമല്ല, മറിച്ച് അസംസ്കൃതവസ്തുക്കൾക്കും അനുബന്ധ സാമഗ്രികൾക്കുമുള്ള നിക്ഷേപംകൂടി ഇരട്ടിയാക്കണമെന്നാണ്. മറുവശത്ത്, തൊഴിൽദിവസത്തിന്റെ ദൈർഘ്യം വർധിപ്പിക്കൽ യന്ത്രസമാഗ്രികൾക്കും കെട്ടിടങ്ങൾക്കുമുള്ള നീക്കിവെപ്പ് വർധിപ്പിക്കാതെതന്നെ വർധിച്ച തോതിൽ ഉൽപ്പാദനം നടത്താൻ അനുവദിക്കുന്നു. ഏതുതരം തൊഴിൽദിനത്തിന്റെ നീളം കൂട്ടലിലും ഏറിയും കുറഞ്ഞും ഇതു നടക്കുന്നുണ്ടെന്നത് സത്യമാണ്; പക്ഷേ ഇവിടെ പരിഗണിക്കുന്ന കേസിൽ, മാറ്റം കൂടുതൽ ശ്രദ്ധേയമാണ്, കാരണം അധ്വാനോപകരണങ്ങളായി രൂപാന്തരപ്പെടുത്തിയ മൂലധനം ഒരു തോതിൽ മുൻതൂക്കത്തിൽ നിൽക്കുന്നു. പരുത്തി രംഗത്തെ ഒരു വമ്പനായ മി. ആഷ്വർത്ത് 1837 ൽ പ്രൊഫസർ നസ്സാവു ഡബ്ല്യൂ സീനിയറിനോട് പറഞ്ഞു:

---

1. തുറന്നവലകൾ നിർമിക്കാനുള്ള ചട്ടക്കൂടുകളിൽ അധികകാലം മുമ്പല്ലാത ഉണ്ടായ മെച്ചപ്പെടുത്തലുകൾ അത്ര വളരെ വലുതായിരുന്നതിനാൽ ഓരോ നല്ല റിപ്പയറിനും 1200 പവൻ വീതം ചെലവുവന്നിരുന്ന ഒരു യന്ത്രം ഏതാനും വർഷങ്ങൾക്കുശേഷം വിറ്റത് വെറും 60 പവനാണ്.. മെച്ചപ്പെടുത്തലുകൾ ഒന്നിനു പിന്നാലെ വന്നതിനാൽ ഒരിക്കലും പൂർത്തീകരിക്കപ്പെടാതെ പല യന്ത്രങ്ങളും ഉപേക്ഷിക്കപ്പെട്ടു; കാരണം പുതിയ മെച്ചപ്പെടുത്തലുകൾ അവയുടെ ഉപയോഗക്ഷമതയെ മറികടന്നു പോയി. (ബാബേജ് ലണ്ടൻ 1832) അതുകൊണ്ട് കൊടുങ്കാറ്റ് നിറഞ്ഞ, ഭ്രാന്തമായ കുതിച്ചോട്ടത്തിന്റെ, ഈ കാലത്ത് ടുല്ലെയിലെ നിർമാണക്കാർ വേഗംതന്നെ ഇരു സെറ്റ് കരങ്ങളെ ഉപയോഗിച്ചുകൊണ്ട് തൊഴിൽ ദിനത്തെ 8 മണിക്കൂറിൽനിന്ന് 24 മണിക്കൂറിലേക്ക് വിപുലീകരിച്ചു.

> ഒരു തൊഴിലാളി തന്റെ മൺകോരി താഴെ വയ്ക്കുമ്പോൾ അത്രയും സമയത്തേക്കവൻ 18 പെൻസ് വില വരുന്ന മൂലധനത്തെ ഉപയോഗമില്ലാതാക്കുകയാണ്. ഞങ്ങളുടെയൊരാൾ (അതായത് ഫാക്ടറിത്തൊഴിലാളി) മില്ലുപേക്ഷിച്ചൊരു ദിവസം പോയാലത് ഒരു ലക്ഷം രൂപവിലവരുന്ന മൂലധനത്തെ ഉപയോഗമില്ലാതാക്കുന്നു. ഒന്നാലോചിച്ചുനോക്കൂ! ഒരു ലക്ഷം പവൻ! അത് സത്യത്തിൽ രാക്ഷസീയമല്ലേ? ഞങ്ങളുടെ ഒരു തൊഴിലാളിയെന്നെങ്കിലും ഫാക്ടറി വിട്ടുപോകുകയെന്നത്!

സീനിയറിന് ആഷ്വർത്തിന്റെ ഉപദേശങ്ങൾ കേട്ടശേഷം വ്യക്തമായിക്കാണാനായതുപോലെ, യന്ത്രസാമഗ്രികളുടെ വർധിച്ച ഉപയോഗം തൊഴിൽദിനത്തിന്റെ നീളം നിരന്തരം വർധിപ്പിക്കുന്ന നിന്നെ അഭികാമ്യമാക്കുന്നു.

ഒരു നിശ്ചിത വ്യവസായശാഖയിൽ ഒറ്റപ്പെട്ട രീതിയിൽ ആദ്യം യന്ത്രം പരിചയപ്പെടുത്തുമ്പോൾ യന്ത്രത്തിന്റെ ഉൽപ്പന്നത്തിന്റെ സാമൂഹ്യമൂല്യം അതിന്റെ സ്വന്തമായ മൂല്യത്തെക്കാളുമുയർന്നതായിരുന്നു, അതായത് യന്ത്രത്തിന്റെ ഉൽപ്പന്നത്തിന് യന്ത്രമില്ലാതെ പ്രവർത്തിച്ചിരുന്ന മത്സരക്കാരെയപേക്ഷിച്ച് കുറഞ്ഞ അധ്വാനം മാത്രമേ അവശ്യംവന്നുള്ളൂ. പക്ഷേ, മൂല്യം നിർണയിക്കപ്പെടുന്നത് സാമൂഹ്യമായി നിർണയിക്കപ്പെടുന്ന അധ്വാനത്താലാണ്, ഈ കേസിൽ ഒരു യന്ത്രവും ലഭ്യമല്ലാതിരുന്നപ്പോൾ കൂടുതലളവ് അധ്വാനം ആവശ്യം വന്നിരുന്നു. അതിന്റെ അനന്തരഫലമായി യന്ത്രമുണ്ടാക്കുന്ന ഉൽപ്പന്നത്തിന് അതിന്റെ മൂല്യം പ്രതിനിധീകരിക്കുന്നതിനെക്കാൾ വളരെയുയർന്ന ഒരു വിലയ്ക്ക് വിൽക്കാൻ കഴിഞ്ഞിരുന്നു. ഈ പരിണാമകാലഘട്ടത്തിൽ, യന്ത്രത്തിന്റെ ഉപയോഗം ഒരുതരം കുത്തകയായിരുന്നു; അതുകൊണ്ട് ലാഭം വമ്പിച്ചതോതിലായിരുന്നു. തന്റെ ആദ്യപ്രേമത്തിന്റെ ആ വെളിച്ചമേറിയ ദിവസങ്ങളെ മുതലാളി പരമാവധി ഉപയോഗപ്പെടുത്താൻ ശ്രമിച്ചു. അത് പറ്റാവുന്നത്ര തൊഴിൽദിനത്തിന്റെ നീളം വർധിപ്പിച്ചുകൊണ്ടേയിരുന്നു. ലാഭത്തിന്റെ പരിണാമം കൂടുതൽ ലാഭത്തിനുവേണ്ടിയുള്ള അയാളുടെ ആർത്തിയെ ഒന്നുകൂടി പെരുപ്പിച്ചു.

ഒരുപ്രത്യേക വ്യവസായത്തിൽ യന്ത്രത്തിന്റെ ഉപയോഗം കൂടുതൽ പൊതുവായിത്തീരുന്നതോടെ ഉൽപ്പന്നത്തിന്റെ സാമൂഹ്യമൂല്യം അതിന്റെ സ്വന്തമായ മൂല്യത്തിലേക്ക് താഴുന്നു. അതോടെ യന്ത്രത്താൽ പകരം വയ്ക്കപ്പെടുന്ന അധ്വാനശക്തിയിൽനിന്ന് മിച്ചമൂല്യം ഉയർന്നുവരുന്നില്ല, മറിച്ച് യന്ത്രത്തോടൊപ്പം യഥാർഥത്തിൽ പ്രയോഗിക്കപ്പെടുന്ന അധ്വാനശക്തിയിൽ നിന്നാണ് എന്ന നിയമം സ്വയം സ്ഥാപിക്കപ്പെടുന്നു. മിച്ചമൂല്യം ഉൽപ്പാദിപ്പിക്കപ്പെടുന്നത് അസ്ഥിരമൂലധനത്തിൽനിന്നു മാത്രമാണ്. അതായത്, മൂല്യം ഉൽപ്പാദിപ്പിക്കപ്പെടുന്നത് ജീവിക്കുന്ന അധ്വാനത്തിൽ നിന്നാണ്; അതുകൊണ്ടത് മൂലധനത്താൽ ജീവിക്കുന്ന അധ്വാനം കൂടു

തലായി നിയോഗിക്കപ്പെടുന്ന അളവിനനുസരിച്ച് വലുതായിരിക്കണം, അത്തരത്തിലുള്ള അധ്വാനത്തെ ചുരുക്കുന്നയളവിൽ ചുരുങ്ങുകയും വേണം. പക്ഷേ, യന്ത്രത്തിന്റെ ലക്ഷ്യം ജീവിക്കുന്ന അധ്വാനത്തെ നിർമാർജനം ചെയ്യുകയും അതിനെ പകരംവയ്ക്കുകയുമാണ്. യന്ത്ര സാമഗ്രികൾ ഉൽപ്പാദനത്തിന്റെ ശക്തിയെ വർധിപ്പിക്കുന്നു ഉൽപ്പന്നത്തെ വില കുറഞ്ഞതാക്കുന്നു, കുറഞ്ഞ അധ്വാനം മാത്രം ചെലവഴിച്ചുകൊണ്ട് ഈ ഉൽപ്പന്നത്തെ നിർമിക്കുന്നുവെന്നുറപ്പുവരുത്തിക്കൊണ്ടാണത് അങ്ങനെ ചെയ്യുന്നത്. അതങ്ങനെ ജീവിതചെലവ് കുറയ്ക്കുന്നു, അതിന്റെ ഫലമായി അധ്വാനശക്തിയുടെ മൂല്യത്തെ കുറയ്ക്കുകയും ചെയ്യുന്നു. പക്ഷേ, അതീഫലങ്ങളെല്ലാം ലഭ്യമാക്കുന്നത് ഒരു നിശ്ചിത മുതലാളി നിയമിക്കുന്ന തൊഴിലാളികളുടെ എണ്ണം ചുരുക്കുന്നതിലൂടെ മാത്രമാണ്, അഥവാ മറ്റുവാക്കുകളിൽ മുൻകാലത്ത് കൂലിനൽകാനുപ യോഗിച്ചിരുന്ന മുമ്പത്തെ അസ്ഥിര മൂലധനത്തിന്റെ ഭാഗം യന്ത്രങ്ങൾ വാങ്ങാനും അതിനെ നിലനിർത്താനുമായി കൈമാറിക്കൊണ്ടാണ്, അതായത്, അസ്ഥിരമൂലധനത്തെ ഒരു മിച്ചമൂല്യവുമുൽപ്പാദിപ്പിക്കാത്ത സ്ഥിര മൂലധനമാക്കി മാറ്റിക്കൊണ്ടാണ്. നമുക്കിത് ഒരു മൂർത്ത ഉദാഹരണത്തി ലൂടെ വിശദമാക്കാം. യന്ത്രങ്ങൾ ഉപയോഗത്തിൽ കൊണ്ടുവരുന്നതിനു മുമ്പ് 5000 പവന്റെ ഒരു മൂലധനത്തിന്റെ 40 ശതമാനം വരെ അധ്വാനോ പകരണങ്ങളും അസംസ്കൃതവസ്തുക്കളും വാങ്ങാനുപയോഗിച്ചിരുന്നു. അതിന്റെ ബാക്കി അറുപതുശതമാനം മനുഷ്യാധ്വാനത്തിന് പ്രതിഫലം നൽകാനായും ഉപയോഗിച്ചിരുന്നു. യന്ത്രങ്ങൾ കൊണ്ടുവന്നതോടെ സംരംഭത്തിന്റെ ഉൽപ്പാദനപരത മൂന്നിരട്ടിയാക്കി. ഇവിടെ നിന്നങ്ങോട്ട് മൂലധനത്തിന്റെ 20 ശതമാനം മാത്രമേ അധ്വാനത്തിന്റെ പ്രതിഫലത്തി നായി പ്രയോഗിക്കപ്പെടുന്നുള്ളൂ. മുമ്പ് നിയമിച്ചിരുന്ന തൊഴിലാളികളുടെ മൂന്നിൽ രണ്ടുഭാഗത്തെയും ഒഴിവാക്കി. അവർക്കുപ്രതിഫലം നൽകാനായി ഉപയോഗിച്ചിരുന്ന മൂലധനത്തിന്റെ ഭാഗം ഭാവിയിൽ മെഷീനുകൾ വാങ്ങാനും അവകൊണ്ട് പിന്നീട് പ്രവർത്തിപ്പിക്കേണ്ട അസംസ്കൃതവ സ്തുക്കൾ വാങ്ങാനുമായാണ് സേവനമനുഷ്ഠിക്കുക.

പക്ഷേ, 24 തൊഴിലാളികളിൽനിന്നു കിട്ടുന്നത്ര മിച്ചമൂല്യം 2 പേരിൽനിന്നു പിഴിഞ്ഞൂറ്റിയെടുക്കുകയെന്നത് അസാധ്യമാണ്. ഈ ഇരുപത്തിനാലുപേരിൽ ഒരോരുത്തരും ഒരു മണിക്കൂർ വീതം മിച്ചാധ്വാന മാണ് 12 മണിക്കൂറിന്റെ തൊഴിൽ സമയത്തിൽ നൽകുന്നതെങ്കിൽ 24 പേർ കൂടി 24 മണിക്കൂർ മിച്ചാധ്വാനം നൽകുന്നു; അതേസമയം 24 മണിക്കൂർ രണ്ടുപേരുടെ മൊത്തം അധ്വാനമാണ്. അങ്ങനെ മിച്ചമൂല്യത്തിന്റെ ഉൽപ്പാദനത്തിന് യന്ത്രസാമഗ്രികളുപയോഗിക്കുന്നത് അതിൽത്തന്നെ അന്തർലീനമായിരിക്കുന്ന ഒരു വൈരുധ്യത്തെ സൂചിപ്പിക്കുന്നു, ജോലിക്കാരുടെ എണ്ണം കുറച്ചുകൊണ്ടല്ലാതെ മിച്ചമൂല്യനിരക്ക് വർധിപ്പിക്കാൻ കഴിയില്ല എന്നതിനാലാണത്. ഈ വൈരുധ്യമാണ്, അതിന്റെ മുറയ്ക്ക് മുതലാളിയെ തൊഴിൽദിവസത്തിന്റെ എണ്ണം വൻതോതിൽ വർധിപ്പിക്കു

ന്നതിലേക്ക് തള്ളിവിടുന്നത് (ആ വസ്തുതയെക്കുറിച്ചയാൾക്കറിയില്ലെങ്കിലും) അതിലൂടെയയാൾക്ക് ചൂഷണം ചെയ്യപ്പെടുന്ന തൊഴിലാളികളുടെ എണ്ണത്തിലെ കുറവിനെ ഓരോ ഒറ്റയൊറ്റതൊഴിലാളിയുടെയും കേവലമായ മിച്ചമൂല്യം വർധിപ്പിക്കുന്നതിലൂടെ നികത്തിയെടുക്കാനായേക്കും.

അപ്പോൾ ഒരുവശത്ത് യന്ത്രത്തിന്റെ മുതലാളിത്തപരമായ ഉപയോഗം പുതിയതും ശക്തവുമായ ഉദ്ദേശ്യങ്ങളെ തൊഴിൽ ദിവസത്തിന്റെ വർധിപ്പിക്കലിനനുകൂലമായി പ്രദാനം ചെയ്യുകയും അധ്വാനത്തിന്റെ രീതികളെ സമൂലം മാറ്റുകയും ചെയ്യുന്നുവെങ്കിൽ മറുവശത്ത് ഭാഗികമായി സ്ത്രീകളെയും കുട്ടികളെയും നിയോഗിച്ചുകൊണ്ടും, ഭാഗികമായി തൊഴിലാളികളെ സ്വാതന്ത്രരാക്കിക്കൊണ്ടും, അത് തൊഴിലിലെടുക്കുന്ന ജനതയുടെ ഒരു മിച്ചത്തെ രൂപീകരിക്കുന്നു. അങ്ങനെയാണ് ആധുനികത വ്യവസായത്തിന്റെ ചരിത്രത്തിലെ ആ ശ്രദ്ധേയമായ പ്രതിഭാസം വരുന്നത്– അതായത് യന്ത്രസാമഗ്രികൾ തൊഴിൽ ദിവസത്തിന്റെ ദൈർഘ്യത്തിന്റെ കാര്യത്തിലുള്ള എല്ലാ ധാർമികവും പ്രകൃതിപരവുമായ പരിമിതികളെ അടിച്ചുതൂത്തുകൊണ്ടുപോകുന്നുവെന്നത്. അങ്ങനെ തന്നെയാണ് സാമ്പത്തിക വിരോധാഭാസവും വരുന്നത്. അതായത് അധ്വാനസമയം ചുരുക്കാനുള്ള ഏറ്റവും ശക്തമായ ഉപകരണം തൊഴിലാളിയുടെയും അവന്റെ കുടുംബത്തിന്റെയും സമയത്തിന്റെ ഓരോ നിമിഷത്തെയും തന്റെ മൂലധനത്തിന്റെ മൂല്യം വർധിപ്പിക്കുകയെന്ന ഉദ്ദേശ്യത്തിനായി മുതലാളിയുടെ കൈയ്യിലേൽപ്പിക്കാനുള്ള ഒരിക്കലും പരാജയപ്പെടാത്ത ഉപാധിയായിത്തീരുകയെന്ന വിരോധാഭാസം.

18–ാം നൂറ്റാണ്ടിന്റെ അവസാന മൂന്നിലൊന്നിന്റെ കാലത്തുദയം ചെയ്ത മെക്കാനിസങ്ങളെയും ആധുനികവ്യവസായത്തെയും തുടർന്ന് ഒരു മഞ്ഞുമലയിടിച്ചിൽപോലെ തീവ്രതയോടെയും വൈപുല്യത്തോടെയും തൊഴിൽ ദിവസത്തിന്റെ ദൈർഘ്യം വർധിക്കൽ നടന്നു. പ്രകൃതിയുടെയും ധാർമികതയുടെയും പ്രായത്തിന്റെയും ലിംഗത്തിന്റെയും പകലിന്റെയും രാത്രിയുടെയും എല്ലാ അതിരുകളും അത്രയേറെ ആശയക്കുഴപ്പം നിറഞ്ഞതാകയാൽ 1860 പോലെ വളരെ അടുത്ത ഒരു കാലത്തുപോലും ഒരു ഇംഗ്ലീഷ് ജഡ്ജിക്ക് നിയമപരമായി എന്താണൊരുപകലെന്നും എന്താണൊരു രാത്രിയെന്നും ഒരു ജൂതാമതഗ്രന്ഥത്തിനു സമാനമായ ബുദ്ധികൂർമതയോടെ വിശദീകരിക്കണ്ടിവന്നു. മൂലധനം അതിന്റെ മദിരോത്സവങ്ങൾ കൊണ്ടാടി. 1833 ലെ നിയമം വരുന്നതിനു മുമ്പു യുവജനങ്ങളും കുട്ടികളും മൊത്തം പകലും അല്ലെങ്കിൽ മൊത്തം രാത്രിയും, ചിലപ്പോൾ രാത്രിയും പകലും മൊത്തവും ജോലി ചെയ്യിപ്പിക്കപ്പെട്ടു.

അധ്വാനത്തിന്റെ ചൂഷണത്തിനുമേൽ ഈ ദിവസം വരെ (1863–1865) യാതൊരു തരം തടസങ്ങളും ഉണ്ടാകാത്ത, അഥവാ ഇന്നലെവരെ ഉണ്ടാകാതിരുന്ന ഉൽപ്പാദനത്തിന്റെ ചില ശാഖകളിലേക്ക് നമുക്കൊന്ന് കണ്ണു

പായിക്കാം.

മി. ബ്രോഗ്ടൺ ചാൾട്ടൻ (അദ്ദേഹം കൺട്രി മജിസ്ട്രേറ്റാണ്) നോട്ടിംഹാമിലെ അസംബ്ലി റൂമിൽ നടന്ന ഒരു മീറ്റിങ്ങിന്റെ ചെയർമാനെന്ന നിലയിൽ 1860 ജനുവരി 14ന് പ്രഖ്യാപിച്ചത് ലേസ് ട്രേഡുമായി ബന്ധപ്പെട്ട ജനവിഭാഗത്തിനിടയിൽ നാഗരികലോകത്തിന്റെ മറ്റുഭാഗങ്ങളിലൊരിക്കലുമറിയാത്ത അത്ര വലിയ തോതിലുള്ള ദുരിതങ്ങൾ നിലവിലുണ്ടെന്നാണ്. ഒമ്പതും പത്തും വയസുള്ള കുട്ടികളെ അവരുടെ അഴുക്കുപുരണ്ട കിടക്കകളിൽനിന്ന് വെളുപ്പിന് രണ്ടു മണിക്കും മൂന്നുമണിക്കും വലിച്ചു പുറത്തിട്ടശേഷം രാത്രി പത്ത്, പതിനൊന്ന്, പന്ത്രണ്ട് മണിവരെ പണിയെടുക്കാൻ നിർബന്ധിതരാക്കുന്നു. അവരുടെ അവയവങ്ങൾ തളർന്നു പോകുന്നു, അവരുടെ ശരീരത്തിന്റെ ചട്ടക്കൂട് ചുരുങ്ങുന്നു, അവരുടെ മുഖം വെളുത്തു വിളറിയതാകുന്നു, അവരുടെ മനുഷ്യത്വം ആകെ ഇല്ലാതായി അവരൊരു കല്ലുപോലെ ജഡത്വം ബാധിച്ചവരായിമാറുന്നു, ചിന്തിക്കാനൊരിക്കലും കഴിയാത്തവിധം ഭീതിദമായ ദൃശ്യങ്ങൾ....

......പുരുഷന്മാരുടെ പ്രവൃത്തിസമയം പ്രതിദിനം 18 മണിക്കൂറാക്കി ചുരുക്കണമെന്ന ഒരു നിവേദനം കൊടുക്കാനായി ഒരു പൊതുയോഗം സംഘടിപ്പിക്കുന്ന നഗരത്തെക്കുറിച്ച് എന്താണ് ചിന്തിക്കാനാവുക?[1]

സ്റ്റാഫോർഡ്ഷയറിലെ മൺപാത്രവ്യവസായം കഴിഞ്ഞ 22 വർഷങ്ങളിൽ മൂന്ന് പാർലമെന്ററി എൻക്വയറികൾക്ക് വിധേയമായി. എന്റെ ആവശ്യങ്ങൾക്ക് 1860 ലെയും 1862 ലെയും റിപ്പോർട്ടുകൾ മതിയാകും. ചൂഷണം ചെയ്യപ്പെടുന്ന കുട്ടികളുടെതന്നെ സാക്ഷിമൊഴികൾ അവയിൽനിന്ന് നമുക്കെടുക്കാം. കുട്ടികളിൽനിന്ന് നമുക്ക് മുതിർന്നവരെക്കുറിച്ചുള്ള അഭിപ്രായം രൂപീകരിക്കാം. പ്രത്യേകിച്ചും സ്ത്രീകളെയും പെൺകുട്ടികളെയുംകുറിച്ച് അതും പരുത്തിനൂൽ വ്യവസായത്തിനൊപ്പം ആരോഗ്യകരവും അംഗീകരിക്കപ്പെടുന്നതുമായ ഒരു വ്യവസായത്തിലെ സ്ഥിതിയെന്തെന്നത്.

വില്യം വുഡ്സിന് ഇപ്പോൾ വയസ് ഒമ്പത്. അവൻ ജോലി തുടങ്ങുമ്പോഴവന്റെ പ്രായം ഏഴ് വയസും 10 മാസവുമായിരുന്നു. അവൻ മോൾഡുകൾ കൊണ്ടുപോയി (മോൾഡ് ചെയ്ത സാധനങ്ങൾ ഉണക്കുന്ന മുറിയിലേക്ക് കൊണ്ടുപോകുകയും അവിടെനിന്ന് കാലിയായ മോൾഡുകൾ തിരികെ കൊണ്ടുപോകുകയും ചെയ്തു). അവൻ എല്ലാ ദിവസവും രാവിലെ 6 മണിക്ക് ജോലിക്കെത്തുകയും രാത്രി ഒമ്പതുമണിക്ക് തിരിച്ചുപോകുകയും ചെയ്തു. ഇത്തരത്തിൽ ആഴ്ചയിൽ ആറുദിവസവും ജോലി ചെയ്തു. ഒമ്പതു വയസായ ഒരു കുട്ടിക്ക് ദിവസം 15 മണിക്കൂർ ജോലി! 12 വയസുകാരനായ മറേ പറയുന്നു:

> ഞാൻ ജിഗ്ഗർ തിരിക്കുന്നു, മോൾഡുകൾ കൊണ്ടുപോകുന്നു, ഞാൻ രാവിലെ ആറു മണിക്കെത്തുന്നു. ചിലപ്പോൾ നാലുമണിക്കു

1. ഡെയ്‌ലി ടെലഗ്രാഫ് 15-1-1860

> തന്നെ. ഞാൻ കഴിഞ്ഞ രാത്രി മുഴുവൻ ജോലിചെയ്തു, ഇന്നുരാവിലെ ആറുമണി വരെ. മിനിയാന്ന് രാത്രിക്കുശേഷം ഞാൻ കിടന്നിട്ടില്ല കഴിഞ്ഞ രാത്രി എട്ടോ ഒമ്പതോ കുട്ടികൾ കൂടി ജോലി ചെയ്തു. എനിക്ക് 3 ഷില്ലിങ്ങുകളും ആറു പെൻസും ലഭിച്ചു. രാത്രി ജോലി ചെയ്യുന്നതിനായി എനിക്ക് കൂടുതലൊന്നും ലഭിക്കുന്നില്ല. കഴിഞ്ഞയാഴ്ച ഞാൻ രണ്ടു രാത്രികളിൽ ജോലി ചെയ്തു.

ഡോ. ഗ്രീൻഹോ പ്രസ്താവിക്കുന്നത് മൺപാത്രവ്യവസായജില്ലകളായ സ്റ്റോക്ക് ഓൺ ട്രെന്റ് വോൾസ്റ്റാന്റൺ ജില്ലകളിലെ ശരാശരി ജീവിതദൈർഘ്യം അസാധാരണമാംവിധം ചെറുതാണ് എന്നതാണ്. സ്റ്റോക്ക് ജില്ലയിൽ 36.6 ശതമാനവും വോൾസ്റ്റാൻ ടനിൽ 30.4% വും 20 വയസിനു മുകളിലുള്ള ആണുങ്ങൾ മാത്രമാണ് മൺപാത്ര വ്യവസായങ്ങളിലേർപ്പെട്ടിരുന്നതെങ്കിലും ആ പ്രായത്തിനു മുകളിലുള്ള ആണുങ്ങളിൽ ഉണ്ടായ മരണങ്ങളിൽ ആദ്യ ജില്ലയിൽ പകുതിയിലേറെയും രണ്ടാമത്തേതിൽ ഏതാണ്ട് അഞ്ചിൽ രണ്ടുഭാഗവും മരണങ്ങൾ മൺപാത്രജോലിക്കാർക്കിടയിലെ ശ്വാസകോശ രോഗങ്ങൾ മൂലമായിരുന്നു. ഹാൻലിയിലെ ഒരു മെഡിക്കൽ പ്രാക്ടീഷണറായ ഡോ. ബൂത്ത് റോയ്ഡ് പറയുന്നു: “മൺപാത്രത്തൊഴിലാളികളുടെ കടന്നുവരുന്ന ഓരോ തലമുറയും മുൻ തലമുറയെക്കാൾ ഉയരം കുറഞ്ഞവരും വണ്ണം കുറഞ്ഞവരുമാണ്.” അതേ മട്ടിൽ മറ്റൊരു ഡോക്ടറായ മി. എംബീൻ പറയുന്നു: (അദ്ദേഹം മൺപാത്രത്തൊഴിലാളികൾക്കിടയിൽ പ്രാക്ടീസാരംഭിച്ചത് 25 വർഷം മുമ്പാണ്) “ഇക്കാലയളവിൽ ഗണ്യമായ ഒരു ശാരീരികത്തകർച്ച ഞാൻ ദർശിച്ചിട്ടുണ്ട്. പ്രത്യേകിച്ചും ആകാരത്തിൽ വരുന്ന ചെറുതാകലും ശ്വാസത്തിന്റെ കുറവും.” ഈ റിപ്പോർട്ടുകളെടുത്തിട്ടുള്ളത് ഡോ. ഗ്രീൻഹോയുടെ റിപ്പോർട്ടിൽ നിന്നാണ്.

1863 ലെ കമീഷണർമാരുടെ റിപ്പോർട്ടിൽനിന്ന് താഴെപ്പറയുന്ന കാര്യങ്ങൾ: നോർത്ത് സ്റ്റാഫോർഡ്ഷയർ ഇൻഫിർമറിയിലെ സീനിയർ ഫിസിഷ്യനായ ഡോ. ജെ ടി ആർലെഡ്ജ് പറയുന്നു:

> ഒരു വർഗമെന്നനിലയിൽ മൺപാത്രജോലിക്കാർ (സ്ത്രീകളും പുരുഷന്മാരും) പ്രതിനിധീകരിക്കുന്നത് അപചയവിധേയരായ ഒരു ജനതയെയാണ്– ശാരീരികമായും ധാർമികമായും. ഒരു പൊതുനിയമമെന്ന നിലയിൽ അവർ മുരടിച്ചവരും വികൃത ആകൃതിയിലുള്ളവരും, മിക്കവാറും വികൃതമായി രൂപപ്പെടുത്തപ്പെട്ടവരുമാണ് (അവർ വളരെവേഗം തന്നെ വാർധക്യബാധിതരാകുന്നു) തീർച്ചയായുമവർക്ക് ആയുസ്സ് കുറവാണ്, അവർ പിത്തം ബാധിച്ചവരും രക്തമില്ലാത്തവരുമാണ്. അവരുടെ ശാരീരികഘടനയുടെ പരാധീനതകൾ നിരന്തരമുണ്ടാകുന്ന ഡിസ്പെപ്സിയ ആക്രമണങ്ങൾ, കരൾ– കിഡ്നി രോഗങ്ങൾ, നെഞ്ചുരോഗങ്ങൾ, ന്യൂമോണിയ,

> ഫ്ത്തിസിസ്, ബ്രോങ്കൈറ്റിസ്, ആസ്ത്മ എന്നിവയിലൂടെ വ്യക്തമാണ്. അവർക്കുമാത്രം സവിശേഷമായ ഒരു രോഗം പോട്ടേഴ്സ് ആസ്ത്മ എന്ന് അഥവാ പോട്ടേഴ്സ് എൻ പിലോൺ എന്നുവിളിക്കപ്പെടുന്നു. മൂന്നിൽ രണ്ടുഭാഗം പോട്ടർമാർക്കും (മൺപാത്രജോലിക്കാർ) ബാധിക്കുന്ന രോഗമാണ് ഗ്രന്ഥികളെയോ എല്ലുകളെയോ മറ്റു ശരീരഭാഗങ്ങളെയോ ആക്രമിക്കുന്ന സ്ക്രോഫുല രോഗം. ഈ ജില്ലയുടെ ഈ അപചയം ഇതിനെക്കാളും വലുതാകാതിരിക്കുന്നത് അടുത്തുള്ള നാട്ടിൻപുറങ്ങളിൽ നിന്നുള്ള നിരന്തര റിക്രൂട്ടിങ് കാരണമാണ്. അതുപോലെ കൂടുതൽ ആരോഗ്യമുള്ള വംശങ്ങളുമായുള്ള പരസ്പര മിശ്രവിവാഹങ്ങൾ കാരണവും.

അതേ സ്ഥാപനത്തിലെ ഹൗസ് സർജനായിരുന്ന മി. ചാൾസ് പിയേഴ്സൻ ലോംഗേയിലെ കമീണർക്കെഴുതിയ കത്തിൽ മറ്റുകാര്യങ്ങൾക്കൊപ്പം എഴുതുന്നു:

> എനിക്ക് എന്റെ സ്വന്തം അനുഭവങ്ങളിൽ നിന്നു മാത്രമേ സംസാരിക്കാൻ കഴിയൂ, സ്ഥിതി വിവരക്കണക്കുകളിൽ നിന്ന് സംസാരിക്കാനാവില്ല. പക്ഷേ, മാതാപിതാക്കളുടെയോ തൊഴിൽ ദാതാക്കളുടെയോ ആർത്തി ശമിപ്പിക്കാനായി ആരോഗ്യം പാടെ ബലികഴിക്കപ്പെടുന്നവരായ പാവങ്ങളായ കുട്ടികളുടെ ദൃശ്യങ്ങൾ കാരണം എന്റെ ചെടിപ്പും വെറുപ്പും നിരന്തരം ഉണർത്തപ്പെടുകയാണ്. അദ്ദേഹം പോട്ടർമാരുടെ രോഗകാരണങ്ങൾ എണ്ണിയെണ്ണിപ്പറഞ്ഞ ശേഷം ഒറ്റവാക്കിൽ ഉപസംഹരിക്കുന്നു. നീണ്ട തൊഴിൽ മണിക്കൂറുകൾ ഇംഗ്ലണ്ടിലെ മൺപാത്രവ്യവസായത്തെക്കുറിച്ചു പറയാവുന്ന കാര്യങ്ങളെല്ലാംതന്നെ സ്കോട്ട്ലണ്ടിന്റെ കാര്യത്തിലും ബാധകമാണ്.

ലൂസിഫർ തീപ്പെട്ടികളുടെ നിർമാണമാരംഭിച്ചത് 1833 മുതലാണ്. തീപ്പെട്ടിയിൽ ഫോസ്ഫറസ് തേച്ചുപിടിപ്പിക്കുന്ന രീതിയുടെ കണ്ടുപിടുത്തത്തിന്റെ കാലം മുതൽ. 1845 നുശേഷം ഈ നിർമാണം ഇംഗ്ലണ്ടിൽ അതിവേഗം വികസിച്ചു. പ്രത്യേകിച്ചുമത് ലണ്ടനിലെ ജനനിബിഡമായ പ്രദേശങ്ങളിലും മാഞ്ചസ്റ്റർ, ബർമിങ്ഹാം, ലിവർപൂൾ, ബ്രിസ്റ്റൾ, നോർവിച്ച്, ന്യൂകാസിൽ, ഗ്ലാസ്ഗോ എന്നിവിടങ്ങളിലും വ്യാപിച്ചു. ഇതിനോടൊപ്പം ഒരുതരം ലോക്ക്ജോ (താടിയെല്ല് രോഗം) രോഗവും വ്യാപിച്ചു. 1845 ൽ വിയന്നയിലെ ഒരു ഫിസിഷ്യൻ ഈ രോഗം ലൂസിഫർ തീപ്പെട്ടിജോലിക്കാരുടെ പ്രത്യേക രോഗമാണെന്നു കണ്ടെത്തി. പകുതി ജോലിക്കാരും 13 നു താഴെപ്രായമുള്ള കുട്ടികളും പതിനെട്ടിനു താഴെയുള്ള യുവജനങ്ങളുമായിരുന്നു. ഈ നിർമാണത്തിലെ അനാരോഗ്യവും കടുത്ത ദുർഗന്ധം സൃഷ്ടിക്കുന്ന അസന്തുഷ്ടി നിറഞ്ഞ സാഹചര്യവും മൂലം തൊഴിലെടുക്കുന്ന വിഭാഗത്തിലെ ഏറ്റവും ദയനീയസ്ഥി

തിയിലുള്ളവർ (പകുതി പട്ടിണിക്കാരായ വിധവകളും മറ്റും) മാത്രമാണ് തങ്ങളുടെ കീറിപ്പറിഞ്ഞ വസ്ത്രം ധരിച്ച, പട്ടിണികിടക്കുന്ന, വിദ്യാഭ്യാസം കിട്ടാത്ത, കുട്ടികളെ ആ ജോലിക്ക് പറഞ്ഞുവിട്ടിരുന്നത്. കമ്മീഷണർ വൈറ്റ് 1863 ൽ പരിശോധിച്ച സാക്ഷികളിൽ 270 പേർ 18 വയസിൽ താഴെയുള്ളവരും, 50 പേർ 10 വയസ്സിനു താഴെയുള്ളവരും പത്തുപേർ വെറും 8 വയസുകാരും അഞ്ചുപേർ വെറും ആറുവയസുകാരുമായിരുന്നു. തൊഴിൽ ദിവസം 12 മുതൽ 14, 15 മണിക്കൂറുകൾ എന്നീ റേഞ്ചിലായിരുന്നു. ഭക്ഷണം ഏറിയ പങ്കും കഴിച്ചിരുന്നത് ഫോസ്ഫറസ് നിറഞ്ഞു നിൽക്കുന്ന അതേ വർക്ക് റൂമുകളിൽത്തന്നെയിരുന്നാണ്. തന്റെ നരകത്തിൽ നടക്കുന്ന ഏറ്റവും കൊടിയ ഭീകരതകൾ ഈ വ്യവസായത്തിൽ മറികടക്കപ്പെട്ടതായി ഡാന്റേക്ക് കണ്ടെത്താൻ കഴിഞ്ഞേനെ.

പേപ്പർ–ഹാങ്ങിങ്ങുകളുടെ നിർമാണത്തിൽ പരുക്കൻ കടലാസുകൾ പ്രിന്റ് ചെയ്യുന്നത് യന്ത്രങ്ങളുപയോഗിച്ചാണ്. മിനുസമേറിയവ കൈകളുപയോഗിച്ചും (ബ്ലോക്ക് പ്രിന്റിങ്) ഏറ്റവും സജീവമായ ബിസിനസ് മാസങ്ങൾ ഒക്ടോബറാദ്യം മുതൽ ഏപ്രിലവസാനം വരെയാണ്. ഇക്കാലയളവിൽ രാവിലെ ആറു മുതൽ രാത്രി പത്തുവരെ വേഗത്തിലും തീവ്രതയിലും ജോലി നടക്കുന്നു, പലപ്പോഴുമത് പത്തുമണി കടന്നും പോകും.

ജി ആപ്സ് ഡെൻ തെളിവു നൽകുന്നു (1862): എന്റെ കുട്ടിക്ക് ഏഴു വയസുള്ളപ്പോൾ ഞാനിവനെ മഞ്ഞിലൂടെ എന്റെ പുറത്തു വച്ചു ചുമന്നാണ് അങ്ങോട്ടുമിങ്ങോട്ടും കൊണ്ടുപോയിരുന്നത്. അവന് മിക്കവാറും 16 മണിക്കൂറായിരുന്നു ജോലി. അവൻ യന്ത്രത്തിനു മുന്നിൽ നിൽക്കുമ്പോൾ ഞാൻ മുട്ടുകുത്തി നിന്നാണ് അവന് ഭക്ഷണം കൊടുത്തിരുന്നത്. കാരണം, അവനവിടെനിന്ന് മാറാനോ യന്ത്രം നിർത്താനോ പറ്റില്ല. ഒരു മാഞ്ചസ്റ്റർ ഫാക്ടറിയുടെ മാനേജിങ് പാർട്ണറായ സ്മിത്ത്: ഞങ്ങൾ (അയാളുദ്ദേശിക്കുന്നത് ഫാക്ടറിയിലെ ജോലിക്കാരെന്നാണ്) ജോലി ചെയ്തുകൊണ്ടേയിരിക്കുന്നു, ഭക്ഷണം കഴിക്കാനായി പണിയൊന്നും നിർത്താതെ. അങ്ങനെ ദിവസത്തെ പത്തര മണിക്കൂർ ജോലി 4.30 ന് കഴിയും. അതിനുശേഷമുള്ളതെല്ലാം ഓവർ ടൈമാണ് (ഈ പറയുന്ന മി. സ്മിത്ത് പത്തരമണിക്കൂർ സമയവും ഭക്ഷണമൊന്നുമില്ലാതെയാണോ കഴിച്ചുകൂട്ടുക?) ഞങ്ങൾ (ഇതേ സ്മിത്ത്) മിക്കവാറും ആറുമണിക്കു മുമ്പേ ജോലി നിർത്താറില്ല... ഇതെല്ലാംകൂടി കുട്ടികളും പ്രായപൂർത്തിയായവരുമൊരുപോലെ, കഴിഞ്ഞ 18 മാസക്കാലം ജോലി ചെയ്തത് ആഴ്ചയിൽ ശരാശരി $78\frac{1}{2}$ മണിക്കൂർവച്ചാണ്. ഈ വർഷം (1863) മെയ് രണ്ടിനവസാനിച്ച ആറാഴ്ചക്കാലം ശരാശരി ജോലി 84 മണിക്കൂറായിരുന്നു. എന്നിട്ടും ഒരു പുഞ്ചിരിയോടെ ഇതേ മി. സ്മിത്ത് കൂട്ടിചേർക്കുന്ന യന്ത്രജോലി അത്ര വലുതല്ലെന്നാണ്. അതുകൊണ്ട് ബ്ലോക്ക് പ്രിന്റിങ്ങിന്റെ തൊഴിൽ ദാതാക്കൾ പറയുന്നു: “കൈകൊണ്ടല്ല അധ്വാനമാണ് യന്ത്രജോലിയെക്കാൾ ആരോഗ്യകരം.” ഭക്ഷണസമയങ്ങളിലെങ്കിലും യന്ത്രങ്ങൾ നിർത്തണമെന്ന നിർദേശത്തിനെതിരെ മാനുഫാക്ചറർമാർ (നിർമാ

താക്കൾ) പൊതുവിൽ വെറുപ്പോടെ പ്രതികരിക്കുന്നു.

1866 ജൂലൈയിൽ മൂന്ന് റെയിൽവേ ജോലിക്കാർ ലണ്ടൻ കൊറോണറുടെ ജൂറിക്കു മുന്നിൽ നിൽക്കുകയായിരുന്നു– ഒരു ഗാർഡും ഒരു എഞ്ചിൻ ഡ്രൈവറും ഒരു സിഗ്നൽമാനും. ഒരു വമ്പിച്ച ട്രെയിനപകടം നൂറോളം യാത്രക്കാരെ കാലപുരിക്കയച്ചു. ആ ദൗർഭാഗ്യത്തിനു കാരണം ജീവനക്കാരുടെ ഭാഗത്തു നിന്നുണ്ടായ അശ്രദ്ധയായിരുന്നു. അവർ ജൂറിക്കു മുന്നിൽ ഒരേ ശബ്ദത്തിൽ പറഞ്ഞത് പത്തോ പന്ത്രണ്ടോ വർഷം മുമ്പവരുടെ ജോലി ദിവസം എട്ടു മണിക്കൂർ മാത്രമാണ് നീണ്ടുനിന്നിരുന്നതെന്നാണ്. കഴിഞ്ഞ നാലഞ്ച് വർഷങ്ങളിലായി അത് 14, 18, 20 മണിക്കൂറുകളായി വർധിപ്പിച്ചു. ഹോളിഡെ കാലഘട്ടത്തിലെ വലിയ യാത്രത്തിരക്കിന്റെ സമയത്തും, എക്സ്കർഷൻ ട്രെയിനുകളുടെ സമയങ്ങളിലും പലപ്പോഴും നാൽപ്പതോ അൻപതോ മണിക്കൂറുകൾ ഒരു ഇടവേളയുമില്ലാതെ ജോലി ചെയ്യേണ്ടിവന്നിരുന്നു. അവരെല്ലാം സാധാരണ മനുഷ്യരാണ്. ആരും രാക്ഷസന്മാരോ ഭൂതങ്ങളോ അല്ല. ഒരുനിശ്ചിതസമയത്ത് അധ്വാനശക്തി പരാജയപ്പെടുന്നു. ജാഡ്യം അവരെ പിടികൂടുന്നു. തലച്ചോറ് ചിന്തിക്കാതാകുകയും കണ്ണുകൾ ഒന്നും കാണാതാകുകയും ചെയ്യുന്നു.തികച്ചും മാന്യന്മാരായ ബ്രിട്ടീഷ് ജൂറിയംഗങ്ങൾ അവരുടെ ഒരു വിധിന്യായം വഴി അവരെ അടുത്ത വിധികർത്താക്കളുടെ കൈകളിലേൽപ്പിച്ചുകൊടുത്തു, നരഹത്യയെന്ന കുറ്റത്തിന് വിചാരണ ചെയ്യാനായി. തങ്ങളുടെ മുതലാളിത്തപ്രഭുക്കന്മാർ ഭാവിയിൽ തങ്ങൾക്കാവശ്യമായത്ര അളവ് അധ്വാനശക്തിയെ വിലയ്ക്കുവാങ്ങുന്നതിൽ ധാരാളിത്തം കാട്ടുമെന്ന ഭക്തിപൂർവമായ വിശ്വാസവും അവർ പ്രകടിപ്പിച്ചു. അതുപോലെ വില നൽകുന്ന അധ്വാനശക്തിയെ ഉപയോഗിക്കുന്നതിൽ കൂടുതൽ ഇന്ദ്രിയനിഗ്രഹപരമായ കൂടുതൽ സ്വാർഥത കൈവെടിയുന്ന കൂടുതൽ ഉത്സാഹശീലമുള്ളവരായ സ്വഭാവക്കാരെ തിരഞ്ഞെടുക്കുമെന്നു വിശ്വാസവും പ്രകടിപ്പിച്ചു.[1]

1. 1866 ജനുവരി 20ന്റെ ആഴ്ചയിൽ റെയ്നോൾഡ്സ് ന്യൂസ്പേപ്പർ സ്തോഭജനകമായ തലക്കെട്ടുകളിൽ റെയിൽവേ അപകടങ്ങളുടെ ഒരു പുതിയ ലിസ്റ്റ് പ്രസിദ്ധീകരിച്ചു. അതിനെ സംബന്ധിച്ച് നോർത്ത് സ്റ്റാഫോർഡ് ഷയർലൈനിലെ ഒരു ജീവനക്കാരൻ പ്രതികരിച്ചു (4–2–1866) ഒരു റെയിൽവേ എഞ്ചിന്റെ ഡ്രൈവറും വയർമാനും നിരന്തരം പുറത്തേക്കു നോക്കിയിരിക്കേണ്ടിവന്നാൽ എന്തു സംഭവിക്കുമെന്നാർക്കും അറിയാൻ പറ്റും. ഒരു മനുഷ്യൻ തുടർച്ചയായി 24 മണിക്കൂർ 30 മിനിറ്റും പുറംലോകത്തെ കാലാവസ്ഥക്കു വിധേയനായി ജോലി ചെയ്യുമെന്നെങ്ങനെയാണ് പ്രതീക്ഷിക്കാനാകുക? ഇടയ്ക്കിടെ സംഭവിക്കുന്ന ഒരുദാഹരണമാണിനിപ്പറയുന്നത്. ഒരു ഫയർമാൻ തിങ്കളാഴ്ച രാവിലെ തന്റെ ജോലിയാരംഭിച്ചു. അതും വളരെ രാവിലെ. ഒരുദിവസത്തെ ജോലിയെന്നു പറഞ്ഞവസാനിപ്പിച്ചശേഷം ചായകുടിക്കാൻ പോലും സമയം കിട്ടുന്നതിനുമുമ്പേ വീണ്ടുമയാളെ ഡ്യൂട്ടിക്കു വിളിച്ചു.. ഒരു ഇടവേളയുമില്ലാതെയയാൾ 29 മണിക്കൂർ 15 മിനിറ്റ് ജോലി ചെയ്തു. ആഴ്ചയിലെ ബാക്കി ദിവസങ്ങളിലെ അയാളുടെ ജോലി ഇനി വിവരിക്കുന്നു – ബുധനാഴ്ച 15 മണിക്കൂർ, വ്യാഴാഴ്ച 15 മണിക്കൂർ 35 മിനിട്ട്, വെള്ളിയാഴ്ച $14\frac{1}{2}$ മണിക്കൂർ, ശനിയാഴ്ച 14 മണിക്കൂർ 10 മിനിറ്റ്. എല്ലാംകൂടി ഒരാഴ്ച 88 മണിക്കൂറും 44 മിനിറ്റും. ഇനി സാർ,

പലതരക്കാർ തിങ്ങിക്കൂടിയ തൊഴിലാളി ജനക്കൂട്ടത്തിൽനിന്ന് നമുക്കു രണ്ടുദാഹരണങ്ങളെയെടുക്കാം. അവരുടെ പ്രകടമായ വിപരീതസ്വഭാവം മലധനത്തിനു മുന്നിൽ എല്ലാ ആളുകളും ഒരു മില്ലിനറും (സ്ത്രീകളുടെ ഹാറ്റുതുന്നുന്നവൻ) കൊല്ലനും പോലെയാണെന്നു നമുക്കു തെളിയിച്ചുതരും.

1863 ജൂൺ അവസാനയാഴ്ചയിൽ എല്ലാ ലണ്ടൻ വർത്തമാന പത്രങ്ങളും ഒരു ഞെട്ടിപ്പിക്കുന്ന തലക്കെട്ടിനു കീഴിൽ ഓരോ ഖണ്ഡിക പ്രസിദ്ധീകരിച്ചു, 'ലളിതമായ അമിതാധ്വാനം മൂലമുള്ള മരണം.' അത് കൈകാര്യം ചെയ്തത് ഒരു മില്ലിനറായ മേലി ആൻ വാക്കലിയുടെ (20 വയസ് പ്രായം) മരണമായിരുന്നു. വളരെ ബഹുമാന്യനിലയിൽ പ്രവർത്തിച്ചിരുന്ന ഒരു വസ്ത്രനിർമാണ സ്ഥാപനത്തിലാണവർ ജോലി ചെയ്തിരുന്നത്. അവളെ ചൂഷണം ചെയ്തിരുന്നത് ഏലീസ് എന്ന സുന്ദരമായ പേരുള്ള ഒരു മഹതിയായിരുന്നു. ഈ പെൺകുട്ടി ശരാശരി $16\frac{1}{2}$ മണിക്കൂർ വീതം പണിയെടുത്തിരുന്നു. സീസൺകാലത്ത് പലപ്പോഴും ഒരു വിശ്രമവുമില്ലാതെ തുടർച്ചയായി 30 മണിക്കൂർ വരെ പണിയെടുത്തിരുന്നു. ആ സമയത്ത് അവളുടെ തളരുന്ന അധ്വാനശക്തിയെ ഇടയ്ക്കിടെ നൽകുന്ന സ്പാനിഷ് വീഞ്ഞ്, പോർച്ചുഗീസ് വീഞ്ഞ് അല്ലെങ്കിൽ കാപ്പി എന്നിവകൊണ്ട് പുനരുജ്ജീവിപ്പിച്ചിരുന്നു. ഇപ്പോൾ സീസൺ അതിന്റെ മൂർധന്യത്തിലായിരുന്നു. പുതിയതായി ഇറക്കുമതിചെയ്ത വെയ്ൽസ് രാജകുമാരിയുടെ ബഹുമാനാർഥം നടത്തപ്പെടുന്ന നൃത്തത്തിലേക്ക് ക്ഷണിക്കപ്പെട്ട മാന്യവനിതകൾക്കായി കണ്ണടച്ചു തുറക്കുന്ന സമയം കൊണ്ട് നിറപ്പകിട്ടാർന്ന വസ്ത്രങ്ങൾ ഉണ്ടാക്കിയെടുക്കേണ്ടതുണ്ടായിരുന്നു. മേരി ആൻ വാക്കെലി മറ്റുപത് പെൺകുട്ടികൾക്കൊപ്പം യാതൊരു വിശ്രമവുമില്ലാതെ $26\frac{1}{2}$ മണിക്കൂർ പണിയെടുത്തു. 30 പേർ പണിയെടുത്തതൊരു മുറിയിലാണ്. അതിലവരോരോരുത്തർക്കും ഒരു ക്യൂബിക്കടിയുടെ മൂന്നിലൊന്ന് വായുമാത്രമാണ് ലഭിക്കാൻ കഴിയുമായിരുന്നത്. രാത്രിയിലവരുറങ്ങിയിരുന്നത് ബെഡ് റൂമിൽ ബോർഡുകൾ കൊണ്ട് മറകളുണ്ടാക്കി സൃഷ്ടിച്ചിരുന്ന ചില ഹോളുകളിൽ ഈ രണ്ടു പേർ വച്ചാണ്. ലണ്ടനിലെ ഏറ്റവും മികച്ച മില്ലിനറി (സ്ത്രീകൾക്ക് ഹാറ്റുതുന്നുന്ന സ്ഥലം) കളിലൊന്നായിരുന്നു അത്. മേരി ആൻ വാക്കെലി വെള്ളിയാഴ്ച അസുഖബാധിതയായി. ഞായറാഴ്ചയവർ മരിച്ചു. തന്റെ കൈയിൽ കിട്ടിയ ജോലി തീർന്നതിനുശേഷമാണവൾ മരിച്ചതെന്നതിനാൽ മേരിയുടെ മരണം മാഡം ഏലീസിന് ഒരു പ്രശ്നവുമുണ്ടാക്കിയില്ല. ഡോക്ട

അയാൾക്കാകെ ആറുദിവസത്തെ കൂലി കിട്ടിയാലയാളുടെ അമ്പരപ്പൊന്ന് ഊഹിച്ചുകൂടേ? അതൊരു തെറ്റുപറ്റിയതാകുമെന്നു കരുതി, അതെക്കുറിച്ചന്വേഷിച്ചപ്പോൾ ഒരുദിവസത്തെ ജോലിയെന്നത് 13 മണിക്കൂറാണെന്ന് മറുപടി കിട്ടി. അതായത് ആഴ്ചയിൽ 78 മണിക്കൂൾ അപ്പോൾ ബാക്കിവരുന്ന 10 മണിക്കൂർ 40 മിനിട്ട് ജോലിയുടെ കാര്യമെന്താണ്? നീണ്ടനാളത്തെ വിലപേശലിനുശേഷം അയാൾക്ക് പത്തുമണിക്കൂറിന്റെ വേതനം കിട്ടി.

റായ മി. കെയ്സിനെ വളരെ വൈകിയശേഷം മരണക്കിടക്കയിലേക്കാണ് കൊണ്ടുവന്നത്. അദ്ദേഹം കൊറോണറുടെ ജൂറിക്കു മുന്നിൽ സാക്ഷി മൊഴി നൽകിയത് മേരി മരിക്കാനിടയാക്കിയത് അളവിലധികം ആളുകൾ തിങ്ങിനിറഞ്ഞ റൂമിൽ നീണ്ട മണിക്കൂറുകൾ ജോലി ചെയ്തതും, വളരെ ചെറുതും മോശമായി വെന്റിലേറ്റ് ചെയ്യപ്പെട്ടതുമായ ബെഡ് റൂമും കാരണമാണെന്നാണ്. നല്ല സ്വഭാവമെന്തെന്ന കാര്യത്തിൽ ഡോക്ടർക്കൊരു പാഠം നൽകാനായി ജൂറി തുടർന്നു പുറപ്പെടുവിച്ച വിധിന്യായത്തിൽ പറഞ്ഞത് മരണമടഞ്ഞയാൾ മരിച്ചത് സന്നിപാതം മൂലമായിരുന്നുവെന്നും, എന്നാൽ ആ മരണത്തിന്റെ ഗതിവേഗം വർധിക്കാൻ കാരണം ആളുകൾ തിങ്ങിനിറഞ്ഞ ഒരു റൂമിൽ അമിതാധ്വാനം ചെയ്തതുകൊണ്ടാണെന്ന് ഭയപ്പെടാൻ കാരണമുണ്ടെന്നുമാണ്.

ഡോ. റിച്ചാർഡ്സൻ ലണ്ടൻ ഹോസ്പിറ്റലിലെ ഒരു ലണ്ടൻ ഫിസിഷ്യൻ:

> എല്ലാത്തരം സൂചിപ്പണിക്കാരികളിലും– മില്ലിനർമാർ, വസ്ത്ര നിർമാണക്കാർ, സാധാരണ തുന്നൽപ്പണിക്കാർ എന്നിവരതിലുൾപ്പെടും– മൂന്നു ദുരിതങ്ങൾ വന്നുചേരുന്നു. അമിതാധ്വാനം, മതിയായ വായുലഭിക്കായ്ക, ഒന്നുകിൽ അപര്യാപ്തമായ ഭക്ഷണമോ അല്ലെങ്കിൽ അപര്യാപ്തമായ ദഹനമോ... പക്ഷേ, ആ തൊഴിൽത്തുറയുടെ പ്രശ്നങ്ങൾ, പ്രത്യേകിച്ചും മഹാനഗരത്തിൽ, അത് 26 മുതലാളിമാർ ചേർന്ന് കുത്തകയാക്കിയിരിക്കുന്നുവെന്നതാണ്.. ഈ ശക്തി മൊത്തം സ്ത്രീത്തൊഴിലാളികളുടെ വർഗത്തിനുമേലും ആധിപത്യം ചെലുത്തുന്നു. ഒരു വസ്ത്രനിർമാണക്കാരിക്ക് ഉപഭോക്താക്കളുടെ ഒരു ചെറിയ വൃത്തത്തെ സംഘടിപ്പിക്കാനായാൽ മത്സരമത്രമാത്രം ശക്തമായതിനാൽ, അവളുടെ വീട്ടിൽ എല്ലാമൊരുമിച്ചു പിടിച്ചുനിർത്താനവൾ മരിച്ചു പണിയെടുക്കണം. ഇതേ അമിതാധ്വാനമവൾ അനിവാര്യമായും തന്നെ സഹായിക്കാനെത്തുന്നവരുടെ മേലും അടിച്ചേൽപ്പിക്കണം. അവൾ പരാജയപ്പെട്ടാലോ, അല്ലെങ്കിൽ സ്വതന്ത്രമായി പണിയെടുക്കുന്നില്ലെങ്കിലോ അവൾ ഒരു സ്ഥാപനത്തിൽച്ചേരണം. അവിടെ അവളുടെ പണിയൊട്ടും കുറവായിരിക്കില്ല. പക്ഷേ, അവിടെയവളുടെ പണം സുരക്ഷിതമാണ്. അങ്ങനെയൊരു സ്ഥാനത്ത്, അവളൊരു വെറും അടിമയാകുന്നു, സമൂഹത്തിന്റെ വ്യതിയാനങ്ങളാൽ അവൾ തട്ടിക്കളിക്കപ്പെടുന്നു. ഇപ്പോൾ വീട്ടിൽ ഒരു റൂമിൽ പട്ടിണികിടക്കുകയോ അതിനടുത്ത് നിൽക്കുകയോ ചെയ്യുന്നു. തുടർന്ന് 15, 16 അല്ല 18 മണിക്കൂർ വരെ (ആകെയുള്ള 24 മണിക്കൂറിൽ) തീരെ സഹിക്കാൻ പറ്റാത്ത വായു ശ്വസിച്ചുകൊണ്ടും ഭക്ഷണം (അതുനല്ലതാണെങ്കിൽപ്പോലും ദുഷിച്ച വായുകാരണം) ദഹിപ്പിക്കാൻ പറ്റാതെയും ജോലിസ്ഥലത്ത് ചെലവാക്കുന്നു. ഈ

ഇരകൾക്കുമേൽ ക്ഷയരോഗം അതു ദുഷിച്ച വായു മാത്രം നൽകുന്ന ഒരു രോഗമാണ്. പടർന്നു കയറുന്നു (ഡോ. റിച്ചാർഡ്സൻ, വർക്ക് ആന്റ് ഓവർ വർക്ക്. സോഷ്യൽ സയൻസ് റിവ്യൂ 18 ജൂലൈ, 1863).

അതേ ഡോ. റിച്ചാർഡ്സൻ തുടരുന്നു: വസ്ത്ര നിർമാതാക്കളുടെ മുറികളിൽ മാത്രമല്ല മരണംവരെ ജോലിചെയ്യൽ കാലത്തിന്റെ നിയമമായിരിക്കുന്നത്, മറിച്ച് മറ്റൊരു ആയിരം സ്ഥലങ്ങളിലും അതങ്ങനെ തന്നെയാണ്. ഒരു കൊഴുത്തുതളിർക്കുന്ന ബിസിനസുള്ള ഏറെക്കുറെ എല്ലാ സ്ഥലങ്ങളിലുമെന്നെനിക്കു പറയേണ്ടിവരും... നമുക്ക് കൊല്ലനെ ഒരു മാതൃകയായെടുക്കാം. കവികൾ പറയുന്നതു സത്യമാണെങ്കിൽ അയാളെപ്പോലൊരു സന്തോഷമുള്ളവനും അത്രമാത്രം ഉത്സാഹഭരിതനുമായ മറ്റൊരാളുണ്ടാകില്ല. അയാൾ രാവിലെ എഴുന്നേൽക്കുകയും സൂര്യനുദിക്കുന്നതിനുമുമ്പേ തന്റെ തീപ്പൊരികൾ കൊണ്ടു വെളിച്ചം വിതറുകയും ചെയ്യുന്നു. മറ്റൊരാളും ചെയ്യാത്തതു പോലെയാണയാൾ തിന്നുകയും കുടിക്കുകയും ഉറങ്ങുകയും ചെയ്യുന്നത്. മിതമായ നിരക്കിൽ ജോലി ചെയ്താൽ തീർച്ചയായും അയാളുടേത് നല്ലൊരു മാനുഷികാവസ്ഥയാണ്– അതായത് ശാരീരികമായി ഒരു രീതിയിൽ സംസാരിച്ചാൽ. പക്ഷേ, നാം അയാളെ ഒരു ടൗണിലോ സിറ്റിയിലോ ഒന്നു പിന്തുടരുക ആ കരുത്തനായ മനുഷ്യനിലെ അധ്വാനത്തിന്റെ സമ്മർദം നാം കാണുന്നു. അപ്പോൾ തന്റെ രാജ്യത്തെ മരണനിരക്കുമായി ബന്ധപ്പെട്ട് എന്താണയാളുടെ നില? മെറിലിബോണിൽ കൊല്ലന്മാർ മരണമടയുന്നത് ആയിരംപേർക്ക് പ്രതിവർഷം 31 എന്ന നിരക്കിലാണ്. അതായത് രാജ്യത്തെ പ്രായപൂർത്തിയെത്തിയ പുരുഷന്മാരെ മുഴുവനുമെടുത്താലുള്ളതിന്റെ ശരാശരി നിരക്കിനേക്കാൾ പതിനൊന്ന് മുകളിലാണത്. ആ തൊഴിൽ മാനുഷിക കലയുടെ ഭാഗമെന്നുവരെ കണക്കാക്കാവുന്നവിധം വാസനാപരമാണ്. മനുഷ്യന്റെ വ്യവസായം എന്ന നിലയിൽ എതിർപ്പു പറയാനാകാത്ത ഒരു ശാഖയാണത്. അതിനെ അമിതാധ്വാനം മനുഷ്യനെ നശിപ്പിക്കുന്ന ഒന്നാക്കി മാറ്റിയിരിക്കുന്നു. അവന് ദിവസം ഇത്രയടികളടിക്കാം, ഇത്രകാലടികൾ നടക്കാം, ഇത്രയധികം ശ്വാസങ്ങൾ എടുക്കാം ഇത്രയധികം ജോലി ചെയ്യാം, അങ്ങനെ ചെയ്തുകൊണ്ട് 50 വർഷം ശരാശരി ജീവിക്കാം എന്നുണ്ടെങ്കിൽ അവനതിനെക്കാളുമധികം അടികളടിക്കാനും അത്രയധികം കൂടുതൽ കാലടികൾ വയ്ക്കാനും, അത്രയധികം കൂടുതൽ ശ്വാസമെടുക്കാനും നിർബന്ധിതമാക്കിക്കൊണ്ട് അവന്റെ മൂന്നിലൊന്ന് ജീവിതമെടുക്കുന്നു. അതിന്റെ ഫലം ഒരു ചുരുങ്ങിയ കാലം കൊണ്ട് മൂന്നിലൊന്ന് കൂടുതൽ ഉൽപ്പാദനം നടത്തിക്കൊണ്ടയാൾ 50നു പകരം 37 വയസിൽ മരിക്കുന്നുവെന്നതാണ്.

സി. അധ്വാനത്തിന്റെ തീവ്രതയാർജിക്കൽ

മൂധനത്തിന്റെ കൈകളിൽ, യന്ത്രസാമഗ്രികളുണ്ടാക്കുന്ന തൊഴിൽ ദിനത്തിന്റെ അമിതമായ ദൈർഘ്യം വർധിപ്പിക്കൽ സമൂഹത്തിന്റെ ഭാഗത്തുനിന്ന് ഒരു പ്രതികരണമുണ്ടാക്കുന്നതിലേക്ക് നയിക്കുന്നു, തങ്ങളുടെ ജീവിതത്തിന്റെ അടിസ്ഥാനങ്ങൾതന്നെ അപകടത്തിലാകുന്നവരിൽ നിന്ന്, അതിന്റെ ഫലമായി ഒരു സാധാരണ തൊഴിൽ ദിനത്തിലേക്കെത്തുകയും അതിന്റെ ദൈർഘ്യം നിയമംമൂലം നിർണയിക്കപ്പെടുകയും ചെയ്യുന്നു. അത്തരമൊരു സാധാരണതൊഴിൽ ദിനത്തിന്റെയടിസ്ഥാനത്തിൽ അധ്വാനത്തിന്റെ തീവ്രത വളരെ വർധിപ്പിക്കപ്പെടുന്നു.

യന്ത്രങ്ങളുടെ ഉപയോഗം വ്യാപിക്കുന്നതോടെയും യന്ത്രങ്ങളുമായി പരിചയിച്ച ഒരു പ്രത്യേകവർഗത്തിൽപ്പെട്ട തൊഴിലാളികളുടെ പരിശീലനം സഞ്ചയിക്കപ്പെടുന്നതോടെയും അധ്വാനത്തിന്റെ വേഗതയും തീവ്രതയും വർധിക്കുമെന്നത് ഒരു സ്വാഭാവിക അനന്തരഫലമാണെന്ന കാര്യം സ്വയം വ്യക്തമാണ്. അങ്ങനെ ഇംഗ്ലണ്ടിൽ അരനൂറ്റാണ്ടുകാലത്ത് തൊഴിൽ ദിനത്തിന്റെ ദൈർഘ്യം വർധിപ്പിക്കൽ ഫാക്ടറി തൊഴിലിന്റെ വർധിച്ചുവരുന്ന തീവ്രതക്കൊപ്പം കൈകോർത്തു പിടിച്ചു നീങ്ങി. അതെന്തായാലും വല്ലപ്പോഴുമൊക്കെ ചെയ്യുന്ന നിലയിൽ നിരന്തരമായി ദിവസവും ആവർത്തിക്കപ്പെടുന്നതുമായ അധ്വാനം ഒഴിവാക്കാനാവാത്തവിധം ഒരു പോയിന്റിലെത്തിച്ചേരുമ്പോൾ തൊഴിൽ ദിവസത്തിന്റെ നീളം കൂട്ടലും അധ്വാനത്തിന്റെ തീവ്രതയും പരസ്പരം ഒഴിവാക്കുന്ന ഒരു നിലയിലെത്തുമെന്ന് വായനക്കാരന് വ്യക്തമായും കാണാനാവും. തൊഴിൽ ദിവസത്തിന്റെ ദൈർഘ്യംകൂട്ടൽ താഴ്ന്ന ഡിഗ്രിയിലുള്ള തീവ്രതയുമായി മാത്രമേ പൊരുത്തപ്പെടൂ എന്നും ഉയർന്ന ഡിഗ്രിയിലുള്ള തീവ്രത തൊഴിൽ ദിനത്തിന്റെ നീളം കുറയ്ക്കലുമായേ പൊരുത്തപ്പെടൂ എന്നുമുള്ള ഒരു രീതിയിലാണത് ക്രമേണ ശക്തമായി വന്ന തൊഴിലാളിവർഗത്തിന്റെ കലാപം പാർലമെന്റിനെ നിർബന്ധിതമായിത്തന്നെ അധ്വാനസമയം ചെറുതാക്കാൻ പ്രേരിപ്പിച്ചയുടനെതന്നെ, ശരിയായ ഫാക്ടറികളിലെല്ലാം ആ സാധാരണ തൊഴിൽ ദിവസം അടിച്ചേൽപ്പിച്ചു തുടങ്ങിയ ഉടനെതന്നെ, അതിന്റെ അനന്തരഫലമായി തൊഴിൽ ദിവസത്തിന്റെ ദൈർഘ്യം കൂട്ടൽകൊണ്ട് വർധിതമാക്കപ്പെട്ടിരുന്ന മിച്ചമൂല്യത്തിന്റെ ഉൽപ്പാദനം എന്നെന്നേക്കുമായി നിലച്ചയുടനെതന്നെ, മൂലധനം അതിന്റെ സർവശക്തിയുമുപയോഗിച്ച് അത്തരമൊരു നിലവാരത്തിലുള്ള മിച്ചമൂല്യമുൽപ്പാദിപ്പിക്കാനായി ശ്രമിച്ചു; യന്ത്രസാമഗ്രികളിൽ കൂടുതൽ മെച്ചപ്പെടുത്തൽ ധൃതിപിടിച്ചു നടപ്പിലാക്കിക്കൊണ്ടായിരുന്നു അത്.

ഇവിടെ നിന്നങ്ങോട്ട് മിച്ചമൂല്യം വർധിപ്പിക്കുന്നത് ഉൽപ്പന്നങ്ങളെ വില കുറഞ്ഞതാക്കിക്കൊണ്ടും അതുവഴി അധ്വാനശക്തിയുടെ മൂല്യം കുറച്ചുകൊണ്ടും മാത്രമല്ല, മറിച്ച് അതേസമയംതന്നെ അധ്വാനത്തെ തീവ്രതരമാക്കിക്കൊണ്ടുകൂടിയാണ്. അതായത് അധ്വാനശക്തിയുടെ പിരിമുറുക്കം വർധിപ്പിച്ചുകൊണ്ട് അതിലൂടെ അത് ഒരു ചെറിയ സമയംകൊണ്ട്

മുൻകാലത്തൊരു നീണ്ടസമയംകൊണ്ട് നിർവഹിച്ചിരുന്നത്രയോ അതിൽക്കൂടുതലോ അധ്വാനം നിർവഹിക്കണം അങ്ങനെ 10 മണിക്കൂറിൽ കൂടുതൽ തീവ്രമായ തൊഴിൽ സമയം കൊണ്ടിനിയങ്ങോട്ട് 12 മണിക്കൂറിൽ ചെറിയ ചില ഇടവേളകളുള്ള തൊഴിൽ സമയംകൊണ്ട് നിർവഹിച്ചിരുന്നത്ര അധ്വാനം (അഥവാ ചെലവഴിക്കപ്പെട്ട അധ്വാനശക്തി) നിർവഹിക്കപ്പെടണം. അധ്വാനത്തിന്റെ ഉയർന്ന ഉൽപ്പാദനപരതയിലൂടെ ആപേക്ഷികമായ മിച്ചമൂല്യത്തിന്റെ വർധിച്ച ലഭ്യതയെന്നതിൽ നിന്നു വിഭിന്നമായി ഇപ്പോൾ മുതലാളിക്കുവേണ്ടി കുറഞ്ഞ സമയംകൊണ്ട് അതേയളവ് മൂല്യം ഉൽപ്പാദിപ്പിക്കപ്പെടണം. ഉദാഹരണത്തിന് മുമ്പ് നാലു മണിക്കൂർ മിച്ചാധ്വാനംകൊണ്ടും എട്ടുമണിക്കൂർ ആവശ്യമായ അധ്വാനം കൊണ്ടും ഉൽപ്പാദിപ്പിക്കുന്നത്ര മൂല്യം $3\frac{1}{3}$ മണിക്കൂർ മിച്ചാധ്വാനം കൊണ്ടും $6\frac{2}{3}$ മണിക്കൂർ ആവശ്യമായ അധ്വാനംകൊണ്ടും ഇപ്പോൾ ഉൽപ്പാദിപ്പിക്കപ്പെടണം.

നാമിപ്പോൾ പ്രശ്നത്തിലേക്ക് വരുന്നു. എങ്ങനെയാണ് അധ്വാനം തീവ്രതരമാക്കപ്പെടുന്നത്?

തൊഴിൽ ദിവസത്തിന്റെ ദൈർഘ്യം കുറയ്ക്കലിന്റെ ആദ്യഫലം ഉണ്ടാകുന്നത് അധ്വാനശക്തിയുടെ കാര്യക്ഷമത അതിന്റെ വിനിയോഗത്തിന്റെ കാലയളവുമായി വിപരീതാനുപാതത്തിലായിരിക്കുമെന്ന സ്വയം വ്യക്തമായ നിയമത്തിൽനിന്നാണ്. തൊഴിലാളി സമയം കുറച്ചുമാത്രം പ്രവർത്തിക്കുന്തോറും അവന് കൂടുതൽ തീവ്രതയോടെ പ്രവർത്തിക്കാൻ കഴിയും. അങ്ങനെ, നിശ്ചിത പരിധികൾക്കകത്ത്, അധ്വാനത്തിന്റെ ദൈർഘ്യത്തിന്റെ നഷ്ടപ്പെടുന്ന പിരിമുറുക്കം, അധ്വാനശക്തിയുടെ വർധിതമായ പിരിമുറുക്കത്തിലൂടെ ലാഭിക്കപ്പെടുന്നു. തൊഴിലെടുക്കുന്നവൻ ശരിക്കും കൂടുതൽ അധ്വാനശക്തി പ്രയോഗിക്കുന്നുവെന്നത് മുതലാളി അയാൾക്ക് പ്രതിഫലം നൽകുന്ന രീതിയിലൂടെ ഉറപ്പാക്കപ്പെടുന്നു.[1] യന്ത്രം കാര്യമായ പങ്കൊന്നും (അഥവാ ഒരുപങ്കും) വഹിക്കാത്ത മൺപാത്ര വ്യവസായം പോലുള്ളവകളിൽ ഫാക്ടറി നിയമങ്ങളുടെ കൊണ്ടുവരൽ പ്രകടമായവിധം കാട്ടിത്തന്നത് തൊഴിൽദിനത്തിന്റെ വെറും ദൈർഘ്യം കുറയ്ക്കൽ അത്ഭുതകരമായ തോതിൽ കൃത്യത ഏകാതാനത, ക്രമം, തുടർച്ച, അധ്വാനത്തിന്റെ ഊർജസ്വലത എന്നിവയൊക്കെക്കൊണ്ടുവന്നുവെന്നാണ്. പക്ഷേ, ഈ ഫലം സാധാരണഗതിയിലുള്ള ഫാക്ടറികളിലുണ്ടായോ എന്ന കാര്യം സംശയാസ്പദമാണ്. കാരണമവിടെ തൊഴിലെടുക്കുന്നവന് യന്ത്രത്തിന്റെ ഏകതാനമായതും തുടർച്ചയായതുമായ ചലനത്തിന്മേലുള്ള ആശ്രിതത്വം അതിനകംതന്നെ പരമാവധി കൃത്യതയുള്ള അച്ചടക്കം കൊണ്ടുവന്നിരുന്നു. അങ്ങനെ, 1844 ൽ 12 മണിക്കൂറിനു താഴേക്ക് തൊഴിൽ ദിവസത്തിന്റെ ചുരുക്കൽ ചർച്ച ചെയ്യപ്പെട്ടിരുന്നപ്പോൾ എല്ലാ മാസ്റ്റർമാരും ഏകകണ്ഠമായി അഭിപ്രായപ്പെട്ടത് വ്യത്യസ്ത റൂമുകളിൽ തങ്ങളുടെ മേൽനോട്ടക്കാർ നല്ല ശ്രദ്ധ ചെലു

1. പ്രത്യേകിച്ചും പീസ്വർക്കിലൂടെ

ത്തുന്നതുമൂലം തൊഴിലാളികൾ സമയമൊന്നും നഷ്ടപ്പെടുത്തുന്നില്ലെന്നും തൊഴിലാളികളുടെ ഭാഗത്തുനിന്നുള്ള ജാഗ്രതയുടെ പരിധിയോ ശ്രദ്ധയോ വർധിപ്പിക്കാൻ ഒട്ടുംതന്നെ സാധ്യമല്ലെന്നും, അതുകൊണ്ട് യന്ത്രസാമഗ്രികളുടെ വേഗതയും മറ്റു വ്യവസ്ഥകളും മാറ്റമൊന്നുമില്ലാതെ തുടർന്നാൽ നന്നായി നടത്തപ്പെടുന്ന ഒരു ഫാക്ടറിയിൽ തൊഴിലാളികളുടെ വർധിച്ച ശ്രദ്ധയിലൂടെ എന്തെങ്കിലും സുപ്രധാനഫലമുണ്ടാക്കാൻ കഴിയുമെന്നുപ്രതീക്ഷിക്കുന്നത് അസംബന്ധമാണെന്നുമാണ്. ഈ ഉറപ്പിച്ചുപറയൽ പരീക്ഷണങ്ങളിലൂടെ തെറ്റെന്നു തെളിയിക്കപ്പെട്ടു. പ്രെസ്റ്റണിലെ തന്റെ രണ്ടു വലിയ ഫാക്ടറികളിൽ മി. റോബർട്ട് ഗാർഡ്നർ 1844 ഏപ്രിൽ 30 നും അതിനുശേഷവും തൊഴിൽ സമയം 12 മണിക്കൂറിൽനിന്നും 11 മണിക്കൂറായി കുറച്ച് ഒരു വർഷത്തിനടുത്ത കാലത്തെ പ്രവർത്തനത്തിന്റെ ഫലം ഒരേ ചെലവുകൊണ്ട് ഒരേയളവ് ഉൽപ്പന്നങ്ങളുണ്ടാക്കിയെന്നതും ഒട്ടുമൊത്തത്തിൽ തൊഴിലെടുക്കുന്നവർ 11 മണിക്കൂർകൊണ്ട് മുമ്പ് 12 മണിക്കൂർകൊണ്ട് നേടിയ അത്ര കൂലി നേടുകയും ചെയ്തു[1] എന്നതായിരുന്നു. നിരവധി ഫാൻസി ഉൽപ്പന്നങ്ങൾ നെയ്തുണ്ടാക്കിയിരുന്ന വീവിങ് ഡിപ്പാർട്ടുമെന്റിൽ തൊഴിലിന്റെ സാഹചര്യങ്ങളിൽ നേരിയ മാറ്റം പോലും ഉണ്ടായിരുന്നില്ല. അതിന്റെ ഫലമിങ്ങനെയായിരുന്നു:

> 1844 ജനുവരി 20–ാം തീയതി മുതൽ ഏപ്രിൽ 20–ാം തീയതി വരെ ഓരോരുത്തർക്കും 12 മണിക്കൂർ ജോലിക്ക് കിട്ടിയ ആഴ്ചക്കൂലികൾ = 10 ഷില്ലിങ്ങും $\frac{1}{2}$ പെൻസും. 1844 ഏപ്രിൽ 20 മുതൽ ജൂൺ 29 വരെയുള്ള ആഴ്ചയിൽ 11 മണിക്കൂർ തൊഴിൽ ദിവസത്തിലെ ശരാശരി വേതനം = 10 ഷില്ലിങ്ങും $\frac{1}{2}$ പെൻസും. ഇവിടെ മണിക്കൂറൊന്നിന് മുമ്പ് 12 മണിക്കൂറിന്റെ തൊഴിൽ ദിനമായിരുന്നതിനേക്കാൾ കൂടുതൽ ഉൽപ്പാദിപ്പിക്കപ്പെട്ടു. അത് പൂർണമായും ഉണ്ടായത് തൊഴിലെടുക്കുന്നവർ കൂടുതൽ സമയം ലാഭിച്ചതുകൊണ്ടും ശ്രദ്ധ ചെലുത്തിപണിയെടുത്തതുകൊണ്ടുമാണ്. അവർക്ക് ഒരേ കൂലിതന്നെ ലഭിക്കുകയും ഒരു മണിക്കൂർ സമയം ബാക്കി ലഭിക്കുകയും ചെയ്തപ്പോൾ മുതലാളിക്ക് ഒരു മണിക്കൂറിന്റെ കൽക്കരി, ഗ്ലാസ്, മറ്റത്തരമിനങ്ങൾ എന്നിവയുടെയൊക്കെ ചെലവ് ലാഭിക്കാൻ പറ്റി. സമാനമായ പരീക്ഷണങ്ങൾ, സമാനമായ തരം വിജയങ്ങളോടെ, മെസ്സേഴ്സ് ഫോറോക്ക്സ് ആന്റ് ജാക്സന്റെ മില്ലുകളിലും നടപ്പാക്കപ്പെട്ടു (1844 ലെ റിപ്പോർട്ട് പേജ് 21).

മുകളിൽപ്പറഞ്ഞ പരീക്ഷണങ്ങളിൽ ധാർമികഘടകം സുപ്രധാനമായൊരു പങ്കുവഹിച്ചു. തൊഴിലെടുക്കുന്നവർ ഫാക്ടറി ഇൻസ്പെക്ട

1. റിപ്പോർട്ട് ഓഫ് ദ ഇൻസ്പെക്ടർ ഓഫ് ഫാക്റ്ററ് പേജ് 19 പീസ്വർക്കിന്റെ കൂലിയിൽ മാറ്റംവരുത്താത്തതിനാൽ ആഴ്ചയിലെ കൂലി ഉൽപ്പന്നത്തിന്മേലാണാശ്രയിച്ചിരുന്നത്.

റോട് പറഞ്ഞു: ഞങ്ങൾ കൂടുതൽ ആവേശത്തോടെ പണിയെടുത്തു. ഞങ്ങൾക്കെപ്പോഴുമതിന്റെ ഫലങ്ങൾ രാത്രിയിൽ നേരത്തെ പോകാമെന്ന രീതിയിൽ ലഭിക്കുകയും ചെയ്തു. ഇപ്പോൾ മൊത്തം മില്ലിലും സജീവവും സന്തോഷപ്രദവുമായ ഒരു ആവേശമലയടിക്കുന്നു, ഞങ്ങൾക്കിപ്പോൾ വലിയതോതിൽ പരസ്പരം സഹായിക്കാൻ കഴിയും.

തൊഴിൽ സമയത്തിന്റെ ചുരുക്കൽ നിർബന്ധിതമാകുന്നതോടെ, മൂലധനത്തിന്റെ കൈയിൽ ഒരു നിശ്ചിത സമയത്തിനകത്ത് കൂടുതൽ അധ്വാനത്തെ പിഴിഞ്ഞെടുക്കാനായി നിയോഗിക്കപ്പെടുന്ന ഉപാധിയായി യന്ത്രം മാറിത്തീരുന്നു. ഇത് രണ്ടുരീതികളിൽ പ്രാവർത്തികമാക്കി. യന്ത്രത്തിന്റെ വേഗത വർധിപ്പിച്ചുകൊണ്ടും, തൊഴിലെടുക്കുന്നവന് പ്രവർത്തിക്കാൻ കൂടുതൽ യന്ത്രസാമഗ്രികൾ നൽകിക്കൊണ്ടും.

ആവിയന്ത്രത്തിലെ മെച്ചപ്പെടുത്തലുകൾ പിസ്റ്റൻ സ്പീഡ് വർധിപ്പിച്ചു. ശക്തിയുടെ ഉപഭോഗം, കൂടുതൽ കാര്യക്ഷമമാക്കുന്നതിലൂടെ, അതേസമയം തന്നെ, അതേയളവ് കൽക്കരികൊണ്ടോ അല്ലെങ്കിൽ കുറച്ചുമാത്രം കൽക്കരികൊണ്ടോ ഒരേ എഞ്ചിനുപയോഗിച്ച് കൂടുതൽ യന്ത്രസാമഗ്രികൾ പ്രവർത്തിപ്പിക്കുകയെന്നതും സാധ്യമാക്കി. പ്രസരണ സംവിധാനത്തിലെ മെച്ചപ്പെടുത്തലുകൾ ഘർഷണം കുറച്ചു. ഒപ്പംതന്നെ പഴഞ്ചൻ യന്ത്രത്തെ പുതിയവയിൽ നിന്ന് അത്രമാത്രം പ്രകടമായി വേർതിരിക്കുന്ന കാര്യത്തിലൂടെ ഷാഫ്റ്റിങ്ങിന്റെ വ്യാസവും ഭാരവും നിരന്തരം മിനിമത്തിലേക്ക് കുറച്ചുകൊണ്ടുവരികയും ചെയ്തു. ഒടുവിലായി പ്രവർത്തനം നടത്തുന്നയന്ത്രങ്ങളുടെ മെച്ചപ്പെടുത്തലുകൾ അവയുടെ വലുപ്പം കുറച്ചപ്പോൾത്തന്നെ അവയുടെ വേഗതയും കാര്യക്ഷമതയും വർധിപ്പിച്ചു, ആധുനിക പവർ ലൂമിലെന്നപോലെ, അല്ലെങ്കിലവയുടെ ചട്ടക്കൂടിന്റെ വലുപ്പം വർധിപ്പിച്ചുകൊണ്ട്, സ്പിന്നിങ് മ്യൂളുകളിലെന്നപോലെ, അല്ലെങ്കിൽ ഈ പ്രവർത്തിക്കുന്ന ഭാഗങ്ങൾക്ക് വിശദാംശങ്ങളിലെ കാണാനാവാത്ത മാറ്റം വരുത്തലുകളിലൂടെ വേഗത വർധിപ്പിച്ചു. പത്തുവർഷം മുമ്പ് സ്വയം പ്രവർത്തിക്കുന്ന മ്യൂളുകളിലൂടെ സ്പിൻഡിലുകളുടെ വേഗത അഞ്ചിലൊന്നും കണ്ട് വർധിപ്പിച്ച പോലെ (അതായത് 1855 ഓടടുപ്പിച്ച്).

തൊഴിൽസമയത്തിന്റെ 12 മണിക്കൂറായുള്ള ചുരുക്കൽ ഇംഗ്ലണ്ടിൽ 1832 മുതലുണ്ട്. 1836 ൽ ഒരു നിർമാതാവ് (മാനുഫാക്ചറർ) പ്രസ്താവിച്ചു: ഇപ്പോൾ ഫാക്ടറികളിൽ നടക്കുന്ന അധ്വാനം മുമ്പു നടന്നിരുന്നതിനെക്കാൾ വളരെക്കൂടുതലാണ്.... മുപ്പതോ നാൽപ്പതോ വർഷക്കാലം മുമ്പുള്ളതുമായി താരതമ്യപ്പെടുത്തുമ്പോൾ.. യന്ത്രങ്ങൾക്കു നൽകപ്പെട്ടിരിക്കുന്ന വലിയ തോതിൽ വർധിച്ച വേഗതയ്ക്കനുസരിച്ച് വലിയ ശ്രദ്ധയും പ്രവർത്തനങ്ങളുമാവശ്യമാണ്. 1844 ൽ ആഷ്‌ലി പ്രഭു ഹൗസ് ഓഫ് കോമൺസിൽ രേഖാപരമായ തെളിവുകളോടെ താഴെപ്പറയുന്ന പ്രസ്താവന നടത്തി:

നിർമാണ പ്രക്രിയകളിലേർപ്പെട്ടിരിക്കുന്നവർ നിർവഹിക്കുന്ന

അധ്വാനം അത്തരം പ്രവർത്തനങ്ങളുടെ തുടക്കത്തിലുണ്ടായിരുന്നതിന്റെ മൂന്നിരട്ടിയാണ്. സംശയരഹിതമായും യന്ത്രസാമഗ്രികൾ മുൻകാലത്ത് ദശലക്ഷക്കണക്കിനു പേരുടെ അധ്വാനമാവശ്യമാകുമായിരുന്ന കാര്യങ്ങൾ നിർവഹിക്കുന്നുണ്ട്; പക്ഷേ, അത് വിനാശകരമായ രീതിയിൽ അതിന്റെ ഭയം ജനിപ്പിക്കുന്നു ചലനങ്ങളാൽ ഭരിക്കപ്പെടുന്നവരുടെ അധ്വാനത്തെ വർധിപ്പിച്ചിട്ടുണ്ട്. 1825 ൽ 40–ാം നമ്പർ പരുത്തിനൂൽ നൂൽക്കുന്ന രണ്ട് മ്യൂളുകളെ പ്രവർത്തിപ്പിക്കുമ്പോൾ അതിനെ പിന്തുടരുന്നവർ 12 മണിക്കൂർ ജോലി സമയത്തിനുള്ളിൽ 8 മൈലുകൾ നടക്കേണ്ടിവന്നിരുന്നു. 1832 ൽ അതേ രണ്ട് മ്യൂളുകളെ പ്രവർത്തിപ്പിക്കുമ്പോൾ അതിനെ പിന്തുടരുന്നവർ അതേഎണ്ണം പരുത്തിനൂൽ നൂൽക്കുമ്പോൾ 20 മൈലുകളോ അതിൽക്കൂടുതലോ നടക്കേണ്ടിവരുന്നു. 1825 ൽ ഒരു സ്പിന്നർ ദിവസവും ഇവയിലോരോ മ്യൂളുകളിലും 820 എത്തിപ്പിടിക്കൽ നടത്തേണ്ടിവന്നിരുന്നു. മൊത്തത്തിൽ 1640 എണ്ണം. 1832 ൽ ഒരു സ്പിന്നർ ഓരോ മ്യൂളിലും 2200 എണ്ണമായി. മൊത്തത്തിൽ 4800... ചില കേസുകളിൽ ആവശ്യം വന്നിരുന്ന അധ്വാനം അതിലും കൂടുതലായിരുന്നു. 1842 ൽ എനിക്ക് മറ്റൊരു രേഖ അയച്ചുകിട്ടി. അതിൽ പ്രസ്താവിച്ചിരുന്നത് അധ്വാനം വീണ്ടും വർധിച്ചതായാണ്. നടക്കേണ്ടിവരുന്ന ദൂരം വർധിപ്പിച്ചതിലൂടെ മാത്രമല്ല, മറിച്ച് ഉൽപ്പാദിപ്പിക്കപ്പെട്ടിരുന്ന ചരക്കുകളുടെ എണ്ണം ഇരട്ടിപ്പിച്ചതുകൊണ്ടുകൂടി. മുമ്പത്തേതിന്റെ അനുപാതവുമായി താരതമ്യപ്പെടുത്തുമ്പോൾ ആളുകളുടെ എണ്ണം കുറച്ചുകൊണ്ടും, മിക്കപ്പോഴുമിപ്പോൾ താണതരം പഞ്ഞികൊണ്ട് നൂൽനൂൽപ്പ് നടത്തിയതിനാലും... അവ കൊണ്ടു പ്രവർത്തനം നടത്തൽ കൂടുതൽ ദുഷ്കരമാണ്.. കാർഡിങ് റൂമിലും അധ്വാനം വൻതോതിൽ വർധിപ്പിച്ചിട്ടുണ്ട്. മുമ്പ് രണ്ടാൾക്കായി വീതിച്ചു നൽകിയിരുന്ന ജോലിയാണിപ്പോൾ അവിടെ ഒരാൾ ചെയ്യുന്നത്.... നെയ്ത്തുമുറിയിൽ വളരെയേറെപ്പേരവിടെ ജോലി ചെയ്യുന്നുണ്ട്. മുഖ്യമായും സ്ത്രീകളാണ് ജോലിക്കാർ.... കഴിഞ്ഞ പത്തുവർഷത്തിനിടയിൽ അധ്വാനം 10 ശതമാനം കണ്ട് വർധിച്ചിരിക്കുന്നു. യന്ത്രങ്ങളുടെ വേഗത കൂട്ടിക്കൊണ്ടാണത്. 1838 ൽ ആഴ്ചയിൽ നൂൽപ്പ് നടത്തിയിരുന്ന ഹാങ്കുകളുടെ എണ്ണം 18000 ആയിരുന്നു. 1843 ൽ അത് 21000 ആയി. 1839 ൽ പവർ ലൂം വീവിങ്ങിന്റെ പിക്കുകൾ (pick - പിടിക്കൽ) മിനിട്ടിൽ 60 ആയിരുന്നു. 1842 ൽ അത് 140 ആയി; അധ്വാനത്തിന്റെ തോതിൽ വമ്പിച്ച മാറ്റംവരുത്തിക്കൊണ്ട്.

1844 ൽത്തന്നെ 12 മണിക്കൂർ നിയമത്തിനു കീഴിൽ എത്തിച്ചേർന്നിരുന്ന ഈ ഗണ്യമായ അധ്വാനതീവ്രതയുടെ മുന്നിൽ, ഇംഗ്ലീഷ് മാനുഫാക്ചർമാർ ഇനി തുടർന്നങ്ങോട്ട് തീവ്രതവർധിപ്പിക്കുന്ന ദിശയിൽ ഒരു പുരോഗതിയും സാധ്യമല്ലെന്ന രീതിയിൽ നടത്തിയ ആ സമയത്തെ ഉറപ്പിച്ചു പറയലിന് ന്യായീകരണമുണ്ടെന്നു തോന്നിച്ചു. അതുകൊണ്ട് തൊഴിൽ മണിക്കൂറുകളിലിനിയും കുറവുവരുത്തിയാലത് ഉൽപ്പാദനത്തെ ബാധിക്കുമെന്നും തോന്നിച്ചു. പക്ഷേ, നമുക്കിനി 1847 ൽ ഇംഗ്ലീഷ് പരുത്തി,

കമ്പിളി രോമ, സിൽക്ക്, ചണമില്ലുകളിൽ പത്തുണിക്കൂർ നിയമം കൊണ്ടു വന്നതിനെത്തുടർന്നുണ്ടായ കാലഘട്ടത്തിലേക്കു കടക്കാം.

സ്പിൻഡിലുകളുടെ ത്രോസിലുകളിലെ കറക്കങ്ങൾ മിനുട്ടിന് 500 ഉം മ്യൂളുകളിലെ കറക്കങ്ങൾ ആയിരവുമായി വർധിപ്പിച്ചു. അതായത് ത്രോസിൽ സ്പിൻഡിലുകളുടെ സ്പീഡ് 1839 ൽ മിനുട്ടിൽ 4500 എന്നത് ഇപ്പോൾ (1862) 5000 ആയി. മ്യൂൾ സ്പിൻഡിലിന്റേത് 5000ത്തിൽ നിന്ന് ആറായിരവുമായി. പാട്രിക്രോഫ്റ്റിലെ ഒരുവിദഗ്ധ സിവിൽ എഞ്ചിനീയറായ ജെയിംസ് നാസ് മിത്ത് 1852 ൽ ലിയോണാർഡ് ഹോർണർക്കെഴുതിയ കത്തിൽ 1848 നും 1852 നുമിടയിൽ ആവിയന്ത്രത്തിൽ നടത്തിയ മെച്ചപ്പെടുത്തലുകളുടെ സ്വഭാവം വിശദീകരിച്ചു. അദ്ദേഹം പറയുന്നു: ആവിയന്ത്ര സാമഗ്രികളുടെ അതേഭാരത്തിൽ നിന്നിപ്പോൾ ശരാശരി 50 ശതമാനം കൂടി പ്രവൃത്തി ലാഭമുണ്ടാകുന്നുണ്ടെന്ന കാര്യത്തിൽ എനിക്കൊരു വിശ്വാസമുണ്ട്. മിനുട്ടിൽ 220 അടിയെന്ന നിലയിൽ വേഗത നിയന്ത്രിക്കപ്പെട്ടിരുന്ന കാലത്തെ അതേ ആവിയന്ത്രങ്ങളുടെ കാര്യത്തിൽ നിരവധി കേസുകളിൽ 50 കുതിരശക്തിയാണ് പ്രദാനം ചെയ്തിരുന്നതെങ്കിൽ ഇപ്പോൾ 100 കുതിരശക്തിക്കു മേലാണത്.... 100 കുതിരശക്തിയുടെ ആധുനിക ആവിയന്ത്രങ്ങൾ മുൻകാലത്തേതിനേക്കാൾ വളരെ വലിയൊരു വേഗതയോടെ പ്രവർത്തിപ്പിക്കാൻ പറ്റിയവയാണ്. നിർമിക്കലിലെ മെച്ചപ്പെടുത്തലുകളും ബോയിലറുകളുടെ ശേഷിയും നിർമിതിയുമൊക്കെച്ചേർന്നാണ് അത് സാധ്യമാക്കിയത്..... മുൻകാലത്തെപ്പോലെ കുതിരശക്തിയുടെ അനുപാതത്തിൽ അതേ എണ്ണം തൊഴിലാളികളെ നിയമിച്ചിട്ടുണ്ടെങ്കിലും യന്ത്രസാമഗ്രികളുടെ അനുപാതത്തിൽ നോക്കിയാൽ കുറഞ്ഞയെണ്ണം തൊഴിലാളികളെ മാത്രമാണ് നിയമിച്ചിരിക്കുന്നത്. 1856 ലെ റിട്ടേൺ പുറത്തുകൊണ്ടുവന്ന വസ്തുതകൾ ഫാക്ടറി വ്യവസ്ഥ വളരെ വേഗം വർധിപ്പിക്കുന്നതായി തോന്നിക്കുന്നു; മുൻ കാലഘട്ടങ്ങളിലേതുപോലെ അത്രതന്നെ ആളുകളെ കുതിരശക്തിയുടെ അനുപാതത്തിൽ നിയമിക്കുന്നതെന്നതും ബലം ലാഭിക്കുന്നതും മറ്റുമായ രീതികളിലൂടെ ആവിയന്ത്രത്തിന് കൂടുതൽ യന്ത്രങ്ങളെ പ്രവർത്തിപ്പിക്കാൻ കഴിയുന്നുവെന്നതും യന്ത്രങ്ങളുടെ മെച്ചപ്പെടുത്തലുകളിലൂടെ വർധിച്ച അളവിലുള്ള ഒരുപ്രവർത്തനം മിക്കപ്പോഴും നടത്താൻ കഴിയുന്നുവെന്നതും ആ വസ്തുതകൾ പുറത്തുകൊണ്ടുവന്നു. വർധിച്ച അളവിലുള്ള പ്രവർത്തനം മെഷീനറിയുടെ വേഗത വർധിപ്പിക്കുന്നതിലൂടെയും പുതിയ നിർമാണരീതികളിലൂടെയും മറ്റുനിരവധി കാര്യങ്ങളിലൂടെയും കൂടി സാധ്യമാകുന്നുണ്ട് എന്നതും ആ വസ്തുതകൾ പുറത്തു കൊണ്ടുവന്നു.

എല്ലാത്തരം യന്ത്രങ്ങളിലും കൊണ്ടുവരപ്പെട്ട വമ്പിച്ച മെച്ചപ്പെടുത്തലുകൾ അവയുടെ ഉൽപ്പാദനപരമായ ശക്തിയെ വളരെയേറെ വർധിപ്പിച്ചു. ഈ മെച്ചപ്പെടുത്തലുകൾക്കെല്ലാം ആക്കം പകർന്നത് തൊഴിൽ

സമയത്തിൽ വരുത്തിയ കുറവാണെന്നത് നിസ്സംശയമാണ്. യന്ത്രങ്ങളുടെ ഉൽപ്പാദനപരമായ ശക്തിയിലെ വർധനവിനൊപ്പം തൊഴിലാളിയുടെ തീവ്രമായ കഠിനാധ്വാനം കൂടിയായപ്പോഴുണ്ടായ ഫലം കുറച്ച ശേഷമുള്ള തൊഴിൽ ദിനത്തിനുള്ളിൽ (അത് രണ്ടുമണിക്കൂർ അഥവാ, ആറിലൊന്നു കണ്ട് കുറഞ്ഞു) മുമ്പ് നീണ്ട തൊഴിൽ ദിനംകൊണ്ട് ഉൽപ്പാദിപ്പിക്കപ്പെട്ടിരുന്നത്രയെങ്കിലും ഉൽപ്പാദിപ്പിച്ചുവെന്നതാണ്.

1848 മുതൽ 1856 വരെയുള്ള കാലത്ത് 10 മണിക്കൂർ തൊഴിൽ സമയത്തിന്റെ സ്വാധീനത്തിനുകീഴിൽ ഇംഗ്ലീഷ് വ്യവസായത്തിനു എത്ര തന്നെ വമ്പിച്ച പുരോഗതിയുണ്ടായിരുന്നിരിക്കിലും തുടർന്നുള്ള ആറു വർഷക്കാലം (1856 മുതൽ 1862 വരെ) അതിനെയെല്ലാം ബഹുദൂരം മറികടന്നു.

ഉദാഹരണത്തിന് സിൽക്ക് ഫാക്ടറികളിൽ

	സ്പിൻഡിലുകൾ	തറികൾ	പ്രവർത്തിപ്പിക്കുന്നവർ
1856	1093799	9260	56131
1862	1388544	10709	52428

ഈ കണക്ക് കാണിക്കുന്നത്:
സ്പിൻഡിലുകളുടെ എണ്ണത്തിന്റെ വർധനവ് 26.9%
തറികളുടെ എണ്ണത്തിലെ വർധനവ് 15.6%
പ്രവർത്തിപ്പിക്കുന്നവരുടെ എണ്ണത്തിലെ കുറവ് 6.5%
വേർസ്റ്റെഡ് മില്ലുകൾ ഉപയോഗത്തിൽ വരുത്തിയത്:

1850	875830 സ്പിൻഡിലുകൾ
1856	1324549 (വർധനവ് 51.2%)
1862	1289172 (കുറവ് 2.7%)

പക്ഷേ, നാം 1856 ലെ കണക്കുകളിൽനിന്ന് അതിൽ കണക്കാക്കപ്പെടുന്ന സ്പിൻഡിലുകളുടെ ഇരട്ടിപ്പ് ഒഴിവാക്കിയാൽ (പക്ഷേ, 1862 ലേതിൽ അതില്ല) നമുക്ക് കാണാവുന്നത് 1856നുശേഷം സ്പിൻഡിലുകളുടെ എണ്ണം സ്ഥിരമായി നിന്നുവെന്നാണ്. മറുവശത്ത് 1850 നു ശേഷം സ്പിൻഡിലുകളുടെയും തറികളുടെയും സ്പീഡ് നിരവധി കേസുകളിൽ ഇരട്ടിയായി. വോർ സ്റ്റെഡിൽ മില്ലുകൾ നിയമിച്ചത്:

	പവർലൂമുകൾ	പ്രവർത്തിപ്പിക്കുന്നവർ	അതിലുൾപ്പെടുന്ന 14 നു താഴെയുള്ള കുട്ടികൾ
1850	32617	79737	9956
1856	38956	87794	11228
1862	43048	86063	13178

അതുകൊണ്ട് 1862 തറികളുടെയെണ്ണം 1856 നെയപേക്ഷിച്ച് വളരെ കൂടുതലായിരുന്നിട്ടും തൊഴിലിൽ നിയോഗിക്കപ്പെട്ട മൊത്തമാളുകളുടെ എണ്ണം കുറഞ്ഞു. അതേസമയം ചൂഷണം ചെയ്യപ്പെട്ടിരുന്ന കുട്ടികളുടെ എണ്ണം കൂടുകയും ചെയ്തു.

1863 ഏപ്രിൽ 27ന് ഫെറാൻഡ് ഹൗസ് ഓഫ് കോമൺസിൽ പറഞ്ഞു: ചെഷയറിലെയും ലങ്കാഷയറിലെയും 16 ജില്ലകളിലെ പ്രതിനിധികൾ എന്നെയറിയിച്ചത് ഫാക്ടറികളിലെ ജോലി, യന്ത്രസമാഗ്രികളിൽ വന്ന മെച്ചപ്പെടുത്തലുകളുടെ ഫലമായി നിരന്തരം വർധിക്കുകയാണെന്നാണ്. ആ പ്രതിനിധികൾക്കു വേണ്ടിയാണ് ഞാൻ സംസാരിക്കുന്നത്. മുൻകാലത്ത് ഒരാൾ രണ്ട് സഹായികളുടെ സഹായത്തോടെ രണ്ടുതറികൾ ശ്രദ്ധിച്ചിരുന്നെങ്കിൽ, ഇപ്പോൾ സഹായികളാരുമില്ലാതെ അയാൾ ശ്രദ്ധിക്കുന്നത് മൂന്നു തറികളാണ്. ഒരാൾ നാലുതറികൾ ശ്രദ്ധിക്കുന്നതും ഇപ്പോൾ അസാധാരണമല്ലാതായിത്തീർന്നിട്ടുണ്ട്. ലഭ്യമാകുന്ന വസ്തുതകൾ വച്ച് കണക്കുകൂട്ടിനോക്കിയാൽ 12 മണിക്കൂർ ജോലിയെ ഇപ്പോൾ പത്തുമണിക്കൂറിലും കുറഞ്ഞ സമയത്തിലേക്ക് ഞെക്കിഞെരുക്കിയൊതുക്കിയിരിക്കുകയാണ്. അതുകൊണ്ട് ഒരു ഫാക്ടറിയിലെ തൊഴിലാളികളുടെ അധ്വാനം എത്ര വമ്പിച്ചയളവിലാണ് കഴിഞ്ഞ 10 വർഷംകൊണ്ട് വർധിച്ചതെന്ന് സ്വയം വ്യക്തമാണ്.

രണ്ടാധുനിക പവർ ലൂമുകളിൽ (യന്ത്രത്തറി) ഇപ്പോൾ (1867) ഒരു നെയ്ത്തുകാരൻ 60 മണിക്കൂർ ഉള്ള ഒരാഴ്ചയിൽ നിശ്ചിത ഗുണനിലവാരത്തിലും നീളത്തിലും വീതിയിലുമുള്ള 26 പീസുകൾ ഉണ്ടാക്കുന്നു; അതേസമയം പഴയ പവർ ലൂമുകളിൽ അവനത്തരത്തിലുള്ള നാലുപീസുകളിൽ കൂടുതലുണ്ടാക്കാൻ കഴിഞ്ഞിരുന്നില്ല. അത്തരമൊരു പീസ് തുണി നെയ്യുന്നതിനുള്ള ചെലവ് 1850 നു ശേഷം ഇതിനകംതന്നെ 2 ഷില്ലിങ് 9 പെൻസിൽ നിന്ന് $5\frac{1}{2}$ പെൻസിലേക്ക് കുറഞ്ഞിട്ടുണ്ട്.

30 വർഷം മുമ്പ് (1841) മൂന്ന് പീസർമാരുടെ കൂടെ ഒരു സ്പിന്നർ ഒരു ജോഡി മ്യൂളുകൾ ശ്രദ്ധിച്ചിരുന്നു. ഇപ്പോൾ (1871 ൽ) അയാൾ അഞ്ചു പീസർമാരുടെയും 2200 സ്പിൻഡിലുകളുടെയും സഹായത്തോടെ 1841 ലേതിന്റെ ഏഴിരട്ടിയിൽ കുറയാത്തത്ര ഉൽപ്പാദനം നടത്തുന്നു (അലെക്സ് റെഡ് ഗ്രേവ്, ഫാക്ടറി ഇൻസ്പെക്ടർ, ജേർണൽ ഓഫ് ആർട്സ് 5 ജനുവരി 1872).

അതുകൊണ്ട് 1844 ലെയും 1850 ലെയും നിയമങ്ങളുടെ ഫലങ്ങളെക്കുറിച്ച് ഫാക്ടറി ഇൻസ്പെക്ടർമാർ വിരാമമൊന്നുമില്ലാതെയും നീതിയോടെയും പരാമർശങ്ങൾ നടത്തുന്നുണ്ടെങ്കിലും അവരപ്പോഴും സമ്മതിക്കുന്നത് തൊഴിൽസമയത്തിന്റെ ചുരുക്കൽ തൊഴിലാളിയുടെ ആരോഗ്യത്തിന് ഹാനികരമാകുന്നവിധത്തിലും അവന്റെ ശേഷിയെ മറികടക്കുന്ന രീതിയിലുമുള്ള അത്തരമൊരു തീവ്രതയാർന്ന തരത്തിലുള്ള അധ്വാനഭാരത്തെ കൊണ്ടുവന്നിട്ടുണ്ട് എന്നാണ്. ഭൂരിപക്ഷം പരുത്തി, വോർസ്റ്റെഡ്, സിൽക്ക് മില്ലുകളിലും യന്ത്രത്തെ തൃപ്തികരമായവിധം ശ്രദ്ധിക്കാൻ

തൊഴിലാളികളുടെ ഭാഗത്തുനിന്ന് ക്ഷീണിപ്പിക്കുന്ന തരത്തിലുള്ള ഒരു ഉത്തേജിത സ്ഥിതിയാവശ്യമാണ്. യന്ത്രങ്ങളുടെ ചലനം കഴിഞ്ഞ ഏതാനും വർഷങ്ങളിൽ വൻതോതിൽ വർധിപ്പിച്ചിരിക്കുന്നുവെന്നത് എന്റെ നോട്ടത്തിൽ ശ്വാസകോശരോഗങ്ങൾക്കൊണ്ടുള്ള മരണം വളരെയേറെയായിരിക്കുന്നതിന്റെ കാരണങ്ങളിലൊന്നാണ്. അക്കാര്യം ഡോ. ഗ്രീൻ ഹോ ഈ വിഷയത്തിലെ തന്റെ അടുത്തിടെയുള്ള റിപ്പോർട്ടിൽ ചൂണ്ടിക്കാട്ടിയിട്ടുണ്ട്.[1] മൂലധനത്തെ തൊഴിൽ ദിനത്തന്റെ നീളം വർധിപ്പിക്കാൻ പ്രേരിപ്പിച്ച പ്രവണത, ഇപ്പോഴാനീളം കൂട്ടൽ എന്നേക്കുമായി നിരോധിക്കപ്പെട്ടതോടെ, അതിനെ പകരംവെക്കാനായി അധ്വാനത്തിന്റെ ക്രമീകൃതമായ ഒരു തീവ്രത വർധിപ്പിക്കൽ നടത്തിയിരിക്കുന്നുവെന്ന കാര്യത്തിൽ നേരിയ സംശയംപോലുമില്ല. യന്ത്രസാമഗ്രികളുടെ ഓരോ മെച്ചപ്പെടുത്തലിനെയും തൊഴിലാളിയെ പരമാവധി ഊറ്റിപ്പിഴിഞ്ഞ് പരവശനാക്കാനുള്ള പരിപൂർണമായ ഉപാധികളാക്കുന്ന ഈ പ്രവണത അധികം വൈകാതെ ഒരിക്കൽക്കൂടി തൊഴിൽ സമയത്തിന്റെ ചുരുക്കൽ ഒഴിവാക്കാനാവാത്തിടത്തേക്ക് കാര്യങ്ങളെക്കൊണ്ടെത്തിക്കും.

ഡി. തൊഴിലാളിയുടെ ബുദ്ധിയെ മുരടിപ്പിക്കൽ അപകടങ്ങളുടെ വർധന

യന്ത്രങ്ങളില്ലാതെ നിർവഹിക്കപ്പെട്ടുകൊണ്ടിരുന്ന നിർമാണ പ്രവൃത്തികൾ പരിഗണിക്കുമ്പോൾ നാം കണ്ടത് അത് പൂർണമായും അടിസ്ഥാനപ്പെടുത്തിയിരിക്കുന്നത് തൊഴിലാളികളുടെ വ്യക്തിപരമായ ശേഷിയിന്മേലാണെന്നാണ്, അയാൾ തന്റെ ഉപകരണം പ്രയോഗിക്കുന്നതിന്റെ വൈദഗ്ധ്യത്തിന്മേലാണെന്നാണ്. അതിന്റെ ഫലമായി ഒരു ശ്രേണീഘടന ഉയർന്നുവരുന്നു– തൊഴിലാളികൾക്കിടയിൽ നിലനിൽക്കുന്ന അസമത്വങ്ങളുടെ ഫലമായി. നാം തുടർന്നു കണ്ടത് അത്തരം പ്രാകൃതമായ മാനുഫാക്ചറും ആധുനിക വ്യവസായവും തമ്മിലുള്ള വ്യത്യാസം കൃത്യമായും കിടക്കുന്നത് അസംസ്കൃതവസ്തുവിന് ആകൃതി വരുത്തുന്ന ഉപകരണം തൊഴിലാളിയുടെ കൈകളിൽ നിന്ന് പിൻവലിക്കപ്പെടുകയും അത് യന്ത്രത്തിന്റെ കൈയിലേക്ക് കൈമാറുകയും ചെയ്യുന്നുവെന്ന വസ്തുതയിലാണെന്നാണ്. അതുകൊണ്ട്, ഇനിയങ്ങോട്ട് തൊഴിലാളിയല്ല യന്ത്രമാണ് അസംസ്കൃത വസ്തുവിനാകൃതി നൽകുന്നത്. അതേസമയം, തൊഴിലാളി യന്ത്രത്തിന്റ പ്രവർത്തനത്തിന്റെ മേൽനോട്ടം വഹിച്ചാൽ മതി. ഉപകരണത്തിന്റെ കഴിവുകൾ മനുഷ്യാധ്വാനശക്തിയിൽ നിന്ന് വേർപെടുത്താനാകാത്തതായ പരിമിതികളിൽനിന്ന് വിമോചിപ്പിക്കപ്പെടുന്നു. നിർമാണത്തിൽ ഉപകരണത്തിനു പ്രവർത്തിക്കാൻ കഴിയുന്നത് തൊഴിലാളിയതിനെ ഉപയോഗിക്കുമ്പോൾ മാത്രമാണ്, തന്റെ അധ്വാനത്തിലയാൾ പ്രകടിപ്പിക്കുന്ന കരുത്ത്, വൈദഗ്ധ്യം, തീവ്രത എന്നിവയ്ക്ക

1. റിപ്പോർട്ടർ ഓഫ് ദ ഇൻസ്പെക്ടർ ഓഫ് ഫാക്റ്റ് 1861 ഒക്ടോബർ 31 പേജ് 5, 26.

നുസൃതമായിമാത്രവും. ആധുനിക വ്യവസായത്തിൽ, യന്ത്രത്തിന് മേൽനോട്ടം വഹിക്കുകയെന്ന കടമയിൽ ഒരു തൊഴിലാളിക്ക് വളരെയെളുപ്പം മറ്റൊരാളെ പകരം വെക്കാൻ കഴിയും. യന്ത്രത്തിന് തൊഴിലാളി ഉറങ്ങുകയോ ഭക്ഷിക്കുകയോ ചെയ്യുമ്പോൾപോലും പ്രവർത്തിക്കുന്നത് തുടരാനാവും. അതിലൂടെ നിർമാണത്തിലെ തൊഴിൽ വിഭജനം അടിസ്ഥാനപ്പെടുത്തിയിരിക്കുന്ന സാങ്കേതികാടിത്തറ ഒലിച്ചു പോകുന്നു. അങ്ങനെ നിർമാണത്തെ സവിശേഷമാക്കുന്ന വൈദഗ്ധ്യം സിദ്ധിച്ച തൊഴിലാളികളുടെ ശ്രേമീക്രമത്തിന്റെ സ്ഥാനത്ത് കടന്നുവരുന്നത് ഓട്ടോമാറ്റിക് ഫാക്ടറിയിൽ യന്ത്രങ്ങളെ ശ്രദ്ധിക്കുന്നവരാൽ നിർവഹിക്കപ്പെടുന്ന എല്ലാത്തരത്തിലുമുള്ള പ്രവർത്തനത്തെയും ഒരേ നിലവാരത്തിലേക്ക് ചുരുക്കാനും സമീകരിക്കാനുമുള്ള ഒരു പ്രവണതയാണ്, വിശദാംശതൊഴിലാളികളുടെ കൃത്രിമമമായി ഉൽപ്പാദിപ്പിക്കപ്പെട്ട വർഗീകരണങ്ങളുടെ സ്ഥാനത്തേക്ക് കടന്നുവരുന്നത് പ്രായത്തിന്റെയും ലിംഗത്തിന്റെയും സ്വാഭാവിക വ്യത്യാസങ്ങളാണ്.

അപ്പോൾ, സാങ്കേതികമായി സംസാരിച്ചാൽ, പഴയ തൊഴിൽ വിഭജന സമ്പ്രദായത്തെ യന്ത്രങ്ങൾ പുറത്തെറിയുന്നുണ്ടെങ്കിലും നിർമാണത്തിൽനിന്ന് കൈമാറിക്കിട്ടിയ ഒരുപരമ്പരാഗത ശീലമെന്ന നിലയിൽ അത് ഫാക്ടറിയിൽ തങ്ങി നിൽക്കുന്നു. അത് തുടർന്ന് ക്രമീകൃതമായി പുനർവാർത്തെടുക്കപ്പെടുകയും കൂടുതൽ ഗോപ്യമായ ഒരു രീതിയിൽ അധ്വാനശക്തിയെ ചൂഷണം ചെയ്യാനുള്ള ഒരുപാധിയെന്ന നിലയിൽ സ്ഥാപിതമാകുകയും ചെയ്യുന്നു. ഒരേയൊരു ഉപകരണംതന്നെ ജീവിതകാലം മുഴുവൻ കൈകാര്യം ചെയ്യുന്നതിന്റെ വൈദഗ്ധ്യമിപ്പോൾ ഒരേയൊരു യന്ത്രത്തെ ജീവിതകാലം മുഴുവൻ സേവിക്കുന്നതിന്റെ വൈദഗ്ധ്യമായിത്തീരുന്നു. തൊഴിലാളിയെ അവന്റെ കുട്ടിക്കാലം മുതൽ തന്നെ, ഒരു വിശദാംശം– യന്ത്രഭാഗമായി രൂപാന്തരപ്പെടുത്തുകയെന്ന ലക്ഷ്യത്തോടെ യന്ത്രത്തെ തെറ്റായതരത്തിൽ ഉപയോഗിക്കുന്നു. ഈരീതിയിൽ അവന്റെ പ്രത്യുൽപ്പാദനത്തിനുവേണ്ട ചെലവുകൾ ഗണ്യമായി ലഘൂകരിക്കപ്പെടുക മാത്രമല്ല ചെയ്യുന്നത്, മറിച്ചതേ സമയംതന്നെ ഫാക്ടറിയുടെ മേൽ ഒട്ടുമൊത്തത്തിൽ അവനുള്ള നിസ്സഹായമായ ആശ്രിതത്വം (അതിലൂടെ മുതലാളിയുടെ മേലുള്ള ആശ്രിതത്വവും) പൂർണതയുള്ളതാക്കപ്പെടുന്നു. മറ്റെവിടെയുമെന്നപോലെ ഇവിടെയും ഉൽപ്പാദനത്തിന്റെ സാമൂഹ്യപ്രക്രിയയിലെ വികാസം കാരണമുള്ള വർധിച്ച ഉൽപ്പാദനപരതയെയും ആ പ്രക്രിയയുടെ മുതലാളിത്ത ചൂഷണം കാരണമുണ്ടാകുന്ന വർധിച്ച ഉൽപ്പാദനപരതയെയും തമ്മിൽ വേർതിരിച്ചറിയണം.

കൈവേലയിലും നിർമാണത്തിലും തൊഴിലാളി ഉപകരണത്തെ ഉപയോഗിക്കുന്നു, ഫാക്ടറിയിൽ യന്ത്രം അവനെ ഉപയോഗിക്കുന്നു. അവിടെ അധ്വാനോപകരണങ്ങളുടെ ചലനം അവനിൽ നിന്നുറവെടുക്കുന്നു, ഇവിടെ യന്ത്രത്തിന്റെ ചലനത്തെ അവൻ പിന്തുടരകുകയാണു വേണ്ടത്. നിർമാണത്തിൽ തൊഴിലാളികൾ ഒരു ജീവിക്കുന്ന മെക്കാനിസത്തിന്റെ

ഭാഗങ്ങളാണ്. ഫാക്ടറിയിൽ നമുക്കുള്ളത് തൊഴിലാളിയിൽനിന്നു സ്വത ന്ത്രമായ ഒരു ജീവനില്ലാത്ത മെക്കാനിസമാണ്. തൊഴിലാളി അതിന്റെ ജീവിക്കുന്ന വെറും അനുബന്ധം മാത്രമായിത്തീരുന്നു. ഒരേ യാന്ത്രിക പ്രക്രിയയിലൂടെ വീണ്ടുംവീണ്ടും കടന്നുപോകുന്നതിന്റെ അന്തമില്ലാത്ത മടുപ്പും അധ്വാനവും നൽകുന്ന ദയനീയമായ ദിനചര്യ സിസിഫസിന്റെ അധ്വാനം പോലെയാണ്. അധ്വാനത്തിന്റെ ഭാരം, ഒരു കല്ലെന്ന പോലെ, തളർന്നുതേഞ്ഞ തൊഴിലാളിയുടെ മേലെ വീണ്ടുംവീണ്ടും വീണുകൊണ്ടേയിരിക്കുന്നു.[1] അതേസമയംതന്നെ അതേ ഫാക്ടറി ജോലി നാഡീവ്യവസ്ഥയെ പരമാവധി തളർത്തുകയും, മസിലുകളുടെ പലതരത്തിലുള്ള ചലനങ്ങളെ ഒഴിവാക്കുകയും, സ്വാതന്ത്ര്യത്തിന്റെ അവസാനകണികയെക്കൂടി പിടിച്ചെടുക്കുകയും ചെയ്യുന്നു (ശാരീരിക സ്വാതന്ത്ര്യത്തെയും ബുദ്ധിപരമായ പ്രവർത്തനത്തെയും) തൊഴിലിന്റെ ലഘൂകരണം പോലും ഒരുതരം പീഡനമായിത്തീരുന്നു. കാരണം, യന്ത്രം തൊഴിലാളിയുടെ ജോലിയിൽ നിന്നവനെ ഒഴിവാക്കുകയല്ല മറിച്ച്, തൊഴിലിന്റെ എല്ലാ രസങ്ങളും ഇല്ലാതാക്കുകയാണ്. ഉൽപ്പാദനത്തിന്റെ ബുദ്ധിപരമായ ശക്തികളുടെ ശാരീരികാധ്വാനത്തിൽനിന്നുള്ള വേർപെടുത്തലും ആ ശക്തികളെ മൂലധനത്തിന്റെ അധ്വാനത്തിനുമേലുള്ള കരുത്തായുള്ള പരിവർത്തിപ്പിക്കലും യന്ത്രത്തിന്റെ അടിസ്ഥാനത്തിനു മേൽ പടുത്തുയർത്തപ്പെട്ട ആധുനികവ്യവസായത്താൽ പൂർണമാക്കപ്പെടുന്നു. ഓരോ വ്യക്തിയായ അപ്രധാന ഫാക്ടറി തൊഴിലാളികളുടെയും സവിശേഷ വൈദഗ്ധ്യം ശാസ്ത്രത്തിനുമുന്നിൽ അങ്ങേയറ്റം തുച്ഛമായ അളവിലുള്ള ഒന്നായി മറഞ്ഞുപോകുന്നു; ഫാക്ടറി മെക്കാനിസത്തിൽ ഉൾക്കൊണ്ടിട്ടുള്ള അധ്വാനത്തിന്റെ കൂട്ടവും, അതിനൊപ്പം ആ മെക്കാനിസവും ഒരുമിച്ചു ചേർന്ന് മാസ്റ്ററുടെ ശക്തിയെ രൂപപ്പെടുത്തുന്നു. ഈ മാസ്റ്റർ (അയാളുടെ തലച്ചോറിൽ യന്ത്രസാമഗ്രികളും അതിന്മേലുള്ള അയാളുടെ കുത്തകയും വേർപെടുത്താനാകാത്തവിധം ഒന്നിച്ചു ചേർന്നിരിക്കുകയാണ്) അതുകൊണ്ട് ഫാക്ടറി തൊഴിലാളി (Operative - യന്ത്രം പ്രവർത്തിപ്പിക്കുന്നവൻ) ഓരോ തവണ തന്റെ കയ്യിൽപ്പെടുമ്പോഴും അവരോടു പറയുന്നു: അവരുടേത് യഥാർഥത്തിൽ ഒരു താഴ്ന്നതരത്തിലുള്ള വിദഗ്ധാധ്വാനമാണ്. ഇതിലുമെളുപ്പം കൈവരിക്കാൻ പറ്റുന്ന മറ്റൊരു വൈദഗ്ധ്യമില്ല, അല്ലെങ്കിലതിന്റെ ഗുണത്തിന് വേണ്ടവിധം പ്രതിഫലം നൽകപ്പെടുന്ന ഒന്നാണത്, അല്ലെങ്കിൽ അൽപ്പം പരിശീലനത്തോടെ എത്ര വൈദഗ്ധ്യമില്ലാത്തവനും വളരെ വേഗത്തിലും എളുപ്പത്തിലും കൈവരിക്കാവുന്ന ഒന്നാണത്.. മാസ്റ്ററുടെ യന്ത്രമാണ് തൊഴിലാളിയുടെ (ഓപ്പറേറ്റീവിന്റെ) അധ്വാനത്തെക്കാളും വൈദഗ്ധ്യത്തേക്കാളും കൂടുതൽ പ്രധാനപ്പെട്ട ഭാഗം. ഉൽപ്പാദനത്തിന്റേതായ ബിസിനസിൽ യഥാർഥത്തിൽ നിർവഹിക്കുന്നത്, ഓപ്പറേറ്റീവിന്റെ വൈദഗ്ധ്യം ആറുമാസം കൊണ്ട് പഠിപ്പി

---

1. എഫ് എംഗൽസ്, ഇംഗ്ലണ്ടിലെ തൊഴിലാളി വർഗത്തിന്റെ സ്ഥിതി.

ക്കാനും ഒരു സാധാരണതൊഴിലാളിക്ക് പഠിക്കാനും പറ്റുന്നതേയുള്ളൂ.[1]

അധ്വാനോപകരണങ്ങളുടെ ഏകതാനമായ ചലനത്തിനു മുന്നിൽ തൊഴിലെടുക്കുന്നവന്റെ സാങ്കേതിക കീഴ്പ്പെടുത്തലും തൊഴിലെടുക്കുന്നവരുടെ ശരീരത്തിന്റെ സവിശേഷ ഘടനയും (അവരിൽ ഇരു ലിംഗവിഭാഗങ്ങളിൽപ്പെട്ടവരും എല്ലാ പ്രായത്തിൽപ്പെട്ടവരും പെടും) ഒരുതരം പട്ടാളബാരക്ക് അച്ചടക്കത്തിനുദയം നൽകുന്നു. ഫാക്ടറിയിലത് ഒരു പൂർണമായ വ്യവസ്ഥയായി വിപുലമാക്കപ്പെടുകയും അത് നേരത്തേ പറഞ്ഞ മേൽനോട്ടത്തിന്റെ ജോലിയെ പൂർണമായി വികസിപ്പിക്കുകയും ചെയ്യുന്നു. അതിലൂടെ തൊഴിലെടുക്കുന്നവർ ഓപ്പറേറ്റീവുകളും മേൽനോട്ടക്കാരുമായി വിഭജിക്കപ്പെടുന്നു– ഒരു വ്യവസായസേനയിലെ സ്വകാര്യ സൈനികരും സർജന്റുമാരുമായി (ഓട്ടോമാറ്റിക് ഫാക്ടറിയിലെ) പ്രധാന ബുദ്ധിമുട്ട് കിടക്കുന്നത്.... എല്ലാറ്റിനുമപ്പുറം മനുഷ്യജീവികളെക്കൊണ്ട് തൊഴിൽ ചെയ്യുമ്പോഴുള്ള അവരുടെ അതിലേക്കും ഇതിലേക്കുമൊക്കെ കൈയ്യിടുന്ന സ്വഭാവം ഉപേക്ഷിപ്പിക്കുന്നതിലാണ്, സങ്കീർണമായ യന്ത്രവൽക്കരണത്തിന്റെ മാറ്റമില്ലാത്ത കൃത്യതയുമായി അവരെ താദാത്മ്യപ്പെടുത്തുകയെന്നത്. പക്ഷേ, ആ ബുദ്ധിമുട്ടും മറികടക്കപ്പെട്ടു. അടിമകളെ മേച്ചിരുന്നവന്റെ ചാട്ടവാറിന്റെ സ്ഥാനത്ത് മേൽനോട്ടക്കാരന്റെ ബുക്കിലെ പിഴശിക്ഷകൾ കടന്നുവന്നു. എല്ലാ ശിക്ഷകളും ഒടുവിൽ വന്നു ചേരുക ഫൈനുകളിലേക്കും കൂലിയിൽ നിന്നുള്ള വെട്ടിക്കുറക്കലുകളിലേക്കുമാണ്, ഫാക്ടറിയിലെ നിയമം ഉണ്ടാകുന്ന മാസ്റ്റർ കാര്യങ്ങൾ പ്രത്യേകരീതിയിൽ ക്രമീകരിക്കുന്നതു കൊണ്ട് പലപ്പോഴും നിയമം പാലിക്കുന്നതിനേക്കാൾ അയാൾക്കു ലാഭമുണ്ടാക്കുക അതിന്റെ ലംഘനത്തിലൂടെയാണ്. തൊഴിലാളിവർഗത്തെ ബൂർഷ്വാസി വരിഞ്ഞുകെട്ടിയിരിക്കുന്നതായ അടിമച്ചങ്ങല ഫാക്ടറി സമ്പ്രദായത്തേക്കാൾ വ്യക്തമായി മറ്റെവിടെയും അത്രമാത്രം പകൽ വെളിച്ചത്തിൽ കാണാനാവില്ല. അതിനകത്ത് നിയമത്തിലും യാഥാർഥ്യത്തിലും എല്ലാ സ്വാതന്ത്ര്യവും ഒരന്ത്യത്തിലെത്തുന്നു. തൊഴിലാളി അഞ്ചരമണിക്കുതന്നെ ഫാക്ടറിയിൽ ഹാജരായിരിക്കണം. ഏതാനും മിനിട്ടുകൾ അവൻ വൈകിയാൽ, അവൻ ശിക്ഷിക്കപ്പെടുന്നു, പത്തു മിനിട്ട് വൈകി വന്നാൽ പ്രഭാതഭക്ഷണത്തിന്റെ സമയംവരെ അവനെ അകത്തു കയറാനനുവദിക്കുന്നില്ല. അപ്പോൾ ഒരു ദിവസത്തിന്റെ നാലിലൊന്നിന്റെ വേതനം നഷ്ടമാകുന്നു.... ആജ്ഞക്കനുസരിച്ച് മാത്രമേ അവനു തിന്നാനോ കുടിക്കാനോ ഉറങ്ങാനോ പറ്റൂ. ഏകാധിപതിയായ മണിയൊച്ച അവനെ കിടക്കയിൽനിന്നു വിളിച്ചുണർത്തുന്നു. അവൻ മില്ലിൽ എങ്ങനെ പെരുമാറണം? അവിടെ മാസ്റ്ററാണ് കേവലമായ അധികാരി, അയാളാണ് നിയമം നൽകുന്നത്. അയാ

1. മാസ്റ്റർ സ്പിന്നേഴ്സ് ആന്റ് മാനുഫാക്ചറേഴ്സ് ഡിഫൻസ് ഫണ്ട് കമ്മിറ്റിയുടെ റിപ്പോർട്ട് മാഞ്ചസ്റ്റർ 1854 പേജ് 17 നാമിനിയങ്ങോട്ട് കാണാൻ പോകുന്നത് മാസ്റ്റർക്ക് മറ്റൊരുപാട്ടുകൂടി പാടാൻ കഴിയുമെന്ന കാര്യമാണ്. തന്റെ ജീവിക്കുന്ന യന്ത്രത്തെ തനിക്കു നഷ്ടമാകുമെന്ന ഭീഷണിയുയരുമ്പോൾ

ളയാൾക്കിഷ്ടമുള്ള നിയന്ത്രണങ്ങൾ കൊണ്ടുവരുന്നു. തന്റെ അഭീഷ്ടത്തിനനുസരിച്ച് അവയിൽ മാറ്റങ്ങൾ വരുത്തുകയും കൂട്ടിച്ചേർക്കൽ നടത്തുകയും ചെയ്യുന്നു, അവയിലയാൾ ഏറ്റവും കടുത്ത അസംബന്ധങ്ങളും കുത്തിനിറയ്ക്കുന്നു. കോടതികൾ തൊഴിലാളിയോട് പറയുന്നു: നിങ്ങളീ കരാറിൽ സ്വമേധയാ പ്രവേശിച്ചതായതിനാൽ, നിങ്ങളിപ്പോൾ അവ നടപ്പിൽ വരുത്തണം. തങ്ങളുടെ ഒമ്പതാം വയസുമുതൽ മരണം വരെ ഈ തൊഴിലാളികൾ ഈ മാനസിക ശാരീരിക പീഡനങ്ങൾക്കു കീഴിൽ ജീവിക്കാനായി ശപിക്കപ്പെട്ടിരിക്കുന്നു (എഫ് എംഗൽസ് മുമ്പുദ്ധരിച്ച കൃതി).

നാമവിടെ ഫാക്ടറിയിലെ അധ്വാനം നടക്കുന്നതേതു സാഹചര്യത്തിലാണെന്നതിനെപ്പറ്റി ഒന്നു സൂചിപ്പിക്കുക മാത്രമേ ചെയ്യൂ. എല്ലാ അറിയലിന്റേതായ ഇന്ദ്രിയങ്ങൾക്കും കൃത്രിമമായ താപനിലയുയർത്തൽകാരണവും, പൊടിനിറഞ്ഞ അന്തരീക്ഷം നിമിത്തവും ചെകിടടപ്പിക്കുന്ന ശബ്ദം കാരണവും തുല്യ അളവിൽ പരിക്കേൽക്കുന്നു. യന്ത്രങ്ങൾ തിങ്ങിനിറഞ്ഞ മുറിയിൽ ജീവനും അവയവങ്ങൾക്കുമുള്ള ഭീഷണിയെക്കുറിച്ചും പറയേണ്ടകാര്യമേയില്ല. എല്ലാ സീസണുകളിലും വളരെ ക്രമികമായി വ്യവസായയുദ്ധത്തിൽ മരിച്ചവരുടെയും പരിക്കേറ്റവരുടെയും ലിസ്റ്റ് പുറത്തു വരുന്നുണ്ട്. സാമൂഹ്യ ഉൽപ്പാദനോപാധികളിലെ പിശുക്ക് ഫാക്ടറിയിലേതു പോലൊരു ചൂടുകൂടിയ കെട്ടിടത്തിനകത്ത് നിർബന്ധിതമായി അടിച്ചേൽപ്പിക്കപ്പെടുമ്പോളത് തൊഴിലാളികളുടെ ജീവിതത്തിനാവശ്യമായവയുടെ ക്രമബദ്ധമായ കൊള്ളയായി മാറുന്നു. അവന് ജോലി ചെയ്യുമ്പോൾ ആവശ്യമായ സ്ഥലം, പ്രകാശം, വായു ഉൽപ്പാദന പ്രക്രിയയുടെ അപകടകരമായ സംവിധാനങ്ങളിൽനിന്ന് അവനിലെ വ്യക്തിക്കുവേണ്ട സംരക്ഷണം എന്നിവയെല്ലാം കൊള്ളയടിക്കപ്പെടുന്നു. അവന്റെ സുഖത്തിനും ആശ്വാസത്തിനും വേണ്ട സംവിധാനങ്ങളുടെ കൊള്ളയടിയെക്കുറിച്ച് പറയേണ്ടതില്ല.

ഫാക്ടറിനിയമങ്ങൾ അപകടകരങ്ങളായ യന്ത്രങ്ങൾക്കെതിരെ നൽകിയ സംരക്ഷണത്തിന് ഗുണകരമായ ഫലമുണ്ടായി. പക്ഷേ.. ഇന്നേക്കിരുപത് വർഷം മുമ്പില്ലാതിരുന്ന മറ്റപകട ഉറവിടങ്ങളുണ്ട്; പ്രത്യേകിച്ചും യന്ത്രങ്ങളുടെ വർധിച്ച വേഗതയുണ്ടാക്കുന്ന അപകടം. ചക്രങ്ങൾ റോളറുകൾ, സ്പിൻഡിലുകൾ, ഷട്ടിലുകൾ എന്നിവയൊക്കെ ഇപ്പോൾ വിക്ഷേപിക്കപ്പെടുന്നത് വർധിച്ച സ്പീഡിലും വർധിച്ചുകൊണ്ടേയിരിക്കുന്ന സ്പീഡിലുമാണ്, ഒരു പൊട്ടിയ നൂലിഴപിടിച്ചെടുക്കാൻ വിരലുകൾ കൂടുതൽ വേഗതയുള്ളതും വഴക്കമുള്ളതുമായിരിക്കണം. അൽപ്പം സംശയിച്ചുപോയാലോ അശ്രദ്ധവന്നാലോ അവ ബലികഴിക്കപ്പെടുന്നു. ഒട്ടനവധി അപകടങ്ങൾക്കു കാരണമാകുന്നത് തങ്ങളുടെ ജോലി പെട്ടെന്നു ചെയ്തു തീർക്കാൻ തൊഴിലെടുക്കുന്നവർ കാട്ടുന്ന ധൃതിയാണ്. മാനുഫാക്ചറർമാരെ സംബന്ധിച്ച് ഏറ്റവുമുയർന്ന പ്രാധാന്യമുള്ളകാര്യം അവരുടെ യന്ത്രസാമഗ്രികൾ തടസമൊന്നുമില്ലാതെ ചലനത്തിലായിരിക്കണമെന്ന കാര്യം ഓർമവയ്ക്കേണ്ടതുണ്ട്. അതായത്, നൂലുകളും ചരക്കു

കളും ഉൽപ്പാദിപ്പിച്ചുകൊണ്ടിരിക്കണം. ഓരോ മിനിട്ടിന്റെ നിർത്തലും ശക്തിയുടെ മാത്രം നഷ്ടമല്ല മറിച്ച്, ഉൽപ്പാദനത്തിന്റെയും നഷ്ടമാണുണ്ടാക്കുക. അതിനാൽ തൊഴിലെടുക്കുന്നവരോട് മേൽനോട്ടക്കാർ നിർബന്ധിക്കുക (അവർക്ക് വേതനം ലഭിക്കുന്നത് ഉൽപ്പന്നത്തിന്റെ അളവിനനുസരിച്ചാണ്) യന്ത്രത്തെ ചലിപ്പിച്ചുകൊണ്ടേയിരിക്കുകയെന്നാണ്. യന്ത്രം പ്രവർത്തിപ്പിക്കുന്ന തൊഴിലാളികളെ സംബന്ധിച്ചും യന്ത്രങ്ങൾ ചലനത്തിൽ നിലനിർത്തണമെന്നതിന്റെ പ്രാധാന്യം ഒട്ടും കുറവല്ല, കാരണമവർക്കും പീസ് റേറ്റിലോ ഉൽപ്പന്നത്തിന്റെ തൂക്കമനുസരിച്ചോ ആണ് വേതനം കിട്ടുക. അതിന്റെ ഫലമെന്നോണം യന്ത്രങ്ങൾ ചലനത്തിലായിരിക്കുമ്പോൾ അവ വൃത്തിയാക്കരുത് എന്ന കാര്യം മിക്കവാറും ഫാക്ടറികളിലും കർശനമായി നിരോധിച്ചിട്ടുണ്ടെങ്കിലും എല്ലാ ഫാക്ടറികളിലുമല്ലെങ്കിലും ഒട്ടുമിക്ക ഫാക്ടറികളിലും അത് നിരന്തരമായ ശീലമാണ്. അതിനാൽ ഇക്കാരണം കൊണ്ടുമാത്രം കഴിഞ്ഞ ആദ്യമാസക്കാലത്ത് 906 അപകടങ്ങളുണ്ടായി. ഓരോ ദിവസവും വലിയൊരളവിൽ വൃത്തിയാക്കൽ നടക്കാറുണ്ടെങ്കിലും സമ്പൂർണമായ വൃത്തിയാക്കലിനായി മാറ്റിവച്ചിരിക്കുന്ന ദിവസം പൊതുവിൽ ശനിയാഴ്ചയാണ്. പക്ഷേ, അതിൽ വലിയൊരുപങ്കും നടക്കാറുള്ളത് യന്ത്രങ്ങൾ ചലനത്തിലായിരിക്കുമ്പോഴാണ്. വൃത്തിയാക്കലിന് പ്രതിഫലമൊന്നുമില്ലാത്തതുകൊണ്ട് തൊഴിലെടുക്കുന്നവരത് പറ്റാവുന്നത്ര വേഗം ചെയ്ത് ഒഴിവാക്കാനാഗ്രഹിക്കുന്നു. അങ്ങനെ വെള്ളിയാഴ്ചകളിലും, പ്രത്യേകിച്ചും ശനിയാഴ്ചകളിലും നടക്കാറുള്ള അപകടങ്ങളുടെ എണ്ണങ്ങൾ ആഴ്ചയിലെ മറ്റേതു ദിവസത്തെയുമപേക്ഷിച്ച് വളരെയേറെയാണ്. വെള്ളിയാഴ്ചയത് ആഴ്ചയിലെ ആദ്യനാലു ദിവസങ്ങളിലെ ശരാശരിയെക്കാൾ 12 ശതമാനം കൂടുതലാണ്. ശനിയാഴ്ചയത് മറ്റഞ്ചുദിവസ ശരാശരിയെക്കാൾ 25 ശതമാനം കണ്ടും കൂടുതലാണ്. ശനിയാഴ്ചയിലെ തൊഴിൽ $7\frac{1}{2}$ മണിക്കൂറും മറ്റെല്ലാദിവസങ്ങളിലുമത് $10\frac{1}{2}$ മണിക്കൂറുമാണെന്ന് കണക്കാക്കിയാൽ അപകടം 65 ശതമാനം കൂടുതലാണെന്നും കണക്കാക്കാം (ഫാക്ടറി ഇൻസ്പെക്ടറുടെ റിപ്പോർട്ട് 31 ഒക്ടോബർ 1866 പേജ് 9, 15 16, 17).

1855 ഒക്ടോബർ 31 ന്റെ ലിയൊണാർഡ് ഹോർണറുടെ ഔദ്യോഗിക റിപ്പോർട്ടിൽനിന്ന് ഞാനിനി താഴെപറയുന്ന കാര്യങ്ങളുദ്ധരിക്കാം. ചില മില്ലുടമകൾ ചില അപകടങ്ങളെക്കുറിച്ച് മാപ്പർഹിക്കാത്ത വിധത്തിലുള്ള അവഗണനയോടെ സംസാരിക്കുന്നത് ഞാൻ കേൾക്കാനിടയായി; ഉദാഹരണത്തിന് ഒരു കൈവിരൽ നഷ്ടപ്പെടുന്നതെന്തോ ഒരു ആവേശജനകമായ കാര്യമാണെന്ന നിലയിൽ. ഒരു തൊഴിലെടുക്കുന്നയാളിന്റെ ജീവിതവും ഭാവിയും വളരെയേറെ ആശ്രയിച്ചുനിൽക്കുന്നതവന്റെ വിരലുകളിന്മേലാണ്. അത്തരം മാനുഷിക പരിഗണനയില്ലാത്ത പരാമർശങ്ങൾ ഞാൻ കേൾക്കാനിടയായപ്പോൾ, ഞാൻ സാധാരണ ഈ ചോദ്യം അവർക്ക് മുന്നിൽ വച്ചു: നിങ്ങൾക്കൊരു പുതിയ തൊഴിലാളിയെക്കൂടി ആവശ്യം വന്നാൽ അതിനായി രണ്ടുപേർ മുന്നോട്ടുവരികയും രണ്ടുപേരും

മറ്റുകാര്യങ്ങളിലെല്ലാം തുല്യ യോഗ്യതയുള്ളവരുമാണെങ്കിൽ പക്ഷേ, ഒരാൾക്കൊരു തള്ളവിരലോ ചൂണ്ടുവിരലോ ഇല്ലെന്നുണ്ടെങ്കിൽ അവരിലാരെ നിങ്ങൾ തെരഞ്ഞെടുക്കും? ഉത്തരത്തിന്റെ കാര്യത്തിൽ ഒരിക്കലുമൊരു സംശയമുണ്ടായിട്ടില്ല.

എന്തു തന്നെയായാലും എടുത്തുപറയേണ്ട ഒരു കാര്യമാണ് ഫാക്ടറി നിയമങ്ങൾക്ക് ഏറ്റവുമധികം കാലം വിധേയമായിരുന്നിട്ടുള്ള ആ വ്യവസായങ്ങളിൽ, അവയുടെ തൊഴിൽ ദിവസങ്ങൾ നിർബന്ധിതമായി പരിമിതപ്പെടുത്തിയതടക്കമുള്ള നിരവധി നിയന്ത്രണങ്ങൾ വന്നതോടെ നിരവധി തെറ്റായ നടപടികൾ ഇല്ലാതായിയെന്നത്. യന്ത്രസാമഗ്രികളുടെ മെച്ചപ്പെടുത്തൽ ഒരു പരിധിവരെ ആവശ്യപ്പെടുന്നത് കുറേക്കൂടി മെച്ചപ്പെട്ട രീതിയിൽ കെട്ടിടങ്ങൾ നിർമിക്കണമെന്നതാണ്, അത് തൊഴിലെടുക്കുന്നവർക്ക് വലിയ ഒരു നേട്ടമായിട്ടുണ്ട് (ഫാക്ടറി ഇൻസ്പെക്ടറുടെ റിപ്പോർട്ട് ഒക്ടോബർ 31, 1863 പേജ് 109).

ഇ. കൂലിപ്പണിക്കാരുടെ പട്ടിണി

മുതലാളിയും കൂലിപ്പണിക്കാരനും തമ്മിലുള്ള ഏറ്റുമുട്ടൽ മൂലധനത്തിന്റെ തുടക്കം മുതൽ തന്നെയാരംഭിച്ചതാണ്. അത് നിർമാണ കാലഘട്ടത്തിലുടനീളം തുടർന്നുകൊണ്ടേയിരുന്നു. പക്ഷേ, നിർമാണകാലഘട്ട (മാനുഫാക്ടറിങ് പിരീഡ്) ത്തെപ്പറ്റി എഴുതുന്നവരെല്ലാം തൊഴിൽ വിഭജനത്തെ കൈകാര്യം ചെയ്യുന്നത് ഫലത്തിൽ പണിക്കാരുടെ കുറവുണ്ടാക്കിയ ഒരുപാധിയെന്ന നിലയിലാണ്, അല്ലാതെ തൊഴിലിൽ യാഥാർഥ്യത്തിലുണ്ടായിരുന്നവരെ പുറത്താക്കാനുള്ള ഒരുപാധിയെന്ന നിലയ്ക്കല്ല. പഴയതരം സ്പിന്നിങ് വീൽ ഉപയോഗിച്ചാൽ ഇംഗ്ലണ്ടിൽ സ്പിന്നിങ്ങിന് 100 ദശലക്ഷംപേരാവശ്യം വരുമായിരുന്നെങ്കിൽ ഇപ്പോൾ മ്യൂളുകളുപയോഗിച്ചത് നെയ്യുന്നത് 500000 പേരാണ്. ഇതിനർഥം ഒരിക്കലുമില്ലാതിരുന്ന ആ ദശലക്ഷങ്ങളുടെ സ്ഥാനം മ്യൂളുകൾ കൈയടക്കിയെന്നല്ല. മറുവശത്ത്, ഇംഗ്ലണ്ടിൽ 80000 നെയ്ത്തുകാരെ പവർലൂം തെരുവിലെറിഞ്ഞുവെന്നു നാം പറയുകയാണെങ്കിൽ അതുകൊണ്ടർഥമാക്കുന്നത് യന്ത്രത്തറികൾ കാരണം പുറത്തെറിയപ്പെട്ടവരോ അല്ലെങ്കിലത് പകരംവച്ചതോ ആയ ആ യഥാർഥത്തിൽ നിലവിലുള്ള ആളുകളെക്കുറിച്ചാണ്. മാനുഫാക്ചറിങ് കാലഘട്ടത്തിൽ കൈവേല രീതിയിലുള്ള അധ്വാനമായിരുന്നു (അത് തൊഴിൽവിഭജനം കൊണ്ട് മാറ്റംവരുത്തപ്പെട്ടതായിരുന്നെങ്കിലും) അപ്പോഴും അടിത്തറയായിരുന്നത്. മധ്യകാലഘട്ടത്തിൽനിന്ന് കൈമാറിക്കിട്ടിയ താരതമ്യേന ചെറിയ സംഖ്യ വരുന്ന നഗരങ്ങളിലെ തൊഴിലാളികളെക്കൊണ്ട് കോളനികളിലെ വിപണികളുടെ ആവശ്യങ്ങൾ തൃപ്തിപ്പെടുത്താനാകുമായിരുന്നില്ല. ശരിയായ നിർമാണം ഗ്രാമീണ ജനതക്ക് ഉൽപ്പാദനത്തിന്റെ പുതിയ മണ്ഡലങ്ങൾ തുറന്നുകൊടുത്തു. അവർ ഫ്യൂഡൽ വ്യവസ്ഥയുടെ തകർച്ചയാൽ ഭൂമിയിൽ നിന്നുപുറന്തള്ളപ്പെട്ടിരുന്നു. അക്കാലത്ത്, അതുകൊണ്ട് തൊഴിൽ വിഭ

ജനവും വർക്ഷോപ്പുകളിലെ സഹകരണവും നല്ലതാണെന്ന നിലയിലാണ് വീക്ഷിക്കപ്പെട്ടത്. അവർ തൊഴിലെടുക്കുന്നവരെ കൂടുതൽ ഉൽപ്പാദനക്ഷമതയുള്ളവരാക്കുമെന്നനിലയിൽ. അധ്വാനോപകരണങ്ങൾ, ഒരു യന്ത്രത്തിന്റെ രൂപമത് സ്വീകരിക്കുന്നതോടെ തൊഴിലാളിയുടെ തന്നെ ഒരു മത്സരക്കാരനായി ഉടനടിതന്നെ മാറുന്നു. യന്ത്രമുപയോഗിച്ചുള്ള മൂലധനത്തിന്റെ സ്വയംവികസനം അപ്പോൾ മുതൽ ആ യന്ത്രസാമഗ്രികൾകൊണ്ട് തങ്ങളുടെ ജീവനോപാധികൾ നശിപ്പിക്കപ്പെട്ട തൊഴിലെടുക്കുന്നവരുടെ സംഖ്യയുമായി നേരനുപാതത്തിലായിത്തീർന്നു. ഉപകരണത്തിന്റെ കൈകാര്യം ചെയ്യൽ യന്ത്രത്തിന്റെ ജോലിയാകുന്നതോടെ, തുടർന്ന്, അധ്വാനശക്തിയുടെ ഉപയോഗ മൂല്യത്തോടൊപ്പം അവന്റെ വിനിമയമൂല്യവുംകൂടി അപ്രത്യക്ഷമാകുന്നു; തൊഴിലാളി വിൽക്കപ്പെടാൻ കഴിയാത്ത ഒന്നാകുന്നു, പണത്തിന്റെ ഉപയോഗത്തിൽനിന്നു പുറന്തള്ളപ്പെട്ട കടലാസു പണമായിത്തീരുന്നു. യന്ത്രങ്ങളാൽ അധികപ്പറ്റായിത്തീർന്ന തൊഴിലാളിവർഗത്തിന്റെ ഭാഗം– മൂലധനത്തിന്റെ സ്വയം–വികസനത്തിന് ഉടനടി തന്നെയവരാവശ്യമാണ്– ഒന്നുകിൽ പഴയതരം നിർമാണവും യന്ത്രങ്ങൾകൊണ്ടുള്ള മാനുഫാക്ചററും തമ്മിലുള്ള അസമമായ മത്സരത്തിൽ പാടേ തകരുന്നു, അല്ലെങ്കിൽ തൊഴിൽവിപണിയിൽ എളുപ്പത്തിൽ ജോലി ലഭിക്കാൻ സാധ്യതയുള്ള വ്യവസായശാഖകളിൽ തിങ്ങിക്കൂടുന്നു; അങ്ങനെ അധ്വാന ശക്തിയുടെ വിലയെ അതിന്റെ മൂല്യത്തിൽനിന്ന് താഴ്ത്തുകയും ചെയ്യുന്നു. ഒരു വലിയ ആശ്വാസം പകരലെന്ന നിലയിൽ തൊഴിലാളി ബഹുജനങ്ങളെ ഉപദേശിക്കുന്നത്, ആദ്യം, അവരുടെ സഹനങ്ങൾ താൽക്കാലികമാത്രമാണെന്നും രണ്ടാമതായി ഒരു നിശ്ചിത ഉൽപ്പാദനത്തുറയിൽ മൊത്തത്തിൽ യന്ത്രങ്ങൾ യജമാനത്വം കൈവരിക്കുന്നത് ഡിഗ്രികളിൽ മാത്രമാണെന്നും അതുകൊണ്ട് അതിന്റെ വിനാശകരമായ ഫലങ്ങൾ ചുരുങ്ങിയതായിരിക്കുമെന്നുമാണ്. ആദ്യത്തെ ആശ്വസിപ്പിക്കൽ രണ്ടാമത്തേതിനെ നിർവീര്യമാക്കുന്നു. യന്ത്രസാമഗ്രികൾ വ്യവസായത്തെ ഡ്രിഗ്രികളിൽ കൈയ്യടക്കുമ്പോൾ, അതുമായി മത്സരിക്കേണ്ടിവരുന്ന ഓപ്പറേറ്റീവുകൾക്കിടയിൽ അത് കടുത്ത ദുരിതമാണുണ്ടാക്കുന്നത്. പരിണാമം പെട്ടെന്നാകുമ്പോൾ ഫലം അതിതീവ്രമാകുന്നു. വളരെയധികം ജനവിഭാഗങ്ങൾക്കതനുഭവപ്പെടുകയും ചെയ്യുന്നു. ഇംഗ്ലീഷ് കൈത്തറിനെയ്ത്തുകാരുടെ ക്രമേണയുള്ള ഇല്ലാതാക്കലിനേക്കാൾ കടുത്ത ഒരു ദുരന്തത്തെയും ചരിത്രം വരച്ചുകാട്ടിയിട്ടില്ല. അത് നിരവധി ദശകങ്ങളിൽ വ്യാപിച്ചുനിന്നു. ഒടുവിലത് ആയിരത്തി എണ്ണൂറ്റി മുപ്പത്തി എട്ടോടെ പാടെ അവസാനിക്കുകയും ചെയ്തു. അവരിൽ നിരവധിപേർ പട്ടിണികൊണ്ടുമരിച്ചു. ഒട്ടനവധി കുടംബങ്ങൾ ഒരു ദീർഘകാലഘട്ടത്തിൽ ഒരു ദിവസം $2\frac{1}{2}$ പെൻസ് എന്ന വരുമാനംകൊണ്ട് മൃഗതുല്യമായി കഴിഞ്ഞുകൂടിപ്പോയി. മറുവശത്ത് ഇംഗ്ലീഷ് കോട്ടൻ മെഷീനറി ഇന്ത്യയിൽ അതിതീവ്രമായ ഒരു ഫലമുണ്ടാക്കി. ഗവർണർ ജനറൽ റിപ്പോർട്ട് ചെയ്തു: വാണിജ്യത്തിന്റെ ചരിത്രത്തിൽ മറ്റെവിടെയും

സമാന്തരങ്ങളില്ലാത്ത ഒരുദുരിതമാണിത്. പരുത്തിത്തുണിനെയ്ത്തുകാരുടെ അസ്ഥികൾകൊണ്ട് ഇന്ത്യൻ സമതലങ്ങൾ വെള്ളനിറമാർജിച്ചിരിക്കുകയാണ്.

പക്ഷേ, ആധുനികവ്യവസായത്തിൽപ്പോലും യന്ത്രങ്ങളുടെ നിരന്തരമായ മെച്ചപ്പെടുത്തൽ സദൃശമായ ഒരു ഫലമുണ്ടാക്കിയിരിക്കുകയാണ്. മെച്ചപ്പെടുത്തപ്പെട്ട യന്ത്രത്തിന്റെ ലക്ഷ്യം "കായികാധ്വാനത്തെ ചുരുക്കുക"യാണ്.[1] ഇന്നേവരെ കൈകൊണ്ട് പ്രവർത്തിപ്പിച്ചിരുന്ന കാര്യങ്ങൾക്ക് യന്ത്രത്തിന്റെ ശക്തി ഉപയോഗിച്ചുതുടങ്ങുന്നതു ദൈനം ദിന സംഭവമാണ്.. യന്ത്രങ്ങളിലെ ചെറിയ മെച്ചപ്പെടുത്തലുകളുടെ ലക്ഷ്യം അധ്വാനം ലാഭിക്കലും, കൂടുതൽ നല്ല ഉൽപ്പാദനമുണ്ടാക്കലും ഒരേ സമയം കൂടുതൽ ഉൽപ്പന്നങ്ങളുൽപ്പാദിപ്പിക്കലുമാണ്. അതല്ലെങ്കിൽ ഒരു കുട്ടിയുടെയോ സ്ത്രീയുടെയോ പുരുഷന്റെയോ സ്ഥാനം വഹിക്കുക അതിന് നിരന്തരം നടക്കുന്നുണ്ട്, ചിലപ്പോഴൊന്നും അത് പ്രത്യക്ഷത്തിലത്ര വലിയ ഒരു ചലനമല്ലെങ്കിലും അതിനു ചില സുപ്രധാന തോതിലുള്ള ഫലങ്ങളുണ്ട്.[2] എവിടെയൊക്കെ പ്രവർത്തനത്തിന് പ്രത്യേകവഴക്കവും കൈകളുടെ സ്ഥിരതയും ആവശ്യമായിട്ടുണ്ടോ, അവിടെയെല്ലാം ചാതുര്യമുള്ള തൊഴിലാളിയിൽനിന്ന് (അയാൾ പലതരത്തിലുള്ള കൃത്യതയില്ലായ്മകൾക്ക് വശംവദനാണ്) പരമാവധി വേഗത്തിൽ ആ പ്രവർത്തനമെടുത്തു മാറ്റി പ്രത്യേകതരം മെക്കാനിസങ്ങളേർപ്പെടുത്തുന്നു, അതത്രകണ്ട് സ്വയം ക്രമീകരിക്കുന്നതാകയാൽ, ഒരു കുട്ടിക്കുപോലും അതിന്റെ മേൽനോട്ടം വഹിക്കാം. 1860 ൽ ഇംഗ്ലീഷ് പരുത്തിവ്യവസായം അതിന്റെ പരമോന്നതാവസ്ഥയിലെത്തിയ കാലത്ത്– അമേരിക്കൻ ആഭ്യന്തര യുദ്ധത്തിന്റെ ഉത്തേജനത്തിനുകീഴിൽ വരാൻ പോകുന്ന മൂന്നുവർഷക്കാലയളവിൽ, യന്ത്രസാമഗ്രികളുടെ മെച്ചപ്പെടുത്തലുകൾ ഇത്രകണ്ട് കുതിച്ചുകയറുമെന്നും അതിനനുസൃതമായി ഇത്രയേറെ തൊഴിലെടുക്കുന്നവരെ അത് പുറന്തള്ളുമെന്നും ആരാണ് സ്വപ്നം കണ്ടിട്ടുണ്ടാവുക? ഈ കാര്യം വിശദമാക്കാൻ ഫാക്ടറി ഇൻസ്പെക്ടർമാരുടെ റിപ്പോർട്ടുകളിൽ നിന്നുള്ള ഏതാനും ഉദാഹരണങ്ങൾ മതിയാകും. ഒരു മാഞ്ചസ്റ്റർ മാനുഫാക്ചറർ പറയുന്നു: "ഞങ്ങൾക്ക് മുമ്പ് 75 കാർഡിംഗ് യന്ത്രങ്ങളുണ്ടായിരുന്നു. ഇപ്പോൾ ഉള്ളത് 12 എണ്ണമാണ്. മുമ്പ് ചെയ്ത അതേയളവ് ജോലിതന്നെ ഇപ്പോഴും നടക്കുന്നു. അവയുടെ നിലവാരം മെച്ചപ്പെട്ടില്ലെന്നു വന്നാൽത്തന്നെ തുല്യ അളവിലെങ്കിലുമുണ്ട്.... ഞങ്ങൾ ആഴ്ചയിൽ കൂലിയുടെ കാര്യത്തിൽ പത്തു പവൻ ലാഭിക്കുന്നു. ഞങ്ങൾക്ക് പഞ്ഞിയുടെ പാഴാക്കലിന്റെ കാര്യത്തിൽ ഉപഭോഗിക്കപ്പെടുന്നതിന്റെ പത്തുശതമാനം ലാഭിക്കാനും കഴിയുന്നുണ്ട്. എനിക്കു കിട്ടിയ വിവരമനസുരിച്ച് സ്പീഡ് വർധിപ്പിച്ചുകൊണ്ടും ചില സ്വയം പ്രവർത്തിക്കുന്ന സംവിധാനങ്ങൾ സ്വീകരിച്ചുകൊണ്ടും തൊഴിലാളികളുടെ എണ്ണ

1. ഫാക്ടറി ഇൻസ്പെക്ടറുടെ റിപ്പോർട്ട് 31 ഒക്ടോബർ 1858 പേജ് 43.
2. ഫാക്ടറി ഇസസ്പെക്ടറുടെ റിപ്പോർട്ട് 1856 പേജ് 15

ത്തിൽ കാര്യമായൊരു കുറവ് മാഞ്ചെസ്റ്ററിലെ ഒരു ഒന്നാന്തരം സ്പിന്നിങ് മില്ലിൽ വരുത്താനായിട്ടുണ്ട്. ഒരു ഡിപ്പാർട്ട്മെന്റിൽ നാലിലൊന്നു പേരെയും മറ്റൊന്നിൽ പകുതിയിലധികം പേരെയും കുറയ്ക്കാൻ പറ്റി. രണ്ടാം കാർഡിങ്ങിനു (Carding–പഞ്ഞിയോ കമ്പിളിരോമമോ വൃത്തിയാക്കൽ) പകരം കോമ്പിങ് മെഷീൻ കൊണ്ടുവന്നതോടെ കാർഡിങ് റൂമിൽ മുമ്പ് നിയമിച്ചിരുന്ന ഒട്ടേറെപ്പേരെ കുറയ്ക്കാനായി. മറ്റൊരു സ്പിന്നിങ് മില്ലിന് തൊഴിലെടുക്കുന്നവരുടെ എണ്ണത്തിൽ 10–% കണ്ട് കുറവ് വരുത്താനായി.” മാഞ്ചസ്റ്ററിലെ സ്പിന്നർമാരായ മെസ്സേഴ്സ് ഗിൽമോർ പറയുന്നു: “ഞങ്ങളുടെ ബ്ലോവിങ് റൂം ഡിപ്പാർട്ട്മെന്റിൽ പുതിയ യന്ത്രസാമഗ്രികൾ കൊണ്ടുവന്നതോടെ ആളുകളുടെ എണ്ണത്തിലും കൂലിയിലും തികച്ചും മൂന്നിലൊന്നുതന്നെ കുറവുവരുത്താനായി.... മറ്റുരണ്ടു ഡിപ്പാർട്ടുമെന്റുകളിലും ആളുകളുടെ എണ്ണത്തിലും ചെലവിലും മൂന്നിലൊന്നു കുറയ്ക്കാനായി. സ്പിന്നിങ് റൂമിലും ഏറെക്കുറെ മൂന്നിലൊന്ന് ചെലവ് കുറയ്ക്കാനായിട്ടുണ്ട്. പക്ഷേ, ഇതുമാത്രമല്ല കാര്യം ഞങ്ങളുടെ നൂൽ മാനുഫാക്ചറർമാരുടെ കൈയിലെത്തുമ്പോൾ, ഞങ്ങളുടെ യന്ത്രത്തിന്റെ പ്രവർത്തനം കാരണം അത്ര നല്ല നിലവാരം പുലർത്തുന്നതിനാൽ അവർക്ക് കൂടുതലളവ് തുണിയുണ്ടാക്കാനാവും എന്നു മാത്രമല്ല പഴയ യന്ത്ര സാമഗ്രികളിൽനിന്നുള്ള നൂലുപയോഗിക്കുന്നതിനേക്കാൾ വിലക്കുറവിലും തുണിയുൽപ്പാദിപ്പിക്കാം.

താഴെ കൊടുത്തിരിക്കുന്നപട്ടിക അമേരിക്കൻ ആഭ്യന്തരയുദ്ധം കാരണം ഇംഗ്ലീഷ് പരുത്തി വ്യവസായത്തിലുണ്ടായ മെച്ചപ്പെടുത്തലുകളുടെ മൊത്തം ഫലത്തെക്കാണിക്കുന്നു.

	ഫാക്ടറികൾ	പവർലൂമുകൾ	സ്പിൻവിലുകൾ	തൊഴിലാളികൾ
1858	2210	298847	28010217	379213
1861	2887	299992	30387494	351569
1868	2549	279329	32000014	301064

അങ്ങനെ, 1861 നും 1868 നുമിടയിൽ 338 കോട്ടൻ ഫാക്ടറികൾ അപ്രത്യക്ഷമായി. മറ്റുവാക്കുകളിൽപ്പറഞ്ഞാൽ കൂടുതൽ ഉൽപ്പാദനപരതയുള്ള യന്ത്രസാമഗ്രികൾ കൂടുതൽ വിപുലമായ ഒരു നിലവാരത്തിൽ ഒരു കുറഞ്ഞയെണ്ണം മുതലാളിമാരുടെ കൈകളിൽ കേന്ദ്രീകൃതമായി. പവർലൂമുകളുടെ എണ്ണം 20663 കണ്ട് കുറഞ്ഞു. പക്ഷേ, അവയുടെ ഉൽപ്പന്നം അതേ കാലഘട്ടത്തിൽ വർധിച്ചതുകൊണ്ട് ഒരു മെച്ചപ്പെട്ട (തറി) പഴയതിനെക്കാൾ കൂടുതൽ ഉൽപ്പാദനം നൽകിയിരിക്കണം. ഒടുവിലായി സ്പിൻഡിലുകളുടെ എണ്ണം 1612541 കണ്ട് വർധിച്ചത് തൊഴിലെടുക്കുന്നവരുടെ എണ്ണം 50505 കണ്ട് കുറഞ്ഞപ്പോഴാണ്. കോട്ടൻ പ്രതിസന്ധി തൊഴിലാളികളുടെ മേൽ അടിച്ചേൽപ്പിച്ച താൽക്കാലിക ദുരിതം വർധിക്കുകയും, യന്ത്രങ്ങളുടെ നിരന്തരവും വേഗത്തിലുള്ളതുമായ പുരോഗതി കാരണമത് താൽക്കാലികമെന്നിടത്തുനിന്ന് സ്ഥിരസ്വഭാവമാർജി

ക്കുകയും ചെയ്തു.

യന്ത്രം തൊഴിലാളിയെ തോൽപ്പിക്കുന്ന ഒരു മത്സരക്കാരനായി പ്രവർത്തിക്കുക മാത്രമല്ല ചെയ്യുന്നത്, മറിച്ച് അവനെ അധികപ്പറ്റാക്കുകയുമാണ്. തൊഴിലാളി പണിമുടക്കുകളെ മൂലധനത്തിന്റെ സ്വേച്ഛാധിപത്യത്തിനെതിരെ ഇടയ്ക്കിടെ നടക്കുന്ന കലാപങ്ങളെ– അടിച്ചമർത്തുന്നതിനുള്ള ഏറ്റവും ശക്തിയുള്ള ആയുധമാണത്. ഗാസ്കെലിന്റെ അഭിപ്രായത്തിൽ ആവി എഞ്ചിൻ അതിന്റെ തുടക്കംമുതൽതന്നെ മനുഷ്യശക്തിയുടെ ഒരെതിരാളിയായിരുന്നു; പുതുതായി രൂപംകൊണ്ട ഫാക്ടറി സമ്പ്രദായത്തെ ഒരു പ്രതിസന്ധികൊണ്ട് ഭീഷണിപ്പെടുത്തിയ തൊഴിലാളികളുടെ വർധിച്ചുവന്നിരുന്ന അവകാശവാദങ്ങളെ ചവിട്ടടിയിലാക്കിഞെരിച്ചുതകർക്കാൻ മുതലാളിക്ക് കഴിവു നൽകിയ എതിരാളി.[1] 1830 നുശേഷം തൊഴിലാളിവർഗത്തിന്റെ കലാപങ്ങൾക്കെതിരെ മൂലധനത്തിന് ആയുധങ്ങൾ പ്രദാനം ചെയ്യുകയെന്ന ഏകലക്ഷ്യവുമായി ഉണ്ടാക്കപ്പെടുന്ന കണ്ടുപിടുത്തങ്ങളുടെ ഒരു ചരിത്രംതന്നെ എഴുതുക സാധ്യമാണ്. 1851 ലെ എഞ്ചിനീയർമാരുടെ നീണ്ടുനിന്നതും വ്യാപകവുമായ പണിമുടക്കത്തിന്റെ അനന്തരഫലമായി താൻ യന്ത്രസാമഗ്രികളിൽ കൊണ്ടുവന്ന മെച്ചപ്പെടുത്തലിനെ സംബന്ധിച്ച് സ്റ്റീംഹാമർ കണ്ടുപിടിച്ചയാളായ നാസ്മിത്ത് ട്രേഡ് യൂണിയൻ കമീഷനുമുന്നിൽ താഴെപ്പറയുന്ന തെളിവു നൽകി. നമ്മുടെ ആധുനിക മെക്കാനിക്കൽ ഇംപ്രൂവ്മെന്റുകളുടെ (മെച്ചപ്പെടുത്തലുകളുടെ)സവിശേഷ സ്വഭാവം സ്വയം പ്രവർത്തിക്കുന്ന ടൂൾ മെഷീനറിയുടെ കൊണ്ടുവരലാണ്. ഇപ്പോൾ ഏതൊരു മെക്കാനിക്കൽ തൊഴിലാളിയും ചെയ്യണ്ടത്– അത് ഒരു കുട്ടിക്കുപോലും ചെയ്യാനാകും– സ്വയംപ്രവർത്തിക്കുകയെന്നതല്ല മറിച്ച്, യന്ത്രത്തിന്റെ മനോഹരമായ പ്രവർത്തനത്തിന് മേൽനോട്ടം വഹിക്കലാണ്. തങ്ങളുടെ വൈദഗ്ധ്യത്തിന്മേൽ മാത്രം ആശ്രയിച്ചിരുന്ന ഒരു മൊത്തം നിര തൊഴിലാളികൾ ഇപ്പോൾ ഒഴിവാക്കപ്പെട്ടു. മുമ്പു ഞാൻ ഓരോ മെക്കാനിക്കിനും നാല് ആൺകുട്ടികളെ വീതം നിയമിച്ചിരുന്നു. ഈ പുതിയ മെക്കാനിക്കൽ കോമ്പിനേഷനുകൾ കാരണം മുതിർന്നവരായ ജോലിക്കാരായ 15000 പേരെ 750 പേരായി ചുരുക്കാൻ എനിക്കായി. അതിന്റെ ഫലം എന്റെ ലാഭത്തിൽ നല്ല വർധനവായിരുന്നു.

ഒരു മൊത്തം നിര രാഷ്ട്രീയ സമ്പദ് ശാസ്ത്രജ്ഞരും വാദിക്കുന്നത് യന്ത്രങ്ങൾ തൊഴിലാളികളെ ഒഴിവാക്കുന്നതിനൊപ്പംതന്നെ അനിവാര്യമായും ഒരളവ് മൂലധനവും സ്വതന്ത്രമാക്കുമെന്നും അത് അതേയളവ് തൊഴിലാളികളെ നിയമിക്കാൻ മാത്രം മതിയാകുമെന്നുമാണ്.

ഒരു മുതലാളി ഒരു പരവതാനി ഫാക്ടറിയിൽ 100 തൊഴിലാളികളെ ഒരു വർഷം 30 പവൻ ശമ്പളത്തിൽ നിയമിക്കുന്നുവെന്നു സങ്കൽപ്പിക്കുക. അസ്ഥിരമൂലധനമായ 'സി' അഥവാ ഒരുവർഷത്തെ കൂലിക്കായി വേണ്ടി

---

1. ഗാസ്കെൽ, മാനുഫാക്ചറിങ് പോപ്പുലേഷൻ ഓഫ് ഇംഗ്ലണ്ട് ലണ്ടൻ, 1833.

വരുന്നത് = 3000 പവൻ. അയാൾ 50 പേരെ ഒഴിവാക്കുന്നുവെന്നും 15000 പവൻ വിലയുള്ള ഒരു യന്ത്രം അതിന്റെ സ്ഥാനത്ത് കൊണ്ടുവരുന്നുവെന്നും സങ്കൽപ്പിക്കുക. കാര്യങ്ങളെ ലളിതമാക്കാൻ നാം കെട്ടിടം, കൽക്കരി തുടങ്ങിയവയുടെയൊന്നും കണക്കെടുക്കുന്നില്ല. ആ മാറ്റത്തിനു മുമ്പും അതിനുശേഷവും 3000 പവനാണ് അസംസ്കൃതവസ്തുക്കൾക്ക് ചെലവായതെന്നും കരുതുക. ഇവിടെ എന്തെങ്കിലും മൂലധനം ഈ രൂപപരിണാമം മൂലം സ്വതന്ത്രമായോ? മുമ്പ് 6000 പവനെന്ന മൊത്തം തുകയിൽ 3000 സ്ഥിരമൂലധനത്തിനും 3000 അസ്ഥിരമൂലധനത്തിനും ചെലവായി. മാറ്റത്തിനുശേഷം 4500 പവൻ സ്ഥിരമൂലധനത്തിനും (3000 പവൻ അസംസ്കൃതവസ്തുക്കൾക്കും 1500 പവൻ യന്ത്രങ്ങൾക്കും) 1500 പവൻ അസ്ഥിരമൂലധനത്തിനും. അസ്ഥിരമൂലധനം (ജീവനുള്ള അധ്വാനശക്തിയായി മാറ്റപ്പെടുന്നത്) പകുതിയായിരുന്നിടത്തുനിന്ന് മൂലധനത്തിന്റെ നാലിലൊന്നായി മാറി. സ്വതന്ത്രമാക്കപ്പെടുന്നതിനു പകരം, മൂലധനത്തിന്റെ ഒരു ഭാഗമിവിടെ അധ്വാനശക്തിക്കെതിരെ കൈമാറ്റപ്പെടുന്നത് നിലയ്ക്കുന്ന ഒരു രീതിയിൽ കെട്ടിയിടപ്പെട്ടു. അസ്ഥിരമായത് സ്ഥിരമായതിലേക്ക് മാറ്റപ്പെട്ടു. മറ്റെല്ലാകാര്യങ്ങളും മാറ്റമില്ലാത്ത വിധത്തിൽ തുടർന്നാൽ 6000 പവന്റെ ഒരു മൂലധനത്തിനിപ്പോൾ 50 പേരിലധികം പേരെ നിയമിക്കാൻ കഴിയില്ല. യന്ത്രസാമഗ്രികളിലെ ഓരോ മെച്ചപ്പെടുത്തലുകളോടെയും അത് നിയമിക്കുന്നത് കുറച്ചുപേരെ മാത്രമായിത്തീരുന്നു.

പക്ഷേ, പുതിയതായി കൊണ്ടുവന്ന യന്ത്രങ്ങൾ അവയാൽ പുറന്തള്ളപ്പെട്ട അധ്വാനത്തിന്റെയും സംവിധാനങ്ങളുടെയും ചെലവിനേക്കാൾ കുറച്ചുമാത്രം ചെലവുള്ളതാണെന്നു കരുതുക. അപ്പോഴെന്തു സംഭവിക്കുന്നു? അതിന് 1500 പവനു പകരം 1000 പവൻ മാത്രമേ ചെലവു വന്നുള്ളൂവെന്ന് നമുക്കനുമാനിക്കാം. മുമ്പ് കൂലി നൽകിയിരുന്ന 3000 പവനിൽ 1500 പവൻ തുടർന്നും ആ ആവശ്യത്തിനുപയോഗിക്കുന്നു. ആയിരം യന്ത്രങ്ങൾ വാങ്ങാനുപയോഗിച്ചു. ഫലത്തിൽ 500 പവൻ സ്വതന്ത്രമായി അപ്പോഴും ഏറ്റവും മികച്ച നിലയിൽ ആ തുകക്ക് അമ്പതിനുപകരം 16 പേരെ മാത്രമെ നിയമിക്കാൻ പറ്റൂ. യഥാർഥത്തിൽ അതിലും കുറച്ചുമാത്രമേ പറ്റൂ. കാരണം, ഈ തുകയിൽ ഒരുഭാഗം തൊഴിലാളികളെ നിയമിക്കാനായി നിയോഗിച്ചാൽ മറ്റൊരു ഭാഗം ഉപകരണങ്ങൾക്കായും അസംസ്കൃതവസ്തുക്കൾക്കായും വിനിയോഗിക്കേണ്ടിവരും.

പക്ഷേ, പുതിയ യന്ത്രത്തിന്റെ നിർമാണത്തിന് കൂടുതൽ മെക്കാനിക്കുകളെ നിയോഗിക്കേണ്ടി വരുന്നുവെന്നുകൂടി സങ്കൽപ്പിച്ചാലും, അത് പരവതാനി നിർമാണത്തൊഴിലാളികളെ തെരുവിലെറിയുന്നതിനു പകരമാകുമോ? ഏറ്റവും ഉയർന്നതോതിൽ കണക്കാക്കിയാലും യന്ത്രത്തിന്റെ നിർമാണം അത് പുറത്തെറിയുന്നതിനുമെത്രയോ കുറച്ചുപേർക്കു മാത്രമേ തൊഴിൽ നൽകൂ. പുറത്താക്കപ്പെടുന്ന പരവതാനിത്തൊഴിലാളിയുടെ കൂലിയെ മുമ്പ് പ്രതിനിധീകരിക്കുന്ന 1500 പവൻ ഇപ്പോൾ യന്ത്ര

ത്തിന്റെ ആകൃതിയിൽ പ്രതിനിധീകരിക്കപ്പെടുന്നത് താഴെകൊടുക്കുന്ന രീതിയിലാണ്: (1) ആ യന്ത്രത്തിന്റെ നിർമിതിയിൽ ഉപയോഗിക്കപ്പെട്ട ഉൽപ്പാദനോപാധികളുടെ മൂല്യം (2) അതിന്റെ നിർമിതിക്കായി നിയോഗിക്കപ്പെട്ട മെക്കാനിക്കുകളുടെ കൂലികൾ (3) അവരുടെ യജമാനന്മാരുടെ പങ്കായിപ്പോകുന്ന മിച്ചമൂല്യം. അങ്ങനെ 1500 പവനിൽ ഒരു ചെറിയ ഭാഗമേ കൂലിക്കായി മാറ്റിവയ്ക്കപ്പെട്ടിട്ടുള്ളൂ. അതിനുമപ്പുറം യന്ത്രം തേഞ്ഞുതീരുന്നതുവരെ പുതുക്കേണ്ടതില്ല. അങ്ങനെ വരുമ്പോൾ വർധിച്ച അളവിലുള്ള മെക്കാനിക്കുകളെ നിരന്തരം തൊഴിലുള്ളവരായി നിലനിർത്തണമെങ്കിൽ ഒരുപരവതാനി നിർമാതാവിനു പിന്നാലെ മറ്റൊരാളെന്ന നിലയിൽ യന്ത്രംകൊണ്ട് തൊഴിലാളികളെ പകരംവയ്ക്കേണ്ടതുണ്ട്.

ഒരു വസ്തുതയെന്ന നിലയിൽ, ഈ മാപ്പുസാക്ഷികൾ ഇത്തരത്തിലുള്ള മൂലധനത്തിന്റെ സ്വതന്ത്രമാക്കൽ അർഥമാക്കുന്നില്ല. അവർക്കവരുടെ മനസിലുള്ളത് വിമോചിതരാകുന്ന തൊഴിലാളികളുടെ ജീവനോപാധികളാണ്. മുകളിൽപ്പറഞ്ഞ ഉദാഹരണത്തിൽ യന്ത്രം 50 പേരെ വിമോചിപ്പിക്കുകയും, മറിച്ച്, അവരുടെ ഉപഭോഗത്തിൽ നിന്നത് 1500 പവൻ പിൻവലിക്കുകയും അങ്ങനെ 1500 പവൻ മൂല്യത്തിന്റെ ജീവനോപാധികളെ സ്വതന്ത്രമാക്കുകയുംകൂടി ചെയ്യുന്നുവെന്ന കാര്യം നിഷേധിക്കാനാവില്ല. ഒരിക്കലും പുതിയതേയല്ലാത്തതും ലളിതമായ സത്യമായിട്ടുള്ളതുമായ കാര്യമാണ് യന്ത്രസാമഗ്രികൾ തൊഴിലാളികളെ അവരുടെ ജീവനോപാധികളിൽനിന്ന് വേർപെടുത്തുന്നുവെന്നത്. പക്ഷേയതിന് സമാനമായ സാമ്പത്തിക വാക്പ്രയോഗശൈലി തൊഴിലാളികൾക്കു വേണ്ടിയുള്ള ജീവനോപാധികളെ യന്ത്രസാമഗ്രികൾ സ്വതന്ത്രമാക്കുന്നുവെന്ന് അഥവാ ആ ഉപാധികളെ അവന്റെ തൊഴിലിനുവേണ്ട മൂലധനമായി പരവർത്തിപ്പിക്കുന്നുവെന്ന് ആയിമാറുന്നു. ഇവിടെ പ്രശ്നം കാര്യത്തിന്റെ പ്രകാശനരീതിയുടേതാണ്. അതാണ് കാര്യമായ സംഗതി.

ഈ സിദ്ധാന്തം അർഥമാക്കുന്നത് 1500 പവൻ വിലയുള്ള ജീവനോപാധികൾ പിരിച്ചയക്കപ്പെട്ട 50 പേരുടെ അധ്വാനത്താൽ വികസിപ്പിക്കപ്പെട്ട മൂലധനമായിരുന്നുവെന്നാണ്. അതിന്റെ അനന്തരഫലമായി അവരുടെ നിർബന്ധിത അവധികളാരംഭിക്കുന്നതോടെ ഈ മൂലധനം തൊഴിലിൽ നിന്നു പുറത്തുപോകുകയും അതൊരു പുതിയ നിക്ഷേപത്തെ കണ്ടെത്തുന്നതുവരെ ഒരിക്കലും വിശ്രമിക്കാതിരിക്കുകയും ആ പുതിയ നിക്ഷേപത്തിലതിനെ ഉൽപ്പാദനപരമായി വീണ്ടും ഉപയോഗിക്കാൻ ഇതേ അമ്പതു പേർക്കുകഴിയുകയും ചെയ്യും. അതായത്, ഉടനെ തന്നെയോ പിന്നീടോ മൂലധനവും തൊഴിലാളികളും വീണ്ടും കണ്ടുമുട്ടും; കണ്ടുമുട്ടേണ്ടി വരും. അപ്പോൾ നഷ്ടപരിഹാരം പൂർണമാകും. യന്ത്രസാമഗ്രികൾ പുറന്തള്ളിയ തൊഴിലാളികളുടെ ദുരിതങ്ങളതുകൊണ്ട് ഈ ലോകത്തിലെ സമ്പത്തുകളെപ്പോലെ കടന്നുപോകുന്ന ഒന്നാണ്.

പുറന്തള്ളപ്പെട്ട തൊഴിലാളികളുമായി ബന്ധപ്പെട്ട് 1500 പവൻ വില

യുള്ള ജീവനോപാധികൾ ഒരിക്കലും മൂലധനമായിരുന്നില്ല. അവരെ മൂല ധനമെന്ന നിലയിൽ യഥാർഥത്തിൽ അഭിമുഖീകരിച്ചത് 1500 പവനെന്ന തുകയായിരുന്നു, പിന്നീട് യന്ത്രത്തിലേക്ക് നീക്കിവെക്കപ്പെട്ടത്. കുറച്ചു കൂടി സൂക്ഷ്മമായി നോക്കിയാൽ ഈ തുക പ്രതിനിധീകരിക്കുന്നത് പുറ ന്തള്ളപ്പെട്ട അമ്പതു തൊഴിലാളികൾ ഒരു വർഷം ഉൽപ്പാദിപ്പിച്ച പരവ താനികളുടെ ഭാഗത്തെയാണ്. സാധനസാമഗ്രികൾക്കുപകരം പണമെന്ന രീതിയിൽ തങ്ങളുടെ തൊഴിൽദാതാവിൽനിന്ന് കൂലിയായി തങ്ങൾക്കു കിട്ടിയ ഭാഗമാണത്. പണരൂപത്തിലുള്ള പരവതാനികൾകൊണ്ടവർ 1500 പവൻ മൂല്യമുള്ള ജീവനോപാധികൾ വാങ്ങിച്ചു. അതുകൊണ്ട് അവ അവരെ സംബന്ധിച്ചർഥമാക്കുന്നത് മൂലധനമല്ല മറിച്ച്, ചരക്കുകളാണ്. ഈചരക്കുകളെ സംബന്ധിച്ചിടത്തോളമവർ കൂലിപ്പണിക്കാരല്ല; മറിച്ച്, വാങ്ങൽകാരാണ്. യന്ത്രസാമഗ്രികളാൽ അവർ അവരുടെ വാങ്ങലിന്റെ ഉപാധികളിൽനിന്ന് സ്വതന്ത്രരാക്കപ്പെട്ടുവെന്ന സാഹചര്യം അവരെ വാങ്ങ ലുകാരെന്നതിൽനിന്ന് വാങ്ങാത്തവർ എന്നതിലേക്ക് മാറ്റുന്നു. അങ്ങനെ വരുമ്പോൾ ആ ചരക്കുകളുടെ ഡിമാന്റ് കുറയുന്നു. ഈ ഡിമാൻഡിന്റെ കുറയൽ മറ്റേതെങ്കിലും ഭാഗത്തുനിന്നുള്ള ഡിമാന്റിന്റെ വർധനവിനാൽ പരിഹരിക്കപ്പെട്ടില്ലെങ്കിൽ, ചരക്കുകളുടെ വിപണിവില ഇടിയുന്നു. കാര്യ ങ്ങളുടെ ഈ കിടപ്പ് കുറച്ചുകാലം നിലനിന്നാൽ അല്ലെങ്കിൽ വിപുലമാ യാൽ ഈ ചരക്കുകളുടെ ഉൽപ്പാദനത്തിലെ ഒരുപരിമിതപ്പെടുത്തൽ അതിനെ പിന്തുടർന്നുവരുന്നു. ആവശ്യമായ ജീവനോപാധികളുടെ ഉൽപ്പാദനത്തിനായി മുമ്പ് നീക്കിവയ്ക്കപ്പെട്ടിരുന്ന കുറച്ചു മൂലധനം മറ്റൊരു രൂപത്തിൽ പുനരുൽപ്പാദിപ്പിക്കപ്പെടേണ്ടതായിത്തീരുന്നു. അങ്ങനെ ആവശ്യമായ ജീവനോപാധികളുടെ ഉൽപ്പാദനത്തിൽ നിയോ ഗിക്കപ്പെട്ടിരുന്ന തൊഴിലാളികൾ അവരുടെ മുറക്ക് അവരുടെ കൂലിയുടെ ഒരു ഭാഗത്തിൽനിന്ന് സ്വതന്ത്രമാക്കപ്പെടുന്നു. ഫലം യന്ത്രസാമഗ്രികൾ തൊഴിലാളികളെ തെരുവിലെറിയുന്നത്, അത് കൊണ്ടുവരപ്പെടുന്ന ആ വ്യവസായശാഖയിൽ മാത്രമല്ല മറിച്ച്, അത് കൊണ്ടുവരപ്പെടാത്തതായ മറ്റുശാഖകളിൽക്കൂടിയാണ് എന്നതാണ്.

യഥാർഥ വസ്തുക്കൾ ഇനിപ്പറയുന്നതു പോലെയാണ്: വർക്ക്ഷോ പ്പിൽനിന്ന് യന്ത്രസാമഗ്രികളാൽ പുറത്താക്കപ്പെടുന്ന തൊഴിലാളികൾ തൊഴിൽ വിപണിയിലേക്കെടുത്തെറിയപ്പെടുന്നു. മുതലാളികൾക്ക് ലഭ്യ മാക്കാവുന്ന തൊഴിലാളി ജനസംഖ്യയിലേക്ക് അവരും കൂടിച്ചേരുന്നു. ഈ പുസ്തകത്തിന്റെ മറ്റൊരധ്യായത്തിൽ നാം കണ്ടതുപോലെ യന്ത്ര സാമഗ്രികളുടെ ഈ ഫലം തൊഴിലാളികൾക്കു ലഭിക്കുന്ന ഒരു പ്രതി ഫലമായി അവതരിപ്പിക്കപ്പെടുന്നത് നേരെമറിച്ച്, ഏറ്റവും ഭയജനകമായ ഒരു പീഡനമാണെന്ന് നാം കാണും. തൽക്കാലം ഞാനിത്രമാത്രം പറയും: ഏതെങ്കിലുമൊരു വ്യവസായശാഖയിൽനിന്നു പുറത്തെറിയപ്പെ ടുന്ന തൊഴിലാളിക്ക് നിസ്സംശയമായും മറ്റേതെങ്കിലുമൊരു വ്യവസായ ശാഖയിൽ തൊഴിൽ തേടാം. അവരത് കണ്ടെത്തിയാൽ അങ്ങനെയവരും

ജീവനോപാധികളും തമ്മിലുള്ള ബന്ധം പുനഃസ്ഥാപിച്ചാൽ അതു സാധ്യമാകുന്നത് നിക്ഷേപം തേടുന്ന ഒരു പുതിയ മൂലധനത്തിന്റെ ഇടനിലയിലൂടെയാണ്. ഒരുതരത്തിലും മുമ്പവരെ നിയമിച്ചതും പിന്നീട് യന്ത്രസാമഗ്രികളായി പരിവർത്തിപ്പിക്കപ്പെട്ടതുമായ മൂലധനത്തിന്റെ ഇടനിലയിലൂടെയല്ല. ഇനിയഥവാ അവർക്ക് തൊഴിൽ കണ്ടെത്താനായാലും എന്തൊരുതരം ദയനീയമായ തൊഴിലന്വേഷണമാണവരുടേത്. തൊഴിൽ വിഭജനംകൊണ്ട് കഴിവുകെട്ടവരായ നിലയിൽ ഈ പാവം ചെകുത്താന്മാർക്ക് അവരുടെ പഴയ തൊഴിൽത്തുറക്ക് പുറത്ത് കാര്യമായ ഒരു വിലയുമില്ല. അവർക്കൊരു വ്യവസായത്തിലും നിയമനം നേടിയെടുക്കാനാവില്ല (നിലവാരം കുറഞ്ഞ ഏതാനും വ്യവസായങ്ങളിലൊഴികെ). അത്തരം വ്യവസായങ്ങളിലാകട്ടെ കുറഞ്ഞ പ്രതിഫലം മാത്രം ലഭിക്കുന്ന തൊഴിലാളികൾ ആവശ്യത്തിലധികം സപ്ലൈ ചെയ്യപ്പെടുന്നുണ്ടുതാനും. കൂടാതെ, ഓരോ വ്യവസായശാഖയും ഓരോ വർഷവും പുതിയ ആളുകളുടെ ഒരു ഒഴുക്കിനെ ആകർഷിക്കുന്നുണ്ട്, അവരാണ് ഒഴിവുകൾ നികത്തുന്നതിനുവേണ്ട കരുതൽ സേനയെ നൽകുന്നത്, അതുപോലെ വിപുലനത്തിനുവേണ്ടിവരുന്ന ആളുകളെ പ്രദാനം ചെയ്യുന്നതും, ഒരു നിശ്ചിതവ്യവസായ ശാഖയിൽ തൊഴിൽ ചെയ്തിരുന്ന ഒരു വിഭാഗം തൊഴിലാളികളെ യന്ത്രസാമഗ്രികൾ സ്വതന്ത്രരാക്കുന്നതോടെ ഈ റിസർവ് തൊഴിലാളികൾ പുതിയ തൊഴിലിന്റെ ചാനലുകളിലേക്ക് വഴിതിരിച്ചുവിടപ്പെടുകയും മറ്റു ബ്രാഞ്ചുകളിൽ ആഗിരണം ചെയ്യപ്പെടുകയും ചെയ്യുന്നു. അതിനർഥം തുടക്കത്തിൽ ഇരകളാക്കപ്പെട്ടവർ, ഈ പരിണാമത്തിന്റെ കാലയളവിൽ ഏറെയും പട്ടിണികിടക്കുകയും നശിക്കുകയും ചെയ്യുന്നുവെന്നതാണ്.

അതേ യന്ത്രം സ്വയംതന്നെ തൊഴിലാളികളെ അവന്റെ ജീവനോപാധികളിൽനിന്നു സ്വതന്ത്രമാക്കുന്നതിനുത്തരവാദികളല്ലെന്നത് ഒരുസംശയരഹിതമായ സത്യമാണ്. അത് കടന്നെത്തുന്ന ആ ശാഖയിൽ അത് ഉൽപ്പാദനത്തിന്റെ ചെലവ് കുറയ്ക്കുകയും ഉൽപ്പാദനം വർധിപ്പിക്കുകയും ചെയ്യുന്നു. ആരംഭത്തിലത് മറ്റുശാഖകളിൽ ഉൽപ്പാദിപ്പിക്കപ്പെടുന്ന ജീവനോപാധികളിൽ മാറ്റമൊന്നുംവരുത്തുന്നില്ല. അതുകൊണ്ട് അതിന്റെ ഉൽപ്പാദനത്തിനുശേഷം സമൂഹത്തിന്റെ കൈയിൽ തൊഴിലിൽനിന്ന് പുറത്താക്കപ്പെട്ടവർക്കായി മുമ്പുള്ളതിനേക്കാൾ അധികമല്ലെങ്കിൽ അത്രയെങ്കിലും ജീവനോപാധികളുണ്ട്. തൊഴിലാളികളല്ലാത്തവർ വാർഷികോൽപ്പാദനത്തിന്റെ വമ്പിച്ചൊരളവ് പങ്ക് പാഴാക്കിക്കളഞ്ഞതിനെ മാറ്റിനിർത്തിക്കൊണ്ടുമാണത്. ഈ പോയിന്റിന്മേലാണ് നമ്മുടെ മാപ്പുസാക്ഷികൾ ആശ്രയിക്കുന്നത്. യന്ത്രസാമഗ്രികളുടെ മുതലാളിത്തപരമായ പ്രയോഗത്തിൽ കൊണ്ടുവരലിൽനിന്ന് വേർപെടുത്താനാവാത്ത വൈരുധ്യങ്ങളും ശത്രുതകളും നിലനിൽക്കുന്നില്ലെന്നും അവ ഉയർന്നുവരുന്നത് സ്വയംതന്നെ യന്ത്രസാമഗ്രികളിൽ നിന്നല്ലെന്നും മറിച്ച് അതിന്റെ മുതലാളിത്തം പ്രയോഗത്തിൽ വരുത്തലിൽ നിന്നാണെന്നുമവർ പറയുന്നു.

യന്ത്രത്തിനെമാത്രം പരിഗണിക്കുമ്പോൾ അത് അധ്വാനസമയം ലഘൂകരിക്കുകയാണെങ്കിൽ മൂലധനത്താൽ പ്രയോഗത്തിൽ വരുത്തപ്പെടുമ്പോൾ അധ്വാനത്തിന്റെ തീവ്രത വർധിപ്പിക്കുകയാണെന്നതിനാലും അത് അതിൽത്തന്നെ പ്രകൃതിശക്തികൾക്കുമേൽ മനുഷ്യന്റെ ഒരു വിജയമാണ്. എന്നാൽ മൂലധനത്തിന്റെ കൈകളിൽമാത്രമാണത് മനുഷ്യനെ പ്രകൃതി ശക്തികളുടെ അടിമയാക്കുന്നത് എന്നതിനാലും അത് ഉൽപ്പാദകരുടെ സമ്പത്തിനെ വർധിപ്പിക്കുകയാണ്. എന്നാൽ മൂലദനത്തിന്റെ കൈകളിലാണത് അവരെ പാപ്പരാക്കുന്നത് എന്നതിനാലും– ഇക്കാരണങ്ങൾ കൊണ്ടൊക്കെ കൂടുതലൊന്നുമാലോചിക്കാതെ ബൂർഷ്വാ സാമ്പത്തികശാസ്ത്രജ്ഞൻ പറയുന്നത് നാം യന്ത്രത്തെ അതിൽത്തന്നെപരിഗണിച്ചാൽ ഈ എല്ലാ വൈരുധ്യങ്ങളും വെറുമൊരു സാദൃശ്യം മാത്രമാണെന്നത് പട്ടാപ്പകൽപോലെ വ്യക്തമാണെന്നാണ്. ഒരു വസ്തുതയെന്ന നിലയിലാവൈരുധ്യങ്ങൾ യഥാർഥത്തിലുള്ളവയോ സൈദ്ധാന്തികാടിത്തറയുള്ളതോ അല്ല. അങ്ങനെയയാൾ കൂടുതൽ തല പുണ്ണാക്കുന്നതിൽ നിന്ന് രക്ഷപ്പെടുന്നു. അതിനുമപ്പുറത്തേക്കുകടന്ന് തന്റെ എതിരാളി യന്ത്രസാമഗ്രികളെത്തന്നെ എതിർക്കാൻ മാത്രം വിഡ്ഢിയാണെന്ന് പരോക്ഷമായി പ്രഖ്യാപിക്കുകയും ചെയ്യുന്നു.

നിസ്സംശയമായും അയാൾ യന്ത്രത്തിന്റെ മുതലാളിത്ത ഉപയോഗത്തിൽ നിന്ന് താൽക്കാലികമായ അസൗകര്യങ്ങൾ ഉണ്ടാകുമെന്ന കാര്യം നിഷേധിക്കുന്നതിൽനിന്ന് ഏറെയകലെയാണ്. പക്ഷേ, എവിടെയാണ് അതിന് വിരുദ്ധമായ ഒരു സ്ഥിതി? മൂലധനം പ്രയോഗത്തിൽകൊണ്ടുവരുന്നതല്ലാത്ത യന്ത്രസാമഗ്രികളുടെ മറ്റേതൊരു ഉപയോഗത്തിൽ കൊണ്ടുവരലും അയാളെ സംബന്ധിച്ച് ഒരു അസാധ്യതയാണ്. അതുകൊണ്ട് തൊഴിലാളികളുടെമേൽ യന്ത്രത്താലുള്ള ചൂഷണവും തൊഴിലാളി യന്ത്രത്തെ ചൂഷണം ചെയ്യുന്നതും അയാളെ സംബന്ധിച്ച് സമാനമാണ്. അതുകൊണ്ട് യന്ത്രത്തിന്റെ മുതലാളിത്തപരമായ പ്രയോഗത്തിൽ വരുത്തലിലുള്ള കാര്യങ്ങളുടെ കിടപ്പിനെ തുറന്നുകാട്ടുന്ന ആരും, അയാളെ സംബന്ധിച്ച്, യന്ത്രത്തെ ഏതുരീതിയിലും ഉപയോഗപ്പെടുത്തുന്നതിനെതിരാണ്, സാമൂഹ്യപുരോഗതിയുടെ ശത്രുവാണ്. കൃത്യമായും ഇതു വളരെയേറെ ചർച്ചചെയ്യപ്പെട്ട ബിൽ സൈക്ക്സിന്റെ യുക്തിവിചാരമാണ്.

> ജൂറിയിലെ മഹാന്മാരെ! വാണിജ്യത്തിനായി യാത്ര നടത്തുന്ന ഈയാളുടെ കഴുത്തു മുറിക്കപ്പെട്ടിരിക്കുന്നുവെന്നതിൽ സംശയമില്ല. പക്ഷേ അതെന്റെ കുറ്റമല്ല, അത് കത്തിയുടെ കുറ്റമാണ്. നാം അത്തരം ചില താൽക്കാലിക അസൗകര്യങ്ങളുണ്ടാക്കുന്നുവെന്നതിന്റെ പേരിൽ, കത്തിയുടെ ഉപയോഗം നിരോധിക്കണ്ടതുണ്ടോ. ഒന്നാലോചിച്ചുനോക്ക് കത്തിയുണ്ടായിരുന്നില്ലെങ്കിൽ കൃഷിയും കച്ചവടവും എവിടെയായിരുന്നേനെ? അത് ശസ്ത്രക്രിയക്കിടയിൽ

> പ്രയോജനം ചെയ്യുന്നില്ലേ? അത് ശരീരഘടനാ ശാസ്ത്രത്തിൽ അങ്ങനെയല്ലേ കണക്കാക്കപ്പെടുന്നത്. നിങ്ങൾ കത്തി നിരോധിക്കുകയാണെങ്കിൽ അത് വഴി നമ്മെയെല്ലാം പ്രാകൃതത്വത്തിന്റെ ആഴങ്ങളിലേക്ക് തിരികെക്കൊണ്ടു പോകുകയായിരിക്കും ഫലം.

യന്ത്രങ്ങൾ പ്രയോഗത്തിൽ കൊണ്ടുവരുന്ന ആ വ്യവസായങ്ങളിൽ നിന്ന് അത് അനിവാര്യമായും തൊഴിലാളികളെ പുറത്തെറിയുമെങ്കിലും അതുണ്ടെങ്കിൽപ്പോലുമത് മറ്റുവ്യവസായങ്ങളിൽ തൊഴിലിന്റെ ഒരു വർധനവ് കൊണ്ടുവരും. യന്ത്രസാമഗ്രികളാൽ ഉൽപ്പാദിപ്പിക്കപ്പെടുന്ന മൊത്തം സാധനങ്ങളുടെയളവ് മുൻകാലത്ത് കൈവേലയോ അല്ലെങ്കിൽ നിർമാണമോ ഉൽപ്പാദിപ്പിച്ചിരുന്ന മൊത്തമളവിന് തുല്യമായിരുന്നാൽത്തന്നെ മൊത്തം ചെലവഴിക്കപ്പെടുന്ന അധ്വാനം കുറവായിരിക്കും. അധ്വാനോപകരണങ്ങൾ, യന്ത്രങ്ങൾ, കൽക്കരി തുടങ്ങിയവയൊക്കെയായി പ്രയോഗിക്കപ്പെടുന്ന പുതിയ അധ്വാനം യന്ത്രസാമഗ്രികൾകൊണ്ട് പുറന്തള്ളപ്പെടുന്ന അധ്വാനത്തേക്കാൾ അനിവാര്യമായും കുറവായിരിക്കും; അതങ്ങനെയല്ലെന്നു വന്നാൽ യന്ത്രത്തിന്റെ ഉൽപ്പന്നങ്ങൾ കായികധ്വാനം കൊണ്ടുണ്ടാക്കുന്ന ഉൽപ്പന്നങ്ങൾക്കൊപ്പമോ അല്ലെങ്കിലതിനേക്കാൾ കൂടുതലോ വിലയുള്ളതായിത്തീരും. പക്ഷേ ഒരു വസ്തുവെന്ന നിലയിൽ യന്തസാമഗ്രികളുണ്ടാക്കുന്ന സാധനങ്ങൾ മൊത്തമളവിൽ പുറന്തള്ളപ്പെട്ട കൈകൾ കൊണ്ടുണ്ടാക്കിയ ഉൽപ്പന്നങ്ങളുടെ അളവിനേക്കാൾ വലിയതോതിൽ അധികമായിരിക്കും. അതിന്റെ ഫലം തുടക്കത്തിൽ അധ്വാനത്തിന്റെ മറ്റുശാഖകളിൽ തൊഴിലിന്റെ ഒരു വർധനവ് നടക്കുന്നുവെന്നതാണ്. ഒരു നിശ്ചിത സംഖ്യ തൊഴിലാളികൾ കൈവേല കൊണ്ടുൽപ്പാദിപ്പിച്ച ഉൽപ്പന്നം = 100000 വാരതുണിയെന്നു നാം സങ്കൽപ്പിക്കുക. ഇപ്പോൾ യന്ത്രം രംഗത്തു പ്രത്യക്ഷ്യപ്പെടുകയും അത് ഒട്ടേറെ തൊഴിലാളികളെ പുറത്തെറിയുകയും ചെയ്യുന്നു. പക്ഷേ, ബാക്കി തൊഴിലാളികളെ 400000 വാര തുണിയുൽപ്പാദിപ്പിക്കാനത് കഴിവുറ്റവരാക്കുന്നു. ഉൽപ്പന്നം നാലിരട്ടിയാകുമ്പോൾ അതിൽ നാലിരട്ടികണ്ട് അസംസ്കൃത വസ്തുക്കൾ ഉൾപ്പെടുന്നുണ്ട്. 400000 വാര ഉൽപ്പാദിപ്പിക്കുമ്പോൾ അതിനുവേണ്ട കെട്ടിടങ്ങൾ, കൽക്കരി, യന്ത്രം തുടങ്ങിയവയുടെ ഉൽപ്പാദത്തിന്, മുമ്പ് ഒരു ലക്ഷം വാരയുൽപ്പാദിപ്പിച്ചിരുന്നപ്പോൾ വേണ്ടി വന്നിരുന്നതിലേറെ അധ്വാനം ആവശ്യമായി വരും.

അങ്ങനെ ഏതെങ്കിലുമൊരു നിശ്ചിത വ്യവസായത്തിൽ യന്ത്രസാമഗ്രികളുടെ ഉപയോഗം വിപുലമാകുമ്പോൾ, അടിയന്തിരഫലം ആദ്യം പറഞ്ഞ വ്യവസായത്തിനുവേണ്ട ഉപാധികൾ സംഭാവന ചെയ്യുന്ന മറ്റു വ്യവസായങ്ങളിലെ ഉൽപ്പാദനത്തിലുള്ള വർധനവാണ്. അതുവഴി എത്രയേറെയധികമാളുകൾക്ക് തൊഴിൽ ലഭ്യമാകുന്നുവെന്നതാശ്രയിച്ചിരിക്കുന്നത് ആ വ്യവസായങ്ങളിൽ ഏതു പരിധിവരെ യന്ത്രസാമഗ്രികൾ പിടിമുറുക്കിയിട്ടുണ്ട്, അഥവാ അപ്പോൾ പിടിമുറുക്കിക്കൊണ്ടിരിക്കുന്നു എന്ന

തിന്മേലാണ്. ഇംഗ്ലീഷ് ഫാക്ടറി സമ്പ്രദായം കാരണം കൽക്കരി, ലോഹ ഖനികളിൽ പണിചെയ്യാൻ വിധിക്കപ്പെട്ടിരിക്കുന്നവരുടെ എണ്ണം വമ്പിച്ച തോതിൽ വർധിച്ചിട്ടുണ്ട്. പക്ഷേ, കഴിഞ്ഞ ഏതാനും ദശകങ്ങളായി ഈ എണ്ണത്തിലെ വർധനവ് കുറഞ്ഞവേഗത്തിലാണ്; അതിനു കാരണം ഖന നമേഖലയിൽ പുതിയ യന്ത്രങ്ങൾ വന്നതാണ്. യന്ത്രത്തോടുകൂടി ഒരു പുതിയ തരം തൊഴിലാളി നിലവിൽ വരുന്നു, അതായത്, അതുണ്ടാക്കു ന്നയാൾ. അസംസ്കൃതവസ്തുക്കളെ സംബന്ധിച്ചിടത്തോളം, പരുത്തി നൂൽ നിർണാണത്തിലെ വമ്പിച്ച കുതിച്ചുചാട്ടം അമേരിക്കൻ ഐക്യനാ ടുകളിണ് ഭൂമധ്യരേഖാ കാലാവസ്ഥയുടെ സമൃദ്ധിയോടെ അവിടുത്തെ പരുത്തികൃഷിയെ മുന്നോട്ടുതള്ളിവിട്ടിട്ടുണ്ടെന്നത് നിസ്സംശയമായ കാര്യ മാണ്. അതോടൊപ്പം ആഫ്രിക്കയിൽ നിന്നുള്ള അടിമക്കച്ചവടം മാത്ര മല്ല വർധിച്ചിരിക്കുന്നത്. മറിച്ച്, അടിമ അതിർത്തികളിലുള്ള സംസ്ഥാന ങ്ങളിൽ അടിമകളുടെ പെറ്റുവളർത്തൽ മുഖ്യബിസിനസായി മാറ്റിയിട്ടു മുണ്ട്. 1790 ൽ അമേരിക്കൻ ഐക്യനാടുകളിൽ ആദ്യ ജനസംഖ്യാ കണ ക്കെടുപ്പ് നടന്നപ്പോൾ അവരുടെ സംഖ്യ 6,97,000 ആയിരുന്നു. 1861 ൽ അതേറെക്കുറെ നാൽപ്പതു ലക്ഷത്തിനടുത്തെത്തി. മറുവശത്ത് ഇംഗ്ലീഷ് കമ്പിളിരോമ ഫാക്ടറികളുടെ ഉദയത്തോടെയും അതിനൊപ്പമുള്ള കൃഷി യോഗ്യമായ ഭൂമികളുടെ ചെമ്മരിയാട് മേച്ചിൽപ്പുറങ്ങളായുള്ള പരിവർത്തി പ്പിക്കലിനോടെയും കർഷകത്തൊഴിലാളികൾ അധികപ്പറ്റാകുന്ന ഒരു സ്ഥിതിയുണ്ടായെന്നതും അതാണ് അവരെ കൂട്ടമായി നഗരങ്ങളിലെക്കാ ട്ടിയോടിക്കുന്നതിലേക്ക് നയിച്ചതെന്നതും അത്രതന്നെ ഉറപ്പായ കാര്യ മാണ്. കഴിഞ്ഞ ഇരുപതുവർഷക്കാലം കൊണ്ട് സ്വന്തം ജനസംഖ്യ ഏറെ ക്കുറെ പകുതിയായിക്കുറച്ച അയർലണ്ട് ഈ നിമിഷത്തിൽ (1867) അതിലെ ജനസംഖ്യയെ ഇനിയും കുറച്ചുകൊണ്ടിരിക്കുന്ന ഒരു പ്രക്രി യക്കു വിധേയമായിക്കൊണ്ടിരിക്കുകയാണ്. അതിലൂടെ അവിടെയുള്ള ഭൂപ്രഭുക്കൾക്കും ഇംഗ്ലീഷ് കമ്പിളിരോമ നിർമാതാക്കൾക്കുംവേണ്ട ആവ ശ്യകതകൾ നിർവഹിക്കപ്പെടുകയാണ്.

അധ്വാനത്തിന്റെ വിഷയമായിട്ടുള്ള വസ്തുവിന്റെ പ്രാരംഭഘട്ടമോ അന്താരാളഘട്ടമോ നടപ്പാക്കുന്നതിന് (അതിന്റെ പൂർത്തീകരണത്തിലേ ക്കുള്ള നീക്കത്തിന്റെ തുടക്കത്തിലും ഇടക്കുമുള്ള ഘട്ടങ്ങൾ) യന്ത്രസാ മഗ്രികളുപയോഗിക്കുമ്പോൾ, അർധ നിർമിത, അഥവാ അന്തരാളഘട്ട ത്തിലുള്ള ഉൽപ്പന്നത്തിന്റെ ഉൽപ്പാദനം വൻതോതിലായിരിക്കുമ്പോൾ നിർമിത വസ്തുക്കളെപ്പോഴും കൈവേലതന്നെയാണ് (അവയുടെ പ്രാരം ഭഘട്ടങ്ങളിലാണാദ്യം പറഞ്ഞരീതിയിൽ നടക്കുന്നത്) പ്രദാനം ചെയ്യുന്ന തെന്നുണ്ടെങ്കിൽ സാമഗ്രികളുടെ ലഭ്യത വമ്പിച്ച തോതിലായതിനാൽ വൻതോതിൽ തൊഴിലാളികളുടെ ഡിമാൻഡ് വർധിക്കും. ഉദാഹരണ ത്തിന്, യന്ത്രംകൊണ്ടുള്ള നൂൽനൂൽപ്പ് അത്രയധികം നൂൽ കുറഞ്ഞ

1. 1861 ൽ ഇംഗ്ലണ്ടിലും വെയിൽസിലുമായ കച്ചവടത്തുറയിൽ 94665 നാവികർ ജോലി ചെയ്തിരുന്നു.

വിലയ്ക്ക് പ്രദാനം ചെയ്തതിനാൽ തുടക്കത്തിൽ വർധിച്ച നീക്കുവയ്പ്പോടെ മുഴുവൻ സമയവും പ്രവർത്തിക്കാൻ കൈത്തറി നെയ്ത്തുകാർക്കായി. അതിനനുസരിച്ച് അവരുടെ വരുമാനവും വർധിച്ചു. അങ്ങനെ തുണിനെയ്ത്തു വ്യവസായത്തിലേക്ക് ആളുകളുടെ ഒരൊഴുക്കുണ്ടായി. അത് എട്ടുലക്ഷം നെയ്ത്തുകാരെന്നത് വരെയെത്തി. ജെന്നി, ത്രോസിൽ, മ്യൂൾ സ്പിന്നിങ് സമ്പ്രദായങ്ങളാണത് സാധ്യമാക്കിയത്. തുടർന്ന് പവർലൂം അവരെയും കീഴടക്കി. അതേപോലെ, വസ്ത്രസാമഗ്രികൾ, യന്ത്രങ്ങൾ വൻതോതിൽ ഉൽപ്പാദിപ്പിച്ചതിലൂടെ തയ്യൽക്കാർ, തുന്നൽപ്പണിക്കാരികൾ, സൂചിപ്പണിക്കാരികൾ എന്നിവരുടെയൊക്കെ സംഖ്യ തയ്യൽ മെഷീൻ പ്രത്യക്ഷപ്പെടുന്നിടംവരെ വർധിച്ചുകൊണ്ടിരുന്നു.

തുടക്കത്തിൽ യന്ത്രങ്ങൾ ആഡംബരവസ്തുക്കൾ ഉൽപ്പാദിപ്പിക്കുന്ന വ്യവസായങ്ങളിൽ തുടർന്നൊരു തൊഴിൽ വർധന കൂടിയുണ്ടാക്കുന്നു. കാരണം അത് മിച്ചമൂല്യത്തെ വർധിപ്പിക്കുകയും മിച്ചമൂല്യം ഉള്ളടങ്ങിയിരിക്കുന്ന ഉൽപ്പന്നങ്ങളുടെ കൂട്ടത്തെ വർധിപ്പിക്കുകയും ചെയ്യുന്നു. അങ്ങനെ മുതലാളിവർഗത്തിന്റെ സമ്പത്ത് വർധിക്കുന്നു. ജീവിതാവശ്യങ്ങളുടെ ഉൽപ്പാദനത്തിനാവശ്യമായിട്ടുള്ള തൊഴിലാളികളുടെ എണ്ണം ആപേക്ഷികമായി കുറയുന്നതോടെയും പുതിയതും ആർഭാട സ്വഭാവത്തിലുള്ളതുമായ ആവശ്യങ്ങൾ ഉയർന്നുവരുന്നതോടെയും ആ ആവശ്യങ്ങളെ തൃപ്തിപ്പെടുത്തുന്നതിനുള്ള ഉപാധികൾ വർധിക്കുന്നു. മറ്റുവാക്കുകളിൽപ്പറഞ്ഞാൽ ആർഭാടവസ്തുക്കളുടെ ഉൽപ്പാദനം വർധിക്കുന്നു. പരിഷ്കൃതവും വൈവിധ്യമാർന്ന രൂപങ്ങളിലുള്ളതുമായ ഉൽപ്പന്നങ്ങളുടെ കടന്നുവരവ് ലോകവിപണികളുമായുള്ള പുതിയ ബന്ധങ്ങൾകൊണ്ടുകൂടിയാണ് ഉണ്ടാകുന്നത് ആ ബന്ധങ്ങൾ സൃഷ്ടിക്കുന്നത് ആധുനിക വ്യവസായങ്ങളാണ്. വിദേശങ്ങളിൽ നിന്നുള്ള ആഡംബര വസ്തുക്കൾ വലിയ അളവിൽ ആഭ്യന്തര ഉൽപ്പന്നങ്ങൾക്കു പകരമായി വിനിയമം ചെയ്യുക മാത്രമല്ല ഉണ്ടായത്; മറിച്ച്, വിദേശത്തുനിന്നുള്ള അസംസ്കൃതവസ്തുക്കൾ മറ്റനുസാരികൾ, അർധ സംസ്കൃത വസ്തുക്കൾ എന്നിവയൊക്കെ വൻതോതിൽ ആഭ്യന്തര വ്യവസായത്തിലുപയോഗിക്കുകയും ചെയ്തു. ലോക വിപണികളുമായുള്ള ഈ ബന്ധം കാരണം ചരക്കുകടത്ത് മേഖലയിൽ തൊഴിലാളികളുടെ ഡിമാൻഡ് വർധിക്കുകയും അവ നിരവധി തരങ്ങളായി വിഭജിക്കപ്പെടുകയും ചെയ്തു[1].

ഉൽപ്പാദനോപാധികളിലും ജീവനോപാധികളിലുമുണ്ടായ വർധനവും അതിനൊപ്പംതന്നെ വന്നു ചേർന്ന തൊഴിലാളികളുടെ എണ്ണത്തിലെ ആപേക്ഷികമായ കുറവും കനാലുകൾ, തുറമുഖങ്ങൾ, തുരങ്കങ്ങൾ, പാലങ്ങൾ തുടങ്ങിയവയുണ്ടാക്കുന്നതിൽ തൊഴിലിന്റെ ഡിമാൻഡ് വർധിക്കുന്നതിനിടയാക്കുന്നു. അത്തരം പ്രവർത്തനങ്ങൾ ഭാവിയിൽ മാത്രമാണ് ഫലം നൽകുക.

ഒടുവിലായി, ആധുനിക വ്യവസായത്തിന്റെ അസാധാരണ ഉൽപ്പാദനപരതയും അതിനകമ്പടിയായി വന്നു ചേർന്ന ഉൽപ്പാദനത്തിന്റെ എല്ലാ

മണ്ഡലങ്ങളിലെയും അധ്വാനശക്തിയുടെ കൂടുതൽ വിപുലമായതും കൂടുതൽ തീവ്രമായതുമായ കടുത്ത ചൂഷണവും തൊഴിലാളിവർഗത്തിന്റെ കൂടുതൽ കൂടുതൽ വിപുലമായ ഭാഗങ്ങളെ ഉൽപ്പാദനപരമല്ലാത്ത തൊഴിലുകളിലുൾപ്പെടുത്തുന്നതിനനുവദിക്കുന്നു. അതിന്റെ അനന്തരഫലമെന്നോണം നിരന്തരം വിപുലമായിക്കൊണ്ടിരിക്കുന്ന ഒരു നിലവാരത്തിൽ പ്രാചീന വീട്ടടിമകൾ വേലക്കാരുടെ ഒരു വർഗമെന്ന നിലയിൽ ഉണ്ടാകുന്നതിനുമതിടയാക്കി. അവരിൽ പുരുഷവേലക്കാർ, സ്ത്രീവേലക്കാർ, ശിങ്കിടികൾ തുടങ്ങിയ വിഭാഗങ്ങളുൾപ്പെടുന്നു. 1861 ലെ ജനസംഖ്യാ കണക്കെടുപ്പുപ്രകാരം ഇംഗ്ലണ്ടിലെയും വെയിൽസിലെയും ജനതയിലുൾപ്പെടുന്നവരുടെ കണക്ക് ഇതാണ്:

കർഷകത്തൊഴിലാളികൾ	11,00,000
ടെക്സ്റ്റൈൽ ഫാക്ടറിയിൽ തൊഴിൽ ചെയ്യുന്ന എല്ലാവരും ചേർന്ന്	6,43,000
കൽക്കരിഖനികളിലും ലോഹഖനികളിലും ജോലിചെയ്യുന്നു മുഴുവൻ പേരും	5,65,000
ലോഹവേലകൾ (ബ്ലാസ്റ്റ് ഫർണസുകൾ, റോളിങ് മില്ലുകൾ തുടങ്ങിയ...) എല്ലാത്തരം ലോഹനിർമാണം എന്നിവയിൽ ജോലി ചെയ്യുന്ന മുഴുവൻ പേരും	4,00,000
വേലക്കാരുടെ വർഗം	12,10,000
സ്വകാര്യവസതികളിൽ ജോലിചെയ്യുന്നവരല്ലാത്ത ആരേയും ഈ	12,10,000

എന്ന സംഖ്യയിൽ ഉൾപ്പെടുത്തിയിട്ടില്ല.

അതെന്തായാലും, യഥാർഥത്തിൽ പുറന്തള്ളപ്പെട്ടവരും യന്ത്രങ്ങളാൽ പകരംവയ്ക്കപ്പെട്ടവരുമായ വമ്പിച്ചതോതിലുള്ള തൊഴിലാളിവിഭാഗമുണ്ടെങ്കിലും എങ്ങനെയാണ് ഫാക്ടറി ഓപ്പറേറ്റീവുകളുടെ എണ്ണം, ഒരു നിശ്ചിത വ്യവസായത്തിൽ കൂടുതൽ മില്ലുകൾ ഉണ്ടാക്കുന്നതിലൂടെയും പഴയവ വിപുലീകരിക്കുന്നതിലൂടെയും പുറന്തള്ളപ്പെടുന്ന മാനുഫാക്ചറിങ് തൊഴിലാളികളുടെയും കൈവേലാ തൊഴിലാളികളെയുംകാൾ കൂടുതലായിത്തീരുകയെന്നത് നമുക്ക് മനസിലാക്കാനാവും. ഉദാഹരണത്തിൽ, പഴയ ഉൽപ്പാദനരീതിയിൽ ആഴ്ചയിൽ 500 പവൻ മൂലധനം പ്രയോഗിക്കുന്നുവെന്നു കരുതുക; 200 പവൻ ഉൽപ്പാദനോപാധികൾക്കും 300 പവൻ അധ്വാനശക്തിക്കുമായി (ഒരാൾക്ക് ഒരു പവൻ വച്ച്). യന്ത്രസാമഗ്രികൾ കൊണ്ടുവരുന്നതോടെ 100 പവൻ ഇപ്പോൾ അധ്വാനശക്തിക്കായി നീക്കിവയ്ക്കുന്നു. അതിന്റെ ഫലമായി മൂന്നിൽ രണ്ടുഭാഗം തൊഴിലാളികൾ പിരിച്ചയക്കപ്പെടുന്നു. ഇപ്പോൾ ബിസിനസ് വിപുലമാകുകയാണെങ്കിൽ മൊത്തം പ്രയോഗിക്കപ്പെടുന്ന മൂലധനം മറ്റു മാറ്റമൊന്നും വരാത്ത സാഹചര്യങ്ങളിൽ 1500 പവനായി വർധിക്കുന്നു. അപ്പോൾ ഓപ്പറേറ്റീവുകളുടെ എണ്ണം 300 ആയി വർധിക്കും. യന്ത്രസാ

മഗ്രികളുടെ കടന്നുവരവിനു മുമ്പുള്ള അത്രതന്നെ മൂലധനം തുടർന്ന് വളർന്ന് 2000 പവനായാൽ 400 പേർ തൊഴിലിൽ നിയോഗിക്കപ്പെടും; പഴയ വ്യവസ്ഥയെക്കാൾ മൂന്നിലൊന്നു കൂടുതൽ. അവരുടെ എണ്ണം ഒരു വസ്തുതയെന്ന നിലയിൽ 100 ഫണ്ട് വർധിച്ചു. പക്ഷേ, ആപേക്ഷികമായി; അതായത്, മൊത്തം മൂലധനം ചെലവാക്കിയതിന്റെ അനുപാതത്തിൽ നോക്കിയാൽ അവരുടെയെണ്ണം 800 കണ്ട് കുറഞ്ഞിരിക്കുകയാണ്. കാരണം, 2000 പവൻ മൂലധനം പ്രയോഗിച്ചാൽ, പഴയ സ്ഥിതിഗതികളിൽ അത് 400 നു പകരം 1200 പേരെ നിയമിക്കുമായിരുന്നു. അപ്പോൾ തൊഴിലാളികളുടെ എണ്ണത്തിലെ ആപേക്ഷികമായ ഒരു കുറവിന് എണ്ണത്തിൽ യഥാർഥത്തിലുള്ള ഒരു വർധനയുമായി ഒത്തുപോകാനാകും.

11

ലാഭനിരക്കിന്റെ ഇടിവ്

തൊഴിലിൽ നിയോഗിക്കപ്പെടുന്നവരുടെ എണ്ണത്തിൽ നിരന്തരമുണ്ടാകുന്ന ആപേക്ഷികമായ കുറവിന് ലാഭനിരക്കിന്മേൽ (ശതമാനത്തിന്മേൽ) ഒരു പ്രത്യേക ഫലമുണ്ടാകും.

യന്ത്രസാമഗ്രികളുടെ ലക്ഷ്യം (മുൻകാലത്തെ സാങ്കേതിക കണ്ടുപിടുത്തങ്ങളുടെയും) അധ്വാനം ലാഭിക്കലാണ്. കുറഞ്ഞ തൊഴിലാളികളെക്കൊണ്ട് അതേയളവിലുള്ളതോ, അതിനേക്കാൾ കൂടുതലോ ആയ ചരക്കുകൾ ഉൽപ്പാദിപ്പിക്കുന്നു. ജീവനുള്ള അധ്വാനം കൂടുതൽ ഉൽപ്പാദനപരതയും ഫലദായകത്വവും ആർജിക്കുന്നു. സാമ്പത്തികപുരോഗതിയുടെ ആൽഫയും ഒമേഗയും ഉൽപ്പാദന പരതയുടെ വർധനവാണ്.

പക്ഷേ, ഇതിനർഥം ഒരേ അളവിലുള്ള തൊഴിലാളികൾ നിരന്തരം വർധിച്ചുവരുന്ന അളവിൽ അസംസ്കൃതവസ്തുക്കൾ പ്രവർത്തിപ്പിക്കുന്നുവെന്നും നിരന്തരം വർധിച്ചുവരുന്ന എണ്ണം അധ്വാനോപകരണങ്ങളുപയോഗിക്കുന്നുവെന്നുമാണ്. ഉദാഹരണത്തിന് ഒരു തൊഴിലാളി യന്ത്രത്തിന്റെ സഹായത്തോടെ മുമ്പ് അയാൾ ചെയ്തിരുന്നതിന്റെ പത്തിരട്ടി പരുത്തിനൂലുൽപ്പാദിപ്പിക്കാൻ കഴിവുള്ളവനാകുന്നു, അയാൾ അതിന്റെ പത്തിരട്ടിയിലധികം പഞ്ഞിയുപയോഗിക്കുകയും ചെയ്യുന്നു; മുമ്പുപയോഗിച്ചിരുന്ന ലളിതമായ ഉപകരണത്തേക്കാൾ എത്രയോ അധികം വിലയേറിയ യന്ത്രത്തെക്കുറിച്ചൊന്നും പറയാതെ തന്നെ. മറ്റു വാക്കുകളിൽപ്പറഞ്ഞാൽ, എല്ലാ സാമ്പത്തിക പുരോഗതിയും ഒരു നിശ്ചിത എണ്ണം തൊഴിലാളികൾ ഉപഭോഗിക്കുന്ന സ്ഥിര മൂലധനത്തിന്റെ അളവ് വർധിപ്പിക്കുന്നുണ്ട്. പക്ഷേ, ഏറ്റവും വലിയയളവിൽ അതുണ്ടാക്കുന്നത് യന്ത്രസാമഗ്രികൾ കൊണ്ടുവരുന്ന പുരോഗതിയാണ്. പക്ഷേ, അതേസമയം, അത്തരം പുരോഗതി അതിന്റെ അനിവാര്യമായ അനന്തരഫലമെ

ന്നോണം ലാഭനിരക്കിനെ കുറയ്ക്കുന്നുമുണ്ട്. അക്കാര്യം താഴെപ്പറയുന്ന പട്ടികയിൽ വ്യക്തമായി വിശദമാക്കിയിരിക്കുന്നു.

കണക്കുകൂട്ടൽ ലളിതമാക്കാനായി നാമെല്ലായിടത്തും അനുമാനിച്ചിരിക്കുന്നത് മിച്ചമൂല്യനിരക്ക് 100 v യാണെന്നാണ്. മറ്റുവാക്കുകളിൽപ്പറഞ്ഞാൽ, അധ്വാനം അതിനു കിട്ടുന്ന കൂലി നികത്തിയശേഷം അതിനു മുകളിലായി അതിന്റെയത്രതന്നെ വലുപ്പമുള്ള ഒരു മിച്ചമൂല്യം നൽകുകയെന്ന് നാമനുമാനിക്കുന്നു. ഉദാഹരണത്തിന് അസ്ഥിരമൂലധനം അഥവാ കൂലി (അതിനെ r എന്നതുകൊണ്ട് അടയാളപ്പെടുത്തിയിരിക്കുന്നു) മിച്ചമൂല്യത്തിനു തുല്യവും (അതിനെ s എന്നതുകൊണ്ട് അടയാളപ്പെടുത്തുന്നു) അതിന്റെ ഫലമായി നൂറിനു തുല്യവുമാണെങ്കിൽ ഈ 100 s ന്റെ ശതമാനം തികച്ചും വ്യത്യസ്തമായിരിക്കും. c(അധ്വാനോപകരണങ്ങളും മറ്റുമടങ്ങുന്ന സ്ഥിര മൂലധനം) ചെറുതോ വലുതോ എന്നതിനെയാശ്രയിച്ച്.

100 V ക്ക് നാം താഴെപ്പറയുന്നമട്ടിൽ എടുക്കുകയാണെങ്കിൽ,
50 c ക്ക് മൊത്തം മൂലധനം = 150 അപ്പോൾ 100 's' അതിന്റെ $66\frac{2}{3}$ %
100 c ക്ക് മൊത്തം മൂലധനം = 200 അപ്പോൾ 100 's' അതിന്റെ 50 %
200 c ക്ക് മൊത്തം മൂലധനം = 300 അപ്പോൾ 100 's' അതിന്റെ $33\frac{1}{3}$ %
300 c ക്ക് മൊത്തം മൂലധനം = 400 അപ്പോൾ 100 's' അതിന്റെ 25 %
400 c ക്ക് മൊത്തം മൂലധനം = 500 അപ്പോൾ 100 's' അതിന്റെ 20 %

അപ്പോൾ അതിന്റെ ഫലമെന്നോണം മിച്ചമൂല്യം എപ്പോഴും ഒരേ തുകയാണ്. അത് മൊത്തം മൂലധനത്തിൽ ഓരോ വർധനവുമുണ്ടാകുന്നതിനനുസരിച്ച് ഒരു കുറഞ്ഞ ലാഭനിരക്കാണ് നൽകുന്നത്. സാങ്കേതികപുരോഗതിയുടെ ഫലം – യന്ത്രസാമഗ്രികളുടെ കൊണ്ടുവരലോടെയും അവയുടെ തുടർന്നുള്ള ഓരോ മെച്ചപ്പെടുത്തലുകളോടെയും സംഭവിക്കുന്നതാണത്– അങ്ങനെ ക്രമേണ സ്ഥിരമൂലധനത്തെ അസ്ഥിരമൂലധനവുമായുള്ള അനുപാതത്തിൽ വർധിപ്പിക്കുകയും അങ്ങനെ ക്രമാനുഗതമായി ലാഭനിരക്കിനെ ചുരുക്കുകയുമാണ്. ഒരേ എണ്ണം തൊഴിലാളികളും ഒരേ അളവ് അധ്വാനശക്തിയും ഒരു നിരന്തരം വർധിക്കുന്ന അധ്വാനോപകരണങ്ങളുടെയും യന്ത്രങ്ങളുടെയും അസംസ്കൃതവസ്തുക്കളുടെയും അനുബന്ധസാമഗ്രികളുടെയും അളവിനെ ഉപഭോഗിക്കുന്നു. അതായത്, നിരന്തരം മൂല്യം വർധിച്ചുകൊണ്ടിരിക്കുന്ന ഒരു സ്ഥിര മൂലധനത്തെ.

സ്ഥിരമൂലധനത്തിന്റെ ഈ വർധനവിനനുസൃതമായി ഉൽപ്പന്നത്തിന്റെ ഒരു നിരന്തരമായ വിലകുറയലുണ്ടാകുന്നു. ഉൽപ്പന്നത്തിന്റെ ഓരോ ചെറിയ ചെറിയ ഭാഗങ്ങളിലും ഉൽപ്പാദനത്തിന്റെ കൂടുതൽ പ്രാകൃതമായ അവസ്ഥക്കളെയപേക്ഷിച്ച്, ചെറിയ അളവ് അധ്വാനം മാത്രമാണിപ്പോൾ ഉൾക്കൊണ്ടിട്ടുള്ളത്. സാമാന്യമായ ലാഭനിരക്കിന്റെ ഇടിയാനുള്ള ഈ നിരന്തരപ്രവണത, അങ്ങനെ മുതലാളിത്ത ഉൽപ്പാദനരീതിക്കുമാത്രം സവിശേഷമായ അധ്വാനത്തിന്റെ ഉൽപ്പാദനപരമായ ശേഷി

യുടെ നിരന്തര വികാസത്തിന്റെ ഒരു പ്രകാശനം മാത്രമാണ്. മറ്റുകാരണങ്ങൾകൊണ്ട് ലാഭനിരക്ക് താൽക്കാലികമായി ഇടിയുകയില്ല എന്നിതർഥമാക്കുന്നില്ല. മറിച്ച്, മുതലാളിത്ത ഉൽപ്പാദനത്തിന്റെ സാരാംശത്തെ സംബന്ധിച്ച്, അധ്വാനത്തിന്റെ ഉൽപ്പാദനപരമായ ശേഷി വളരുന്നതിനനുസരിച്ച്, മിച്ചമൂല്യത്തിന്റെ സാമാന്യശരാശരി നിരക്ക് ലാഭനിരക്കിന്റെ ഒരു സാമാന്യമായ കുറഞ്ഞുവരലിൽ പ്രകാശനം കണ്ടെത്തേണ്ടതുണ്ട് എന്ന കാര്യത്തെ ഒരു സ്വയംവ്യക്തമായ അനിവാര്യതയായി പരിഗണിക്കാവുന്നതാണ്. ജീവിക്കുന്ന പ്രയോഗിക്കപ്പെടുന്ന അധ്വാനത്തിന്റെ അളവ് അതിനാൽ ചലനത്തിലാക്കപ്പെടുന്ന ഉൽപ്പാദനോപാദികളുടെ അളവിന് ആനുപാതികമായി നിരന്തരം കുറഞ്ഞുവരുന്നതിനാൽ മിച്ചമൂല്യത്തിൽ ഉൾപ്പെടുന്നതും പ്രതിഫലം നൽകാത്തതുമായ ജീവിക്കുന്ന അധ്വാനത്തിന്റെ ആ ഭാഗവും അതേപോലെ മൊത്തം പ്രയോഗിക്കപ്പെടുന്ന മൂലധനത്തിന്റെ മൂല്യത്തിന് ആനുപാതികമായി കുറഞ്ഞുവരേണ്ടതുണ്ട്.

ലാഭനിരക്കിന്റെ ഈ നിരന്തരമായ കുറഞ്ഞുവരൽ ഒരുതരത്തിലും മൂലധനം ചലനക്ഷമമാക്കുന്നതും ചൂഷണം ചെയ്യുന്നതുമായ അധ്വാനത്തിന്റെ കേവലമായ അളവിനെയും; അതിന്റെ അനന്തരഫലമെന്നോണം മൂലധനം ഉപഭോഗിക്കുന്നതായ മിച്ചാധ്വാനത്തിന്റെ കേവലമായ അളവിനെയും വർധിപ്പിക്കുന്നുവെന്ന വസ്തുതയെ ഒഴിവാക്കുന്നില്ല. ഉദാഹരണത്തിന്, ഏതെങ്കിലുമൊരു നിശ്ചിത രാജ്യത്ത് തൊഴിലിലുൾപ്പെട്ടിട്ടുള്ള തൊഴിലാളികളുടെ എണ്ണവും അവർക്കു നൽകുന്ന കൂലിയും 20 ലക്ഷത്തിൽനിന്ന് 30 ലക്ഷമായി വർധിച്ചാൽ മിച്ചാധ്വാനവും മിച്ചമൂല്യവും അതേമട്ടിൽ ഒരു പകുതി കണ്ട് വർധിക്കുന്നു. അതിനൊപ്പംതന്നെ അധ്വാനത്തിന്റെ ഉൽപ്പാദനശേഷി ഒരു പ്രത്യേക രീതിയിൽ വർധിക്കുന്നതിനാൽ അതുപഭോഗിക്കുന്ന ഉൽപ്പാദനോപാധികൾ (അതായത്, സ്ഥിരമൂലധനം) 4 ൽ നിന്ന് 15 ലക്ഷമായിത്തീർന്നാൽ മിച്ചമൂല്യത്തിന്റെ അളവ് മൊത്തം മൂലധനവുമായുള്ള അനുപാതത്തിൽ, എന്തുതന്നെയായാലും കുറവായിരിക്കും.

നമുക്കാദ്യത്തെ കേസിലുണ്ടാകാനിടയുള്ളത് 4 C + 2 V = 6, 2 S, $33\frac{1}{3}\%$ ലാഭം, രണ്ടാമത്തെ കേസിൽ 15 C + 3 v = 18; 3S, $16\frac{2}{3}\%$ ലാഭം.

അപ്പോൾ മിച്ചമൂല്യത്തിന്റെ അളവ് ഒരു പകുതികണ്ട് വർധിച്ചപ്പോൾ ലാഭനിരക്ക് ഒരു പകുതികണ്ട് കുറഞ്ഞു. അങ്ങനെ ലാഭത്തിന്റെ കേവലമായ തുക അതായത്, അതിന്റെ മൊത്തം തുക 50% കണ്ട് വർധിച്ചു. മൊത്തം മുതലിറക്കിയ മൂലധനത്തിന്റെ തുകയുമായി ഈ തുകയുടെ അനുപാതത്തിൽ വമ്പിച്ച ഒരുകുറവ് വന്നപ്പോൾപ്പോലും അല്ലെങ്കിൽ പൊതുലാഭനിരക്കിൽ ഒരുവമ്പിച്ച കുറവ് വന്നപ്പോൾപ്പോലും. മൂലധനം നിയോഗിക്കുന്ന തൊഴിലാളികളുടെ എണ്ണവും, അതുകൊണ്ടുതന്നെ അവർ നിർവഹിക്കുന്ന അധ്വാനവും മിച്ചാധ്വാനവും അതിന്റെ ഫലമായി മിച്ചമൂല്യത്തിന്റെ തുകയും, അങ്ങനെ ലാഭനിരക്കിൽ തുടർച്ചയായ ഒരിടിവുണ്ടാകുമ്പോൾപോലും, തുടർച്ചയായി വർധിക്കുകയെന്നത് സാധ്യ

മാകും. പക്ഷേ, മുതലാളിത്ത ഉൽപ്പാദനത്തിന്റെ അടിസ്ഥാനത്തിൽ ഈ പ്രതിഭാസം സാധ്യമാണെന്നു മാത്രമല്ല, അത് അപരിത്യാജ്യവുമാണ് (നാം താൽക്കാലികമായ ഏറ്റിറക്കങ്ങൾ ഒഴിവാക്കിയാൽ).

മുതലാളിത്ത ഉൽപ്പാദനത്തിന്, കൃത്യമായും ലാഭനിരക്കിന്റെ ഇടിവുകാരണം, നിരന്തര വിപുലനം ആവശ്യമാണ്; ഉൽപ്പാദനപ്രക്രിയ നിരന്തരം വർധിക്കുന്ന ഒരു നിലവാരത്തിൽ നടക്കണം. അതിന്റെ അനന്തര ഫലമെന്നോണം മുതലിറക്കുന്ന മൂലധനവും നിരന്തരം വർധിക്കണം, ഓരോ ഒറ്റയൊറ്റ ഫാക്ടറികളിലും അല്ലെങ്കിൽ വർക്ക്ഷോപ്പിലും. അത് നാം അടുത്ത അധ്യായത്തിൽ കാണിക്കാൻ പോകുകയാണ്. ഒരു വ്യക്തിയായ മുതലാളിയെ സംബന്ധിച്ചിടത്തോളം അയാളുടെ സ്വാധീനത്തിനു കീഴിലുള്ള തൊഴിലാളികളുടെ എണ്ണം നിരന്തരം വർധിക്കുന്നു. ഒപ്പം തന്നെ അയാൾ കൈക്കലാക്കുന്ന മിച്ചമൂല്യത്തിന്റെ അളവും വർധിക്കുന്നു, ലാഭനിരക്കിലെ ഇടിവുണ്ടെന്നിരിക്കിലും ലാഭനിരക്കിലെ ഇടിവിനോടൊപ്പംതന്നെയും. ഒരൊറ്റ മുതലാളിയുടെ കീഴിൽ വിപുലമായ എണ്ണം തൊഴിലാളികൾ കേന്ദ്രീകരിക്കുന്നതിലേക്കു നയിക്കുന്ന അതേ കാരണങ്ങൾ പ്രയോഗിക്കപ്പെടുന്ന സ്ഥിര (Fixed) മൂലധനത്തിന്റെയും അസംസ്കൃത അനുബന്ധ വസ്തുക്കളുടെയും അളവിലുള്ള വർധനവിലേക്കു കൂടി നയിക്കുന്നു; നിയോഗിക്കപ്പെടുന്ന, ജീവിക്കുന്ന അധ്വാനത്തിന്റെ തുകയുമായി എപ്പോഴും വർധിച്ചുവരുന്ന ഒരനുപാതത്തിൽ.

ഉൽപ്പാദനപരമായ അധ്വാനത്തിന്റെ വികാസം കാരണം ലാഭനിരക്കിടിയുന്നതേതു നിയമമനുസരിച്ചാണോ ആ നിയമം മൊത്തം ലാഭത്തിന്റെ അളവിലെ ഒരു വർധനയാൽ അനുഗമിക്കപ്പെടുന്നുണ്ട്; അതേപോലെ അത് അതിന്റെ പ്രകാശനം കണ്ടെത്തുന്നത് ചരക്കുകളുടെ വിലയിലെ ഇടിവ് അത്തരം ചരക്കുകളിലുൾക്കൊള്ളുന്നതും അവയുടെ വിൽപ്പനയാൽ സാക്ഷാൽക്കരിക്കപ്പെടുന്നതുമായ ലാഭത്തുകയുടെ ഒരാപേക്ഷികവർധനവിനാൽ അനുഗമിക്കപ്പെടുന്നുണ്ട്.

നിരന്തരം കുറയുന്ന അധ്വാനത്തിന്റെ അളവിനാൽ നിരന്തരം വർധിക്കുന്ന ഉൽപ്പാദനോപാധികളുടെ അളവ് ചലനക്ഷമമാക്കപ്പെടുന്നുവെന്ന ഫലം ഉൽപ്പാദനപരമായ ശേഷിയുടെ വികാസം ഉണ്ടാക്കുമ്പോൾ മൊത്തം ഉൽപ്പന്നത്തിന്റെ ഓരോ ഭാഗവും അതായത് ഓരോ ഒറ്റയൊറ്റ ചരക്കും, കുറഞ്ഞ അധ്വാനം മാത്രമുൾക്കൊള്ളുകയും അതിന്റെ വില താഴുകയും ചെയ്യുന്നു. പക്ഷേ, മൊത്തം ഉൽപ്പാദിപ്പിക്കപ്പെടുന്ന ചരക്കുകളുടെ എണ്ണം അതിനനുസരിച്ച് കൂടുതലാകുന്നു. ഉപരിപ്ലവമായി നോക്കിയാൽ ഒരു ചരക്കിന്മേൽ സാക്ഷാൽക്കരിക്കപ്പെടുന്ന ലാഭത്തുകയിൽ നാമങ്ങനെയൊരു കുറയൽ ദർശിക്കുന്നു, അതിന്റെ വിലയിലൊരു കുറയൽ. ഒപ്പംതന്നെ മൊത്തം മൂലധനത്തിനാൽ ഉൽപ്പാദിപ്പിക്കപ്പെടുന്ന ചരക്കുകളുടെ വർധിച്ച മൊത്തം തുകയിന്മേൽ സാക്ഷാൽക്കരിക്കപ്പെടുന്ന ലാഭത്തുകയിൽ ഒരു വർധനവുണ്ടാകുന്നു. മൊത്തം സമൂഹത്തിന്റെ മൂലധനത്തിന്മേലായാലും വ്യക്തിയായ മുതലാളിയുടെ മൊത്തം മൂലധനത്തി

ന്മേലായാലും തുടർന്ന് ഈ പ്രതിഭാസത്തെ എടുക്കുന്നത് മുതലാളി തന്റെ തന്നെ സ്വതന്ത്രമായ ഇച്ഛയാൽ കുറഞ്ഞലാഭംമാത്രം സാക്ഷാൽക്കരിക്കുമെന്ന് സൂചിപ്പിക്കാനാണ്; പക്ഷേ, അയാൾ തന്നാൽ ഉൽപ്പാദിപ്പിക്കപ്പെടുന്ന മൊത്തം വർധിതമായ അളവ് ചരക്കുകളുടെ ഉപാധിയിലൂടെ സ്വയം തനിക്കുതന്നെ നഷ്ടപരിഹാരം നൽകുകയും ചെയ്യുന്നു.

ഉൽപ്പാദനപരമായ ശേഷിയുടെ വമ്പിച്ച വികാസത്തെക്കുറിച്ച് നാം ചിന്തിക്കുമ്പോൾ (കഴിഞ്ഞ – 1867 നു മുമ്പുള്ള – 30 വർഷക്കാലത്തെ വികാസത്തെക്കുറിച്ചു മാത്രം ചിന്തിച്ചാൽപോലും) സാധാരണ യന്ത്രസാമഗ്രികളിന്മേൽ പ്രയോഗിക്കപ്പെട്ടിരിക്കുന്ന സ്ഥിര മൂലധനത്തിന്റെ വമ്പിച്ച തുകയെക്കുറിച്ചു ചിന്തിക്കുമ്പോൾ പ്രത്യേകിച്ചും അമ്പരപ്പുണ്ടാക്കുന്ന ഒന്നായി പ്രത്യക്ഷപ്പെടുന്ന കാര്യം യഥാർഥ വസ്തുതയെന്ന നിലയിൽ ലാഭനിരക്ക് ഇപ്പോഴുണ്ടായതിനേക്കാൾ കൂടുതൽ വേഗത്തിലും വളരെയേറെയും ഇടിഞ്ഞില്ല എന്നതാണ്. അപ്പോൾ അതിനെതിരായ ശക്തികളും പ്രവർത്തനത്തിലുണ്ടായിരിക്കണം, അവയിൽ താഴെപ്പറയുന്നവയാണ് പ്രധാനപ്പെട്ടത്.

സ്വാഭാവികമായും മുതലാളി അധ്വാനശക്തിയിന്മേലുള്ള ചൂഷണം വർധിപ്പിച്ചുകൊണ്ട് ലാഭനിരക്കിലെ ഇടിവിനെ സന്തുലിതമാക്കാൻ ശ്രമിക്കുന്നു. ഒറ്റയൊറ്റ തൊഴിലാളിയിൽനിന്നും കൂടുതൽ ഊറ്റിയെടുക്കപ്പെടണം; അതിന്റെ അനന്തരഫലമായി അവൻ കൂടുതൽ മൂല്യം ലഭ്യമാക്കണം. തൊഴിൽ ദിവസത്തിന്റെ നീളം കൂട്ടിക്കൊണ്ടും അവന്റെ അധ്വാനശക്തിയിന്മേൽ കൂടുതൽ ആയാസം നൽകിക്കൊണ്ടും ഇക്കാര്യത്തെ യന്ത്രസാമഗ്രികളുടെ ഉപാധിയിലൂടെ എങ്ങനെയാണ് സാധ്യമാക്കുന്നതെന്ന് മുന്നധ്യായത്തിൽ നാം കണ്ടു. പക്ഷേ, ഈ പ്രക്രിയക്ക് പരിധികൾ (കൂടുതൽ വിശാലമായവയല്ലെങ്കിൽപ്പോലും) വയ്ക്കപ്പെടുന്നുണ്ടെന്നത് വ്യക്തമാണ്. ദിവസം രണ്ടു തൊഴിലാളികൾ 12 മണിക്കൂർ വീതം പണിയെടുത്താൽ 24 തൊഴിലാളികൾ രണ്ടു മണിക്കൂർ വീതം ജോലി ചെയ്യുന്നത്ര മിച്ചമൂല്യത്തെ പ്രദാനം ചെയ്യാനാവില്ല; അവർ ശുദ്ധവായു ശ്വസിച്ചു മാത്രംപണിയെടുക്കാൻ കഴിയുന്നവരും കൂലിയൊന്നും വാങ്ങാത്തവരുമായാൽപ്പോലും അത്തരം ഉപാധികളിലൂടെ ലാഭനിരക്കിലെ ചുരുങ്ങലിനെ തടഞ്ഞുനിർത്താനാവും. പക്ഷേ, തീർത്തും അടിച്ചമർത്താനാകില്ല.

അധ്വാനത്തിന്റെ തീവ്രവൽക്കരണത്തിനുള്ള മറ്റൊരുപാധി അതിലൂടെ ഓരോ ഒറ്റയൊറ്റ തൊഴിലാളികളിൽനിന്നും മിച്ചമൂല്യത്തിന്റെ ഊറ്റിയെടുക്കൽ വർധിപ്പിക്കാനുള്ള ഉപാധി മൊത്തം തൊഴിലാളികളുടെ എണ്ണം ചുരുക്കിക്കൊണ്ടുവരപ്പെടുന്ന സാഹചര്യത്തിൽ അധ്വാനശക്തിയുടെ മൂല്യത്തിനു താഴെയുള്ള ഒരു പോയിന്റിലേക്ക് കൂലി താഴ്ത്തുകയാണ്. ഒരു വസ്തുതയെന്ന നിലയിൽ ലാഭനിരക്കിന്റെ ഇടിവിനെ തടഞ്ഞുനിർത്തുന്ന മുഖ്യകാരണങ്ങളിലൊന്നാണിത്.

സ്ഥിരമൂലധനത്തിന്റെ അളവ് വർധിക്കുന്ന ഒരനുപാതത്തിൽ

അതിന്റെ മൂല്യം വർധിക്കുന്നില്ലെന്ന സാഹചര്യവും തുടർന്ന് വന്നുചേരുന്നു. ഉദാഹരണത്തിന്, ഒരാധുനിക ഫാക്ടറിയിൽ ഒരു യൂറോപ്യൻ സ്പിന്നർ വർക്ക് ചെയ്യുന്ന പഞ്ഞിയുടെ അളവ് മുൻകാലത്തൊരു യൂറോപ്യൻ സ്പിന്നർ സ്പിന്നിങ് വീൽ ഉപയോഗിച്ച് വർക്ക് ചെയ്തിരുന്നതായി തട്ടിച്ചുനോക്കുമ്പോൾ വമ്പിച്ചതോതിൽ വർധിച്ചിട്ടുണ്ട്. പക്ഷേ, അങ്ങനെ വർക്ക് ചെയ്യപ്പെടുന്ന പഞ്ഞിയുടെ മൂല്യം ആനുപാതികമായി വർധിച്ചിട്ടില്ല. ഇതേകാര്യം യന്ത്രങ്ങൾക്കും മറ്റ് സ്ഥിര മൂലധനത്തിനും ബാധകമാണ്.

പക്ഷേ, ലാഭനിരക്കിന്റെ ഇടിവിനെ തടഞ്ഞുനിർത്താനും അതിലൂടെ പാപ്പരീകരണമൊഴിവാക്കാനുമുള്ള ഏറ്റവും പ്രധാനപ്പെട്ട ഉപാധിയുൾക്കൊള്ളുന്നത് വിരാമമില്ലാതെ മൂലധനം വർധിച്ചുകൊണ്ടേയിരിക്കുന്നതിനാലാണ്. സാമ്പത്തിക പുരോഗതി ലാഭനിരക്കിനെ 20 ശതമാനത്തിൽ നിന്ന് 10 ശതമാനത്തിലേക്ക് താഴ്ത്തിയാൽ 100ന്റെ ഒരു മൂലധനം ഇനിയങ്ങോട്ട് 10 മിച്ചമൂല്യമാണ് നൽകുകയെന്നതിനെ ഒഴിവാക്കാൻ കഴിയില്ല. പക്ഷേ, വ്യക്തിയായ മുതലാളിക്ക് ഈ കുറവിനെ തന്റെ മൂലധനത്തെ ഇരട്ടിപ്പിച്ചുകൊണ്ട് തടഞ്ഞു നിർത്താൻ കഴിയും. അയാളിപ്പോൾ എല്ലായിടത്തും 200 മൂലധനം പ്രയോഗത്തിൽ വരുത്തി ലാഭത്തുക അതേപടി നിലനിർത്തുന്നു. തന്റെ മൂലധനം അതിലുമധികമായി വർധിപ്പിച്ചുകൊണ്ടയാൾക്ക് കൂടുതൽ ലാഭം നേടാനും കഴിയും.

അതുകൊണ്ട് മൂലധനത്തിന്റെ നിരന്തര സഞ്ചയനവും വർധനവും ഒരു സുപ്രധാന പങ്കു വഹിക്കുന്നു. നാം ഇനിയതിലേക്ക് നമ്മുടെ ശ്രദ്ധ തിരിക്കും.

12

മൂലധനത്തിന്റെ സഞ്ചയം

(എ) ഉൽപ്പാദനത്തിന്റെ (പ്രത്യുൽപ്പാദനത്തിന്റെ) തടസമില്ലാത്ത തുടർച്ച

ഒരു സമൂഹത്തിന് ഉപഭോഗിക്കൽ നിർത്താൻ കഴിയില്ല എന്നതു പോലെതന്നെ ഉൽപ്പാദിപ്പിക്കൽ നിർത്താനും കഴിയില്ല. ഒരു സമൂഹത്തിനും, അതതിന്റെ ഉൽപ്പന്നങ്ങളുടെ ഒരു ഭാഗത്തെ ഉൽപ്പാദനോപാധിയായി നിരന്തരം പുനർ പരിവർത്തിപ്പിച്ചുകൊണ്ടിരുന്നില്ലെങ്കിൽ, തുടർച്ചയായി ഉൽപ്പാദിപ്പിക്കാനും കഴിയില്ല. മറ്റെല്ലാസാഹചര്യങ്ങളും അതേപടി തുടർന്നാൽ, അതിനതിന്റെ സമ്പത്തുൽപ്പാദിപ്പിക്കാനാകുന്ന ഏകമാത്രമായ രീതി (അതിനെ ഒരു നിലവാരത്തിൽ നിലനിർത്താനുള്ള രീതിയും) ഉൽപ്പാദനോപാധികളെ പകരംവയ്ക്കലാണ്. അതായത്, അധ്വാനോപകരണങ്ങൾ, അസംസ്കൃതവസ്തുക്കൾ, അനുബന്ധവസ്തുക്കൾ എന്നിവ ഒരു വർഷക്കാലയളവിൽ ഉപഭോഗിച്ചതിനെ അതേതരം വസ്തുക്കളുടെ തുല്യ അളവുകൊണ്ട് പകരംവയ്ക്കൽ. ഒരു വർഷത്തെ ഉൽപ്പന്നക്കൂമ്പാരത്തിൽ നിന്നിവയെ മാറ്റിവയ്ക്കുകയും ഉൽപ്പാദനപ്രക്രിയയിലേക്ക് പുതുതായി ഉൾപ്പെടുത്തുകയും വേണം. ഈ ഉദ്ദേശ്യത്തിനായി അത് പ്രയോഗത്തിൽ കൊണ്ടുവരാനാകണം.

ഒരു മുതലാളിത്ത സമൂഹത്തിൽ എല്ലാ ഉൽപ്പാദനോപാധികളും മൂലധനമായി സേവനമനുഷ്ഠിക്കും, കാരണമവയെല്ലാം കൂലിത്തൊഴിലാളികളെ നിയോഗിച്ചുകൊണ്ട് അവയുടെ ഉടമസ്ഥന് മിച്ചമൂല്യം കൊയ്യാൻ കഴിവുണ്ടാക്കിക്കൊടുക്കുന്നു. ഒരു വസ്തുതയെന്ന നിലയിൽ മുതലാളി ഒരിക്കൽ മാത്രം മിച്ചമൂല്യം കൊയ്യാനല്ല ആഗ്രഹിക്കുന്നത് മറിച്ച്, തുടർച്ചയായി താൻ മുതലിറക്കുന്ന മൂലധനത്തിൽനിന്ന് ലാഭം കൊയ്യാനുദ്ദേശിക്കുന്നു.

അത്തരം മിച്ചമൂല്യത്തെ മുതലാളി ഓരോ വർഷവും പൂർണമായി ഉപഭോഗിക്കുകയാണെങ്കിൽ ഉൽപ്പാദനത്തിന്റെ ഒരു ലളിതമായ ആവർത്തനം മാത്രമാണുണ്ടാകുക; അതായത്, ലളിതമായ പുനരുൽപ്പാദനം. പക്ഷേ, ഈ ലളിതമായ, തുടർച്ചയായ ആവർത്തനംപോലും പ്രക്രിയക്കൊരു പുതിയ സ്വഭാവം നൽകും.

ഒരു നിശ്ചിതകാലത്തേക്ക് അധ്വാനശക്തിയെ വിലയ്ക്കുവാങ്ങുന്നത് ഉൽപ്പാദനപ്രക്രിയയുടെ ആരംഭമാണ്. പക്ഷേ, തന്റെ അധ്വാനം ചെലവഴിക്കുന്നതിനുമുമ്പ് തൊഴിലാളിക്ക് കൂലി നൽകപ്പെടുന്നില്ല. അതിന്റെ മൂല്യം മാത്രമല്ല, മിച്ചമൂല്യവും ചരക്കുകളിൽ സാക്ഷാൽക്കരിക്കപ്പെടുന്നതു വരെ. അതുകൊണ്ട് അവൻ മിച്ചമൂല്യം മാത്രമല്ല ഉൽപ്പാദിപ്പിക്കുന്നത്, മറിച്ചവൻ കൂലിയുടെ രൂപത്തിൽ അവനിലേക്കു തിരിച്ചുവരുന്നതിന് മുമ്പ് അവനുതന്നെ കൂലി നൽകപ്പെട്ട ഫണ്ടിനെക്കൂടി സൃഷ്ടിച്ചു. അവന്റെ തൊഴിൽ നിലനിൽക്കുക ഈ ഫണ്ടിനെ പ്രത്യുൽപ്പാദിപ്പിക്കുന്നത് അവൻ തുടരുന്നിടത്തോളം മാത്രമാണ്. അങ്ങനെ, തൊഴിലാളി സ്വയംതന്നെ തുടർച്ചയായി പ്രത്യുൽപ്പാദിപ്പിച്ചുകൊണ്ടിരിക്കുന്ന ഉൽപ്പന്നത്തിന്റെ ഒരു ഭാഗമല്ലാതെ മറ്റൊന്നുമല്ല കൂലി. മുതലാളിയവന് പണമാണ് നൽകുന്നതെന്നത് സത്യമാണ്. പക്ഷേ, ഈ പണം അവന്റെ അധ്വാനത്തിന്റെ ഉൽപ്പന്നത്തിന്റെ വേഷം മാറിയ രൂപം മാത്രമാണ്. അതവന്റെ കഴിഞ്ഞയാഴ്ചയിലെയോ ഈയാഴ്ചയിലെയോ അല്ലെങ്കിൽ ഈ വർഷത്തെയോ അധ്വാനം മാത്രമാണ്. നാം ഒറ്റവ്യക്തിയായ മുതലാളിയെയോ തൊഴിലാളിയെയോ എടുക്കുന്നതിനുപകരം മുതലാളിവർഗത്തെയും തൊഴിലാളിവർഗത്തെയും ഒട്ടുമൊത്തത്തിലെടുക്കുകയാണെങ്കിൽ പണം ഇടയിൽ കടന്നു വരുന്നതിന്റെ ആ മായക്കാഴ്ച ഉടനടിതന്നെ അപ്രത്യക്ഷമാകുന്നു. തൊഴിലാളിവർഗം ഉൽപ്പാദിപ്പിച്ചതും മുതലാളിവർഗം കൈയടക്കിയതുമായ ചരക്കുകളുടെ ഒരു ഭാഗത്തിന്റെ പേരിൽ മുതലാളിവർഗം തൊഴിലെടുക്കുന്ന വർഗത്തിന് പണത്തിന്റെ രൂപത്തിൽ ഓർഡർ നോട്ടു(order note)കൾ നൽകുകയാണ്. തൊഴിലാളികൾ ഈ ഓർഡർ നോട്ടുകൾ അതേപോലെതന്നെ സ്ഥിരമായി മുതലാളിവർഗത്തിനു തിരികെ നൽകുന്നു. ഈ രീതിയിൽ അവരുടെതന്നെ ഉൽപ്പന്നത്തിൽ അവർക്കുള്ള പങ്ക് അവർക്കു കിട്ടുന്നു. ഈ കൈമാറ്റത്തിന് ചരക്കിന്റെ പണരൂപംകൊണ്ടും ഉൽപ്പന്നത്തിന്റെ ചരക്കുരൂപംകൊണ്ടും മറയിട്ടിരിക്കുന്നു.

മുതലാളിയുടെ നിധി (Fund)യിൽ നിന്നാണ് കൂലി നൽകപ്പെടുന്നതെന്ന മായക്കാഴ്ച അപ്രത്യക്ഷമാകുക അതിന്റെ നിരന്തര പുനരാരംഭിക്കലിന്റെ ഒഴുക്കിൽ നാം മുതലാളിത്ത ഉൽപ്പാദനപ്രക്രിയയെ നോക്കിക്കാണുമ്പോഴാണ്. പക്ഷേ, പ്രക്രിയക്ക് ഏതെങ്കിലും തരത്തിലുള്ള ഒരു തുടക്കമുണ്ടാകണം. അതുകൊണ്ട് തൽക്കാലത്തേക്ക് നാമനുമാനിക്കുന്നത് മുതലാളി ഒരിക്കലൊരു കാലത്ത്, മറ്റുള്ളവരുടെ കൂലി നൽകപ്പെടാത്ത അധ്വാനത്തിൽനിന്നു സ്വതന്ത്രമായി പണമുണ്ടാക്കിയെന്നും അങ്ങ

നെയാണയാൾ അധ്വാനശക്തിയെ വാങ്ങാനുള്ള കഴിവു നേടിയതെന്നുമാണ്. പക്ഷേ, ഇത് പ്രക്രിയയുടെ ഒരുവെറും തുടർച്ച മാത്രമായിരിക്കണം, ലളിതമായ പ്രത്യുൽപ്പാദനമെന്ന പ്രക്രിയയുടെ. അത് ചില അത്ഭുതകരമായ മാറ്റങ്ങൾ കൊണ്ടുവരുന്നു; അത് അസ്ഥിരമൂലധത്തെ മാത്രമല്ല മറിച്ച്, മൊത്തം മൂലധനത്തെയും ബാധിക്കുന്നു.

1000 പവൻ മൂലധനത്തിന് ഒരുവർഷം 200 പവൻ മിച്ചമൂല്യമായി ലഭിക്കുന്നുണ്ടെങ്കിൽ, അതുപോലെ ഈ മിച്ചമൂല്യം ഉപഭോഗിക്കപ്പെടുകയുമാണെങ്കിൽ, അഞ്ചു വർഷത്തിന്റെ അവസാനത്തിൽ ഉപഭോഗിക്കപ്പെട്ട മിച്ച മൂല്യം 200 X 5 = 1000 പവനാകുമെന്നത്, അഥവാ തുടക്കത്തിൽ മുതലിറക്കിയ തുകയാകുമെന്നത്, വ്യക്തമാണ്. അതിന്റെ ഒരു ഭാഗം അഥവാ നൂറുപവൻ മാത്രമാണുപഭോഗിക്കപ്പെടുന്നതെങ്കിൽ ഇതേ ഫലത്തിൽത്തന്നെ പത്തുവർഷത്തിനു ശേഷമെത്തിച്ചേരും. കാരണം, 100 X 10 = 1000 പവൻ. സാമാന്യനിയമം: നിശ്ചിത സംഖ്യ വർഷങ്ങൾകഴിയുമ്പോൾ, മുതലിറക്കിയ മൂലധനത്തിന്റെയും ഉപഭോഗിക്കപ്പെട്ട മിച്ച മൂല്യത്തിന്റെയും തുകയ്ക്കനുസരിച്ച്, ആരംഭത്തിൽ മുതലിറക്കിയ മൂലധനം മുതലാളിയാൽ ഉപഭോഗിക്കപ്പെടുകയും അതപ്രത്യക്ഷമാകുകയും ചെയ്യുന്നു. മുതലാളി ചിന്തിക്കുന്നത് താൻ ഉപഭോഗിക്കുന്നത് മിച്ചമൂല്യത്തിലെ പകരം മൂല്യം നൽകാത്ത അധ്വാനമാണെന്നും, തന്റെ തുടക്കത്തിലുള്ള മൂലധനം അതേപടി സൂക്ഷിക്കുകയാണെന്നുമാണ്; പക്ഷേ, അയാൾ ചിന്തിക്കുന്നതെന്താണെന്നതിന് വസ്തുതയെ മാറ്റിമറിക്കാനാകില്ല. നിശ്ചിത വർഷങ്ങളുടെ കഴിഞ്ഞുപോകലിനുശേഷം, അപ്പോഴയാളുടെ ഉടമസ്ഥതയിലുള്ള മൂലധനമൂല്യം ആ വർഷങ്ങളിൽ അയാൾ കൈയ്യടക്കിയ മിച്ചമൂല്യത്തിന്റെ മൊത്തം തുകക്ക് തുല്യമാകുന്നു. അയാളുപഭോഗിച്ച മൊത്തം മൂല്യം അയാളുടെ ആരംഭത്തിലുണ്ടായിരുന്ന മൂലധനത്തിനു തുല്യവുമാകുന്നു. അയാളുടെ കൈയിൽ മാറ്റമൊന്നും വരാത്ത ഒരു തുകയായ മൂലധനമുണ്ടെന്നതും അതിന്റെയൊരു ഭാഗം– അതായത് കെട്ടിടം, യന്ത്രസാമഗ്രികൾ തുടങ്ങിയവ– അയാളുടെ ബിസിനസാരംഭിച്ചപ്പോൾത്തന്നെ അവിടെയതിനകമുണ്ടായിരുന്നുവെന്നതും സത്യം തന്നെ. പക്ഷേ, നമുക്കിവിടെ പരിഗണിക്കാനുള്ളത് ഭൗതികഘടകങ്ങളെയല്ല മറിച്ച്, ആ മൂലധനത്തിന്റെ മൂല്യത്തെയാണ്. ഒരു മനുഷ്യൻ തന്റെ സമ്പത്തിന്റെ മൂല്യത്തിനുതുല്യമായ കടങ്ങൾ വരുത്തിവച്ചുകൊണ്ടയാളുടെ സമ്പത്തത്രയും തീർത്തുകഴിയുമ്പോൾ, അയാളുടെ സമ്പത്ത് പ്രതിനിധീകരിക്കുന്നത് അയാളുടെ കടങ്ങളുടെ മൊത്തം തുകയെയാണെന്നത് വ്യക്തമാണ്. അതുപോലെ തന്നെയാണ് മുതലാളിയുടെ കാര്യവും, അയാൾ തന്റെ ആരംഭത്തിലെ മൂലധനത്തിന്റെയത്രതന്നെ ഉപഭോഗിച്ചു കഴിയുമ്പോൾ, അയാളുടെ ഇപ്പോഴത്തെ മൂലധനം പ്രതിനിധീകരിക്കുന്നത് വിലയൊന്നും നൽകാതെ അയാൾ കൈയടക്കിയ മിച്ചമൂല്യത്തിന്റെ മൊത്തം തുകയെയല്ലാതെ മറ്റൊന്നുമല്ല. അയാളുടെ പഴയ മൂലധനത്തിന്റെ മൂല്യത്തിന്റെ ഒരൊറ്റ അണുപോലും ഇനിയും തുടർന്നു

നിലനിൽക്കുന്നില്ല.

ഉൽപ്പാദനപ്രക്രിയയുടെ വെറും തുടർച്ച– മറ്റുവാക്കുകളിൽപ്പറഞ്ഞാൽ ലളിതമായ പ്രത്യുൽപ്പാദനം— അങ്ങനെ ഉടനെയോ പിന്നീടോ അനിവാര്യമായും എല്ലാ മൂലധനത്തെയും മൂലധനവൽക്കരിക്കപ്പെട്ട മിച്ച മൂല്യമായി പരിവർത്തിപ്പിക്കുന്നു. ആ മൂലധനം ഇറക്കിയയാൾ ആരംഭത്തിൽ സ്വന്തം വ്യക്തിപരമായ അധ്വാനത്തിലൂടെ കൈവരിച്ചതായിരുന്നു ആ മൂലധനമെങ്കിൽ തന്നെയും, അത് ഉടനെയോ കുറേക്കഴിഞ്ഞോ ഒരു പകരം തുല്യമൂല്യം നൽകാതെ കൈക്കലാക്കിയ മൂല്യമായിത്തീരുന്നു– പണത്തിലോ മറ്റെന്തെങ്കിലും വസ്തുവിലോ യാഥാർഥീകരിക്കപ്പെട്ട മറ്റുള്ളവരുടെ പ്രതിഫലം നൽകപ്പെടാത്ത അധ്വാനം.

മറ്റുള്ളവരുടെ അധ്വാനത്തെ ചൂഷണം ചെയ്യുകയെന്ന ഉദ്ദേശ്യത്തോടെ തന്റെ പണം മൂലധനമായി പരിവർത്തിപ്പിക്കുന്നതിനായി മുതലാളിക്ക് തുടക്കത്തിൽ തൊഴിൽ വിപണിയിൽ ഉൽപ്പാദനത്തിന്റെയോ നിലനിൽപ്പിന്റെയോ യാതൊരുപാധികളും കൈയിലില്ലാത്തവനായ തൊഴിലാളിയെ അഭിമുഖീകരിക്കേണ്ടതുണ്ട്. മുതലാളിത്ത ഉൽപ്പാദനത്തിന്റെ യഥാർഥ അടിസ്ഥാനം, ആരംഭബിന്ദു, ഇതാണെന്നതാണ് വസ്തുത. പക്ഷേ, ലളിതമായ പ്രത്യുൽപ്പാദനത്തിന്റെ വെറും തുടർച്ചയെന്നതിലൂടെ ഈ സാഹചര്യങ്ങളെ നിരന്തരമായി പ്രത്യുൽപ്പാദിപ്പിക്കുന്നു. മറുവശത്ത് ഉൽപ്പാദനപ്രക്രിയ വിരാമമൊന്നുമില്ലാതെ ഭൗതികസമ്പത്തിനെ മൂലധനത്തിലേക്കു മുതലാളിക്ക് കൂടുതൽ ഭൗതികസമ്പത്തും വിനോദോപാധികളും സൃഷ്ടിക്കുന്നതിനുള്ള ഉപാധികളെന്നതിലേക്കും പരിവർത്തിപ്പിക്കുന്നു.

തൊഴിലാളി രണ്ടു രീതിയിലാണ് ഉപഭോഗിക്കുന്നത്. തന്റെ അധ്വാനം കൊണ്ടവൻ ഉൽപ്പാദനോപാദികളെ ഉപഭോഗിക്കുമ്പോൾ മുതലിറക്കിയ മൂലധനത്തിനേക്കാൾ ഉയർന്ന മൂല്യമുള്ള ഉൽപ്പന്നങ്ങളാക്കി അവയെ പരിവർത്തിപ്പിക്കുകയാണ്. അതാണവന്റെ ഉൽപ്പാദനപരമായ ഉപഭോഗം. ഇതേ സമയംതന്നെ അവന്റെ അധ്വാനശക്തിയെ വാങ്ങിയ മുതലാളിയാൽ അവന്റെ അധ്വാനശക്തിയുടെ ഉപഭോഗം കൂടിയാണ്. മറുവശത്തു തൊഴിലാളി അവന്റെ അധ്വാനശക്തിയെ വിലയ്ക്കുവാങ്ങാനായി അവനു നൽകിയ പണത്തെ ജീവനോപാധികളാക്കി മാറ്റുന്നു. അതാണവന്റെ വ്യക്തിപരമായ ഉപഭോഗം. അതുകൊണ്ട് തൊഴിലാളിയുടെ ഉൽപ്പാദനപരമായ ഉപഭോഗം ആദ്യത്തേതാണ്. അതിലവൻ മുതലാളിയുടെ ഉദ്ദേശ്യശക്തിയായി പ്രവർത്തിക്കുകയും മുതലാളിയുടെ സ്വന്തമായിരിക്കുകയും ചെയ്യുന്നു. രണ്ടാമത്തേതിൽ അവൻ അവന്റെതന്നെ സ്വന്തമാണ്, അവന്റെ അനിവാര്യമായ ജീവത്തായ പ്രവർത്തന ധർമങ്ങളെ ഉൽപ്പാദനപ്രക്രിയയ്ക്ക് പുറത്തു വച്ചവൻ നിർവഹിക്കുന്നു. ഒന്നാമത്തേതിന്റെ ഫലം മുതലാളി ജീവിക്കുന്നുവെന്നതാണ്; രണ്ടാമത്തേതിന്റേത് തൊഴിലാളി ജീവിക്കുന്നുവെന്നതും.

പലപ്പോഴും തന്റെ വ്യക്തിപരമായ ഉപഭോഗത്തെ ഉൽപ്പാദനത്തിന്റെ

വെറുമൊരു സംഭവമാക്കാൻ തൊഴിലാളി നിർബന്ധിതനാകാറുണ്ടെന്നത് സത്യമാണ്. അത്തരമൊരു കേസിൽ, അവൻ തന്റെ അധ്വാനശക്തിയെ നിലനിർത്താനാവശ്യമായ അവശ്യവസ്തുക്കളെ തനിക്കുതന്നെ പ്രദാനം ചെയ്യുന്നു. ആവിയന്ത്രത്തിന് കൽക്കരിയും വെള്ളവും നൽകുന്നതുപോലെയും ചക്രങ്ങൾക്ക് ഓയിൽ നൽകുന്നതുപോലെയും. ഇത് പക്ഷേ മുതലാളിത്ത ഉൽപ്പാദനത്തെ സംബന്ധിച്ച് കാതലായ ഒന്നല്ലാത്ത ഒരു വളച്ചൊടിക്കലായി പ്രത്യക്ഷപ്പെടുന്നു.

നാം ഒറ്റ മുതലാളിയെയും ഒറ്റ തൊഴിലാളിയെയും കുറിച്ച് ചിന്തിക്കാതിരിക്കുകയും മറിച്ച്, മുതലാളി വർഗത്തെയും അധ്വാനിക്കുന്ന വർഗത്തെയും കുറിച്ച് ചിന്തിക്കുകയും ഒരു ഒറ്റപ്പെട്ട ഉൽപ്പാദനപ്രക്രിയയെ കണക്കിലെടുക്കാതെ മുതലാളിത്ത ഉൽപ്പാദനത്തെ അതിന്റെ ആകെത്തുകയിൽ കണക്കിലെടുക്കുകയും ചെയ്താൽ ഈ കാര്യം മറ്റൊരു വശം സ്വീകരിക്കുന്നു. അതിന്റെ ശരിയായ സാമൂഹ്യതലത്തിൽ മുതലാളി അയാളുടെ മൂലധനത്തിലൊരു ഭാഗത്തെ അധ്വാനശക്തിയാക്കി മാറ്റുന്നു. മുതലാളി അതിലൂടെ തന്റെ മൊത്തം മൂലധനത്തിന്റെയും മൂല്യത്തെ വർധിപ്പിക്കുന്നു. ഒരൊറ്റ കല്ലുകൊണ്ടയാൾ രണ്ടു പക്ഷികളെക്കൊല്ലുന്നു. അയാൾ തൊഴിലാളിയിൽ നിന്നയാൾക്ക് ലഭിക്കുന്നതിൽ നിന്നുമാത്രമല്ല ലാഭമുണ്ടാക്കുന്നത്. മറിച്ച്, അയാൾ തൊഴിലാളിക്ക് കൊടുക്കുന്നതെന്തോ അതിൽനിന്നുകൂടിയാണ്. അധ്വാനശക്തിക്ക് പകരമായി നൽകപ്പെട്ട മൂലധനം അവശ്യസാധനങ്ങളായി പരിവർത്തിക്കപ്പെടുന്നു. അതിന്റെ ഉപഭോഗത്തിലൂടെ നിലവിലുള്ള തൊഴിലാളികളുടെ പേശികൾ, നാഡികൾ, എല്ലുകൾ, തലച്ചോറുകൾ എന്നിവയൊക്കെ പ്രത്യുൽപ്പാദിപ്പിക്കപ്പെടുന്നു. അങ്ങനെ പുതിയ തൊഴിലാളികളെ ലഭ്യമാക്കുന്നു. കർക്കശമായ രീതിയിൽ അത്യാവശ്യമായവയെന്നതിന്റെ പരിധികൾക്കുള്ളിൽ തൊഴിലാളിവർഗത്തിന്റെ ഉപഭോഗമെന്നത്, അതുകൊണ്ട് അധ്വാനശക്തിക്ക് പകരമായി മൂലധനത്താൽ നൽകപ്പെടന്ന ജീവനോപാധികളുടെ ചൂഷണത്തിനായി മൂലധനത്തിന്റെ കൈയിലെത്തുന്ന പുതിയ അധ്വാനശക്തിയിലേക്കുള്ള പുനർപരിവർത്തിപ്പിക്കൽ കൂടിയാണ്. മുതലാളിക്ക് ഒട്ടുംതന്നെ ഒഴിച്ചുകൂടാനാവാത്ത ആ ഉൽപ്പാദനോപാധികളുടെ ഉൽപ്പാദനവും പ്രത്യുൽപ്പാദനവും കൂടിയാണത്: തൊഴിലാളിയുടെ തന്നെ. അതുകൊണ്ട് തൊഴിലാളിയുടെ വ്യക്തിപരമായ ഉപഭോഗം, അത് വർക്ക്ഷോപ്പിൽ നിന്നു തുടങ്ങിയാലും അതിനു പുറത്തായാലും അത് ഉൽപ്പാദന പ്രക്രിയയുടെതന്നെ ഒരു ഭാഗമായാലും അല്ലെങ്കിലും മൂലധനത്തിന്റെ ഒരുൽപ്പാദനത്തെയും പ്രത്യുൽപ്പാദനത്തെയും രൂപപ്പെടുത്തുന്നു, യന്ത്രസാമഗ്രികളുടെ വൃത്തിയാക്കൽ എന്നതുപോലെ തന്നെയാണത്. അത് നടത്തപ്പെടുന്നത്, യന്ത്രസാമഗ്രികൾ പ്രവർത്തിക്കുമ്പോഴാണോ അതോ നിൽക്കുമ്പോഴാണോ എന്നത് പ്രസക്തമല്ലാത്തതുപോലെതന്നെ തന്റെ ജീവനോപാധികളെ തൊഴിലാളി ഉപഭോഗിക്കുന്നത് തന്റെ തന്നെ ഉദ്ദേശ്യങ്ങൾക്കായാണ് മുതലാളിയെ പ്രീണിപ്പിക്കാനല്ല, എന്നത് കാര്യത്തി

ലൊരു മാറ്റവുമുണ്ടാക്കുന്നില്ല. ഭാരം ചുമക്കുന്ന ഒരു മൃഗത്തിന്റെ ഭക്ഷണം കഴിക്കൽ എന്തുതന്നെയായാലും, ഉൽപ്പാദനപ്രക്രിയയിലെ ഒരു അനിവാര്യഘടകമാണ്, അത് കഴിക്കുന്നതിനെ ആസ്വദിക്കുന്നുവെന്നു വന്നാലും. തൊഴിലാളിവർഗത്തിന്റെ നിലനിർത്തലും പ്രത്യുൽപ്പാദനവും മൂലധനത്തിന്റെ പ്രത്യുൽപ്പാദനത്തിന്റെ ഒരനിവാര്യ ഉപാധിയാണ്. അതെ ക്കാലത്തുമങ്ങനെയായിരിക്കുകയും ചെയ്യും. പക്ഷേ, മുതലാളിയതിന്റെ പൂർത്തീകരണത്തെ തൊഴിലാളിയുടെ സ്വയംസംരക്ഷണത്തിന്റെയും പ്രത്യുൽപ്പാദനത്തിന്റെയുമായ ജന്മവാസനകൾക്കായി സുരക്ഷിതമായി വിട്ടുകൊടുക്കും. ആകെ മുതലാളി അഭിലഷിക്കുന്നത് തൊഴിലാളിയുടെ വ്യക്തിപരമായ ഉപഭോഗത്തെ കഴിയാവുന്നിടത്തോളം ആവശ്യം അവ ശ്യമായവയിൽ മാത്രമായി ഒതുക്കിനിർത്താനാണ്. ആ ക്രൂരന്മാരായ തെക്കേ അമേരിക്കക്കാരെ അനുകരിക്കുന്നതിൽ നിന്നേറെയകലെയാണ യാൾ. അവർ തങ്ങളുടെ തൊഴിലാളികളെ കൂടുതൽ സത്തുള്ള ഭക്ഷണം കഴിക്കാൻ നിർബന്ധിതരാക്കുന്നു.[1]

അതുകൊണ്ട് മുതലാളിയും അയാളുടെ പ്രത്യയശാസ്ത്രപ്രതിനി ധിയായ രാഷ്ട്രീയസമ്പദ് ശാസ്ത്രജ്ഞനും തൊഴിലാളിവർഗത്തിന്റെ തുടർച്ചയ്ക്കാവശ്യമായ തൊഴിലാളിയുടെ വ്യക്തിപരമായ ഉപഭോഗ ത്തിന്റെ ഭാഗം മാത്രമാണ്. ഉൽപ്പാദനപരമെന്നും, അത് നടന്നിരിക്കേണ്ടത് മുതലാളിക്ക് ഉപഭോഗിക്കാൻ അധ്വാനശക്തി ആവശ്യമാണെന്നതുകൊണ്ടും ആ ഭാഗത്തിനുമപ്പുറത്ത് തൊഴിലാളി സ്വന്തം ആനന്ദത്തിനായി ഉപഭോ ഗിക്കുന്നത് ഉൽപ്പാനദപരമല്ലാത്ത ഉപഭോഗമാണെന്നും കരുതുന്നു.[2]

അതുകൊണ്ട് സാമൂഹ്യമായ വീക്ഷണകോണിൽ നിന്ന് നേരിട്ട് അധ്വാനപ്രക്രിയയിൽ പങ്കെടുക്കാത്തപ്പോൾപ്പോലും തൊഴിലാളിവർഗം സാധാരണ അധ്വാനോപകരണങ്ങളെപ്പോലെതന്നെയുള്ള മൂലധന ത്തിന്റെ അനുബന്ധമാണ്. ചില പരിധികൾക്കുള്ളിൽ അതിന്റെ വ്യക്തി പരമായ ഉപഭോഗംപോലും മൂലധനത്തിന്റെ പ്രത്യുൽപ്പാദനപ്രക്രിയയിലെ വെറുമൊരു ഘടകമാണ്. പക്ഷേ, ആ പ്രക്രിയ ഈ സ്വയം ബോധമുള്ള ഉപകരണങ്ങളെ വെറുതെ വഴിയിലുപേക്ഷിക്കപ്പെടുന്നതിൽനിന്നു തട യാൻ കാര്യമായ ശ്രദ്ധ നൽകുന്നു. കാരണം അത് അവയുടെ ഉൽപ്പന്ന

1. തെക്കേ അമേരിക്കൻ ഖനികളിലെ തൊഴിലാളികളുടെ ജോലിയിൽ (ഒരുപക്ഷേ, ലോകത്തിലെ ഏറ്റവും ഭാരമേറിയ ജോലിയായിരിക്കുമത്) നൂറുകിലോ വരുന്ന ലോഹങ്ങളുടെ ചാക്ക് 45 അടി താഴ്ചയിൽനിന്ന് തങ്ങളുടെ ചുമലുകളിലേറ്റി പുറ ത്തെത്തിക്കലുമുൾപ്പെടുന്നു. ആ തൊഴിലാളികൾ ബ്രെഡ്ഡും ബീൻസും മാത്രം തിന്നാ ണ് ജീവിക്കുന്നത്. തൊഴിലാളികൾക്ക് ഭക്ഷണമായി ബ്രെഡ്ഡ് മാത്രം കിട്ടാനാണി ഷ്ടം. വെറും ബ്രെഡ്ഡ് മാത്രംകഴിച്ചാൽ തങ്ങളുടെ തൊഴിലാളികൾക്ക് അത്ര കഠിന മായി ജോലിചെയ്യാൻ കഴിയില്ലെന്നറിയാവുന്ന അവരുടെ യജമാനന്മാർ അവരെ ബീൻസും കൂടി തിന്നാൻ നിർബന്ധിക്കുന്നു. ബീൻസിൽ ആപേക്ഷികമായി ബ്രഡ്ഡി നേക്കാൾ എല്ലുകൾക്ക് ബലം നൽകുന്ന പോഷകങ്ങളുണ്ട് (ചുണ്ണാമ്പും ഫോസ്ഫേ റ്റും) (ലീബിഗ് ക്രെമിസ്ട്രി ഇൻ ഇറ്റ്സ് ആപ്ലിക്കേഷൻ ടു അഗ്രികൾച്ചറൽ ആന്റ് ഫിസിയോളജി 1864)
2. ജെയിംസ് മിൽ എലിമെന്റ്സ് ഓഫ് പൊളിറ്റിക്കൽ എക്കോണമി 1823.

ങ്ങളെ അതുണ്ടാക്കുന്നതിന്റെയത്രതന്നെ വേഗത്തിൽ മൂലധനത്തിന്റെ സമ്പത്തായി മാറ്റുന്നു. ഒരുവശത്ത്, വ്യക്തിപരമായ ഉപഭോഗം അവരുടെ പ്രത്യുൽപ്പാദനത്തിനും നിലനിർത്തലിനും വേണ്ട ഉപാധികളെ നൽകുന്നു. അത് ജീവിതത്തിനുവേണ്ട ആവശ്യകതകളെ ഉന്മൂലനം ചെയ്തുകൊണ്ട് തൊഴിലാളി തൊഴിൽ വിപണിയിൽ തുടർന്നും പുനഃപ്രത്യക്ഷപ്പെട്ടുകൊണ്ടിരിക്കുമെന്ന് അതുറപ്പാക്കുന്നു. റോമനടിമകളെ ചങ്ങലകൾകൊണ്ടാണ് കെട്ടിയിട്ടിരുന്നത്. കൂലിപ്പണിക്കാരനായ തൊഴിലാളിയെ അയാളുടെ ഉടമ കെട്ടിയിടുന്നത് അദൃശ്യമായ ചരടുകൾ കൊണ്ടാണ്. സ്വാതന്ത്ര്യത്തിന്റെ ഒരു പ്രത്യക്ഷരൂപത്തെ തൊഴിൽദാതാക്കളുടെ ഒരു നിരന്തരമാറ്റമെന്ന ഉപാധിയിലൂടെ കാത്തുസൂക്ഷിക്കുന്നു; അതുപോലെ ഒരു കരാർ എന്ന നിയമപരമായ ഏർപ്പാടുകൊണ്ടും.

മുൻകാലത്ത് ആവശ്യം വന്നപ്പോഴൊക്കെ സ്വതന്ത്രതൊഴിലാളിയുടെ മേലുള്ള ഉടമാവകാശത്തെ നടപ്പിലാക്കാനായി മൂലധനം നിയമനിർമാണത്തിന്റെ മാർഗം അവലംബിച്ചു. ഉദാഹരണത്തിന്, ഇങ്ങേയറ്റത്ത് 1815 ൽപ്പോലും വലിയ ശിക്ഷകളും പിഴകളും നടപ്പാക്കിക്കൊണ്ട് യന്ത്രനിർമാണത്തിൽ തൊഴിൽ ചെയ്തിരുന്ന മെക്കാനിക്കുകളുടെ കുടിയേറ്റം ഇംഗ്ലണ്ടിൽ നിരോധിച്ചിരുന്നു.

തൊഴിലാളിവർഗത്തിന്റെ പ്രത്യുൽപ്പാദനം അതിനൊപ്പം വൈദഗ്ധ്യത്തിന്റെ പ്രസരണത്തെയും സഞ്ചയത്തെയുംകൂടി ഒപ്പം വഹിച്ചുകൊണ്ടുപോകുന്നുണ്ട്. അവ ഒരു തലമുറയിൽനിന്നു മറ്റൊന്നിലേക്ക് കൈമാറപ്പെടുന്നു. ഏതു പരിധിവരെയാണ് മുതലാളി അത്തരമൊരു വിദഗ്ധവർഗത്തിന്റെ നിലനിൽപ്പിനെ ഉൽപ്പാദനത്തിന്റെ ഘടകങ്ങളിലൊന്നായി അവകാശമെന്നനിലയിൽ തന്റേതായി കണക്കിലെടുക്കുന്നുവെന്നത് ദൃശ്യമാകുന്നത് അതിന്റെ നഷ്ടമെന്ന ഭീഷണി ഒരു പ്രതിസന്ധി കാരണം അയാൾക്കു നേരിടേണ്ടി വരുമ്പോഴാണ്. അമേരിക്കൻ ഐക്യനാടുകളിലെ ആഭ്യന്തരയുദ്ധവും അതിനെ തുടർന്നുവന്ന പരുത്തി ക്ഷാമവും കാരണം ലങ്കാഷയറിലെ ഭൂരിപക്ഷം പരുത്തി ഓപ്പറേറ്റീവുകളും തൊഴിലിൽനിന്നു പുറന്തള്ളപ്പെട്ടുവെന്ന കാര്യം ഏവർക്കുമറിയാവുന്നതാണ്. തൊഴിലാളിവർഗത്തിൽനിന്നുതന്നെയും, സമൂഹത്തിന്റെ മറ്റുഭാഗങ്ങളിൽ നിന്നും, സർക്കാർ സഹായമോ, സ്വമേധയായുള്ള സംഭാവനകളോ വഴി അധികപ്പറ്റായിത്തീർന്ന ആളുകളെ അമേരിക്കൻ ഐക്യനാടുകളിലെ കോളനികളിലേക്ക് കുടിയേറാൻ സഹായിക്കണമെന്ന മുറവിളിയുയർന്നു. അതിനെത്തുടർന്ന് 1863 മാർച്ച് 24 ന് *ദ ടൈംസ്* എഡ്മണ്ട് പോട്ടറുടെ ഒരു കത്ത് പ്രസിദ്ധീകരിച്ചു. അദ്ദേഹം മാഞ്ചസ്റ്റർ ചേംബർ ഓഫ് കൊമേഴ്സിന്റെ ഒരു മുൻ പ്രസിഡന്റായിരുന്നു. ആ കത്ത് ഹൗസ് ഓഫ് കോമൺസിൽ ശരിയായിത്തന്നെ, മാനുഫാക്ചറർമാരുടെ മാനിഫെസ്റ്റോ എന്ന് വിളിക്കപ്പെട്ടു. അതിൽ മൂലധനത്തിന് അധ്വാനശക്തിക്കുമേലുള്ള ഉടമാവകാശങ്ങൾ ഒരു മറയുമില്ലാതെ ഉറപ്പിച്ചുപറഞ്ഞിരുന്നു.

> അവനോട് (തൊഴിലില്ലാതായിത്തീർന്നയാൾ) പരുത്തിത്തൊഴിലാളികളുടെ ലഭ്യത വളരെയേറെയാണെന്നും.. യഥാർഥത്തിലത് ഒരു മൂന്നിലൊന്നു കണ്ട് കുറഞ്ഞാൽ ബാക്കി മൂന്നിൽ രണ്ടിന് ആരോഗ്യകരമായ ഒരു ഡിമാന്റുണ്ടാകുമെന്നും ആരെങ്കിലും പറഞ്ഞേക്കാം. പൊതുജനാഭിപ്രായം കുടിയേറ്റം വേണമെന്നു നിർബന്ധിക്കുന്നു. മാസ്റ്റർ (പരുത്തി മാനുഫാക്ചർ) ക്ക് സ്വമനസ്സോടെ തന്റെ തൊഴിൽ ലഭ്യത നീക്കംചെയ്യപ്പെടുന്നത് കണ്ടുകൊണ്ടിരിക്കാനാകില്ല. അയാൾ ഒരുപക്ഷേ, ന്യായമായിത്തന്നെ അത് തെറ്റും യുക്തിഹീനവുമാണെന്ന് ചിന്തിച്ചേക്കാം... പക്ഷേ, പൊതു ഫണ്ടുകൾ കുടിയേറ്റത്തെ സഹായിക്കാനായി മാറ്റിവയ്ക്കുകയാണെങ്കിൽ, അവനും തന്റെ ഭാഗം കേൾക്കപ്പെടണമെന്ന അവകാശമുന്നയിക്കാം, അതിൽ ഒരുപക്ഷേ പ്രതിഷേധിക്കാനും അവനവകാശമുണ്ടായേക്കാം.

തുടർന്ന് മി. പോട്ടർ പരുത്തിവ്യവസായം എത്രമാത്രം ഉപയോഗപ്രദമാണെന്നും ആ വ്യവസായങ്ങളെങ്ങനെയാണ് അയർലണ്ടിൽ നിന്നും കാർഷികജില്ലകളിൽ നിന്നുമുള്ള മിച്ച ജനസംഖ്യയെ ആകർഷിച്ചുകൊണ്ടുവന്നതെന്നും 1860 ൽ ആ വ്യവസായം ഇംഗ്ലണ്ടിന്റെ മൊത്തം കയറ്റുമതിയിൽ 5/13 ഭാഗത്തിനും ഉത്തരവാദിയായതെങ്ങനെയെന്നും ഏതാനും വർഷങ്ങൾക്കുള്ളിൽ വിപണി വിപുലമാകുന്നതോടെ (പ്രത്യേകിച്ചും ഇന്ത്യൻ വിപണി) അതെങ്ങനെയാണ് വീണ്ടും വികസിക്കാൻ പോകുന്നതെന്നും അതെങ്ങനെയാണ് ഒരു റാത്തലിന് 6 പെൻസ് നിരക്കിൽ വമ്പിച്ച പഞ്ഞി സപ്ലൈ നടത്താൻ പോകുന്നതെന്നും കാണിച്ചുതരുന്നു. തുടർന്നദ്ദേഹം പറയുന്നു:

> കാലം അത് ഒന്നോ രണ്ടോ മൂന്നോ വർഷമായേക്കാം. അത്രയുളവ് ഉൽപ്പാദിപ്പിക്കും.... അപ്പോൾ ഞാൻ മുന്നോട്ടുവയ്ക്കുന്ന ചോദ്യമിതാണ്. ആ വ്യവസായം നിലനിർത്തപ്പെടാൻമാത്രം വിലയുള്ളതല്ലേ? അതിന്റെ യന്ത്രസാമഗ്രികൾ (ഇവിടെയദ്ദേഹമുദ്ദേശിച്ചത് ജീവിക്കുന്ന അധ്വാനയന്ത്രങ്ങളെയാണ്) പ്രവർത്തനസജ്ജമായി നിലനിർത്തപ്പെടേണ്ടതില്ലേ? ഞാൻ ചിന്തിക്കുന്നത് അതു വേണമെന്നാണ്. തൊഴിലാളികൾ ഒരു സ്വത്തല്ലെന്ന കാര്യം ഞാനംഗീകരിക്കുന്നു, അവർ ലങ്കാഷയറിന്റെയോ മാഞ്ചസ്റ്ററിന്റെയോ സ്വത്തല്ല; പക്ഷേ, അവ രണ്ടിന്റെയും ശക്തി അവരാണ്. ഒരു തലമുറകൊണ്ട് പകരംവയ്ക്കാനാകാത്ത മാനസികമായി അനുയോജ്യരും പരിശീലനം കിട്ടിയവരുമായ ശക്തിയാണവർ. അവർ പ്രവർത്തിപ്പിക്കുന്ന വെറും യന്ത്രസാമഗ്രികൾ ഉപകാരപ്രദമായി 12 മാസംകൊണ്ട് പകരംവയ്ക്കാനായേക്കും അല്ല.. മെച്ചപ്പെടു

ത്താൻ തന്നെ സാധിച്ചേക്കം.[1] തൊഴിൽശക്തിയെ കുടിയേറാൻ പ്രോത്സാഹിപ്പിക്കുകയോ അനുവദിക്കുകയോ ചെയ്യുക. അപ്പോൾ മുതലാളിയുടെ കാര്യം എങ്ങനെയാണ്? തൊഴിലാളികളിലെ ക്രീമായ വിഭാഗത്തെ എടുത്തു മാറ്റുക, അപ്പോൾ ഫിക്സഡ് മൂല ധനം ഒരു വലിയ ഡിഗ്രിയിൽ തേയ്മാനം സംഭവിച്ചതാകും. നില വാരം കുറഞ്ഞ അധ്വാനത്തിന്റെ വേണ്ടത്രയില്ലാത്ത സപ്ലൈയോട് ഒരു സമരത്തിന് സ്വയം വിധേയമാക്കാൻ ദ്രവമൂലധനം (Floating capital) തയാറാകില്ല.... തൊഴിലാളികളതാണാഗ്രഹിക്കുന്നതെന്ന് നമ്മോട് പറയുന്നത് (കുടിയേറ്റം) അവരങ്ങനെ ആഗ്രഹിക്കുമെ ന്നത് തികച്ചും സ്വാഭാവികമാണ്. പരുത്തി ബിസിനസ്സിനെ അതിന്റെ തൊഴിൽശക്തിയെ എടുത്തുമാറ്റിക്കൊണ്ട് ചുരുക്കുകയോ അമർത്തുകയോ ചെയ്യുക, അതായത് അഞ്ചിലൊന്നോ, അല്ലെ ങ്കിൽ അഞ്ചു ദശലക്ഷമോ, അവരുടെ കൂലിച്ചെലവിൽ നിന്ന് ചുരു ക്കിക്കൊണ്ട്. അപ്പോൾ മുകളിലുള്ള വർഗത്തിനെന്തു സംഭവിക്കും, ചെറുകിട കച്ചവടക്കാർക്ക് അതിന്റെ ഫലങ്ങൾ മുകളിലേക്ക് ചെറു കിട കർഷകന് കുറച്ചുകൂടി മികച്ച നിലവിലുള്ള വീട്ടുടമസ്ഥന്..... ഭൂവുടമക്ക് ഒക്കെയെങ്ങനെയായിരിക്കുമെന്ന് കണക്കാക്കി നോക്കു ക, ഒരു രാജ്യത്തെ അതിന്റെ ഏറ്റവും മികച്ച നിർമാണ ജനവിഭാ ഗങ്ങളെ കയറ്റിയയച്ചുകൊണ്ട് അതിന്റെ ഏറ്റവും ഉൽപ്പാദനപര മായ മൂലധനത്തിന്റെ സമ്പന്നത നേടലിന്റെയും മൂല്യത്തെ നശി പ്പിച്ചുകൊണ്ട്, ദുർബലമാക്കുകയെന്നതിലേറെ രാജ്യത്തെ എല്ലാ വർഗങ്ങൾക്കും ഇതിനേക്കാൾ ആത്മഹത്യാപരമായ ഏതെങ്കിലു മൊരു നിർദേശമുണ്ടാക്കാൻ കഴിയുമോയെന്നു പറയൂ..

തൊഴിലാളികളുമായി ബന്ധം പിരിയുകയെന്നതിനേക്കാൾ മോശ മായ എന്തെങ്കിലും ഭൂവുടമകൾക്കും മാസ്റ്റർമാർക്കും ഉണ്ടാകാൻ കഴി

1. സാധാരണസാഹചര്യങ്ങളിൽ കൂലി കുറയ്ക്കേണ്ടതിന്റെ ഒരു പ്രശ്നമുണ്ടാകുമ്പോൾ ഇതേ മൂലധനം മറ്റൊരു രാഗമാണാലാപിക്കുകയെന്നത് മറക്കാൻ പാടില്ല. അപ്പോൾ മാസ്റ്റർമാർ ഒരൊറ്റ സ്വരത്തിൽ കൂവിയാർക്കും. ഫാക്ടറി ഓപ്പറേറ്റീവുകൾ മൊത്ത ത്തിൽ ഓർമവയ്ക്കേണ്ട കാര്യം അവരുടേത് യഥാർഥത്തിൽ വിദഗ്ധ അധ്വാനത്തിന്റെ താഴ്ന്നതരത്തിലുള്ള ഒന്നാണെന്നവസ്തുതയാണ്. അതുപോലെ എളുപ്പത്തിൽ സ്വായത്തമാക്കാവുന്ന മറ്റൊരു കാര്യമില്ല, അതല്ലെങ്കിൽ അതിന്റെ ഗുണനിലവാര ത്തിലുള്ളതിന് ആവശ്യത്തിനുള്ള ഫലം നൽകപ്പെടുന്നുണ്ട്, അതല്ലെങ്കിൽ ഒരു ചെറിയ ട്രെയ്നിങ് കൊണ്ട് വളരെ വേഗത്തിൽത്തന്നെ, വളരെയേറെ സമൃദ്ധമായി കൈവരിക്കാനാകുന്നതാണ്. മാസ്റ്ററുടെ യന്ത്രസാമഗ്രികൾ (ഇപ്പോൾ അത് 12 മാസം കൊണ്ടുതന്നെ പകരംവയ്ക്കാൻ പറ്റുന്നതാണെന്ന കാര്യം നാമറിയുന്നു) അതു പ്രവർത്തിപ്പിക്കുന്നവന്റെ (അവരെ 30 കൊല്ലം കൊണ്ടുപോലും പകരം വയ്ക്കാനാ കില്ല.) അധ്വാനത്തെയും വൈദഗ്ധ്യത്തെയുംകാൾ ഉൽപ്പാദനത്തിന്റെ ബിസിനസിന് വളരെയേറെ പ്രധാനപ്പെട്ടതാണ്, അതിന്റെ പ്രവർത്തിപ്പിക്കൽ ആറുമാസം കൊണ്ട് അതു സാധാരണ തൊഴിലാളിയെയും പഠിപ്പിച്ചെടുക്കാവുന്നതേയുള്ളൂ.

യുമോ? ഒരു നിരന്തര കുടിയേറ്റത്താൽ ബാക്കിയുള്ളവരെയും മനോവീര്യത്തകർച്ചയിലും നിരാശയിലുമാക്കുന്നതാകില്ലേ അത്? മൂലധനത്തെയും മൂല്യത്തെയും ഒരു മൊത്തം പ്രവിശ്യയിലും ശോഷിപ്പിക്കുന്ന ഒന്ന്. മാനുഫാക്ചറർമാരുടെ വക്താവായി തെരഞ്ഞെടുക്കപ്പെട്ട പോട്ടർ രണ്ടുതരത്തിലുള്ള യന്ത്രസാമഗ്രികളെ വേർതിരിക്കുന്നു. രണ്ടും മുതലാളിമാർക്ക് സ്വന്തമാണ്. അവയിലൊരെണ്ണം അയാളുടെ ഫാക്ടറിയിൽത്തന്നെ കിടക്കുന്നു. മറ്റേത് രാത്രികളിലും ഞായറാഴ്ചകളിലും താമസിക്കുന്നത് ഫാക്ടറിക്കു പുറത്തു കൂരകളിലാണ്. ഒന്ന് അചേതന വസ്തുക്കളാകുമ്പോൾ മറ്റേത് ജീവനുള്ളതാണ്. അചേതനയന്ത്രസാമഗ്രികൾ ദിനം പ്രതി തേഞ്ഞുതീരുകയും മൂല്യം കുറയുകയും ചെയ്യുന്നതാകുമ്പോൾ, അതിലൊരു വലിയ ഭാഗം വളരെ വേഗം കാലാവധി കഴിഞ്ഞതായിത്തീരുമ്പോൾ (നിരന്തര സാങ്കേതിക പുരോഗതിയാൽ) ഏതാനും മാസങ്ങൾക്കു ശേഷമവയെ നേട്ടത്തോടുകൂടിത്തന്നെ പുതിയ യന്ത്രസാമഗ്രികൾകൊണ്ട് പകരം വയ്ക്കാനാകും. നേരെമറിച്ച്, ജീവിക്കുന്ന യന്ത്രാസാമഗ്രി, അത് എത്ര ദീർഘകാലം നിലനിൽക്കുന്നുവോ അതിനനുസരിച്ച് മെച്ചപ്പെടുന്നു, വൈദഗ്ധ്യത്തിന്റെ സഞ്ചയത്തിന്റെ അനുപാതത്തിൽ (അത് തലമുറയിൽ നിന്നു തലമുറയിലേക്ക് കൈമാറിക്കിട്ടുകയും ചെയ്യുന്നു) *ദ ടൈംസ്* പരുത്തി പ്രഭുവിന് താഴെപ്പറയുംപോലെ മറുപടി നൽകി.

"കോട്ടൻ മാസ്റ്റർമാരുടെ താരതമ്യങ്ങളില്ലാത്ത അങ്ങേയറ്റത്തെ പ്രാതിനിധ്യത്തിൽ മി. എഡ്മണ്ട് പോട്ടർ മതിമയങ്ങിയിരിക്കുകയാണ്. അതുകൊണ്ട് ഈ വർഗത്തെ സംരക്ഷിക്കാനും അവരുടെ തൊഴിൽമേഖല തുടർന്നു നിലനിർത്താനുമായി അദ്ദേഹം അഞ്ചുലക്ഷം വരുന്ന തൊഴിലെടുക്കുന്ന വർഗത്തിൽപ്പെട്ടവരെ അവരുടെ ഇച്ഛയ്ക്കെതിരായി മഹത്തായ ധാർമിക തൊഴിൽശാലയിൽ അദ്ദേഹമടച്ചിടും. ഈ തൊഴിൽ മേഖല നിലനിർത്താൻ മാത്രം വിലയുള്ളതാണോ? മി. പോട്ടർ ചോദിക്കുന്നു. തീർച്ചയായും എല്ലാ സത്യസന്ധമായ മാർഗങ്ങളിലൂടെയും അതങ്ങനെതന്നെ. നാം മറുപടി പറയുന്നു. യന്ത്രസാമഗ്രികൾ ക്രമപ്രകാരം നിലനിർത്തുന്നത് അതിനു തക്ക വിലയുള്ളതാണോ? വീണ്ടും മി. പോട്ടർ ചോദിക്കുന്നു. ഇവിടെ നാം സംശയിക്കുന്നു. യന്ത്രസാമഗ്രികളെന്നതുകൊണ്ട് മി. പോർട്ടർ അർഥാക്കുന്നത് മനുഷ്യയന്ത്രങ്ങളെയാണ്. കാരണമദ്ദേഹം അവരെ തങ്ങളുടെ കേവലസ്വത്തായി ഉപയോഗിക്കുകയെന്ന അർഥം അപ്പറഞ്ഞതിനില്ലെന്ന് പ്രതിഷേധിച്ചുകൊണ്ട് പറയുന്നു. മനുഷ്യയന്ത്രങ്ങളെ ആവശ്യം വരുന്ന കാലത്തോളം അതിനെ ക്രമപ്രകാരം നിലനിർത്തുന്നതിനായി അതിനെ അടച്ചിടുകയും എണ്ണയിട്ട് സജ്ജമാക്കിവയ്ക്കുകയും ചെയ്യുന്നത് വിലയുള്ള കാര്യമായി നാം കാണുന്നില്ലെന്ന് അത് സാധ്യമാകുമെന്നുപോലും കരുതുന്നില്ലെന്ന് നാം ഏറ്റുപറയുന്നു. മനുഷ്യയന്ത്രം പ്രവൃത്തിയില്ലാതായാൽ തുരുമ്പെടുക്കുമെന്നു മാത്രമല്ല, നിങ്ങളെത്രതന്നെ അതിനെണ്ണയിടുകയും ഉരച്ചു മിനുസപ്പെടുത്തിയാലുമത് നാം ഇപ്പോൾത്തന്നെ കണ്ടതുപോലെ സ്വന്തം നിലയ്

ക്കുതന്നെ ആവിതിങ്ങിയതായിത്തീരുകയും ഉയർന്ന് പൊട്ടിത്തെറിക്കുകയും ചെയ്യും. നാം നമ്മുടെ വൻനഗരങ്ങളിൽ കാണുന്നതുപോലെ തൊഴിലാളികളെ പ്രത്യുൽപ്പാദിപ്പിക്കാൻ കുറച്ചധികം സമയം വേണ്ടിവരുമെന്ന് മി. പോട്ടർ പറയുന്നു. പക്ഷേ, യന്ത്രഉടമകളും മുതലാളിമാരും കൈയിൽത്തന്നെയുള്ളതിനാൽ നമുക്കെല്ലായ്പ്പോഴും ഉത്സാഹഭരിതരും കടുപ്പമേറിയവരും ലാഭതൃഷ്ണയുള്ളവരുമായ ആളുകളെ കണ്ടെത്താനും നമുക്കെന്നെങ്കിലും ആവശ്യം വരുന്നതിലേറെ മാസ്റ്റർ മാനുഫാക്ചറർമാരെ കൂടുതൽ മികച്ചവരായി ഉണ്ടാക്കിയെടുക്കാനുമാകും. ഒന്നോ രണ്ടോ മൂന്നോ വർഷങ്ങൾക്കകം ബിസിനസ് പുനരുജ്ജീവിപ്പിക്കപ്പെടുമെന്ന് മി. പോട്ടർ പറയുന്നു. അദ്ദേഹമാവശ്യപ്പെടുന്നത് അധ്വാനശക്തിയുടെ കുടിയേറ്റത്തെ പ്രോത്സാഹിപ്പിക്കരുതെന്നും അനുവദിക്കരുതെന്നുമാണ്. തൊഴിലാളികൾ കുടിയേറാനാഗ്രഹിക്കുമെന്നത് തികച്ചും സ്വാഭാവികമാണെന്നദ്ദേഹം പറയുന്നു. അദ്ദേഹം പറയുന്നത് അവരങ്ങനെ അഭിലഷിച്ചാൽത്തന്നെയും രാജ്യം 5 ലക്ഷം വരുന്ന തൊഴിലാളികളെയും അവരുടെ ഏഴുലക്ഷം വരുന്ന ആശ്രിതരെയും പരുത്തി ജില്ലകളിൽത്തന്നെ അടച്ചിടണമെന്നാണ്. അവരുടെ അസംതൃപ്തിയെ രാജ്യം ബലം പ്രയോഗിച്ച് അടിച്ചമർത്തി നിർത്തണമെന്നാണദ്ദേഹം തീർച്ചയായും ചിന്തിക്കുന്നത്. അവരെ ഭിക്ഷകൾ നൽകി ഏതെങ്കിലുമൊരുനാൾ പരുത്തി മാസ്റ്റർമാർക്കവരെയാവശ്യമുണ്ടാകും എന്ന യാദൃച്ഛികത കണക്കിലെടുത്ത്, നിലനിർത്തണം... ഈ മഹത്തായ ദ്വീപുകളിലെ വമ്പിച്ച ബഹുജനാഭിപ്രായം ഈ തൊഴിൽശക്തിയെ ഇരുമ്പ്, കൽക്കരി, പരുത്തി എന്നിവയെന്ന പോലെ അവരെ കൈകാര്യം ചെയ്യുന്നവരുടെ കൈയിൽനിന്നും രക്ഷിക്കാനായി പ്രവർത്തനനിരതമാകേണ്ടകാലം വന്നിരിക്കുകയാണ്. *ദ ടൈംസ്* ലേഖനം ഒരാവേശ പ്രകടനം മാത്രമായിരുന്നു. വമ്പിച്ച ബഹുജനാഭിപ്രായം, യഥാർഥത്തിൽ മി. പോട്ടറുടേതായിരുന്നു. അതായത്, ഫാക്ടറി ഓപ്പറേറ്റീവുകൾ ഒരു ഫാക്ടറിയിലെ നിരന്തരം മാറ്റാവുന്ന ഫിറ്റിങ്ങുകളുടെ ഭാഗമാണെന്ന അഭിപ്രായം[1] അവരുടെ കുടിയേറ്റം തടയപ്പെട്ടു. അവരെ ആ ധാർമിക തൊഴിൽശാലയിലടച്ചിട്ടു. അതായത്, പരുത്തിജില്ലകളിൽ അവർ മുമ്പെന്നപോലെയിപ്പോഴും ലങ്കാഷയറിലെ പരുത്തി മാനുഫാക്ചറർമാരുടെ ശക്തിയായിത്തുടരുന്നു.

---

1. കുടിയേറ്റത്തിനുവേണ്ടി ഒരു ചില്ലിക്കാശുപോലും അനുവദിക്കാൻ പാർലമെന്റ് തയാറായില്ല. പകരം മുനിസിപ്പൽ കോർപ്പറേഷനുകൾക്ക് ഈ ഓപ്പറേറ്റീവുകളെ അർധപ്പട്ടിണിക്കാരായി നിലനിർത്താൻ വേണ്ട അധികാരങ്ങൾ നൽകുന്ന ചില നിയമങ്ങൾ പാസാക്കി. അതായത്, സാധാരണ കൂലിയിലും കുറവ് നൽകി അവരെ ചൂഷണം ചെയ്യാൻ അധികാരം നൽകുന്ന നിയമങ്ങൾ. മറുവശത്ത്, മൂന്നുവർഷത്തിനുശേഷം കന്നുകാലിരോഗം പൊട്ടിപ്പുറപ്പെട്ടപ്പോൾ, പാർലമെന്റിൽ വമ്പിച്ച കോലാഹലം നടക്കുകയും അതുടനടിതന്നെ കോടീശ്വരന്മാരായ ഭൂവുടമകളെ സഹായിക്കാനായി ദശലക്ഷങ്ങൾ അനുവദിക്കുകയും ചെയ്തു. ആ ഭൂപ്രഭുക്കളുടെ കർഷകരാകട്ടെ, ആ പ്രശ്നത്തിൽനിന്ന് ഒരു നഷ്ടവും വരാതെ പുറത്തുകടന്നു. ഇറച്ചിവില കുത്തനെ വർധിച്ചതവർക്കതിന് സഹായകമായി.

അതുകൊണ്ട് മുതലാളിത്ത ഉൽപ്പാദനം അതിൽത്തന്നെ അധ്വാന ശക്തിയും അധ്വാനോപാധികളും തമ്മിൽ ഒരു വേർതിരിക്കലിനെ പ്രത്യുൽപ്പാദിപ്പിക്കുന്നു. അതതിലൂടെ തൊഴിലാളിയെ ചൂഷണം ചെയ്യുന്നതിനുവേണ്ട സാഹചര്യങ്ങളെ പ്രത്യുൽപ്പാദിപ്പിക്കുകയും തുടർന്നും നിലനിർത്തുകയും ചെയ്യുന്നു. ജീവിക്കാനായി തന്റെ അധ്വാനശക്തിയെ വിൽക്കാൻ അതു നിരന്തരമായി അവനെ നിർബന്ധിതനാക്കുന്നു, അത് സ്വയം തന്നെത്തന്നെ സമ്പന്നനാക്കാനായി അധ്വാനശക്തി വിലയ്ക്കു വാങ്ങാൻ മുതലാളിയെ പ്രാപ്തനാക്കുകയും ചെയ്യുന്നു. മുതലാളിയും തൊഴിലാളിയും വിപണിയിൽ വാങ്ങൽകാരനും വിൽപ്പനക്കാരനുമായി കണ്ടുമുട്ടുന്നുവെന്നത് ഇനിയങ്ങോട്ട് ഒരു വെറും യാദൃച്ഛികതയല്ല. ആ പ്രക്രിയതന്നെയാണ് നിരന്തരമായി തൊഴിലാളിയെ തന്റെ അധ്വാനശക്തിയുടെ വിൽപ്പനക്കാരനായി വിപണിയിലേക്കെടുത്തെറിയുന്നത്. അത് നിരന്തരമായ അവന്റെ തന്നെ ഉൽപ്പന്നത്തെ മറ്റൊരു മനുഷ്യനവനെ വിലയ്ക്കുവാങ്ങാനുള്ള ഒരുപാധിയെന്നതിലേക്ക് പരിവർത്തിപ്പിക്കുകയും ചെയ്യുന്നു.

അതുകൊണ്ട് മുതലാളിത്ത ഉൽപ്പാദനം, പരസ്പരബന്ധിതമായ തുടർച്ചയായ പ്രക്രിയയെന്ന അതിന്റെ വശത്തിനു കീഴിൽ ചരക്കുകൾ മാത്രമല്ല ഉൽപ്പാദിപ്പിക്കുന്നത്, മിച്ചമൂല്യം മാത്രമല്ല ഉൽപ്പാദിപ്പിക്കുന്നത്; മറിച്ച്, മുതലാളിത്ത ബന്ധത്തെക്കൂടി ഉൽപ്പാദിപ്പിക്കുകയും പ്രത്യുൽപ്പാദിപ്പിക്കുകയും ചെയ്യുന്നു: ഒരുവശത്ത് മുതലാളിയും മറുവശത്ത് കൂലിത്തൊഴിലാളിയുമെന്ന ബന്ധം.

(ബി.) മിച്ചമൂല്യത്തിന്റെ ഉപാധിയാൽ മൂലധനത്തിന്റെ വർധനവ്. മുതലാളിത്ത സ്വത്ത്

ഇതേവരെ നാം മൂലധനത്തിൽ നിന്നെങ്ങനെയാണ് മിച്ചമൂല്യം ഉയർന്നുവരുന്നതെന്ന് അന്വേഷണം നടത്തി, നമുക്കിനി കാണേണ്ടത് മിച്ചമൂല്യത്തിൽ നിന്നെങ്ങനെയാണ് മൂലധനം ഉയർന്നുവരുന്നതെന്നാണ്. മിച്ച മൂല്യത്തിന്റെ മൂലധനമായുള്ള നിയോഗിക്കൽ, അതിന്റെ മൂലധനമായുള്ള പുനഃപരിവർത്തിപ്പിക്കൽ മുതലാളിത്ത സഞ്ചയം എന്നു വിളിക്കപ്പെടുന്നു. (Accumulation of capital) നമുക്കാദ്യം ഈ ഇടപാടിനെ വ്യക്തിയായ മുതലാളിയുടെ വീക്ഷണകോണിൽ നിന്നു പരിശോധിക്കാം. ഒരു സ്പിന്നിങ് മുതലാളി പതിനായിരം പവന്റെ മൂലധനം മുതലിറക്കിയെന്നും അതിന്റെ അഞ്ചിൽ നാല് (അതായത്, 8000 പവൻ) പഞ്ഞി യന്ത്രസാമഗ്രികൾ തുടങ്ങിയവക്കായും അഞ്ചിലൊന്ന് (2000 പവൻ) കൂലിയായി ചെലവാക്കിയെന്നും കരുതുക. പ്രതിവർഷം അയാൾ 2,40,000 കിലോ നൂൽ ഉൽപ്പാദിപ്പിക്കുന്നു. അതിന്റെ മൂല്യം 12000 പവനാണ്. മിച്ചമൂല്യം 100% ആയതിനാൽ അതു കിടക്കുന്നത് മിച്ച ഉൽപ്പന്ന (അഥവാ അറ്റ ഉൽപ്പന്നം) മായ 40,000 കിലോയിലാണ്. അതായത്, മൊത്തം ഉൽപ്പന്നത്തിന്റെ ആറിലൊന്നിൽ അതിന്റെ മൂല്യം 2000 പവനാണ്. അത് വിൽപ്പ

നയിലൂടെ സാക്ഷാൽക്കരിക്കപ്പെടും. 2000 പവനെന്നത് 2000 പവൻ തന്നെയാണ്. ഈ പണത്തിന്റെ തുകയിൽ നമുക്ക് മിച്ചമൂല്യത്തിന്റെ എന്തെങ്കിലുമൊരംശം കണ്ടോ മണത്തോ അറിയാൻ കഴിയില്ല. ഒരു നിശ്ചിത മൂല്യം മിച്ച മൂല്യമാണെന്ന് നാമറിയുമ്പോൾ അതിന്റെയുടമയ്ക്കതെങ്ങനെയാണ് ലഭ്യമായതെന്ന് നമുക്കറിയാം. പക്ഷേയത് മൂല്യത്തിന്റെയോ പണത്തിന്റെയോ സ്വഭാവത്തിലൊരു മാറ്റവും വരുത്തുന്നില്ല.

ഈ അധികം വന്ന തുകയായ രണ്ടായിരം പവനെ മൂലധനമായി പരിവർത്തിപ്പിക്കുന്നതിനായി സ്പിന്നിങ് മുതലാളി (മാസ്റ്റർ) മറ്റെല്ലാ സാഹചര്യങ്ങളും പഴയപോലെതന്നെ തുടരുമ്പോൾ അതിന്റെ അഞ്ചിൽ നാലുഭാഗം (1600 പവൻ) പഞ്ഞി തുടങ്ങിയവ വാങ്ങാനും 400 പവൻ (അഞ്ചിൽ ഒരു ഭാഗം) കൂടുതൽ സ്പിന്നിങ് തൊഴിലാളികളെ വാങ്ങാനുമുപയോഗിക്കുന്നു, അവർ വിപണിയിൽ ജീവിതാവശ്യങ്ങൾ കണ്ടെത്തും, അതിന്റെ മൂല്യം മാസ്റ്റർ അവർക്ക് നൽകിക്കഴിഞ്ഞതാണ്. തുടർന്ന് 2000 പവന്റെ പുതിയ മൂലധനം സ്പിന്നിങ് മില്ലിൽ പ്രവർത്തിച്ചു തുടങ്ങുന്നു. അത് അതിന്റെ മുറക്ക് 400 പവൻ മിച്ചമൂല്യമായി കൊണ്ടുവരുന്നു.

മൂലധന-മൂല്യം തുടക്കത്തിൽ പണരൂപത്തിലാണ് മുതലിറക്കിയത്. അത് നിക്ഷേപിക്കപ്പെട്ട 20,000 കിലോ നൂൽ വിറ്റാൽ മൂലധനമൂല്യത്തിന് അതിന്റെ പഴയരൂപം തിരികെകിട്ടുന്നു. നേരെമറിച്ച് മിച്ചമൂല്യം തുടക്കം മുതൽതന്നെ മൊത്തം ഉൽപ്പന്നത്തിന്റെ ഒരു നിശ്ചിഭാഗത്തിന്റെ മൂല്യമാണ്. അതുകൊണ്ട് വിൽപ്പനയിലൂടെ മിച്ചമൂല്യത്തിന്റെ തുടക്കത്തിലെ രൂപത്തിൽ മാറ്റംവരുന്നു. ആ നിമിഷം മുതൽ മൂലധന മൂല്യവും മിച്ചമൂല്യവും രണ്ടും, പണത്തിന്റെ സംഖ്യയാണ്. അവയുടെ മൂലധനമായുള്ള പുനഃപരിവർത്തനവും കൃത്യമായും ആ രീതിയിലാണ് നടക്കുന്നത്. ഒന്ന് മറ്റേതെന്നപോലെതന്നെ മുതലാളിയാൽ ചരക്കുകളുടെ വാങ്ങലിനായി മുതലിറക്കപ്പെടുന്നു, അതയാളെ അവന്റെ ചരക്കുകളുടെ നിർമാണം പുതിയതായി ആരംഭിക്കാവുന്ന നിലയിലാക്കുന്നു, പക്ഷേ, കുറച്ചുകൂടി വിപുലമായ തോതിൽ. പക്ഷേ, ആ ചരക്കുകളെ അയാൾക്കു വാങ്ങാൻ കഴിയണമെങ്കിൽ അവ വിപണിയിൽ തയാറായി ഇരിക്കുന്നതായി അയാൾ കണ്ടെത്തേണ്ടതുണ്ട്.

വിപണിയിൽ നിന്ന് വാങ്ങിയതായിട്ടുള്ള ചരക്കുകൾ മുമ്പുതന്നെ ഉൽപ്പാദിപ്പിക്കപ്പെട്ടിരിക്കണം. വിപണിയിൽ നടക്കുന്ന ഇടപാടുകൾ ഫലവത്താക്കുന്നത് വാർഷിക ഉൽപ്പന്നത്തിന്റെ ഒറ്റയൊറ്റ ഘടകങ്ങളുടെ പരസ്പരമാറ്റത്തെ മാത്രമാണ് അവയെ ഒരുകൈയിൽ നിന്ന് മറ്റൊന്നിലേക്ക് കൈമാറുന്നു. പക്ഷേ, മൊത്തം വാർഷികഉൽപ്പാദനത്തെ വർധിപ്പിക്കാനോ ഉൽപ്പാദിപ്പിക്കപ്പെട്ട വസ്തുക്കളുടെ സ്വഭാവത്തെ മാറ്റാനോ കഴിയില്ല.

വാർഷിക ഉൽപ്പാദനം ഒന്നാമതായിത്തന്നെ ഒരു വർഷത്തിന്റെ കാലയളവിനുള്ളിൽ ഉപയോഗിച്ചുതീർക്കുന്ന മൂലധനത്തിന്റെ ഭൗതികഘടകങ്ങൾ പകരംവയ്ക്കപ്പെടേണ്ടത് ഏത് വസ്തുക്കളിൽ നിന്നാണോ ആ

വസ്തുക്കളെ (ഉപയോഗമൂല്യങ്ങളെ) ലഭ്യമാക്കണം. അവയെ മൊത്തം ഉൽപ്പന്നത്തിൽനിന്ന് കുറച്ചുകഴിഞ്ഞാൽ ബാക്കിയാവുന്നത് അറ്റ അഥവാ മിച്ച ഉൽപ്പന്നമാണ്; അതിനകത്താണ് മിച്ചമൂല്യം കിടക്കുന്നത്. ഈ മിച്ച ഉൽപ്പന്നത്തിൽ ഉൾക്കൊള്ളുന്നതെന്താണ്? ഒരുപക്ഷേ, മുതലാളിവർഗ ത്തിന്റെ ആവശ്യങ്ങളെയും അഭിലാഷങ്ങളെയും തൃപ്തിപ്പെടുത്തുന്നതിന് ലക്ഷ്യംവച്ചിട്ടുള്ള സാധനങ്ങളെയാണോ? അതായിരുന്നു കാര്യമെങ്കിൽ, ഒരു കപ്പ് മിച്ചമൂല്യം അതിന്റെ അവസാനതുള്ളിവരെ കുടിച്ചുവറ്റിക്കപ്പെ ട്ടേനെ.

നമുക്ക് ഒരത്ഭുതം കൊണ്ടല്ലാതെ അധ്വാനപ്രക്രിയയിൽ ഉപയോ ഗിക്കാൻ കഴിയാത്തതായ ഒരുതരത്തിലുള്ള സാധനങ്ങളെയും (അതാ യത് ഉൽപ്പാദനോപാധികൾ) മൂലധനമായി പരിവർത്തിപ്പിക്കാനാകില്ല. ഒപ്പംതന്നെ തൊഴിലാളിയുടെ നിലനിൽപ്പിന് പറ്റിയതായിട്ടുള്ള തുടർന്നുള്ള സാധനങ്ങളെയും (അതായത് ജീവനോപാധികൾ) അല്ലാതെ. അതിന്റെ അനന്തരഫലമെന്നോണം വാർഷിക മിച്ചധ്വാനത്തിന്റെ ഒരു ഭാഗം കൂടു തൽ ഉൽപ്പാദനോപാധികളുടെയും ജീവനോപാധികളുടെയും ഉൽപ്പാദ നത്തിനായി പ്രയോഗിക്കപ്പെട്ടിരിക്കണം, ഇറക്കിയ മൂലധനത്തെ പകരം വയ്ക്കാനാവശ്യമായ ഈ സാധനങ്ങളുടെ അളവിന് മുകളിലായി. മറ്റു വാക്കുകളിൽ മിച്ചമൂല്യം മൂലധനത്തിലേക്ക് പരിവർത്തിപ്പിക്കാനാവുന്ന തിന്റെ ഏകകാരണം മിച്ച ഉൽപ്പന്നം, അതിന്റെ മൂല്യമാണത്, അതിനകം തന്നെ പുതിയ മൂലധനത്തിന്റെ ഭൗതിക ഘടകങ്ങളെ ഉൾക്കൊള്ളുന്ന താണെന്നതാണ്.

ഇപ്പോൾ ഈ ഘടകങ്ങളെ ശരിക്കും മൂലധനമായി പ്രവർത്തിപ്പി ക്കാനനുവദിക്കാനായി മുതലാളിവർഗത്തിന് കൂടുതലായ അധ്വാനത്തെ ആവശ്യമുണ്ട്. അതിനകംതന്നെ നിയമിക്കപ്പെട്ട തൊഴിലാളികളുടെ ചൂഷ ണം, ഒന്നുകിൽ വിപുലമാക്കലിലൂടെയോ അല്ലെങ്കിൽ തീവ്രമാക്കലിലൂ ടെയോ വർധിക്കുന്നില്ലെങ്കിൽ കൂടുതലായ അധ്വാനശക്തിയെ കണ്ടെ ത്തേണ്ടിവരും. അതിന് മുതലാളിത്ത ഉൽപ്പാദനത്തിന്റെ മെക്കാനിസം മുമ്പേതന്നെ വേണ്ടതു ചെയ്യുന്നുണ്ട്. കൂലി നിലനിർത്തപ്പെടലിനു മാത്ര മല്ല, തൊഴിലാളിവർഗത്തിന്റെ വർധനയ്ക്കുംകൂടി തികയുന്നതാണെന്ന തിനാൽ മൂലധനത്തിന് ഈ കൂടുതലായ അധ്വാനശക്തിയെ ഉൾപ്പെടു ത്തേണ്ട ആവശ്യമേയുള്ളൂ. അവരെ വർഷംതോറും എല്ലാപ്രായത്തിലും പെട്ട തൊഴിലാളികളുടെ രൂപത്തിൽ തൊഴിലാളിവർഗം സപ്ലൈ ചെയ്യു ന്നുണ്ട്. വാർഷിക ഉൽപ്പാദനത്തിലുൾക്കൊള്ളുന്ന മിച്ച ഉൽപ്പാദനോപാ ധികളും കൂടിയാകുന്നതോടെ മിച്ചമൂല്യത്തിന്റെ മൂലധനത്തിലേക്കുള്ള പരിവർത്തനം പൂർത്തിയാകുന്നു.

നമുക്കിനി നാം വരച്ചുകാട്ടിയ മാതൃകയിലേക്കു മടങ്ങാം. അതു പഴയ കഥതന്നെയാണ്. അബ്രഹാം ബിഗാറ്റ് ഐസക്, ഐസക് ബിഗാറ്റ് ജേക്കബ്, അങ്ങനെയങ്ങനെ ആരംഭത്തിലെ 10000 പവൻ മൂലധനം 2000 പവൻ മിച്ചമൂല്യം കൊണ്ടുവരുന്നു. അത് മൂലധനമാക്കപ്പെടുന്നു. ഈ

പുതിയ മൂലധനം 400 പവൻ മിച്ചമൂല്യം കൊണ്ടുവരുന്നു. ഇതും കൂടി മൂലധനമാക്കപ്പെടുന്നു– രണ്ടാമത്തെ കൂടുതലാക്കപ്പെട്ട മൂലധനമായി പരിവർത്തിപ്പിക്കപ്പെടുന്നു. അത് നേരെമറിച്ച്, തുടർന്നൊരു 80 പവന്റെ മിച്ചമൂല്യം കൊണ്ടുവരുന്നു. അങ്ങനെ പന്തുരുണ്ടുകൊണ്ടേയിരിക്കുന്നു.

നാമിവിടെ മുതലാളിയാൽ ഉപഭോഗിക്കപ്പെടുന്ന മിച്ചമൂല്യത്തിന്റെ ഭാഗത്തെ പരിഗണനയിൽ നിന്നുവിട്ടുകളഞ്ഞിരിക്കുകയാണ്. തൽക്കാലസ്ഥിതിയിൽ കൂടുതലായി കൂട്ടിച്ചേർക്കപ്പെട്ട മൂലധനം ആരംഭത്തിലെ മൂലധനത്തിനൊപ്പം ചേർന്നോ അതോ അത് സ്വതന്ത്രമായി പ്രവർത്തിക്കാനായി അതിൽനിന്നു വേർപെടുത്തപ്പെട്ടോ എന്നതും നമ്മെ ബാധിക്കുന്ന കാര്യമല്ല. അതുപോലെ അതിനെ സഞ്ചയിച്ച അതേ മുതലാളി തന്നെയാണോ അതിനെ മൂലധനമായി ഇറക്കുന്നത്, അതോ അയാൾ മറ്റൊരാളുടെ കൈവശം നൽകുകയാണോ ചെയ്തത് എന്നതും നമുക്ക് പ്രശ്നമല്ല. നാം മറക്കാൻ പാടില്ലാത്ത കാര്യം ഇതു മാത്രമാണ്, പുതുതായി രൂപപ്പെട്ട മൂലധനത്തിന്റെ ഒപ്പംതന്നെ ആരംഭത്തിലെ മൂലധനം അതിനെത്തന്നെ പ്രത്യുൽപ്പാദിപ്പിക്കുന്നത് തുടർന്നുകൊണ്ടേയിരിക്കുന്നുവെന്നതും മിച്ചമൂല്യമുൽപ്പാദിപ്പിക്കുന്നതു തുടരുന്നുണ്ടെന്നതും, ഇതേ കാര്യം എല്ലാ സഞ്ചയിക്കപ്പെട്ട മൂലധനത്തിന്റെകാര്യത്തിലും ശരിയാണെന്നതും.

ആരംഭത്തിലെ മൂലധനം രൂപപ്പെട്ടത് 10000പവൻ ഇറക്കിക്കൊണ്ടാണ്. എങ്ങനെയാണുടമ അതിന്റെ ഉടമസ്ഥനായിത്തീർന്നത്? അവന്റെയും അവന്റെ പൂർവപിതാക്കന്മാരുടെയും അധ്വാനത്തിലൂടെ രാഷ്ട്രീയസമ്പദ്ശാസ്ത്രജ്ഞരുടെ വക്താക്കൾ ഏകകണ്ഠമായിത്തന്നെ ഉത്തരം നൽകുന്നതങ്ങനെയാണ്.

പക്ഷേ, കൂടുതലായ മൂലധനമായ രണ്ടായിരം പവനെ സംബന്ധിച്ചിടത്തോളം അതങ്ങനെയല്ല. അതെങ്ങനെയാണുത്ഭവിച്ചതെന്ന കാര്യം നമുക്കു നന്നായറിയാം. അത് മൂലധനമാക്കപ്പെട്ട മിച്ചമൂല്യമാണ്. അതിന്റെ മൂല്യത്തിന്റെ ഒരണുപോലും പ്രതിഫലം നൽകാത്ത അധ്വാനമല്ലാത്തതായില്ല.

കൂടുതലായി കൂട്ടിച്ചേർക്കപ്പെട്ട അധ്വാനശക്തി ഉൾപ്പെടുത്തപ്പെട്ട ഉൽപ്പാദനോപാധികൾ, ഒപ്പംതന്നെ അധ്വാനത്തെ വിലയ്ക്കുവാങ്ങാനുപയോഗിച്ച ആവശ്യകതകളും മിച്ച ഉൽപ്പന്നത്തിന്റെ ഘടക ഭാഗങ്ങളല്ലാതെ മറ്റൊന്നുമല്ല. മുതലാളിവർഗത്താൽ തൊഴിലാളിവർഗത്തിൽനിന്ന് പ്രതിവർഷം ഈടാക്കപ്പെടുന്ന കപ്പത്തിന്റെ ഭാഗമല്ലാതെ മറ്റൊന്നുമല്ല. അവസാനം പറഞ്ഞത് ആ കപ്പത്തിന്റെ ഒരു ഭാഗത്തോടുകൂടി കൂടുതലായ അധ്വാനശക്തിയെ അതിന്റെപൂർണവിലയ്ക്കാണ് വാങ്ങിയതെന്നു വന്നാലും അങ്ങനെ തുല്യമൂല്യം തുല്യമൂല്യത്തിനായി കൈമാറിയെന്നു വന്നാലും. അപ്പോഴും ഇടപാട് എല്ലാറ്റിനും ശേഷം എല്ലാ കീഴടക്കൽകാരുടെയും പഴയ ഇടപാട് പോലെയാണ്. ഓരോ കീഴടക്കൽകാരനും കീഴടക്കപ്പെട്ടവരിൽനിന്ന് ചരക്കുകൾ വാങ്ങുന്നത് അവരിൽനിന്നു താൻ

കൊള്ളയടിച്ച പണംകൊണ്ടാണ്.

കൂടുതലായ മൂലധനം അതിനെ ഉൽപ്പാദിപ്പിച്ച വ്യക്തിയെ ജോലിക്കു നിയമിച്ചാൽ, ഈ ഉൽപ്പാദകർ ആരംഭത്തിൽ മൂലധനത്തിന്റെ മൂല്യത്തെ വർധിപ്പിക്കുന്നത് തുടരുക മാത്രമല്ല ചെയ്യേണ്ടത്. മറിച്ച്, തന്റെ മുൻകാല അധ്വാനത്തിന്റെ ഫലങ്ങളെ അവയ്ക്കു ചെലവു വന്നതിനേക്കാൾ കൂടുതൽ അധ്വാനം കൊടുത്തു തിരികെ വാങ്ങുകയും വേണം. മുതലാളിവർഗവും തൊഴിലാളിവർഗവും തമ്മിലുള്ള ഒരിടപാടായി വീക്ഷിക്കുമ്പോൾ അതൊരു വ്യത്യാസവും വരുത്തുന്നില്ല. മുമ്പ് നിയമിച്ച തൊഴിലാളികളുടെ പ്രതിഫലം നൽകാത്ത അധ്വാനത്തിന്റെ ഉപാധികളിലൂടെ കൂടുതൽ തൊഴിലാളികളെ നിയമിക്കുന്നു. മുതലാളി കൂട്ടിചേർക്കപ്പെടുന്ന അധികമൂലധനത്തെ ഒരു യന്ത്രമായിപ്പോലും പരിവർത്തിപ്പിച്ചേക്കാം. അതിനെയുണ്ടാക്കിയ തൊഴിലാളിയെന്നത് തൊഴിലിൽനിന്നു പുറന്തള്ളുകയും ഏതാനും കുട്ടികളെ കൊണ്ടുവരെ പകരംവയ്ക്കുകയുംചെയ്തേക്കാം. എല്ലാ കേസിലും തൊഴിലാളിവർഗം ഒരുവർഷത്തെ മിച്ചധ്വാനം കൊണ്ട് തുടർന്നുവരുന്ന വർഷത്തിൽ കൂടുതലധ്വാനത്തെ നിയമിക്കുന്നതിനുവേണ്ടിവരുന്ന മൂലധനത്തെ സൃഷ്ടിക്കുന്നു.

ആദ്യത്തെ കൂടുതൽ മൂലധനമായ 2000 പവന്റെ സഞ്ചയം തന്റെ പ്രാകൃതാധ്വാനത്തിലൂടെ മുതലാളിക്ക് സ്വന്തമായതും അയാൾ മുതലിറക്കിയതുമായ 1000 പവൻ ഒരു മൂല്യത്തെ മുൻകൂട്ടി മുന്നുപാധിയായി സങ്കൽപ്പിക്കുന്നു. രണ്ടാമത്തെ കൂടുതൽ മൂലധനമായ 400 പവൻ നേരെ മറിച്ച് സങ്കൽപ്പിക്കുന്നത് മുമ്പുള്ള 2000 പവന്റെ ഒരു സഞ്ചയത്തെ മാത്രമാണ്. അതിന്റെ മൂലധനമാക്കപ്പെട്ട മിച്ചമൂല്യമാണ് 400 പവനെന്നത്. മുമ്പത്തെ പ്രതിഫലം നൽകാത്ത അധ്വാനത്തിന്റെ ഉടമസ്ഥതയാണ് ഇവിടെ നിന്നങ്ങോട്ട് നിരന്തരം വർധമാനമാകുന്ന ഒരു തോതിൽ ജീവനുള്ള പ്രതിഫലം നൽകാത്ത അധ്വാനത്തെ കൈയടക്കുന്നതിന്റെ ഏക വ്യവസ്ഥ. മുതലാളി കൂടുതൽ സഞ്ചയിക്കുന്തോറും അയാൾ സഞ്ചയിക്കാൻ കൂടുതൽ കഴിവുള്ളവനാകുന്നു.

ഇപ്പോൾ വിവരിച്ച പ്രക്രിയകാരണം, അതായത്, മുമ്പുണ്ടാക്കപ്പെട്ട മിച്ചമൂല്യത്തിന്റെ ഉപാധിയിലൂടെയുള്ള മൂലധനത്തിന്റെ നിരന്തര വർധനവ് കാരണം (അതിന്റെ ഒരു ഭാഗം മാറ്റമൊന്നുമില്ലാതെ പുതിയ അധ്വാനശക്തിയുടെ വാങ്ങലിനായി ഉപയോഗിക്കുന്നു. നാം അനുമാനിക്കാൻ പോകുന്നത് അധ്വാനശക്തിയെ അതിന്റെ യഥാർഥ വിലയ്ക്ക് വാങ്ങുന്നുവെന്നുപോലുമാണ്) സ്വകാര്യസ്വത്ത് ചരക്കുകളുടെ ഉൽപ്പാദനത്തിന്മേലും സർക്കുലേഷനിൻമേലും (ചംക്രമണം) അടിസ്ഥാനമാക്കി അതിന്റെ നേരെവിപരീതമായി മാറ്റപ്പെടുന്നു. തുല്യമൂല്യങ്ങളുടെ കൈമാറ്റമെന്നത് ഒരു പ്രത്യക്ഷത്തിലുള്ള കൈമാറ്റം മാത്രമേയുള്ളൂ എന്ന ഒരു രീതിയിൽ തലകീഴായിത്തീരുന്നു. ഇത്, ഒന്നാമതായി, അധ്വാനശക്തിക്കായി കൈമാറ്റംചെയ്യപ്പെടുന്ന മൂലധനം സ്വയംതന്നെ പകരമൊരു തുല്യമൂല്യം നൽകാതെ കൈയടക്കപ്പെട്ട മറ്റുള്ളവരുടെ അധ്വാനമല്ലാതെ

മറ്റൊന്നുമല്ല എന്ന വസ്തുതകാരണവും. രണ്ടാമതായി ഈ മൂലധനം അതിന്റെ ഉൽപ്പാദകനാൽ പകരംവയ്ക്കപ്പെട്ടാൽ മാത്രം പോര, മറിച്ച്, ഒരുമിച്ചത്തോടുകൂടി പകരം വയ്ക്കപ്പെടണം എന്ന വസ്തുത കാരണവുമാണ്. മുതലാളിയും തൊഴിലാളിയും തമ്മിലുള്ള കൈമാറ്റം വെറുമൊരു രൂപം മാത്രമായിത്തീരുന്നു; ആ ഇടപാടിന്റെ യഥാർഥസ്വഭാവത്തിനന്യമായ ഒന്നും, അതിനെ നിഗൂഢവൽക്കരിക്കുന്നതായ ഒന്നും. അധ്വാനശക്തിയുടെ നിരന്തരം ആവർത്തിക്കപ്പെടുന്ന വാങ്ങലും വിൽപ്പനയും ഇപ്പോൾ വെറുമൊരുരൂപം മാത്രമാണ്; യഥാർഥത്തിൽ സംഭവിക്കുന്നതിതാണ്: ഒരു തുല്യമൂല്യം പകരംനൽകാതെ മറ്റുള്ളവരുടെ അധ്വാനത്തിന്റെ ഒരുഭാഗം (അതിനകം തന്നെ ചരക്കുകളിൽ നിലനിൽക്കുന്നത്) മുതലാളി വീണ്ടും വീണ്ടും കൈയടക്കുകയും അതിനെ കൂടുതൽ വലിയ ജീവിക്കുന്ന അധ്വാനത്തിന്റെ അളവിനായി കൈമാറുകയും ചെയ്യുന്നു. തുടക്കത്തിൽ സ്വത്തിനുള്ള അവകാശം ഒരാളുടെ സ്വന്തം അധ്വാനത്തിന്മേൽ അടിസ്ഥാനപ്പെടുത്തിയതാണെന്നു നമുക്കു തോന്നി. ഏറ്റവും ചുരുങ്ങിയത്, അത്തരം ചില അനുമാനങ്ങൾ ആവശ്യമായിരുന്നു. കാരണം, തുല്യ അവകാശമുള്ള ചരക്കുകളുടെ ഉടമസ്ഥരാണ് പരസ്പരം അഭിമുഖീകരിച്ചിരുന്നത്, മറ്റുള്ളവരുടെ ചരക്കുകളുടെ ഉടമസ്ഥനാകാൻ ഒരാൾക്കു കഴിയുന്നതിന്റെ ഏക ഉപാധി, തന്റെ തന്നെ സ്വന്തം ചരക്കുകളെ അന്യവൽക്കരിക്കുന്നതിലൂടെ മാത്രമായിരുന്നു, അവയെ പകരം വയ്ക്കാൻ കഴിയുന്നത് അധ്വാനം വഴി മാത്രവും. ഇപ്പോൾ, പക്ഷേ, സ്വത്ത് മുതലാളിയുടെ ഭാഗത്തുനിന്ന് മറ്റുള്ളവരുടെ പ്രതിഫലം നൽകാത്ത അധ്വാനത്തെയോ അതിന്റെ ഉൽപ്പന്നത്തെയോ കൈയടക്കുന്നതിനുള്ള അവകാശവും തൊഴിലാളിയുടെ ഭാഗത്തുനിന്ന് തന്റെതന്നെ ഉൽപ്പന്നത്തെ കൈയടക്കുന്നതിനുള്ള അസാധ്യതയുമായി മാറിത്തീരുകയാണ്.

ലളിതമായ പ്രത്യുൽപ്പാദനത്തിൽപ്പോലും എല്ലാ മൂലധനവും അതിന്റെ ആരംഭത്തിലെ സ്രോതസ്സ് എന്തായിരുന്നാലും, മൂലധനവൽക്കരിക്കപ്പെട്ട മിച്ചമൂല്യമായി പരിവർത്തിക്കപ്പെടുന്നുവെന്ന് നാം കണ്ടു. പക്ഷേ, ഉൽപ്പാദനത്തിന്റെ പ്രളയത്തിൽ ആരംഭത്തിൽ മുതലിറക്കിയ എല്ലാ മൂലധനവും നേരിട്ട് സഞ്ചയിക്കപ്പെട്ട മൂലധനവുമായി താരതമ്യപ്പെടുത്തുമ്പോൾ ഒരു മാഞ്ഞുപോകുന്ന അളവായിത്തീരുന്നു. അതായത്, മൂലധനമായി പുനഃപരിവർത്തിക്കപ്പെട്ട മിച്ച ഉൽപ്പന്നവുമായി താരമ്യപ്പെടുത്തുമ്പോൾ അത് അതിനെ സഞ്ചയിച്ചയാളുടെ കൈകളിലാണ് പ്രവർത്തിക്കുന്നതെന്നിരുന്നാലും മറ്റുള്ളവരുടെ കൈകളിലാണ് പ്രവർത്തിക്കുന്നതെന്നിരുന്നാലും.

മിച്ചമൂല്യത്തിന്റെ ഒരു ഭാഗം മാത്രമേ മൂലധനമായി പരിവർത്തിപ്പിക്കാനാകൂ എന്നതു സത്യമാണ്. മറ്റേഭാഗം മുതലാളിയുടെ നിലനിർത്തപ്പെടലിനായി സേവനമനുഷ്ഠിക്കണം. ഇതിലൊരുഭാഗം വലുതായിത്തീർന്നാൽ, മറ്റേത് അതിനനുസരിച്ച് ചെറുതാകും. മുതലാളി ഉപഭോ

ഗിക്കുന്നത് കുറവായാൽ സഞ്ചയം വളരെ വലുതായിത്തീരും.

മുതലാളിയുടെ ചരിത്രപരമായ മൂല്യത്തെയും ന്യായീകരണത്തെയും കണ്ടെത്താനാവുക ഉൽപ്പാദനത്തിനുവേണ്ടി മാത്രമായി ഉൽപ്പാദിപ്പിക്കുകയെന്നകാര്യം മനുഷ്യരാശിയിന്മേലയാൾ നിർദയമായി അടിച്ചേൽപ്പിക്കുന്നുവെന്ന വസ്തുതയിന്മേലാണ്. അയാളങ്ങനെ സമൂഹത്തിന്റെ ഉൽപ്പാദനപരമായ ശേഷികളുടെ വികാസം നിർബന്ധിതമായി സാധിച്ചെടുക്കുന്നു. അതിലൂടെ തുടർന്ന് ഒരു സമൂഹത്തിൽ ഓരോ വ്യക്തിയുടെയും സ്വതന്ത്രവും പൂർണവുമായ വികാസമെന്നതായിരിക്കും ഭരണത്തിന്റെ തത്വത്തെ രൂപപ്പെടുത്തുക. അതിലുമേറെ മുതലാളിത്ത ഉൽപ്പാദത്തിന്റെ വികാസം ഒരു നിശ്ചിത വ്യവസായസംരംഭത്തിൽ മുതലിറക്കിയ മൂലധനത്തിന്റെ തുകയെ നിരന്തരമായി വർധിപ്പിച്ചുകൊണ്ടേയിരിക്കണമെന്നത് അനിവാര്യമാക്കുന്നുണ്ട്. ഒപ്പംതന്നെ, മത്സരം ഓരോ വ്യക്തിയായ മുതലാളിയെയും സ്വന്തം മൂലധനം സംരക്ഷിക്കാനായി അതിനെ നിരന്തരമായി വിപുലീകരിച്ചുകൊണ്ടിരിക്കാൻ നിർബന്ധിതനുമാക്കുന്നുമുണ്ട്. പക്ഷേ, അതിനെയയാൾക്ക് ഉയർന്നുയർന്നുപോകുന്ന സഞ്ചയത്തിലൂടെയല്ലാതെ വിപുലീകരിക്കാൻ കഴിയുകയുമില്ല.

13

മൂലധനസഞ്ചയത്തിന് തൊഴിലാളിവർഗ ത്തിനുമേലുള്ള സ്വാധീനം

-വ്യവസായ റിസർവ് സേന-ബഹുജനങ്ങളുടെ വർധിച്ചുവരുന്ന ദരിദ്രവൽക്കരണത്തിന്റെ സിദ്ധാന്തം

മിച്ചമൂല്യത്തിന്റെ ഒരു ഭാഗം മൂലധനമാക്കിമാറ്റപ്പെടുകയും കൂടുതൽ മൂലധനമായി പ്രയോഗിക്കപ്പെടുകയും ചെയ്യുമ്പോൾ അതിന്റെ മുറക്ക് ആ കൂടുതൽ മൂലധനത്തിന് അധ്വാനത്തെ ആവശ്യമുണ്ടെന്നത് വ്യക്തമാണ്. മറ്റെല്ലാ സാഹചര്യങ്ങളും മാറ്റമില്ലാതെ തുടർന്നാൽ ഉൽപ്പാദനോപാധികളുടെ ഒരു കൃത്യമായ അളവ് (സ്ഥിരമൂലധനം) നിരന്തരമായി അധ്വാനശക്തിയുടെ അതേ അളവിനെ (അസ്ഥിരമൂലധനം) ചലനത്തിലാക്കാനായി ആവശ്യമുള്ളതായിരിക്കും. അപ്പോൾ അധ്വാനശക്തിക്കുവേണ്ടിയുള്ള ഡിമാൻഡ് വർധിക്കും. അതുവേഗത്തിലാക്കുന്നതോടെ കൂടുതൽ വേഗത്തിൽ മൂലധനവും വർധിക്കുന്നു. മൂലധനം പ്രതിവർഷം ഒരു മിച്ചമൂല്യമുൽപ്പാദിപ്പിക്കുന്നു. അതിൽ ഒരു ഭാഗം പ്രതിവർഷം ആരംഭത്തിലെ മൂല്യത്തിൽ കൂട്ടിച്ചേർക്കപ്പെടുന്നു. ഈ മിച്ചമൂല്യം എല്ലാ വർഷവും വർധിക്കുന്നു, കാരണം, മൂലധനം (സഞ്ചയനത്തിന്റെ അനന്തരഫലമായി) വർധിക്കുന്നു. ഒടുവിലായി സമ്പന്നതയാർജിക്കലിന്റെ ഒരു പ്രത്യേക ഉത്തേജനം ഉയർന്നുവന്നതോടെ (പുതിയ വിപണികളുടെ തുറക്കൽപോലെ, അല്ലെങ്കിൽ പുതുതായി വികസിച്ച സാമൂഹ്യാവശ്യങ്ങളുടെയും മറ്റും ഫലമായി മൂലധനനീക്കിവയ്പ്പിനുള്ള പുതിയ മണ്ഡലങ്ങളുടെ തുറക്കൽ പോലെ) കൂടുതൽ മിച്ച മൂല്യം സഞ്ചയിക്കാൻ മുതലാളിമാരുടെ സ്വകാര്യ ഉപഭോഗത്തിന്റെ ഒരു ചുരുക്കിക്കൊണ്ടുവരൽ മതിയാകും. എല്ലാകാരണങ്ങൾകൊണ്ടും സഞ്ചയിക്കുന്ന മൂലധനത്തിന്റെ ആവശ്യകതകൾ തൊഴിലാളികളുടെ എണ്ണത്തിലെ വർധനവിനെയും മറികടന്നേക്കാം. അതുകൊണ്ട് കൂലിയും ഉയർന്നേക്കാം. മുകളിൽ സങ്കൽപ്പിച്ച സാഹചര്യങ്ങൾ തുടർന്നാൽ അന്തിമമായി തീർച്ചയായും ഇതായിരിക്കും ഉണ്ടാകുക. ഓരോ വർഷവും തലേവർഷത്തെക്കാൾ കൂടു

തൽ തൊഴിലാളികളെ നിയമിച്ചുകൊണ്ടിരുന്നാൽ ഉടനെയോ പിന്നീടോ ഒരുസാഹചര്യമെത്തിച്ചേരുകയും അതോടെ സഞ്ചയത്തിന്റെ ആവശ്യകതകൾ സാധാരണരീതിയിലുള്ള അധ്വാനത്തിന്റെ സപ്ലൈയെ മറികടക്കാൻ തുടങ്ങുകയും ചെയ്യും. അപ്പോൾ, അതുകാരണം കൂലിയുടെ ഒരു വർധനവ് സംഭവിച്ചേക്കാം. ഇത്തരത്തിലുള്ള അനുഭവം ഇംഗ്ലണ്ടിൽ 15-ാം നൂറ്റാണ്ടിലുടനീളവും പിന്നീട് 18-ാം നൂറ്റാണ്ടിന്റെ ആദ്യ പകുതിയിലുമുണ്ടായി. കൂലിപ്പണിക്കാരുടെ വർഗം സ്വയം താങ്ങിനിർത്തുകയും അതിനെത്തന്നെ വർധിപ്പിക്കുകയും ചെയ്യുന്നതിന്റെ സാഹചര്യങ്ങൾ കൂടുതലോ കുറവോ അനുകൂലമാണെന്നത് മുതലാളിത്ത ഉൽപ്പാദനത്തിന്റെ അടിസ്ഥാനസ്വഭാവത്തിന് ഒരുതരത്തിലും മാറ്റംവരുത്തില്ല. ലളിതമായ പ്രത്യുൽപ്പാദനം നിരന്തരം പ്രത്യുൽപ്പാദിപ്പിക്കുന്നത് മൂലധന-ബന്ധങ്ങളെത്തന്നെയാണ്. അതായത്, ഒരുവശത്ത് മുതലാളിമാരും മറുവശത്ത് തൊഴിലാളിയുമെന്ന നിലക്കുള്ള ബന്ധത്തെ അതുകൊണ്ട് കൂടുതൽ വർധിച്ചതോതിലുള്ള പ്രത്യുൽപ്പാദനം അതായത്- സഞ്ചയം, മൂലധന ബന്ധങ്ങളെ കൂടുതൽ വർധിച്ച ഒരു തോതിൽ പ്രത്യുൽപ്പാദിപ്പിച്ചിരുന്നു. ഈ ധ്രുവത്തിൽ കൂടുതൽ മുതലാളിമാരും അല്ലെങ്കിൽ കൂടുതൽ വലിയ മുതലാളിമാരും, മറ്റേധ്രുവത്തിൽ കൂടുതൽ കൂലിത്തൊഴിലാളികളും. മൂലധനത്തിന്റെ സഞ്ചയം അതുകൊണ്ട്, തൊഴിലാളിവർഗത്തിന്റെ വർധനവാണ്.[1]

വളരെ വളരെ മുമ്പ് 1696 ൽത്തന്നെ ജോൺ സെല്ലർ പറയുന്നു: ഒരാൾക്ക് ആയിരം ഏക്കർ സ്ഥലവും പണമായി അത്രതന്നെ പവനുമുണ്ടെങ്കിൽ അത്രതന്നെ കന്നുകാലികളുമയാൾക്കുണ്ടെങ്കിൽ, ഒരു തൊഴിലാളിയില്ലെങ്കിൽ ഒരു സമ്പന്നനെന്തായിത്തീരും. ഒരു തൊഴിലാളിയല്ലാതെ? തൊഴിലാളികൾ ആളുകളെ സമ്പന്നരാക്കുമ്പോൾ, കൂടുതൽ തൊഴിലാളികളുണ്ടാകുമ്പോൾ കൂടുതൽ സമ്പന്നരും ഉണ്ടായിത്തീരും. പാവപ്പെട്ടവന്റെ അധ്വാനമാണ് സമ്പന്നന്റെ ഖനിയെന്നു വരുമ്പോൾ. അതുകൊണ്ട് ബെർലാൻഡ് ഡി മാൻഡെവില്ലെ 18-ാം നൂറ്റാണ്ടിന്റെ ആദ്യത്തിൽ (1728) പറഞ്ഞു: സ്വത്ത് നന്നായി സമ്പാദിക്കപ്പെടുന്നിടത്ത് പാവപ്പെട്ടവരില്ലാതെ ജീവിക്കുന്നതിനേക്കാൾ എളുപ്പമായിരിക്കും പണമില്ലാതെ ജീവിക്കുകയെന്നത്, കാരണം ആരാണ് ജോലിചെയ്യുക?. അവർ (പാവപ്പെട്ടവർ) പട്ടിണികിടക്കുന്നതിൽനിന്നു സംരക്ഷിക്കപ്പെടണമെങ്കിൽ, അവർക്ക് സമ്പാദിക്കാനായി വിലയുള്ളതൊന്നുംതന്നെ ലഭ്യമാകാൻ പാടില്ല. അവിടെയുമിവിടെയും ഏറ്റവും താഴന്ന വർഗത്തിൽപ്പെട്ട ഒരാൾ അസാധാരണമായ ഉത്സാഹശീലവും പിശുക്കുംകൊണ്ട് താൻ ജനിച്ചുവളർന്ന

1. സാമ്പത്തികമായി സംസാരിക്കുമ്പോൾ പ്രോലിറ്റേറിയന്മാർ കൂലിത്തൊഴിലാളി (Wage Worker) കളല്ലാതെ മറ്റാരുമല്ല, അവരുടെ അധ്വാനം മൂലധനത്തെ ഉൽപ്പാദിപ്പിക്കുകയും വർധിപ്പിക്കുകയും ചെയ്യുന്നു. അവന്റെ സേവനം മൂലധനത്തിനിനിയങ്ങോട്ടാവശ്യമില്ലെന്നു വരുന്നതോടെ അവൻ പുറത്തു തെരുവിലേക്കിറക്കപ്പെടുകയും ചെയ്യുന്നു

സാഹചര്യങ്ങളിൽനിന്നുമുകളിലേക്ക് തന്നെത്തന്നെ ഉയർത്തുന്നുണ്ടെങ്കിൽ അയാളെ ഒരാളും തടയാൻ പാടില്ല; എന്നല്ല, സമൂഹത്തിലെ എല്ലാ വ്യക്തികളും സ്വീകരിക്കേണ്ട ഏറ്റവും ബുദ്ധിപൂർവമായ വഴിയതാണെന്നത് നിഷേധിക്കാനേ പറ്റില്ല. അതുപോലെ എല്ലാ സ്വകാര്യകുടുംബങ്ങളും മിതവ്യയശീലമാർജിക്കുന്നതാണ് നല്ലത്. പക്ഷേ, എല്ലാ സമ്പന്നരാജ്യങ്ങളുടെയും താൽപ്പര്യമാണ് പാവപ്പെട്ടവരുടെ മഹാഭൂരിപക്ഷവും ഒരിക്കലും അലസരായിരിക്കരുതെന്നത്, എന്നിട്ടും തങ്ങൾക്കു കിട്ടുന്നത് തുടർച്ചയായി ചെലവു ചെയ്തുകൊണ്ടിരിക്കണമെന്നതും..... തങ്ങളുടെ ദൈനംദിനാധ്വാനംകൊണ്ട് ജീവിതം മുന്നോട്ടു കൊണ്ടുപോകുന്നവർ.... അവരെ ഉശിരു പിടിപ്പിക്കേണ്ടത് അവരുടെ ആവശ്യങ്ങളാലല്ലാതെ മറ്റൊന്നും കൊണ്ടുമല്ല, അവർക്കാശ്വാസം പകരുന്നത് വിവേകമാണ്, പക്ഷേ, അവരുടെ ആവശ്യങ്ങളെ ചികിത്സിച്ചില്ലാതാക്കുന്നത് വിഡ്ഢിത്തമായിരിക്കും. അധ്വാനിക്കുന്ന ഒരാളെയപ്പോൾ ഉത്സാഹശീലമുള്ളവനായി നിലനിർത്തുന്നത് ഒരു മിതമായ അളവിലുള്ള പണമായിരിക്കും, കാരണം, വളരെക്കുറച്ചു പണമയാളുടെ മനോഭാവത്തിനനുസരിച്ച് അയാളുടെ ഉത്സാഹം കെടുത്തുകയോ അയാളെ നിരാശനാക്കുകയോ ചെയ്തേക്കാം, വളരെയധികം കിട്ടുന്നതയാളെ മടിയനും താൽപ്പര്യഹീനനുമാക്കിയേക്കാം..... ഇതുവരെ പറഞ്ഞതിൽനിന്ന് പ്രകടമാകുന്ന കാര്യം, ഒരു സ്വാതന്ത്ര്യരാജ്യത്ത്, അടിമകളെ അനുവദിച്ചിട്ടില്ലാത്ത രാജ്യത്ത്, ഏറ്റവുമുറപ്പായ സമ്പത്ത് അധ്വാനശീലരായ പാവപ്പെട്ടവരുടെ വമ്പിച്ച കൂട്ടമുണ്ടെന്നതിനാലാണ്. കാരണം അവർ കപ്പൽപ്പടയ്ക്കും സൈന്യങ്ങൾക്കും വേണ്ട ഒരിക്കലും പരാജയപ്പെടാത്ത നേഴ്സറികളാണെന്നു മാത്രമല്ല, അവരില്ലാതെ ഒരുവിനോദവുമുണ്ടാകില്ല, ഒരുരാജ്യത്തിന്റെയും ഒരുൽപ്പാദനവും വിലയുള്ളതുമായിരിക്കില്ല. സമൂഹത്തെ (അതിലുൾക്കൊള്ളുന്നത് തീർച്ചയായും തൊഴിലാളികളല്ലാത്തവരാണ്) സന്തുഷ്ടരാക്കാനും ആളുകളെ ഏറ്റവും ചുരുങ്ങിയ സാഹചര്യങ്ങളിൽ വിഷമമില്ലാതെ ജീവിക്കുന്നവരാക്കാനും അവരിൽ മഹാഭൂരിപക്ഷം പേരെയും പാവപ്പെട്ടവരും ഒപ്പംതന്നെ അജ്ഞന്മാരുമാക്കി നിലനിർത്തേണ്ടതാവശ്യമാണ്. അറിവ് നമ്മുടെ അഭിലാഷങ്ങളെ വമ്പിച്ചതാക്കുകയും അവയുടെ സംഖ്യപെരുപ്പിക്കുകയും ചെയ്യും. ഒരാൾ വളരെക്കുറച്ചുകാര്യങ്ങൾ മാത്രം വേണമെന്നാഗ്രഹിക്കുകയാണെങ്കിൽ അയാളുടെ ആവശ്യങ്ങളെ കൂടുതലെളുപ്പത്തിൽ നിവൃത്തിക്കാനാകും.

സത്യസന്ധനും വ്യക്തമായി കാര്യങ്ങളെ കണ്ടവനുമായ ഒരു വ്യക്തിയായ മാൺഡെവില്ലെ എന്നിട്ടും കാണാതിരുന്ന ഒരുകാര്യം സഞ്ചയത്തിന്റെ പ്രക്രിയയുടെ മെക്കാനിസം, മൂലധനത്തോടൊപ്പംതന്നെ, അധ്വാനിക്കുന്നവരായ പാവപ്പെട്ടവരുടെ കൂട്ടത്തെയും വർധിപ്പിക്കുന്നുണ്ടെന്നതാണ്; അതായത് കൂലിപ്പണിക്കാരെ.

ഇതുവരെ അനുമാനിക്കപ്പെട്ട സഞ്ചയത്തിന്റെ വ്യവസ്ഥകൾക്കു കീഴിൽ (ആ വ്യവസ്ഥകൾ തൊഴിലാളിക്ക് ഏറ്റവും അനുകൂലമായവയാ

ണ്) തൊഴിലാളികളുടെ മൂലധനത്തിന്മേലുള്ള ആശ്രയത്തിന്റേതായ ബന്ധം നീണ്ടകാലം നിലനിൽക്കാവുന്നതായ ഒരുരൂപമെടുക്കുന്നു. തങ്ങളുടെതന്നെ മിച്ചാധ്വാനത്തിന്റെ ഒരുവലിയ ഭാഗം അതെല്ലായ്പ്പോഴും വർധിക്കുകയും തുടർച്ചയായി അഡീഷണൽ (കൂടുതലായ) മൂലധനമായി രൂപാന്തരപ്പെടുകയും ചെയ്യുന്നു. അവരിലേക്കുതന്നെ കൂലി നൽകലിന്റെ (payment) ഉപാധികളിലൂടെ തിരിച്ചെത്തുന്നു. അതിനാൽ അവർക്കവരുടെ ആസ്വാദനത്തിന്റെ വൃത്തം വിപുലപ്പെടുത്താനാകും. അവരുടെ വസ്ത്രങ്ങൾക്കും ഫർണിച്ചറുകൾക്കും മറ്റുമായുള്ള ഉപഭോഗഫണ്ടിൽ അൽപ്പം ചില കൂട്ടിച്ചേർക്കലുകൾ നടത്താനാകും. കൂടുതൽ നല്ല വസ്ത്രങ്ങൾ, ഭക്ഷണം, പെരുമാറ്റം, കൂടുതൽ വിശ്രമം എന്നിവയൊന്നും ഒരു അടിമയുടെ മേലുള്ള ചൂഷണത്തെ ഇല്ലാതാക്കുന്നില്ലെന്ന അതേമട്ടിൽത്തന്നെ, ഇപ്പറഞ്ഞ മെച്ചങ്ങളൊന്നും ഒരു കൂലിപ്പണിക്കാരന്റെ മേലുള്ള ചൂഷണത്തെയും ഇല്ലാതാക്കുന്നില്ല. അധ്വാനത്തിന്റെ വിലയിലെ ഒരു വർധനവ് (അത് മൂലധനത്തിന്റെ സഞ്ചയത്തിന്റെ അനന്തരഫലമാണ്) യഥാർഥത്തതിലർഥമാക്കുന്നത് അതിത്രമാത്രമാണ്. കൂലിപ്പണിക്കാരൻ തനിക്കുവേണ്ടി അതിനകംതന്നെ പണിതീർത്തുകഴിഞ്ഞ സ്വർണ വിലങ്ങുകളുടെ കട്ടിയിലും ഭാരത്തിലും അതുണ്ടാക്കുന്ന പിരിമുറുക്കത്തിലുമൽപ്പം അയവുവരുത്താൻ അനുവദിക്കുന്നു. കൂലിയിലെ ഒരു വർധനവുകൊണ്ടാകെ അർഥമാക്കുന്നത് പരമാവധി വന്നാൽ തൊഴിലാളി പ്രദാനം ചെയ്യേണ്ട പ്രതിഫലം കിട്ടാത്ത അധ്വാനത്തിന്റെ അളവുപരമായ ചുരുങ്ങൽ എന്നതുമാത്രമാണ്. ഈ ചുരുങ്ങലിനൊരിക്കലും വ്യവസ്ഥയ്ക്കുതന്നെ അപകട ഭീഷണിയുണ്ടാക്കുന്ന ഒരു ബിന്ദുവിലേക്ക് എത്തിച്ചേരാനാകില്ല. ഒന്നുകിൽ അധ്വാനത്തിന്റെ വില ഉയർന്നുകൊണ്ടേയിരിക്കുന്നു, കാരണം അതിന്റെ വർധനവ് സഞ്ചയനത്തിന്റെ പുരോഗതിയിൽ ഇടപെടുന്നതേയില്ല. ഇതിലത്ഭുതമൊന്നുമില്ലെന്ന് ആഡംസ്മിത്ത് (1774) പറയുന്നു, "ഇവ (ലാഭങ്ങൾ) ചുരുങ്ങിയശേഷം, സ്റ്റോക്ക് വർധിക്കുകമാത്രമല്ല ചെയ്യുക, മറിച്ച് മുമ്പത്തേക്കാൾ കൂടുതൽവേഗത്തിൽ വർധിക്കുകയുംചെയ്യും. ഒരുവമ്പൻ സ്റ്റോക്ക് (ചെറിയലാഭങ്ങളോടുകൂടിയതാണെങ്കിലും) വമ്പിച്ച ലാഭമുള്ള ഒരു ചെറിയ സ്റ്റോക്കിനെയപേക്ഷിച്ച് വേഗത്തിൽ വർധിക്കുന്നു."

ഈ കേസിൽ പ്രതിഫലം നൽകാത്ത അധ്വാനത്തിന്റെ ചുരുങ്ങൽ, ഒരു തരത്തിലും മൂലധനത്തിന്റെ അധികാര മണ്ഡലത്തിന്റെ വിപുലനത്തിൽ ഇടപെടുന്നില്ല. അഥവാ, മറുവശത്ത് അധ്വാനത്തിന്റെ വിലയിലെ ഉയർച്ചയുടെ ഫലമായി സഞ്ചയനം മന്ദഗതിയിലാകുന്നു, കാരണം, നേട്ടമെന്ന പ്രചോദനത്തിന്റെ മുന മടങ്ങിപ്പോയിരിക്കുന്നു. സഞ്ചയനനിരക്ക് കുറയുന്നു. പക്ഷേ, അതിനൊപ്പംതന്നെ, അധ്വാനശക്തിക്കുവേണ്ടി വിപുലമായ ഡിമാൻഡ് (അതിനു കാരണം വമ്പിച്ച സഞ്ചയനമാണ്) നിലയ്ക്കുന്നു, വീണ്ടും കൂലി ഇടിയുന്നു. മുതലാളിത്ത ഉൽപ്പാദനപ്രക്രിയയുടെ മെക്കാനിസം അതുതന്നെ താൽക്കാലികമായി സൃഷ്ടിക്കുന്ന ചങ്ങലക്കെ

ട്ടുകളെ നീക്കംചെയ്യുന്നു.

അങ്ങനെ നാം കാണുന്നത്: ഒന്നാമത്തെ കേസിൽ അധ്വാനിക്കുന്ന ജനതയുടെ കേവലമായ വർധനവിന്റെയോ അഥവാ അനുപാതികമായ വർധനവിന്റെയോ ചുരുങ്ങിയ നിരക്കല്ല മൂലധനം അധികമാക്കുന്നുവെന്നതിനുകാരണമാകുന്നത്, മറിച്ച്, നേരെ എതിരായി, മൂലധനത്തിന്റെ അധികമാകലാണ് ചൂഷണം ചെയ്യാനാകുന്ന അധ്വാനശക്തിയെ അപര്യാപ്തമാക്കുന്നത്. രണ്ടാമത്തെ കേസിൽ അധ്വാനിക്കുന്ന ജനതയുടെയോ അഥവാ അധ്വാനശക്തിയുടെയോ വർധനവല്ല, മൂലധനത്തെ അപര്യാപ്തമാക്കുന്നത്, മറിച്ച്, നേരെ എതിരായി മൂലധനത്തിന്റെ ആപേക്ഷികമായ ചുരുങ്ങലാണ് ചൂഷണം ചെയ്യുന്ന അധ്വാനശക്തിയെ അല്ലെങ്കിലതിന്റെ വിലയെ അധിമാക്കിത്തീർക്കുന്നത്, മൂലധനസഞ്ചയനത്തിന്റെ ഈ കേവലമായ ചലനങ്ങളാണ് ചൂഷണം ചെയ്യപ്പെടാവുന്ന അധ്വാനശക്തിയുടെ കൂട്ടത്തിന്റെ ആപേക്ഷിക ചലനങ്ങളെന്ന നിലയിൽ പ്രതിഫലിക്കപ്പെടുന്നത്, അതുകൊണ്ട് ചൂഷണം ചെയ്യപ്പെടാവുന്ന അധ്വാനശക്തിയുടെതന്നെ സ്വതന്ത്രമായ ചലനത്താലാണതുൽപ്പാദിപ്പിക്കപ്പെടുന്നതെന്ന് തോന്നിക്കുന്നു. മുകളിൽപ്പറഞ്ഞ സഞ്ചയനത്തിന്റെ പ്രതിഭാസത്തെ ഇപ്പോൾ വളരെക്കുറച്ചു കൂലിപ്പണിക്കാർ മാത്രമേയുള്ളൂ, ഇപ്പോൾ വളരെയധികം കൂലിപ്പണിക്കാരുണ്ട്" എന്നൊക്കെപ്പറഞ്ഞുകൊണ്ട് വ്യാഖ്യാനിക്കുന്നത് വളരെ ഗുരുതരമായ തെറ്റാണ്.

അതുകൊണ്ട് സാമൂഹ്യസമ്പത്തിന്റെ യഥാർഥ പരിധിയോ അല്ലെങ്കിൽ ഇതിനകംതന്നെ പ്രവർത്തിച്ചുകൊണ്ടിരിക്കുന്ന മൂലധനത്തിന്റെ പരിമാണമോ അല്ല കൂലിയുടെ വർധനവിലേക്ക് നയിക്കുന്നത്, മറിച്ച് സഞ്ചയത്തിന്റെ നിരന്തരവളർച്ചയും ആ വളർച്ചയുടെ വേഗതയുടെ ഡിഗ്രിയും മാത്രമാണ്.

ഇതേവരെ നാം ഈ പ്രക്രിയയെക്കുറിച്ചുള്ള നമ്മുടെ പഠനത്തിൽ അധ്വാനത്തിന്റെ ഉൽപ്പാദനപരമായ ശേഷി ഒരേ മട്ടിൽ നിൽക്കുന്നുവെന്ന അനുമാനത്തിൽ നിന്നാണ് മുന്നോട്ടു നീങ്ങിയത്. അതായത്, ഉൽപ്പാദനത്തിന്റെ ഒരേയളവ് നടപടിക്രമങ്ങൾക്ക് അതിൽപ്രയോഗിക്കാൻ അതേയളവിൽ തന്നെയുള്ള അധ്വാനശക്തി വേണമെന്നും മൂലധനത്തിന്റെ സ്ഥിരവും അസ്ഥിരവുമെന്ന ഭാഗങ്ങളായുള്ള വിഭജനവും (അതായത് v യുമായുള്ള അനുപാതത്തിൽ c) മാറ്റമില്ലാതെ തുടരുകയാണെന്നുമുള്ള അനുമാനത്തിൽ നിന്ന്. പക്ഷേ, പ്രക്രിയയെ കൂടുതൽ സൂക്ഷ്മമായി അപഗ്രഥിച്ചാൽ, ഈ അനുമാനം തെറ്റായതാണെന്നു കണ്ടെത്താനാകും.

അധ്വാനത്തിന്റെ ഉൽപ്പാദനപരമായശേഷി സഞ്ചയത്തിലൂടെ വർധിക്കുന്നു. അധ്വാനത്തിന്റെ കൂലികളെ വർധിപ്പിക്കുന്നതും സ്റ്റോക്കിനെ വർധിപ്പിക്കുന്നതുമായ അതേകാരണംതന്നെ ഉൽപ്പാദനപരമായ ശേഷികളെ വർധിപ്പിക്കുന്ന പ്രവണത കാണിക്കുന്നുവെന്നും, അത് ഒരുചെറിയ അളവ് അധ്വാനംകൊണ്ട് കൂടിയ അളവ് പ്രവർത്തനത്തെ ഉൽപ്പാദിപ്പിക്കുന്ന പ്രവണത കാണിക്കുന്നുവെന്നും ആഡംസ്മിത്ത് പറയുന്നു.

പക്ഷേ, അധ്വാനത്തിന്റെ ഉൽപ്പാദനപരതയിലെ വർധനവ് അർഥമാക്കുന്നത് ഒരേയളവ് അധ്വാനം (v) കൂടുതൽ വലിയ അളവ് ഉൽപ്പാദനോപാധികളെ (c) ഉപഭോഗിക്കുന്നുവെന്നാണ്. മൂലധനത്തിന്റെ ആന്തരിക സാങ്കേതിക ഘടന സഞ്ചയത്തിന്റെ പ്രക്രിയയുടെ ഗതിക്രമത്തിനിടയിൽ ആപേക്ഷികമായി മൂലധനത്തിന്റെ കൂടുതൽ വലിയ ഭാഗം ഉൽപ്പാദനോപാധികൾക്കായി നീക്കിവയ്ക്കപ്പെടുന്ന ഒരു രീതിയിൽ മാറേണ്ടതുണ്ട്. (c)ക്കായി കൂടുതൽ വലിയ ഭാഗം മാറ്റിവയ്ക്കപ്പെടുമ്പോൾ (v)ക്കായി (അധ്വാനശക്തി) ആപേക്ഷികമായി കുറേക്കൂടി കുറഞ്ഞ പങ്കാണ് മാറ്റിവയ്ക്കപ്പെടുക.

തുടക്കത്തിൽ ഒരു മൂലധനം ഉൽപ്പാദനോപാധികൾക്കായി (c) 50 ശതമാനവും അധ്വാനശക്തിക്കായി (v) 50 ശതമാനവും മാറ്റിവച്ചിരിക്കാം. അധ്വാനത്തിന്റെ ഉൽപ്പാദനപരതയുടെ വികാസത്തോടെ അത് 80 ശതമാനം ഉൽപ്പാദനോപാധികൾക്കായും 20 ശതമാനം അധ്വാനശക്തിക്കായും മാറ്റിവയ്ക്കുന്ന സ്ഥിതിയിലെത്തുന്നു. അങ്ങനെയങ്ങനെ സ്ഥിരമൂലധനത്തിന്റെ ഉയർന്ന നിരക്കിലുള്ള വർധനയിലൂടെ ചരക്കുകളുടെ വിലകളുടെ താരതമ്യാത്മക അപഗ്രഥനത്തിലൂടെ (അസ്ഥിരമൂലധനവുമായുള്ള അനുപാതത്തിൽ) ഈ നിയമം, ഓരോ സ്റ്റെപ്പിലും ശരിവയ്ക്കപ്പെടുന്നു (ഇതിനകം കാണിച്ചുകഴിഞ്ഞപോലെ) നാം താരതമ്യം ചെയ്യുന്നത് വ്യത്യസ്തസാമ്പത്തിക യുഗങ്ങളെയായാലും അഥവാ ഒരേ യുഗത്തിലെ വ്യത്യസ്ത രാജ്യങ്ങളെയാണ് താരതമ്യം ചെയ്യുന്നതെങ്കിലും.

സ്ഥിരമൂലധനവുമായി താരതമ്യപ്പെടുത്തുമ്പോൾ മൂലധനത്തിന്റെ അസ്ഥിരഭാഗത്തിന്റെ ഈ ചെറുതാകൽ അഥവാ മൂലധനത്തിൽ മാറ്റം വരുത്തപ്പെട്ട മൂല്യഘടന, പക്ഷേ, കാണിക്കുന്നത് അതിന്റെ ഭൗതികമായ ഘടകങ്ങളുടെ ഘടനയിലെ മാറ്റത്തെ ഏകദേശമായി മാത്രമാണ്. ഉദാഹരണത്തിന് ഇന്ന് സ്പിന്നിങ്ങിൽ പ്രയോഗിക്കപ്പെട്ടിരിക്കുന്ന മൂലധന മൂല്യം $\frac{1}{8}$ സ്ഥിരവും $\frac{1}{8}$ അസ്ഥിരവുമാണെങ്കിൽ അതേസമയം 18-ാം നൂറ്റാണ്ടിന്റെ ആരംഭത്തിൽ $\frac{1}{2}$ ഭാഗം സ്ഥിരവും $\frac{1}{2}$ ഭാഗം അസ്ഥിരവും ആയിരുന്നുവെന്നുവരാം. മറുവശത്ത് അസംസ്കൃതവസ്തുക്കളുടെ അളവ്, അധ്വാനോപകരണങ്ങൾ തുടങ്ങിയവയെ ഒരു നിശ്ചിത അളവ് സ്പിന്നിങ് അധ്വാനം ഇന്ന് ഉൽപ്പാദനപരമായി ഉപഭോഗിക്കുന്നത് 18-ാം നൂറ്റാണ്ടിന്റെ ആരംഭത്തിലേതിനെക്കാൾ നിരവധി നൂറുമടങ്ങുകൾ അധികമാണ്. അതിനുള്ള കാരണം ലളിതമായി ഇതാണ്: അധ്വാനത്തിന്റെ ഉൽപ്പാദനപരത വർധിക്കുന്നതോടെ, അതുപഭോഗിക്കുന്ന ഉൽപ്പാദനോപാധികളുടെ പിണ്ഡം (mass) വർധിക്കുന്നുവെന്നുമാത്രമല്ല, മറിച്ചവയുടെ മാസു (mass)മായി താരതമ്യപ്പെടുത്തുമ്പോൾ അവയുടെ മൂല്യം കുറയുകയും ചെയ്യുന്നു. അങ്ങനെ സ്ഥിര-അസ്ഥിരമൂലധനങ്ങൾ തമ്മിലുള്ള വ്യത്യാസം വർധിക്കുന്നുണ്ടെങ്കിൽപ്പോലും, സ്ഥിരമൂലധനം ഏതിലേക്ക് മാറിത്തീരുന്നുവോ ആ ഉൽപ്പാദനോപാധികളുടെ പിണ്ഡവും അസ്ഥിരമൂലധനം ഏതിലേക്കു മാറിത്തീരുന്നുവോ ആ അധ്വാനശക്തിയുടെ

പിണ്ഡവും തമ്മിലുള്ള വ്യത്യാസം വളരെക്കൂടുതൽ വേഗത്തിൽ വർധിക്കുന്നു.

പക്ഷേ, സഞ്ചയത്തിന്റെ പുരോഗതി മൂലധനത്തിന്റെ അസ്ഥിരമായ ഭാഗത്തിന്റെ ആപേക്ഷികമായ പരിമാണത്തെ ചെറുതാക്കുന്നുവെങ്കിൽ അതൊരുതരത്തിലും അതിന്റെ കേവലമായ പരിമാണത്തിലുള്ള ഒരു വർധനവിന്റെ സാധ്യതയെ ഒഴിവാക്കുന്നില്ല. മൂലധനമൂല്യം തുടക്കത്തിൽ സ്ഥിരമൂലധനം 50 ശതമാനവും അസ്ഥിരമൂലധനം 50 ശതമാനവുമായി വിഭജിക്കപ്പെട്ടിരുന്നുവെന്നും പിന്നീടത് സ്ഥിരമൂലധനം 80 ശതമാനവും അസ്ഥിര മൂലധനം 20 ശതമാനവുമായിത്തീർന്നുവെന്നും സങ്കൽപ്പിക്കുക. അതേസമയത്ത് ആരംഭത്തിലെ മൂലധനം, അതായത്, 6000 പവൻ, 18000 പവനിലേക്ക് വർധിച്ചു, അപ്പോഴതിന്റെ അസ്ഥിരഘടകവും വർധിച്ചു. അത് 3000 പവനായിരുന്നത് ഇപ്പോൾ 3600 പവനാണ്. മുമ്പ് അധ്വാനത്തിന്റെ ഡിമാൻഡ് 20 ശതമാനം കണ്ടുയർത്താൻ പര്യാപ്തമായിരുന്നു മൂലധനത്തിന്റെ 20 ശതമാനം കണ്ടുള്ള വർധനവ്. പക്ഷേ, ഇപ്പോൾ പ്രാരംഭ മൂലധനത്തിന്റെ മൂന്നിരട്ടിയായുള്ള വർധനവ് അതിനാവശ്യമായിവരുന്നു.

മറ്റൊരധ്യായത്തിൽ സാമൂഹ്യാധ്വാനത്തിന്റെ ഉൽപ്പാദനപരതയിലെ വികാസം ഒരു വിപുലമായതരത്തിലുള്ള സഹകരണത്തെ എങ്ങനെയാണ് മുന്നുപാധിയാക്കുന്നത് എന്നത് വിശദീകരിച്ചുകാണിച്ചിരുന്നു; ഇത്തരമൊരു സഹകരണത്തിന്റെ മുന്നുപാധിയായുള്ള സങ്കൽപ്പിക്കലിൽ മാത്രമേ അധ്വാനത്തിന്റെ ആ വിഭജനവും ഒന്നുചേരലും സംഘടിപ്പിക്കാനാവുകയെന്നും ഒരു വിശാലതലത്തിലുള്ള കേന്ദ്രീകരണത്തിലൂടെ ഉൽപ്പാദനോപാധികളെ കൂടുതൽ ലാഭകരമായി വിനിയോഗിക്കാനാവുകയുള്ളൂവെന്നും, അവയുടെ സ്വഭാവം കൊണ്ടുതന്നെ പൊതുവായ ഉപഭോഗത്തിനുമാത്രം കൊള്ളാവുന്ന യന്ത്രസാമഗ്രികളുടെ വ്യവസ്ഥപോലുള്ള അധ്വാനത്തിന്റെ ഉപകരണങ്ങൾ നിലവിൽ വരുത്താനാകുകയുള്ളൂവെന്നും അങ്ങനെ മാത്രമാണ് ഭീമാകാരമാർന്ന പ്രകൃതിശക്തികളെ ഉൽപ്പാദനത്തിന്റെ സേവനത്തിനായി വിനിയോഗിക്കാനാകുകയെന്നും വരച്ചുകാണിക്കപ്പെട്ടു. ചരക്കുൽപ്പാദനത്തിന്റെ അടിസ്ഥാനത്തിൽ (അതിനകത്ത് ഉൽപ്പാദനോപാധികൾ സ്വകാര്യവ്യക്തികളുടെ സ്വത്താണ്, അതുകൊണ്ട് കൈവേലക്കാരൻ ഒന്നുകിൽ മറ്റുള്ളവരിൽനിന്നു സ്വതന്ത്രമായും ഒറ്റപ്പെട്ടും ചരക്കുകളുൽപ്പാദിപ്പിക്കുകയോ അല്ലെങ്കിൽ സ്വതന്ത്രമായ വ്യവസായത്തിനുവേണ്ട ഉപാധികളില്ലാത്തതു കൊണ്ടയാൾ ഒരു ചരക്കായി തന്റെ അധ്വാനശക്തിയെ വിൽക്കുകയോ ചെയ്യുന്നു) സഹകരണത്തിന് സ്വയം യാഥാർഥീകരിക്കാനാകുക വ്യക്തിപരമായ മൂലധനങ്ങളുടെ വർധനവിൽ മാത്രമാണ്, സാമൂഹ്യോൽപ്പാദനത്തിന്റെ ഉപാധികളും നിലനിൽപ്പിന്റെ ഉപാധികളും മുതലാളിമാരുടെ സ്വകാര്യ സ്വത്തായി രൂപാന്തരപ്പെടുന്നതിന്റെ അനുപാതത്തിൽ മാത്രമാണ്. ചരക്കുകളുടെ ഉൽപ്പാദനത്തിന്മേലുള്ള അടിസ്ഥാനത്തിന് മുതലാളിത്തരൂപത്തിൽ മാത്രമാണ് വമ്പിച്ചതോതിലുള്ള ഒരുൽപ്പാദനത്തെ അനുവദിക്കാനാകുക.

ചരക്കുകളുടെ വ്യക്തികളായ ഉൽപ്പാദകരുടെ കൈയിൽ മൂലധനത്തിന്റെ ഒരു നിശ്ചിത സഞ്ചയനത്തിനു മാത്രമാണതുകൊണ്ട് സവിശേഷമായും മുതലാളിത്തപരമായ ഉൽപ്പാദനത്തിന്റെ അനിവാര്യമായ പ്രാഥമികത്തെ രൂപപ്പെടുത്താനാകുക. ഈയടിസ്ഥാനത്തിൽ വികസിപ്പിക്കപ്പെടുന്ന അധ്വാനത്തിന്റെ സാമൂഹ്യമായ ഉൽപ്പാദനപരമായ ശേഷിയെ ഉയർത്താനുള്ള എല്ലാ രീതികളും അതേസമയംതന്നെ, മിച്ച ഉൽപ്പന്നമോ, അഥവാ മിച്ചമൂല്യമോ വർധിച്ചതോതിൽ ഉൽപ്പാദിപ്പിക്കാനുള്ള രീതികൾ കൂടിയാണ്, അത് അതിന്റെ മുറക്ക് സഞ്ചയത്തിന്റെ രൂപപ്പെടുത്തുന്ന ഘടകവുമാണ്. അതുകൊണ്ട്, അവയതേ സമയംതന്നെ മൂലധനത്തിന്റെ കൂടുതൽ ഗതിവേഗമാർജിച്ച സഞ്ചയത്തിന്റെ രീതികളുമാണ്. മിച്ചമൂല്യത്തിന്റെ തുടർച്ചയായുള്ള മൂലധനമായുള്ള പുനഃപരിവർത്തനം ഇപ്പോൾ പ്രത്യക്ഷപ്പെടുന്നത് ഉൽപ്പാദനപ്രക്രിയയിലേക്കു പ്രവേശിക്കുന്ന മൂലധനത്തിന്റെ വർധമാനമാകുന്ന പരിമാണത്തിന്റെ ആകൃതിയിലാണ്. ഇത് നേരെതിരിച്ച് വർധിച്ചതോതിലുള്ള ഉൽപ്പാദനത്തിന്റെ അടിസ്ഥാനമാണ്, അതിനകമ്പടി സേവിക്കുന്ന ഉൽപ്പാദനപരമായ ശേഷിയുയർത്താനുള്ള രീതികളുടെ അടിസ്ഥാനമാണ്, മിച്ചമൂല്യത്തിന്റെ വർധിച്ചതോതിലുള്ള ഉൽപ്പാദനത്തിന്റെ അടിസ്ഥാനവുമാണ്. അതുകൊണ്ട്, മൂലധത്തിന്റെ ഒരു നിശ്ചിത ഡിഗ്രിയിലുള്ള സഞ്ചയം സവിശേഷമായും മുതലാളിത്തപരമായ ഉൽപ്പാദനരീതിയുടെ ഒരു വ്യവസ്ഥയായി പ്രത്യക്ഷപ്പെടുന്നുണ്ടെങ്കിൽ, നേരെതിരിച്ച് മുതലാളിത്ത ഉൽപ്പാദനരീതി മൂലധനത്തിന്റെ വർധിച്ചവേഗതയിലുള്ള സഞ്ചയത്തിന് കാരണമാകുന്നു. അതുകൊണ്ട് മൂലധനത്തിന്റെ സഞ്ചയത്തോടെ, സവിശേഷമായും മുതലാളിത്തപരമായ ഉൽപ്പാദനരീതി വികസിക്കുന്നു, മുതലാളിത്ത ഉൽപ്പാദനരീതിയോടെ മൂലധനത്തിന്റെ സഞ്ചയവും വികസിക്കുന്നു. അവ ഒന്നു മറ്റൊന്നിനു നൽകുന്ന പ്രചോദനങ്ങളുടെ സംയുക്ത റേഷ്യോകളിൽ ഈ രണ്ട് സാമ്പത്തിക ഘടകങ്ങളും മൂലധനത്തിന്റെ അസ്ഥിരഘടകം അതിന്റെ സ്ഥിരഘടകവുമായി താരതമ്യപ്പെടുത്തുമ്പോൾ എല്ലായ്പ്പോഴും ചെറുതാകുന്നതരത്തിലുള്ള മൂലധനത്തിന്റെ സാങ്കേതിക ഘടനയിലെ മാറ്റത്തെ കൊണ്ടുവരുന്നു– അവ ഒന്നു മറ്റൊന്നിനു നൽകുന്ന പ്രചോദനങ്ങളുടെ കോംപൗണ്ട് റേഷ്യോയിലാണത് കൊണ്ടുവരുന്നത്.

ഓരോ ഒറ്റയായ മൂലധനവും ഉൽപ്പാദനോപാധികളുടെ വലുതോ ചെറുതോ ആയ കേന്ദ്രീകരണമാണ്, വലുതോ അഥവാ ചെറുതോ ആയ തൊഴിൽ സേനയിന്മേൽ അതിനനുസൃതമായ ഒരു നിയന്ത്രണത്തോടെ ഓരോ സഞ്ചയനവും മൂലധനമായി പ്രവർത്തിക്കുന്ന വർധിച്ച തോതിലുള്ള സമ്പത്തിന്റെ കൂട്ടത്തോടെ പുതിയ സഞ്ചയനത്തിന്റെ ഉപാധിയായി.... മാറിത്തീരുന്നു. സഞ്ചയം വ്യക്തികളായ മുതലാളികളുടെ കൈകളിൽ ആ സമ്പത്തിന്റെ കേന്ദ്രീകരണം വർധിപ്പിക്കുന്നു, അതിലൂടെ ഉൽപ്പാദനത്തിന്റെ അടിസ്ഥാനത്തെ ഒരു വർധിച്ചതോതിലേക്ക് വിശാലമാക്കുന്നു. ഒപ്പംതന്നെ അതിലൂടെ മുതലാളിത്ത ഉൽപ്പാദനത്തിന്റെ സവി

ശേഷരീതികളുടെ അടിസ്ഥാനത്തെയും വിപുലമാക്കുന്നു. സാമൂഹ്യമൂലധനത്തിന്റെ വളർച്ച നിരവധി വ്യക്തിപരമായ മൂലധനത്തിന്റെ വളർച്ചയാലാണ് ഫലവത്തായിത്തീരുന്നത്. അതേസമയംതന്നെ ആരംഭത്തിലെ മൂലധനത്തിന്റെ ഭാഗങ്ങൾ സ്വയം തന്നെ വിടുതൽ നേടുകയും പുതിയ സ്വതന്ത്രമായ മൂലധനങ്ങളായി പ്രവർത്തിച്ചു തുടങ്ങുകയും ചെയ്യുന്നു. മറ്റുകാരണങ്ങളുടെ കൂടെ മുതലാളിത്ത കുടുംബങ്ങൾക്കകത്തെ സമ്പത്തിന്റെ വിഭജനവും ഇക്കാര്യത്തിലൊരു വമ്പിച്ച പങ്കുവഹിക്കുന്നു. അതുകൊണ്ട് മുതലാളിത്ത സഞ്ചയനത്തോടെ മുതലാളിമാരുടെ എണ്ണം കൂടുതലോ കുറഞ്ഞതോ ആയ ഒരു പരിധിയിലേക്ക് വർധിക്കുന്നു. അതിനൊപ്പം ചേർന്നു വരുന്ന സഞ്ചയനവും സാന്ദ്രമാകലും അതുകൊണ്ട് നിരവധി ബിന്ദുക്കളിലേക്ക് ചിതറുകമാത്രമല്ല, മറിച്ച് പ്രവർത്തിക്കുന്ന ഓരോ മൂലധനത്തിന്റെ ഓരോ വർധനവിനെയും പുതിയ മൂലധനത്തിന്റെ വർധനവും പഴയ മൂലധനങ്ങളുടെ ഉപവിഭജനങ്ങളും തടസപ്പെടുത്തുകയും ചെയ്യുന്നു. അതുകൊണ്ട് സഞ്ചയനം ഒരുവശത്ത്, അതിനെ ഉൽപ്പാദനോപാധികളുടെ വർധമാനമാകുന്ന സാന്ദ്രീകരണമായും മറുവശത്ത് നിരവധി ഒറ്റയൊറ്റ മൂലധനങ്ങളുടെ ഒന്നു മറ്റൊന്നിനോടുള്ള വികർഷണമായും സ്വയം അവതരിപ്പിക്കുകയും ചെയ്യുന്നു.

മൊത്തം സാമൂഹ്യ മൂലധനത്തിന്റെയും നിരവധി ഒറ്റയൊറ്റ മൂലധനങ്ങളായുള്ള ചിതറൽ, അഥവാ അതിന്റെ ഘടകങ്ങളുടെ ഒന്നു മറ്റൊന്നിനോടുള്ള വികർഷണം, അവയുടെ പരസ്പരാകർഷണത്താൽ പ്രതിപ്രവർത്തിക്കപ്പെടുന്നു. ഇതർഥമാക്കുന്നത് അതിനകംതന്നെ രൂപീകരിക്കപ്പെട്ട മൂലധനങ്ങളുടെ സാന്ദ്രീകരണത്തെയും അവയുടെ തനതായ സ്വാതന്ത്ര്യത്തിന്റെ നശീകരണത്തെയും മുതലാളിയെ മുതലാളിയുടെ കൊള്ളയടിക്കലിനെയും, നിരവധി ചെറിയ മൂലധനങ്ങളുടെ ചില വലിയ മൂലധനങ്ങളിലേക്കുള്ള പരിവർത്തനവുമാണ്. ഈ പ്രക്രിയ ഇതിനകത്തെ സഞ്ചയന പ്രക്രിയയിൽ നിന്നു വ്യത്യാസപ്പെട്ടിരിക്കുന്നു. അതാകപ്പാടെ മുന്നുപാധിയായി സങ്കൽപ്പിക്കുന്നത് മൂലധനത്തിന്റെ കരങ്ങളിലേക്കും പ്രവർത്തനത്തിലേക്കുമുള്ള വിതരണത്തിലെ ഒരു മാറ്റത്തെയാണ്, അതുകൊണ്ടതിന്റെ പ്രവർത്തനമേഖല സാമൂഹ്യ മൂലധനത്തിന്റെ വളർച്ചയാൽ പരിമിതപ്പെടുത്തപ്പെടുന്നില്ല. ഒരു സ്ഥലത്ത് മൂലധനം ഒരൊറ്റ കയ്യിൽ വമ്പിച്ച മാസ്സായി വളരുന്നു, കാരണം മറ്റൊരു സ്ഥലത്ത് നിരവധി കൈകൾക്കവയെ നഷ്ടപ്പെട്ടിരിക്കുന്നു. ഇതാണ്, ശരിയായ മട്ടിലുള്ള കേന്ദ്രീകരണം, സഞ്ചയനത്തിൽനിന്നും സാന്ദ്രീകരണത്തിൽ നിന്നും ഭിന്നമായി.

മത്സരത്തിന്റെ ഏറ്റുമുട്ടൽ നടത്തപ്പെടുന്നത്, ചരക്കുകളുടെ വില കുറച്ചുകൊണ്ടാണ്. മറ്റുസാഹചര്യങ്ങളെല്ലാം അതേമട്ടിൽത്തന്നെ നില നിന്നാൽ ചരക്കുകളുടെ വിലകുറയൽ ആശ്രയിക്കുന്നത് അധ്വാനത്തിന്റെ ഉൽപ്പാദനപരതയിന്മേലാണ്, അത് വീണ്ടും ഉൽപ്പാദനത്തിന്റെതോതിന്മേലും. അതുകൊണ്ട് വലിയ മൂലധനങ്ങൾ ചെറുതുകളെ തോൽപ്പി

ക്കുന്നു. അതിന്റെ സാധാരണ സാഹചര്യങ്ങൾക്കു കീഴിൽ ബിസിനസ് നടത്താൻ ആവശ്യമായ മിനിമം വ്യക്തിഗത മൂലധനത്തിന്റെ കാര്യത്തിൽ മുതലാളിത്ത ഉൽപ്പാദനരീതിയുടെ വികാസത്തോടെ ഒരു വർധനവുണ്ടായിട്ടുണ്ട് എന്ന കാര്യം ഓർമവയ്ക്കേണ്ടതുണ്ട്. അതുകൊണ്ട് ചെറുകിട മൂലധനങ്ങൾ ആധുനിക വ്യവസായം അപൂർണമായ രീതിയിലോ അവിടെയും ഇവിടെയും മാത്രമോ കടന്നുകയറിയിട്ടുള്ള ഉൽപ്പാദനമണ്ഡലങ്ങളിലേക്ക് തിക്കിക്കയറുന്നു. ഇവിടെ മത്സരമെല്ലായ്പ്പോഴുമവസാനിക്കുന്നത് നിരവധി ചെറുകിട മുതലാളിമാരുടെ നാശത്തിലാണ്. അവരുടെ മൂലധനം ഭാഗികമായി അവരുടെമേൽ വിജയികളായവരുടെ കൈകളിലേക്ക് എത്തിച്ചേരുന്നു, ഭാഗികമായി മാഞ്ഞുപോകുകയും ചെയ്യുന്നു. ഇതുകൂടാതെ, മുതലാളിത്ത ഉൽപ്പാദനത്തോടെ തികച്ചും പുതിയ ഒരു ശക്തി കളിക്കളത്തിലേക്കു വരുന്നു. ക്രെഡിറ്റ് വ്യവസ്ഥ മത്സരത്തിന്റേതായ ഏറ്റുമുട്ടലിലെ പുതിയതും കരുത്തുറ്റതുമായ ഒരായുധം മാത്രമല്ല അത്. അത് അദൃശ്യമായ ചരടുകളിലൂടെ ഏറിയും കുറഞ്ഞും മാറ്റിവയ്ക്കാവുന്ന പണത്തെ (സമൂഹത്തിന്റെ ഉപരിതലത്തിലുടനീളം ചെറുതും വലുതുമായ തുകകളായി ചിതറിക്കിടക്കുന്നതാണത്) വ്യക്തികളായ മുതലാളികളുടെയേ കൂട്ടുചേർന്ന മുതലാളിമാരുടെയോ കൈകളിലേക്കു വലിച്ചെടുക്കുന്നു. മൂലധനങ്ങളുടെ കേന്ദ്രീകരണത്തിനുവേണ്ട സവിശേഷയന്ത്രമാണത്. സവിശേഷമായും മുതലാളിത്തപരമായ ഉൽപ്പാദനരീതി സഞ്ചയനത്തോടൊപ്പം വികസിക്കുന്നതിന്റെ അനുപാതത്തിൽ മൂലധനത്തിന്റെ കേന്ദ്രീകരണം കൂടുതൽ തീവ്രമാകുന്നു. അതിന്റെ മുറക്ക്, കേന്ദ്രീകരണം ഈ വികാസത്തിന്റെ ഏറ്റവും വലിയ ഉത്തോലകങ്ങളിലൊന്നാകുകയും ചെയ്യുന്നു. മുതലാളിമാരെ തങ്ങളുടെ ബിസിനസ് വികസിപ്പിക്കാനനുവദിച്ചുകൊണ്ട് അത് സഞ്ചയനത്തിന്റെ പ്രക്രിയയെ പൂർത്തിയാക്കുകയും ചെയ്യുന്നു. വ്യവസായ സംരംഭങ്ങളുടെ വിപുലനം വിപുലമായ സംഖ്യകളുടെ സഹകരണത്തിന്റേതായ, സമഗ്രമായ ഒരു സംഘടനയുടെ ആരംഭബിന്ദുവിനെ രൂപപ്പെടുത്തുന്നു; അവയുടെ ഭൗതികമായ പ്രചോദനങ്ങളുടെ വിശാലമായ വികസത്തിനു വേണ്ടിയുള്ള ആരംഭ ബിന്ദുവിനെ.

പക്ഷേ, മൂലധനത്തിന്റെ സഞ്ചയനം മൂലധനവൽക്കരിക്കപ്പെടുന്ന മിച്ചമൂല്യത്തിന്റെ ഉപാധിയിലൂടെയുള്ള അതിന്റെ ക്രമേണയുള്ള വികാസം, കേന്ദ്രീകരണത്തിന്റെ പ്രക്രിയയുമായി താരതമ്യപ്പെടുത്തുമ്പോൾ ഒരു മന്ദഗതിയിലുള്ള പ്രക്രിയമാത്രമാണെന്നതു വ്യക്തമാണ്, അതാകെ (കേന്ദ്രീകരണം) ചെയ്യുന്നത് അതിനകംതന്നെ നിലനിൽക്കുന്ന മൂലധനങ്ങളെ ഒരുമിച്ചുകൊണ്ടുവരികയും അവയുടെ ഗ്രൂപ്പിങ്ങുകൾക്ക് മാറ്റം വരുത്തുകയും മാത്രമാണ്. ഏതെങ്കിലും വ്യക്തിഗതമായ മൂലധനസഞ്ചയനത്തിലൂടെ ഒരു റെയിൽവേ ലൈനിന്റെ നിർമാണത്തിനതിന് സാധ്യമാകുന്ന ഒരു പോയിന്റിലേക്ക് വളർന്നെത്താൻ കാത്തിരിക്കേണ്ടിവന്നെങ്കിൽ ഇന്നും (1874) ലോകം റെയിൽവേയില്ലാത്ത ഒന്നായിരുന്നേനെ.

ജോയിന്റ് സ്റ്റോക്ക് കമ്പനികൾ എന്ന മാധ്യമത്തിലൂടെയുള്ള കേന്ദ്രീകരണം, കാലതാമസമൊന്നും കൂടാതെ റെയിൽവേയുടെ നിർമാണം സാധ്യമാക്കി. അങ്ങനെ കേന്ദ്രീകരണം സഞ്ചയനത്തിന്റെ ഫലത്തെ വർധിപ്പിക്കുകയും ഊന്നിപ്പറയുകയും ചെയ്യുമ്പോൾ മൂലധനത്തിന്റെ സാങ്കേതികഘടനയിൽ കൊണ്ടുവരപ്പെടുന്ന വിപ്ലവങ്ങളുടെ പരിധിയെ അതു വിപുലീകരിക്കുകയും അതിന് വേഗത കൂട്ടുകയുംകൂടി ചെയ്യുന്നുണ്ട്. ആ വിപ്ലവങ്ങൾ മൂലധനത്തിന്റെ സ്ഥിര ഘടകത്തെ അസ്ഥിരഘടകത്തിന്റെ ചെലവിൽ വർധിപ്പിക്കുന്നു, അങ്ങനെ അധ്വാനത്തിന്റെ ഡിമാൻഡിനെ ആനുപാതികമായി കുറക്കുകയും ചെയ്യുന്നു.

കേന്ദ്രീകരണത്തിന്റെ പ്രക്രിയയിലൂടെ വളരെവേഗത്തിൽ ഒന്നിച്ചുചേരുന്ന മൂലധനത്തിന്റെ മാസുകൾ സ്വയം പ്രത്യുൽപ്പാദിപ്പിക്കുകയും മറ്റു മൂലധനങ്ങളുടെ അതേരീതിയിൽത്തന്നെ (പക്ഷേ, കൂടുതൽവേഗത്തിൽ) വർധിക്കുകയും ചെയ്യുന്നു, അങ്ങനെ അവ സഞ്ചയനത്തിന്റെ ശക്തവും പുതിയതുമായ ഉത്തോലകങ്ങളായിത്തീരുന്നു.

മൂലധനത്തിന്റെ ഒറ്റയൊറ്റയായ മാസുകളുടെ വലിയ കൂട്ടമാണ് ഉൽപ്പാദന രീതിയിൽത്തന്നെയുള്ള തടസമില്ലാത്ത വിപ്ലവത്തിന്റെ ഭൗതികാടിസ്ഥാനമായിത്തീരുന്നത്. തുടർച്ചയായി മുതലാളിത്ത ഉൽപ്പാദനരീതി വ്യവസായശാഖകളെ കീഴക്കുന്നതിപ്പോഴും മുഴുവനായല്ല. എന്നാലത് ഒറ്റയ്ക്കും തെറ്റയ്ക്കുമെന്ന നിലക്കോ രൂപപരമായി മാത്രമോ അല്ല. അതേ സമയംതന്നെ അതിന്റെ മണ്ണിൽ പുതിയ വ്യവസായശാഖകൾ വളർന്നു വരുന്നു, അതിനെക്കൂടാതെ നിലനിൽക്കാൻ സാധ്യമല്ല എന്ന രീതിയിൽ. അവസാനമായി മുതലാളിത്താടിസ്ഥാനത്തിൽ ഇതിനകം തന്നെ നടത്തപ്പെടുന്ന വ്യവസായ ശാഖകളിൽ അധ്വാനത്തിന്റെ ഉൽപ്പാദനപരതയെ ഒരു ചൂടുമുറിയിലെന്നപോലെ പഴുപ്പിക്കുന്നു. ഈ എല്ലാകേസുകളിലും തൊഴിലാളികളുടെ എണ്ണം, അവരാൽ പ്രവർത്തിക്കപ്പെടുന്ന ഉൽപ്പാദനോപാധികളുടെ വലുപ്പവുമായി താരതമ്യപ്പെടുത്തുമ്പോൾ ഇടിയുന്നു. മൂലധനത്തിന്റെ നിരന്തരം വർധമാനമാകുന്ന ഒരു ഭാഗം ഉൽപ്പാദനോപാധികളായിത്തീരുന്നു, നിരന്തരം ചെറുതാകുന്ന ഒരു ഭാഗം അധ്വാനശക്തിയായും ഉൽപ്പാദനോപാധികളുടെ പരിധി, സാന്ദ്രീകരണം, സാങ്കേതികകാര്യക്ഷമത എന്നിവയോടെ അത് തൊഴിലിന്റെ ഉപാധിയാക്കുന്നതിന്റെ ഡിഗ്രി നിരന്തരമായി ചുരുങ്ങുന്നു. ഒരുസാധാരണ കലപ്പയെ അപേക്ഷിച്ച് താരതമ്യപ്പെടുത്താനാകാത്തവിധം കൂടുതൽ കാര്യക്ഷമമായ ഒന്നാണ് ആവിയന്ത്രക്കലപ്പ. പക്ഷേ, അതിൽ ചെലവഴിക്കപ്പെടുന്ന മൂലധനം, സാധാരണകലപ്പകളിൽ നിക്ഷേപിക്കപ്പെട്ടിരുന്നെങ്കിൽ എന്നതിനെയപേക്ഷിച്ച്, ആളുകളെ തൊഴിലുൾപ്പെടുത്തുന്നതിൽ താരതമ്യപ്പെടുത്താനാകാത്ത വിധം കുറഞ്ഞ ഉപാധിയാണ്.

തുടക്കത്തിൽ പഴയതിന്റെ കൂടെ പുതിയ മൂലധനം കൂട്ടിച്ചേർക്കൽ മാത്രമാണത്, അത് ഉൽപ്പാദനപ്രക്രിയുയടെ ഭൗതികസാഹചര്യങ്ങളുടെ വിപുലനത്തെയും സാങ്കേതികവിപ്ലവത്തെയും അനുവദിക്കുന്നു. പക്ഷേ,

വേഗം തന്നെ ഘടനയിലെ മാറ്റവും സാങ്കേതിക പരിവർത്തനവും ഏറിയും കുറഞ്ഞും അതിന്റെ പ്രത്യുൽപ്പാദനത്തിന്റെ കാലാവധിയിലെത്തിയ എല്ലാ പഴയ മൂലധനത്തെയും പിടികൂടുന്നു, അതുകൊണ്ട് അവ പകരം വയ്ക്കപ്പെടണം.

അതുകൊണ്ട് ഒരുവശത്ത് സഞ്ചയനത്തിന്റെ ഗതിക്രമത്തിനിടയിൽ രൂപപ്പെടുന്ന കൂടുതൽ മൂലധനം (Additional Capital) അതിന്റെ പരിമാണവുമായുള്ള (വലുപ്പവുമായുള്ള) അനുപാതത്തിൽ അതിനാൽ മുമ്പ് നിയോഗിക്കപ്പെട്ട തൊഴിലാളികളെ കൂടുതൽ കൂടുതലായി വികർഷിച്ചുകളയുന്നു. മറുവശത്ത് ഘടനയിലെ മാറ്റത്തോടെ കൃത്യമായ ഇടവേളകളിൽ പ്രത്യുൽപ്പാദിപ്പിക്കപ്പെടുന്ന പഴയ മൂലധനം മുമ്പത് നിയമിച്ചിരുന്നവരായ തൊഴിലാളികളെ കൂടുതൽകൂടുതലായി വികർഷിച്ചു കളയുന്നു.

അധ്വാനത്തിന്റെ ഉൽപ്പാദനപരമായ ശേഷിയുടെ വികാസവും അതിൽനിന്ന് ഉത്ഭൂതമാകുന്ന മൂലധനത്തിന്റെ ജൈവഘടനയിലെ മാറ്റവും സഞ്ചയനത്തിന്റെ മുന്നേറ്റവുമായി അതല്ലെങ്കിൽ സാമൂഹ്യസമ്പത്തിന്റെ വളർച്ചയുമായി, വെറുതെ ഒരേവേഗം നിലനിർത്തുകയല്ല ചെയ്യുന്നത്. അവ കൂടുതൽ വേഗത്തിൽ വികസിക്കുന്നു, കാരണം വെറും സഞ്ചയനം മൊത്തം സാമൂഹ്യ മൂലധനത്തിന്റെ കേവലമായ വർധനവ്, ആകെ മൊത്തത്തെ ഉണ്ടാക്കിയ വ്യക്തിഗത മൂലധനങ്ങളുടെ കേന്ദ്രീകരണത്തിനൊപ്പംതന്നെ വരുന്നതുകൊണ്ടും, കൂടുതൽ മൂലധനത്തിന്റെ സാങ്കേതിക ഘടനയിലെ മാറ്റം ആരംഭത്തിലുള്ള മൂലധനത്തിന്റെ സാങ്കേതിക ഘടനയിലും സമാനമായൊരു മാറ്റത്തിന് കാരണമാകുന്നതുകൊണ്ടു കൂടിയുമാണത്. അതുകൊണ്ട് സഞ്ചയനത്തിന്റെ മുന്നേറ്റത്തോടെ അസ്ഥിരമൂലധനവുമായുള്ള സ്ഥിരമൂലധനത്തിന്റെ അനുപാതത്തിലും മാറ്റംവരുന്നു. തുടക്കത്തിലുള്ളത് ഉദാഹരണത്തിന് 1:1 ആയിരുന്നെങ്കിൽ ഇപ്പോഴത് തുടർച്ചയായി, 2:1, 3:1, 4:1, 5:1, 7:1 തുടങ്ങിയ രീതിയിലായിത്തീരുന്നു, അതുകൊണ്ട് മൂലധനം വർധിക്കുന്നതോടെ അതിന്റെ മൊത്തം മൂല്യത്തിന്റെ പകുതിയെന്നതിനുപകരം $\frac{1}{3}$, $\frac{1}{4}$, $\frac{1}{5}$, $\frac{1}{6}$, $\frac{1}{8}$, $\frac{4}{5}$, $\frac{5}{6}$, $\frac{7}{8}$, എന്ന രീതിയിൽ ഉൽപ്പാദനോപാധികളുമായും. അധ്വാനത്തിനുള്ള ഡിമാൻഡ് നിർണയിക്കപ്പെടുന്നത് ഒട്ടുമൊത്തത്തിലുള്ള മൂലധനത്തുകയാലല്ല, മറിച്ചതിന്റെ അസ്ഥിരഘടകത്താൽ മാത്രമാണ്; അതിനാൽ മൊത്തം മൂലധനത്തിന്റെ വർധനയ്ക്കനുസൃതമായി ഉത്തരോത്തരം അതിന്റെ ഡിമാൻഡ് താഴുന്നു, മുമ്പ് അനുമാനിച്ചിരുന്നതുപോലെ അതുമായുള്ള അനുപാതത്തിൽ വർധിക്കുന്നതിനുപകരമായി. മൊത്തം മൂലധനത്തിന്റെ പരിമാണത്തെ അപേക്ഷിച്ച് അതു താഴുന്നു, ഈ പരിമാണം വർധിക്കുന്നതോടെ, കൂടുതൽ ഗതിവേഗമാർജിച്ച ഒരു നിരക്കിൽ മൊത്തം മൂലധനത്തിന്റെ വളർച്ചയോടെ അതിന്റെ അസ്ഥിരഘടകം അഥവാ അതിലുള്ളടങ്ങിയിരിക്കുന്ന അധ്വാനവും വർധിക്കുന്നു, പക്ഷേ, അത് സ്ഥിരമായി ചെറുതായിക്കൊണ്ടിരിക്കുന്ന ഒരനുപാതത്തിലായിരിക്കും. ഇടയ്ക്കുള്ള സ്തംഭനങ്ങൾ ഒരു നിശ്ചിത സാങ്കേതികാടിസ്ഥാനത്തിൽ

ദൈർഘ്യം കുറഞ്ഞവയാകുന്നു, അത്തരം ഇടവേളകളിലെ സ്തംഭന (pause) ങ്ങളിലാണ് ഉൽപ്പാദനത്തിന്റെ ലളിതമായ വിപുലനങ്ങളായി സഞ്ചയനം പ്രവർത്തിക്കുക. വെറുതെ മൊത്തം മൂലധനത്തിന്റെ ഗതിവേഗം കൂടിയ ഒരുസഞ്ചയ (സ്ഥിരമായ വർധിക്കുന്ന ഒരു പ്രൊഗ്രഷണിൽ അത് ഗതിവേഗം കൂടുന്നു) മല്ല കൂടുതലായ ഒരു സംഖ്യ തൊഴിലാളികളെ ആഗിരണം ചെയ്യാനാവശ്യമായിട്ടുള്ളത്, അല്ലെങ്കിൽ പഴയ മൂലധനത്തിന്റെ നിരന്തര രൂപപരിണാമം കാരണം അതിനകംതന്നെ പ്രവൃത്തിയെടുക്കുന്നവരെ തൊഴിലിൽ നിലനിർത്താൻപോലും ആവശ്യമായിട്ടുള്ളത്. അതിന്റെ മുറക്ക്, ഈ വർധിച്ചുവരുന്ന സഞ്ചയനവും കേന്ദ്രീകരണവും മൂലധനത്തിന്റെ ഘടനയിലെ പുതിയ മാറ്റങ്ങൾക്കുള്ള ഉറവിടമായിത്തീരുന്നു, അതിന്റെ അസ്ഥിരഘടകത്തിന്റെ സ്ഥിരഘടകവുമായി താരതമ്യപ്പെടുത്തുമ്പോഴുള്ള കൂടിയ ഗതിവേഗത്തോടെയുള്ള ചെറുതാക്കലിന്റെ ഉറവിടം മൊത്തം മൂലധനത്തിന്റെ കൂടിയ ഗതിവേഗത്തോടെയുള്ള വർധനവിനൊപ്പം നടക്കുന്ന അസ്ഥിരഘടകത്തിന്റെ കൂടിയ ഗതിവേഗത്തോടെയുള്ള ഈ ആപേക്ഷികമായ ചെറുതാകൽ, അത് ഈ വർധവിനേക്കാൾ കൂടുതൽ വേഗത്തിൽ ചലിക്കുകയും ചെയ്യുന്നു, മറുവശത്ത് തൊഴിലിന്റെ ഉപാധികളെക്കാൾ അഥവാ അസ്ഥിര മൂലധനത്തെക്കാൾ വേഗത്തിൽ അധ്വാനിക്കുന്നവരുടെ ജനസംഖ്യാ വർധിക്കുകയാണെന്നു തോന്നിക്കുന്നു. മറിച്ച്, യഥാർഥത്തിൽ മുതലാളിത്ത സഞ്ചയനം തന്നെയാണ് മൂലധനത്തിന്റെ സ്വയംവികസനത്തിന്റെ ആവശ്യങ്ങൾക്ക് പര്യാപ്തമായതിനേക്കാൾ കൂടിയ ഒരു പരിധിയിലുള്ള ഒരുജനസംഖ്യയെ സ്ഥിരമായി ഉൽപ്പാദിപ്പിച്ചുകൊണ്ടിരിക്കുന്നത്. അതുകൊണ്ട് അധ്വാനിക്കുന്ന ജനത അതിനാൽ ഉൽപ്പാദിപ്പിക്കപ്പെടുന്ന മൂലധനസഞ്ചയത്തിനൊപ്പം സ്വയം അതിനെത്തന്നെ ആപേക്ഷികമായി അധികപ്പറ്റാക്കിത്തീർക്കുന്ന ഉപാധികളെ എപ്പോഴും വർധിക്കുന്നതായ ഒരു ഡിഗ്രിയിൽ ഉൽപ്പാദിപ്പിക്കുന്നു, ഇതാണ് മുതലാളിത്തപരമായ ഉൽപ്പാദനരീതിക്ക് സവിശേഷമായ ജനസംഖ്യാ നിയമം, യഥാർഥത്തിൽ ഓരോ ചരിത്രപരമായി സവിശേഷമായ ഉൽപ്പാദനരീതിക്കും അതിന്റെതന്നെ സവിശേഷമായ ജനസംഖ്യാ നിയമങ്ങളുണ്ട്; അതിന്റെ പരിധികൾക്കകത്തുമാത്രമാണത് ചരിത്രപരമായി സാധുതയുള്ളതായിരിക്കുക. ഒരു മൂർത്തമായ ജനസംഖ്യാ നിയമമുള്ളത് സസ്യങ്ങൾക്കും മൃഗങ്ങൾക്കും മാത്രമാണ്, അതും മനുഷ്യനവയിൽ ഇടപെട്ടിട്ടില്ല എന്നിടത്തോളം മാത്രവും.

മറിച്ച് ഒരു അധ്വാനിക്കുന്ന മിച്ചജനസംഖ്യ സഞ്ചയത്തിന്റെ അഥവാ ഒരു മുതലാളിത്താടിസ്ഥാനത്തിന്മേലുള്ള സമ്പത്തിന്റെ വികാസത്തിന്റെ അനിവാര്യ ഉൽപ്പന്നമാണെങ്കിൽ; നേരെതിരിച്ച് ഈ മിച്ച ജനസംഖ്യ മുതലാളിത്തപരമായ സഞ്ചയനത്തിന്റെ ഉത്തോലകമായിത്തീരുന്നു, പോരാ, മുതലാളിത്ത ഉൽപ്പാദനരീതിയുടെ തന്നെ നിലനിൽപ്പിന്റെ ഒരു വ്യവസ്ഥയായിത്തീരുന്നു. അത് ഒഴിവാക്കാവുന്ന വ്യവസായ റിസർവ് സേനയെ രൂപപ്പെടുത്തുന്നു, മൂലധനമതിനെ അതിന്റെ തന്നെ ചെലവിൽ

പോറ്റിവളർത്തിയെന്നപോലെതന്നെ, അത് തികച്ചും കേവലമായിത്തന്നെ മൂലധനത്തിന്റേതായിരിക്കുന്നു. യഥാർഥ ജനസംഖ്യാ വളർച്ചയുടെ പരിധികളിൽനിന്നു സ്വതന്ത്രമായി, മൂലധനത്തിന്റെ സ്വയം വിപുലനത്തിന്റെ മാറുന്ന ആവശ്യങ്ങൾക്കുവേണ്ടി അത് എപ്പോഴും ചൂഷണത്തിനു തയാറായിട്ടുള്ള മാനുഷിക സാമഗ്രികളുടെ ഒരു വലിയ മാസിനെ സൃഷ്ടിക്കുന്നു. സഞ്ചയനത്തോടെയും അതിനൊപ്പംതന്നെ വരുന്ന അധ്വാനത്തിന്റെ ഉൽപ്പാദനപരതയുടെ വികാസത്തോടെയും മൂലധനത്തിന്റെ പൊടുന്നനെയുള്ള വികാസത്തിന്റെ ശക്തിയുംകൂടി വളരുന്നു. സഞ്ചയത്തിന്റെ കവിഞ്ഞൊഴുകുന്ന മുന്നേറ്റത്തോടെ, ശക്തിയുംകൂടി വളരുന്നു. സഞ്ചയത്തിന്റെ കവിഞ്ഞൊഴുകുന്ന മുന്നേറ്റത്തോടെ സാമൂഹ്യസ്വത്തിന്റെ മാസ് (അഡീഷണൽ മൂലധനമായിപരിവർത്തിപ്പിക്കാവുന്നതുമാണത്) ഭ്രാന്തമായി സ്വയമതിനെത്തന്നെ ഉൽപ്പാദനത്തിന്റെ പഴയ ശാഖകളിലേക്ക് കുത്തിച്ചെലുത്തുന്നു. അതോടെ അവയുടെ വിപണികൾ പൊടുന്നനെ വികസിക്കുന്നു. അതല്ലെങ്കിൽ സാമൂഹ്യ സ്വത്തിന്റെ മാസ് റെയിൽവെയും മറ്റും പോലുള്ള പുതുതായി രൂപപ്പെട്ട ശാഖകളിലേക്ക് സ്വയം കുത്തിച്ചെലുത്തുന്നു- അതിനുവേണ്ടിയുള്ള ആവശ്യം വളർന്നുവരുന്നത് കൂടുതൽ പഴയവയുടെ വളർച്ചയിൽ നിന്നാണ്. ഈ എല്ലാ കേസുകളിലും വമ്പിച്ചൊരു ജനക്കൂട്ടത്തെ പൊടുന്നനെ നിർണായക പോയിന്റുകളിലേക്ക്, ഉൽപ്പാദനത്തിന്റെ മറ്റുശാഖകളിൽ നിന്നവരെ പിൻവലിക്കാതെതന്നെ എടുത്തെറിയാനുള്ള ഒരു സാധ്യതയുണ്ടായിരിക്കണം. ആധുനിക വ്യവസായത്തിന്റെ സവിശേഷ ഗതിക്രമം അതായത്, ഇരുവർഷചക്രത്തിന്റെ ശരാശരി പ്രവർത്തനത്തിന്റെ കാലഘട്ടങ്ങൾ (ചെറിയ ചെറിയ ചാഞ്ചാട്ടങ്ങളാൽ അവയ്ക്ക് ഭംഗം വരുന്നുണ്ട്)- ഉയർന്നസമ്മർദത്തോടെയുള്ള ഉൽപ്പാദനവും പ്രതിസന്ധിയും മാന്ദ്യവും-ആശ്രയിച്ചു നിൽക്കുന്നത് വ്യവസായ റിസർവ് സേനയുടെ അഥവാ മിച്ച ജനസംഖ്യയുടെ നിരന്തരമായ രൂപീകരണത്തിന്മേലും പുനർരൂപീകരണത്തിന്മേലുമാണ്; അതിന്റെ വൻതോതിലുള്ളതോ കുറഞ്ഞതോ ആയ ആഗിരണത്തിന്മേലാണ്.

ആധുനിക വ്യവസായത്തിന്റെ സവിശേഷഗതിക്രമം (മനുഷ്യചരിത്രത്തിന്റെ മുമ്പൊരു കാലഘട്ടത്തിലുമത് സംഭവിക്കുന്നില്ല) മുതലാളിത്ത ഉൽപ്പാദനത്തിന്റെ ശൈശവത്തിലും അസാധ്യമായിരുന്നു. മൂലധനത്തിന്റെ ഘടന (C യും V യും) മാറി; പക്ഷേയത് വളരെ മന്ദഗതിയിലായിരുന്നു. അതുകൊണ്ട് മൂലധനത്തിന്റെ സഞ്ചയത്തോടൊപ്പം ഒട്ടുമൊത്തത്തിൽ അധ്വാനത്തിന്റെ ഡിമാന്റിന്റെ വർധനയും ഒരേ വേഗം നിലനിർത്തിയിരുന്നു. ആധുനിക കാലഘട്ടവുമായി താരതമ്യപ്പെടുത്തുമ്പോൾ സഞ്ചയത്തിന്റെ മുന്നേറ്റം മന്ദഗതിയിലായിരുന്നതിനാൽ ചൂഷണം ചെയ്യപ്പെടാവുന്ന അധ്വാനിക്കുന്ന ജനതയുടെ സ്വാഭാവിക പരിധികളിൽ അതൊരു തടസത്തെ നേരിട്ടു. പിന്നീട് പരാമർശിക്കാൻ പോകുന്ന ബലപ്രയോഗത്തിന്റെ മാർഗങ്ങളിലൂടെ മാത്രമേ ആ തടസത്തെ തട്ടിമാറ്റാനാകുമായി

രുന്നുള്ളൂ. ഉൽപ്പാദനത്തിന്റെ തോതിന്റെ ഇടറിയും കുതിച്ചുമുള്ള വികാസം അതിന്റെ തത്തുല്യമായ ചുരുങ്ങലിന്റെയും ആരംഭംതന്നെയാണ്, രണ്ടാമത് പറഞ്ഞത് (ചുരുങ്ങൽ) വീണ്ടും ആദ്യത്തേതിനെ വികാസം ഉണർത്തിവിടുന്നു പക്ഷേ ആദ്യം പറഞ്ഞത് (വികാസം) ഉണർത്തിവിടുന്നു പക്ഷേ ആദ്യം പറഞ്ഞത് (വികാസം) ഒഴിവാക്കാവുന്ന മാനുഷിക സാമഗ്രികളില്ലാതെ അസാധ്യമാണ് – ജനസംഖ്യയുടെ കേവലമായ വളർച്ചയിൽനിന്ന് സ്വതന്ത്രമായുള്ള അധ്വാനിക്കുന്നവരുടെ സംഖ്യയിലെ ഒരു വർധനവ് കൂടാതെ അസാധ്യമാണ്. അധ്വാനിക്കുന്നവരുടെ ഒരുഭാഗത്തെ നിരന്തരം സ്വതന്ത്രരാക്കി വിടുന്ന ലളിതമായ പ്രക്രിയയിലൂടെയാണ് ഈ വർധന നടപ്പിലാക്കപ്പെടുന്നത്, അതായത് വർധിച്ച ഉൽപ്പാദനവുമായുള്ള അനുപാതത്തിൽ തൊഴിലെടുക്കുന്നവരുടെ എണ്ണത്തെ കുറച്ചുകൊണ്ടുവരുന്നതായ രീതികളിലൂടെ. അതുകൊണ്ട് ആധുനിക വ്യവസായത്തിന്റെ ചലനത്തിന്റെ മൊത്തം രൂപവും ആശ്രയിച്ചിരിക്കുന്നത് അധ്വാനിക്കുന്ന ജനസംഖ്യയുടെ ഒരു ഭാഗത്തെ തൊഴിലില്ലാത്തവരോ ഭാഗികമായി മാത്രം തൊഴിലുള്ളവരോ ആയവരായി നിരന്തരം പരിവർത്തിപ്പിക്കുന്നതിന്മേലാണ്. ജനസംഖ്യയിലെ സ്വാഭാവിക വർധനവ് ലഭ്യമാകുന്ന ഒഴിവാക്കാവുന്ന അധ്വാനശക്തിയുടെ അളവുകൊണ്ട് ഒരു തരത്തിലും സ്വയം സംതൃപ്തിപ്പെടാൻ മുതലാളിത്ത ഉൽപ്പാദനത്തിനു കഴിയില്ല.

ഈയൊരു പോയിന്റ് വരെ അനുമാനിക്കപ്പെട്ടത് അസ്ഥിരമൂലധനത്തിന്റെ വർധനയോ ചെറുതാകലോ നിയമിക്കപ്പെടുന്ന തൊഴിലെടുക്കുന്നവരുടെ എണ്ണത്തിന്റെ വർധനക്കോ ചെറുതാകലിനോ കർക്കശമായും അനുസ്യൂതമായിരിക്കും എന്നാണ്. അസ്ഥിരമൂലധനം വർധിക്കുമ്പോൾ മൂലധനം നിയന്ത്രിക്കുന്ന തൊഴിലെടുക്കുന്നവരുടെ എണ്ണം അതേപടി നിൽക്കുയോ കുറയുകപോലുമോ ചെയ്തേക്കാം. വ്യക്തിയായ തൊഴിലാളി കൂടുതലധ്വാനം ലഭ്യമാക്കുകയും അതിലൂടെ അവന്റെ കൂലിയുയരുകയും ചെയ്യുമ്പോഴിതാണുണ്ടാവുക. അധ്വാനത്തിന്റെ വില അതുതന്നെയായി നിൽക്കുകയോ അഥവാ ഇടിയുകയോ ചെയ്യുമ്പോഴത് അധ്വാനത്തിന്റെ മാസ് ഉയരുന്നതിനേക്കാൾ കൂടുതൽ സാവധാനത്തിലാണെങ്കിലും ഇതുതന്നെയാണ് സംഭവിക്കുക. ഒരു കൂടിയ സംഖ്യ തൊഴിലാളികളിൽ നിന്നെന്നതിനേക്കാൾ ഒരു കുറഞ്ഞ സംഖ്യ തൊഴിലാളികളിൽ നിന്ന് ഒരു നിശ്ചിതയളവ് അധ്വാനം ഊറ്റിയെടുക്കേണ്ടത് – അതിന്റെ ചെലവ് ഒന്നു തന്നെയാണെങ്കിൽ – ഓരോ മുതലാളിയുടെയും കേവലമായ താൽപ്പര്യമാണ്. രണ്ടാമതു പറഞ്ഞകേസിൽ ചലനത്തിലാക്കപ്പെടുന്ന അധ്വാനത്തിന്റെ മാസുമായുള്ള അനുപാതത്തിൽ സ്ഥിരമൂലധനത്തിനുള്ള നീക്കിവയ്പ്പ് വർധിക്കുന്നു. ആദ്യത്തേതിൽ ആ വർധനവ് വളരെ പതുക്കെയായിരിക്കും. ഉൽപ്പാദനത്തിന്റെ തോത് കൂടുതൽ വിപുലമാകുംതോറും, ഈ ഉദ്ദേശ്യം കൂടുതൽ ശക്തമാകും. മൂലധനത്തിന്റെ സഞ്ചയനത്തോടെ അതിന്റെ ബലം വർധിക്കുന്നു.

മുതലാളിത്ത ഉൽപ്പാദനരീതിയുടെയും അധ്വാനത്തിന്റെയും ഉൽപ്പാദനപരമായ ശക്തിയുടെയും വികാസം (ഉടനടിതന്നെ സഞ്ചയത്തിന്റെ കാരണവും ഫലവും) മുതലാളിക്ക് അസ്ഥിര മൂലധനത്തിന്റെ അതേ നീക്കിവയ്പ്പുകൊണ്ട് കൂടുതലധ്വാനത്തെ ഓരോ വ്യക്തിയായ അധ്വാനശക്തിയുടെയും കൂടുതൽ വലിയ ചൂഷണത്തിലൂടെ ചലനക്ഷമമാക്കാൻ കഴിവ് നൽകുന്നുവെന്ന് നാമിതിനകംതന്നെ കണ്ടു. അയാൾ കൂടുതൽ കൂടുതലായി വിദഗ്ധ തൊഴിലാളികളെ അത്രമാത്രം വിദഗ്ധരല്ലാത്തവരെക്കൊണ്ട് പകരം വച്ചുകൊണ്ടും പ്രായപൂർത്തിയായവരുടെ അധ്വാനത്തെ പ്രായപൂർത്തിയാകാത്തവരുടെ അധ്വാനംകൊണ്ടു പകരം വച്ചുകൊണ്ടും പുരുഷന്മാരുടെ അധ്വാനത്തെ സ്ത്രീകളുടെ അധ്വാനം കൊണ്ട് പകരം വച്ചുകൊണ്ടും പക്വതയുള്ള അധ്വാനത്തെ പക്വതയില്ലാത്ത അധ്വാനംകൊണ്ട് പകരം വച്ചുകൊണ്ടും അതേയളവ് മൂലധനം കൊണ്ട് അധ്വാനശക്തിയുടെ കൂടുതൽ വലിയ മാസിനെ വാങ്ങുന്നുവെന്നും നാം തുടർന്നുകണ്ടു. ഒരുവശത്ത് അതുകൊണ്ട്, സഞ്ചയത്തിന്റെ പുരോഗതിയോടെ ഒരു കൂടുതൽ വലിയ അസ്ഥിരമൂലധനം കൂടുതൽ തൊഴിലാളികളെ ജോലിക്കുവയ്ക്കാതെ കൂടുതൽ അധ്വാനത്തെ പ്രവർത്തനത്തിൽ കൊണ്ടുവരുന്നു. മറുവശത്ത്, ഒരേപരിമാണത്തിലുള്ള ഒരസ്ഥിരമൂലധനം അധ്വാനശക്തിയുടെ ഒരേ മാസ് കൊണ്ട് കൂടുതലധ്വാനത്തെ പ്രവർത്തനത്തിൽ കൊണ്ടുവരുന്നു; അവസാനമായി ഉയർന്ന നിലവാരമുള്ള അധ്വാനശക്തിക്കു പകരമായി കൂടുതൽ എണ്ണം തരംതാണ അധ്വാനശക്തികളെ പ്രവർത്തനത്തിൽ കൊണ്ടുവരുന്നു.

അതുകൊണ്ട് ആപേക്ഷികമിച്ച ജനസംഖ്യയുടെ ഉൽപ്പാദനം അഥവാ തൊഴിലാളികളെ സ്വതന്ത്രരാക്കൽ സഞ്ചയത്തിന്റെ മുന്നേറ്റത്തിലൂടെ ഗതിവേഗമാർജിച്ച ഉൽപ്പാദനപ്രക്രിയയുടെ സാങ്കേതികവിപ്ലവത്തേക്കാൾ കൂടുതൽ വേഗത്തിൽ നടക്കുന്നു, സ്ഥിരമൂലധനവുമായി താരതമ്യപ്പെടുത്തുമ്പോൾ അതിനനുസൃതമായുള്ള അസ്ഥിരഭാഗത്തിന്റെ ചെറുതാകലിനേക്കാൾ കൂടുതൽ വേഗത്തിലുമാണത് നടക്കുന്നത്. അധ്വാനത്തിന്റെ ഉൽപ്പാദനപരത വർധിക്കുന്ന അനുപാതത്തിൽ മൂലധനം തൊഴിലാളികൾക്കുവേണ്ടിയുള്ള അതിന്റെ ഡിമാന്റിനേക്കാൾ കൂടുതൽ വേഗത്തിൽ അധ്വാനത്തിന്റെ സപ്ലൈ വർധിപ്പിക്കുന്നു. തൊഴിലാളിവർഗത്തിന്റെ ജോലിയുള്ളഭാഗത്തിന്റെ അമിതാധ്വാനം റിസർവ് ഭാഗത്തിന്റെ എണ്ണം വർധിപ്പിക്കുന്നു. അതേസമയം നേരെതിരിച്ച് രണ്ടാമത് പറഞ്ഞ ഭാഗം (റിസർവ്) അതിന്റെ മത്സരത്തിലൂടെ ആദ്യം പറഞ്ഞഭാഗത്തിനുമേൽ ചെലുത്തുന്ന അധികസമർദം അവരെ അമിതാധ്വാനത്തിനു കീഴ്വഴങ്ങാനും മൂലധനത്തിന്റെ കൽപ്പനകൾക്കുകീഴിൽ അടിച്ചമർത്തപ്പെടുന്നതിനും നിർബന്ധിതമാക്കുന്നു. തൊഴിലാളിവർഗത്തിന്റെ ഒരു ഭാഗത്തെ നിർബന്ധിതമായ അലസതയ്ക്കു വിധിക്കലും (മറ്റേഭാഗത്തിന്റെ അമിതാധ്വാനത്താൽ) അതിന്റെ തിരിച്ചുള്ള പ്രക്രിയയും വ്യക്തികളായ മുതലാളിമാരെ സമ്പന്നരാക്കുന്നതിനുള്ള ഉപാധികളായിത്തീരുന്നു, അതേ

സമയംതന്നെ സാമൂഹ്യസഞ്ചയത്തിന്റെ മുന്നേറ്റത്തിനനുസൃതമായ ഒരു തോതിൽ വ്യവസായ റിസർവ് സേനയുടെ ഉൽപ്പാദനത്തിന് ഗതിവേഗം വർധിപ്പിക്കുകയും ചെയ്യുന്നു. ആപേക്ഷിക മിച്ച ജനസംഖ്യയുടെ രൂപീകരണത്തിൽ ഈ ഘടകം എത്ര പ്രധാനപ്പെട്ടതാണെന്ന് ഇംഗ്ലണ്ടിന്റെ ഉദാഹരണം കാണിച്ചുതരുന്നുണ്ട്. അധ്വാനത്തെ ലാഭിക്കാനുള്ള അവളുടെ സാങ്കേതികോപാധികൾ ഭീമാകാരമാർന്നതാണ്. അതെന്തായാലും നാളെ (1867) സാമാന്യമായി അധ്വാനത്തെ ഒരു യുക്തിപരമായ അളവിലേക്കു ചുരുക്കുകയും പ്രായത്തിനും ലിംഗത്തിനുമനുസരിച്ച് തൊഴിലാളിവർഗത്തിന്റെ വ്യത്യസ്ത വിഭാഗങ്ങൾക്കിടയിൽ ആനുപാതികമാക്കുകയും ചെയ്താൽ, കൈവശമുള്ള തൊഴിലെടുക്കുന്ന ജനസംഖ്യ ഇന്നത്തെ നിലവാരത്തിൽ ദേശീയോൽപ്പാദനം നടത്തിക്കൊണ്ടുപോകുന്നതിന് തികച്ചും അപര്യാപ്തമായിരിക്കും. ഇപ്പോൾ ഉൽപ്പാദനപരമല്ലാത്ത മഹാഭൂരിപക്ഷം തൊഴിലാളികളെയും ഉൽപ്പാദനപരമായവരാക്കി മാറ്റേണ്ടിയും വരും.

അവയെ ഒട്ടുമൊത്തത്തിലെടുത്താൽ കൂലിയുടെ സാമാന്യമായ ചലനങ്ങൾ പൂർണമായും ക്രമീകരിക്കപ്പെടുന്നത് വ്യവസായ റിസർവ് സേനയുടെ വികാസത്താലും ചുരുങ്ങലിനാലുമാണ്, അവ വീണ്ടും വ്യവസായ ചക്രത്തിന്റെ ഇടയ്ക്കിടെയുള്ള മാറ്റങ്ങൾക്കനുസൃതവുമാണ്. അതുകൊണ്ടവ നിർണയിക്കപ്പെടുന്നത് തൊഴിലെടുക്കുന്ന ജനസംഖ്യയിലെ കേവലമായ എണ്ണത്തിൽവരുന്ന വ്യതിയാനങ്ങളാലല്ല മറിച്ച് തൊഴിലാളിവർഗം പ്രവർത്തനത്തിലുള്ളതും റിസർവുമായി വിഭജിക്കപ്പെട്ടിരിക്കുന്നതിന്റെ വ്യത്യസ്തമാകുന്ന അനുപാതങ്ങളാലും മിച്ച ജനസംഖ്യയുടെ ആപേക്ഷികതയുടെ വർധനവ് അഥവാ കുറവിനാലും അവയെത്ര കണ്ടിപ്പോൾ ആഗിരണം ചെയ്യപ്പെട്ടിരിക്കുന്നു, ഇപ്പോൾ സ്വതന്ത്രമാക്കപ്പെട്ടിരിക്കുന്നു എന്നതിനാലുമാണ്. ആധുനിക വ്യവസായത്തെസംബന്ധിച്ച് അതിന്റെ പത്തുവർഷ ചക്രത്തോടെയും നിശ്ചിത ഇടവേളകളുടെ ഘട്ടങ്ങളോടെയും (ശരാശരി പ്രവർത്തനം, ഉയർന്ന സമ്മർദം, പ്രതിസന്ധി, മാന്ദ്യം) സഞ്ചയത്തിന്റെ മുന്നേറ്റത്തോടെ (വളർച്ചയോടെ) ക്രമികമല്ലാതുള്ളതും കൂടുതൽ കൂടുതൽ വേഗത്തിൽ ഒന്നിനെ മറ്റൊന്നു പിന്തുടരുന്നതായ ചാഞ്ചാട്ടങ്ങളാലുള്ള അവയുടെ ഏറിയും കുറഞ്ഞുമുള്ള സങ്കീർണമാക്കപ്പെടലോടെയും അത് തീർച്ചയായുമൊരു മനോഹരമായ നിയമമായിരിക്കുകയാണ്. അത് ജനസംഖ്യയുടെ കേവലമായ വ്യതിയാനങ്ങളിന്മേൽ മൂലധനം ആശ്രയിക്കുന്നുവെന്ന് നടിക്കുന്നു; മൂലധനത്തിന്റെ ഇടവിട്ടുള്ള വിപുലനത്താലും ചുരങ്ങലിനാലും അധ്വാനത്തിന്റെ ഡിമാൻന്റിനെയും സപ്ലൈയെയും അതു ക്രമീകരിക്കുകയാണ് എന്നതിന് പകരമായി. മൂലധനം വികസിക്കുകയാണെന്നതിനാൽ തൊഴിൽ വിപണി ഇപ്പോൾ ആപേക്ഷികമായി സാന്ദ്രമായിട്ടില്ല എന്ന രീതിയിൽ പ്രത്യക്ഷപ്പെടുന്നു. വീണ്ടുമത് അതിസാന്ദ്രത (കവിഞ്ഞുതുളുമ്പുന്നത്)യുള്ളതായിത്തീരുന്നു, കാരണപ്പോൾ മൂലധനം ചുരുങ്ങുകയാണ്. എങ്കിലുമത് സാമ്പത്തികശാ

സ്ത്രജ്ഞരുടെ വരട്ടുതത്വ(dogma)മാണ്. അവരുടെ അഭിപ്രായത്തിൽ കൂലി വർധിക്കുന്നത് മൂലധനത്തിന്റെ സഞ്ചയനത്തിന്റെ അനന്തരഫലമായാണ്.

ഉയർന്ന കൂലി തൊഴിലെടുക്കുന്ന ജനവിഭാഗങ്ങളെ കൂടുതൽ വേഗത്തിലുള്ള പെരുകലിലേക്കു നയിക്കുന്നു, അത് തൊഴിൽ വിപണി നിറഞ്ഞു കവിയുന്നതുവരെ തുടർന്നുകൊണ്ടേയിരിക്കുന്നു. കൂലിയിടിയുന്നു, ഇവിടെ നമുക്ക് നാണയത്തിന്റെ മറുവശം ലഭിക്കുന്നു. കൂലിയിലെ ഇടിവിന്റെ ഫലമായി കുറേശ്ശെ കുറേശ്ശെയായി തൊഴിലെടുക്കുന്ന ജനസംഖ്യ നശിക്കുന്നു, അതിലൂടെ അവരുമായി താരതമ്യപ്പെടുത്തുമ്പോൾ മൂലധനം അധികമാകുന്നു. അഥവാ മറ്റുള്ളവർ വിശദീകരിക്കുന്നതുപോലെ, ലാഭത്തിലെ ഒരു വർധനയെ അനുവദിക്കുന്ന കൂലിയിലെ ഇടിവ് വീണ്ടും സഞ്ചയനത്തിന്റെ ഗതിവേഗം വർധിപ്പിക്കുന്നു. അതേസമയംതന്നെ കുറഞ്ഞ കൂലി തൊഴിലാളിവർഗത്തിന്റെ വർധനവിനെ തടസപ്പെടുത്തുകയും ചെയ്യുന്നു. അതേത്തുടർന്ന് വീണ്ടും അധ്വാനത്തിന്റെ സപ്ലൈ ഡിമാൻഡിനേക്കാൾ കുറയുന്ന ഒരവസ്ഥ വരുന്നു, കൂലി വീണ്ടും ഉയരുന്നു, അങ്ങനെയങ്ങനെ. വികസിതമുതലാളിത്ത ഉൽപ്പാദനത്തിന് ഇത് വളരെ മനോഹരമായയൊരു ചലനരീതിയാണ്! കൂലിയിലെ ഉയർച്ചയുടെ അനന്തരഫലമെന്നോണം ശരിക്കും പണിയെടുക്കാൻ പറ്റിയവരായ ജനസംഖ്യയുടെ എന്തെങ്കിലും ഗുണപരമായ വർധന സംഭവിക്കുന്നതിനുമുമ്പ് വ്യവസായ പടയോട്ടം തുടർന്നുകൊണ്ടുപോകേണ്ടതായ കാലം വീണ്ടുംവീണ്ടും കടന്നുപോകുന്നു, ഏറ്റുമുട്ടൽ നടത്തപ്പെടുകയും വിജയിക്കുകയും ചെയ്യുന്നു.

1849 നും 1859 നുമിടയിൽ കൂലിയിലെ വർധനവ് പ്രായോഗികമായി നാമമാത്രമായി മാത്രമാണ് ഇംഗ്ലീഷ് കാർഷിക ജില്ലകളിൽ സംഭവിച്ചത്, അതിനൊപ്പം ചോളത്തിന്റെ വിലയിടിവ് കൂടി നടന്നിരുന്നെങ്കിലും. ഉദാഹരണത്തിന്, വിൽറ്റ് ഷയറിൽ ആഴ്ചക്കൂലി 7 ഷില്ലിങ്ങിൽനിന്ന് 8 ഷില്ലിങ്ങിലേക്കുയർന്നു; ഡോർബറ്റ് ഷയറിൽ 7–8 ഷില്ലിങ്ങിൽനിന്ന് 9 ഷില്ലിങ്ങിലേക്ക് തുടങ്ങി. അത് യുദ്ധത്തിന്റെ ആവശ്യകതകൾക്കായും, റെയിൽ റോഡുകൾ, ഫാക്ടറികൾ, ഖനികൾ എന്നിവയ്ക്കായും കാർഷികജനത അസാധാരണമായ രീതിയിൽ പുറത്തേക്ക് പോയതിന്റെ ഫലമായിരുന്നു. കൂലികുറവായിരിക്കുമ്പോൾ അതിന്റെ ഗണനീയമായ ഒരു വർധന വെപ്പോഴെങ്കിലും സംഭവിക്കുമ്പോളത് സ്വയം പ്രകാശിപ്പിക്കുന്നത് ഉയർന്ന തോതിലുള്ള ഒരനുപാതത്തിലായിരിക്കും. ഉദാഹരണത്തിന്, ആഴ്ചക്കൂലി 20 ഷില്ലിങ്ങായിരുന്നത് 22 ഷില്ലിങ്ങിലേക്കുയർന്നാൽ അത് 10 ശതമാനത്തിന്റെ വർധനവാണ്. പക്ഷേയത് വെറും 7 ഷില്ലിങ്ങ് മാത്രമായിരിക്കുകയും 9 ഷില്ലിങ്ങിലേക്കുയരുകയും ചെയ്താൽ അത് 28 $\frac{1}{7}$ ശതമാനത്തിന്റെ ഒരു വർധനവാണ്, അത് വളരെ നല്ലൊരു വർധനവായി അനുഭവപ്പെടുകയും ചെയ്യും. എല്ലായിടത്തും കർഷകർ വിലപിക്കുകയായിരുന്നു. ലണ്ടനിലെ സാമ്പത്തിക ശാസ്ത്രജ്ഞർ ഈ പട്ടിണിക്കൂലികളു

മായി ബന്ധപ്പെട്ട് സാമാന്യമായ ഒരു കാതലായ കൂലി വർധനവിനെക്കുറിച്ച് അൽപ്പം ഗൗരവമായിത്തന്നെ സംസാരിക്കാൻ തുടങ്ങി. ഇപ്പോൾ കർഷകരെന്താണ് ചെയ്തത്? ഈ മികച്ച പ്രതിഫലം ലഭിക്കാൻ നിമിത്തം കർഷകത്തൊഴിലാളികൾ അത്രയേറെ പെറ്റുപെരുകി അവരുടെ എണ്ണം വർധിച്ച്, അതിലൂടെ അവരുടെ കൂലിയിടിയാൻ വേണ്ടി അവർ കാത്തിരിക്കുകയാണോ ചെയ്തത്? അവർ കൂടുതൽ യന്ത്രസാമഗ്രികൾ കൊണ്ടുവന്നു, ഒരൊറ്റ നിമിഷംകൊണ്ടുതന്നെ കർഷകത്തൊഴിലാളികൾ വീണ്ടും കാർഷകർക്കുപോലും തൃപ്തികരമായവിധം തൊഴിൽരഹിതമായി. ഇപ്പോൾ മറ്റേതു കാലത്തെക്കാളും കൂടുതൽ മൂലധനം കൃഷിയിൽ പ്രയോഗിക്കപ്പെട്ടിട്ടുണ്ട്; അതും കൂടുതൽ ഉൽപ്പാദനപരമായ ഒരുരൂപത്തിൽ. ഇതോടുകൂടി കൂലി വീണ്ടുമിടിഞ്ഞു, ആപേക്ഷികമായി മാത്രമല്ല മറിച്ച്, കേവലമായും.

മുകളിൽപ്പറഞ്ഞ സാമ്പത്തികവരട്ടുതത്വം കൂലിയുടെ സാമാന്യമായ ചലനത്തെ ക്രമീകരിക്കുന്ന നിയമങ്ങളെ തൊഴിലെടുക്കുന്ന ജനവിഭാഗങ്ങൾ വിവിധ ഉൽപ്പാദന മണ്ഡലങ്ങളിൽ വിതരണം ചെയ്യപ്പെടുന്നതിന്റെതായ നിയമങ്ങളുമായി കൂട്ടിക്കുഴയ്ക്കുന്നു. ഉദാഹരണത്തിന് അനുകൂലസാഹചര്യങ്ങളുടെ ഫലമായി ഒരുപ്രത്യേക ഉൽപ്പാദന മണ്ഡലത്തിലെ സഞ്ചയം പ്രത്യേകിച്ചും സജീവമായിത്തീർന്നാൽ, അതിലുള്ള ലാഭങ്ങൾ ശരാശരി ലാഭത്തേക്കാൾ ഉയർന്നതായിരുന്നാൽ, അത് കൂടുതലായ മൂലധനത്തെ (Additional Capital) ആകർഷിക്കുന്നു. തീർച്ചയായുമപ്പോൾ അധ്വാനത്തിന്റെ ഡിമാൻഡ് ആ മണ്ഡലത്തിൽ കൂടുകയും കൂലിവർധിക്കുകയും ചെയ്യും. ഉയർന്ന കൂലി തൊഴിലെടുക്കുന്ന ജനവിഭാഗങ്ങളിലെ ഒരുവലിയ വിഭാഗത്തെ കൂടുതൽ അഭികാമ്യമായ മണ്ഡലത്തിലേക്ക് വലിച്ചെടുക്കുന്നു; ആ മണ്ഡലം അധ്വാനശക്തികൊണ്ട് നിറഞ്ഞുകവിയുകയും വീണ്ടും കൂലി ശരാശരി നിലവാരത്തിലേക്കോ അതിലും കുറഞ്ഞ നിലവാരത്തിലേക്കോ ഇടിയുകയും ചെയ്യുന്നതുവരെ. സമ്മർദം വളരെയേറെ വർധിച്ചാലാണ് ശരാശരി കൂലിക്കും താഴേക്കിടിയുക. അപ്പോൾ നാം പരമാർശിച്ചുകൊണ്ടിരിക്കുന്ന ഉൽപ്പാദനശാഖയിലേക്കുള്ള തൊഴിലാളികളുടെ കുടിയേറ്റം നിലയ്ക്കുമെന്നു മാത്രമല്ല അത് അതിൽ നിന്നുള്ള കുടിയൊഴിയലിനും കാരണമാകുന്നു. ഇവിടെ രാഷ്ട്രീയ സമ്പദ് ശാസ്ത്രജ്ഞൻ ചിന്തിക്കുന്നത്, താൻ കൂലിയുടെ വർധനവിനൊപ്പം വരുന്ന തൊഴിലാളിയുടെ കേവലമായ വർധനവിന്റെ 'എന്തുകൊണ്ട്, എവിടെനിന്ന്' എന്നിവയെ താൻ കണ്ടെത്തിയെന്നാണ്. അതുപോലെ തൊഴിലാളികളുടെ കേവലമായ വർധനവിനൊപ്പം വരുന്ന കൂലി കുറയലിന്റെ കാരണങ്ങളും കണ്ടെത്തിയെന്നയാൾ ചിന്തിക്കുന്നു. അയാൾ യഥാർഥത്തിൽ കാണുന്നത് ഒരു പ്രത്യേക ഉൽപ്പാദന മണ്ഡലത്തിലെ തൊഴിൽ വിപണിയുടെ പ്രാദേശിക ചാഞ്ചാട്ടങ്ങളെമാത്രമാണ്– മൂലധനത്തിന്റെ വ്യത്യസ്ത മണ്ഡലങ്ങളിലെ നീക്കിവയ്പ്പിലേക്ക് (ആ നീക്കിവയ്പ്പ് വിവിധങ്ങളായ ആവശ്യങ്ങൾക്കനുസരിച്ചാണ്) തൊഴിലെ

ടുക്കുന്ന ജനവിഭാഗങ്ങൾ വിതരണം ചെയ്യപ്പെടുന്നതിനെത്തുടർന്നു വരുന്ന പ്രതിഭാസത്തെ മാത്രമാണ്.

മാന്ദ്യത്തിന്റെയും ശരാശരി അഭിവൃദ്ധിയുടെയും കാലഘട്ടങ്ങളിൽ വ്യവസായ റിസർവ് സേന സജീവമായ തൊഴിൽസേനയിന്മേൽ കാര്യമായ ഭാരമായിത്തീരുന്നു. അമിതോൽപ്പാദനത്തിന്റെ സമയത്ത് സജീവമായ തൊഴിൽസേനയുടെ അവകാശങ്ങൾക്ക് തടസമായിനിൽക്കുന്നു. അതുകൊണ്ട് അധ്വാനത്തിന്റെ ഡിമാൻന്റിന്റെയും സപ്ലൈയുടെയും നിയമം പ്രവർത്തിക്കുന്നത് ആപേക്ഷിക മിച്ചജനസംഖ്യ എന്ന ആധാര (Pivot)ത്തിന്മേലാണ്. മൂലധനത്തിന്റെ ആധിപത്യത്തിനും അതിന്റെ ചൂഷണപ്രവർത്തനങ്ങൾക്കും തികച്ചും സൗകര്യപ്രദമായിട്ടുള്ള പരിധികൾക്കകത്ത് അത് ഈ നിയമത്തിന്റെ പ്രവർത്തനമണ്ഡലത്തെ തളച്ചിടുന്നു. മൂലധനത്തിന്റെ വർധനവ് അധ്വാനത്തിന്റെ പൊതുവായ ഡിമാൻഡിൽ അതിനനുസൃതമായ ഒരു വർധനവിനെ ഒപ്പം കൊണ്ടുവരുന്നില്ല എന്ന തരത്തിൽ മുതലാളിത്തപരമായ ഉൽപ്പാദനത്തിന്റെ മെക്കാനിസം കാര്യങ്ങളെ മാനേജ് ചെയ്യുന്നു.

അതുകൊണ്ട് തൊഴിലാളികൾ തങ്ങൾ കൂടുതൽ ജോലി ചെയ്യുന്നതിന്റെ അതേയളവിൽ തങ്ങൾ മറ്റുള്ളവർക്കായി കൂടുതൽ സമ്പത്തുൽപ്പാദിപ്പിക്കുന്ന അതേ അളവിൽ തങ്ങളുടെ ഉൽപ്പാദനപരമായ ശേഷി വർധിക്കുന്നതിന്റെ അതേയളവിൽ, മൂലധനത്തിന്റെ സ്വയം വിപുലനത്തിന്റെ ഉപാധിയായുള്ള തങ്ങളുടെ പ്രവർത്തനംപോലും കൂടുതൽ കൂടുതൽ തങ്ങൾക്ക് ഹാനികരമായിത്തീരുകയാണെന്നു മനസിലാക്കുകയും അതവർ മനസിലാക്കുന്നതോടെ ട്രേഡ് യൂണിയനുകളും മറ്റുമായി തൊഴിലുള്ളവർക്കും തൊഴിലില്ലാത്തവർക്കുമിടയിൽ ഒരു ക്രമമായ സഹകരണം വളർത്തി അവയുടെ അപകടകരമായ ഫലങ്ങളെ നേരിടാൻ ശ്രമിക്കുകയും ചെയ്യുന്നു. തങ്ങൾക്കിടയിലെ മത്സരത്തിന്റെ തീവ്രതപൂർണമായും ആശ്രയിച്ചിരിക്കുന്നത് ആപേക്ഷികമായ മിച്ച–ജനസംഖ്യയുടെ സമ്മർദത്തിന്മേൽ മാത്രമാണെന്നവർ മനസിലാക്കുന്നു. മുതലാളിത്തപരമായ ഉൽപ്പാദനത്തിന്റെ ഇത്തരം വിനാശകരമായ ഫലങ്ങൾ തങ്ങളുടെ വർഗത്തിനെങ്ങനെയാണ് ഹാനികരമായ ഫലങ്ങളുണ്ടാക്കുന്നത് എന്നവർ കാണുന്നു. ഇതാണ് സഹകരണത്തിലേക്കും കൂട്ടം ചേരലിലേക്കും എത്തുന്നത്. ഈ സഹകരണവും ഒന്നുചേരലും നടക്കുന്ന അതേനിമിഷത്തിൽത്തന്നെ മൂലധനവും അതിന്റെ പദസേവകനായ രാഷ്ട്രീയ സമ്പദ്ശാസ്ത്രവും സപ്ലൈയുടെയും ഡിമാന്റിന്റെയും നിത്യമായതും വിശുദ്ധമായതുമായ നിയമത്തെ ഇതാ തൊഴിലാളികൾ ലംഘിച്ചിരിക്കുന്നുവെന്ന് മുറവിളി കൂട്ടിത്തുടങ്ങുന്നു. ഈ നിയമത്തിന്റെ സമഞ്ജസമായ പ്രവർത്തനത്തെ തൊഴിലാളികളും തൊഴിലില്ലാത്തവരും ഒന്നു ചേരുന്നത് ശല്യപ്പെടുത്തുന്നു. മറുവശത്ത്, ഉദാഹരണത്തിന്, കോളനികളിൽ പ്രതികൂല സാഹചര്യങ്ങൾ വ്യവസായ റിസർവ് സേനയുടെ സൃഷ്ടിയെ തടയുകയും അതോടൊപ്പം തൊഴിലാളിവർഗത്തിന്റെ മുതലാളി വർഗ

ത്തിനുമേലുള്ള പരിപൂർണമായ ആശ്രിതത്വമെന്നത് ഇല്ലാതിരിക്കുകയും ചെയ്യുമ്പോൾ മൂലധനം അതിന്റെ ശാസ്ത്രീയ ന്യായീകരണക്കാരന്റെയൊപ്പം ചേർന്ന് ഡിമാൻഡിന്റെയും സപ്ലൈയുടെയും വിശുദ്ധ നിയമത്തിനെതിരെ കലാപത്തിനിറങ്ങുന്നു; ആ നിയമത്തിന്റെ തങ്ങൾക്കനുകൂലമല്ലാത്ത പ്രവർത്തനത്തെ തടയാൻ ഭരണകൂട ഇടപെടലിലൂടെയും ബലപ്രയോഗത്തിന്റെ മാർഗങ്ങളിലൂടെയും ശ്രമിക്കുന്നു.

ആപേക്ഷിക മിച്ച ജനസംഖ്യ സാധ്യമായ എല്ലാ രൂപങ്ങളിലും നിലനിൽക്കുന്ന ഓരോ തൊഴിലാളിയും ഭാഗികമായി മാത്രം തൊഴിലുള്ളവനായിരിക്കും. പൂർണമായും തൊഴിലില്ലാത്തവനായിരിക്കും ചെയ്യുന്ന കാലയളവും അതിൽപ്പെടുന്നു. ശരിയായ അർഥത്തിൽ ഫാക്ടറികളെന്നു വിളിക്കപ്പെടുന്നവയിൽ യന്ത്രങ്ങൾ ഒരു ഘടകമായി പ്രവേശിക്കുന്ന എല്ലാവലിയ വർക്ക്ഷോപ്പുകളിലുമെന്ന പോലെ അഥവാ ആധുനികതൊഴിൽ വിഭജനം മാത്രം നടപ്പിലാക്കപ്പെടുന്ന വർക്ക്ഷോപ്പുകളിലെന്നപോലെ വളരെയധികം ആൺകുട്ടികൾ അവരുടെ പ്രായപൂർത്തിയെത്തുന്ന പ്രായം വരെ നിയമിക്കപ്പെടുന്നു. ഒരിക്കൽ ഈ കാലഘട്ടമെത്തിക്കഴിഞ്ഞാൽ, അതേ വ്യവസായ ശാഖകളിൽ അവരിലൊരു ചെറിയസംഖ്യക്കു മാത്രമാണ് തുടർന്ന് തൊഴിൽ ലഭിക്കുന്നത്. അതേസമയം ഭൂരിപക്ഷം ക്രമാനുഗതമായി പുറന്തള്ളപ്പെടുന്നു. അവരിലൊരു ഭാഗം കുടിയേറുന്നു, യഥാർഥത്തിൽ കുടിയേറിയതായ മൂലധനത്തെ പിന്തുടർന്നുകൊണ്ട്. അതിന്റെ ഒരനന്തരഫലം സ്ത്രീജന സംഖ്യ പുരുഷജന സംഖ്യയേക്കാൾ കൂടുതൽ വേഗത്തിൽ വളരുന്നുവെന്നതാണ്— ഉദാഹരണം ഇംഗ്ലണ്ട്. തൊഴിലാളികളുടെ എണ്ണത്തിലെ സ്വാഭാവിക വർധനവ് മൂലധന സഞ്ചയനത്തിന്റെ ആവശ്യകതകളെ തൃപ്തിപ്പെടുത്തുന്നില്ലെന്നതും, എങ്കിൽപ്പോലും എല്ലായ്പ്പോഴും അവരധികമാണെന്നതും മൂലധനത്തിന്റെ ചലനത്തിൽ സ്വയം തന്നെയുള്ള നൈസർഗികമായ ഒരു വൈരുധ്യമാണ്. അതിന് യുവാക്കളായ തൊഴിലാളികളെ വളരെ വലിയ സംഖ്യയായി ആവശ്യമുണ്ട്. അതേസമയം കുറച്ചുമാത്രം പ്രായപൂർത്തിയെത്തിയവരെ മാത്രമേ ആവശ്യമുള്ളൂ. ആളുകളുടെ അഭാവത്തെക്കുറിച്ചുള്ള ഒരു വലിയ മുറവിളി നിലനിൽക്കുമ്പോൾത്തന്നെ നിരവധി ആയിരങ്ങൾ തൊഴിലില്ലാത്തവരാണെന്ന (കാരണം, തൊഴിൽവിഭജനം അവരെ ചില പ്രത്യേക വ്യവസായശാഖകളിലായി കെട്ടിയിടുന്നു) മറ്റേ വൈരുധ്യത്തെക്കാൾ കൂടുതൽ പ്രകടമായ ഒന്നല്ല ഈ വൈരുധ്യം. കൂടാതെ മൂലധനത്താലുള്ള അധ്വാനശക്തിയുടെ ഉപഭോഗം അത്രമാത്രം വേഗത്തിലായതിനാൽ തൊഴിലാളി അവന്റെ പകുതി ജീവിതത്തിലെത്തുമ്പോൾത്തന്നെ ഏറിയും കുറഞ്ഞും സ്വയംതന്നെ പൂർണമായും ജീവിച്ചുതീർന്നിരിക്കും. അയാൾ സൂപ്പർന്യൂമററികളുടെ (തൊഴിലിൽ നിന്നു റിട്ടയർ ചെയ്തവർ) അണികളിലേക്ക് നിലംപതിക്കുന്നു, അല്ലെങ്കിൽ ഉയർന്ന നിലവാരത്തിലെ ഒരു ജോലിയിൽനിന്ന് ഒരു പടി താഴേക്ക് വലിച്ചുതാഴ്ത്തപ്പെടുന്നു. ആധുനിക വ്യവസായത്തിലെ തൊഴിലെടുക്കുന്നവരിലാണ് കൃത്യമായും നാം

ഏറ്റവും കുറഞ്ഞ ജീവിതദൈർഘ്യം ദർശിക്കുന്നത്. മാഞ്ചസ്റ്ററിലെ ആരോഗ്യത്തിന്റെ മെഡിക്കൽ ഓഫീസറായ ഡോ. ലീ മാഞ്ചസ്റ്ററിലെ ശരാശരി ചരമപ്രായത്തെക്കുറിച്ചിങ്ങനെ പ്രസ്താവിച്ചു: "ഉയർന്ന മധ്യവർഗത്തിലത് 30 വയസാണ്. അതേസമയം തൊഴിലെടുക്കുന്ന വർഗത്തിന്റെ കാര്യത്തിലാ ശരാശരി 17 വയസാണ്. അതേസമയം ലിവർപൂളിലത് യഥാക്രമം 35 ഉം 15 ഉം ആണ്. അപ്പോഴതിൽനിന്നു വ്യക്തമാകുന്നത് നല്ല സാമ്പത്തിക ശേഷിയുള്ള വർഗങ്ങൾക്ക് അതിനെയപേക്ഷിച്ച് തരംതാണ അവസ്ഥയിലായിരിക്കുന്ന പൗരന്മാർക്ക് ലഭ്യമായിരിക്കുന്ന വിധിയെയപേക്ഷിച്ച് ജീവിതകാലത്തിനിരട്ടിയിലേറെ മൂല്യമുണ്ടെന്നാണ്.[1]

മുതലാളിത്ത ഉൽപ്പാദനം കൃഷിയിൽ കടന്നുവരുന്നതോടെയും അതങ്ങനെ കടന്നുവരുന്നതിന്റെ പരിധി ഏതനുപാത്തതിലാണെന്നതിനനുസൃതമായും കാർഷിക അധ്വാനത്തിലേർപ്പെടുന്ന ജനസംഖ്യയുടെ ഡിമാൻഡ് കേവലമായിത്തന്നെ ഇടിയുന്നു, അതേസമയം കൃഷിയിൽ നിയോഗിക്കപ്പെടുന്ന മൂലധനത്തന്റെ സഞ്ചയം മുന്നേറുകയും ചെയ്യുന്നു. അതുകൊണ്ട് കാർഷിക ജനസംഖ്യയുടെ ഒരു ഭാഗം നിർമാണമേഖലകളിലെ (Manufacturing) നഗര തൊഴിലാളിവർഗത്തിലേക്ക് കടന്നുചെല്ലുന്നതിന്റെ ഒരു പോയിന്റിലാണ് സ്ഥിരമായി നിൽക്കുന്നത്. അവർ ഈ രൂപാന്തരത്തിനനുകൂലമായ പരിതഃസ്ഥിതികൾ തേടിക്കൊണ്ടിരിക്കുകയാണ്. ആപേക്ഷിക മിച്ച ജനസംഖ്യയുടെ ഈ ഉറവിടം അങ്ങനെ നിരന്തരം ഒഴുകിക്കൊണ്ടിരിക്കുകയാണ്. നഗരത്തിലേക്കുള്ള നിരന്തരമായ ഒഴുക്കുതന്നെ മുന്നുപാധിയായി സങ്കൽപ്പിക്കുന്നത് നാട്ടിൻപുറങ്ങളിൽത്തന്നെ നിരന്തരം ഒരു പുതിയ മിച്ചജനസംഖ്യയുണ്ടായിക്കൊണ്ടിരിക്കണമെന്നാണ്. അതിന്റെ പരിധിയെത്രവരെയെന്നത് വ്യക്തമാക്കുക അതിന്റെ പുറത്തേക്കുള്ള ചാനലുകൾ വമ്പിച്ച വിസ്താരമാർജിക്കുമ്പോൾ മാത്രമാണ്. അതുകൊണ്ട് കർഷകത്തൊഴിലാളി ഏറ്റവും ചെറിയ കൂലിയിലേക്ക് ചുരുക്കപ്പെടുന്നു. എപ്പോഴുമവൻ നിൽക്കുന്നത് തന്റെ ഒരു കാൽ പാപ്പരീകരണത്തിന്റെ ചതുപ്പുനിലത്തിലൂന്നിക്കൊണ്ടായിരിക്കും.

ആപേക്ഷികമിച്ച ജനസംഖ്യയുടെ മറ്റൊരുഗണം സജീവമായ തൊഴിൽ സേനയുടെ ഒരു ഭാഗത്തെ രൂപപ്പെടുത്തുന്നുണ്ട്, പക്ഷേ അങ്ങേയറ്റം ക്രമരഹിതമായ തൊഴിലോടു കൂടിയാണത്. അതുകൊണ്ടത് മൂലധനത്തിന് ഒഴിവാക്കാവുന്ന അധ്വാനശക്തിയുടെ ഒരിക്കലും തീരാത്ത ഒരു സംഭരണിയെ നൽകുന്നു. അതിന്റെ ജീവിത സാഹചര്യങ്ങൾ തൊഴിലാളിവർഗത്തിന്റെ സാധാരണ ശരാശരി നിലവാരത്തേക്കാൾ താഴേക്ക് പോകുന്നു; അതുടനടിതന്നെ അതിനെ മുതലാളിത്ത ചൂഷണത്തിന്റെ സവിശേഷ ശാഖകൾക്കുള്ള വിശാലമായ അടിസ്ഥാനമാക്കിത്തീർക്കുന്നു. അതിന്റെ സവിശേഷ സ്വഭാവമായിരിക്കുന്നത് പരമാവധി തൊഴിൽ സമയം, ഏറ്റവും കുറഞ്ഞ കൂലി എന്നതാണ്. അതിന്റെ മുഖ്യമായരൂപം

1. ജെ ചാം ബർമിങ് ഹാമിൽ 1875 ജനുവരിയിൽ സാനിട്ടറി കോൺഫറൻസിൽ നടത്തിയ ഉൽഘാടന പ്രസംഗം.

ഗാർഹികവ്യവസായമാണ്. ആധുനിക വ്യവസായത്തിലെയും കൃഷിയിലെയും സൂപ്പർ ന്യൂമററിയായിത്തീർന്ന ശക്തികളെയാണ് അത് സ്വയം നിരന്തരമായി റിക്രൂട്ട് ചെയ്യുന്നത്, പ്രത്യേകിച്ചും കൈവേല മാനുഫാക്ചറിനും മാനുഫാക്ചർ യന്ത്രങ്ങൽക്കും വഴിമാറിക്കൊണ്ടിരിക്കുന്ന അപചയവിധേയമായ വ്യവസായശാഖകളിൽ നിന്ന്. പക്ഷേയത്, അതേസമയംതന്നെ തൊഴിലാളിവർഗത്തിന്റെ ഒരു സ്വയം പ്രത്യുൽപ്പാദിപ്പിക്കുന്ന ഘടകത്തെ രൂപപ്പെടുത്തുന്നു. മറ്റുഘടകങ്ങളെക്കാൾ ആ വർഗത്തിന്റെ പൊതുവായ വർധനവ് ആനുപാതികമായി വലിയൊരു പങ്ക് അത് സംഭാവന ചെയ്യുന്നു. യഥാർഥത്തിൽ ജനനമരണങ്ങൾ മാത്രമല്ല, മറിച്ച്, കുടുംബത്തിന്റെ കേവലമായ വലുപ്പവും കൂലിയുടെ ഉയർച്ചയുമായി ഒരുവിപരീതാനുപാതത്തിലാണ് നിൽക്കുന്നത്, അതുകൊണ്ട് വിവിധ ഗണത്തിലുള്ള തൊഴിലാളികൾ ഉപഭോഗിക്കുന്ന ജീവനോപാധികളുടെ തുകയുമായും ഒരു വിപരീതാനുപാതത്തിലാണത് നിൽക്കുന്നത്. മുതലാളിത്തപരമായ സമൂഹത്തിന്റെ ഈ നിയമം അസംബന്ധമാണെന്ന് കാടന്മാർക്കു തോന്നിയേക്കാം; അല്ലെങ്കിൽ പരിഷ്കൃതരായ മുതലാളിമാർക്കുപോലും തോന്നിയേക്കാം. ഒറ്റയൊറ്റകളെന്ന നിലയിൽ ദുർബലമായവയും നിരന്തരമായി വേട്ടയാടപ്പെടുന്നവയുമായ മൃഗങ്ങളുടെ സീമാതീതമായ പ്രത്യുൽപ്പാദനത്തെയാണത് ഓർമിപ്പിക്കുന്നത്.

ആപേക്ഷിക മിച്ചജനസംഖ്യയുടെ ഏറ്റവും താഴ്ന്ന പടിയിലടിഞ്ഞുകൂടുന്നവർ ജീവിക്കുന്നത് പാപ്പരീകരണത്തിന്റെ മണ്ഡലത്തിലാണ്. അത് അലഞ്ഞുതിരിഞ്ഞുനടക്കുന്നവർ, ക്രിമിനലുകൾ, വേശ്യകൾ തുടങ്ങിയവരെല്ലാം ചേരുന്നതാണ്. ഒറ്റവാക്കിലതിനെ അപകടകാരികളായ വർഗങ്ങളെന്നു പറയാം. സമൂഹത്തിന്റെ ഈ പാളി മൂന്നു ഗണങ്ങളുൾക്കൊള്ളുന്നതാണ്. ഒന്നാമത്, തൊഴിലെടുക്കാൻ കഴിവുള്ളവർ. ഇംഗ്ലീഷ് പാപ്പരീകരണത്തിന്റെ സ്ഥിതിവിവരക്കണക്കുകളിലൂടെ അലസമായൊന്നു കണ്ണോടിച്ചാൽത്തന്നെയൊരാൾക്ക് പാപ്പരായവരുടെയളവ് ഓരോ പ്രതിസന്ധിയുടെ കാലത്തും വർധിക്കുന്നുവെന്നും ബിസിനസിന്റെ ഓരോ പുനരുജ്ജീവനത്തിന്റെ കാലത്തും ചുരുങ്ങുന്നുവെന്നും കാണാനാകും. രണ്ടാമത്, അനാഥരും പാപ്പരായവരുമായ കുട്ടികൾ. ഇവർ വ്യവസായ റിസർവ് സേനയിലേക്ക് കടന്നുവരാനുള്ള സ്ഥാനാർഥികളാണ്. അവർ വമ്പിച്ച അഭിവൃദ്ധിയുടെ കാലത്ത് ഉദാഹരണത്തിന് 1860 ൽ വലിയ സംഖ്യകളിൽ തൊഴിലാളികളുടെ സജീവമായ സേനയിലേക്ക് അണിചേർക്കപ്പെടുകയും ചെയ്യുന്നു. മൂന്നാമത്തേത് ആത്മവീര്യം തകരുന്നവരും അടിഞ്ഞുപോയവരുമാണ്. അതായത്, തൊഴിലെടുക്കാൻ കഴിയാത്തവർ. അതിൽ മുഖ്യമായും വരുന്നവർ തൊഴിൽ വിഭജനംമൂലം പുതിയ തൊഴിൽമേഖലകളിലേക്ക് കടക്കാൻ പറ്റുന്ന വിധത്തിൽ അത്തരം തൊഴിലുകളുമായി അനുകൂലനം സാധ്യമാകാത്തവരാണ് തങ്ങളുടെ ജീവിതദൈർഘ്യം തൊഴിലെടുക്കുന്നവരുടെ സാധാരണജീവിതദൈർഘ്യത്തെക്കാൾ കവിഞ്ഞുപോകുന്നവരുമാണവർ. അവസാനമായി വ്യവസായങ്ങ

ളുടെ ഇരകളും അവരിൽപ്പെടുന്നു. ഖനികൾ, രാസപരമായ തൊഴിൽമേഖലകൾ തുടങ്ങിയവയിലൊക്കെ അപകടകരമായ യന്ത്രങ്ങളുടെ വർധനവോടെ അവരുടെ എണ്ണം വർധിക്കുന്നു. അംഗഭംഗം വന്നവർ തീരാരോഗികളായവർ, വിധവകൾ തുടങ്ങിയവരൊക്കെയതിൽപ്പെടും. സജീവതൊഴിൽസേനയുടെ ആശുപത്രിയാണ് പാപ്പരീകരണം, ഒപ്പംതന്നെ വ്യവസായ റിസർവ് സേനയുടെ ജഡഭാരവുമാണത്. അതിന്റെ ഉൽപ്പാദനം ഉൾപ്പെടുത്തപ്പെട്ടിരിക്കുന്നത് ആപേക്ഷിക മിച്ചജനസംഖ്യയിലാണ്, അതിന്റെ അനിവാര്യത നിലകൊള്ളുന്നതവരുടെ അനിവാര്യതയിലാണ്. മിച്ചജനസംഖ്യക്കൊപ്പം പാപ്പരീകരണം മുതലാളിത്ത ഉൽപ്പാദനത്തിന്റെ സാഹചര്യത്തെ രൂപപ്പെടുത്തുന്നു, ഒപ്പംതന്നെ സമ്പത്തിന്റെ മുതലാളിത്ത വികസനത്തിന്റെ സാഹചര്യത്തെയും. അതു മുതലാളിത്ത ഉൽപ്പാദനത്തിന്റെ ഭാഗമായിത്തീരുന്നു. പക്ഷേയതിനെ അധികപക്ഷവും അതിന്റെ സ്വന്തം ചുമലുകളിൽനിന്ന് തൊഴിലാളി വർഗത്തിന്റെ മേലേക്കും താഴ്ന്ന മധ്യവർഗത്തിന്റെ മേലേക്കും കൈമാറാനതിനറിയാം.

സാമൂഹ്യസമ്പത്ത്, മൂലധനത്തിന്റെ പ്രവർത്തനം, അതിന്റെ വളർച്ചയുടെ പരിധിയും ഊർജവും എന്നിവ വമ്പിച്ചതാകുന്നതോടെ, അതുകൊണ്ടുതന്നെ അതോടൊപ്പം തൊഴിലാളിവർഗത്തിന്റെ കേവലമായ സംഖ്യയും അതിന്റെ അധ്വാനത്തിന്റെ ഉൽപ്പാദനക്ഷമതയും വലുതാകുന്നതോടെ, വ്യവസായ റിസർവ്സേനയും വലുതാകുന്നു. മൂലധനത്തിന്റെ വിപുലീകരണശേഷിയെ വികസിപ്പിക്കുന്ന അതേ കാരണങ്ങൾ തന്നെ അതിന്റെ കൈവശത്തിലുള്ള അധ്വാനശക്തിയെയും വികസിപ്പിക്കുന്നു. അതുകൊണ്ട് സമ്പത്തിന്റെ ഉറവിടങ്ങൾക്കൊപ്പം വ്യവസായ റിസർവ് സേനയുടെ ആപേക്ഷികമായ മാസും വർധിക്കുന്നു. സജീവ തൊഴിൽ സേനയുമായുള്ള അനുപാതത്തിൽ ഈ റിസർവ് സേന വലുതായിത്തീരുന്നു. അനുപാതത്തിൽ സുദൃഢീകരിക്കപ്പെടുന്ന മിച്ച ജനസംഖ്യയുടെ മാസും വലുതാകുന്നു. അവരുടെ അധ്വാനത്തിന്റേതായ കഷ്ടപ്പാടിന്റെ വിപരീതറേഷ്യോ (അംശബന്ധം)യിലാണ് അതിന്റെ ദുരിതം. അവസാനമായി തൊഴിലാളിവർഗത്തിന്റെ പാപ്പരായവരും അധ്വാനശക്തിയില്ലാത്തതുമായ പാളികൾ വിപുലമാകുന്തോറും, വ്യവസായ റിസർവ് സേന വിലുപമാകുന്തോറും, പാപ്പരീകരണം വിപുലമാകുന്നു. *ഇതാണ് മുതലാളിത്ത സഞ്ചയത്തിന്റെ കേവല സാമാന്യ നിയമം.* മറ്റെല്ലാ നിയമവും പോലെ, നിരവധി സാഹചര്യങ്ങളുടെ പ്രവർത്തനങ്ങളാൽ ഈ നിയമവും പലതരം മിനുക്കലുകൾക്കും പുതുക്കലുകൾക്കും വിധേയമാക്കപ്പെടുന്നുണ്ട്. അതിന്റെ അപഗ്രഥനം ഇവിടെയൊരു പരിഗണനാവിഷയമല്ല.

മൂലധനത്തിന്റെ ആവശ്യകതകൾക്കനുസരിച്ച് തങ്ങളുടെ സംഖ്യ ക്രമപ്പെടുത്താൻ തൊഴിലാളികളോടഭ്യർഥിക്കുകയെന്ന വിഡ്ഢിത്തം ഇപ്പോൾ സാമ്പത്തിക പാണ്ഡിത്യത്തിന്റെ കുത്തകാവകാശമായിരിക്കുന്നു. മുതലാളിത്ത ഉൽപ്പാദനത്തിന്റെയും സഞ്ചയത്തിന്റെയും മെക്കാ

നിസം ഈ ക്രമീകരണത്തെ നിരന്തരം സാധ്യമാക്കുന്നുണ്ട്. ഈ അനുകൂലത്തിന്റെ ആദ്യവാക്ക് ആപേക്ഷിക മിച്ചജനസംഖ്യയുടെ സൃഷ്ടി, അഥവാ വ്യവസായറിസർവ് സേന എന്നതാണ്. അതിന്റെ അവസാന വാക്ക് സജീവതൊഴിൽസേനയുടെ നിരന്തരം വികസിക്കുന്ന തട്ടിന്റെ ദുരിതമെന്നതും പാപ്പരീകരണത്തിന്റെ ജഡഭാരമെന്നതുമാണ്.

സാമൂഹ്യാധ്വാനത്തിന്റെ ഉൽപ്പാദനപരതയുടെ മുന്നേറ്റത്തിന്റെ ഭാഗമായി ഉൽപ്പാദനോപാധികളുടെ നിരന്തരമായ വികസിക്കുന്നയളവിനെ മനുഷ്യശേഷിയുടെ ഒരു ഉത്തരോത്തരം കുറയുന്ന ചെലവഴിക്കലിനാൽ ചലനക്ഷമമാക്കുന്നതിനു കഴിയുന്നുവെന്നതിന്റേതായ നിയമം ഒരു മുതലാളിത്ത സമൂഹത്തിൽ പ്രകാശിപ്പിക്കപ്പെടുന്നതിങ്ങനെയാണ്. അധ്വാനത്തിന്റെ ഉൽപ്പാദനപരത ഉയരുന്തോറും, തൊഴിലിന്റെ ഉപാധികളുടെ മേൽ തൊഴിലാളികൾ ചെലുത്തുന്ന സമ്മർദവും വലുതാകുന്നു. അതുകൊണ്ട് അവരുടെ നിലനിൽപ്പിന്റെ സാഹചര്യം കൂടുതൽ കഠിനതരവുമാകുന്നു; അതായത് മറ്റൊരുവന്റെ സമ്പത്തിനെ വർധിപ്പിക്കാനുള്ള അവരുടെ സ്വന്തം അധ്വാനശക്തിയുടെ വിൽപ്പനയുടെ അഥവാ മൂലധനത്തിന്റെ സ്വയം വികസനത്തിന്റെ സാഹചര്യം. ഉൽപ്പാദനപരമായ ജനസംഖ്യയെക്കാൾ കൂടുതൽ വേഗത്തിൽ ഉൽപ്പാദനോപാധികളും അധ്വാനത്തിന്റെ ഉൽപ്പാദനപരതയും വർധിക്കുന്നുവെന്ന വസ്തുത, അതുകൊണ്ട്, സ്വയം പ്രകാശിതമാകുന്നത് മുതലാളിത്തപരമായി തലകീഴ്മറിഞ്ഞ രൂപത്തിലാണ്; അതായത്, മൂലധനത്തിന് അതിന്റെ സ്വയം വികസനത്തിനായി തൊഴിലാളി ജനസംഖ്യയിലെ വർധനവിനെ നിയോഗിക്കാൻ കഴിയുന്നതിന്റേതായ സാഹചര്യങ്ങൾ വർധിക്കുന്നതിനേക്കാൾ കൂടുതൽ വേഗത്തിൽ എല്ലായ്പ്പോഴും തൊഴിലാളി ജനസംഖ്യ വർധിക്കുന്നുവെന്നതരത്തിൽ.

മുതലാളിത്തവ്യവസ്ഥയുടെ കീഴിൽ അധ്വാനത്തിന്റെ സാമൂഹ്യ ഉൽപ്പാദനപരത ഉയർത്താനുള്ള എല്ലാ രീതികളും കൊണ്ടുവരപ്പെടുന്നത് വ്യക്തിയായ തൊഴിലാളിയുടെ ചെലവിലാണെന്ന് നാം എട്ടും ഒമ്പതും അധ്യായങ്ങളിൽ കണ്ടു. ഉൽപ്പാദനത്തിന്റെ വികാസത്തിനു വേണ്ട എല്ലാ ഉപാധികളും ഉൽപ്പാദകർക്കുമേലുള്ള ആധിപത്യത്തിന്റെയും ചൂഷണത്തിന്റെയും ഉപാധികളും ഉൽപ്പാദകർക്കുമേലുള്ള ആധിപത്യത്തിന്റെയും ചൂഷണത്തിന്റെയും ഉപാധികളായി സ്വയം രൂപാന്തരപ്പെടുന്നു, അവ തൊഴിലാളിയെ ഒരു മനുഷ്യനെ മനുഷ്യന്റെ ഒരു കഷണം മാത്രമായി ഛിന്നഭിന്നമാക്കുന്നു, അവനെ ഒരു യന്ത്രത്തിന്റെ അനുബന്ധം എന്ന നിലയിലേക്ക് തരംതാഴ്ത്തുന്നു, അവന്റെ പ്രവൃത്തിയിലുള്ള ആകർഷകത്വത്തിന്റെ അവസാന കണികയെ വരെ നശിപ്പിച്ചുകൊണ്ട് അതിനെയൊരു വെറുക്കപ്പെടുന്ന കഷ്ടപ്പാടാക്കി മാറ്റുന്നു. അവ ഒരു സ്വതന്ത്രശക്തിയായി അധ്വാനപ്രക്രിയയിൽ ശാസ്ത്രം എത്രകണ്ടുൾപ്പെടുത്തപ്പെട്ടിട്ടുണ്ടോ ആ അളവിൽ അവന്റെ ബൗദ്ധികമായ ശേഷികളെയും സാധ്യതകളെയും അവനിൽ നിന്നന്യവൽക്കരിക്കുന്നു; അവൻ തൊഴിലെടുക്കു

ന്നതിന്റെ സാഹചര്യങ്ങളെ അവ വളച്ചൊടിക്കുന്നു. അതിന്റെ തരംതാണ അവസ്ഥകാരണം കൂടുതൽ വെറുക്കപ്പെട്ടതായിത്തീരുന്ന ഒരു സ്വേച്ഛാധിപത്യത്തിലേക്കവനെ അധ്വാനപ്രക്രിയയുടെ സമയത്ത് അടിമയാക്കുന്നു, അവയവന്റെ ജീവിക്കേണ്ടതായ സമയത്തെ തൊഴിൽസമയത്തിലേക്ക് രൂപാന്തരപ്പെടുത്തുന്നു, മൂലധനത്തിന്റെ രഥചക്രങ്ങൾക്കിടയിലേക്ക് അവന്റെ ഭാര്യയെയും കുട്ടിയെയും വലിച്ചിഴച്ച് കൊണ്ടുവരുന്നു. പക്ഷേ, മിച്ചമൂല്യത്തിന്റെ ഉൽപ്പാദനത്തിനുവേണ്ട എല്ലാരീതികളും അതേസമയം തന്നെ സഞ്ചയത്തിന്റെയും രീതികളാണ്. ഒപ്പംതന്നെ സഞ്ചയത്തിന്റെ ഓരോ വിപുലനവും വീണ്ടും ആ രീതികളുടെ വിശ്വാസത്തിനുവേണ്ട ഉപാധികളായിത്തീരുകയുംചെയ്യുന്നു. അതുകൊണ്ട് അതിന്റെ തുടർച്ചയായി വരുന്നത് മൂലധനം സഞ്ചയിക്കുന്നതിന്റെ അതേ അനുപാതത്തിൽ തൊഴിലാളിയുടെ വിധി– അവന്റെ പ്രതിഫലം ഉയർന്നതോ താഴ്ന്നതോ ആകട്ടെ– കൂടുതൽ മോശമായിത്തീരണമെന്നതാണ്. അവസാനമായി ആപേക്ഷിക മിച്ചജനസംഖ്യയെ അഥവാ വ്യവസായ റിസർവ്വ് സേനയെ എല്ലായ്പ്പോഴും സഞ്ചയത്തിന്റെ പരിധിയും ഊർജവുമായി സമതുലിതമാക്കുന്നതിന്റെ ആ നിയമം ഹെഫായിസ്റ്റോസ് പ്രൊമിത്യൂസിനെ പാറയുമായി തളച്ചിടാനുപയോഗിച്ച ആളുകളെക്കാൾ ശക്തമായ രീതിയിൽ തൊഴിലാളിയെ മൂലധനവുമായി വിളക്കിച്ചേർക്കുന്നു. അത് മൂലധനത്തിന്റെ സഞ്ചയത്തിനനുസൃതമായി ദുരിതത്തിന്റെ ഒരു സഞ്ചയത്തെയും സ്ഥാപിക്കുന്നു. അതുകൊണ്ട്, ഒരു ധ്രുവത്തിൽ സമ്പത്തിന്റെ സഞ്ചയമെന്നത്, അതേസമയംതന്നെ, മറ്റേ ധ്രുവത്തിൽ ദുരിതം കഠിനജോലിയുടെ കഷ്ടപ്പാട്, അടിമത്വം, അജ്ഞത, മൃഗീയത, ധാർമികാധപതനം എന്നിവയുടെ ഒരു സഞ്ചയമാണ്.

14

പ്രാകൃത സഞ്ചയനമെന്നു വിളിക്കപ്പെടുന്നത്

എങ്ങനെയാണ് മൂലധനത്തിലൂടെ മിച്ചമൂല്യമുണ്ടാക്കപ്പെടുന്നതെന്നു നാം കണ്ടു, അതുപോലെ മിച്ചമൂല്യത്തിൽ നിന്ന് കൂടുതൽ മൂലധനമുണ്ടാക്കപ്പെടുന്നതെങ്ങനെയെന്നും. പക്ഷേ, മൂലധനത്തിന്റെ സഞ്ചയനം മിച്ചമൂല്യത്തെ മുൻകൂട്ടി സങ്കൽപ്പിക്കുന്നു (മുന്നുപാധിയാക്കുന്നു). മിച്ചമൂല്യം മുതലാളിത്തപരമായ ഉൽപ്പാദനരീതിയെ മുന്നുപാധിയായി സങ്കൽപ്പിക്കുന്നു, മുതലാളിത്തപരമായ ഉൽപ്പാദനരീതിയാകട്ടെ, ചരക്കുൽപ്പാദകരുടെ കൈകളിൽ മൂലധനത്തിന്റെയും അധ്വാനശക്തിയുടെയും ഗണ്യമായ പിണ്ഡങ്ങൾ മുമ്പുതന്നെ നിലനിൽക്കണമെന്നതിനെ മുൻകൂട്ടി സങ്കൽപ്പിക്കുന്നു. അങ്ങനെ മൊത്തം ചലനവും ഒരു വിഷമവൃത്തത്തിൽ ചെന്നുപെടുന്നതായി തോന്നിക്കുന്നു. നമുക്കതിൽനിന്ന് പുറത്തുകടക്കാൻ കഴിയുക മുതലാളിത്തപരമായ സഞ്ചയനത്തിനു മുമ്പുള്ള ഒരു പ്രാകൃത സഞ്ചയനത്തെ സങ്കൽപ്പിക്കുന്നതിലൂടെ മാത്രമാണ്; മുതലാളിത്ത ഉൽപ്പാദനരീതിയുടെ ഫലമല്ലാത്തതായ ഒരു സഞ്ചയത്തെ ആ സഞ്ചയം മുതലാളിത്ത ഉൽപ്പാദനരീതിയുടെ ആരംഭബിന്ദുവായിരിക്കും.

രാഷ്ട്രീയ സമ്പദ് ശാസ്ത്രം ഈ പ്രാകൃതസഞ്ചയത്തിന്റെ ഉത്ഭവത്തെ വിശദീകരിക്കുന്നത് ഭൂതകാലത്തെ ഒരു സംഭവകഥയായാണ്. വളരെ വളരെക്കാലം മുമ്പ് രണ്ടുതരം ആളുകളുണ്ടായിരുന്നു. ഒന്ന്, ബുദ്ധിയുള്ളവരും ഉത്സാഹശാലികളും എല്ലാറ്റിനുമുപരി മിതവ്യയ ശീലക്കാരുമായിരുന്ന ഒരു വരേണ്യവിഭാഗം. മറ്റേത്, അലസന്മാരായ തെമ്മാടികൾ– അവർ തങ്ങൾക്കുള്ളതെല്ലാം മാത്രമല്ല, അതിൽകൂടുതലും ചെലവാക്കി ജീവിച്ചു. അങ്ങനെ ആദ്യത്തെ വിഭാഗം സമ്പത്ത് സഞ്ചയിച്ചു. രണ്ടാമത്തെ വിഭാഗം ഒടുവിൽ തങ്ങളുടെ സ്വന്തം തൊഴിലല്ലാതെ മറ്റൊന്നും വിൽക്കാനായി ബാക്കിയില്ലാത്തവരായി. ഈ ആദിപാപത്തിൽ നിന്നാണ്

മഹാഭൂരിപക്ഷത്തിന്റെയും ദാരിദ്ര്യമാരംഭിച്ചത്. അവർക്ക് അവരുടെ എല്ലാ അധ്വാനവുമുണ്ടെങ്കിലും ഇന്നേവരെ അവരെത്തന്നെയല്ലാതെ മറ്റൊന്നും വിൽക്കാനില്ല. ഏതാനുംപേരുടെ സമ്പത്ത്, അവരെന്തെങ്കിലും അധ്വാനം നടത്തുന്നത് വളരെ മുമ്പേ നിർത്തിയതാണെങ്കിലും നിരന്തരമായി വർധിച്ചുകൊണ്ടേയിരിക്കുകയാണ്. യഥാർഥ ചരിത്രത്തിൽ കീഴടക്കൽ അടിമയാക്കൽ, കൊള്ള, കൊല, ചുരുങ്ങിയ ഇടവേളകളിൽ ബല പ്രയോഗം എന്നിവയൊക്കെ ഇതിൽ വലിയ പങ്കുവഹിച്ചിട്ടുണ്ടന്നത് കുപ്രസിദ്ധമാണ്. രാഷ്ട്രീയ സമ്പദ് ശാസ്ത്രത്തിന്റെ മൃദുവായ ഏടുകൾക്കകത്ത് പ്രശാന്ത സുന്ദരമായ ഗ്രാമീണ ദൃശ്യവും അതിന്റെ സംഗീതവുമാണ്. ചരിത്രാതീത കാലം മുതൽ നിലനിന്നുപോരുന്നത്. സമ്പന്നതയാർജിക്കലിന്റെ ആത്മാവ് എക്കാലത്തും അധ്വാനവും അവകാശവും മാത്രമായിരുന്നു, തീർച്ചയായും ഇപ്പോഴത്തെ വർഷത്തെ എക്കാലത്തും പ്രതീക്ഷിച്ചിരുന്നതാണ്. വസ്തുതയെന്തെന്നുവച്ചാൽ, പ്രാകൃത സഞ്ചയനത്തിന്റെ രീതികൾ പ്രശാന്തസുന്ദരമായ ഗ്രാമീണ ദൃശ്യമല്ലാത്ത, മറ്റെന്തുമായിരുന്നുവെന്നതാണ്.

മുതലാളിത്തവ്യവസ്ഥ മുന്നുപാധിയായി സങ്കൽപ്പിക്കുന്നത് തങ്ങളുടെ അധ്വാനത്തെയവർക്ക് സാക്ഷാൽക്കരിക്കാൻ കഴിയുന്നതേതുപാധികളിലൂടെയാണോ ആ ഉപാധികളായ എല്ലാ സമ്പത്തുകളിൽനിന്നും തൊഴിലാളികളുടെ പരിപൂർണമായ വേറിടലാണ്. ഒരിക്കൽ മുതലാളിത്ത ഉൽപ്പാദനം അതിന്റെ സ്വന്തം കാലുകളിൽ നിന്നു തുടങ്ങുന്നയുടനെ തന്നെ, ഈ വേറിലടിനെ അത് നിലനിർത്തിപ്പോരുന്നുവെന്നുമാത്രമല്ല, അതിന്റെ തുടർച്ചയായി വിപുലമായിത്തീരുന്ന ഒരു തോതിൽ പ്രത്യുൽപ്പാദിപ്പിക്കുകയും ചെയ്യുന്നു. അതുകൊണ്ട് മുതലാളിത്ത വ്യവസ്ഥയ്ക്കു മുന്നിൽ വഴിയൊരുക്കുന്ന പ്രക്രിയ തൊഴിലാളിയിൽ നിന്നവന്റെ ഉൽപ്പാദനോപാധികളെ എടുത്തുമാറ്റുന്ന പ്രക്രിയയല്ലാതെ മറ്റൊന്നുമായിരിക്കുക സാധ്യമല്ല. അതുകൊണ്ട് പ്രാകൃത സഞ്ചയമെന്നു വിളിക്കപ്പെടുന്നത് ഉൽപ്പാദകനെ ഉൽപ്പാദനോപാധികളിൽ നിന്ന് വേർപെടുത്തുന്ന ചരിത്ര പ്രക്രിയയല്ലാതെ മറ്റൊന്നുമല്ല.

മുതലാളിത്ത സമൂഹത്തിന്റെ സാമ്പത്തികഘടന വളർന്നുവന്നത് ഫ്യൂഡൽ സമൂഹത്തിന്റെ സാമ്പത്തികഘടനയിൽനിന്നാണ്. ഫ്യൂഡൽ സമൂഹത്തിന്റെ തകർന്നടിയൽ മുതലാളിത്ത സമൂഹത്തിന്റെ ഘടകങ്ങളെ സ്വതന്ത്രമാക്കി.

തൊഴിലാളിക്ക് അവനിലെതന്നെ വ്യക്തിയെ കൈകാര്യം ചെയ്യാനായത് അവൻ മണ്ണിനോട് കെട്ടപ്പെട്ടവനായിരുന്നത് ഇല്ലാതാക്കുകയും മറ്റൊരാളുടെ അടിമയോ അടിയാളനോ, നിർബന്ധിതവേലക്കാരനോ ആയിരിക്കുന്നതവസാനിക്കുകയും ചെയ്തതോടെയാണ്. താൻ ഒരു വിപണി കണ്ടെത്തുന്നിടത്ത് തന്റെ ചരക്കിനെ വിൽക്കാൻ കൊണ്ടുപോകുന്നവനായ തന്റെ തന്നെ അധ്വാനശക്തിയുടെ ഒരു സ്വതന്ത്ര വിൽപ്പനക്കാരനായി. ഒരു തൊഴിലാളി തുടർന്ന് ഗിൽഡുകളുടെ വാഴ്ചയിൽനിന്ന്

രക്ഷപ്പെടേണ്ടതുണ്ട്, ഗിൽഡുകൾ ജേർണിമേന്മാർക്കും അപ്രന്റീസുകൾക്കുമായി ഉണ്ടാക്കിയിരിക്കുന്ന നിയമങ്ങളിൽനിന്നും അവയുടെ തൊഴിൽ ക്രമീകരണങ്ങളുടെ പരാധീനതകളിൽ നിന്നും. അങ്ങനെ ഉൽപ്പാദകരെ കൂലിപ്പണിക്കാരായി മാറ്റുന്ന ചരിത്രപരമായ ചലനം പ്രത്യക്ഷപ്പെടുന്നത്, ഒരുവശത്ത്, അടിയായ്മയിൽനിന്നും ഗിൽഡുകളുടെ ചങ്ങലകളിൽ നിന്നുമുള്ള അവരുടെ വിമോചനമായാണ്. ബൂർഷ്വാ ചരിത്രകാരന്മാരെ സംബന്ധിച്ച് ഈ വശം മാത്രമാണ് നിലനിൽക്കുന്നത്. പക്ഷേ, മറുവശത്ത്, ഈ പുതിയ സ്വതന്ത്രവ്യക്തികൾ തങ്ങളുടെതന്നെ വിൽപ്പനക്കാരായിത്തീരുന്നത് അവരുടെ സ്വന്തമായ ഉൽപ്പാദനോപാധികൾ അവരിൽ നിന്ന് മുഴുവനായും കൊള്ളയടിക്കപ്പെട്ടതിനു ശേഷം മാത്രമാണ്, പഴയ ഫ്യൂഡൽ ക്രമീകരണങ്ങൾ നൽകിയിരുന്ന നിലനിൽപ്പിനുള്ള സകലവിധ ഗ്യാരണ്ടികളും കൊള്ളയടിക്കപ്പെട്ടതിനുശേഷം. ഇതിന്റെ ചരിത്രം, അവരുടെ കൈയ്യടക്കപ്പെടലിന്റെ ചരിത്രം, മനുഷ്യരാശിയുടെ ഏടുകളിൽ എഴുതപ്പെട്ടിരിക്കുന്നത് ചോരയും തീയും കൊണ്ടുള്ള അക്ഷരങ്ങളിലാണ്.

വ്യവസായമുതലാളിമാർക്ക്, ഈ പുതിയ ശക്തിശാലികൾക്ക്, അവരുടെ പക്ഷത്തുനിന്ന് കൈവേലകളിലെ ഗിൽഡ് മാസ്റ്റർമാരെ മാത്രമല്ല പകരം വയ്ക്കേണ്ടിവന്നത്. മറിച്ച്, പഴയ ഫ്യൂഡൽ പ്രഭുക്കന്മാരെക്കൂടിയാണ്– സ്വത്തിന്റെ സ്രോതസ്സുകളുടെ ഉടമകളെ. ഈയൊരു കാര്യത്തിൽ അവരുടെ സാമൂഹ്യാധികാരത്തിന്റെ കൈയടക്കൽ ഫ്യൂഡൽ പ്രഭുത്വത്തിനും അതിന്റെ ചെടിപ്പുളവാക്കുന്ന മുൻഗണനകൾക്കും ഒപ്പം തന്നെ ഗിൽഡുകൾക്കും അവ ഉൽപ്പാദനത്തിന്റെ സ്വതന്ത്രമായ വികാസത്തിന്റെയും മനുഷ്യന്റെ മേൽ മനുഷ്യൻ നടത്തുന്ന സ്വതന്ത്രമായ ചൂഷണത്തിന്റെയും മേൽ ഉണ്ടാക്കിയിരുന്ന ചങ്ങലക്കെട്ടുകൾക്കും എതിരായ വിജയകരമായ സമരത്തിന്റെ ഫലമെന്ന രീതിയിലാണ് പ്രത്യക്ഷപ്പെട്ടത്. പക്ഷേ, തങ്ങൾതന്നെ യഥാർഥത്തിൽ തികച്ചും നിരപരാധികളായിരുന്ന സംഭവഗതികളെ ഉപയോഗപ്പെടുത്തിക്കൊണ്ട് വ്യവസായങ്ങളുടെ പ്രഭുക്കന്മാർ വാളുകൾ ചുഴറ്റി നടന്ന മാടമ്പിമാരെ പകരം വയ്ക്കുന്നതിൽ വിജയം വരിക്കുകമാത്രമായിരുന്നു. ഒരുകാലത്ത് റോമൻ സ്വതന്ത്രവ്യക്തി തന്റെ സഹപൗരന്മാരുടെ യജമാനനാകുന്നതിനുപയോഗിച്ച ഉപാധികളുടെ അത്രതന്നെ ദുഷ്ടമായ ഉപാധികളിലൂടെയാണവർ ഉയർന്നുവന്നത്.

കൂലിത്തൊഴിലാളിക്ക് എന്നതുപോലെതന്നെ മുതലാളിക്കും ഉദയം നൽകിയ വികാസത്തിന്റെ ആരംഭബിന്ദു തൊഴിലാളിയുടെ അടിയാളത്തമായിരുന്നു. ഈ അടിയാളത്തത്തിന്റെ രൂപത്തിലെ ഒരു മാറ്റത്തിലാണ് മുന്നേറ്റം ഉൾക്കൊണ്ടിരുന്നത്– ഫ്യൂഡൽ ചൂഷണത്തിൽനിന്നും മുതലാളിത്ത ചൂഷണത്തിലേക്കുള്ള പരിവർത്തനത്തിൽ. മുന്നേറ്റത്തെ മനസിലാക്കാൻ നമുക്ക് വളരെയൊന്നും പിന്നോട്ടുപോകണ്ട കാര്യമില്ല. മുതലാളിത്ത ഉൽപ്പാദനത്തിന്റെ ആദ്യ തുടക്കങ്ങളിലേക്ക് മധ്യധരണ്യാഴി

യിലെ ചില നഗരങ്ങളിൽ അവിടെയുമിവിടെയുമായി നാം വളരെ മുമ്പ് 14–ാം നൂറ്റാണ്ടിലോ 15–ാം നൂറ്റാണ്ടിലോ തന്നെ അതിലേക്ക് ചെന്നു ചാടുന്നുണ്ടെങ്കിലും മുതലാളിത്ത യുഗത്തിന്റെ ആരംഭമെത്തിച്ചേരുന്നത് 16 –ാം നൂറ്റാണ്ടിലാണ്. അതെവിടെയൊക്കെ പ്രത്യക്ഷപ്പെട്ടുവോ, അവിടെയെല്ലാം അടിയായ്മയുടെ നിർമാർജനം വളരെ മുമ്പേ സംഭവിച്ചിരുന്നു. അതുപോലെ മധ്യകാലത്തിന്റെ ഏറ്റവുമുയർന്ന വികാസമായ പരമാധികാരനഗരങ്ങളുടെ നിലനിൽപ്പ് വളരെ മുമ്പുതന്നെ അവരോഹണദശയിലാകുകയും ചെയ്തിരുന്നു.

പ്രാകൃത സഞ്ചയത്തിന്റെ ചരിത്രത്തിൽ, ആ നിമിഷങ്ങൾ പ്രത്യേകിച്ചും പ്രധാനപ്പെട്ടവയായിരുന്നു. അന്നാണ് വലിയ ജനക്കൂട്ടങ്ങൾ, അവരുടെ ജീവനോപാധികളിൽനിന്ന് പറിച്ചെറിയപ്പെട്ടും സ്വതന്ത്രരും ആരുമായും ബന്ധിതമല്ലാത്തവരുമായ തൊഴിലാളികളായിത്തീർന്നും, പൊടുന്നനെ തൊഴിൽവിപണികളിലേക്കെടുത്തെറിയപ്പെട്ടത്. കൃഷിക്കാരന്റെ (Peasant - ഫ്യൂഡൽ പ്രഭുക്കളുടെ കീഴിലെ കുടിയാൻ കൃഷിക്കാരൻ) മണ്ണിൽ നിന്നുള്ള പറിച്ചെറിയപ്പെടലായിരുന്നു മൊത്തം പ്രക്രിയയുടെയും അടിസ്ഥാനം. നാം കുടിയാൻ കൃഷിക്കാരന്റെ ഇംഗ്ലണ്ടിലെ ചരിത്രം ഒന്നോടിച്ചു പരിശോധിക്കും.

ഇംഗ്ലണ്ടിൽ 14–ാം നൂറ്റാണ്ടിന്റെ അവസാനഭാഗത്തുതന്നെ അടിയായ്മ പ്രായോഗികമായി അപ്രത്യക്ഷമായിക്കഴിഞ്ഞിരുന്നു. അക്കാലത്തെ ജനസംഖ്യയിലെ വമ്പിച്ച ഭൂരിപക്ഷത്തിലുൾപ്പെട്ടിരുന്നത് – 15–ാം നൂറ്റാണ്ടിലത് അതിലും കൂടുതലായ ഒരു പരിധിവരെയെത്തിയിരുന്നു – സ്വതന്ത്രകൃഷിക്കാരായ ഉടമകളായിരുന്നു.[1] വലിയ പ്രഭുമണ്ഡലങ്ങളിൽ സ്വയം തന്നെ ഒരടിയാളനായ പഴയ ബെയ്‌ലിഫ് സ്വതന്ത്ര കർഷകനാൽ പകരംവക്കപ്പെട്ടു. കൃഷിയിലെ കൂലിപ്പണിക്കാർ ഭാഗികമായി കൃഷിക്കാരും അവരവരുടെ വിശ്രമസമയം വലിയ എസ്റ്റേറ്റുകളിൽ പണിചെയ്യുന്നതു കൊണ്ടുപയോഗപ്പെടുത്തി ഭാഗികമായി എണ്ണത്തിൽക്കുറവായ ഒരു പ്രത്യേക സ്വതന്ത്രവർഗമായ കൂലിപ്പണിക്കാരുമായിരുന്നു. അവസാനം പറഞ്ഞവിഭാഗം പ്രായോഗികമായി അതേസമയത്തുതന്നെ പെസന്റ് കർഷകരുമായിരുന്നു (Peasant farmers). കാരണമവർക്ക് അവരുടെ കൂലി കൂടാതെ അവരുടെ കുടിലുകൾക്കൊപ്പം നാലേക്കർവരെ കൃഷിയോജ്യമായ ഭൂമിയുമനുവദിച്ചിരുന്നു. കൂടാതെ, അവർ ബാക്കി പെസന്റുകൾക്കൊപ്പം പൊതുഭൂമിയുടെ അവകാശവുമനുവദിച്ചിരുന്നു. ഈ പൊതുഭൂമികൾ അവരുടെ കന്നുകാലികൾക്ക് മേച്ചിൽ സ്ഥലവും അവർക്ക് മരത്തടികളും വിറകും നൽകി. യൂറോപ്പിലെ എല്ലാ രാജ്യങ്ങളിലും ഫ്യൂഡൽസംരക്ഷണത്തിന്റെ സവിശേഷതയായിരുന്നത് ഭൂമി പറ്റാവുന്നത്രയെണ്ണം ഉപ–ഭൂവുടമകൾക്കിടയിലായി വിഭജിച്ചുവെന്നതാണ്.

1. മക്കോൾനി : ഹിസ്റ്ററി ഓഫ് ഇംഗ്ലണ്ട്. 17–ാം നൂറ്റാണ്ടിന്റെ അവസാന സമയത്തു പോലും ഇംഗ്ലീഷ് ജനതയിൽ അഞ്ചിൽനാലുഭാഗവും കാർഷിക ജനതയായിരുന്നു.

ഫ്യൂഡൽ പ്രഭുവിന്റെ കരുത്ത്, ഒരു പരമാധികാരിയുടേതെന്ന പോലെതന്നെ, ആശ്രയിച്ചിരുന്നത് അയാൾക്ക് പാട്ടമടയ്ക്കുന്നവരുടെ ലിസ്റ്റിന്റെ നീളത്തിന്മേലല്ല, മറിച്ചയാളുടെ പ്രജകളുടെ എണ്ണത്തിന്മേലാണ്. ആ പ്രജകളാകട്ടെ, ഉടമകളായ പെസന്റുകളുടെ എണ്ണത്തിന്മേലാശ്രയിച്ചു. അതുകൊണ്ട്, ഇംഗ്ലീഷ് ഭൂമി നോർമൻ കൈയടക്കലിനുശേഷം (1066) ഭീമൻ ബാരണി (ബാരൻ എന്ന പേരിലുള്ള വമ്പൻ പ്രഭുക്കന്മാരുടെ സാമ്രാജ്യം) കളായി വിതരണം ചെയ്യപ്പെട്ടിരുന്നുവെങ്കിൽത്തന്നെയും (മിക്കപ്പോഴുമത്തരമൊന്നിൽ 900ത്തോളം പഴയ ആംഗ്ലോ–സക്സൻ പ്രഭുത്വങ്ങൾ ഉൾപ്പെട്ടിരുന്നു) അവ ചെറിയ ചെറിയ പെസന്റ് സ്വത്തുക്കളായി വിഭജിക്കപ്പെട്ടിരുന്നു. അവിടെയുമിവിടെയും മാത്രമാണ് അവയെ കീറിമുറിച്ചുകൊണ്ട് വലിയ പ്രമാണികളുടെ അധികാരമേഖലകളായ ഭൂമികൾ നിലനിന്നിരുന്നത്. അത്തരം സാഹചര്യങ്ങളും, ഒപ്പം 15–ാം നൂറ്റാണ്ടിന് പ്രത്യേകിച്ചും സവിശേഷമായ നഗരങ്ങളുടെ അഭിവൃദ്ധിയും ചേർന്ന്, ജനങ്ങൾക്ക് വമ്പിച്ച സ്വത്തനുവദിച്ചു. പക്ഷേയത് മുതലാളിത്തപരമായ സ്വത്തിന്റെ സാധ്യതയെ ഒഴിവാക്കിയിരുന്നു. മുതലാളിത്ത ഉൽപ്പാദനരീതിയുടെ അസ്തിവാരമിട്ട വിപ്ലവത്തിന്റെ തുടക്കം നടപ്പാക്കപ്പെട്ടത് 15–ാം നൂറ്റാണ്ടിന്റെ അവസാനമൂന്നിലൊന്നിലും 16–ാം നൂറ്റാണ്ടിന്റെ ആദ്യമൂന്നിലൊന്നുകാലത്തുമായിരുന്നു. സ്വതന്ത്ര തൊഴിലാളികളുടെ ഒരു സംഘം തൊഴിൽ വിപണിയിലേക്കെടുത്തെറിയപ്പെട്ടു. ഫ്യൂഡൽ രീതിയിൽ നിലനിന്നവരുടെ കൂട്ടങ്ങൾ ചിതറിയതോടെയാണത്. അവരുപയോഗമൊന്നുമില്ലാതെ വീടുകളിലും കൊട്ടാരങ്ങളിലും നിറഞ്ഞു. രാജകീയാധികാരം (അതുതന്നെ ബൂർഷ്വാ വികാസത്തിന്റെ ഉൽപ്പന്നമായിരുന്നു) കേവലമായ പരമാധികാരത്തിനുവേണ്ടിയുള്ള അതിന്റെ ശ്രമത്തിനിടയിൽ ആ ഫ്യൂഡൽ രീതിയിൽ നിലനിന്നവരുടെ കൂട്ടങ്ങളെ ഇല്ലാതാക്കുന്നതിന് ബലമായിത്തന്നെ വേഗത കൂട്ടിയെങ്കിലും, അങ്ങനെ സംഭവിച്ചതിന്റെ ഏകകാരണം ഒരു രീതിയിലും അതുമാത്രമായിരുന്നില്ല. രാജാവും പാർലമെന്റും തമ്മിൽ നടന്ന മര്യാദകെട്ട ഏറ്റുമുട്ടലിൽ വമ്പൻ ഫ്യൂഡൽ പ്രഭുക്കന്മാർ താരതമ്യങ്ങളില്ലാത്ത വിധത്തിൽ വലിയ ഒരു തൊഴിലാളിവർഗത്തെ സൃഷ്ടിച്ചു. ഭൂമിയിൽനിന്ന് കൃഷിക്കാരെ (Peasantry) ബലമായി ആട്ടിയോടിച്ചുകൊണ്ടും (ഫ്യൂഡൽ പ്രഭുവിന്റെ അതേ അവകാശം കൃഷിക്കാർക്കും ഭൂമിയിലുണ്ടായിരുന്നു) പൊതുഭൂമികൾ പിടിച്ചെടുത്തു കൊണ്ടുമായിരുന്നു അത്. ഫ്ളെമിഷ് കമ്പിളിരോമ നിർമാണങ്ങളുടെ പൊടുന്നനെയുള്ള വളർച്ചയും, അതിനനുസൃതമായി ഇംഗ്ലണ്ടിൽ കമ്പിളി രോമത്തിനുണ്ടായ വില വർധനവും ഈ ഒഴിപ്പിക്കലുകൾക്ക് നേരിട്ടുത്തേജനം പകർന്നു. പഴയ പ്രഭുവർഗത്തെ വമ്പൻ ഫ്യൂഡൽ യുദ്ധങ്ങൾ വിഴുങ്ങിയിരുന്നു. പുതിയ പ്രഭുവർഗം അതിന്റെ കാലത്തിന്റെ സന്തതിയായിരുന്നു, അതിനെ സംബന്ധിച്ച് പണമായിരുന്നു മറ്റെല്ലാത്തിലും വലിയശക്തി. കൃഷിയോഗ്യമായ ഭൂമി ചെമ്മരിയാടുകളുടെ മേച്ചിൽസ്ഥലങ്ങളാക്കി പരിവർത്തിപ്പിക്കുകയെന്നതായിരുന്നു അതിന്റെ മുറവിളി.

ഹോളിൻഷെഡ്സിന്റെ ക്രോണിക്കിളിന്റെ മുന്നിൽക്കൊടുത്തിരിക്കുന്ന ഹാരിസന്റെ ഇംഗ്ലണ്ടിന്റെ ചരിത്രത്തിൽ അദ്ദേഹം ചെറുകിട കൃഷിക്കാരുടെ ഇല്ലാതാക്കപ്പെടൽ എങ്ങനെയാണ് രാജ്യത്തെ ദരിദ്രമാക്കുന്നതെന്ന് വിവരിക്കുന്നുണ്ട്. കർഷകരുടെ കുടിയിരുപ്പുകളും തൊഴിലാളികളുടെ കുടിലുകളും അടിച്ചുതകർത്തു നീക്കം ചെയ്യുകയോ തകർന്നുവീഴാനായി വിട്ടുപോവുകയോ ചെയ്തു. ഹാരിസൺ എഴുതുന്നു: "താനന്വേഷിച്ച ഓരോ ഫ്യൂഡൽ കൊട്ടാരങ്ങളിലെയും റെക്കാർഡുകൾ നോക്കിയാൽ.. എണ്ണമറ്റ ചെറുകിട കൃഷിയിടങ്ങളും വീടുകളും അപ്രത്യക്ഷമായതായിക്കാണാം, ഒട്ടേറെ നഗരങ്ങൾ തകർന്നുപോയി. പുതിയവ ഉയർന്നുവന്നുവെങ്കിലും; ഭൂമി കുറച്ചുപേർക്കു മാത്രമാണിപ്പോൾ ഭക്ഷണം നൽകുന്നത്.... ആടുമേക്കലിനായി തകർക്കപ്പെട്ട നഗരങ്ങളും ഗ്രാമങ്ങളും അപ്രത്യക്ഷമായപ്പോൾ അവയിലാകെയിന്നു നിൽക്കുന്നത് പ്രഭുക്കന്മാർ മാത്രമാണ്... ഈ പഴയ സംഭവചിത്രീകരണക്കാരുടെ പരാതികൾ മിക്കപ്പോഴും അതിശയോക്തി നിറഞ്ഞതാണ്. പക്ഷേ അവ ഉൽപ്പാദനത്തിന്റെ സാഹചര്യങ്ങളിലുണ്ടായ വിപ്ലവം സമകാലീനരിലുണ്ടാക്കിയ അഭിപ്രായത്തെ സത്യസന്ധമായി പ്രതിഫലിപ്പിക്കുന്നുണ്ട്.

ഈ വിപ്ലവത്തിൽ നിയമനിർമാണം ഭയചകിതമായി. ഹെൻറി ഏഴാമനെക്കുറിച്ചുള്ള ചരിത്രത്തിൽ ബേക്കൻ പറയുന്നു: അക്കാലത്ത് (1489) വളച്ചുകെട്ടൽ കൂടുതൽ കൂടുതലായി; അതിലൂടെ കൃഷിയോഗ്യമായ ഭൂമി മേച്ചിൽപ്പുറങ്ങളാക്കി മാറ്റപ്പെട്ടു. അവയെ ഏതാനും കന്നുകാലിമേച്ചിലുകാർ ഒഴിപ്പിച്ചെടുത്തു. വർഷങ്ങളായുള്ള പാട്ടഭൂമികൾ ഒഴിപ്പിച്ചതോടെ അവരുടെ ജീവിതങ്ങൾ (അതിനെയാശ്രയിച്ചാണ് സാധാരണക്കാർ ജീവിച്ചിരുന്നത്) ഒന്നുമില്ലാത്തവരായി മാറ്റപ്പെട്ടു. ഇത് ആളുകളുടെ ഒരപചയത്തെ വളർത്തി, നഗരങ്ങൾ (അതിന്റെ ഫലമായി) അപചയവിധേയമായതോടെ പള്ളികളും അവയ്ക്കു കിട്ടേണ്ട പത്തിലൊന്നു വീതം അതുപോലുള്ള മറ്റുകാര്യങ്ങളുമെല്ലാം ഇല്ലാതായി.. ഈ അസൗകര്യങ്ങൾക്കു പരിഹാരം കാണാനായി രാജാവിന്റെ വിജ്ഞാനം ആദരണീയമായ രീതിയിൽ അക്കാലത്ത് പാർലമെന്റും.. പ്രവർത്തിച്ചു. ആളുകളെ ആട്ടിയോടിക്കുന്ന വളച്ചുകെട്ടലുകൾ പിടിച്ചെടുക്കുന്ന ഒരു വഴിയവർ സ്വീകരിച്ചു, അതുപോലെ ആളുകളെ ആട്ടിയോടിക്കുന്ന മേച്ചിൽസ്ഥലങ്ങളും. 1480 ലെ ഹെൻറി ഏഴാമന്റെ ഒരു നിയമം ചുരുങ്ങിയത് 20 ഏക്കറെങ്കിലുമുള്ള കാലിമേച്ചിൽ സ്ഥലങ്ങളിലെ എല്ലാ വീടുകളുടെയും തകർക്കൽ നിരോധിച്ചു. ഹെൻറി എട്ടാമൻ തന്റെ 25–ാം നിയമത്തിലൂടെ അതേ നിയമത്തെ പുതുക്കി. അതു മറ്റുകാര്യങ്ങൾക്കൊപ്പം എടുത്തുപറയുന്നത് നിരവധി കൃഷിയിടങ്ങളും വലിയ കന്നുകാലിക്കൂട്ടങ്ങളും പ്രത്യേകിച്ച് ചെമ്മരിയാടുകളുടെ കൂട്ടങ്ങൾ, ഏതാനും പേരുടെ കൈയിൽ കേന്ദ്രീകരിച്ചിരിക്കുകയാണെന്നും, അതിലൂടെ ഭൂമിയുടെ പാട്ടം വളരെ ഉയർന്നിരിക്കുകയാണെന്നും, ഗ്രാമങ്ങൾ കൊഴിഞ്ഞു പോയിരിക്കുകയാണെന്നും, അതിശയകരമായവിധത്തിൽ അത്രയേറെയാളുകൾക്ക് തങ്ങളുടെ കുടുംബ

ങ്ങളെയും തങ്ങളെത്തന്നെയും നിലനിർത്താനുള്ള ഉപാധികൾ പിടിച്ചെടുക്കപ്പെട്ടിരിക്കുകയാണെന്നുമാണ്. അതുകൊണ്ട്, ജീർണിച്ചുപോയ കൃഷിയിടങ്ങൾ പുനഃസംഘടിപ്പിക്കാൻ നിയമം ഉത്തരവിടുകയും ചോളവയലും മേച്ചിൽപ്പുറവും തമ്മിലൊരനുപാതം നിശ്ചയിക്കുകയും മറ്റുംചെയ്തു. 1533 ലെ ഒരു നിയമം എടുത്തുപറയുന്നത് ചില ഉടമസ്ഥർക്ക് 24000 ചെമ്മരിയാടുകളുണ്ടെന്നാണ്, അവയുടെ എണ്ണം 2000 എന്ന നിലയിൽ നിയമം പരിമിതപ്പെടുത്തി (തന്റെ ഉട്ടോപ്യയിൽ തോമസ് മൂർ ചെമ്മരിയാടുകൾ മനുഷ്യരെ വിഴുങ്ങുന്ന ഒരു പ്രത്യേകതരം രാജ്യത്തെ കുറിച്ചു സംസാരിക്കുന്നു).

ഹെൻറി ഏഴാമനുശേഷം 150 വർഷങ്ങൾ കഴിഞ്ഞപ്പോഴേക്കും ചെറു കിട കർഷകരെയും പെസന്റുകളെയും (പാട്ടക്കുടിയാന്മാർ) നിർമൂലനം ചെയ്യുന്നതിനെതിരെ ജനങ്ങളുയർത്തിയ മുറവിളിയും, അതിനെ നേരിടാനുദ്യമിച്ച നിയമനിർമാണവും രണ്ടുമൊരുപോലെ ഫലരഹിതമായിത്തീരുന്നു.

ജനങ്ങളെ ബലമായി കുടിയൊഴിപ്പിക്കുന്നതിന്റെ പ്രക്രിയക്ക് 11–ാം നൂറ്റാണ്ടിൽ നവോത്ഥാനത്തിൽനിന്ന് ഒരുപുതിയതും ഭയാനകവുമായ ഉത്തേജനം ലഭിച്ചു. അതിനെത്തുടർന്നുണ്ടായ പള്ളി സ്വത്തിന്റെ ഭീമാകാരമാർന്ന നശീകരണവും അതിന് ശക്തിപകർന്നു. നവോത്ഥാനത്തിന്റെ കാലത്ത് കത്തോലിക്കാസഭ ഒരു വലിയഭാഗം ഇംഗ്ലീഷ് ഭൂമിയുടെ ഫ്യൂഡൽ ഉടമസ്ഥനായിരുന്നു. സന്യാസാശ്രമങ്ങളെയും മറ്റും അടിച്ചമർത്തിയപ്പോൾ അവയിലെ അന്തേവാസികൾ തൊഴിലാളിവർഗത്തിലേക്ക് എടുത്തെറിയപ്പെട്ടു. പള്ളിയുടെ എസ്റ്റേറ്റുകൾ ഒരു വലിയ പരിധിവരെ ആർത്തിപൂണ്ടവരും രാജകീയ പ്രീതി നേടിയവരുമായ ആളുകൾക്കായി നൽകപ്പെട്ടു. അല്ലെങ്കിൽ നാമമാത്രവിലയ്ക്ക് ഊഹക്കച്ചവടക്കാരായ കർഷകർക്കും പൗരന്മാർക്കും നൽകപ്പെട്ടു. അവർ കൂട്ടത്തോടെ പരമ്പരാഗത പാട്ടക്കുടിയാന്മാരെ ആട്ടിയോടിക്കുകയും അവരുടെ ഭൂമികളെല്ലാം കൂട്ടിച്ചേർത്തൊന്നാക്കുകയും ചെയ്തു. പള്ളിയുടെ വസ്തുവകകളിൽ അംശാദായം നൽകി നിയമപരമായ ഉറപ്പിന്റെ അടിസ്ഥാനത്തിൽ ദരിദ്ര ജനവിഭാഗങ്ങൾ കൈവശം വച്ചിരുന്ന ഭൂമിയത്രയും പരോക്ഷമായി പിടിച്ചെടുക്കപ്പെട്ടു.

17–ാം നൂറ്റാണ്ടിന്റെ അവസാന ദശകങ്ങളിൽപ്പോലും സാധാരണക്കാർ സ്വതന്ത്ര പാട്ടകുടിയാന്മാരുടെ വർഗം– കർഷകവർഗത്തെക്കാൾ എണ്ണത്തിൽ കൂടുതലായിരുന്നു. അവരാണ് ക്രോംവെല്ലിന്റെ ശക്തിയുടെ നട്ടെല്ലായിരുന്നത്. അവർ കുടിച്ചു കുന്തംമറിഞ്ഞ സ്ക്വയറുകൾ എന്ന പ്രഭുവർഗത്തിൽനിന്നും (അവർക്ക് അവരുടെ യജമാനന്മാരൊഴിവാക്കിയ വെപ്പാട്ടികളെ വിവാഹം ചെയ്യേണ്ടിവന്നു) വ്യത്യസ്തരായിരുന്നു. കർഷകത്തൊഴിലാളികൾപോലും അക്കാലത്തും പൊതുഭൂമിയുടെ സഹ ഉടമസ്ഥരായിരുന്നു. 1750 നോടടുപ്പിച്ച് ഈ സാധാരണജനവിഭാഗം അപ്രത്യക്ഷമായി. അതുപോലെതന്നെ 18–ാം നൂറ്റാണ്ടിന്റെ അവസാനഭാഗങ്ങ

ളായതോടെ കർഷകത്തൊഴിലാളികളുടെ പൊതുഭൂമിയുടെ അവസാന അവശിഷ്ടങ്ങളും അപ്രത്യക്ഷമായി.

സ്റ്റുവർട്ടുകളുടെ പുനഃസ്ഥാപനത്തിനുശേഷം, ഭൂവുടമകളായവർ നിയമപരമായ ഉപാധികളിലൂടെ ഒരു കൈയ്യടക്കൽ നടപ്പാക്കി. വൻകരയിലുടനീളം അതു നടപ്പാക്കപ്പെട്ടത് എന്തെങ്കിലും നിയമപരമായിട്ടുള്ള നടപടിക്രമം കൂടാതെയാണ്. അവർ ഭൂമിയിലെ ഫ്യൂഡൽ പാട്ടങ്ങൾ നിർത്തലാക്കി. അതായത്, അവർ ഭരണകൂടത്തിന്റെ എല്ലാത്തരം ചുമതലകളും ബാധ്യതകളും ഒഴിവാക്കിയെടുത്തു. പാട്ടക്കുടിയാന്മാരുടെ മേലും മറ്റുജനവിഭാഗങ്ങളുടെമേലും നികുതികൾ ചുമത്തി ഭരണകൂടത്തിന് നഷ്ടം നികത്തിക്കൊടുത്തുകൊണ്ട് ആധുനിക സ്വകാര്യസ്വത്തിന്റെ അവകാശങ്ങൾക്ക് സ്വയം അർഹരായി. ആ എസ്റ്റേറ്റുകളിൽ യഥാർഥത്തിൽ അവയ്ക്കാകെയുണ്ടായിരുന്നത് ഫ്യൂഡൽ അവകാശങ്ങൾ മാത്രമാണ്. ഒടുവിൽ സെറ്റിൽമെന്റ് (സ്ഥിരതാമസ) അവകാശങ്ങൾ അനുവദിക്കുന്ന നിയമങ്ങൾ പാസാക്കി. അവ ഇംഗ്ലീഷ് കർഷകത്തൊഴിലാളിയിന്മേലുണ്ടാക്കിയ ഫലങ്ങൾ റഷ്യൻ കുടിയാൻകർഷകർക്കുമേൽ താർത്താർ ബോറിസ് ഗോഡുനോഫ് ഇറക്കിയ ഉത്തരവുണ്ടാക്കിയ ഫലങ്ങളുടെ അതേ മട്ടിലുള്ളതു തന്നെയായിരുന്നു.

മഹത്തായ വിപ്ലവം വില്യം ഓഫ് ഓറഞ്ചിനൊപ്പം ഭൂവുടമയെയും മിച്ച മൂല്യത്തിന്റെ മുതലാളിത്ത കൈയ്യടക്കലുകാരെയും അധികാരത്തിലേക്കു കൊണ്ടുവന്നു. അവർ പുതുയുഗത്തിന്റെ ഉൽഘാടനം നടത്തിയത് രാഷ്ട്രത്തിന്റെ ഭൂമികളിൽ വൻതോതിലുള്ള ഒരു കൊള്ളയടി നടത്തിക്കൊണ്ടാണ്. അതേവരെ വളരെ മൃദുവായതോതിൽ നടത്തിയിരുന്ന കൊള്ളയാണ് ഇപ്പോൾ ഭീമാകാരമാർന്നതാക്കപ്പെട്ടത്. ഈ എസ്റ്റേറ്റുകൾ പരിഹാസ്യമായവിധം ഒരു തുച്ഛമായവിലക്കോ അല്ലെങ്കിൽ സ്വകാര്യ എസ്റ്റേറ്റുകളോട് വെറുതെ കുടിച്ചേർക്കപ്പെട്ടോ കൈവശപ്പെടുത്തപ്പെട്ടു. നിയമപരമായ നടപടിക്രമങ്ങൾക്ക് ഏറ്റവും നേരിയ ഒരു വിലപോലും നൽകാതെയാണതെല്ലാം നടപ്പിലാക്കിയത്. അങ്ങനെ രാജാവിന്റെ ഭൂമികൾ തട്ടിപ്പുകളിലൂടെ കൈവശമാക്കിയതിനൊപ്പം പള്ളിഭൂമികൾ കൊള്ളയടിക്കുകയും ചെയ്തു. റിപ്പബ്ലിക്കൻ വിപ്ലവത്തിന്റെ കാലത്ത് നഷ്ടപ്പെടാതെ ബാക്കിയായ പള്ളിഭൂമികളാണ് അങ്ങനെ തട്ടിയെടുക്കപ്പെട്ടത്. ഈ രണ്ടു രീതിയിലും കൈവശമാക്കിയ ഭൂമികളാണ് ഇംഗ്ലീഷ് പ്രഭുവർഗത്തിന്റെ ഇന്നത്തെ രാജകീയ വിശാലഭൂസ്വത്തിന്റെ അടിസ്ഥാനത്തെ രൂപപ്പെടുത്തുന്നത്. ബൂർഷ്വാ മുതലാളിമാർ മറ്റുപല കാര്യങ്ങൾക്കുമൊപ്പം ഭൂമി ഒരു വാണിജ്യ വസ്തുവായി രൂപാന്തരപ്പെടുത്തുകയെന്ന വീക്ഷണത്തോടെ ഈ കൈയ്യടക്കലിനെ അനുകൂലിക്കുകയായിരുന്നു. ആധുനികകൃഷിയുടെ ഭരണമണ്ഡലത്തെ വിശാല കൃഷിയിടങ്ങളിലേക്ക് വ്യാപിപ്പിക്കുകയെന്നതും, തങ്ങൾക്ക് ഉടനടി ലഭ്യമാകാവുന്ന സ്വതന്ത്രരായ കർഷകത്തൊഴിലാളികളുടെ വൻതോതിലുള്ള വർധനവുണ്ടാക്കുകയെന്നതുംകൂടി അവരുടെ ലക്ഷ്യത്തിലുൾപ്പെട്ടിരുന്നു. കൂടാതെ, ഭൂവുടമാ,

പ്രഭുത്വം പുതിയ ബാങ്കോക്രസി (പണമിടപാട് വർഗം)യുടെയും വൻകിട മാനുഫാക്ചർമാരുടെയും (അവരന്ന് സംരക്ഷിത ചുങ്കങ്ങളെ ആശ്രയിച്ചാണ് നിലനിന്നിരുന്നത്) സ്വാഭാവിക സഖ്യശക്തിയുമായിരുന്നു.

സ്വതന്ത്ര കർഷകന്റെ സ്ഥാനത്ത് വാർഷികപാട്ടത്തിന് കൃഷി ചെയ്യുന്ന ചെറുകിടകർഷകരെത്തിയതോടെ (ഭൂവുടമകളുടെ പ്രീതിയെ ആശ്രയിച്ചു നിൽക്കുന്ന ഒരു വിധേയന്മാരുടെ കൂട്ടമായി അത് മാറി) പൊതുഭൂമികളുടെ ക്രമീകൃതമായ കൊള്ളയടി പ്രത്യേകിച്ചും വൻതോതിലായി. രാഷ്ട്രത്തിന്റെ ഭൂമിയുടെ കൊള്ളയടിയുടെ തൊട്ടുപിന്നിലതും ആ വൻകിട കൃഷിയിടങ്ങളെ വീണ്ടും വലുപ്പം വയ്പ്പിച്ചു. 18-ാം നൂറ്റാണ്ടിലത്തരം കൃഷിയിടങ്ങൾ ക്യാപിറ്റൽ ഫാമുകൾ അഥവാ മർച്ചന്റ് ഫാമുകൾ എന്നു വിളിക്കപ്പെട്ടു. അതോടൊപ്പം അവയുടെ രൂപീകരണം മാനുഫാക്ചറിങ് വ്യവസായത്തിനുവേണ്ട തൊഴിലാളികളായി കർഷകജനതയെ സ്വതന്ത്രരാക്കിവിടുകയും ചെയ്തു.

19-ാം നൂറ്റാണ്ടിൽ പൊതുഭൂമികളും കർഷകത്തൊഴിലാളികളും തമ്മിലുണ്ടായിരുന്ന ബന്ധങ്ങളെക്കുറിച്ചുള്ള ഓർമകൾപോലും തീർച്ചയായും, മറഞ്ഞുപോയിക്കഴിഞ്ഞിരുന്നു. കൂടുതൽ അടുത്തിടെ നടന്ന കാര്യങ്ങളെക്കുറിച്ചധികമൊന്നും പറയാതിരിക്കാൻ ചില കണക്കുകൾ മതിയാകും. കർഷകജനതക്ക് 1810 നും 1831 നുമിടയിൽ തങ്ങളിൽനിന്നും കവർന്നെടുക്കപ്പെട്ട പൊതുഭൂമിക്ക് നഷ്ടപരിഹാരമായി 35,11,770 ഏക്കറിന് ഓരോ ഫോർത്തിങ് വച്ചെങ്കിലും നഷ്ടപ്പെടുകയുണ്ടായോ? അവ കൊള്ളയടിക്കപ്പെട്ടത് ഭൂവുടമകൾ ഭൂവുടമകൾക്കുതന്നെ സംഭാവന ചെയ്ത പാർലമെന്ററി സംവിധാനങ്ങളിലൂടെയാണ്.

മണ്ണിൽനിന്നും കർഷകജനതയെ പറിച്ചുമാറ്റുന്നതിന്റെ മൊത്തമായുള്ള അവസാന പ്രക്രിയ നടന്നത് എസ്റ്റേറ്റുകൾ തെളിച്ചെടുക്കലെന്നു പറയപ്പെട്ട പരിപാടിയിലൂടെയാണ്. അതായത്, അവകളിൽനിന്ന് ആളുകളെ തുടച്ചുമാറ്റൽ ഇതേവരെ നാം വിവരിച്ച ഇംഗ്ലീഷ് രീതികൾ തെളിച്ചെടുക്കലിൽ പര്യവസാനം കണ്ടെത്തി. പക്ഷേ, എസ്റ്റേറ്റുകളുടെ തെളിച്ചെടുക്കൽ യഥാർഥത്തിൽ എന്തിനെയാണ് സൂചിപ്പിക്കുന്നതെന്നത് നാം മനസിലാക്കുന്നത് ആധുനിക റൊമാൻഡിന്റെ ആ വാഗ്ദത്ത ഭൂമികളിൽ നിന്നാണ് - സ്കോട്ട്ലന്റിന്റെ ഉയർന്ന പ്രദേശങ്ങളിൽ നിന്ന്.

ഉയർന്ന പ്രദേശങ്ങളിലെ കെൽട്ട് ജനവിഭാഗങ്ങൾ ക്ലാൻ (ഗണങ്ങൾ) സംവിധാനങ്ങളിലാണ് സംഘടിക്കപ്പെട്ടിരുന്നത്. ഓരോ ക്ലാനുകളും അവ നിവസിച്ചിരുന്ന ഭൂമിയുടെ ഉടമസ്ഥരായിരുന്നു. ക്ലാനിന്റെ പ്രതിനിധിയായ തലവൻ അഥവാ മൂപ്പൻ ഈ സ്വത്തിന്റെ നാമമാത്ര ഉടമ മാത്രമായിരുന്നു, ഇംഗ്ലണ്ടിലെ രാജ്ഞി മൊത്തം ദേശീയ ഭൂമിയുടെയും നിയമപരമായ ഉടമയാണ് എന്നതുപോലെ തന്നെ. ഈ മൂപ്പന്മാർക്കിടയിലെ പരസ്പര ഏറ്റുമുട്ടലുകൾ അടിച്ചമർത്തുന്നതിൽ ഇംഗ്ലീഷ് സർക്കാർ വിജയിച്ചതോടെയും ഒപ്പംതന്നെ അവരുടെ താഴ്വരകളിലേക്കുള്ള ഇടയ്ക്കിടെയുള്ള കടന്നുകയറ്റത്തെ തടഞ്ഞുനിർത്താൻ പറ്റിയതോടെയും ക്ലാനു

കളുടെ (clans) മൂപ്പന്മാർ കാലങ്ങളിലൂടെ അംഗീകരിക്കപ്പെട്ട തങ്ങളുടെ പദവി കൈവിടാൻ തയാറായില്ല. അവരതിന്റെ രൂപം മാത്രമാണ് മാറ്റിയത്. തങ്ങളുടെതന്നെ അധികാരമുപയോഗിച്ചവർ അവരുടെ നാമമാത്ര അവകാശത്തെ സ്വകാര്യസ്വത്തിന്മേലുള്ള ഉടമസ്ഥാവകാശമാക്കി മാറ്റി. അതവരെ അവരുടെ ക്ലാനുകളിലെ അംഗങ്ങളുമായി ഏറ്റുമുട്ടലിലേക്കു നയിച്ചു. ഉടനെയവർ തീരുമാനിച്ചത് എതിർക്കുന്നവരെ ബലമായി പുറന്തള്ളാനാണ്. 18–ാം നൂറ്റാണ്ടിൽ വേട്ടയാടപ്പെട്ട ഗയേലുകളെ രാജ്യത്തുനിന്ന് കുടിയേറുന്നതിൽനിന്ന് നിരോധിച്ചു. അവരെ ബലം പ്രയോഗിച്ചു തന്നെ ഗ്ലാസ്ഗോയിലും മറ്റും മാനുഫാക്ചറിങ് നഗരങ്ങളിലും ആട്ടിത്തെളിച്ചെത്തിക്കലായിരുന്നു ലക്ഷ്യം. 19–ാം നൂറ്റാണ്ടിൽ ലഭ്യമായിരുന്ന രീതിക്ക് ഉദാഹരണമായി നമുക്ക് സതർലണ്ടിലെ പ്രഭ്വി നടപ്പാക്കിയ തെളിച്ചെടുക്കൽ (Clearing) മതിയാകും. അവർ അവരുടെ സർക്കാരിന്റെ തലപ്പത്തെത്തിയതോടെ ഒരു മൗലികമായ സാമ്പത്തിക ചികിത്സ നടപ്പാക്കാൻ പ്രതിജ്ഞയെടുത്തു. തന്റെ മൊത്തം രാജ്യവും (മുമ്പുതന്നെ നടപ്പാക്കിയ തത്തുല്യമായ ആട്ടിയോടിക്കലുകളിലൂടെ അതിനകംതന്നെ അവിടെയുള്ള ജനസംഖ്യ 15000 ആയിക്കുറഞ്ഞു കഴിഞ്ഞിരുന്നു) ഒരു ആടുമേച്ചിൽ പ്രദേശമാക്കാനവർ തീരുമാനിച്ചു. 1814 നും 1820 നുമിടയിൽ 3000 കുടുംബങ്ങളിൽപ്പെട്ട 15000 പേരെ ക്രമീകൃതമായി വേട്ടയാടി പറിച്ചെറിഞ്ഞു. അവരുടെ എല്ലാ ഗ്രാമങ്ങളും വേട്ടയാടി അഗ്നിക്കിരയാക്കി. അവരുടെ കൃഷിയിടങ്ങൾ മുഴുവൻ മേച്ചിൽപ്പുറമാക്കി മാറ്റി. ഈ ഒഴിപ്പിക്കൽ നടത്തിയത് ബ്രിട്ടീഷ് പട്ടാളക്കാരാണ്. അവർ തദ്ദേശ നിവാസികളുമായി അടിപിടി നടത്തി. ഒരു വൃദ്ധസ്ത്രീ തന്റെ വീടു വിട്ടുപോകാൻ തയാറാകാതിരുന്നപ്പോൾ അവരെ കുടിലിനകത്തിട്ട് തീകത്തിച്ച് ചാരമാക്കി. അങ്ങനെ ആ മഹതിയായ സ്ത്രീ ചരിത്രാതീതകാലം മുതൽ ക്ലാനിന്റെ സ്വന്തമായിരുന്ന 7,94,000 ഏക്കർ ഭൂമി കൈയടക്കി. അവർ ആട്ടിയോടിക്കപ്പെട്ടവർക്കായി കടൽതീരപ്രദേശത്ത് കുടുംബമൊന്നിന് രണ്ടേക്കർ വച്ച് 6000 ഏക്കർ ഭൂമി പതിച്ചുകൊടുത്തു. അതേവരെ വെറും പാഴ്ഭൂമിയായിക്കിടന്നതും ഉടമകൾക്ക് ഒരു വരുമാനവുമുണ്ടാക്കിക്കൊടുക്കാത്തതുമായ ഭൂമിയായിരുന്നു അത്. ആ പ്രഭ്വി അത്രയേറെ ഹൃദയാലുവായതിനാൽ നൂറ്റാണ്ടുകളായി തന്റെ കുടുംബത്തിനുവേണ്ടി അവരുടെ ചോര നീരാക്കിയ ക്ലാൻ അംഗങ്ങൾക്ക് ഏക്കറിന് രണ്ടു ഷില്ലിങ് ആറു പെൻസ് എന്ന ശരാശരി പാട്ടവും നിശ്ചയിച്ചു. കൊള്ളയടിക്കപ്പെട്ട മൊത്തം ഭൂമിയെയും 29 ചെമ്മരിയാട് വളർത്തൽ ഫാമുകളാക്കിത്തിരിച്ചു. ഓരോന്നിലും ഓരോ കുടുംബം താമസമാക്കി. അവരിലേറെയും ഇംഗ്ലണ്ടിൽനിന്നും ഇറക്കുമതിചെയ്ത ഫാം ജോലിക്കാരായിരുന്നു. 1825 ആയപ്പോഴേക്കും 15000 ഗയേലുകൾക്ക് പകരമായി 131000 ചെമ്മരിയാടുകൾ അവിടെ താമസമാക്കി. ആദിമനിവാസികളിലെ അവശേഷിച്ചവർ കടൽത്തീരത്തെത്തിയ ശേഷം മീൻപിടിച്ചു ജീവിക്കാൻ ശ്രമിച്ചു. പക്ഷേ, തങ്ങളുടെ മൂപ്പന്മാരോടുള്ള വിധേയത്വത്തിന്, മലമ്പ്രദേശങ്ങളിൽനിന്നു കൊണ്ടുവന്ന മൂപ്പന്മാ

രോടുള്ള തങ്ങളുടെ കാൽപ്പനികാരാധനക്ക് അവർക്ക് കൂടുതൽ വേദനാജനകമായ രീതിയിൽ ശിക്ഷയേറ്റുവാങ്ങേണ്ടിവന്നു. മീനിന്റെ മണം മൂപ്പന്മാരുടെ മൂക്കിലും വന്നലച്ചു. അതിനകത്തും ചില ലാഭമുണ്ടാക്കാമെന്നു കരുതിയ മൂപ്പന്മാർ കടൽത്തീരം ലണ്ടനിലെ വമ്പൻ മീൻമുതലാളിമാർക്കേൽപ്പിച്ചുകൊടുത്തു. രണ്ടാമതും ഗയേലുകൾ വേട്ടയാടപ്പെടുകയും തുരത്തപ്പെടുകയും ചെയ്തു.

പക്ഷേ, അവസാനമായി ആടുമേച്ചിൽ പ്രദേശങ്ങളുടെ ഭാഗങ്ങൾ പുള്ളിമാൻ സംരക്ഷണ പ്രദേശങ്ങളാക്കപ്പെട്ടു. ഇംഗ്ലണ്ടിൽ യഥാർഥ വനപ്രദേശങ്ങൾ ഒരിടത്തുമില്ലെന്ന് എല്ലാവർക്കുമറിയാം. വമ്പന്മാരുടെ പാർക്കുകളിലുള്ള പുള്ളിമാനുകൾ ഗാംഭീര്യമുള്ള വീട്ടുമൃഗങ്ങളാണ്. ലണ്ടൻ നഗരസഭാംഗങ്ങളെപ്പോലെ തടിച്ചുകൊഴുത്തവ.[1] അങ്ങനെ വരേണ്യരുടെ മൃഗയാവിനോദങ്ങളുടെ അവസാന അഭയകേന്ദ്രമായിരിക്കുകയാണ് സ്കോട്ട്ലന്റ്. 1848 ൽ സോമേഴ്സ് എഴുതിയത് മലമ്പ്രദേശങ്ങളിൽ വനങ്ങൾ കൂണുകൾപോലെ മുളച്ചുപൊങ്ങുകയാണ് എന്നാണ്. അവരുടെ ഭൂമിയെ ആടുമേച്ചിൽ സ്ഥലങ്ങളായി രൂപാന്തരപ്പെടുത്തിയപ്പോൾ ഗയേലുകൾ വന്ധീകരിക്കപ്പെട്ട ഭൂവിഭാഗങ്ങളിൽ നിന്നാട്ടിയോടിക്കപ്പെട്ടു. ഇപ്പോൾ ചെമ്മരിയാടുകളെ പുള്ളിമാനുകൾ പകരം വയ്ക്കുകയാണ്; അവ ഒരിക്കൽക്കൂടി ആദിമനിവാസികളുടെ അവശേഷിച്ച വിഭാഗങ്ങളെ കടുത്ത ദാരിദ്ര്യത്തിലേക്കു തള്ളിവിടുകയാണ്. പുള്ളിമാൻവനങ്ങൾക്കും മനുഷ്യർക്കും ഒന്നിച്ചു നിവസിക്കാനാകില്ല. അതിലേതെങ്കിലുമൊന്ന് വഴി മാറിക്കൊടുക്കണം. അടുത്ത കാൽ നൂറ്റാണ്ടുകാലത്ത്, കഴിഞ്ഞ കാൽ നൂറ്റാണ്ടിലെന്നപോലെ, വനങ്ങൾ എണ്ണത്തിലും വലുപ്പത്തിലും വളരാനനുവദിച്ചാൽ ഗയേലുകൾ അവരുടെ സ്വന്തം മണ്ണിൽത്തന്നെ നശിച്ചൊടുങ്ങും.. മലമ്പ്രദേശങ്ങളിലെ ഉടമസ്ഥന്മാരുടെ നീക്കങ്ങൾ ചില അഭിലാഷങ്ങളോടെയാണ്... സ്പോർട്ട്സിനോടുള്ള ചില സ്നേഹം മൂലം.. അതേസമയം മറ്റുള്ളവർ, കൂടുതൽ പ്രായോഗികമതികളായവർ, പുള്ളിമാൻ ബിസിനസിലേർപ്പെട്ടിരുന്നത് പൂർണമായും ലാഭത്തിൽ കണ്ണയച്ചു കൊണ്ടാണ്. കാരണം, വനമാക്കി മാറ്റപ്പെട്ട ഒരു കുന്ന്, പല കേസുകളിലും അതിനെയൊരു മേച്ചിൽസ്ഥലമാക്കി നിലനിർത്തുന്നതിനെക്കാൾ ഉടമക്ക് ലാഭകരമാണെന്നതൊരു വസ്തുതയാണ്. ഒരു പുള്ളിമാൻവനമാവശ്യമുള്ള വേട്ടക്കാരൻ തന്റെ പേഴ്സിന്റെ വലുപ്പമെന്ന ഒറ്റക്കണക്കുകൂട്ടലിൽ മാത്രമായി കാര്യങ്ങളെ ഒതുക്കുന്നവനാണ്.. നോർമൻ രാജാക്കന്മാർ നടപ്പാക്കിയ നയമുണ്ടാക്കിയതിനേക്കാൾ ഒട്ടും കുറഞ്ഞതോതിലുള്ള ദുരിതങ്ങളും കഷ്ടപ്പാടുകളുമല്ല ഇപ്പോൾ മലമ്പ്രദേശങ്ങൾക്കുമേൽ അടിച്ചേൽപ്പിച്ചിരിക്കുന്നത്. പുള്ളിമാന് വിശാലമായ

1. സ്കോട്ട്ലന്റിലെ പുള്ളിമാൻവനപ്രദേശങ്ങളിൽ ഒരൊറ്റ മരം പോലുമില്ല. മൊട്ടയടിക്കപ്പെട്ട കുന്നുകളിൽ നിന്ന് ചെമ്മരിയാടുകളെ ആട്ടിയോടിക്കുകയും പുള്ളിമാനുകളെ കടത്തിവിടുകയും ചെയ്യുന്നതോടെ അവ പുള്ളിമാൻ–വനപ്രദേശമായി. അവിടെ മരംവച്ചുപിടിപ്പിക്കലോ വനപ്രകൃതിയുണ്ടാക്കലോ പോലുമില്ല.

മലനിരകൾ ലഭിക്കുന്നു. അതേസമയം മനുഷ്യരെ വേട്ടയാടി ചെറിയ വൃത്തങ്ങളിലേക്കും, തുടർന്നതിലും ചെറിയ വൃത്തങ്ങളിലേക്കുമൊതുക്കുന്നു. ഒന്നിനു പുറകെ ഒന്നായി ആളുകളുടെ സ്വാതന്ത്ര്യങ്ങൾ തടസപ്പെടുത്തപ്പെടുത്തുന്നു. അടിച്ചമർത്തലുകൾ ദിനംപ്രതി വർധിക്കുകയാണ്. ഒരു ചിരസമ്മതതത്വമെന്ന നിലയിൽ തെളിച്ചെടുക്കലും ജനങ്ങളുടെ ആട്ടിയോടിക്കലും നടക്കുകയാണ്, ഒരു കാർഷികാവശ്യമെന്ന നിലയിൽ.. അമേരിക്കയിലെയും ആസ്ട്രേലിയയിലെയും കുറ്റിക്കാടുകളായ പാഴ് ഭൂമികൾ വെട്ടിത്തെളിക്കുന്ന അതേമട്ടിലിവിടെ ആളുകളെ വെട്ടിത്തെളിക്കുന്ന പരിപാടി ശാന്തമായ ഒരു ബിസിനസെന്ന നിലയിൽ നടക്കുകയാണ്.

പള്ളിയുടെ സ്വത്ത് അന്യാധീനപ്പെട്ടതും, രാഷ്ട്രത്തിന്റെ ഭൂമികൾ തട്ടിപ്പിലൂടെ അന്യാധീനമാക്കപ്പെട്ടതും പൊതുഭൂമികളുടെ കൊള്ളയടിയും ഫ്യൂഡൽ ഭൂമികളും ക്ലാനുകളുടെ ഭൂമികളും ആധുനിക സ്വകാര്യസ്വത്തായി പരിവർത്തിപ്പിക്കപ്പെട്ടതുമാണ്— അതും കടുത്ത ഭീകരവാദരീതികളുപയോഗിച്ച്- പ്രാകൃത സഞ്ചയത്തിന്റെ പ്രശാന്തസുന്ദര ഗ്രാമീണ ഭാവഗാനമായിത്തീർന്നത്. അവർ മുതലാളിത്ത കൃഷിക്കുവേണ്ട മണ്ഡലം വെട്ടിപ്പിടിക്കുകയും ഭൂമിയെ മൂലധനത്തിന്റെ അവിഭാജ്യഭാഗമാക്കുകയും നിയമവിരുദ്ധമാക്കപ്പെട്ട ജനവിഭാഗങ്ങളെ തൊഴിലാളിവർഗമായി നഗര വ്യവസായങ്ങൾക്ക് സപ്ലൈ ചെയ്യാനായി സൃഷ്ടിച്ചെടുക്കുകയുമായിരുന്നു.

അങ്ങനെ സ്വന്തം ജീവനോപാധികൾ നഷ്ടപ്പെട്ട തൊഴിലാളി വർഗത്തെ പുതുതായി ഉയർന്നുവന്നുകൊണ്ടിരുന്ന മാനുഫാക്ചറർമാർക്ക് അവർ ലോകത്തിലേക്ക് പറിച്ചെറിയപ്പെട്ട അതേവേഗത്തിൽ ആഗിരണം ചെയ്യുക സാധ്യമായിരുന്നില്ല. മറുവശത്ത് അവരുടെ സ്വാഭാവിക ജീവിതരീതിയിൽനിന്ന് പൊടുന്നനെ പുറത്തേക്ക് വലിച്ചിഴക്കപ്പെട്ട ഈയാളുകൾക്ക് അവരുടെ പുതിയ സാഹചര്യമാവശ്യപ്പെടുന്ന അച്ചടക്കവുമായി സ്വയംതന്നെ പൊരുത്തപ്പെടുകയെന്നതിന് സാധ്യമായുമില്ല. അവർ കൂട്ടത്തോടെ അലഞ്ഞുതിരിയുന്നവർ, യാചകർ, കൊള്ളക്കാർ എന്നിവരായി മാറിത്തീർന്നു. അങ്ങനെയാണ് 15-ാം നൂറ്റാണ്ടിന്റെ അവസാനത്തിലും 16-ാം നൂറ്റാണ്ടുമുഴുവനും പടിഞ്ഞാറൻ യൂറോപ്പിലുടനീളം അലഞ്ഞുതിരിഞ്ഞു നടക്കുന്നതിനെതിരെ അങ്ങേയറ്റം കർക്കശമായ നിയമങ്ങൾ വന്നത്. തങ്ങളിലടിച്ചേൽപ്പിക്കപ്പെട്ട രൂപാന്തരീകരണത്തിൽ ഇന്നത്തെ തൊഴിലാളിവർഗത്തിന്റെ പിതാക്കന്മാർ അലഞ്ഞുതിരിഞ്ഞു നടക്കുന്നവരും പാപ്പരായവരുമായതിന് അതികഠിനമായി ശിക്ഷിക്കപ്പെട്ടു. നിയമം അവരെ കൈകാര്യം ചെയ്തത് സ്വമനസോടെ ക്രിമിനലുകളായവരെന്ന നിലയ്ക്കാണ്. ഇനിയങ്ങോട്ട് നിലവിലില്ലാതായ പഴയ തൊഴിലുകളിലേക്കവർ പണിയെടുക്കാനായി മടങ്ങിപ്പോകണമോ വേണ്ടയോ എന്നത് അവരുടെ ഇഷ്ടാനിഷ്ടങ്ങളുടെ മാത്രം പ്രശ്നമായും കണക്കാക്കി.

മുതലാളിത്ത ഉൽപ്പാദനവ്യവസ്ഥ രൂപംകൊണ്ടകാലത്ത് അതിന്റെ ഉദയകാലത്തായിരുന്ന ബൂർഷ്വാസി കൂലി ക്രമീകരിക്കാനും തൊഴിൽസമയം ദീർഘിപ്പിക്കാനും തൊഴിലാളിയെ ആശ്രിതത്വത്തിൽത്തന്നെ നില

നിർത്താനും ഭരണകൂടാധികാരശക്തിയെ ഉപയോഗിച്ചു. പ്രാകൃത സഞ്ചയമെന്നു വിളിക്കപ്പെടുന്നതിലെ ഒരു കാതലായ ഘടകം അതായിരുന്നു.

14–ാം നൂറ്റാണ്ടിന്റെ രണ്ടാം പകുതിയിൽ ഉയർന്നുവന്ന കൂലിത്തൊഴിലാളികളുടെ വർഗം അപ്പോഴും അതിനടുത്ത നൂറ്റാണ്ടിലും ജനസംഖ്യയിലെ വളരെ ചെറിയൊരു ഭാഗം മാത്രമായിരുന്നു, ആ നിലയിലവർ നാട്ടിൻപുറത്തെ സ്വതന്ത്രകുടിയാൻ കർഷക ഉടമസ്ഥതകളാലും നഗരത്തിലെ ഗിൽഡ്–സംഘടനകളാലും നന്നായി സംരക്ഷിക്കപ്പെടുകയും ചെയ്തു. ഗ്രാമങ്ങളിലും നഗരങ്ങളിലും മാസ്റ്ററും തൊഴിലാളികളും സാമൂഹ്യമായി വളരെ അടുത്ത് ഒന്നുചേർന്നുനിന്നു. അസ്ഥിരമൂലധനം സ്ഥിരമൂലധനത്തെയപേക്ഷിച്ച് വളരെയധികം കവിഞ്ഞു നിന്നു. കൂലിത്തൊഴിലാളികൾക്കായുള്ള ഡിമാൻഡ് അതുകൊണ്ട് മൂലധനത്തിന്റെ ഓരോ സഞ്ചയത്തിനൊപ്പവും വർധിച്ചുവന്നു. അതേസമയം കൂലിത്തൊഴിലിന്റെ സപ്ലൈ വളരെ സാവധാനത്തിലാണ് വർധിച്ചത്.

നാമിപ്പോൾ നിയമവിരുദ്ധരാക്കപ്പെട്ട തൊഴിലാളികളുടെ ഒരു വർഗത്തിന്റെ നിർബന്ധിത സൃഷ്ടിയെ പരിഗണനാ വിഷയമാക്കിയ നിലയ്ക്ക് ഒരു ചോദ്യം ബാക്കിയാകുന്നു. എപ്പോൾ, എവിടെ നിന്നാണ് തുടക്കത്തിൽ മുതലാളിമാർ വന്നത്? കാരണം കർഷക ജനതയുടെ പറിച്ചെറിയൽ നേരിട്ട് വലിയ ഭൂസ്വത്തുകളല്ലാതെ മറ്റൊന്നും സൃഷ്ടിക്കുന്നില്ല. കർഷകൻ എങ്ങനെ ഉയർന്നുവന്നു എന്നതിന്റെ ഉൽപ്പത്തിയുമായി ബന്ധപ്പെട്ട് നമുക്കതിലും കൈവയ്ക്കാനാകും (അങ്ങനെ പറയാമെന്നുണ്ടെങ്കിൽ); കാരണം, നിരവധി നൂറ്റാണ്ടുകളിലൂടെ ഉരുത്തിരിഞ്ഞു വന്ന ഒരു സാവധാനത്തിലുള്ള പ്രക്രിയയായിരുന്നു അത്. ഇംഗ്ലണ്ടിൽ കർഷകന്റെ ആദ്യരൂപം ബെയ്‌ലിഫ് ആയിരുന്നു, സ്വയംതന്നെ ഒരടിയാളൻ. 14–ാം നൂറ്റാണ്ടിന്റെ രണ്ടാംപകുതിയിൽ അയാളെ കർഷകൻ പകരംവച്ചു. ഭൂവുടമ അയാൾക്ക് വിത്ത്, കന്നുകാലികൾ, ഉപകരണങ്ങൾ എന്നിവ നൽകി. അവന്റെ നില കുടിയാന്മാരായ കർഷകരിൽ നിന്നു വളരെയധികമൊന്നും വ്യത്യസ്തമായിരുന്നില്ല. വ്യത്യാസം കർഷകൻ കൂടുതലായി കൂലിപ്പണിയെ ചൂഷണം ചെയ്യുന്നുവെന്നതുമാത്രമായിരുന്നു. അധികം വൈകാതെ അയാളൊരു പാതികർഷകനായിത്തീരുന്നു. അയാൾ കാർഷിക നിവേശങ്ങളിലൊരു ഭാഗം മുതലിറക്കുന്നു, മറ്റൊരുഭാഗം ഭൂവുടമയും. രണ്ടുപേരും മൊത്തമുൽപ്പന്നങ്ങൾ തങ്ങൾ തമ്മിലെത്തിച്ചേർന്ന കരാറിനനുസരിച്ച് വീതിക്കുന്നു. ഇംഗ്ലണ്ടിൽ ഈ രീതി അതിവേഗം അപ്രത്യക്ഷമായി, പകരമായി യഥാർഥ രൂപത്തിലുള്ള കർഷകൻ രംഗത്തുവന്നു. അയാൾ തന്റെ സ്വന്തം മൂലധനം കൂലിപ്പണിക്കാരെ നിയമിച്ചുകൊണ്ട് വളർത്തിയെടുക്കുന്നു. മിച്ച ഉൽപ്പന്നത്തിലൊരു ഭാഗം പണമായോ സാധനസാമഗ്രികളായോ ഭൂവുടമയ്ക്ക് പാട്ടമായിനൽകുന്നു. 15–ാം നൂറ്റാണ്ടിൽ സ്വതന്ത്രകുടിയാൻ കർഷകനും (peasant) കർഷകത്തൊഴിലാളിയും തനിക്കുവേണ്ടിതന്നെയും കൂലിക്കുവേണ്ടിയും അധ്വാനിക്കുന്നിടത്തോളം അവർ സ്വയം തങ്ങളുടെതന്നെ അധ്വാനംകൊണ്ട് സമ്പന്നരാകാൻ ശ്രമിച്ചു.

അതങ്ങനെയായിരുന്നിടത്തോളം കർഷകന്റെ സാഹചര്യവും അവന്റെ ഉൽപ്പാദനത്തുറയും തുല്യനിലയിൽ സാധാരണമട്ടിൽത്തന്നെയായിരുന്നു. 15–ാം നൂറ്റാണ്ടിന്റെ അവസാന മൂന്നിലൊന്നു കാലത്താരംഭിച്ച കാർഷിക വിപ്ലവം, 16–ാം നൂറ്റാണ്ടിലുടനീളം തുടർന്നു (അതിന്റെ അവസാനത്തെ ചില ദശകങ്ങൾ, ഒരു പക്ഷേ, ഒഴിവാക്കപ്പെട്ടപ്പോൾ). അത് കർഷകനെ എത്രവേഗത്തിൽ സമ്പന്നനാക്കിയോ അതേ വേഗത്തിൽ കാർഷിക ജന വിഭാഗങ്ങളെ ദരിദ്രരാക്കുകയും ചെയ്തു. പൊതുഭൂമികളുടെ വെട്ടിപ്പിടു ത്തമയാൾക്ക് കൂടുതൽ വലിയൊരു കാലിസമ്പത്ത് നിലനിർത്താനുള്ള സൗകര്യം നൽകി, അതും യാതൊരു ചെലവുമില്ലാതെ. അതേസമയം കാലിസമ്പത്തയാൾക്ക് നിലമുഴാൻ വേണ്ട വളത്തിന്റെ വമ്പിച്ച ഒരു ഒരു റവിടം നൽകി. ഇതിനൊപ്പം 16–ാം നൂറ്റാണ്ടിൽ അതിപ്രധാനമായ മറ്റൊരു ഘടകവും കൂട്ടിച്ചേർക്കപ്പെട്ടു. അക്കാലത്ത് കൃഷിയിടങ്ങളുടെ കരാർ ദീർഘകാലത്തിന്റേതായിരുന്നു, മിക്കവാറും 99 വർഷത്തേക്ക്. വിലപിടി പ്പുള്ള ലോഹങ്ങളുടെ മൂല്യത്തിലുണ്ടായ തുടർച്ചയായ ഇടിവും, അതു കൊണ്ടുതന്നെ പണത്തിന്റെ വിലയിടിവും കർഷകർക്ക് ഒരു സുവർണ ഫലം നൽകി. മുകളിൽപ്പറഞ്ഞ സാഹചര്യങ്ങൾക്കൊപ്പമത് കൂലിയെ വളരെയേറെ താഴ്ത്തി. അതിന്റെ ഒരു ഭാഗം ഇപ്പോൾ കൃഷിയിടത്തിന്റെ ലാഭങ്ങളിലേക്ക് കൂട്ടിച്ചേർക്കപ്പെട്ടു. ചോളം, കമ്പിളിരോമം (ആട്ടിൻരോ മം), ഇറച്ചി തുടങ്ങി എല്ലാ കാർഷികോൽപ്പന്നങ്ങൾക്കും തുടർച്ചയായി വിലയുയർന്നത് കർഷകന്റെ പണ മൂലധനത്തെ തന്റെ ഭാഗത്തുനിന്ന് പ്രത്യേകിച്ചൊരു പ്രവർത്തനവുമില്ലാതെതന്നെ കനം വെപ്പിച്ചു. അതേ സമയം അയാൾ ഭൂവുടമയ്ക്കു നൽകിപ്പോന്ന പാട്ടത്തുക പണത്തിന്റെ പഴയ മൂല്യത്തിന്റെ അടിസ്ഥാനത്തിലാണ് കണക്കാക്കപ്പെട്ടത്. അങ്ങ നെയവർ അവരുടെ തൊഴിലാളികളുടെയും അവരുടെ ഭൂവുടമകളുടെയും ചെലവിൽ സമ്പന്നരായി. അതുകൊണ്ട്, ഇംഗ്ലണ്ടിൽ 16–ാം നൂറ്റാ ണ്ടിന്റെയവസാനത്തിൽ ഒരു മുതലാളിത്ത കർഷകരുടേതായ വർഗമു ണ്ടായിയെന്നത്, അക്കാലത്തെ സാഹചര്യങ്ങൾ പരിഗണിക്കുമ്പോൾ ഒര ത്ഭുതമായിരുന്നില്ല.

ഇടയ്ക്കിടെ നടന്നുകൊണ്ടിരുന്ന കർഷകജനതയുടെ പറിച്ചെറി യലും പുറത്താക്കലും നാം കണ്ടതുപോലെ നഗരങ്ങളിലെ വ്യവ സായങ്ങൾക്ക് വമ്പിച്ചൊരു തൊഴിലാളിവർഗത്തെ സംഭാവന ചെയ്തു. ആ തൊഴിലാളികൾ സമ്പൂർണമായും കോർപ്പറേറ്റ് ഗിൽഡുകളുമായി ഒരു ബന്ധവുമില്ലാത്തവരുമായിരുന്നു. സ്വതന്ത്ര കൈവേലക്കാരന്റെ എണ്ണം കുറയലും അതിനുസൃതമായിത്തന്നെ നടന്നുവെന്നു മാത്രമല്ല, നഗരത്തിലെ വ്യവസായത്തൊഴിലാളിവർഗത്തിന്റെ സാന്ദ്രത വർധിക്കു കയും ചെയ്തു. ഭൂമിയിലെ കൃഷിയിറക്കുന്നവരുടെ എണ്ണത്തിൽ കുറവു വന്നെങ്കിലും മണ്ണ് കൂടുതൽ ഉൽപ്പന്നങ്ങൾ മുമ്പത്തെയപേക്ഷിച്ച് സംഭാ വന ചെയ്തു. കാരണം, ഭൂസ്വത്തിന്റെ സ്വഭാവത്തിൽ വന്ന വിപ്ലവത്തിന കമ്പടി സേവിച്ചുകൊണ്ട് പുതിയ കാർഷികരീതികളും കൂടുതൽ സഹ

കരണവും പുതിയ ഉൽപ്പാദനോപാധികളും മറ്റും കടന്നു വന്നു. അതിന്റെ മറ്റൊരു കാരണം കാർഷികമേഖലയിലെ കൂലിപ്പണിക്കാർ കൂടുതൽ കഠിനമായി അധ്വാനിച്ചുവെന്നതും, അവർ തങ്ങൾക്കുവേണ്ടിതന്നെ അധ്വാനിച്ചിരുന്ന കൃഷിസ്ഥലം കൂടുതൽ കൂടുതൽ ചുരുങ്ങിച്ചുരുങ്ങിവന്നുവെന്നതുമാണ്. അതുകൊണ്ട്, കാർഷിക ജനസംഖ്യയിലൊരു ഭാഗത്തിന്റെ സ്വതന്ത്രരാക്കലോടെ അവരുടെ മുമ്പത്തെ നിലനിൽപ്പിന്റെ ഉപാധികളും സ്വതന്ത്രമാക്കപ്പെട്ടു. പറിച്ചെറിയപ്പെട്ട കർഷകനിനിമേൽ കൂലിയുടെ രൂപത്തിലാണ് തന്റെ മൂല്യം ലഭിക്കുക; അതായത്, അയാളുടെ പുതിയ യജമാനനായ വ്യവസായ മുതലാളിയിൽനിന്ന്. ജീവനോപാധികൾക്ക് ബാധകമായ കാര്യം ഗാർഹികകൃഷിയിൽ ഉൽപ്പാദിപ്പിക്കപ്പെടുന്ന വ്യാവസായിക അസംസ്കൃത വസ്തുക്കളുടെ കാര്യത്തിലും ബാധകമാണ്. ഉദാഹരണത്തിന് ഫ്രെഡറിക് രണ്ടാമന്റെ കാലത്ത് വെസ്റ്റ് ഫാലിയൻ കുടിയാൻകർഷകരുടെ ഒരുഭാഗത്തിന്റെ കാര്യത്തിൽ എല്ലാവരും ചണനാര് ബലമായി മണ്ണിൽനിന്നും ശേഖരിക്കുകയും പറിച്ചെടുക്കുകയും ചെയ്തു. മറ്റേഭാഗം വൻകിട കർഷകരുടെ ദിവസക്കൂലിക്കാരാകുകയും ചണത്തിന്റെ പണിയിൽനിന്നു മാറി നിൽക്കുകയും ചെയ്തു. അതേസമയം തന്നെയാണ് ചണനാര് നൂൽക്കാനും നെയ്യാനുമായി വൻകിട സ്ഥാപനങ്ങളുയർന്നുവന്നത്. സ്വതന്ത്രരാക്കപ്പെട്ടവർ ആ സ്ഥാപനങ്ങളിൽ കൂലിക്ക് പണിയെടുക്കാൻ തുടങ്ങി. ചണം ഇപ്പോഴും കാണാൻ പഴയതുപോലെ തന്നെയാണ്. അതിന്റെ ഒരു നാരിനുപോലും മാറ്റം വന്നിട്ടില്ല. പക്ഷേ, അതിന്റെ ശരീരത്തിനകത്തേക്ക് ഒരുപുതിയ സാമൂഹ്യാത്മാവ് പ്രവേശിച്ചു. അതിപ്പോൾ മാസ്റ്റർ മാനുഫാക്ചറർക്കുവേണ്ടിയുള്ള ഒരു സ്ഥിരമൂലധനത്തിന്റെ ഭാഗത്തെ രൂപപ്പെടുത്തുന്നു. മുമ്പ് ഒരു പറ്റം ചെറുകിട ഉൽപ്പാദകർക്കിടയിൽ വിഭജിക്കപ്പെട്ടിരുന്ന അത് (മുൻകാലത്ത് കർഷകരത് കുടുംബാംഗങ്ങളുടെ കൂടെ സ്വയം കൃഷിചെയ്യുകയും അവരുടെ കുടുംബാംഗങ്ങളത് ചെറുകിട രീതിയിൽ നൂൽക്കുകയുമായിരുന്നു) ഇപ്പോൾ ഒരൊറ്റ മുതലാളിയുടെ കൈയിൽ കേന്ദ്രീകരിക്കുന്നു; അയാൾ തനിക്കുവേണ്ടി മറ്റുള്ളവരെക്കൊണ്ടത് നൂൽക്കുകയും നെയ്യുകയും ചെയ്യുന്നു. മുമ്പ് ചണനാര് നൂൽക്കലിൽ ചെലവഴിക്കപ്പെടുന്ന കൂടുതലധ്വാനം എണ്ണമറ്റ കുടിയാൻ കർഷകരുടെ കുടുംബങ്ങളിൽ അധികവരുമാനമായി സ്വയം യാഥാർഥീകരിക്കപ്പെട്ടു. അല്ലെങ്കിൽ ഫ്രെഡറിക് രണ്ടാമന്റെ കാലത്ത് നികുതികളിലൂടെ യാഥാർഥീകരിക്കപ്പെട്ടു. അതിപ്പോൾ ഏതാനും മുതലാളിമാരുടെ ലാഭമായാണ് യാഥാർഥീകരിക്കപ്പെടുന്നത്. സ്പിൻഡിലുകളും തറികളും മുമ്പ് രാജ്യത്തുടനീളം ചിതറിക്കിടന്നുവെങ്കിൽ, ഇപ്പോളവ ഏതാനും വൻകിട ലേബർക്യാമ്പുകളിലായി ഒന്നിച്ച് കേന്ദ്രീകരിക്കപ്പെട്ടു. അവർക്കൊപ്പം തൊഴിലാളികളും അസംസ്കൃതവസ്തുക്കളും കൂടി യാഥാർഥീകരിക്കപ്പെട്ടു. സ്പിൻഡിലുകളും തറികളും അസംസ്കൃത വസ്തുക്കളുമിപ്പോൾ സ്പിന്നർമാർക്കും വീവർമാർക്കു (നൂൽനൂൽപ്പുകാരും നെയ്ത്തുകാരും) മുള്ള സ്വതന്ത്രമായ നിലനിൽപ്പി

നുള്ള ഉപാധികളെന്നതിൽനിന്നും അവരെ ഭരിക്കാനും അവരിൽനിന്നും പ്രതിഫലം നൽകാത്ത അധ്വാനത്തെ പിഴിഞ്ഞെടുക്കാനുമുള്ള ഉപാധികളായി രൂപാന്തരപ്പെട്ടു. വൻകിട മാനുഫാക്ചറികളിന്മേലും (നിർമാണശാല) കൃഷിയിടങ്ങളിന്മേലും നോക്കുമ്പോൾ ഒരാൾക്ക് കാണാനാവുക ഒട്ടനവധി ഉൽപ്പാദനകേന്ദ്രങ്ങളെ ഒന്നിലേക്കെടുത്തെറിയപ്പെട്ടതിലൂടെയല്ല അവ ഉദയം ചെയ്തതെന്നും, മറിച്ച്, എണ്ണമറ്റ ചെറുകിട ഉൽപ്പാദകരെ ഇല്ലായ്മചെയ്തുകൊണ്ടുതിനുമുകളിലാണത് പടുത്തുയർത്തപ്പെട്ടതെന്നതുമാണ്.

കർഷകജനതയിലൊരു ഭാഗത്തെ ഇല്ലാതാക്കുകയും അവരെ ഒഴിപ്പിക്കുകയുംചെയ്തത് വ്യവസായ മൂലധനത്തിനുവേണ്ടി തൊഴിലാളികളെയും അവരുടെ നിലനിൽപ്പിനുള്ള ഉപാധികളെയും അധ്വാനത്തിനുവേണ്ടി അസംസ്കൃതവസ്തുക്കളെയും മാത്രമല്ല സ്വതന്ത്രമാക്കിയത്; മറിച്ചത്, ഒരാഭ്യന്തര വിപണിയെക്കൂടി സൃഷ്ടിച്ചു.

മുമ്പ് കർഷകകുടുംബങ്ങൾ നിലനിൽപ്പിനുള്ള ഉപാധികളും അസംസ്കൃതവസ്തുക്കളുമുൽപ്പാദിപ്പിച്ചു, അവയിലേറിയ ഭാഗവും അവർ തന്നെ ഉപഭോഗിക്കുകയും ചെയ്തു. ഈ അസംസ്കൃതവസ്തുക്കളും ഈ നിലനിൽപ്പിന്റെ ഉപാധികളുമിപ്പോൾ ചരക്കുകളായിത്തീർന്നു. വൻകിടകൃഷിക്കാരവയെ വിൽക്കുന്നു, അയാളയാളുടെ വിപണി മാനുഫാക്ചറർമാരിൽ കണ്ടെത്തുന്നു. നൂൽ, ലിനൻ, പരുക്കൻ കമ്പിളി വസ്തുക്കൾ തുടങ്ങിയവയുടെയൊക്കെ അസംസ്കൃതവസ്തുക്കൾ ഓരോ കർഷകകുടുംബത്തിനും എത്തിപ്പിടിക്കാവുന്നതായിരുന്നു, അവരതൊക്കെ സ്വന്തമുപയോഗത്തിനായി നൂൽക്കുകയും നെയ്യുകയും ചെയ്തുപോന്നു. അത്തരം സാധനങ്ങളിപ്പോൾ മാനുഫാക്ചറിന്റെ ഉൽപ്പന്നങ്ങളായിത്തീർന്നു. അവയുടെ വിപണികളായി ഗ്രാമീണ ജില്ലകളുടനടിതന്നെ സേവനമനുഷ്ഠിക്കാൻ തുടങ്ങുകയും ചെയ്തു. അങ്ങനെ സ്വയം താങ്ങിനിർത്തിയിരുന്ന കുടിയാൻ കർഷകരുടെ ഇല്ലാതാക്കലിനോട് കൈകോർത്തുപിടിച്ചുകൊണ്ട്, ഉൽപ്പാദനോപാധികളിൽ നിന്നവരുടെ അന്യവൽക്കരണത്തോട് കൈകോർത്തുപിടിച്ചുകൊണ്ട്, ഗ്രാമീണ ഗാർഹികവ്യവസായത്തിന്റെ നശീകരണവും നടക്കുന്നു. ആഭ്യന്തര ഗാർഹിക വ്യവസായത്തിന്റെ തകർച്ചയിലൂടെ മാത്രമെ മുതലാളിത്ത ഉൽപ്പാദനരീതിക്കാവശ്യമുള്ളത്ര വിപുലീകരണവും സ്ഥിരതയും ഒരു രാജ്യത്തിന്റെ ആഭ്യന്തര വിപണിക്ക് ലഭ്യമാകുകയുള്ളൂ. അപ്പോഴും ശരിയായവിധത്തിൽ മാനുഫാക്ചറിങ് കാലഘട്ടം എന്നുവിളിക്കപ്പെടുന്ന കാലഘട്ടം ഇന്നു പരിവർത്തനത്തെ മൗലികമായും പൂർണമായും നടപ്പാക്കുന്നതിൽ വിജയിക്കുകയുണ്ടായില്ല. മുതലാളിത്ത കൃഷിക്കുവേണ്ട നീണ്ടുനിൽക്കുന്നതരം യന്ത്രസാമഗ്രികളെ ആധുനികവ്യവസായം മാത്രമാണ് സപ്ലൈ ചെയ്യുന്നത്. അത് മൗലികമായിത്തന്നെ കർഷകജനതയുടെ മഹാഭൂരിപക്ഷത്തെയും ഇല്ലായ്മ ചെയ്യുന്നു; അത് ഗ്രാമീണ ഗാർഹിക വ്യവസായവും കൃഷിയും തമ്മിലുള്ള വേറിട്ടു മാറൽ പൂർത്തിയാക്കുന്നു,

അവയുടെവേരുകളായ നൂൽനൂൽപ്പിനെയും നെയ്ത്തിനെയുമത് വലിച്ചു പറിച്ചുകളയുന്നു. അതുകൊണ്ടത്, അതിന്റെ കൂടെ മൊത്തം ആഭ്യന്തര വിപണിയെയും വ്യവസായ മൂലധനത്തിനായി കൈയ്യടക്കുകയും ചെയ്യുന്നു.

ഒരു കർഷകന്റെ ഉത്ഭവത്തിലെന്നപോലെ അത്തരമൊരു ക്രമേണയുള്ള രീതിയിലൂടെയല്ല വ്യവസായ മുതലാളിയുടെ ഉൽപ്പത്തിയുണ്ടായത്. ഒട്ടേറെ ചെറുകിട ഗിൽഡ് മാസ്റ്റർമാരും, കൂലിത്തൊഴിലാളികൾ പോലും ചെറുകിട മുതലാളിമാരായി തങ്ങളെത്തന്നെ പരിവർത്തിപ്പിച്ചുവെന്നതും തുടർന്ന് (കൂലിപ്പണിക്കാരുടെ മേലുള്ള ചൂഷണവും അതിനനുസൃതമായ സഞ്ചയവും വിപുലമാക്കിക്കൊണ്ട്) പൂർണമായി വികസിച്ച മുതലാളിമാരായിത്തീരുന്നുവെന്നുള്ളതും നിസ്സംശയമാണ്. ഈരീതിയുടെ ഒച്ചിന്റേതുപോലുള്ള വേഗത ഒരുതരത്തിലും 15-ാം നൂറ്റാണ്ടിന്റെ ന്ത്യത്തിലെ വമ്പൻ കണ്ടുപിടുത്തങ്ങൾ സൃഷ്ടിച്ച പുതിയ ലോകവിപണിയുടെ ആവശ്യകതകൾക്കൊരുതരത്തിലും ഒത്തുപോകുന്നതായിരുന്നില്ല. പക്ഷേ, മധ്യകാലഘട്ടങ്ങൾ രണ്ടുതരം വ്യതിരിക്തമായ മൂലധന രൂപങ്ങളെ കൈമാറിയിരുന്നു- പലിശക്കാരന്റെ മൂലധനവും കച്ചവടമൂലധനവും.

വാണിജ്യവും പലിശക്കുകൊടുപ്പുംമൂലം രൂപപ്പെട്ട പണമൂലധനം നാട്ടിൻപുറങ്ങളിൽ ഫ്യൂഡൽ ഘടനയാലും നഗരങ്ങളിൽ ഗിൽഡ് സംഘടനകളാലും വ്യവസായ മൂലധനമാക്കുന്നതിൽനിന്ന് തടയപ്പെട്ടിരുന്നു. ഏതാണ്ട് 18-ാം നൂറ്റാണ്ടിന്റെ ആദ്യപാദത്തിൽപ്പോലും ലീഡ്സിലെ ചെറുകിട തുണിനിർമാതാക്കൾ ഒരു കച്ചവടക്കാരനെ മാനുഫാക്ചറർ ആകുന്നതിൽ നിന്നു തടഞ്ഞുകൊണ്ടുള്ള നിയമനിർമാണം കൊണ്ടുവരാനാവശ്യപ്പെട്ട് പാർലമെന്റിലേക്ക് പ്രതിനിധിസംഘത്തെ അയച്ചിരുന്നു. ഇത്തരം ചങ്ങലക്കെട്ടുകൾ ഫ്യൂഡൽ സമൂഹം ഇല്ലാതായതോടെ അപ്രത്യക്ഷമായി. അതുപോലെ ഗ്രാമീണജനതയിൽ നല്ലൊരുഭാഗം ഇല്ലാതാക്കപ്പെടുകയും പുറന്തള്ളപ്പെടുകയും ചെയ്തതിനോടൊപ്പം ചേർന്നുമാണത് സംഭവിച്ചത്. പുതിയ മാനുഫാക്ചറർമാർ താവളമുറപ്പിച്ചത് കടൽത്തീരതുറമുഖങ്ങളിലേക്ക് അല്ലെങ്കിൽ പഴയമുനിസിപ്പാലിറ്റികളുടെയും ഗിൽഡുകളുടെയും നിയന്ത്രണത്തിനു പുറത്തുള്ള കരയിലെ ചില പ്രദേശങ്ങളിൽ. അതുകൊണ്ടാണ് ഇംഗ്ലണ്ടിൽ കോർപ്പറേറ്റ് നഗരങ്ങളും ഈ പുതിയ വ്യവസായ നേഴ്സറികളും തമ്മിൽ കടുത്ത ഒരുപോരാട്ടം നടന്നത്.

അമേരിക്കയിലെ സ്വർണത്തിന്റെയും വെള്ളിയുടെയും കണ്ടുപിടുത്തവും ഖനികളിലെ ആദിമനിവാസികളുടെ അടിമകളാക്കപ്പെടലും ജഡങ്ങളാക്കപ്പെടലും വേരോടെ നശിപ്പിക്കലും, ഈസ്റ്റിൻഡീസിന്റെ (ഇന്തോ്യാനേഷ്യ) കീഴടക്കലിന്റെയും കൊള്ളയുടെയും തുടക്കവും കറുത്ത തൊഴിലുള്ളവരുടെ വാണിജ്യാടിസ്ഥാനത്തിലുള്ള വേട്ടയാടിപ്പിടിക്കലിന്റെ ഒരു നായാട്ടു ഭൂമിയായുള്ള ആഫ്രിക്കയുടെ മാറ്റിത്തീർക്കലുമെല്ലാം മുതലാ

ളിത്ത ഉൽപ്പാദനത്തിന്റെ യുഗത്തിന്റെ പ്രഭാതമായെന്ന സൂചന നൽകി. ഈ ഭാവഗാനം പോലെ മനോഹരമായ പരിപാടികൾ പ്രാകൃത സഞ്ചയ ത്തിന് മുഖ്യമായ ആക്കം നൽകി. അതിന്റെ കാലടിപ്പാടുകളെ പിന്തു ടർന്ന് യൂറോപ്യൻ രാജ്യങ്ങളുടെ വാണിജ്യയുദ്ധം വന്നു. ഭൂഗോളത്തെ ത്തന്നെ അതിന്റെ അരങ്ങാക്കിത്തീർത്തുകൊണ്ട് അത് തുടങ്ങിയത് സ്പെയിനിൽനിന്നും നെതർലണ്ട്സിന്റെ കലാപത്തോടെയും വേറിടലോ ടെയുമാണ്. ഇംഗ്ലണ്ടിന്റെ ജക്കോബിൻ വിരുദ്ധ യുദ്ധത്തോടെ (ഫ്രാൻസു മായി) അത് രാഷ്ട്രീയമായ മാനങ്ങൾ കൈവരിച്ചു. അതിപ്പോഴും കറുപ്പു യുദ്ധങ്ങളിലും മറ്റുമായി തുടർന്നുകൊണ്ടേയിരിക്കുകയുമാണ്.

പ്രാകൃത സഞ്ചയത്തിന്റെ വ്യത്യസ്ത ആക്കങ്ങൾ ഏറിയും കുറ ഞ്ഞും ഒരു കാലഗണനാക്രമത്തിൽ സ്വയം വിതരണം ചെയ്യപ്പെട്ടിരിക്കു കയാണ്. സ്പെയിൻ, പോർച്ചുഗൽ, ഹോളണ്ട്, ഫ്രാൻസ്, ഇംഗ്ലണ്ട് എന്നി വിടങ്ങളിലായി. ഇംഗ്ലണ്ടിൽ 17–ാം നൂറ്റാണ്ടിന്റെ അവസാനത്തിൽ അവ യെല്ലാം ഒരു വ്യവസ്ഥാനുസാരിയായ വിധത്തിൽ കോളനികളിലും ദേശീ യകടത്തിലും ആധുനികനികുതി പിരിവുരീതികളിലും സംരക്ഷണച്ചു ങ്കമേർപ്പെടുത്തുന്ന ഭരണസമ്പ്രദായത്തിലുമെത്തിച്ചേർന്നു. ഈ രീതികൾ ഭാഗികമായി ആശ്രയിക്കുന്നത് മൃഗീയമായ ബലപ്രയോഗത്തിന്മേലാണ്. ഉദാ: കൊളോണിയൽ വ്യവസ്ഥ. ഒരു ചുടുമുറിക്കുള്ളിൽ പഴങ്ങളുടെ പഴുത്തുപാകമാകൽ വേഗത്തിലാക്കപ്പെടുന്ന മട്ടിൽ, ഈ പ്രക്രിയയെ വേഗത്തിലാക്കാൻ അവയെല്ലാംതന്നെ ഭരണകൂടാധികാരത്തെ ഉപയോ ഗിക്കുന്നുണ്ട്, ഫ്യൂഡൽ ഉൽപ്പാദനരീതിയെ മുതലാളിത്ത ഉൽപ്പാദനരീ തിയിലേക്ക് രൂപാന്തരപ്പെടുത്തുന്ന പ്രക്രിയയിൽ പരിണാമഘട്ടത്തിന്റെ നീളം കുറയ്ക്കാനായി. പുതിയൊരു സമൂഹത്തെ ഗർഭംധരിച്ച എല്ലാ പഴയ സമൂഹങ്ങളിലും ബലപ്രയോഗമാണ് അതിന്റെ മിഡ് വൈഫ് (സൂ തികർമ്മിണി). അത് അതിൽത്തന്നെ ഒരു സാമ്പത്തിക ശക്തിയാണ്.

ക്രിസ്ത്യാനിറ്റിയുടെ കാര്യത്തിൽ വിദഗ്ധനായ ഒരാളായ ഡബ്ല്യൂ ഹോവിറ്റ് ക്രിസ്ത്യൻ വംശജരെന്നു പറയുന്നവരുടെ കാടത്തങ്ങളും ഭീക രമായ ക്രൂരതകളും ലോകത്തിന്റെ സകല ഭാഗങ്ങളിലും അവർക്കു കീഴ ടക്കാൻ കഴിഞ്ഞ എല്ലാജനതകളുടെ മേലും അരങ്ങേറി. മറ്റൊരു വംശവും അതെത്രതന്നെ അറിവില്ലാത്തതായാലും എത്രതന്നെ ക്രൂരസ്വഭാവമുള്ള തായാലും ഇതിനുസമാന്തരങ്ങളായ യാതൊന്നും ചെയ്തിട്ടില്ല. ഈ ഭൂമു ഖത്ത് എത്രതന്നെ നാണമില്ലാത്തതും എത്രതന്നെ കാടന്മാരുമായ മറ്റൊരു ജനതയും ക്രൂരതയിൽ ക്രിസ്ത്യാനികളുടെ അടുത്തുപോലുമെത്തിയി ട്ടില്ല.[1] ഹോളണ്ടിന്റെ കൊളോണിയൽ ഭരണത്തിന്റെ ചരിത്രം – പതി നേഴാം നൂറ്റാണ്ടിൽ ഹോളണ്ടായിരുന്നു തലപ്പത്തുള്ള കൊളോണിയൽ രാജ്യം – വഞ്ചനയുടെയും കൈക്കൂലിയുടെയും കൂട്ടക്കൊലയുടെയും

1. വില്യം ഹോവിറ്റ്. കോളണൈസേഷൻ ആന്റ് ക്രിസ്റ്റ്യാനിറ്റി. എ പോപ്പുലർ ഹിസ്റ്ററി ഓഫ് ദ നേറ്റീവ്സ് ബൈ ദയൂറോപ്യൻസ് ഇൻ ഓൾ ദ കോളനീസ് ലണ്ടൻ 1838 പേജ് 9.

എല്ലാത്തരം നീചപ്രവൃത്തികളുടെയും ചരിത്രമുൾക്കൊള്ളുന്നതാണ്. മലാക്ക കൈക്കലാക്കാനായി ഡച്ചുകാർ പോർച്ചുഗീസ് ഗവർണർക്ക് കൈക്കൂലി കൊടുത്തു. അയാളവരെ 1641 ൽ നഗരത്തിൽ കടക്കാനനുവദിച്ചു. അവിടെ എത്തിയ ഉടനെയവർ അയാളുടെ വീട്ടിലേക്ക് ധൃതഗതിയിൽ കടന്നുചെന്ന് അയാളെ കശാപ്പുചെയ്തു. അയാൾക്ക് കൈക്കൂലിയായി കൊടുക്കാമെന്നേറ്റ 21875 പൗണ്ട് കൊടുക്കുന്നതിൽ നിന്നൊഴിവാക്കാനായിരുന്നു അത്. അവരെവിടെയെല്ലാം കാലെടുത്തുവച്ചോ, അവിടെയെല്ലാം നശീകരണവും ജനങ്ങളെ കൊന്നൊടുക്കി ഇല്ലാതാക്കലും അരങ്ങേറി. ജാവയിലെ ഒരു പ്രവിശ്യയായ ബാൻജുവാംഗിയിൽ 1750 ൽ 80,000 നിവാസികളുണ്ടായിരുന്നു. 1811 ആയപ്പോൾ അവരുടെ സംഖ്യ വെറും 8000 മാത്രമായി ചുരുങ്ങി.

ഏവർക്കുമറിയാവുന്നതുപോലെ ഇംഗ്ലീഷ് ഈസ്റ്റിന്ത്യാകമ്പനി ഇന്ത്യയുടെ രാഷ്ട്രീയഭരണം നേടിയെടുത്തതിനൊപ്പം തേയിലക്കച്ചവടത്തിന്റെ സമ്പൂർണകുത്തകയും ഒപ്പംതന്നെ ചൈനയിലേക്ക് പൊതുവിലുള്ള വ്യാപാരവും യൂറോപ്പിലേക്കും അവിടെ നിന്നുമുള്ള ചരക്കുകളുടെ ഗതാഗതവും കരസ്ഥമാക്കി. പക്ഷേ, ഇന്ത്യയിലേക്കും തിരിച്ചുമുള്ള ഗതാഗതവും ഇന്ത്യയിലെ ആഭ്യന്തരവ്യാപാരവും കമ്പനിയിലെ ഉയർന്ന ഉദ്യോഗസ്ഥരുടെ കുത്തകയായിരുന്നു. ഉപ്പ്, കറുപ്പ്, അടയ്ക്ക തുടങ്ങിയവയുടെയും മറ്റുചരക്കുകളുടെയും കുത്തകകൾ സമ്പത്തിന്റെ ഒരിക്കലും തീരാത്ത ഉറവിടങ്ങളായിരുന്നു. ഉദ്യോഗസ്ഥന്മാർതന്നെ അവയ്ക്കെല്ലാം വിലനിശ്ചയിക്കുകയും അസംതൃപ്തരായ ഇന്ത്യക്കാരെ തോന്നുംപടി കൊള്ളയടിക്കുകയും ചെയ്തു. ഗവർണർ ജനറൽതന്നെ ഈ സ്വകാര്യകച്ചവടത്തിൽ പങ്കെടുത്തു. അദ്ദേഹത്തിന്റെ ഇഷ്ടക്കാർക്ക് ലഭിച്ച കരാറുകൾ അത്രയേറെ അനുകൂല വ്യവസ്ഥകളിലായിരുന്നതിനാൽ കല്ലും മണ്ണും സ്വർണമാക്കി മാറ്റാൻ ശ്രമിച്ച മധ്യകാല ആൽക്കെമിസ്റ്റുകളെക്കാൾ സമർഥരായിത്തീർന്നു അവർ. അവർ ഒന്നുമില്ലായ്മയിൽനിന്നാണ് സ്വർണം കൊയ്തെടുത്തത്. വമ്പൻ സൗഭാഗ്യങ്ങൾ ഒറ്റദിവസംകൊണ്ട് കൂണുകൾപോലെ മുളച്ചുപൊങ്ങി. വാറൻ ഹേസ്റ്റിങ്ങിന്റെ വിചാരണ അത്തരം സംഭവങ്ങളാൽ നിറഞ്ഞതായിരുന്നു. ഇവിടെയൊരുദാഹരണം നൽകുന്നു. ഒരു സള്ളിവന് കറുപ്പിന്റെ ഒരു കരാർ അദ്ദേഹം നൽകി. കറുപ്പ് വിളയുന്ന ജില്ലയിൽനിന്ന് വളരെയേറെ അകലെയുള്ള ഒരിടത്തേക്ക് ഒരൗദ്യോഗിക സന്ദർശനത്തിന് പുറപ്പെടുന്നതിന് മുമ്പാണത് നൽകിയത്. സള്ളിവൻ ആ കരാർ മറ്റൊരു ബിന്നിന് 40000 പൗണ്ടിന് മറിച്ചുകൊടുത്തു. ബിൻ അന്നുതന്നെയത് 60000 പൗണ്ടിന് മറ്റൊരാൾക്ക് മറിച്ചുകൊടുത്തു. അവസാനമതു വാങ്ങിയുപയോഗപ്പെടുത്തിയ ആൾ വമ്പിച്ചൊരു ലാഭം കൈക്കലാക്കി. പാർലമെന്റിനു മുന്നിൽ വച്ച ഒരു റിപ്പോർട്ടിൽ കമ്പനിയും അതിന്റെ ഉദ്യോഗസ്ഥരും 1757–1766 കാലത്തിനിടയിൽ ഇന്ത്യക്കാരിൽനിന്ന് സമ്മാനങ്ങളായി 60,00,000 പൗണ്ട് നേടിയെടുത്തതായി വെളിവാക്കപ്പെട്ടു. 1769നും 1770നു മിടയിൽ ഇംഗ്ലീഷുകാർ

ഇന്ത്യയിലൊരു കടുത്ത ക്ഷാമംതന്നെ സൃഷ്ടിച്ചു. അരി മുഴുവൻ വാങ്ങിക്കൂട്ടിയശേഷം വളരെവലിയ തോതിൽ ഉയർന്ന വിലയ്ക്കു മാത്രം വിറ്റുകൊണ്ടാണ് അവർ ആ കൃത്രിമക്ഷാമം സൃഷ്ടിച്ചത്.

കൊളോണിയൽ വ്യവസ്ഥ–ഒരു ചൂടു മുറിയിലെന്നപോലെ– കച്ചവടത്തെയും കപ്പലോട്ടത്തെയും പക്വതയെത്തിയതാക്കി. മുളച്ചുപൊന്തുന്ന മാനുഫാക്ചറുകൾക്ക് കോളനികൾ ഒരു വിപണിയുണ്ടാക്കി. വിപണിയുടെ കുത്തകയോടെ, ഒരു വർധിച്ച സഞ്ചയവും അത് സംഭാവന ചെയ്തു. യൂറോപ്പിനു പുറത്ത് തിരിച്ചറിയപ്പെടാത്ത കൊള്ളയടി, അടിമപ്പെടുത്തൽ, കൊല തുടങ്ങിയവയിലൂടെയെല്ലാം പിടിച്ചെടുത്ത നിധികൾ മാതൃരാജ്യത്തേക്ക് തിരിച്ചെത്തിയപ്പോൾ അവ മൂലധനമായി മാറിത്തീർന്നു. ആദ്യം പൂർണതോതിൽ കൊളോണിയൽവ്യവസ്ഥ വികസിപ്പിച്ച ഹോളണ്ട് 1648 ൽത്തന്നെ വാണിജ്യപരമായ മഹത്വത്തിന്റെ ഉത്തുംഗശൃംഗത്തിലെത്തിക്കഴിഞ്ഞിരുന്നു. അതിന്റെ കൈയിൽ ഈസ്റ്റ് ഇന്ത്യൻ കച്ചവടം ഏറെക്കുറെ സമ്പൂർണ അവകാശമായിക്കിട്ടിയിരുന്നു. അതുപോലെ യൂറോപ്പിന്റെ തെക്ക് പടിഞ്ഞാറുഭാഗത്തേക്കും വടക്കുകിഴക്ക് ഭാഗത്തേക്കുമുള്ള കച്ചവടവും വാണിജ്യവും അവരുടെ കൈയ്യിലായിരുന്നു.

അതിന്റെ മത്സ്യബന്ധനം, സമുദ്രോൽപ്പന്നം, മാനുഫാക്ചററുകൾ എന്നിവയെല്ലാം മറ്റേതു രാജ്യത്തേയും മറികടന്നു. മൊത്തം റിപ്പബ്ലിക്കിന്റെ മൂലധനം ഒരുപക്ഷേ, ബാക്കി യൂറോപ്പിന്റേതു മുഴുവൻ ഒന്നിച്ചുകൂട്ടിയാലുമുള്ളതിനേക്കാൾ കൂടുതൽ പ്രധാനപ്പെട്ടതായിരുന്നു. 1648 നകം തന്നെ ഹോളണ്ടിലെ ജനത യൂറോപ്പിലെ ജനതയെ മൊത്തമെടുത്താലും അവരെക്കാൾ അമിതാധ്വാനംചെയ്യുന്നവരും, കൂടുതൽ ദരിദ്രരും, ക്രൂരമായി അടിച്ചമർത്തപ്പെടുന്നവരുമായിരുന്നെന്ന സത്യം കൂട്ടിച്ചേർക്കാൻ ഗീലിച്ച് മറന്നുപോകുന്നു.

ഇന്ന് വ്യവസായമേധാവിത്വമെന്നാൽ അതിനർഥം വാണിജ്യമേധാവിത്വമെന്നാണ്. ശരിക്കും മാനുഫാക്ചർ കാലഘട്ടമെന്നു പറയപ്പെടുന്നതിൽ നേരെമറിച്ച് വാണിജ്യപരമായ മേധാവിത്വമാണ് വ്യവസായപരമായ മേധാവിത്വം സംഭാവന ചെയ്തിരുന്നത്. യൂറോപ്പിന്റെ പഴയ ദൈവങ്ങൾക്കൊപ്പം അതിന്റെ അൾത്താരയിൽ ഒരപരിചിതനായ ദൈവം ഇരിപ്പുറപ്പിച്ചു. ഒരു പ്രസന്നതയുള്ള ദിവസമത് മറ്റു ദൈവങ്ങളെയെല്ലാം തിക്കിയും തൊഴിച്ചും പുറത്തെറിയുകയും ചെയ്തു. ആ ദൈവം മിച്ചമൂല്യമുണ്ടാക്കലാണ് മനുഷ്യരാശിയുടെ ഏകലക്ഷ്യമെന്ന് പ്രഖ്യാപിക്കുകയും ചെയ്തു.

പബ്ലിക് ക്രെഡിറ്റ് അഥവാ ദേശീയകടം എന്ന വ്യവസ്ഥ വളരെ പിന്നിൽ, മധ്യകാലത്തുതന്നെ നാം ജെനോവയിലും വെനീസിലും കണ്ടെത്തുന്നുണ്ട്. അത് പൊതുവിൽ യൂറോപ്പിനെയാകെ കൈവശത്തിലാക്കിയത് മാനുഫാക്ചറിങ് കാലഘട്ടത്തിലാണ്. അതിന്റെ കടൽകടന്നുള്ള കച്ചവടവും വാണിജ്യയുദ്ധങ്ങളുമായി കൊളോണിയൽ വ്യവസ്ഥ അതി

നുവേണ്ടി കാര്യങ്ങൾ നിർബന്ധിതമായി നിർവഹിക്കുകയെന്ന സേവന മനുഷ്ഠിച്ചു. അങ്ങനെയതാദ്യം ഹോളണ്ടിൽ വേരിറക്കി. ദേശീയകടങ്ങൾ അതായത്, ഭരണകൂടത്തിന്റെ അന്യവൽക്കരണം അത് ഏകാധിപത്യപരമോ ഭരണഘടനാപരമോ റിപ്പബ്ലിക്കനോ ആയാലും അതിന്റെ മുദ്ര കൊണ്ട് മുതലാളിത്ത യുഗത്തെ അടയാളപ്പെടുത്തി, ദേശീയ സമ്പത്തെന്നു വിളിക്കപ്പെടുന്നതിന്റെ ആധുനികജനതയുടെ കൂട്ടായ ഉടമസ്ഥതയിലേക്ക് യഥാർഥത്തിൽ കടന്നുകയറുന്നതായ ഏകഭാഗം അവരുടെ ദേശീയകടം മാത്രമാണ്.

പ്രാകൃത സഞ്ചയനത്തിന്റെ ശക്തമായ ഉത്തോലകങ്ങളിലൊന്നായി ദേശീയ കടം മാറി. ഒരു മാന്ത്രികൻ തന്റെ മാന്ത്രികവടിയൊന്ന് ചുഴറ്റിയാലെന്നപോലെ അത് പൊള്ളയായ പണത്തെ പെറ്റുപെരുകാനുള്ള കഴിവുള്ളതാക്കുകയും അങ്ങനെയതിനെ മൂലധനത്തിലേക്ക് മാറ്റുകയും ചെയ്യുന്നു; വ്യവസായത്തിലോ അഥവാ പലിശക്കു കൊടുക്കലിലോ പോലും ഏർപ്പെടുന്നതിൽനിന്ന് മാറ്റിനിർത്താനാകാത്ത അതിന്റെ ബുദ്ധിമുട്ടുകളിലേക്കും അപകടസാധ്യതകളിലേക്കും സ്വയം അതിനെ വിധേയമാക്കേണ്ടിവരും എന്ന അനിവാര്യതയൊഴിവാക്കിക്കൊണ്ടുതന്നെ. ഭരണകൂടവായ്പാദാതാക്കൾ യഥാർഥത്തിൽ ഒന്നും പുറത്തേക്ക് കൊടുക്കുന്നില്ല, കാരണം, കടം കൊടുക്കുന്ന പണത്തെ പബ്ലിക് ബോണ്ടുകളാക്കി മാറ്റുന്നു, അവ എളുപ്പത്തിൽ കൈകാര്യം ചെയ്യാവുന്നവയാണ് (Negotiable) അവയവരുടെ കൈയിൽ രൊക്കം ക്യാഷ് എത്രകണ്ട് പ്രവർത്തനക്ഷമമാകുമോ അത്രതന്നെ പ്രവർത്തനക്ഷമമാകുന്നു. പക്ഷേ, തുടർന്ന് അങ്ങനെ സൃഷ്ടിക്കപ്പെടുന്ന വാർഷികവേതനം പറ്റുന്ന ഒരു ലസവർഗത്തിൽനിന്ന് വേറിട്ട്, സർക്കാരിനും രാജ്യത്തിനുമിടയിലെ ഇടനിലക്കാരുടെ പുതുരൂപത്തിലാക്കപ്പെട്ട സമ്പത്തിൽനിന്നും ഒപ്പംതന്നെ നികുതി നൽകുന്ന കൃഷിക്കാർ, കച്ചവടക്കാർ, സ്വകാര്യമാനുഫാക്ചറർമാർ (ഇത്തരക്കാർക്കാണ് ഓരോ ഭരണകൂടവായ്പയുടെയും നല്ലൊരു പങ്ക് സ്വർഗത്തിൽനിന്നും പൊട്ടിവീണ ഒരു മൂലധനത്തിന്റേതായ സേവനം നൽകുന്നത്) എന്നിവരിൽനിന്നും വേറിട്ട് ദേശീയകടം ജോയിന്റ് സ്റ്റോക്ക് കമ്പനികൾക്കു രൂപം നൽകി. എല്ലാത്തരം നെഗോഷ്യബിൾ ആയ ഫലങ്ങൾക്കും സംവിധാനങ്ങൾക്കും ഒറ്റവാക്കിൽ സ്റ്റോക്ക് എക്സ്ചേഞ്ച് ചൂതാട്ടത്തിനും ആധുനിക ബാങ്കോക്രസിക്കും തങ്ങളുടെ ജനനം മുതൽ തന്നെ ദേശീയ ലേബലുകളുമണിഞ്ഞിരുന്ന വൻകിട ബാങ്കുകൾ സ്വകാര്യ ഊഹക്കച്ചവടക്കാരുടെ അസോസിയേഷനുകൾ മാത്രമായിരുന്നു. അവ സർക്കാരിന്റെ അരികിലായി സ്വയം പ്രതിഷ്ഠിച്ചു. ഒപ്പം അവർക്കുലഭിച്ച വിശേഷാവകാശങ്ങൾ കാരണം ഭരണകൂടത്തിന് പണം കടം നൽകാനുള്ള ഒരു സ്ഥിതിയും കൈവരിച്ചു. അങ്ങനെ ഈ ബാങ്കുകളുടെ സ്റ്റോക്കുകളുടെ തുടർച്ചയായ ഉയർച്ചയെന്നതല്ലാതെ മറ്റൊരു അപ്രമാദിത്വമുള്ള നടപടിയും ദേശീയ കടത്തിന്റെ സഞ്ചയത്തിനില്ലായിരുന്നു. അത്തരം ബാങ്കുകളുടെ പൂർണവികാസം 1694 ൽ ബാങ്ക്

ഓഫ് ഇംഗ്ലണ്ടിന്റെ സ്ഥാപനം മുതലാണുണ്ടാകുന്നത്. ബാങ്ക് ഓഫ് ഇംഗ്ലണ്ട് തുടങ്ങിയത് 8 ശതമാനം പരിശക്ക് സർക്കാരിനു പണം കടം കൊടുത്തുകൊണ്ടാണ്. അതേസമയംതന്നെ അതേ മൂലധനത്തിൽനിന്നു തന്നെ പണമുണ്ടാക്കാൻ പാർലമെന്റിനെ അധികാരപ്പെടുത്തി; ബാങ്ക് നോട്ടുകളുടെ രൂപത്തിൽ അതിനെ വീണ്ടും പൊതുജനങ്ങൾക്ക് കടം കൊടുത്തുകൊണ്ട് ഈ നോട്ടുകൾ ബില്ലുകൾ ഡിസ്കൗണ്ട് ചെയ്യുന്ന തിനുപയോഗിക്കാനനുവദിച്ചു. ചരക്കുകളിന്മേൽ അഡ്വാൻസ് ചെയ്യാനും വിലയേറിയലോഹങ്ങൾ വാങ്ങുന്നതിനും. ഈ വായ്പാ – പണം (ബാങ്ക് തന്നെയാണതുണ്ടാക്കുന്നത്) ബാങ്ക് ഓഫ് ഇംഗ്ലണ്ട് ഭരണകൂടത്തിന് കടം നൽകുന്നതായ നാണയമായി മാറുന്നതിന് അധികകാലമൊന്നും വേണ്ടി വന്നില്ല. ഇതേപോലെ അതുപയോഗിച്ച് പൊതകടത്തിന് ഭരണകൂടം നൽകണ്ട പലിശ ഭരണകൂടത്തിന് വേണ്ടി നൽകാനും തുടങ്ങി. ബാങ്ക് ഒരു കൈകൊണ്ട് നൽകുകയും മറ്റേ കൈ കൊണ്ട് അതിലേറെ തിരി ച്ചെടുക്കുകയും ചെയ്തുവെന്നതുമാത്രം പോരായിരുന്നു. അത് വായ്പാ ഭരണകൂടത്തിൽ നിന്ന് സ്വീകരിക്കുമ്പോൾപോലും ഭരണകൂടത്തിനു നൽകപ്പെടുന്ന ഒടുവിലത്തെ ഷില്ലിങ്ങിന്റെപോലും വായ്പാദാതാവായി നിലനിന്നു. ക്രമേണയത് രാജ്യത്തിന്റെ സമ്പത്തിന്റെ ഒഴിവാക്കാനാകാത്ത സ്വീകരണിയായിത്തീർന്നു, ഒപ്പംതന്നെ വാണിജ്യവായ്പയുടെ ഗുരുത്വാ കർഷണകേന്ദ്രവും. ഇംഗ്ലണ്ട് ദുർമന്ത്രവാദിനികളെ അഗ്നിക്കിരയാക്കി ക്കൊണ്ടിരുന്ന അതേകാലത്തുതന്നെ, ബാങ്ക് നോട്ടുകൾ കൃത്രിമമായു ണ്ടാക്കുന്നവരെ കഴുവിലേറ്റാനുമാരംഭിച്ചു. ബാങ്കോക്രാറ്റുകൾ, ഫൈനാൻസിയർമാർ, പലിശോപജീവികൾ, ബ്രോക്കർമാർ, സ്റ്റോക്ക് ഇട പാടുകൾ തുടങ്ങിയ ഈ പുതിയ വംശത്തിന്റെ പൊടുന്നനെയുള്ള ഉയർച്ച എന്തു ഫലമാണ് സമകാലീനരിലുണ്ടാക്കിയതെന്ന് അക്കാലത്തെ കൃതികളിൽനിന്ന് തെളിയിക്കപ്പെടുന്നുണ്ട്.

ദേശീയ കടത്തോടെ ഒരു അന്താരാഷ്ട്ര വായ്പാ വ്യവസ്ഥ ഉയർന്നു വന്നു, അത് മിക്കപ്പോഴും അതിനകത്തെ പ്രാകൃതസഞ്ചയനത്തിന്റെ വശ ങ്ങളെ മറച്ചുവയ്ക്കുന്നുണ്ട്. അങ്ങനെ ഹോളണ്ടിന്റെ മൂലധന–സമ്പ ത്തിന്റെ രഹസ്യ അടിസ്ഥാനങ്ങൾ വെനീഷ്യൻ കൊള്ളയടി വ്യവസ്ഥ യുടെ വില്ലത്തരങ്ങളിലായിരുന്നു നിലനിന്നത്. ഹോളണ്ടിന് വെനീഷരുടെ അപചയത്തിന്റെ കാലത്ത് വമ്പിച്ച തുകകൾ കടം നൽകി. അതേ ബന്ധ മാണ് പിന്നീട് ഇംഗ്ലണ്ടിനും ഹോളണ്ടിനുമിടയിലുണ്ടായത്. 18–ാം നൂറ്റാ ണ്ടിന്റെ ആരംഭത്തിൽത്തന്നെ ഡച്ച് മാനുഫാക്ചറർമാർ കാര്യമായി ത്തന്നെ പിന്നോക്കം പോയിരുന്നു. വാണിജ്യത്തിലും വ്യവസായത്തിലും മുന്നിലുള്ള രാജ്യമെന്ന ഹോളണ്ടിന്റെ നില പൊളിഞ്ഞു. അതുകൊണ്ട് 1701–1776 ഘട്ടത്തിൽ ഹോളണ്ടിന്റെ മുഖ്യമായ ബിസിനസ് വൻതോതിൽ മൂലധനത്തുകകൾ കടംകൊടുക്കലായി, പ്രത്യേകിച്ചുമതിന്റെ ഏറ്റവും വലിയ എതിരാളിയായ ഇംഗ്ലണ്ടിന്. അതേകാര്യമാണിന്ന് (1867) ഇംഗ്ല ണ്ടിനും യുണൈറ്റഡ് സ്റ്റേറ്റ്സിനുമിടയിൽ നടക്കുന്നത്.

വാർഷിക പലിശയും മറ്റുമടയ്ക്കാനുള്ള ചെലവ് നിർവഹിക്കേണ്ട തായ പൊതുവരുമാനത്തിൽ ദേശീയകടമതിന്റെ പിന്തുണ കണ്ടെത്തു മ്പോൾ, ദേശീയകടത്തിന്റെ വ്യവസ്ഥക്ക് ആവശ്യമായ അനുപൂരകഘട കമാണ് ആധുനിക നികുതി വ്യവസ്ഥ. നികുതിദായകർക്കതിന്റെ ഭാരം ഉടനടിയനുഭവപ്പെടാതെ അസാധാരണമായ ചെലവുകൾ നിർവഹിക്കാൻ കടങ്ങൾ ഗവൺമെന്റിന് സാധ്യത നൽകുന്നു. പക്ഷേ, അവ അതിന്റെ അനന്തരഫലമെന്നോണം വർധിച്ച നികുതികളെ അനിവാര്യമാക്കുന്നു. മറുവശത്ത്, ഒന്നിനുപുറകെ ഒന്നായി വന്നുചേരുന്ന കടങ്ങളുടെ സഞ്ചയനം കാരണമുണ്ടാക്കുന്ന നികുതിയീടാക്കലിലെ വർധനവ് സർക്കാരിനെ എപ്പോഴും പുതിയ അസാധാരണ ചെലവുകൾ നിർവഹിക്കാൻ പുതിയ കടങ്ങളെടുക്കാൻ നിർബന്ധിതമാക്കുന്നു. ആധുനിക ധനസമാഹരണം– ഏറ്റവും ആവശ്യമായ ജീവനോപാധികളിന്മേൽ നികുതി ചുമത്തുക (അ ങ്ങനെയുള്ളവയുടെ വിലയുയർത്തുകയും ചെയ്യുക) എന്നതാണതിന്റെ ആധാരത്തെ രൂപപ്പെടുത്തുന്നത്– അങ്ങനെ അതിൽത്തന്നെ ഒരു ഓട്ടോ മാറ്റിക് ആയ വലുതാക്കലിന്റെ ബീജത്തെ ഉള്ളിൽ വഹിക്കുന്നതുമാ ണ്. അമിതമായ നികുതി പിരിക്കൽ ഒരു സംഭവമല്ല, മറിച്ചൊരു തത്വം തന്നെയാണ്. അതുകൊണ്ട്, ഈ വ്യവസ്ഥ ഉദ്ഘാടനം ചെയ്യപ്പെട്ട ഹോള ണ്ടിൽ ഒരു വലിയ ദേശഭക്തനായ ഡോ. വിറ്റ് കൂലിത്തൊഴിലാളിയെ വിധേയനും മിതവ്യയക്കാരനും, ഉത്സാഹശീലനും അധ്വാനംകൊണ്ട് അമി തഭാരം ചെലുത്തപ്പെട്ടവനുമായി നിലനിർത്താൻ പറ്റിയ ഏറ്റവും മികച്ച വ്യവസ്ഥയായി അതിനെ പ്രശംസിക്കുകയുണ്ടായി. കൂലിപ്പണിക്കാരന്റെ അവസ്ഥയിന്മേലതു ചെലുത്തുന്ന വിനാശകരമായ സ്വാധീനം നമുക്കി വിടെ പക്ഷേ, കുടിയാൻ, കർഷകർ (Peasants) കൈവേലക്കാർ തുടങ്ങി ഒറ്റവാക്കിൽപ്പറഞ്ഞാൽ താഴ്ന്ന മധ്യവർഗത്തിന്റെ എല്ലാഘടകങ്ങളി ന്മേലും അതുണ്ടാക്കുന്ന ബലം പ്രയോഗിച്ചുള്ള പിഴിഞ്ഞൂറ്റലിനെയപേ ക്ഷിച്ച് കുറഞ്ഞ താൽപ്പര്യം മാത്രമുള്ളതാണ്. ഇക്കാര്യത്തെ സംബന്ധിച്ച് രണ്ടഭിപ്രായത്തിന്റെ പ്രശ്നമേയില്ല, ബൂർഷ്വാസാമ്പത്തികശാസ്ത്ര ജ്ഞർക്കുപോലും മറിച്ചൊരഭിപ്രായമില്ല. അതിന്റെ പിഴിഞ്ഞൂറ്റൽ പരി പാടിയുടെ ഫലദായകത്വത്തെ തുടർന്നും വർധമാനമാക്കുന്ന ഒന്നാണ് സംരക്ഷണവ്യവസ്ഥ, അത് അതിന്റെ അവിഭാജ്യഘടകങ്ങളിലൊന്നിനെ രൂപപ്പെടുത്തുന്നു.

സംരക്ഷണവ്യവസ്ഥ മാനുഫാക്ചറർമാരെത്തന്നെ മാനുഫാക്ചർ ചെയ്യുന്ന ഒരു കൃത്രിമോപാധിയാണ്, ഉൽപ്പാദനത്തിന്റെയും ജീവനത്തി ന്റെയും ദേശീയ ഉപാധികളെ മുതലാക്കുന്നതിൽനിന്ന് സ്വതന്ത്രതൊഴി ലാളികളെ പറിച്ചുമാറ്റുന്ന ഒന്ന്; മധ്യകാല ഉൽപ്പാദനരീതിയിൽനിന്ന് ആധുനികോൽപ്പാദനരീതിയിലേക്കുള്ള പരിണാമഘട്ടത്തെ ബല മായിത്തന്നെ ചുരുക്കിയെടുക്കുന്ന ഒന്ന്. ഈയൊരു കണ്ടുപിടുത്തത്തിന്റെ തുടർച്ചയായി യൂറോപ്യൻ രാഷ്ട്രങ്ങൾ ഒന്നു മറ്റൊന്നിനെ കഷണം കഷണമായി കീറിപ്പറിച്ചു. ഒരിക്കലിത് മിച്ചമൂല്യമുണ്ടാക്കുന്നവരുടെ സേവ

നത്തിലെത്തിയതോടെ ഈ ലക്ഷ്യത്തിനായി സ്വന്തം ജനതകളെ ഇതിനു കീഴിലാക്കുക മാത്രമല്ല ചെയ്തത് (പരോക്ഷമായി സംരക്ഷണച്ചുങ്കങ്ങളിലൂടെയും പ്രത്യക്ഷമായ കയറ്റുമതി പ്രോത്സാഹനങ്ങളിലൂടെയും) മറിച്ച്, അവരവരുടെ ആശ്രിതരാജ്യങ്ങളിൽ എല്ലാ വ്യവസായങ്ങളെയും വേരോടെ പിഴുതെറിയുകയും ചെയ്തു. ഉദാഹരണത്തിന്, ഐറിഷ് കമ്പിളി രോമ മാനുഫാക്ചറിന്റെ കാര്യത്തിൽ ഇംഗ്ലണ്ട് ചെയ്തതു പോലെ. യൂറോപ്യൻവൻകരയിൽ കോൾബർട്ടിന്റെ ഉദാഹരണത്തെത്തുടർന്ന് പ്രക്രിയ വളരെയേറെ ലളിതമാക്കപ്പെട്ടു. ഇവിടെ പ്രാകൃത വ്യവസായ മൂലധനം ഭാഗികമായി നേരിട്ടുതന്നെ സ്റ്റേറ്റ് ട്രഷറിയിൽ നിന്നാണു വന്നത്.

യഥാർഥ മാനുഫാക്ചറിങ് കാലഘട്ടത്തിന്റെ സന്തതികളായ കൊളോണിയൽ വ്യവസ്ഥ, പൊതുകടങ്ങൾ, ദുർവഹനികുതികൾ, സംരക്ഷണം, വാണിജ്യയുദ്ധങ്ങൾ തുടങ്ങിയവയെല്ലാം ആധുനിക വ്യവസായത്തിന്റെ ശൈശവകാലഘട്ടത്തിൽ ഭീമാകാരമായ തോതിൽ വർധിക്കുന്നു.

അങ്ങനെ അധ്വാനിക്കുന്നവരും അധ്വാനത്തിന്റെ സാഹചര്യങ്ങളും തമ്മിലുള്ള വേർപെടുത്തലിന്– ഒരു ധ്രുവത്തിൽ ഉൽപ്പാദനത്തിന്റെയും ജീവനത്തിന്റെയും സാമൂഹ്യോപാധികളെ മൂലധനമായി പരിവർത്തിപ്പിക്കാനും, മറ്റേധ്രുവത്തിൽ ജനതയുടെ വലിയ കൂട്ടത്തെ കൂലിപ്പണിക്കാരാക്കി പരിവർത്തിപ്പിക്കാനും– വളരെയേറെ പ്രശ്നങ്ങൾ നേരിടേണ്ടിവന്നു. ഓഗിയർ പറയുന്നതുപോലെ, പണം ലോകത്തിലേക്ക് വന്നത് ഒരു കവിളത്ത് ജന്മനാ ഉള്ള ചോരപ്പാടുമായിട്ടാണെങ്കിൽ മൂലധനം ലോകത്തിലേക്കു വരുന്നത് തല മുതൽ കാലടിവരെ എല്ലാ സുഷിരങ്ങളിൽനിന്നും ചോരയും ചെളിയും വമിച്ചുകൊണ്ടാണ്.[1]

1. മൂലധനം കുഴപ്പങ്ങളും സംഘർഷങ്ങളും കൊണ്ടുവരുന്നതായി പറയപ്പെടുന്നു. അത് സത്യമാണ്. പക്ഷേ, ഇങ്ങനെയുള്ള പറച്ചിൽ വളരെ അപൂർണമായി മാത്രം പ്രശ്നത്തെ അവതരിപ്പിക്കലാണ്. മൂലധനം ലാഭത്തിന്റെ അഭാവത്തെ ഇഷ്ടപ്പെടുന്നില്ല. 10 ശതമാനം ലാഭത്തിന് അതെവിടെ നിയോഗിക്കപ്പെടാനും തയാറാകും. 20 ശതമാനം ലാഭം അതിനെ ഉത്തേജിപ്പിക്കുന്നു. 50 ശതമാനം ലാഭത്തിന് അതെന്തു സാഹസികതക്കും തയാറാകും. 100 ശതമാനം ലാഭം കിട്ടുന്നുണ്ടെങ്കിൽ അതെന്തുതരം കുറ്റകൃത്യവും ചെയ്യാൻ തയാറാകും, അതിന്റെ ഉടമയെ തൂക്കിക്കൊല്ലലടക്കം. ഒരു ലാഭം കിട്ടുന്നുണ്ടെങ്കിൽ കുഴപ്പങ്ങളും സംഘർഷങ്ങളും സൃഷ്ടിക്കാൻ അതിനൊരു മടിയുമില്ല. ഇവിടെപ്പറഞ്ഞതെല്ലാം സത്യമാണെന്ന് കള്ളക്കടത്തും അടിമക്കച്ചവടവും ഒന്നാന്തരമായി തെളിയിച്ചിട്ടുണ്ട് (ടി ജെ ഡണ്ണിങ്, ട്രേഡ് യൂണിയൻസ് ആന്റ് സ്ട്രൈക്ക്, ലണ്ടൻ, 1860 പേജ് 36).

15

മുതലാളിത്ത സഞ്ചയനം എന്തിലേക്കാണ് നയിക്കുന്നത്

മൂലധനത്തിന്റെ പ്രാകൃത സഞ്ചയം, അതായത് അതിന്റെ ചരിത്ര പരമായ ഉൽപ്പത്തി, എന്തിലേക്കാണ് സ്വയം പരിഹൃതമാക്കുന്നത്? അത് അടിമകളെയും അടിയാളന്മാരെയും അടിയന്തിരമായി കൂലിപ്പണിക്കാരായി രൂപാന്തരപ്പെടുത്തലല്ലാത്തിടംവരെ, അതുകൊണ്ട് വെറുമൊരു രൂപ മാറ്റം മാത്രമല്ലാത്തിടത്തോളം, അതാകെ അർഥമാക്കുന്നത് അടിയന്തിര ഉൽപ്പാദകരുടെ ഇല്ലാതാക്കലാണ്; അതായത്, അതിന്റെയുടമയുടെ അധ്വാനത്തിന്മേലടിസ്ഥാനപ്പെടുത്തിയിട്ടുള്ള സ്വകാര്യസ്വത്തിന്റെ ഇല്ലായ്മ ചെയ്യലാണ്.

തന്റെ ഉൽപ്പാദനോപാധികളിൽ അധ്വാനിക്കുന്നവനുള്ള സ്വകാര്യ സ്വത്താണ് ചെറുകിട വ്യവസായത്തിന്റെ അടിസ്ഥാനം. വീണ്ടും ചെറുകിട വ്യവസായം സാമൂഹ്യോൽപ്പാദനത്തിന്റെയും അധ്വാനിക്കുന്നവന്റെ തന്നെ സ്വതന്ത്രവ്യക്തിത്വത്തിന്റെയും ഒരു കാതലായ വ്യവസ്ഥയാണ്. തീർച്ചയായും ചെറുകിട ഉൽപ്പാദനരീതി അടിമത്തത്തിനു കീഴിലും അടിയായ്മക്കുകീഴിലും, മറ്റുതരം ആശ്രിതാവസ്ഥകൾക്കുകീഴിലും നിലനിന്നിട്ടുണ്ട്. പക്ഷേ, അത് സ്വയം അഭിവൃദ്ധിപ്പെടുന്നത്, അതതിന്റെ മുഴുവൻ ഊർജവും പുറത്തുവിടുന്നത്, അധ്വാനിക്കുന്നവൻ താൻതന്നെ ചലനക്ഷമമാക്കുന്ന തന്റെതന്നെ ഉൽപ്പാദനോപാധികളുടെ ഉടമസ്ഥനാക്കുന്നിടത്താണ്, താൻ കൃഷി ചെയ്യുന്ന ഭൂമിയിലെ കർഷകനും ഒരുകലാനിപുണനെന്ന നിലയിൽ സ്വന്തം ഉപകരണം കൈകാര്യം ചെയ്യുന്ന കൈവേലക്കാരനും. ഈ ഉൽപ്പാദനരീതി മുൻകൂട്ടി സങ്കൽപ്പിക്കുന്നത് (മുന്നുപാധിയാക്കുന്നത്) ഭൂമിയുടെ തുണ്ടുവൽക്കരണവും മറ്റ് ഉൽപ്പാദനോപാധികളുടെ ചിതറലുമാണ്. അത് ഈ ഉൽപ്പാദനോപാധികളുടെ സാന്ദ്രീകരണത്തെ ഒഴിവാക്കുന്നുവെന്നതുപോലെ അത് സഹകരണത്താലും ഒഴിവാക്കുന്നു, ഉൽപ്പാദനത്തിന്റെ ഓരോ പ്രത്യേക പ്രക്രിയക്ക

കത്തും തൊഴിൽ വിഭജനത്തെ ഒഴിവാക്കുന്നു, പ്രകൃതിശക്തികളുടെ ഉൽപ്പാദനപരമായ ഉപയോഗപ്പെടുത്തലിനെയും അതിന്മേലുള്ള സമൂഹത്തിന്റെ നിയന്ത്രണത്തെയുമൊഴിവാക്കുന്നു, ഒപ്പംതന്നെ സാമൂഹ്യ ഉൽപ്പാദന ശക്തികളുടെ സ്വതന്ത്രമായ വികാസത്തെയും ഒഴിവാക്കുന്നു. ഇടുങ്ങിയതും, ഏറിയും കുറഞ്ഞും പ്രാകൃതവുമായ പരിധികൾക്കകത്ത് ചലിക്കുന്ന ഉൽപ്പാദനവ്യവസ്ഥയും സമൂഹവും മാത്രമായാണത് പൊരുത്തപ്പെട്ടുപോകുക. അതു തുടർന്നുകൊണ്ടേ പോകുകയെന്നത് സാർവത്രികമായ സാധാരണത്വത്തിനുവേണ്ടി നിലകൊള്ളുകയെന്നതാണ്. വികാസത്തിന്റെ ചില നിശ്ചിതഘട്ടങ്ങളിലത് അതിന്റെതന്നെ പിരിച്ചുവിടലിനുവേണ്ട ഭൗതിക ഏജൻസികളെകൊണ്ടുവരുന്നു. അതോടെ സമൂഹ്യഹൃദയത്തിൽനിന്ന് പുതിയ ഭ്രമങ്ങളും പുതിയ ശക്തികളും മുളച്ചുപൊന്തുന്നു. പക്ഷേ, പഴയ സാമൂഹ്യ സംഘാടനമതിനെ ചങ്ങലയ്ക്കിടുകയും അതിനെ അടിച്ചമർത്തിനിർത്തുകയും ചെയ്യുന്നു. അവ ഉന്മൂലനം ചെയ്യപ്പെടണം; അവ ഉന്മൂലനം ചെയ്യപ്പെട്ടു.

അതിന്റെ ഉന്മൂലനം വ്യക്തിപരമായിത്തീർന്നതും ചിതറിയതുമായ ഉൽപ്പാദനോപാധികളുടെ സാമൂഹ്യമായ, സാന്ദ്രീകൃതമായ, ഒന്നിലേക്കുള്ള രൂപാന്തരം ഒട്ടേറെപേരുടെ കുഞ്ഞൻ സ്വത്തുക്കളുടെ ഏതാനും പേരുടെ വമ്പൻ സ്വത്തുക്കളായുള്ള പരിവർത്തനം വമ്പിച്ച ജനവിഭാഗങ്ങളുടെ മണ്ണിൽനിന്നും ജീവനോപാധികളിൽ നിന്നും അധ്വാനോപാധികളിൽ നിന്നുമുള്ള പറിച്ചെറിയൽ വമ്പിച്ച ബഹുജനവിഭാഗങ്ങളുടെ ഈ വേദനാകരവും ഭയാനകവുമായ ഒഴിപ്പിക്കൽ—ഇതെല്ലാമാണ് മൂലധനത്തിന്റെ ചരിത്രത്തിന്റെ ആദ്യരംഗത്തെ രൂപപ്പെടുത്തിയത്. സ്വയമാർജിച്ച സ്വകാര്യസ്വത്ത് അത് ഒറ്റപ്പെട്ട സ്വതന്ത്രനായ തൊഴിലാളിയും അവന്റെ അധ്വാനത്തിന്റെ സാഹചര്യങ്ങളും തമ്മിലുള്ള ഇഴുകിച്ചേരലാണ് (അങ്ങനെ പറയാമെങ്കിൽ) മുതലാളിത്തപരമായ സ്വകാര്യസ്വത്തിനാൽ പകരം വയ്ക്കപ്പെട്ടത്. മുതലാളിത്തപരമായ സ്വകാര്യസ്വത്ത് നിലനിൽക്കുന്നത് പേരിനുമാത്രം സ്വതന്ത്രരായ മറ്റുള്ളവരുടെ അധ്വാനത്തിന്റെ– കൂലിത്തൊഴിലാളിയുടെ അധ്വാനത്തിന്റെ– ചൂഷണത്തിന്മേലാണ്.

ഈ പരിവർത്തനപ്രക്രിയ പഴയസമൂഹത്തെ മുകളിൽനിന്നും താഴേക്ക് വേണ്ടത്ര വിഘടിപ്പിച്ചുകഴിയുന്നതോടെ, അധ്വാനിക്കുന്നവർ തൊഴിലാളികളായി മാറിത്തീരുന്നതോടെ അവരുടെ അധ്വാനോപാധികൾ മൂലധനമായിത്തീരുന്നതോടെ മുതലാളിത്ത ഉൽപ്പാദനരീതി അതിന്റെ കാലുകളിൽ എഴുന്നേറ്റു നിൽക്കുന്നതോടെ അധ്വാനത്തിന്റെ തുടർന്നുള്ള സാമൂഹ്യവൽക്കരണവും ഭൂമിയുടെയും മറ്റുൽപ്പാദനോപാധികളുടെയും തുടർന്നുള്ള രൂപാന്തരണവും (ഒപ്പംതന്നെ സ്വകാര്യ ഉടമസ്ഥന്മാരുടെ തുടർന്നുള്ള പറിച്ചെറിയലും) ഒരു പുതിയ രൂപം കൈവരിക്കുന്നു. ഇപ്പോൾ പറിച്ചെറിയപ്പെടേണ്ടത് തനിക്കുവേണ്ടിത്തന്നെ അധ്വാനിക്കുന്ന തൊഴിലാളിയല്ല, മറിച്ചിനിയങ്ങോട്ട് നിരവധി തൊഴിലാളികളെ ചൂഷണം ചെയ്യുന്ന മുതലാളിയെത്തന്നെയാണ്. ഈ പറിച്ചെറിയൽ നടപ്പാക്കപ്പെടു

ന്നത് മുതലാളിത്തപരമായ ഉൽപ്പാദനത്തിൽ സ്വയംതന്നെ അന്തർലീന മായിരിക്കുന്ന നിയമങ്ങളാലാണ്, മൂലധനത്തിന്റെ കേന്ദ്രീകരണത്താൽ. ഒരു മുതലാളി എപ്പോഴും നിരവധിമുതലാളിമാരെ കൊല്ലുന്നു.

ഈ കേന്ദ്രീകരണത്തോട് കൈകോർത്തുപിടിച്ച് അഥവാ ഒരുപിടി മുതലാളിമാരാൽ നിരവധി മുതലാളിമാരുടെ ഈ പറിച്ചെറിയലിനോട് കൈകോർത്തുപിടിച്ച് അധ്വാനപ്രക്രിയയുടെ സഹകരണാത്മകരൂപവും ശാസ്ത്രത്തിന്റെ ബോധപൂർവമായ സാങ്കേതികമായ ഉപയോഗത്തിൽ വരുത്തലും ഒന്നുചേരുന്നതും സാമൂഹ്യവൽകൃതവുമായ അധ്വാനത്തിൽ എല്ലാ ഉൽപ്പാദനോപാധികളുടെയും ചെലവുചുരുക്കലും വിപണിയുടെ വലയ്ക്കകത്ത് എല്ലാ ജനതകളുടെയും കെട്ടുപിണയലും അതിന്റെ യെല്ലാം കൂടെ മുതലാളിത്തപരമായ ഭരണസംവിധാനത്തിന്റെ സാർവ ദേശീയസ്വഭാവവും വിപുലമായ ഒരുതോതിൽ വികസിക്കുന്നു.

ഈ രൂപാന്തരപ്രക്രിയയുടെ എല്ലാ നേട്ടങ്ങളെയും കൈയ്യടക്കു കയും കുത്തകയാക്കുകയും ചെയ്യുന്ന എണ്ണത്തിൽ നിരന്തരം ചുരുങ്ങി ക്കൊണ്ടിരിക്കുന്ന മൂലധനപ്രഭുക്കൾക്കൊപ്പം ദുരിതം, മർദനം, അടിമത്തം, അപചയം, ചൂഷണം എന്നിവയും വിപുലമായി വർധിക്കുന്നു. പക്ഷേ, ഇതോടൊപ്പം തൊഴിലാളിവർഗത്തിന്റെ കലാപവും വർധിക്കുന്നു. എണ്ണ ത്തിൽ നിരന്തരം വളരുന്ന അവർ മുതലാളിത്ത ഉൽപ്പാദനപ്രക്രിയയുടെ അതേ മെക്കാനിസത്താൽത്തന്നെ അച്ചടക്കം കൈവരിക്കുകയും ഐക്യ പ്പെടുകയും സംഘടിതമാവുകയും ചെയ്യുന്നു. മൂലധനത്തിനൊപ്പവും അതിനുകീഴിലും മുളച്ചുപൊന്തുകയും പടർന്നുപന്തലിക്കുകയും ചെയ്ത ഉൽപ്പാദരീതിക്കുമേൽ മൂലധനത്തിന്റെ കുത്തക ഒരു ചങ്ങലക്കെട്ടായി ത്തീരുന്നു. ഒടുവിൽ ഉൽപ്പാദനത്തിന്റെ കേന്ദ്രീകരണവും അധ്വാനത്തിന്റെ സാമൂഹ്യവൽക്കരണവും ഒരു ബിന്ദുവിലെത്തിച്ചേരുന്നു. അവിടെ വെച്ചവ പുറന്തോടുമായി പൊരുത്തപ്പെടാത്തതായിത്തീരുന്നു. ഈ പുറംതോട് പൊട്ടിച്ചിതറുന്നു. മുതലാളിത്ത സ്വകാര്യസ്വത്തിന്റെ മരണമണി മുഴങ്ങു ന്നു. കൊള്ളയടിക്കാർ കൊള്ളയടിക്കപ്പെടുന്നു.

മുതലാളിത്ത കൈവശപ്പെടുത്തൽരീതി, മുതലാളിത്ത ഉൽപ്പാദന ത്തിന്റെ ഫലം, മുതലാളിത്ത സ്വകാര്യസ്വത്ത്, ആണ് വ്യക്തിഗത സ്വകാ ര്യസ്വത്തിന്റെ (അത് ഉടമയുടെ അധ്വാനത്തിന്റെമേൽ സ്ഥാപിക്കപ്പെട്ട തെന്നനിലയിൽ) ആദ്യത്തെ നിഷേധം. പക്ഷേ, മുതലാളിത്ത ഉൽപ്പാദ നത്തിന് ലഭ്യമാകുന്നത്– പ്രകൃതിയുടെ നിയമത്തിന്റെ തടഞ്ഞുനിർത്താ നാകായ്മയോടെ അതിന്റേതന്നെ നിഷേധമാണ്. അത് സ്വകാര്യസ്വ ത്തിനെ പുനഃസ്ഥാപിക്കുന്നില്ല, മറിച്ച്, മുതലാളിത്തയുഗത്തിലെ ഏറ്റെ ടുക്കലിന്മേൽ അടിസ്ഥാനമാക്കിയ വ്യക്തിഗത സ്വത്തിനെ പുനഃസ്ഥാപി ക്കുന്നു അതായത്, സഹകരണത്തിന്മേലടിസ്ഥാനമാക്കി ഭൂമിയിന്മേലുള്ള പൊതുവായ ഉടമസ്ഥതയെയും അധ്വാനത്താൽത്തന്നെ ഉൽപ്പാദിപ്പിക്ക പ്പെട്ട ഉൽപ്പാദനോപാധികളിന്മേലുള്ള പൊതുവുടമസ്ഥതയെയും.

വ്യക്തിഗത അധ്വാനത്തിൽനിന്നുയർന്നുവരുന്ന ചിതറിക്കിടക്കുന്ന

സ്വകാര്യസ്വത്തിന്റെ മുതലാളിത്ത സ്വകാര്യസ്വത്തിലേക്കുള്ള പരിവർത്തനം മുതലാളിത്തപരമായ സ്വകാര്യ സ്വത്തിന്റെ (അത് അതിനകം തന്നെ പ്രായോഗികമായി സാമൂഹ്യവൽക്കൃതമായ അധ്വാനത്തിന്മേലാണ് നിലനിൽക്കുന്നത്) സാമൂഹ്യവൽക്കരിക്കപ്പെട്ട സ്വത്തിലേക്കുള്ള പരിവർത്തനത്തെക്കാൾ താരതമ്യപ്പെടുത്താനാവാത്തവിധം നീണ്ടുനിൽക്കുന്നതും അക്രമപരവും ബുദ്ധിമുട്ടേറിയതുമായ ഒരു പ്രക്രിയയാണ്. ആദ്യത്തെ കേസിൽ ഏതാനും കൈയ്യടക്കലുകാർ ബഹുജനങ്ങളുടെ വമ്പിച്ച കൂട്ടത്തെ പറിച്ചെറിയുകയാണെങ്കിൽ, രണ്ടാമത്തെ കേസിൽ ബഹുജനങ്ങളുടെ വമ്പിച്ച കൂട്ടം ഏതാനും കൈയ്യടക്കലുകാരെ പറിച്ചെറിയുകയാണു ചെയ്യുന്നത്.

16

പണം

ചരക്കുകൾക്ക് വിപണിയിലേക്ക് പോകാനും തങ്ങളുടെതന്നെ അക്കൗണ്ടിൽ കൈമാറ്റം നടത്താനും കഴിയില്ല. അതുകൊണ്ട് നമുക്ക് അവയുടെ രക്ഷാകർത്താക്കളിൽ ചരക്കുകളുടെ ഉടമസ്ഥരിൽ ആശ്രയിക്കേണ്ടിവരുന്നു. ചരക്ക് അതിന്റെ ഉടമസ്ഥർക്കായി അടിയന്തിരമായ ഒരു പയോഗമൂല്യവും ഉൾക്കൊള്ളുന്നതല്ല. അതല്ലെങ്കിൽ അയാളതിനെ വിപണിയിലേക്കു കൊണ്ടുവരില്ല. മറ്റുള്ളവർക്കായി അതിനുപയോഗമൂല്യമുണ്ട്. മറിച്ച്, തനിക്കുവേണ്ടിത്തന്നെ അതിനുള്ള ഏകനേരിട്ടുള്ള ഉപയോഗ മൂല്യം അത് കൈമാറ്റമൂല്യം നിക്ഷേപിക്കപ്പെട്ടിരിക്കുന്ന ഒന്നാണെന്നതാണ്.[1] അതുകൊണ്ട് അയാൾ തനിക്ക് സേവനം നൽകാവുന്നതായിട്ടുള്ള ഉപയോഗമൂല്യമുള്ള ചരക്കുകൾക്കായി അതിനെ ഒഴിവാക്കുന്നു. എല്ലാ ചരക്കുകളും അവയുടെ ഉടമസ്ഥർക്ക് ഉപയോഗമൂല്യമില്ലാത്തവയാണ്. അവയുടെ ഉടമസ്ഥരല്ലാത്തവർക്കത് ഉപയോഗമൂല്യവുമാണ്. അതിന്റെ ഫലമായി അവയെല്ലാം കൈമാറ്റപ്പെടണം. ഈ കൈമറിയലാലാണ് അവയുടെ കൈമാറ്റത്തെ (വിനിമയത്തെ) രൂപപ്പെടുത്തുന്നത്.

ഉപയോഗപ്രദമായ ഒരു വസ്തുവിന്റെ വിൽപ്പന ആദ്യം സാധ്യമാക്കുന്നത് അതിന്റെ ഉടമയ്ക്കാവശ്യമുള്ളതിനേക്കാൾ അതിന്റെ ഒരു വലിയ അളവ് ലഭ്യമാക്കിയിരിക്കുമ്പോഴാണ്. അത് സംഭവവിക്കുമ്പോൾ

1. എല്ലാ വസ്തുക്കൾക്കും ദ്വിമുഖ ഉപയോഗമുണ്ട്. വസ്തുവിന് അതേമട്ടിൽ സവിശേഷമായതാണൊന്ന്, മറ്റേതങ്ങനെയല്ല. ഉദാഹരണത്തിനൊരു ചെരിപ്പ് ധരിക്കാനാകും. അതു കൈമാറാവുന്നതുമാണ്. രണ്ടും ചെരിപ്പിന്റെ ഉപയോഗമാണ്. കാരണം തനിക്കാവശ്യമുള്ള ഭക്ഷണത്തിനുവേണ്ടി ചെരിപ്പിനെ കൈമാറുന്നവനും ചെരിപ്പിനെ ചെരിപ്പെന്നനിലയിൽ ഉപയോഗിക്കുകയാണ്. പക്ഷേ, അതിന്റെ സ്വാഭാവിക രീതിയിലല്ല. കാരണമതുണ്ടാക്കപ്പെട്ടിരിക്കുന്നത് കൈമാറ്റം ചെയ്യപ്പെടുകയെന്നതിനു വേണ്ടിയല്ല (അരിസ്റ്റോട്ടിൽ, ഡി റിപ്പബ്ലിക്കാ ലിബർ അധ്യായം 9).

തൽപ്പരകക്ഷികൾ അത്തരം വസ്തുക്കളുടെ സ്വകാര്യ ഉടമകളായി വ്യംഗ്യമായി പരസ്പരം കരുതുകയേ വേണ്ടൂ. പക്ഷേ, അങ്ങോട്ടുമിങ്ങോട്ടുമുള്ള അത്തരമൊരു സ്വാതന്ത്ര്യത്തിന്റെ സ്ഥിതിക്ക് പൊതുസ്വത്തിന്മേൽ അടിസ്ഥാനപ്പെടുത്തിയ ഒരു പ്രാകൃത സമൂഹത്തിൽ നിലനിൽപ്പുണ്ടായിരുന്നില്ല. അത്തരമൊരു സമൂഹം ഒരു പിതൃമേധാവിത്വ കുടുംബത്തിന്റെ രൂപമെടുക്കുന്നതാണോ, ഒരു പ്രാചീന ഇന്ത്യൻ സമുദായത്തിന്റെ രൂപമുള്ളതാണോ, അഥവാ ഒരു പെറൂവിയൻ ഇൻകാ ഭരണകൂടമാണോ എന്നത് പരിഗണിക്കാതെതന്നെ. അത്തരമൊരു സമുദായത്തിലെ വ്യക്തികളായ അംഗങ്ങൾക്ക് അതുകൊണ്ട് തങ്ങളുടെ ചരക്കുകൾ കൈമാറാൻ കഴിഞ്ഞിരുന്നില്ല. ചരക്കുകളുടെ വിനിമയം ആദ്യമാരംഭിച്ചത് അത്തരം സമുദായങ്ങളുടെ അതിരുകളിലാണ്, സമാനമായ മറ്റു സമുദായങ്ങളുമായി അവർ ബന്ധപ്പെടുന്നിടങ്ങളിൽ അല്ലെങ്കിൽ മറ്റുസമുദായങ്ങളിലെ അംഗങ്ങളുമായി ബന്ധപ്പെടുന്നിടങ്ങളിൽ സാധനങ്ങൾ കൈമാറുന്ന ആചാരം സ്ഥാപിക്കപ്പെട്ടതോടെ അത് സമുദായത്തിന്റെ ആഭ്യന്തര പരസ്പര ഇടപഴകലുകളിലേക്കും വിപുലീകരിക്കപ്പെട്ടു. അവ ഏതനുപാതത്തിലാണ് കൈമാറാവുന്നത് എന്നത് തുടക്കത്തിൽ തികച്ചുമൊരു യാദൃച്ഛികതയുടെ പ്രശ്നമായിരുന്നു. അതിനിടയിൽ ഉപയോഗ്യതയുള്ള വിദേശവസ്തുക്കളുടെ ആവശ്യം ക്രമേണ സ്വയം സ്ഥാപിതമായിക്കൊണ്ടിരുന്നു. വിനിമയത്തിന്റെ നിരന്തരാവർത്തനം അതിനെയൊരു സാധാരണ സാമൂഹ്യപ്രവർത്തനമാക്കിത്തീർത്തു. അതുകൊണ്ട് കാലക്രമത്തിൽ അധ്വാനത്തിന്റെ ഉൽപ്പന്നങ്ങളുടെ കുറച്ചുഭാഗമെങ്കിലും വിനിമയം ചെയ്യണമെന്ന പ്രത്യേകലക്ഷ്യത്തോടെ ഉൽപ്പാദിപ്പിക്കപ്പെട്ടിരിക്കണം. ആ നിമിഷം മുതൽ ഉപഭോഗത്തിനുള്ള ഉദ്ദേശ്യങ്ങൾക്കായുള്ള ഒരു വസ്തുവിന്റെ ഉപയോഗ്യതയും അതിന്റെ വിനിമയത്തിന്റെ ഉദ്ദേശ്യങ്ങൾക്കായുള്ള ഉപയോഗ്യതയും തമ്മിൽ ഒരു വേർതിരിവ് ശക്തമായി സ്ഥാപിക്കപ്പെടുന്നു. അതിന്റെ ഉപയോഗമൂല്യം കൈമാറുന്നതിന്റേതായ അളവുപരമായ അനുപാതങ്ങൾ അവയുടെ ഉൽപ്പാദനത്തിന്മേൽത്തന്നെ ആശ്രയിക്കുന്ന സ്ഥിതിയുണ്ടാകുന്നു. ആചാരമവയെ നിശ്ചിതപരിമാണങ്ങളോടുകൂടിയ മൂല്യങ്ങളായി മുദ്രയടിക്കുന്നു.

ചരക്കുകളുടെ ഓരോ ഉടമയും തന്റെ ആവശ്യങ്ങളെ തൃപ്തിപ്പെടുത്താൻ പറ്റുന്നതായ ഉപയോഗമൂല്യമുള്ള അത്തരം മറ്റുചരക്കുകൾക്കായി മാത്രമാണ് തന്റെ ചരക്കിനെ ഒഴിവാക്കാനാഗ്രഹിക്കുക. അതെന്തായാലുമയാൾ അവയെ അതേമൂല്യമുള്ള മറ്റേതുതരം ചരക്കുകൾക്കും പകരമായി കൈമാറാൻ തയാറായിരിക്കും. മറ്റേ ചരക്കിന്റെ ഉടമസ്ഥന് തന്റെ സ്വന്തം ചരക്കിന് ഏതെങ്കിലും ഉപയോഗമൂല്യമുണ്ടോ ഇല്ലയോ എന്നതു നോക്കാതെതന്നെ മറ്റുടമസ്ഥർക്ക് തങ്ങൾക്കൊരുപയോഗമൂല്യവുമില്ലാത്ത ചരക്കുകൾ കൈക്കലാക്കേണ്ടയെന്നത് താങ്ങാൻ പറ്റുന്നതല്ല എന്നത് കാണുമ്പോൾ ഇതസാധ്യമായിത്തീരും. അപ്പോൾ ചരക്കുകളുടെ വിനിയമം സർവസാധാരണമായിത്തീർന്നാൽ, ഉപയോഗമൂല്യമുള്ളതും

അത് ഒരാൾക്കോ മറ്റൊരാൾക്കോ മാത്രം ഉപയോഗമൂല്യമുള്ളതെന്നതിനപ്പുറം അപവാദമൊന്നും കൂടാതെ ചരക്കുകളുടെ എല്ലാ ഉടമസ്ഥന്മാർക്കും മറ്റേതുതരം ചരക്കുകൾക്കും പകരമായി വിനിയമം ചെയ്യാനുള്ള സാധ്യതയെ വാഗ്ദാനം ചെയ്യുന്നതുമായ ഒരു ചരക്കാവശ്യമായിത്തീരും. മറ്റുവാക്കുകളിൽപ്പറഞ്ഞാൽ വിനിമയത്തിനുള്ള ഒരുപൊതുവായ മാധ്യമം ആവശ്യമായിത്തീരും.

പ്രശ്നം ഉയർന്നുവരുന്നത് അതിനെ പരിഹരിക്കാനുള്ള ഉപാധിക്കൊപ്പമാണ്. വിനിമയം വികസിക്കുന്നയുടനെ ചരക്കുടമസ്ഥർ അതിന്റെ ഗതിക്രമത്തിനിടയിൽ തങ്ങളുടെ ചരക്കുകളെ മറ്റുപലതുമായും സമീകരിക്കുന്നു. വിവിധതരം ചരക്കുകൾ അവയുടെ വിവിധ ഉടമസ്ഥരാൽ കൈമാറ്റം ചെയ്യപ്പെടുന്നത് അതിനകം തന്നെ സാധാരണമാവുകയും ബിസിനസിന്റെ ഗതികക്രമത്തിനിടയിൽ മൂന്നാമതൊന്നിനായി തുല്യമൂല്യമുള്ള ഒരു ഏകതാനമായതരത്തിലുള്ള ഒന്നായി കൈമാറ്റംചെയ്യുന്ന രീതി വരുകയും ചെയ്യുന്നു. അങ്ങനെയുള്ള അവസാനംപറഞ്ഞ തരത്തിലുള്ള ചരക്കിനടിതന്നെ – വളരെ ചുരുങ്ങിയപരിധികളിലായാലും– ഒരു പൊതുവായ അല്ലെങ്കിൽ സാമൂഹ്യമായ വിനിമയ മാധ്യമമെന്ന സ്വഭാവം കൈവരികയും ചെയ്യുന്നു. അതിനെ ജീവനുള്ള ഒന്നാക്കുന്ന നൈമിഷികമായ സാമൂഹ്യസ്പർശത്തോടൊപ്പം ഈ സ്വഭാവം വരികയും പോവുകയും ചെയ്യുന്നു. ഇടവിട്ടിടവിട്ടും പരിണാമാത്മകമായും ആദ്യമിത് ഇതുമായിത്തന്നെ സ്വയംബന്ധിക്കുന്നു, തുടർന്ന് ആ ചരക്കുമായും പക്ഷേ വിനിമയത്തിന്റെ വികാസത്തോടെയത് ദൃഢമായും സവിശേഷമായും പ്രത്യേകതരം ചരക്കുകളിൽ സ്വയമുറപ്പിക്കുകയും പണരൂപം സ്വീകരിച്ചുകൊണ്ട് സാന്ദ്രീകൃതമായിത്തീരുകയും ചെയ്യുന്നു. തങ്ങളുടെ വിവിധതരം ചരക്കുകൾക്കുള്ള വിനിമയമാധ്യമമായി എല്ലാ ചരക്കുടമസ്ഥരും സാമാന്യമായി തിരിച്ചറിയുന്ന ചരക്കാണ് പണം, അവരാലത് അത്തരത്തിൽ ഉപയോഗത്തിൽ കൊണ്ടുവരപ്പെടുകയും ചെയ്യുന്നു. അതാദ്യം ഏതുതരം ചരക്കിന്മേലാണ് ഒട്ടിപ്പിടിക്കുന്നതെന്നത് ഒരു യാദൃച്ഛികസംഭവം മാത്രമാണ്. അതെന്തായാലും അവയുടെ സ്വാധീനങ്ങൾ നിർണായകമായ രണ്ടു സാഹചര്യങ്ങളുണ്ട്. ഒന്നുകിൽ പണ–രൂപം ഏറ്റവും പ്രധാനപ്പെട്ട വിനിമയ വസ്തുക്കളുമായി സ്വയംബന്ധിക്കുന്നു– പുറത്തുനിന്ന്. അതല്ലെങ്കിൽ സ്വതസിദ്ധമായ അന്യവൽക്കരിക്കാവുന്ന സമ്പത്തിന്റെ പ്രധാന ഭാഗത്തെ– കന്നുകാലികൾപോലുള്ള– രൂപപ്പെടുത്തുന്നവസ്തുവുമായി സ്വയം ബന്ധിക്കുന്നു. അലഞ്ഞുതിരിഞ്ഞു നടന്നിരുന്ന വംശങ്ങളാണ് പണരൂപത്തെ ആദ്യമായി വികസിപ്പിച്ചത്. കാരണം, അവരുടെ എല്ലാ ഭൗമികചരക്കുകളിലുമുൾപ്പെട്ടിരുന്നത് നീക്കാവുന്ന വസ്തുക്കളായിരുന്നു, അതിനാലവ നേരിട്ടുതന്നെ അന്യവൽക്കരിക്കാവുന്നതാണ്. അവരുടെ ജീവിതരീതി കാരണം അതവരെ തുടർച്ചയായി അന്യസമുദായങ്ങളുമായി ബന്ധത്തിലേക്ക് കൊണ്ടുവരുന്നു– ഉൽപ്പന്നങ്ങളുടെ കൈമാറ്റം സാധ്യമാക്കുന്നു. മനുഷ്യൻ പലപ്പോഴും അവ

നെത്തന്നെ അടിമകളെന്ന രൂപത്തിനുകീഴിൽ പണത്തിനുള്ള പ്രാകൃത സാമഗ്രിയായി ഉപയോഗിച്ചിരുന്നു. പക്ഷേ അവരൊരിക്കലും ആ ഉദ്ദേശ്യത്തിനായി ഭൂമിയെ ഉപയോഗിച്ചില്ല. അത്തരമൊരു ആശയത്തിനുയർന്നുവരാൻകഴിയുക അതിനകംതന്നെ നന്നായി വികസിച്ച ബൂർഷ്വാ സമൂഹത്തിൽ മാത്രമാണ്. 17–ാം നൂറ്റാണ്ടിന്റെ അവസാന മൂന്നിലൊന്നു കാലത്തു നിന്നാണതിന് തുടക്കം കുറിക്കുന്നത്. അതിനെ ദേശീയതലത്തിൽ പ്രയോഗത്തിൽ കൊണ്ടുവരാനുള്ള ശ്രമം നടക്കുന്നത് ഒരു നൂറ്റാണ്ടുകൂടി കഴിഞ്ഞാണ്, ഫ്രഞ്ച് ബൂർഷ്വാ വിപ്ലവകാലഘട്ടത്തിൽ.

വിനിയമം അതിന്റെ പ്രാദേശിക കെട്ടുപാടുകൾ പൊട്ടിച്ചെറിയുന്നതിന്റെ അനുപാതത്തിൽ സ്വയം പണസ്വഭാവം സ്വാഭാവപ്രകൃതി കൊണ്ടുതന്നെ ഒരു സാർവത്രിക തുല്യമൂല്യത്തിന്റെ സാമൂഹ്യധർമം നിർവഹിക്കാൻ പറ്റിയതായ ചരക്കുകളുമായി സ്വയം ബന്ധിക്കുന്നു. ആ ചരക്കുകൾ വിലപിടിപ്പുള്ള ലോഹങ്ങളാണ്. ഏത് തുകയിലുമുള്ള ഓരോ മറ്റു ചരക്കുമായും പണം സമീകരിക്കപ്പെടണമെന്നുണ്ടെങ്കിൽ അങ്ങനെ ആഗ്രഹിക്കുന്നതരം വിനിമയ മൂല്യത്തെയത് പ്രതിനിധീകരിക്കണമെന്നുണ്ടെങ്കിൽ അതിന്റെ ഓരോ സാമ്പിളും ഒരേ ഏകതാനഗുണങ്ങളെ പ്രദർശിപ്പിക്കുന്നതായ ഒരു സാമഗ്രിയാവശ്യമാണ്. മറുവശത്ത് മൂല്യപരിമാണങ്ങൾക്കിടയിലെ വ്യത്യാസങ്ങൾ തികച്ചും അളവുപരമാകയാൽ പണചരക്ക് ഇച്ഛാനുസരണം വിഭജിക്കാവുന്നതായിരിക്കണം. അതിനുതുല്യമായ വിധത്തിൽത്തന്നെ അവയെ ഒന്നിച്ചുചേർക്കാനും കഴിയണം. സ്വർണവും വെള്ളിയും പ്രകൃത്യാതന്നെ ഈ ഗുണങ്ങളുള്ളവയാണ്.

സ്വർണം പണമാണെന്ന കാര്യം നമുക്കറിയാമെങ്കിലും അതിന്റെ ഫലമെന്നോണം മറ്റെല്ലാ ചരക്കുകൾക്കുമായി നേരിട്ടുതന്നെ കൈമാറാവുന്നതാണെങ്കിലും, അപ്പോഴും ആ വസ്തുത, ഉദാഹരണത്തിന് 10 കിലോസ്വർണം എത്രമാത്രം വിലയുള്ളതാണെന്നത് ഒരു തരത്തിലും പറയുന്നില്ല. പണത്തിന് മറ്റേതുചരക്കുമെന്നപോലെ, അതിന്റെ മൂല്യത്തിന്റെ പരിമാണത്തെ മറ്റുചരക്കുകളുമായി ആപേക്ഷികമായല്ലാതെ പ്രകാശിപ്പിക്കാൻ കഴിയില്ല. ഈ മൂല്യം നിർണയിക്കപ്പെടുന്നത് അതിന്റെ ഉൽപ്പാദനത്തിനുവേണ്ടി വരുന്ന അധ്വാന സമയത്താലാണ്, അത്രതന്നെ അധ്വാനസമയമാവശ്യമുള്ള മറ്റേതൊരു ചരക്കിന്റെയും അളവിനാലുമത് പ്രകാശിപ്പിക്കപ്പെടുന്നു. അതിന്റെ ആപേക്ഷികമൂല്യത്തിന്റെ അത്തരം അളവുപരമായ നിർണയനം നടക്കുന്നത് അതിന്റെ ഉൽപ്പാദനത്തിന്റെ സ്രോതസ്സിൽ ബാർട്ടർ സമ്പ്രദായത്തിന്റെ ഉപാധിയിലൂടെയാണ്. അത് പണമെന്നനിലയിൽ സർക്കുലേഷനിലേക്ക് (ചംക്രമണം) പ്രവേശിക്കുമ്പോൾ, അതിന്റെ മൂല്യമതിനകംതന്നെ നഷ്ടപ്പെട്ടിരിക്കും.

ലാളിത്യത്തിനുവേണ്ടി ഈ കൃതിയിലുടനീളം പണ–ചരക്കായി ഞാൻ സ്വർണത്തെയാണ് സങ്കൽപ്പിക്കുന്നത്.

സ്വർണത്തിന്റെ ആദ്യത്തെ മുഖ്യധർമം ചരക്കുകൾക്ക് അവയുടെ മൂല്യത്തിന്റെ പ്രകാശത്തിനുവേണ്ട സാമഗ്രിയെ പ്രദാനംചെയ്യുകയെന്ന

താണ്, അഥവാ, അവയുടെ മൂല്യങ്ങളെ ഒരേ ഇന (Denomination)ങ്ങളിലുള്ള പരിമാണങ്ങളായി പ്രതിനിധീകരിക്കൽ, ഗുണപരമായി തുല്യങ്ങളായും, അളവുപരമായി താരതമ്യപ്പെടുത്താവുന്നവയായും. അതങ്ങനെ ഒരു സാർവത്രിക സംഖ്യാപരമായ മൂല്യമായി സേവനം നൽകുന്നു. ഈ ധർമത്തിന്റെ കാരണത്താൽ മാത്രമാണ് സ്വർണം പണമായിത്തീരുന്നത്.

ചരക്കുകളെ ഒരു പൊതു അളവ് കൊണ്ടളക്കാവുന്നതാക്കുന്നത് പണമല്ല, നേരെ മറിച്ചാണ്. എല്ലാ ചരക്കുകളും മൂല്യങ്ങളെന്ന നിലയിൽ സാക്ഷാൽക്കരിക്കപ്പെട്ട അധ്വാനമാണെന്നതും അതിനാൽ ഒരു പൊതു അളവുകൊണ്ടളക്കാവുന്നതുമാണതിന്റെ കാരണം. അവയുടെ മൂല്യങ്ങളെ ഒരേ സവിശേഷ ചരക്കുകൊണ്ടളക്കാൻ കഴിയുമെന്നതും അതായത്, പണത്തിലേക്ക് മാറ്റാനാകുമെന്നതും ആണ് അതിന്റെ കാരണം. ചരക്കുകളിൽ അന്തർലീനമായിരിക്കുന്ന മൂല്യത്തിന്റെ അതായത് അധ്വാനത്തിന്റെ അളവിനാൽ അനിവാര്യമായിത്തന്നെയും അനുമാനിക്കാവുന്ന പ്രാതിഭാസിക രൂപമാണ് മൂല്യത്തിന്റെ അളവെന്ന നിലയിൽ പണം.

ഒരു ചരക്കിന്റെ മൂല്യത്തിന്റെ സ്വർണത്തിലുള്ള പ്രകാശനം അതിന്റെ പണ–രൂപം, അഥവാ വിലയാണ്. ഒരേകസമവാക്യം, ഒരു ടൺ ഇരുമ്പ് = 2 ഔൺസ് സ്വർണം എന്നതുപോലൊന്ന്. സാമൂഹ്യമായി സാധുവായ ഒരു രീതിയിൽ ഇരുമ്പിന്റെ മൂല്യത്തെ പ്രകാശിപ്പിക്കാൻ ഇപ്പോൾ പര്യാപ്തമാണ്; അതായത്, മറ്റെല്ലാ ചരക്കുകളുമായി ആപേക്ഷികമായി ഇരുമ്പിനുള്ള മൂല്യം സൂചിപ്പിക്കാൻ (അതേമട്ടിൽ മറ്റെല്ലാ ചരക്കുകളും അവയുടെ മൂല്യത്തെ സ്വർണത്തിൽ സൂചിപ്പിക്കുന്നുവെന്നു കാണുമ്പോൾ). പക്ഷേ, പണത്തിന് സ്വയം ഒരു വിലയില്ല. അതല്ലെങ്കിൽ അതിനെ അതിന്റെതന്നെ തുല്യമൂല്യമെന്ന നിലയിൽ അതിനോടുതന്നെ സമീകരിക്കാൻ നാം നിർബന്ധിതമായേനെ.

ചരക്കുകളുടെ വില അഥവാ പണരൂപം സാമാന്യമായി മൂല്യത്തിന്റെ മുഖ്യരൂപമെന്നപോലെതന്നെ, അവയുടെ മിടിക്കുന്ന ശരീരരൂപത്തിൽ നിന്ന് തികച്ചും വ്യതിരിക്തമായ ഒരു രൂപമാണ്, അതുകൊണ്ടത് ഒരു തികച്ചും ആശയപരമായ അഥവാ മാനസികമായ രൂപമാണ്. അദൃശ്യമാണെങ്കിലും ഇരുമ്പിന്റെയും ചോളത്തിന്റെയും ലിനന്റെയും മൂല്യത്തിന് ഈ അതേ വസ്തുക്കളിൽത്തന്നെ യാഥാർഥ്യത്തിലുള്ള നിലനിൽപ്പുണ്ട്; അവയുടെ സ്വർണമായുള്ള തുല്യത കൊണ്ടവയെ ആശയപരമായി ദൃശ്യമായതാക്കിയിരിക്കുന്നു. മൂല്യം അഥവാ മറ്റുവാക്കുകളിൽ ഒരു ടൺ ഇരുമ്പിലടങ്ങിയിരിക്കുന്ന മനുഷ്യാധ്വാനത്തിന്റെ അളവ് ഇരുമ്പിലെന്നപോലെ അതേ അധ്വാനത്തുക ഉൾക്കൊള്ളുന്ന പണ ചരക്കിന്റെ അത്തരമൊരളവായി ഭാവനയിൽ പ്രകാശിപ്പിച്ചിരിക്കുന്നു.

നമുക്കിപ്പോൾ ഏതെങ്കിലുമൊരു ചരക്കിന്റെ ഉടമസ്ഥനെ ഉദാഹരണത്തിന് ലിനന്റെ നെയ്ത്തുകാരനെ പ്രവർത്തനത്തിന്റെ അരങ്ങിൽ അകമ്പടി സേവിക്കാം, വിനിമയപ്രക്രിയ നടക്കുന്നതായ അരങ്ങിലേക്ക് വിപണിയിലേക്ക്. അയാളുടെ 20 വാരലിനന് ഒരു നിശ്ചിത വിലയുണ്ട്, രണ്ടു

പൗണ്ട്. അയാളത് രണ്ട് പൗണ്ടിനുവേണ്ടി കൈമാറുന്നു. തുടർന്ന് ഒരു പഴയ തരക്കാരിൽപ്പെട്ട നല്ല മനുഷ്യനെന്ന നിലയ്ക്കയാൾ ആ രണ്ടു പൗണ്ട് അതേ വിലയുള്ള ഒരു കുടുംബ*ബൈബിളി*നായി കൈവിടുന്നു.

തന്റെ കണ്ണിൽ ഒരു വെറും ചരക്കുമാത്രമായ മൂല്യം നിക്ഷേപിക്കപ്പെട്ട ഒന്നു മാത്രമായ ലിനനെ സ്വർണത്തിനു പകരമായി അയാൾ അന്യവൽക്കരിക്കുന്നു. ആ സ്വർണം ലിനന്റെ പണ–രൂപമാണ്. അയാൾ വീണ്ടും ഈ രൂപത്തെ കൈവിട്ടുകൊണ്ട് മറ്റൊരു ചരക്കായ *ബൈബിൾ* വാങ്ങുന്നു. അതയാളുടെ വീട്ടിൽ ഉപയോഗമുള്ള ഒരു വസ്തുവായി പ്രവേശിക്കാനും ആ കുടുംബത്തിലെ അന്തേവാസികൾക്ക് ധാർമികാടിത്തറ നൽകാനും ഉദ്ദേശിക്കപ്പെട്ടിരിക്കുന്നു. ഈ കൈമാറ്റം ഒരു നിർവഹിക്കപ്പെട്ട വസ്തുതയായിത്തീരുന്നത് പരസ്പര വിരുദ്ധവും എന്നാൽ പരസ്പര പൂരക സ്വഭാവമുള്ളതുമായ രണ്ട് രൂപപരിണാമങ്ങളായാണ് ചരക്കിന്റെ പണമായുള്ള പരിവർത്തനവും പണത്തിന്റെ ചരക്കിലേക്കുള്ള പുനഃപരിവർത്തനവും. നെയ്ത്തുകാരനെ സംബന്ധിച്ച് ഇവ രണ്ടുപ്രവർത്തനങ്ങളെ രൂപപ്പെടുത്തുന്നു; വിൽപ്പനയും വാങ്ങലും, രണ്ടു പ്രവർത്തനങ്ങളും ഐക്യപ്പെടലായ വാങ്ങാൻവേണ്ടിയുള്ള വിൽക്കൽ.

മൊത്തം ഇടപാടിന്റെയും ഫലം, നെയ്ത്തുകാരനെ സംബന്ധിച്ച് ഇതാണ്. അതായത്, ലിനൻ കൈവശത്തിലുണ്ടെന്നതിനു പകരമായി അയാൾക്കിപ്പോൾ *ബൈബിളു*ണ്ട്. അയാളുടെ തുടക്കത്തിലെ ചരക്കിനു പകരം വ്യത്യസ്ത ഉപയോഗത്തിനുള്ളതും എന്നാൽ അതേ മൂല്യമുള്ളതുമായ മറ്റൊരു ചരക്കയാളുടെ കൈവശത്തിലുണ്ട്. സമാനമായ ഒരു രീതിയിൽ അയാൾ അയാളുടെ മറ്റ് ജീവനോപാധികളെയും ഉൽപ്പാദനോപാധികളെയും ശേഖരിക്കുന്നു. ഈ വീക്ഷണകോണിൽനിന്ന് മൊത്തം പ്രക്രിയയും ഫലവത്താക്കുന്നത് തന്റെതന്നെ അധ്വാനത്തിന്റെ ഉൽപ്പന്നത്തിന്റെ, മറ്റാരുടെയോ അധ്വാനത്തിന്റെ ഉൽപ്പന്നത്തിനുവേണ്ടിയുള്ള കൈമാറ്റത്തിൽ കൂടുതലൊന്നുമല്ല.

അതുകൊണ്ട് ചരക്കുകളുടെ കൈമാറ്റം (വിനിമയം) അവയുടെ രൂപത്തിൽ താഴെപ്പറയുന്ന മാറ്റങ്ങളാൽ അകമ്പടി സേവിക്കപ്പെടുന്നതാണ്.

ചരക്ക് – പണം – ചരക്ക്

C - M - C

മൊത്തം പ്രക്രിയയുടെയും ഫലം വസ്തുക്കളെത്തന്നെ സംബന്ധിക്കുന്നതാകുന്നിടത്തോളം C-C, ഒരു ചരക്കിനുപകരമായി മറ്റൊരു ചരക്കിന്റെ കൈമാറ്റമാണ്, സാക്ഷാൽക്കരിക്കപ്പെട്ട സാമൂഹ്യാധ്വാനത്തിന്റെ സർക്കുലേഷൻ. ഈ ഫലം ലഭ്യമാകുന്നിടത്ത് പ്രക്രിയ അതിന്റെ അവസാനത്തിലെത്തുന്നു. ഒരു ചരക്ക് വാങ്ങാനായി ഉപയുക്തമാകുന്ന പണം മറ്റൊരു ചരക്ക് വിൽക്കുന്നതിലൂടെ മുമ്പ് ലഭ്യമായി.

നെയ്ത്തുകാരൻ തന്റെ ലിനൻ എന്തിന്റെ പരിഗണനയ്ക്കാണോ കൈമാറിയത് ആ രണ്ടു സ്വർണ കഷണങ്ങൾ പത്തു കിലോ ഗോതമ്പിന്റെ രൂപപരിണാമം എന്ന ആകൃതിയാണെന്ന് നമുക്കനുമാനിക്കാം.

ലിനന്റെ വിൽപ്പന C-M, അതേസമയംതന്നെ അതിന്റെ വാങ്ങലുമാണ്, M-C. പക്ഷേ, വിൽപ്പന അതിന്റെ നേർവിപരീത സ്വഭാവത്തിലുള്ള ഒരിടപാടിൽ *ബൈബിളി*ന്റെ വാങ്ങലിൽ കലാശിക്കുന്ന ഒരു പ്രക്രിയയിലെ ആദ്യപ്രവർത്തനമാണ്; മറുവശത്ത് ലിനന്റെ വാങ്ങൽ നേർവിപരീത സ്വഭാവത്തിലുള്ള ഒരിടപാടിലൂടെ അതായത്, ഗോതമ്പിന്റെ വിൽപ്പനയിലൂടെ തുടക്കംകുറിച്ച ഒരിടപാടിന്റെ ചലനത്തെയവസാനിപ്പിക്കുന്നു. C-M (ലിനൻ – പണം) അതാണ് C-M-Cയുടെ (ലിനൻ – മണി–*ബൈബിൾ*) ആദ്യഘട്ടം). M-Cയും (മണി–ലിനൻ) കൂടിയാണ്, മറ്റൊരു ചലനത്തിന്റെ. അവസാന ഘട്ടം സി–എം–സി (ഗോതമ്പ് – മണി– ലിനൻ) എന്ന ചലനത്തിന്റെ അതുകൊണ്ട് ഒരു ചരക്കിന്റെ പണ(Money) മായുള്ള രൂപപരിണാമം മാറ്റമില്ലാത്ത വിധത്തിൽ രണ്ടാമതൊരു ചരക്കിന്റെ പണമെന്നതിൽനിന്ന് ചരക്കെന്നതിലേക്കുള്ള തിരികെയുള്ള രൂപപരിണാമമാണ്.[1]

മറ്റൊരു ദിശയിലും കാര്യമങ്ങനെ തന്നെയാണ്. നമ്മുടെ നെയ്ത്തുകാരനെ സംബന്ധിച്ച്, ചരക്കിന്റെ ജീവിതം, ബൈബിളോടെ അവസാനിക്കുന്നു. അതിലേക്കയാൾ തന്റെ രണ്ടു പൗണ്ടിനെ പുനഃപരിവർത്തിപ്പിച്ചു. പക്ഷേ, ബൈബിളിന്റെ വിൽപ്പനക്കാരൻ നെയ്ത്തുകാരൻ സ്വതന്ത്രമാക്കിയ രണ്ടു പൗണ്ടിനെ ബ്രാണ്ടിയിലേക്ക് മാറ്റുന്നുവെന്ന് സങ്കൽപ്പിക്കുക. M-C, C-M-C (ലിനൻ–മണി–*ബൈബിൾ*) അവസാനഘട്ടം, C-M കൂടിയാണ്, C-M-C(*ബൈബിൾ* – മണി – ബ്രാണ്ടി) യുടെ ആദ്യഘട്ടം. ഒരു പ്രത്യേക ചരക്കിന്റെ ഉൽപ്പാദകന് ആ ഒരു ചരക്കുമാത്രമാണ് വാഗ്ദാനം ചെയ്യാനുള്ളത്; അതയാൾ മിക്കപ്പോഴും വലിയ അളവുകളിൽ വിൽക്കുന്നു. പക്ഷേ, അയാളുടെ വിവിധങ്ങളും നിരവധിയുമായ ആവശ്യങ്ങൾ സാക്ഷാൽക്കരിക്കപ്പെടുന്ന വിലയെ പലതാക്കി വിഭജിക്കാനയാളെ നിർബന്ധിക്കുന്നു, സ്വന്ത്രമാക്കപ്പെടുന്ന പണത്തിന്റെതായ തുകയെ നിരവധി വാങ്ങലുകളിലേക്ക് വിഭജിക്കാൻ അങ്ങനെ ഒരു വിൽക്കൽ വിവിധ സാമഗ്രികളുടെ നിരവധി വാങ്ങലുകളിലേക്ക് നയിക്കുന്നു. ഒരു ചരക്കിന്റെ ഉപസംഹാരം കുറിക്കുന്നതായ രൂപ പരിണാമം, അങ്ങനെ, വിവിധ മറ്റുചരക്കുകളുടെ ആ രൂപപരിണാമങ്ങളുടെ മൊത്തം തുകയെ രൂപപ്പെടുത്തുന്നു.

അതിന്റെ വിൽപ്പനയോടെയും തുടർന്നു വരുന്ന മറ്റൊരു ചരക്കിന്റെ വാങ്ങലിനോടെയും ഉണ്ടാക്കപ്പെടുന്ന സർക്യൂട്ട് ഇഴപിരിക്കാനാവാത്ത വിധം മറ്റു ചരക്കുകളുടെ സർക്യൂട്ടുകളുമായി കെട്ടുപിണഞ്ഞിരിക്കുന്നു. എല്ലാ വ്യത്യസ്ത സർക്യൂട്ടുകളുടെയും ആകെത്തുക (Total) ചരക്കുകളുടെ സർക്കുലേഷനെ രൂപപ്പെടുത്തുന്നു.

ചരക്കുകളുടെ സർക്കുലേഷൻ ഉൽപ്പന്നങ്ങളുടെ നേരിട്ടുള്ള കൈമാറ്റത്തിൽനിന്ന് രൂപത്തിൽ മാത്രമല്ല, അതിന്റെ സാരാംശത്തിലും വ്യത്യാ

---

1. സ്വർണത്തിന്റെയോ വെള്ളിയുടെയോ യഥാർഥ ഉൽപ്പാദകൻ മാത്രമാണതിനൊരു അപവാദമായിട്ടുള്ളത്. അയാൾ അയാളുടെ ഉൽപ്പന്നത്തെ നേരിട്ടുതന്നെ മറ്റൊരു ചരക്കിനായി കൈമാറുന്നു; ആദ്യം തന്നെയതിനെ വിൽക്കാതെ.

സപ്പെട്ടിരിക്കുന്നു. ഒരു വസ്തുതയെന്നനിലയിൽ നെയ്ത്തുകാരൻ തന്റെ ലിനൻ ഒരുബൈബിളിനായി കൈമാറി; മറ്റാരുടെയോ ചരക്കിനു വേണ്ടി സ്വന്തം ചരക്കിനെ. പക്ഷേ, അയാൾ മാത്രം പരിഗണിക്കപ്പെടുന്നിടത്തോളം മാത്രമാണിത് സത്യമായിരിഥുന്നത്. ബൈബിളിന്റെ വിൽപ്പനക്കാരൻ (അയാൾ കൂടുതലിഷ്ടപ്പെടുന്നത് തന്റെ ഉള്ളൊന്നു ചൂടാക്കുന്ന സംഗതിയെയാണ്) തന്റെ *ബൈബിൾ* ലിനനു വേണ്ടി കൈമാറുന്നുവെന്നതിനെക്കുറിച്ച്, നമ്മുടെ നെയ്ത്തുകാരൻ തന്റെ ലിനനുവേണ്ടി ഗോതമ്പാണ് കൈമാറ്റം ചെയ്യപ്പെട്ടതെന്നറിഞ്ഞതിനെക്കാൾ കൂടുതലായൊന്നും ചിന്തിച്ചില്ല. ബിയുടെ ചരക്ക് എയുടെ ചരക്കിനെ പകരംവയ്ക്കുന്നു, പക്ഷേ, എയും ബിയും തങ്ങളുടെ ആ ചരക്കുകൾ പരസ്പരം കൈമാറുന്നില്ല. നാമിവിടെ ഒരുവശത്ത്, നേരിട്ടുള്ള ബാർട്ടർ (ഒരു സാധനം മറ്റൊരു സാധനത്തിനുപകരമായി കൈമാറൽ) സമ്പ്രദായത്തിൽനിന്നു വേർപെടുത്താനാവാത്ത എല്ലാ പ്രാദേശികവും വ്യക്തിപരവുമായ കെട്ടുപാടുകളെ ചരക്കുകളുടെ കൈമാറ്റം എങ്ങനെയാണ് തകർത്തുമുന്നേറുന്നതെന്നും സാമൂഹ്യാധ്വാനത്തിന്റെ ഉൽപ്പന്നങ്ങളുടെ സർക്കുലേഷൻ എങ്ങനെയാണ് വികസിക്കുന്നതെന്നും കാണുന്നു, മറുവശത്ത് പൂർണമായും അഭിനേതാക്കളുടെ നിയന്ത്രണത്തിനു പുറത്തുള്ള സാമൂഹ്യബന്ധങ്ങളുടെ ഒരു മൊത്തം ശൃംഖലയെയും എങ്ങനെയാണ് വികസിപ്പിക്കുന്നതെന്നും കാണുന്നു. കർഷകൻ തന്റെ ഗോതമ്പ് വിറ്റതുകൊണ്ടുമാത്രമാണ് നെയ്ത്തുകാരന് തന്റെ ലിനൻ വിൽക്കാൻ സാധ്യമായത്, നെയ്ത്തുകാരൻ തന്റെ ലിനൻ വിറ്റതുകൊണ്ടുമാത്രാണ് നമ്മുടെ ലണ്ടൻകാരന് *ബൈബിൾ* വിൽക്കാൻ സാധിച്ചത്, അയാൾ നിത്യമായ ജീവിതത്തിനുവേണ്ട ജീവജലം (*ബൈബിൾ*) വിറ്റതുകൊണ്ടു മാത്രമാണ് നമ്മുടെ വാറ്റുകാരന് തന്റെ ബ്രാണ്ടി വിൽക്കാൻ പറ്റിയത്, അങ്ങനെയങ്ങനെ.

അതുകൊണ്ട് സർക്കുലേഷന്റെ പ്രക്രിയ, ഉൽപ്പന്നങ്ങളുടെ നേരിട്ടുള്ള ബാർട്ടർപോലെ, ഉപയോഗമൂല്യങ്ങൾ സ്ഥാനവും കൈകളുംമാറുന്നതോടെ അണഞ്ഞുപോകുന്നില്ല. ഒരു നിശ്ചിത ചരക്കിന്റെ രൂപപരിണാമത്തിന്റെ സർക്യൂട്ടിൽനിന്ന് പുറത്താകുന്നതോടെ പണം മറഞ്ഞുപോകുന്നുമില്ല. മറ്റു ചരക്കുകൾ ഒഴിവാക്കിയ സർക്യൂട്ടിന്റെ അരങ്ങിലെ പുതിയ സ്ഥാനങ്ങളിലേക്കത് നിരന്തരമായി കയറിപ്പറ്റിക്കൊണ്ടിരിക്കും. ഉദാഹരണത്തിന്, ലിനന്റെ പൂർണമായ രൂപപരിണാമത്തിൽ ലിനൻ–പണം –*ബൈബിളിൽ* ലിനൻ ആദ്യം സർക്കുലേഷനിൽനിന്ന് പുറത്തുപോകുന്നു. പണം അതിന്റെ സ്ഥാനത്തേക്ക് കടന്നുവരുന്നു. തുടർന്ന് *ബൈബിൾ* സർക്കുലേഷനിൽനിന്നു പുറത്തുപോകുന്നു, പണം വീണ്ടും ആ സ്ഥാനം കൈയടക്കുന്നു. ഒരുചരക്ക് മറ്റൊന്നിനെ പകരംവെക്കുമ്പോൾ പണചരക്ക് എപ്പോഴും ഏതോ ഒരു മൂന്നാമത്തെ വ്യക്തിയുടെ കൈകകളിൽ ഒട്ടിപ്പിടിച്ചു നിൽക്കുന്നു. സർക്കുലേഷൻ എല്ലാ സുഷിരങ്ങളിൽ നിന്നും പണത്തെ വിയർക്കുന്നു. ചരക്കുകളുടെ സർക്കുലേഷന്റെ ഏജന്റെന്ന നിലയിൽ പണം സർക്കുലേഷൻ മാധ്യമത്തിന്റെ ധർമം

കൈവരിക്കുന്നു. അധ്വാനം– ചരക്കിന്റെ ചലനം സി – എം – സി ഒരു സർക്യൂട്ടാണ്. കാരണമതിന്റെ ഫലം ഒരു ചരക്കിന്റെ രൂപത്തിൽ ഒരു നിശ്ചിത മൂല്യം പ്രക്രിയയാരംഭിക്കുമെന്നതും ഒരു ചരക്കിന്റെ രൂപ ത്തിൽത്തന്നെ അതവസാനിപ്പിക്കുകയും ചെയ്യുമെന്നതാണ്. മറുവശത്ത് പണത്തിന്റെ ചലനം ഒരു സർക്ക്യൂട്ടല്ല, അതിനങ്ങനെയായിരിക്കാനും പറ്റില്ല. ഫലം പണത്തിന്റെ തിരിച്ചുവരവല്ല, മറിച്ചതിന്റെ ആരംഭബിന്ദു വിൽ നിന്നകലത്തേക്കും കൂടുതലകലത്തേക്കുമുള്ള തുടർച്ചയായ നീക്കം ചെയ്യലാണ്. വിൽപ്പനക്കാരൻ തന്റെ പണത്തെ മുറുകെപ്പിടിക്കുന്നിടത്തോ ളം, അത് തന്റെ ചരക്കിന്റെ രൂപപരിണാമം വന്ന രൂപമാണ്, ആ ചരക്ക് അതിന്റെ ഗതിക്രമത്തിന്റെ പാതി മാത്രമേ പൂർത്തിയാക്കിയിട്ടുള്ളൂ. പക്ഷേ, അയാൾ പ്രക്രിയപൂർത്തിയാക്കുന്നതോടെ അയാളയാളുടെ വിൽപ്പനയെ ഒരു വാങ്ങലിനാൽ പൂരിപ്പിക്കുന്നയുടനെ, പണം വീണ്ടുമ തിന്റെ കൈവശക്കാരന്റെ കൈകളെയുപേക്ഷിക്കുന്നു. നെയ്ത്തുകാരൻ, *ബൈബിൾ* വാങ്ങിയശേഷം, കൂടുതൽ ലിനൻ വിറ്റാൽ അയാളുടെ കൈക ളിലേക്ക് പണം തിരികെ വരുമെന്നത് സത്യമാണ്. പക്ഷേ, ഈ തിരിച്ചു വരവ് ആദ്യത്തെ 20 വാര ലിനന്റെ സർക്കുലേഷൻ കാരണത്താലല്ല, ആ സർക്കുലേഷൻ *ബൈബിളി*ന്റെ വിൽപ്പനക്കാരന്റെ കൈകളിൽ പണം എത്തിച്ചേരുന്നതിൽ കലാശിച്ചു. നെയ്ത്തുകാരന്റെ കൈയിലേക്കുള്ള പണത്തിന്റെ തിരിച്ചുവരവ് ഒരു പുതിയ ചരക്കിന്റെ സർക്കുലേഷൻ കാരണം മാത്രമാണുണ്ടായത്. ആ പുതിയ പ്രക്രിയ അതിന്റെ മുമ്പത്തെ പ്രക്രിയയുടെ അതേ ഫലത്തോടുകൂടി അവസാനിക്കുകയും ചെയ്യും. അങ്ങനെ ചരക്കുകളുടെ സർക്കുലേഷൻകൊണ്ട് പണത്തിന് നേരിട്ടു തന്നെ നൽകപ്പെടുന്ന ചലനം അതിന്റെ ആരംഭബിന്ദുവിൽ നിന്നുതന്നെ ഒരു നിരന്തര ചലനത്തിന്റെ രൂപം സ്വീകരിക്കുന്നു. തീർച്ചയായും ഒരു ചരക്കുടമസ്ഥന്റെ കൈകളിൽനിന്നു മറ്റൊരുവന്റെ കൈകളിലേക്ക്, ഈ ഗതിക്രമമാണതിന് അതിന്റെ കറൻസി (സാധുത) രൂപപ്പെടുത്തുന്നത്.

പണത്തിന്റെ ചലനത്തിന്റെ ഈ ഏകപക്ഷീയ സ്വഭാവമുയർന്നു വരുന്നത് ചരക്കിന്റെ ചലനത്തിന്റെ രണ്ടുവശങ്ങളുള്ള സ്വഭാവത്തിൽ നിന്നാണെന്നത്, മറയിടപ്പെടുന്നതായ ഒരു പരിതഃസ്ഥിതിയാണ്. ചരക്കു കളുടെ സർക്കുലേഷന്റെ സ്വഭാവം കൊണ്ടുതന്നെ അതിനൊരു വിപ രീത പ്രത്യക്ഷരൂപം ലഭിക്കുന്നു. ഒരു ചരക്കിന്റെ ആദ്യരൂപപരിണാമ ത്തിൽ (C-M) കാഴ്ചയിൽ പണം പ്രത്യക്ഷപ്പെടാൻ പോകുമ്പോൾ അത് ചരക്കിന്റെ സ്വയമുള്ള ചലനം കൂടിയാണ്, രണ്ടാമത്തെ രൂപ പരിണാമ ത്തിൽ (M-C) നേരെമറിച്ച്, ചലനം നമുക്കു മുന്നിൽ പ്രത്യക്ഷപ്പെടു ന്നത് പണത്തിന്റെ മാത്രം ചലനമായാണ്. അതിന്റെ സർക്കുലേഷന്റെ ആദ്യ ഘട്ടത്തിൽ ചരക്ക് പണവുമായി സ്ഥാനം മാറുന്നു. അതിനെത്തു ടർന്ന് ചരക്ക്, ഒരുപയോഗമുള്ള വസ്തുവെന്ന നിലയിലുള്ള അതിന്റെ വശത്തിനുകീഴിൽ, സർക്കുലേഷനിൽനിന്ന് ഉപഭോഗത്തിലേക്ക് നിലം പതിക്കുന്നു. ചരക്ക് വീണ്ടും വീണ്ടും വിൽക്കപ്പെടുമ്പോൾപ്പോലും, അത്

അവസാനമായി വിൽക്കപ്പെടുന്നതോടെ, സർക്കുലേഷന്റെ മണ്ഡലത്തിൽ നിന്ന് ഉപഭോഗത്തിന്റെ മണ്ഡലത്തിലേക്ക് നിലം പതിക്കുകയാണ്. അതിന്റെ സ്ഥാനത്ത് നമുക്കതിന്റെ മൂല്യം പണത്തെ രൂപപ്പെടുത്തുന്നു. അത് തുടർന്ന് അതിന്റെ സർക്കുലേഷന്റെ രണ്ടാമത്തെ ഘട്ടത്തിലൂടെ കടന്നുപോകുന്നു, അതിന്റെ സ്വന്തമായ രൂപത്തിനുകീഴിലല്ല മറിച്ച്, സ്വർണത്തിന്റെ രൂപത്തിനു കീഴിൽ, അതുകൊണ്ട് ചലനത്തിന്റെ തുടർച്ചയെ കാത്തുസൂക്ഷിക്കുന്നത് പണം മാത്രമാണ്, ഒപ്പംതന്നെ ചരക്കുമായി ബന്ധപ്പെട്ട് പരസ്പരവിരുദ്ധസ്വഭാവമുള്ള രണ്ടു പ്രക്രിയകളുൾക്കൊള്ളുന്ന അതേ ചലനംതന്നെ, പണത്തിന്റെ ചലനമായി പരിഗണിക്കപ്പെടുമ്പോൾ എല്ലായ്പ്പോഴും ഒന്നും അതുതന്നെയുമായ പ്രക്രിയയാണ്, വീണ്ടുംവീണ്ടും പുതിയ ചരക്കുകളോടെയുള്ള ഒരു തുടർച്ചയായ സ്ഥാനങ്ങളുടെ മാറ്റം മാത്രം. അങ്ങനെ ചരക്കുകളുടെ സർക്കുലേഷനിലൂടെ കൊണ്ടുവരപ്പെടുന്ന ഫലം – അതായത്, ഒരു ചരക്കിനെ മറ്റൊന്നുകൊണ്ടുള്ള പകരംവക്കൽ– ഫലവത്താക്കപ്പെടുന്നത് ചരക്കുകളുടെരൂപമാറ്റത്തിന്റെ ഉപാധികളിലൂടെയല്ലെന്നും മറിച്ച്, അതിലേറെ പണത്തിന്റെ പ്രവർത്തനംകൊണ്ടാണെന്നുമുള്ള ഒരു പ്രത്യക്ഷ രൂപം സ്വീകരിക്കുന്നു. ചരക്കുകളെ ചംക്രമണം ചെയ്യുന്ന (സർക്കുലേറ്റ് ചെയ്യുന്ന) പ്രവർത്തനം (എല്ലാ പ്രത്യക്ഷപ്പെടലുകളിലും അവയവയിൽത്തന്നെ ചലനമില്ലാത്തവയാണെന്നും മറിച്ചു അവയെ ചലനത്തിലേക്ക് കൊണ്ടുവരപ്പെടുകയാണെന്നുമാണ് തോന്നിക്കുന്നത്) പണത്തിന്റേതാണെന്നും, അത് പണത്തിന്റെ ദിശക്ക് നിരന്തരമായി എതിരായ ഒരു ദിശയിലാണ് നടക്കുന്നതെന്നും തോന്നിക്കുന്നു. അങ്ങനെ, പണത്തിന്റെ ചലനം ചരക്കുകളുടെ സർക്കുലേഷന്റെ വെറും പ്രകാശനം മാത്രമാണെങ്കിലും ചരക്കുകളുടെ സർക്കുലേഷൻ പണത്തിന്റെ ചലനത്തിന്റെ ഫലം മാത്രമാണെന്ന മട്ടിൽ തോന്നിക്കുന്നു.

എല്ലാ ചരക്കും ആദ്യമത് സർക്കുലേഷനിലേക്ക് കടക്കുമ്പോൾ അതിന്റെ ആദ്യത്തെ രൂപമാറ്റത്തിനു വിധേയമാകുന്നു. അതങ്ങനെ ചെയ്യുന്നത് വീണ്ടും സർക്കുലേഷനിൽനിന്നു പുറത്തുപോകാനും മറ്റു ചരക്കുകളാൽ പകരം വെക്കപ്പെടാനും മാത്രമാണ്. നേരെമറിച്ച്, പണം സർക്കുലേഷന്റെ ഒരു മാധ്യമമെന്ന നിലയിൽ, തുടർച്ചയായി സർക്കുലേഷന്റെ മണ്ഡലത്തിൽത്തന്നെ നിലനിൽക്കുകയും അതിനകത്ത് ചലിക്കുകയും ചെയ്യുന്നു. അതുകൊണ്ട് ചോദ്യം ഉയർന്നു വരുന്നു, ഈ മണ്ഡലം എത്ര കണ്ട് പണത്തെ നിരന്തരമായി ആഗിരണം ചെയ്യുന്നുണ്ട്?

ഒരു നിശ്ചിത രാജ്യത്ത് എല്ലാദിവസവും ഒരേ സമയത്തുതന്നെ ചരക്കുകളുടെ എണ്ണമറ്റ വിൽപ്പനകളും വാങ്ങലുകളും നടക്കുന്നുണ്ട്. ഇപ്പോൾ പരിഗണനയിലുള്ള സർക്കുലേഷന്റെ രൂപത്തിൽ പണവും ചരക്കുകളും എല്ലായ്പ്പോഴും ശാരീരികമായി മുഖാമുഖം വരുമെന്നതിനാൽ ആവശ്യം വരുന്ന സർക്കുലേഷന്റെ ഉപാധികളുടെ തുക മുൻകൂട്ടിത്തന്നെ നിർണയിക്കപ്പെടുന്നത് ഈയെല്ലാ ചരക്കുകളുടെയും വിലകളുടെ തുക

യാലാണെന്നത് വ്യക്തമാണ്. സ്വർണത്തിന്റെ മൂല്യത്തിലുണ്ടാകുന്ന ഒരു ഉയർച്ചയുടെയോ താഴ്ചയുടെയോ അനന്തരഫലമായി ചരക്കുകളുടെ വിലകളുടെ തുക താഴുകയോ ഉയരുകയോ ചെയ്യുകയാണെങ്കിൽ അതേ പരിധി കണ്ട് കറൻസിയിലുള്ള പണത്തിന്റെ അളവ് താഴുകയോ ഉയരുകയോ ചെയ്യണം. സ്വർണത്തിന്റെയും വെള്ളിയുടെയും പുതിയ സപ്ലൈകളുടെ കണ്ടുപിടുത്തത്തെ തുടർന്ന് വന്ന ഫലങ്ങളുടെ ഒരേക പക്ഷീയമായ നിരീക്ഷണം, ചില സാമ്പത്തികശാസ്ത്രജ്ഞരെ 17–ാം നൂറ്റാണ്ടിലും പ്രത്യേകിച്ചും 18–ാം നൂറ്റാണ്ടിലും സർക്കുലേഷൻ മാധ്യമമായി സേവനം ചെയ്യുന്ന സ്വർണത്തിന്റെയും വെള്ളിയുടെയും വർധിച്ച യളവിന്റെ അനന്തരഫലമായി ചരക്കുകളുടെ വിലകൾ ഉയർന്നുവെന്ന തെറ്റായ നിഗമനത്തിലേക്കെത്തിച്ചു. സ്വർണവും വെള്ളിയും കൂടുതൽ ചൂഷണം ചെയ്യാനുള്ള സൗകര്യമൊരുങ്ങിയതിന്റെ ഫലമായി സ്വർണത്തിന്റെയും വെള്ളിയുടെയും മൂല്യം ചുരുങ്ങിയെന്നതാണ് വാസ്തവം; അതിനനുസൃതമായി ചരക്കുകളുടെ വിലകൾ വർധിച്ചു. കൂടുതൽ വിലയേറിയതായിത്തീർന്ന ചരക്കുകൾക്ക് സ്വാഭാവികമായും സർക്കുലേഷനുവേണ്ടി കൂടുതലളവ് പണം ആവശ്യമായി വന്നു. ഇനിയങ്ങോട്ട് നാം സ്വർണത്തിന്റെ വില നിശ്ചിതമായി പരിഗണിക്കും.

നാമിപ്പോൾ, തുടർന്ന്, ഓരോ ചരക്കിന്റെ വിലയും നിശ്ചിതമായതായി പരിഗണിച്ചാൽ വിലകളുടെ തുക വ്യക്തമായും ആശ്രയിച്ചിരിക്കുക സർക്കുലേഷനിലുള്ള ചരക്കുകളുടെ മാസിന്മേലാണ്. പത്തുകിലോ ഗോതമ്പിന് രണ്ടു പൗണ്ടാണ് വിലയെങ്കിൽ നൂറുപത്തുകിലോക്ക് 200 പൗണ്ട് വിലവരുമെന്നും 200 പത്തു കിലോക്ക് 400 പൗണ്ട് വില വരുമെന്നും മനസിലാക്കാൻ കാര്യമായ തല പുണ്ണാക്കലൊന്നും വേണ്ടിവരില്ല. അതിന്റെ ഫലമെന്നോണം ഗോതമ്പിനൊപ്പം സ്ഥാനം മാറുന്ന പണത്തിന്റെ അളവ് (ഗോതമ്പ് വിൽക്കപ്പെടുമ്പോൾ) ആ ഗോതമ്പിന്റെ അളവിനൊപ്പം വർധിക്കേണ്ടതായിവരും. ചരക്കുകളുടെ മാസ് സ്ഥിരമായി നിന്നാൽ ആ ചരക്കുകളുടെ വിലയിലുണ്ടാകുന്ന ഏറ്റിറക്കങ്ങൾക്കനുസരിച്ചാണ് സർക്കുലേറ്റ് ചെയ്യപ്പെടുന്ന പണത്തിന്റെയളവിൽ മാറ്റം വരുന്നത്. വിലയിലെ മാറ്റത്തിന്റെ ഫലമായി വിലകളുടെ തുക വർധിക്കുകയോ കുറയുകയോ ചെയ്യുന്നതുകാരണം അത് വർധിക്കുകയും കുറയുകയും ചെയ്യുന്നു. വിലയിലെ മാറ്റം ചരക്കുകളുടെ മൂല്യത്തിന്റെ യഥാർഥ മാറ്റത്തിനനുസൃതമായാലും അത് വിപണിവിലകളിലെ വെറും ഏറ്റിറക്കങ്ങളുടെ ഫലമായുണ്ടായതായാലും, സർക്കുലേഷൻ മാധ്യമത്തിന്റെ അളവിന്മേലുള്ള ഫലം ഒന്നുതന്നെയായിത്തുടരുന്നു.

ഒരേ സമയം തന്നെയുള്ള വിൽപ്പനകൾക്കും വാങ്ങലുകൾക്കുമത് ബാധകമാണ്. പക്ഷേ, തുടർച്ചയായവകൾക്കങ്ങനെയല്ല.

ഉദാഹരണത്തിന്, താഴെപ്പറയുന്ന സാധനങ്ങൾ ഒരേസമയം വിൽക്ക

പ്പെടുന്നുവെന്നു കരുതുക; അതായത്, പത്തുകിലോ ഗോതമ്പ്, 20 വാര ലിനൻ, ഒരു *ബൈബിൾ* നാലു ഗാലൻ ബ്രാണ്ടി. ഓരോ സാധനത്തിന്റെയും വില രണ്ടുപൗണ്ട് വീതമാണെങ്കിൽ അതിൽനിന്നു സിദ്ധിക്കുന്നത് പണമായി 8 പൗണ്ട് സർക്കുലേഷനിലുണ്ടാകണമെന്നാണ്. മറുവശത്ത്, താഴെപ്പറയുന്ന രൂപപരിണാമങ്ങളുടെ ചങ്ങലയിലെ കണ്ണികളാണിതേ സാധനങ്ങളെങ്കിൽ: പത്തുകിലോ ഗോതമ്പ് – രണ്ട് പൗണ്ട് – 20 വാര ലിനൻ – രണ്ടു പൗണ്ട് – ഒരു *ബൈബിൾ* – രണ്ട് പൗണ്ട്– നാലു ഗാലൻ ബ്രാണ്ടി – രണ്ടു പൗണ്ട് ഈ ചങ്ങല ഇതിനകംതന്നെ നമുക്കറിയാവുന്നതാണ്, ആ കേസിൽ രണ്ടു പൗണ്ട് നാല് നീക്കങ്ങൾ നടത്തുന്നു. നാല് ചരക്കുകളുടെ ഒരേസമയത്തുള്ള വിറ്റുവരവിന്റെ കേസിലാവശ്യമായി വരുന്നതിന്റെ $\frac{1}{4}$ ഭാഗം പണമേ ആവശ്യം വരുന്നുള്ളൂ. ഒരു നിശ്ചിത സമയത്തിനുള്ളിൽ ഒരേ തുകയുടെ പണം കൂടുതൽ നീക്കങ്ങൾ നടത്തുന്തോറും അതായത്, അതിന്റെ കറൻസിയുടെ പ്രവേഗം കൂടുതലാകുന്തോറും സർക്കുലേഷൻ പ്രക്രിയക്ക് കുറഞ്ഞപണം മതിയാകും. അങ്ങനെ സർക്കുലേറ്റിങ് മാധ്യമമായി പ്രവർത്തിക്കുന്ന പണത്തിന്റെയളവ് ചരക്കുകളുടെ വിലകളുടെ തുകയെ ഒരേ ഡിനോമിനേഷനിലുള്ള (തുകയിലുള്ള) നാണയങ്ങളാൽ നടത്തപ്പെട്ട നീക്കങ്ങളുടെ എണ്ണം കൊണ്ട് ഹരിക്കുന്നതിനു തുല്യമായിരിക്കും.

$$\frac{\text{ചരക്കുകളുടെ വിലകളുടെ തുക}}{\text{ഒരേ നാണയങ്ങളുടെ നീക്കങ്ങളുടെ എണ്ണം}} = \text{സർക്കുലേറ്റിങ് മാധ്യമമായി സേവനമനുഷ്ഠിക്കുന്ന പണത്തിന്റെ അളവ്}$$

ഈ നിയമം സാമാന്യമായി ബാധകമാണ്. അതുകൊണ്ട് വ്യത്യസ്ത പീസുകൾ നടത്തിയ നീക്കങ്ങളുടെ എണ്ണം വർധിച്ചാൽ, സർക്കുലേഷനിലുള്ള അത്തരം പീസുകളുടെ മൊത്തം എണ്ണം കുറയുന്നു. നീക്കങ്ങളുടെ എണ്ണം കുറഞ്ഞാൽ മൊത്തം പീസുകളുടെ എണ്ണം വർധിക്കുന്നു. കറൻസിയുടെ ഒരു നിശ്ചിത ശരാശരി പ്രവേഗത്തിന് സർക്കുലേഷനിൽ ആഗിരണം ചെയ്യപ്പെടാൻ സാധ്യതയുള്ള പണത്തിന്റെ അളവ് നൽകപ്പെട്ടിരിക്കുന്നതിനാൽ സർക്കുലേഷനിൽ നിന്ന് ഒരു നിശ്ചിതയെണ്ണം ഒരു പവൻ സ്വർണനാണയങ്ങളെ മാറ്റി നിർത്താനാകെ ആവശ്യമായി വരിക അതേ എണ്ണം ഒരു പൗണ്ട് നോട്ടുകൾ സർക്കുലേഷനിലേക്കിറക്കുകയെന്നതാണ്, എല്ലാ ബാങ്കർമാർക്കുമറിയാവുന്ന ഒരു സൂത്രമാണത്.

സാമാന്യമായി പരിഗണിച്ചാൽ പണത്തിന്റെ കറൻസി ചരക്കുകളുടെ സർക്കുലേഷന്റെ ഒരു ഫലവും പ്രതിഫലനവുമല്ലാതെ മറ്റൊന്നുമല്ലെന്ന അതേമട്ടിൽത്തന്നെ, ആ കറൻസിയുടെ പ്രവേഗം ചരക്കുകൾ സർക്കുലേറ്റ് ചെയ്യുന്നതേതു വേഗതയിലാണെന്നതിനെയും പ്രതിഫലിപ്പിക്കുന്നു. അങ്ങനെ കറൻസിയുടെ പ്രവേഗം കുറയൽ ചരക്കുകളുടെ സർക്കുലേഷനിലെ മാന്ദ്യത്തെ പ്രതിഫലിപ്പിക്കുന്നു. തീർച്ചയായും സർക്കുലേഷൻ അതിൽത്തന്നെ ഈ മാന്ദ്യത്തിന്റെ ഉത്ഭവത്തെക്കുറിച്ചൊരു സൂചനയും

നൽകുന്നില്ല. പൊതുജനം, കറൻസിയുടെ വേഗത കുറയ്ക്കലിനൊപ്പം തന്നെ സർക്കുലേഷന്റെ ഉപരിതലത്തിൽ പണം പ്രത്യക്ഷപ്പെടുകയും അപ്രത്യക്ഷമാകുകയും ചെയ്യുന്നത് കാണുന്നതിന്റെ ഇടവേളകൾ വർധിക്കുകയും ചെയ്യുമ്പോൾ സ്വാഭാവികമായും ഈ വേഗതകുറയലിന്റെ കാരണമാരോപിക്കുക സർക്കുലേറ്റിങ് മാധ്യമത്തിന്റെ ഒരു അളവുപരമായ കുറവിലാണ്.[1]

ഒരു നിശ്ചിത കാലഘട്ടത്തിൽ സർക്കുലേറ്റ് ചെയ്യുന്ന മാധ്യമമായി പ്രവർത്തനത്തിലിരിക്കുന്ന പണത്തിന്റെ മൊത്തം അളവ് നിർണയിക്കപ്പെടുന്നത്, ഒരുവശത്ത് സർക്കുലേറ്റ് ചെയ്യപ്പെടുന്ന ചരക്കുകളുടെ വിലയുടെ തുകയാലും, ഒപ്പംതന്നെ മറുവശത്ത്, അവയുടെ സർക്കുലേഷന്റെ വേഗതയാലുമാണ്. പക്ഷേ, സർക്കുലേറ്റ് ചെയ്യപ്പെടുന്ന ചരക്കുകളുടെ വിലകളുടെ തുക ആശ്രയിച്ചിരിക്കുന്നത് ചരക്കുകളുടെ അളവിന്മേലും ഒപ്പംതന്നെ അവയുടെ വിലകളിന്മേലുമാണ്. പക്ഷേ, വിലകളുടെ സ്ഥിതി സർക്കുലേറ്റ് ചെയ്യപ്പെടുന്ന അളവ്, പണ–കറൻസിയുടെ പ്രവേഗം എന്നീ മൂന്നു ഘടകങ്ങൾ എല്ലാംതന്നെ വ്യത്യസ്ത അനുപാതങ്ങളിൽ മാറ്റത്തിനു വിധേയവുമാണ്, അതുകൊണ്ടവർക്ക് ഒന്നിന്റെ വ്യത്യാസത്തെ മറ്റേതിന്റെ മാറ്റംകൊണ്ട് ബാലൻസ് ചെയ്യാനുമാകും. അതിന്റെ ഫലമായി നാം കാണുന്നത് പ്രത്യേകിച്ചും നീണ്ടകാലഘട്ടങ്ങളെ നാം പരിഗണനയ്ക്കെടുത്താൽ – ഏതൊരു രാജ്യത്തും പ്രാബല്യത്തിലിരിക്കുന്ന പണത്തിന്റെ അളവിന്റെ ശരാശരി നിലവാരത്തിൽ നിന്നുള്ള വ്യതിയാനങ്ങൾ ആദ്യനോട്ടത്തിൽ നാം പ്രതീക്ഷിച്ചേക്കാവുനതിനേക്കാൾ വളരെ ചെറുതാണെന്നാണ്, തീർച്ചയായും വ്യവസായ – വാണിജ്യ പ്രതിസന്ധികളുണ്ടാക്കുന്ന അമിതമായ മാറ്റം മറിച്ചിലുകളിൽ നിന്ന് മാറ്റിനിർത്തിയാൽ.

സർക്കുലേറ്റ് ചെയ്യപ്പെടുന്ന മാധ്യമത്തിന്റെ അളവിനാൽ നിർണയിക്കപ്പെടുന്നതാണ് വിലകളെന്നും സർക്കുലേറ്റ് ചെയ്യപ്പെടുന്ന മാധ്യമമാശ്രയിച്ചിരിക്കുന്നത് ഒരു രാജ്യത്തെ വിലയേറിയ ലോഹങ്ങളുടെ അളവിന്മേലുമാണെന്ന തെറ്റായ അഭിപ്രായത്തെ സംബന്ധിച്ച്, ഈ അഭിപ്രായം ആദ്യം സ്വീകരിച്ചവർ അതിനെയടിസ്ഥാനപ്പെടുത്തിയത് ഒരസംബന്ധ അനുമാനത്തിന്മേലാണ്. അവയാദ്യം സർക്കുലേഷനിലേക്കു വരുമ്പോൾ ചരക്കുകൾ ഒരു വില ഇല്ലാത്തതാണെന്നും, പണം ഒരു മൂല്യമില്ലാത്തതാണെന്നും ഒരിക്കൽ സർക്കുലേഷനിലായാൽ പലതരത്തിൽപ്പെട്ട ചരക്കുകളുടെ ഒരു വളരെച്ചെറിയ ഭാഗം വിലയേറിയ ലോഹങ്ങളുടെ കൂമ്പാരത്തിന്റെ ഒരു വളരെചെറിയ ഭാഗത്തിനായി കൈമാറ്റപ്പെടുകയാ

1. പക്ഷേ, ഒരുവശത്ത് സർക്കുലേറ്റ് ചെയ്യുന്ന മാധ്യമത്തിന്റെ തികയായ്മ കാരണമാണ് ഉൽപ്പാദനത്തിലെയും സർക്കുലേഷനിലെയും മാന്ദ്യമെന്നു കരുതുന്നത് ജനങ്ങളുടെ മായക്കാഴ്ചയാണെന്നത് മറുവശത്ത്, ഒരുതരത്തിലും അർഥമാക്കുന്നത് കറൻസിയുടെ ക്രമീകരണത്തിൽ നിയമപരമായ ഇടപെടലും മറ്റുമുണ്ടാക്കുന്ന കുഴപ്പങ്ങളുടെ ഫലമായി മാധ്യമത്തിന്റെ കാര്യത്തിലുണ്ടാക്കുന്ന യഥാർഥക്കുറവ് അത്തരമൊരു മാന്ദ്യത്തിനിടയാക്കിയേക്കില്ല എന്നല്ല.

ണെന്നുമുള്ളതാണ് അനുമാനം.

പണം നാണയത്തിന്റെ രൂപമെടുക്കുന്നത് ഉയർന്നുവരുന്നത് സർക്കുലേറ്റ് ചെയ്യപ്പെടുന്ന മാധ്യമമെന്ന നിലയ്ക്കുള്ള അതിന്റെ ധർമത്തിൽ നിന്നാണ്. ചരക്കുകളുടെ വിലയാൽ ഭാവനയിൽ പ്രതിനിധീകരിക്കപ്പെടുന്ന സ്വർണത്തിന്റെ ഭാരം ആ ചരക്കുകളെ സർക്കുലേഷനകത്ത് ഒരു നിശ്ചിത ഡിനോമിനേഷനുകളിലുള്ള(വിലയും വലുപ്പവും) നാണയത്തിന്റെ രൂപത്തിലോ അഥവാ സ്വർണ പീസുകളുടെ രൂപത്തിലോ നേരിടേണ്ടിവരും. അതുകൊണ്ട് നാണയവും ബുള്ളിയനും (Bullion- സ്വർണക്കട്ടി) തമ്മിലുള്ള വ്യത്യാസം ആ കൃതിയുടേതുമാത്രമാണ്, സ്വർണത്തിന് ഏതു സമയത്തും ഒരു രൂപത്തിൽനിന്നും മറ്റൊരു രൂപത്തിലേക്ക് കടക്കാനും കഴിയും. പക്ഷേ, നാണയം നിർമാണശാല (Mint)യിൽ നിന്നു പുറത്തു കടക്കുന്നയുടൻതന്നെ, അത് വീണ്ടും ഉരുക്കിവാർക്കേണ്ടതിലേക്കുള്ള വഴിയിലാകുന്നു. അവ പ്രചാരത്തിലിരിക്കുന്ന സമയത്ത് നാണയങ്ങൾ തേഞ്ഞുപോകുന്നു; ചിലത് കൂടിയും, ചിലത് കുറഞ്ഞും. പേരും അതിന്റെ കാതലും വേർപെടലിന്റെ വഴിയിലാകുന്നു. ഒരേ ഡിനോമിനേഷനിലുള്ള നാണയങ്ങളുടെ മൂല്യത്തിൽ വ്യത്യാസം വരുന്നു, കാരണമവയുടെ ഭാരത്തിൽ വ്യത്യാസം വരുന്നു. സ്വർണമങ്ങനെ അത് സാക്ഷാൽക്കരിക്കുന്ന ചരക്കുകളുടെ വിലയുടെ യഥാർഥത്തിലുള്ള തുല്യമൂല്യ (Equivalent)മല്ലാതായിത്തീരുന്നു. അങ്ങനെ സർക്കുലേഷന്റെ സ്വാഭാവിക പ്രവണത നാണയങ്ങളെ അവയായിരിക്കുന്നുവെന്നു പറയപ്പെടുന്നതിന്റെ വെറും ഛായ മാത്രമാക്കിത്തീർക്കുന്നു, അവയിൽ ഔദ്യോഗികമായി ഉള്ളടങ്ങിയിരിക്കണമെന്നും നിഷ്കർഷിക്കുന്ന ലോഹത്തിന്റെ ഭാരത്തിന്റെ ഒരു പ്രതീകം മാത്രമാക്കുന്നു. ഈ വസ്തുത അർഥമാക്കുന്നത് മറ്റേതെങ്കിലും പദാർഥങ്ങൾകൊണ്ടുള്ള ചില ടോക്കണുകൾകൊണ്ട് ലോഹങ്ങൾ കൊണ്ടുണ്ടാക്കുന്ന നാണയങ്ങളെ പകരം വയ്ക്കാനുള്ള സാധ്യതയാണ്, നാണയങ്ങളുടെ ഉദ്ദേശ്യങ്ങൾ നിർവഹിക്കുന്ന പ്രതീകങ്ങൾകൊണ്ട്, സ്വർണവും വെള്ളിയും ഏറ്റവും സൂക്ഷ്മമായ അളവുകളിലുള്ള നാണയങ്ങളാക്കിത്തീർക്കുന്നതിലുള്ള പ്രായോഗിക ബുദ്ധിമുട്ടുകളും ആദ്യം കുറെക്കൂടി വിലയേറിയ ലോഹത്തിനുപകരം വിലകുറഞ്ഞ ലോഹം മൂല്യത്തിന്റെ മാപനത്തിനായി ഉപയോഗിച്ചു തുടങ്ങിയ സാഹചര്യങ്ങളും ചേർന്ന് വെള്ളിക്കുപകരം ചെമ്പും സ്വർണത്തിനുപകരം വെള്ളിയും ഉപയോഗിക്കപ്പെടുന്ന സ്ഥിതിയുണ്ടായി. കൂടുതൽ വിലയേറിയ ലോഹത്താൽ പുറത്താക്കപ്പെടുന്നതുവരെ വിലകുറഞ്ഞ ലോഹങ്ങൾ പ്രചാരത്തിലിരുന്നു. ഇത്തരം സാഹചര്യങ്ങളെല്ലാമാണ് ചരിത്രപരമായി സ്വർണനാണയങ്ങൾക്കുപകരം വെള്ളി–ചെമ്പ് ടോക്കണുകൾ കടന്നു വന്നതിന്റെ വഴിയെ വിശദീകരിക്കുന്നത്. നാണയങ്ങൾ അതിവേഗം കൈകളിൽനിന്ന് കൈകളിലേക്ക് മാറുന്ന സർക്കുലേഷന്റെ മേഖലകളിൽ സ്വർണത്തിന്റെ സ്ഥാനം വെള്ളിയും ചെമ്പും ഏറ്റെടുക്കുന്നു. കാരണം അവ വലിയ തോതിൽ കേടിനും തേയ്മാനത്തിനും വിധേയ

മാകും. ഇതു സംഭവിക്കുന്നത് വളരെ ചെറിയ ഒരു നിലവാരത്തിലുള്ള വിൽപ്പനയും വാങ്ങലും തുടർച്ചയായി നടന്നുകൊണ്ടിരിക്കുന്നിടത്താണ്. ഇത്തരം ഉപഗ്രഹലോഹങ്ങൾ സ്വർണത്തിന്റെ സ്ഥാനത്ത് സ്ഥിരപ്രതിഷ്ഠ നേടുന്നതിനെ തടയാനായി, സ്വർണത്തിനുപകരമായി ഏതുപരിധിവരെ അവ നിർബന്ധിതമായി സ്വീകരിക്കപ്പെടണമെന്നതിനെ നിർണയിക്കുന്ന ക്രിയാത്മകമായ നിയമനിർമാണങ്ങൾ നടക്കുന്നു.

വെള്ളി-ചെമ്പ് ടോക്കണുകളുടെ ലോഹഭാരമെത്രയെന്നത് നിയമപ്രകാരം - ഏകപക്ഷീയമായി നിശ്ചയിക്കപ്പെടുന്നു. അവ പ്രചാരണത്തിലിരിക്കുമ്പോൾ, സ്വർണനാണയങ്ങളെക്കാൾ വളരെവേഗത്തിൽ തേഞ്ഞുപോകുന്നു. അതുകൊണ്ടവയുടെ ധർമങ്ങൾ പൂർണമായുമവയുടെ ഭാരത്തിൽനിന്നും സ്വതന്ത്രമാണ്. അതിന്റെ അനന്തരഫലമായി എല്ലാ മൂല്യത്തിൽനിന്നും നാണയമെന്ന നിലയിൽ സ്വർണത്തിന്റെ ധർമം ആ സ്വർണത്തിന്റെ ലോഹമെന്ന നിലയിലുള്ള മൂല്യത്തിൽനിന്ന് തികച്ചും സ്വതന്ത്രമാകുന്നു. അതുകൊണ്ട് ആപേക്ഷികമായി മൂല്യമൊന്നുമില്ലാത്തവർക്കും, കടലാസുനോട്ടുകൾപോലെ, അതിന്റെ സ്ഥാനത്ത് നാണയങ്ങളായി സേവനമനുഷ്ഠിക്കാം. ഈ തികച്ചും പ്രതീകാത്മകമായ സ്വഭാവം ഒരു പരിധിവരെ ലോഹടോക്കണുകളിൽ മൂടിമറയ്ക്കപ്പെട്ടിരിക്കുന്നു. കടലാസു പണത്തിലത് വളരെ തുറന്ന രീതിയിൽത്തന്നെ നിൽക്കുന്നു.

നാമിവിടെ പരിഗണനക്കെടുക്കുന്നത് ഭരണകൂടം പുറപ്പെടുവിക്കുന്നതും നിർബന്ധിത സർക്കുലേഷനുള്ളതുമായ കടലാസുപണത്തെയാണ്. അതിനതിന്റെ അടിയന്തിരമായ ഉൽപ്പത്തിയുള്ളത് ലോഹ കറൻസിയിലാണ്. ക്രെഡിറ്റിനെ അടിസ്ഥാനമാക്കിയ പണം, നേരെമറിച്ച്, സാഹചര്യങ്ങളിന്മേലാണ് പ്രവർത്തനക്ഷമമാകുന്നത്. അക്കാര്യത്തെ നാമിവിടെ കൈകാര്യം ചെയ്യുന്നതേയില്ല.

ഭരണകൂടം വിവിധ ഡിനോമിനേഷനുകളിലുള്ള കടലാസുകഷണങ്ങൾ സർക്കുലേഷനിൽ കൊണ്ടുവരുന്നു; അവയിന്മേൽ ഒരു പൗണ്ട്, 5 പൗണ്ട് എന്നൊക്കെ അച്ചടിച്ചിരിക്കും. അതേ തുകക്കുള്ള സ്വർണത്തിന്റെ സ്ഥാനം അവ ശരിക്കും ഏറ്റെടുക്കുന്നതിനാൽ, പണത്തിന്റെ കറൻസിയെത്തന്നെ ക്രമീകരിക്കുന്ന നിയമങ്ങൾക്കവയുടെ ചലനങ്ങളും വിധേയമാണ്. കടലാസു പണത്തിന്റെ സർക്കുലേഷന് മാത്രം സവിശേഷമായ, ഒരു നിയമത്തിനുയർന്നുവരാൻ കഴിയുക. ആ കടലാസുപണം ഏതനുപാതത്തിൽ സ്വർണത്തെ പ്രതിനിധീകരിക്കുന്നുവെന്നതിൽനിന്നു മാത്രമാണ്. അത്തരമൊരു നിയമം നിലനിൽക്കുന്നുണ്ട്; ലളിതമായിപ്പറഞ്ഞാൽ, അതിങ്ങനെയാണ്: കടലാസു പണത്തിന്റെ പുറപ്പെടുവിക്കൽ പ്രതീകങ്ങളാൽ പകരം വെക്കപ്പെട്ടിരുന്നില്ലെങ്കിൽ സ്വർണം യഥാർഥത്തിൽ സർക്കുലേറ്റ് ചെയ്യപ്പെടുമായിരുന്നതിന്റെ തുകയെ കവിഞ്ഞുപോകാൻപാടില്ല. ഇപ്പോൾ സർക്കുലേഷന് ആഗിരണം ചെയ്യാൻ കഴിയുന്ന സ്വർണത്തിന്റെ അളവ്, ഒരു നിശ്ചിത നിലവാരത്തിൽ നിരന്തരമായി

ചാഞ്ചാടുന്നു. അപ്പോഴും ഒരു നിശ്ചിത രാജ്യത്തത് അനുഭവത്താൽ എളുപ്പത്തിൽ തീരുമാനിക്കപ്പെടുന്ന ഒരു നിശ്ചിത മിനിമത്തിനു താഴേക്ക് ഒരിക്കലും താണുപോകുന്നില്ല. ഈ മിനിമം മാസ് നിരന്തരമായി അതിന്റെ ഘടകഭാഗങ്ങളുടെ കാര്യത്തിൽ, മാറുന്നുവെന്നത് അതായത്, അതുണ്ടാക്കപ്പെട്ടിരിക്കുന്നതായ സ്വർണ പീസുകൾ മറ്റുപുതിയവകളാൽ നിരന്തരം പകരം വയ്ക്കപ്പെടുന്നു എന്നത്, തീർച്ചയായും അതിന്റെ തുകയുടെ കാര്യത്തിലോ സർക്കുലേഷനിലെ അതിന്റെ തുടർച്ചയുടെ കാര്യത്തിലോ ഒരു മാറ്റവും വരുത്തുന്നില്ല. അതുകൊണ്ടതിനെ കടലാസു പ്രതീകങ്ങൾ കൊണ്ട് പകരം വയ്ക്കാനാകും. മറുവശത്ത് സർക്കുലേഷന്റെ കുഴൽമാർഗം മുഴുവനിന്ന് അവയുടെ ശേഷി മുഴുവൻ പൂർണമാകുന്ന രീതിയിൽ കടലാസു പണത്താൽ നിറഞ്ഞിരിക്കുകയാണെങ്കിൽ, നാളെയവ സർക്കുലേഷനിലുള്ള ചരക്കുകളിലെ ചാഞ്ചാട്ടങ്ങളുടെ അനന്തരഫലമായി നിറഞ്ഞു കവിഞ്ഞൊഴുകുകയായേക്കാം. ഇനിയങ്ങോട്ട് ഒരു സ്റ്റാൻഡേർഡ് (മാനകാവസ്ഥ) എന്നതില്ലാതായേക്കാം. കടലാസു പണമതിന്റെ ശരിയായ പരിധി മറികടന്നാൽ, യഥാർഥത്തിൽ സാധുവായിരിക്കാൻ കഴിയുന്ന ഒരേപോലത്തെ ഡിനോമിനേഷനിലുള്ള സ്വർണനായണങ്ങളുടെ തുകയാണത്. അത്, ഒരു പൊതുവായ വിലയില്ലായ്മയെ അഭിമുഖീകരിക്കുമെന്നതിനു പുറമേ, ചരക്കുകളുടെ സർക്കുലേഷന്റെ നിയമത്തിനനുസൃതമായി ആവശ്യമായിട്ടുള്ളത്ര സ്വർണത്തിന്റെ അളവിനെ മാത്രമേ പ്രതിനിധീകരിക്കൂ, അത്രമാത്രമേ കടലാസിനാൽ പ്രതിനിധീകരിക്കപ്പെടാൻ കഴിവുള്ളതായിരിക്കുകയുള്ളൂ. കടലാസു പണം പുറപ്പെടുവിച്ചിരിക്കുന്നത്, അത് ആയിരിക്കേണ്ടതിന്റെ ഇരട്ടിയാണെങ്കിൽ, അപ്പോൾ ഒരു വസ്തുതയെന്ന നിലയിൽ, അത് $\frac{1}{4}$ ഔൺസ് സ്വർണത്തിന്റെ പണനാമമായിരിക്കില്ല, മറിച്ച് $\frac{1}{8}$ ഔൺസ് സ്വർണത്തിന്റെ പണനാമമായിത്തീരും. ആ മൂല്യങ്ങൾ മുൻകാലത്ത് പ്രകാശിപ്പിക്കപ്പെട്ടിരുന്നത് ഒരു പൗണ്ട് എന്നായിരുന്നെങ്കിൽ ഇപ്പോഴത് രണ്ട് പൗണ്ട് എന്ന നിലയിൽ പ്രകാശിപ്പിക്കപ്പെടും.

ചരക്കുകളുടെ വളരെയാദ്യകാലത്തെ സർക്കുലേഷന്റെ വികാസത്തോടെ ആദ്യരൂപപരിണാമത്തിന്റെ ഉൽപ്പന്നത്തെ മുറുകെപ്പിടിക്കാനുള്ള ഒരാവശ്യകതയും ഭ്രാന്തമായ ഒരാഗ്രഹവും വർധിച്ചുവന്നു. അങ്ങനെ ചരക്കുകൾ വിൽക്കപ്പെടുന്നത് മറ്റുള്ളവ വാങ്ങുകയെന്ന ഉദ്ദേശ്യത്തോടെയല്ല, മറിച്ച്, അവയുടെ ചരക്കു രൂപത്തെ അവയുടെ പണരൂപം കൊണ്ടു പകരംവയ്ക്കാനായാണ്. ചരക്കുകളുടെ സർക്കുലേഷൻ ഫലവത്താക്കാനുള്ള വെറും ഉപാധിയെന്ന നിലയിൽനിന്ന് ഒരു രൂപമാറ്റം ഒരവസാനവും ലക്ഷ്യവുമായിത്തീരുന്നു. പണം ഒരു കൂമ്പാരമായി ശിലീഭൂതമാകുന്നു, വിൽപ്പനക്കാരൻ പണത്തിന്റെ ഒരു പൂഴ്ത്തിവെപ്പുകാരനാകുന്നു. ചരക്കുകളുടെ സർക്കുലേഷന്റെ ആദ്യഘട്ടങ്ങളിൽ കൃത്യമായും മിച്ച ഉപയോഗമൂല്യങ്ങൾ മാത്രമാണ് പണമായി പരിവർത്തിക്കപ്പെട്ടിരുന്നത്. അങ്ങനെ സ്വർണവും വെള്ളിയും സ്വയം തന്നെ സമ്പത്തിന്റെ അഥവാ

അധികമുണ്ടാക്കുന്നതിന്റെ സാമൂഹ്യ പ്രകാശനങ്ങളായിത്തീർന്നു.

ചരക്കുകളുടെ ഉൽപ്പാദനം തുടർന്നുവികസിക്കുന്നതോടെ, ചരക്കുകളുടെ ഓരോ ഉൽപ്പാദകനും ഒരു സാമൂഹ്യപ്രതിജ്ഞ ഉറപ്പുവരുത്താൻ നിർബന്ധിതനായിത്തീർന്നു. അവന്റെ ആവശ്യങ്ങൾ നിരന്തരം സ്വയം അനുഭവപ്പെടുത്തുകയും മറ്റുള്ളവരുടെ ചരക്കുകൾ തുടർച്ചയായി വാങ്ങുകയെന്നതിനെ ആവശ്യമാക്കുകയും ചെയ്യുന്നു, അതേസമയം, അയാളുടെ തന്നെ ചരക്കുകളുടെ ഉൽപ്പാദനത്തിനും വിൽപ്പനക്കും സമയമാവശ്യമുണ്ട്, അത് സാഹചര്യങ്ങളിന്മേൽ ആശ്രയിച്ചുനിൽക്കുകയും ചെയ്യുന്നു. അപ്പോൾ വിൽക്കൽ കൂടാതെ തന്നെ വാങ്ങാൻ കഴിവുണ്ടാകുന്നതിനായി, അയാൾ മുമ്പ് വാങ്ങൽ ഇല്ലാതെ വിൽപ്പന നടത്തിയിരുന്നിരിക്കണം. ഈ രീതിയിൽ, കൈമാറ്റത്തിന്റെ ലൈനിലുടനീളം വിവിധ പരിധികളിലുള്ള സ്വർണ–വെള്ളി ശേഖരങ്ങൾ സഞ്ചയിക്കപ്പെടുന്നു. ഒരു പ്രത്യേക ചരക്കിന്റെ രൂപത്തിൽ വിനിമയമൂല്യത്തെ കൈവശത്തിൽ നിലനിർത്താനും സംഭരിക്കാനുമുള്ള സാധ്യതയോടെ, സ്വർണത്തിനുവേണ്ടിയുള്ള അത്യാർത്തിയും ഉയർന്നുവരുന്നു. സർക്കുലേഷന്റെ വിപുലീകരണത്തോടൊപ്പം, പണത്തിന്റെ ശക്തിയും വർധിക്കുന്നു. ചരക്കുകളുടെ ഒരു പ്രാകൃതനായ ഉടമസ്ഥന്, ഒരു പടിഞ്ഞാറൻ യൂറോപ്യൻ കുടിയാൻ കർഷകനുപോലും, മൂല്യമെന്നത് മൂല്യരൂപത്തിന് സമമാണ്. അതുകൊണ്ട് അവനെ സംബന്ധിച്ച് അവന്റെ സ്വർണ–വെള്ളി ശേഖരത്തിന്റെ ശേഖരം മൂല്യത്തിലെ ഒരു വർധനവുമാണ്.

സ്വർണത്തെ പണമായി കൈവശം വയ്ക്കുന്നതിനായി, അതിനെ സർക്കുലേറ്റ് ചെയ്യുന്നതിൽനിന്നു തടയേണ്ടതുണ്ട്, അത് ആസ്വാദനത്തിനുള്ള ഒരുപാധിയായി സ്വയം തന്നെ രൂപാന്തരപ്പെടുന്നതിൽനിന്നു തടയപ്പെടേണ്ടതുണ്ട്. അതുകൊണ്ട് സംഭരിക്കൽ നടത്തുന്നവർ (സമ്പത്ത് കുന്നുകൂട്ടുന്നതിലാർത്തി കാണിക്കുന്നവൻ) അവന്റെ മാംസത്തിന്റെ അഭിലാഷങ്ങളെ അവന്റെ സ്വർണക്കൊതിക്കു മുന്നിൽ അടിയറവയ്ക്കുന്നു. അവൻ ഇന്ദ്രിയനിഗ്രഹത്തെക്കുറിച്ചുള്ള സുവിശേഷ പ്രസംഗം, താൽപ്പര്യപൂർവം നടപ്പാക്കുന്നു. മറുവശത്ത്, അയാൾക്ക് സർക്കുലേഷനിൽ നിന്നും പിൻവലിക്കാൻ കഴിയുക, താൻ ചരക്കുകളുടെ രൂപത്തിൽ അതിലേക്ക് കടത്തിവിട്ടതുമാത്രമാണ്. അയാൾ കൂടുതലുൽപ്പാദിപ്പിക്കുന്നതിനനുസരിച്ച്, അയാൾക്ക് കൂടുതൽ വിൽക്കാൻ കഴിവു ലഭിക്കുന്നു. കഠിനാധ്വാനം, മിച്ചംപിടിക്കൽ, പണാർത്തി എന്നിവയാണയാളുടെ മൂന്നുപ്രധാന പുണ്യങ്ങൾ. വളരെയേറെ വിൽക്കുക, വളരെക്കുറച്ചുവാങ്ങുക എന്ന മുദ്രാവാക്യത്തിൽ അയാളുടെ സാമ്പത്തിക ശാസ്ത്രത്തെ സംഗ്രഹിക്കാം.

ഒരു ശേഖരത്തിന്റെ വലിയ രൂപത്തിന്റെ അരികിലായി നാമതിന്റെ സൗന്ദര്യാത്മക രൂപത്തെയും ദർശിക്കുന്നു– സ്വർണ–വെള്ളി ആഭരണങ്ങളുടെ ഉടമസ്ഥതയുടെ രൂപത്തിൽ. സിവിൽ സമൂഹത്തിന്റെ സമ്പത്തിനൊപ്പം ഇതും വർധിക്കുന്നു. ഈ രീതിയിൽ ഒരുവശത്ത് സ്വർണ

ത്തിനും വെള്ളിക്കും നിരന്തരം വിപുലമാക്കുന്ന ഒരു വിപണി സൃഷ്ടിക്കപ്പെടുന്നു, അവയുടെ പണമായുള്ള ധർമങ്ങളുമായി യാതൊരു ബന്ധവുമില്ലാതെ തന്നെ. മറുവശത്ത് സപ്ലൈയുടെ ഒരുദൃശ്യ ഉറവിടം അതിലേക്കുള്ള മടങ്ങിപ്പോക്ക് പ്രധാനമായും പ്രതിസന്ധിയുടെയും സാമൂഹ്യമായ കുഴപ്പത്തിന്റെയും സമയത്താണ് സൃഷ്ടിക്കപ്പെടുന്നത്.

പൂഴ്ത്തിവയ്ക്കൽ (വലിയ ശേഖരമായി കുന്നുകൂട്ടൽ) വിവിധ ഉദ്ദേശ്യങ്ങളെ സേവിക്കുന്നു. അതിന്റെ ആദ്യ ധർമം താഴെപ്പറയുന്നതാണ്. ചരക്കുകളുടെ സർക്കുലേഷന്റെയും അവയുടെ വിലകളുടെയും പരിധിയിലും വേഗതയിലുമുണ്ടാകുന്ന തുടർച്ചയായ ചാഞ്ചാട്ടങ്ങൾക്കൊപ്പം എങ്ങനെയാണ് പ്രചാരത്തിലുള്ള പണത്തിന്റെ അളവ് വിരാമമില്ലാതെ ഏറുകയും കുറയുകയും ചെയ്യുന്നതെന്നു നാം കണ്ടു. ഈ അളവിന് അതുകൊണ്ട് വികസനത്തിനും ചുരുങ്ങലിനുമുള്ള കഴിവുണ്ടായിരിക്കണം. ഒരുസമയത്ത് ഒരു സർക്കുലേറ്റ് ചെയ്യുന്ന നാണയമായി പ്രവർത്തിക്കാനായി പണം ആകർഷിക്കപ്പെടണം, മറ്റൊരു സമയത്ത്, സർക്കുലേറ്റ് ചെയ്യുന്ന നാണയം വികർഷിക്കപ്പെടണം. യഥാർഥത്തിൽ പ്രചാരത്തിലുള്ള പണത്തിന്റെ വലിയ അളവ് നിരന്തരമായി സർക്കുലേഷന്റെ ആഗിരണശേഷിയെ പൂരിതമാക്കിയേക്കാം, ഒരു രാജ്യത്തുള്ള സ്വർണത്തിന്റെയും വെള്ളിയുടെയുമളവ് നാണയമായി പ്രവർത്തിക്കാൻ ആവശ്യമായ അളവിനേക്കാൾ വലുതായിരിക്കണമെന്നത് അനിവാര്യമാണ്. ഈ വ്യവസ്ഥ പാലിക്കപ്പെടുന്നത് പണം കുന്നുകൂടപ്പെട്ട വലിയ ശേഖരങ്ങളുടെ രൂപം കൈവരിക്കുമ്പോഴാണ്. സർക്കുലേഷനിൽ നിന്നോ അതിലേക്കോ പണം പിൻവലിക്കാനോ സപ്ലൈ ചെയ്യാനോ ഉള്ള കുഴലുകളായി ഇവ സേവനമനുഷ്ഠിക്കുന്നു, ഈ രീതിയിൽ സർക്കുലേഷൻ അതിന്റെ കരകളെ കവിഞ്ഞൊഴുകുന്നില്ല.

ചരക്കുകളുടെ സർക്കുലേഷന്റെ വികാസത്തോടെ, ചരക്കുകളുടെ അന്യവൽക്കരണം, ഒരു ഇടവേളകൊണ്ട് അവയുടെ വിലകളുടെ സാക്ഷാൽക്കരണത്തിൽനിന്ന് വേർപെടുന്നതിനുപറ്റിയ ഒരു സാഹചര്യം ഉയർന്നുവരുന്നു. ഈ സാഹചര്യങ്ങളുടെ ഏറ്റവും ലളിതമായ ഒന്നിവിടെ സൂചിപ്പിച്ചാൽ മതിയാകും. ചില സാധനങ്ങൾക്കതിന്റെ ഉൽപ്പാദനത്തിനായി കൂടുതൽ സമയം വേണം, മറ്റുചിലവയ്ക്ക് കുറഞ്ഞ സമയവും. ചിലതരം സാധനങ്ങൾ അതിന്റെതന്നെ ചന്തസ്ഥലത്താകും പിറന്നുവീഴുക, മറ്റൊന്നിന് വിപണിയിലെത്തിച്ചേരാൻ ഒരു നീണ്ട യാത്രചെയ്യേണ്ടിവരും. ഒന്നാമത്തെ ചരക്കുടമ അത് വിൽക്കാൻ തയാറായിരിക്കും, രണ്ടാമത്തെ ചരക്കുടമ വാങ്ങാൻ തയാറാകുന്നതിനുമുമ്പേ ഒരേ വ്യക്തികൾക്കിടയിൽ ഒരേ ഇടപാടുകൾ നിരന്തരമായി ആവർത്തിക്കപ്പെടുമ്പോൾ, വിൽപ്പനയുടെ സാഹചര്യങ്ങൾ ക്രമീകരിക്കപ്പെടുന്നത് ഉൽപ്പാദനത്തിന്റെ സാഹചര്യങ്ങൾക്കനുസൃതമായാണ്. മറുവശത്ത് ഒരു നിശ്ചിത ചരക്കിന്റെ ഉപയോഗം (ഉദാഹരണത്തിനൊരു വീടിന്റെ) ഒരു നിശ്ചിത കാലത്തേക്ക് വിൽക്കപ്പെടുന്നു. ഇവിടെ ആ കാലയളവിന്റെ അവസാനത്തിൽ മാത്ര

മാണ് വാങ്ങലുകാരന് യഥാർഥത്തിൽ ആ ചരക്കിന്റെ ഉപയോഗമൂല്യം ലഭ്യമാകുന്നത്. അതുകൊണ്ടയാളതു വാങ്ങുന്നത് അതിനയാൾ പ്രതിഫലം കൊടുക്കുന്നതിനുമുമ്പാണ്. വിൽപ്പനക്കാരൻ ഒരു വായ്പാദാതാവാകുന്നു, വാങ്ങലുകാരൻ ഒരു കടക്കാരനും. അങ്ങനെ പണം ഒരു പുതിയ ധർമം കൈവരിക്കുന്നു, അത് പ്രതിഫലം അടച്ചുതീർക്കാനുള്ള ഒരുപാധിയാകുന്നു.

ഇവിടെ വായ്പാദാതാവിന്റെ സ്വഭാവം ലളിതമായ സർക്കുലേഷനിൽ നിന്നാണ് ഫലവത്തായിത്തീരുന്നത്. ആ സർക്കുലേഷനിലുണ്ടാകുന്ന രൂപമാറ്റം വാങ്ങലുകാരനെയും വിൽപ്പനക്കാരനെയും ഈ പുതിയ അച്ചുകൊണ്ട് അടയാളപ്പെടുത്തുന്നു. അതുകൊണ്ട് തുടക്കത്തിൽ ഈ പുതിയ റോളുകൾ ഒരുവിൽപ്പനക്കാരന്റെയും വാങ്ങലുകാരന്റെയും റോളുകൾപോലെ പരിണാമാത്മകവും ഇടവിട്ടിടവിട്ടുവരുന്നതുമാണ്, അവയിടവിട്ടിടവിട്ട് അതേ അഭിനേതാക്കൾ തന്നെ കളിക്കുന്നതുമാണ്. പക്ഷേ, അതിന്റെ മറുവശം അത്രതന്നെ സന്തോഷപ്രദമല്ല. അതേ അഭിനേതാക്കൾക്കുതന്നെ, പക്ഷേ, ശത്രുതാപരമായ റോളുകളും വഹിക്കാനാകും. ഉദാഹരണത്തിന്, പ്രാചീനലോകത്തെ വർഗസമരങ്ങൾ മുഖ്യമായും സ്വീകരിച്ച രൂപം കടക്കാരും വായ്പാദാതാക്കളും തമ്മിലുള്ള ഏറ്റുമുട്ടലിന്റേതായിരുന്നു. അതു റോമിൽ പ്ലീബിയന്മാരായ കടക്കാരുടെ നാശത്തിൽ കലാശിച്ചു. അവർ അടിമകളാൽ പകരംവെക്കപ്പെട്ടു. മധ്യകാലഘട്ടത്തിൽ ഏറ്റുമുട്ടൽ അവസാനിച്ചത് ഫ്യൂഡൽ കടക്കാരുടെ നാശത്തോടെയാണ്. അവർക്കവരുടെ രാഷ്ട്രീയാധികാരം അത് സ്ഥാപിതമായിരുന്ന സാമ്പത്തികാടിത്തറക്കൊപ്പം നഷ്ടപ്പെട്ടു. അതെന്തായാലും ഈ രണ്ടു കാലഘട്ടങ്ങളിലും നിലനിന്നിരുന്ന കടക്കാരനും വായ്പാദാതാവും തമ്മിലുള്ള പണത്തിന്റെ ബന്ധം പ്രതിഫലിപ്പിച്ചത് ഇവിടെ പരാമർശിതമായ വർഗങ്ങളുടെ നിലനിൽപ്പിന്റെ സാമാന്യമായ സാമ്പത്തികസാഹചര്യങ്ങളവർക്കിടയിലുണ്ടാക്കുന്ന ആഴമേറിയ ശത്രുതയെ മാത്രമാണ്.

നമുക്ക് ചരക്കുകളുടെ സർക്കുലേഷനിലേക്കും മടങ്ങാം. പണത്തിന്റെയും ചരക്കുകളുടെയും പ്രത്യക്ഷപ്പെടൽ ഒരേസമയത്തുതന്നെയായിരിക്കുന്നതവസാനിച്ചു. പണമിപ്പോൾ ആദ്യം വിൽക്കപ്പെടുന്ന ചരക്കിന്റെ വിലയുടെ നിർണയനത്തിന്റെ മൂല്യത്തിന്റെ മാപനമായി (കരാർകൊണ്ട് ഉറപ്പിക്കപ്പെട്ട വില കടക്കാരന്റെ കടപ്പാടിനെ അളക്കുന്നു- ഒരു നിശ്ചിത ദിവസം അയാൾ അടച്ചുതീർക്കേണ്ടപണത്തിന്റെ തുകയെ) രണ്ടാമതായി, വാങ്ങാനുള്ള മാതൃകാപരമായ ഉപാധിയായി അതു പ്രവർത്തിക്കുന്നു. വാങ്ങലുകാരന്റെ പ്രതിഫലം നൽകുമെന്ന വാഗ്ദാനത്തിൽ മാത്രമാണു നിലനിൽക്കുന്നതെങ്കിലും അത് ചരക്ക് കൈമാറുന്നതിന് കാരണമാകുന്നു. പ്രതിഫലം നൽകലിന് നിശ്ചയിക്കപ്പെട്ട ദിവസത്തിനു മുമ്പ് അതിന്റെ ആ ഉപാധി യഥാർഥത്തിൽ സർക്കുലേഷനിലേക്ക് പ്രവേശിക്കുന്നില്ല. പ്രതിഫലം നൽകലിന്റെ ഉപാധി സർക്കുലേഷനിൽ പ്രവേശിക്കുന്നു, പക്ഷേ, ചരക്ക് അതിൽനിന്നു പുറത്തു കടന്നതിനുശേഷം മാത്ര

മാണത്. ഇനിയങ്ങോട്ട് പ്രക്രിയയെ കൊണ്ടുവരുന്ന ഉപാധിയല്ല പണം. അത് അതിനെ അവസാനത്തിലേക്ക് കൊണ്ടുവരികമാത്രമാണു ചെയ്യുന്നത്.

വിൽപ്പനക്കാരൻ തന്റെ ചരക്കിനെ പണമാക്കി മാറ്റി; അതിലൂടെ ചിലയാവശ്യങ്ങളെ തൃപ്തിപ്പെടുത്താനായി. പൂഴ്ത്തിവപ്പുകാരൻ അതേ കാര്യം ചെയ്തു; അത് തന്റെ ചരക്കിനെ അതിന്റെ പണരൂപത്തിൽ സൂക്ഷിക്കാൻ വേണ്ടിയാണ്. കടക്കാരനതു ചെയ്തത് തന്റെ കടം തിരിച്ചടയ്ക്കാൻ കഴിയുന്നതിനുവേണ്ടിയാണ്; അയാളത് തിരിച്ചടക്കുന്നില്ലെങ്കിൽ അയാളുടെ ചരക്കുകൾ ലേലം ചെയ്തു വിൽക്കപ്പെടും. അതുകൊണ്ടിപ്പോൾ പണം ഒരു വിൽപ്പനയുടെ അവസാനവും ലക്ഷ്യവുമാണ്. അതുതന്നെ സർക്കുലേഷൻ പ്രക്രിയയിൽ നിന്നുതന്നെ ഉയർന്നുവരുന്ന ഒരു സാമൂഹ്യ അനിവാര്യത കാരണത്താലുമാണ്.

വാങ്ങലുകാരൻ ചരക്കുകളെ പണമാക്കി മാറ്റുന്നതിനു മുമ്പുതന്നെ പണത്തെ തിരികെ ചരക്കുകളിലേക്കു മാറ്റുന്നു. മറ്റുവാക്കുകളിൽ പ്പറഞ്ഞാൽ അയാൾ ഒരു ചരക്കിന്റെ ആദ്യരൂപപരിണാമത്തിനുമുമ്പേ രണ്ടാമത്തെ രൂപപരിണാമം നേടിയെടുക്കുന്നു. വിൽപ്പനക്കാരന്റെ ചരക്ക് സർക്കുലേറ്റ് ചെയ്യുന്നു അതിന്റെ വിലയെ സാക്ഷാൽക്കരിക്കുകയും ചെയ്യുന്നു പക്ഷേ, പണത്തിന്റെ മേലുള്ള ഒരു നിയമപരമായ അവകാശവാദത്തിന്റെ രൂപത്തിൽ മാത്രം.

അത് പണത്തിലേക്ക് പരിവർത്തിക്കപ്പെടുന്നതിനുമുമ്പേ ഉപയോഗമൂല്യത്തിലേക്ക് പരിവർത്തിക്കപ്പെടുന്നു. അതിന്റെ ആദ്യത്തെ രൂപപരിണാമത്തിന്റെ പൂർത്തീകരണം പിന്തുടരുന്നത് ഒരു പിൽക്കാലഘട്ടത്തിൽ മാത്രമാണ്.

സർക്കുലേഷന്റെ ഒരു നിശ്ചിത കാലയളവിൽ കാലാവധിയെത്തുന്ന കടപ്പാടുകൾ പ്രതിനിധീകരിക്കുന്നത് ചരക്കുകളുടെ വിലകളുടെ തുകയെയാണ്, അവയുടെ വിൽപ്പനയാണ് ആ കടപ്പാടുകൾക്ക് ജന്മം നൽകിയത്. ഈ തുകയെ സാക്ഷാൽക്കരിക്കാനുള്ള പണത്തിന്റെ അളവ് ആശ്രയിക്കുന്നത്, ഒന്നാമതായി, പ്രതിഫലം നൽകലിന്റെ ഉപാധികളുടെ സാധുതയുടെ (Currency) വേഗതയെയാണ്. ഈ വേഗത രണ്ടു പരിതഃസ്ഥിതികളാൽ ചിട്ടപ്പെടുത്തുന്നു: ഒന്ന് കടക്കാരും വായ്പാദാതാക്കളും തമ്മിലുള്ള ബന്ധങ്ങൾ ഒരുതരം ശൃംഖലയെ രൂപപ്പെടുത്തുന്നു; A തന്റെ വായ്പാദാതാവായ Bയിൽനിന്ന് പണം സ്വീകരിക്കുമ്പോൾ, ഉടനെതന്നെ തന്റെ വായ്പാദാതാവായ Cക്കു നൽകുന്നു, അങ്ങനെയങ്ങനെ, എന്ന ഒരു രീതിയിൽ. രണ്ടാമത്തെ പരിതഃസ്ഥിതി കടപ്പാടുകളുടെ കാലാവധിയെത്തലിന്റെ വ്യത്യസ്ത ദിവസങ്ങൾക്കിടയിലെ ഇടവേളകളുടെ ദൈർഘ്യമാണ്. നാം മുമ്പൊരു പേജിൽ പരിഗണനയ്ക്കെടുത്ത വാങ്ങലിന്റെയും വിൽപ്പനയുടെയും സീരീസിലെ ഇടകലരലിൽ നിന്ന് കാതലായിത്തന്നെ വ്യത്യസ്തമാണ്, പേമെന്റുകളുടെ തുടർച്ചയായ ശൃംഖല. സർക്കുലേറ്റ് ചെയ്യപ്പെടുന്ന മാധ്യമത്തിന്റെ കറൻസി (സാധുത) യാൽ വാങ്ങലുകാരും വിൽപ്പനക്കാരും തമ്മിലുള്ള ബന്ധം വെറുതെ പ്രകാശി

പ്പിക്കപ്പെടുന്നില്ല. ആ ബന്ധത്തിന് തുടക്കം കുറിക്കപ്പെടുന്നത് സർക്കുലേഷനിൽ മാത്രമാണ്, അത് നിലനിൽക്കുന്നത് സർക്കുലേഷനിൽ മാത്രമാണ്. നേരെമറിച്ച് പേമെന്റിന്റെ ഉപാധികളുടെചലനം പ്രകാശിപ്പിക്കുന്നത് മുമ്പുതന്നെ നിലനിൽപ്പിലുള്ള ഒരു സാമൂഹ്യബന്ധത്തെയാണ്.

ഒരു സ്ഥാനത്ത് പേമെന്റുകൾ സാന്ദ്രീകരിക്കപ്പെടുന്നതിന്റെ അനുപാതത്തിൽ അവയുടെ ലിക്വിഡേഷനായി (Liquidation - ജപ്തി ചെയ്ത് ഈടാക്കൽ) പ്രത്യേക സ്ഥാപനങ്ങളും രീതികളും വികസിപ്പിക്കപ്പെടുന്നു. മധ്യകാലഘട്ടങ്ങളിൽ ലിയോൺസിലെ വിറെമെന്റ്സ് അത്തരത്തിലുള്ളതായിരുന്നു. Bയിൽ നിന്ന് Aക്ക് തിരികെ കിട്ടേണ്ടതായ കടം, Cയിൽ നിന്ന് Bക്ക് തിരികെക്കിട്ടേണ്ടത്, Cക്ക് Aയിൽ നിന്നു തിരികെ കിട്ടേണ്ടത്. അങ്ങനെയങ്ങനെ അവ പരസ്പരം അഭിമുഖീകരിക്കുകയേ വേണ്ടൂ. ഒരു പരിധിവരെ അവ പരസ്പരം റദ്ദാക്കപ്പെടാൻ. അവിടെയപ്പോൾ ഒരൊറ്റ ബാലൻസ് മാത്രമേ തിരിച്ചടിക്കാനായി ബാക്കിവരുന്നുള്ളൂ. സാന്ദ്രീകരിക്കപ്പെടുന്ന പേമെന്റുകളുടെ തുകകൾ വലുതാകുന്തോറും ഈ തുകയെ അപേക്ഷിച്ച് ഈ ബാലൻസ് ചെറുതാകുന്നു. സർക്കുലേഷനിലുള്ള പേമെന്റുകളുടെ ഉപാധികളുടെ കൂട്ടവും കുറയുന്നു.

നാമിനി ഒരു നിശ്ചിത കാലഘട്ടത്തിൽ സാധുതയിലുള്ള (Current) പണത്തിന്റെ മൊത്തം തുകയെ പരിഗണിച്ചാൽ നാം കണ്ടെത്താൻ പോകുന്നത്, സർക്കുലേറ്റു ചെയ്യപ്പെടുന്ന മാധ്യമത്തിന്റെയും പേമെന്റിന്റെ ഉപാധികളുടെയും സാധുതയുടെ വേഗത (കറൻസിയുടെ വേഗത) നൽകപ്പെട്ടിട്ടുണ്ടെങ്കിൽ യാഥാർഥീകരിക്കപ്പെടാനുള്ള വിലകളുടെ തുകയ്ക്കൊപ്പം കാലാവധിയെത്തുന്ന പേമെന്റുകളുടെ തുക കൂട്ടിക്കിട്ടുന്നതിൽ നിന്ന് പരസ്പരം ബാലൻസ് ചെയ്യുന്ന പേമെന്റുകളും ഒരേ നാണയം അതിന്റെ മുറക്ക് പേമെന്റിന്റെയും സർക്കുലേഷന്റെയും ഉപാധിയെന്ന നിലയിൽ എത്രതവണ സേവനമനുഷ്ഠിച്ചുവെന്നതിന്റെ സർക്യൂട്ടുകളുടെ എണ്ണം എന്നിവ കുറയ്ക്കുന്നതിനു സമമായ ഒരു തുകയായിരിക്കുമത്.

ഉദാഹരണത്തിന്, കർഷകൻ തന്റെ ഗോതമ്പ് രണ്ടുപൗണ്ടിനു വിൽക്കുന്നു. ആ രണ്ടു പൗണ്ട് സർക്കുലേറ്റ് ചെയ്യുന്ന മാധ്യമമായി സേവനമനുഷ്ഠിക്കുന്നു. കടത്തിന്റെ കാലാവധിയെത്തുമ്പോൾ അയാൾ നെയ്ത്തുകാരന് താൻ നൽകാനുള്ള കടം ആ തുകകൊണ്ട് തിരിച്ചടക്കുന്നു, അയാളാണ് കർഷകന് ലിനൻ സപ്ലൈ ചെയ്തത്. അതേ രണ്ടു പൗണ്ട് ഇപ്പോൾ പ്രവർത്തിക്കുന്നത് പേമെന്റിന്റെ ഉപാധിയായാണ്. നെയ്ത്തുകാരൻ, തന്റെ മുറക്ക് *ബൈബിൾ* വാങ്ങുന്നു. ആ തുക ഒരിക്കൽക്കൂടി സർക്കുലേറ്റ് ചെയ്യുന്ന മാധ്യമത്തിന്റെ പ്രവർത്തനം നടത്തുന്നു, അങ്ങനെയങ്ങനെ... അങ്ങനെ, സാധുതയിലുള്ള പണത്തിന്റെ അളവും ആ കാലഘട്ടത്തിൽ (ഒരുദിവസംപോലെ) സർക്കുലേറ്റ് ചെയ്യുന്ന ചരക്കുകളുടെ കൂട്ടവും തമ്മിൽ ഇനിയങ്ങോട്ട് പൊരുത്തപ്പെടുന്നില്ല. സർക്കുലേഷനിൽനിന്ന് വളരെമുമ്പുതന്നെ പിൻവലിക്കപ്പെട്ട ചരക്കുകളെ പ്രതിനിധീകരിക്കുന്ന പണവും സാധുതയുള്ളതായി (Current ആയി)

തുടരുന്നു. ചരക്കുകൾ സർക്കുലേറ്റ് ചെയ്യുന്നു, അവയുടെ പണത്തിലുള്ള തുല്യമൂല്യം ഏതെങ്കിലുമൊരു ഭാവിയിലെ ദിവസത്തിലല്ലാതെ രംഗത്ത് പ്രത്യക്ഷപ്പെടുകയില്ല. അതിലുമപ്പുറം ഓരോ ദിവസവും കരാറുണ്ടാക്കപ്പെടുന്ന കടങ്ങളും അതേദിവസംതന്നെ കാലാവധിയെത്തുന്ന പേമെന്റുകളും തികച്ചും വ്യത്യസ്തമായ അളവുകളാണ്.

ക്രെഡിറ്റ് മണി (Credit - money) ഒരു പേമെന്റിനുള്ള ഉപാധിയെന്നുള്ള പണത്തിന്റെ ധർമത്തിൽനിന്ന് നേരിട്ടുതന്നെ മുളച്ചു പൊന്തുന്നതാണ്. വാങ്ങപ്പെട്ട ചരക്കുകൾക്കുള്ള കടത്തിന്റെ സർട്ടിഫിക്കറ്റുകൾ ആ കടങ്ങൾ മറ്റുള്ളവർക്കു കൈമാറുകയെന്ന ഉദ്ദേശ്യത്തോടെ സർക്കുലേറ്റ് ചെയ്യപ്പെടുന്നു. മറുവശത്ത്, ക്രെഡിറ്റ് വ്യവസ്ഥ വിപുലമാക്കപ്പെട്ടിരിക്കുന്ന അതേ പരിധിവരെയാണ് പേമെന്റിന്റെ ഒരുപാധിയെന്ന നിലയിൽ പണത്തിന്റെ പ്രവർത്തനം. പേമെന്റിനുള്ള ഒരു മാധ്യമമെന്ന നിലയിലേക്കുള്ള പണത്തിന്റെ വികാസം കടം നൽകാനുള്ള തുകകൾ തിരിച്ചടയ്ക്കാൻ നിശ്ചയിച്ചിട്ടുള്ള തീയതിക്കെതിരെ പണം സഞ്ചയിക്കേണ്ടതിനെ അനിവാര്യമാക്കുന്നു. പൂഴ്ത്തിവക്കൽ, സമ്പത്തുകളാർജിക്കാനുള്ള ഒരു വ്യതിരിക്തമായ രീതിയെന്ന നിലയിൽ, സിവിൽ സമുദായത്തിന്റെ പുരോഗതിയോടെ മാഞ്ഞുപോകുന്നു, ആ പുരോഗതിയോടൊപ്പം പേമെന്റിനുള്ള ഉപാധികളുടെ റിസർവുകളുടെ രൂപീകരണം വളരുകയും ചെയ്യുന്നു.

17

മൂലധനത്തിന്റെ വൃത്താകൃതിയിലുള്ള ഗതിക്രമവും അതിന്റെ സർക്കുലേഷന് ആവശ്യമായ കാലവും

പണത്തിന്റെ സാരാംശത്തെ രൂപപ്പെടുത്തുന്നതെന്താണെന്നറിയാൻ നാം പഠിച്ചു; അത് പ്രതിനിധീകരിക്കുന്നത് ഒരു വസ്തുവിലും മൂർത്തമായ ആകൃതിയിലും മറ്റെല്ലാ ചരക്കുകളുടെയും വിനിമയമൂല്യമാണ്. അതായത്, അത്തരം ചരക്കുകളിൽ ഉള്ളടങ്ങിയിരിക്കുന്ന മനുഷ്യാധ്വാനത്തെ നാം തുടർന്ന് ചരക്കുകളുടെ ലളിതമായ സർക്കുലേഷനിൽ (ചംക്രമണത്തിൽ) പണത്തിന്റെ ധർമങ്ങളെയും കണ്ടു. ഇനി നമുക്ക് പരിശോധിക്കാനായി ബാക്കിയുള്ളത് പണം മൂലധനത്തെ രൂപപ്പെടുത്തുമ്പോൾ അതിന്റെ സ്വഭാവമാണ്.

അങ്ങനെ ചെയ്യുന്നതിനിടയിൽ നാം മനസിൽ വെക്കേണ്ടത്, മൂലധനത്തിലൂടെ നാമർഥമാക്കുന്നത്, മിച്ചമൂല്യം നൽകുന്ന അഥവാ മിച്ചമൂല്യം നൽകേണ്ട മൂല്യങ്ങളുടെ ഒരു തുകയെയാണ്. പണമൂലധനമെന്നതങ്ങനെ പണത്തിന്റെ രൂപത്തിൽ നിലനിൽക്കുന്ന മൂലധനമാണ്, അഥവാ മറ്റു വാക്കുകളിൽ മിച്ചമൂല്യം ലഭ്യമാക്കുകയെന്ന ഉദ്ദേശ്യത്തോടെ പ്രയോഗിക്കപ്പെടുന്ന പണത്തിന്റെ ഒരു തുക. ചരക്കുകളുടെ ഉൽപ്പാദനത്തിൽ എങ്ങനെയാണ് മിച്ചമൂല്യം ലഭ്യമാകുന്നതെന്ന് നാം കണ്ടുകഴിഞ്ഞു. ചരക്കുകളുടെ ഉൽപ്പാദനത്തിനായി അതുകൊണ്ട്, പണമൂലധനം പ്രയോഗിക്കപ്പെടണം. കൂടെ, ഈ ഉദ്ദേശ്യത്തിന് ചരക്കുകളുടെ ഉൽപ്പാദനത്തിനാവശ്യമായ വസ്തുക്കൾ വാങ്ങാനായി ആവശ്യമുള്ള സാധനങ്ങളാണ് മറ്റെല്ലാറ്റിനുമുപരിയായി അത്. അതായത്, ഉൽപ്പാദനോപാധികളും അധ്വാനശക്തിയും വാങ്ങാൻ. അപ്പോൾ ഉൽപ്പാദന പ്രക്രിയയുടെ തുടക്കം കുറിക്കാനാകും. അത് പൂർത്തിയാകുമ്പോൾ, അതിന്റെ ഫലങ്ങൾ വിൽക്കപ്പെടണം– പണമൂലധനത്തെയും ലഭ്യമായ മിച്ചമൂല്യത്തെയും തിരികെയതിന്റെ മുൻകാല പണരൂപത്തിലേക്ക് തിരികെ കൊണ്ടുവരാൻ.

പണമൂലധനത്തിന്റെ വൃത്താകൃതിയിലുള്ള ഗതിക്രമം അതുകൊണ്ട്, ഇനിപ്പറയുന്ന മൂന്നു ഘട്ടങ്ങളിലൂടെ കടന്നുപോകുന്നു.

ഒന്നാമത്തെ ഘട്ടം: മുതലാളി വിപണിയിൽ ചരക്കുകൾക്കുവേണ്ടിയും തൊഴിൽ വിപണിയിൽ വാങ്ങലരുകാരനായും പ്രത്യക്ഷപ്പെടുന്നു. അവന്റെ പണം ചരക്കുകളിലേക്ക് മാറുന്നു. അങ്ങനെ സർക്കുലേഷന്റെ പ്രക്രിയയുടെ ആദ്യഘട്ടം പൂർത്തിയാകുന്നു: പണം–ചരക്കുകൾ (M-C).

രണ്ടാം ഘട്ടം: അങ്ങനെ വാങ്ങപ്പെട്ട ചരക്കുകൾ ഉൽപ്പാദനത്തിന്റെ ഉദ്ദേശ്യത്തിനായി പ്രയോഗിക്കപ്പെടുന്നു, ആ പ്രക്രിയക്കിടയിൽ ഉപഭോഗിക്കപ്പെടുകയും ചെയ്യുന്നു. വർധിച്ച മൂല്യമുള്ള ചരക്കാണതിന്റെ ഫലം.

മൂന്നാംഘട്ടം: വിൽപ്പനക്കാരനായി മുതലാളി വിപണിയിലേക്ക് മടങ്ങിയെത്തുന്നു. അയാളുടെ ചരക്കുകൾ പണമായി മാറ്റപ്പെടുന്നു. ഒപ്പം സർക്കുലേഷൻ പ്രക്രിയയുടെ രണ്ടാം ഘട്ടം, ചരക്കുകൾ – പണം (C-M) പൂർത്തിയാക്കപ്പെടുന്നു.

പണമൂലധനത്തിന്റെ കൈവരിക്കാൻ കഴിയുന്ന വൃത്താകൃതിയിലുള്ള ചലനപഥത്തെയങ്ങനെ താഴെപ്പറയുന്ന സൂത്രവാക്യത്തിൽ പ്രതിനിധീകരിക്കാം:

$M\text{-}C............P.............C^1\text{--}M^1$

അതിനകത്ത് കുത്തുകൾ (.........) സൂചിപ്പിക്കുന്നത് സർക്കുലേഷൻ തടസപ്പെട്ടിരിക്കുന്നുവെന്നാണ്. അതേസമയം C^1 ഉം M^1ഉം സൂചിപ്പിക്കുന്നത് മിച്ചമൂല്യത്തിന്റെ പരിധികണ്ട് Cഉം Mഉം വർധിച്ചിരിക്കുന്നുവെന്നാണ്.

രണ്ടാമത്തെ ഘട്ടം അതായത്, ഉൽപ്പാദനത്തിന്റെ ഘട്ടം, ഇതിനകം തന്നെ വിശദമായി വിശകലനം ചെയ്തുകഴിഞ്ഞു. ബാക്കിവരുന്നത് ഒന്നും മൂന്നും ഘട്ടങ്ങളാണ്. തീർച്ചയായും നാം ആദ്യംതന്നെ യാദൃച്ഛികവും കാതലായതല്ലാത്തതുമായ എല്ലാ പരിതഃസ്ഥിതികളെയും ഒഴിവാക്കണം. അതിന്റെ അനന്തരഫലമായി നാം എപ്പോഴേക്കുമായി കണക്കിലെടുക്കുക ചരക്കുകൾ അവയുടെ മൂല്യത്തിന് വിൽക്കപ്പെടുന്നുവെന്നു മാത്രമല്ല, മറിച്ചത് നടക്കുന്നത് ഒരേപോലെതന്നെ നിലനിൽക്കുന്ന സാഹചര്യങ്ങൾക്കു കീഴിലാണെന്നുമാണ്. അതുകൊണ്ടു നാം മൂല്യത്തിലെ മാറ്റത്തെ പരിഗണനയിൽനിന്നൊഴിവാക്കുന്നു; സർക്കുലേഷൻ പ്രക്രിയക്കിടയിൽ അതു സംഭവിച്ചേക്കാമെങ്കിലും.

മൂലധനമായി ലഭ്യമായ പണത്തിന്റെ ഉപാധിയിലൂടെ ചരക്കുകൾ വാങ്ങുന്നതിനാലാണ് പ്രക്രിയയുടെ ആദ്യഘട്ടം (M-C) രൂപപ്പെടുത്തപ്പെട്ടിരിക്കുന്നത്. പക്ഷേ, ചരക്കുകളുടെ സ്വഭാവം തോന്നുമ്പോലെ തെരഞ്ഞെടുക്കാവുന്ന ഒന്നല്ല. അത്തരം ചരക്കുകൾക്ക് ചില നിശ്ചിത ഗുണങ്ങളുണ്ടായിരിക്കണം. അതായത്, അവ ഉൽപ്പാദനോപാധികളും അധ്വാനശക്തിയുമായിരിക്കണം. അവയും പരസ്പരം പൊരുത്തപ്പെടുന്ന തരത്തിലുള്ളതായിരിക്കണം. ഉൽപ്പാദനോപാധികൾ വാങ്ങപ്പെട്ടതും അധ്വാനശ

ക്തിയാൽ കൃത്യമായവിധത്തിൽ പ്രവർത്തിപ്പിക്കപ്പെടാൻ പറ്റുന്നതായിരിക്കണം. അധ്വാനശക്തിയെ L ആണ് പ്രതിനിധീകരിക്കുന്നതെങ്കിൽ Mp ഉൽപ്പാദനോപാധികളെ (Means of Production) യും പ്രതിനിധീകരിക്കുന്നുവെങ്കിൽ, പണമൂലധനമായ (M) രണ്ടുഭാഗങ്ങളായി വിഭജിക്കപ്പെട്ടിരിക്കുന്നു, അവയിലൊന്ന് അധ്വാന ശക്തിയെ വാങ്ങുന്നുവെങ്കിൽ മറ്റേത് ഉൽപ്പാദനോപാധികൾക്കനുസൃതമായതാണ്. നമുക്ക് പ്രക്രിയയെ ഇനിപ്പറയുന്ന സൂത്രവാക്യത്തിലൂടെ പ്രതിനിധീകരിക്കാം:

M-C L
Mp

L ഉം Mpയും ഗുണത്തിന്റെ കാര്യത്തിൽ പരസ്പരം പൊരുത്തപ്പെടണമെന്നതിനൊപ്പം അവ അളവിന്റെ കാര്യത്തിലും പരസ്പരം യോജിക്കണം. Mp Lനെ തൊഴിലിൽ നിയോഗിക്കാൻ മതിയായത്ര ഉണ്ടായിരിക്കണം, ആവശ്യമായി വന്നേക്കാവുന്ന മിച്ചധ്വാനത്തെയടക്കം. ഉദാഹരണത്തിന്, അധ്വാനശക്തിയുടെ പ്രതിദിനമൂല്യം മൂന്നു ഷില്ലിങ്ങും ആ 3 ഷില്ലിങ് അഞ്ചുമണിക്കൂർ അധ്വാനത്തിന്റെ ഉൽപ്പന്നവുമാണെങ്കിൽ മുൻകൂട്ടി നിശ്ചയിക്കപ്പെട്ടിരിക്കുന്ന മുതലാളിത്ത ഉൽപ്പാദനത്തിന്റെ നിയമങ്ങൾക്കനുസരിച്ച്, മൂന്നു ഷില്ലിങ്ങുകൾ അഞ്ചു മണിക്കൂറിലേറെ വരുന്ന അധ്വാനത്തിന്റെ കൂലിയായി – അത് 10 മണിക്കൂറെന്നുകണക്കാക്കുക– പരിഗണിക്കപ്പെടണം. അത്തരമൊരു കരാർ 50 തൊഴിലാളികളുമായി ഉണ്ടാക്കിയെങ്കിൽ, ആ തൊഴിലാളികളെല്ലാം ചേർന്ന് മൊത്തം 500 മണിക്കൂർ തൊഴിൽ ദിവസം നൽകണം. അവയിൽ 250 മണിക്കൂർ പൂർണമായും മിച്ചമൂല്യത്തെ പ്രതിനിധീകരിക്കുന്നു. 50 അധ്വാനശക്തികളെ വാങ്ങുന്ന മുതലാളിയപ്പോൾ അതിനാവശ്യമായ Mpയും വാങ്ങണം, അത് 250 മണിക്കൂറിന് മതിയാകുന്നതായാൽപ്പോരാ, മറിച്ച് 500 തൊഴിൽ മണിക്കൂറിനു മതിയാകണം. അതുകൊണ്ട് L ഉം Mpയും വാങ്ങുമ്പോൾ എങ്ങനെയാണ് പണമൂലധനം വിഭജിക്കപ്പെടേണ്ടതെന്ന കാര്യം പൂർണമായും നിശ്ചിതമായ ഒന്നാണ്. അതു നടന്നുകഴിയുമ്പോൾ ഒരുപയോഗപ്രദമായ സാധനം നിർമിക്കാനാവശ്യമായ തുകക്കുള്ള Mpയും L ഉം ചെലവാക്കുന്നുവെന്നു മാത്രമല്ല, മറിച്ച് അതേപോലെ കൂടുതൽ മൂല്യത്തിനാവശ്യമായ ഉപാധികളെയും ചെലവാക്കുന്നു. അതായത്, മിച്ചമൂല്യംകൂടി ഉൽപ്പാദിപ്പിക്കാൻ. അയാളുടെ പണമൂലധനം ഉൽപ്പാദനപരമായ മൂലധനമായിത്തീരുന്നു.

ഈ പ്രക്രിയയുടെ കാതലായ സ്വഭാവ വിശേഷം അധ്വാനശക്തിയുടെ (ML) വാങ്ങലാണെന്ന് നമുക്കറിയാം, അധ്വാനശക്തിയെ നിയോഗിക്കുമ്പോഴാണ് മിച്ചമൂല്യമുയർന്ന് വരുന്നതെന്നു നാം കാണുമ്പോൾ. M-Mp ആവശ്യമായി വരുന്നത് വാങ്ങപ്പെട്ട അധ്വാനശക്തിയെ പ്രവർത്തനത്തിലേക്ക് പ്രവേശിക്കാൻ അത് കഴിവുറ്റതാക്കുന്നുവെന്നിടത്തോളം മാത്രമാണ്. അങ്ങനെ ML പ്രക്രിയയിൽ പണത്തിന്റെ ഉടമയും അധ്വാനശക്തിയുടെ ഉടമയും പരസ്പരം കണ്ടുമുട്ടുന്നത് വാങ്ങലുകാരനും

വിൽപ്പനക്കാരനുമെന്ന അവരുടെ അതാത് ശേഷിയിൽ മാത്രമാണെങ്കിൽത്തന്നെയും, സർക്കുലേഷന്റെ ഈ സംഭവത്തിൽ മൂലധനബന്ധം അതിനകം തന്നെ ഉൾപ്പെടുത്തപ്പെട്ടുകഴിഞ്ഞു. ഒരു വസ്തുതയെന്ന നിലയിൽ മുതലാളി, അയാൾക്ക് ആദ്യമായി അയാളുടെപണം മൂലധനമായി പ്രയോഗിക്കാൻ കഴിയുന്നതിനുമുമ്പേ, ഉൽപ്പാദനോപാധികളെ (കെട്ടിടങ്ങൾ, യന്ത്രങ്ങൾ തുടങ്ങിയവയെ) അധ്വാനശക്തികളെ വാങ്ങുന്നതിനും മുമ്പുതന്നെ വാങ്ങേണ്ടതുണ്ട്, കാരണം, അധ്വാനശക്തി തന്റെ നിയന്ത്രണത്തിൽ വരുന്നതോടെ Mp Lന്റെ ഉപയോഗപ്പെടുത്തൽ സാധ്യമാക്കിത്തീർക്കാനായി അവിടെ വേണ്ടതുണ്ട്. അയാൾ L വാങ്ങുമ്പോൾ അങ്ങനെ അതിനകംതന്നെ അയാൾ Mpയുടെ ഉടമയായിരിക്കും. മൂലധനബന്ധം മുതലാളിയും തൊഴിലാളിയും തമ്മിലുള്ള വർഗബന്ധം ML പ്രക്രിയയിൽ രണ്ടുപേരം പരസ്പരം അഭിമുഖീകരിക്കുമ്പോൾ അതിനകം തന്നെ നിലനിൽക്കുന്നു, അല്ല അതിനകം തന്നെ കണക്കിലെടുക്കപ്പെടുന്നു. ഈ ബന്ധം നിലനിൽക്കുന്നതിനു കാരണമാകുന്നത് അധ്വാനശക്തിക്ക് പ്രവർത്തനത്തിലേക്ക് പ്രവേശിക്കാൻ കഴിയുന്നതേതു സാഹചര്യങ്ങൾക്കു കീഴിലാണോ ആ സാഹചര്യങ്ങളിലാണ്, അതായത്, ജീവിതത്തിന്റെ ആവശ്യകതകളും ഉൽപ്പാദോപാധികളും അധ്വാനശക്തിയുടെ ഉടമസ്ഥന്റെ നിയന്ത്രണത്തിന് പൂർണമായും പുറത്താണ്. ഉൽപ്പാദനപ്രക്രിയക്കിടയിൽ നിലനിൽക്കുന്ന മൂലധനബന്ധം പ്രകടമായിവരുന്നത് അത് അതിനകംതന്നെ സർക്കുലേഷൻ പ്രക്രിയയിൽ നിലനിൽക്കുന്നുവെന്നതിനാലാണ്, അതായത്, വാങ്ങലുകാരനും വിൽപ്പനക്കാരനും പരസ്പരം അഭിമുഖീകരിക്കുന്നതേതു വിവിധങ്ങളായ അടിസ്ഥാനപരമായ സാമ്പത്തിക സാഹചര്യങ്ങൾക്കു കീഴിലാണോ അവയിൽ മറ്റുവാക്കുകളിൽപ്പറഞ്ഞാൽ അവരുടെ വർഗബന്ധങ്ങളിൽ.

ഉൽപ്പാദനപ്രക്രിയ നിർത്തുമ്പോൾ ഒരു നിശ്ചിത സംഖ്യ ഉൽപ്പന്നങ്ങൾ (C) ലഭ്യമാണ്, ഉദാഹരണത്തിന്, 10000 കിലോ നൂൽ. ഉൽപ്പാദനപ്രക്രിയയുടെ ആരംഭത്തിലുണ്ടായിരുന്ന മൊത്തം ചരക്കുകളുടെ മൂല്യത്തേക്കാൾ കൂടുതലായ ഒരു മൂല്യമാണത്. ഉൽപ്പാദിപ്പിക്കപ്പെടുന്ന ചരക്കുകൾ മൂലധനത്തെ രൂപപ്പെടുത്തുന്നുവെന്നത് ഈ മൂല്യത്തിന്റെ വർധനവിൽനിന്നു പ്രകടമാണ്. അത്തരം ചരക്കുകളിപ്പോൾ വിറ്റഴിക്കപ്പെടണം. കാരണമവ വിപണിയിൽ കിടക്കുന്തോറും ഉൽപ്പാദനം നിശ്ചലമായി നിൽക്കുകയാണ്. മൂലധന ചരക്കുരൂപത്തിൽനിന്ന് പണരൂപത്തിലേക്ക് പുനർപരിവർത്തിക്കപ്പെടുന്നതിന്റെ വേഗതക്കനുസരിച്ച് ഒരേ മൂലധനമൂല്യം പുതിയ ഉൽപ്പന്നങ്ങളുടെയും പുതിയ മൂല്യങ്ങളുടെയും സൃഷ്ടിക്ക് വളരെ അസമമായ ഒരു തോതിൽ (ഡിഗ്രിയിൽ) സേവനമനുഷ്ഠിക്കും. അതിനുമപ്പുറം ചരക്കുകളുടെ മൊത്തം തുക വിറ്റഴിക്കപ്പെടണം. കാരണം, അതിലൊരു പങ്കും വിറ്റഴിക്കപ്പെടാതെ ബാക്കിയാകരുതെന്നത് കാതലായ കാര്യമാണ്. മുതലാളി പതിനായിരം കിലോ നൂൽ വിറ്റുകഴിയുമ്പോൾ മാത്രമാണ് അയാൾ മൊത്തം മൂലധനമൂല്യത്തെയും മിച്ചമൂല്യത്തെയും

പരിവർത്തിക്കുന്നത്. വിൽപ്പനയ്ക്കുശേഷം സർക്കുലേഷന്റെ മൊത്തം പ്രക്രിയയുടെ അവസാനത്തിൽ മൂലധനമൂല്യം ആ പ്രക്രിയയിൽ പ്രവേശിച്ചപ്പോഴുണ്ടായിരുന്ന ആരംഭത്തിലെ രൂപം വീണ്ടെടുക്കുന്നു. അങ്ങനെ വീണ്ടുമതിന് പണമൂലധനമായി പ്രക്രിയയാരംഭിക്കാൻ കഴിയും, ഒപ്പം തന്നെ അതിന്റെ വിവിധ ഘട്ടങ്ങളിലേക്ക് കടക്കാനും കഴിയും.

വിൽപ്പന C^1-M^1 പൂർത്തിയാകുമ്പോൾ മൊത്തം സർക്കുലേഷൻ പ്രക്രിയയുടെയും അന്തിമഫലമായി പ്രത്യക്ഷപ്പെടുന്ന പണത്തിന്റെ തുകയിൽ ആരംഭത്തിലെ മൂലധനമൂല്യവും കൂട്ടിച്ചേർക്കപ്പെട്ട മിച്ചമൂല്യവും ഉണ്ടായിരിക്കണം. ഒന്നിനോട് ചേർന്ന് മറ്റൊന്നെന്ന നിലയിൽ അവ ഉടമയുടെ ഇഷ്ടപ്രകാരം ഒന്നു മറ്റൊന്നിൽനിന്നു വേർതിരിക്കുകയോ വേർതിരിക്കാതിരിക്കുകയോ ചെയ്യാം. ഉൽപ്പാദനപ്രക്രിയയുടെ തുടർച്ചക്ക് ഇതു വളരെ പ്രധാനമാണ്. അതിനനുസരിച്ചാണ് മിച്ചമൂല്യം ഭാഗികമായോ പൂർണമായോ മൂലധനത്തോടുകൂട്ടിച്ചേർക്കപ്പെടുന്നതും, ഒട്ടുംതന്നെ കൂട്ടിച്ചേർക്കപ്പെടാതിരിക്കുന്നതും.

മൂലധനത്തിന്റെ സർക്കുലേഷൻ പ്രക്രിയക്ക് സാധാരണഗതിയിൽ മുന്നോട്ടുപോകാൻ കഴിയും, പക്ഷേയത് സാധ്യമാവുക അതിന്റെ വിവിധ ഘട്ടങ്ങൾ തടസമോ കാലതാമസമോ ഇല്ലാതെ ഒന്നു മറ്റൊന്നിലേക്ക് കടന്നു പോകുന്നിടത്തോളം മാത്രമാണ്. മറുവശത്ത്, സർക്കുലേഷൻ പ്രക്രിയയുടെ വിവിധ ഘട്ടങ്ങളിൽ നിശ്ചിത സമയദൈർഘ്യങ്ങളിൽ മൂലധനത്തിന്റെ അണിനിരത്തലില്ലായ്മയെ (ചലനമില്ലായ്മയെ) സർക്കുലേഷൻ പ്രക്രിയതന്നെ നിർണയിക്കണമെന്നത് കാര്യങ്ങളുടെ സ്വഭാവങ്ങളിൽ നിന്നു വരുന്നതാണ്.

അതിന്റെ സമഗ്രതയിൽ മൂലധനത്തിന്റെ സർക്കുലേഷൻ പ്രക്രിയ പ്രകടമാക്കുന്നത് ഉൽപ്പാദനവും സർക്കുലേഷനും തമ്മിലുള്ള വളരെ അടുത്ത ബന്ധത്തെയാണ്. അതിന്റെ സർക്കുലേഷന്റെ ആദ്യഘട്ടത്തിൽ മൂലധനത്തിന് ഉൽപ്പാദനപ്രക്രിയയിൽ അതിനു പ്രവർത്തിക്കാൻ കഴിയുന്നതിനുവേണ്ട രൂപം കൈവരിക്കുന്നതിന് ചരക്കുകളുടെ പൊതുവായ സർക്കുലേഷനാവശ്യമാണ്. മൂലധനത്തിന് അതിന്റെ ചരക്കുരൂപം ഉരിഞ്ഞുകളയാനായി അത്രതന്നെയളവിൽ മൂന്നാം ഘട്ടത്തിലും പൊതുവായ സർക്കുലേഷനാവശ്യമാണ്. കാരണം, ചരക്കുരൂപത്തിനു കീഴിലതിന് സർക്കുലേഷൻപ്രക്രിയ പുനരാരംഭിക്കാൻ കഴിയില്ല. മൂലധനമെന്ന നിലയിലുള്ള അതിന്റെതന്നെ സർക്കുലേഷൻ പ്രക്രിയയെ അതുമായി കൂട്ടിച്ചേർക്കപ്പെട്ടിരിക്കുന്ന മിച്ചമൂല്യത്തിന്റെ സർക്കുലേഷൻ പ്രക്രിയയിൽ നിന്ന് വേർപെടുത്താനുള്ള സാധ്യതയുണ്ടാക്കാനും അതേപോലെ തന്നെ അതിനതാവശ്യമുണ്ട്.

അങ്ങനെ പണമൂലധനത്തിന്റെ സർക്കുലേഷൻ ഏറ്റവും ഏകപക്ഷീയമാണ്. അതിനാൽ വ്യവസായമൂലധനം സ്വയം പ്രകടമാകുന്നതിന്റെ ശ്രദ്ധേയവും സവിശേഷവുമായ രൂപവുമാണ്; ആ പ്രക്രിയയിൽ വ്യവസായമൂലധനത്തിന്റെ ലക്ഷ്യവും പ്രചോദനശക്തിയും– മൂല്യത്തിന്റെ

വിപുലനം, പണ സമ്പാദനം, സഞ്ചയം– കൂടുതൽ വിലക്ക് വിൽക്കാനായുള്ള വാങ്ങലിൽ ഏറ്റവും ശക്തമായി സ്വയം സ്ഥാപിക്കുന്നു. MC യാണ് ആദ്യഘട്ടമെന്ന വസ്തുത, ചരക്കുകളുടെ വിപണിയിൽ നിന്നുത്ഭൂതമായ നിലയിൽ ഉൽപ്പാദനപരമായ മൂലധനത്തിന്റെ ഘടകഭാഗങ്ങളുടെ ഉൽപ്പത്തിയെ പ്രകടമായിക്കാണിക്കുന്നു. മുതലാളിത്ത ഉൽപ്പാദനപ്രക്രിയ ചിട്ടപ്പെടുത്തപ്പെടുന്നത് സർക്കുലേഷനിലൂടെയാണ് (അതായത്, കച്ചവടത്തിലൂടെ) എന്ന തുടർന്നുള്ള വസ്തുതയെയും കൂടിയത് പ്രകടമാക്കുന്നു. പണമൂലധനത്തിന്റെ വൃത്താകൃതിയിലുള്ള ഗതിക്രമം ചരക്കുകളുടെ ഉൽപ്പാദനം മാത്രമല്ല; അത് സ്വയംതന്നെ കൊണ്ടുവരപ്പെടുന്നത് സർക്കുലേഷൻ പ്രക്രിയയെയാണ്, അത് മുന്നുപാധിയാക്കുന്ന സർക്കുലേഷൻ പ്രക്രിയയാൽ.

മുതലാളി വാങ്ങുന്ന അധ്വാനശക്തിക്ക് ഒരു നിയമമെന്ന നിലയിൽ, ഒന്നോ രണ്ടോ ആഴ്ചയുടെയവസാനത്തിൽ മുതലാളി പ്രതിഫലം നൽകേണ്ടതുണ്ട്. ഉൽപ്പാദനോപാധികളുടെ കാര്യത്തിൽ, കാര്യം വ്യത്യസ്തമാണ്. ഈ കേസിൽ വാങ്ങലിന്റെയും പ്രതിഫലം നൽകലിന്റെയും തീയതികൾ വ്യത്യസ്തമാണ്. അതിന്റെ അനന്തരഫലമെന്നോണം M-C പ്രക്രിയ പൂർത്തിയാക്കാനായി പണത്തിന്റെ ഒരു ഭാഗം ഉപയോഗിക്കപ്പെടണം, അതേസമയംതന്നെ മറ്റൊരുഭാഗം പണരൂപത്തെ നിലനിർത്തുകയും വേണം. അപ്പോൾ സർക്കുലേഷന്റെ ആവശ്യകതകൾ പണത്തിന്റെ ഒരു സംഭരിച്ചുവെക്കലിന് കാരണമാകുന്നു. സർക്കുലേഷനിൽ നിന്നു പിൻവലിക്കപ്പെടുന്ന എല്ലാ പണവും ഒരു നിധിയുടെ രൂപമെടുക്കുന്നതിനാൽ പണമൂലധനത്തിന്റെ ക്രമികമായ പ്രവർത്തനത്തിന് പണത്തിന്റെ നിധിയാക്കി സൂക്ഷിക്കൽ ഒഴിച്ചുകൂടാനാകാത്തതാണ്.

ഒരു പണത്തിന്റെ നിധിയുടെ സംഭരണം മറ്റൊരു രീതിയിലും ഉണ്ടാകുന്നു. സഞ്ചയത്തെക്കുറിച്ചുള്ള അധ്യായത്തിൽ നാം കണ്ടത് മിച്ചമൂല്യം എല്ലായ്പ്പോഴും മൂലധനത്തിലേക്ക് പുതുതായി കൂട്ടിച്ചേർക്കപ്പെടുമെന്നാണ്. അതായത്, ഉൽപ്പാദനത്തിന്റെ പരിധിയെ വികസിപ്പിക്കാനായോ അല്ലെങ്കിൽ മൂലധനം വർധിച്ചുകൊണ്ടുപോകപ്പെടുന്ന പുതിയ സ്ഥലങ്ങൾ സൃഷ്ടിക്കാനായോ അത് പ്രയോഗിക്കപ്പെടുന്നു. ഈ ഉദ്ദേശ്യത്തിന്, അതിന് ഒരു നിശ്ചിതമായ വലുപ്പമുണ്ടായിരിക്കണം. അത് ഒരു നിശ്ചിതയെണ്ണം തൊഴിലാളികളെ നിയോഗിക്കാനും അവർക്കാവശ്യമായ ഉൽപ്പാദനോപാധികളെ സമാഹരിക്കാനും വേണ്ടത്രയുണ്ടാകണം. കാരണം, ഉൽപ്പാദനം വിപുലീകരിക്കാൻ കഴിയുന്ന അനുപാതങ്ങൾ ഏകപക്ഷീയമല്ല മറിച്ച്, സാങ്കേതികാനിവാര്യതകളാലാണ് അത് നിർണയിക്കപ്പെടുന്നത്. മൂലധനത്തിന്റെ ഒരു വൃത്താകൃതിയിലുള്ള ഗതിക്രമത്തിൽ നിന്നുത്ഭൂതമാകുന്ന മിച്ചമൂല്യം വേണ്ടത്ര മതിയാകില്ലെങ്കിൽ, വേണ്ടത്രയാകുന്നതുവരെ നിരവധി വൃത്താകൃതിയിലുള്ള ഗതിക്രമത്തിലൂടെ സഞ്ചയിക്കപ്പെടണം. അതിനിടയിൽ അത് ഒരു നിധിയുടെ രൂപത്തിൽ ചലനരഹിതമായിരിക്കുകയും ഈ രൂപത്തിൽ സാധ്യതയുള്ള പണമൂലധനത്തെ രൂപപ്പെടുത്തു

കയും ചെയ്യുന്നു. അതായത്, പണം മൂലധനമായി സേവനം നടത്തുന്നതിനുള്ള പ്രവണതയുള്ളതാണ്. പക്ഷേ, ഇതേവരെയത് അത്തരത്തിൽ സേവനമനുഷ്ഠിക്കുന്നില്ല.

നമ്മുടെ മുതലാളിയാൽ വിൽക്കപ്പെടുന്ന ചരക്കുകൾ ഉടനടിതന്നെ പ്രതിഫലം നൽകപ്പെടേണ്ടതല്ലെങ്കിൽ മറിച്ച് കുറച്ചുകഴിഞ്ഞ് പേമെന്റ് നടത്തിയാൽ മതിയെങ്കിൽ (ആ സമയം കുറവോ കൂടുതലോ ആകാം) മൂലധനത്തിലേക്ക് കൂട്ടിച്ചേർക്കപ്പെടാനായി വിധിക്കപ്പെട്ട മിച്ച ഉൽപ്പന്നത്തിന്റെ ആ ഭാഗം പണമായി മാറ്റപ്പെടുന്നില്ല, മറിച്ച്, ക്ലെയിമുകളായി (അവകാശങ്ങൾ)ട്ടാണ്, അല്ലെങ്കിൽ എതിർ മൂല്യമുള്ള ഉടമാവകാശങ്ങളായാണ് മാറ്റപ്പെടുന്നത്. അത്തരം ഉടമാവകാശങ്ങൾ (പ്രൊപ്രൈറ്ററിറൈറ്റുകൾ) ഒരുപക്ഷേ, അതിനകംതന്നെ ആ ചരക്കുകൾ വാങ്ങുന്നയാളിന്റെ പക്കലുണ്ടായേക്കാം.

സ്വർണ മിച്ചമൂല്യം ഉടനടിതന്നെ ഉൽപ്പാദനപരമായ മൂലധന–മൂല്യമായി കൂട്ടിച്ചേർക്കപ്പെടുമോ എന്നതിനെ സംബന്ധിച്ച്, അതാശ്രയിച്ചിരിക്കുന്നത് അതിന്റെ വെറും നിലനിൽപ്പിൽനിന്നു സ്വതന്ത്രമായിട്ടുള്ള പരിതഃസ്ഥിതികളിന്മേലാണ്. അത് ഒരു രണ്ടാമത്തെ പണമൂലധനമായി സേവനമനുഷ്ഠിക്കണമെങ്കിൽ, സ്വതന്ത്ര ബിസിനസ് ഇടപാടാകണമെങ്കിൽ അത് ആവശ്യമായിട്ടുള്ള ഒരു മിനിമം തുകക്കുണ്ടാകണം. അതിന്റെ ആരംഭത്തിലെ മൂലധനത്തിന്റെ വർധനക്കായി പ്രയോഗിക്കാൻ കഴിയണമെങ്കിലും അതേപോലെതന്നെ അത്തരമൊരു മിനിമം തുക ആവശ്യമാണ്. ഉദാഹരണത്തിന്, ഒരു നൂൽനൂൽപ്പുകാരന് അയാളുടെ സ്പിൻഡിലുകളുടെ എണ്ണം വർധിപ്പിക്കാൻ കഴിയണമെങ്കിൽ അതിന്നനുസൃതമായ എണ്ണം കാർഡിങ് മെഷീനുകളും റോവിങ് ഫ്രെയിമുകളും കൂടി സംഘടിപ്പിക്കേണ്ടതുണ്ട്, പഞ്ഞിവാങ്ങാൻ വേണ്ടിവരുന്ന അധികത്തുകയെക്കുറിച്ചും ബിസിനസ് വിപുലീകരിക്കാൻ ആവശ്യം വരുന്ന കൂലിയുടെ വർധനയെക്കുറിച്ചും പറയാനുമില്ല. പണമായി മാറിയ മിച്ചമൂല്യം ഈ മിനിമം തുകയെത്താത്തിടത്തോളം മൂലധനത്തിന്റെ വൃത്താകൃതിയിലുള്ള ഗതിക്രമം പലതവണയാവർത്തിക്കേണ്ടിവരും. വിശദാംശങ്ങളിലുള്ള മെച്ചപ്പെടുത്തലുകൾക്കുപോലും, സ്പിന്നിങ്ങിന്റെ യന്ത്രസാമഗ്രികളുടെ കാര്യത്തിൽ, അത് യന്ത്രസാമഗ്രികളുടെ ഉൽപ്പാദനക്ഷമത വർധിപ്പിക്കുമെന്നിടത്തോളം, സ്പിന്നിങ്ങിനുള്ള സാമഗ്രികളുടെ ഒരു വലിയ നീക്കിവയ്പ്പാവശ്യമായിവരും; കാർഡിങ് യന്ത്രങ്ങളുടെ വർധനവ് പോലുള്ളവ. അങ്ങനെ, ആ കാലയളവിനുള്ളിൽ മിച്ചമൂല്യം സഞ്ചയിക്കപ്പെടും.

ഒരിക്കൽ ഉൽപ്പാദനപ്രക്രിയ പൂർത്തീകരിക്കപ്പെട്ടുകഴിഞ്ഞാൽ മുതലാളി തന്റെ ചരക്കുകൾ സർക്കുലേഷന്റെ ധാരയിലേക്കിറക്കുന്നു, അവയെ വിൽക്കാനായി. ഉൽപ്പാദന പ്രക്രിയയുടെ ആരംഭത്തിനു മുമ്പ് മുതലാളിവാങ്ങിയതിനെക്കാൾ (L+Mp) ഉയർന്ന മൂല്യം ഈ ചരക്കുകൾക്കുണ്ട്. തന്റെ ഉൽപ്പന്നങ്ങളുടെ വിൽപ്പനയിലൂടെ സർക്കുലേഷന്റെ പ്രക്രിയയിൽ നിന്ന് പണത്തിന്റെ രൂപത്തിൽ മുതലാളി കൂടുതലുയർന്ന

ഒരു മൂല്യം (അതേരൂപത്തിൽ താനാദ്യം അതിലേക്കിറക്കിയതിനേക്കാൾ) നേടുന്നു. അതയാൾക്ക് ചെയ്യാനാകുന്നത് സർക്കുലേഷന്റെ ധാരയിലേക്ക്, ചരക്കുകളുടെരൂപത്തിൽ, താനതിൽനിന്നു പിൻവലിച്ചതിനേക്കാൾ വലിയ ഒരു മൂല്യം ഇറക്കിയാൽ മാത്രമാണ്. നാം വ്യവസായ മുതലാളിയെമാത്രം പരിഗണിക്കുന്നിടത്തോളം.[1] അയാൾ മാറ്റമൊന്നുമില്ലാതെ താനതിൽനിന്നു പിൻവലിച്ചതിനെക്കാൾ കൂടുതലൊരു മൂല്യം ചരക്കുകളുടെ രൂപത്തിൽ സർക്കുലേഷനിലേക്ക് ഇറക്കുന്നു. അയാളുടെ ചരക്ക്—മൂല്യത്തിന്റെ സപ്ലൈ അയാളുടെ ഡിമാൻഡുമായി സ്വരച്ചേർച്ചയിലെത്തിയാൽ, അയാളുടെ മൂലധനത്തിനൊരു വർധനയും ഉണ്ടാകില്ല. അയാൾ തീർച്ചയായും തന്റെ വാങ്ങിയതിനെക്കാളുയർന്ന വിലക്ക് വിൽക്കണം. പക്ഷേ അതയാൾക്ക് ചെയ്യാനാവുക അതിനിടയിലയാൾ ഉൽപ്പാദനപ്രക്രിയയുടെ ഗതിക്രമത്തിനിടയിൽ താൻ വാങ്ങിയ കുറഞ്ഞ മൂല്യമുള്ള ചരക്കുകളെ കൂടുതൽ മൂല്യമുള്ളവയാക്കി രൂപാന്തരപ്പെടുത്തിയെന്നതുകൊണ്ടുമാത്രമാണ്. അയാളുടെ മൂലധനം ഉണ്ടാക്കുന്ന ലാഭം വർധിക്കുന്നത് തന്റെ ചരക്കുമൂല്യങ്ങളുടെ സപ്ലൈ തന്റെ ഡിമാൻഡിനെ അധികരിക്കുന്ന അതേ അനുപാതത്തിലാണ്. അതുകൊണ്ട് അയാൾക്കൊരിക്കലും തന്റെ സ്പ്ലൈയും ഡിമാൻഡും തമ്മിലൊരു സമതുലിതാവസ്ഥ സ്ഥാപിക്കുകയെന്ന ലക്ഷ്യം മുന്നിൽ വയ്ക്കാൻ പറ്റില്ല, അയാളെപ്പോഴും ഡിമാൻഡിനേക്കാൾ സാധ്യമാകാവുന്നത്ര കൂടുതൽ സപ്ലൈയെ വർധിപ്പിക്കാൻ നിരന്തരമായി പരിശ്രമിച്ചുകൊണ്ടേയിരിക്കണം.

മൊത്തത്തിൽ മുതലാളിവർഗത്തിന്റെ കാര്യത്തിലും ഇതേകാര്യം ബാധകമാണ്. തീർച്ചയായുമത് ഇവിടെ ഉൽപ്പാദനത്തിനാവശ്യമായ ഡിമാൻഡിന്റെ മാത്രം കാര്യമാണ്. അതായത്, L നും Mp ക്കും വേണ്ടിയുള്ള ഡിമാൻഡ്.

നാമിതിനകം കണ്ടതുപോലെ, മുതലിറക്കിയ മൂലധനം (Cp) Mp വാങ്ങുന്നതിനായി ഉപയോഗിച്ച ഭാഗവും L വാങ്ങുന്നതിനായി പ്രയോഗിച്ച ഭാഗവുമായി വിഭജിക്കപ്പെട്ടിരിക്കുന്നു. അതിന്റെ മൂല്യം നാം പരിഗണിച്ചാൽ അതുകൊണ്ട് Mpക്കു വേണ്ടിയുള്ള ഡിമാൻഡ് മുതലിറക്കിയ മൂലധനത്തേക്കാൾ കുറവാണ്, ഒപ്പംതന്നെ, അതിന്റെ അനന്തരഫലമായി ഉൽപ്പാദനപ്രക്രിയ പൂർത്തീകരിക്കപ്പെട്ടതിനുശേഷം, എല്ലാറ്റിനുമൊടുവിൽ സർക്കുലേഷനിലേക്കിറക്കിയ ചരക്ക്-മൂലധനത്തേക്കാൾ വളരെ ചെറുതുമായിരിക്കും.

L നു വേണ്ടിയുള്ള ഡിമാൻഡ് Mpക്കു വേണ്ടിയുള്ള ഡിമാൻഡിനെയപേക്ഷിച്ച് വർധമാനമായ വിധം കുറഞ്ഞുവരികയാണ് (അധ്യായം

---

1. ഇതുകൊണ്ട് നാമുദ്ദേശിക്കുന്നത് കച്ചവടക്കാരൻ, ബാങ്കർ, വെറും ഭൂവുടമസ്ഥൻ തുടങ്ങിയ ഉൽപ്പാദനമേ നടത്താത്തവരിൽനിന്ന് നേരെ വിപരീതമായി വ്യവസായത്തിന്റെയോ കൃഷിയുടെയോ ഖനനത്തിന്റെയോ മേഖലകളിൽ ഉൽപ്പാദനം നടത്തുന്ന മുതലാളിയാണ്.

12 ൽ സഞ്ചയനത്തെക്കുറിച്ചുള്ള വിവരണവുമായി താരതമ്യം ചെയ്യുക) മുതലാളി തന്റെ കൂലിയുടെ വലിയ ഭാഗത്തെ ജീവനോപാധികളായി– പ്രത്യേകിച്ചും ഒഴിച്ചുകൂടാനാവാത്ത ജീവനോപാധികളായി– പരിവർത്തിക്കുന്നിടത്തോളം, അതേസമയംതന്നെ മുതലാളിയുടെ L നു വേണ്ടിയുള്ള ഡിമാൻന്റ്, പരോക്ഷമായി തൊഴിലാളിവർഗത്തിന് ഉപഭോഗത്തിനാവശ്യമായ സാമഗ്രികൾക്കുവേണ്ടിയുള്ള ഒരു ഡിമാൻഡ് കൂടിയാണ്. പക്ഷേ, ഈ ഡിമാൻഡ് Vക്കു തുല്യമാണ്, ഒരണുപോലും വലുതല്ല– തൊഴിലാളി തന്റെ കൂലിയിൽനിന്നു മിച്ചം പിടിച്ചാൽ പരമാവധി അതിനതിൽനിന്നു കുറയാൻ മാത്രമേ പറ്റൂ (V = അസ്ഥിരമൂലധനം)

അങ്ങനെ ചരക്കുകൾക്കുവേണ്ടിയുള്ള മൊത്തം ഡിമാൻഡ്, മുതലാളിയുടെ ഭാഗത്തുനിന്ന്– ഒരിക്കലും Cp = C + V എന്നതിൽ നിന്ന് വലുതാകാനില്ല. പക്ഷേ, അയാളുടെ സപ്ലൈ C+V+S ന് തുല്യമാണ്. ലാഭനിരക്ക് വലുതാകുന്തോറും മൂലധനവുമായി ആപേക്ഷികമായി മിച്ചമൂല്യവും വലുതാകും, അതിനനുസൃതമായി മുതലാളിയുടെ ചരക്കുകളുടെ സപ്ലൈ അയാളുടെ ഡിമാൻഡിനെ അധികരിക്കും അയാളുടെ സപ്ലൈയെ അപേക്ഷിച്ച് അയാളുടെ ഡിമാൻഡ് അതിനനുസൃതമായി കുറഞ്ഞുമിരിക്കും (C= സ്ഥിരമൂലധനം, S = മിച്ചമൂല്യം)

അയാളുടെ Mp ക്കു വേണ്ടിയുള്ള ഡിമാൻഡ് എപ്പോഴും അയാളുടെ മൂലധനത്തേക്കാൾ കുറവായിരിക്കുമെന്ന്, ഓരോ ദിവസവും കണക്കുകൂട്ടിയാൽ നാമോർമവയ്ക്കണം. നമുക്ക് അയാളുടെ അരികിൽത്തന്നെ നിൽക്കുന്ന മറ്റൊരു മുതലാളിയെക്കൂടി സങ്കൽപ്പിക്കാം. ആ രണ്ടാമനയാൾക്ക് Mp സപ്ലൈ ചെയ്യുന്നു. ആ രണ്ടാമനും, മറ്റുതരത്തിൽ സമാനമായ സാഹചര്യങ്ങളിൽ, അത്രതന്നെ വലുപ്പമുള്ള ഒരു മൂലധനത്തോടെ പ്രവർത്തിക്കുന്നു, ഈ കേസിൽ ആദ്യത്തെ മുതലാളിയുടെ Mpക്കു വേണ്ടിയുള്ള ഡിമാൻന്റ്, മൂല്യത്തിന്റെ കാര്യത്തിൽ രണ്ടാമന്റെ ചരക്ക് ഉൽപ്പന്നങ്ങളെക്കാൾ എല്ലായ്പ്പോഴും കുറവായിരിക്കും. ഒരൊറ്റ മുതലാളിമാത്രമല്ല ഉള്ളത്, മറിച്ച്, നിരവധിയുണ്ടെന്നത് കാര്യങ്ങളെ മാറ്റുന്നില്ല. നമുക്കയാളുടെ മൂലധനം 50 പൗണ്ടിന്റേതാണെന്ന് സങ്കൽപ്പിക്കാം. അതിലയാളുടെ സ്ഥിരമായ ഭാഗം (C) പത്തുപൗണ്ടിന്റെതാണ്. ഈ കേസിൽ അയാൾ മുതലാളിമാരുടെ കൂട്ടായ്മയിന്മേൽ അയാൾ ഉണ്ടാക്കിയ ഡിമാൻഡ് 40 പൗണ്ടിനു തുല്യമാണ്. അവരൊന്നിച്ച് തുല്യമായ ലാഭനിരക്കുകളിൽ 50 പൗണ്ട് മൂലധനത്തിനുമേൽ 60 പൗണ്ട് മൂല്യത്തിനുള്ള Mp നൽകുന്നു. അങ്ങനെ വരുമ്പോൾ അയാളുടെ ഡിമാൻഡ് അവരുടെ സപ്ലൈയുടെ $\frac{2}{3}$ ഭാഗത്തെ മാത്രമേ കവർ ചെയ്യുന്നുള്ളൂ. അതേസമയത്ത് അയാളുടെതന്നെ മൊത്തം ഡിമാൻഡ് അയാളുടെതന്നെ സപ്ലൈയുടെ അഞ്ചിൽ നാലിനു തുല്യവുമാണ്; മൂലധനത്തിന്റെ തുകയ്ക്കനുസരിച്ച് കണക്കാക്കിയാൽ.

മുതലാളി മൊത്തം മിച്ചമൂല്യവും ഉപഭോഗിച്ചാൽ മാത്രമാണ്, അയാൾ അയാളുടെ ആരംഭത്തിലെ വലുപ്പത്തിൽ തന്നെയുള്ള മൂലധനം

കൊണ്ടുൽപ്പാദിപ്പിക്കൽ തുടർന്നാൽ മാത്രമാണ്, മുതലാളിയെന്നനിലയിൽ അയാളുടെ ഡിമാൻഡ് അയാളുടെ സപ്ലൈയുമായി മൂല്യത്തിൽ തുല്യതയുള്ളതായിരിക്കുക. പക്ഷേ, അപ്പോൾപ്പോലും മുതലാളിയെന്ന നിലയിലുള്ള അയാളുടെ ഡിമാൻന്റ് അയാളുടെ സപ്ലൈക്ക് അനുസൃതമായിരിക്കുക അഞ്ചിൽ നാല് എന്ന നിലയ്ക്ക് മാത്രമാണ് – മൂല്യത്തിന്റെ തുകയനുസരിച്ച് നോക്കിയാൽ അയാൾ അഞ്ചിലൊന്ന് ഒരു മുതലാളിയല്ല എന്ന നിലയ്ക്കാണുപഭോഗിക്കുന്നത്.

പക്ഷേ, അതസാധ്യമാണ്. വിലകളിലെ വ്യതിയാനങ്ങൾ കണക്കിലെടുത്തും വിൽക്കാനും വാങ്ങാനുമുള്ള ഏറ്റവും നല്ല അവസരങ്ങൾക്കുവേണ്ടി കാത്തിരിക്കാൻ കഴിയുന്നതിനായും മുതലാളി ഒരു റിസർവ് മൂലധനം രൂപപ്പെടുത്തേണ്ടതുണ്ട്. ഉൽപ്പാദനത്തിന്റെ പരിധി വിപുലീകരിക്കാനായും ഏറ്റവും പുതിയ സാങ്കേതിക പുരോഗതി തന്റെ സംരംഭത്തിൽ ഉപയോഗപ്പെടുത്താനായും അയാൾ മൂലധനം സഞ്ചയിക്കണം.

മൂലധനം സഞ്ചയിക്കാൻ അയാൾ ആദ്യം മിച്ചമൂല്യത്തിലൊരു ഭാഗം പണരൂപത്തിൽ (അതയാൾ കൊയ്തെടുക്കുന്നത് സർക്കുലേഷൻ പ്രക്രിയയിൽ നിന്നാണ്) ഒരു നിധിയായി സഞ്ചയിക്കാനനുവദിക്കണം, അയാളുടെ നിധി ആവശ്യമായൊരു പരിമാണം കൈവരിക്കുന്നതുവരെ. നിധിയുടെ രൂപീകരണ പ്രക്രിയയുടെ കാലം നീണ്ടുനിൽക്കുന്നിടത്തോളം മുതലാളിയുടെ ഡിമാൻഡ് വർധിക്കുന്നില്ല. പണം ചലനരഹിതമാകുന്നു, അത് ചരക്കു വിപണിയിൽനിന്ന് ചരക്കുകളുടെ രൂപത്തിൽ ആ വിപണിയിൽ നിന്ന് സപ്ലൈ ചെയ്ത ചരക്കുകൾക്കുപകരം അതു പിൻവലിച്ച പണത്തിനെ ബാലൻസ് ചെയ്യാനായി, ഒരു തുല്യമൂല്യവും പിൻവലിക്കുന്നില്ല.

നാമിവിടെ ക്രെഡിറ്റിനെ (Credit) ഒഴിവാക്കുന്നു. ഉദാഹരണത്തിന്, ഒരു മുതലാളി തന്റെ പണം, അത് സഞ്ചയിക്കുന്നതിന്റെ അളവിനനുസരിച്ച്, ഒരു ബാങ്കിൽ പലിശക്കായി നിക്ഷേപിക്കുമ്പോൾ അതുമൊരു കടത്തിന്റെ പ്രവർത്തനമാണ് (Credit operation).

മൂലധനത്തിനതിന്റെ വൃത്താകൃതിയിലുള്ള ഗതിക്രമത്തിനാവശ്യമായിവരുന്നമൊത്തം സമയം അതിന്റെ ഉൽപ്പാദത്തിനും അതിന്റെ സർക്കുലേഷനും വേണ്ടിവുരന്ന സമയത്തിനു തുല്യമാണോ?

ഉൽപ്പാദനത്തിന്റെ സമയത്തിനകത്ത് പ്രവർത്തനത്തിന്റെ സമയം ഉൾപ്പെടുത്തിയിരിക്കുന്നു, പക്ഷേ, അതൊരിക്കലും ഉൽപ്പാദനത്തിന്റെ സമയമല്ല. ഉൽപ്പാദനപ്രക്രിയക്കിടയിൽ അധ്വാനപ്രക്രിയയിൽ തടസങ്ങളുണ്ടാകേണ്ടതാവശ്യമാകാം, ആ സമയത്ത് അധ്വാനത്തിന് ലക്ഷ്യമാകുന്നവസ്തു കൂടുതലൊരു മാനുഷിക ഇടപെടലില്ലാതെ ഭൗതിക പ്രക്രിയയുടെ സ്വാധീനത്തിനായി തുറന്നുവച്ചിരിക്കുകയായേക്കാം. ഉദാഹരണം: ചോളത്തിന്റെ കാര്യത്തിൽ അതു വിതച്ചതിനുശേഷമുള്ള സമയം, വീഞ്ഞിനെ സംബന്ധിച്ച് അതു പാത്രത്തിൽ പുളിച്ചുകൊണ്ടിരിക്കുന്ന

സമയം, അതല്ലെങ്കിൽ എണ്ണമറ്റ നിർമാണങ്ങളുടെ അധ്വാനസാമഗ്രികൾ (ഉദാഹരണത്തിന് തോലൂറക്കിടൽ) രാസപ്രക്രിയകൾക്കുവിധേയമാക്കപ്പെടുന്ന സമയം. മുതലാളിക്ക് തന്റെ കൈയിൽ അസംസ്കൃത വസ്തുക്കളുടെ തുടർന്നുള്ള ഒരു സ്റ്റോക്കുണ്ടായിരിക്കണം, അധ്വാനോപകരണങ്ങളും യന്ത്രങ്ങളും മറ്റും ഉൽപ്പാദനപ്രക്രിയയുടെ ഗതിക്രമത്തിനിടയിൽ എന്തെങ്കിലും ഉൽപ്പാദിപ്പിക്കാതെതന്നെ ഏറെ സമയം ഉപഭോഗിക്കുമെന്ന കാര്യവും ഓർമവയ്ക്കണ്ടതുണ്ട്.

ഇതെല്ലാം വെറുതെ പ്രവർത്തനമൊന്നുമില്ലാതെ കിടക്കുന്ന മൂലധനമാണ്. മൊത്തം ഉൽപ്പാദനപ്രക്രിയകളെയും സാധാരണ തടസങ്ങൾ, നേരെതിരിച്ച്, മൂല്യമോ മിച്ചമൂല്യമോ ഉൽപ്പാദിപ്പിക്കുന്നില്ല. അതുകൊണ്ടാണ് രാത്രിയിലും അധ്വാനം ബലമായി നടപ്പിലാക്കാനുള്ള ശ്രമം വരുന്നത്.

അധ്വാനത്തിന് ലക്ഷ്യമായിട്ടുള്ള വസ്തു ഉൽപ്പാദനപ്രക്രിയക്കിടയിൽ കടന്നുപോകേണ്ട അധ്വാനസമയത്തിലെ ഇടവേളകൾ (ഉദാഹരണം; മരത്തടികൾ ഉണക്കൽ) മൂല്യമോ മിച്ചമൂല്യമോ ഉൽപ്പാദിപ്പിക്കുന്നില്ല.

അധ്വാനസമയത്തെ അധികരിക്കുന്ന ഉൽപ്പാദനസമയത്തിന്റെ കാരണമെന്തായാലും ഈയൊരു കേസിലും ഉൽപ്പാദനോപാധികൾ (Mp) അധ്വാനത്തെ ആഗിരണം ചെയ്യുന്നില്ല. അല്ലെങ്കിൽ മിച്ചമൂല്യത്തെയും (അതിന്റെ അനന്തരഫലമെന്നോണം) ആഗിരണം ചെയ്യുന്നില്ല. അതുകൊണ്ടാണ് മുതലാളിത്ത ഉൽപ്പാദനം അധ്വാനസമയത്തേക്കാൾ കൂടുതലായുള്ള ഉൽപ്പാദനത്തിന്റെ സമയത്തിന്റെ ദൈർഘ്യം വർധിപ്പിക്കലിനെ സാധ്യമാകാവുന്നത്ര കുറച്ചു കൊണ്ടുവരാനുള്ള പ്രവണത കാണിക്കുന്നത്.

ഉൽപ്പാദനസമയത്തെ കൂടാതെ, മൂലധനം സർക്കുലേഷന്റെ സമയത്തിലൂടെ കടന്നുപോകേണ്ടതുണ്ട്. ആസമയത്ത് ചരക്കുകളോ മിച്ചമൂല്യമോ ഉൽപ്പാദിപ്പിക്കുന്നില്ല. അതുകൊണ്ട് സർക്കുലേഷൻ സമയം എത്ര കൂടുതൽ ദീർഘിക്കുന്നുവോ അതിനനുസരിച്ച്, ആപേക്ഷികമായി കുറഞ്ഞ മിച്ചമൂല്യമാണുൽപ്പാദിപ്പിക്കുന്നത്. നേരെമറിച്ച്, സർക്കുലേഷൻ സമയം ചുരുക്കുന്നതിൽ മുതലാളി വിജയിക്കുന്നതിനനുസരിച്ച്, മിച്ചമൂല്യവും വലുതായിരിക്കും. ഈ പ്രതിഭാസം മിച്ചമൂല്യം ഉത്ഭൂതമാകുന്നത് സർക്കുലേഷനിൽ നിന്നാണെന്ന തെറ്റായ ധാരണയെ ശരിവയ്ക്കുന്നതായി തോന്നുകയും ചെയ്യും.

18

വാണിജ്യപ്രവർത്തനം

A. വാങ്ങലും വിൽപ്പനയും

ചരക്കുകൾ വിൽക്കപ്പെടുന്നതും വാങ്ങപ്പെടുന്നതും അവയുടെ മൂല്യത്തിനാണെന്ന് നാം സങ്കൽപ്പിച്ചതിനാൽ ഒരു ചരക്കിന്റെ ഒരേ മൂല്യത്തെ ചരക്കുരൂപത്തിൽനിന്ന് പണരൂപത്തിലേക്കും തിരിച്ചും പരിവർത്തിപ്പിക്കുന്നതിന്റെ ഒരു പ്രശ്നം മാത്രമാണ് ഈ ഇടപാടുകളുടേത്. ചരക്കുകളെ അവയുടെ മൂല്യത്തിന് വിൽക്കപ്പെട്ടുകൂടാ എന്നായാലും അങ്ങനെ പരിവർത്തിപ്പിക്കപ്പെടുന്ന മൊത്തം മൂല്യങ്ങളുടെ തുക, എന്തുതന്നെയായാലും, മാറ്റമില്ലാതെ നിൽക്കുന്നു. കാരണം, ബാലൻസ് ഷീറ്റിന്റെ ഒരുവശത്ത് അധികമായിരിക്കുന്നത് മറ്റേഭാഗത്ത് ന്യൂനമായിരിക്കും.

പരിവർത്തനത്തിന്റെ പ്രക്രിയയ്ക്ക് സമയവും അധ്വാനശക്തിയുമാവശ്യമാണ്, തീർച്ചയായുമത് മൂല്യത്തെ സൃഷ്ടിക്കാനല്ല മറിച്ച്, മൂല്യത്തെ ഒരു രൂപത്തിൽനിന്ന് മറ്റൊന്നിലേക്ക് പരിവർത്തിക്കുകയെന്നത് സാധ്യമാക്കാൻ വേണ്ടിയാണ്. ഇതുമായി ബന്ധപ്പെട്ട് നിരീക്ഷിക്കേണ്ട ഒരു കാര്യം ഈയവസരത്തിൽ മൂല്യത്തിന്റെ ഒരു മിച്ചയളവ് ലഭ്യമാക്കാനുള്ള തിരിച്ചുള്ള പ്രവർത്തനം കാര്യങ്ങളെ മാറ്റുന്നില്ലെന്നതാണ് നേരെതിരിച്ചുള്ള ചീത്തയായ ഉദ്ദേശ്യങ്ങളോടെയുള്ള ഈ അധ്വാനത്തിന്റെ കൂട്ടിച്ചേർക്കൽ, കേസിനും വഴക്കിനും കാരണമായ ഒരു വസ്തുവിന്റെ മൂല്യത്തിൽ നിയമപരമായ നടപടിക്രമങ്ങൾ ഒരുതരത്തിലും കൂടുതൽ മൂല്യം കൂട്ടിച്ചേർക്കുന്നില്ലെന്നതുപോലെതന്നെ, പുതിയ മൂല്യമൊന്നും കൂട്ടിച്ചേർക്കുന്നില്ല. അതുകൊണ്ട് ചരക്കുകളുടെ ഉടമസ്ഥർ മുതലാളിമാരല്ല മറിച്ച്, നേരിട്ടുള്ള സ്വതന്ത്ര ഉൽപ്പാദകരാണെങ്കിൽ വിൽപ്പനക്കും വാങ്ങലിനും ചെലവഴിക്കപ്പെടുന്ന സമയം അവരുടെ അധ്വാനസമയത്തിൽ നിന്നു കുറയ്ക്കണ്ടിവരും. ഇക്കാരണത്താൽ പ്രാചീനകാലത്ത് (മധ്യകാ

ലത്തെന്നപോലെ) അവർ ഇത്തരം പ്രവർത്തനങ്ങളെ ഉത്സവദിവസങ്ങളിലേക്കു മാത്രമായി ചുരുക്കാൻ ശ്രമിച്ചിരുന്നു.

മുതലാളിയുടെ കൈകളിൽ ചരക്കുകളുടെ വിറ്റുവരവ് കൈവരിക്കുന്ന മാനങ്ങൾ തീർച്ചയായും അത്തരം അധ്വാനത്തെ മൂല്യമുൽപ്പാദിപ്പിക്കുന്ന അധ്വാനമായി രൂപാന്തരപ്പെടുന്നതിന് കഴിവില്ലാത്തതാണ്, അത് മൂല്യമൊന്നും ഉൽപ്പാദിപ്പിക്കുന്നില്ല. അത്തരം പ്രവർത്തനങ്ങൾ മറ്റു വ്യക്തികൾക്കു മാത്രമായി മുതലാളി ഒരുക്കിനിർത്തിയാലും അത്തരത്തിലൊരത്ഭുതം തുല്യനിലയിൽത്തന്നെ അസാധ്യമാണ്.

തനിക്കുവേണ്ടി പ്രവർത്തിക്കാനായി മറ്റുള്ളവരെ നിയമിക്കുന്ന മുതലാളിയുടെ മുഖ്യ ധർമങ്ങളിലൊന്ന് വിൽപ്പനയും വാങ്ങലുമായിത്തീരുന്നു. മറ്റുള്ളവരുടെ ഉൽപ്പന്നങ്ങൾ അയാൾ കൂടുതൽ വലിയൊരു തോതിൽ കൈവശത്തിലാക്കുന്നുവെന്നതു കാണുമ്പോൾ, അയാളത് കൂടുതൽ വലിയൊരു തോതിൽ വിൽക്കേണ്ടതുണ്ട്; തുടർന്നയാൾ അതിനു പിന്നാലെ ഉൽപ്പാദനത്തിന്റെ ഘടകങ്ങളെ കൂടുതൽ വലിയ തോതിൽ വാങ്ങുകയും വേണം. മുമ്പോ, പിന്നീടോ വിൽപ്പനയും വാങ്ങലും മൂല്യമൊന്നും സൃഷ്ടിക്കില്ല. അത്തരമൊരു മായക്കാഴ്ചയ്ക്കു കാരണമുണ്ടാകുന്നത് വാണിജ്യമൂലധനത്തിന്റെ നിലനിൽപ്പിൽ നിന്നാണ്, അതേക്കുറിച്ചു നാം പിന്നീട് ചർച്ച ചെയ്യും. പക്ഷേ, തുടക്കത്തിൽനിന്നു തന്നെ ഇത്രയും കാര്യം വ്യക്തമാണ്. തൊഴിൽ വിഭജനംവഴി ഒരൊറ്റ മുതലാളി (അയാൾക്കു തന്റെ തന്നെ സ്വന്തം മൂലധനമുണ്ട്) നിരവധി മുതലാളിമാർക്കുവേണ്ടി അവരുടെ ഉൽപ്പന്നങ്ങളുടെ വിൽപ്പനയേറ്റെടുത്താൽ അതിലൂടെയയാൾക്ക് അവർക്കുവേണ്ടി വിൽപ്പനയ്ക്കും വാങ്ങലിലും ആവശ്യംവരുന്ന സമയം ചുരുക്കാനാകും. ഈ കേസിൽ അയാൾ പരിഗണിക്കപ്പെടേണ്ടത് ബലത്തിന്റെ അനാവശ്യ ഉപയോഗത്തെ ചുരുക്കുന്ന ഒരു യന്ത്രമായോ, അല്ലെങ്കിൽ ഉൽപ്പാദനസമയം ചുരുക്കാൻ സഹായിക്കുന്ന ഒരാളായോ ആണ്. പക്ഷേ, അതിലൂടെ അത്തരം പ്രവർത്തനത്തിന്റെ സ്വഭാവത്തിലൊരു മാറ്റവും വരുന്നില്ല, ഈ പ്രവർത്തനമതിലൂടെ മൂല്യത്തെ സൃഷ്ടിക്കുന്നതാകുന്നുമില്ല.

നാം പിന്നീടുമാത്രമേ കച്ചവടക്കാരനെ അയാളുടെ ആ പദവിയിൽത്തന്നെ ഒരു മുതലാളിയായി പരിഗണിക്കുകയുള്ളൂ, അതുപോലെ വാണിജ്യമൂലധനത്തെയും പരിഗണിക്കുകയും ചെയ്യൂ എന്നതിന്റെയടിസ്ഥാനത്തിൽ നാം വിൽപ്പനയ്ക്കും വാങ്ങലിനുമുള്ള ഈ ഏജന്റിനെ നിർമാതാവിന്റെ ഒരു തൊഴിലാളിയാണെന്നും ആ നിർമാതാവ് അയാളുടെ അധ്വാനശക്തിയെ വാങ്ങിയിരിക്കുകയാണെന്നും കണക്കാക്കുന്നു. ഇപ്പോഴയാൾ ജീവിക്കുന്നത് വിൽക്കലും വാങ്ങലുമെന്ന പ്രവൃത്തിയിലൂടെയാണ്, മറ്റുള്ളവർ സ്പിന്നിങ് നടത്തിയും ഗുളികയുണ്ടാക്കിയുമൊക്കെ ജീവിക്കുന്നതുപോലെതന്നെ. അയാളൊരു ആവശ്യമുള്ള ധർമമാണ് നിറവേറ്റുന്നത്. മറ്റാരെയുംപോലെ അയാളും അധ്വാനിക്കുന്നു. പക്ഷേ, അയാളുടെ ജോലിയുടെ ഉള്ളടക്കം എന്തെങ്കിലും മൂല്യത്തെയോ ഏതെങ്കിലും

തരം ഉൽപ്പന്നത്തെയോ സൃഷ്ടിക്കുന്നില്ല. അയാൾ സ്വയംതന്നെ പരിഗണിക്കപ്പെടേണ്ടത് ഉൽപ്പാദനച്ചെലവിനകത്താണ്. അയാളുടെ ഉപയോഗക്ഷമത ഉൾപ്പെടുന്നത് ഉൽപ്പാദനപരമല്ലാത്ത അധ്വാനത്തെ ഉൽപ്പാദനപരമാക്കുന്നതിലുൾപ്പെടുന്നില്ല. മറിച്ച് അതിലേറെ അയാളിലൂടെ ഉൽപ്പാദനപരമല്ലാത്ത പ്രവർത്തനത്തിൽ നിയോഗിക്കപ്പെടുന്ന അധ്വാനശക്തിയുടെ തുകയും അധ്വാനസമയവും കുറയ്ക്കാനാകുമെന്ന വസ്തുതയിലാണ്. നാം തുടർന്നു മുന്നോട്ടുപോകുന്നു. നാമയാളെ ഒരുവെറും കൂലിത്തൊഴിലാളിയായി കണക്കാക്കുന്നു. വേണമെങ്കിൽ കൂടുതൽ നല്ല രീതിയിൽ പ്രതിഫലം ലഭിക്കുന്ന ഒരാളായി. അയാളുടെ കൂലിയെന്തു തന്നെയായാലും, അയാൾ അതിന്റെ ഒരു ഭാഗം അധ്വാനം നടത്തുന്നത്, അങ്ങനെ, വെറുതെ ഒരു പ്രതിഫലവുമില്ലാതെയാണ്. ഒരുപക്ഷേ, ഒരുദിവസം എട്ടുമണിക്കൂർ അധ്വാനിക്കുമ്പോഴുണ്ടാകുന്ന ഉൽപ്പാദനത്തിന്റെ തുല്യമൂല്യം പ്രതിഫലമായി അയാൾക്കു കിട്ടുമ്പോൾ അയാൾ പത്തുമണിക്കൂർ ജോലി ചെയ്യുന്നു. അയാൾ നിർവഹിക്കുന്ന 2 മണിക്കൂർ മിച്ചധ്വാനം അയാളുടെ 8 മണിക്കൂറിന്റെ അവശ്യാധ്വാനമെന്നപോലെതന്നെ, മൂല്യമൊന്നും സൃഷ്ടിക്കുന്നില്ല. പക്ഷേ, സർക്കുലേഷൻ ചെലവുകൾ, അയാളാൽ പ്രതിനിധീകരിക്കപ്പെട്ട നിലയിൽ അഞ്ചിലൊന്നു കണ്ട് ചുരുങ്ങുന്നു. അയാളെ നിയോഗിക്കുന്ന മുതലാളിയുടെ മൂലധനത്തിന്റെ സർക്കുലേഷൻ ചെലവ്– അത് ആ മുതലാളിയുടെ വരുമാനത്തിൽ നിന്നാണ് കുറയ്ക്കേണ്ടത്– നാമിവിടെ ചർച്ച ചെയ്യുന്ന രണ്ടു മണിക്കൂറിന്റെ പ്രതിഫലം നൽകാതിരിക്കൽ കാരണം കുറയുന്നു.

ഇതിനായി ചെലവാക്കപ്പെടുന്ന സമയം, എല്ലാത്തരം സാഹചര്യങ്ങൾക്കു കീഴിലും, സർക്കുലേഷൻ ചെലവിനകത്താണ് കണക്കാക്കപ്പെടേണ്ടത്, അതൊരിക്കലും വിറ്റുവരുന്ന മൂല്യത്തിൽ ഒന്നുംതന്നെ കൂട്ടിച്ചേർക്കുന്നില്ല. ഉൽപ്പന്നത്തിലൊരു ഭാഗത്തെ വിൽപ്പനക്കും വാങ്ങലിനുമുള്ള ഒരു യന്ത്രമായി രൂപാന്തരപ്പെടുത്തിയാലെന്നതുപോലെയാണത്, അത് മറ്റേഭാഗത്തെ വിൽക്കുകയും വാങ്ങുകയും ചെയ്യും. ഈ യന്ത്രം ഉൽപ്പന്നത്തിലൊരു കുറവിന് കാരണമാകുന്നു. അതിന് അധ്വാനശക്തിയും മറ്റും ചുരുക്കാനാകുമെങ്കിലും അത് സർക്കുലേഷൻ ചെലവിന്റെ ഒരു ഭാഗത്തെ രൂപപ്പെടുത്തുകയല്ലാതെ മറ്റൊന്നും ചെയ്യുന്നില്ല.

B. ബുക്ക് കീപ്പിങ്ങ്

ജോലിസമയം വിൽപ്പനയും വാങ്ങലും നടത്താൻ മാത്രമല്ല ചെലവഴിക്കപ്പെടുന്നത്, മറിച്ചത് ബുക്ക് കീപ്പിങ്ങിനും (കണക്കെഴുത്ത്) ചെലവഴിക്കപ്പെടുന്നുണ്ട്. അതിന് നേരെതിരിച്ച്, തൊഴിലുപകരണങ്ങളും (പേനകൾ, മഷി, കടലാസ്, ഡസ്കുകൾ) ആവശ്യമാണ്. അതിന് ഓഫീസ് ചെലവുകളും വരും. ഈ കേസിൽ വാങ്ങലിലും വിൽപ്പനയിലും അധ്വാനം ചെലവഴിക്കുന്നതിന് തികച്ചും സമാനമാണ് കാര്യങ്ങൾ. ചരക്കുകളുടെ വ്യക്തിയായ ഉൽപ്പാദകൻ അയാളുടെ കണക്കുകൾ വെറുതെ

സൂക്ഷിക്കുന്നിടത്തോളവും (അതയാളുടെ തലയ്ക്കകത്തോ, അല്ലെങ്കിൽ മറ്റുതരത്തിലോ ആകാം) അത് ഉൽപ്പാദനത്തിനുള്ള സമയത്തിനു പുറത്താണെങ്കിലും അയാളുടെ ഈ പ്രവർത്തനവും അതിനിടയിലയാൾ ഉപഭോഗിക്കുന്ന കടലാസുപോലുള്ള ഉപകരണങ്ങളും അയാൾക്ക് ഉൽപ്പാദനപരമായി ഉപഭോഗിക്കാൻ കഴിഞ്ഞ ഉപകരണങ്ങളിൽനിന്നും സമയത്തിൽനിന്നും കുറയ്ക്കണ്ടതുണ്ട്. ആ പ്രവർത്തനങ്ങളുടെ പരിധികളോ, അഥവാ ആ പ്രവർത്തനം നടപ്പാക്കപ്പെട്ടത് പ്രത്യേക കണക്കെഴുത്തുകാരാൽ സ്വതന്ത്രമായാണെന്നതോ ഇതിനൊരു രീതിയിലും മാറ്റംവരുത്തുന്നില്ല.

വളരെ പ്രാചീനമായ ഏഷ്യൻ സമുദായങ്ങളിൽത്തന്നെ കൃഷിക്കായി ഒരു കണക്കെഴുത്തുകാരൻ നിലനിന്നിരുന്നു. സമുദായത്തിന്റെ, ഒരുദ്യോഗസ്ഥന്റെ ഒരു സവിശേഷജോലിയായി ഈ സമുദായങ്ങളിലെ കണക്കെഴുത്ത് മാറിത്തീർന്നിരുന്നു. ഈ തൊഴിൽവിഭജനംകാരണം സമയം, ബുദ്ധിമുട്ട്, ചെലവ് എന്നിവയൊക്കെ ലാഭിക്കാൻ കഴിഞ്ഞിരുന്നു. പക്ഷേ, ഉൽപ്പാദനവും അത്തരമുൽപ്പാദനവുമായി ബന്ധപ്പെട്ട കണക്കെഴുത്തും വ്യതിരിക്തമായവയായിത്തുടർന്നിരുന്നു, ഒരു കപ്പലിൽക്കയറ്റിയ ചരക്കും, ആ ചരക്കിന്റെ ബില്ലുമെന്നപോലെതന്നെ കണക്കുസൂക്ഷിപ്പുകാരൻ എന്ന വ്യക്തിയിലൂടെ സമുദായത്തിന്റെ അധ്വാനശക്തിയുടെ ഭാഗം ഉൽപ്പാദന പ്രക്രിയയിൽനിന്നു പിൻവലിക്കപ്പെട്ടിരുന്നു. തന്റെ ധർമങ്ങൾക്കു പിന്നാലെ വരുന്ന ചെലവുകൾ തന്റെതന്നെ ജോലിയിൽ നിന്നല്ല റീഫണ്ട് ചെയ്തിരുന്നത്. മറിച്ച്, സമുദായത്തിന്റെ മൊത്തം ഉൽപ്പന്നത്തിൽനിന്നു കുറയ്ക്കുകയായിരുന്നു. ദീർഘകാലാടിസ്ഥാനത്തിൽ നോക്കിയാൽ മുതലാളിയാൽ നിയോഗിക്കപ്പെടുന്ന കണക്കെഴുത്തുകാരുടെ നിലയും ഇന്ത്യൻ സമുദായത്താൽ നിയോഗിക്കപ്പെടുന്ന കണക്കെഴുത്തുകാരുടെ നിലയും സമാനമായിരുന്നു.

അതെന്തായാലും കണക്കെഴുത്ത് പ്രക്രിയയിൽ നിന്നുണ്ടാകുന്ന ചെലവുകളും വിൽപ്പനയുടെയും വാങ്ങലിന്റെയും പ്രക്രിയകളിൽ നിന്നുണ്ടാകുന്ന ചെലവും തമ്മിൽ ചില വ്യത്യാസങ്ങളുണ്ട്. വിൽക്കലിന്റെയും വാങ്ങലിന്റെയും ചെലവുയർന്നുവരുന്നത് ഉൽപ്പന്നം ഒരു ചരക്കാണെന്ന വസ്തുതയിൽ നിന്നുമാത്രമാണ്, അതിന്റെ അനന്തരഫലമെന്നോണമത് ഉൽപ്പാദനപ്രക്രിയ മറ്റൊരു സാമൂഹ്യരൂപം കൈവരിക്കുന്നതോടെ അപ്രത്യക്ഷവുമാകും. നേരെമറിച്ച് കണക്കെഴുത്ത് അതാ പ്രക്രിയയെ നിയന്ത്രിക്കുകയും ഒരു മാതൃകപരമായ രീതിയിൽ അതിനെ ഉച്ചകോടിയിലെത്തിക്കുകയും ചെയ്യുന്നതിനാൽ ഉൽപ്പാദനത്തിന്റെ സാമൂഹ്യമായ നിലവാരം വികസിക്കുന്നയളവിൽ കൂടുതൽ അനിവാര്യമായിത്തീരും (അത്തരമൊരു വികസിച്ച സാമൂഹ്യ നിലവാരത്തിൽ ഉൽപ്പാദനത്തിന്റെ വ്യക്തിപരമായ രീതിയിലുള്ള സ്വഭാവം നഷ്ടമാകുകയം ചെയ്യും). അതുകൊണ്ട്, കണക്കെഴുത്ത് വേറിട്ടുമാറിയ കൈവേലയുടെ കുടിയാൻ കർഷകന്റെ ഉൽപ്പാദനത്തിന്റെയും വ്യവസ്ഥകളെയപേക്ഷിച്ച് മുതലാളിത്ത ഉൽപ്പാ

ദനവ്യവസ്ഥയിൽ കൂടുതലാവശ്യമായിത്തീരും. സമുദായം സ്വയംതന്നെ ഉൽപ്പാദനം നിർവഹിക്കുന്ന ഒരു വ്യവസ്ഥയിൽ മുതലാളിത്ത വ്യവസ്ഥയിലെന്നതിനേക്കാളും അതാവശ്യമായിവരും. പക്ഷേ, ഉൽപ്പാദന പ്രക്രിയയുടെ വർധിച്ചതോതിലുള്ള സാന്ദ്രീകരണത്തോടെ കണക്കെഴുത്തിന്റെ ചെലവുകളും ചുരുങ്ങിവരും.

C. പണത്തിന്റെ ചെലവ്

പണമായി സേവനമനുഷ്ഠിക്കുന്ന ചരക്കുകൾ ഉപഭോഗപ്രക്രിയയാൽ ആഗിരണം ചെയ്യപ്പെടുന്നില്ല. നമുക്കിവിടെ സർക്കുലേഷന്റെ വെറുമൊരുപകരണം മാത്രമായി സേവനമനുഷ്ഠിക്കുന്ന ഒരു രൂപത്തിലുള്ള സാമൂഹ്യാധ്വാനമുണ്ട്. സാമൂഹ്യസമ്പത്തിന്റെ ഒരു ഭാഗം ഈ ഉൽപ്പാദനപരമല്ലാത്ത രൂപത്തിൽ നിയോഗിക്കപ്പെടുന്നു എന്ന വസ്തുതക്കു പുറമേ പണത്തിന്റെ തേയ്മാനവും കേടും അവയെ നിരന്തരമായി പകരം വയ്ക്കണമെന്നതിനെ അനിവാര്യമാക്കുകയും ചെയ്യുന്നു. അത്തരം പകരം വയ്ക്കലുകളുടെ ചെലവുകൾ, മുതലാളിത്ത വീക്ഷണകോണിൽ നിന്നു നോക്കിയാൽ ഏറ്റവും വികസിച്ചവയായ രാജ്യങ്ങളെ സംബന്ധിച്ച് പ്രധാവുമാണ്; അവിടങ്ങളിൽ പണത്തിന്റെ രൂപംകൈവരിക്കുന്ന സമ്പത്തിന്റെയളവ് വളരെ വലുതായതിനാൽ. പണമെന്നനിലയിൽ സ്വർണവും വെള്ളിയും സമൂഹത്തിനുണ്ടാക്കുന്നത്, അവയുടെ ഉൽപ്പത്തി പൂർണമായും ഉൽപ്പാദനത്തിന്റെ സാമൂഹ്യരൂപത്തിലുള്ളതായ സർക്കുലേഷൻ ചെലവുകളാണ്. ചരക്കുകളെന്നു പറയപ്പെടുന്നവയുടെ ഉൽപ്പാദനത്തിൽ നിന്നത്ഭൂതമാകുന്ന ചെലവുകളാണവ, ഒപ്പംതന്നെ സർക്കുലേഷനു വേണ്ടി ബലി കഴിക്കേണ്ടതായ സാമൂഹ്യ സമ്പത്തിന്റെ ഭാഗവുമാണത്.

D. സംഭരണച്ചെലവുകൾ

ഉൽപ്പാദനവും പ്രത്യുൽപ്പാദനവും തടസമില്ലാതെ നടക്കണമെന്നുണ്ടെങ്കിൽ ഒരളവ് ചരക്കുകൾ (ഉൽപ്പാദനോപാധികൾ) വിപണിയിലെപ്പോഴും ലഭ്യമായിരിക്കണം. അതേപോലെ തൊഴിലാളിക്കും തന്റെ ജീവനോപാധികളിൽ വലിയൊരു ഭാഗവും വിപണിയിൽ ലഭ്യമായിരിക്കണം. ഈയുദ്ദേശ്യത്തിന് കെട്ടിടങ്ങൾ, സംഭരണശാലകൾ, സ്റ്റോറുകൾ, ചരക്കുകളുടെ സ്റ്റോക്കുകൾ എന്നിവയെല്ലാമാവശ്യമാണ്. അതായത്, സ്ഥിര മൂലധനം നിയോഗിക്കപ്പെടണം. അതേപോലെ ചരക്കുകൾ സംഭരിക്കാനായി അധ്വാനശക്തിക്ക് പ്രതിഫലം നൽകപ്പെടുകയും വേണം. അങ്ങനെ സംഭരിക്കപ്പെടുന്ന ചരക്കുകൾക്കു ഗുണനിലവാരം കുറഞ്ഞുകൊണ്ടിരിക്കുകയും അവ കാലാവസ്ഥയുടെ പ്രതികൂല സ്വാധീനത്തിനുവിധേയമാകുകയും ചെയ്യും. അവയെ സംരക്ഷിക്കാനായി കൂടുതലായ മൂലധനം ആവശ്യമായി വരും. അവ ഭാഗികമായി അധ്വാനോപകരണങ്ങൾക്കും ഭാഗികമായി അധ്വാനശക്തിക്കായും നീക്കിവയ്ക്കപ്പെടണം.

ഇതേവരെ നാം പരിശോധിച്ചു വിലയിരുത്തിക്കഴിഞ്ഞവയിൽനിന്ന്

ഇത്തരം സർക്കുലേഷൻ ചെലവുകൾ വ്യത്യാസപ്പെട്ടിരിക്കുന്നു. ഒരു പരിധിവരെ അവ ചരക്കുകളുടെ മൂല്യത്തിലേക്ക് പ്രവേശിക്കുന്നുവെന്ന തിലാണ് ആ വ്യത്യാസം. ചരക്കുകളുടെ ശേഖരിച്ചുവയ്ക്കൽ കാരണമുണ്ടാകാവുന്ന സർക്കുലേഷൻ ചെലവുകൾക്ക് അവയുടെ ഉത്ഭവമുള്ളത് ലഭ്യമായ മൂല്യങ്ങളെ ചരക്കുരൂപത്തിൽനിന്ന് പണരൂപത്തിലേക്ക് രൂപാന്തരപ്പെടുത്താനാവശ്യമായ സമയദൈർഘ്യത്തിൽ മാത്രമാണെന്നിടത്തോളം അത്തരം ചെലവുകൾ A മുതൽ C വരെയുള്ളവയിൽ പരിശോധിച്ചവയുടെ സ്വഭാവം കൈവരിക്കുന്നു. മറുവശത്ത്, ചരക്കുകളുടെ മൂല്യങ്ങൾ ഈ കേസിൽ നിലനിർത്തപ്പെട്ടത്, അഥവാ, വർധിപ്പിക്കപ്പെട്ടത് ഉപയോഗമൂല്യം (അതായത്, ഉൽപ്പന്നം തന്നെ) ആ ഉപയോഗമൂല്യത്തെ സ്വാധീനിക്കുന്ന കൂടുതലായ അധ്വാനമാവശ്യമുള്ള പ്രവർത്തനങ്ങൾക്ക് വിധേയമാക്കപ്പെട്ടതുകൊണ്ടാണ് (അപ്പോൾ മനസിൽ വയ്ക്കേണ്ട കാര്യം കണക്കെഴുത്ത് വിൽപ്പനയും വാങ്ങലും തുടങ്ങിയവയൊന്നും ഉപയോഗമൂല്യത്തെ സ്വാധീനിക്കുന്നില്ലെന്നാണ്) ഈ കേസിൽ, ഉപയോഗമൂല്യം വർധിച്ചിട്ടില്ലെന്നത് സത്യമാണ്, നേരെമറിച്ചത് കുറയുകയാണ്. പക്ഷേ യതിന്റെ കുറയൽ പരിമിതമാണ്, അത് നിലനിൽക്കുകയും ചെയ്യുന്നു. ചരക്കിനകത്ത് നിലനിൽക്കുന്ന മൂല്യവും വർധിക്കുന്നില്ല. പക്ഷേ, പുതിയ അധ്വാനം അതിലുൾപ്പെടുത്തപ്പെട്ടതും ജീവനുള്ള അധ്വാനവും അതിൽ കൂട്ടിച്ചേർക്കപ്പെടുന്നു.

E. ഗതാഗതം

ഇവിടെ സർക്കുലേഷന്റെ ചെലവുകളുടെ, പാക്കിങ്, തരംതിരിക്കൽ തുടങ്ങിയവപോലുള്ളവയുടെ വിശദാംശങ്ങളിലേക്കും കടക്കേണ്ടയാവശ്യമില്ല. ഒരു ചരക്കിന്റെ രൂപത്തിലെ മാറ്റം വരലിൽ നിന്നുമാത്രമുണ്ടാകുന്ന ഈ സർക്കുലേഷൻ ചെലവുകളൊന്നും, ചരക്കിന് യാതൊരു മൂല്യവും വർധിപ്പിക്കുന്നില്ലെന്നതാണ് സാമാന്യനിയമം. അവ ചരക്കിന്റെ രൂപം മാറ്റുന്നതിന്റെ പിന്തുടർച്ചയായി മാത്രം വരുന്ന ചെലവുകളാണ്, അവയുൾപ്പെടുന്നത് ചരക്കുകളുടെ യാദൃച്ഛികമായ ഉൽപ്പാദനച്ചെലവുകളെന്ന ഗണത്തിലാണ്. അവ മിച്ചയുൽപ്പന്നത്തിൽനിന്നു പകരംവയ്ക്കപ്പെടണം; ഒട്ടുമൊത്തത്തിൽ മുതലാളിത്തവർഗത്തെയെടുത്താൽ അത് മിച്ചയുൽപ്പന്നത്തിൽ നിന്ന് അഥവാ മിച്ചമൂല്യത്തിൽനിന്ന് ഒരു കുറയ്ക്കലിനെയാണ് രൂപപ്പെടുത്തുന്നത്; ഒരു തൊഴിലാളിയുടെ കാര്യത്തിൽ തന്റെ ജീവനോപാധികൾ വാങ്ങാനായി അയാൾ ചെലവഴിക്കുന്ന സമയം അയാൾക്കു നഷ്ടപ്പെടുന്ന സമയമാണെന്നതുപോലെതന്നെ. പക്ഷേ, ഗതാഗതച്ചെലവ് വളരെ പ്രധാനപ്പെട്ട ഒരുപങ്കുവഹിക്കുന്നു, അവയെ ഇവിടെ ചുരുങ്ങിയ രീതിയിലെങ്കിലും പരിഗണിക്കുന്നതൊഴിവാക്കാൻ കഴിയാത്ത വിധത്തിൽ.

ഭൗതികമായ ഒരർഥത്തിൽ ചലിക്കാതെതന്നെ ചരക്കുകൾക്ക് സർക്കുലേറ്റ് ചെയ്യാനാകും, അതുപോലെ ചരക്കുകളുടെ സർക്കുലേഷനില്ലാതെ ഉൽപ്പന്നങ്ങളുടെ ഗതാഗതവും സാധ്യമാണ്. ഉദാഹരണത്തിന്,

A ഒരു വീട് B ക്ക് വിൽക്കുന്നു. ചരക്ക് സർക്കുലേറ്റ് ചെയ്യുന്നു പക്ഷേ, ചലിക്കുന്നില്ല. ചലിപ്പിക്കാവുന്ന ചരക്കുമൂല്യങ്ങൾ (പഞ്ഞിയും ഇരുമ്പും പോലുള്ളവ) ക്ക് ഒരേസ്ഥലത്തുതന്നെ സ്ഥിതി ചെയ്യാനും എന്നാൽ ഊഹക്കച്ചവടക്കാരാൽ തുടർച്ചയായി ഡസൻ കണക്കിനുതവണ വാങ്ങപ്പെടാനും വിൽക്കപ്പെടാനും കഴിയും. ഈ കേസിൽ യഥാർഥത്തിൽ ചലിക്കുന്നത് ചരക്കിന്റെ സ്വത്തവകാശമാണ്. ചരക്ക് സ്വയമല്ല. മറുവശത്ത് ഉദാഹരണത്തിന് പെറൂവിയൻ ഇൻകാകളുടെ സാമ്രാജ്യത്തിൽ ഗതാഗത വ്യവസായം വമ്പിച്ചൊരു പങ്കുവഹിച്ചിരുന്നു.

ചരക്കുകളുടെ ആകെത്തുകകൾ ഗതാഗതം ചെയ്യപ്പെടുന്നുവെന്നതുകൊണ്ട് വർധിക്കുന്നില്ല. അതുപോലെ അവയുടെ സ്വാഭാവിക ഗുണങ്ങളിൽ ഗതാഗതത്തിന്റെ വസ്തുതകാരണം ചിലപ്പോഴുണ്ടാകുന്ന മാറ്റങ്ങളുടെ കാര്യത്തിൽ അവയുടെ ഉപയോഗക്ഷമതയെ വർധിപ്പിക്കാൻ ഉദ്ദേശിക്കപ്പെട്ടുകൊണ്ടുള്ള ചില അപവാദങ്ങളെ മാറ്റിനിർത്തിയാൽ വർധനവൊന്നുമുണ്ടാകുന്നില്ല. നേരെമറിച്ച്, സാധാരണഗതിയിൽ അതൊരു ഒഴിവാക്കാനാവാത്ത പരാധീനതയാണ്. പക്ഷേ, സാധനങ്ങളുടെ ഉപയോഗമൂല്യം അവയുടെ ഉപയോഗത്തിലൂടെ മാത്രമേ സാക്ഷാൽക്കരിക്കപ്പെടുന്നുള്ളൂ. അങ്ങനെ ഗതാഗതം ഉൽപ്പാദനപ്രക്രിയയെ പൂർത്തീകരിക്കുന്നു. ഗതാഗതത്തിൽ നിക്ഷേപിക്കപ്പെട്ടിരിക്കുന്ന ഉൽപ്പാദനപരമായ മൂലധനം ഗതാഗതം ചെയ്യപ്പെട്ട വസ്തുക്കളിൽ മൂല്യം കൂട്ടിച്ചേർക്കുന്നു– ഭാഗികമായി ഗതാഗതോപാധികളിൽനിന്ന് മൂല്യം കൈമാറിക്കൊണ്ടും ഭാഗികമായി അത്തരം ഗതാഗതത്തിനാവശ്യമായ അധ്വാനത്തിന്റെ മാധ്യമത്തിലൂടെ മൂല്യം കൂട്ടിച്ചേർത്തുകൊണ്ടും. ഈയവസാനത്തെ മൂല്യത്തിന്റെ കൂട്ടിച്ചേർക്കൽ മുതലാളിത്ത ഉൽപ്പാദനത്തിന്റെ മറ്റെല്ലാ കാര്യങ്ങളുമെന്ന പോലെ ഒരുവശത്ത് അധ്വാനത്തെ–കൂലിയെ പകരംവയ്ക്കാനായും മറുവശത്ത് മിച്ചമൂല്യത്തിലേക്കുമായി വിഭജിക്കപ്പെടുന്നു.

എല്ലാ ഉൽപ്പാദനശാഖകളിലും അധ്വാനത്തിന്റെ വസ്തു (അധ്വാനം ഏതിലാണോ നടത്തപ്പെടുന്നത് ആ വസ്തു)വിന്റെ സ്ഥാനമാറ്റം (അതിലൂടെ അനിവാര്യമായിത്തീരുന്ന അധ്വാനോപകരണങ്ങളുടെയും അധ്വാനശക്തിയുടെയും സ്ഥാനമാറ്റവും) ഒരു പ്രധാന പങ്കുവഹിക്കുന്നു. ഉദാഹരണത്തിന്, പഞ്ഞിയുടെ കാര്യത്തിൽ അത് കാർഡിങ് റൂമിൽനിന്ന് സ്പിന്നിങ് റൂമിലേക്ക് മാറ്റപ്പെടുന്നു; കൽക്കരിയുടെ കാര്യത്തിലാണെങ്കിൽ ഖനിയിൽ നിന്നത്. ഉപരിതലത്തിലേക്കുയർത്തപ്പെടുന്നു. നിർമിത ഉൽപ്പന്നത്തിന്റെ (പൂർത്തിയാക്കപ്പെട്ട ചരക്കെന്ന നിലയിൽ) ഒരു ഉൽപ്പാദനസ്ഥാനത്തുനിന്ന് മറ്റൊന്നിലേക്കുള്ള സ്ഥാനമാറ്റം– അതിൽനിന്നകലെയൊരിടത്തേക്ക്– അതേ പ്രതിഭാസത്തെ പ്രകടമാക്കുന്നു; പക്ഷേ, കൂടുതൽ വിപുലമായ ഒരു തോതിൽ.

ഉൽപ്പന്നത്തിന്റെ ഒരു സ്ഥലത്തുനിന്ന് മറ്റൊരു സ്ഥലത്തേക്കുള്ള ഗതാഗതത്തിന്റെ തുടർച്ചയായിവരുന്നത് ഉൽപ്പാദനത്തിന്റെ മണ്ഡലത്തിൽ നിന്നും പൂർത്തിയാക്കപ്പെട്ട ചരക്കിന്റെ ഉപഭോഗത്തിന്റെ മണ്ഡലത്തിലേക്കുള്ള ഗതാഗതമാണ്. ഈ പ്രക്രിയ നേടിയെടുക്കുമ്പോൾ മാത്രമാണ് ഉൽപ്പന്നം ഉപഭോഗത്തിന് തയാറാകുന്നത്.

19

വാണിജ്യമൂലധനവും വാണിജ്യ ജീവനക്കാരുടെ പ്രവർത്തനവും

നാം കണ്ടതുപോലെ ഉൽപ്പാദനം നടത്തുന്ന എല്ലാ മൂലധനവും പൂർത്തിയാക്കപ്പെട്ട ചരക്കുകളെ പണമായും, പണത്തെ, അതിന്റെ മുറയ്ക്ക്, Mpയും L ഉമായും (ഉൽപ്പാദനോപാധികളും അധ്വാനവുമായി)രൂപാന്തരപ്പെടുത്തേണ്ടതുണ്ട്; മറ്റുവാക്കുകളിൽപ്പറഞ്ഞാൽ, അത് തുടർച്ചയായി വിൽക്കലും വാങ്ങലുമാണ്. ഒരുപരിധിവരെ അതിനെ ഈ ധർമങ്ങളിൽ നിന്ന് തങ്ങളുടെതന്നെ സ്വന്തം സ്വതന്ത്രമായ മൂലധനമുള്ള കച്ചവടക്കാർ ഒഴിവാക്കുന്നു.

ഒരു കച്ചവടക്കാരന് 30000 പൗണ്ട് കൈവശമുണ്ടെന്നും അതുകൊണ്ടയാൾ ലിനൻ നിർമാതാവിന്റെ കൈയിൽനിന്ന് 30000 വാര ലിനൻ വാങ്ങുന്നുവെന്നും സങ്കൽപ്പിക്കുക. അയാൾ ഈ 30000 വരെ 10 ശതമാനം ലാഭത്തിനു വിൽക്കുന്നുവെന്നു നാം അനുമാനിക്കുക. ഇങ്ങനെ ലഭിച്ച പണംകൊണ്ടയാൾ വീണ്ടും ലിനൻ വാങ്ങുന്നു. അത് വീണ്ടുമയാൾ വിൽക്കുന്നു. അയാൾ നിരന്തരമായി തുടർന്നുള്ള വിൽപ്പനയെ മുന്നിൽക്കണ്ടുകൊണ്ട് ഈ പ്രവർത്തനം ആവർത്തിക്കുന്നു, ആ സമയത്ത് യാതൊന്നും സ്വയമയാൾ ഉൽപ്പാദിപ്പിക്കുന്നില്ല.

ലിനൻ നിർമാതാവിനെ സംബന്ധിച്ചിടത്തോളം, അയാൾക്കയാളുടെ ലിനന്റെ മൂല്യം കച്ചവടക്കാരന്റെ പണംകൊണ്ട് പ്രതിഫലമായി നൽകപ്പെട്ടു. സാഹചര്യങ്ങൾ അതേപടി നിലനിന്നാൽ, ആ പണം കൊണ്ടയാൾക്ക് ഒരിക്കൽക്കൂടി നൂൽ, കൽക്കരി, അധ്വാനശക്തി തുടങ്ങിയവയൊക്കെ വാങ്ങി ഉൽപ്പാദനം നടത്തുന്നതു തുടരാം.

അയാളെ സംബന്ധിച്ചിടത്തോളം ലിനന്റെ വിൽപ്പന നടന്നുകഴിഞ്ഞുവെങ്കിൽപ്പോലും ലിനന്റെതന്നെ കാര്യം മാത്രമെടുത്താൽ, ഇതല്ല സംഗതി. അതിപ്പോഴും വിപണിയിലാണ്, വിൽക്കപ്പെടാനായി ഉദ്ദേശിക്കപ്പെട്ടി

ട്ടുള്ള ഒരു ചരക്കായി. ലിനന്റെ കാര്യത്തിൽ തുടർന്നൊന്നും സംഭവിച്ചി ട്ടില്ല. അതിന്റെ ഉടമയായ വ്യക്തിയുടെ കാര്യത്തിലെ മാറ്റത്തിനപ്പുറം.

കച്ചവടക്കാരന് ആദ്യത്തെ 30000 വാര ലിനൻ നിർമാതാവ് തന്റെ രണ്ടാമത്തെ 30000 വാര റെഡിയാക്കുന്നതിനുമുമ്പായി വിൽക്കുന്നതിൽ വിജയിക്കാൻ പറ്റിയില്ലെന്നും നാം കരുതുക. ഈ കേസിൽ രണ്ടാമതും വാങ്ങാൻ കച്ചവടക്കാരന് കഴിയില്ല. ഉൽപ്പാദനം ഒരു നിശ്ചലതയിലേക്കു വരുന്നു, അതിന് തടസം വരുന്നു. തീർച്ചയായും നിർമാതാവിന്റെ കൈവശം മറ്റുപണവുമുണ്ടെന്നതും അതുപയോഗിച്ച് ഉൽപ്പാദനപ്രക്രിയ തുടരാമെന്നുമുള്ളത് സാധ്യമാണ്.

പക്ഷേ, അതെന്തുതന്നെയായാലും, ആരംഭത്തിലെ മൂലധനത്തിന്റെ സഹായത്തോടെ പ്രക്രിയ തൽക്കാലത്തേക്ക് തുടരാൻ കഴിയില്ലെന്ന വസ്തുത നിലനിൽക്കുന്നു. നാമിവിടെ വ്യക്തമായിക്കാണുന്നത് കച്ചവ ടക്കാരന്റെ പ്രവർത്തനം ലളിതമായി ഉൾപ്പെടുന്നത് ചരക്കിന്റെ വിൽപ്പ നയേറ്റെടുക്കുന്നതിലാണെന്നും അത് മറ്റുതരത്തിലാണെങ്കിൽ നിർമാതാവ് തന്നെ ഏറ്റെടുക്കുമായിരുന്നുവെന്നുമാണ്. ഒരു സ്വതന്ത്രനായ കച്ചവട ക്കാരനു പകരം, നിർമാതാവിന്റെ ഒരു ജീവനക്കാരനെയാണ് വിൽപ്പന യുടെയും വാങ്ങലിന്റെയും പ്രവർത്തനങ്ങൾ പൂർണമായും ഏൽപ്പിച്ചി രുന്നതെങ്കിൽ ഈ വസ്തുത ഒരു നിമിഷംപോലും സംശയമുളവാക്കുന്ന ഒന്നാകുമായിരുന്നില്ല.

ലിനന്റെ നിർമാതാവിന് തന്റെ ചരക്കുകൾ അവസാനത്തെ വാങ്ങ ലുകാരനിലെത്തിച്ചേരുന്നതുവരെ അതായത്, ഉപഭോക്താവിലെത്തുന്ന തുവരെ കാത്തിരിക്കേണ്ടി വന്നിരുന്നുവെങ്കിൽ, അയാളുടെ പുനരുൽപ്പാ ദനത്തിന്റേതായ പ്രക്രിയ തടസപ്പെടുമായിരുന്നു. അതല്ലെങ്കിൽ ഇതൊ ഴിവാക്കാൻ അദ്ദേഹത്തിന് തന്റെ ബിസിനസിന്റെ പരിധി വളരെയേറെ ചുരുക്കുകയും ഒരുവലിയ പണത്തിന്റെ റിസർവ് നിലനിർത്തുകയും ചെയ്യേണ്ടിവരുമായിരുന്നു. കച്ചവടക്കാരന്റെ കടന്നുവരവിന്റെ അനന്തര ഫലമായി അയാളുടെ മൂലധനത്തിന്റെ ഈ വിഭജനം നിലയ്ക്കുന്നില്ല. പക്ഷേ, കച്ചവടക്കാരനില്ലെങ്കിൽ പണത്തിന്റെ റിസർവ് വലുതായിരിക്കേ ണ്ടിവന്നേനെ; അതിനനുസൃതമായി ഉൽപ്പാദനത്തിന്റെ പരിധി ചെറുതാ കുകയും ചെയ്തേനെ. അതേസമയംതന്നെ നിർമാതാവ് വിൽപ്പനയ്ക്കു വേണ്ടിവരുന്ന സമയം ലാഭിക്കുകയുംചെയ്യുന്നു, അയാൾക്കത് ഉൽപ്പാദന പ്രക്രിയയുടെ മേൽനോട്ടം വഹിക്കാനായി ഉപയോഗപ്പെടുത്താനാകു കയും ചെയ്യും.

കച്ചവടക്കാരന്റെ മൂലധനം അതിന്റെ അനിവാര്യമായ പരിധികളെ മറികടക്കുന്നില്ല എന്നതിന്റെയടിസ്ഥാനത്തിൽ നാമനുമാനിക്കുന്നു:

1. തൊഴിൽ വിഭജനത്തിന്റെ അനന്തരഫലമായി വാങ്ങലിലും വിൽക്കലിലും മാത്രം ഏർപ്പെടുന്ന മൂലധനം (നാമിവിടെ ചരക്കുകൾ വാങ്ങാൻ, ആവശ്യമായ പണം കണക്കിലെടുത്താൽപ്പോരാ, മറിച്ച്, സ്റ്റോറേജ്, ഗതാഗതം, വാണിജ്യ കൂലിത്തൊഴിൽ തുടങ്ങിയവയൊക്കെയും

കണക്കിലെടുക്കണം) നിർമാതാവിനു തന്നെ തന്റെ ചരക്കുകൾ വിൽക്കുന്നതിന്റെ മൊത്തം പ്രവർത്തനവും വ്യക്തിപരമായി ഏറ്റെടുക്കേണ്ടിവന്നെങ്കിൽ അതായിരിക്കുന്നതിനേക്കാൾ ചെറുതായിരിക്കുമെന്ന്.

2. അത്തരം പ്രവർത്തനം പൂർണമായും കച്ചവടക്കാരൻ ഏറ്റെടുത്താൽ നിർമാതാവിന്റെ ചരക്കുകൾ വേഗംതന്നെ പണമായി പരിവർത്തിപ്പിക്കപ്പെടുമെന്നുമാത്രമല്ല, മറിച്ച് ചരക്ക്-മൂലധനം സ്വയംതന്നെ അത് നിർമാതാവിന്റെ കൈയ്യിലായിരുന്നതിനേക്കാൾ വളരെ വേഗത്തിൽ ഒരു വിപണി കണ്ടെത്തുന്നുവെന്ന്.

3. ഉൽപ്പാദിപ്പിക്കുന്ന മൂലധനവുമായി ബന്ധപ്പെട്ട് നാം മൊത്തം വാണിജ്യമൂലധനത്തെ പരിഗണിക്കുമ്പോൾ വാണിജ്യ മൂലധനത്തിന്റെ ഒരു ഭ്രമണം ഒരു ശാഖയിലെ നിരവധി മൂലധനങ്ങളുടെ ഭ്രമണ[1]ത്തെ പ്രതിനിധീകരിച്ചേക്കാമെന്നു മാത്രമല്ല മറിച്ച്, വ്യത്യസ്ത ശാഖകളിലെ ഒട്ടേറെ മൂലധനങ്ങളുടെ ഭ്രമണത്തെയും പ്രതിനിധീകരിച്ചേക്കാം. ലിനൻ കച്ചവടക്കാരൻ ആദ്യ നിർമാതാവിന്റെ ഉൽപ്പന്നം അയാൾ തത്തുല്യമായ ഒരളവിലുള്ള ലിനൻ വീണ്ടും തയാറാക്കുന്നതിനു മുമ്പേ വിറ്റഴിച്ചാൽ ആ സമയത്തയാൾക്ക് (കച്ചവടക്കാരന്) മറ്റു നിർമാതാക്കളിൽനിന്ന് ലിനൻ വാങ്ങുകയും വിൽക്കുകയും ചെയ്യാം. അല്ലെങ്കിൽ ലിനൻ വിറ്റശേഷം പുതിയ ലിനൻ റെഡിയായി വരുന്നതിനു വേണ്ടിവരുന്ന ഇടവേളക്കാലത്ത് അയാൾക്ക് സിൽക്ക് വിൽക്കാനാവുമെന്ന്.

അങ്ങനെ ഒരേ വാണിജ്യമൂലധനത്തിന് ഒന്നിനുപിന്നാലെ ഒന്നെന്ന നിലയിൽ ഒരു നിശ്ചിത ശാഖയിൽ നിക്ഷേപിക്കപ്പെട്ട മൂലധനങ്ങളുടെ വിവിധഭ്രമണങ്ങളെ കൊണ്ടുവരാനാകും. ഒപ്പം, അതിന്റെ അനന്തരഫലമായി, ഓരോ നിർമാതാവിനും വേണ്ടതായിട്ടുള്ള വ്യക്തിപരമായ പണ റിസർവിനു അതു പകരം വയ്ക്കുകയും ചെയ്യുന്നു. ഉദാഹരണത്തിന് കച്ചവടക്കാരൻ ഒരുകർഷകന്റെ ചോളം വിറ്റശേഷം അയാൾക്കതേ പണം കൊണ്ട് മറ്റൊരുകർഷകന്റെ ചോളവും വാങ്ങാനും വിൽക്കാനും കഴിയും. അതേസമയം കർഷകന്റെ മൂലധനത്തിന്റെ ഭ്രമണം, സർക്കുലേഷന്റെ സമയത്തിൽ നിന്ന് മാറ്റിനിർത്തിയാൽ ഉൽപ്പാദനത്തിന്റെ കാലയളവിനാൽ പരിമിതപ്പെട്ടിരിക്കുന്നു, അതൊരു വർഷം നീണ്ടുനിൽക്കും.

വാണിജ്യമൂലധനം കൂടുതൽവേഗത്തിൽ ഭ്രമണം ചെയ്യുമ്പോൾ വാണിജ്യമൂലധനമായി വേഷമെടുക്കുന്ന മൊത്തം പണമൂലധനത്തിന്റെ ഭാഗം ചെറുതായിരിക്കും. നേരെമറിച്ച്, ഭ്രമണം പതിയെയായാൽ ആ ഭാഗം വലുതായിത്തീരും.

വിൽക്കലിന്റെയും വാങ്ങലിന്റെയും പ്രവർത്തനങ്ങൾ മൂല്യമോ മിച്ചമൂല്യമോ ഉണ്ടാക്കുന്നില്ലെന്നും നാം കണ്ടു. നേരെമറിച്ചവ മൂല്യ

---

1. 'ഭ്രമണ'മെന്നത് മാർക്സുപയോഗിച്ച ഒരു പദമാണ്. ഒരു മൂലധനം ഉൽപ്പാദനോപാധികൾക്കും അധ്വാനശക്തിക്കും മറ്റുമായി നീക്കിവയ്ക്കപ്പെടുന്ന നിമിഷം മുതൽ അതിന്റെ പൂർത്തിയാക്കപ്പെട്ട ഉൽപ്പന്നം വിറ്റഴിച്ച് അത് തിരികെ വരുന്നതുവരെയുള്ള മൊത്തം ചലനത്തെയും വിവരിക്കാനായാണ് അത് അദ്ദേഹം ഉപയോഗിച്ചത്.

ത്തിന്റെയും മിച്ചമൂല്യത്തിന്റെയും രൂപീകരണത്തിനു പരിമിതികൾ സൃഷ്ടിക്കുകയാണ്. തീർച്ചയായും ഇത്തരം പ്രവർത്തനങ്ങൾ വ്യവസായ മുതലാളിക്കു പകരമായി മറ്റുവ്യക്തികളാൽ നടത്തപ്പെട്ടുവെന്നതുകൊണ്ട് ഇക്കാര്യത്തിൽ മാറ്റമൊന്നും വരുന്നില്ല. കൃത്യമായിപ്പറഞ്ഞാൽ വാണിജ്യപ്രവർത്തനങ്ങളല്ലാത്ത– സ്റ്റോറേജ്, ഫോർവേഡിങ്, ചുമന്നുകൊണ്ടുപോകൽ, സോർട്ടിങ്, റീട്ടെയിലിങ് എന്നിവയെല്ലാം സർക്കുലേഷൻ പ്രക്രിയയുടെ ഒരു തുടർച്ചയെയാണ് രൂപപ്പെടുത്തുന്നത്. ആ പ്രവർത്തനങ്ങളെയെല്ലാം ഒഴിവാക്കുകയും അതിന്റെ യഥാർഥ പ്രവർത്തനമായ വിറ്റഴിക്കാൻ വേണ്ടിയുള്ള വാങ്ങലിൽ ഒതുങ്ങിനിൽക്കുകയും ചെയ്താൽ വാണിജ്യമൂലധനംമൂലമോ മിച്ചമൂല്യമോ സൃഷ്ടിക്കുന്നില്ല മറിച്ച്, ലഭ്യമായ ചരക്കുകളെ പണമായി രൂപാന്തരപ്പെടുത്താനുള്ള ഒരു മാധ്യമമായി മാത്രമാണ് സേവനമനുഷ്ഠിക്കുന്നത്. അതെന്തായാലുമത് ശരാശരി വാർഷിക ശരാശരി ലാഭമുണ്ടാക്കിയേ പറ്റൂ. ഉൽപ്പാദനത്തിലേർപ്പെടുന്ന ഒരു മൂലധനത്തെക്കാൾ വലിയ ഒരു വർഷികലാഭം അത് നേടണമെന്നുണ്ടെങ്കിൽ, അത്തരം മൂലധനത്തിന്റെ ഒരു ഭാഗത്തെ വാണിജ്യ മൂലധനമായി പരിവർത്തിപ്പിക്കേണ്ടതുണ്ട്. അതൊരു ചെറിയ ലാഭം മാത്രമാണ് നേടേണ്ടതെന്നുണ്ടെങ്കിൽ നേരെതിരിച്ചുള്ള പ്രതിഭാസം നടക്കണം. മറ്റൊരു മൂലധന ജാതിക്കും വാണിജ്യമൂലധനത്തെപ്പോലെ അത്ര എളുപ്പത്തിൽ അതിന്റെ ധർമങ്ങൾ മാറ്റാനാവില്ല.

വാണിജ്യമൂലധനം സ്വയംതന്നെ ഒരു മിച്ചമൂല്യവുമുണ്ടാക്കാത്തതിനാൽ, ഒരു ശരാശരി ലാഭത്തിന്റെ രൂപത്തിൽ അതിന് ലഭ്യമാകുന്ന മിച്ചമൂല്യം ഉൽപ്പാദനപരമായ മൂലധനത്തിന്റെ ആകെത്തുക സൃഷ്ടിക്കുന്ന മിച്ചമൂല്യത്തിലൊരു ഭാഗത്തെയാണ് രൂപപ്പെടുത്തുന്നതെന്ന കാര്യം വ്യക്തമാണ്. പക്ഷേ, ഇപ്പോൾ ഉയർന്നുവരുന്നപ്രശ്നം എങ്ങനെയാണ് വാണിജ്യമൂലധനം അത്തരം മിച്ചമൂല്യത്തിൽ അതിനുള്ള പങ്ക് വലിച്ചെടുക്കുന്നതെന്നാണ്.

വാണിജ്യ ലാഭത്തെ ലളിതമായി രൂപപ്പെടുത്തുന്നത് ചരക്കുകളുടെ മൂല്യത്തേക്കാൾ വില ഉയർത്തുന്നതാണെന്ന വിശ്വാസം വെറുമൊരു മായക്കാഴ്ച മാത്രമാണ്.

കച്ചവടക്കാരന് തന്റെ ലാഭം കൊയ്യാനാവുന്നത് അയാളാൽ വിറ്റഴിക്കപ്പെടുന്ന ചരക്കുകളുടെ വിലയിൽ നിന്നാണെന്നത് വ്യക്തമാണ്. അതുപോലെതന്നെ വ്യക്തമായ കാര്യമാണ് ചരക്കുകൾ വിറ്റഴിക്കുമ്പോൾ അയാൾ സാക്ഷാൽക്കരിക്കുന്ന ഈ ലാഭം വാങ്ങൽ വിലയും വിൽപ്പന വിലയും തമ്മിലുള്ള വ്യത്യാസത്തിനു തുല്യമാണെന്നതും.

ഒരു ചരക്കു വാങ്ങിയ ശേഷം അതിന്റെ വിൽപ്പനയ്ക്കു മുമ്പ് അധികച്ചെലവുകൾ (സർക്കുലേഷൻ ചെലവുകൾ) വന്നേക്കാമെന്ന കാര്യം സാധ്യമാണ്. അതാണു കാര്യമെങ്കിൽ വാങ്ങൽവിലയെക്കാൾ വിൽപ്പന വിലയിൽ വരുന്ന അധിക ലാഭത്തെ മാത്രമല്ല പ്രതിനിധീകരിക്കുന്നതെന്നതും വ്യക്തമാണ്. നമ്മുടെ അന്വേഷണത്തിന്റെ സൗകര്യത്തിനുവേണ്ടി

തൽക്കാലം അത്തരം ചെലവുകളൊന്നും വരുന്നില്ലെന്നു നാം കണക്കാക്കുകയാണ്.

അപ്പോൾ എങ്ങനെയാണ് താൻ നൽകിയ പ്രതിഫലത്തുകയെക്കാൾ ഉയർന്ന ഒരു വിലയ്ക്കു കച്ചവടക്കാരന് തന്റെ ചരക്കുകൾ വിൽക്കാൻ സാധ്യമാകുന്നത്?

ഉൽപ്പാദിപ്പിക്കുന്നവനായ മുതലാളിയെ സംബന്ധിച്ച്, നാമാചോദ്യത്തിനിതിനകംതന്നെ ഉത്തരം പറഞ്ഞുകഴിഞ്ഞു. അയാളുടെ മുടക്കുവില ഫലപ്രദമായി ഉപഭോഗിക്കപ്പെട്ടുകഴിഞ്ഞ അയാളുടെ മൂലധനഭാഗത്തിന് C+V ക്ക് തുല്യമാണ്. അതിന്റെകൂടെ ശരാശരിലാഭംകൂടെ കൂട്ടണം, അങ്ങനെ നിർമാതാവിന്റെ വിൽപ്പനവിലയിലെത്തിച്ചേരുന്നു; അതായത്, നാം ഉൽപ്പാദനത്തിന്റെ വിലയെന്ന് വിളിച്ച പദപ്രയോഗത്തിൽ. എല്ലാ ലഭ്യമായ ചരക്കുകളുടെയും എല്ലാ ഉൽപ്പാദനത്തിന്റെ വിലകളെയും നാം ഒന്നിച്ചു കൂട്ടിയാൽ ആ തുക അത്തരം ചരക്കുകളുടെ ആകെത്തുകയുടെ യഥാർഥ മൂല്യത്തിനു തുല്യമായിരിക്കും, അതായത്, അവയിൽ ഫലപ്രദമായി ഉൾക്കൊണ്ടിട്ടുള്ള അധ്വാനത്തിന്റെ തുകയ്ക്ക് തുല്യമായിരിക്കും. അതിൽനിന്ന് നമ്മുടെ ചർച്ചയുടെ ഇപ്പോഴത്തെ ഘട്ടത്തിലെങ്കിലും വരുന്ന കാര്യം നിർമാതാക്കളുടെ വിൽപ്പന വിലകൾ, അവയുടെ ആകെത്തുകയിൽ, ചരക്കുകളുടെ മൂല്യത്തിനു തുല്യമാണെന്നാണ്. അതായത്, ചരക്കുകളിലുൾപ്പെട്ടിരിക്കുന്ന അധ്വാനത്തിന്റെ തുകയിൽ. മറുവശത്ത് അവയുടെ മുടക്കുവിലകൾ തുല്യമായിരിക്കുന്നത് പ്രതിഫലം നൽകപ്പെട്ടതായ ആ അധ്വാനഭാഗത്തോട് മാത്രമാണ്.

ചരക്കുകളുടെ ഒരിടപാടുകാരന്റെ കാര്യത്തിൽ അഥവാ കച്ചവടക്കാരന്റെ കാര്യത്തിൽ, അതങ്ങനെയല്ല. അയാൾ ഉൽപ്പാദിപ്പിക്കുന്നില്ല മറിച്ച്, നിർമാതാവ്.[1] തുടങ്ങിവച്ച ചരക്കുകളുടെ വിൽക്കൽ പ്രക്രിയ തുടരുക മാത്രമാണു ചെയ്യുന്നത്. അതിനകംതന്നെ കച്ചവടത്തിനു മുമ്പ് നിർമാതാവിന്റെ കൈയിൽ മിച്ചമൂല്യമുണ്ട് ചരക്കുകളുടെ രൂപത്തിൽ– കച്ചവടത്തിലൂടെ അയാളതിനെ വെറുതെ പണമാക്കി മാറ്റുകമാത്രമാണു ചെയ്യുന്നത്. കച്ചവടക്കാരൻ തന്റെ ലാഭമുണ്ടാക്കേണ്ടത് വിൽപ്പനയിലൂടെയാണ്. അയാൾ നിർമാതാവിന്റെ ഉൽപ്പാദനത്തിന്റെ വിലയെ ഇനിയും കൂടുതലുയർത്തിയാൽ മാത്രമാണത് സാധ്യമായ ഒന്നായിത്തോന്നിക്കുക. ഉൽപ്പാദനത്തിന്റെ വിലകളുടെ ആകെത്തുക എല്ലാ ചരക്കുകളുടെയും മൊത്തം മൂല്യത്തിനു തുല്യമാണെങ്കിൽ, കച്ചവടക്കാർക്ക് ലാഭമുണ്ടാക്കാൻ കഴിയുക അവയുടെ മൂല്യത്തിനുമുയർന്ന നിരക്കിൽ ചരക്കുകൾ വിറ്റുകൊണ്ടു മാത്രമാണെന്നാണ് തോന്നിക്കുക.

അത്തരമൊരു കൂടിയ നിരക്ക് മനസിലാക്കാൻ വളരെയെളുപ്പമാണ്. പക്ഷേ, കാര്യത്തിലേക്ക് കൂടുതൽ സൂക്ഷ്മമായി നോക്കിയാൽ ഇതൊരു

1. കൂടുതൽ മുതലാളിയായ ഉൽപ്പാദിപ്പിക്കുന്നവനായ മുതലാളിയെ നാമിവിടെ നിർമാതാവ് എന്ന പദംകൊണ്ട് പകരംവച്ചുതുടങ്ങിയിരിക്കുകയാണെന്ന് വായനക്കാരനിതിനകം മനസിലാക്കിക്കാണും.

മായക്കാഴ്ച മാത്രമാണെന്നു നമുക്കു മനസിലാകും (ഇവിടെ എപ്പോഴും പ്രശ്നം ശരാശരിയുടേതുമാത്രമാണ്, ഒറ്റയൊറ്റ കേസുകളുടേതല്ല).

ഉദാഹരണത്തിന്, ഒരു കച്ചവടക്കാരനൊരുപത്തുശതമാനം ലാഭം തന്റെ ചരക്കുകളിന്മേൽ സാക്ഷാൽക്കരിക്കണമെങ്കിൽ അയാൾ അവയെ ഉൽപ്പാദനവിലയെക്കാൾ പത്തുശതമാനം കണ്ടുയർത്തി വിൽക്കേണ്ടതുണ്ടെന്നത് നാമെന്തുകൊണ്ടാണനുമാനിക്കുന്നത്? അതിനു കാരണം നിർമാതാവ് തന്റെ ചരക്കുകൾ കച്ചവടക്കാരനു വിൽക്കുന്നത് അവയുടെ ഉൽപ്പാദന വിലയ്ക്കാണെന്ന കാര്യം മാറ്റമൊന്നുമില്ലാതെ എപ്പോഴും ബാധകമായതാണെന്നു നാം കണക്കാക്കുന്നതാണ്. പക്ഷേ, നാം ഒരിക്കൽക്കൂടി മനസിൽ വയ്ക്കേണ്ടത് ഉൽപ്പാദന വിലയെന്നത് മുടക്കുവില+ശരാശരി ലാഭം എന്നതിനു തുല്യമാണെന്നതാണ്. അതിനർഥം കച്ചവടക്കാരൻ ഉൽപ്പാദന വില നിർമാതാവിനു കൊടുക്കുന്നുണ്ടെന്ന കാര്യം നാം മാറ്റമില്ലാത്ത ഒന്നായി എടുക്കുന്നുവെന്നതാണ്. ഒപ്പംതന്നെ, വാണിജ്യമൂലധനത്തോട് ഒരു പരിഗണനയും കാട്ടാതെ ശരാശരി ലാഭനിരക്കും കൂടി കൂട്ടിച്ചേർത്താൽ ഉൽപ്പാദനവിലയാകുമെന്ന കാര്യത്തേയും നാം മാറ്റമില്ലാത്ത ഒന്നായി കണക്കാക്കുന്നുവെന്നാണ്.' ശരാശരി ലാഭനിരക്കിന്റെ രൂപീകരണത്തിൽ വാണിജ്യമൂലധനം പങ്കൊന്നും വഹിക്കുന്നില്ലെന്ന കാര്യവും നാം മാറ്റമില്ലാത്ത ഒന്നായി എടുക്കുന്നു. പക്ഷേ, ഇത് തികച്ചും അസംബന്ധമായ ഒരനുമാനമാണ്.

ഒരു വർഷം മുതലിറക്കപ്പെട്ട മൊത്തം ഉൽപ്പാദനപരമായ മൂലധനം 720C + 180V = 900 (അത്രയുമായിരം പൗണ്ടുകൾ എന്നു കണക്കാക്കാം) എന്നു നമുക്ക് കണക്കാക്കാം. നമുക്ക് തുടർന്ന് മിച്ചമൂല്യനിരക്ക് 100ശതമാനത്തിനു തുല്യമെന്നും കണക്കാക്കാം. അപ്പോൾ ഉൽപ്പന്നം = 720C + 180V + 180S = 1080. മൊത്ത മൂലധനത്തിന്മേലുള്ള ലാഭനിരക്ക്, അപ്പോൾ 180/900 = 20 ശതമാനം. അതുകൊണ്ടിതാണ് ശരാശരി ലാഭനിരക്ക്. പക്ഷേ, ഉൽപ്പാദനം നടത്തുന്ന 900 മൂലധനത്തിനൊപ്പം 100 എന്ന പരിധിയിലുള്ള വാണിജ്യമൂലധനം കൂടെയാവശ്യമാണെന്ന് നാമനുമാനിക്കുന്നു; അതിനും അതിന്റെ വലുപ്പത്തിന് ആനുപാതികമായ അതേ ലാഭനിരക്ക് വേണമെന്നും. ഈ വാണിജ്യമൂലധനം മൊത്തം മൂലധനമായ 1000 ത്തിന്റെ പത്തിലൊന്നാണ്. അതുകൊണ്ടത് മൊത്തം മിച്ചമൂല്യമായ 180 ലെ അതിന്റെ പങ്ക്; അതായത്, പത്തിലൊന്ന് എടുക്കുന്നു. അതായത് അതിന്റെ 18 ശതമാനം ലാഭം കിട്ടുന്നു. ബാക്കിവരുന്ന മിച്ച മൂല്യമായ 162 മൊത്തം മൂലധനത്തിന്റെ പത്തിലൊമ്പതു ഭാഗത്തിനായി വീതംവച്ചാലതും മൂലധനമായ 900 ത്തിന്റെ 18 ശതമാനമാണെന്നു കാണാം. അങ്ങനെ ഉൽപ്പാദനപരമായ മൂലധനത്തിന്റെ ഉടമസ്ഥർ കച്ചവടക്കാർക്ക് തങ്ങളുണ്ടാക്കിയ മൊത്തം സംഖ്യചരക്കും വിറ്റതിന്റെ വില 720C + 180V+ 162 S = 1062. കച്ചവടക്കാരൻ തന്റെ ശരാശരി ലാഭനിരക്കായ 18 ശതമാനം തന്റെ മൂലധനമായ 100ന് കൂട്ടിച്ചേർത്താൽ അയാൾ ചരക്കുകൾ വിൽക്കുന്നത് 1062 + 18 = 1080 നാണ്. അതായത്, അതിന്റെ മൂല്യത്തിന്.

അയാളയാളുടെ ലാഭമുണ്ടാക്കുന്നത് സർക്കുലേഷനിലും സർക്കുലേഷനിലൂടെയും മാത്രമാണെങ്കിലും; താൻ വാങ്ങിയ വിലയേക്കാൾ തന്റെ വിൽപ്പനവില വർധിപ്പിച്ചുകൊണ്ടാണെങ്കിലും അതാണ് സ്ഥിതി.

അങ്ങനെ ശരാശരി ലാഭനിരക്കിന്റെ രൂപീകരണത്തിൽ വാണിജ്യ മൂലധനം മൊത്തം മൂലധനത്തിനകത്ത് അതിനുള്ള ആനുപാതികമായ പങ്കിനനുസരിച്ച് സഹകരിക്കുന്നു. വാണിജ്യ മൂലധനത്തിന് വന്നുചേരേണ്ട മൊത്തം ലാഭത്തിന്റെ പങ്ക് അതിനകംതന്നെ ശരാശരി ലാഭനിരക്കിൽ കണക്കിലെടുക്കപ്പെട്ടു കഴിഞ്ഞു.

ഉൽപ്പാദനക്കാരനായ മുതലാളി വിൽക്കുന്ന ഉൽപ്പാദനവില, അതേ മട്ടിലെടുത്താലത് ചരക്കിന്റെ യഥാർഥ ഉൽപ്പാദനവിലയെക്കാൾ അതുകൊണ്ടുതന്നെ, ചെറുതായിരിക്കും. അല്ലെങ്കിൽ നാം മൊത്തം ചരക്കുകളുടെയും തുകയെ കണക്കിലെടുത്താൽ അവയെ ഉൽപ്പാദകരുടെ വർഗക്കാരായ മുതലാളിമാർ വിൽക്കുന്ന വില അവയുടെ മൂല്യത്തെക്കാൾ കുറവാണ്. മുകളിൽപ്പറഞ്ഞ ഉദാഹരണത്തിൽ, കച്ചവടക്കാരൻ തനിക്ക് 100 ചെലവുവന്ന ഉൽപ്പന്നത്തെ 118 നു വിൽക്കുമ്പോൾ അവയിൽ 18 ശതമാനം കൂടിച്ചേർക്കുന്നുവെന്നത് സത്യമാണ്. പക്ഷേ, താൻ 100ന് വാങ്ങിയതിനെ 118 വിലക്ക് വിറ്റതിലൂടെ അയാൾ അക്കാരണത്താൽ അവയെ അവയുടെ മൂല്യത്തിനു മുകളിൽ വിൽക്കുന്നില്ല.

ഇപ്പോൾ ചോദ്യമുയരുന്നു: കച്ചവടക്കാരൻ തൊഴിലിൽ നിയോഗിക്കുന്നവരായ വാണിജ്യ കൂലിപ്പണിക്കാരുടെ നിലയെന്താണ്?

ഒരു വീക്ഷണകോണിൽനിന്ന് അത്തരമൊരു വാണിജ്യ ജീവനക്കാരൻ മറ്റാരെയുംപോലെ ഒരു കൂലിപ്പണിക്കാരനാണ്. കച്ചവടക്കാരന്റെ അസ്ഥിരമൂലധനമാണ് അയാളുടെ സ്വകാര്യ സംവിധാനങ്ങൾക്കായി ഉദ്ദേശിക്കപ്പെട്ട പണമല്ല, ജീവനക്കാരന്റെ അധ്വാനശക്തിയെ വിലയ്ക്കു വാങ്ങാനുപയോഗിക്കപ്പെടുന്നത്. അയാളുടെ അധ്വാനശക്തിയെ വാങ്ങുന്നത് സ്വകാര്യ ഉദ്ദേശ്യങ്ങൾക്കായല്ല മറിച്ച്, വാണിജ്യത്തിൽ മുതലിറക്കിയ മൂലധനത്തിനായി ഉപയോഗപ്പെടുത്തുകയെന്ന ലക്ഷ്യത്തോടെയാണ്. അയാളുടെ അധ്വാനശക്തിയുടെ മൂല്യം, അതിന്റെ അനന്തരഫലമെന്നോണം അയാളുടെ കൂലിയും, നിർണയിക്കപ്പെടുന്നത് മറ്റെല്ലാ കൂലിപ്പണിക്കാരുടെ കാര്യത്തിലുമെന്നപോലെ അയാളുടെ അധ്വാനത്തിന്റെ ഉൽപ്പന്നത്താലല്ല, മറിച്ച്, അയാളുടെ അധ്വാനശക്തിയെ വീണ്ടെടുക്കുന്നതിനു വേണ്ടിവരുന്ന ചെലവുകളുടെ അടിസ്ഥാനത്തിലാണ്.

പക്ഷേ, അയാൾക്കും ഉൽപ്പാദനം നടത്തുന്ന മൂലധനത്താൽ നേരിട്ടു നിയോഗിക്കപ്പെടുന്ന തൊഴിലാളികൾക്കുമിടയിൽ വാണിജ്യമൂലധനത്തെ ഉൽപ്പാദനപരമായ മൂലധനത്തിൽനിന്നും, കച്ചവടക്കാരനെ നിർമാതാവിൽനിന്നും വേർതിരിക്കുന്ന അതേ വ്യത്യാസംതന്നെ നിലനിൽക്കുന്നുണ്ട്. കാരണം, കച്ചവടക്കാരൻ അഥവാ വ്യാപാരത്തിലേർപ്പെടുന്നയാൾ ചരക്കുകളുടെ വിൽപ്പനയ്ക്കു വേണ്ട വെറും മാധ്യമം മാത്രമായി സേവനമനുഷ്ഠിക്കുകയാണെന്നതിനാൽ ഒപ്പംതന്നെ മൂല്യമോ മിച്ചമൂല്യമോ

ഉൽപ്പാദിപ്പിക്കാത്തതിനാൽ, വാണിജ്യജീവനക്കാർക്ക് അയാൾക്കുവേണ്ടി വേറിട്ട് മിച്ചമൂല്യമുൽപ്പാദിപ്പിക്കാനാകില്ല (ഉൽപ്പാദനപരതയുള്ള തൊഴിലാളികളുടെ കാര്യത്തിലെന്നപോലെ, കൂലികൾ നിർണയിക്കപ്പെടുന്നത് അവരുടെ അധ്വാനശക്തിയുടെ മൂല്യത്താലാണെന്ന് നാം അനുമാനിക്കുന്നു. അതിനാൽ കച്ചവടക്കാരൻ അതിന്റെ അനന്തരഫലമെന്നോണം, അവയിൽനിന്ന് വെട്ടിക്കുറയ്ക്കലുകൾ നടത്തിക്കൊണ്ട് സ്വയം തന്നെത്തന്നെ സമ്പന്നനാക്കുന്നില്ലെന്നും).

വാണിജ്യജീവനക്കാരുടെ കാര്യത്തിൽ ബുദ്ധിമുട്ടായിരിക്കുന്നത് ഒരു തരത്തിലും അവരെങ്ങനെയാണ് തങ്ങളുടെ തൊഴിൽ ദാതാവിന് നേരിട്ട് ലാഭമുൽപ്പാദിപ്പിക്കുന്നതെന്ന കാര്യം വിശദീകരിക്കലല്ല (അവർ നേരിട്ടു തന്നെ മിച്ചമൂല്യമുൽപ്പാദിപ്പിക്കുന്നില്ലെങ്കിൽപ്പോലും) ഇതിനകംതന്നെ ഈ പ്രശ്നം, വാണിജ്യലാഭം എവിടെനിന്നാണ് ഉത്ഭൂതമാകുന്നതെന്ന് നാം കാണിച്ചുകൊടുത്തതിന്റെ വസ്തുതയിൽ നിന്നുതന്നെ, പരിഹരിക്കപ്പെട്ടുകഴിഞ്ഞതാണ്. ചരക്കുകളിലുള്ളടങ്ങിയതും, ഒരിക്കലുമതിനു പ്രതിഫലം നൽകാത്തതുമായ, അധ്വാനത്തെ വിറ്റുകൊണ്ടാണ് ഉൽപ്പാദനപരമായ മൂലധനം ലാഭമുണ്ടാക്കുന്നത് എന്നതുപോലെതന്നെ, അതേമട്ടിൽ വാണിജ്യ മൂലധനവും അതിന്റെ ലാഭം ചരക്കുകൾ വിൽക്കുമ്പോൾ ലഭ്യമാകുന്ന പ്രതിഫലത്തിൽനിന്നും ഈ പ്രതിഫലം നൽകാത്തതായ അധ്വാനത്തിന്റെ ഒരു ഭാഗംമാത്രം ഉൽപ്പാദനപരമായ മൂലധനത്തിനു നൽകിക്കൊണ്ടാണ് ലാഭമുണ്ടാക്കുന്നത് (മറ്റേഭാഗം നൽകാതിരുന്നതുകൊണ്ട്). പ്രതിഫലം നൽകാത്ത അധ്വാനത്തെ നേരിട്ടുതന്നെ ഉപഭോഗിച്ചുകൊണ്ട് ഉൽപ്പാദനപരമായ മൂലധനം മൂലധനത്തെ സ്വരൂപിക്കുന്നു. വാണിജ്യ മൂലധനം അതിനകംതന്നെ ലഭ്യമായ മിച്ചമൂല്യത്തിന്റെ ഭാഗത്തെ സ്വയം അതിലേക്കു തന്നെ കൈമാറുന്നതിനു കാരണമാകുന്നു. ഒരു വ്യക്തിയായ കച്ചവടക്കാരന്റെ കാര്യത്തിൽ, അയാളുടെ ലാഭം ആശ്രയിക്കുന്നത് വാങ്ങലിനും വിൽക്കലിനുമായി അയാൾക്കു പ്രയോഗിക്കാൻ കഴിയുന്ന മൂലധനത്തിന്റെ അളവിന്മേലാണ്; തന്റെ ജീവനക്കാരുടെ പ്രതിഫലം നൽകാത്തതായ അധ്വാനം വലുതാകുന്തോറും ആ അളവ് വലുതാകുകയും ചെയ്യുന്നു, വാണിജ്യ മൂലധനത്തിൽ ലാഭം കരഗതമാകുന്നതെന്തിന്റെ പ്രയോഗത്താലാണോ ആ ധർമം ഏറിയ പങ്കും കച്ചവടക്കാരാൽ തന്റെ ജീവനക്കാർക്കായി കയ്യൊഴിച്ചിരിക്കുകയാണ്. ജീവനക്കാരുടെ പ്രതിഫലം നൽകാത്ത അധ്വാനം, മിച്ചമൂല്യമുൽപ്പാദിപ്പിക്കുന്നത് അല്ലെങ്കിൽത്തന്നെയും, മിച്ചമൂല്യം കരസ്ഥമാക്കാൻ കച്ചവടക്കാരനെ സഹായിക്കുന്നതാണ്; അത് ഒറ്റയൊറ്റ മൂലധനങ്ങളെ സംബന്ധിച്ചിടത്തോളം അതേകാര്യം തന്നെയാണ്; അങ്ങനെ എല്ലാ മൂലധനങ്ങളെയും സംബന്ധിച്ചിടത്തോളം അത്തരം പ്രതിഫലം നൽകാത്ത അധ്വാനം തന്നെയാണ് ലാഭത്തിന്റെ ഉറവിടം. വാണിജ്യ ഇടപാടുകൾ അങ്ങനെയല്ലെങ്കിൽ ഒരു വലിയതോതിൽ ഒരിക്കലും നിർവഹിക്കപ്പെടില്ല, ഒരു മുതലാളിത്താടിസ്ഥാനത്തിൽ അതൊരിക്കലും വികസിക്കില്ല. ഉൽപ്പാ

ദനപരമായ തൊഴിലിലേർപ്പെടുന്നവന്റെ പ്രതിഫലം നൽകപ്പെടാത്ത അധ്വാനം നേരിട്ടുതന്നെ അയാളുടെ തൊഴിൽദാതാവിന് മിച്ചമൂല്യം സൃഷ്ടിക്കുന്നു, അതേ രീതിയിൽത്തന്നെ വാണിജ്യ ജീവനക്കാരന്റെ പ്രതിഫലം നൽകപ്പെടാത്ത അധ്വാനം മിച്ചമൂല്യത്തിന്റെ ഒരു പങ്ക് വാണിജ്യമൂലധനത്തിനുവേണ്ടി ലഭ്യമാക്കുന്നു.

വാണിജ്യ ജീവനക്കാരനെ സംബന്ധിച്ച് ബുദ്ധിമുട്ട് കിടക്കുന്നതേറെയും ഇനിപ്പറയുന്ന ദിശയിലാണ്. കച്ചവടക്കാരന്റെതന്നെ അധ്വാനം അതിനകംതന്നെ ലഭ്യമായ മിച്ചമൂല്യത്തിന്റെ ഒരു പങ്കയാൾക്കായി ലഭ്യമാക്കുന്നുണ്ടെങ്കിലും മൂല്യമൊന്നും സൃഷ്ടിക്കുന്നില്ലെന്ന് കാണുമ്പോൾ, എന്താണയാളുടെ അസ്ഥിരമൂലധനത്തിന്റെ നില (അയാളതിൽനിന്നാണ് തന്റെ ജീവനക്കാർക്ക് കൂലി നൽകുന്നത്) അത്തരം അസ്ഥിര മൂലധനത്തെ അയാളാൽ മുതലിറക്കപ്പെട്ട വാണിജ്യ മൂലധനമായി കണക്കാക്കണോ? അതല്ലെങ്കിൽ (അത് ലാഭനിരക്കിന്റെ പരസ്പര സന്തുലനത്തിന്റെ നിയമത്തെ നിഷേധിക്കുന്നതായി തോന്നിക്കും) മുതലാളി മുൻകൂട്ടി ചെലവാക്കുന്ന 150 ൽ 100 മാത്രമേ അയാൾ താൻ മുതലിറക്കിയ മൂലധനമായി കണക്കാക്കാൻ പാടുള്ളൂ എന്നുണ്ടോ? നേരെമറിച്ച് അയാളുടെ അസ്ഥിരമൂലധനവും കണക്കിലെടുക്കേണ്ടതുണ്ട്, എന്നാണെങ്കിൽ, അത് വാണിജ്യമൂലധനത്തിന്റെ സ്വഭാവവുമായിത്തന്നെ പൊരുത്തപ്പെടാത്തതാണെന്ന രീതിയിൽ പ്രത്യക്ഷപ്പെടുകയും ചെയ്യും. കാരണം, അത്തരം മൂലധനം മറ്റുള്ളവരുടെ അധ്വാനത്തെ ചലനക്ഷമമാക്കിക്കൊണ്ട് അതിന്റെ ലാഭം ലഭ്യമാക്കുന്നില്ല മറിച്ച്, അത് ലാഭം ലഭ്യമാക്കുന്നത് വാങ്ങലും വിൽക്കലും നടത്തിക്കൊണ്ടാണ്.

ഓരോ കച്ചവടക്കാരനും തന്റെ തന്നെ വ്യക്തിപരമായ അധ്വാനത്തിന്റെ ഉപാധിയാൽ ഭ്രമണം ഉണ്ടാക്കാൻ കഴിയുന്നത്ര മൂലധനം മാത്രം ഉടമസ്ഥതയിലുള്ളവരാണെങ്കിൽ, വാണിജ്യ മൂലധനത്തിന്റെ വൻതോതിലുള്ള ശിഥിലീകരണമായിരിക്കും അതിന്റെ ഫലം; ഈ ശിഥിലീകരണം ഉൽപ്പാദനപരമായ മൂലധനം അതിന്റെ ഉൽപ്പാദനത്തിന്റെ തോതും അതിന്റെ പ്രവർത്തനങ്ങളുടെ തോതും വിപുലീകരിക്കുന്നതിന്റെ അതേയളവിൽ വർധിക്കുകയും ചെയ്യും. അതുകൊണ്ട് അവ രണ്ടുംതമ്മിൽ ഒരു അനുപാതമില്ലായ്മ വർധിച്ചുവരും. ഉൽപ്പാദനപ്രക്രിയയിൽ മൂലധനം കേന്ദ്രീകരിക്കപ്പെടുന്ന അതേയളവിൽത്തന്നെ സർക്കുലേഷൻ പ്രക്രിയയിൽ അത് വികേന്ദ്രീകൃതമായിത്തീരും. അപ്പോൾ ഉൽപ്പാദന മുതലാളിക്ക് തികച്ചും വാണിജ്യപരമായ പ്രവർത്തനങ്ങൾക്കായി തന്റെ വളരെയേറെ സമയവും അധ്വാനവും പണവും ചെലവഴിക്കേണ്ടിവരും. കാരണം നൂറ് കച്ചവടക്കാരുമായി ഇടപെടുന്നതിനുപകരമയാൾക്ക് വാണിജ്യ മൂലധനം വേർതിരിക്കപ്പെട്ടതിലൂടെയുണ്ടായ നേട്ടങ്ങളെല്ലാം ഒരുവലിയ പരിധിവരെ നഷ്ടപ്പെടും. തികച്ചും വാണിജ്യപരമായ ചെലവുകൾ മാത്രമല്ല വർധിക്കുക മറിച്ച്, സർക്കുലേഷന്റെ മറ്റുചെലവുകളും (ഫോർവേഡിങ് തരംതിരിക്കൽ തുടങ്ങിയവയുടെ) കൂടും. ഉൽപ്പാദനപരമായ മൂലധനത്തെ

സംബന്ധിച്ചിടത്തോളം അതായിരിക്കും സ്ഥിതി.

നമുക്കിനി വാണിജ്യ മൂലധനത്തെ പരിഗണിക്കാം. ഒന്നാമതായി തികച്ചും വാണിജ്യപരമായ പ്രവർത്തനങ്ങളുമായി ബന്ധപ്പെട്ട് ചെറിയ സംഖ്യകൾകൊണ്ട് കണക്കു കൂട്ടുന്നതിനെയപേക്ഷിച്ച് കൂടുതൽ സമയമൊന്നും വലിയ തുകകൾകൊണ്ട് കണക്കുകൂട്ടുന്നതിനാവശ്യമില്ല. 5 വച്ചുള്ള പത്ത് വാങ്ങലുകൾ നടത്തുന്നതിന് 50 ന്റെ ഒറ്റവാങ്ങൽ നടത്തുന്നതിന്റെ പത്തിരട്ടി സമയം ചെലവാക്കേണ്ടിവരും. ഒരൊറ്റ വലിയ കമ്പനിയുമായി എഴുത്തുകുത്തുകൾ നടത്തുന്നതിനുപകരം പത്തു കച്ചവടക്കാരുമായി ചെറിയ രീതിയിൽ ബിസിനസ് നടത്തുമ്പോൾ പത്തിരട്ടി കത്തുകളും സ്റ്റാമ്പുകളും വേണ്ടിവരും, പത്തിരട്ടി കടലാസുകളും വേണ്ടിവരും. വാണിജ്യസംവിധാനങ്ങൾക്കകത്തുള്ള പരിമിതമായ തൊഴിൽ വിഭജനം – അവിടെ ഒരു ജീവനക്കാരൻ കണക്കെഴുത്തുകാരനും മറ്റൊരാൾ കാഷ്യറുമായിരിക്കും, അതേസമയം മറ്റുള്ളവർ യഥാക്രമം കറസ്പോണ്ടന്റ്, ബയർ, സെയിൽസ്മാൻ, ട്രാവലർ തുടങ്ങിയ ജോലിക്കാരായിരിക്കും– വളരെയേറെ അധ്വാനസമയം ലഭിക്കുന്നു. അതിലൂടെ ഒരു മൊത്തവ്യാപാരത്തിൽ നിയമിക്കപ്പെടുന്ന വാണിജ്യ ജീവനക്കാരുടെ എണ്ണം ബിസിനസിന്റെ വലുപ്പവുമായി തികച്ചും അനുപാതരഹിതമായ ഒരു രീതിയിലായിരിക്കും. വ്യവസായത്തിലെന്നതിനേക്കാൾ വാണിജ്യത്തിൽ ഇതാണ് സ്ഥിതി; അവിടെ ഒരു പ്രവർത്തനത്തിന്– അത് ഒരു വലിയതോതിൽ നടത്തിയാലും ചെറിയ തോതിൽ നടത്തിയാലും– ഒരേയളവ് അധ്വാനസമയം മാത്രമാണാവശ്യമായിവരിക (ഇക്കാരണത്താൽ, സാന്ദ്രീകരണമെന്ന പ്രതിഭാസം വ്യവസായത്തിനേക്കാൾ ചരിത്രപരമായി വളരെ മുമ്പേയുള്ള ഒരു കാലത്തുതന്നെ വാണിജ്യത്തിൽ പ്രത്യക്ഷപ്പെടുന്നു). തുടർന്ന് സ്ഥിരമൂലധനത്തിന്റെ ചെലവ് വരുന്നു. 100 ചെറിയ ഓഫീസുകൾ ഒരുവലിയ ഓഫീസിനേക്കാൾ എത്രയോ ചെലവേറിയതാണ്, അതേപോലെ നൂറ് ചെറിയ സ്റ്റോറുകൾ ഒരുവലിയ വെയർഹൗസിനേക്കാൾ ചെലവേറിയതാണ്, അങ്ങനെയങ്ങനെ. ഗതാഗതച്ചെലവ്, മുൻകൂട്ടി മുതലിറക്കേണ്ടതായ ചെലവ് എന്ന നിലയ്ക്കെങ്കിലും കച്ചവടക്കാരന്റെ ബിസിനസ് ചെലവ് വർധനയിലേക്ക് ശിഥിലീകരണ പ്രക്രിയയുടെ ഭാഗമായി കടന്നുവരുന്നു.

ഉൽപ്പാദന മുതലാളിക്ക് തന്റെ ബിസിനസിന്റെ വാണിജ്യപരമായ ഭാഗത്തിലേക്ക് കൂടുതൽ അധ്വാനവും പണവും ചെലവഴിക്കേണ്ടതായി വരും. എണ്ണമറ്റ വ്യാപാരികൾക്കിടയിലായി വീതം വയ്ക്കപ്പെട്ട ഒരേ വാണിജ്യമൂലധനത്തിന് ശിഥിലീകൃതമായതുകാരണം അതിന്റെ പ്രവർത്തനങ്ങൾ നിർവഹിക്കാൻ കൂടുതൽ സംഖ്യ തൊഴിലാളികളെ ആവശ്യമായി വരും; ഒപ്പംതന്നെ ഓരോ ചരക്കു–മൂലധനത്തിന്റെ ഭ്രമണം സാധ്യമാക്കുന്നതിന് ഒരു കൂടുതൽ വലിയ വാണിജ്യ മൂലധനവുമാവശ്യമായി വരും. ചരക്കുകളുടെ വാങ്ങലിനും വിൽക്കലിനുമായി നിക്ഷേപിക്കപ്പെട്ട മൊത്തം വാണിജ്യ മൂലധനത്തെ നാം B എന്നുവിളിക്കുകയും

അതിനനുസൃതമായ അസ്ഥിര മൂലധനത്തെ (വാണിജ്യ ജീവനക്കാരുടെ പ്രതിഫലം നൽകുകയെന്ന ഉദ്ദേശ്യത്തിനായി മുതലിറക്കിയത്) b എന്ന് വിളിക്കുകയും ചെയ്താൽ, അപ്പോൾ b നിലനിൽക്കുന്നില്ലെന്നുണ്ടെങ്കിൽ B+b മൊത്തം വാണിജ്യമൂലധനമായ Bയെക്കാൾ ചെറുതായിരിക്കും. അതായത് ഓരോ കച്ചവടക്കാരനും ഏതെങ്കിലും തൊഴിലാളികളുടെ സഹായമില്ലാതെയാണ് മുന്നോട്ടുപോയിരുന്നതെങ്കിൽ

പക്ഷേ, നാമിപ്പോഴും വിഷമതയെ മറികടന്നിട്ടില്ല. ചരക്കുകൾ വിൽക്കപ്പെട്ടതായ വില ഒന്നാമതായി, B+b യിന്മേലുള്ള ശരാശരി ലാഭ നിരക്ക് നൽകാൻ പര്യാപ്തമായിരിക്കണം. ഇവിടെ, ഇതിനകംതന്നെ, വായനക്കാരൻ സംശയിച്ചു നിന്നേക്കാം. വിൽപ്പനവില ചരക്കുകളുടെ മൂല്യത്തിനു തുല്യമാണെന്നാണ് നാമനുമാനിച്ചിരിക്കുന്നത്. ഏതു രീതി യിലാണ് വാണിജ്യ മൂലധനമായ B ശരാശരി ലാഭത്തിൽ പങ്കു പറ്റുന്ന തെന്നത് നാമിപ്പോൾ കണ്ടുകഴിഞ്ഞതാണ്. അതുകൊണ്ട് ശരാശരിലാഭം വിൽപ്പന വിലയിൽ ഉൾക്കൊണ്ടിരിക്കണം. പക്ഷേ, b യുടെ കാര്യമെ ന്താണ്? തൊഴിലാളികളെ നിയോഗിക്കുന്നതിനായി മുതലിറക്കിയ അനു പൂരകമൂലധനമായ b യുടെ മേലുള്ള ലാഭം വാണിജ്യ മൂലധനമായ B ക്ക് വീതം വച്ചിരിക്കുന്ന ലാഭത്തിനു മുകളിലായി എവിടെ നിന്നു വരും? b യുടെ മേലുള്ള ലാഭം, യഥാർഥത്തിൽ, വിലയിലെ ഏകപക്ഷീയമായ ഒരു വർധനയിലൂടെ രൂപപ്പെടുത്തപ്പെട്ടതായി പ്രത്യക്ഷപ്പെട്ടേക്കാം. പക്ഷേ, B+b, b യെക്കൂടാത്തതാണ് B എന്നുണ്ടെങ്കിൽ ചെറുതായിരി ക്കുമെന്ന കാര്യം നാം മനസിൽ വയ്ക്കണം. B യുടെ സഹകരണത്തോടെ സാക്ഷാൽക്കരിക്കപ്പെട്ട ശരാശരിലാഭമങ്ങനെ b ക്കും ഒരു ലാഭം നൽകാൻ പര്യാപ്തമായിരിക്കും.

പക്ഷേ, വിൽക്കുന്ന വില, അതിലുമപ്പുറം, രണ്ടാമതായി bക്കുമൊരു ലാഭം നൽകുന്നതിന് പര്യാപ്തമായിരിക്കണമെന്നു മാത്രമല്ല, മറിച്ച് bയെന്ന തുകയെത്തന്നെ തിരികെയീടാക്കാൻ പറ്റിയതുമായിരിക്കണം. അതായത്, വാണിജ്യത്തൊഴിലാളികളുടെ വേതനത്തിനായി മുതലിറ ക്കിയ തുകയെ നികത്തിയെടുക്കാൻ. ഇവിടെയാണ് ബുദ്ധിമുട്ട് കിടക്കു ന്നത്.

ചരക്കുകളുടെ വിൽപ്പനവില അവയുടെ മൂല്യത്തെയല്ലാതെ മറ്റൊ ന്നിനെയും പ്രതിനിധീകരിക്കുന്നില്ലെങ്കിൽ, നമ്മുടെ പരിശോധനയുടെ ഘട്ടമനുസരിച്ച്, മുടക്കുവിലയും നിർമാതാക്കളുടെ ശരാശരി ലാഭവും ഈടാക്കാൻ കഴിയുന്നതായ ഒരു തുക വിലയിൽ ഉൾപ്പെട്ടിട്ടുണ്ട്; അതി നപ്പുറം വാണിജ്യമൂലധനവും ലാഭത്തോടെ ഈടാക്കാനുള്ള തുകയതി ലുണ്ട്; ഈ വാണിജ്യലാഭം തന്റെ ജീവനക്കാർക്കായി കച്ചവടക്കാരൻ മുൻകൂട്ടി മുതലിറക്കിയ തുകയിന്മേൽ ഒരു ലാഭം നൽകാൻ മാത്രം വലു തുമാണ്. പക്ഷേ, കൂലിക്കായി മുതലിറക്കിയ ഈ തുക, കച്ചവടക്കാ രന്റെ അസ്ഥിരമൂലധനം, സ്വയം വിൽപ്പനവിലയിൽ ഉൾപ്പെടുത്തുന്നതി ലേക്ക് വരുന്നതെങ്ങനെയാണ്? അതോ അയാളത് തന്റെ ലാഭത്തിൽ

നിന്നാണോ നൽകേണ്ടത് അയാളുടെ ലാഭമതിനനുസരിച്ച് ചുരുങ്ങുമോ?

കച്ചവടക്കാരൻ തന്റെ b ഉപയോഗിച്ച് വാങ്ങുന്നത് നമ്മുടെ അനുമാനമനുസരിച്ച് വാണിജ്യജോലിമാത്രമാണ്, അതു നിർവഹിക്കപ്പെടുന്നത് ചരക്കുകളെ പണത്തിലേക്ക് പരിവർത്തിപ്പിക്കുന്നതിന് അനിവാര്യമായതിനാലാണ്. നേരെതിരിച്ച്, പണത്തെ ചരക്കുകളിലേക്ക് പരിവർത്തിപ്പിക്കാനും അതാവശ്യമാണ്. അങ്ങനെവരുമ്പോൾ അത് മൂല്യങ്ങളെ പരിവർത്തിപ്പിക്കുന്ന അധ്വാനമാണ്, പക്ഷേയത് മൂല്യങ്ങളെ സൃഷ്ടിക്കുന്നില്ല. പക്ഷേ, അത്തരം ജോലികൾ നിർവഹിക്കപ്പെട്ടില്ലെങ്കിൽ, വാണിജ്യ മൂലധനത്തിനതിന്റെ ധർമം പൂർത്തീകരിക്കാനാവില്ല; ഈ കേസിൽ ശരാശരി ലാഭനിരക്കിനെ ക്രമീകരിക്കുന്നതിൽ അതിനൊരു പങ്കുമില്ല; അതായത്, മൊത്തം ലാഭത്തിൽനിന്നും അതൊരു ലാഭവീതവും വലിച്ചെടുക്കുന്നില്ല.

നമുക്ക് B 100 നു തുല്യമാണെന്നും b പത്തിനു തുല്യമാണെന്നും ലാഭനിരക്ക് 10 ശതമാനമാണെന്നും സങ്കൽപ്പിക്കുക (ഭൗതികമായ ബിസിനസ് ചെലവുകളെ നാം ഒഴിവാക്കുന്നു. കണക്കുകൂട്ടലുകളെ അനാവശ്യമായി സങ്കീർണമാക്കുന്നതൊഴിവാക്കാനാണത്. കാരണമവർക്ക് നാം നേരിടുന്ന ബുദ്ധിമുട്ടിന്റെ കാര്യത്തിൽ ഒന്നും ചെയ്യാനില്ല. കച്ചവടക്കാരന്റെ സ്ഥിലമൂലധനം പരമാവധി അത്രതന്നെ, വലുതാകാം. പക്ഷേ, ഒരു വസ്തുതയെന്ന നിലയിൽ അത് കച്ചവടക്കാരൻതന്നെ സ്വയം വിൽപ്പന നടത്തുമ്പോഴുള്ളതിനേക്കാൾ ചെറുതായിരിക്കും).

കച്ചവടക്കാരൻ ആരെയും നിയമിച്ചില്ലെങ്കിൽ, അതുകൊണ്ട് b ക്കായി നീക്കിവപ്പൊന്നും നടത്തിയില്ലെങ്കിൽ, മറ്റുതരത്തിലായിരുന്നാൽ തൊഴിലാളികൾ നിർവഹിക്കേണ്ടതായിട്ടുള്ള ജോലികൾ നിർവഹിക്കപ്പെടുക തന്നെ വേണം. കച്ചവടക്കാരൻ സ്വയം അതു ചെയ്യേണ്ടിവരും. B യുടെ (100) പരിധിവരെ വിൽക്കുകയും വാങ്ങുകയും ചെയ്യാൻ കച്ചവടക്കാരൻ തന്റെ സമയം ചെലവാക്കും. അത്രയും സമയമേ അയാൾക്ക് ചെലവഴിക്കാനായുള്ളൂ എന്നു നാമനുമാനിക്കുന്നു. ഈ കേസിൽ വാണിജ്യ തൊഴിലാളി (ക്ലർക്ക്) യാൽ പ്രതിനിധീകരിക്കപ്പെടുന്ന b (10) ലാഭത്തിൽ നിന്നുതന്നെ പ്രതിഫലമായി നൽകേണ്ടിവരും. അതായത്, 100ന്റെ മറ്റൊരു വാണിജ്യമൂലധനമുണ്ടെന്നതിനെ അത് മുന്നുപാധിയാക്കുന്നു. ഈ രണ്ടാമത്തെ B (അഥവാ 100) ചരക്കുകളുടെ വിലയിൽ ലയിച്ചുചേർന്നതായിത്തീരില്ല (അത്തരമൊരു വിലയുടെ അനുപൂരകമെന്ന നിലയിൽ); മറിച്ച്, ഇതായിരിക്കും 10 ശതമാനത്തിന്റെ കേസ്. അങ്ങനെ 100ന്റെ രണ്ടുപ്രവർത്തനങ്ങൾ നടക്കുന്നു = 200, 200 + 20 = 220 ന്റെ ചരക്കുകൾ വാങ്ങുന്നു.

ഉൽപ്പാദനപരമായ മൂലധനത്തിന്റെ വേർതിരിക്കപ്പെട്ട ഒരു ഭാഗമെന്നതല്ലാതെ മറ്റൊന്നുമല്ല വാണിജ്യ മൂലധനമെന്നതിനാൽ (അത് ഉൽപ്പാദനപരമായ മൂലധനത്തിൽനിന്ന് സ്വതന്ത്രമായിത്തീർന്നതാണ്), രണ്ടു ജാതി മൂലധനങ്ങളുടെയും വേർതിരിവ് ഇപ്പോഴും സംഭവിച്ചിട്ടില്ല

എന്നു സങ്കൽപ്പിച്ചുകൊണ്ട് പ്രശ്നത്തിനൊരു പരിഹാരം കാണാൻ നാം ശ്രമിക്കുന്നു. ഒരു വസ്തുതയെന്ന നിലയിൽ നിർമാതാവ് വാണിജ്യ തൊഴിലാളികളെയും തന്റെ ഓഫീസിൽ നിയമിക്കുന്നു. അതുകൊണ്ട് നമുക്ക്, ഒന്നാമതായി, അവർക്കായി മുതലിറക്കിയ അസ്ഥിരമൂലധനമായ b യുടെ കാര്യം പരിഗണനയ്ക്കെടുക്കാം.

വ്യവസായ ഫാക്ടറിയെ അപേക്ഷിച്ച് ഓഫീസെപ്പോഴും ചെറിയ ഒന്നായിരിക്കും. ഉൽപ്പാദനം വികസിക്കുന്നതിന്റെ അളവിനനുസരിച്ച്, വാണിജ്യ പ്രവർത്തനങ്ങൾ നിരവധിയായിത്തീരുമെന്നും അവയുടെ സംഖ്യ വർധിക്കുമെന്നുള്ളത് വ്യക്തമാണ്. ഉൽപ്പാദനപരമായ മൂലധനത്തിന്റെ വിറ്റുവരവ് നടപ്പാക്കപ്പെടാൻ അവ നിർവഹിക്കപ്പെടണം, ഉൽപ്പന്നത്തിന്റെ വിൽപ്പനക്കും, ഉൽപ്പാദനോപാധികളുടെ വാങ്ങലിനുമെല്ലാം മൊത്തം ബിസിനസിന്റെ കണക്കുകളെല്ലാം സൂക്ഷിക്കാനും അതാവശ്യമാണ്. അത്തരം പ്രവർത്തനങ്ങളിലാണ് വിലയുടെ കണക്കുകൂട്ടൽ, ബുക്ക് കീപ്പിങ്, ധനകാര്യമാനേജ്മെന്റ്, എഴുത്തുകുത്തുകൾ തുടങ്ങിയവയെല്ലാം വരുന്നത്. അതുകൊണ്ട് വാണിജ്യതൊഴിലാളികളുടെ നിയമനം അനിവാര്യമായിത്തീരുന്നു. ശരിയായ രീതിയിൽ ഓഫീസ് എന്നു വിളിക്കപ്പെടുന്നതിലുൾക്കൊള്ളുന്നതിത്തരം വ്യക്തികളാണ്. ഈ തൊഴിലാളിക്കുവേണ്ടിയുള്ള നീക്കിവെപ്പ്, അത് കൂലിയുടെ രൂപമാണെടുക്കുന്നതെങ്കിലും ഉൽപ്പാദനപരമായ സ്വഭാവമുള്ള തൊഴിലാളികളുടെ കൂലിക്കായി ചെലവഴിക്കുന്ന അസ്ഥിരമൂലധനത്തിൽനിന്നു ഭിന്നമാണ്. അത്തരം നീക്കിവെപ്പ് നിർമാതാക്കളുടെ ചെലവുകൾ വർധിപ്പിക്കുന്നു, മുതലിറക്കേണ്ടിവരുന്ന മൂലധനത്തുകയെ. അതേസമയം മിച്ചമൂല്യത്തിലതൊന്നും കൂട്ടിച്ചേർക്കുന്നുമില്ല. ഈ സ്വഭാവത്തിലുള്ള എല്ലാ ചെലവുകളും പോലെ, ഇവിടെ ചർച്ച ചെയ്യുന്ന നീക്കിവെപ്പ് ലാഭനിരക്കിനെ കുറയ്ക്കുന്നു. മുതലിറക്കിയ മൂലധനത്തുക വർധിക്കുകയും, എന്നാൽ മിച്ചമൂല്യം വർധിക്കാതിരിക്കുകയും ചെയ്യുമ്പോൾ, അതിന്റെ അനന്തരഫലമെന്നോണം അത്തരം ചെലവ് കുറച്ചുനിർത്താൻ നിർമാതാവ് ശ്രമിക്കുന്നു; സ്ഥിരമൂലധനത്തിന്റെ ചെലവ് സാധ്യമാകുന്നതിന്റെ പരമാവധി കുറയ്ക്കാനും അതിനെ ഒരു മിനിമത്തിലേക്കു ചുരുക്കാനും ശ്രമിക്കുന്ന അതേമട്ടിൽത്തന്നെ. അങ്ങനെ ഉൽപ്പാദനപരമായ മൂലധനം അതിന്റെ വാണിജ്യ ജീവനക്കാരോട് ഉൽപ്പാദനപരമായ തൊഴിലാളികളോട് സ്വീകരിക്കുന്നതിൽനിന്നു വ്യത്യസ്തമായ ഒരു നിലപാട് സ്വീകരിക്കുന്നു. ഈ ഉൽപ്പാദനപരമായ തൊഴിലാളികളുടെ എണ്ണം കൂടുതലായിരുന്നാൽ, മറ്റു സാഹചര്യങ്ങളെല്ലാം മാറ്റമില്ലാതെ തുടരുകയാണെങ്കിൽ ഉൽപ്പാദിപ്പിക്കപ്പെടുന്ന തുകയും വലുതാകും. മിച്ചമൂല്യത്തിന്റെ അഥവാ ലാഭത്തിന്റെ അളവും വലുതായിരിക്കും. മറുവശത്ത്, ഉൽപ്പാദനം കൂടുതൽ വികസിക്കുംതോറും, ഉൽപ്പാദിപ്പിക്കപ്പെടുന്ന ചരക്കുകളുടെ അളവും വർധിക്കും, അവയിലുള്ളടങ്ങിയിരിക്കുന്ന മൂല്യവും മിച്ചമൂല്യവും സാക്ഷാൽക്കരിക്കാൻ അവയെല്ലാം വിറ്റഴിക്കപ്പെടണം. അതിനനുസരിച്ച് ഓഫീസ് ചെല

വുകളും വർധിക്കും (ആപേക്ഷികമായല്ലെങ്കിൽ, കേവലമായി); ഒരുതരം തൊഴിൽ വിഭജനത്തിനുമത് ഉദയം നൽകും. അത്തരം ചെലവുകൾ നികത്തുന്നത് ലാഭത്തിൽ നിന്നാണെന്ന വസ്തുതയും അങ്ങനെയത് ലാഭത്തിന്റെ നിലനിൽപ്പിനെ മുൻകൂട്ടി സങ്കൽപ്പിക്കുന്നുവെന്നതും, വാണിജ്യ പ്രവർത്തനങ്ങളുടെ ശമ്പളത്തിന്റെ വളർച്ചയ്ക്കൊപ്പംതന്നെ അവ മിക്കപ്പോഴും ഭാഗികമായി നൽകപ്പെടുന്നത് ലാഭത്തിലുള്ള ശതമാനക്കണക്കിലുള്ള പങ്കാളിത്തത്തിൽ നിന്നാണെന്ന വസ്തുത (മറ്റുവസ്തുക്കൾക്കൊപ്പം) തന്നെ പ്രകടമാക്കുന്നുണ്ട്. വളരെയേറെ വാണിജ്യ പ്രവർത്തനം നടത്തപ്പെടുന്നതുകൊണ്ടല്ല വളരെയധികം മൂല്യമുൽപ്പാദിപ്പിക്കപ്പെടുന്നത് മറിച്ച്, നേരെതിരിച്ചാണ്. കാരണം, വളരെയേറെ മൂല്യങ്ങൾ കണക്കുകൂട്ടപ്പെടുകയും അവ വിറ്റ് പണം തിരിച്ചുവരികയും ചെയ്യണമെങ്കിൽ വളരെയേറെ വാണിജ്യ പ്രവർത്തനമാവശ്യമായിവരും. ഇത് തന്നെയാണ് മറ്റ് സർക്കുലേഷൻ ചെലവുകളുടെയും സ്ഥിതി. വളരെയേറെ ചരക്കുകൾ അളക്കപ്പെടുകയും, തൂക്കപ്പെടുകയും, പാക്ക് ചെയ്യപ്പെടുകയും, ഗതാഗതം ചെയ്യപ്പെടുകയും ചെയ്യണമെങ്കിൽ, അത്രയധികമളവ് ലഭ്യമായിരിക്കണം. പാക്കിങ്ങിനും ഫോർവേഡിങ്ങിനും മറ്റും വേണ്ടിവരുന്ന അധ്വാനത്തിന്റെ അളവാശ്രയിച്ചിരിക്കുന്നത് പാക്ക് ചെയ്യപ്പെടുകയും ഫോർവേഡ് ചെയ്യപ്പെടുകയും മറ്റും ചെയ്യപ്പെടുന്ന ചരക്കുകളുടെ അളവിന്മേലാണ്; നേരെ തിരിച്ചല്ല.

വാണിജ്യ ജീവനക്കാരൻ നേരിട്ട് മിച്ചമൂല്യമുൽപ്പാദിപ്പിക്കുന്നില്ല. പക്ഷേ, അയാളുടെ അധ്വാനശക്തിയുടെ വില നിർണയിക്കപ്പെടുന്നത് അതിന്റെ മൂല്യത്താലാണ് (അതായത്, അതിന്റെ ഉൽപ്പാദനച്ചെലവിനാൽ). പക്ഷേ, ആ ശക്തിയുടെ പ്രയോഗത്തിന്റെ കാര്യത്തിൽ എല്ലാ ഗണത്തിൽപ്പെട്ടതൊഴിലാളികളും അതിന്റെ മൂല്യത്താൽ പരിമിതപ്പെടുത്തപ്പെടുന്നില്ല. അതുകൊണ്ട് അയാളുടെ കൂലിയും, ഒരുതരത്തിലും, പണമായി മുതലാളിക്ക് യാഥാർഥീകരിക്കാൻ അയാൾ സഹായിക്കുന്ന ലാഭത്തിന്റെ അളവുമായി അനുപാതത്തിലാക്കിക്കൊള്ളണമെന്നില്ല. അയാൾ മുതലാളിക്കെന്തു ചെലവാണുണ്ടാക്കുന്നതെന്നതും, മുതലാളിക്കയാളിൽ നിന്നെന്താണുകിട്ടുന്നതെന്നതും വ്യത്യസ്ത പരിമാണങ്ങളാണ്. മുതലാളിക്കയാൾ കുറച്ചുവിലയുള്ളതാണ് – ഭാഗികമായി പ്രതിഫലം നൽകാത്തതായ ജോലിയുടെ ഉപാധിയിലൂടെ അയാൾ മിച്ചമൂല്യത്തെ പണത്തിലേക്ക് പരിവർത്തിപ്പിക്കുന്നതിനു വേണ്ടിവരുന്ന ചെലവ് ചുരുക്കാൻ സഹായിക്കുന്നുവെന്നതിനാൽ. ശരിയായ രീതിയിൽ ആ പേരിൽ വിളിക്കപ്പെടുന്ന വാണിജ്യ ജീവനക്കാരൻ കൂടുതൽ പ്രതിഫലം ലഭിക്കുന്ന കൂലിത്തൊഴിലാളികളിൽപ്പെടുന്നു, അയാളുടെ അധ്വാനം ശരാശരി അധ്വാനത്തേക്കാളുമുയർന്ന യോഗ്യത കൂടിയ അധ്വാനമാണ്. അതെന്തായാലും മുതലാളിത്ത ഉൽപ്പാദനവ്യവസ്ഥ വികസിക്കുന്നതോടെ കൂലി താഴാനുള്ള പ്രവണതകാണിക്കും, ശരാശരി അധ്വാനത്തെയപേക്ഷിച്ചു പോലും. ഭാഗികമായി ഈ പ്രതിഭാസം ഓഫീസിനകത്തുള്ള തൊഴിൽ വിഭജനത്തിന്റെ

ഫലമായാണ്; ഇത് തൊഴിലെടുക്കാനുള്ള ശേഷിയിൽ ഒരേകപക്ഷീയമായ വികാസം പിന്തുടർച്ചയായിക്കൊണ്ടുവരുന്നു. അത്തരം വികാസം ഒരുപരിധിവരെ മുതലാളിക്ക് യാതൊരു ചെലവുമില്ലാത്തതാണ്. കാരണം, തൊഴിലാളിയുടെ വൈദഗ്ധ്യം അവന്റെ പ്രവർത്തനത്താൽ സ്വഭാവികമായി വർധിക്കുന്നു, വർധിച്ചുവരുന്ന തൊഴിൽവിഭജനത്തിന്റെ ഫലമായി ആ പ്രവർത്തനം കൂടുതൽ ഏകപക്ഷീയമാകുന്നതോടെ അത് വളരെ വേഗത്തിലും വൈദഗ്ധ്യത്തിന്റെ കാര്യത്തിൽ വികസിക്കുന്നു. രണ്ടാമതായി അതിനുള്ള കാരണം പ്രാഥമിക വിദ്യാഭ്യാസം, വാണിജ്യകാര്യങ്ങളിലെ അറിവ്, വിദേശ ഭാഷകളുടെ അറിവ് തുടങ്ങിയ നിരന്തരം പ്രചരിക്കുന്നതും അത് കൂടുതൽ വേഗത്തിൽ കൈവരിക്കപ്പെടുന്നതുമാണ്, കൂടുതൽ ചെലവുകുറഞ്ഞും കൂടുതൽ എളുപ്പത്തിലും അവ സ്വായത്തമാക്കപ്പെടാൻ ശാസ്ത്രത്തിന്റെയും വിദ്യാഭ്യാസ സമ്പ്രദായത്തിന്റെയും ഓരോ പുരോഗതിയും സഹായിക്കുന്നു. പ്രത്യേകിച്ചും മുതലാളിത്ത ഉൽപ്പാദനവ്യവസ്ഥ വിദ്യാഭ്യാസരീതികളിൽ പ്രായോഗിക പ്രവണതകൾ വികസിപ്പിക്കുന്നതിന്റെ അളവിൽ അത് വർധിക്കുന്നു. വിദ്യാഭ്യാസത്തിന്റെ വ്യാപനം മുമ്പ് അത്തരം തൊഴിലുകളിൽ നിന്നൊഴിവാക്കി നിർത്തപ്പെട്ടിരുന്ന വർഗവിഭാഗങ്ങളിൽ നിന്നുപോലും, മുമ്പ് പ്രാകൃത ജീവിതനിലവാരത്തിൽ നിലനിന്നിരുന്ന വിഭാഗങ്ങളിൽനിന്നുപോലും, വാണിജ്യ ജീവനക്കാരെ റിക്രൂട്ട് ചെയ്യാൻ സഹായിക്കുന്നു. ഈ രീതിയിൽ വിദ്യാഭ്യാസത്തിലെ ജനാധിപത്യവൽക്കരണം ഉദ്യോഗാർഥികളുടെ അമിതമായ പെരുപ്പത്തെ സൃഷ്ടിക്കുകയും വാണിജ്യ തൊഴിലാളികളിലെ മത്സരത്തെ രൂക്ഷമാക്കുകയും ചെയ്യുന്നു. അപൂർവം ചില അപവാദങ്ങളൊഴിച്ചാൽ വാണിജ്യ ജീവനക്കാരുടെ അധ്വാനശക്തിക്ക് മുതലാളിത്ത ഉൽപ്പാദനവ്യവസ്ഥ വികസിക്കുന്നതോടെ മൂല്യം കുറയുന്നു, അവരുടെ കൂലി കുറയുന്നു, അതേസമയം അവരുടെ അധ്വാനത്തിനുള്ള ശേഷി വർധിക്കുകയും ചെയ്യുന്നു.[1]

ഉൽപ്പാദനപരമായ മൂലധനവുമായി ബന്ധപ്പെട്ട് വാണിജ്യ പ്രവർത്തനത്തെ നാം പരിഗണിച്ചാൽ വാണിജ്യ പ്രവർത്തനത്തിന് മിച്ചമൂല്യത്തിന്റെ ഉറവിടമാകാൻ കഴിയില്ലെന്നുള്ളത് തികച്ചും വ്യക്തമാണ്. ഒരു ഫാക്ടറിയുടെ ഓഫീസിന്റെ പിന്നാലെ വരുന്ന ചെലവുകൾ ലാഭത്തിന്റെ അവയുടെ മൊത്തം തുകയുടെയും പരിധിയുമായി ബന്ധപ്പെട്ട് ചുരു

1. ഫ്രെഡറിക് എംഗൽസിന്റെ കുറിപ്പ്: 1865 ൽ വാണിജ്യ തൊഴിലാളിവർഗത്തിന്റെ വിധിയെക്കുറിച്ച് നടത്തിയ ഈ പ്രവചനം എത്ര ശരിയാണെന്ന് തെളിയിക്കപ്പെട്ടുവെന്നത് മൂന്നും നാലും ഭാഷകളറിയാവുന്ന ജർമ്മൻ കുക്കുമാർ ഇന്ന് ലണ്ടൻ നഗരത്തിൽ വാണിജ്യവർത്തനത്തിന്റെ മേഖലകളിൽ തിക്കിത്തിരക്കുന്നതിലൂടെ വ്യക്തമാണ്. ഇന്ന് (1894) ആഴ്ചയിൽ 25 ഷില്ലിങ് വേതനത്തിനവർ സ്വന്തം സേവനം വാഗ്ദാനം ചെയ്യുന്നു. ആ വേതനം ഒരു വിദഗ്ധ യന്ത്ര ഓപ്പറേറ്ററുടേതിനേക്കാൾ കുറവാണ് – ഈ ഭാഗത്ത് കൈയ്യെഴുത്തു പ്രതിയിൽ രണ്ട് പേജ് മാർക്സ് ഒഴിച്ചിട്ടിരിക്കുന്നത് ഇക്കാര്യമദ്ദേഹം കൂടുതലായി ചർച്ച ചെയ്യാനുദ്ദേശിച്ചിരുന്നു എന്നതിനെ സൂചിപ്പിക്കുന്നു.

ക്കുന്ന ചെലവുകളല്ലാതെ മറ്റൊന്നുമല്ല എന്ന് ഒരാൾക്കും തോന്നിയതേയില്ല. പ്രത്യക്ഷത്തിൽ - പ്രത്യക്ഷത്തിൽമാത്രം - അത് ഒരു മൊത്ത വ്യാപാരിയുടെ കേസിൽ വ്യത്യസ്തമാണ്. അയാളുടെ കേസിൽ സർക്കുലേഷൻ ചെലവുകൾക്കുള്ള നീക്കിവെപ്പ് വളരെ വലുതായിതോന്നിക്കുന്നു. കാരണം, അവയോരോന്നിന്റെയും വാണിജ്യ ഓഫീസുകൾക്കു പുറമെ (ഇന്നെല്ലാ ഫാക്ടറികളിലും അത്തരം ഓഫീസുകളുണ്ട്) ഈ രീതിയിൽ മൊത്തം നിർമാതാക്കളും ചേർന്ന് ചെലവഴിക്കേണ്ട ആ മൂലധന ഭാഗം ഇന്ന് ഏതാനും വ്യക്തികളായ കച്ചവടക്കാരുടെ കൈകളിൽ കേന്ദ്രീകരിച്ചിരിക്കുന്നു. പക്ഷേ, ഇതിന് കാര്യങ്ങളുടെ സ്വഭാവത്തെ മാറ്റാൻ കഴിയില്ല. സർക്കുലേഷൻ ചെലവ് ഉൽപ്പാദനപരമായ മൂലധനത്തിന് അവ യഥാർഥത്തിലെന്താണോ അതായി പ്രത്യക്ഷപ്പെടുന്നു, അതായത്, ചെലവുകളായി. കച്ചവടക്കാരനവ അവയുടെ ലാഭത്തിന്റെ ഉറവിടമായി അനുഭവപ്പെടുന്നു. മുൻകൂട്ടിത്തന്നെ ശരാശരി ലാഭനിരക്ക് അനുമാനിക്കപ്പെടുമ്പോഴത് അത്തരം ചെലവുകളുടെ തുകയുമായി കൃത്യമായിത്തന്നെ അനുപാതത്തിലാണ്. വാണിജ്യ മൂലധനത്തെ സംബന്ധിച്ചിടത്തോളം ഈ സർക്കുലേഷൻ ചെലവുകൾ ഒരു ഉൽപ്പാദനപരമായ നിക്ഷേപമാണ്. അതുകൊണ്ട് വാണിജ്യ മൂലധനത്തെ സംബന്ധിച്ച് അത്തരം മൂലധനംകൊണ്ട് വാങ്ങിയ വാണിജ്യപരമായ അധ്വാനം നേരിട്ടുതന്നെ ഉൽപ്പാദനപരമാണ്.

20

വാണിജ്യ മൂലധനത്തിന്റെ വിലകളിന്മേലുള്ള സ്വാധീനം

ഒരു കിലോ പഞ്ചസാരയുടെ ഉൽപ്പാദനവില ഒരു പൗണ്ടാണെങ്കിൽ ഒരു കച്ചവടക്കാരന് നൂറു പൗണ്ട് കൊണ്ട് അത്തരം നൂറുകിലോ സാധനം വാങ്ങാം. അയാൾ ഒരു വർഷക്കാലയളവിലാണത് വാങ്ങുകയും വിൽക്കുകയും ചെയ്യുന്നതെങ്കിൽ, ശരാശരി വാർഷികലാഭനിരക്ക് 15 ശതമാനം ആണെങ്കിൽ അയാൾക്ക് 100 പൗണ്ടിനൊപ്പം 15 പൗണ്ട് കൂട്ടിക്കിട്ടും. ഒരു പൗണ്ട് ഉൽപ്പാദനവിലയ്ക്കൊപ്പം 3 ഷില്ലിങ് കൂടി കൂട്ടിയാണയാൾ ഒരു കിലോ പഞ്ചസാര വിൽക്കുക. മറിച്ച്, ഒരു കിലോ പഞ്ചസാരയുടെ ഉൽപ്പാദന വിലയിടിഞ്ഞ് അത് ഒരു ഷില്ലിങ്ങായിത്തീർന്നാൽ അയാൾക്കു നൂറു പൗണ്ടുകൊണ്ട് (ഒരു പൗണ്ട് = 20 ഷില്ലിങ്) 2000 കിലോ പഞ്ചസാര വാങ്ങാൻ കഴിയും. അപ്പോഴയാൾ ഒരു കിലോ പഞ്ചസാര ഒരു $1\,{}^{3}/20$ ഷില്ലിങ് വിലക്ക് വിൽക്കുന്നു. അപ്പോഴും നൂറുപൗണ്ട് പഞ്ചസാരക്ക് 15 പൗണ്ട് ലാഭം വാർഷികാടിസ്ഥാനത്തിൽ ലഭിക്കും. ആകെ വരുന്ന മാറ്റം അയാൾ നൂറുകിലോക്കു പകരം 2000 കിലോ വിൽക്കേണ്ടിവരുമെന്നതാണ്.

(നാമിവിടെ സർക്കുലേഷൻ ചെലവുകൾ – സ്റ്റോറേജ്, ഫോർവേഡിങ് തുടങ്ങിയവ – ഒഴിവാക്കുകയാണ്. യഥാർഥ വാങ്ങലും വിൽപ്പനയും മാത്രമാണ് ഇവിടെ നമ്മുടെ പരിശോധനാ വിഷയങ്ങൾ)

ഉൽപ്പാദനവിലയുടെ ഉയർന്നതോ താഴ്ന്നതോ ആയ നിലവാരത്തിന് ലാഭനിരക്കുമായി ഒരു ബന്ധവുമില്ല, പക്ഷേയത്— വളരെ പ്രധാനപ്പെട്ട, അല്ല, നിർണായകമായ– ഒരുപങ്ക് ഒരു കിലോ പഞ്ചസാരയുടെയും വിൽപ്പനവിലയുടെയും വലുപ്പവും അതിലെ ചില്ലറ സംഖ്യകളും നിർണയിക്കുന്നതിൽ വഹിക്കുന്നുണ്ട്. ഒരു കച്ചവടക്കാരൻ ഒരു ചരക്കിന്റെ നിശ്ചിതയളവിന്മേൽ കൂട്ടിച്ചേർക്കുന്ന അനുബന്ധവില വാണിജ്യ ലാഭത്തിൽ സ്വയം ലയിച്ചുചേരുന്നു.

ഒരു കച്ചവടക്കാരനൊരു വാണിജ്യക്കുത്തകയുള്ള കേസുകളൊഴിവാക്കിയാൽ, ഒപ്പംതന്നെയവർ ഉൽപ്പാദനവും കുത്തകയാക്കുന്ന കേസുകൾ (ഉദാഹരണത്തിന് മുൻകാലത്ത് ഡച്ച് ഈസ്റ്റിന്ത്യാ കമ്പനി) ഒഴിവാക്കിയാൽ, ഓരോ അളവ് ചരക്കിനും ഒരു ചെറിയ ലാഭമെടുത്ത് ഒരു വലിയയളവ് ചരക്കുകൾ വിൽക്കുമോ അതോ ഓരോ അളവിനും ഒരു വലിയ ലാഭമെടുത്ത് ചെറിയയളവ് വിറ്റാൽമതിയോ എന്ന കാര്യം കച്ചവടക്കാരന് തെരഞ്ഞെടുക്കാമെന്നത് അക്കാര്യം കച്ചവടക്കാരനെയാശ്രയിച്ചാണിരിക്കുന്നത് എന്ന സാധാരണ വിശ്വാസംപോലെ അസംബന്ധമായി ഒന്നുമില്ല. വിൽപ്പനവിലയുടെ കാര്യത്തിൽ അയാൾക്കുള്ള പരിമിതി രണ്ടാണ്. ഒരുവശത്ത് ചരക്കിന്റെ ഉൽപ്പാദനവില അതയാൾക്ക് നിയന്ത്രിക്കാൻ പറ്റില്ല. മറുവശത്ത് ശരാശരി ലാഭനിരക്ക്, അതുമയാളുടെ നിയന്ത്രണത്തിലല്ല (ഇത് സാധാരണഗതിയിലുള്ള വാണിജ്യത്തിന്റെ പ്രശ്നം മാത്രമാണിവിടെ, മറിച്ച് ഊഹക്കച്ചവടത്തിന്റേതല്ല.)

അതിന്റെ അനന്തരഫലമെന്നോണം ഉൽപ്പാദനപരമായ മൂലധനവും വാണിജ്യമൂലധനവും തമ്മിലുള്ള വ്യത്യാസമിതാണ്: ഉൽപ്പാദനപരമായ മൂലധനം കൂടുതൽ ഭ്രമണം ചെയ്യുന്തോറും, അതിനാൽ രൂപപ്പെടുന്ന ലാഭവും വലുതാകും. സാമാന്യ ലാഭനിരക്കിന്റെ മാധ്യമത്തിലൂടെ ഉൽപ്പാദനപ്രക്രിയയിലവ പങ്കെടുക്കുന്നതിന്റെ അനുപാതത്തിലല്ല മൊത്തം ലാഭം വിവിധ മൂലധനങ്ങൾക്കിടയിൽ പങ്കുവയ്ക്കപ്പെടുന്നതെന്നത് സത്യമാണ്. മറിച്ചത് പങ്കുവയ്ക്കപ്പെടുന്നത് അവയുടെ വലുപ്പത്തിനനുസരിച്ചാണ്. പക്ഷേ, മൊത്തം ഉൽപ്പാദനപരമായ മൂലധനത്തിന്റെയും ഭ്രമണത്തിന്റെയും എണ്ണം വലുതാകുന്തോറും മൊത്തം ലാഭത്തിന്റെയളവും വലുതാകും, അതിന്റെ ഫലമായി മറ്റുസാഹചര്യങ്ങളെല്ലാം മാറ്റമില്ലാത്തതായിത്തുടർന്നാൽ ലാഭനിരക്കും വലുതായിരിക്കും.

വാണിജ്യ മൂലധനത്തിന്റെ കാര്യത്തിൽ കാര്യം വ്യത്യസ്തമാണ്. വാണിജ്യ മൂലധനത്തിന്റെ കാര്യത്തിൽ ലാഭനിരക്ക് ഒരു നിശ്ചിത പരിമാണത്തിലുള്ളതാണ്, ഒരുവശത്തത് ഉൽപ്പാദനപരമായ മൂലധനം നേടിയെടുക്കുന്ന ലാഭത്തിന്റെ അളവിനാൽ നിർണയിക്കപ്പെടുന്നു, മറുവശത്ത് മൊത്തം വാണിജ്യമൂലധനത്തിന്റെ ആപേക്ഷികമായ വലുപ്പത്താലും നിർണയിക്കപ്പെടുന്നു. അതിന്റെ ഭ്രമണങ്ങളുടെ എണ്ണം മൂലധനത്തിന്റെ ആകെത്തുകയിന്മേൽ ഒരു നിർണായക സ്വാധീനം ചെലുത്തുന്നുവെന്നത് സത്യമാണ്. കാരണം, വാണിജ്യ മൂലധനത്തിന്റെ ഭ്രമണം കൂടുതൽ വേഗത്തിലാകുന്തോറും അതിന്റെ കേവലമായ വലുപ്പം ചെറുതായിരിക്കുമെന്നതും അതിന്റെ ആപേക്ഷികമായ വലുപ്പവും (സമൂഹത്തിൽ മൊത്തത്തിൽ ലഭ്യമായ മൂലധനവുമായി അനുപാതകമായി) ചെറുതായിരിക്കുമെന്നതും വ്യക്തമാണ്. പക്ഷേ– മൂലധനത്തിന്റെ ആകെത്തുകയുമായി ആനുപാതികമായി വാണിജ്യ മൂലധനത്തിനുള്ള ആപേക്ഷിക വലുപ്പം നൽകപ്പെടേണ്ടതുണ്ട് എന്നനുമാനിച്ചാൽ– വിവിധ വ്യാപാരശാഖകളിലെ ഭ്രമണങ്ങളുടെ എണ്ണത്തിലെ വ്യത്യാസം മൊത്തം ലാഭത്തിൽ

വാണിജ്യ മൂലധനത്തിന്റെ വിഹിതമായ തുകയെയോ അല്ലെങ്കിൽ സാമാന്യ ലാഭനിരക്കിനെയോ ബാധിക്കുകയില്ല. കച്ചവടക്കാരന്റെ ലാഭം നിർണയിക്കപ്പെടുന്നത് ഭ്രമണത്തിലുള്ള അയാളുടെ ചരക്ക് – മൂലധനത്തിന്റെ തുകയായല്ല മറിച്ച്, ഈ ഭ്രമണം കൊണ്ടുവരാനായി അയാൾ മുതലിറക്കിയ പണമൂലധനത്തെ ആശ്രയിച്ചാണ്. വാർഷിക സാമാന്യ ലാഭനിരക്ക് 15 ശതമാനമാണെങ്കിൽ ഒപ്പംതന്നെ കച്ചവടക്കാരൻ 100 പൗണ്ട് മുതലിറക്കിയിരിക്കുകയുമാണെങ്കിൽ അയാളുടെ ചരക്കുകൾ 115 പൗണ്ടിനും വിൽക്കും. അയാളുടെ മൂലധനം വർഷത്തിൽ അഞ്ചുതവണയാണ് ഭ്രമണം ചെയ്യുന്നതെങ്കിൽ, അയാൾ ഒരു വർഷത്തിനുള്ളിൽ അയാളുടെ ചരക്കുകൾ 103 പൗണ്ട് നിരക്കിൽ (100 പൗണ്ടിനു വാങ്ങിയത്) അഞ്ചുതവണ വിറ്റിരിക്കും– അതായത്, മൊത്തം വർഷമെടുത്താൽ 500 പൗണ്ട് മൂലധനം 515 പൗണ്ടിന്. പക്ഷേ, ഇതിനർഥം മുമ്പത്തേതുപോലെ ഇപ്പോഴും അയാൾ നിക്ഷേപിച്ച 100 പൗണ്ടിന് 15 ന്റെ വാർഷിക ലാഭം ലഭിക്കുന്നു. ഇതല്ല കാര്യമെന്നുണ്ടെങ്കിൽ വാണിജ്യ മൂലധനം അതിന്റെ ഭ്രമണങ്ങളുടെ എണ്ണത്തിനാനുപാതികമായി, വ്യവസായ മൂലധനത്തെക്കാൾ വളരെ വലിയ ലാഭമായിരിക്കും നേടുക; അത് സാമാന്യ ലാഭനിരക്കിനെ സംബന്ധിച്ച നിയമവുമായി പൊരുത്തപ്പെടാത്തതായിത്തീരും.

വിവിധ വാണിജ്യ ശാഖകളിൽ വാണിജ്യ മൂലധനത്തിന്റെ ഭ്രമണങ്ങളുടെ എണ്ണം അങ്ങനെ നേരിട്ടുതന്നെ ചരക്കുകളുടെ വിൽപ്പന വിലയെ ബാധിക്കുന്നു. വാണിജ്യ മൂലധനം വർഷത്തിൽ കൂടുതൽ വേഗത്തിൽ ഭ്രമണം ചെയ്യുന്നതിനനുസരിച്ച് ഓരോ തവണയും വിൽക്കപ്പെടുന്ന ചരക്കുകളിന്മേൽ നടത്തുന്ന കൂട്ടിച്ചേർക്കൽ ചെറുതായിത്തീരും.

വ്യത്യസ്ത ശാഖകളിലെ വാണിജ്യ ലാഭത്തിന്റെ ഒരേ ശതമാനം അങ്ങനെ ആ ബ്രാഞ്ചുകളിൽ നടക്കുന്ന ഭ്രമണങ്ങളുടെ എണ്ണങ്ങൾക്കനുസരിച്ച് വർധിക്കുന്നു. ചരക്കുകളുടെ വിൽപ്പനവില കണക്കാക്കുന്നതപ്പോൾ അത്തരം ചരക്കുകളുടെ മൂല്യങ്ങൾക്കും അവയുടെ ഭ്രമണങ്ങൾക്കുമനുസരിച്ച് വ്യത്യസ്ത ശതമാനത്തോതുകളിലാണ്. ഉദാഹരണത്തിന് വാർഷികലാഭം 15 ശതമാനമാണെങ്കിൽ ഒരു ഭ്രമണമാണ് നടക്കുന്നതെങ്കിൽ അത് 15 ശതമാനം കണ്ട് വർധിക്കുമ്പോൾ, അഞ്ചു ഭ്രമണങ്ങളാണു നടക്കുന്നതെങ്കിൽ 3 ശതമാനം കണ്ടാണ് വർധിക്കുക.

വ്യവസായ മൂലധനത്തിന്റെ കേസിൽ, നേരെമറിച്ച്, ഒറ്റയൊറ്റ ചരക്കുകളുടെ മൂല്യത്തിന്റെ അളവിനെ ഒരു തരത്തിലും ഭ്രമണത്തിന്റെ സമയം ബാധിക്കുന്നില്ല. ഒരു നിശ്ചിത സമയത്തിനുള്ളിൽ ഒരു നിശ്ചിത മൂലധനം ബാധിക്കുന്നുണ്ടെങ്കിൽത്തന്നെയും ഈ പ്രതിഭാസം മറഞ്ഞു നിൽക്കുന്നതാണെന്നത് സത്യമാണ്, ഒപ്പംതന്നെ നാം ഉൽപ്പാദനവിലയുടെ കാര്യം പരിശോധിക്കുന്നയുടനെതന്നെ കാര്യങ്ങൾ വ്യത്യസ്തമാണെന്നു തോന്നിക്കും. പക്ഷേ, അതിനു കാരണം വ്യത്യസ്ത ചരക്കുകളുടെ ഉൽപ്പാദന വിലകൾ (നാമിതിനകംതന്നെ വിശദീകരിച്ച നിയമങ്ങ

ളനുസരിച്ച്) അവയുടെ മൂല്യങ്ങളിൽ നിന്നു വ്യത്യസ്തങ്ങളായിരിക്കുമെന്നതാണ്. നാം ഉൽപ്പാദനപ്രക്രിയയെ അതിന്റെ സമഗ്രതയിൽ പരിശോധിച്ചാൽ അതായത്, മൊത്തം വ്യവസായ മൂലധനവും ചേർന്ന് ചരക്കുൽപ്പാദിക്കുന്ന ചരക്കുകളുടെ അളവിനെ പരിഗണിച്ചാൽ, സാമാന്യ നിയമം ശരിവയ്ക്കപ്പെട്ടതായി നാമുടനടി തന്നെ കാണും.

അങ്ങനെ, വ്യവസായ മൂലധനത്തിനകത്ത് മൂല്യ രൂപീകരണത്തിന്മേൽ ഭ്രമണസമയം ചെലുത്തുന്ന സ്വാധീനത്തെക്കുറിച്ചുള്ള ഒരു കൂടുതൽ സൂക്ഷ്മമായ പരിശോധന നമ്മെ സാമാന്യനിയമത്തിലേക്കും രാഷ്ട്രീയ സമ്പദ്ശാസ്ത്രത്തിന്റെ അടിസ്ഥാനങ്ങളിലേക്കും തിരികെ കൊണ്ടുവരുന്നു. അതായത്, ചരക്കുകളുടെ മൂല്യം നിർണയിക്കപ്പെടുന്നത് അതിനകത്തുള്ളടങ്ങിയിരിക്കുന്ന അധ്വാനസമയത്താലാണെന്നതിലേക്ക്. മറുവശത്ത് വാണിജ്യ മൂലധനത്തിൽ, വാണിജ്യലാഭത്തിന്മേൽ ഭ്രമണങ്ങൾ ചെലുത്തുന്ന സ്വാധീനം ചില പ്രകടിതരൂപങ്ങൾ ഉൽപ്പാദിപ്പിക്കുന്നു, അവ (ഇടയ്ക്കുള്ള വ്യവസ്ഥകളെയും സാഹചര്യങ്ങളെയും കുറിച്ച് കാര്യമായ ഒരു തീവ്രപഠനവും കൂടാതെ) തികച്ചും ഏകപക്ഷീയമായ വില നിർണയനങ്ങളെ മുൻകൂട്ടി സങ്കൽപ്പിക്കുന്നതായി പ്രത്യക്ഷപ്പെടുന്നു. വിലകൾ നിർണയിക്കപ്പെടുന്നത് വർഷത്തിൽ ഒരു നിശ്ചിത ശതമാനം ലാഭമുണ്ടാക്കാൻ ദൃഢനിശ്ചയമെടുത്തിരിക്കുന്നുവെന്ന വസ്തുതയാൽ മാത്രമാണെന്ന് തോന്നിക്കുന്നു (ഉദാഹരണത്തിന് അതിന് വർഷത്തിൽ 15 ശതമാനം ലാഭമെടുക്കാനാഗ്രഹമുണ്ട്, വിൽപ്പനവിലയിന്മേൽ അനുബന്ധമായി കൂട്ടിച്ചേർക്കപ്പെടുന്നതെത്രയെന്ന് അതിനനുസൃതമായാണ് നിശ്ചയിക്കപ്പെടുന്നത്, ഉദാഹരണത്തിന്, ഓരോ തവണയും മൂന്നു ശതമാനം കൂട്ടിച്ചേർക്കുന്നു, അങ്ങനെ ഒരു വർഷക്കാലയളവിൽ 15 ശതമാനം ലാഭമുണ്ടാക്കുന്നു) ഭ്രമണങ്ങൾ ചെലുത്തുന്ന ഈ സ്വാധീനത്തിന്റെ ഫലമായി ആ അർഥത്തിലുള്ള സർക്കുലേഷൻ ചരക്കുകളുടെ വിലയെ നിർണയിക്കുന്നതായി തോന്നിച്ചേക്കും, ഉൽപ്പാദനത്തിന്റെ ചില പരിധികൾക്കകത്ത് സ്വതന്ത്രമായി.

അങ്ങനെ ഒരു കച്ചവടക്കാരനും, ഒരു സ്റ്റോക്ക് എക്സ്ചേഞ്ചിലെ ഊഹക്കച്ചവടക്കാരനും ഒരു ബാങ്കറും മുതലാളിത്ത ഉൽപ്പാദനവ്യവസ്ഥയുടെ മെക്കാനിസത്തെപ്പറ്റി വച്ചു പുലർത്തുന്ന ധാരണകൾ, അനിവാര്യമായും തികച്ചും തെറ്റാണ്. മറുവശത്ത്, ഒരു നിർമാതാവിന്റെ ധാരണകൾ അയാളുടെ മൂലധനം കടന്നുപോകുന്ന സർക്കുലേഷൻ പ്രക്രിയയുടെ സ്വഭാവം കാരണം തെറ്റായിത്തീരുന്നു; അതുപോലെ തന്നെ സാമാന്യ ലാഭനിരക്കിലേക്കുള്ള സമീകരണം കാരണവും. മത്സരം വഹിക്കുന്ന പങ്കിനെക്കുറിച്ചുള്ള അയാളുടെ വീക്ഷണം മൊത്തത്തിൽത്തന്നെ തെറ്റാണ്. ഒരിക്കൽ മൂല്യത്തിന്റെയും മിച്ചമൂല്യത്തിന്റെയും പരിധികൾ നൽകപ്പെട്ടാൽ, എങ്ങനെയാണ് വിവിധ മൂലധനങ്ങളുടെ മത്സരം മൂല്യങ്ങളെ ഉൽപ്പാദനവിലകളിലേക്കും, തുടർന്നുപോയിക്കൊണ്ടതിനെ വിൽപ്പനവിലകളിലേക്കും രൂപാന്തരപ്പെടുത്തുന്നതെന്നും, ഒപ്പംതന്നെ എങ്ങനെ

യാണത് മിച്ചമൂല്യത്തെ ശരാശരി ലാഭനിരക്കിലേക്ക് രൂപാന്തരപ്പെടുത്തുന്നതെന്നും കാണാനെളുപ്പമാണ്. പക്ഷേ, ഈ പരിധികളില്ലെങ്കിൽ എന്തുകൊണ്ടാണ് മത്സരം സാമാന്യലാഭനിരക്കിനെ ഒരേ തോതിലേക്ക് ചുരുക്കുന്നതെന്നും, അത് മറ്റൊരു തോതിലേക്കെത്താത്തതെന്തുകൊണ്ടെന്നും കാണുക തികച്ചും അസാധ്യമാണ്; 1500 ശതമാനം ആകുന്നതിനുപകരം അതെന്തുകൊണ്ട് 15 ശതമാനം ആകുന്നുവെന്ന്. മത്സരത്തിന് പരമാവധി കഴിയുക അതിനെ ഒരേകനിലവാരത്തിലേക്ക് കുറയ്ക്കാൻ മാത്രമാണ്. പക്ഷേ, ഈ നിലവാരത്തെത്തന്നെ നിർണയിക്കാൻ അത് തികച്ചും അശക്തമാണ്.

അതുകൊണ്ട്, വാണിജ്യമൂലധനത്തിന്റെ വീക്ഷണകോണിൽ നിന്നു നോക്കുമ്പോൾ, ഭ്രമണം സ്വയംതന്നെയാണ് വിലകളെ നിർണയിക്കുന്നതെന്നു തോന്നിക്കുന്നു.

ഒരേ വ്യവസായ മൂലധനം തന്നെ (മറ്റു സാഹചര്യങ്ങൾ, പ്രത്യേകിച്ചുമതിന്റെ ജൈവപരമായ ഘടന, സമാനമായിത്തുടർന്നാൽ) ഒരുവർഷം രണ്ടുതവണയെന്നതിനുപകരം നാലുതവണ ഭ്രമണം ചെയ്താൽ, അത് ഇരട്ടി മിച്ചമൂല്യമുൽപ്പാദിപ്പിക്കും, അതുകൊണ്ടുതന്നെ ലാഭവും. ഈ മൂലധനത്തിന് ഉൽപ്പാദനത്തിന്റെ മെച്ചപ്പെട്ട രീതിയുടെ കാര്യത്തിൽ കുത്തക കൂടിയുണ്ടെന്നിടത്തോളവും, അതുണ്ടാക്കുന്നയുടൻതന്നെയും ഇത് പ്രകടമായിത്തന്നെ വ്യക്തമാണ്. അതതിനെ ഭ്രമണപ്രക്രിയയുടെ വേഗത വർധിപ്പിക്കാൻ കഴിവുറ്റതാക്കുകയും ചെയ്യും. നേരെമറിച്ച്, വ്യത്യസ്ത വ്യാപാരശാഖകളിലെ ഭ്രമണസമയങ്ങളിലെ വ്യത്യാസം സ്വയം പ്രകടമാക്കുന്നത് ഒരു നിശ്ചിത ചരക്ക്– മൂലധനം ഭ്രമണത്തിലൂടെ കൊണ്ടുവരുന്ന ലാഭം കച്ചവടക്കാരുടെ പണമൂലധനത്തിന്റെ ഭ്രമണങ്ങളുടെ എണ്ണവുമായി തലകീഴായ റേഷ്യോയിലാണ് എന്ന വസ്തുതയിലാണ്. ഒരു വലിയ വിറ്റുവരവും ചെറിയലാഭങ്ങളും ചെറിയ റീട്ടെയിൽ കച്ചവടക്കാരനീ ആപ്തവാക്യം താൻ തത്വത്തിൽ പിന്തുടരുന്ന ഒന്നായി പ്രത്യക്ഷപ്പെടുന്നു.

ഈ നിയമം ബാധകമാകുന്നത് ഒരു നിശ്ചിത ശാഖയിൽ നിക്ഷേപിക്കപ്പെട്ട മൊത്തം വാണിജ്യ മൂലധനത്താൽ നടത്തപ്പെടുന്ന ഭ്രമണങ്ങളുടെ ശരാശരിക്കു മാത്രമാണ്. എയുടെ മൂലധനം അയാൾ ബിയുടെ അതേ ശാഖയിൽ തന്നെയാണ്, ശരാശരിയെണ്ണത്തെക്കാൾ കൂടുതലോ കുറവോ ഭ്രമണങ്ങൾ നടത്തും. ഈ കേസിൽ, മറ്റുള്ളവരും കുറവോ കൂടുതലോ നടത്തും. ഈ വസ്തുത ശാഖയിലാകെ നിക്ഷേപിക്കപ്പെട്ടിരിക്കുന്ന വാണിജ്യ മൂലധനത്തിന്റെ ആകെത്തുകയുടെ ഭ്രമണത്തിൽ ഒന്നിനും മാറ്റം വരുത്തുന്നില്ല. പക്ഷേയതിന് വ്യക്തിയായ കച്ചവടക്കാരനെസംബന്ധിച്ച് നിർണായക പ്രാധാന്യമുണ്ട്. ഈ കേസിലയാൾ മിച്ചലാഭമുണ്ടാക്കുന്നു. മത്സരമങ്ങനെ ചെയ്യാനയാളെ നിർബന്ധിക്കുകയാണെങ്കിൽ, അയാൾക്ക് മത്സരക്കാരെക്കാൾ വില കുറച്ചു വിൽക്കാൻ കഴിയും; ശരാശരി ലാഭത്തേക്കാൾ അയാളുടെ ലാഭം താഴെപ്പോകാതെ തന്നെ.

ഭ്രമണത്തെ കൂടുതൽ വേഗതയിലാക്കാനയാളെ കഴിവുറ്റവനാക്കിയ സാഹചര്യങ്ങൾ വാങ്ങാൻ സാധ്യതയുള്ളതാണെങ്കിൽ (ഉദാഹരണത്തിന് കച്ചവടം നടക്കുന്നിടത്തുതന്നെയുള്ള കെട്ടിടം) അയാൾക്കതിനുവേണ്ടി ഒരു കൂടുതൽ വാടക നൽകാനാവും, അതായത് അയാളുടെ മിച്ചലാഭ ത്തിന്റെ ഭാഗം തറപ്പാട്ടമായി പരിവർത്തിക്കപ്പെടുന്നു.

21

വാണിജ്യമൂലധനത്തിന്റെ ചരിത്രപരമായ വികാസം

കർക്കശമായ ഒരു ശാസ്ത്രീയവീക്ഷണകോണിൽ നിന്ന് പ്രശ്നത്തെ സമീപിച്ചാൽ, സാമാന്യലാഭനിരക്കിന്റെ രൂപീകരണം ഉൽപ്പാദനപരമായ മൂലധനത്തിലും വിവിധ ഉൽപ്പാദനപരമായ മൂലധനങ്ങളുടെ മത്സരത്തിലുമതിന്റെ ആരംഭബിന്ദുവുള്ളതാണ് എന്ന മട്ടിൽ പ്രത്യക്ഷപ്പെടുന്നു; അതിനുശേഷമുള്ള ഒരു കാലഘട്ടത്തിൽ വാണിജ്യമൂലധനത്തിന്റെ ഇടപെടലിനാൽ കൃത്യമാക്കപ്പെടുകയും പുതുക്കപ്പെടുകയും, പൂർത്തിയാക്കപ്പെടുകയും ചെയ്യപ്പെടുന്നതായും പ്രത്യക്ഷപ്പെടുന്നു. പക്ഷേ, ഒരു ചരിത്രപരമായ വീക്ഷണകോണിൽ നിന്നു നോക്കുമ്പോൾ കേസ് നേരെ തിരിച്ചാകുന്നു.

നാമിതിനകംതന്നെ പറഞ്ഞതിൽനിന്ന് ഖനനം, കൃഷി, കന്നുകാലി വളർത്തൽ, നിർമാണം, ഗതാഗതം തുടങ്ങിയവപോലുള്ള ഒരുതരം ഉൽപ്പാദനപരമായ മൂലധനമായി വാണിജ്യ മൂലധനത്തെ പരിഗണിക്കുന്നതിനെക്കാൾ തെറ്റായ ഒന്നുമില്ലെന്നതു വ്യക്തമാണ്. എല്ലാ ഉൽപ്പാദനപരമായ മൂലധനവും അതിന്റെ ഉൽപ്പന്നങ്ങൾ വിൽക്കുകയും അസംസ്കൃതവസ്തുക്കൾ വാങ്ങുകയും ചെയ്യുമ്പോൾ വാണിജ്യ മൂലധനത്തെപ്പോലെ അതേ ധർമങ്ങൾ നിർവഹിക്കുന്നുവെന്ന ലളിതമായ നിരീക്ഷണം മാത്രം അത്രയും പ്രാകൃതമായ ഒരു സങ്കൽപ്പനത്തെ അസാധ്യമാക്കിത്തീർക്കാൻ പര്യാപ്തമാണ്. നേരെമറിച്ച്, വാണിജ്യ മൂലധനം ഉൽപ്പാദനപരമായ മൂലധനത്തിൽനിന്നും വേർതിരിക്കപ്പെട്ട ഒരു മൂലധനം മാത്രമാണ്, അതു സ്വതന്ത്രമായിത്തീരുകയും ചരക്കുകളെ പണമായി രൂപാന്തപ്പെടുത്തുന്നതിന് വേണ്ട (നേരെതിരിച്ചും) രൂപങ്ങൾ നിരന്തരമാർജിക്കുകയും അതിനുവേണ്ട ധർമങ്ങളനുഷ്ഠിക്കുകയും ചെയ്യുന്നു.

ഇതേവരെ നാം വാണിജ്യ മൂലധനത്തെ മുതലാളിത്ത ഉൽപ്പാദന വ്യവസ്ഥയുടെ വീക്ഷണകോണിൽനിന്നും അതിന്റെ പരിധികൾക്കുള്ളി

ലുമാണ് പരിഗണിച്ചത്. പക്ഷേ, കച്ചവടം മാത്രമല്ല മറിച്ച്, വാണിജ്യ മൂലധനവും മുതലാളിത്ത വ്യവസ്ഥയേക്കാൾ പ്രായമേറിയതാണ്. ഒരു വസ്തുതയെന്നനിലയിൽ ചരിത്രപരമായി മൂലധനത്തിന്റെ നിലനിൽപ്പിന്റെ ഏറ്റവും പഴയ സ്വതന്ത്രരൂപമാണത്.

വാണിജ്യമൂലധനം ചരക്കുകളുടെ സർക്കുലേഷനിലും കൈമാറ്റത്തിലും നിരന്തരമായും കേവലമായും ഉൾപ്പെട്ടിരിക്കുന്നതിനാൽ, മൂലധനത്തിന്റെയും പണത്തിന്റെയും ലളിതമായ സർക്കുലേഷനാവശ്യമായിട്ടുള്ള നേരിട്ടുള്ള ബാർട്ടർ സമ്പ്രദായത്തിൽ നിന്നുയർന്നുവന്ന അവികസിത രൂപങ്ങളെക്കാൾ കൂടുതലായ ഒന്നുംതന്നെ അതിന്റെ നിലനിൽപ്പിനാവശ്യമില്ല. ചരക്കുകളെ വിൽപ്പനയ്ക്ക് പ്രദാനം ചെയ്യുന്ന ഉൽപ്പാദനത്തിന്റെ സംഘടന എന്തുതന്നെയായാലും അത് പ്രാകൃത സമുദായത്തിന്റേതായാലും അടിമത്വത്തിന്മേൽ അടിസ്ഥാനമാക്കിയതായാലും, അതല്ല അത് കുടിയാൻ കർഷക ഉൽപ്പാദനമോ പ്ലീബിയൻ ഉൽപ്പാദനമോ മുതലാളിത്ത ഉൽപ്പാദനമോ തന്നെയായാലും, എല്ലാ ചരക്കുകളും വിറ്റഴിക്കാവുന്നതായാലും ഉൽപ്പാദകന്റെ ആവശ്യത്തിൽകവിഞ്ഞ് ഉൽപ്പാദിപ്പിച്ചവ മാത്രമാണ് വിറ്റഴിക്കാവുന്നതായിട്ടുള്ളതെന്നിരിക്കിലും അത്തരം ചരക്കുകളെല്ലാം വിറ്റഴിക്കപ്പെടണം, അവമറ്റുള്ളവയ്ക്കായി കൈമാറപ്പെടണം. വിൽപ്പനയുടെ മാധ്യമം, കൈമാറ്റത്തിന്റെ മാധ്യമം, ആണ് വാണിജ്യ മൂലധനം.

എത്രയളവ് ഉൽപ്പന്നങ്ങളാണ് വാണിജ്യത്തിലേക്ക് വരുന്നത്, അതിന്റെ അനന്തരഫലമായി കച്ചവടക്കാരുടെ കൈയിലേക്കു വരുന്നത്, എന്നത് ആശ്രയിച്ചിരിക്കുന്നത് ഉൽപ്പാദന സമ്പ്രദായത്തിന്മേലാണ്, അളവതിന്റെ പരമാവധിയെത്തുന്നത്. പൂർണമായും വികസിതമായ മുതലാളിത്ത ഉൽപ്പാദന വ്യവസ്ഥയിലാണ്. ആ വ്യവസ്ഥയിൽ ഉൽപ്പന്നം യഥാർഥത്തിൽ, ഒരു ചരക്കല്ലാതെ മറ്റൊന്നുമല്ല, അതൊരിക്കലും നേരിട്ടുള്ള ഒരുപജീവനത്തിനായി ഇനിയങ്ങോട്ട് ഉൽപ്പാദിപ്പിക്കപ്പെടുന്നില്ല. മറുവശത്ത്, ഉൽപ്പാദനവ്യവസ്ഥ എന്തുതന്നെയായാലും, കച്ചവടം ഉൽപ്പാദകന് തന്റെ സ്വന്തം ആവശ്യങ്ങൾക്കുവേണ്ടതിനെക്കാൾ കൂടുതലുൽപ്പാദിപ്പിക്കുന്നതിനുള്ള ഒരു പ്രചോദനം നൽകുന്നു, മിച്ചം ഒരു നിധിക്കായിട്ടോ, വിനോദോപാധികൾക്കുവേണ്ടിയോ കൈമാറുന്നതിനായി. ഒരിക്കൽ കച്ചവടം നിലനിന്നിരുന്നിടത്ത്, അതുകൊണ്ട് കൂടുതൽ കൂടുതലായി വിനിമയ മൂല്യത്തിനു നേരെ ചായുന്ന ഒരു പ്രവണത ഉൽപ്പാദനത്തിന് സമ്മാനിക്കുന്നു.

പക്ഷേ, സമൂഹം (അതിന്റെ ചരക്കുകളുടെ കൈമാറ്റത്തിനുവേണ്ടിയാണ് കച്ചവടക്കാരൻ ഇടനിലക്കാരനായി പ്രവർത്തിക്കുന്നത്) ഏതു തരത്തിലാണ് സംഘടിപ്പിക്കപ്പെട്ടിരിക്കുന്നത് എന്നിരുന്നാലും കച്ചവടക്കാരന്റെ സമ്പത്തെപ്പോഴും പണരൂപത്തിലാണ് നിലനിൽക്കുന്നത്, അയാളുടെ പണം മാറ്റമൊന്നുമില്ലാത്തവിധം മൂലധനമായി പ്രവർത്തിക്കുന്നു. അതായത്, അത് പ്രവർത്തിക്കുന്നതെപ്പോഴും കൂടുതൽ പണമുണ്ടാക്കാനാ

യാണ്, അഥവാ മിച്ചമൂല്യമുണ്ടാക്കാനായാണ്. ചരക്കുകളുടെ കൈമാറ്റം നടപ്പിൽ വരുത്തുകയെന്നതിനായി തന്റെ പണം നീക്കിവയ്ക്കുന്നതിൽ കച്ചവടക്കാരനുള്ള ഉദ്ദേശ്യം അങ്ങനെ ചെയ്യുന്നതിലെ അയാളുടെ നിശ്ചിതമായ ലക്ഷ്യം, മുതലാളിത്തവ്യവസ്ഥയിൽ മാത്രമല്ല അതിനു മുമ്പുള്ള സാമൂഹ്യരൂപങ്ങളിലും പണത്തിൽനിന്നും കൂടുതൽ പണമുണ്ടാക്കുകയെന്നതു തന്നെയാണ്. കൈമാറ്റ പ്രക്രിയയിലെ വിവിധ ഘട്ടങ്ങളായ M - C യും C-Mഉം M ന്റെ M^1ലേക്കുള്ള മാറ്റത്തിന്റെ പരിവർത്തനത്തിലെ പരിണാമഘട്ടങ്ങളായി, പണം കൂടുതൽ പണമായി മാറുന്ന പ്രക്രിയയായി പ്രത്യക്ഷപ്പെടുന്നു. വാണിജ്യ മൂലധനത്തിന്റെ സവിശേഷ സ്വഭാവമായ ചലനം M - C-M^1(പണം–ചരക്കുകൾ–കൂടുതൽ പണം) എന്നതാണ്, അത് ഉല്പ്പാദകർക്കു തന്നെയിടയിൽ നടക്കുന്ന കച്ചവടത്തിൽ നിന്നു വ്യത്യാസപ്പെട്ടിരിക്കുകയും ചെയ്യുന്നു, അതിന്റെ സ്വഭാവം C-M - C എന്നതാണ്. അതിന്റെ അന്തിമ ലക്ഷ്യം ഉപയോഗമൂല്യങ്ങളുടെ കൈമാറ്റമാണ്.

ഉൽപ്പാദനം കൂടുതൽ അവികസിതമാകുമ്പോൾ ഉൽപ്പാദകർക്ക് കുറഞ്ഞ പണം മാത്രമേയുണ്ടാകൂ; പണത്തിന്റെ രൂപത്തിലുള്ള സമ്പാദ്യം കച്ചവടക്കാരായ ആളുകളുടെ കൈയിൽ വളരെയേറെയുണ്ടായിരിക്കും; അതല്ലെങ്കിൽ ആ പണസമ്പാദ്യം കച്ചവടമൂല്യത്തിന്റെ ഒരു സവിശേഷ രൂപമായാണ് പ്രത്യക്ഷപ്പെടുക.

അങ്ങനെ, എല്ലാ മുതലാളിത്ത–പൂർവ കാലഘട്ടങ്ങളിലും കച്ചവടം മൂലധനത്തിന്റെ ഏറ്റവും വൈദഗ്ധ്യമേറിയ പ്രവർത്തകനായി പ്രത്യക്ഷപ്പെടുന്നു; മൂലധനത്തിന്റെ ഏക യഥാർഥ ലക്ഷ്യമായി. ഉൽപ്പാദനപ്രക്രിയ അതിൽത്തന്നെ ഉൽപ്പാദകർക്ക് ജീവനോപാധികൾ നൽകുന്നതിന്റെ അളവിനനുസരിച്ച് കൂടുതലുമതങ്ങനെയാകുന്നു. അക്കാലത്ത് വാണിജ്യ മൂലധനമല്ലാതെ മറ്റൊരു മൂലധനവുമുണ്ടായിരുന്നില്ല. അതേസമയം, നാം കണ്ടതുപോലെ മുതലാളിത്ത യുഗത്തിലത് ഉൽപ്പാദനത്തിന്റെ തന്നെ ഉടമസ്ഥാവകാശമേറ്റെടുക്കുന്നു. അതിന്റെ പ്രക്രിയയെ ആഴത്തിലേക്ക് പുതുക്കുന്നു, അതുകൊണ്ടിവിടെ നിന്നങ്ങോട്ട് വാണിജ്യ മൂലധനം മൂലധനത്തിന്റെ ഒരു പ്രത്യേക രൂപമോ പ്രത്യേക ധർമമോ അല്ലാതെ മറ്റൊന്നുമല്ല, അത് മറ്റെല്ലാ രൂപങ്ങൾക്കും ധർമങ്ങൾക്കുമൊപ്പം സഹവസിക്കുകയും ചെയ്യുന്നു.

അങ്ങനെ ഉൽപ്പാദനത്തെ മൂലധനം പിടിയിലാക്കുന്നതിനും വളരെ മുമ്പുതന്നെ ചരിത്രത്തിൽ വാണിജ്യ മൂലധനം കാണപ്പെട്ടിരുന്നുവെന്ന കാര്യം മനസിലാക്കാൻ നമുക്ക് യാതൊരുവിഷമവുമില്ല. നേരെമറിച്ച്, ആദ്യമായി മുതലാളിത്ത ഉൽപ്പാദനവ്യവസ്ഥ ഉയർന്നുവരുന്നതിന് വാണിജ്യ മൂലധനം നിലനിൽക്കുകയും ഒരു നിശ്ചിത ഡിഗ്രിയിലുള്ളവികാസം നേടിയിരിക്കുകയും വേണം, കാരണമതാണ് പണത്തിന്റെ സാന്ദ്രീകരണത്തിന്റെ മുന്നുപാധി. ഒപ്പംതന്നെ, രണ്ടാമതായി മുതലാളിത്ത ഉൽപ്പാദനം മൊത്ത വിതരണത്തെ ഒരു മുന്നുപാധിയാക്കുന്നതുകൊണ്ടും

(വ്യക്തിയായ ഉപഭോക്താവിനുള്ള വിതരണത്തെയല്ല) അത്തരമൊരു വികാസം നേടിയിരിക്കേണ്ടതാവശ്യമാണ്.

അതുകൊണ്ട് മുതലാളിത്ത ഉൽപ്പാദനം ഒരു കച്ചവടക്കാരന്റെ നില നിൽപ്പിനെയും മുന്നുപാധിയായി സങ്കൽപ്പിക്കുന്നുണ്ട്, അയാൾ അയാളുടെ വ്യക്തിപരമായ ആവശ്യങ്ങൾ നിറവേറ്റാനല്ല വാങ്ങുന്നത് മറിച്ച്, നിരവധിപേരുടെ ആവശ്യങ്ങളെ നിറവേറ്റാനുള്ള ഇടനിലക്കാരൻ എന്ന തന്റെ പദവിയിലാണ്. മറുവശത്ത്, വാണിജ്യ മൂലധനത്തിന്റെ എല്ലാ വികാസത്തിനും ഉൽപ്പാദനപ്രക്രിയയിന്മേൽ വിനിമയ മൂല്യത്തിലേക്ക് കൂടുതൽ കൂടുതൽ ചായുന്ന ഒരു സ്വഭാവം ഉണ്ടാക്കിയെടുക്കുന്നതായ ഫലമുണ്ട്. അതായത്, എപ്പോഴും കൂടുതൽ കൂടുതലുൽപ്പന്നങ്ങളെ ചരക്കുകളായി രൂപാന്തരപ്പെടുത്തുന്നതിലേക്കുള്ള ഒരുചായ്‌വ്. പക്ഷേ, വാണിജ്യ മൂലധനത്തിന്റെ വികാസം സ്വയമതിൽത്തന്നെ ഒരുൽപ്പാദന രീതിയിൽ നിന്നും മറ്റൊന്നിലേക്കുള്ള മാറ്റത്തെ വിശദീകരിക്കാനോ നിലവിൽവരുത്താനോ അപര്യാപ്തമാണ് (നാം നേരിട്ടുതന്നെ കാണാൻ പോകുന്നതുപോലെ).

മുതലാളിത്ത വ്യവസ്ഥയോടെ, വാണിജ്യ മൂലധനത്തിനതിന്റെ മുൻകാലത്തെ സ്വതന്ത്രമായ അസ്തിത്വം ഇല്ലാതാക്കപ്പെടുന്നു. പൊതുവിലുള്ള മൂലധന നിക്ഷേപത്തിന്റെ ഒരു സവിശേഷ രൂപം മാത്രമായിത്തീരുന്നു അത്. ലാഭങ്ങളുടെ സമീകരണം അതിന്റെ ലാഭനിരക്കിനെ ശരാശരി നിരക്കിന്റെ നിലവാരത്തിലേക്ക് താഴ്ത്തുന്നു. ഇനിയങ്ങോട്ടത് പ്രവർത്തിക്കുന്നത് ഉൽപ്പാദനപരമായ മൂലധനത്തിന്റെ ഏജന്റായാണ്. വാണിജ്യ മൂലധനത്തിന്റെ വികാസത്തോടൊപ്പം സൃഷ്ടിക്കപ്പെട്ട പ്രത്യേക സാമൂഹ്യ സാഹചര്യങ്ങൾ ഇനിയങ്ങോട്ട് നിർണായകമല്ല, നേരെമറിച്ച്, ഇനിയും വാണിജ്യമൂലധനം മേധാവിത്വത്തിലുള്ളിടങ്ങളിൽ വളരെ പ്രാചീനമായ സാഹചര്യങ്ങളാണ് നിലവിലിരിക്കുക. ഒരേ രാജ്യത്തിനുള്ളിൽത്തന്നെ വ്യത്യസ്ത സ്ഥലങ്ങളുടെ കാര്യത്തിൽ ഇപ്പറഞ്ഞ കാര്യം ബാധകമാണ്. ഉദാഹരണത്തിന് തികച്ചും കച്ചവടനഗരങ്ങളായിട്ടുള്ളവ പഴയ കാലവുമായി താരതമ്യപ്പെടുത്തുന്നതിനുള്ള ഏറെയേറെ പോയിന്റുകളാണ് ഫാക്ടറി നഗരങ്ങളെയപേക്ഷിച്ച് നമുക്കു നൽകുന്നത്.[1]

വാണിജ്യ മൂലധനത്തിന്റെ സ്വതന്ത്രമായ വികാസവും അതിന്റെ മേധാവിത്വവും അർഥമാക്കുന്നത് മൂലധനമപ്പോഴും ഉൽപ്പാദനത്തിന്മേൽ പിടിമുറുക്കിക്കഴിഞ്ഞിട്ടില്ലെന്നാണ്. അങ്ങനെ വാണിജ്യ മൂലധനത്തിന്റെ സ്വതന്ത്രമായ വികാസം സമൂഹത്തിന്റെ പൊതുവായ സാമ്പത്തിക വികാ

1. ആധുനിക ഇംഗ്ലീഷ് ചരിത്രത്തിൽ ശരിയായ വാണിജ്യവർഗവും കച്ചവടനഗരവും രാഷ്ട്രീയമായി പിന്തിരിപ്പനും വ്യവസായ മൂലധനത്തിന്റെ ഭൂവുടമാ പണമിടപാട് റോളുകളുമായി സഖ്യം ചേരുന്നതുമാണ്. ഉദാഹരണത്തിന് ലിവർപൂളിന്റെ രാഷ്ട്രീയറോളിനെ മാഞ്ചസ്റ്ററിന്റെയും ബർമിങ് ഹാമിന്റെയും രാഷ്ട്രീയറോളുകളുമായി താരതമ്യപ്പെടുത്തുക. ഇംഗ്ലീഷ് വാണിജ്യ മൂലധനവും ഇംഗ്ലീഷ് പണമിടപാട് പ്രഭുവർഗവും വ്യവസായമൂലധനത്തിന്റെ സമ്പൂർണ മേധാവിത്വത്തെ അംഗീകരിച്ചത് ചോളം നിയമവും മറ്റും പിൻവലിച്ചതിനുശേഷം മാത്രമാണ്.

സവുമായി വിപരീതാനുപാതത്തിലാണ് നിലകൊള്ളുന്നത്.

ഈ പ്രതിഭാസം പ്രത്യേകിച്ചും വഹിച്ചുകൊണ്ടു പോകലിന്റേതായ വ്യാപാരത്തിന്റെ ചരിത്രത്തിൽ നമുക്കുകാണാം– വെനീസ്, ജെനീവ, ഹോളണ്ട് തുടങ്ങിയയിടങ്ങളിൽ. അവിടങ്ങളിൽ അതാതു രാജ്യത്തിന്റെ സ്വന്തം ഉൽപ്പന്നങ്ങളുടെ കയറ്റുമതി ലാഭത്തിന്റെ കാര്യത്തിൽ ഒരു അനുബന്ധ ഉറവിടം മാത്രമായിരുന്നു; അപ്പോഴും അവികസിതങ്ങളായ സാമാന്യ സാമ്പത്തിക ജീവിതമുള്ള സമുദായങ്ങളുടെ ചരക്കുകളുടെ ഇടനിലക്കാരനായി സേവനമനുഷ്ഠിക്കുന്നതിൽനിന്നാണ് അവിടങ്ങളിൽ ലാഭം മുഖ്യമായും ഉരുത്തിരിഞ്ഞുവന്നിരുന്നത്, അതുപോലെ അത്തരം സമുദായങ്ങളെയും ഉൽപ്പാദിപ്പിക്കുന്ന രാജ്യങ്ങളെയും ചൂഷണം ചെയ്യുന്നതിലൂടെയും.[1] ഇവിടെ നമുക്ക് വാണിജ്യമൂലധനം അതിന്റെ വെള്ളം ചേർക്കാത്ത സ്ഥിതിയിൽ ലഭ്യമാണ്, ഇത് ഇടനില വഹിക്കുന്നതായ ഉൽപ്പാദനപ്രക്രിയകളിൽ നിന്ന് വേറിട്ട നിലയിൽ അതിന്റെ ഉൽപ്പത്തി ഉത്ഭൂതമായ മുഖ്യമായ ഉറവിടങ്ങളിലൊന്നിതാണ്. പക്ഷേ, ഈ വഹിച്ചുകൊണ്ടുപോകലിന്റേതായ വ്യാപാരത്തിന്റെ കുത്തക, ആ കുത്തകയെ ചൂഷണം ചെയ്തിരുന്ന രാജ്യത്തിന്റെ സാമ്പത്തിക വികസനം പുരോഗമിക്കുന്നതോടെ ആ പുരോഗതിയുടെ തോതനുസരിച്ചുതന്നെ കുറഞ്ഞു വരുന്നു. ഉൽപ്പാദനത്തിലത് നേരിട്ടുതന്നെ മേധാവിത്വം വഹിച്ച ഒരു രാജ്യത്തെങ്ങനെയാണ് വാണിജ്യ മൂലധനം അതിന്റെ ബിസിനസ് നടത്തിക്കൊണ്ടുപോകുന്നതെന്നതിന്റെ ഒരു മാതൃകാപരമായ ഉദാഹരണം പ്രത്യേകിച്ചും നമുക്ക് ലഭ്യമാകുന്നത് ഡച്ച് ഈസ്റ്റിന്ത്യാകമ്പനിയുടെ രീതികളിലൂടെയാണ്. അത് ഏറിയും കുറഞ്ഞും പൊതുവിലുള്ള കോളനിവൽക്കരണത്തിന്റെ കാര്യത്തിൽ മാത്രമല്ല നമുക്കുദാഹരണമാകുന്നത്.

ആദ്യ നോട്ടത്തിൽ, ഉൽപ്പന്നങ്ങൾ അവയുടെ മൂല്യത്തിനു വിറ്റാൽ വാണിജ്യലാഭം അസാധ്യമാണെന്നുതോന്നും. കാരണം, കച്ചവടത്തിന്റെ നിയമം കുറഞ്ഞവിലയ്ക്ക് വാങ്ങി വിലകൂട്ടി വിൽക്കുകയെന്നതാണ്; അല്ലാതെ തുല്യമൂല്യങ്ങളുടെ വിനിമയമെന്നതല്ല. തുടക്കത്തിൽ ഉൽപ്പന്നങ്ങൾ കൈമാറ്റം ചെയ്യപ്പെടുന്നതിന്റെയളവ് തികച്ചും ആഗന്തുകമാണ്.

---

1. കച്ചവടനഗരങ്ങളിലെ നിവാസികൾ സമ്പന്നരാജ്യങ്ങളിൽനിന്ന് കൂടുതൽ ഉയർന്ന നിർമിത ഉൽപ്പന്നങ്ങളും വിലയേറിയ ആഡംബര സാമഗ്രികളും ഇറക്കുമതി ചെയ്യുകയും അതിലൂടെ വൻകിട ഭൂവുടമകളുടെ പൊങ്ങച്ചത്തെ പ്രോത്സാഹിപ്പിക്കുകയും ചെയ്തു. അത്തരക്കാർ ആർത്തിയോടെ ഇത്തരം ഉൽപ്പന്നങ്ങൾ വാങ്ങുകയും പകരമായി തങ്ങളുടെ എസ്റ്റേറ്റുകളിൽ നിന്നുള്ള അസംസ്കൃത ഉൽപ്പന്നങ്ങൾ വലിയ അളവിൽ പ്രതിഫലമായി നൽകുകയും ചെയ്തു. അങ്ങനെ അക്കാലത്ത് യൂറോപ്പിന്റെ വിശാലഭാഗങ്ങളുടെയും കച്ചവടം വ്യാവസായികമായി കൂടുതൽ മുന്നേറിയ രാജ്യങ്ങളുടെ നിർമിത ഉൽപ്പന്നങ്ങൾക്കായി അസംസ്കൃത ഉൽപ്പന്നങ്ങൾ കൈമാറുന്നതായിരുന്നു. ഇത്തരമഭിരുചി വ്യാപകമായതോടെ, നിർമിത ഉൽപ്പന്നങ്ങൾക്ക് ഡിമാന്റ് ഏറി. അതോടെ കച്ചവടക്കാർ ചെലവ് ലാഭിക്കാനായി തങ്ങളുടെ തന്നെ രാജ്യങ്ങളിൽ അത്തരം ഉൽപ്പന്നങ്ങൾ നിർമിക്കുന്ന പരിപാടിക്കു തുടക്കംകുറിച്ചു (ആഡംസ്മിത്ത്, വെൽത്ത് ഓഫ് നേഷൻസ്).

പക്ഷേ, ഉൽപ്പന്നങ്ങൾ തുടർച്ചയായി കൈമാറ്റം ചെയ്യപ്പെട്ടാൽ, അതുകൊണ്ടുതന്നെ കൈമാറ്റമെന്ന വീക്ഷണത്തോടെ ക്രമമായി ഉൽപ്പാദിപ്പിക്കപ്പെട്ടാൽ, കാര്യങ്ങളുടെ ഈ കിടപ്പ് ക്രമേണ അവസാനിക്കുന്നു. പക്ഷേ, തുടക്കത്തിൽ കൈമാറപ്പെടുന്ന ചരക്കുകളുടെ ആഗന്തുകസ്വഭാവം ഉൽപ്പാദകരെയും ഉപഭോക്താക്കളെയും സംബന്ധിച്ചിടത്തോളം നിലയ്ക്കുന്നില്ല, മറിച്ചത് സംഭവിക്കുന്നത് അവരിരു കൂട്ടർക്കുമിടയിലുള്ള ഇടനിലക്കാർക്കു മാത്രമാണ്; അതായത് കച്ചവടക്കാർക്ക്. അവർ പണവിലകളെ താരതമ്യം ചെയ്യുകയും വ്യത്യാസം കീശയിലാക്കുകയും ചെയ്യുന്നു.

പ്രാചീനകാലത്തെ ആദ്യത്തെ സ്വതന്ത്രവും ഏറ്റവും വികസിച്ചതുമായ കച്ചവടജനതകളുടെയും നഗരങ്ങളുടെയും കച്ചവടമടിസ്ഥാനപ്പെടുത്തിയിരുന്നത് ലളിതമായ വഹിച്ചുകൊണ്ടു പോകൽ കച്ചവടത്തിന്മേലാണ്. ഉൽപ്പാദിപ്പിച്ചിരുന്ന ജനതകളുടെ നാഗരികതയുടെ അഭാവത്തിന്മേൽ അത്തരം ജനതകൾക്കിടയിൽ ആദ്യംപറഞ്ഞ വിഭാഗം ഇടനിലക്കാരായി സേവനമനുഷ്ഠിച്ചു.

മുതലാളിത്ത സമൂഹത്തിന്റെ ആരംഭഘട്ടങ്ങളിൽ അതായത്, മധ്യകാലപടിഞ്ഞാറൻ യൂറോപ്പിൽ വ്യവസായത്തിനുമേൽ വ്യാപാരം മേധാവിത്വം പുലർത്തി. ആധുനിക രാജ്യങ്ങളുടെ കാര്യം നേരെ തിരിച്ചാണ്. വ്യാപാരം അവയേതു സമുദായങ്ങൾക്കിടയിലാണോ നടത്തപ്പെടുന്നത്, ആ സമുദായങ്ങളിന്മേൽ ഏറിയും കുറഞ്ഞും പ്രതിപ്രവർത്തിക്കുന്നു, അത് ഉൽപ്പാദനത്തെ കൂടുതൽ കൂടുതലായി വിനിമയമൂല്യത്തിനു കീഴ്പ്പെടുത്തുന്നു, ഉൽപ്പന്നത്തിന്റെ നേരിട്ടുള്ള ഉപയോഗമെന്നതിനെക്കാൾ വിൽപ്പനയിന്മേൽ വിനോദോപാധികളെയും ജീവനത്തെത്തന്നെയും ആശ്രിതമാക്കിക്കൊണ്ട്. അതിലൂടെയത് മുമ്പ് നിലനിന്നിരുന്ന സാഹചര്യങ്ങൾക്കന്ത്യം കുറിക്കുന്നു. അത് പണത്തിന്റെ സർക്കുലേഷൻ വർധിപ്പിക്കുന്നു. അത് മിച്ചോൽപ്പാദനത്തെ വരുതിയിലാക്കുന്നുവെന്നു മാത്രമല്ല, മറിച്ചത് ക്രമേണ ഉൽപ്പാദന പ്രക്രിയയെത്തന്നെ കടന്നാക്രമിക്കുന്നു. അങ്ങനെ ഒന്നിനു പുറകെയൊന്നായി എല്ലാ ഉൽപ്പാദനശാഖകളെയും അതിന്മേലാശ്രിതമാക്കുന്നു. അതെന്തായാലും, ഈ വിലയിപ്പിക്കുന്ന സ്വാധീനം ഒരു വലിയ പരിധിവരെ ആശ്രയിച്ചിരിക്കുന്നത് ഉൽപ്പാദിപ്പിക്കുന്ന സമൂഹത്തിന്റെ സ്വഭാവത്തിന്മേലാണ്.

അവികസിത സമൂഹങ്ങൾ തമ്മിലുള്ള ഉൽപ്പന്നങ്ങളുടെ കൈമാറ്റത്തിന് വാണിജ്യമൂലധനം ഇടനില വഹിക്കുന്നിടത്തോളം വാണിജ്യലാഭം തട്ടിപ്പും അമിത ലാഭവുമുൾക്കുള്ളതായിക്കാണപ്പെടുന്നുവെന്നു മാത്രമല്ല മറിച്ച്, ഒരു വസ്തുതയെന്ന നിലയിൽ അതിന്റെ ഉത്ഭവത്തിന്റെ സ്രോതസുകളാക്കുന്നതും വലിയൊരളവിൽ ഈ പരിപാടികളെയാണ്. ചോദ്യം ചെയ്യപ്പെടാത്ത മേധാവിത്വത്തിന്റെ നില വാണിജ്യ മൂലധനം കൈവരിക്കുന്നതോടെ അതെല്ലായിടത്തും ഒരു കൊള്ളയുടെ വ്യവസ്ഥ ഉള്ളടങ്ങിയതായിത്തീരുന്നു. പ്രാചീനവും ആധുനികവുമായ എല്ലാ ജനതക

ളിലുമതിന്റെ വികാസം തട്ടിപ്പറി, കടൽക്കൊള്ള, അടിമകളായിപ്പിടിക്കൽ, കൊളോണിയൽ മർദനം എന്നിവയൊക്കെയായി ബന്ധപ്പെട്ടാണ് നടക്കുന്നത്. അത് കാർത്തേജിലും റോമിലുമങ്ങനെയായിരുന്നു. തുടർന്നത് വെനീഷ്യന്മാരെയും പോർച്ചുഗീസുകാരെയും ഡച്ചുകാരെയും മറ്റും സംബന്ധിച്ചുമങ്ങനെയായിരുന്നു.

കച്ചവടത്തിന്റെയും വാണിജ്യ മൂലധനത്തിന്റെയും വികാസം എല്ലായിടത്തും ഉൽപ്പാദനത്തിന്റെ പ്രവണത വിനിമയ മൂല്യത്തിന്റെ ദിശയിലേക്കുരുത്തിരിഞ്ഞുവരുന്നതിനു കാരണമാകുന്നു, അതേസമയംതന്നെയത് ഉൽപ്പാദനത്തിന്റെ പരിധി വിശാലമാക്കുകയും വൈവിധ്യം വർധമാനമാക്കുകയും അവയെ ബഹുദേശീയ സ്വഭാവമുള്ളതാക്കുകയും ചെയ്യുന്നു. അത് പണത്തെ ലോകത്തിന്റെ പണമാക്കി വികസിപ്പിക്കുന്നു. അങ്ങനെ കച്ചവടം അതിനകംതന്നെ നിലനിന്നിരുന്ന ആ ഉൽപ്പാദന സംഘടനകളിന്മേൽ ഏറിയും കുറഞ്ഞുമൊരു വിലയിപ്പിച്ചു കളയുന്ന സ്വാധീനമുണ്ടാക്കുന്നു. അതിനകംതന്നെ നിലനിന്നിരുന്ന ആ ഉൽപ്പാദനസംഘടനകളെല്ലാം, അവയുടെ എല്ലാ വൈവിധ്യമാർന്ന രൂപങ്ങളിലും പ്രധാനമായും ഉപയോഗമൂല്യത്തിനുനേരെ ദിശാ നിർണയം ചെയ്യപ്പെട്ടവയായിരുന്നു. പക്ഷേ, ഈ വിലയനത്തിന്റെ പ്രക്രിയയുടെ പരിധി എവിടെ വരെയെത്തുമെന്നത് ഒന്നാമതായി ആശ്രയിച്ചിരിക്കുന്നത് മുൻകാല ഉൽപ്പാദന സമ്പ്രദായത്തിന്റെ ദൃഢതയിന്മേലും ആന്തരഘടനയിന്മേലുമാണ്. പ്രക്രിയയുടെ അന്തിമ ഫലം അതായത്, പഴയ വ്യവസ്ഥയെ ഏതുതരം പുതിയ വ്യവസ്ഥ അന്തിമമായി പകരം വെക്കുന്നുവെന്നത് ആശ്രയിച്ചിരിക്കുന്നത് കച്ചവടത്തിന്മേലല്ല, മറിച്ച്, പഴയ വ്യവസ്ഥയുടെ തന്നെ സ്വഭാവത്തിന്മേലാണ്. പ്രാചീനലോകത്ത് കച്ചവടത്തിന്റെ അനന്തരഫലവും വാണിജ്യമൂലധനത്തിന്റെ വികാസവും മാറ്റമൊന്നുമില്ലാത്തവിധം അടിമത്വ സ്വഭാവമാർന്നതായിരുന്നു; അതിനനുസരിച്ച് അത്തരം വികാസത്തിന്റെ ആരംഭബിന്ദു ചിലപ്പോൾ അടിമത്തത്തിന്റെ ഒരു പിതൃമേധാവിത്വവ്യവസ്ഥയുടെ (അതടിസ്ഥാനപ്പെടുത്തിയിരുന്നത് ജീവനോപാധികളുടെ നേരിട്ടുള്ള ഉൽപ്പാദനത്തിന്മേലായിരുന്നു) മിച്ചമൂല്യ ഉൽപ്പാദനത്തിന്മേലടിസ്ഥാനമാക്കിയ ഒന്നിലേക്കുള്ള വെറും രൂപാന്തരീകരണം മാത്രമായിരുന്നു. നേരെമറിച്ച്, ആധുനികകാലത്ത്, വാണിജ്യ മൂലധനത്തിന്റെ വികാസത്തിന്റെ ഫലം മുതലാളിത്ത ഉൽപ്പാദന വ്യവസ്ഥയാണ്. അതിന്റെ തുടർച്ചയായി വരുന്ന കാര്യം ഈ ഫലങ്ങളെത്തന്നെ വാണിജ്യ മൂലധനത്തിന്റെ വികാസത്തിനെ അനുഗമിച്ചുകൊണ്ടുവരുന്നതല്ലാത്ത മറ്റു സാഹചര്യങ്ങളും സ്വാധീനിക്കുന്നുണ്ടെന്നതാണ്.

അതേമട്ടിൽത്തന്നെയുള്ള നഗരവ്യവസായം കൃഷിയിൽനിന്നു വേർപെടുത്തപ്പെടുന്നതോടെ അവയുടെ ഉൽപ്പന്നങ്ങൾ തുടക്കം മുതൽ തന്നെ ചരക്കുകളായിത്തീരുന്നുവെന്നത് കാര്യങ്ങളുടെ സാമാന്യ സ്വഭാവമാണ്, അതുകൊണ്ടുതന്നെ അവയുടെ വിൽപ്പനയ്ക്ക് കച്ചവടത്തിന്റെ ഇടനിലയാവശ്യമായി വരുന്നു. കച്ചവടം ഒരു താങ്ങിനായി നഗരജീവിത

ത്തിന്റെ വികാസത്തെ ആശ്രയിക്കുന്നുവെന്നതുപോലെതന്നെ, മറുവശത്ത്, നഗരവികാസം കച്ചവടത്തിന്മേലുമാശ്രയിച്ചുനിൽക്കുന്നു. അതെന്തായാലും അത്തരമൊരു പ്രക്രിയയുമായി കൈകോർത്തു പിടിച്ചുകൊണ്ട് വ്യവസായ വികസനം ഏതു പരിധിവരെ മുന്നോട്ടുപോകുന്നുവെന്നത് ആശ്രയിച്ചു നിൽക്കുന്നത് തികച്ചും വ്യത്യസ്തമായ സാഹചര്യങ്ങളിന്മേലാണ്. റിപ്പബ്ലിക്കിന്റെ പിൽക്കാല ഘട്ടത്തിൽ റോമിലെ വാണിജ്യതലസ്ഥാനം പ്രാചീനകാലത്തൊരിക്കലും എവിടെയുമുണ്ടാകാത്തവിധം കൂടുതൽ വികസിതമായിരുന്നു; പക്ഷേ, അതിനെയനുഗമിച്ചുകൊണ്ട് ഒരു വ്യവസായ പുരോഗതിയുമുണ്ടായില്ല. അതേസമയം കോറിന്തിലെയും യൂറോപ്പിലെയും ഏഷ്യാ മൈനറിലെയും ഗ്രീക്കു നഗരങ്ങളിലും വികസിതമായ വ്യാപാരത്തെ പിന്തുടർന്നുകൊണ്ട് വളരെ വികസിതമായ വ്യവസായങ്ങൾവന്നു. മറുവശത്ത് നഗരവികസനത്തിന്റെ സാഹചര്യങ്ങൾക്ക് തികച്ചും വിരുദ്ധമായി, വാണിജ്യ മൂലധനത്തിന്റെ വികാസത്തിന്റെയും കച്ചവടത്തിന്റെ സ്പിരിറ്റെന്നു നാം വിളിക്കുന്നതിനെ നമുക്കു പലപ്പോഴും പെറുക്കിത്തിന്നു നടക്കുന്ന ജനതകൾക്കിടയിൽ (nomadic peoples) കാണാനാകും.

16 ഉം 17 ഉം നൂറ്റാണ്ടുകളിലെ വമ്പിച്ച പരിവർത്തനങ്ങൾ ഭൂമിശാസ്ത്രപരമായ കണ്ടുപിടുത്തങ്ങളുടെ അനന്തരഫലമായാണവ കച്ചവടത്തിൽ ഉണ്ടായത്, അത് വാണിജ്യ മൂലധനത്തിന്റെ വികാസത്തെ വൻതോതിൽ വേഗത്തിലാക്കുകയും ചെയ്തു – ഫ്യൂഡൽ ഉൽപ്പാദനരീതിയിൽനിന്ന് മുതലാളിത്ത ഉൽപ്പാദനരീതിയിലേക്കുള്ള പരിണാമത്തെ സൃഷ്ടിക്കുന്നതിൽ ഒരു നിർണായകഘടകത്തെ രൂപപ്പെടുത്തിയെന്ന കാര്യത്തിൽ സംശയമില്ല. കൃത്യമായും ഈ വസ്തുത മൗലികമായും തെറ്റായ ചില വീക്ഷണങ്ങൾക്കും ജന്മം നൽകുകയുണ്ടായി. ലോകവിപണിയുടെ പൊടുന്നനെയുള്ള വിപുലനം, സർക്കുലേറ്റ് ചെയ്യപ്പെടുന്ന ചരക്കുകളുടെ വൈവിധ്യം, ഏഷ്യയിലെ ഉൽപ്പന്നങ്ങളും അമേരിക്കൻ നിധികളും കൈയ്യടക്കുന്നതിൽ യൂറോപ്യൻ രാജ്യങ്ങൾക്കിടയിലെ മത്സരം, കൊളോണിയൽ വ്യവസ്ഥ: ഇവയെല്ലാംതന്നെ ഉൽപ്പാദനത്തിന്മേൽ ഫ്യൂഡലിസം സ്ഥാപിച്ചിരുന്ന ചങ്ങലക്കെട്ടുകളെ പൊട്ടിച്ചെറിയുന്നതിന് വലിയയളവിൽ സംഭാവനകൾ നൽകിയിട്ടുണ്ട്. അതെന്തായാലും, ആധുനിക ഉൽപ്പാദനരീതിയിൽ ആദ്യഘട്ടത്തിൽ– മാനുഫാക്ചറിങ് കാലഘട്ടത്തിൽ – വികസിച്ചത് അത്തരമൊരു വികാസത്തിനുവേണ്ട സാഹചര്യങ്ങൾ മധ്യകാലഘട്ടത്തിൽത്തന്നെ മുളച്ചുവളർന്നയിടങ്ങളിൽ മാത്രമാണ്. ഉദാഹരണത്തിന്, പോർച്ചുഗലും ഹോളണ്ടും തമ്മിൽ താരതമ്യപ്പെടുത്തുക.[1] 16 –ാം നൂറ്റാണ്ടിലും, 17–ാം നൂറ്റാണ്ടിൽ ഭാഗികമായും വ്യാപാ

1. ഹോളണ്ടിന്റെ വികാസത്തിൽ, മറ്റു സാഹചര്യങ്ങളിൽനിന്ന് വേറിട്ട് മത്സ്യബന്ധനം, മാനുഫാക്ചർ, കൃഷി എന്നിവയുടെ രൂപത്തിൽ മുമ്പുതന്നെ രൂപപ്പെട്ട സാഹചര്യങ്ങൾ എത്ര വലിയ തോതിൽ പ്രമുഖമായിരിക്കുന്നുവെന്ന വസ്തുത 18–ാം നൂറ്റാണ്ടിൽ തന്നെ എഴുത്തുകാർ ചൂണ്ടിക്കാണിച്ചിട്ടുണ്ട്. മുമ്പ് പ്രചാരത്തിലിരുന്ന അഭി

രത്തിന്റെ ഒരു വമ്പിച്ച വിപുലനവും ഒരു പുതിയ ലോകവിപണിയുടെ തുറക്കലും പഴയ ഉൽപ്പാദനരീതിയുടെ തകർച്ചയിലും മുതലാളിത്ത ഉൽപ്പാദനരീതിയുടെ ഉദയത്തിലും ഒരു നിർണായക സ്വാധീനം ചെലുത്തിയെങ്കിൽ, നേരെതിരിച്ചത് നടന്നത് മുതലാളിത്ത രീതിയുടെ അടിത്തറയിന്മേലാണ്– ഒരിക്കലതു നിലവിൽ വന്നതോടെ. ഈ ഉൽപ്പാദന രീതിയുടെ അടിസ്ഥാനത്തെ രൂപപ്പെടുത്തുന്നത് ലോകവിപണി തന്നെയാണ്. മറുവശത്ത്, മുതലാളിത്ത വ്യവസ്ഥയ്ക്ക് സഹജമായ ഉൽപ്പാദനത്തിന്റെ തോത് നിരന്തരം വർധിപ്പിച്ചുകൊണ്ടേയിരിക്കുകയെന്നതിന്റെ ആവശ്യകത, ലോകവിപണിയുടെ ഒരു നിരന്തരമായ വിപുലീകരണത്തിനു കാരണമാകുന്നു. അതുകൊണ്ട് ഈ കേസിൽ കച്ചവടമല്ല വ്യവസായത്തെ വിപ്ലവൽക്കരിക്കുന്നത്, മറിച്ച്, വ്യവസായമാണ് നിരന്തരമായി കച്ചവടത്തെ വിപ്ലവവൽക്കരിച്ചുകൊണ്ടിരിക്കുന്നത്. കച്ചവടത്തിന്റെ മേധാവിത്വമിന്ന് ആധുനിക വ്യവസായത്തിന്റെ പ്രാമുഖ്യത്തിന്റെ ഡിഗ്രിക്കനുസരിച്ച് ബന്ധിതമായിരുന്നു. ഉദാഹരണത്തിന്, നാം ഇംഗ്ലണ്ടിനെയും ഹോളണ്ടിനെയും ഒന്നു താരത്യപ്പെടുത്തുകയേ വേണ്ടൂ. മുഖ്യ കച്ചവട രാജ്യമെന്ന നിലയിൽനിന്നുള്ള ഹോളണ്ടിന്റെ പതനത്തിന്റെ ചരിത്രം വ്യവസായ മൂലധനത്താൽ വാണിജ്യ മൂലധനത്തിന്റെ കീഴടക്കലിന്റെകൂടി ചരിത്രമാണ്. കച്ചവടത്തിന്റെ വിലയിപ്പിച്ചുകളയുന്നതായ സ്വാധീനത്തിനെതിരെ ദേശീയ– മുതലാളിത്തപൂർവ ഉൽപ്പാദനരീതികൾ അവയുടെ ആന്തരികകെട്ടുറപ്പും സംഘടനയുംവഴി ഉയർത്തിയ ചെറുത്തുനിൽപ്പുകൾ വ്യക്തമായ രീതിയിൽ ഇംഗ്ലണ്ട് ചൈനയുമായും ഇന്ത്യയുമായും നിലനിർത്തിയ ബന്ധങ്ങളിൽ പ്രതിഫലിക്കപ്പെട്ടു. ഇവിടെ ചെറുകിട രീതിയിലുള്ള കൃഷിയും ഗാർഹിക വ്യവസായവും ചേർന്നുള്ള ചേരുവയാണ് ഉൽപ്പാദനരീതിയുടെ വിശാലമായ അടിസ്ഥാനത്തെ രൂപപ്പെടുത്തുന്നത്, അതിന്റെ കൂടെ ഇത്രയുംകൂടെ കൂട്ടിച്ചേർക്കപ്പെടണം– ഇന്ത്യയിൽ ഭൂമിയിന്മേലുള്ള കൂട്ടായ ഉടമസ്ഥതയോടെയുള്ള ഗ്രാമസമുദായം, ചൈനയിലും അതേപോലെ സാമ്പത്തിക സംഘാടനത്തിന്റെ ആരംഭ രൂപം അതേസമുദായം തന്നെയായിരുന്നു. ഇന്ത്യയിൽ ഇംഗ്ലീഷുകാർ ഒരേസമയംതന്നെ രാഷ്ട്രീയവും സാമ്പത്തികവുമായ സമ്മർദങ്ങളെ ഉപയോഗിച്ചു. ഈ ചെറുകിട സാമ്പത്തിക സമുദായങ്ങളെ തകർക്കുന്നതിനുവേണ്ടി. അതവർ ഭരണകർത്താക്കളെന്നനിലയിലും തറപ്പാട്ടത്തിന്റെ ഉടമസ്ഥരെന്ന നിലയിലും പ്രയോഗത്തിൽ വരുത്തി. ഈ കേസിൽ ഇംഗ്ലീഷ്

പ്രായങ്ങളിൽ നിന്നു വിരുദ്ധമായി അതിൽ പ്രകാരം ഏഷ്യാറ്റിക്, പ്രാചീന മധ്യകാല വ്യാപാരങ്ങളുടെ പരിധിയും പ്രാധാന്യവും കുറച്ചുകാണുകയായിരുന്നു. ഇപ്പോൾ ഒരു ഫാഷനായിത്തീർന്നിരിക്കുന്നത് അവയെ വൻതോതിൽ പർവതീകരിച്ചുകാണുകയെന്നതാണ്. ഈ ധാരണക്കുള്ള ഏറ്റവും നല്ല മരുന്ന് 18–ാം നൂറ്റാണ്ടിന്റെ ആരംഭത്തിലെ ഇംഗ്ലീഷ് കയറ്റുമതിയെയും ഇറക്കുമതിയെയും പരിഗണനയ്ക്കെടുക്കുകയെന്നതും അവയെ ഇക്കാലത്തേതുമായി താരതമ്യപ്പെടുത്തുകയെന്നതുമാണ്. പഴയകാല ജനതകളുടെ ഏത് കയറ്റിറക്കുമതികളെക്കാളും ഇംഗ്ലണ്ടിന്റെ 18–ാം നൂറ്റാണ്ടിന്റെയാരംഭത്തിലെ വ്യാപാരം വലുതായിരുന്നു.

വ്യാപാരത്തിന് ഉൽപ്പാദനവ്യവസ്ഥയെ സ്വാധീനിക്കുവാൻ കഴിഞ്ഞെങ്കിൽ, അതിനു കഴിഞ്ഞത് ഇംഗ്ലീഷ് ചരക്കുകളുടെ കുറഞ്ഞ വിലകൾ തദ്ദേശീയമായ നൂൽ നൂൽക്കലിനെയും നെയ്ത്തിനെയും നിർമാർജ്ജനം ചെയ്യുന്നതിലും ഗ്രാമസമുദായങ്ങളെ തകർത്തുകളയുന്നതിലും വിജയിച്ചിടത്തോളം മാത്രമാണ്. അപ്പോൾപ്പോലും ഈ വിലയിപ്പിച്ചുകളയുന്ന പ്രക്രിയ വളരെ മന്ദഗതിയിലുള്ളതും ക്രമേണയുള്ളതുമായ ഒന്നായിരുന്നു ചൈനയിൽ അവിടെ നേരിട്ടുള്ള രാഷ്ട്രീയസമ്മർദം നടപ്പാക്കാനായിരുന്നില്ല, അക്കാര്യത്തിൽ ഇംഗ്ലീഷുകാർക്കത്രപോലും വിജയിക്കാൻ കഴിഞ്ഞതുമില്ല. കൃഷിയും നിർമാണവും തമ്മിൽ നേരിട്ടുതന്നെ ഒന്നു ചേരുന്നതിലൂടെയുണ്ടാകുന്ന സമയത്തിന്റെയും അധ്വാനത്തിന്റെയും വമ്പിച്ച ലാഭിക്കൽ ആധുനിക വ്യവസായത്തിന്റെ ഉൽപ്പന്നങ്ങളുടെ കടന്നു കയറ്റത്തിനെതിരെ ഏറ്റവും കടുത്തതായ ചെറുത്തുനിൽപ്പുയർത്തുന്നു, ആധുനിക വ്യവസായത്തിന്റെ ഉൽപ്പന്നങ്ങളുടെ വിലകൾ സർക്കുലേഷൻ പ്രക്രിയയുടെ ചെലവുകളാൽ വർധിതമാകുന്നു– ആ സർക്കുലേഷൻ പ്രക്രിയയിലൂടെയാണ് ആ ഉൽപ്പന്നങ്ങൾ എവിടെയും കടന്നുകയറുന്നത്.

ഫ്യൂഡൽ ഉൽപ്പാദനരീതിയിൽ നിന്നുള്ള പരിണാമം ദ്വിമുഖ രീതിയിലാണ് സംഭവിക്കുന്നത്. ഒന്നുകിൽ ഉൽപ്പാദകർ സ്വയംതന്നെ കച്ചവടക്കാരനും മുതലാളിയുമാകുന്നു, അത് ശരിക്കും വിപ്ലവകരമായ രീതിയാണ്– അതല്ലെങ്കിൽ കച്ചവടക്കാരൻ ഉൽപ്പാദനപ്രക്രിയയുടെ നേരിട്ടുള്ള ഉടമസ്ഥതയേറ്റെടുക്കുന്നു. ഈ രണ്ടാമതു പറഞ്ഞ രീതി എത്ര തന്നെയുണ്ടെങ്കിലും, ചരിത്രപരമായ ഒരു വീക്ഷണകോണിൽ നിന്നതിനെ വീക്ഷിക്കേണ്ടത് 17– ാംനൂറ്റാണ്ടിൽ ഉണ്ടായിരുന്ന ഇംഗ്ലണ്ടിലെ വസ്ത്ര നിർമാതാവിന്റെ രീതിയെന്നപോലെ തന്നെയാണ്. അയാൾ സ്വതന്ത്രരായി നിലനിന്നിരുന്ന നെയ്ത്തുകാർക്ക് കമ്പിളിരോമം വിൽക്കുകയും അവരിൽ നിന്നു വസ്ത്രം വാങ്ങുകയും ചെയ്തിരുന്നു, പക്ഷേ, ഈ രീതിയിൽത്തന്നെ, എന്തുതന്നെയായാലും, പഴയ ഉൽപ്പാദനരീതിയുടെ ഒരു പരിവർത്തനം കൊണ്ടുവരുന്നില്ല. മറിച്ചതതിലേറെ അതിന്റെ നിലനിൽപ്പിനാവശ്യമായ ഒരു മുന്നുപാധിയായ സാഹചര്യമായി ഈ രീതിയെ നിലനിർത്തുകയാണ്. ഉദാഹരണത്തിന്, 14–ാം നൂറ്റാണ്ടിന്റെ മധ്യം വരെ, ഇംഗ്ലീഷ് സ്റ്റോക്കിങ് ലേസ് വ്യവസായത്തിലെന്നപോലെ, ഫ്രഞ്ച് സിൽക്ക് വ്യവസായത്തിൽ നിർമാതാവ് നാമമാത്രമായി മാത്രമാണ് നിർമാതാവായിരുന്നത്. യഥാർഥത്തിൽ അയാൾ വെറും കച്ചവടക്കാരനായിരുന്നു. അയാൾ മുമ്പത്തെപ്പോലെ ജോലി തുടരാൻ നെയ്ത്തുകാരെയനുവദിച്ചു. അവരിലോരോരുത്തരും തങ്ങളുടെ ചെറിയ വർക്ക്ഷോപ്പുകളിൽ ജോലി ചെയ്തു. അയാൾ പക്ഷേ, ഒരു കച്ചവടക്കാരന്റേതിനപ്പുറമുള്ള ധർമവും നിർവഹിച്ചു. അയാൾക്കുവേണ്ടിയാണവർ, ഒരു വസ്തുതയെന്ന നിലയിൽ, അവരുടെ അധ്വാനം നിർവഹിച്ചത്. റൈൻ നദിക്കരയിലെ റിബൺ വ്യവസായം, ലേസ് ട്രിങ്ങിങ്, സിൽക്ക്– നെയ്ത്ത് വ്യവസായങ്ങളിലും ഇതുതന്നെയാണ് നിലനിന്നിരുന്ന രീതി. ശരിയായ രീതിയിൽ

മുതലാളിത്ത ഉൽപ്പാദനരീതിയെന്നു വിളിക്കപ്പെടുന്നതിന് ഇത് നിലനിന്നിരുന്ന എല്ലായിടങ്ങളിലും ഇതൊരു പരാധീനതയായിരുന്നു. മുതലാളിത്ത ഉൽപ്പാദനരീതി വികസിച്ചുവന്നയളവിൽ അതപ്രത്യക്ഷമാകുകയും ചെയ്യുന്നു. ഉൽപ്പാദനരീതിയെ രൂപാന്തരപ്പെടുത്താതെതന്നെ ആ വ്യവസ്ഥ തൊഴിലാളികളുടെ നില കൂടുതൽ വഷളാക്കുന്നു. അവനെയത് വെറുമൊരു കൂലിപ്പണിക്കാരനും തൊഴിലാളിയുമാക്കുമ്പോൾത്തന്നെ നേരിട്ട് മൂലധനത്തിന്റെ കീഴിൽ ജോലിയെടുക്കുമ്പോഴുള്ളതിനേക്കാൾ മോശമായ സാഹചര്യങ്ങളിൽ പണിയെടുക്കാനവനെ നിർബന്ധിതമാക്കുകയും പഴയ ഉൽപ്പാദനരീതിയുടെ അടിസ്ഥാനത്തിൽ അവന്റെ മിച്ചാധ്വാനത്തെ ഊറ്റിയെടുക്കുകയും ചെയ്യുന്നു. ഏതാനും ചില പോയിന്റുകളിലുള്ള വ്യത്യാസമൊഴിച്ചാൽ അതേ സ്ഥിതിഗതികൾ തന്നെയാണ് ലണ്ടൻ ഫർണിച്ചർ വ്യവസായത്തിന്റെ ഒരു മേഖലയിലിന്നും (1865) നിലനിൽക്കുന്നത്. ആ വ്യവസായം ഒന്നു മറ്റൊന്നിൽനിന്നു തികച്ചും സ്വതന്ത്രമായ നിരവധി ബിസിനസുകളായി വിഭജിക്കപ്പെട്ടിരുന്നു. ഒരു ശാഖ കസേരകൾ മാത്രമുൽപ്പാദിപ്പിക്കുമ്പോൾ, അടുത്തത് മേശകൾ മാത്രവും മൂന്നാമത്തേത് അലമാരകൾ മാത്രവുമുൽപ്പാദിപ്പിക്കുന്നു. അങ്ങനെയങ്ങനെ.. പക്ഷേ, ഈ വിവിധ ശാഖകൾ സ്വയംതന്നെ നടത്തിക്കൊണ്ടുപോകപ്പെടുന്നത് ഏറിയും കുറഞ്ഞും ഒരുകൈവേലാരീതിയിലാണ് ഒരു മാസ്റ്റർ ഏതാനും പരിശീലനാർഥി (അപ്രന്റീസുകൾ)കളെവച്ച് ഒരു ചെറിയ തോതിൽ). അതെന്തായാലും നേരിട്ട് സ്വകാര്യ വ്യക്തികൾക്കുവേണ്ടി പ്രവർത്തിക്കാൻ കഴിയാവുന്നതിനേക്കാൾ ചെലവേറിയ ഉൽപ്പാദനമാണീ ശാഖകളിൽ നടക്കുന്നത്. അവരുടെ കക്ഷികൾ ഫർണിച്ചർ കടയുടമകളാണ്. ശനിയാഴ്ചകളിൽ മാസ്റ്റർ കടയുടമയുടെയടുത്തു പോയി തന്റെയുൽപ്പന്നങ്ങൾ വിൽക്കുന്നു; അതിലൂടെ വിൽപ്പനക്കാരനും വാങ്ങലുകാരനും വിലയെച്ചൊല്ലി കടുത്ത വിലപേശൽ നടത്തുകയും ചെയ്യുന്നു– ഒരുപണയം വയ്ക്കുന്ന കടയിൽ പണയപ്പണ്ടത്തിന്മേൽ നൽകേണ്ട വായ്പയെച്ചൊല്ലി ആളുകൾ വിലപേശൽ നടത്തുന്ന അതേരീതിയിൽ. ആഴ്ചതോറുമീ മാസ്റ്റർമാർ അവരുടെ ഉൽപ്പന്നങ്ങൾ വിൽക്കേണ്ടതുണ്ട്,

---

1. ഹോളണ്ടിന്റെ വികാസത്തിൽ മറ്റുസാഹചര്യങ്ങളിൽനിന്നുവേറിട്ട് മത്സ്യബന്ധനം മാനുഫാക്ചർ കൃഷി എന്നിവയുടെ രൂപത്തിൽ മുമ്പുതന്നെ രൂപപ്പെട്ട സാഹചര്യങ്ങൾ എന്ന വലിയതോതിൽ പ്രമുഖമായിരുന്നുവെന്ന വസ്തുത 18–ാം നൂറ്റാണ്ടിൽ തന്നെ എഴുത്തുകാർ ചൂണ്ടിക്കാണിച്ചിട്ടുണ്ട്. മുമ്പ് പ്രചാരത്തിലിരുന്ന അഭിപ്രായങ്ങളിൽനിന്നു വിരുദ്ധമായി അതിൻപ്രകാരം ഏഷ്യാറ്റിക്, പ്രാചീന, മധ്യകാല വ്യാപാരികളുടെ പരിധിയും പ്രാധാന്യവും കുറച്ചുകാണിക്കുകയായിരുന്നു – ഇപ്പോൾ ഒരു ഫാഷനായിത്തീർന്നിരിക്കുന്നത് അവയെ വൻതോതിൽ പർവതീകരിച്ചുകാണുകയെന്നതാണ്. ഈ ധാരണയ്ക്കുള്ള ഏറ്റവും നല്ല മരുന്ന് 18–ാം നൂറ്റാണ്ടിന്റെ ആരംഭത്തിലെ ഇംഗ്ലീഷ് കയറ്റുമതിയെയും ഇറക്കുമതിയെയും പരിഗണനയ്ക്കെടുക്കുകയെന്നതും അവയെ ഇക്കാലത്തേതുമായി താരതമ്യപ്പെടുത്തുകയെന്നതുമാണ്. പഴയകാല ജനതകളുടെ ഏതു കയറ്റിറക്കുമതികളെക്കാളും ഇംഗ്ലണ്ടിന്റെ 18–ാം നൂറ്റാണ്ടിന്റെയാരംഭത്തിലെ വ്യാപാരം വലുതായിരുന്നു.

എങ്കിൽ മാത്രമേ അടുത്തയാഴ്ചക്കുവേണ്ടിയുള്ള അസംസ്കൃതവസ്തുക്കൾ വാങ്ങാൻസാധ്യമാകൂ, അതുപോലെ കൂലികൊടുക്കാനും അതുവഴി മാത്രമേ കഴിയൂ, ഈ സാഹചര്യങ്ങളിൽ യഥാർഥത്തിൽ ഈ മാസ്റ്റർമാർ ഥച്ചവടഥാർക്കും തങ്ങളുടെതന്നെ പണിക്കാർക്കുമിടയിലുള്ള ഇടനിലക്കാരൻ മാത്രമാണ്. യഥാർഥ മുതലാളി കച്ചവടക്കാരനാണ്, അയാൾ മിച്ചമൂല്യത്തന്റെ സിംഹഭാഗം കൈക്കലാക്കുന്നു. മുൻകാലത്ത് കൈവേലയാൽ പ്രവർത്തിപ്പിക്കപ്പെട്ടിരുന്ന മേഖലകളിൽ അല്ലെങ്കിൽ ഗ്രാമീണ വ്യവസായത്തിന്റെ ഉപവിഭാഗങ്ങളായിരുന്നവയിൽ, നിർമാണത്തിലേക്കുള്ള പരിണാമം നടന്നിരുന്നപ്പോഴുള്ളതിനു സമാനമായതാണീ സ്ഥിതി വിശേഷം. ഒരു കൈവേലാ സംഘടനയ്ക്ക് ഒരു ചെറിയ വർക്ക്ഷോപ്പിൽ അനുവദിക്കാനാവുന്നത്ര യന്ത്രങ്ങൾ വന്നുകഴിഞ്ഞിരിക്കുന്ന സ്ഥിതിയിൽ നിന്ന് കൂടുതലുയർന്ന സാങ്കേതിക നിലവാരം കടന്നുവരുന്നതിന്റെ തോതിൽ ആധുനിക വ്യവസായത്തിലേക്കുള്ള പരിണാമവും നടക്കുന്നു. കൈകൾ കൊണ്ടെന്നതിലേറെ യന്ത്രങ്ങൾ ആവിയന്ത്രം കൊണ്ടു ചലിപ്പിക്കപ്പെടുന്നു, ഇതാണീയിടെ (1865) ഇംഗ്ലീഷ് സ്റ്റോക്കിങ് വ്യവസായത്തിൽ സംഭവിച്ചത്.

പരിണാമം അങ്ങനെ മൂന്നു രീതിയിലാണ് നടക്കുന്നത്. ഒന്നാമതായി, കച്ചവടക്കാരൻ നേരിട്ടുതന്നെ ഒരു വ്യവസായ ഉൽപ്പാദകനാകുന്നു. നേരിട്ടുതന്നെ വ്യാപാരത്തിൽനിന്നു വികസിച്ചു വന്ന വ്യവസായശാഖകളിലാലതാണു സ്ഥിതി; പ്രത്യേകിച്ചും ആഡംബരവസ്തുക്കളുടെ വ്യവസായത്തിൽ. ആ വസ്തുക്കൾ അസംസ്കൃതവസ്തുക്കളോടും തൊഴിലാളികളോടുമൊപ്പം വിദേശങ്ങളിൽനിന്ന് ഇറക്കുമതി ചെയ്തു. ഉദാഹരണത്തിന് മധ്യകാലത്തിനൊടുവിൽ കോൺസ്റ്റാന്റിനോപ്പിളിൽ നിന്ന് ഇറ്റലിയിലേക്ക്. രണ്ടാമതായി, കച്ചവടക്കാരൻ ചെറിയ മാസ്റ്ററെ തന്റെ ഇടനിലക്കാരനാക്കുന്നു, അല്ലെങ്കിൽ അയാൾ സ്വയം ഉൽപ്പാദകനായി അയാളിൽ നിന്ന് നേരിട്ട് വാങ്ങുന്നു, അയാൾ ആ സ്വയം ഉൽപ്പാദകനെ നാമമാത്രമായി സ്വതന്ത്രനാകാനനുവദിക്കുന്നു, അയാളുടെ ഉൽപ്പാദന വ്യവസ്ഥക്ക് മാറ്റം വരുത്തുന്നുമില്ല. മൂന്നാമതായി, വ്യവസായ ഉൽപ്പാദകർ ഒരു കച്ചവടക്കാരനാകുകയും കച്ചവടത്തിന്റെ ഉദ്ദേശ്യത്തിനായി ഹോൾസെയിലായി ഉൽപ്പാദിപ്പിക്കുകയും ചെയ്യുന്നു.

മധ്യകാലഘട്ടത്തിൽ കച്ചവടക്കാരൻ ഗിൽഡുകളിലെ അംഗങ്ങളുൽപ്പാദിപ്പിക്കുന്നതോ അല്ലെങ്കിൽ കുടിയാന്മാരായ കർഷകരുൽപ്പാദിപ്പിക്കുന്നതോ ആയ ചരക്കുകൾ; ചലനത്തിലേക്ക് കൊണ്ടുവരുന്നു; അങ്ങനെ പറയാമെങ്കിൽ. കച്ചവടക്കാരൻ ഒരു വ്യവസായ ഉൽപ്പാദകനായിത്തീരുന്നു, അഥവാ അതിലേറെ കൈവേലക്കാരായ തൊഴിലാളികളെക്കൊണ്ട് പ്രത്യേകിച്ചും ചെറുകിട ഗ്രാമീണവ്യവസായത്തിലെയാളുകളെക്കൊണ്ട് തനിക്കായി അധ്വാനം നിർവഹിപ്പിക്കുന്നു. മറുവശത്ത്, ഉൽപ്പാദകൻ കച്ചവടക്കാരനായിത്തീരുന്നു. ഉദാഹരണത്തിന്, കച്ചവടക്കാരനിൽനിന്ന് തന്റെ കമ്പിളിരോമം കുറേശ്ശെ കുറേശ്ശെയായി ചെറിയ അള

വിൽ വാങ്ങുന്നതിനും, തന്റെ അപ്രന്റീസുകളോടൊപ്പം കച്ചവടക്കാരനുവേണ്ടി അത് വസ്ത്രങ്ങളാക്കുന്നതിനുംപകരം തുണിനെയ്യുന്നവൻ സ്വയം തന്നെ നൂലോ കമ്പിളിയോ വാങ്ങുന്നു, അയാളുടെ വസ്ത്രം കച്ചവടക്കാരനു വിൽക്കുന്നു. ഇപ്പോൾ തുണിനെയ്ത്തുകാരൻ ഒരു കച്ചവടലോകത്തിനുവേണ്ടി ഉൽപ്പാദിപ്പിക്കുന്നു. നിശ്ചിത കക്ഷികൾക്കുവേണ്ടിയോ വ്യക്തിയായ കച്ചവടക്കാരനുവേണ്ടിയോ എന്നതിനുപകരം. ഉൽപ്പാദകൻ സ്വയംതന്നെ ഒരു കച്ചവടക്കാരനാണ്. തുടക്കത്തിൽ ഗിൽഡുകളിൽ സംഘടിപ്പിക്കപ്പെട്ട വ്യവസായങ്ങളെയും ഗ്രാമീണ ഗാർഹിക വ്യവസായശാഖകളെയും ഒപ്പംതന്നെ ഫ്യൂഡൽ കൃഷിയെയും മുതലാളിത്ത സംരംഭങ്ങളിലേക്ക് പരിവർത്തിപ്പിക്കുന്നതിന്റെ മുന്നുപാധിയായ സാഹചര്യം കച്ചവടമാണ്. അത് ഉൽപ്പന്നത്തിനുവേണ്ട വിപണിയെ സൃഷ്ടിക്കുന്നു, അത് പുതിയ അസംസ്കൃത അനുബന്ധ സാമഗ്രികളെ പ്രദാനം ചെയ്യുന്നു, അതങ്ങനെ ഉൽപ്പാദനത്തിന്റെ ശാഖകളെ തുറക്കുന്നു, അവ തുടക്കം മുതൽതന്നെ കച്ചവടത്തിന്മേൽ അടിസ്ഥാനമുറപ്പിക്കപ്പെടുന്നതാണ്. മാനുഫാക്ചർ, അതിലുമേറെ ആധുനികവ്യവസായം, ഒരു പരിധിവരെ വികസിക്കുന്നതോടെ അതതിന്റെ മുറയ്ക്ക് വിപണിയെ സൃഷ്ടിക്കുന്നു, അതതിന്റെ ചരക്കുകളുടെ ഉപാധികളിലൂടെ വിപണിയെ കീഴ്പ്പെടുത്തുകയും ചെയ്യുന്നു. ഇപ്പോൾ വ്യാപാരം വ്യവസായ ഉൽപ്പാദനത്തിന്റെ വേലക്കാരനാകുന്നു, അതിന് വിപണിയുടെ നിരന്തര വികാസം ഒഴിച്ചു കൂടാനാവാത്തതാണ്. നിരന്തരം വർധമാനമാകുന്ന ഒരു നിലവാരത്തിൽ വൻതോതിലുള്ള ഉൽപ്പാദനം ലഭ്യമായ വിപണിയിൽ കവിഞ്ഞൊഴുകുന്നു, അങ്ങനെ ഈ വിപണിയുടെ നിരന്തരമായ വിശാലമായിത്തീരലിന് വഴി വയ്ക്കുകയും ചെയ്യുന്നു. ഈ വൻതോതിലുള്ള ഉൽപ്പാദനം കച്ചവടത്താൽ പരിമിതപ്പെടുത്തപ്പെടുന്നില്ല (കച്ചവടം നിലവിലുള്ള ഡിമാൻന്റിന്റെ പ്രകാശനമല്ലാതെ മറ്റൊന്നുമല്ല എന്നിടത്തോളം). മറിച്ചത് പരിമിതപ്പെടുത്തപ്പെടുന്നത് പ്രവർത്തിക്കുന്ന മൂലധനത്തിന്റെ വലുപ്പത്താലും അധ്വാനത്തിന്റെ ഉൽപ്പാദനപരമായ ശക്തിയുടെ വികാസത്തിന്റെ തോതിനാലുമാണ്. ഉൽപ്പാദനം നടത്തുന്ന മുതലാളിക്ക് തുടർച്ചയായി ലോകവിപണി തന്റെ മുന്നിലുണ്ട്, അയാൾ തന്റെ മുടക്കുവിലകളെ നിരന്തരം വിപണി വിലകളുമായി താരതമ്യപ്പെടുത്തുന്നു (അയാളത് നിരന്തരം ചെയ്യേണ്ടതുമുണ്ട്). വീട്ടിൽ വച്ചുമാത്രമല്ല മറിച്ച്, മൊത്തം ലോകത്തിലും. മുൻ കാലഘട്ടത്തിൽ, ഈ താരതമ്യം ഏറെക്കുറെ മുഴുവനായും കച്ചവടക്കാരുടെ തോളിലാണ് വന്നു വീണിരുന്നത്. അതിലൂടെ കച്ചവടമൂലധനത്തിന് വ്യവസായമൂലധനത്തിനുമേൽ മേധാവിത്വം ഉറപ്പാക്കുകയും ചെയ്തിരുന്നു.

22

വ്യവസായ സംരംഭങ്ങളിൽ നിന്നുത്ഭൂതമാകുന്ന പലിശയും ലാഭവും

ഒരു മൂല്യത്തിന്റെ തുകയുടെ സ്വതന്ത്ര പ്രകാശനമായി ഇവിടെ എടുത്തിരിക്കുന്ന പണത്തിന് (മൂല്യം നിലനിൽക്കുന്നത്, യഥാർഥത്തിൽ പണത്തിന്റെ രൂപത്തിലായാലും അഥവാ ചരക്കുകളുടെ രൂപത്തിലാ യാലും ശരി) മുതലാളിത്ത ഉൽപ്പാദനത്തിന്റെ അടിസ്ഥാനത്തിൽ മൂലധ നമായി ഉപയോഗിക്കപ്പെടാൻ കഴിയും. അതിലൂടെയത് ഒരു നിശ്ചിതമൂ ല്യമെന്ന നിലയിൽനിന്ന് വർധിക്കുന്ന ഒന്നായിത്തീരും. അത് മുതലാ ളിക്ക് തൊഴിലാളികളിൽനിന്ന് ഒരു നിശ്ചിതയളവ് പ്രതിഫലം നൽകാത്ത അധ്വാനം ഊറ്റിയെടുക്കാൻ കഴിവു നൽകുന്നു; ആ പ്രതിഫലം നൽകാത്ത അധ്വാനത്തെ മുതലാളി കൈക്കലാക്കുന്നു. ഈ രീതിയിൽ അതിനൊരു പുതിയ ഉപയോഗമൂല്യം ലഭിക്കുന്നു. അതായത്, ലാഭമു ണ്ടാക്കുന്നതിന്റേതായ ഉപയോഗമൂല്യം, ഈ പദവിയിലൊരു ചരക്കായി ത്തീരുന്നു പക്ഷേ, ഒരു പ്രത്യേക തരത്തിലുള്ള ചരക്ക്.

തന്റെ കൈയിൽ അഞ്ചു പൗണ്ട് (100 ഷില്ലിങ്ങുകൾ) സ്വന്തമായുള്ള ഒരാൾക്ക് 20 ശതമാനം കണ്ടുള്ള വാർഷിക ലാഭനിരക്ക് അനുമാനിച്ചു കൊണ്ട് ആ തുകയിൽനിന്ന് 6 പൗണ്ട് ഉണ്ടാക്കാൻ കഴിയും. ഈ വ്യക്തി ആ അഞ്ചുപൗണ്ട് മറ്റൊരാൾക്ക് ഒരു വർഷത്തേക്ക് കൈമാറിയാൽ, ഒപ്പംതന്നെ രണ്ടാമനത് മൂലധനമായി ഉപയോഗിക്കുകയുംചെയ്താൽ, ആദ്യത്തേയാൾ രണ്ടാമത്തേയാൾക്കു നൽകുന്നത് ഒരു പൗണ്ട് ലാഭമു ണ്ടാക്കാനുള്ള ഉപാധിയാണ്. രണ്ടാമത്തേയാൾ വർഷാവസാനത്തിൽ അഞ്ചുപൗണ്ടിന്റെ ഉടമയ്ക്കൊരു അഞ്ച് ഷില്ലിങ്ങുകൾ നൽകുകയാണെ ങ്കിൽ (അതായത്, ഈ 5 പൗണ്ട് തുകയ്ക്കു ലഭിച്ച ലാഭത്തിന്റെ ഭാഗ മെന്ന നിലയിൽ) അയാൾ അതിലൂടെ പ്രതിഫലം നൽകുന്നത് അഞ്ചു പൗണ്ടിന്റെ ഉപയോഗ മൂല്യമാണ്, അവയുടെ മൂലധനമെന്ന നിലയിലുള്ള

ധർമത്തിന്റെ ഉപയോഗമൂല്യം. അയാൾ നൽകുന്ന മൂലധനത്തിന്റെ ആ ഭാഗത്തെ പലിശയെന്നു വിളിക്കുന്നു. അതങ്ങനെ ലാഭത്തിന്റെ ഒരു ഭാഗത്തെ ഡിസൈൻ ചെയ്യുന്നതിനു നൽകുന്ന പേരല്ലാതെ മറ്റൊന്നുമല്ല.

അഞ്ച് പൗണ്ട് സ്വത്ത് അതിന്റെയുടമയ്ക്ക് അയാളുടെ മൂലധനം കൊണ്ടുണ്ടാക്കിയ ലാഭത്തിന്റെ ഒരു ഭാഗം കൈക്കലാക്കാനുള്ള അധികാരം നൽകുന്നു, അതായത് പലിശ. അയാൾ മറ്റേയാളിന് അഞ്ചു പൗണ്ടിന് നൽകുന്നില്ലെങ്കിൽ, രണ്ടാമന് ലാഭമുണ്ടാക്കാൻ കഴിയില്ല.

പണമുതലാളി കടം വാങ്ങിയയാൾക്ക് അതായത്, വ്യവസായ മുതലാളിക്ക് നൽകുന്നതെന്താണ്? യഥാർഥത്തിലയാൾ എന്താണ് മറ്റേയാൾക്കു വിൽക്കുന്നത്? ഒരു സാധാരണ വിൽപ്പനയിൽ വിൽക്കപ്പെട്ടതെന്താണ്? വിൽക്കപ്പെട്ട ചരക്കിന്റെ മൂല്യമല്ല, രണ്ടാമതു പറഞ്ഞയാൾ വെറുതെ അതിന്റെ രൂപത്തെ മാത്രമാണു മാറ്റുന്നതെന്നും വിൽപ്പനക്കാരന്റെ കൈകളിൽ മറ്റൊരു രൂപത്തിലത് ബാക്കിയാകുന്നുവെന്നും കാണുമ്പോൾ, വിൽപ്പനക്കാരൻ യഥാർഥത്തിൽ വിൽക്കുന്നത് അതിന്റെ അനന്തരഫലമെന്നോണം വാങ്ങലുകാരന്റെ ഉപഭോഗത്തിലേക്ക് കൈമാറപ്പെടുന്നത്. ചരക്കിന്റെ ഉപയോഗമൂല്യമാണ്. ഇപ്പോൾ പണമൂലധനം കടത്തിന്റെ കാലാവധിക്കാലത്ത് വിറ്റഴിക്കുന്ന ഉപയോഗമൂല്യമെന്താണ്. കടം വാങ്ങിയവനാൽ കൈയൊഴിക്കുന്ന ഉപയോഗമൂല്യം? അത് കൃത്യമായും ഒരു മിച്ചമൂല്യമുൽപ്പാദിപ്പിക്കാനുള്ള ശേഷിയാണ്.അതിന്റെയൊപ്പം ആരംഭത്തിലെ മൂല്യം അതേമട്ടിൽ മാറ്റമൊന്നുമില്ലാതെ നിൽക്കുന്നു. മറ്റെല്ലാ ചരക്കുകളുടെയും കാര്യത്തിൽ ദീർഘകാലാടിസ്ഥാനത്തിൽ ഉപയോഗമൂല്യം ഉപഭോഗിക്കപ്പെടുന്നു. അങ്ങനെ ചരക്കിന്റെ അന്തസ്സത്ത പ്രത്യക്ഷമാകുന്നു. അതിന്റെ അന്തസ്സത്തയോടൊപ്പം അതിന്റെ മൂല്യവും അപ്രത്യക്ഷമാകുന്നു. മറുവശത്ത് നാം മൂലധനമെന്നു വിളിക്കുന്ന ചരക്കിനൊരു സവിശേഷമായ പ്രത്യേകതയുണ്ട്. അതിന്റെ ഉപയോഗമൂല്യത്തിന്റെ ഉപയോഗപ്പെടുത്തലിലൂടെ, അതിന്റെ മൂല്യവും ഉപയോഗമൂല്യവും നിലനിർത്തപ്പെടുന്നുവെന്നു മാത്രമല്ല മറിച്ച്, വർധിക്കുകയും ചെയ്യുന്നു.

ഇപ്പോൾ വ്യവസായ മുതലാളി പ്രതിഫലമായി നൽകുന്നതെന്താണ്, അതുകൊണ്ട് കടമായി നൽകപ്പെടുന്ന മൂലധനത്തിന്റെ വിലയെന്താണ്? അതിലൂടെ ഉൽപ്പാദിപ്പിക്കപ്പെടുന്ന ലാഭത്തിന്റെ ഒരുഭാഗം.

ലാഭത്തിലെത്രയാണ് പരിശയായി നൽകേണ്ടത്, യഥാർഥലാഭമായി എത്രയാണു ബാക്കിയാകുക– മറ്റുവാക്കുകളിൽ കടമായി നൽകപ്പെട്ട മൂലധനത്തിന്റെ വില ക്രമീകരിക്കപ്പെടുന്നത് ഡിമാൻഡും സപ്ലൈയും കൊണ്ടാണ്. ചരക്കുകളുടെ വിപണിവിലയെന്നതു പോലെയാണ് ഇവിടെ. പക്ഷേ, ഇതിനകംതന്നെ വ്യത്യാസം പ്രകടിപ്പിക്കപ്പെടുന്നു. ഡിമാൻഡും സപ്ലൈയും പരസ്പരം പൊരുത്തപ്പെടുന്നതരത്തിലാണെങ്കിൽ വിപണിവിലയെന്നത് സാധാരണ ചരക്കുകളുടെ കാര്യത്തിൽ ഉൽപ്പാദനവിലയ്ക്കു തുല്യമാണ് (മുടക്കുവില+ശരാശരി ലാഭം). എന്നുവച്ചാൽ അപ്പോഴവയുടെ വില പ്രത്യക്ഷപ്പെടുന്നത് മുതലാളിത്ത ഉൽപ്പാദന

ത്തിന്റെ ആന്തരിക നിയമങ്ങളാൽ ക്രമീകരിക്കപ്പെടുന്നതായാണ്, മത്സരത്തിൽനിന്നു സ്വതന്ത്രമായിത്തന്നെ. ഡിമാൻഡിലെയും സപ്ലൈയിലെയും ചാഞ്ചാട്ടങ്ങൾ വിശദീകരിക്കുന്നത് ഉൽപ്പാദനവിലയിൽനിന്ന് വിപണിവിലകൾക്കുള്ള വ്യതിയാനങ്ങളെ മാത്രമാണ്. ഈ വ്യതിയാനങ്ങൾ പരസ്പരം ഒന്നു മറ്റൊന്നിനോട് ബാലൻസ് ചെയ്തുപോകുന്നു. അതുകൊണ്ട് ചില ദീർഘകാലയളവുകൾക്കുള്ളിൽ ശരാശരി വിപണി വിലകൾ ഉൽപ്പാദനവിലകൾക്ക് സമമാകുന്നു. കൂലിയുടെ കാര്യവുമങ്ങനെ തന്നെയാണ്. അധ്വാനശക്തിക്കുവേണ്ടിയുള്ള ഡിമാൻഡും അതിന്റെ സപ്ലൈയും ഒന്നു മറ്റൊന്നിനനുസൃതമാണെങ്കിൽ അവയുടെ ഫലം പരസ്പരം വെട്ടിപ്പോകുന്നു. കൂലി അധ്വാനശക്തിയുടെ മൂല്യത്തിനു സമമാകുന്നു.

പക്ഷേ, പണമൂലധനത്തിന്റെ പലിശയുടെ കാര്യത്തിലത് വ്യത്യസ്തമാണ്. ഭൂമിയുടെ മത്സരം സാമാന്യനിയമത്തിൽ നിന്നുള്ള വ്യതിയാനങ്ങളെ നിർണയിക്കുന്നില്ല. പക്ഷേ, നേരെമറിച്ച് മത്സരത്താൽ നിശ്ചയിക്കപ്പെടുന്നതല്ലാത്ത വിഭജനത്തിനുവേണ്ടിയുള്ള മറ്റൊരു സാമാന്യനിയമവും നിലനിൽക്കുന്നില്ല. കാരണം, നാമുടനടിതന്നെ കാണാൻ പോകുന്നതുപോലെ, ഒരു സാമാന്യ പലിശ നിരക്കും നിലനിൽക്കുന്നില്ല. പലിശ നിരക്കിന്റെ സ്വാഭാവിക പരിധികൾ എന്ന തരത്തിലുള്ള ഒരു കാര്യവുമില്ല.

പലിശ ലാഭത്തിന്റെ വെറും ഭാഗം മാത്രമാണെന്നു കാണുമ്പോൾ നമ്മുടെ അനുമാനപ്രകാരം അത് വ്യവസായമുതലാളിയാൽ പണമുതലാളിക്ക് നൽകപ്പെടേണ്ടതാണെന്നു കാണുമ്പോൾ, പലിശ നിരക്കിന്റെ പരമാവധി പരിധി ലാഭത്താൽത്തന്നെ സ്വയം രൂപപ്പെടുത്തുന്നുവെന്ന മട്ടിൽ പ്രത്യക്ഷപ്പെടുന്നു. അതിലൂടെ പ്രവർത്തനം നടത്തുന്ന മുതലാളിയുടെ ഭാഗം പൂജ്യത്തിനു തുല്യമായിത്തീരുകയും ചെയ്യുന്നു. ലാഭത്തേക്കാൾ പലിശ വലുതായിത്തീരുന്നതും, അതുകൊണ്ടത് ലാഭത്തിൽ നിന്ന് കൊടുത്തുതീർക്കാൻ കഴിയാത്തതുമായ ചില ഒറ്റയൊറ്റ കേസുകളൊഴിവാക്കിയാൽ, നാമൊരുപക്ഷേ, പലിശയുടെ പരമാവധി പരിധിയായി നിശ്ചയിച്ചേക്കാവുന്നത് മൊത്തം ലാഭത്തിൽനിന്നും നാം പിന്നീട് വികസിപ്പിക്കാൻ പോകുന്ന ആ ഭാഗം കുറച്ചതിനുശേഷമുള്ളതാണെന്നു കരുതിയേക്കാം. നാമിനി വികസിപ്പിക്കാൻ പോകുന്ന ആ ഭാഗം മേൽനോട്ടക്കൂലിയിൽ വിലയിപ്പിക്കാവുന്ന ഒന്നാണ്. പലിശയുടെ കുറഞ്ഞ പരിധിയെന്നത് പൂർണമായും നിർണയിക്കാൻ കഴിയാത്ത ഒന്നാണ്. അതിനേതു പരിധിവരേക്കും താഴാൻ കഴിയും. പക്ഷേ, പരസ്പരം എതിരിടുന്ന ശക്തികളപ്പോൾ കളിക്കളത്തിലേക്കു വരികയും അതിനെ ഉയർത്തുകയും ചെയ്യും.

ഒരു രാജ്യത്ത് നിലവിലുള്ള ശരാശരി ലാഭനിരക്കിനെ ഏതെങ്കിലും നിയമംകൊണ്ട് നിർണയിക്കാനാകില്ല. സ്വാഭാവിക ലാഭനിരക്ക്, സ്വാഭാവിക കൂലിനിരക്ക് എന്നൊക്കെ സാമ്പത്തികശാസ്ത്രജ്ഞർ പറയുന്ന

അർഥത്തിൽ സ്വാഭാവിക പരിശനിരക്ക് എന്നൊന്നില്ല. ഡിമാൻഡിന്റെയും സപ്ലൈയുടെയും ഒന്നുമറ്റൊന്നിനനുസൃതമാകലാണ് ശരാശരി ലാഭനിരക്കനുമാനിക്കപ്പെടുന്നതിനും നൽകപ്പെടുന്നതിനും അടിസ്ഥാനമാകുന്നത് എന്നു പറയുമ്പോൾ, അത്തരമൊരു പ്രസ്താവനകൊണ്ട് യാതൊന്നുമർഥമാക്കുന്നില്ല. കടം നൽകുന്നവനും കടംവാങ്ങുന്നവനും തമ്മിലുള്ള സമതുലനാവസ്ഥ എന്തുകൊണ്ട് 3, 4 അഥവാ അഞ്ച് ശതമാനമെന്ന ലാഭനിരക്കിൽ കലാശിച്ചുകൂടായെന്നതിന് കേവലമായിത്തന്നെ കാരണങ്ങളൊന്നുമില്ല.

കുറഞ്ഞ ലാഭനിരക്കിന്റെ പരിധികളെ എന്തുകൊണ്ട് നമുക്ക് ഒരു സാമാന്യ നിയമത്തിൽ കണ്ടെത്തിക്കൂടാ എന്നു ചോദിച്ചാൽ, അതിനു കാരണം, ലളിതമായി പലിശയുടെ സ്വഭാവം തന്നെയാണെന്നാണുത്തരം. പലിശയെന്നത് ലാഭത്തിന്റെ ഭാഗമല്ലാതെ മറ്റൊന്നുമല്ല. അത്തരമൊരു ലാഭം പങ്കിടലിൽ രണ്ടു വ്യക്തികളുടെ അവകാശങ്ങളെത്രയെന്നത് തികച്ചും യാദൃച്ഛികമായ കാര്യമാണ്, ഒരു ബിസിനസ് കമ്പനിയുടെ പൊതു ലാഭം അതിന്റെ വിവിധ ഉടമകൾക്കിടയിൽ ശതമാനാടിസ്ഥാനത്തിൽ വിതരണം ചെയ്യുന്നതുപോലെയാണിതും.

ഇതൊക്കെയുണ്ടെങ്കിലും പലിശനിരക്ക് പ്രത്യക്ഷപ്പെടുന്നത് ശരാശരി ലാഭനിരക്കിനേക്കാൾ കൂടുതൽ ഏകതാനവും നിശ്ചിതവും വ്യക്തവുമായ പരിമാണമായാണ്.

പലിശനിരക്ക് നിർണയിക്കപ്പെടുന്നത് ലാഭനിരക്കിനാലാണെന്നുള്ളിടത്തോളം അത് മാറ്റമൊന്നുമില്ലാത്ത വിധത്തിൽ നിർണയിക്കപ്പെടുന്നത് സാമാന്യലാഭനിരക്കിനാലാണ്, അല്ലാതെ ഏതെങ്കിലും പ്രത്യേക വ്യവസായശാഖയിലെ സവിശേഷ ലാഭനിരക്കിനാലോ വ്യക്തികളായ മുതലാളിമാർക്കുകിട്ടാൻ സാധ്യതയുള്ള അധികലാഭത്താൽ അത്രപോലുമോ, അല്ല.

കടം വാങ്ങുന്നവർ നൽകുന്ന സെക്യൂരിറ്റികൾക്കനുസരിച്ചും കടത്തിന്റെ കാലാവധിയനുസരിച്ചും പലിശനിരക്ക് സ്വയം നിരന്തരം മാറികൊണ്ടിരിക്കുമെന്നത് ശരിയാണെന്നത് സത്യംതന്നെ. പക്ഷേ, ഈ ഓരോ ഗണങ്ങൾക്കും അത് ഒരുനിശ്ചിത നിമിഷത്തിൽ യൂണിഫോം (ഏകതാനം) ആണ്.

ഒരു ദീർഘകാലയളവെടുത്താൽ ഓരോ രാജ്യത്തും കുറഞ്ഞ പലിശനിരക്ക് ഒരു സ്ഥിര പരിമാണമായാണ് പ്രത്യക്ഷപ്പെടുന്നത്. കാരണം, സാമാന്യലാഭനിരക്ക്– പ്രത്യേക പലിശനിരക്കുകൾ തുടർച്ചയായി മാറുകയും പക്ഷേ, പരസ്പരം സമതുലിതമാക്കുകയും ചെയ്താൽ തന്നെയും– ദീർഘകാലയളവുകളിൽ മാത്രമാണ് മാറുന്നത്. പക്ഷേ, നിരന്തരം ചാഞ്ചാടുന്ന വിപണി പലിശനിരക്കിനെ സംബന്ധിച്ചിടത്തോളം അതിനെ ഓരോ നിശ്ചിത നിമിഷത്തിലും ഒരു നിശ്ചിത പരിമാണമായി എടുക്കേണ്ടതുണ്ട്, പണവിപണിയിൽ എല്ലാ കടം നൽകപ്പെടാവുന്നവയായ (Lonable) മൂലധനങ്ങളും അവയുടെ ആകെത്തുകയെന്ന നില

യിൽ നിരന്തരം സജീവമൂലധനത്തെ നേരിട്ടുകൊണ്ടിരിക്കുകയാണ് എന്നതും, അതുകൊണ്ട് ഒരുവശത്ത് ലോണബിൾ മൂലധനത്തിന്റെ ഓഫറും മറുവശത്ത് അതിനു വേണ്ടിയുള്ള ഡിമാന്റും തമ്മിലുള്ള ബന്ധം ഓരോ സമയത്തും വിപണി നിലവാരത്തിലുള്ള പലിശയെ നിർണയിക്കുന്നുവെന്നതും കാണുമ്പോൾ. ക്രെഡിറ്റ് സിസ്റ്റം (വായ്പാ വ്യവസ്ഥ) അതിന്റെ വികാസത്തിന്റെയും അതിന്റെ അനന്തരഫലമായ സാന്ദ്രീകരണത്തിന്റെയും ഫലമായി ലോണബിൾ മൂലധനത്തെ പിടിയിലൊതുക്കുകയും അതിനെ ഉടനടിതന്നെ ഒരുമിച്ച് പണവിപണിയിലേക്കിറക്കുകയും ചെയ്യുമ്പോൾ ഇത് നടക്കാനുള്ള ശക്തമായ കാരണമുണ്ടാകുന്നു. മറുവശത്ത് സാമാന്യ ലാഭനിരക്ക് എല്ലായ്പ്പോഴും നിലനിൽക്കുന്നത് ഒരു വെറും പ്രവണതയായാണ്, പ്രത്യേക ലാഭനിലവാരങ്ങളുടെ ഒരു പരസ്പരം സമതുലിതമാക്കുന്ന ചലനമെന്ന നിലയിൽ. മുതലാളിമാർ തമ്മിലുള്ള മത്സരമിവിടെ വരുന്നത് ഒരു ദീർഘകാലമായി ശരാശരി ലാഭനിരക്കിലും താഴെ മാത്രം ലാഭം നിലനിൽക്കുന്ന ശാഖകളിൽനിന്നുമുള്ള മൂലധനത്തിന്റെ ക്രമേണയുള്ള പിൻവലിക്കലായും നേരെതിരിച്ച്, ശരാശരിയിൽ കൂടുതൽ ലാഭമുള്ള ശാഖകളിലേക്കതിനെ ക്രമേണ നിക്ഷേപിക്കുന്നതിലുമാണ്, അതല്ലെങ്കിൽ അനുബന്ധമൂലധനത്തെ വിവിധ അനുപാതങ്ങളിൽ അത്തരം ശാഖകളിൽ വിതരണം ചെയ്യുന്നതിലുമാണ്. നമുക്കിവിടെ മൂലധനത്തിന്റെ പ്രദാനം ചെയ്യലിന്റെയും പിൻവലിക്കലിന്റെയുമൊരു നിരന്തരമായ ചാഞ്ചാട്ടമാണുള്ളത്, അല്ലാതെ, ഒരേസമയം വൻതോതിലുള്ള പ്രവർത്തനങ്ങളല്ല; പലിശ നിരക്കിന്റെ നിർണയനത്തിൽ ഉണ്ടാകുന്നതുപോലെ. നേരിട്ടു തന്നെ നൽകപ്പെടുന്ന ഒരു വസ്തുതയായല്ല ശരാശരി ലാഭം പ്രത്യക്ഷപ്പെടുന്നത്, മറിച്ച്, പരസ്പരവിരുദ്ധമായ ചാഞ്ചാട്ടങ്ങളുടെ സന്തുലനത്തിന്റെ ഒരന്തിമ ഫലമെന്ന നിലയിലാണ്, അതിനെ കണ്ടുപിടിക്കാനാവുന്നത് സൂക്ഷ്മമായ പരിശോധനയ്ക്കുശേഷമാണ്. നേരെതിരിച്ചാണ് പലിശനിരക്കിന്റെ കാര്യം. പലിശനിരക്ക് ചുരുങ്ങിയത് പ്രാദേശികമായെങ്കിലും പൊതുവിൽ സാധുതയുള്ളതായി വീക്ഷിക്കപ്പെടുന്നു, പൊതുവായി നിശ്ചയിക്കപ്പെട്ടതായും പൊതുവായി അറിയാവുന്ന ഒന്നായും. അവയുടെ കണക്കുകൂട്ടലുകളിൽ ഓരോ ഇനങ്ങളായി വ്യവസായമൂലധനവും വാണിജ്യ മൂലധനവുമൊരുപോലെ അതിലൊരിനമായി ഉൾപ്പെടുത്തപ്പെടുകയുംചെയ്യുന്നു. സ്റ്റോക്ക് എക്സ്ചേഞ്ച് റിപ്പോർട്ടുകളാൽ പലിശനിരക്ക് നിർണയിക്കപ്പെടുന്നതിനെക്കാൾ (അത് ഇതോ മറ്റേതോ ആയ ഒറ്റയൊറ്റ മൂലധനങ്ങളുടെ നിരക്കല്ല, മറിച്ച്, പണവിപണിയിലെ മൊത്തം മൂലധനത്തിന്റേതാണ്, അതായത്, എല്ലാ ലോണബിൾ മൂലധനങ്ങളുടെയുമാണ്) കൂടുതൽ കൃത്യമായിട്ടൊന്നും കാലാവസ്ഥാ റിപ്പോർട്ടുകൾ താപനിലയെയും മർദനിലയെയും രേഖപ്പെടുത്തുന്നില്ല.

പണവിപണിയിൽ കടം നൽകുന്നവനും കടം വാങ്ങുന്നവനും നേർക്കുനേർ ഒറ്റയ്ക്കഭിമുഖമായി നിൽക്കുകയാണ്. ചരക്കിനൊരൊറ്റ

രൂപം മാത്രമേയുള്ളൂ. അതായത്, പണം. ഉൽപ്പാദനത്തിന്റെയും സർക്കുലേഷന്റെയും പ്രത്യേകശാഖകളിൽ നിക്ഷേപിക്കപ്പെട്ടിരിക്കുന്നതിനനുസൃതമായുള്ള എല്ലാ വ്യത്യസ്തമൂലധനരൂപങ്ങളും ഇവിടെ അപ്രത്യക്ഷമാകുന്നു. ഇവിടെ മൂലധനം ഒരേകതാനമായ മൂല്യമായി, അതായത്, പണമായി, നിലനിൽക്കുന്നു. ഇവിടെ വിവിധശാഖകൾ തമ്മിലുള്ള മത്സരം ഇല്ലാതാകുന്നു. അത്തരമെല്ലാ ശാഖകളും മൂലധനത്തെ സംബന്ധിച്ച് പണം കടംവാങ്ങലുകാരെന്ന ഒരൊറ്റ ശാഖയിലേക്ക് ലയിച്ചുചേരുന്നു. അതേതു പ്രത്യേക തരത്തിലെല്ലാം ഉപയോഗിക്കപ്പെടുമെന്ന കാര്യത്തോട് മൂലധനം സ്വയംതന്നെ ഇവിടെ ഉദാസീനമാണ്. സപ്ലൈയുടെയും ഡിമാന്റിന്റെയും ഒരൊറ്റ പ്രതിഭാസത്തിൽ പ്രത്യക്ഷപ്പെടുന്ന ഒരു വർഗത്തിന്റെ പൊതുവായ മൂലധനമാണ് ഇവിടെ യഥാർഥത്തിലുള്ളത്.

ആധുനിക വ്യവസായത്തിന്റെ വികാസത്തോടെ പണമൂലധനം അത് വിപണിയിൽ പ്രത്യക്ഷപ്പെടുന്നിടത്തോളം – നിരന്തരം വർധമാനമാകുന്ന ഒരു ഡിഗ്രിയിൽ വ്യക്തിയായ മുതലാളിയാലാണ് പ്രതിനിധീകരിക്കപ്പെടുന്നതെന്ന കാര്യവും, വിപണിയിൽ ലഭ്യമായ മൂലധനത്തിന്റെ ഈ ശകലത്തിന്റെയോ മറ്റേ ശകലത്തിന്റെയോ ഉടമസ്ഥനാലാണെന്ന കാര്യവും, ഇവിടെ കൂട്ടിച്ചേർക്കേണ്ടതുണ്ട്. നിരന്തരം വർധിക്കുന്ന ഒരളവിൽ അത് പ്രത്യക്ഷപ്പെടുന്നത് സാന്ദ്രീകൃതവും സംഘടിതവുമായ ഒരു മാസായിട്ടാണെന്ന കാര്യം (അവ ബാങ്കർമാരുടെ നിയന്ത്രണത്തിലാണുള്ളത്) കൂടെ എടുത്തുപറയേണ്ടതുണ്ട്. ഉൽപ്പാദനത്തിന്റെ കേസിലെന്നതിനേക്കാൾ വളരെ ഉയർന്ന ഒരു പരിധിയിലവ ഒരു മാസായി ബാങ്കർമാരുടെ നിയന്ത്രണത്തിലേക്കു വരുന്നത്, ബാങ്കർമാർ സാമൂഹ്യമൂലധനത്തിന്റെ പ്രതിനിധികളാണെന്നതു കൊണ്ടാണ്. ഡിമാൻന്റിനെ രൂപത്തെ സംബന്ധിച്ച അതിന്റെ അനന്തരഫലം വർഗത്തിന്റെ ഭീമാകാരമാർന്ന ഭാരം ഒരു ലോണബിൾ മൂലധനത്തെ നേരിടുന്നുവെന്നതാണ്. ഒപ്പംതന്നെ, സപ്ലൈയെ സംബന്ധിച്ചിടത്തോളം മൂലധനം മൊത്തമൊന്നിച്ചു ചേർന്നു സ്വയം വായ്പാ മൂലധനമായും പ്രത്യക്ഷപ്പെടുന്നു.

കൃത്യമായ പലിശ നിരക്കുമായി താരതമ്യപ്പെടുത്തുമ്പോൾ സാമാന്യലാഭനിരക്ക് അവ്യക്തവും കൃത്യമായ രൂപമില്ലാത്തതുമായി പ്രത്യക്ഷപ്പെടുന്നതിനു പിന്നിലെ ചില കാരണങ്ങളിവയാണ്; പലിശനിരക്ക് തുകയുടെ കാര്യത്തിൽ ചാഞ്ചാടുന്നുവെന്നത് സത്യമാണ്; പക്ഷേ, അത് എല്ലാ കടം വാങ്ങലുകാർക്കും ഒരേപോലെ ചാഞ്ചാടുന്നതിനാൽ അത് കടം വാങ്ങലുകാരെ സംബന്ധിച്ച് ഒരു ഉറപ്പാക്കപ്പെട്ട പരിമാണമായി എപ്പോഴും പ്രത്യക്ഷപ്പെടുന്നു.

ലാഭത്തിന്റെ അറ്റലാഭവും പലിശയുമായുള്ള തികച്ചും അളവുപരമായ വിഭജനം ഒരു ഗുണപരമായ ഒന്നായി പരിവർത്തിക്കുന്നുവെന്നത് എന്തുകൊണ്ടാണുണ്ടാകുന്നത്? മറ്റുവാക്കുകളിൽ, കടം വാങ്ങിയതല്ലാത്തതും തന്റെ സ്വന്തം മാത്രവുമായ മൂലധനവുമുപയോഗിക്കുന്ന മുതലാളിപോലും തന്റെ മൊത്തം ലാഭത്തിന്റെ ഒരു ഭാഗം പലിശയായി പരി

ഗണിക്കുന്നുവെന്ന കാര്യം എവിടെ നിന്നുവരുന്നു? അതിലുമപ്പുറംപോയി, കടം വാങ്ങപ്പെട്ടതോ അല്ലാത്തതോ ആയ എല്ലാ മൂലധനവും പലിശ കൊണ്ടുവരുന്നതെന്നനിലയിൽ, സ്വയം അതിൽനിന്നുതന്നെ അറ്റലാഭം നൽകുന്നതെന്ന രീതിയിൽ വേർതിരിക്കപ്പെടുന്നതെന്തുകൊണ്ടാണ്?

(ലാഭത്തിന്റെ എല്ലാ അളവുപരമായ വിഭജനവും ഗുണപരമായ വേർതിരിവുകളിലേക്കു മാറുന്നില്ല. ഉദാഹരണത്തിന്, ഒരു സംയുക്ത സംരംഭത്തിലെ പങ്കാളികൾക്കിടയിൽ ലാഭം വിഭജിക്കുമ്പോൾ ഇതല്ല സ്ഥിതി)

കടം വാങ്ങിയ മൂലധനംകൊണ്ട് പ്രവർത്തിക്കുന്ന ഉൽപ്പാദന മുതലാളിയെ സംബന്ധിച്ച് മൊത്തലാഭം രണ്ടുഭാഗങ്ങളായി വേർതിരിക്കപ്പെടുന്നു. അയാൾ കടം നൽകിയയാൾക്കു നൽകേണ്ട പലിശയും പലിശയ്ക്കുപരിയായും പലിശയ്ക്കു പുറത്തും കിട്ടിയതും തന്റെ തന്നെ പങ്കിനെ രൂപപ്പെടുത്തിയതുമായ മിച്ചം. ഇപ്പോൾ, മൊത്തലാഭത്തിന്റെ തുക എത്രതന്നെയായാലും, പലിശ നിശ്ചയിക്കപ്പെടുന്നത് സാമാന്യ പലിശ നിരക്കനുസരിച്ചാണ്, ഏതെങ്കിലും ലാഭമുണ്ടാക്കുന്നതിനുമുമ്പേയും ഉൽപ്പാദനമാരംഭിക്കുന്നതിനു മുമ്പുതന്നെയും അത് മുൻകൂട്ടി അനുമാനിക്കപ്പെട്ടിരിക്കും (ചിലപ്പോൾ പ്രത്യേക നിയമപരമായ കരാറുകൾവഴി) അതുകൊണ്ട് ഉൽപ്പാദനമൂലധനത്തിന് ലാഭത്തിന്റെ എത്രഭാഗം ബാക്കിയാകുന്നുവെന്നതാശ്രയിച്ചിരിക്കുന്നത് പലിശയിന്മേലാണ്. അതുകൊണ്ട്, മുതലാളിയെ സംബന്ധിച്ച്, ഈ ലാഭത്തിന്റെ അവസാനഭാഗം പ്രത്യക്ഷപ്പെടുന്നത് മൂലധനം കച്ചവടത്തിലോ ഉൽപ്പാദനത്തിലോ ഉപയോഗിച്ചതിൽനിന്ന് അനിവാര്യമായും ഉത്ഭൂതമാകുന്നതായാണ്. പലിശയിൽ നിന്നു വിരുദ്ധമായി ലാഭത്തിന്റെ ഇനിയും ബാക്കിയാകുന്ന അയാൾക്കവകാശപ്പെട്ട ഭാഗം അങ്ങനെ വ്യവസായ ലാഭത്തിന്റെ രൂപമെടുക്കുന്നു (അല്ലെങ്കിൽ വാണിജ്യലാഭം, അതാതിന്റെ തരമനുസിരച്ച്) അല്ലെങ്കിലത് സംരംഭകന്റെ ലാഭമെന്ന രൂപം സ്വീകരിക്കുന്നു.[1]

ലാഭനിരക്ക് (അതിന്റെ അനന്തരഫലമെന്നോണം മൊത്തലാഭവും) മിച്ചമൂല്യത്തിന്മേൽ മാത്രമല്ല ആശ്രയിക്കുന്നതെന്നും മറിച്ച്, മറ്റുനിരവധി സാഹചര്യങ്ങളിന്മേൽ കൂടിയാണെന്നും നാം കണ്ടു. ഉൽപ്പാദനോപാധികളുടെ വാങ്ങൽ വിലകളിന്മേൽ വളരെ സവിശേഷമായ ഉൽപ്പാദനപരമായ രീതികളുടെ ഉപയോഗത്തിന്മേൽ, സ്ഥിരമൂലധനച്ചെലവുകൾ പരമാവധി കുറയ്ക്കാൻ പറ്റുന്നതിന്മേൽ എന്നിങ്ങനെ– ഉൽപ്പാദനവിലയിൽ

1. ഇവിടെ undertaker (സംരംഭകർ) എന്ന വാക്ക് ഫ്രഞ്ചിലെ എന്റർപ്രീനർ എന്നതിനു സമാനമായ ജർമൻ വാക്കായ ഇന്റ്റേൺഹ്മെർ എന്നതിന്റെ ഭാഷാന്തരമാണ്. ആ വാക്ക് ആദ്യം ഇംഗ്ലീഷ് വാക്കുകളിലേക്ക് കൊണ്ടുവന്നത് മാർഷലാണ്, തന്റെ പ്രിൻസിപ്പിൾസ് ഓഫ് എക്കണോമിക്സിലൂടെ. അണ്ടർടേക്കർ (undertaker) അണ്ടർടേക്കിങ്ങിന്റെ ഉടമയാണ്, അയാളാണ് സ്വന്തം റിസ്കിൽ അതു നടത്തുന്നത്. അയാൾ അതിനുവേണ്ട മൂലധനം സ്വയം കൈവശമുള്ളവനാണോ, അതോ അയാളതിനുവേണ്ട പണം ഒരു പണമിടപാടുകാരനിൽനിന്നു കടം വാങ്ങിയതാണോ എന്നതൊന്നും കാര്യമുള്ളതല്ല.

നിന്നു വ്യത്യസ്തമായി കാര്യങ്ങളുടെ പ്രത്യേകിച്ചും അനുകൂലമായ ചില സന്ദിഗ്ധാവസ്ഥകളിന്മേലും ഓരോ പ്രത്യേക ബിസിനസിടപാടുകളിന്മേലുംകൂടി അതാശ്രയിക്കുന്നു; കൂടെ, മുതലാളിയുടെ കൂടിയതോ കുറഞ്ഞതോ ആയ സാമർഥ്യത്തിന്മേലും പ്രവർത്തനത്തിന്മേലും (മുതലാളിക്കേതളവുവരെ ഉൽപ്പാദനവിലയ്ക്കു മുകളിലായോ താഴെയായോ വിൽക്കാനോ വാങ്ങാനോ കഴിയുന്നുവെന്നതിന്മേൽ) അതാശ്രയിക്കുന്നു.

അതുകൊണ്ട് താൻ പണമൂലധനത്തിന്റെ ഉടമയ്ക്ക് കൊടുക്കുന്ന പലിശ മൂലധനത്തിന്റെ ഉടമയെന്ന അയാളുടെ പദവിക്കനുസരിച്ച് അയാൾക്കവകാശപ്പെട്ടതാണെന്ന് സംരംഭകനു തോന്നും. അതിനുനേരെ വിരുദ്ധമായി ഇവിടെ, ബാക്കിഭാഗം സംരംഭകന്റെ ലാഭമായി പ്രത്യക്ഷപ്പെടുന്നു; വ്യവസായത്തിലോ കച്ചവടത്തിലോ സംരംഭകന്റെ പ്രവർത്തനത്തിൽ നിന്ന് മാത്രമായി ഉത്ഭൂതമാകുന്നതായ ഒന്നായി. അതുകൊണ്ട് മുതലാളിയുടെ വീക്ഷണകോണിൽനിന്ന് പലിശ മൂലധനമെന്നു വിളിക്കപ്പെടുന്നതിന്റെ ഫലമാണെന്നും (അത് പ്രവർത്തനമൊന്നും നടത്താത്തിടത്തോളം); അതേസമയം സംരംഭകന്റെ ലാഭം അയാളാൽ നിർവഹിക്കപ്പെടുന്ന വിവിധ കടമകളിൽ നിന്നുമാത്രമുത്ഭൂതമാകുന്ന ഒരു ഫലമാണെന്നും തോന്നിക്കുന്നു. അതായത്, പണമുതലാളിയുടെ നിഷ്ക്രിയത്വത്തിൽനിന്നു വിരുദ്ധമായി താൻ സ്വയം നടത്തുന്ന വ്യക്തിപരമായ പ്രവർത്തനങ്ങളിൽ നിന്നുണ്ടാകുന്ന ഫലമാണതെന്ന്.

അവ രണ്ടും രണ്ടുകാതലായും വ്യത്യസ്തമായ ഉറവിടങ്ങളിലൂടെയാണുത്ഭൂതമായതെന്നപോലെ മൊത്തം ലാഭത്തിന്റെ രണ്ടുഭാഗങ്ങൾക്കും തമ്മിൽ ഒരു വേർപെടുത്തലും കൊണ്ടുവരുന്നു; ഓരോന്നും മറ്റേതിൽനിന്നും സ്വതന്ത്രവും ഉറപ്പിക്കപ്പെട്ടതുമായിത്തീരുന്നു; ഈ ഓരോന്നിന്റെ ഉറപ്പിക്കപ്പെടലും സ്വതന്ത്രവും മൊത്തം മുതലാളിവർഗത്തിനും ഒപ്പംതന്നെ മൂലധനത്തിന്റെ ആകെത്തുകക്കും സ്ഥാപിക്കപ്പെടുകയും വേണം. സജീവ പ്രവർത്തനം നടത്തുന്ന മുതലാളി ഉപയോഗിക്കുന്ന മൂലധനം കടം വാങ്ങിയതാണോ അല്ലയോ എന്നതിനോടത് ഉദാസീനത കാട്ടുന്നു. എല്ലാ മൂലധനത്തിന്മേലുമുള്ള ലാഭം – അതിന്റെ അനന്തരഫലമായി ശരാശരിലാഭവും– ഗുണപരമായി വ്യത്യസ്തമായ സ്വതന്ത്രമായ രണ്ടു ഭാഗങ്ങളായി വിഭജിക്കപ്പെടുന്നു. അതായത് സംരംഭകന്റെ ലാഭമായും പലിശയായും. രണ്ടും സവിശേഷ നിയമങ്ങളാൽ നിർണയിക്കപ്പെടുകയും ചെയ്യുന്നു. തന്റെ സ്വന്തം മൂലധനം കൊണ്ട് പ്രവർത്തിക്കുന്ന മുതലാളിയും കടം വാങ്ങിയ മൂലധനം കൊണ്ട് പ്രവർത്തിക്കുന്ന മുതലാളിയും അവരുടെ മൊത്തം ലാഭത്തിന്റെ പലിശയും സംരംഭകന്റെ ലാഭവുമായി വിഭജിക്കുന്നു. ആദ്യത്തെയാളിന്റെ കാര്യത്തിൽ മൂലധനത്തിന്റെ ഉടമ (അത് താൻ തനിക്കുതന്നെ കടം നൽകിയിരിക്കുന്നു)യെന്ന നിലയിൽ പലിശ അയാൾക്കവകാശപ്പെട്ടതാണ്. സംരംഭകന്റെ ലാഭം, സജീവപ്രവർത്തനം നടത്തുന്ന മുതലാളിമാരെന്ന നിലയിൽ രണ്ടുപേർക്കുമവകാശപ്പെട്ടതാണ്. മൂലധനം തന്നെയും, അത് ലഭ്യമാകുന്ന

രണ്ടുതരം ലാഭങ്ങളുടെയടിസ്ഥാനത്തിൽ ഉടമസ്ഥതയായും (അതായത് ഉൽപ്പാദനപ്രക്രിയക്കു പുറത്തു നിൽക്കുന്ന മൂലധനം) അത് പലിശ ലഭ്യമാക്കുന്നു – ഉൽപ്പാദനപ്രക്രിയക്കകത്തുള്ള മൂലധനമായും അത് സംരംഭകന്റെ ലാഭം ലഭ്യമാക്കുന്നു–വിഭജിക്കപ്പെടുന്നു.

പലിശ ലഭ്യമാക്കുന്ന മൂലധനം – പലിശ തന്നെയും മിച്ചമൂല്യത്തിന്റെ ഒരുപവിഭാഗം മാത്രമാണ്– ചരിത്രപരമായി മുതലാളിത്ത ഉൽപ്പാദനവും അതിൽനിന്നു സിദ്ധമാകുന്ന മൂലധനം, ലാഭം തുടങ്ങിയ സങ്കൽപ്പനങ്ങളും വരുന്നതിനും വളരെ മുമ്പേതന്നെ നിലനിന്നു പോന്നിട്ടുണ്ട്. ഇക്കാരണത്താൽ, പലിശ ലഭ്യമാക്കുന്ന മൂലധനം പൊതജനാഭിപ്രായത്തിൽ വൈദഗ്ധ്യം നേടിയ മൂലധനമാണ്. അതേകാരണംകൊണ്ട് കടംകൊടുത്ത പണത്തിന്റെ പ്രതിഫലത്തെ നികത്തുന്ന സേവനമാണ്–അതു യഥാർഥത്തിൽ മൂലധനമായി ഉപയോഗപ്പെടുത്തിയാലുമില്ലെങ്കിലും– പലിശയുടെ ഭാഗം സേവിക്കുന്നതെന്ന് ദീർഘമായി വിശ്വസിക്കപ്പെട്ടുപോരുന്നു. ഇത്തരം മൂലധനം സ്വതന്ത്രവും വ്യതിരിക്തവുമായ ഒന്നാണെന്ന വിശ്വാസത്തിനും അതു ശക്തിപകരുന്നു.

അങ്ങനെ മുതലാളിയെ സംബന്ധിച്ച് ശരിയായ ആ അർഥത്തിലുള്ള മൂലധനം ലഭ്യമാക്കുന്ന മിച്ചമൂല്യമാണ് ലാഭമെന്നും മൂലധനം ഉൽപ്പാദനപരമായല്ലാതെ ഉപയോഗിക്കപ്പെട്ടാൽപ്പോലും അത് ലഭ്യമാകുമെന്നും പ്രത്യക്ഷത്തിൽ തോന്നുന്നു. വ്യക്തിയായ മുതലാളിയെ സംബന്ധിച്ച് പ്രയോഗത്തിൽ അത് സത്യവുമാണ്. ഒരുപലിശക്കു വേണ്ടി തന്റെ പണം കടംകൊടുക്കാൻ പറ്റുമെന്നും അല്ലെങ്കിൽ തനിക്കുതന്നെ അതിനെ ഉൽപ്പാദനപരമായി ഉപയോഗിക്കാൻ പറ്റുമെന്നും, രണ്ടു സാധ്യതകൾ അയാൾക്കു മുന്നിലുണ്ട്. പക്ഷേ, ഒരു പൊതുവായ വീക്ഷണകോണിൽ നിന്ന് ഒപ്പംതന്നെ മൊത്തം സാമൂഹ്യമൂലധനത്തിന്റെ കാര്യത്തിൽ പ്രയോഗിക്കുമ്പോഴും അത്തരമൊരു ധാരണ തികച്ചും തെറ്റാണ്. ചില സാമ്പത്തികശാസ്ത്രജ്ഞന്മാർ എല്ലാ ലാഭത്തിന്റെയും അടിസ്ഥാനം കണ്ടെത്താത്തതിനെ ഉപയോഗിക്കാൻ ശ്രമിച്ചുപോന്നിട്ടുണ്ടെങ്കിലും. തങ്ങളുടെ പണം പലിശക്കുകൊടുക്കാൻ അളവിൽ കവിഞ്ഞ തോതിൽ മുതലാളിമാർ ആഗ്രഹിച്ചാൽ അതിന്റെ ഫലം പണമൂലധത്തിന്റെ വമ്പിച്ച രീതിയിലുള്ള മൂല്യശോഷണമായിരിക്കും, അതിന്റെ തുടർച്ചയായി ലാഭനിരക്കിന്റെ ഇടിയലും. ഒട്ടേറെപ്പേർ തങ്ങളുടെ പലിശ കൊണ്ട് ജീവിക്കാൻ കഴിയാത്തവരായിത്തീരും. അതോടെയവർ ഒരിക്കൽക്കൂടി വ്യവസായ മുതലാളിമാരാകാൻ നിർബന്ധിതരായിത്തീരുകയും ചെയ്യും. പക്ഷേ, നാമാവർത്തിക്കുന്നു, അത് വ്യക്തിയായ മുതലാളിയെ സംബന്ധിച്ച് ശരിയാണ്. അതുകൊണ്ടയാൾ തന്റെ സ്വന്തം മൂലധനമുപയോഗിച്ചാണ് പ്രവർത്തിക്കുന്നതെങ്കിൽപ്പോലും അനിവാര്യമായും കരുതുന്നത് ശരാശരി പലിശയ്ക്കു തുല്യമായ തന്റെ ശരാശരി ലാഭത്തിന്റെ ആ ഭാഗം തന്റെ എല്ലാ ഉൽപ്പാദനത്തിൽനിന്നും വേറിട്ടു നിൽക്കുന്ന സാക്ഷാൽ മൂലധനത്തിന്റെ ഫലമാണെന്നാണ്. പലിശ കൊണ്ടുവരുന്ന മൂലധനം

സ്വത്ത് മൂലധനമാണ് ആ മട്ടിലത് പ്രവർത്തനധർമമെന്ന മൂലധനത്തിനെതിരുമാണ്.

ഉൽപ്പാദനമുതലാളി (അഥവാ പ്രവർത്തിക്കുന്ന മുതലാളി) സംരംഭകന്റെ ലാഭത്തിന്മേൽ അവകാശമുന്നയിക്കുകയും അതിന്റെ അനന്തര ഫലമെന്നോണം മൂലധനം പ്രവർത്തിക്കുന്നു(മൂലധനത്തിന്റെ ഉടമസ്ഥതയിൽനിന്ന് വ്യതിരിക്തമായി) വെന്ന വസ്തുതയിൽനിന്ന് ആ ലാഭത്തെ ഉത്ഭൂതമാക്കുകയും ചെയ്യുന്നു. പക്ഷേ, പലിശകൊണ്ടുവരുന്ന മൂലധനത്തിന്റെ ഉടമയിൽനിന്നു വ്യത്യസ്തമായി പ്രവർത്തനം നടത്തുന്ന മൂലധനത്തിന്റെ പ്രതിനിധി പ്രവർത്തനമില്ലാത്ത വരുമാനം കൈവശമാക്കുന്നില്ല. മുതലാളി ഉൽപ്പാദനത്തിന്റെയും സർക്കുലേഷന്റെയും പ്രക്രിയകളെ ഒരേപോലെ നയിക്കുന്നു. ഉൽപ്പാദനപരമായ അധ്വാനത്തിന്റെ ചൂഷണം ചെയ്യലിന് വളരെയധ്വാനമാവശ്യമാണ്. അത് മുതലാളി വ്യക്തിപരമായി ചൂഷണം ചെയ്താലും, മറ്റുള്ളവരെ ആ കടമയേൽപ്പിച്ചാലും. സംരംഭകനെന്ന നിലയിലുള്ള അയാളുടെ ലാഭം– പലിശയിന്മേലുള്ള ലാഭത്തിൽ നിന്നുവിരുദ്ധമായി– ഉടമാവകാശത്തിന്റെ ഫലമാണെന്ന രീതിയിലയാൾക്ക് മുന്നിൽ പ്രത്യക്ഷപ്പെടുന്നില്ല മറിച്ചത് ഒരു തൊഴിലാളി എന്ന നിലയിലുള്ള അയാളുടെ പ്രവർത്തനമെന്ന നിലയിൽ ഉടമസ്ഥാവകാശമില്ലായ്മയുടെ ഫലമാണ്.

അങ്ങനെ അയാൾ സങ്കൽപ്പിക്കുന്നത് സംരംഭകനെന്ന നിലയിലുള്ള അയാളുടെ ലാഭം കൂലിപ്പണിക്കാരിൽനിന്ന് ഒരു വിപരീതാവസ്ഥയെ രൂപപ്പെടുത്തുന്നതിനുപകരം, മറ്റുള്ളവരുടെ കൂലി നൽകപ്പെടാത്ത അധ്വാനത്തിൽ നിന്ന് ഉത്ഭൂതമാകുന്നതെന്നതിനുപകരം അത് കൂലി തന്നെയാണെന്നാണ്. അതായത്, തന്റെ മേൽനോട്ടം വഹിക്കലിന്റെ കൂലിയാണെന്ന്.

മൂലധനത്താൽത്തന്നെ ഉരുത്തിരിഞ്ഞുവരുന്ന മിച്ചമൂല്യത്തിന്റെ ഭാഗമായി പലിശ പ്രത്യക്ഷപ്പെടുന്നതുപോലെ തന്നെ. ഉൽപ്പാദനത്തിൽനിന്നും അനിവാര്യമായും ഉത്ഭൂതമാകുന്ന ഒന്നായാണ് സംരംഭകന്റെ ലാഭം പ്രത്യക്ഷപ്പെടുന്നത്. അങ്ങനെ സംരംഭകൻ മിച്ചമൂല്യം സൃഷ്ടിക്കുന്നതായി പ്രത്യക്ഷപ്പെടുന്നു. അയാൾ മുതലാളിയെന്ന നിലയിൽ പ്രവർത്തിക്കുന്നതുകൊണ്ടല്ല, മറിച്ച് മുതലാളിയെന്ന നിലയിലുള്ള അയാളുടെ നിലയിൽ നിന്ന് വേറിട്ട് അയാൾ സാക്ഷാൽ ജോലിതന്നെ നിർവഹിക്കുന്നതുകൊണ്ട്.

സംരംഭകന്റെ ലാഭം മേൽനോട്ടത്തിന്റെ ജോലിയാണെന്ന ആശയം തുടർന്ന് ശക്തിപ്പെടുത്തുന്നത് ലാഭത്തിലൊരു ഭാഗത്തെ കൂലിയുടെ രൂപത്തിൽ വേർതിരിക്കാമെന്ന വസ്തുതയിൽ നിന്നാണ്; അല്ലെങ്കിൽ അതിലേറെ കൂലിയുടെ ഒരു ഭാഗം ലാഭത്തിലൊരു ഭാഗമായി പ്രത്യക്ഷപ്പെടുന്നുവെന്നതാണ്. സംരംഭത്തിലെ മാനേജരുടെ ശമ്പളത്തിന്റെ കാര്യത്തിൽ സ്ഥിതിയിതാണ്.

ഒരു പൊതുവായ ഉദ്ദേശ്യത്തിനായി നിരവധിപേർ പൊതുവായി

ജോലി ചെയ്യുന്നിടത്തെല്ലാം അനിവാര്യമായും മേൽനോട്ടത്തിന്റെയും മാനേജ്മെന്റിന്റെയും ജോലിയുയർന്നുവരും. അത്തരം പ്രവർത്തനത്തിന് ഇരട്ടവശങ്ങളുണ്ട്.

ഒരു വശത്ത്, നിരവധിപേർ പൊതുവായി ചെയ്യുന്ന എല്ലാ അധ്വാന ങ്ങളിലും ആ പ്രക്രിയയിലെ ഏകോപനം ഉറപ്പാക്കപ്പെടുന്നത് മേധാവിത്വം ചെലുത്തുന്ന ഒരാജ്ഞാശക്തിയാലും വിശദാംശപ്രവർത്തനമായി വീക്ഷി ക്കപ്പെടാത്തതും മറിച്ച്, സംരംഭത്തിന്റെ മൊത്തം പ്രവർത്തനമായി കാണപ്പെടുന്നതായ പ്രവർത്തനധർമങ്ങളാലുമാണ്. ഒരു ഗാനമേളാസം ഘത്തിന്റെ കണ്ടക്ടറുടെ കാര്യത്തിലെന്നപോലെ ഇത് ഉൽപ്പാദനപര മായ അധ്വാനമാണ്. ഒട്ടേറെപ്പേർ ഒന്നിച്ചുപ്രവർത്തിക്കപ്പെടുന്ന എല്ലായി ടത്തും അതു നിർവഹിക്കപ്പെടുന്നുണ്ട്.

മറുവശത്ത് തൊഴിലാളിയും ഉൽപ്പാദനോപാധികളുടെ ഉടമസ്ഥനും തമ്മിലുള്ള വൈരുധ്യങ്ങളിന്മേലടിസ്ഥാനപ്പെടുത്തിയ എല്ലാ ഉൽപ്പാദന വ്യവസ്ഥകളിലും അനിവാര്യമായും ഈ മേൽനോട്ടത്തിന്റേതായ ജോലി ആവശ്യമായി വരും. ഈവൈരുധ്യത്തിന്റെ തീക്ഷ്ണതയ്ക്കനുസരിച്ച്, മേൽനോട്ടവും കൂടുതൽ കൂടുതൽ ആവശ്യമാകും. ഉദാഹരണത്തിന്, ഏകാധിപത്യഭരണകൂടങ്ങളിൽ ഒരേപോലെ എല്ലാ സമുദായങ്ങളിലും ഒഴിവാക്കാനാകാത്ത സാമാന്യമായ അധ്വാനത്തിന്റെ നിർവഹണത്തിനും അതേപോലെ സർക്കാരും ജനങ്ങളും തമ്മിലുള്ള വൈരുധ്യത്തിന്റെ ഭാഗ മായി ഉയർന്നുവരുന്ന പ്രത്യേക പ്രവർത്തനങ്ങളുടെ നിർവഹണത്തിനും സർക്കാരിന്റെ പൊതുവായ മേൽനോട്ടവും ഇടപെടലും ഉൾപ്പെടുന്നുണ്ട്.

തങ്ങളുടെ കൺമുന്നിൽ അടിമത്തം ഉണ്ടായിരുന്ന പ്രാചീന ഗ്രന്ഥ കാരന്മാർ പ്രയോഗത്തിൽ കണ്ടവയെയാണ് സിദ്ധാന്തത്തിലും അനാ വരണം ചെയ്യുന്നത്. മുതലാളിത്ത ഉൽപ്പാദനവ്യവസ്ഥ എന്നെന്നേക്കും മാറ്റമില്ലാതെ തുടരുമെന്നു വിശ്വസിക്കുന്ന സാമ്പത്തിക വിദഗ്ധരെപ്പോലെ ശരിക്കും അതേവിധത്തിൽത്തന്നെ മേൽനോട്ടപ്രവർത്തനത്തിന്റെ രണ്ടു വശങ്ങളെ അവർ വിവരിക്കുന്നുണ്ട്.

എല്ലാ മേധാവിത്വവും– അത് രാഷ്ട്രീയമായാലും ശരി സാമ്പത്തിക മായാലും ശരി– അധികാരത്തിലിരിക്കുന്നവരിൽ ഭരണത്തിന്റെ അധ്വാന മടിച്ചേൽപ്പിക്കുന്നുവെന്നും അതുകൊണ്ട് സാമ്പത്തികമണ്ഡലത്തിലവർ അധ്വാനശക്തിയെ എങ്ങനെ പറ്റിയവിധം നിയോഗിക്കാമെന്ന് മനസിലാ ക്കേണ്ടതുണ്ടെന്നും അരിസ്റ്റോട്ടിൽ ചൂണ്ടിക്കാട്ടി. മേൽനോട്ടപ്രവൃത്തി കൊണ്ട് വലിയ കാര്യങ്ങളൊന്നും കാണിക്കാനാകില്ലെന്നും, അതുകൊണ്ട് യജമാനൻ വേണ്ടവിധം താൻ സമ്പന്നനാകുന്നയുടൻതന്നെ ആ ജോലി നിർവഹിക്കുന്ന കാര്യം ഒരു മാനേജരെയോ ഫോർമാനയോ ഏൽപ്പി ക്കുന്നതിൽ സന്തോഷം പ്രകടിപ്പിക്കുന്നുവെന്നുംകൂടി അരിസ്റ്റോട്ടിൽ എഴുതി.

മറ്റുള്ളവരുടെ അധ്വാനത്തെ ചൂഷണം ചെയ്യുന്നതിന്റെ ഫലമായി മാനേജ്മെന്റിന്റെയും മേൽനോട്ടത്തിന്റെയും ജോലികൾ യജമാനന്റെ

അധികാരത്തിലും കടമയിലും വരുന്നുവെന്ന വസ്തുതയെത്തന്നെ അത്തരം ചൂഷണത്തിന് ന്യായീകരണമായി പലപ്പോഴും ഉയർത്തിക്കാട്ടുന്നുമുണ്ട്. അതേയളവിൽത്തന്നെ പലപ്പോഴും ചൂണ്ടിക്കാണിക്കപ്പെടുന്നതാണ് മറ്റുള്ളവരുടെ പ്രതിഫലം നൽകപ്പെടാത്തതായ അധ്വാനത്തിന്റെ കൈവശപ്പെടുത്തൽ മുലാളിയാൽ നിർവഹിക്കപ്പെടുന്ന അത്തരം പ്രവർത്തനത്തിനുള്ള ന്യായയുക്തമായ വേതനത്തെ രൂപപ്പെടുത്തുന്നുവെന്നതും. ഈ വാദം ഒ കോണർ എന്നുപേരുള്ള അമേരിക്കൻ അഭിഭാഷകനെക്കാൾ നന്നായി ആരും കൂടുതൽ നന്നായി പ്രസ്താവിച്ചിട്ടില്ല. 1859 ഡിസംബർ 19ന് ന്യൂയോർക്കിൽ നടത്തപ്പെട്ട ഒരു പ്രസംഗത്തിലായിരുന്നു അത്. ആ പ്രസംഗത്തിന്റെ മുദ്രാവാക്യം "തെക്കിനു നീതി വേണം" എന്നതായിരുന്നു.[1] വലിയ കരഘോഷങ്ങൾക്കിടയിൽ അയാൾ പറഞ്ഞു:

> മാന്യന്മാരേ പ്രകൃതിതന്നെ നീഗ്രോക്കായി അടിമത്തം മുമ്പേക്കൂട്ടി വിധിച്ചിട്ടുണ്ട്. അവന് ജോലി ചെയ്യാൻ വേണ്ട കരുത്തുണ്ട്. പക്ഷേ, അവനാകരുത്ത് നൽകിയ പ്രകൃതി അവന് ജോലി ചെയ്യാനുള്ള ആഗ്രഹവും ഭരിക്കുന്നതിന് ഒഴിച്ചുകൂടാൻ വയ്യാത്ത വിവേകത്തിന്റെയും യുക്തിയുടെയും ശേഷികളും നിഷേധിക്കുകയും ചെയ്തിരിക്കുന്നു. അതേ പ്രകൃതിതന്നെ അവനെ ജോലി ചെയ്യാൻ നിർബന്ധിക്കാനായിട്ടും താനിന്ന് അനുകൂലനം സാധിച്ചെടുത്തിരിക്കുന്ന കാലാവസ്ഥയിൽ തനിക്കും തന്റെ യജമാനനും ഉപയോഗമുള്ളവനായി തീരാനവനെ പ്രാപ്തനാക്കാനുമായി ഒരു യജമാനനെയും നൽകിയിരിക്കുന്നു. പ്രകൃതി അവനെ പ്രതിഷ്ഠിച്ചിരിക്കുന്ന ആ നിലയിൽത്തന്നെ ഒരു നീഗ്രോയെ നിലനിർത്തുന്നതിലും അവനെ ഭരിക്കാനായി അവനൊരു യജമാനനെ നൽകുന്നതിലും അനീതിയൊന്നുമില്ലെന്ന് ഞാൻ പറയട്ടെ. അവനെ ഭരിക്കുന്നതിനായി യജമാനൻ ചെലവാക്കുന്ന അധ്വാനത്തിന് പര്യാപ്തമായ ഒരു നഷ്ടപരിഹാരം തിരികെ നൽകാനായി പകരമായി അധ്വാനിക്കാനവനെ നാം നിർബന്ധിക്കുമ്പോൾ നാമവന്റെ യാതൊരു പ്രകൃതിദത്തമായ അവകാശത്തെയും എടുത്തുകളയുന്നില്ല. അതിലൂടെ നാമവനെ അവനും സമൂഹത്തിനും ഉപയോഗമുള്ളവനാക്കുകയാണ് ചെയ്യുന്നത്.

ഒരു അടിമയെന്ന പോലെതന്നെ ഒരു കൂലിപ്പണിക്കാരനും തന്നെ പണിയെടുപ്പിക്കാനും ഭരിക്കാനുമായി ഒരു യജമാനനെ ആവശ്യമുണ്ട്. നാം ഭരിക്കുന്നവനും ഭരിക്കപ്പെടുന്നവനും തമ്മിലുള്ള ബന്ധം നിത്യവും

1. 1861 ഏപ്രിലിൽ വടക്കൻ സംസ്ഥാനങ്ങളും തെക്കൻ സംസ്ഥാനങ്ങളും തമ്മിലുള്ള ആഭ്യന്തര യുദ്ധം പൊട്ടിപ്പുറപ്പെട്ടു. തെക്കൻ സംസ്ഥാനങ്ങൾ അടിമത്തം നിലനിർത്തണമെന്നാഗ്രഹിച്ചതായിരുന്നു അതിനു കാരണം.

മാറ്റം വരാത്തതും ഉൽപ്പാദനത്തിനൊരിക്കലും ഒഴിച്ചുകൂടാൻ പറ്റാത്തതുമാണെന്ന് സങ്കൽപ്പിച്ചാൽ, കൂലിപ്പണിക്കാരനെയും പണിയെടുക്കാൻ നിർബന്ധിക്കേണ്ടതുണ്ടെന്നും അയാൾ അയാളുടെ അധ്വാനത്തിന്റെ കൂലിക്കുവേണ്ടി മാത്രമല്ല മറിച്ച്, മേൽനോട്ടക്കൂലിക്കുവേണ്ടിക്കൂടി അധ്വാനിക്കണമെന്നതും സ്വാഭാവികമാണ്. അതിലൂടെയവൻ അവനെ ഭരിക്കുന്നതിൽ യജമാനൻ ചെലവഴിക്കുന്ന അധ്വാനത്തിനും പ്രതിഭയ്ക്കും പര്യാപ്തമായ രീതിയിലുള്ള പ്രതിഫലം നൽകിക്കൊണ്ട് തന്നെത്തന്നെ തനിക്കുതന്നെയും സമൂഹത്തിനും ഉപയോഗമുള്ളവനാക്കണമെന്നുമുള്ളതും.[1]

പക്ഷേ, മേൽനോട്ടത്തിന്റെയും മാനേജ്മെന്റിന്റെയും പ്രവർത്തനം– അതുടലെടുക്കുന്നത് അധ്വാനത്തിനുമേൽ മൂലധനത്തിന്റെ ആധിപത്യത്തോടെയാണെന്നിടത്തോളം– മുതലാളിത്തവ്യവസ്ഥയിൽപ്പോലും പൊതുവായി നിർവഹിക്കപ്പെടുന്ന അധ്വാനത്തിന്റെ സ്വഭാവത്തിൽനിന്നു തന്നെ ഉരുത്തിരിഞ്ഞുവരുന്ന ഉൽപ്പാദനപരമായ ധർമങ്ങളുമായി നേരിട്ടും അവിഭാജ്യമായവിധത്തിലും ബന്ധപ്പെട്ടതല്ല. പ്രാചീന ഗ്രീസിലെ എപ്പിട്രോപ്പോസ് എന്ന മേൽനോട്ടക്കാരനും ഫ്യൂഡൽ ഫ്രാൻസിലെ രജിസ്സ്യേർ എന്ന മേൽനോട്ടക്കാരനും ലാഭത്തിൽനിന്നും തികച്ചും വ്യത്യസ്തമായി വിദഗ്ധ ജോലിക്കുള്ള വേതനമെന്ന രൂപത്തിലാണ് പ്രതിഫലം കിട്ടിയിരുന്നത്. അത്തരമൊരു മാനേജരെ വച്ചു നടത്തേണ്ട ഒരു തോതിൽ ബിസിനസ് വലുതായപ്പോൾ മാനേജ്മെന്റ് ജോലി, ഇനിയങ്ങോട്ട് പൂർണമായും ഉടമസ്ഥതയിൽനിന്ന് വേർപെടുത്തപ്പെട്ട നിലയിൽ തെരുവിൽ കണ്ടെത്തേണ്ടിവരുന്നുവെന്ന വസ്തുതയ്ക്കുത്തരവാദി മുതലാളിത്ത ഉൽപ്പാദനം തന്നെയാണ്. ഒരു ഗായകസംഘത്തിന്റെ കൺഡക്ടർ അയാളുടെ ഗായകസംഘത്തിന്റെ ഉപകരണങ്ങളുടെ ഉടമയാകേണ്ട ഒരാവശ്യവുമില്ല. അതുപോലെ മറ്റുഗായകരുടെ ശമ്പളവുമായി അഥവാ കൂലിയുമായി ബന്ധപ്പെട്ട ഒരുത്തരവാദിത്വവുമയാൾക്കില്ല. സഹകരണ ഫാക്ടറികൾ തെളിയിക്കുന്നത് ഒരു ചുമതലക്കാരൻ എന്ന നിലയിൽ (ഫങ്ഷനറി ഉൽപ്പാദനപ്രക്രിയക്ക് മുതലാളി ഒരധികപ്പറ്റായിരിക്കുന്നുവെന്നാണ്. ഓരോ പ്രതിസന്ധിക്കുശേഷവും ഇംഗ്ലണ്ടിലെ മാനുഫാക്ചറിങ് ജില്ലകളിൽ മുമ്പത്തെ നിരവധി നിർമാതാക്കൾ ഇനിയങ്ങോട്ട് വളരെക്കുറഞ്ഞവേതനംപറ്റി തങ്ങളുടെതന്നെ മുൻഫാക്ടറികളിൽ മേൽനോട്ട ജോലി നിർവ

---

1. എഡിറ്ററുടെ കുറിപ്പ്: പ്രഷ്യൻ കൺസർവേറ്റീവ് പാർട്ടിസ്ഥാപകനായ ഫ്രീഡിച്ച് ജൂലിയസ് സ്റ്റാഹ്ൾ (1802–1861) ഇവിടെ പരാമർശിക്കപ്പെടുന്നതുചിതമായിരിക്കും "താൻ സ്വയം തന്റെമേൽതന്നെ ആശ്രയിക്കുന്ന സ്ഥിതിവന്നാൽ തൊഴിലാളിയുടെ ജീവിതം വഴിമുട്ടും; അതുകൊണ്ട് ദൈവകാരുണ്യം തന്നെയാണവനൊരു യജമാനനെ നൽകാനുള്ള വിവേകം പ്രദർശിപ്പിച്ചത്. അവൻ യജമാനനു മുന്നിൽ പൂർണമായും സ്വയം സമർപ്പിക്കുകയെന്ന നന്ദി പ്രദർശിപ്പിക്കേണ്ടതവന്റെതന്നെ താൽപ്പര്യമാണ്. അവനെ ഭരിക്കുന്നതിന് വേണ്ട അധ്വാനം നടത്തുന്നതിനവർ യജമാനന് പ്രതിഫലം നൽകേണ്ടതുണ്ട്. (ഡീ ആന്റ് ചർച്ച്, 1850 20–ാമത്തെ പ്രഭാഷണം)

ഹിക്കുന്നതു നാം കാണാറുമുണ്ട്. മിക്കപ്പോഴും അവർക്കു കടം നൽകിയിരുന്നവരാണ് പുതിയ ഉടമസ്ഥകളായിത്തീർന്നിരുന്നത്.[1]

ഇംഗ്ലണ്ടിലെ സഹകരണ ഫാക്ടറികളുടെ കണക്കുകളെക്കുറിച്ചുള്ള പൊതുപ്രസ്താവനകളിൽനിന്നും നാം കാണുന്നത് മാനേജരുടെ ശമ്പളം കൂടി കുറച്ചശേഷവും– അത് മറ്റേതൊരു തൊഴിലാളികളുടെയും ശമ്പളമെന്നപോലെതന്നെ അസ്ഥിരമൂലധനത്തിലേർപ്പെടുന്നതാണ്– ശരാശരി ലാഭത്തേക്കാളധികം ലാഭം കിട്ടുന്നതായാണ്, ചിലകേസുകളിൽ സഹകരണ ഫാക്ടറികൾ സ്വകാര്യമാനുഫാക്ചറർമാരെയപേക്ഷിച്ച് വളരെയേറെ പലിശ നൽകിയിട്ടുണ്ടെങ്കിൽപ്പോലും ഈ എല്ലാ കേസുകളിലും ഉൽപ്പാദനോപാധികൾ ഉപയോഗപ്പെടുത്തുന്നതിൽ കാണിക്കുന്ന ഉയർന്ന കാര്യക്ഷമതയാണ് ലാഭത്തിനു പ്രധാനകാരണം. പക്ഷേ, നമുക്ക് കൂടുതൽ താൽപ്പര്യമുള്ളകാര്യം, ഇവിടെ ശരാശരി ലാഭം (=പലിശ+സംരംഭകന്റെ ലാഭം) പ്രകടമായും തൊട്ടറിയാവുന്ന വിധത്തിലും ഭരണനിർവഹണത്തിനായി ചെലവാക്കുന്ന ശമ്പളത്തിൽനിന്നും തികച്ചും സ്വതന്ത്രമായ ഒരു പരമാണമാണെന്നതാണ്. ഇവിടെ ലാഭം ശരാശരി ലാഭത്തേക്കാൾ വലുതായതിനാൽ സംരംഭകന്റെ ലാഭവും സാധാരണമെന്നതിലും വലുതാണ്.

ചില മുതലാളിത്ത സംരംഭങ്ങളിലും ഇതേ വസ്തുത തന്നെ നമുക്കു ദർശിക്കാനാവുന്നതാണ്. ഉദാഹരണത്തിന് ജോയിന്റ് സ്റ്റോക്ക് ബാങ്കുകളിൽ. ഇവിടെ മാനേജരുടെ ശമ്പളം മാത്രമല്ല മറിച്ച്, നിക്ഷേപത്തിന്റെ പലിശകൂടി മൊത്തം ലാഭത്തിൽനിന്നു കുറയ്ക്കുന്നു. എന്നിട്ടും മിക്കപ്പോഴും ഒരു വലിയ ലാഭംതന്നെ ബാക്കിയാവുന്നു.

സംരംഭകന്റെ ലാഭവും മേൽനോട്ടത്തിനും ഭരണനിർവഹണത്തിനുമുള്ള കൂലിയും തമ്മിലുള്ള ഈ ആശയക്കുഴപ്പം തുടക്കത്തിലുയർന്നുവന്നത് പലിശയും ലാഭത്തിന്റെ മിച്ച ഭാഗവും തമ്മിലുള്ള ബാഹ്യമായ അന്തരത്തിൽ നിന്നാണ്. ആ ആശയക്കുഴപ്പം കൂടുതൽ ശക്തമായത് ലാഭത്തെ മിച്ചമൂല്യമെന്നതിന് (അതായത് പ്രതിഫലം നൽകപ്പെടാത്ത അധ്വാനം) പകരമായി താൻ നിർവഹിക്കുന്ന അധ്വാനത്തിന് മുതലാളിക്ക് സ്വയമായി ലഭിക്കുന്ന വേതനമെന്ന നിലയിൽ പ്രതിനിധീകരിച്ചതിൽ നിന്നാണ്. മറുവശത്ത് സോഷ്യലിസം ആവശ്യപ്പെട്ടത് ലാഭത്തെ അത് സിദ്ധാന്തത്തിൽ എന്താണെന്നവകാശപ്പെട്ടോ, അതായിത്തന്നെ പ്രായോഗികതലത്തിലും അളക്കണമെന്നാണ്, അതായത്, മേൽനോട്ടത്തിന്റെ കൂലിയായ് മറ്റേതൊരു കൂലികളുമെന്നപോലെ മേൽനോട്ടം വഹിക്കുന്നതിനുള്ള കൂലിയും മത്സരത്തിന്റെ ഫലമായും വിദ്യാഭ്യാസത്തിന്റെ ചെലവുകുറഞ്ഞുവരുന്നതിനനുസരിച്ചും നിരന്തരം കുറഞ്ഞുവരികയാണെന്നത്

1. എനിക്കറിയാവുന്ന ഒരുകേസിൽ 1808 ലെ പ്രതിസന്ധിക്കുശേഷം പാപ്പരായ ഒരു മാനുഫാക്ചർ തന്റെതന്നെ മുൻ തൊഴിലാളികൾക്കു കീഴിൽ കൂലിപ്പണിക്കാരനായി ഫാക്ടറിയെ തൊഴിലാളികളുടെ സഹകരണ സംഘം ഏറ്റെടുക്കുകയും മുൻ ഉടമസ്ഥനെ മാനേജരായി നിയമിക്കുകയും ചെയ്തു– എംഗൽസ് കുറിപ്പ്.

പരിഗണിക്കുമ്പോൾ ഇതൊരിക്കലും അംഗീകരിക്കാവുന്ന കാര്യമല്ല. തൊഴിലാളികൾക്കിടയിൽ കോ–ഓപ്പറേറ്റീവ് സൊസൈറ്റികളും മുതലാളിമാർക്കിടയിൽ ജോയിന്റ് സ്റ്റോക്ക് കമ്പനികളും വികസിച്ചതോടെ സംരംഭകന്റെ ലാഭത്തെ ഭരണനിർവഹണത്തിനുള്ള കൂലിയായി ഗണക്കാക്കുന്നതിനുള്ള അവസാന ന്യായീകരണവും മാഞ്ഞുമറഞ്ഞു പോയിരിക്കുന്നു.

ജോയിന്റ് സ്റ്റോക്ക് കമ്പനികളുടെ കാര്യത്തിൽ ഒരു പുതിയ തട്ടിപ്പ് ഭരണനിർവഹണ ചെലവുമായി ബന്ധപ്പെട്ട് വികസിച്ചുകൊണ്ടിരിക്കുകയാണ്. യഥാർഥ മാനേജർക്കൊപ്പവും അയാൾക്കു മുകളിലായും ഒരു പറ്റം ഡയറക്ടർമാരും ഭരണ നിർവാഹകരും നിയമിക്കപ്പെടുന്നു. അത്തരക്കാരെ സംബന്ധിച്ച്, ഓഹരി ഉടമകളുടെ ചെലവിൽ തങ്ങളെതന്നെ സമ്പന്നരാക്കാനുള്ള മറകളെന്നതിൽ കുറഞ്ഞ മറ്റൊന്നുമല്ല ഭരണവും മേൽനോട്ടവും. എട്ടോ ഒമ്പതോ വ്യത്യസ്ത കമ്പനികളുടെ ഡയറക്ടർമാരായി പ്രവർത്തിക്കുന്നുവെന്ന കാരണത്താൽ ബാങ്കർമാർക്കും കച്ചവടക്കാർക്കും ലഭിക്കുന്ന ഇൻക്രിമെന്റുകളെ താഴെപ്പറയുന്നമട്ടിൽ കാണാവുന്നതാണ്. തന്റെ പാപ്പരാകലിനുശേഷം തിമോത്തി അബ്രഹാം കർട്ടിസ് കോടതിക്കു നൽകിയ ബാലൻസ് ഷീറ്റ് (അയാളുടെ സ്വകാര്യ ബാലൻസ് ഷീറ്റ്) ഡയറക്ടർഷിപ്പ് എന്ന തലക്കെട്ടിനു കീഴിൽ എണ്ണൂറോ തൊള്ളായിരമോ പൗണ്ട് എന്നു കാണിച്ചു. കർട്ടിസ് ബാങ്ക് ഓഫ് ഇംഗ്ലണ്ടിന്റെയും ഈസ്റ്റ് ഇന്ത്യാ കമ്പനിയുടെയും ഡയറക്ടറായിരുന്നുവെന്നതിൽനിന്നും എല്ലാ ജോയിന്റ് സ്റ്റോക്ക് കമ്പനികളും ഡയറക്ടറായി അയാളുടെ സേവനം ലഭിക്കുന്നതിൽ ആഹ്ലാദം പ്രകടിപ്പിച്ചു. അത്തരം കമ്പനികളുടെ ഡയറക്ടർമാരുടെ പ്രതിഫലം ആഴ്ചയിലുള്ള ഓരോ ബോർഡ് മീറ്റിങ്ങിനും ഒരു ഗിനിയ (സ്വർണനാണയം) എന്നതെങ്കിലുമാണ്. പാപ്പരീകരണ നടപടികൾ കൈകാര്യം ചെയ്യുന്ന കോടതിയിലെ നടപടി ക്രമങ്ങൾ കാണിച്ചത് ഇത്തരം മേൽനോട്ടങ്ങൾക്കു കിട്ടുന്ന പ്രതിഫലം യഥാർഥത്തിൽ അത്തരം ഡയറക്ടർമാർ ഫലപ്രദമായി നടപ്പാക്കിയിരുന്ന മേൽനോട്ടത്തിന് വിപരീതാനുപാതത്തിലായിരുന്നുവെന്നതാണ്.

23

ക്രെഡിറ്റും ബാങ്കുകളും

ഒരു മുതലാളി നിരവധിയാളുകൾക്ക് നിരന്തരം പണം നൽകിക്കൊണ്ടിരിക്കേണ്ടതുണ്ട്, അതുപോലെതന്നെ പണം തിരിച്ചടവിന്റെ ഭാഗമായി നിരവധി പേരിൽനിന്ന് പണം സ്വീകരിച്ചുകൊണ്ടിരിക്കുകയും വേണം. പണം അടയ്ക്കുകയും സ്വീകരിക്കുകയും ചെയ്യുന്നതിന്റെ സാങ്കേതിക പ്രവർത്തനങ്ങൾതന്നെ മൂല്യമൊന്നുമുൽപ്പാദിപ്പിക്കാത്തതായ അധ്വാനമായതിനാൽ അതിനെ കണക്കിലെടുക്കേണ്ടത് സർക്കുലേഷൻ ചെലവിലാണ്. അതിനൊപ്പം മൂലധനത്തിന്റെ ഒരു നിശ്ചിത ഭാഗമെപ്പോഴും ഒരു നിധിയായി ലഭ്യമായിരിക്കുകയും വേണം. വാങ്ങലിനും പണമടവിനുമായുള്ള ഒരു റിസർവായും പണമെന്ന നിലയിൽ പ്രയോഗിക്കൽ കാത്തുകിടക്കുന്ന ഒരു മൂലധനമായും. ഇത് പണമടയ്ക്കൽ, സ്വീകരിക്കൽ, കണക്കെഴുത്ത് എന്നിവ കൂടാതെ ഒരു നിധിയുടെ സൂക്ഷിക്കലും അനിവാര്യമാക്കുന്നു, അത് നേരെതിരിച്ച് ഒരു പ്രത്യേകതരം അധ്വാനത്തെ രൂപപ്പെടുത്തുകയും ചെയ്യുന്നു.

ഈ വികാസത്തിന്റെ തികച്ചും സാങ്കേതികമായ പ്രക്രിയകളും– അവയിലൂടെ പണം കടന്നുപോകേണ്ടതുണ്ട്– ഒപ്പംതന്നെ അതിൽ നിന്നുണ്ടാകുന്ന ചെലവുകളും അത്തരം കാര്യങ്ങൾ മുതലാളിമാരുടെ ഒരു പറ്റം ഏജന്റന്മാരാൽ നിർവഹിക്കപ്പെടുന്നു എന്ന വസ്തുതയാൽ ചുരുക്കപ്പെടുന്നു. അവരാണ് ആ പ്രക്രിയ മൊത്തം മുതലാളി വർഗത്തിനും വേണ്ടി നിർവഹിക്കുന്നത്. തൊഴിൽവിഭജനപ്രക്രിയയിലൂടെ അവ ഒരു വിഭാഗം മുതലാളിമാരുടെ പ്രവർത്തനമായിത്തീരുകയും അതിലൂടെ അവ ഒരു വലിയതോതിൽ സാന്ദ്രീകൃതമാവുകയും ചെയ്യുന്നു (വാണിജ്യ മൂലധനത്തിന്റെ കാര്യത്തിലെന്നപോലെതന്നെ). വീണ്ടും ഈ പ്രത്യേക പ്രക്രിയക്കകത്തുതന്നെ വീണ്ടും നാം തൊഴിൽവിഭജനം കാണുന്നു, അത് സ്വയംതന്നെ ഒന്ന് മറ്റൊന്നിൽനിന്നു വിഭിന്നമായ വ്യത്യസ്ത ശാഖക

ളുടെ രൂപീകരണത്തിലേക്കെത്തിച്ചേരുന്നു. അതുപോലെതന്നെ ഈ ഓരോ ശാഖകൾക്കകത്തും വർക്ക്ഷോപ്പുകൾ രൂപീകരിക്കപ്പെടുന്നതിലേക്കും: പണത്തിന്റെ അടയ്ക്കലിനും സ്വീകരിക്കലിനും അക്കൗണ്ടുകൾ സന്തുലിതമാക്കലിന്, കണക്കെഴുത്ത്, നിക്ഷേപങ്ങൾ തുടങ്ങിയവയ്ക്കായി.

നാമിതിനകംതന്നെ എങ്ങനെയാണ് പണം പ്രാചീന സമുദായങ്ങൾ തമ്മിലുള്ള ബാർട്ടർ (ചരക്കുകൾ കൊടുത്ത് ചരക്കുകൾ വാങ്ങൽ) സമ്പ്രദായത്തിൽ നിന്നു വികസിച്ചു വന്നതെന്ന് കണ്ടുകഴിഞ്ഞു. അതുകൊണ്ട് പണക്കച്ചവടം, അതായത് പണച്ചരക്കിലുള്ള കച്ചവടം തുടക്കത്തിൽ വികസിക്കുന്നത് അന്താരാഷ്ട്ര പരസ്പര കൊടുക്കൽ വാങ്ങലിൽ നിന്നാണ്. വ്യത്യസ്ത രാജ്യങ്ങളിൽ വ്യത്യസ്ത നാണയങ്ങൾ നിലനിൽക്കുന്നതോടെ, വിദേശത്തുനിന്നു വാങ്ങുന്ന കച്ചവടക്കാർക്ക് അവരുടെ സ്വന്തം നാണയത്തെ അവർ കൈകാര്യം ചെയ്യുന്ന രാജ്യത്തെ നാണയങ്ങളായും തിരിച്ചും മാറ്റേണ്ടിവരും; അതല്ലെങ്കിൽ വിവിധ നാണയങ്ങളെ നാണയമാക്കാത്ത സ്വർണത്തിനോ വെള്ളിക്കോ പകരമായി കൈമാറേണ്ടിവരും, അഥവാ ലോകത്തിന്റെ പണമാക്കേണ്ടിവരും. അതുകൊണ്ട് നമുക്ക് പണത്തിലുള്ള ആധുനിക വ്യാപാരത്തിന്റെ മുഖ്യ അടിസ്ഥാനങ്ങളിലൊന്നായി വിനിമയത്തെ (കൈമാറ്റത്തെ) കണക്കാക്കേണ്ടി വരും.[1] വിനിമയത്തിൽ നിന്ന് ഡിസ്കൗണ്ട് ബാങ്കുകൾ വികസിക്കുന്നു, അതിനകത്ത് ഇന്നത്തെ നാണയവ്യവസ്ഥയിൽനിന്ന് വിപരീത വ്യതിരിക്തതയോടെ ലോക പണമെന്നനിലയിൽ വെള്ളിയും സ്വർണവും ബാങ്ക് പണമായി അഥവാ വ്യാപാരത്തിനുള്ള പണമായി പ്രവർത്തിക്കുന്നു.

ഈ വിനിമയ ബിസിനസാണ്, പണത്തിലുള്ള ഈ കച്ചവടക്കാരാണ്, ക്രെഡിറ്റിന്റെ വികസനത്തിന് ഉദയം നൽകിയ കാരണങ്ങളിലൊന്ന്. ക്രെഡിറ്റിന്റെയും അതിനാൽ നിയോഗിക്കപ്പെടുന്ന ഉപകരണങ്ങളുടെയും (ക്രെഡിറ്റ്മണി തുടങ്ങിയ) വിശദമായൊരു പഠനം നമ്മുടെ ഉദ്ദേശ്യത്തിനകത്ത് വരുന്നില്ല. ഇവിടെ ചില പോയിന്റുകൾ മാത്രമേ കൈകാര്യം ചെയ്യേണ്ടതുള്ളൂ. കാരണം അവ മുതലാളിത്ത ഉൽപ്പാദന വ്യവസ്ഥയെ സംബന്ധിച്ച സവിശേഷ സ്വഭാവങ്ങളാണ്. നമുക്കിവിടെ

1. വാണിജ്യ ഇടപാടുകളിൽ എല്ലായിടത്തും പ്രാദേശിക നാണയങ്ങൾ നടപ്പാക്കേണ്ടതിന്റെ ആവശ്യകത (അതിൽ നാണയംകൊണ്ട് കണക്കുകൾ തീർക്കേണ്ടത് ഒഴിവാക്കാനാവാത്തതാണ്) ഉയർന്നുവന്നത് എണ്ണമറ്റ രാജാക്കന്മാരും നഗരങ്ങളും നാണയമിറക്കാൻ തങ്ങൾക്കുള്ള അധികാരം വിനിയോഗിച്ചപ്പോൾ അവയുടെ മാനകമൂല്യം (സ്റ്റാൻഡേർഡ് മൂല്യം) വമ്പിച്ചതോതിൽ വ്യത്യസ്തമായിരുന്നതിൽ നിന്നാണ്. പണം കൊടുക്കൽ ഫലപ്രദമാക്കാൻ വിദേശമാർക്കറ്റുകളിലേക്ക് യാത്ര ചെയ്തിരുന്ന കച്ചവടക്കാർ തങ്ങളുടെ കൈയിൽ നാണയങ്ങളാക്കാത്ത സ്വർണവും വെള്ളിയും സൂക്ഷിച്ചു. അതേരീതിയിൽത്തന്നെ തിരിച്ചുവരുമ്പോൾ തങ്ങൾക്കുലഭിച്ച പ്രാദേശിക പണമവർ സ്വർത്തിലേക്കും വെള്ളിയിലേക്കും മാറ്റി. അതുകൊണ്ട് നാണയമാക്കുന്ന വിലപിടിപ്പുള്ള ലോഹങ്ങൾ പ്രാദേശിക നാണയങ്ങൾക്കു പകരമായി കൈമാറുന്നതും തിരിച്ചുള്ള പ്രക്രിയയും വമ്പിച്ച ലാഭമുണ്ടാക്കുന്ന ബിസിനസായി തീർന്നു.

വാണിജ്യ, ബാങ്ക് ക്രെഡിറ്റുകൾ മാത്രമേ കൈകാര്യം ചെയ്യേണ്ടതുള്ളൂ. അവയുടെ വികാസവും പൊതുക്കടത്തിന്റെ (പബ്ലിക് ക്രെഡിറ്റ്) വികാസവും തമ്മിലുള്ള ബന്ധം ചർച്ച ചെയ്യപ്പെടുന്നില്ല. അധ്യായം പതിനാറിൽ നാമിതിനകംതന്നെ കാണിച്ചുകഴിഞ്ഞ കാര്യമാണ്. ചരക്കുകളുടെ ലളിതമായ സർക്കുലേഷനിൽനിന്ന് പ്രതിഫലം നൽകാനുള്ള മാധ്യമമായി പണമെങ്ങനെ വികസിച്ചുവെന്നതും, ചരക്കുകളുടെ ഉൽപ്പാദകർക്കും കച്ചവടക്കാർക്കുമിടയിൽ കടക്കാരൻ, കടം കൊടുത്തവൻ എന്ന നിലയ്ക്കുള്ള ബന്ധങ്ങൾ എങ്ങനെയാണ് രൂപപ്പെട്ടതെന്നതും നാം കണ്ടു. ഒരുതരം ചരക്ക് ഉൽപ്പാദനത്തിന് നീണ്ടകാലമെടുക്കുമ്പോൾ മറ്റൊന്ന് ഹ്രസ്വകാലമേ എടുക്കുന്നുള്ളൂ. വീണ്ടും വ്യത്യസ്തതരം ചരക്കുകളുടെ ഉൽപ്പാദനത്തിന് വർഷത്തിലെ വ്യത്യസ്ത സീസണുകളെ ആശ്രയിക്കേണ്ടി വരും. ചിലതരം ചരക്കുകൾ അവയുടെ വിപണികളിൽത്തന്നെ ഉണ്ടാകുമ്പോൾ മറ്റുചിലവയ്ക്ക് വിപണിയിലേക്കെത്താൻ നീണ്ട ദൂരം സഞ്ചരിക്കേണ്ടിവരും. ചരക്കുടമസ്ഥനായ ഒന്നാം നമ്പറുകാരൻ വിൽക്കാൻ തയാറായിരിക്കും, ചരക്കുടമസ്ഥനായ നമ്പർ ടു വിൽപ്പനയ്ക്കു തയാറാകുന്നതിനുമുമ്പേ, ഒരേ ആളുകൾക്കിടയിൽ ഒരേതരം ഇടപാടുകൾ തുടർച്ചയായി ആവർത്തിക്കപ്പെടുമ്പോൾ, വിൽപ്പനക്കുള്ള സാഹചര്യങ്ങൾ ക്രമീകരിക്കപ്പെടുന്നത് ഉൽപ്പാദനത്തിനുള്ള സാഹചര്യങ്ങൾക്കനുസൃതമായിട്ടായിരിക്കും. മറുവശത്ത്, ഒരു നിശ്ചിത ചരക്കിന്റെ ഉപയോഗം, ഉദാഹരണത്തിനൊരു വീടിന്റെ, ഒരു നിശ്ചിത കാലഘട്ടത്തിലേക്ക് വിൽക്കപ്പെടുന്നു. ഇവിടെ, ആ കാലാവധിയുടെ അവസാനമാകുമ്പോൾ മാത്രമാണ് വാങ്ങലുകാരന് യഥാർഥത്തിൽ ചരക്കിന്റെ ഉപയോഗമൂല്യം ലഭ്യമാകുന്നത്. അതുകൊണ്ടയാൾ അതിനു പ്രതിഫലം നൽകുന്നതിനുമുമ്പുതന്നെ അതു വാങ്ങുന്നു. വിൽപ്പനക്കാരൻ ഒരു വായ്പാദാതാവാകുന്നു. വാങ്ങലുകാരൻ ഒരു കടക്കാരനാകുന്നു.

സർക്കുലേഷനെ മുന്നിൽക്കണ്ടുകൊണ്ടുമാത്രം ഉൽപ്പാദനം നടത്തുന്ന മുതലാളിത്ത ഉൽപ്പാദനവ്യവസ്ഥയുടെയും വ്യാപാരത്തിന്റെയും വികാസത്തോടെ ക്രെഡിറ്റിന്റെ അടിസ്ഥാനം വിപുലമാക്കപ്പെടുകയും വിശാലമാക്കപ്പെടുകയും, സാർവത്രികമാക്കപ്പെടുകയും ചെയ്യുന്നു. ഒട്ടുമൊത്തത്തിൽ പണമിവിടെ പ്രവർത്തിക്കുന്നത് തിരിച്ചടവിനുള്ള ഒരുപാധിയായാണ്, അതായത്, ചരക്ക് വിൽക്കപ്പെടുന്നത് റൊക്കം പണ(cash)ത്തിനായല്ല മറിച്ച്, ഒരു നിശ്ചിത തീയതിയിൽ തിരിച്ചടവ് നടത്താമെന്ന ഒരു എഴുതിയുണ്ടാക്കിയ വാഗ്ദാനത്തിനു വേണ്ടിയാണ് (സൗകര്യത്തിനു വേണ്ടിനാമത്തരമെല്ലാ തിരിച്ചടവ് വാഗ്ദാനങ്ങളെയും ബിൽ ഓഫ് എക്സ്ചേഞ്ച് എന്നു വിളിക്കുന്നു). അവയ്ക്ക് മെച്യൂരിറ്റി (കാലാവധിയെത്തൽ) വരുന്നതുവരെ ഈ ബില്ലുകൾതന്നെ തിരിച്ചടവിനുള്ള ഉപാധികളായി സർക്കുലേറ്റ് ചെയ്യപ്പെടുകയും ശരിക്കും ആ പേരിൽ വിളിക്കാവുന്ന വ്യാപാര പണത്തെ (അഥവാ വാണിജ്യ പണത്തെ) രൂപപ്പെടുത്തുകയും ചെയ്യുന്നു.

എല്ലാ രാജ്യങ്ങളിലും ക്രെഡിറ്റിടപാടുകളിൽ ഭൂരിപക്ഷവും നടക്കുന്നത് വ്യവസായത്തിന്റെ മണ്ഡലത്തിൽത്തന്നെയാണ്.... അസംസ്കൃത വസ്തുവിന്റെ ഉൽപ്പാദകൻ അസംസ്കൃതവസ്തു അതുകൊണ്ട് പ്രവർത്തിക്കുന്ന മാനുഫാക്ചറർക്കുകൊടുക്കുന്നു, പകരമയാളിൽനിന്ന് ഒരു നിശ്ചിത ദിവസത്തേക്കുള്ള വാഗ്ദാനം ലഭിക്കുന്നു. മാനുഫാക്ചറർ തന്റെ ഭാഗം പൂർത്തിയാക്കിയശേഷമത് സമാനമായ വ്യവസ്ഥകളിന്മേൽ തന്റെ മുറക്ക് മറ്റൊരു മാനുഫാക്ചറർക്ക് നൽകുന്നു. അയാളതിനെ കൂടുതൽ സംസ്കരിക്കപ്പെട്ടതാക്കുന്നു. അങ്ങനെ ക്രെഡിറ്റ് നിരന്തരം വിശാലമാകുന്ന മേഖലകളിലേക്ക് വികസിക്കുന്നു. ഒരാളിൽനിന്ന് മറ്റൊരാളിലേക്ക് എന്നവണ്ണം ഉപഭോക്താവിലെത്തുന്നതുവരെ മൊത്തക്കച്ചവടക്കാരൻ ചരക്കുകൾ റീട്ടെയിൽ കച്ചവടക്കാരന് അഡ്വാൻസ് ആയി നൽകുന്നു. അതേസമയം മൊത്തക്കച്ചവടക്കാരനത് അഡ്വാൻസ് ആയി ലഭിക്കുന്നത്, മാനുഫാക്ചററുടെ കൈയിൽനിന്നോ കമീഷണറുടെ കൈയിൽനിന്നോ ആണ്. ഓരോരുത്തരും ഒരു കൈകൊണ്ട് കടം വാങ്ങി മറ്റേ കൈകൊണ്ട് കടം കൊടുക്കുന്നു; ചിലപ്പോൾ പണം, പക്ഷേ മിക്കപ്പോഴും ഉൽപ്പന്നങ്ങൾ. അങ്ങനെ വ്യവസായത്തിന്റെ ലോകത്ത്, വിരാമമില്ലാതെ അഡ്വാൻസുകളുടെ കൈമാറ്റങ്ങൾ നടക്കുന്നു, അവ എല്ലാ ദിശകളിൽനിന്നും ഒന്നിച്ചുചേരുകയും പരസ്പരമേറ്റുമുട്ടുകയും ചെയ്യുന്നു. ഈ പരസ്പരമുള്ള അഡ്വാൻസുകളുടെ വൈവിധ്യത്തിലും വളർച്ചയിലുമാണ് കൃത്യമായും ക്രെഡിറ്റ് നിവസിക്കുന്നത്; ഇവിടെയാണതിന്റെ യഥാർഥ ശക്തി നിലകൊള്ളുന്നത്.

ക്രെഡിറ്റിന്റെ മറ്റേവശം പണത്തിലുള്ള വ്യാപാരത്തിന്റെ വികാസവുമായി ബന്ധപ്പെട്ടതാണ്, അത് മുതലാളിത്ത ഉൽപ്പാദനത്തിൽ സ്വാഭാവികമായും ചരക്കുകളിലുള്ള വ്യാപാരത്തിന്റെ വികാസവുമായി സ്വാഭാവികമായും ഒരേ ഗതിവേഗത്തിൽ വികസിക്കുന്നു. ബിസിനസ് ലോകത്തിന്റെ റിസർവ് ഫണ്ടുകളുടെ സംഭരിക്കൽ, പണം സ്വീകരിക്കുകയും കൊടുക്കുകയും ചെയ്യുന്നതിന്റെ സാങ്കേതിക പ്രവർത്തനങ്ങൾ, അന്താരാഷ്ട്ര തിരിച്ചടവുകൾ, അതിന്റെ അനന്തരഫലമെന്നോണം ബുള്ളിയൻ (തങ്കക്കട്ടി) വ്യാപാരം എന്നിവയെല്ലാം പണമിടപാടുകാരുടെ കൈകളിൽ കേന്ദ്രീകരിക്കപ്പെട്ടു.

തന്റെ സേവനം ഉപയോഗപ്പെടുത്തുന്ന വ്യാപാരികളിൽനിന്ന് കാഷ്യർ ഒരു നിശ്ചിത തുക പണം സ്വീകരിക്കുന്നു, അതിനു പകരമായി അയാൾ തന്റെ പുസ്തകത്തിൽ ഒരു ക്രെഡിറ്റ് അക്കൗണ്ട് തുറക്കുന്നു. അവർ തുടർന്നയാൾക്ക് തങ്ങൾക്ക് കിട്ടാനുള്ള തുകക്കുള്ള ക്ലെയിമുകൾ (അവകാശവാദങ്ങൾ) അയച്ചുകൊടുക്കുന്നു, ആ തുകകളയാൾ ശേഖരിക്കുകയും അവരുടെ ക്രെഡിറ്റുകളിൽ അവ വരവുവയ്ക്കുകയും ചെയ്യുന്നു. അവരുടെ നിർദേശങ്ങൾക്കനുസൃതമായ രീതിയിൽ അയാളവർക്കുവേണ്ടി തിരിച്ചടവുകൾ നടത്തുന്നു, അവരുടെ കറന്റ്അക്കൗണ്ടിൽ ആ തുക ഡെബിറ്റു ചെയ്യുന്നു. ഈ സേവനങ്ങൾക്കയാൾ ഒരു ചെറിയപ്ര

തിഫലം ആവശ്യപ്പെടുന്നു. പക്ഷേ, അതയാൾ ചെയ്ത ജോലിക്ക് ലഭിക്കേണ്ട പറ്റിയ പ്രതിഫലമായിത്തീരുന്നത് അയാളുടെ പ്രവർത്തനങ്ങളുടെ പരിമാണത്തിന്റെയും പരിധിയുടെയും അളവിനനുസരിച്ചു മാത്രമാണ്. ഒരേ കാഷ്യറെ ഉപയോഗിച്ചു പ്രവർത്തിക്കുന്ന രണ്ടു കച്ചവടക്കാർക്കിടയിലെ അടവുകൾ ബാലൻസ് ചെയ്യണമെങ്കിൽ, പരസ്പരമങ്ങോട്ടുമിങ്ങോട്ടുമുള്ള ബുക്കിങ്ങുകളിലൂടെ അത് വളരെ എളുപ്പത്തിൽ പ്രവൃത്തിപഥത്തിൽ കൊണ്ടുവരാവുന്നതേയുള്ളൂ. അതേസമയം കാഷ്യർമാർ ദിനംപ്രതി, അവർക്കുവേണ്ടി അങ്ങോട്ടുമിങ്ങോട്ടുമുള്ള ക്ലെയിമുകളെ അഡ്ജസ്റ്റു ചെയ്യുന്നു (വിസ്സെറിങ് ഹാൻഡ് ബോയെറ്റ്... ബോദ്കുൻഡെ, ആംസ്റ്റർഡാം , 1860)

വെനീസിൽ നിലനിന്നിരുന്ന പ്രാദേശിക സാഹചര്യങ്ങളിൽ നിന്നുയർന്നു വന്ന ആവശ്യത്തിന്റെ ഫലമായി (അവിടെ പണം കൊണ്ടുനടക്കുന്നത് മറ്റെവിടെയുമെന്നതിനേക്കാൾ അസൗകര്യപ്രദമായിത്തീർന്നു) നഗരത്തിലെ മൊത്തക്കച്ചവടക്കാർ നിക്ഷേപകരുടെ അസോസിയേഷൻ രൂപീകരിച്ചു. അത്തരം അസോസിയേഷനുകളുടെ അംഗങ്ങൾ ആവശ്യമായ സെക്യൂരിറ്റി ഗാരണ്ടികൾക്കും നിയന്ത്രണങ്ങൾക്കും ഭരണത്തിനും കീഴിൽ നിശ്ചിതതുകകൾ നിക്ഷേപിച്ചു. അവരവരുടെ ക്രെഡിറ്റുകൾക്ക് പേമെന്റ് ഓർഡറുകൾ നൽകി; അതിന്മേൽ നൽകപ്പെട്ട തുകകൾ അതിനായി സൂക്ഷിച്ചിരുന്ന ബുക്കിൽ ഡെബിറ്ററുടെ അക്കൗണ്ടിൽ ഡെബിറ്റു ചെയ്യപ്പെടുകയും ക്രെഡിറ്ററുടെ അക്കൗണ്ടിൽ ക്രെഡിറ്റു ചെയ്യപ്പെടുകയും ചെയ്തു. ഒരു നിക്ഷേപ – ക്ലിയറിങ് ബാങ്കിന്റെ ആദ്യതുടക്കങ്ങളതായിരുന്നു (ഹുഹ്മാൻ സ്റ്റാഡ്... മിറ്റെലാറ്റേഴ്സ് ബോൺ 1862).

പലിശ കൊണ്ടുവരുന്ന മൂലധനത്തിന്റെ അഥവാ പണമൂലധനത്തിന്റെ ഭരണനിർവഹണം ഇവിടം മുതൽ പണമിടപാടുകാരുടെ ഒരു പ്രത്യേക പ്രവർത്തന ധർമവുമായി ബന്ധപ്പെട്ട് വികസിക്കുന്നു. കടം വാങ്ങലും കൊടുക്കലും അവരുടെ പ്രത്യേകതയായിത്തീരുന്നു. അവർ പണമൂലധനത്തിന്റെ യഥാർഥ വായ്പാദാതാവിനും വായ്പാ സ്വീകർത്താവിനുമിടയിലെ ഇടനിലക്കാരായി സേവനമനുഷ്ഠിക്കുന്നു. പൊതുവായ പദാവലികളിൽ പ്രകാശിപ്പിച്ചാൽ (ഈ വീക്ഷണകോണിൽനിന്ന്) ബാങ്കിങ് ബിസിനസുൾപ്പെടുന്നത് ബാങ്കർമാരുടെ കൈകളിൽ കടം നൽകപ്പെടാവുന്ന മൂലധനം (Loanable capital) വലിയ അളവുകളിൽ കേന്ദ്രീകരിക്കപ്പെടുകയും അതുകാരണം വ്യക്തിയായ പണം കടം കൊടുക്കലുകാരനുപകരം മൊത്തം പണം കടം കൊടുക്കലുകാരുടെയും പ്രതിനിധിയായി ഒരുവശത്ത് പ്രത്യക്ഷപ്പെടലുമാണ്, മറുവശത്തുള്ള വ്യവസായ വാണിജ്യ മുതലാളിമാരെ അഭിമുഖീകരിച്ചുകൊണ്ടാണവർ നിൽക്കുന്നത്. അവർ പണമൂലധനത്തിന്റെ സാർവത്രിക ഭരണനിർവാഹകരായി വരുന്നു. നേരെതിരിച്ച് അവർ പണം കടം വാങ്ങലുകാരെയും കേന്ദ്രീകരിക്കുന്നു; മൊത്തം പണം കടം കൊടുക്കലുകാരുമായും ബന്ധപ്പെട്ട് മൊത്തം വാണിജ്യലോകത്തിനുവേണ്ടിയും കടം വാങ്ങുന്നതിലൂടെ

പൊതുവിലവരുടെ ലാഭമുൾക്കൊള്ളുന്നത് അവർ കടം കൊടുക്കുന്നതിനേക്കാൾ കുറഞ്ഞ ഒരു നിരക്കിൽ കടം വാങ്ങുന്നതിലാണ്.

തങ്ങളുടെ കൈയിലുള്ള കടം നൽകപ്പെടാവുന്ന മൂലധനം ബാങ്കുകൾ കരസ്ഥമാക്കുന്നത് വിവിധ മാർഗങ്ങളിലൂടെയാണ്. ആരംഭത്തിൽ ഓരോ ഉൽപ്പാദകന്റെയും കച്ചവടക്കാരന്റെയും പണമൂലധനത്തിന്റെ റിസർവ് അതല്ലെങ്കിൽ അവർക്ക് തിരിച്ചടയ്ക്കപ്പെട്ട പണം ബാങ്കർമാരുടെ കൈകളിൽ കേന്ദ്രീകരിക്കപ്പെടുന്നു. അതിനു കാരണമാകുന്നത് അവരാണ് വ്യവസായ മുതലാളിമാരുടെ കാഷ്യർമാരെന്നതാണ്. ഈ രീതിയിൽ കച്ചവടലോകത്തിന്റെ റിസർവ് ഫണ്ട് പൊതുവായി കേന്ദ്രീകരിക്കപ്പെടുമ്പോൾ, അതൊരു അവശ്യം ആവശ്യമായ മിനിമമായിത്തീരുന്നു. പണമൂലധനത്തിന്റെ ഭാഗം (മറ്റുതരത്തിലാണെങ്കിൽ വെറുതെ റിസർവ് ആയി കിടക്കുമായിരുന്നത്) വായ്പകളായി തിരിച്ചുകൊടുക്കുന്നു. രണ്ടാമതായി, ബാങ്കുകളുടെ കൈകളിലുള്ള കടം നൽകപ്പെടാവുന്ന മൂലധനം രൂപപ്പെടുന്നത് പണമുതലാളിമാരുടെ ക്യാഷ് ഡെപ്പോസിറ്റുകളിലൂടെയാണ്. അവരത് കടം കൊടുക്കാനുള്ള ചുമതല ബാങ്കുകളെ ഏൽപ്പിക്കുന്നു. മൂന്നാമതായി, നിക്ഷേപങ്ങൾക്ക് ബാങ്കുകൾ പലിശ കൊടുത്തുതുടങ്ങുന്നതോടെ, എല്ലാവർഗങ്ങളുടെയും നിക്ഷേപങ്ങളും താൽക്കാലികമായി നിഷ്ക്രിയമായിരിക്കുന്ന എല്ലാ പണവും അവയിൽ നിക്ഷേപിക്കപ്പെടുന്നു. ചെറിയ തുകകൾ (അവയോരോന്നും പണമൂലധനമായി പ്രവർത്തിക്കാൻ കഴിവില്ലാത്തവയാണ്) വലിയ തുകകളായി സമാഹരിക്കപ്പെടുകയും അങ്ങനെ ഒരു ധനകാര്യശക്തിയായി രൂപപ്പെടുകയും ചെയ്യുന്നു. നാലാമതായി, പതിയെ മാത്രം ഉപഭോഗിക്കപ്പെടുന്നതായ വരുമാനങ്ങൾ ബാങ്കുകളിൽ നിക്ഷേപിക്കപ്പെടുന്നു.

എക്സ്ചേഞ്ച് ബില്ലുകൾ (ബിൽസ് ഓഫ് എക്സ്ചേഞ്ച്) ഡിസ്കൗണ്ട് ചെയ്തുകൊണ്ടാണ് വായ്പകൾ നൽകപ്പെടുന്നത്, അതായത്, അവയുടെ കാലാവധിയാകും മുമ്പേ ക്യാഷായി അവ പ്രതിനിധീകരിക്കുന്ന പണം നൽകുന്നതിലൂടെ. അതുപോലെ എല്ലാത്തരം അഡ്വാൻഡുകളും നൽകപ്പെടുന്നതിലൂടെയും: വ്യക്തിപരമായ ക്രെഡിറ്റുകളായി നേരിട്ടുള്ള വായ്പകൾ പലിശ ലഭിക്കുന്നതായ എല്ലാത്തരം രേഖകളുടെയും ഈടിന്മേലുള്ളതായ വായ്പകൾ, പ്രത്യേകിച്ചും ചരക്കുകളുടെ ഉടമസ്ഥാവകാശത്തിന്മേലുള്ള സർട്ടിഫിക്കറ്റുകളിന്മേലുള്ളവ. തുടങ്ങി..

ബാങ്കു കൈകാര്യം ചെയ്യുന്ന പണമൂലധനം കച്ചവടക്കാരുടെയും വ്യവസായ സംരംഭകരുടെയും സർക്കുലേഷനിലുള്ള പണമല്ലാതെ മറ്റൊന്നുമല്ലെന്നത് വ്യക്തമാണ്. ബാങ്കുകൾ ഏറ്റെടുക്കുന്ന പ്രവർത്തനങ്ങൾ ലളിതമായി അത്തരം കച്ചവടക്കാരുടെയും സംരംഭകരുടെയും പ്രവർത്തനങ്ങളാണ്; അവർക്കുവേണ്ടി ബാങ്കുകൾ ഇടനിലക്കാരായി പ്രവർത്തിക്കുന്നു.

അതിനൊപ്പംതന്നെ വ്യക്തമായ കാര്യമാണ് അവയുടെ ലാഭമെന്നത്

മിച്ചമൂല്യത്തിൽനിന്നുള്ള ഒരു വെട്ടിക്കിഴിക്കലാണെന്നതും (കാരണം അവ കൈകാര്യം ചെയ്യുന്നത് അതിനകം യാഥാർഥീകരിക്കപ്പെട്ട മൂല്യങ്ങൾ മാത്രമാണ്) അവ കൈകാര്യം ചെയ്യുന്നത് കടത്തിന്റെ ക്ലെയിമുകളുടെ രൂപങ്ങളെ മാത്രമാണെന്നു വന്നാൽപ്പോലും. പണത്തിന്റെ സർക്കുലേഷനുമായി ബന്ധപ്പെട്ട സാങ്കേതിക പ്രവർത്തനങ്ങളുടെ ഭാഗങ്ങൾ കച്ചവടക്കാരും ഉൽപ്പാദകരും സ്വയംതന്നെ ചെയ്യേണ്ടതുമുണ്ട്.

ക്രെഡിറ്റിനെക്കുറിച്ചുള്ള നമ്മുടെ പഠനത്തിന്റെ ഗതിക്രമത്തിനിടയിൽ ഇതേവരെ നാം നടത്തിയ പൊതുവായ നിരീക്ഷണങ്ങൾ താഴെക്കൊടുക്കുന്നു.

I. ഏതിലൂടെയാണോ ലാഭനിരക്ക് സമീകരിക്കപ്പെട്ടേക്കാവുന്നത് അത്തരമൊരു മാധ്യമത്തെ സൃഷ്ടിക്കാൻ ക്രെഡിറ്റ് ആവശ്യമാണ്.

II. അത് സർക്കുലേഷൻ ചെലവിനെ ചുരുക്കുന്നു.

1. ക്രെഡിറ്റിന്റെ പരിചയപ്പെടുത്തലോടെ മൂന്നുതരത്തിൽ പണം ലാഭിക്കപ്പെടുന്നു.

A. ഒട്ടേറെ ഇടപാടുകളിൽ ഇനിയങ്ങോട്ട് പണം ആവശ്യമില്ലാത്തതിനാൽ.

B. അതിന്റെ സർക്കുലേഷൻ കൂടുതൽ ഗതിവേഗത്തിലാകുന്നതിനാൽ. ഒരുവശത്ത് ബാങ്കുകൾ സ്വീകരിക്കുന്ന സാങ്കേതിക രീതികൾമൂലം. മറുവശത്ത് ക്രെഡിറ്റു മൂലം ചരക്കുകളുടെ വിറ്റുവരവിന് ഗതിവേഗം കൂടുന്നതിനാൽ.

C. സ്വർണത്തിനുപകരം കടലാസുപണം പകരം വയ്ക്കപ്പെടുന്നതിനാൽ.

2. സർക്കുലേഷന്റെ വിവിധ ഘട്ടങ്ങളെ ക്രെഡിറ്റ് ചുരുക്കുന്നു, അങ്ങനെ പുനരുൽപ്പാദനത്തിന്റെ മൊത്തം പ്രക്രിയയെയും ചുരുക്കുന്നു. മറുവശത്ത് വാങ്ങലിന്റെയും വിൽക്കലിന്റെയും പ്രക്രിയകളെ ദീർഘകാലത്തേക്ക് വേറിട്ടു നിൽക്കാനതനുവദിക്കുന്നു, അങ്ങനെ ഊഹക്കച്ചവടത്തിന്റെ ഒരടിസ്ഥാനമായി അത് പ്രവർത്തിക്കുന്നു.

അത് റിസർവ് ഫണ്ടിനെ ചുരുക്കുന്നു, ആ പ്രതിഭാസത്തെ ദ്വിമുഖവീക്ഷണകോണിൽ നിന്ന് പരിഗണിക്കാവുന്നതാണ്. സർക്കുലേഷനിലുള്ള വിനിമയ മാധ്യമത്തിന്റെ ചുരുങ്ങലിന്റെ വീക്ഷണകോണിലൂടെയും, പണരൂപത്തിന്റെ ആവശ്യമായ മൂലധനത്തിന്റെ തുകയിലെ ചുരുങ്ങലിന്റെ വീക്ഷണ കോണിലൂടെയും.

III. ജോയിന്റ് സ്റ്റോക്ക് കമ്പനികളുടെ രൂപീകരണം. അതിലൂടെ:

1. ഉൽപ്പാദനതോതിന്റെ വമ്പിച്ച വിപുലനം ഒപ്പംതന്നെ ഏതെങ്കിലും വ്യക്തിഗതമൂലധനത്തിന് അസാധ്യമാകുമായിരുന്ന സംരംഭങ്ങളുടെ സ്ഥാപനവും.

2. അതിൽത്തന്നെയെടുത്താൽ മൂലധനം നിരവധിപ്പേരുടെ സഹകരണത്തിന്മേൽ നിലനിൽക്കുന്നു. ജോയിന്റ് സ്റ്റോക്ക് കമ്പനിയിലത് നേരിട്ടുതന്നെ സാമൂഹ്യമൂലധനത്തിന്റെ രൂപം കൈവരിക്കുന്നു. സ്വകാര്യ മൂല

ധനത്തിനു വിരുദ്ധമായി. ഇവിടെ നമുക്ക് മുതലാളിത്ത ഉൽപ്പാദനരീതിയുടെ പരിധികൾക്കകത്തുതന്നെ സ്വകാര്യ മൂലധനമെന്ന സ്വത്തെന്ന നിലയിലുള്ള മൂലധനത്തിന്റെ അടിച്ചമർത്തലുണ്ട്.

3. യഥാർഥത്തിൽ പ്രവർത്തിക്കുന്നവനായ മുതലാളി ജോയിന്റ് സ്റ്റോക്ക് കമ്പനിയിൽ വെറും ഡയറക്ടറായിത്തീരുന്നു, മറ്റുള്ളവരുടെ മൂലധനത്തിന്റെ ഭരണ നിർവാഹകൻ; ഒപ്പംതന്നെ മൂലധനത്തിന്റെ ഉടമകൾ വെറും പണമുതലാളിമാരുമായിത്തീരുന്നു. അവരുടെ ഡിവിഡന്റുകളിൽ (ലാഭവീതങ്ങൾ) പലിശയും സംരംഭത്തിന്റെ ലാഭവുമുൾപ്പെടുന്നുണ്ടെങ്കിൽ (അതായത്, മൊത്തം ലാഭം) അതെന്തായാലുമിനിയങ്ങോട്ട് ലാഭം ലഭ്യമാകുന്നത് പലിശയുടെ രൂപത്തിൽ മാത്രമാണ് (കാരണം, ഡയറക്ടറുടെ ശമ്പളമിനി വെറും അധ്വാനക്കൂലി മാത്രമാണ്, അഥവാ അതായാണുദ്ദേശിക്കപ്പെട്ടിരിക്കുന്നത്) എന്നുവച്ചാൽ ലാഭമിനി ലഭ്യമാകുന്നത് മൂലധനത്തിന്റെ ഉടമയ്ക്ക് ചെന്നുചേരേണ്ട വെറും പ്രതിഫലത്തിന്റെ രൂപത്തിൽ മാത്രമാണ്. മൂലധനത്തിന്റെ ഉടമസ്ഥതയിനിയങ്ങോട്ട് യഥാർഥ പുനരുൽപ്പാദന പ്രക്രിയയെന്ന മൂലധനത്തിന്റെ പ്രവർത്തന ധർമത്തിൽ നിന്നും തിരിച്ചും വേർതിരിക്കപ്പെട്ടിരിക്കുന്നു.

ഈ പ്രതിഭാസം മുതലാളിത്ത ഉൽപ്പാദനത്തിന്റെ ഏറ്റവും പൂർണമായ വികാസത്തിന്റെ ഫലമാണത്, വ്യക്തികളായ ഉൽപ്പാദകരുടെ സ്വകാര്യ സ്വത്തെന്നനിലയിലല്ലാതെ ഉൽപ്പാദകരുടെ സ്വത്തെന്ന നിലയിലേക്കുള്ള മൂലധനത്തിന്റെ പുനഃപരിവർത്തനത്തിന്റെ കാതലായ ചവിട്ടുപടിയെ രൂപപ്പെടുത്തുന്നു: അതായത്, സാമൂഹ്യസമ്പത്തെന്ന നിലയിലേക്ക്. മൂലധനത്തിന്റെ സ്വകാര്യ ഉടമസ്ഥതയുമായി ഇതേവരെ കെട്ടപ്പെട്ടിരുന്ന ആ എല്ലാ പ്രവർത്തന ധർമങ്ങളുടെയും സാമൂഹ്യമായ പ്രവർത്തന ധർമങ്ങളിലേക്കുള്ള രൂപാന്തരണത്തിലേക്കുള്ള ചവിട്ടുപടി കൂടിയാണത്.

ലാഭം ഈ കേസിൽ ലളിതമായും ശുദ്ധമായും പലിശയുടെ രൂപം മാത്രം സ്വീകരിക്കുമ്പോൾ, അവ പലിശ നൽകുകയല്ലാതെ മറ്റൊന്നും ചെയ്യുന്നില്ലെങ്കിൽ അത്തരം സംരംഭങ്ങളിനിയും സാധ്യമാണ്.

> ഫ്രെഡറിക് എംഗൽസിന്റെ അനുബന്ധക്കുറിപ്പ്: മുകളിൽപ്പറഞ്ഞ കാര്യങ്ങൾ മാർക്സ് എഴുതിയശേഷം പുതിയ വ്യവസായ രൂപങ്ങൾ വികസിച്ചിരിക്കുന്നു. അതിലൂടെ ജോയിന്റ് സ്റ്റോക്ക് കമ്പനികൾ രണ്ടാമത്തെയോ മൂന്നാമത്തെയോ ഡിഗ്രികളിലുള്ള വർഗങ്ങളിലേക്ക് ഉയർത്തപ്പെട്ടിരിക്കുന്നു. മത്സരത്തിനുള്ള സ്വാതന്ത്ര്യമെന്ന കാലങ്ങളിലൂടെ അംഗീകരിക്കപ്പെട്ടുപോന്ന കാര്യം അതിന്റെ അന്ത്യത്തിലാണിന്ന്; അത് സ്വയം തന്നെ അതിന്റെ വിവാദാത്മകമായ പാപ്പരത്വത്തെ അംഗീകരിക്കേണ്ട സ്ഥിതിയിലാണ്, അത് കാലഹരണപ്പെട്ടതാണ്. കാരണം, ഓരോ രാജ്യത്തും ഓരോ പ്രത്യേക വ്യവസായ ശാഖകളിലെയും വൻകിട പ്രഭുക്കൾ ഉൽപ്പാ

ദനത്തെ ക്രമീകരിക്കുകയെന്ന ലക്ഷ്യത്തോടെ ഒന്നിക്കുന്നു. ചില കേസുകളിൽ അത് ചിലപ്പോൾ ബഹുരാഷ്ട്ര ട്രസ്റ്റുകൾ പോലുമാകുന്നു. പക്ഷേ, ഉൽപ്പാദനത്തിന്റെ സാമൂഹ്യവൽക്കരണത്തിന്റെ ഈ രൂപംപോലും പര്യാപ്തമല്ല. വ്യക്തിഗത ബിസിനസ് കമ്പനികളുടെ താൽപ്പര്യങ്ങളിലെ ശത്രുത അവ പലപ്പോഴും തകർക്കപ്പെടുന്നതിനു കാരണമാകുന്നു. അതുകൊണ്ട് ചില ശാഖകളിൽ ഉൽപ്പാദന പ്രക്രിയയുടെ നിലവാരമനുവദിക്കുന്നതിനനുസരിച്ച്, ശാഖയുടെ മുഴുവൻ ഉൽപ്പാദനവും ഒരേകതാനമായ മാനേജ്മന്റിനുകീഴിൽ ഒരൊറ്റ വിപുലമായ ജോയിന്റ് സ്റ്റോക്ക് കമ്പനിയിൽ കേന്ദ്രീകരിക്കുന്നതിലേക്കും കാര്യങ്ങളെത്തിച്ചേരുന്നു. അതുകൊണ്ട് ഈ ശാഖകളിൽ മത്സരം കുത്തകയാൽ പകരം വയ്ക്കപ്പെടുന്നു, മൊത്തം സമൂഹത്താലുമുള്ള ഭാവിയിലുള്ള കൈയ്യടക്കലിന് രാജ്യത്തിന്റെ കൈയ്യടക്കലിന് ഏറ്റവും സന്തോഷകരമായവിധത്തിൽ തയാറെടുപ്പു നടത്തപ്പെടുന്നു.

മുതലാളിത്ത ഉൽപ്പാദനവ്യവസ്ഥയ്ക്കുള്ളിൽത്തന്നെ മുതലാളിത്ത ഉൽപ്പാദനത്തിന്റെ നിർമാർജനത്തിന് തുല്യമാണത്- ആദ്യ നോട്ടത്തിൽ ഒരു പുതിയ രൂപത്തിലുള്ള ഉൽപ്പാദനത്തിലേക്കുള്ള പരിണാമഘട്ടമായി ഇതിനകംതന്നെ തോന്നിക്കുന്നു. ഒരു പ്രകടമായ പൊരുത്തക്കേടാണത്.

IV. ജോയിന്റ് സ്റ്റോക്ക് സംഘടനകൾക്കുപുറമേ ക്രെഡിറ്റ് വ്യക്തിയായ മുതലാളിക്ക് അഥവാ മുതലാളിയുടെ ഭാഗമെടുക്കുന്ന വ്യക്തിക്ക് ചില നിശ്ചിതപരിധികൾക്കകത്ത് മൂലധനത്തിന്മേൽ പരിപൂർണനിയന്ത്രണം നൽകുന്നു; അതിന്റെ അനന്തരഫലമെന്നോണം മറ്റുള്ളവരുടെ അധ്വാനത്തിനുമേലും.

ഒരാൾ യഥാർഥത്തിലോ അല്ലെങ്കിൽ പൊതുജനാഭിപ്രായ പ്രകാരമോ ഉടമസ്ഥതയിലാക്കിയിരിക്കുന്ന ഈ മൂലധനമാണ് ക്രെഡിറ്റിന്റെ ഉപരിഘടനയുടെ അടിസ്ഥാനമായിത്തീരുന്നത്. ഇത് മൊത്തക്കച്ചവടത്തെ സംബന്ധിച്ച് പ്രത്യേകിച്ചും ശരിയാണ്. ഊഹക്കച്ചവടം നടത്തുന്ന മൊത്തക്കച്ചവടക്കാരനായ വ്യാപാരി അപകടത്തിലാക്കുന്നത് തന്റെ തന്നെ സ്വത്തല്ല മറിച്ച്, സാമൂഹ്യ സമ്പത്തിനെയാണ്. മൂലധനത്തിന്റെ ആരംഭത്തെക്കുറിച്ചുള്ള മുദ്രാവാക്യമായി മുന്നോട്ടുവയ്ക്കപ്പെട്ട മിച്ചം പിടിക്കലും തികച്ചും കാലഹരണപ്പെട്ടതായിത്തീർന്നു കാരണം, നാമിവിടെ പരാമർശിക്കുന്ന കച്ചവടക്കാരൻ കൃത്യമായും ആവശ്യപ്പെടുന്നത് മറ്റുള്ളവർ തനിക്കുവേണ്ടി മിച്ചം പിടിക്കണമെന്നാണ്.

തൊഴിലാളിവർഗത്തിന്റെ സഹകരണ ഫാക്ടറികൾ പഴയതരം ഉൽപ്പാദനരീതിക്കകത്ത്, ആ രൂപത്തിന്റെ ആദ്യത്തെ തകർക്കലാണ്; അവ സ്വാഭാവികമായും എവിടെയും അവയുടെ സംഘടനയിൽ പ്രകടിപ്പിക്കുന്നത് നിലവിലുള്ള സ്ഥിതിഗതികളുടെ കുറവുകളെയാണെങ്കിൽത്തന്നെയും. പക്ഷേ, അവയ്ക്കുള്ളിൽ മൂലധനവും അധ്വാനവും തമ്മിലുള്ള

ശത്രുത അടിച്ചമർത്തപ്പെട്ടിരിക്കുന്നു, തുടക്കത്തിൽ സഹകാരികളെന്ന നിലയിലുള്ള തങ്ങളുടെറോളിൽ തൊഴിലാളികൾ തങ്ങളുടെ തന്നെ മുതലാളിമാരായിത്തീരുന്നു എന്നിടത്തോളമാണെങ്കിലും നാമിവിടെ ചർച്ച ചെയ്യുന്ന സഹകരണ ഫാക്ടറികൾ നമുക്കു കാണിച്ചുതരുന്നത് ഒരു പഴയ ഉൽപ്പാദനരീതിയിൽ നിന്നെങ്ങനെയാണ് ഒരിക്കൽ ഉൽപ്പാദനശക്തികളുടെ ഒരു നിശ്ചിത ഡിഗ്രിവരെയുള്ള വികാസവും അതിനനുസൃതമായ ഉൽപ്പാദനരൂപങ്ങളുടെ വികാസവും എത്തിച്ചേരുന്നതോടെ, ഒരു പുതിയ ഉൽപ്പാദനരീതി സ്വാഭാവികമായും വികസിച്ചു വരുന്നതെന്നാണ്.

മുതലാളിത്ത ജോയിന്റ് സ്റ്റോക്ക് കമ്പനികൾ സഹകരണ ഫാക്ടറികളെന്നപോലെതന്നെ, മുതലാളിത്ത ഉൽപ്പാദന വ്യവസ്ഥയിൽനിന്ന് സാമൂഹ്യ ഉൽപ്പാദനവ്യവസ്ഥയിലേക്ക് നയിക്കുന്ന ചവിട്ടുപടികളാണ്. ആദ്യത്തേതിൽ ശത്രുത നിഷേധാത്മകമായി അടിച്ചമർത്തപ്പെട്ടിരിക്കുമ്പോൾ രണ്ടാമത്തേതിലത് ക്രിയാത്മകമായ രീതിയിൽ അടിച്ചമർത്തപ്പെട്ടിരിക്കുന്നു.

ബാങ്ക് മൂലധനത്തിലുൾപ്പെടുന്നത് (1) ക്യാഷ്, ഒന്നുകിൽ സ്വർണമോ അല്ലെങ്കിൽ നോട്ടുകളോ (2) സ്ക്രിപ് സെക്യൂരിറ്റികൾ. സ്ക്രിപ് സെക്യൂരിറ്റികൾ അതിന്റെ മുറക്ക് രണ്ടു ഗണങ്ങളായി വിഭജിക്കപ്പെട്ടിരിക്കുന്നു അതായത്:

1. വാണിജ്യപത്രങ്ങൾ, എക്സ്ചേഞ്ചു ബില്ലുകൾ, രണ്ടാമതു പറഞ്ഞത് ചാഞ്ചാടുന്ന മൂല്യങ്ങളാണ്, അവയിടയ്ക്കിടെ കാലാവധിയെത്തുന്നു; അത്തരം ബില്ലുകൾ ഡിസ്കൗണ്ട് ചെയ്യുന്നതിലാണ് (അതായത്, അവയുടെ കാലാവധിയെത്തുന്നതിനുമുമ്പേ അവയ്ക്ക് പണം നൽകുന്നതിൽ) ബാങ്കിങ് ബിസിനസ് ശരിയായി പറയപ്പെടുന്ന കാര്യം ഉൾപ്പെടുന്നത്.

2. പബ്ലിക് സെക്യൂരിറ്റികൾ, ട്രഷറിനോട്ടുകളും എല്ലാത്തരം ഷെയറുകളും പോലുള്ളവ. പക്ഷേ, അവ കാതലായ രീതിയിൽ എക്സ്ചേഞ്ച് ബില്ലുകളിൽനിന്നു വ്യത്യസ്തമായിരിക്കുന്നു. അവ ചുരുക്കത്തിൽ പലിശ കൊണ്ടുവരുന്ന സ്ക്രിപ്പുകളാണ്. അത്തരം സ്ക്രിപ്പു (Scrip)കളിൽ മോർട്ട്ഗേജുകളെ കണക്കിലെടുക്കാവുന്നതാണ്.

അങ്ങനെ രൂപപ്പെടുന്ന മൂലധനം ബാങ്കറുടെതന്നെ നിക്ഷേപിക്കപ്പെട്ട മൂലധനവും ഡെപ്പോസിറ്റുകളുമായി വീണ്ടും വിഭജിക്കപ്പെടുന്നു. നോട്ടുകൾ ഇഷ്യൂ ചെയ്യുന്ന ബാങ്കുകളുടെ കാര്യത്തിൽ; നോട്ടുകൾ മൂന്നാമതൊരു ഉപവിഭാഗത്തെ രൂപപ്പെടുത്തുന്നു.

തൽക്കാലത്തേക്ക് നാം ഡെപ്പോസിറ്റുകളെയും നോട്ടുകളെയും പരിഗണനയിൽ നിന്നൊഴിവാക്കുന്നു.

പലിശ കൊണ്ടുവരുന്ന മൂലധനം സ്വീകരിക്കുന്ന രൂപം എല്ലാ നിശ്ചിതവും ക്രമികവുമായ വരുമാനം മൂലധനത്തിന്റെ പലിശയായി പ്രത്യക്ഷപ്പെടുന്നതിനു കാരണമാകുന്നു, ഇവിടെ ചർച്ച ചെയ്യപ്പെടുന്ന വരു

മാനം മൂലധനത്തിൽ നിന്നുത്ഭൂതമായതായാലും അല്ലെങ്കിലും. അതേ രീതിയിൽത്തന്നെ എല്ലാ മൂല്യതുകയും അവ വരുമാനമെന്ന നിലയിൽ ചെലവഴിക്കപ്പെടാതിരിക്കുന്നയുടൻതന്നെ മൂലധനമായി പ്രത്യക്ഷപ്പെടുന്നു. അതായത്, അതിന് കൊണ്ടുവരാൻ കഴിയുന്ന സാധ്യമായതോ യഥാർഥമോ ആയ എല്ലാ പലിശകളിൽ നിന്നും വ്യത്യസ്തമായി പ്രധാന തുകയായി പ്രത്യക്ഷപ്പെടുന്നു.

കാര്യം ലളിതമാണ്. ശരാരി ലാഭനിരക്ക് വാർഷികാടിസ്ഥാനത്തിൽ അഞ്ചുശതമാനമാണെന്ന് നാം സങ്കൽപ്പിക്കുക. അപ്പോൾ 25 പൗണ്ട് (500 ഷില്ലിങ്) ഓരോ വർഷവും 25 ഷില്ലിങ് പലിശ കൊണ്ടുവരും (അതായത് അതിനെ പലിശ കൊണ്ടുവരുന്ന മൂലധനമായി മാറ്റിത്തീർത്താൽ) അങ്ങനെ 25 പൗണ്ട് മൂലധനത്തിനു ലഭിക്കുന്ന 25 ഷില്ലിങ്ങുകളെന്ന വാർഷിക വരുമാനത്തെ പലിശയായി പരിഗണിക്കുന്നു. ആ 25 ഷില്ലിങ് ഉത്ഭൂതമാകുന്ന ഉറവിടമെന്തുതന്നെയായായാലും അത് വെറുമൊരു ഉടമസ്ഥാവകാശമോ അല്ലെങ്കിൽ കടത്തിന്റെ അവകാശവാദമോ (Debt claim) ആയിരുന്നാലും, ഒരു ഭൂമിയുടെ എസ്റ്റേറ്റുപോലെ യഥാർഥ ഉൽപ്പാദനോപാധിയായിരുന്നാലും ശരി – അത് കൈമാറപ്പെടുന്നതിനു വിധേയമായിരിക്കുന്നതായ കേസുകളൊഴിച്ചാൽ ഇത്, പക്ഷേ, ഒരു ശുദ്ധമായ മായക്കാഴ്ചയാണ്.

നമുക്കുദാഹരണത്തിന് പബ്ലിക് ഡെബ്റ്റും (പൊതുകടം) അധ്വാനക്കൂലികളുമെടുക്കാം. കടം വാങ്ങിയ മൂലധനത്തിന് ഭരണകൂടമോരോ കൊല്ലവും ഒരു നിശ്ചിതയളവ് പലിശ അതിന്റെ കടക്കാർക്ക് നൽകേണ്ടതുണ്ട്. പക്ഷേ, ഈ കേസിൽ ക്രെഡിറ്റർക്ക് തന്റെ ഡെബ്റ്റർക്ക് (debtor) അതു നൽകാൻ നോട്ടീസയക്കാൻ പറ്റില്ല, മറിച്ചയാൾക്കയാളുടെ അവകാശം വിൽക്കാൻ മാത്രമേ പറ്റൂ. മൂലധനംതന്നെ ഉപഭോഗിക്കപ്പെട്ടു. അത് ഭരണകൂടം ചെലവാക്കി. അതിനിയങ്ങോട്ട് നിലനിൽക്കുന്നില്ല. ഭരണകൂടത്തിനും കടം കൊടുത്തയാളിന്റെ കൈയിലുള്ളത് (1) സ്റ്റേറ്റ് ഒപ്പിച്ച ഒരു പ്രോമിസറി നോട്ട് അത് 5 പൗണ്ടിന്റെയാണെന്നു വയ്ക്കുക (2) ഈ പ്രോമിസറി നോട്ടിന്റെ ഫലമായി വാർഷിക ഭരണകൂട വരുമാനത്തിന്മേലുള്ള ഒരവകാശം അതായത്, നികുതിയീടാക്കലിന്റെ ഉൽപ്പന്നത്തിന്മേൽ ഒരു നിശ്ചിത തുകക്കുള്ള അവകാശം അത് അഞ്ചുപൗണ്ടിന് അഞ്ചു ഷില്ലിങ് എന്നുവയ്ക്കുക (3) അയാൾക്ക് ഈ പ്രോമിസറിനോട്ട്, അയാളാഗ്രഹിക്കുന്നുവെങ്കിൽ മറ്റേതൊരു വ്യക്തിക്കും വിൽക്കാവുന്നതാണ്. പക്ഷേ, ഈ എല്ലാ കേസുകളിലും മൂലധനം- ഭരണകൂടം നൽകുന്ന പലിശയെ അതുകൊണ്ടു വരുന്നതായാണ് കണക്കാക്കപ്പെടുന്നത്- തികച്ചും ഒരു മായക്കാഴ്ച മാത്രമാണ്, ഒരു വ്യാജമായ (ഇല്ലാത്ത) മൂലധനം. ആദ്യം ഭരണകൂടത്തിനു കടം നൽകിയ തുക നിലനിൽക്കുന്നതവസാനിച്ചുവെന്നു മാത്രമല്ല മറിച്ച്, ആ തുകയെ മൂലധനമായി നിക്ഷേപിക്കാനൊരിക്കലും ഉദ്ദേശിച്ചിരുന്നുമില്ല.

നമുക്കിനി അധ്വാനശക്തിയിലേക്കു വരാം. അധ്വാനകൂലിയെ ഇവിടെ

പലിശയായി പരിഗണിക്കുന്നു, അതിന്റെ അനന്തര ഫലമെന്നോണം അധ്വാനശക്തിയെ ഈ പലിശയുണ്ടാക്കുന്ന മൂലധനമായും കണക്കാക്കുന്നു. ഉദാഹരണത്തിന് ഒരു വർഷത്തെ കൂലി 50 പൗണ്ട് വരികയും പലിശനിരക്ക് 5 ശതമാനവുമാണെങ്കിൽ വാർഷിക അധ്വാന ശക്തിയുടെ മൂല്യം ആയിരം പൗണ്ടാണ്. മുതലാളിത്ത ചിന്താരീതി അസംബന്ധത്തിന്റെ അത്യുച്ചാവസ്ഥയിലെത്തുന്നു. ഈ വിഡ്ഢിത്തംനിറഞ്ഞ ആശയം, തീർച്ചയായും, രണ്ടു സാഹചര്യങ്ങളാൽ തെറ്റെന്നു തെളിയിക്കപ്പെടുന്നു; ഒന്നാമതായി, തന്റെ പലിശ ലഭിക്കണമെങ്കിൽ തൊഴിലാളി അധ്വാനിക്കേണ്ടതുണ്ട്. രണ്ടാമതായി, തന്റെ അധ്വാനശക്തിയുടെ മൂലധനമൂല്യത്തെ കൈമാറുന്നതിലൂടെ അതിനെ ക്യാഷായി മാറ്റിത്തീർക്കാനാവില്ല.

ഈ കണക്കൂട്ടൽ രീതിയെ മൂലധനവൽക്കരണമെന്നാണ് വിളിക്കുന്നത്. എല്ലാ ക്രമികമായ വരുമാനത്തെയും ശരാശരി ലാഭനിരക്കിന്റെയടിസ്ഥാനത്തിൽ കണക്കുകൂട്ടിക്കൊണ്ട് മൂലധനവൽക്കരിക്കുന്നു- അത്തരമൊരു നിരക്ക് ലഭ്യമാക്കുന്ന ഒരു തുക മൂലധനം കടം കൊടുത്തിരിക്കുന്നതായി. അങ്ങനെ മൂലധനത്തിന്റെ ഉപയോഗപ്പെടുത്തലിന്റെ യഥാർഥ പ്രക്രിയയുമായുള്ള ബന്ധത്തിന്റെ അവസാന അംശങ്ങൾ കൂടി കാഴ്ചയിൽനിന്നു മറഞ്ഞുപോകുന്നു; ഏതോ നിഗൂഢമായ രീതികളിൽ മൂലധനം ഒരുതരത്തിലുള്ള സ്വയം – ഉപയോഗപ്പെടുത്തലിന് വിധേയമാകുന്നുവെന്ന ആശയം ശക്തമാകുന്നു.

സെക്യൂരിറ്റിയിലെ പ്രോമിസറി നോട്ട്, പൊതുകടത്തിന്റെ (Public Debt) കാര്യത്തിലെന്നപോലെ, തികച്ചും വ്യാജമായ മൂലധനത്തെ പ്രതിനിധീകരിക്കുന്നിടത്തുപോലും അതിന്റെ മൂലധനമൂല്യം തികച്ചും മായക്കാഴ്ചമാത്രമാണ്. റെയിൽവെ, ഷിപ്പിങ്, മൈനിങ് കമ്പനികളുടെ ഷെയറുകൾ യഥാർഥ മൂലധനത്തെ പ്രതിനിധീകരിക്കുന്നു. അതായത്, ആ സംരംഭങ്ങളിൽ നിക്ഷേപിക്കപ്പെട്ടിരിക്കുന്ന മൂലധനത്തെ. പക്ഷേ അത്തരം മൂലധനത്തിനൊരു ഇരട്ട അസ്തിത്വമില്ല; ഒരുവശത്ത് ഓഹരികളുടെ മൂലധന മൂല്യമായും മറുവശത്ത് സംരംഭങ്ങളിൽ ഫലപ്രദമായി നിക്ഷേപിച്ച മൂലധനമെന്ന നിലയിലും. അതാകെ രണ്ടാമതു പറഞ്ഞ രൂപത്തിൽ മാത്രമേ നിലനിൽക്കുന്നുള്ളൂ. ഓഹരിയെന്നു പറയുന്നത് അതിനാൽ ഉണ്ടാക്കപ്പെടുന്ന മിച്ചമൂല്യത്തിനുള്ള ഒരു ഉടമാവകാശമല്ലാതെ മറ്റൊന്നുമല്ല.

സ്ക്രിപ് വിൽക്കപ്പെടാവുന്നതാണ്. അതിന്റെ അനന്തരഫലമായി അതൊരു ചരക്കായിത്തീരുന്നു, അതിന്റെ ചലനവും അതിന്റെ വിലയുടെ ഉറപ്പിക്കലും സവിശേഷമാണ്. ഒരു സംരംഭത്തിന്റെ ഷെയറുകളുടെ വിലകൾ അതിന്റെ ലാഭങ്ങൾ വർധിക്കുന്നതിന്റെ അളവിനനുസരിച്ച് വർധിക്കുന്നു. ഓഹരിയുടെ നോമിനൽ വാല്യൂ (മുഖവില) (അതായത് നിക്ഷേപിക്കപ്പെട്ട തുക, അതിനെയാണാദ്യം ഓഹരി പ്രതിനിധീകരിച്ചത്) അഞ്ചു പൗണ്ടാണെന്നു വയ്ക്കുക. സംരംഭത്തിന്റെ ലാഭം അഞ്ചുശതമാനത്തിൽ

നിന്ന് പത്തുശതമാനമായി വർധിച്ചാൽ ഓഹരിയുടെ മൂല്യം പത്തു പൗണ്ടിലേക്കുയരുന്നു; പലിശനിരക്ക് 5 ശതമാനവും മറ്റുകാര്യങ്ങളെല്ലാം സമാനമായിത്തുടരുകയും ചെയ്താൽ. ലാഭം താഴുകയാണെങ്കിൽ കാര്യം നേരെ തിരിച്ചാകും. പക്ഷേ, ഫലപ്രദമായ മൂലധനത്തിന്റെ ഉപയോഗപ്പെടുത്തൽ അതേമട്ടിൽതുടരുകയോ, അല്ലെങ്കിൽ പൊതുകടത്തിന്റെ കാര്യത്തിലെന്നപോലെ യഥാർഥ മൂലധനമൊന്നും ലഭ്യമല്ലാതിരിക്കുകയോ ചെയ്താൽ, സ്ക്രിപ്പിന്റെ വില ഉയരുകയോ താഴുകയോ ചെയ്യുന്നത് പലിശനിരക്കിന്റെ വിപരീതാനുപാതത്തിലാണ്. പലിശനിരക്ക് 5 ശതമാനത്തിൽനിന്ന് 10 ശതമാനമായാൽ 5 ഷില്ലിങ്ങുകൾ പലിശയായി ഗാരണ്ടി നൽകുന്ന ഒരു സെക്യൂരിറ്റി ഇനിയങ്ങോട്ട് പ്രതിനിധീകരിക്കുക $2\frac{1}{2}$ പൗണ്ടിനെയാണ്. പലിശനിരക്ക് $2\frac{1}{2}$ ശതമാനത്തിലേക്ക് ഇടിഞ്ഞാൽ അതേ സെക്യൂരിറ്റി പ്രതിനിധീകരിക്കുന്നത് പത്തു പൗണ്ട് മൂലധനത്തെയാകും. പണവിപണി ഇടിഞ്ഞിരിക്കുന്ന സമയത്ത് ഈ സെക്യൂരിറ്റികൾക്ക് രണ്ടു മടങ്ങുകണ്ട് വിലയിടിയും; ആദ്യം പലിശനിരക്ക് കാരണമായും രണ്ടാമതായി, അവ വലിയ അളവുകളിൽ വിപണിയിൽ കൊണ്ടുവന്നു ചൊരിയപ്പെടുമെന്നതു കാരണത്താലും.

അത്തരമെല്ലാ സ്ക്രിപ്പുകളും യഥാർഥത്തിൽ പ്രതിനിധീകരിക്കുന്നത് സഞ്ചയിക്കപ്പെട്ട ക്ലെയിമുകളെയാണ്, ഭാവി ഉൽപ്പാദനത്തിനുള്ള ഉടമാവകാശങ്ങളെ.

ബാങ്കർമാരുടെ മൂലധനത്തിന്റെ അധികപങ്കുമങ്ങനെ തികച്ചും വ്യാജമാണ്. അവയിലുൾക്കൊള്ളുന്നത് ക്ലെയിമുകളും (debt claims) അഥവാ എക്ചേഞ്ച് ബില്ലുകളും സ്റ്റേറ്റ് സെക്യൂരിറ്റികളും (മുൻകാല മൂലധനത്തിനെ പ്രതിനിധീകരിച്ച്) ഓഹരികളും (ഭാവി ഇൻക്രിമെന്റുകൾക്കായി ഡ്രോ ചെയ്യപ്പെട്ട ഡ്രാഫ്റ്റുകൾ) ആണ്.

ക്രെഡിറ്റ് വ്യവസ്ഥയുടെ വികാസത്തോടെ, എല്ലാ മൂലധനങ്ങളും ഇരട്ടിച്ചതായി അഥവാ ചിലപ്പോഴൊക്കെ മൂന്നിരട്ടിയായതായി, പ്രത്യക്ഷപ്പെടുന്നു. കാരണം ഡെബ്റ്റ് ക്ലെയിമുകളും ഉടമസ്ഥാവകാശങ്ങളും– രണ്ടും ഒരേയൊരു മൂലധനത്തെയാണ് പ്രതിനിധീകരിക്കുന്നത് വിവിധ കൈകളിൽ വിവിധങ്ങളായ രൂപങ്ങളിലാണ് ഇരിക്കുന്നത്. ലഭ്യമായതെന്ന് കണക്കാക്കപ്പെടുന്ന മൂലധനത്തിന്റെ വലിയൊരുഭാഗം വെറും മായക്കാഴ്ച മാത്രമാണ്. ഇത് റിസർവ് ഫണ്ടിന്റെ കാര്യത്തിലും ബാധകമാണ്; അവയെങ്കിലും ഒടുവിൽ എന്തോ ഉറച്ച ഒന്നാണെന്നാണ് നാം കരുതിപ്പോന്നിരുന്നതെങ്കിലും.

(1892 നവംബർ 15ന് ഫ്രെഡറിക് എംഗൽസ് നൽകിയ വിശദീകരണം: 15 ലണ്ടൻ ബാങ്കുകൾക്ക് എല്ലാറ്റിനും കൂടി പറഞ്ഞതിൻപ്രകാരം 28,000,000 പൗണ്ട് റിസർവ് ഫണ്ടുണ്ട്. അവയിൽ 3,000,000 പൗണ്ട് അവയുടെ സേഫുകളിൽ സൂക്ഷിച്ചിരിക്കുന്ന ക്യാഷായി ലഭ്യമാണ്. ബാക്കിയെല്ലാം ബാങ്ക് ഓഫ് ഇംഗ്ലണ്ടിലുള്ള അവയുടെ ക്രെഡിറ്റ് ബാലൻസുകളാണ്. പക്ഷേ, അതേമാസത്തിൽ ബാങ്ക് ഓഫ് ഇംഗ്ലണ്ടിന് സ്വന്തം കൈയി

ലുള്ള ക്യാഷ് റിസർവ് 16,000,000 പൗണ്ടിൽത്താഴെയായിരുന്നു).

ഔപചാരിക സംഘടനയുടെ വീക്ഷണകോണിൽ നിന്നു നോക്കിയാൽ മുതലാളിത്ത സമൂഹത്തിന് ഉൽപ്പാദിപ്പിക്കാൻ കഴിയുന്ന ഏറ്റവും കൃത്രിമവും ഏറ്റവും ഉയർന്നതോതിൽ ഉരുത്തിരിഞ്ഞുവന്നതുമായ ഉൽപ്പന്നമാണ് ബാങ്ക് വ്യവസ്ഥ. അതുകൊണ്ടാണ് ബാങ്ക് ഓഫ് ഇംഗ്ലണ്ട് പോലൊരു സ്ഥാപനത്തിന് വ്യാപാരത്തിലും വ്യവസായത്തിലും വമ്പിച്ച സ്വാധീനം പ്രയോഗിക്കാൻ കഴിയുന്നത്; വ്യാപാരത്തിന്റെയും വ്യവസായത്തിന്റെയും യഥാർഥ ചലനങ്ങൾ ബാങ്ക് ഓഫ് ഇംഗ്ലണ്ടിന്റെ പ്രവർത്തനമണ്ഡലങ്ങൾക്കു പുറത്താണെങ്കിൽത്തന്നെയും (ബാങ്ക് ഓഫ് ഇംഗ്ലണ്ട് അതിനോടൊരു നിഷ്ക്രിയസമീപനമാണെടുക്കുന്നത്) പൊതുവായ കണക്കെഴുത്തിന്റെയും ഒരു സാമൂഹ്യ നിലവാരത്തിൽ ഉൽപ്പാദനോപാധികളുടെ പൊതുവിതരണത്തിന്റെയും രൂപം ഇതിലൂടെ നിലവിൽ വന്നുവെന്നത് സത്യമാണ് പക്ഷേ, രൂപം മാത്രമാണ് നിലവിൽ വന്നത്. വ്യക്തിയായ മുതലാളിയുടെ ശരാശരി ലാഭമോ, അല്ലെങ്കിൽ ഓരോ പ്രത്യേക മൂലധനത്തിന്റെ ശരാശരി ലാഭമോ നിർണയിക്കപ്പെടുന്നത് ഈ മൂലധനം ആദ്യംതന്നെ കൈയടക്കുന്ന മിച്ചാധ്വാനത്താലല്ലെന്നും മറിച്ച്, മൂലധനത്തിന്റെ ആകെത്തുകയാൽ മിച്ചമൂല്യത്തിന്റെ ആകെത്തുകയുടെ അളവിലാണെന്നും, ആ ആകെത്തുകയുടെ ആനുപാതികഭാഗമെന്നനിലയിൽ ഓരോ പ്രത്യേക മൂലധനവും അതിന്റെ ലാഭവീതം കൈക്കലാക്കുകയാണെന്നും നാം കണ്ടു. ക്രെഡിറ്റും ബാങ്കിങ്ങും പൂർണമായി വികസിക്കുന്നതുവരെ മൂലധനത്തിന്റെ ഈ സാമൂഹ്യസ്വഭാവം പൂർണമായി യാഥാർഥീകരിക്കപ്പെട്ടിരുന്നില്ല. മറുവശത്ത് അതിന്റെ ഫലങ്ങൾ ഉൽപ്പാദനമുതലാളിമാരെയും വാണിജ്യ മുതലാളിമാരെയും ഒഴിവാക്കാൻ പറ്റുന്നവരാക്കി മാറ്റലായിരുന്നു; അതിലൂടെ ആ മൂലധനത്തെ കടം കൊടുക്കുന്നവരോ അതിനെ ഉപയോഗപ്പെടുത്തുന്നവരോ അതിന്റെ ഉടമസ്ഥരോ സ്രഷ്ടാക്കളോ അല്ല എന്ന സ്ഥിതി വരുന്നു. ആ വ്യവസായങ്ങളെ മൂലധനത്തിന്റെ സ്വകാര്യവശത്തെ അടിച്ചമർത്തുകയും മൂലധനത്തിന്റെതന്നെ അടിച്ചമർത്തൽ പേരിൽ (പക്ഷേ പേരിൽ മാത്രം) അർഥമാക്കുകയും ചെയ്യുന്നു. ബാങ്കുകളെന്ന മാധ്യമത്തിലൂടെ മൂലധനത്തിന്റെ പുനർവിന്യാസം സ്വകാര്യ മൂലധനക്കാരുടെയും പലിശക്കാരുടെയും കൈകളിൽ നിന്നെടുത്തുമാറ്റുകയും ഒരു പ്രത്യേക സാമൂഹ്യ ധർമത്തിലേക്ക് രൂപാന്തരപ്പെടുത്തുകയും ചെയ്യുന്നു. പക്ഷേ, കൃത്യമായും ഇക്കാരണത്താൽ, ക്രെഡിറ്റും ബാങ്കുകളും ഒരേ സമയംതന്നെ മുതലാളിത്തവ്യവസ്ഥയെ അതിന്റെതന്നെ സ്വാഭാവിക പരിധികളിൽ നിന്ന് പുറത്തേക്ക് ഉന്തിവിടുന്നതിനുള്ള ഏറ്റവും മികച്ച ഉപകരണങ്ങളെ രൂപപ്പെടുത്തുകയും ഒപ്പംതന്നെ പ്രതിസന്ധികളുൽപ്പാദിപ്പിക്കുന്നതിനും തട്ടിപ്പുകൾ പ്രോത്സാഹിപ്പിക്കുന്നതിനുമുള്ള ശക്തമായ ഉപാധികളായിത്തീരുകയും ചെയ്യുന്നു.

അവസാനമായി, മുതലാളിത്ത ഉൽപ്പാദനത്തിൽനിന്ന് സമൂഹ്യാധ്വാനത്താലുള്ള ഉൽപ്പാദന വ്യവസ്ഥയിലേക്കുള്ള പരിണാമത്തിലെ ഒരു

ശക്തമായ ഉത്തോലകമായി ക്രെഡിറ്റ് പ്രവർത്തിക്കുമെന്നതിൽ യാതൊരു സംശയവുമില്ല; പക്ഷേ, ഉൽപ്പാദനരീതിയുടെതന്നെ മറ്റ് മൗലികമായ രൂപാന്തരണങ്ങൾക്കൊപ്പം പ്രവർത്തിക്കുന്ന ഒരു ഘടകമായി മാത്രമാണത്. മറുവശത്ത്, ക്രെഡിറ്റുകളും ബാങ്കുകളും കൊണ്ടുവരുന്ന അത്ഭുതകരമായ സാമൂഹ്യവൽക്കരണ സ്വാധീനത്തെക്കുറിച്ചുള്ള മിഥ്യാധാരണകൾക്കുകാരണം മുതലാളിത്ത ഉൽപ്പാദനത്തിന്റെ നിയമങ്ങളെക്കുറിച്ചുള്ള പൂർണമായ അജ്ഞതയാണ്, അതുപോലെതന്നെ ആ ഉൽപ്പാദനരീതിയുടെതന്നെ ഒരു രൂപമായ ക്രെഡിറ്റ് വ്യവസ്ഥയെക്കുറിച്ചുതന്നെയുള്ള അജ്ഞതയുടെ ഫലവുമാണത്.

24

പ്രതിസന്ധികൾ

എഡിറ്ററുടെ ആമുഖക്കുറിപ്പ്

മാർക്സിന്റെ പ്രതിസന്ധികളെക്കുറിച്ചുള്ള സിദ്ധാന്തം അദ്ദേഹത്തിന്റെ മൊത്തം പഠനങ്ങളെയും ഗ്രഹിക്കുന്നതിൽ അത്രമാത്രം പ്രാധാന്യമുള്ളതായതിനാൽ, അതിനെയിവിടെ ഒഴിവാക്കാൻ കഴിയില്ല. നിർഭാഗ്യകരമെന്നു പറയട്ടെ, ഈ കൃതിയുടെ മറ്റുഭാഗങ്ങളെന്നപോലെ ഈ സിദ്ധാന്തത്തെ എളുപ്പത്തിൽ ഗ്രഹിക്കാൻ കഴിയുന്നതാക്കി അവതരിപ്പിക്കാനുള്ള ശ്രമം – അതായത്, പ്രകാശനത്തിന്റെ പദാവലികളെ ചുരുക്കിക്കൊണ്ടും അവിടവിടെ പുതുക്കിക്കൊണ്ടും അത് ചെയ്യാനുള്ള ശ്രമം – പരാജയപ്പെട്ടു. മൂലധനത്തിൽ ഈ സിദ്ധാന്തത്തിനായി നൂറുകണക്കിനു പേജുകൾതന്നെ മാറ്റിവച്ചിട്ടുണ്ട്. ഉൽപ്പാദനവും ഉപഭോഗവും തമ്മിലുള്ള സമതുലിതാവസ്ഥ കോട്ടംവരാതെ നിലനിൽക്കണമെങ്കിൽ വ്യത്യസ്ത ഉൽപ്പാദനശാഖകളിൽ ഏതേതനുപാതങ്ങളിലാണ് അധ്വാനവും മൂലധനവും വിതരണം ചെയ്യപ്പെടേണ്ടതെന്നതിനെക്കുറിച്ചുള്ള വിശദമായ ഒരു പഠനം മാർക്സ് ഈ ഭാഗത്തേറ്റെടുത്തിട്ടുണ്ട്; തുടർന്നദ്ദേഹം ഉൽപ്പാദനത്തിലെ ഓരോ വർധനവും– മൂലധനത്തിന്റെ സഞ്ചയത്തിന്റെ ആവശ്യം തുടർച്ചയായിത്തന്നെ അനിവാര്യമാക്കുന്നതാണാ വർധനവുകൾ – വഴി മുതലാളിത്തവ്യവസ്ഥ ആ സന്തുലിതാവസ്ഥയെ നശിപ്പിക്കുന്നതും, അത് പ്രതിസന്ധികൾക്കിടയാക്കുന്നതും വിശദീകരിക്കുന്നു. അങ്ങനെയദ്ദേഹം മുതലാളിമാർ വരുത്തുന്ന തെറ്റുകൾ മൂലമല്ല പ്രതിസന്ധികൾ ഉണ്ടാകുന്നതെന്നും മറിച്ച്, മൂലധനത്തിന്റെ സാധാരണ പ്രവർത്തനങ്ങളുടെ ഒഴിവാക്കാനാകാത്ത ഫലമാണതെന്നും കാണിച്ചുതരുന്നു. നാം മാർക്സിന്റെ കണക്കുകൂട്ടലുകൾ ആവർത്തിക്കാൻ തുനിഞ്ഞിറങ്ങിയാൽ, അങ്ങേയറ്റം വരണ്ട അന്തമില്ലാത്തത്ര അങ്കഗണിതപരമായ നിർദേശങ്ങളും കണക്കുകൂട്ടലുകളുമാകും ഫലം. അപാരമായ

ഊർജവും എണ്ണമറ്റവിശദാംശങ്ങൾ ഓർത്തുവയ്ക്കാനുള്ള ശേഷിയുമുള്ളവർക്കുമാത്രമാണവ ഗ്രഹിക്കാനാവുക. അതുകൊണ്ടുതന്നെ അവയൊരുപക്ഷേ, ഒരാളും വായിച്ചേക്കാനുമിടയില്ല. അത്തരമൊരു സ്ഥിതി *ദ പീപ്പിൾസ് മാർക്സ്* പോലൊരു കൃതിയുടെ ഉദ്ദേശ്യത്തിനുതന്നെ കടകവിരുദ്ധവുമാകും.

അതുകൊണ്ടു ഞങ്ങൾ മറ്റൊരുവിധത്തിൽ പ്രവർത്തിക്കാൻ തീരുമാനിച്ചു. ഞങ്ങളിവിടെ മാർക്സിന്റെ കണക്കുകൂട്ടലുകളുടെ വളരെച്ചെറിയൊരംശം മാത്രമേ പുനരുൽപ്പാദിപ്പിക്കുന്നുള്ളൂ. അദ്ദേഹം സ്വീകരിച്ച രീതിയെ എടുത്തുകാട്ടുന്നതിനുവേണ്ടി മാത്രം. തുടർന്ന് ഈ കണക്കുകൂട്ടലുകളെ ഞങ്ങൾ വ്യക്തിപരമായി രചിച്ച ഒരു ലേഖനം വഴി പൂരിപ്പിക്കുന്നു. അതുകൊണ്ട് ലക്ഷ്യം വയ്ക്കുന്നത് ഈ അധ്യായത്തിലെ കാതലായ കാര്യം വായനക്കാരന് കാണിച്ചുകൊടുക്കുകയും അതു ഗ്രഹിക്കാൻ സഹായിക്കുകയും ചെയ്യുകയെന്നതാണ്.

ഞങ്ങൾ ചില കാര്യങ്ങൾകൂടി കൂട്ടിച്ചേർക്കട്ടെ - തന്റെ *ഫൈനാൻസ് ക്യാപിറ്റൽ* എന്ന ഗ്രന്ഥത്തിൽ (വിയന്ന 1910) റുഡോൾഫ് ഹിൽ ഫെർഡിങ് മാർക്സിന്റെ വാദങ്ങളുടെ നല്ലൊരു സംഗ്രഹം നൽകിയിട്ടുണ്ട്. ഈ വിഷയത്തിൽ ഉപയോഗപ്രദമായി വായിക്കാവുന്ന മറ്റൊരു കൃതി ഫ്രാൻസ് മെഹ്റിങ്ങിന്റെ *കാൾ മാർക്സ്* എന്ന പുസ്തകത്തിന്റെ 12-ാം അധ്യായമാണ്. ആ അധ്യായം രചിച്ചത് റോസാലക്സംബർഗാണ്.

ഒരുവർഷക്കാലയളവിനിടയിൽ സമൂഹം പ്രദാനം ചെയ്ത ചരക്കുൽപ്പന്നങ്ങളെ കണക്കിലെടുത്താൽ, നാം കണ്ടെത്തുന്നത് അതിന്റെ മൂലധനത്തെ പകരംവയ്ക്കാനായി പോകുന്ന ഭാഗങ്ങളും, ഉപഭോഗത്തിനായി ലക്ഷ്യം വയ്ക്കപ്പെടുന്നവയും (അവയെ യഥാർഥത്തിൽ, തൊഴിലാളികളും മുതലാളികളും ഉപഭോഗിക്കുന്നു) ഉൾപ്പെടുന്നതായാണ്. ഉൽപ്പാദന പ്രക്രിയക്കിടയിൽ ഉപഭോഗിക്കപ്പെടുന്ന മൂലധന മൂല്യത്തെ വാർഷികോൽപ്പാദനത്തിൽനിന്നും പകരംവയ്ക്കപ്പെടുന്നതെങ്ങനെയാണ്? മുതലാളിമാരാൽ മിച്ച മൂല്യം ഉപഭോഗിക്കപ്പെടുന്നതും തൊഴിലാളികളാൽ അധ്വാനത്തിനുള്ള കൂലി ഉപഭോഗിക്കപ്പെടുന്നതുമായ പ്രതിഭാസവുമായി ഇതെങ്ങനെയാണ് കെട്ടുപിണഞ്ഞു കിടക്കുന്നത്?

നാം തുടക്കത്തിൽ നമ്മുടെ അന്വേഷണം അടിസ്ഥാനപ്പെടുത്തുന്നത് പുനരുൽപ്പാദനത്തിന്റെ പ്രക്രിയ ഒരു ലളിതമായ നിലവാരത്തിലാണ് തുടർന്നുകൊണ്ടുപോകപ്പെടുന്നത് എന്ന അനുമാനത്തിന്മേലാണ്; അതായത്, ഈ പ്രക്രിയ വിപുലമാക്കപ്പെടുന്നില്ല മറിച്ച്, മുമ്പത്തേതു പോലെതന്നെ തുടർന്നു കൊണ്ടുപോകുന്നു എന്ന അനുമാനത്തിന്മേൽ. നാം തുടർന്ന് അനുമാനിക്കുന്നത് ഉൽപ്പന്നങ്ങൾ അവയുടെ മൂല്യത്തിനനുസരിച്ചാണ് കൈമാറ്റം ചെയ്യപ്പെടുന്നതെന്നും ഉൽപ്പാദന മൂലധനത്തിന്റെ ഘടകഭാഗങ്ങൾ അവയുടെ മൂല്യത്തിന് മാറ്റം വരുത്തുന്നില്ലെന്നും കൂടിയാണ്. മൂല്യത്തിൽനിന്ന് വിലകൾ വ്യതിചലിക്കുന്തോറും, സാമൂഹ്യമൂലധനത്തിന്റെ ആകെത്തുകയുടെ ചലനത്തിന്മേൽ ഇതിനൊരു സ്വാധീ

നവും ചെലുത്താൻ കഴിയില്ല. മുമ്പത്തേതുപോലെതന്നെ ഉൽപ്പന്നങ്ങൾ അതേ തുകയ്ക്ക് കൈമാറ്റം ചെയ്യപ്പെട്ടുകഴിയുമ്പോൾ, ഒട്ടുമൊത്തത്തിൽ ആ പ്രക്രിയയിൽ ഓരോ വ്യക്തിയായ മുതലാളിയുടെയും പങ്കിന്റെ മൂല്യം മാത്രമാണിനിയങ്ങോട്ട് മുതലിറക്കിയ മൂലധനത്തോടും അല്ലെങ്കിൽ അവയോരോന്നും വഴി ഉൽപ്പാദിപ്പിക്കപ്പെട്ട മിച്ചമൂല്യത്തോടും ആനുപാതികമായിരിക്കാത്തത്. മറിച്ച്, മറ്റുമൂല്യങ്ങളിലെ മാറ്റങ്ങളെ സംബന്ധിച്ചിടത്തോളം, അവ ഏകതാനവും പൊതു സ്വഭാവമുള്ളവയായിരിക്കുന്നിടത്തോളം, അത്തരം മാറ്റങ്ങൾക്ക് മൊത്തം വാർഷിക ഉൽപ്പന്നത്തിന്റെ വിവിധ ഘടകഭാഗങ്ങളുടെ മൂല്യങ്ങൾ തമ്മിലുള്ള തദനുസൃതമായ ബന്ധത്തെ പുതുക്കാനാകില്ല. മറുവശത്ത്, അത്തരം മാറ്റങ്ങൾ ഏകതാനമാണ്, പ്രാദേശികമല്ല എന്നിടത്തോളം അവയെ മനസിലാക്കാൻ കഴിയുക മാറ്റമില്ലാത്തതായി നിലനിൽക്കുന്ന മൂല്യബന്ധങ്ങളിൽ നിന്നുള്ള വ്യതിയാനങ്ങളായി നാമവയെ പരിഗണിക്കുകയാണെങ്കിൽ മാത്രമാണ്. പക്ഷേ, വാർഷികോൽപ്പന്നത്തിലൊരു ഭാഗം മൂലധനത്തിന്റെ സ്ഥിരഭാഗത്തെയും മറ്റൊന്ന് അസ്ഥിരഭാഗത്തെയും പകരം വയ്ക്കുന്നതേതു നിയമങ്ങൾക്കനുസൃതമായാണെന്നത് കണ്ടെത്തുന്നതിൽ നാം വിജയിക്കുകയാണെങ്കിൽ മൂലധനത്തിന്റെ സ്ഥിരഭാഗത്തിന്റെയോ അസ്ഥിരഭാഗത്തിന്റെയോ മൂല്യത്തിലുണ്ടാകുന്ന മാറ്റം ആ നിയമങ്ങളെ പുതുക്കുകയില്ല, മറിച്ച്, ഒന്നോ അഥവാ മറ്റേതോ ആയ പ്രവർത്തനധർമങ്ങളിലേക്ക് കടക്കുന്ന ഭാഗത്തിന്റെ തുകയിൽ മാത്രമാണ് മാറ്റംവരുത്തുക.

നാമിപ്പോൾ കൈകാര്യം ചെയ്യുന്ന ചലനം (അതായത്, ഉൽപ്പന്നത്തിന്റെ മൂല്യത്തിലൊരു ഭാഗത്തിന്റെ മൂലധനത്തിലേക്കുള്ള പുനപരിവർത്തനം; അതേസമയം മറ്റേഭാഗം മുതലാളിവർഗങ്ങളും തൊഴിലാളിവർഗങ്ങളുമൊരുപോലെ നടത്തുന്ന ഉപഭോഗത്താൽ ആഗിരണംചെയ്യപ്പെടുകയാണ്) മൂല്യത്തെ മാത്രമല്ല പകരംവയ്ക്കുന്നത് മറിച്ച്, പദാർഥത്തെക്കൂടെയാണ്; ഒപ്പംതന്നെയതങ്ങനെ നിർണയിക്കപ്പെടുന്നത് സാമൂഹ്യോൽപ്പന്നത്തിന്റെ വിവിധ ഘടകഭാഗങ്ങളുടെ ഒന്നും മറ്റൊന്നും തമ്മിലുള്ള അതാതു മൂല്യങ്ങളുടെ പരസ്പരബന്ധത്താലും ആ ഭാഗങ്ങളുടെ ഭൗതിക ഘടനയാലും ഒരേപോലെയാണ്.

കൂടുതലായി ഓർമവയ്ക്കപ്പെടേണ്ട കാര്യം ഒരേകതാനമായ നിലവാരത്തിലുള്ള ലളിതമായ പുനരുൽപ്പാദനം മുതലാളിത്ത സമൂഹത്തിൽ യഥാർഥത്തിൽ നടക്കുന്നില്ലെന്നതാണ്. ഒരുവശത്ത് ഒരു മുതലാളിത്താടിസ്ഥാനത്തിലുള്ള എല്ലാ സഞ്ചയനത്തിന്റെയും അഭാവത്തെ സങ്കൽപ്പിക്കുകയെന്നത് ഒരു വിചിത്രമായ സങ്കൽപ്പമായിരിക്കും. മറുവശത്ത് വ്യത്യസ്തവർഷങ്ങളിൽ ഉൽപ്പാദനത്തിന്റെ സാഹചര്യങ്ങൾ തികച്ചും സമാനവുമായിരിക്കില്ല. പക്ഷേ, സഞ്ചയനം നടക്കുന്നിടത്തോളം ലളിതമായ പുനരുൽപ്പാദനം മാറ്റമൊന്നുമില്ലാതെ അതിന്റെയൊരു ഭാഗത്തെ രൂപപ്പെടുത്തുന്നു, അതുകൊണ്ടുതന്നെ അതിനെ അതിൽത്തന്നെ പരിഗണിക്കാനമാകും.

സമൂഹത്തിന്റെ മൊത്തം ഉൽപ്പന്നം, അതിന്റെ അനന്തരഫലമെന്നോണം ഉൽപ്പാദനവും രണ്ടു പ്രധാനഭാഗങ്ങളായി വിഭജിക്കപ്പെടാവു

ന്നതാണ്. അതായത്,

1. ഉൽപ്പാദനോപാധികൾ, അതായത്, പുതിയ ഉൽപ്പാദനത്തിന്റെ ഉദ്ദേശ്യത്തെ സേവിക്കാൻ (മറ്റുവാക്കുകളിൽപ്പറഞ്ഞാൽ ഉൽപ്പാദനപരമായ ഉപഭോഗത്താൽ ആഗിരണം ചെയ്യപ്പെടാൻ) ഏതാകൃതിയിലുള്ള ചരക്കുകളാണോ വേണ്ടത്, അഥവാ ഏതാകൃതിയിലുള്ള ചരക്കുകൾക്കാണോ കഴിയുക, അവ.

2. ഉപഭോഗ ഉപാധികൾ, അതായത്, മുതലാളിയും തൊഴിലാളികളും ഉപഭോഗിക്കുന്നതായ ആകൃതിയിലുള്ള ഉൽപ്പന്നങ്ങൾ (മറ്റുവാക്കുകളിൽപ്പറഞ്ഞാൽ വ്യക്തിപരമായ ഉപഭോഗത്താൽ ആഗിരണം ചെയ്യപ്പെടുന്നതായവ).

ഈയോരോ വിഭാഗങ്ങളിലും, മൂലധനം രണ്ടുഭാഗങ്ങളായി മാറുന്നു.

1. അസ്ഥിരമൂലധനം. മൂല്യത്തിന്റെ വീക്ഷണ കോണിൽ നിന്നു പരിഗണിച്ചാൽ ഈ മൂലധനം ആ വിഭാഗത്തിൽ നിയോഗിക്കപ്പെട്ട അധ്വാനശക്തിയുടെ മൂല്യത്തിനു തുല്യമാണ്, അതിന്റെ അനന്തരഫലമായി അത് അത്തരം അധ്വാനശക്തിക്ക് നൽകപ്പെട്ട മൊത്തം കൂലിയുടെ ആകെത്തുകക്ക് തുല്യമാണ്. സാമഗ്രിയുടെ (വസ്തുവിന്റെ) വീക്ഷണകോണിൽ നിന്നു നോക്കിയാൽ അതുൾക്കൊള്ളുന്നത് സജീവ അധ്വാനശക്തിയിൽത്തന്നെയാണ്.

2. സ്ഥിരമൂലധനം. ആ വിഭാഗത്തിൽ നിയോഗിക്കപ്പെട്ട എല്ലാ ഉൽപ്പാദനോപാധികളുടെയും മൂല്യം. ഉൽപ്പാദനോപാധികൾതന്നെ സ്വയം രണ്ടുഭാഗങ്ങളായിപ്പിരിയുന്നു; സ്ഥിരമൂലധനം (യന്ത്രങ്ങൾ, ഉപകരണങ്ങൾ, കെട്ടിടങ്ങൾ, കന്നുകാലികൾ തുടങ്ങിയവയും സർക്കുലേറ്റ് ചെയ്യുന്ന സ്ഥിരമൂലധനവും ഉൽപ്പാദനത്തിനുവേണ്ട അസംസ്കൃതവസ്തുക്കളും, അനുബന്ധ സാമഗ്രികളും, അർധനിർമിത വസ്തുക്കൾ തുടങ്ങിയവ) ആയി.

ഈ രണ്ടു വിഭാഗങ്ങളിലും ഉൽപ്പാദിപ്പിക്കപ്പെടുന്ന വാർഷിക ഉൽപ്പന്നത്തിന്റെ മൂല്യം സ്വയംതന്നെ രണ്ടുഭാഗങ്ങളായി പിരിയുന്നു; ഒന്ന് സ്ഥിരമൂലധനത്തെ (c) പ്രതിനിധീകരിക്കുന്നു, അത് ഉപഭോഗിക്കപ്പെടുകയും അതിന്റെ മൂല്യത്തെ ഉൽപ്പന്നത്തിലേക്ക് കൈമാറുകയും ചെയ്യുന്നു; മറ്റേത്, ഒരുവർഷത്തെ അധ്വാനത്തിന്റേതായ അനുപൂരകമൂല്യത്തെ പ്രതിനിധാനം ചെയ്യുന്നു. ഈ ഒടുവിലത്തെ ഭാഗം അതിന്റെ മുറയ്ക്ക് വീണ്ടും വിഭജിക്കപ്പെടുന്നു. അതിലൊരു ഭാഗം അസ്ഥിരമൂലധനത്തെ (v) പകരം വയ്ക്കുന്നു (അത് മുതലിറക്കപ്പെട്ടതാണ്). മറ്റേത്, മിച്ചമൂല്യത്തെ (s)യും. അങ്ങനെ ഓരോ ഒറ്റയായ ചരക്കിന്റെയും മൂല്യമെന്നപോലെതന്നെ ഓരോ വിഭാഗത്തിന്റെ വാർഷിക ഉൽപ്പന്നം c+v+s ആയി വിഭജിക്കുന്നു.

ഉൽപ്പാദന പ്രക്രിയയിൽ ഉപഭോഗിക്കപ്പെടുന്ന സ്ഥിരമൂലധനത്തെ പ്രതിനിധീകരിക്കുന്ന cയുടെ മൂല്യം ആ പ്രക്രിയയിൽ പ്രയോഗിക്കപ്പെട്ട സ്ഥിരമൂലധനത്തിന്റെ മൂല്യത്തിനു സമാനമായതല്ല. ഉൽപ്പാദനത്തിനാവശ്യമായ എല്ലാ സാമഗ്രികളും പൂർണമായും ഉപഭോഗിക്കപ്പെട്ടുവെന്നതും അവയുടെയെല്ലാം മൂല്യം, അതിന്റെ അനന്തര ഫലമായി ഉൽപ്പ

ന്നത്തിലേക്ക് പൂർണമായും കൈമാറ്റപ്പെട്ടുവെന്നതും സത്യംതന്നെ. പക്ഷേ, നിയോഗിക്കപ്പെട്ട സ്ഥിര മൂലധനത്തിന്റെ ഒരുഭാഗം മാത്രമാണു പഭോഗിക്കപ്പെട്ടതും അതിന്റെ മൂല്യം മാത്രമാണ് ഉൽപ്പന്നത്തിലേക്ക് കൈമാറ്റപ്പെട്ടതും. സ്ഥിര മൂലധനത്തിന്റെ മറ്റൊരു ഭാഗം (യന്ത്രങ്ങൾ, കെട്ടിടങ്ങൾ തുടങ്ങിയവ) അപ്പോഴും നിലനിൽക്കുകയും പ്രവർത്തിക്കുകയും ചെയ്യുന്നു, വർഷത്തിനിടയിൽ വന്നുചേർന്ന കേടിനും തേയ്മാനത്തിനും നാമൊരു കുറയ്ക്കൽ (deduction) നടത്തേണ്ടിവരുമെന്നുണ്ടെങ്കിൽപ്പോലും. നാം ഉൽപ്പന്നത്തിന്റെ മൂല്യം പരിഗണിക്കുമ്പോൾ അപ്പോഴും പ്രവർത്തനം തുടരുന്ന സ്ഥിരമൂലധനത്തിന്റെ ഈ ഭാഗം നമ്മുടെ കണക്കുകൂട്ടലിലേക്ക് കടന്നു വരുന്നില്ല. പക്ഷേ, നാം താൽക്കാലികമായെങ്കിലും, സ്ഥിരമൂലധനത്താൽ ഉൽപ്പന്നത്തിലേക്ക് കൈമാറപ്പെട്ട മൂല്യത്തെ (ഒരു വർഷക്കാലത്തെ കേടും തേയ്മാനവും വഴി) കണക്കിലെടുക്കേണ്ടതുണ്ട്; അത്തരം സ്ഥിരമൂലധനം സ്വാഭാവികമായ ആ ഒരു വാർഷികക്കാലയളവിൽ പകരംവെക്കപ്പെട്ടിട്ടില്ല എന്നിടത്തോളം. നാമീ വിഷയം പിന്നീട് വേറിട്ട് ചർച്ച ചെയ്യും.

ലളിതമായ പുനരുൽപ്പാദന പ്രക്രിയയുടെ നമ്മുടെ പരിശോധനയുടെ ഉദ്ദേശ്യത്തിനുവേണ്ടി, നാം താഴെക്കൊടുക്കുന്ന സൂത്രവാക്യത്തെ അടിസ്ഥാനമായി സ്വീകരിക്കും. അതിനകത്ത്,

c = Constant capital സ്ഥിമൂലധനം

v = Variable capital അസ്ഥിരമൂലധനം

s = surplus - value മിച്ചമൂല്യം

s/v= ഉപയോഗപ്പെടുത്തലിന്റെ നിരക്ക്, 100 ശതമാനം എന്ന് അനുമാനിക്കപ്പെടുന്നു.

അതായത്, അധ്വാനക്കൂലിക്കായി നീക്കിവച്ചതിന് കൃത്യമായും തുല്യമാണ്, മിച്ചമൂല്യമെന്ന് അനുമാനിക്കപ്പെടുന്നു (സംഖ്യകൾ ദശലക്ഷക്കണക്കായ പൗണ്ടുകളേയോ അല്ലെങ്കിൽ ഡോളറുകളേയോ പ്രതിനിധീകരിക്കുന്നുവെന്ന് നാം സങ്കൽപ്പിച്ചേക്കാം).

I ഉൽപ്പാദനോപാധികളുടെ (mp) ഉൽപ്പാദനം:

മൂലധനം 4000 c + 1000 v = 5000

ചരക്കുൽപ്പന്നം 4000c + 1000 v + 1000 s = 6000 ഉൽപ്പാദനശക്തികളുടെ (mp)രൂപത്തിൽ നിലനിൽക്കുന്നു.

II ഉപഭോഗോപാധികളുടെ ഉൽപ്പാദനം:

മൂലധനം 2000c +500v = 2500

ചരക്കുൽപ്പന്നം 2000c +500v +500s = 3000 ഉപഭോഗോപാധികളുടെ (me) രൂപത്തിൽ നിലനിൽക്കുന്നു.

അങ്ങനെ മൊത്തം വാർഷിക ചരക്ക് – ഉൽപ്പന്നം (Commodity - product) എന്നത്

I. 4000c + 1000 v + 1000 s = 6000 ഉൽപ്പാദനോപാധികൾ

II. 2000 c+500v +500s = 3000 ഉപഭോഗോപാധികൾ

മൊത്തം മൂല്യം = 9000, അതിൽനിന്ന് അതിന്റെ സ്വാഭാവിക രൂപ

ത്തിൽ നിലനിൽക്കുന്നതു തുടരുന്ന സ്ഥിര മൂലധനത്തെ ഒഴിവാക്കിയിരിക്കുന്നു.

ഈ കേസിൽ എത്ര ടേണോവറുകൾ (തിരിച്ചുവരവ്) ആവശ്യമാണെന്ന് നമുക്കിനി നോക്കാം; മൊത്തം മിച്ചമൂല്യവും ഉപഭോഗിക്കപ്പെടുന്ന ലളിതമായ പുനരുൽപ്പാദനത്തിന്റെയടിസ്ഥാനത്തിലാണത് കണക്കാക്കപ്പെടുക. അവയ്ക്കുവേണ്ട മാധ്യമമായ പണസർക്കുലേഷനെ നാമാദ്യംതന്നെ ഒഴിവാക്കിയാൽ നമുക്കുടനടിതന്നെ മൂന്ന് സുപ്രധാന ക്ലൂകൾ (clues - സൂചനകൾ) ലഭിക്കുന്നു.

1. 500 V അധ്വാനക്കൂലികൾ എന്നതും 500 S മിച്ചമൂല്യം എന്നതും (അത് ഡിവിഷൻ II ലെ മുതലാളിമാരുടേതാണ്) me*യിന്മേൽ ചെലവഴിക്കപ്പെട്ടിരിക്കണം. പക്ഷേ, അവയുടെ meയിലെ മൂല്യം 1000 ത്തിന്റെ സംഖ്യയാണ്. അത് ഡിവിഷൻ IIലെ മുതലാളിമാരുടെ കൈകളിൽ മുതലിറക്കിയ 500vയെ പകരം വയ്ക്കുകയും 500sനെ പ്രതിനിധീകരിക്കുകയും ചെയ്യുന്നു. അങ്ങനെ ഡിവിഷൻ IIന്റെ അധ്വാനക്കൂലികളും മിച്ചമൂല്യവും IIലെ ഉൽപ്പന്നങ്ങൾക്കായി കൈമാറപ്പെടുന്നു. അങ്ങനെ (500v + 500s) II 1000 me മൊത്തം ഉൽപ്പന്നങ്ങളിൽ നിന്നപ്രത്യക്ഷമാകുന്നു.

2. ഡിവിഷൻ Iലെ 1000v+1000s ഉം അതേപോലെതന്നെ me യിന്മേൽ ചെലവഴിക്കപ്പെടണം, അതിന്റെ അനന്തര ഫലമെന്നോണം ഡിവിഷൻ IIലുള്ള ഉൽപ്പന്നങ്ങളിന്മേൽ. അതുകൊണ്ടവ ഈ ഉൽപ്പന്നത്തിൽ നിന്നും ബാക്കിയുള്ള 2000c സ്ഥിരമൂലധനത്തിന്റെ ആ ഭാഗത്തിനായി കൈമാറപ്പെടണം. പകരമായി, ഡിവിഷൻ II ന് mp യുടെ ഒരു സമാനമായ തുക ലഭ്യമാകുന്നു, അവയിൽ ഡിവിഷൻ Iന്റെ അധ്വാനക്കൂലികളും മിച്ചമൂല്യവും ഉൾപ്പെടുന്നു. അങ്ങനെ 2000 IIc യും (1000 v + 1000s) Iഉം നമ്മുടെ കണക്കുകൂട്ടലുകളിൽ നിന്നപ്രത്യക്ഷമാകുന്നു.

3. അപ്പോഴും 4000 Ic ബാക്കിയാകുന്നു.ഇവയിലുൾപ്പെടുന്നത് mp യാണ് (means of production) അത് ഡിവിഷൻ I ൽ മാത്രമേ ചെലവഴിക്കാനാകൂ, അത് അതിന്റെ ഉപഭോഗിക്കപ്പെട്ട സ്ഥിരമൂലധനത്തെ പകരം വയ്ക്കുന്നതിന് സേവനമനുഷ്ഠിക്കുന്നു, അവയവയുടെ വിധി ഡിവിഷൻ I ലെ വ്യക്തികളായ മുതലാളിമാർക്കിടയിൽ കൈമാറ്റം ചെയ്യപ്പെട്ടുകൊണ്ട് പൂർത്തിയാക്കുന്നു.

(അതേസമയം മുകളിൽ കൊടുത്തിരിക്കുന്നവ ഇനി തുടർന്നുവരുന്നവയെ കുറെക്കൂടി മെച്ചമായി മനസിലാക്കാൻവേണ്ടി കൊടുത്തിട്ടുള്ളവയാണ്)

നമുക്കിനി രണ്ടു ഡിവിഷനുകൾക്കുമിടയിൽ നടക്കുന്ന വലിയ കൈമാറ്റത്തിലേക്കു കടക്കാം.

ഡിവിഷൻ Iലെ ഉൽപ്പാദകരുടെ കൈയ്യിലുള്ള (1000v + 1000s) I mp 2000II c ക്കായി കൈമാറ്റം ചെയ്യപ്പെടണം. അതായത്, meയുടെ സ്വാഭാവിക രൂപത്തിലുള്ള മൂല്യങ്ങൾക്കായി. ഡിവിഷൻ II ലെ മുതലാളിമാരങ്ങനെ വീണ്ടും തങ്ങളുടെ സ്ഥിരമൂലധനം me എന്ന രൂപത്തിൽ

* me - means of existence ജീവനോപാധികൾ

നിന്ന് mp രൂപത്തിലേക്ക് പരിവർത്തിപ്പിക്കണം; ഒടുവിൽപ്പറഞ്ഞത് കൃത്യമായും പുതിയ me യെ ഉൽപ്പാദിപ്പിക്കാൻ കഴിവുള്ള തരത്തിലുള്ള mp യാണ്. മറുവശത്ത് ഡിവിഷൻ I ലെ തൊഴിലാളികൾക്കും മുതലാളികൾക്കും ഈ രീതിയിൽ തങ്ങളുടെ കൂലികൾക്കും മിച്ചമൂല്യത്തിനും പകരമായി അവർക്കാവശ്യമുള്ള me ലഭ്യമാകുന്നു.

പക്ഷേ, ഈ പരസ്പര വിറ്റുവരവിന് മാധ്യമമായി പണ സർക്കുലേഷന്റെ ഒരു പ്രക്രിയ സേവനമനുഷ്ഠിക്കുന്നു. ഇവിടെ ചർച്ച ചെയ്യപ്പെടുന്ന പ്രക്രിയ ആദ്യത്തേതിനെ (പരസ്പര വിറ്റുവരവ്) ഗ്രഹിക്കുന്നത് കൂടുതൽ വിഷമകരമായ ഒന്നാക്കിത്തീർക്കുന്നു; പക്ഷേ അധ്വാനക്കൂലിക്ക് (മൂലധനത്തിന്റെ അസ്ഥിരഭാഗം) നിരന്തരമായി പണരൂപത്തിൽ പ്രത്യക്ഷപ്പെടേണ്ടതുണ്ട് എന്ന കാരണത്താൽ അതിന് നിർണായകപ്രധാന്യമുണ്ട്. എല്ലാ ബിസിനസ് ശാഖകളിലും അത് ഡിവിഷൻ I ലായാലും ഡിവിഷൻ II ലായാലും ആ രൂപത്തിലാണ് കൂലി നൽകപ്പെടുന്നത്. പണം ലഭ്യമാക്കാനായി മുതലാളി അയാളുടെ ചരക്കുകൾ വിൽക്കണം.

ഡിവിഷൻ I ൽ മൊത്തം മൂലധനം 1000 (നാമതിനെ ആയിരംപൗണ്ട് എന്ന് പേരിടുന്നു, അത് പണമൂല്യമാണെന്ന കാര്യത്തിനടിവരയിടാനായാണത്) = 1000v അതിനകംതന്നെ v ഭാഗമായി നിലനിൽക്കുന്ന ഉൽപ്പന്നങ്ങളുടെ ആ ഭാഗത്തിനുവേണ്ടി തൊഴിലാളികൾക്കു നൽകുന്നു. തൊഴിലാളികൾ 1000 പൗണ്ട് me ഡിവിഷൻ II ലെ മുതലാളിമാരിൽനിന്നു വാങ്ങുന്നു. അങ്ങനെ രണ്ടാമതു പറഞ്ഞവരുടെ പകുതി സ്ഥിരമൂലധനത്തെ പണമായി പരിവർത്തിപ്പിക്കുന്നു; ഡിവിഷൻ II ലെ മുതലാളിമാർ തങ്ങളുടെ മുറക്ക്, 1000 പൗണ്ട് mp കൊണ്ട് ഡിവിഷൻ I ലെ മുതലാളിമാരിൽനിന്ന് അവരുടെ അസ്ഥിരമൂലധനത്തെ വാങ്ങുകയും അതോടെയിവിടം മുതലത് ഒരിക്കൽക്കൂടി പണമായി പരിവർത്തിക്കപ്പെടുകയും ചെയ്യുന്നു. അതുപയോഗിച്ചവർക്ക് പുതിയ അധ്വാനശക്തിയെ വാങ്ങാനാവും. അതുകൊണ്ട് ഡിവിഷൻ I ലെ മുതലാളിമാർ ആരംഭത്തിൽ സ്വയംതന്നെ മുതലിറക്കിയതാണീതുക.

ഡിവിഷൻ I ലെ മുതലാളിമാരുടെ മിച്ചമൂല്യത്തെ പ്രതിനിധീകരിക്കുന്നതായ ആ mp യെ ഡിവിഷൻ II ന്റെ സ്ഥിരമൂലധനത്തിന്റെ രണ്ടാമത്തെ ഭാഗത്തിനുപകരമായി കൈമാറാനായി കൂടുതൽ പണമാവശ്യമാണ്. ഈ തുക പല രീതികളിൽ മുതലിറക്കാനാകും; പക്ഷേ, എല്ലാത്തരം സാഹചര്യങ്ങളിലും അതുത്ഭൂതമാകേണ്ടത് മുതലാളിമാരിൽനിന്നാണ്; കാരണം, തൊഴിലാളികളാൽ സർക്കുലേഷൻ പ്രക്രിയയിലേക്ക് വിന്യസിക്കപ്പെട്ട പണത്തിന്റെ കാര്യത്തിൽ നാമിതിനകംതന്നെ കണക്കുതീർത്തുകഴിഞ്ഞു. ഡിവിഷൻ II ലെ ഒരു മുതലാളിക്ക് തന്റെ ഉൽപ്പാദനമൂലധനത്തിനു പുറമേ കൂടുതലായി കൈവശത്തിലുള്ള പണമൂലധനമുപയോഗിച്ച് mp വാങ്ങാനാവും; അല്ലെങ്കിൽ നേരെതിരിച്ച്, ഡിവിഷൻ I ലെ ഒരു മുതലാളിക്ക് തന്റെ വ്യക്തിപരമായ ചെലവുകൾ നിർവഹിക്കാനായി സൂക്ഷിച്ചിരിക്കുന്ന പണ റിസർവിൽനിന്ന് (മൂലധനമെന്ന

നിലയിൽ നിക്ഷേപിക്കാനുള്ള റിസർവിൽ നിന്നല്ല) me വാങ്ങാൻ കഴിയും. നിശ്ചിത പണ റിസർവുകൾ – മൂലധനമായി നിക്ഷേപിക്കാനായോ അല്ലെങ്കിൽ വ്യക്തിപരമായ ചെലവുകൾക്കോ ആകാമത് – എല്ലാ സാഹചര്യങ്ങളിലും ഉൽപ്പാദനമൂലധനത്തിന്റെ കൂടെത്തന്നെ, മുതലാളിമാരുടെ കൈയിൽ ലഭ്യമാണ് എന്ന് കണക്കാക്കപ്പെടണം. നമുക്ക് പണത്തിന്റെ ഒരു പകുതി (നമ്മുടെ ആവശ്യത്തിനിവിടെ അനുപാതമേതെന്ന കാര്യത്തിന് പ്രസക്തിയില്ല) ഡിവിഷൻ II ലെ മുതലാളിമാർ mp വാങ്ങാനായി മുതലിറക്കിയെന്നും, അതേസമയം മറ്റേ പകുതി ഡിവിഷൻ I ലെ മുതലാളിമാർ me ക്കായി ചെലവഴിച്ചുവെന്നും അനുമാനിക്കാം. ഈ കേസിൽ ഡിവിഷൻ II അതിന്റെ സ്ഥിര മൂലധനത്തിന്റെ മൂന്നിൽ രണ്ട് ഈ 500 കൊണ്ട് (ഡിവിഷൻ I ലെ തൊഴിലാളികളിൽ നിന്നുത്ഭൂതമായ 1000 പൗണ്ടിനൊപ്പം ചേർന്ന്) സ്വാഭാവികമായും പകരം വച്ചു. പക്ഷേ, ഡിവിഷൻ I ഇങ്ങനെ കിട്ടിയ 500 പൗണ്ട് me ക്ക് പകരമായി ഡിവിഷൻ II ന് തിരികെ നൽകുന്നു. അങ്ങനെ ഡിവിഷൻ II ന് ഈ രീതിയിൽ 500 പൗണ്ട് പണമൂലധനമായി തിരികെ ലഭിക്കുന്നു, അതതിന്റെ ഉൽപ്പാദന മൂലധനത്തിനൊപ്പം ആ തുകകൂടി ഉടമസ്ഥതയിലാക്കുന്നു. ഇതിന്റെ കൂടെ ഡിവിഷൻ I 500 പൗണ്ട് കൂടി me വാങ്ങാനായി നൽകുന്നു. ഈ അവസാനത്തെ അഞ്ഞൂറുപൗണ്ട് കൊണ്ട് ഡിവിഷൻ II mp വാങ്ങുന്നു, അങ്ങനെയതിന്റെ മൊത്തം സ്ഥിരമൂലധനത്തെയും (1000+500+500=2000) പകരംവെക്കുന്നു, അതേസമയം ഡിവിഷൻ I അതിന്റെ മൊത്തം മിച്ചമൂല്യവും me യുടെ മേൽ ചെലവഴിക്കുകയും ചെയ്യുന്നു. ഒട്ടുമൊത്തത്തിലെടുത്താൽ 4000 പൗണ്ട് പരിധിയിലുള്ള ചരക്കുകളുടെ വിറ്റുവരവ് 2000 പൗണ്ടിന്റെ പണസർക്കുലേഷനിലൂടെ നടന്നുകഴിഞ്ഞിരിക്കും. നമുക്കീ പണത്തിന്റെ തുക കിട്ടുന്നത്, നാം മൊത്തം വാർഷിക ഉൽപ്പന്നവുംകൂടി ഒറ്റയടിക്ക് ഏതാനും വലിയ ഭാഗങ്ങളായി വിറ്റുതിരിച്ചുവന്നുവെന്ന് നാം അനുമാനിച്ചതുകൊണ്ടാണ്. ഇവിടെ പ്രാധാന്യമുള്ള ഏക കാര്യം ഡിവിഷൻ II അതിന്റെ സ്ഥിരമൂലധനമായ 'me' mp ക്കുവേണ്ടി കൈമാറുന്നുവെന്നും, mp യുടെ വാങ്ങലിനായി മുതലിറക്കിയ 500 പൗണ്ടുംകൂടി അതിനു തിരിച്ചു കിട്ടുന്നുവെന്നും, ഡിവിഷൻ ഒന്നിനതിന്റെ അസ്ഥിര മൂലധനത്തെ പണരൂപത്തിൽ തിരികെ ലഭ്യമാകുന്നുവെന്നും അങ്ങനെയത് പുതിയ അധ്വാനശക്തിയെ വാങ്ങാൻ കഴിവുള്ളതാണെന്നും, ഒപ്പം അതേപോലെതന്നെ അത് meയുടെ വാങ്ങലിനായി ചെലവഴിച്ച 500 പൗണ്ടും അതിന്റെ മൂലധനത്തിന്റെ മിച്ചമൂല്യം വിറ്റഴിക്കുന്നതിനു മുമ്പുതന്നെ അതിന് തിരികെ ലഭ്യമാകുന്നുവെന്നുമുള്ളതാണ്. പക്ഷേ, ഈ 500 പൗണ്ട് തിരിച്ചൊഴുകി, അതിന്റെ ചെലവഴിക്കൽ എന്ന കാരണത്താലല്ല; മറിച്ച്, ഡിവിഷന്റെ പകുതി മിച്ചമൂല്യമുൾക്കൊള്ളുന്ന ചരക്ക് – ഉൽപ്പന്നത്തിന്റെ തുടർന്നുള്ള വിൽപ്പനയിലൂടെയാണത്.

സാമാന്യമായ അനന്തരഫലം: ഉൽപ്പാദിപ്പിക്കുന്ന മുതലാളിമാർ സർക്കുലേഷൻ പ്രക്രിയയിലേക്കൊഴുകുന്ന പണമത്രയും ഓരോ വ്യക്തികളായ മുതലാളിയുടെയും കൈകളിലേക്ക് തിരിച്ചെത്തുന്നു, പണസർക്കു

ലേഷനുവേണ്ടി അയാൾ മുതലിറക്കുമ്പോൾ.

അപ്പോഴിനി ബാക്കിയാകുന്നത് ഡിവിഷൻ I ന്റെ അസ്ഥിരമൂലധനം (അധ്വാനത്തിന്റെ കൂലികൾ) മാത്രമാണ്. ഉൽപ്പാദനപ്രക്രിയയുടെയവസാനത്തിൽ അതാദ്യം തൊഴിലാളികളതിനു പ്രദാനം ചെയ്ത ചരക്കുരൂപത്തിൽ നിലനിൽക്കുന്നു; അതായത്, mpയിൽ തൊഴിലാളികൾക്ക് അവരുടെ കൂലി ഡിവിഷൻ I ലെ മുതലാളിമാരിൽനിന്നു ലഭിച്ചു. പക്ഷേ, തൊഴിലാളികൾ mp വാങ്ങുന്നില്ല, ഈ പണം നേരിട്ടുതന്നെ ഡിവിഷൻ I ലെ മുതലാളിക്ക് തിരികെയെത്തുന്നില്ല; മറിച്ച്, ആദ്യം ഡിവിഷൻ II ലെ മുതലാളിമാരിലേക്കെത്തുന്നു, അവരിൽ നിന്നാണ് തൊഴിലാളികൾ അവരുടെ me വാങ്ങുന്നത്. ഡിവിഷൻ II ലെ മുതലാളിമാർ mp യുടെ വാങ്ങലിനായി പണം ചെലവിടുന്നതുകൊണ്ടു മാത്രമാണ് അത് വൃത്താകൃതിയിലുള്ള വഴിയിലൂടെ ഡിവിഷൻ I ലെ മുതലാളിമാരുടെ ഉടമസ്ഥതയിലേക്ക് എത്തിച്ചേരുന്നത്.

അതുകൊണ്ട് ലളിതമായ പുനരുൽപ്പാദനത്തിൽ ഡിവിഷൻ I ന്റെ v+s എന്ന തുകയെ പ്രതിനിധീകരിക്കുന്ന വാർഷിക ഉൽപ്പന്നത്തിന്റെ ഭാഗം ഡിവിഷൻ II ന്റെ സ്ഥിരമൂലധനത്തിനു തുല്യമായിരിക്കണം, അല്ലെങ്കിൽ ഡിവിഷൻ II ന്റെ സ്ഥിരമൂലധനത്തെ പ്രതിനിധീകരിക്കുന്നതായ മൊത്തം ഉൽപ്പന്നത്തിലെ ആ ഭാഗത്തിന് തുല്യമായിരിക്കണം. I (V+S) = IIC

ഡിവിഷൻ II ന്റെ ഉൽപ്പന്നത്തിന്റെ മൂല്യത്തിന്റെ ഘടകഭാഗങ്ങളായ v+s നെക്കുറിച്ച് പഠിക്കുകയെന്നത് ഇപ്പോഴും നമ്മുടെ മുന്നിൽ ബാക്കിയാണ്. ഡിവിഷൻ II ലെ മുതലാളിമാർക്ക് ലഭിച്ച അധ്വാനം - കൂലിയോടെ ഈ ഡിവിഷനിലെ തൊഴിലാളികൾ വ്യക്തമായും അവരുടെ സ്വന്തം ഉൽപ്പന്നത്തിന്റെ ഒരു ഭാഗത്തെ തിരികെ വാങ്ങുന്നു. ഡിവിഷൻ II ലെ മുതലാളിമാരിതിലൂടെ അവർ കൂലിക്കായി മുതലിറക്കിയ പണമൂലധനത്തെ പണരൂപത്തിലേക്ക് തിരികെ പരിവർത്തിപ്പിക്കുന്നു. അവരവരുടെ തൊഴിലാളികൾക്ക് ഭക്ഷ്യവസ്തുക്കൾക്കുള്ള സ്റ്റാമ്പുകളുടെ (food stamps) രൂപത്തിൽ കൂലി നൽകിയാലെന്നതുപോലെ തന്നെയാണത്.

ഉൽപ്പാദനത്തിന്റെ ഡിവിഷൻ II ലുൾപ്പെടുന്നത് വ്യവസായത്തിന്റെ ഏറ്റവും വൈവിധ്യമാർന്നശാഖകളാണ്. എങ്കിലുമവയെ രണ്ടപ്രധാന ഉപവിഭാഗങ്ങളായി തരംതിരിക്കാം.

A. ഉപഭോഗ ഉപാധികൾ. അത് തൊഴിലാളികൾക്കാവശ്യമുള്ളവയാണ്. അവ അനിവാര്യമായ ജീവനോപാധികളാണെന്നിടത്തോളം മുതലാളിമാരുടെ ഉപഭോഗത്തിന്റെ ഒരു ഭാഗത്തെയും അത് രൂപപ്പെടുത്തുന്നു. നമ്മുടെ ഉദ്ദേശ്യത്തിനായി നാം സൗകര്യത്തിനുവേണ്ടി ഈ മൊത്തം ഉപവിഭാഗത്തെയും അറ്റ ജീവനോപാധികളുടെ (net means of existence) ഉപവിഭാഗമെന്ന് കരുതുന്നു. ഒരു നിശ്ചിതഉൽപ്പന്നം ഉദാഹരണത്തിന് പുകയില, ശരീരശാസ്ത്രപരമായി ആവശ്യമുള്ളതാണോ എന്നതൊന്നും പ്രശ്നമല്ല, അത് തൊഴിലാളികൾ ഒരു ശീലമെന്ന നിലയിൽ ഉപഭോഗിക്കുന്നുവെങ്കിൽ അതുതന്നെ മതിയാകും.

B. ആഡംബര ഉപഭോഗവസ്തുക്കൾ. അതായത്, മുതലാളിമാരാൽ മാത്രം ഉപഭോഗിക്കുന്ന ആ ഉപഭോഗോപാധികൾ. അതുകൊണ്ടുതന്നെ യവ മിച്ചമൂല്യത്തിനു പകരമായി മാത്രമേ കൈമാറപ്പെടാനാകൂ.

ആവശ്യമായ me യുടെ കാര്യത്തിൽ അവയുടെ ഉൽപ്പാദനത്തിന്റെ ഗതിക്രമത്തിനിടയിൽ പണരൂപത്തിൽ മുതലിറക്കിയ കൂലികൾ അത്തരം ആവശ്യമായ ഉപഭോഗോപാധികളുൽപ്പാദിപ്പിക്കുന്നവരായ ഡിവിഷൻ IIലെ മുതലാളിമാരുടെ കൈയിലേക്ക് നേരിട്ടെത്തിച്ചേരുമെന്നത് വ്യക്തമാണ് (അതായത് IIA യിലെ മുതലാളിമാരുടെ കൈകളിലേക്ക്) ഇവിടെ സർക്കുലേഷന്റെ ഉപാധികൾ തൊഴിലാളികൾ ചെലവാക്കുന്ന പണത്താൽ നേരിട്ടുതന്നെ ലഭ്യമാക്കപ്പെടുന്നു. ഇവിടെ പ്രശ്നം ആഡംബര ഉപഭോഗവസ്തുക്കളുടേതാണ്, അവയെ തൊഴിലാളികൾ വാങ്ങുന്നില്ല. ആ വസ്തുക്കളുടെ ഉൽപ്പാദനത്തിനായി മുതലിറക്കിയ (advance ചെയ്ത)കൂലികൾ വീണ്ടും പണരൂപത്തിൽ മുതലാളിമാരിൽ തിരിച്ചെത്തണമെങ്കിൽ, അത് നേരിട്ടുതന്നെ ഫലത്തിലേക്ക് കൊണ്ടുവരാനാവില്ല, ഒരിടനിലയുടെ ആവശ്യമുണ്ട്. കൂടുതൽ കൃത്യമായി കണക്കുകൂട്ടുമ്പോൾ ഡിവിഷൻ I ന്റെ മിച്ചമൂല്യം (mp) me ക്കായി കൈമാറിയപ്പോൾ കിട്ടിയതിനോട് വളരെ സമാനമായ ഒരു സൂത്രവാക്യം നമുക്കു ലഭിക്കുന്നു. ഒപ്പംതന്നെ അത് കാണിക്കുന്നത് അവശ്യജീവനോപാധികളുടെ ഉൽപ്പാദനവും ആഡംബരവസ്തുക്കളുടെ ഉൽപ്പാദനവും തമ്മിൽ വളരെ സമാനമായ ഒരു അനുപാതത്തെയുമാണ്.

ലളിതമായ പുനരുൽപ്പാദനം സങ്കൽപ്പിച്ചുകൊണ്ട്, അനിവാര്യമായും നാം താഴെപ്പറയുന്ന ഫലത്തിലെത്തിച്ചേരുന്നു.

1. പുതിയതായി സൃഷ്ടിക്കപ്പെടുന്ന മൂല്യം (v+s) mp എന്ന രൂപത്തിൽ പ്രതിനിധീകരിക്കുന്ന വാർഷിക ഉൽപ്പാദനത്തിന്റെ ഭാഗം me എന്ന രൂപത്തിൽ നിലനിൽക്കുന്ന സ്ഥിരമൂലധനത്തിന്റെ മറ്റേ ഭാഗവുമായി തുല്യമായിരിക്കണം. ആദ്യം പറഞ്ഞത് me യെക്കാൾ ചെറുതായാൽ അതിന് സ്ഥിരമൂലധനത്തെ mp യിലേക്ക് മുഴുവനായും തിരികെ പരിവർത്തിപ്പിക്കാൻ കഴിയാതെ വരും, അതുകൊണ്ട് പഴയതോതിൽ ഉൽപ്പാദനം തുടരാനും കഴിയാതെ വരും. മറുവശത്ത്, അത് വലുതാണെങ്കിൽ ഒരു മിച്ചം ഉപയോഗപ്പെടുത്തപ്പെടാതെ പോകും.

2. ആവശ്യമായ ജീവനോപാധികളുൽപ്പാദിപ്പിക്കുന്ന മുതലാളിമാരുടെ മിച്ചമൂല്യത്തെക്കാൾ ചെറുതായിരിക്കണം ആഡംബര വസ്തുക്കളുൽപ്പാദിപ്പിക്കപ്പെട്ടിരിക്കുന്ന തൊഴിലാളികളുടെ കൂലി.[1]

1. ഈ അധ്യായത്തിന്റെ ആരംഭത്തിൽ പറഞ്ഞിരുന്നതിനനുസരിച്ച് നാമിവിടെ വച്ച് മാർക്സിന്റെ വിഷയത്തിന്റെ അനാവരണം അവസാനിപ്പിക്കുന്നു. ഈ കൃതിയുടെ ഒരനുബന്ധമെന്ന നിലയിൽ വായിക്കാനായി പ്രതിസന്ധികളെ സംബന്ധിച്ച മാർക്സിന്റെ സിദ്ധാന്തത്തിന്റെ കാതൽ എന്നൊരു പ്രബന്ധം വായനക്കാരന് ശുപാർശ ചെയ്യുകയും ചെയ്യുന്നു.

അനുബന്ധം

പ്രതിസന്ധികളെ സംബന്ധിച്ച മാർക്സിന്റെ സിദ്ധാന്തത്തിന്റെ കാതൽ

ജൂലിയൻ ബോർച്ചാർഡ്റ്റ്

ബൂർഷ്വാ-സോഷ്യലിസ്റ്റ് സാമൂഹ്യവ്യവസ്ഥകൾ തമ്മിലുള്ള മൗലികമായ ഭിന്നത കണക്കിലെടുക്കുമ്പോൾ, പ്രതിസന്ധികളുടെ പ്രതിഭാസങ്ങളെ സംബന്ധിച്ച അഭിപ്രായങ്ങളും ഏറെക്കുറെ എല്ലാപോയിന്റുകളിലും കാര്യമായിത്തന്നെ വ്യത്യാസപ്പെട്ടിരിക്കുന്നുവെന്നതിലതിശയമില്ല. എങ്കിലും പ്രതിസന്ധി ഉയർന്നുവരുന്നത് മുഖ്യമായും ഉൽപ്പാദനവും ഉപഭോഗവും തമ്മിലുള്ള സന്തുലനത്തിലുണ്ടാകുന്ന മാറ്റം മറിച്ചിലുകലിൽ നിന്നാണെന്ന കാര്യം പൊതുവിൽ യോജിപ്പുള്ള കാര്യമാണ്. പോൾ മോംബർട്ട് എഴുതുന്നു: “ചരക്കുകളുടെ വിപണിയിൽ സപ്ലൈയും ഡിമാൻഡും പരസ്പരം സന്തുലനം കാത്തു സൂക്ഷിക്കുന്ന ഒരു സ്ഥിതി അതിന്റെ അനന്തരഫലമായി ഉൽപ്പാദനവും ഉപഭോഗവും തമ്മിൽ ഒരു പൂർണമായ സന്തുലനം നിലനിൽക്കുന്ന ഒരു സ്ഥിതി, ചരക്കുകൾക്കു വേണ്ടിയുള്ള ആവശ്യങ്ങൾ നിവൃത്തിക്കപ്പെടുന്നതിന്റെ അതേ അനായാസതയോടെതന്നെ ചരക്കുകൾക്കതിന്റെ വാങ്ങലുകാരെ കണ്ടെത്താൻ പറ്റുന്ന ഒരു സ്ഥിതി - അതാണ് മാതൃകാപരമായ ഒരു സാമ്പത്തിക സ്ഥിതി. പക്ഷേ, ഒരു വസ്തുതയെന്ന നിലയിൽ, ഉൽപ്പാദകനും ഉപഭോക്താവും തമ്മിലുള്ള ബന്ധം ഇന്ന് സ്ഥാപിക്കപ്പെട്ടിരിക്കുന്നത് എണ്ണമറ്റ ഇടനിലക്കാരിലൂടെ മിക്കപ്പോഴും വളരെ കുഴഞ്ഞുമറിഞ്ഞ രീതികളിലാണ്, ഉൽപ്പാദനം നടത്തപ്പെടുന്നത് ഉപഭോഗത്തെ മുന്നിൽ കണ്ടുകൊണ്ടാണെന്ന- ചരക്കുകൾ ഉൽപ്പാദിപ്പിക്കപ്പെടുന്നത് അവയ്ക്കുവേണ്ടിയുള്ള ആവശ്യങ്ങളെ തൃപ്തിപ്പെടുത്താനാണെന്ന- അടിസ്ഥാന സത്യം വളരെ എളുപ്പത്തിൽത്തന്നെ മൂടിമറയ്ക്കപ്പെടുന്നു. ഈ അടിസ്ഥാനസത്യത്തിന്റെ സ്വാഭാവിക അനന്തരഫലം സന്തുലനം വീണ്ടും പുനരന്വേഷിക്കപ്പെടുന്നുവെന്നതാണ്. അതായത്, പറ്റാവുന്നത്രയും ഉപഭോക്താക്കൾക്ക് ആവശ്യമുള്ളത്രമാത്രം ചരക്കുകൾ ഉൽപ്പാദിപ്പിക്കുകയെന്നതും

അത് കൂടുതലോ കുറവോ ആകാതിരിക്കുകയെന്നതും സാധ്യമാവുകയാണ് വേണ്ടത്. ഇതല്ല സ്ഥിതിയെങ്കിൽ അതായത്, ഒന്നുകിൽ വളരെകുറച്ചു മാത്രമോ അല്ലെങ്കിൽ വളരെ കൂടുതലോ ചരക്കുകളുൽപ്പാദിപ്പിക്കപ്പെട്ടാൽ, അതല്ലെങ്കിൽ ആവശ്യമുള്ളവയല്ല ഉൽപ്പാദിപ്പിക്കപ്പെടുന്ന ചരക്കുകളെങ്കിൽ അത് വിപണിയിൽ കാര്യമായ അസ്ഥിരത സൃഷ്ടിക്കാനിടയാക്കും. അതിന്റെ പരിധി എത്രകണ്ടെന്ന നിലയിൽ അനുപാതികമായ തീവ്രതയോടെ അതനുഭവവേദ്യമാകുകയും ചെയ്യും. ഒരു പ്രതിസന്ധിയുടെ കാലത്ത് ഒരുവശത്ത് വമ്പിച്ചൊരളവിൽ ചരക്കുകൾ വിൽക്കാനാവാതെ വിപണികളിൽ കുന്നുകൂടുമെന്നതും മറുവശത്ത്, ഒരുവലിയ വിഭാഗം ഉപഭോക്താക്കൾക്ക് ചരക്കുകൾ ലഭ്യമാകാതെ വരുന്ന സ്ഥിതിയുണ്ടാകുമെന്നതും മനസിലാക്കാൻ വിശേഷിച്ച് സാമ്പത്തിക ശാസ്ത്രത്തിലെ വലിയ ജ്ഞാനമൊന്നുമാവശ്യമില്ല. ഉൽപ്പാദനവും ഉപഭോഗവും തമ്മിലുണ്ടാകുന്ന ഈ പൊരുത്തക്കേടിന്റെ കാരണം ഒന്നുകിൽ ഉൽപ്പാദകരോ അല്ലെങ്കിൽ ഉപഭോക്താക്കളോ ഉണ്ടാക്കുന്ന തെറ്റുകളുടെ ഭാഗമായല്ലെന്ന കാര്യമറിയാനും അത്ര വലിയ വിജ്ഞാനമൊന്നുമാവശ്യമില്ല. ഒരുപക്ഷേ, ഉൽപ്പാദിപ്പിക്കപ്പെടുന്ന ചരക്കുകൾ, അളവുപരമായും ഗുണപരമായും ഉപഭോഗത്തിന്റെ ആവശ്യകതകൾക്കനുസൃതമാണെന്നു തന്നെയും വന്നേക്കാം. പക്ഷേ ഇന്ന് ചരക്കുകളെ ഉപഭോക്താക്കളുടെയടുത്തെത്തിക്കുന്നതിന് വളരെ സങ്കീർണമായ സംവിധാനമാണുള്ളത്. അത് കുഴപ്പത്തിലാണെന്ന സ്ഥിതി വന്നാൽ ഒരു വശത്ത് ചരക്കുകൾ വിൽക്കപ്പെടാതിരിക്കുകയും, മറുവശത്ത്, അവയ്ക്കടിയന്തിരാവശ്യമുണ്ടെന്ന സ്ഥിതി വരികയും ചെയ്യാം. പക്ഷേ, എന്തുതന്നെയാണ് കാരണമെന്നുവന്നാൽത്തന്നെയും പ്രതിസന്ധിയുൾപ്പെടുന്നത് ഉൽപ്പാദനവും ഉപഭോഗവും തമ്മിലുള്ള സന്തുലനത്തിൽ കാര്യമായ കുഴപ്പങ്ങളുണ്ടാകുന്നതു മൂലമാണെന്ന കാര്യമുറപ്പാണ്.

ചോദ്യമുയരുന്നു: എന്നും ഇതായിരുന്നോ സ്ഥിതി? ഏതെങ്കിലുമൊരുകാലത്ത് അത്തരം കുഴപ്പങ്ങളൊന്നുമുണ്ടാകാതിരുന്ന ഒരു സ്ഥിതിയുണ്ടായിരുന്നോ? അതല്ല ഇത്തരമൊരു കുഴപ്പമുണ്ടാകുകയെന്ന കാര്യം അസാധ്യം തന്നെയായിരുന്ന ഒരു കാലമുണ്ടായിരുന്നോ? അതിനു കൃത്യമായ ഒരുത്തരം സാധ്യമല്ല. കാരണം, പ്രാചീനകാല ജനതകളുടെ ജീവിതങ്ങളെക്കുറിച്ചൊരുപാട് സചിത്രവിവരണങ്ങൾ നാം കേൾക്കാറുണ്ടെങ്കിലും അവരുടെ സാമ്പത്തികജീവിതങ്ങളെക്കുറിച്ചുള്ള അറിവുകൾ വളരെക്കുറവാണ്. എങ്കിലും ചെറിയ പ്രാകൃതന്മാരുടെ സംഘങ്ങളിൽ, അവർ അവരുടെ അടിയന്തിരാവശ്യങ്ങൾ തൃപ്തിപ്പെടുത്താൻ മാത്രമാണ് ശ്രമിക്കുന്നതെന്നതിനാൽ അത്തരമൊരുദ്ദേശ്യത്തിന് ആവശ്യമായതിൽക്കൂടുതലോ കുറവോ ഉൽപ്പാദിപ്പിക്കുകയെന്നത് ബുദ്ധിമുട്ടാണെന്ന് നമുക്കനുമാനിക്കാം. അഗസ്റ്റസിന്റെയും ഹെർമാന്റെയും കാലത്തുണ്ടായിരുന്ന പ്രാചീന ജർമാനിക് ഗോത്രങ്ങളെ സംബന്ധിച്ച് സ്റ്റെയിൻഹോസൻ എഴുതുന്നതായി നാം കാണുന്നതിങ്ങനെയാണ്.

> പ്രകൃതിയുടേതായ ജീവിതസാഹചര്യങ്ങളിൽക്കഴിയുന്ന എല്ലാ ജനതകളിലുമെന്നപോലെ, അധ്വാനത്തിന് ഒരൊറ്റ ഉദ്ദേശ്യത്തെയേ

> അറിയൂ, ക്ഷാമം കൊണ്ടുണ്ടാകുന്ന അടിയന്തിരാവശ്യങ്ങൾ. സ്ഥിരമായ അധ്വാനം നിലനിൽക്കുന്നില്ല... ഭക്ഷണം തേടിപ്പോകുന്നതിൽ നിന്നുണ്ടാകുന്ന പ്രവർത്തനങ്ങളും അല്ലെങ്കിൽ താമസത്തിന്റെ ആവശ്യങ്ങൾ തൃപ്തിപ്പെടുത്താൻ നടത്തുന്ന പ്രവർത്തനങ്ങളും ആരംഭത്തിൽ പരിമിതമായ അളവിലേ അധ്വാനമായി പരിഗണിക്കപ്പെടുന്നുള്ളൂ... ഓരോ കുടുംബവും അതിനാവശ്യമുള്ളതെല്ലാം സ്വയം ശേഖരിക്കുകയും ഉൽപ്പാദിപ്പിക്കുകയും ചെയ്യുന്നു. നമുക്കത്തരമൊരു പ്രാകൃത ജർമാനിക് ഗോത്രത്തെ സങ്കൽപ്പിച്ചുനോക്കാം. ഒരുപക്ഷേ അതിനകത്ത് ഏതാനും ഡസൻ അംഗങ്ങളേ ഉണ്ടായിരിക്കൂ. അത് വനത്തിലൂടെ അലഞ്ഞുതിരിയുന്നു, വേട്ടയാടുന്നു, ഫലമൂലാദികൾക്കു വേണ്ടി തെരച്ചിൽ നടത്തുന്നു, മറ്റു ഗോത്രങ്ങളെ കൊള്ളയടിക്കുന്നു. നാം മനസിലാക്കുന്നത് അവർക്കുടനടി തന്നെ ആവശ്യം വരുന്നതിലേറെയോ കുറവോ അവരുൽപ്പാദിപ്പിക്കുന്നുവെന്ന ആശയത്തിനുതന്നെ അർഥമില്ലെന്നാണ്.

പക്ഷേ, നാഗരികത വളരെയേറെ മുന്നോട്ടുപോയ സമൂഹങ്ങളിൽ ഇത്തരമൊരാശയം കണ്ടെത്താൻ ബുദ്ധിമുട്ടാണ്. അവിടെ സ്വയം-ഉൽപ്പാദനമാണ് അഥവാ ഒരാളുടെ സ്വന്തം ആവശ്യങ്ങളെത്തന്നെ മുന്നിൽക്കണ്ടുള്ള ഉൽപ്പാദനമാണ് പ്രമുഖമായ രൂപം. നാം തൊട്ടുമുമ്പ് പറഞ്ഞ തരത്തിലുള്ള പ്രാകൃതമായ സ്വഭാവവിശേഷങ്ങൾ ഈയുൽപ്പാദനരൂപം എപ്പോഴും നിലനിർത്തുന്നില്ല. സാമ്പത്തിക പ്രവർത്തനം ക്രമീകരിക്കപ്പെടുന്നു. മറിച്ച്, നമുക്ക് ക്രമികമായി കന്നുകാലിവളർത്തൽ, കൃഷി എന്നിവ നടത്തുന്നതും ഒപ്പംതന്നെയുദ്ധവും വേട്ടയാടലും നടത്തുന്നതുമായ ഒരുഗോത്രത്തെ പരിശോധിച്ചുനോക്കാം. അതിൽ നൂറുകണക്കിനോ ആയിരക്കണക്കിനോ അംഗങ്ങളുണ്ടാകാം. ഓരോ വീടും സ്വയംതന്നെ ആവശ്യമായവയെല്ലാം ശേഖരിക്കുകയും ഉൽപ്പാദിപ്പിക്കുകയും ചെയ്യുന്നതിനാൽ ഓരോ വ്യക്തിയുടെയും ആവശ്യങ്ങളെല്ലാവർക്കുമറിയാം. ഈ അറിയപ്പെടുന്ന ആവശ്യങ്ങളെ തൃപ്തിപ്പെടുത്തുന്നതിനെ ലക്ഷ്യം വച്ചുള്ളതായിരിക്കും മൊത്തം ഉൽപ്പാദനപ്രവർത്തനവുമെന്ന കാര്യം വളരെ വ്യക്തമാണ്. അത്തരം ചെറിയ ഗോത്രങ്ങളുടെ സാമുദായികമായ ഉൽപ്പാദനത്തിന്റെ കാര്യത്തിലുമിക്കാര്യം പ്രസക്തമാണ്. തീർച്ചയായും ആവശ്യത്തിൽക്കവിഞ്ഞ ഉൽപ്പാദനം (അമിതോൽപ്പാദനം) സംഭവിച്ചേക്കാം. അസാധാരണമാംവിധം മികച്ച ഒരു വിളവ് ലഭിക്കുന്നതുകൊണ്ടോ അസാധാരണമാംവിധം വലിയ ഒരു കൊള്ള മുതൽ ഒരു കടന്നാക്രമണത്തിലൂടെ കൈയിൽ വരുന്നതിൽ നിന്നോ ഒക്കെയാവാമത് സംഭവിക്കുക. പക്ഷേ, ഈ കേസുകളിൽ മിച്ച ഉൽപ്പന്നങ്ങൾ കൈകാര്യം ചെയ്യുന്നതിൽ ശ്രദ്ധേയമായ തരം ബുദ്ധിമുട്ടുകളൊന്നും അനുഭവപ്പെടുന്നില്ല. അതുകൊണ്ട് ഒരു വസ്തുതയെന്ന നിലയിൽ നമുക്കനുമാനിക്കാവുന്ന കാര്യം സ്വയം ഉൽപ്പാദനത്തിന് പ്രാമുഖ്യമുണ്ടായിരുന്ന എല്ലാ നൂറ്റാണ്ടുകളിലും അതായത്, ഒരാളുടെ സ്വന്തം ആവശ്യങ്ങളെ മുന്നിൽക്കണ്ടുള്ള ഉൽപ്പാദനം നിലനിന്നിരുന്ന കാലത്ത് ഉൽപ്പാദനവും ഉപഭോഗവും തമ്മിലുള്ള

സന്തുലനം നിലനിന്നിരുന്നുവെന്നാണ്.

പക്ഷേ, ആ കാലഘട്ടം എത്രകാലം നീണ്ടുനിന്നിരുന്നുവെന്നു വന്നാൽത്തന്നെയും, അത് (സ്വയം ഉൽപ്പാദനത്തിന്റെ കാലം) കഴിഞ്ഞുപോയി. ജനസംഖ്യയുടെ സ്ഥിരമായ വളർച്ചയും, അതിനൊപ്പംതന്നെ കടന്നുവന്ന ജനസംഖ്യയുടെ ആവശ്യങ്ങളും തൊഴിൽ വിഭജനത്തിലേക്കും ചരക്കുകളുടെ ഉൽപ്പാദനത്തിലേക്കും നയിച്ചു. നമുക്ക് മധ്യകാലത്തിന്റെ ആരംഭഘട്ടങ്ങളെയോ പിൽക്കാല ഘട്ടങ്ങളെയോ പരിഗണനയ്ക്കെടുക്കാം. അക്കാലത്ത് നഗരവാസികൾ, പൂർണമായല്ലെന്നുവന്നാൽത്തന്നെ, ഒട്ടുമിക്ക കാര്യങ്ങളിലും, പ്രധാനമായിട്ടെങ്കിലും, അവരുടെ കൈവേലയെ (കരകൗശലവിദ്യയെ) ആശ്രയിച്ചാണ് ജീവിച്ചിരുന്നത്. മധ്യകാലഘട്ടത്തിലെ ഈ നഗരവാസികളെല്ലാംതന്നെ കുടിയാന്മാരായ കർഷകരായിരുന്നു. നഗരഭിത്തികൾക്കകത്തായാലും പുറത്തായാലുമവർ അവരുടെ കന്നുകാലികളെ മേച്ചിരുന്ന മൈതാനങ്ങളുടെ ഉടമസ്ഥരായിരുന്നു. പക്ഷേ, അതിന്റെ കൂടെത്തന്നെ അവർക്ക് അതാത് കരകൗശലവിദ്യയുമുണ്ടായിരുന്നു. ഈ കരകൗശലവിദ്യകൾ അവർക്ക് നിരന്തരം വർധിച്ചുവരുന്ന രീതിയിൽ അവരുടെ ഭക്ഷണത്തെ പ്രദാനം ചെയ്തു. ഒരു ചെരിപ്പുകുത്തി ചെരിപ്പുകളും, ഒരു തയ്യൽക്കാരൻ വസ്ത്രങ്ങളും, ഒരു നെയ്ത്തുകാരൻ തുണിയും തുടർച്ചയായി ഉണ്ടാക്കിക്കൊണ്ടിരുന്നാൽ അയാൾ ലക്ഷ്യം വയ്ക്കുന്നത് സ്വന്തം ആവശ്യങ്ങൾ അവയെക്കൊണ്ടു തൃപ്തിപ്പെടുത്തുകയെന്നതല്ലെന്നും മറിച്ച്, മറ്റുള്ളവരുടെ ആവശ്യങ്ങളെ തൃപ്തിപ്പെടുത്തലാണെന്നതും വ്യക്തമാണ്. നിർമിത ഉൽപ്പന്നങ്ങൾ വിറ്റഴിക്കപ്പെടേണ്ടതുണ്ട്, തുടക്കംമുതൽതന്നെ അവ വിൽപ്പനയ്ക്കുവേണ്ടി ഉദ്ദേശിക്കപ്പെട്ടിട്ടുള്ളതാണ്– ചരക്കുകൾ ഉൽപ്പാദിപ്പിക്കപ്പെട്ടു.

ഇതോടെയാണ് ഉൽപ്പാദനവും ഉപഭോഗവും തമ്മിലുള്ള സന്തുലനത്തിൽ ഒരു വിള്ളലുണ്ടാകാനുള്ള സാധ്യതയുയർന്നു വരുന്നത്. അവ തമ്മിൽ നേരിട്ടുള്ള ബന്ധം അടിച്ചമർത്തപ്പെട്ടു. കാരണം, ഒരാളുടെ തന്നെ സ്വന്തം ഉൽപ്പന്നങ്ങളുടെ വിൽപ്പന, ജർമൻകാരുടെ കാര്യത്തിലെങ്കിലും, ഉപഭോക്താക്കളുടെ ആവശ്യങ്ങളിൽനിന്ന് നേരിട്ടല്ല ഉണ്ടായിവന്നത്, മറിച്ച്, ഉൽപ്പാദനത്തിന്റെ അളവിലെ വർധനവിൽ നിന്നാണ്. വിദേശ രാജ്യങ്ങളുടെ ഉൽപ്പന്നങ്ങളെ സംബന്ധിച്ചിടത്തോളം, വളരെ പ്രാചീന കാലഘട്ടം മുതൽതന്നെ വിദേശക്കച്ചവടക്കാരാൽ അവ ഇറക്കുമതി ചെയ്യപ്പെടുകയും വിറ്റഴിക്കപ്പെടുകയും ചെയ്തു. ഫ്രാങ്കിഷ് രാജവംശത്തിനു കീഴിലുയർന്നുവന്ന (500നും 900നു മിടയിൽ) വൻതോതിൽ ഭൂമി കൈവശം വച്ചിരുന്ന എസ്റ്റേറ്റുകൾ ഒരു വിശാലമായ ഭൂസ്വത്തിനകത്ത് ഒരൊറ്റ മാസ്റ്ററുടെ കീഴിൽ വളരെയേറെ സംഖ്യ ആളുകളെ ഒന്നിച്ചുകൊണ്ടുവന്നു, അവയുടെ ക്രമീകൃതമായ കൃഷിക്കായി തങ്ങളുടെ തന്നെ ഒരു തൊഴിൽ സംഘടനയെ അത് നിലവിൽ കൊണ്ടുവന്നു. വളരെ വ്യതിരിക്തമായ ചരക്കുകളുള്ള– ഉദ്യോഗസ്ഥർ, പടയാളികൾ, ഭരണകർത്താക്കൾ, കുടിയാന്മാരായ കർഷകർ, കൈവേലക്കാർ തുടങ്ങി.... ആളുക

ളുടെ ഒരു സംഘടന. ഇവിടെ നമുക്ക് വീണ്ടും കരകൗശലവേലയുടെ ഉത്ഭവത്തെ കാണാം; ഇവിടെ മാത്രമേ അതിനുത്ഭവിക്കാനാകുമായിരുന്നുള്ളൂ. ഒരു ചെറിയ കർഷക സമൂഹത്തിന്റെ ഒരുപക്ഷേ, അതിനകത്ത് ഒരുഡസനിൽത്താഴെമാത്രം അംഗങ്ങളാണുണ്ടാവുക, ഒരാൾക്കും അത്ര കുറച്ചു മാത്രമാളുകൾക്കുവേണ്ടി തുണിമാത്രം ഉണ്ടാക്കിക്കൊണ്ടിരിക്കാമെന്നോ അല്ലെങ്കിൽ മറ്റേതെങ്കിലും കൈത്തൊഴിൽമാത്രം തുടർന്നുകൊണ്ടുപോകാമെന്നോ ചിന്തിക്കുക സാധ്യമല്ല. കാരണം അയാൾക്ക് തന്റെ സമയമത്രയും മുഴുകാൻ കഴിയുംവിധം ആ തൊഴിലിൽ ജോലിയുണ്ടാകില്ല. മറിച്ച്, വൻകിട എസ്റ്റേറ്റുകളിൽ നൂറുകണക്കായ ആളുകൾക്ക് ഭക്ഷണവും വസ്ത്രവും മറ്റും നൽകേണ്ട ആവശ്യം വരുമ്പോൾ അധ്വാനം ആദ്യമായി വിഭജിക്കപ്പെട്ടു- ഒരാൾ വസ്ത്രമുണ്ടാക്കുന്നു, മറ്റൊരാൾ ഗൃഹോപകരണങ്ങളുണ്ടാക്കുന്നു എന്ന രീതിയിൽ. ഈ തൊഴിൽ വിഭജനത്തിനിടയാക്കിയ കാര്യങ്ങളിൽ നാം പരിഗണന നൽകേണ്ട ഒന്നാണ് ഉൽപ്പാദനപരതയിൽ നിരന്തരം വന്നുകൊണ്ടിരുന്ന വർധനവ്, അത് യജമാനന്മാരുടെയും ആശ്രിതരുടെയും ആവശ്യങ്ങളെ ഒടുവിൽ കവിഞ്ഞുപോകുന്നതുവരെ വർധിച്ചുകൊണ്ടിരുന്നു. അത്തരം അമിതമായ ഉൽപ്പന്നങ്ങൾ വിൽക്കപ്പെടാൻ തുടങ്ങി. ജർമൻ ചരിത്രത്തിൽ എങ്ങനെയാണ് കച്ചവടത്തിന്റെ വികാസം ക്രമേണ കൈവേലക്കാരെ എസ്റ്റേറ്റുകളിൽ നിന്ന് വേർപെടുത്തിയതെന്നും, അങ്ങനെ നഗര സമൂഹങ്ങൾ സ്ഥാപിക്കപ്പെടുന്നതിലേക്കും അവയുടെ വിപുലനത്തിലേക്കും നയിച്ചതെന്നും കാണുക രസകരമാണ്.

അതെന്തായാലും നമുക്ക് മധ്യകാലഘട്ടങ്ങളിലെ വാണിജ്യപ്രതിസന്ധികളെക്കുറിച്ചൊന്നുമറിയില്ല, എന്നുവച്ചാൽ ഉപഭോഗവും ഉൽപ്പാദനവും തമ്മിലുള്ള സന്തുലനത്തിലെ ഗുരുതരമായ വിള്ളലുകളെ പറ്റി. അതല്ലെങ്കിൽ നമുക്കറിയാവുന്നത് വിള്ളലുകൾ ബാഹ്യകാരണങ്ങളാൽ വിശേഷിച്ചും യുദ്ധം കൊണ്ട് സംഭവിച്ചതിനെക്കുറിച്ചു മാത്രമാണ്, അതല്ലെങ്കിൽ ഉപഭോക്താക്കളുടെ ആവശ്യങ്ങളെ തൃപ്തിപ്പെടുത്താൻ ഉൽപ്പാദനം അപര്യാപ്തമായതിന്റെ ഫലമായുണ്ടായ സന്തുലനത്തിലെ വിള്ളലുകളെക്കുറിച്ചു മാത്രമാണ്. പക്ഷേ, നാമൊരിക്കലും ഇന്നത്തേതുപോലെ ആന്തരിക കാരണങ്ങളാൽ അമിതോൽപ്പാദനത്തിൽ നിന്നുത്ഭൂതമാകുന്ന തരത്തിലുള്ള ഒരുതരം പ്രതിസന്ധികളെക്കുറിച്ച് വായിച്ചിട്ടേയില്ല. അത് നമുക്കു തികച്ചും മനസിലാകാവുന്നതുമാണ്. മധ്യകാലഘട്ടത്തിലെ പ്രാകൃതനായ കൈവേലക്കാരൻ അയാളുടെ സ്വന്തം ചുറ്റുപരിസരത്തുള്ളവർക്കുവേണ്ടിമാത്രമാണ് പണി ചെയ്തിരുന്നത്. അയാൾക്ക് മുൻകൂട്ടിത്തന്നെ തന്റെ അയൽപക്കക്കാരുടെ ആവശ്യങ്ങളെക്കുറിച്ച് അറിയാമായിരുന്നു. അതുകൊണ്ടതിനനുസൃതമായി ഉൽപ്പാദനത്തെ ക്രമീകരിക്കാനും കഴിഞ്ഞിരുന്നു. ഉദാഹരണത്തിന്, ചെരിപ്പുകുത്തി തനിക്ക് ലഭിച്ചിരുന്ന ഓർഡറുകൾക്കനുസരിച്ചു മാത്രമാണ് ചെരിപ്പുകളുണ്ടാക്കിയിരുന്നത്. അതല്ലെങ്കിൽ ഉണ്ടാക്കിയയുടനെ തന്നെ തനിക്കുവിറ്റഴിക്കാൻ പറ്റുമെന്നുറപ്പുള്ള തരം ചെരിപ്പുകളേ അയാളുണ്ടാക്കിയിരുന്നുള്ളൂ.

തുടർന്നാണ് കച്ചവട കരകൗശല ഗിൽഡുകളുയർന്നുവന്നത്. അവ കൃത്യമായി അവരുടെയംഗങ്ങൾക്കിടയിൽ വിപണിയെ വീതം വച്ചെടുത്തു. അത്തരം പ്രാകൃത സാഹചര്യങ്ങളധികകാലം നീണ്ടുനിന്നില്ലെന്നത് ശരിയാണ്. ഗതാഗതവും കച്ചവടവും സമുദായങ്ങൾക്കിടയിൽ വികസിച്ചു; ഒപ്പംതന്നെ രാജ്യങ്ങൾക്കിടയിലും. തീർച്ചയായും അത്തരമോരോ വിപുലീകരണത്തോടെയും സന്തുലനത്തിൽ വിള്ളലുണ്ടാകാനുള്ള സാധ്യതയും വർധിച്ചു വന്നു. ഒരു വിദൂരനഗരത്തിന്റെ ആവശ്യകതകളെന്തെന്ന് മുൻകൂട്ടിക്കാണുകയെന്നത് സാധ്യമായിരുന്നില്ല. വിദേശ രാജ്യങ്ങളുടെ ആവശ്യകതകൾ കണക്കിലെടുക്കുന്ന കാര്യം പറയാനുമില്ല. തങ്ങളുടെ ചുറ്റുപാടുകളുടെ ആവശ്യങ്ങൾ കണക്കിലെടുത്ത് ഉൽപ്പാദനം ക്രമീകരിക്കുന്നതുപോലെ അതൊന്നും സാധ്യമാകില്ലെന്നതിനാൽ അതനുസരിച്ച് ഉൽപ്പാദനത്തെ ക്രമീകരിക്കുന്ന പ്രശ്നവുമില്ല. അതെന്തായാലുമപ്പോഴും ഉൽപ്പാദനവും ഉപഭോഗവും തമ്മിലുള്ള ബന്ധം വ്യക്തമായിത്തന്നെ നിലനിൽക്കുന്നു. അവ സങ്കീർണതകളല്ലെന്നുമാത്രമല്ല ഒറ്റനോട്ടത്തിൽക്കാണാവുന്നതുമാണ്. നാം പറഞ്ഞുകഴിഞ്ഞപോലെ എന്തെങ്കിലും ഗൗരവതരമായ കുഴപ്പങ്ങളുണ്ടായതായി നമുക്കറിവില്ല.

അതുകൊണ്ട് സ്വയം- ഉൽപ്പാദനത്തിന്റെ കാലത്ത് ഉൽപ്പാദനവും ഉപഭോഗവും തമ്മിലുള്ള സന്തുലനം നിലനിന്നിരുന്നുവെന്ന കാര്യം തെളിയിക്കപ്പെട്ടതാണെന്നും അത് സ്വയം വ്യക്തമാണെന്നും (അങ്ങനെ പറയാമെങ്കിൽ). കണക്കാക്കുന്നു. ഉപഭോക്താക്കളുടെ ആവശ്യങ്ങളാൽ ഉൽപ്പാദനം നിർണയിക്കപ്പെട്ടിരുന്നു. ഈയാവശ്യങ്ങൾ തുടർന്ന് തൊഴിൽ വിഭജനത്തിനു കാരണമായി, അങ്ങനെ ആ സന്തുലനത്തിലെ ഒരു വിള്ളലിന് സാധ്യതസൃഷ്ടിക്കുകയും ചെയ്തു. ആ വിതരണഘടകം, പക്ഷേ വർധിച്ചുകൊണ്ടിരുന്ന ആവശ്യങ്ങളെ തൃപ്തിപ്പെടുത്താൻ സാധിക്കുന്ന ശക്തികളുടെ മുളച്ചു വളരലിന് (ആ ശക്തികൾക്കുമാത്രമാണവയെ തൃപ്തിപ്പെടുത്താൻ കഴിയുമായിരുന്നത്) അനിവാര്യമായിരുന്നു.

ചരക്കുകളുടെ ലളിതമായ ഉൽപ്പാദനത്തിൽനിന്ന് പരിണാമപ്രക്രിയ മുതലാളിത്ത യുഗത്തിന്റെ ഉദയത്തിലേക്ക് കാര്യങ്ങളെ നയിച്ചു. മുതലാളിത്തവും ചരക്കുകളുടെ ലളിതമായ ഉൽപ്പാദനവും തമ്മിലുള്ള വ്യത്യാസമുള്ളടങ്ങിയിരിക്കുന്നതെന്തിലാണ്? ഒരു ബാഹ്യമായ വീക്ഷണകോണിൽനിന്നു നോക്കിയാൽ ഉൽപ്പാദകന്റെ സ്വാതന്ത്ര്യമില്ലായ്മയിൽ. കൈവേലക്കാരൻ അവന്റെ തന്നെ യജമാനനാണ്, അയാൾ തനിക്കുവേണ്ടി തന്നെയാണധ്വാനിക്കുന്നത്; കൂലിപ്പണിക്കാരൻ മുതലാളിയുടെ കീഴിൽ തൊഴിൽ തേടുന്നവനാണ്. അകത്തുനിന്നു നോക്കുമ്പോൾ മുതലാളിത്ത വ്യവസ്ഥയിൽ അധ്വാനത്തിന്റെ സംഘാടനം കൂടുതൽ സങ്കീർണമാണെന്ന വസ്തുതയിൽ കൂടുതൽ കാതലായ ഒരു കാര്യം കിടക്കുന്നുണ്ടെന്നു കാണാൻ കഴിയും. മധ്യകാലഘട്ടത്തിലെ കൈവേലക്കാരന്റെ ജേർണിമാന്മാരാലും അപ്രന്റീസുകളാലും സഹായിക്കപ്പെട്ടിരുന്നുവെന്നിടത്തോളം, അവരോരോരുത്തരും കൈവേലയുമായി ബന്ധപ്പെട്ട എല്ലാം പഠിച്ചിരിക്കേണ്ടതുണ്ട്. അതുകൊണ്ടവരെയതെല്ലാം പഠി

പ്പിക്കാനുള്ള ചുമതലകൂടി കൈവേലക്കാരനുണ്ട്. മുതലാളി മറുവശത്ത് തുടക്കം മുതൽ തന്നെ തന്റെ വർക്ക്ഷോപ്പിൽ സാധ്യമാകുന്നത്ര എണ്ണം ചരക്കുകളുൽപ്പാദിപ്പിക്കാനായി ഒട്ടനവധി തൊഴിലാളികളെ ഒരുമിച്ചു കൊണ്ടുവരുന്നു. ഓരോ വ്യക്തിയായ തൊഴിലാളികളെയും പഠിപ്പിക്കുന്ന കാര്യം അയാളെ സംബന്ധിച്ച് താൽപ്പര്യമുള്ളതായിരിക്കുന്നത് അത്തരം പഠിപ്പിക്കൽ മൊത്തം തൊഴിലാളികളും ചേർന്ന് നടത്തുന്ന ഉൽപ്പാദനത്തിൽ വർധനവുണ്ടാക്കാൻ സഹായകമാകുമെന്നടിത്തുവരെ മാത്രമാണ്. പക്ഷേ, ഓരോ വ്യക്തിയെയും വളരെ വ്യതിരിക്തതകളുള്ളതും എല്ലാ വശങ്ങളുമുൾക്കൊള്ളുന്നതുമായ കാര്യങ്ങളെല്ലാം പഠിപ്പിച്ചെടുക്കുന്നതിനേക്കാൾ ഉൽപ്പാദനവർധനവിന് കൂടുതൽ നല്ലത് അയാൾക്ക് ഒരു കൃത്യമായ ഭാഗിക പ്രവർത്തനം മാത്രം നൽകുകയും അതുമായി അയാളെ തീവ്രമായ ഒരു തോതിൽ പൊരുത്തപ്പെടുകയും ചെയ്യുന്നതാണെന്ന് മനസിലായി. തുടർന്ന് എല്ലാവരുടെയും സഹകരണത്തോടെ ഉൽപ്പാദനം വർധിപ്പിക്കപ്പെടുന്നു. ഈരീതിയിൽ മാനുഫാക്ചർ (നിർമാണം) ഉയർന്നുവരുന്നു.

പക്ഷേ, ഈ ക്രമീകൃതമായ സഹകരണത്തോടെ ഉൽപ്പാദനപ്രക്രിയയിലേക്ക് മുമ്പതിനകത്തില്ലാതിരുന്ന ഒരു പുതിയ ഘടകം കടന്നുവരുന്നു. ഇനിയങ്ങോട്ട് പുറത്തുവരുന്ന ഉൽപ്പന്നങ്ങളുടെ അളവ് ഉപഭോക്താക്കളുടെ ആവശ്യകതകളാലല്ല നിർണയിക്കപ്പെടുന്നത്; മറിച്ച്, ഉൽപ്പാദനത്തിന്റെ ആവശ്യകതകളിന്മേൽ കൂടിയാണതാശ്രയിക്കുന്നത്. ഉദാഹരണത്തിന് മുൻകാലത്തെ ഒരു അച്ചടിടൈപ്പ് നിർമാണശാലയിൽ ഒരു ഫൗണ്ടർക്ക് മണിക്കൂറിൽ 2000 ടൈപ്പുകൾ വാർക്കാൻ കഴിയും. അതേസമയം ഒരു ബ്രേക്കർക്ക് 4000 എണ്ണം ബ്രേക്ക് ചെയ്യാനും ഒരു റബ്ബർക്ക് (തുടക്കൽകാരൻ) 8000 എണ്ണം പോളിഷ് ചെയ്യാനും കഴിയും (മാർക്സിന്റെ ഉദാഹരണം, ഒന്നാം വോള്യത്തിൽ) അതിന്റെ ഫലമെന്നോണം ഒരു റബ്ബറും രണ്ടു ബ്രേക്കർമാരും നാലു ഫൗണ്ടർമാരുമടങ്ങുന്ന ഒരുകോളം (സംഘം) ഒന്നിച്ചുവേണം ജോലിചെയ്യാൻ. ഈ സഹകരണം, ഒരാൾക്ക് മറ്റൊരാളിന്മേലും തിരിച്ചുള്ള ഈ പരസ്പരാശ്രിതത്വം, ഒരു മണിക്കൂറിൽ 8000 ടൈപ്പുകൾ നിർമിക്കപ്പെടണമെന്നത് ആവശ്യമാകുന്നു; അതിൽ കുറയാൻ പാടില്ല. അങ്ങനെയല്ലാതെ വന്നാൽ തൊഴിലാളികളിലൊരു ഭാഗം ജോലിയില്ലാത്തവരായിത്തീരും. നമുക്ക് 6000 ടൈപ്പുകളേ നിർമിക്കേണ്ടതുള്ളൂ എന്നു സങ്കൽപ്പിച്ചു നോക്കാം. ഈ കേസിൽ ഫൗണ്ടർമാരിലൊരാളെ പിരിച്ചുവിടേണ്ടിവരും. പക്ഷേ, റബ്ബറെയും രണ്ട് ബ്രേക്കർമാരെയും നിലനിർത്തേണ്ടിവരും, അവരവരുടെ കുറച്ചു സമയങ്ങളിൽ ജോലിയില്ലാതെ ഇരിക്കേണ്ടിവരികയും അങ്ങനെ മുതലാളിക്ക് ഒരു നഷ്ടമുണ്ടാക്കുകയും ചെയ്യുമെങ്കിലും. അതിന്റെ ഫലം ഒരു മുതലാളി ഒരു മണിക്കൂറിൽ 8000 എന്ന കണക്കിലുണ്ടാക്കപ്പെടുന്ന ടൈപ്പുകൾക്ക് മാർക്കറ്റ് കണ്ടെത്തണമെന്നതാണ്; അല്ലെങ്കിലയാൾക്ക് തന്റെ ഉൽപ്പാദനസംവിധാനത്തെ പൂർണമായും ഉപയോഗപ്പെടുത്താൻ കഴിയാത്തതായ ഒരു സ്ഥിതി വരും, അതയാൾക്കു പണച്ചെലവുണ്ടാക്കുകയും വലുപ്പത്തിൽ കുറവുവരുത്താൻ പറ്റാതാവുകയും ചെയ്യും.

അതുകൊണ്ട്, എങ്ങനെയാണ് ഉൽപ്പാദനവും ഉപഭോഗവും തമ്മിലുള്ള ബന്ധം കൂടുതൽ കൂടുതലായി ഇല്ലാതായിപ്പോകുന്നതെന്നു നാം കാണുന്നു. നാമിപ്പോൾ സംസാരിച്ചുകൊണ്ടിരിക്കുന്ന മുതലാളിത്ത യുഗത്തിന്റെ ആരംഭനാളുകളിൽത്തന്നെ ഉപഭോക്താക്കളുടെ ആവശ്യങ്ങളെക്കുറിച്ച് ഒരു പരിഗണനയും നൽകാതെ തങ്ങളുടെ ഉൽപ്പാദനത്തിന്റെ അളവ് വർധിപ്പിക്കാൻ തങ്ങൾ നിർബന്ധിതരായതായി മുതലാളിമാർക്കു കാണാൻ കഴിഞ്ഞിരുന്നു. അതുകൊണ്ടിനിയങ്ങോട്ട് ഉൽപ്പാദനത്തിന്റെ ലക്ഷ്യം (അങ്ങനെ പറയാമെങ്കിൽ) അതിനകത്തു തന്നെയാണുള്ളത്. തുടക്കത്തിൽ തീർച്ചയായും ഉൽപ്പാദനവർധനവ് ഉപഭോക്താക്കളുടെ ആവശ്യകത വർധിച്ചതു കാരണം തന്നെയായിരുന്നു. ഈ വർധിച്ചു വരുന്ന ഡിമാൻഡിനെ തൃപ്തിപ്പെടുത്തുകയെന്ന ലക്ഷ്യത്തോടെയാണ് ഉൽപ്പാദനത്തിന്റെ പുതിയ സംവിധാനങ്ങൾ സൃഷ്ടിക്കപ്പെട്ടത്. ഒരിക്കൽ നിലവിൽ വന്നുകഴിഞ്ഞാൽ പുതിയ സംവിധാനം ഒരു സ്വതന്ത്രമായ ജീവിതമാരംഭിക്കുന്നു; ഉപഭോക്താക്കളുടെ ആവശ്യകതകളെ വെറുതെ തൃപ്തിപ്പെടുത്തുക മാത്രമേ ചെയ്യുന്നുള്ളോ അതോ അതിനെ കവിഞ്ഞു പോകുന്നുണ്ടോ എന്ന പ്രശ്നത്തെ ഒരു രീതിയിലും കണക്കിലെടുക്കാതെ വേണം അത് തുടർന്നതിന്റെ പ്രവർത്തനം നടത്തേണ്ടത്.

അങ്ങനെ ആദ്യമായി ആവശ്യത്തിലധികമായുള്ള ഉൽപ്പാദനം സാധ്യമായിത്തീർന്നു. അത്തരം അമിതോൽപ്പാദനത്തെയിവിടെ ആ വാക്കിന്റെ യുക്തിപരമായ അർഥത്തിൽ മനസിലാക്കേണ്ടതുണ്ട്, ഉപഭോക്താക്കളുടെ ആവശ്യകതകൾക്കുപരിയും അതിനെ കവിഞ്ഞുമുള്ള ഉൽപ്പാദനം എന്ന അർഥത്തിൽ. ഉൽപ്പാദകനും ഉപഭോക്താവും തമ്മിലുള്ള ബന്ധം ഇനിയങ്ങോട്ട് നിലനിൽക്കുന്നില്ല, സന്തുലനാവസ്ഥ ചാഞ്ചാടിത്തുടങ്ങുന്നു. പക്ഷേ, ഈ വികാസം വർധിച്ചുവരുന്ന ആവശ്യകതകളെ തൃപ്തിപ്പെടുത്താൻ കഴിവുള്ളതായ ശക്തികളെ വളർത്തിക്കൊണ്ടുവരാൻ തികച്ചും ആവശ്യമായിരുന്നു എന്ന കാര്യം നാമിവിടെ ആവർത്തിക്കേണ്ടതുണ്ട്.

ഉൽപ്പാദനവും ഉപഭോഗവും തമ്മിലുള്ള സന്തുലനത്തിൽ വിള്ളലുണ്ടാകുന്നതിന്റേതായ പ്രവണതകൾ– നാം കണ്ടതുപോലെ രണ്ടിന്റെയും അതാത് അനിവാര്യതകളാലാണതുണ്ടാകുന്നത്– നമ്മുടെ ആധുനിക മുതലാളിത്ത സമൂഹത്തിൽ വളരെ പ്രകടമാണ്, എന്നു മാത്രമല്ല അതതിന്റെ അങ്ങേയറ്റത്തെ അനന്തരഫലങ്ങളിലേക്ക് തള്ളിനീക്കപ്പെടുകയും ചെയ്യുന്നു. ഇവിടെ സന്തുലനത്തിന്റെ പ്രശ്നംതന്നെ ഉദിക്കുന്നില്ല. ഒരു വശത്ത് ഉൽപ്പാദനപരമായ സംവിധാനം വമ്പിച്ചതോതിൽ വലുതാണ്. അത് വലിയ അളവുകളിൽ ചരക്കുൽപ്പാദിപ്പിക്കുകയും ചെയ്യുന്നു. അതിന്റെ അനന്തരഫലമെന്നോണമതിന് ഉപഭോക്താക്കളുടെ ആവശ്യങ്ങളുമായി സ്വയം അനുകൂലനം സാധിക്കാനുള്ള ശേഷി മാനുഫാക്ചറിങ് വ്യവസ്ഥയ്ക്കുണ്ടായിരുന്നതിനെയപേക്ഷിച്ചുപോലും കുറവുമാണ്. ഉദാഹരണത്തിന് ഉരുക്കിന്റെ ഡിമാൻഡ് വർധിക്കുകയും നിലനിൽക്കുന്ന ഉൽപ്പാദനോപാധികൾക്ക് ആ ഡിമാൻഡിനെ തൃപ്തിപ്പെടുത്താൻ കഴി

യാതെ വരികയും ചെയ്താൽ, വർധിച്ച ആ ഡിമാൻഡിനെ നേരിടാനായി ഒരു ചെറിയ ഉരുക്കു ഫാക്ടറി തുടങ്ങുകയെന്നതസാധ്യമാണ്. ഉരുക്കു ഫാക്ടറിയെപ്പോഴും വലുതായിരിക്കണം. എങ്കിൽ മാത്രമേയതിന് ശമ്പളം കൊടുക്കാൻ കഴിവുണ്ടാകൂ. പക്ഷേ, അത്തരമൊരു വലിയ ഉരുക്കു ഫാക്ടറി ഉടനടിതന്നെ വർധിച്ച ഡിമാൻഡിനനുസൃതമായ അളവിനേക്കാൾ വളരെ വലിയ ഒരളവ് ഉൽപ്പാദിപ്പിച്ചുതുടങ്ങുകയും അങ്ങനെ ഉരുക്ക് മിച്ചമായിത്തീരുകയും ചെയ്യുന്നു (ഹിൽ ഫെർഡിങ്, ഫൈനാൻസ് ക്യാപ്പിറ്റൽ) മറുവശത്ത്, തൊഴിലെടുക്കുന്ന വർഗം മുതലാളിത്തത്തിന്റെ ആധിപത്യത്തിനുകീഴിൽ അവരുൽപ്പാദിപ്പിക്കുന്ന മൂല്യങ്ങളുടെ ഒരു ഭാഗം മാത്രം ലഭ്യമാക്കുന്നവരാണ്. അതുകൊണ്ട് അവർക്കുപഭോഗിക്കാൻ യഥാർഥത്തിൽ കഴിയുന്നതും ഉൽപ്പാദിപ്പിക്കപ്പെടുന്ന മുഴുവൻ ചരക്കുകളും തീർന്നുപോകണമെന്നുണ്ടെങ്കിൽ അവരുപഭോഗിക്കപ്പെട്ടിട്ടുള്ളതും തമ്മിലുള്ള അന്തരം വർധിച്ചു വരുന്നു. നാം ചർച്ച ചെയ്യുന്നതും നിരന്തരം ഉൽപ്പാദനത്തെ വർധിപ്പിക്കുന്നതുമായ വികസനപ്രക്രിയയുടെ ഫലമായാണത് സംഭവിക്കുന്നത്. ഒടുവിലായി നാം രേഖപ്പെടുത്തേണ്ട കാര്യം ഉൽപ്പാദനത്തിന്റെ വളർച്ചയ്ക്കൊപ്പം ഈ പ്രക്രിയ കൂടുതൽ വിപുലമാകുന്നുവെന്നുമാത്രമല്ല, മറിച്ച്, അതേപോലെ കൂടുതൽ കുഴഞ്ഞുമറിഞ്ഞതുമായിത്തീരുന്നു; അതോടെ കുഴപ്പങ്ങളിൽ ചെന്നുചാടാനുള്ള സാധ്യത വർധിക്കുകയും ചെയ്യുന്നു എന്നതാണ്. ഈ സത്യത്തെ വിശദീകരിക്കാനായി, നാമൊരിക്കൽക്കൂടി ചില വിശദാംശങ്ങളിലേക്ക് കടക്കേണ്ടതുണ്ട്.

ഒരു കന്യാവനത്തിനകത്ത് ജീവിച്ചിരുന്ന ഒരുപ്രാകൃതമനുഷ്യനൊരാവശ്യം അനുഭവപ്പെട്ടാൽ – ഭക്ഷണത്തിന്റെ ആവശ്യമെന്നു കണക്കാക്കാം – അയാളുടനെ വേട്ടയ്ക്കു പുറപ്പെടുന്നു. അല്ലെങ്കിലയാൾ പഴങ്ങളും കിഴങ്ങുകളും ശേഖരിക്കുന്നു. അയാൾ താൻ വേട്ടയാടിയതുകൊണ്ടോ അല്ലെങ്കിൽ തേടിപ്പിടിച്ചതുകൊണ്ടോ തന്റെ വിശപ്പടക്കുന്നു. ഇക്കാലത്ത് ഒരു മനുഷ്യന്റെ വിശപ്പടക്കണമെന്നുണ്ടെങ്കിൽ, ഇടത്തട്ടിലുള്ള ഒട്ടനവധി ഘടകങ്ങൾ കളിയിലേക്ക് കടന്നുവരുന്നു. നമ്മുടെ മേശയിലുള്ള ബ്രെഡ് ഉൽപ്പാദിപ്പിക്കണമെന്നുണ്ടെങ്കിൽ, ബേക്കർ (ബേക്കറിക്കാരൻ) പ്രവർത്തനം നടത്തണം. പക്ഷേ, അതിനായി അയാൾക്കൊരു ഓവൻ ആവശ്യമുണ്ട്, അതിനൊപ്പം അത്യാവശ്യസംവിധാനങ്ങളും വേണം, കൂടെ അതൊക്കെ സ്ഥാപിക്കപ്പെട്ടിരിക്കുന്ന കെട്ടിടവും വേണം. അയാൾ മില്ലുകാരന്റെ കൈയിൽനിന്ന് ധാന്യപ്പൊടി വാങ്ങുന്നു. അയാൾ തന്റെ മില്ലിൽ ചോളം പൊടിക്കുന്നു. ഓവനും മില്ലുകളുമുണ്ടാക്കാൻ അതിനാവശ്യമുള്ള യന്ത്രസാമഗ്രികൾ വേണം. ഫാക്ടറികളും വേണം. അതിന്റെ മുറയ്ക്ക് ഈ ഫാക്ടറികൾ വലിയ സംരംഭങ്ങളിൽ നിന്ന് (ഖനികൾ പോലുള്ള) ഏറെക്കുറെ പ്രവർത്തനം നടത്തപ്പെട്ടുകഴിഞ്ഞതായ ഇരുമ്പ്, മരങ്ങൾ, കൽക്കരി തുടങ്ങിയവയൊക്കെ വാങ്ങുന്നു.

മറ്റുവാക്കുകളിൽ പറഞ്ഞാൽ ആധുനിക നാഗരിക സമൂഹത്തിന്റെ ആവശ്യകതകൾ നേരിട്ടല്ല തൃപ്തിപ്പെടുത്തപ്പെടുന്നത്, മറിച്ച്, വളരെ പരോക്ഷമായാണ്. ഉപഭോക്താവിന് ബ്രഡ് പ്രദാനം ചെയ്യൽ (തീർച്ച

യായും ഓരോ ഉപഭോഗവസ്തുവും) ഒരുൽപ്പാദകൻ മറ്റൊരാൾക്ക് ചെറിയ ഇടവേളകളിൽ ഉൽപ്പാദനോപാധികൾ പ്രദാനം ചെയ്യുന്നത് മുഖ്യമായുമുൾക്കൊള്ളുന്ന ഒരു നീണ്ട ചങ്ങലയിലെ അവസാനകണ്ണിമാത്രമാണ്. ഉൽപ്പാദനത്തിന്റെ സമൃദ്ധിയെ ഇന്നത്തെ ഉന്നത നിലവാരത്തിലേക്കെത്തിക്കാൻ ഈ സർക്യൂട്ടുകൾ ആവശ്യമാണ്. ഉൽപ്പാദനവും ഉപഭോഗവും തമ്മിലുള്ള സന്തുലനത്തിൽ ഒരു വിള്ളൽ വീഴാതിരിക്കണമെങ്കിൽ ബേക്കർ ഉപഭോക്താക്കൾക്കാവശ്യമായത്ര ബ്രെഡ് കൃത്യമായും നൽകിയിരിക്കണമെന്നതു മാത്രം പോരാ മറിച്ച്, ഫാക്ടറികൾ കൃത്യമായ അത്രയുമെണ്ണം ഓവനുകൾ മാത്രം (ബേക്കിങ്ങിന്റെ ആവശ്യത്തിനുവേണ്ട) പ്രദാനം ചെയ്യുകയും ഖനികൾ കൃത്യമായ അത്രയുമളവിൽ കൽക്കരി പ്രദാനം ചെയ്യുകയും മറ്റും വേണം. മറ്റുവാക്കുകളിൽപ്പറഞ്ഞാൽ, ഉൽപ്പാദനത്തിന്റെ വിവിധങ്ങളായ സകല ശാഖകൾക്കും തമ്മിൽത്തമ്മിൽ ഒരു കൃത്യമായ സന്തുലനം നിലനിൽക്കണം. പക്ഷേയിത് ഇതിനകംതന്നെ പ്രസ്താവിച്ചുകഴിഞ്ഞ കാരണങ്ങളാൽ അസാധ്യമാണ്. അതായത്, ഉൽപ്പാദനപ്രക്രിയക്ക് ഉൽപ്പാദനശക്തികളെ വളർത്താനായി അതിന്റെ തന്നെ സ്വന്തം നിയമങ്ങളനുസരിക്കേണ്ടതുണ്ട്, അതുയർന്നുവരുന്നത്, അതിന്റെതന്നെ സ്വന്തം സംഘടനയിൽ നിന്നാണ്. അതുകൊണ്ടതിന്, ഉപഭോക്താക്കളുടെ ആവശ്യകതകൾക്കനുസൃതമായി സ്വയമതിനത്തന്നെ പൊരുത്തപ്പെടുത്താൻ കഴിയില്ല. വിവിധ ശാഖകൾക്കു തമ്മിൽത്തമ്മിലുള്ള സന്തുലനം എത്ര കർക്കശമായി കൃത്യമായിരിക്കണമെന്ന കാര്യം മാർക്സ് മൂലധനത്തിന്റെ രണ്ടാം വോള്യത്തിലുൾപ്പെടുത്തപ്പെട്ട പ്രസിദ്ധമായ സൂത്രവാക്യങ്ങളിലൂടെ കാട്ടിത്തന്നിട്ടുണ്ട്. അതേക്കുറിച്ച് നമുക്കൊരു സംഗ്രഹം ഹിൽഫെർഡിങ് അദ്ദേഹത്തിന്റെ *ഫൈനാൻസ് ക്യാപിറ്റൽ* എന്ന പുസ്തകത്തിൽ നൽകുകയും ചെയ്തിട്ടുണ്ട്. നാം ഒരൊറ്റ ഉദാഹരണംകൊണ്ട് ചുരുങ്ങിയ രീതിയിൽ പ്രശ്നത്തിന്റെ അർഥം വിശദീകരിക്കാൻ ശ്രമിക്കാം.

ലാളിത്യത്തിനുവേണ്ടി നാം ഉൽപ്പാദനത്തിന്റെ മൊത്തം പ്രക്രിയയും അതേ നിലവാരത്തിൽത്തന്നെയാണ് തുടർന്നങ്ങോട്ടും തുടരുകയെന്ന് സങ്കൽപ്പിച്ചാൽ അതായത്, അത് വിപുലീകരിക്കപ്പെടുകയില്ല എന്ന് സങ്കൽപ്പിച്ചാൽ അപ്പോൾ മുതലാളിമാർ ആവശ്യമായ ഉൽപ്പാദനോപാധികളും ജീവനോപാധികളും പണരൂപത്തിലല്ലാതെ അവയുടെ സ്വാഭാവികരൂപത്തിൽ കൈവശമുള്ളവരായിരിക്കണം. കാരണം, തൊഴിലാളികൾക്ക് പണം ഭക്ഷിക്കാനാവില്ല. പണത്തിന് നൂൽ നെയ്ത് തുണിയാക്കാനോ ഇരുമ്പുരുക്കാനോ കഴിയില്ല. അതിന്റെ അനന്തരഫലമെന്നോണം വ്യത്യസ്തശാഖകൾക്കിടയിൽ ഓരോന്നിനും ഉൽപ്പാദിപ്പിക്കൽ തുടരാൻ പറ്റുന്നതായ ഒരുരീതിയിൽ ലഭ്യമായ മൊത്തം ഉൽപ്പാദനോപാധികളും ജീവനോപാധികളും വിതരണം ചെയ്യപ്പെടണം. എവിടെയെങ്കിലും ഒരിടത്ത് ഏറ്റവും നേരിയ ഒരു താളപ്പൊരുത്തമില്ലായ്മയുണ്ടായാൽ ഒരു കുഴപ്പമെന്നതായിരിക്കും ഫലം. ആ വിതരണം ഏതനുപാതത്തിലാണ് നടത്തപ്പെടേണ്ടത്?

ഉദാഹരണത്തിന്, ഉപഭോഗ ഉപാധികൾ (me) ഉൽപ്പാദിപ്പിക്കുന്ന മുതലാളിമാരുടെ കൈയിൽ സ്വാഭാവിക രൂപത്തിലുള്ള 3000 me വർഷാവസാനത്തിൽ കൈയിലുണ്ടെങ്കിൽ അടുത്തവർഷം അതുപയോഗിച്ചവർ തൊഴിലാളികളെയും തങ്ങളെത്തന്നെയും തീറ്റിപ്പോറ്റണം, അതിനുപുറമേ ആവശ്യമായ ഉൽപ്പാദനോപാധികൾക്കായി (mp) കൈമാറുന്നതിന് വേണ്ടത്ര അതിൽനിന്ന് ബാക്കിയാവുകയും വേണം. നമുക്ക്, 500 അവർക്കുവേണ്ടിയും 500 തൊഴിലാളികൾക്കുവേണ്ടിയും ആവശ്യമാണെന്നും, അവർ ബാക്കിവരുന്ന 2000 me കൊണ്ട് mp വാങ്ങുന്നുവെന്നും അനുമാനിക്കാം.

ഈ അവസാന ഇടപാടിലൂടെ mp ഉൽപ്പാദിപ്പിക്കുന്ന മുതലാളിമാരുടെ കൈയിൽ സ്വാഭാവികരൂപത്തിലുള്ള 2000 me വന്നുചേരും. അതവർക്ക് അടുത്തവർഷം തങ്ങളുടെ തൊഴിലാളികളെയും തങ്ങളെത്തന്നെയും തീറ്റിപ്പോറ്റാനായി ഉപയോഗിക്കാം. അതിന്റെ അനന്തരഫലമായി me ഗ്രൂപ്പിലെന്നതുപോലെ തന്നെയാണ് അനുപാതമെന്നതിനാൽ അവർ 1000 തൊഴിലാളികൾക്കു നൽകുകയും 1000 തങ്ങൾക്കായി നിലനിർത്തുകയും ചെയ്യുന്നു. ഇപ്പോൾ mp ഗ്രൂപ്പിലെ മുതലാളിമാർക്ക് ഉൽപ്പാദിപ്പിക്കൽ തുടരണമെന്നുണ്ടെങ്കിൽ, അവരുടെ മുൻ ഉൽപ്പാദനത്തേക്കാൾ അവരുടെ കൈയിൽ ഒരുവർഷത്തേക്ക് 1000 me കൊണ്ട് തീറ്റിപ്പോറ്റപ്പെടുന്നത്ര എണ്ണം തൊഴിലാളികൾക്ക് തൊഴിൽ നൽകാൻ മതിയായത്ര mp ഉണ്ടായിരിക്കണം. ആനുപാതികമായ സംഖ്യകൾ ഒന്നുതന്നെയാണെന്നനുമാനിച്ചാൽ അത്തരം mp യുടെ അളവ് 4000 ആണ്; me ഗ്രൂപ്പിന്റെ ഉൽപ്പാദനത്തിന് 2000 mp + 500 അധ്വാനത്തിന്റെ കൂലി + 500 മിച്ച മൂല്യം എന്നിവ മുതലാളിമാർക്കു വേണമെന്നുണ്ടെങ്കിൽ, സന്തുലനം നിലനിർത്തപ്പെടണമെങ്കിൽ, ഉൽപ്പാദനത്തിന്റെ ഉദ്ദേശ്യത്തിനായി mp ഗ്രൂപ്പിനതിന്റെ കൈയിൽ 4000 mp + 1000 അധ്വാനക്കൂലി + 1000 മിച്ച മൂല്യം ഉണ്ടായിരിക്കണം. മാർക്സിന്റെ പ്രസിദ്ധമായ ഫോർമുല (സൂത്രവാക്യം) താഴെപ്പറയുന്നതാണ്:

I. Mp 4000 c + 1000v + 1000s = 6000

II. Mc 2000 c +500 v + 500 s = 3000

അതിൽ s മിച്ചമൂല്യവും v അസ്ഥിരമൂലധനം = അധ്വാനത്തിന്റെ കൂലിയും c (സ്ഥിരമൂലധനം) ഉൽപ്പാദനോപാധികളുമാണ്. ഈ സൂത്രവാക്യത്തിലേക്കൊന്നു കണ്ണോടിച്ചാൽത്തന്നെ അത്തരമൊരു ലോലമായ സന്തുലനം മുതലാളിത്ത ഉൽപ്പാദനത്തിന്റെ സങ്കീർണസാഹചര്യങ്ങൾക്കുകീഴിൽ തികച്ചും അസാധ്യമാണെന്ന കാര്യം വ്യക്തമാണ്. എങ്കിലും നാമിതേവരെ വളരെ ചുരുക്കമായി മാത്രമാണ് കാര്യങ്ങളെ പരിശോധിച്ചത്. നാം mp ഉൽപ്പാദിപ്പിക്കുന്ന എല്ലാ മുതലാളിമാരെയും ഒറ്റഗ്രൂപ്പായും me ഉൽപ്പാദിപ്പിക്കുന്ന എല്ലാ മുതലാളിമാരെയും മറ്റൊരു ഗ്രൂപ്പായും കണക്കാക്കി. പക്ഷേ, ഈ ഗ്രൂപ്പുകളിലെ വിവിധ ഉപവിഭാഗങ്ങൾക്കിടയിലെ കൂടുതൽ സൂക്ഷ്മമായ ഉപവിഭാഗങ്ങൾക്കിടയിലും സന്തുലനം നിലനിൽക്കേണ്ടതുണ്ടെന്നത് വളരെ വ്യക്തമാണ്. ഉദാഹര

ണത്തിന് ബേക്കിങ്ങിനുവേണ്ട ഓവനുകൾ നിർമിക്കുന്ന മുതലാളിമാരെ സംബന്ധിച്ചിടത്തോളം ബേക്കറികളാൽ നിർണയിക്കപ്പെടുന്ന ആ ശാഖകളുടെ ഉൽപ്പാദനവുമായി പൊരുത്തപ്പെടുന്ന രീതിയിൽ വേണം തങ്ങൾക്കായി കൃത്യമായ അളവിൽ me യും mp യും വാങ്ങേണ്ടത്. അതുകൂടാതെ നാം മുന്നോട്ടുപോയത് ഉൽപ്പാദനപ്രക്രിയ അതേ നിലവാരത്തിൽത്തന്നെ തുടർന്നുപോകുന്നുവെന്ന അനുമാനം നിലനിർത്തിക്കൊണ്ടാണ്; അതായത്, അത് വികസിക്കുന്നില്ല എന്ന അനുമാനത്തോടെ. പക്ഷേ, യഥാർഥത്തിൽ ഒരിക്കലുമിതല്ല സ്ഥിതി. മറിച്ച്, ആ പ്രക്രിയയിലുണ്ടാകുന്ന നിരന്തര വിപുലനം സന്തുലനത്തിന്റെ വ്യവസ്ഥകളെ കൂടുതൽ ലോലവും സങ്കീർണവുമാക്കിത്തീർക്കുന്നു. അതുപോലെ നാം mp യുടെ വ്യത്യസ്ത ഗണങ്ങളെയും പരിഗണനക്കെടുത്തില്ല അതായത്, ഫിക്സഡ് മൂലധനത്തെയും സർക്കുലേറ്റിങ് മൂലധനത്തെയും. അത് വീണ്ടും ഒരു സന്തുലനത്തെ കൊണ്ടുവരുന്നതിനുള്ള വ്യവസ്ഥകളെ സങ്കീർണമാക്കുന്നു. ഒടുവിലായി me ക്കു വേണ്ടിയുള്ള mp യും mp ക്കുവേണ്ടിയുള്ള mp യും me ക്കുവേണ്ടിയുള്ള me യും ഭക്ഷണത്തിനു വേണ്ടിയുള്ള അധ്വാനവും മറ്റും കൈയ്യടക്കപ്പെടുന്നത് പണത്തിന്റെ മാധ്യമത്തിലൂടെയാണെങ്കിൽ അതിന്റെ നിയോഗിക്കലിലൂടെ സന്തുലാനവസ്ഥയിലുണ്ടാകാവുന്ന പുതിയ മാറ്റം മറിച്ചിലുകളും നാം കണക്കിലെടുത്തിട്ടില്ല.

അപ്പോൾ ഉൽപ്പാദനവും ഉപഭോഗവും തമ്മിലുള്ള ഏകദേശ സന്തുലനംപോലും മുതലാളിത്ത സമൂഹത്തിൽ യാഥാർഥീകരിക്കപ്പെടുകയില്ലെന്നത് വ്യക്തമാണ്; അതുകൊണ്ടുതന്നെ പ്രതിസന്ധി ഒഴിവാക്കാനാവാത്തതാണെന്നതും. പക്ഷേ, അതേസമയം തന്നെ, അത്തരം സന്തുലനത്തിലുണ്ടാകുന്ന ഏറ്റിറക്കങ്ങൾ എത്രമാത്രം ആവശ്യമാണെന്നും നമുക്കറിയാം. കാരണം അതാണ് ഉപഭോക്താക്കളുടെ നിരന്തരം വർധിക്കുന്ന ആവശ്യങ്ങളെ തൃപ്തിപ്പെടുത്തുന്നതിനു വേണ്ടവിധത്തിൽ ഉൽപ്പാദനശക്തികളുടെ വികാസത്തിനു കാരണം അകുന്നത്. ഇനിയും ബാക്കിയാകുന്ന ഏക പ്രശ്നമിതാണ്: ഭാവിയിൽ ഈ വൈരുധ്യങ്ങളെ പരിഹരിക്കാനാകുമോ? ഒരുയർന്ന സമന്വയത്തിൽ അവയുടെ അനുരഞ്ജനത്തെ നമുക്കു പ്രതീക്ഷിക്കാൻ കഴിയുമോ? അങ്ങനെ കഴിയുമെന്നുണ്ടെങ്കിൽ എങ്ങനെയാണത് സാധ്യമാക്കാൻ കഴിയുക?

അതിനുള്ള ഉത്തരം എംഗൽസ് അദ്ദേഹത്തിന്റെ മരണശേഷം പ്രസിദ്ധീകരിക്കപ്പെട്ട കമ്യൂണിസത്തിന്റെ തത്വങ്ങൾ എന്ന ലഘുലേഖയിൽ ക്ലാസിക്കൽ വ്യക്തതയോടെ നൽകിയിട്ടുണ്ട്. നാം മുതലാളിത്തത്തോട് കടപ്പെട്ടിരിക്കുന്ന ഉൽപ്പാദനശക്തികളുടെ വമ്പിച്ച വികാസമാണ് ഉൽപ്പാദനവും ഉപഭോഗവും തമ്മിലുള്ള പൂർണവും പ്രത്യക്ഷത്തിൽ വീണ്ടെടുക്കാൻ സാധ്യമാകാത്തതുമായ സന്തുലനാവസ്ഥയുടെ തകർച്ചയ്ക്കു കാരണം. വികസിക്കുന്നതിനുവേണ്ടി ഉൽപ്പാദനശക്തികൾക്ക് ഉപഭോക്താക്കളുടെയോ മറ്റുൽപ്പാദനശാഖകളുടെയോ ആവശ്യകതകൾക്കൊരു പരിഗണനയും നൽകാൻ കഴിയില്ലെന്ന വസ്തുതയുടെ ഒഴിവാക്കാനാ

വാത്ത അനന്തരഫലമാണ് പ്രതിസന്ധികൾ. ഒരു വിപണി ലഭ്യമായാലുമില്ലെങ്കിലും വിശാലമായ ഉൽപ്പാദന സംവിധാനങ്ങളുടെ മൂല്യശോഷണത്തെ തടയാനായി ഉൽപ്പാദനം തുടർന്നു കൊണ്ടേയിരിക്കേണ്ടതുണ്ട്. ഈ സാഹചര്യങ്ങൾക്കുകീഴിൽ ഇടവേളകളിൽ ദുരന്തങ്ങളാവർത്തിക്കണമെന്നത് ഒഴിച്ചുകൂടാനാവാത്തതാണ്. പക്ഷേ, അതേസമയംതന്നെ, വർധിതമായ ഉൽപ്പാദനശക്തികൾ ചരക്കുകളെ ഭീമാകാരമായ ഒരളവിൽ ഉണ്ടാക്കുന്നുവെന്നു മാത്രമല്ല, അതിലുപരിയായി ഭാവിയിൽ അതിലേറെ വലിയ അളവുകളിലുണ്ടാക്കാൻവേണ്ട സാധ്യതകളവ നൽകുകയും ചെയ്യുന്നു. അങ്ങനെ സാമ്പത്തിക പ്രശ്നത്തിന്റെ മൊത്തം അർഥവും മാറുന്നു; അല്ല, തലകീഴ് മറിക്കപ്പെടുന്നു. പൊയ്പ്പോയ യുഗങ്ങളിൽ പരിഹരിക്കപ്പെടേണ്ടതായ പ്രശ്നം ഉൽപ്പാദനംകൊണ്ടെങ്ങനെ ഉപഭോക്താക്കളുടെ ആവശ്യങ്ങളെ തൃപ്തിപ്പെടുത്താൻ കഴിയുമെന്നതായിരുന്നു. ഇന്ന് നേരെമറിച്ച് പ്രശ്നമിതാണ്. വളരെ എളുപ്പത്തിലുൽപ്പാദിപ്പിക്കപ്പെടുന്ന അന്തമില്ലാത്ത അളവിലുള്ള ചരക്കുകൾ എളുപ്പത്തിൽ ഉപഭോഗിക്കാൻ കഴിയുന്നവിധം ഉപഭോക്താക്കൾക്കെങ്ങനെ ലഭ്യമാക്കാം; ഇതാണ് പരിഹരിക്കപ്പെടേണ്ട ഏറ്റവും വലിയ പ്രശ്നമെന്ന നിലവരുന്ന കാലം വിദൂരമല്ല. കാരണം, ആധുനിക സമൂഹത്തിന്റെ സാമ്പത്തിക ഘടനയ്ക്ക് അധികകാലമൊന്നും അത് തുടർച്ചയായി വിധേയമാക്കപ്പെടുന്ന വമ്പിച്ച തകിടം മറിച്ചിലുകളെ നേരിട്ടു നിൽക്കാൻ കഴിയില്ലെന്നാണിന്ന് ഭയപ്പെടുന്നത്. ഇതേവരെ ഈ പ്രശ്നത്തിന്റെ പരിഹാരം തേടിയിരുന്ന അതേ രീതികളിലൂടെ അതായത്, ഉൽപ്പാദനം പരിമിതപ്പെടുന്നതിലൂടെ ഈ പ്രശ്നം പരിഹരിക്കാൻ കഴിയില്ലെന്നും മറിച്ച്, ഉപഭോഗം വർധിപ്പിച്ചുകൊണ്ടും, അതിലൂടെ ഇപ്പോൾ ഉൽപ്പാദിപ്പിക്കപ്പെടുന്ന എല്ലാ ചരക്കുകളും ഇന്നല്ലെങ്കിൽ പിന്നീട് ഫലപ്രദമായി ഉപഭോഗിക്കപ്പെടുന്നതിലൂടെയാണ് പ്രശ്നം പരിഹരിക്കാൻ കഴിയുകയെന്നും വരുന്നതോടെ ഒരിക്കൽ ഈ വസ്തുത നമ്മുടെ മുന്നിൽ വരുന്നതോടെ നമ്മുടെ മുന്നിൽ അതിരറ്റ സന്തോഷകരമായ സാധ്യതകൾ ഉടലെടുക്കും. അപ്പോൾ നമുക്ക് പുതിയ സാമൂഹ്യസാഹചര്യങ്ങളുടെ കടന്നുവരവിനെ മുൻകൂട്ടിക്കാണാൻ കഴിയും. ആ സാഹചര്യങ്ങൾക്കു കീഴിലാണ് ക്ഷാമങ്ങളുടെയും ബുദ്ധിമുട്ടുകളുടെയും ഭാരത്തെ നമുക്കൊഴിവാക്കാൻ കഴിയുക. ആ പുതിയ സാഹചര്യങ്ങൾക്കുകീഴിൽ മനുഷ്യരാശിക്ക് അതിന്റെ സാമ്പത്തികമായ ആവശ്യകതകൾ ഉറപ്പാക്കപ്പെടുന്നതോടെ, കൂടുതലുയർന്നതും പുതിയതുമായ കടമകൾക്കായി സ്വയം സമർപ്പിക്കാനാവും. ഭാവിയിലെ ഈ സമൂഹത്തിൽ അപവാദമൊന്നുമില്ലാതെ എല്ലാവർക്കും വ്യക്തിപരമായ സ്വാതന്ത്ര്യവും ക്ഷേമവും ചരിത്രത്തിലാദ്യമായി ലഭ്യമാകും. അതോടൊപ്പംതന്നെ വ്യക്തിക്ക് അവന്റെയും അവളുടെയും കഴിവുകളെയും ശേഷികളെയും അഭിരുചികൾക്കും വാസനകൾക്കുമനുസരിച്ച് പൂർണതോതിലേക്ക് വളർത്താനും വികസിപ്പിക്കാനുമാകും.

www.ingramcontent.com/pod-product-compliance
Ingram Content Group UK Ltd.
Pitfield, Milton Keynes, MK11 3LW, UK
UKHW042137021026
15589UKWH00003B/878

9 789383 903412